ह्या विश्वभानाच्या घोंघावत्या समुद्रफेसात निरर्थक न ठरो
आपल्या आयुष्याचा सुरम्य सप्तरंगी बुडबुडा, न ढळो
हे पहाटी पांघरलेले दाट झाडांतून डोकावणारे रोशन सूर्य

ह्या खिन्न विनाशतत्त्वाच्या झपाट्यात दरवळो
अकाली महामेघानं उठवलेली जमिनीतली उग्रगंधी धूळ, साचो
घर भरून जगण्याची समृद्ध अडगळ

भालचंद्र नेमाडे यांचे प्रकाशित साहित्य

कादंबरी

कोसला (१९६३)
बिढार (१९७५)
हूल (१९७५)
जरीला (१९७७)
झूल (१९७९)
हिंदू : जगण्याची समृद्ध अडगळ (२०१०)

कविता

मेलडी (१९७०)
देखणी (१९९१)
सट्टक (२०२४)

समीक्षा व संशोधन

तुकाराम (१९८०)
साहित्याची भाषा (१९८७)
द इन्फ्लुअन्स ऑफ इंग्लिश ऑन मराठी :
अ सोशिओलिंग्विस्टिक अ‍ॅण्ड स्टायलिस्टिक स्टडी (१९९०)
टीकास्वयंवर (१९९०)
इंडो-अँग्लिअन रायटिंग्ज : टू लेक्चर्स (१९९१)
मराठी रीडिंग कोर्स (इअन रेसाइडसह) (१९९१)
मराठी फॉर बिगिनर्स (१९९४)
साहित्य संस्कृती आणि जागतिकीकरण (२००३)
निवडक मुलाखती (२००८)
सोळा भाषणे (२००९)
नेटिव्हिज्म : देशीवाद (२००९)
हाउ मच स्पेस डझ अ‍ॅन
इंडियन रायटर नीड? (२०१३)

भारतीय उच्च अध्ययन संस्थान, सिमला या संस्थेमधील नॅशनल फेलोशिपच्या २००८-०९ या काळात प्रस्तुत कादंबरीचा पस्तीस वर्षे लांबलेला खर्डा पक्का झाला, याची कृतज्ञतापूर्वक नोंद लेखक करीत आहे.

भालचंद्र नेमाडे

हिंदू

जगण्याची समृद्ध अडगळ

पॉप्युलर प्रकाशन, मुंबई

'हिंदू : जगण्याची समृद्ध अडगळ' ही काल्पनिक कादंबरी असून, या कादंबरीतील सर्व व्यक्तिरेखा, त्यांची नावे, मानवसमूह आणि जाती-वर्ण, व्यवसाय, घटना-प्रसंग, स्थळे-ठिकाणे हे सर्व लेखकाच्या कल्पनेतून साकारलेले आहे किंवा त्यांना कल्पनेची जोड दिलेली आहे. या सर्वांचे वास्तवातील जिवंत अथवा मृत व्यक्तींशी किंवा वास्तविक घटना-प्रसंगांशी कोणतेही साम्य आढळल्यास तो निव्वळ योगायोग समजावा. कादंबरीतील अनेक वर्णने, संवाद, मनोगते ही व्यक्तिरेखांच्या मनातील विचार म्हणून येतात. त्या विचारांशी लेखक, प्रकाशक, मुद्रक सहमत असतीलच असे नाही.

हिंदू
जगण्याची समृद्ध अडगळ
(म–९१७)
पॉप्युलर प्रकाशन
ISBN 978-81-7185-412-7

HINDU
JAGANYACHI SAMRIDDHA ADGAL
(Marathi : Novel)
Bhalchandra Nemade

पहिली आवृत्ती : जुलै २०१०/१९३२
दुसरी आवृत्ती : जुलै २०१०/१९३२
तिसरी आवृत्ती : डिसेंबर २०१०/१९३२
चौथी आवृत्ती : ऑक्टोबर २०११/१९३३
पाचवी आवृत्ती : जानेवारी २०१३/१९३४
सहावी आवृत्ती : डिसेंबर २०१३/१९३५
सातवी आवृत्ती : नोव्हेंबर २०१४/१९३६
आठवी आवृत्ती : फेब्रुवारी २०१५/१९३६
नववी आवृत्ती (जनआवृत्ती) : सप्टेंबर २०१५/१९३७
दहावी आवृत्ती (जनआवृत्ती) : मार्च २०१६/१९३७
अकरावी आवृत्ती (जनआवृत्ती) : मार्च २०१९/१९४०
पुनर्मुद्रण : जानेवारी २०२०/१९४१
दुसरे पुनर्मुद्रण : सप्टेंबर २०२०/१९४२
तिसरे पुनर्मुद्रण : एप्रिल २०२१/१९४२
चौथे पुनर्मुद्रण : सप्टेंबर २०२१/१९४३
पाचवे पुनर्मुद्रण : जून २०२२/१९४४
सहावे पुनर्मुद्रण : मार्च २०२३/१९४४
सातवे पुनर्मुद्रण : मे २०२३/१९४५
आठवे पुनर्मुद्रण : जानेवारी२०२४/१९४५
नववे पुनर्मुद्रण : जुलै २०२४/१९४६
दहावे पुनर्मुद्रण : जानेवारी २०२५/१९४६
अकरावे पुनर्मुद्रण : डिसेंबर २०२५/१९४७
बारावे पुनर्मुद्रण : जानेवारी २०२६/१९४७

मुखपृष्ठ : सुभाष अवचट

प्रकाशक
अस्मिता मोहिते
पॉप्युलर प्रकाशन प्रा. लि.
३०१, महालक्ष्मी चेंबर्स
२२, भुलाभाई देसाई रोड
मुंबई ४०० ०२६

अक्षरजुळणी
ऑलरीच एन्टरप्रायझेस
माहीम, मुंबई ४०० ०१६

मुद्रक
प्रिंटोन ग्राफिक्स
ए – ३०९, भायखळा सर्व्हिस इंडस्ट्रीज
भायखळा (पूर्व), मुंबई – ४०००२७

एक

कोण आहे?

मी मी आहे, खंडेराव.

ह्यावर स्तब्धता. मग मी विचारतो, तू कोण?

मी तू आहेस, खंडेराव.

अंमळ चुळबुळत्साता मी म्हणतो, म्हणजे? तुलाच मी मी कोण असं विचारलं? म्हणजे स्वतःलाच मी कोण आहे, असं? मग तो कोण? मीच?

आत्ता बरोबर. तरच आपल्याला काहीतरी सांगता येईल, खंडेराव. मी तू तो एकच.

ह्यावर सामसूम. किती एक शतकांची. निःशब्द.

आणि खंडेराव, फक्त गोष्टच सांगत जा राव.

रामकृष्णहरी. ही तर मोठीच आफत आली आपल्यासारख्या माणसावर. हल्ली सांगायला गोष्टच तेवढी कुणाजवळ नसते, बाकी सगळं असतं. असं म्हणून मी वरच्या तंबूच्या कापडावरचे काळेपांढरे ठिपके पाहत पुन्हा झोपी जातो. पुन्हा दिसायला लागतो मी मोठ्या मेहनतीनं तयार केलेला सप्तसिंधु भूप्रदेशाचा नकाशा. आकाशातून खूप उंचीवरून अफगाणिस्तानातल्या शरयू नदीपासून राजस्थानातल्या सरस्वती नदीपर्यंतच्या या नव्या नकाशामुळेच माझं संशोधन सर्वचर्चित झालं. आमच्या **युनेस्को-मोहेनजो-दडो १९६३** प्रोजेक्टच्या पुरातत्त्वज्ञांनी हा सगळा प्रदेश उकरून ठेवलेला मला सिंधुनदीवर उतरतांना दिसतो. सक्करखालच्या एका गच्च भरलेल्या सभागृहात शिरताच माझे गाइड सांखळिया सर मला लाल लंगोट नेसवून उघड्या अंगभर तेल चोळतात. भारतीय हिंदू प्रतिनिधी लेझीम, ढोल वाजवत चर्चासत्राच्या मध्यभागी लाल मातीच्या आखाड्यात आणून **बजरंग बली की जय** असा जयशब्द करत नाचत निघून जातात. दंडातली बेडकुळी दाखवत मी व्यासपीठावर उभा आहे, असं दिसतं. ह्यानंतर रंभादी देवांगनांचं, तऱ्हेतऱ्हेचे फेर धरून सारख्या अंतरावर ढबदार पावलं टाकत, नाना प्रकारचे अंगविक्षेप व हावभाव वगैरे शरीरचापल्याची कमाल करून सोडणारं नयनमनोहर नृत्य झाल्यावर

सर्वांनी आपापल्या माना डोलावून स्वतःच्या तोंडात बोटे घालून मोठी वाहवा केल्यानंतर अध्यक्षमहाराज तोंडावर बुरखा टाकून माझी ओळख करून देत आहेत. हे माझेच गाइड? एवढे थोर जगप्रसिद्ध पुरातत्त्वज्ञ अशी कशी ओळख करून देतात? येथे जमलेल्या देशोदेशींच्या रागिष्ट संस्कृतिष्ट, ओरिएंटलिष्ट, इजिप्तालजिष्ट, मानववंशशास्त्रज्ञ, भूवैज्ञानिक, प्राणिशास्त्रज्ञ, रसायनतज्ज्ञ, इंजिनीयर, मृत्पात्रज्ञ, छायाचित्रकार वगैरे मोठमोठे उंची पोषाक केलेल्या तऱ्हेतऱ्हेच्या विद्वज्जनहो, आपले आजचे वक्ते *येन केन* पत्रिकेतून प्रसिद्ध झालेले पुरातत्त्वज्ञ मिस्टर खंडेराव विठ्ठल अजून पीएचडी आटपेना, परंतु आपल्या मनाला येईल तसा सिंधुलिपीचा अर्थ लावून दाखवणार आहेत. हे दक्षिण भारतातल्या पश्चिम किनाऱ्याजवळील उत्तर महाराष्ट्रातल्या पूर्व खानदेशात मोरगाव खेड्यात शेतकऱ्याच्या घरात जन्मले — एवढी ओळखही खूप झाली. किंवा म्हणा, एवढीही ओळख खूप झाली. मिस्टर खंडेराव, सुरू करा तुमचा शोधनिबंध.

मी अवसान राखून माझा त्रिभुवनात सर्वत्र चर्चेत असलेला सप्तसिंधु प्रदेशाचा नकाशा टांगतो. टेबलावरचा प्रोजेक्टर सुरू करून नष्ट झालेल्या दीडेकशे महानगरींच्या स्लाइडी दाखवत माझा शोधनिबंध सादर करतो. हडप्पा, पिलाक, मेहेरगढ, कुल्ली, अमरी, झोब, नाल, कान्हू-दडो, झुकर, बॅक्ट्रियातली शोर्तुगाई, दासली, लोथल — मित्रहो, उझबेकिस्तानापासून कच्छपर्यंत निर्मनुष्य झालेल्या या सर्व महानगरी संस्कृतींपासून काय धडा घ्यावा? आमची सिंधुसंस्कृती लयाला गेल्यापासून या उपखंडात आणि जगात अन्यत्रसुद्धा भाषा सार्वभौम होत गेली. मंत्र म्हटल्याशिवाय तुमचा जन्म झाला हेही सिद्ध होत नाही, की विवाह ही सामाजिक संस्था होत नाही आणि अंत्यकर्माचे मंत्र पुटपुटले गेले नाहीत तर तुम्ही भुतंखेतं होणार असता. अशा रितीनं श्रमाला केंद्रस्थानी ठेवून नैसर्गिक पिकांनी पृथ्वीची शान वाढवणारी आत्ममग्न स्वायत्त कृषिसंस्कृती हळूहळू परावलंबी होत गेली. याउलट, भाषेला केंद्रस्थानी ठेवून शोषण करणाऱ्या नागरी ऐतखाऊ औद्योगिक, व्यापारी, कोळसा-पेट्रोलादी खनिजांवर धावणाऱ्या शोषण संस्कृतीची — जमिनीतली मुळं नष्ट — इलेक्ट्रॉनिक — जागतिकीकरण — जगण्याचा कस —

काय भंकस? एकदम गलबलाट. कोण हा? कुठला हा — कशावर फोकस — हा अजून कारा आहे का? आमच्या डेक्कन कॉलेजच्या प्रतिनिधींमधले ढवळेसर घाईघाईनं एका चिठ्ठीवर खरडून आणून देतात — मननाला घडाभर तेल? चर्चासत्रातले, स्वतःला आंतरराष्ट्रीय कीर्तीचे म्हणवून घेणारे तऱ्हतऱ्हेचे विद्वान चष्मे वटारतात. आमच्याच युनेस्को कॅम्पातले शंभरेक कूपनलिका खोदून सिंधुच्या आताच्या तळाखाली ६५ फुटांपर्यंत भूस्तरातली पाण्याची पातळी नेणारे

जलशास्त्रज्ञ, मोहेनजो-दडोच्या पाचेक किलोमीटर परिघातला पाच हजार वर्षांत साठलेला तीसेक फूट खोल गाळ पूर्ण उपसून आम्हांला उकरण्यासाठी ही नगरी मोकळी करून देणारे अमेरिकन इंजिनीयर, बुलडोझरतज्ज्ञ आणि आतापर्यंत खर्च झालेल्या पंच्याहत्तर लाख डॉलरांचा हिशेब ठेवणारे अमेरिकन हिशेबनीस — सगळे संतप्त नजरांनी घशात गव्यांसारखे आवाज काढायला लागतात. गाइड सांखळिया सर आपली अध्यक्षीय जबाबदारी पार पाडण्यासाठी बर्फाची लादी मागवून घेतात आणि डोक्यावर ठेवतात. डॉ. जलील हे थोर पाकिस्तानी विचारवंत-पुरातत्त्वज्ञ जे आता अमेरिकन नागरिक झाले आहेत आणि ज्यांच्या नुसत्या शिफारशीवरून आमच्या या प्रकल्पासाठी अमेरिकेकडून स्वतंत्र विमानतळ जवळच लाडकाणा इथे करून दिलं आणि जे माझा तंबूशेजारी जिगरदोस्त यारू यासीन अली याचे पीएचडीचे गाइड आहेत, ते डॉ. जलील उभं राहून म्हणतात, खंडेराव, जनाब, सुबूत द्या. पुरावा द्या! सभागृहात स्तब्धता. आता खंडेरावाची पुरातत्त्वज्ञ म्हणून कारकीर्द संपणार. याला पुन्हा खानदेशात मोरगावला जावं लागणार आणि याच्या हातात नांगर येणार.

डॉ. जलील हे पेशावरला जन्मलेले, सूफी परंपरेतल्या कट्टर शाकाहारी पंथाचे ऐंशी वर्षांचे, माझ्या तंबूत रोज येऊन माझ्याशी चर्चा करणारे विद्वान कशामुळे संतापले असावेत? पाकिस्तानचा इतिहास इस्लामपूर्वीसुद्धा देदीप्यमानच होता, हे इथल्या सरकारी पाठ्यपुस्तकांच्या मंडळातल्या लोकांनी मानलं नाही, म्हणून तुम्ही मूलतत्त्ववादी आहात असं जाहीर करून त्यांनी राजीनामा दिला होता. अरबी ही पाकिस्तानची राष्ट्रभाषा करावी, या धर्मांध मुसलमानी लाटेचा निषेध म्हणून त्यांनी अमेरिकेतून एक वर्तमानपत्र चालवल्यामुळे ते पाकिस्तानात फार लोकप्रिय झाले. पेशावरजवळच्या हजरा येथील महानुभावांच्या गोपालमंदिरात मोठी संस्कृत पाठशाला होती. तिथल्या जग्गा महंतांकडून ते संस्कृत शिकले, ही माझ्यातली आणि त्यांच्यातली खरी जवळीक होती. इतिहासाचं अफाट ज्ञान, अनेक भाषांचं प्रभुत्व आणि कशाशीही तडजोड न करता वाद तडीला नेणं यांमुळे त्यांना सगळेच घाबरायचे. मात्र वयानुसार स्मरणशक्ती दगा द्यायला लागल्यानं हल्ली ते थोडे अडचणीत यायचे. उदाहरणार्थ, मी गडबडलो आहे, हे लक्षात येताच त्यांनी आपलं म्हणणं पुढे रेटलं : प्रत्येक क्लासिकल फॉर्म कशामुळे पक्का होतो? हा क्लासिकल विचारच आपली गरज म्हणून विरोधी, विद्रोही पंथ जन्माला घालतो. वाढवतोसुद्धा. इस्लाममधले हीनयान आणि शिया पंथ घ्या का हिंदूंचे बौद्ध आणि सुन्नी पंथ घ्या, कॅथलिक आणि शैव — सॉरी वैष्णव आणि प्रॉटेस्टंट — सॉरी — असं करत जलीलसाहेब कोणत्या पंथाबद्दल म्हणताहेत हे जितकं कळेनासं होतं

तितकंच ते कळण्याची गरजही वाटू नये इतकं अनेक प्रस्तरांवरचं त्यांचं पायाभूत ज्ञान आणि उदार विचारसरणी सर्वांवर छाप टाकतात.

खंडेराव, जनाब, सुबूत द्या!

मी सटपटून घोळ करतो आहे. त्यामुळे अत्यंत काळजीपूर्वक रचून ठेवलेल्या उत्खननाच्या स्लाइडींची लेबलं विस्कटून याची त्याला लागताहेत. डेक्कन कॉलेजातल्या पारू कुट्टी या केरळी टायपिस्ट मुलीनं जुनाट लांब कागदावर सिंगल स्पेसमध्ये टाइप केलेल्या शोधनिबंधावरून नुस्ते डोळे फिरताहेत. स्लाइडी दाखवतांना मी म्हणतो, हे महानगर उरूक — इसवी सनापूर्वी ३००० वर्षं, पाहा. रानटी जमातींचे हल्ले झाले म्हणून ही नगरं नष्ट झाली, हा आपल्या इतिहासकारांनी रूढ करून टाकलेला सुखद असा सबब-सिद्धान्त आहे. परिसराचा नाश झाला, नैसर्गिक आपत्ती आल्या — हेही नंतरचे नवे नवे सबब-सिद्धान्त. वस्तुतः कुठल्याही नागरी संस्कृतीच्या घडणीतच त्यांनी आपोआप नष्ट व्हावं, असं पायाभूत तत्त्व जडलेलं असतं. आता हे न्यूयॉर्क — इसवी सनापूर्वी ३०००, ऊर इसवी सनापूर्वी २८०० असं म्हणता म्हणता प्राचीन काळातली म्हणून मुंबई, लंडन, न्यूयॉर्क या महानगरींचीही नावं घेऊन म्हणतो, या शोषण करणाऱ्या नागरी व्यवस्था नव्हत्या? हशा. टाळ्या. हॉ हॉ हॉ. भलेऽ. कढी झाली.

नंतर मी एक मुद्रा प्रोजेक्टरखाली लावतो. मित्रहो, मोहेनजो-दडो एच आर-६ एरिया — नगराच्या तटाबाहेरच्या शूद्रांच्या झोपडपट्टीत सापडलेली ही मुद्रा. दंडाला बांधण्याच्या मंतरलेल्या ताइताचा प्रकार. तांब्याच्या पट्टीवर कोरलेली. फक्त ३ चिन्हं. डावीकडून उजवीकडे वाचली, तर **आपला देश परदेश** आणि तीच उलट्या क्रमानं म्हणजे उजवीकडून डावीकडे वाचली तर उलटा अर्थ निघतो. पाहा :

आपला देश परदेश तर परदेश देश आपला.

कोणत्या बाजूनं वाचायचं हे ठरवावं लागेल.

डॉ. जलील आणि ग्लोबल व्हिलेजवाले ८-१० विद्वान उठून विचारतात, भूमीचं एवढं कौतुक कशाला पाहिजे? हे आकाश एवढं कशासाठी आहे? अपमानकारक. ही काय स्कॉलरशिप झाली? उजवीकडून **परदेश आपला देश** तर डावीकडून **देश आपला परदेश** — हे काय संशोधन आहे? हे १०० कोटी डॉलर खर्चून तर तुम्हांला कळलं ना जनाब, की काय होतं आपल्या देशात पाच हजार वर्षांपूर्वी? मातीखाली?

गोंधळ. पाकिस्तानी राष्ट्रवादी आणि मूलतत्त्ववादी विद्वान हे डॉ. जलील-सारख्या धर्मनिरपेक्ष विचारवंतावर नेम धरत माझी बाजू घेतात. ही एक आपत्ती

म्हणजे आफतच ठरते. जमाते-इस्लामचा एक पाकिस्तानी इतिहासकार म्हणतो, करायचा काय हा काफिरांचा भूतकाळ उकरून? हे इस्लामी राष्ट्र आहे. सिंधु-संस्कृतीचा इस्लामशी काय संबंध? एवढे डॉलर अमेरिका इस्लामच्या एकाद्या प्रोजेक्टसाठी खर्च करील काय? इस्लाम नजरअंदाज करण्याची साजिश. इथे स्पेशल विमानतळ कशासाठी हवा? पाकिस्तान बळकावण्याचा हा पाश्चात्त्य ख्रिस्ती प्रोजेक्ट आहे, बाकी काही नाही. अमेरिकेला एवढं सिंधुसंस्कृतीचं प्रेम असतं तर हिंदुस्थानात हजाराच्या वर उत्खननं झाली आहेत — काटकसरीनं, तिथे एक तरी डॉलर दिलाय काय अमेरिकेनं? लोथल, काली बंगन, सुरकोतडा, कच्छ — आणि अफगाणिस्तानात असली सिंधुसंस्कृतीचं मूळ आहे. बॅक्ट्रियात शोर्तुजाईला का उत्खनन करत नाहीत हे डॉलरवाले? अमूदर्यापर्यंत सिंधुसंस्कृतीचा विस्तार होता. पाकिस्तानी संस्कृती — इस्लामी संस्कृती. खंडेराव बरोबर.

मी शांतपणे माझा मुद्दा चालू ठेवत म्हणतो, मित्रहो आता ही पाहा पुढची चौरस दगडी मुद्रा एस डी-१ एरिया मध्ये सापडलेली. मोहेनजो-दडो पाकिस्तानात असो, अमेरिकेच्या ताब्यात जावो, का आणखी काही होवो, हा पाच हजार वर्षांपूर्वीचा ऐतिहासिक अवकाश हिंदूंना आपलाच वाटणार. तक्षशिला, पाणिनी, पतंजली, गांधार, हडाप्पा हे सिंधु हिंदू जाणिवेचेच भाग राहणार. मित्रहो, जगात कोणाला एवढ्या भूतकाळाचा अफाट अवकाश वावरायला मिळतो?

पुन्हा गलबलाट. गोंधळ. आयता हक्क? काही न करता? सतत दंगे होत असतात. आजचे मुसलमान आणि ख्रिस्ती आणि दलित यांना सांभाळता येत नाहीत आणि भूतकाळातले समाज हे जवळ करताहेत.

डॉ. मंडी माझी बाजू घेऊन म्हणते, ह्या गोष्टींची आपल्या सगळ्यांनाच लाज वाटते. म्हणून का आम्ही आमच्या जाणिवा संकुचित करायच्या? भूतकाळ आमचा नाही असं म्हणायचं?

डॉ. जलील म्हणतात, पोलिटिक्स? गंदी बात. आपलं पुरातत्त्व देशकालधर्मसंस्कृतींना छेदून जाणारं क्षेत्र आहे. जनाब खंडेराव ऊर्फ संशोधक महाशयांनी हडाप्पा लिपी वाचून दाखवण्याचा आपला दावा सिद्ध करावा. आम्ही खरे संशोधक उत्सुक आहोत.

तर मित्रहो, ह्या लिपीत एका चिन्हाचा अर्थ एक पूर्ण संकल्पना, पूर्ण वस्तू होतो हे गृहीत धरलं, तरच काही प्रगती होऊ शकते. आता ही पुढली मुद्रा ह्या महानगरीच्या हमरस्त्यावरील उच्चवर्गीय वाड्यांच्या क्षेत्रात सापडलेली, जमिनीखाली ६०० फुटांवर इसवी सनापूर्वी १५०० च्या आसपास. ऋग्वेदाचा मधला काळ. ही वरच्या ओळीतील सात चिन्हं, त्यांच्यातल्या ज्या ज्या

चिन्हांखाली टिंबांच्या आणि रेषांच्या खुणा आहेत, तीच पुन्हा दुसऱ्या ओळीत रचायची. कशी? हे *रात्री*चं चिन्ह, त्याच्या खाली ही दोन टिंबं पाहा. म्हणजे ह्याच चिन्हाला दुसऱ्या ओळीत *पहाट* समजून अर्थ लावायचा. सिंधुलिपीत अशी शंभराच्या वर चिन्हं आहेत जी आजवर सापडलेल्या सर्व मुद्रांमध्ये एकदाच आली आहेत. म्हणून डॉ. मंडी ज्या सिंधु रोझेटा शिळेचा शोध ह्या उपखंडात घेत आहेत, ती शिळा सापडेपर्यंत ह्या एकाकी चिन्हांचे अर्थ असेच लागणं शक्य आहे. पाहा एक अर्थ लागतो, तो असा :

थकलेले कष्टकरी रात्री गातील तसं कोण गाऊ शकेल, हे धनवान लोकांनो
दुःखी माणसं पहाटे हासतील तसं कोण हासू शकेल, हे सुखवस्तू लोकांनो

माझा जिगर सहकारी यासीन रसूल अली म्हणतो, ही ऋचा हडाप्पातली असो की नसो. उत्तम आहे.

पण वेगळा अर्थ ह्याच चिन्हांना दिला तर खरा अर्थ असा लागतो :

तिकडच्या हिम लपेटलेल्या शुभ्र भुजांच्या प्रदीर्घ सुस्त निशा सोडून,
हे बिनचेहऱ्याच्या आर्यांनो
इकडच्या श्याम ल पेटलेल्या शुभकृत्यांच्या प्रदीप्त सुस्त नी शाळू
पहाटी तुम्हांस कां बरं पटता?

टाळ्या. हशा. कौतुक. साधु, साधु. वाहवा. चीअर्स. अली तर फटाकेही उडवतो. वा वा वा, चर्चा सुरू होते : प्रोफेसर सांखळिया सर, तुमचा हा विद्यार्थी तळपेल. असे वेडे लोकच काहीतरी शोध लावतात. वाखाणला जाईल. डॉ. जलील सर म्हणतात, मोठं संशोधन ठरू शकतं. ...शकतं? शकवा. हे *शकणं* क्रियापद वापरणं म्हणजे हुशारीनं हे दाखवणं, की ही थापही असू *शकते*. ...या सन्माननीय विद्वानांनीसुद्धा *शकते* हेच क्रियापद वापरलं, म्हणजे त्यांच्याच शब्दांत त्यांची ही थापच म्हणायची का? हॉ हॉ हॉ. प्रोफेसर गिब्स हे युनेस्कोच्या पुरातत्त्व कमिटीचे आणि आमच्या या प्रोजेक्टचे चेरमन म्हणतात, ज्या शोधाला वेड्यात काढलं नाही, त्या शोधाचं भविष्य धोक्यात असतं. ...म्हणजे याला वेड्यात काढावं का? हशा. पुन्हा गंभीर चर्चा : *धनवान लोकांनो* — असा शेवटच्या चिन्हाचा अर्थ आधी होत होता, त्याचाच आता *बिनचेहऱ्याच्या आर्यांनो* असा होतो? हे कसं काय गृहीत धरून चालायचं? *चालायचंच*. याला काही अर्थ आहे? *आहे*. काव्य अर्थात असतं? *अर्थातच*. ह्यातले अप्रतिम श्लेषादी गुण आणि प्रास वगैरेंचा काहीच प्रश्न नाही? *प्रश्नच नाही*. ह्या अतिगाढ रचनेतील व्यंजनेचा विषय

काय? *विषयच.* कामेच्छा? *छ्याऽ.* युरोप, भारत आपण सगळे आर्यवंशी. *शीऽ.* हे असं आमच्या गंभीर प्रश्नाला उत्तर? *तर!*

शेवटी नाइलाजास्तव समारोप करत्साते अध्यक्षमहाराज म्हणतात, चला, खंडेरावाची ही ऋचा रचणारी प्रिया घोषा वक्षावती नर्तिका हिनें ह्या नगरीतल्या आपल्या वाड्यांत आपल्या सर्वांना प्रीतिभोजनाचें अधिकृत आमंत्रण पाठविलें आहे. तिकडे तातडीनें निघणें आवश्यक आहे. येथे कोणती भाषा कोणता धर्म कोणत्या वंशाचे लोक — आपल्याला काहीच माहीत नाही. त्यातून ह्या महानगरीचे शासनकर्ते अत्यंत काटेकोर शिस्तीचे आहेत, हे सिद्ध झालें आहे. खंडेरावांबरोबरच सर्वांनीं तटाच्या आत सूर्यास्ताआधीच शिरावें. महापुरामुळे पैलतडी जाणाऱ्यांना कित्येक शतकें थांबावें लागेल. पुन्हा येथे काही देवळें नसतात की त्यांच्यात रात्रभर फुकट मुक्काम करता येईल. येथील स्थानिक सिंधुलोकांनीं कुक्कुटपालन ह्या अपूर्व विद्येचा शोध लावलेला असून जगात कोठेही मिळणार नाही अशी मुबलक ताजी कोंबडीं, मसालेदार स्वादिष्ट चिकनकरी आपणा सर्वांस येथेष्ट खावयास मिळेल, हे आम्ही ह्या आंतरशतकीय — सॉरी — आंतरसहस्रकीय चर्चासत्राचे अध्यक्ष ह्या नात्याने, भाग घेणाऱ्या समस्त विद्वज्जनांस मुद्दाम सांगू इच्छितों.

मग मोठा गलबलाट करत आमच्या युनेस्को उत्खनन प्रकल्पाचे आम्ही दीडदोनशे स्टाफ आर्यांच्या झुंडीसारखे वर्षं ओलांडत सिंधुनगरीकडे झपाझपा चालू लागतो. एक परदेशी विद्वान म्हणतो, मित्रहो, ह्या मेलुहा देशात सिंधुनदीकाठच्या अरण्यात भीतिदायक जटाधारी संन्याशी कुठे दिसतील, त्यांना टाळा. ...कां? ...ते असे काही रहस्यमय प्रश्न विचारतात की, नंतर आपल्याला आयुष्यभर झोप येत नाही. ...म्हणजे कसे? ...**तर तू कोण आहेस?** ...मी कोण? ...**कुठून आलास? कां आलास?** प्रश्न साधेच वाटतात, पण त्यांना म्हणायचं असतं — *ह्या जगात.* एक श्रमण आजीवक तर मला चक्क विचारत होता, पुन्हा इथे येणं शक्य असतं का? ही झंझट कोण फुकटची मागे लावून घेणार? *कोऽहं* आणि *तत्त्वमसि* च्यायची. ह्यावर सामसूम. कितीएक शतकांची. निःशब्द.

सिंधुच्या दोन्ही तीरांवरच्या घनदाट अरण्यामधल्या गव्यांच्या, हत्तींच्या, गेंड्यांच्या कळपांचे अनुष्टुभ छंदासारखे आवाज येतात : हे अरण्यानि अरण्यानि, तुला भीती वाटत नाही का, की इथे काही शतकांनी आपलं वाळवंट होऊन जाईल? मग कोणीतरी मला थट्टेनं विचारतो, का हो खंडेराव संशोधक, एखाद्या

सोमड्या दुरमादपुत्र देवमुनी ऋत्विजाला घागरभर मधुपर्क गोमांस देऊन निदान शेवटच्या मंडलात तरी तुम्ही जुळवलेल्या ऋचा घुसवणं तुम्हांला इतकी हजार वर्षं कसं जमलं नाही? ...नाही जमलं गड्या, ऱ्हस्वदीर्घ, आरोहअवरोह आघात, प्रत्येक वर्णा-उच्चारासकट त्या पूर्वीपासून सीलबंद करून टाकल्या आहेत. तबकडी-टेपरेकॉर्डरपेक्षाही तंतोतंत. शिवाय ऋग्वेदातल्या ऋचांचा सिंधुनगरीशी कसा काय संबंध येतो?

कमाल करता तुम्ही खंडेराव हिंदू. पश्चिमेकडून डोंगरांमधून आयवांच्या लाटा ह्या सिंधु प्रदेशातल्या सगळ्याच महानगरींच्या तटांवर आपटत आहेत, हे तुम्हाला ऐकायला येत नाही? *डुंबा हो रे डुंबा हो रे*, हे दास, दस्यू, पणी, पृथू, द्रह्यू, परशू, गंधर्व, पकथू आणि सिंधुच्या पात्रामधून जहाजं फडफडवत येणारे हे नाना जातींचे उदन्त्य इथे तटाबाहेर चटयांच्या झोपड्या करून वसताहेत, हे दिसत नाही? तुम्ही हिंदूविरोधी युरोपी भाषाशास्त्रज्ञ म्हणता की, हे सगळे मध्य आशियातून एकच आर्यभाषा घेऊन आलेले कट्टर भाषाप्रेमी लोक इथे पसरत चालले. पण आम्ही पुरातत्त्ववेत्ते नुस्ते दिसलो, की हे आर्य दिसेनासे होतात. आम्ही लोक सगळ्यांना सामावून घेणारे आहोत. आणि ह्या जनावरांबरोबर राहणाऱ्या भटक्या लोकांना ही महानगरं का बरं आवडू नयेत? हा अभेद्य ४० फुटी जाड तट, ह्या वाड्यावाड्यांच्या सुरक्षित भिंती, मजबूत पायावरची दोन दोन माळी प्रशस्त घरं, आंगणं, खोल्या, स्वैंपाकघरं, न्हाणीघरं, संडाशी, विहिरी, सार्वजनिक शिस्त — हे स्थैर्य कुठे दुसरीकडे पाहायला मिळेल?

समजा, बाहेरून दहा बलाढ्य आर्य राजे चाल करून आले तर हे काय करतील? यांच्याकडे तर साधी कुऱ्हाडही कुठं दिसत नाही.

माझा शोधनिबंध पुन्हा वाचा. गेल्या पाच हजार वर्षांत कोणती महानगरं टिकली आहेत? महानगर उद्ध्वस्त व्हायला कुऱ्हाडी न् रथ कशाला लागतात? ऐतखाऊ नागरी समाज आधीच स्वतःच्या आतल्या हिंसेच्या भुसभुशीत पायावर उभा असतो. शिवाय कच्चा माल येणं थांबलं, पाणी बंद झालं, पेट्रोल, गॅस संपले, व्यापार कोसळला, निसर्गाचा कोप, नदीनं पात्र बदलवलं, की हे फुग्यासारखे फुटतात. फाऽट — फाऽट —

फाऽट. थांबा. बुरुजाजवळ सगळा ताफा अडवला जातो. कोण यूथप्रमुख आहेत? पुढे या. ओळख सांगा, परवलीचा शब्द बोला. नाही तर तटाच्या आत पाय टाकू नका.

बोलू?

परवलीचा शब्द बोला.

अनेकवचनी भूतकाळी.

या. आत या. ही मोहेनजो-दडो नगरी तुमचीच आहे. अहो, नाळ तुटली तरी बेंबी तर हजारो वर्षं तशीच राहते ना. आईला आई असतेच ना. रोज स्नानाच्या जलात आमच्या सिंधुला कोण दुसरं संनिध करतं? तुमच्या लोकांशिवाय?

ह्या नगरीचा आम्हालाही अभिमान वाटतो. नाहीसं झालेल्या माहेरासारखा. पृथ्वीवर कोणत्या लोकांना एवढा समृद्ध वारसा नुस्ता बेंबीच्या बळावर मिळतो?

यारू, अनेक सहस्र पौर्णिमा पाखरणारा तेव्हाचा हाच तो चंद्र. सिंधुकाठावरच्या सहाशे एकर जमिनीवर वसलेल्या ह्या अफाट महानगरीचे लांब रुंद, आडवे उभे, नीट म्हणजे एक बोटभरही अतिक्रमण न केलेले रस्ते इतिहासपूर्व काळातल्या गूढ चांदण्याच्या छायाप्रकाशात बुद्धिबळाच्या पटासारखे दिसत आहेत. हे असं चव्हाट्यामागून चव्हाटे ओलांडत बंद, निर्मनुष्य, सामसूम वाडे ओलांडत आपण किती शतकं चालायचं? विश्वातल्या अनंत सहस्रकांच्या धावत्या बिंदूंमधल्या नेमक्या अवकाशाला आपण आपल्या मेंदूत पकडून ठेवलं आहे. पाहा, आता इथल्या कुठल्या तरी एका वाड्यातून नर्तकी प्रिया घोषा हिच्या डाव्या भुजा भरून खांद्यापर्यंतच्या कांकणांची खणखण ऐका. ही आल्हाददायक रात्र. वरती शीतल चंद्रबिंब. माझं त्या काळी इथून परायण जितकं अद्‌भुत असेल, तितकंच हे माझं पुनरायन मधुमत होतं आहे. हाच तो वाडा.

मातृस्थानिक, मातृसत्ताक इथेच माझं रात्री-बेरात्री येणं जाणं. जमिनीखाली आठशे फुटांवर सापडलेल्या सहा पदरी हाराआड धपापणारं वक्षस्थळ आणि ह्या शेलाटीच्या जाड ओठांची ओढ मला हजारो वर्षांनी सप्तसिंधु ओलांडून इथे इतक्या खोल खेचून आणतात — इतकं प्रबळ त्रिभुवनात काय असेल? यारू, ह्या अक्राळविक्राळ विश्वात आपल्या लहानशा अस्तित्वासाठी आपण हे मनातलं अवकाश टिकवून ठेवलं नाही, तर एकतर आपण नाही आहोत किंवा हे स्थळ नाही आहे. म्हणून ही वाड्याच्या दाराशी उभी वृद्धा म्हणते आहे, असणंही नसतं आणि नसणंही नसतं. ही वृद्धाच आता आपल्याला प्रिया घोषा कुठे आहे ते सांगेल. पिंजऱ्यातल्या मैनेला पाणी ठेवतांना दाराशी बांधून ठेवलेल्या आपल्या मोत्या कुत्र्याची दोरी ताणली गेल्याचं तिनं पाहिलं आहे. इथे कधीच हुंगायला मिळत नाहीत असे माझ्या पिशवीतले तांदूळ त्याला नक्कीच कळले. ह्या आमच्याकडच्या भारी सुवासिक तांदळाचे पुरोळाश प्रिया घोषा वक्षावती नर्तकीनं शोभिवंत आकृतींमधे रंगवलेल्या लाल मडक्यात वाफेवर शिजवावे आणि मग आम्ही दोघांनी ते पुरोळाश एकमेकांना खाऊ घालावे, त्या हट्टी आठवणी ह्या

मोत्याच्या लांब नाकपुड्यांमधून क्षणात जिवंत झाल्या आणि शेपटी हालवत कुईं कुईं करत मला ओळख देत हा मागच्या पायांवर उभा राहतो, पाहा.

मग मी वृद्धेला मोठ्या आर्जवी सुरात विचारतो, आदिमाये, ह्याच घरात म्हातारी झाली असा जिचा गौरव सिंधुप्रदेशातली कविकुळं मंत्रांमधे करतात त्या परमपूज्य आज्ये, जिच्या गालावर खरोखरच तिळाचे फूल उमलायचे, ती प्रिया घोषा कोठे आहे? तिच्या पायातल्या ह्या तोरड्या आणि मेंदीरंगीत उजव्या हाताच्या तिसऱ्या बोटातली ही निप्पूरच्या काशी सोनारांनी घडवलेली मुंदी — तीही मी आणली आहे. आणि हा सोन्याचा सहा पदरी हार तोही मी आणला आहे. तिच्या सुंदर नाकाला शोभेल असा हामाकडच्या अक्कड व्यापाऱ्यांकडून घेतलेला मोठा पाणीदार मोती मी मिळवला आहे. जिनं चोळी घातल्याशिवाय सूर्य उगवायचा नाही —

हंऽऽ असा सूचक हुंकार करत्साती आश्चर्यग्रस्त ती गालाला बोट लावत्साती आपली अनुभवी दृष्टी माझ्या तळपायांवरच्या धुळीवर रोखून म्हणते, हंऽऽ, हिंदू! अनेकवचनी भूतकाळी! पाच हजार वर्षांची धूळ! सांगत्ये बरंऽ. स्त्रियांची सख्यं कधी टिकतात का? त्यांची हृदयं वृकासारखी असतात, हा आमच्या उर्वशीचा निरोप तुमच्यापर्यंत अजून पोचला नसेल म्हणायचं का?

इतक्यात आमच्या प्रकल्पाचे सगळे सहकारी जे दरवाजापाशी जमा झालेले असतात, ते सगळे सामूहिक विचारतात, का? काय झालं?

काय झालं? खरंच झालं. त्याला ना तुमचे कान ऐकण्याच्या लायक आहेत, ना माझं तोंड सांगण्याच्या. ते पाहा बरं.

असं म्हणून वृद्धेनं समोरच्या आडव्या मार्गाकडे बोट दाखवताक्षणी तिकडून चेहरे पांघरून घेतलेल्या आर्य लोकांची एक झगझगीत वरात आमच्याकडेच सरकत येत्साती दिसायला लागते. सगळ्यात पुढे घंटा, घुंगरं वाजवत्साते, दोन्ही हातांनी शंख, सूर, सनया, भेरी, तुरे फुंकत्साते, घुमके, टिमक्या चपळाईनं पिटणारे आमच्या गावातले काळेभोर देखणे मांग; त्यांच्या मागून दुतर्फा दिवट्यांच्या रांगांमध्ये इंद्र, वरुण, अग्नी, वायू, पूषण अशा कैलासवासी झालेल्या उदन्त्य देवतांचे जयघोष करत्साते मोठमोठ्या प्राचीन दाढ्या छातीवर रुळवणारे उघडेबंब काळे, गोरे, सावळे, पिवळे, अर्कतर्र, गोमांसभक्षक मधुपर्क ढेकरी, संस्कृत आपल्याला येते हे दाखवण्यासाठी मुद्दाम जुनी इराणी रचना वापरणारे याज्ञिक ऋत्विज मंत्रांचा प्रत्येक विराम, प्रत्येक मात्रा, वर्ण, उच्चार कुठेही किंचितही फरक होऊ न देता आपल्या सांघिक शक्तीची भीती निर्माण करत्साते दोन दांडग्या वृषभांच्या पुष्पसज्ज शकटामागून येतांना दिसतात. पुरूंच्या आणि भारतांच्या नऊ

पिढ्यांची कविकुळं मिरवणारे हे अनूंचे पुरोहित आणि भृगूंचे कवी अफगाणिस्तानातल्या सरस्वती नदीपलीकडून आले तरी इकडच्या सरस्वतीकाठचे म्हणवून घेत्साते असुरांचे पुरोहित आंगिरस मधल्या रांगेत चालताहेत, तर त्यांच्या मधोमध ज्याचा पराभव आमच्या इक्ष्वाकुकुळी काळ्या मुंडावंशी रामानं केला तो इराणी परशू, सप्तचिरंजीवांपैकी एक फरशाराम जमसेदजी अग्निपुत्र स्वतःला सहावा अवतार म्हणवणारा, खांद्यावर फरशीचा दांडा टाकून चालतो आहे.

आता फरशारामाचे हे आर्य आम्हां पुरातत्त्ववाल्यांबद्दल अवहेलनाजन्य शब्द करतात, जणू आम्ही सिंधु प्रदेशातले एकशिंगी प्राणी दिसतो, असे ते आमच्याकडे पाहतात. आमच्यासमोर तो शकट थांबतो आणि आतील प्रत्येक अवयवाला उठाव देणारे समर्पक अलंकार आणि शृंगाररसोत्पादक वस्त्रप्रावरणं ल्यालेल्या त्रिभुवनसुंदरीचं आल्हाददायक रूप माझ्या दृष्टोत्पत्तीस येतं. वरती शीतल चंद्रबिंब. जो तळवा माझ्या तळहातात धरून ज्याच्यावर मी आणलेल्या तोरड्या मी स्वतःच्या हातानं चढवणार होतो, त्याच तिच्या पायांवर आधीच होत्या. तसंच तिच्या मेंदीशोभित उजव्या हातातल्या तिसऱ्या बोटात मी स्वतः घालणार होतो तीच मुंदी. त्याहीपेक्षा मला भ्रमिष्टावस्था प्राप्त करून देत्साती गोष्ट म्हणजे तिच्या लांब चाफेकळीसारख्या नाकाला शोभा आणणारा आणि शोभणारा टपोरा मोती, जो दिवट्यांच्या प्रकाशात चमकतांना पाहून तिचं रूप, प्रमाण आणि लावण्य वर्णायला प्रायः असमर्थ असा मी जमिनीखाली आठशे फुटांवर मला सापडलेल्या त्याच सहापदरी हाराआड धपापणारं वक्षस्थळ दिसताच संतप्त होत्साता माझ्या पिशवीतले भेट म्हणून आणलेले भारी तांदूळ अक्षतांसारखे उधळत्साता, उंच शिंगांचं बाशिंग ज्याच्या अयोग्य माथ्यावर बांधलेलं दिसतं त्या प्रतिनवरदेवावर माझा पुरातत्त्व टिकाव उगारून धावून जातो. अचानक वाजपी थांबतात. दिवट्यांवाले पळापळ करतात. माझे सहकारीही ह्या सर्वांना शरयूपार सरस्वतीपार पळवून लावत्साते हळूहळू अज्ञात इतिहासपूर्व काळात लोटत नेतात. शतकांच्या सनावळ्यांची फेकाफेक होते. सहस्रकांची धक्काबुक्की होते. आम्ही ओरडायला लागतो, हे सोम पिऊन होम जाळणाऱ्या ब्राह्मण स्तोमड्यांनो, अर्कात गर्क होत तर्क करत राहणाऱ्या कर्कांनो, यज्ञातील सेवेसाठी ठेवलेल्या आमच्या सुंदरींना बेवारस संतती निर्मिणाऱ्या जुगाड्यांनो, द्यूतात विद्युतसदृश बायका पणाला लावून हरून त्यांना पोरांसकट वाऱ्यावर सोडून देणाऱ्या जुगाऱ्यांनो, हा पाहा, एकवीस वेळा ही पृथ्वी निर्ब्राह्मण करण्यास्तव वैठ्ठल खंडेराव आला आहे.

ह्याबरोबर त्या वैदिक ऋषिकुलांमध्ये मोठी खळबळ उडाली. काही तर येती पाच हजार वर्षं ह्या उपखंडावर अव्याहत चालणार असलेली आपली अमर्याद सत्ता

जाणार म्हटल्यावर फुटाण्यासारखे उडाले. अपशब्दांनी सबंध मोहेनजो-दडो दुमदुमते. कोठलं हे विठ्ठलं? द्रवीड? मुंडं? कोण मूरदेव हा इतिहास उलटा करू इच्छिणारा यःकश्चित शिश्नपूजक? ज्याची जननी वृत्रापासून गर्भित झाल्यामुळे जन्मलेला? कुरू की पांचाळ? यदू की दानव की तुर्वश? ब्राह्मणमुक्त हिंदूधर्म शक्य आहे काय? ह्या आर्यावर्तात ब्राह्मणच प्रत्येक युगात राज्य करतील. ब्राह्मणविरोधी बौद्ध, ख्रिस्ती, मुसलमानी, महानुभाव, वारकरी, कम्युनिस्ट, सोशालिस्ट, कॅपिटॅलिस्ट, फासिस्ट — अशा सगळ्या धर्मांचं नेतृत्व ब्राह्मणच करतील. इकडून सिंधुकडून हाकललं तर हे परशुरामाचं लेंढार समुद्रमार्गे कोकणातून घुसून राज्य करतील, अटकेपर्यंत येतील. बोला फरशूरामजी फारशीराम जी की —

अचानक वरातीपुढच्या शृंगारलेल्या गाडीचं वृषभयुग्म आपल्या गळ्याखालच्या विस्तीर्ण पोळ्या आणि मागच्या पायांतले जमिनीपर्यंत लोंबणारे वृषण दाखवत उधळत्साते आंगच्याच संमितीय सौंदर्यानं शोभणारी शिंगं रोखत इराणी पारशी जमसेदजीचा अग्निपुत्र सहावा क्रूर अवतार, चिरंजीव फरशाराम ह्याच्या अंगावर थेट चालून जातात. हे तर आमच्या घरचे लाडके झीबू आणि ढबू बैलच, हे लक्षात यायला वेळ लागला नाही. हा फरशाराम ब्राह्मण आपल्या कुमंडलूतले पाण्याचे थेंब माझ्याकडे शिंपडत्साता अनेक शतके टिकेल असा शाप देतो आहे, हे आमच्या बैलजोडीला एका क्षणात कसं बरं कळलं? दुर्दैवानं माझ्या अंगावर थेंब पडून शापवाणी लागूही झाली होती :

दुष्ट खंडेरावादी पामरांनो, हा केवलभृगु क्षत्रियद्वेष्टा ऋषी तुम्हांस शाप देतो की, ही आमची सिंधुसुंदरी तुम्हांस कायमची पारखी होएल. तुम्ही हिच्या नावाचा केवळ अपभ्रंश म्हणूनच ओळखले जाताल. तुम्ही सतत आणि सर्वकाळ कोणाचे तरी दास म्हणूनच जगत राहाताल — संस्कृत, अरबी, फारशी, इंग्रजी लोकांचे दास. तुमची सीमा दर युगात आत आत सरकत जाऊन शेवटी तुम्ही तुमच्याच नावाच्या सागरात गटांगळ्या खासान. तुम्हांस शोध लावता आलेच तर ते गणितातलं शून्य किंवा बुद्धिबळाचा खेळ असे किंवा माया, संन्यास, अपरिग्रह, अहिंसा, समाधी, हठयोग, सल्लेखना — अशा नकाऱ्या गोष्टींचेच तुम्ही शोध लावसान — ॐ स्वाऽ हाऽ हाऽ हाऽ हाऽ हाऽ

हा हा म्हणता सिंधु प्रदेशभर मोठा हाहाकार माजला. अनेक शतकं चक्रीवादळात फिरत मोठा चंड वात झंझावला आणि सिंधुचं पात्र पन्नास किलोमीटर पूर्वेकडे सरकून मी तिच्या महापुरातून अरबी समुद्रात गुजराथ किनाऱ्याकडे फेकला जातो. आणि शंकूसारखा तरंगत जिवाच्या आकांतानं ओरडत उधानाच्या भरतीच्या लाटांवर आरूढ असा तापी नदीच्या मुखातून उलटा

मोरनदीच्या पात्रातून आमच्या मोरगावच्या वाळूच्या थळीवरच अलगद अडकून पडतो. आमच्या वेशीवरचा जुना ढासळता बुरूज आणि त्याच्यावर वाढलेला पिंपळ तर तिथली पूर्ण चोवीस वर्षं माझ्याबरोबरच वाढलेला, तो कसा ओळखू येणार नाही?

मला तिथे तसा निपचित पडलेला पाहून गालांना बोटं लावत, गोवऱ्या जमा करणाऱ्या मुली चिवचिवतात, माय माय, का वं रेने, हा तं मांदळी इठूचा पोऱ्या खंड्या नं वं, हरखू? अढी काय करतो आहे परी हा? घरी मायबाप बोंबलता की एकुलता एक पोरगा, वाया चालला, लग्नफिग्न काही करे ना, तिकडे काही गोर खनतो नं मढी उखरतो म्हंता. काही पिचूडी का खिचडी शिकतो म्हंता. का रे खंडू, आवंदाच्या साल व्हते की तुही पीचूडी?

वर कावकाव करत घिरट्या घालणारे कावळे. त्यांची कावकाव वरच्या पट्टीत चढत जाते, सगळा आसमंत भरून ऐकायला येते. आमच्या घराच्या पायरीखाली आंगण भरून खेटरं दिसतात. इतके लोक कशामुळे आले असतील बरं?

संपूर्ण डोक्यावरून रजई पांघरून आत तयार झालेल्या उबदार अंधारात गर्भाशयातल्यासारखं डोक्याकडे गुडघे घेऊन सुषुप्तीच्या अबोध अवकाशात तरंगत असतांना बाहेर अचानक पावसाची हलकी सर पडून लगेच स्वच्छ कोवळं ऊन पडलं. ते बघावं म्हणून मी तंबू उघडून बाहेर आलो. पण तसं काहीच नव्हतं. होता शमशाद बेगमचा आवाज लाहोर रेडिओवर *गुलशन* कार्यक्रमात.

लहानपणापासून मला अचानक झोपेतून मधेच उठून डोळे ताणून ताणून अंधारात काहीतरी भयंकर घडतं आहे जणू, ते पाहत बसण्याचा छंद म्हणा, दोष म्हणा, आहे. असं वाटतं की, आपल्या डोक्याला पुन्हा खोक पडली आहे. मग आपण ह्या वेळी नेमके कुठे आहोत, हे हळूहळू स्पष्ट होत जातं, की बडबडतांनाच पुन्हा झोप येते. त्यात इथे सिंधुनदीच्या आताच्या तळाच्या पातळीखाली २० फुटांवर आमचा कॅम्प उभारलेला. करोडो रुपये खर्चून इथे जमिनीखाली मोहेनजो-दडोमध्ये पाझरणारे सगळे प्रवाह बंद करत आणले होते आणि सक्करच्या धरणाखाली पाझरणारं पाणी दुसरीकडे वळवलं होतं. अचानक हे धरण फुटलं आहे आणि आपण झोपेतच ह्या जमिनीत इतिहासजमा झालो आहोत, असा भासही बऱ्याचदा व्हायचा.

कॅम्पात सगळीकडे सुनसान होतं. मग पुन्हा झोपलो. दोन दिवसांपूर्वीच पावसाचं थोडंसं शिरवं येऊन गेलं, पण तेवढ्यावरसुद्धा सिंधुकाठचं सगळं मैदान हिरवंगार होऊन गेलं. गवतावर तर कुठेकुठे फुलंसुद्धा दोन दिवसांत दिसायला लागली. खंडेराव, हा देखावा आज पुन्हा नीट पाहून ठेव. पुढे नुस्ती आठवणच शिल्लक राहील. आणखी महिन्याभरात आमचं हे **युनेस्को-१९६३** प्रोजेक्ट संपणार होतं. गेल्या तीन महिन्यांतल्या आमच्या एकूण साडेसातशे लोकांनी केलेलं उत्खननाचं काम आणि सापडलेल्या वस्तूंचा रिपोर्ट आम्हां तिघाचौघांनी टाइप करून द्यायचा होता. त्यामुळे अली, मंडी आणि मी सकाळचा अमेरिकन ब्रेकफास्ट पोटात घातला की पूर्ण दिवसभर पायांवरच उभे असायचो. सारखं व्ही एस एरियातून डी के एरियात, तिथून एच आर एरियातून एस डी एरियातल्या बुरुजाच्या टेकाडावर कॅमेरे लावत ड्राफ्ट्समन लोकांबरोबर — अशी आमची अखंड धावाधाव चाललेली. अली आणि मी इतके नेहमी बरोबर असायचो की इथले सगळे लोक थट्टेनं आम्हांला नौशाद आणि शकील बदायूनीची जोडी असं म्हणायचे. एका स्त्रीच्या सांगाड्याजवळ सापडलेली एकतीस तुकड्यांची मातीची लाल घागर हजार प्रकार करून शेवटी आम्ही जुळवत आणली. रात्रीतून तीन वेळा हायवेवरच्या दिलवरच्या *मोहमदराम अज कराची* धाब्यावर चहा घेऊन आलो. इसवी सनापूर्वी ३१००च्याही पूर्वीचा हा सगळ्यात खालचा स्तर असल्यानं सांखळिया सर आणि प्रोफेसर जलील दोघेही उत्साहात रात्री वारंवार आमच्या वर्कशॉप तंबूत फेऱ्या मारत होते. त्यामुळे उलट आमचं काम लांबत होतं, कारण एकाला तात्त्विक चर्चेचं वेड, तर दुसऱ्याला ७५ वर्षांच्या जुन्या फाळणीपूर्वीच्या आठवणी आठवण्याची हौस.

सांखळियांच्या मते पृथ्वीचा नकाशा दर शंभर वर्षांनी बदलतच असतो. १९४७ पूर्वी जन्मलेले दोन्हीकडचे लोक एकदाचे मरून गेले, की दोन्ही देशांत आपोआप मैत्री होईल. १९४६ साली जलील यांच्या पेशावरकडच्या एका अत्यंत कंजूष माणसाचा फाळणीला मनापासून विरोध होता, कारण एका आण्यात थेट गोहाती-मद्रासपर्यंतच्या नातेवाइकांना पोस्टकार्ड पाठवता येणं, हा एक मोठा देश असण्याचा सगळ्यात मोठा फायदा संपणार होता. फाळणीपूर्वीच्या दंगलींच्या वेळी लाहोरच्या एका हिंदू महासभेच्या कट्टर पुढाऱ्यानं तिरंगी झेंड्यातला इस्लामचा हिरवा रंग फाडून टाकला आणि स्वतंत्र हिंदुस्थानचा दोनच रंगाचा तिरंगा असावा, असं मुस्लिम लीगवाल्यांच्या विरोधात जाहीर केलं, ही एक आठवण जलील सर सांगत होते. अलीला मात्र ह्या फाळणीच्या आठवणी अस्वस्थ करायच्या. कारण त्याचे वडील फाळणीच्या काळात कम्युनिस्ट पार्टीचे स्वयंसेवक

म्हणून काम करत असतांना एकदा कत्तल झालेल्या १२०० हिंदूंची प्रेतं घेऊन एक आगगाडी लाहोर रेल्वे स्टेशनवर आली. तेव्हा डब्यांमध्ये भोसकलेल्या, रडणाऱ्या, ओरडणाऱ्या लहान लहान मुलांना पाणी पाजण्यासाठी ते कर्फ्यू असतांनाही स्टेशनात गेले; तेव्हा बाकाखाली लपून बसलेल्या कोणाकडून तरी ते मारले गेले होते. मारणारा माणूस हिंदू असावा की मुसलमान, हेही कळलं नव्हतं.

पाकिस्तानात फाळणीच्या वेळी अडकून पडलेल्या माझ्या महानुभाव संन्यासीण आत्याची काही माहिती जलीलांच्या ओळखींनी मिळेल, अशी आशा पाकिस्तानात आल्यापासून मी बाळगून होतो. पण त्यांनाही चौकशी करून फारशी माहिती मिळाली नाही. त्यांनी एक-दोनदा रेडिओवर हे जाहीर केलं होतं. एकदा पेपरात दिलं होतं — पण आमचे महानुभाव कुठे हे ऐकतील? आणि पेपर वाचतील? जलीलनाही याची टोचणी नेहमी असायची. त्यामुळे जलील सर आले की मी अस्वस्थ होऊन सिगरेटीमागून सिगरेटी पीत राहायचो. इथे येण्यात तिरोनी आत्याचा कुठेतरी पत्ता लागेल, भेटेल हा माझा एक महत्त्वाचा हेतू होता, तो साध्य झाला नाही. मंडी मला धीर देत होती. दिलवरही त्याच्या धाब्यावर थांबणाऱ्या ट्रकवाल्यांना जयकृष्णी किंवा गोपालपंथी काळ्या कपड्यांचे हिंदू फकीर कुठे कुठे दिसले याची नोंद घेऊन मला कळवायचा. पण प्रोजेक्टचं काम इतकं जीवघेणं होतं की ते सोडून, आत्या सापडायची काहीही शक्यता नव्हती अशा मठांमध्ये उगाच शोधत फिरणं मला नेहमी शक्य झालं नाही.

मला सतत अशा सिगरेटी पितांना पाहून जलील सर म्हणायचे, खंडेराव, सिगरेटी थोडे दिवस जास्त कमी पीत जाव्या. मग जास्त दिवस कमी कमी पीत जाव्या. हे समजलं नाही तरी मी म्हणायचो, शुक्रिया. ते अंतर्बाह्य पुरातत्त्वज्ञ होऊन गेले होते. वर्षं गेली तसतसं त्यांच्या जाणिवांच्या आतल्या प्रस्तरात हजारो ऐतिहासिक गोष्टी अश्मीभूत होत गेल्या. आम्ही पंचविशीत असून इतके गोंधळलेले आहोत. ह्या पंचाहत्तर वर्षांच्या, एकोणिसाव्या शतकात जन्मलेल्या फाळणीपूर्व हिंदुस्थानी पिढीनं तर किती उलटंसुलटं झालेलं पाहिलं — वतन, राष्ट्र, वंश, धर्म, संस्कृती, भाषा, इतिहास सगळा गुंता झालेला. तरी आपण ते सरळ करून पाहतो. म्हणजे हिंदू लोक समजून चालतात की फक्त हिंदूंच्याच कत्तली पाकिस्तानात झाल्या आणि मुसलमान लोक समजून चालतात की फक्त मुसलमानांच्याच कत्तली हिंदुस्थानात झाल्या. ह्यामुळे आमच्या पिढीला जगणं सोपं गेलं.

अली आणि मी मजुरांशी फार प्रेमानं राहायचो. एक एक वीट ब्रशानं साफ करणारे हे बहुसंख्य बलुची स्त्रीपुरुष गेल्या तीन महिन्यांत आमच्या कुटुंबीयांसारखेच झाले होते. कुठे खापराचा तुकडा दिसला, कुठे मणी, कुठे

बांगडीचं काचकुंड, धान्याचे जळके दाणे दिसले की हुजूर, हुजूर करत आम्हांला शोधत येणाऱ्या ह्या बाया, आम्ही दोघे कारे म्हणून आमची मजेनं थट्टाही करायच्या — हिला तुमच्या गावी घेऊन जा, हुजूर. मला वाटायचं, आमचं मोरगाव ह्यांना सहज सामावून घेईल. नकाशावरची रेषा सोडली तर इकडे तिकडे काहीच फरक नाही. एका बलुची मजुरिणीचा रडून रडून लाल झालेला चेहरा — एक वर्षाचा मुलगा तापानं कालच मेला म्हणत होती. कुदरतचा होता कुदरतला सुपूर्दगी केली. सुपुर्ते-खाक. मोरगावची एक बाई असंच म्हणाली होती.

अली, पृथ्वीवरचे कोणते समाज शोषणाशिवाय प्रगत झाले? प्रगती करायची म्हणजे शोषण करायचं हेच आपल्या लोकांना जमलेलं नाही.

सकाळी नऊ वाजता टोळ्याटोळ्यांनी हातात टोपल्या, झाडू, ब्रश आणि टिकाव घेतलेल्या खुटखुटीत चपळ अशा रंगीत घागरे लेहंग्यांच्या बलुची बायकांनी आणि चुणीदार कुडत्यांचे अवाढव्य पेहेराव फडफडवणाऱ्या पुरुषांनी आमचा कॅम्प गजबजून जायचा. आमचे रोजीचे दर इथल्या बाहेरच्या कुठल्याही मजुरीपेक्षा तिप्पट असल्यानं प्रत्येक जण वेळेवर हजर असायचा. आदल्या दिवशी मुलगा मेलेला असला तरी. भल्या पहाटे आमच्या कॅम्पखालच्या माळावर निंबाच्या झाडांखाली सगळीकडे चुल्हे पेटलेले दिसायचे. अर्ध्या तासातच जेवणं वगैरे आटोपून माळ रिकामा झालेला दिसायचा. कॅम्पकडे येतांना एका पिंपळाच्या झाडाखाली कुणा हजरत तखदूम बालेमियाँची उद्ध्वस्त मजार होती. त्याला तवाफ करून मगच हे सगळे मजूर कामावर यायचे. आमच्यातल्या परदेशी युरोपी-अमेरिकी लोकांना आणि पाकिस्तानी ऑफिसरांनाही हा अडाणी, क्षुद्र अंधविश्वासाचा हास्यास्पद प्रकार वाटायचा. अली, आपणसुद्धा ह्या पीराला डोकं टेकवून येऊ. धार्मिक स्थळं, मोठमोठ्या टोलेजंग चर्ची न् मशिदी न् मंदिरं अशीच फक्त चांगली, पवित्र का समजायची? लहान लहान शेंदूर लावलेल्या देवतांची टिंगल आमच्या मोठमोठ्या संतांनीसुद्धा का म्हणून करायची? अशा शेंदऱ्या दगडासमोर डोळ्यांत पाणी आणून आर्त सुरात एकदा गावची एक बाई म्हणतांना मी पाहिली आहे : देवा, तू दिऊ केलास पण झेल्याले पदर नाही व्हता. आम्ही अपेशी. ही भक्ती अस्सल का नाही समजायची? आणि गगनचुंबी सेंट पॉल आणि मक्का मस्जिद आणि तिरुपती ही फायू स्टार महागडी श्रद्धा फक्त अस्सल समजायची? अली, भांडवलीकरण हाच अंधविश्वास आहे.

उस्मान आणि बहादूर दोघाही शिपायांना आमचं हे पीराला बंदगी करून येणं फारच आवडलं. त्यामुळे सबंध कॅम्पातल्या कोणाहीपेक्षा आमचं काम ते तातडीनं आणि प्रेमानं करायचे. रात्रीबेरात्री सिगरेटी, चहा खालच्या मोटेलजवळच्या

टपरीतून आणून द्यायचे. हे दोघे मुलतानचे होते. आमच्याकडे गावोगाव पाळला जाणारा सत्पंथ ज्या इमामशहांनी पंधराव्या शतकात स्थापन केला होता, तेही मुलतानचे सत्पुरुष होते. आमची फैजपूरची मावशी तर कट्टर सत्पंथी होती. इमामशहाच्या सत्पंथी मठात लहानपणी तिच्याबरोबर पारायणाला गेलो की, मुलतानच्या मुसलमान इमामशहाची *योगविद्या* वगैरे ग्रंथांमधली शिकवण कानावर पडायची — चैतन्य स्वरूपातली ही सृष्टी म्हणजे नारायणाची क्रीडा आहे. दृढनिश्चय, प्रतिज्ञांचे पालन, ज्ञानदृष्टी, शरीरशुद्धी, हृदयशुद्धी, व्रत, सत्य, क्षमा, परोपकार, समानभाव — मी झोपू नये म्हणून मावशी माझा आंगठा चोळते — माणसाला आत्मोन्नती आवश्यक आहे. त्यांच्या मुलतानशी माझा काहीतरी संबंध लागला होता. आणि तो अत्यंत जवळचा होता.

नुकतंच आमच्या कॅम्पवर युनेस्कोतर्फे एक मोठं चर्चासत्र आटोपल्यामुळे आणि आमच्या डेक्कन कॉलेजातल्या पुरातत्त्वज्ञांची सगळ्यांनी प्रशंसा केल्यामुळे आम्ही सगळेजण खुशीत होतो. आमच्या कॅम्पातल्या संशोधकांचं बहुधा कशावरच एकमत होत नव्हतं. आमच्या प्रोजेक्टचे मुख्य प्रोफेसर गिब्स हे तर असं मानतात की, हिंदुस्थानातले सगळे वंश, संस्कृती, सगळ्या भाषा — सगळं बाहेरूनच आलेलं आहे. हडाप्पा संस्कृतीची उत्खननात सापडलेली ठिकाणं सुमेरच्याच व्यापारी वसाहती असाव्यात. सुमेर, इराणी आर्य, शक, हूण, तुर्क, अफगाणी, मोगल, इंग्रज — हा जेत्यांचा रूपबंध सारखाच आहे. लंडनचे ओरिएंटल स्कूलचे प्रोफेसर रसेल यांनी तर सिद्ध करून दाखवलं की, आर्यांचं मूळ अफगाणिस्तानात ऑक्सस नदीवर आहे. एक इंग्रज गृहस्थ तर आम्हां भारतीयांना म्हणायचे, तुमचा आणि ह्या ऋग्वेद रचणाऱ्या आर्यांचा संबंधच काय आहे? आणि दक्षिण हिंदुस्थानचं तर सिंधुसंस्कृतीशी काडीचंही नातं नाही. केंब्रिजचे डॉ. रेसाईड तर सिद्धच करून देतात की, खरी सरस्वती अफगाणिस्तानातलीच आहे, हिंदुस्थानातल्या सरस्वती, शरयू सगळ्या डुप्लिकेट नद्या आहेत. आम्ही गरीब देशातले पुरातत्त्वज्ञ ऐकून घेण्यापलीकडे दुसरं काय करणार? साधी भाजीपोळी खाऊन केलेली आमची उत्खननं आम्हांला फार बळ देत नव्हती.

रिख्टर नावाचे इंजिनीयर मात्र ऋग्वेदातल्या ऋचांचा आणि हडाप्पाच्या मुद्रांचा संबंध दाखवून आर्य मुळात पंजाब-हिमाचल-हरियाणातले असून ते उलटे अफगाणिस्तानातून, उझबेकिस्तानातून युरोपभर पसरले, असं मानतात. त्यांच्या मते आर्य बाहेरून हिंदुस्थानात आले, असे सिद्धांत वंशश्रेष्ठत्वाच्या गंडापायीच

युरोपी विद्वानांनी मुद्दाम रूढ केले. प्रोफेसर जलील यांनी तर प्रथमच असं मांडलं होतं की, आर्यच काय, नंतरचे जिप्सी-बंजारा लोकसुद्धा हिंदुस्थानातूनच युरोपात जाण्याची परंपरा आहे. गुरुवर्य सांखळिया ह्या कोणत्याच तर्काला पुरातत्त्वाचा आधार नाही असं, पण फार नम्रपणे, सांगायचे. कारण अमेरिका-युरोपमधल्या विद्वानांना असतं तेवढं पैशांचं अखंड पाठबळ हिंदुस्थानातल्या विद्वानांना नसल्यानं फार जोरात बोलणं अवघड होतं.

डॉ. मंडी मात्र स्कॉटिश, आणि विशेष म्हणजे प्राचीन भारताचे थोर अभ्यासक बॅशम यांची विद्यार्थिनी फार मोठी संशोधक होती. ती ठासून हडाप्पाच्या संपूर्ण भारतीय परंपरेवर भर देत शेकडो पुरावे मांडायची. सिंधु प्रदेशात सापडलेल्या प्रत्येक मुद्रेचा, अवशेषाचा भारतीय उपखंडात कानाकोपऱ्यात आढळणाऱ्या आकृतिबंधांशी जैविक संबंध आहे, ह्याचा ती अखंड शोध घेत होती. नुकतीच ती आमच्या मोरगावला महिनाभर राहून आली होती आणि तिच्या मते तिथल्या व्यापाऱ्यांची **॥ शुभ ॥ ॥ लाभ ॥** अशी चिन्हं — ह्यातल्या उभ्या दोन रेघा सिंधु संस्कृतीतल्या व्यापाऱ्यांपासून चालत आलेल्या, त्याच लिपीतल्या आहेत. कुंभाराच्या अखजीच्या घागरीवरची नक्षी, बायकांच्या देवापुढच्या रांगोळ्या, पोळ्याचे मातीचे बैल, कानोडदेवी, आदिवासींच्या गोंदणाचे आकार, आकृत्या — सगळं मोहेनजो-दडोशी जुळणारंच आहे. हे तपशील तिनं गेल्या दहाबारा वर्षांत श्रीलंका, अंदमाननिकोबारमधल्या वेडा, ओंग लोकांपासून गोंड, मुंडा लोकांच्यात स्वतः राहून जमा केले होते.

आमच्या मोरगावातली सुप्रसिद्ध गणिका झेंडी हिच्या घरात स्वतः राहून डॉ. मंडीनं बरीच गुप्त कामशास्त्रीय माहिती जमवली होती. तिच्या मते, मोहेनजो-दडो वगैरे हडाप्पासंस्कृतीच्या नगरांमधली चाळीवजा घरं दुसरंतिसरं काही नसून कुंटणखाने होते. पाच हजार वर्षांपूर्वी समुद्री वाऱ्यांची वाट पाहत ईजिप्त, मध्यपूर्वेकडचे व्यापारी कुंटिणींकडेच मुक्काम ठोकत असावे. मुरळ्या, देवदासी, गणिका, नर्तकी, कोल्हाटणी, कोठीवाल्या गाणाऱ्या, डोंबारणी — ह्या सगळ्यांमध्ये राहून तिचं असं मत झालं होतं की, ह्या बाया सिंधुसंस्कृतीपासूनच हा उद्योग इमानाने करत आहेत. वात्स्यायनाची मुळंही आर्यपूर्व सिंधुसंस्कृतीतच आहेत. इंग्रजांनी ह्या सगळ्यांना वेश्याव्यवसायात ढकललं, कारण इंग्रजांना लैंगिकतेची उदात्तच काय, शारीरिक बाजूसुद्धा कधीच कळली नव्हती, वगैरे. नुकत्याच झालेल्या सर्वेक्षणांमधेही हिंदुस्थानच्या पश्चिम किनाऱ्यांकडून थेट मलबारपर्यंत अनेक जातींमधे गोरा रंग ज्यास्त असण्याचं कारणही हा प्राचीन काळापासून चालत आलेला वंशमेळ आहे. असा गोरा रंग पूर्व किनाऱ्यावर का

असू नये? वगैरे. मंडी जगातल्या सर्वोत्तम पुरातत्त्वज्ञांपैकी एक होणार, ह्यात आम्हां डेक्कन कॉलेजातल्या सहकाऱ्यांना शंका नव्हती.

डेक्कन कॉलेजात मी आणि मंडी गेल्या वर्षी बरोबरच रुजू झालो — मी सांखळिया सरांकडे पीएचडीचा विषय पक्का करण्यासाठी गेलो, तेव्हा ही लंडन विद्यापीठातली प्राचीन भारताच्या पुरातत्त्वाची प्राध्यापिका युनेस्कोच्या एका भारी फेलोशिपवर वर्षभर संशोधन करण्यासाठी आलेली होती. त्यावेळी मी औरंगाबादला नुकताच प्राध्यापकीचा राजमार्ग टाळून साठ रुपये महिना यू.जी.सी. रिसर्च फेलो म्हणून रुजू होऊ पाहत होतो. मी गेलो तेव्हा विषय ठरवण्यासाठी ऑफिसात सांखळिया सरांनी तिलाही बसायला सांगितलं. मग सरांची आणि माझी दोनतीन तास भांडणासारखी चर्चा झाली — जाणिवांना पुरातत्त्वात का स्थान असू नये या मुद्द्यावर. मंडी चकित होऊन हा वाद नुसती ऐकत बसली, कारण तिनं असं इंग्लंडमधे ऐकलं होतं की, इंडियात गाइडचे बूट पुसून संशोधन छात्र पीएचड्या मिळवतात. मला नुसती खापरं आणि सांगाडे यांच्यावर पीएचडीची तीन-चार वर्षं वाया घालवायची नाहीत, हे मी आधीच स्पष्ट करून टाकलं. जाणिवांसारख्या ललित कविकल्पित विषयाला पुरातत्त्वात स्थान नाही, ह्या भूमिकेवर सांखळिया सर ठाम होते. आपण चुकीच्या माणसाला तर उत्तेजन देऊन बोलावलं नाही, असंही सरांना वाटलं असावं. सरांशी सविस्तर ओळख आदल्या वर्षीच तेरच्या उत्खनन शिबिरात झाली होती. मी वेळ काढून स्वखर्चानं हौस म्हणून तिथे येऊन काम करायचो. सांखळिया सरांचे विद्यार्थी माझे उत्तम मित्र झाले होते.

एकदा संध्याकाळी तेरचे मजूर घाईघाईत सर्व्हेअरच्या दोऱ्यांचे वेडेवाकडे ढीग तंबूपुढे टाकून निघून गेले. दुसऱ्या दिवशी सकाळी सर्व्हेअरनं दोऱ्या नीट लावल्याशिवाय एवढे मोठे उत्खननाचे आयत खणणं वेळेवर सुरूच झालं नसतं. हे ध्यानात येऊन मला रात्री झोप येईना, म्हणून मी एकटाच तंबूबाहेर पडलेले दोऱ्यांचे गुंते गुंडाळून नीट करत बसलो. लहानपणापासून दोऱ्यांचा गुंता सोडवणं मला परम बौद्धिक आव्हान वाटायचं. सकाळपर्यंत दोऱ्यांचे छान सुटेसुटे बिंडे करून संपविले आणि मी छान गार हवेत तिथेच सतरंजीवर उघड्या आकाशातले तारे पाहत कलंडलो. केव्हा झोप लागली ते कळलंही नाही. सकाळी सांखळिया सर म्हणाले, अरे हा खंडेराव इथे रात्री एकटा बडबडत काय करत होता, हे आत्ता कळलं. अशी येडझवी माणसं असल्याशिवाय मोठी कामं होत नाहीत. त्या दिवशी सर्व्हेअर आल्याबरोबर आखणीचं काम झटपट झालं आणि मजूरही लगेच कामाला

लागले. वा! सांखळियांनी जेवताना मला शेजारी बसवून घेतलं. ही आमच्या दाट अनुबंधाची सुरुवात. नंतर चर्चासत्रं, पुन्हा नेवाशाला उत्खननासाठी महिनाभर. असे आमचे संबंध वाढत गेले आणि त्या निराश काळातला सुवर्णक्षण — मला बोलावून घेऊन दिलेलं हे पीएचडीच्या फेलोशिपचं आमंत्रण. मी एका पायावर पुण्याला हजर. म्हणालो, खंडेराव, पहिलं पाऊल तर टाकू, प्रत्येक दीर्घ प्रवासाची सुरुवात पहिलं पाऊल टाकूनच होते, भाऊ.

सर म्हणायचे, हे प्राचीन नागरी संस्कृतीतल्या जाणिवांच्या इतिहासवाल्यांचं खूळ डोक्यातून काढून टाक, खंडेराव. इतिहासात अशा भपाऱ्या चालतात, पुरातत्त्व फक्त भौतिक संस्कृतीचाच शोध घेतं. तेही तात्पुरतीच पुनर्रचना करण्यासाठी. कुठे काय सापडलं याची प्रामाणिक नोंद करतं. खंडेराव, एक लक्षात ठेव, एक पद्धती एकच काम नीट करते. दुसऱ्या कामासाठी ती वापरता येते, पण निष्पत्ती अप्रस्तुत होते. म्हणजे हा सांगाडा कुणाचा? कोणी कोणाचा नाश केला असेल? आपल्या मनातली चौकट मग इथे लादायची — आर्यांनी अनार्यांचा, मुसलमानांनी हिंदूंचा नाश केला. सगळ्या थापा. कुठले आर्य? कुठले हे वंश, आणि त्यांच्या भाषाही आर्य की अनार्य — ह्यासाठीही तीच पद्धत वापरता येते. नव्हे, अभ्यासक वापरताताही. पण ती खऱ्या पुरातत्त्वाची पद्धती नाही. ह्यामुळेच शास्त्रात घोटाळे होणं अटळ असतं, वगैरे. उकरून कशा काय जाणिवा सापडतील?

गुरुवर्य सांखळियांनी अशा अनेक गोष्टी गेली दोन वर्षं माझ्या व्यक्तिमत्त्वात मुरवल्या. त्याबद्दल मी त्यांचा फार ऋणी आहेच. परंतु मला पटलेलं जाणिवांचं महत्त्व मी कसोशीनं त्यांना पटवून देत राहिलो. सर, मग त्या त्या काळातल्या जाणिवा जातात कुठे? लिपी, घरांची रचना, रस्त्यांची रचना, नगररचना, तटबंदी, मुद्रा, चित्रं, मूर्ती ह्या गोष्टींच्या मागे जाणिवा नसतात काय? असल्या तर शोधणं आपल्या कार्यक्षेत्रात का घेऊ नये?

नॉनसेन्स. फाशीवर लटकलेला माणूस — मातृभूमीसाठी बलिदान म्हणून की चोरदरोडेखोर म्हणून टांगला हे प्रेतावरून कसं ठरवणार? ह्या अर्थशून्य विश्वव्यापारात जाणिवा म्हणजे आपल्या नगण्य जगण्याला आधार देण्याच्या फारच कृत्रिम सबबी आहेत. तुम्हांला पुरातत्त्वाची पद्धती पाळायची असेल, तर गृहीतकृत्यंही ह्याच पद्धतीनं शोधलेली पाहिजे. बोला, डॉक्टर मंडी, तुमच्या नव्या पिढीला काय वाटतं. मनापासून काय वाटतं ते सांगा.

मंडी नेहमीच्या ब्रिटिश मितकथनात म्हणाली, सर, रशियन आर्किऑलजिस्ट एक्स्टर्नल आर्किऑलजी अशी एक पद्धती मानतात. अमुक एका इतिहासपूर्व

काळात गरीब स्लाव लोकांना रानटी टोळ्यांनी हुसकून लावलं, ही तर वस्तुस्थिती आहेच. ही पुरावा म्हणून वापरली, तर उत्खननात सापडलेली स्लाव लोकांची उद्ध्वस्त केलेली वस्ती एक पुरातत्त्वज्ञ म्हणून मी कशी वर्णन करून सांगावी? इथे मेथडॉलजीपेक्षा डेटाची गरज म्हणून आत्मनिष्ठ होणं गरजेचं ठरतं, नाही का?

आता मला उत्साह येऊन मी सांगायला लागलो, सर, अगदी असंच उदाहरण आहे. आमच्या गावाजवळ ओसाड पडलेलं एक हरिपुरा नावाचं खेडं आहे. तिथले लभाने लोक आपली रोजची कामं करत असतांना अचानक पेंढाऱ्यांची धाड पडली आणि पळापळी झालेली आतासुद्धा दिसते : चुलीत अर्धी जळलेली लाकडं, तिथेच भाजी कापतांना विळी टाकून दिलेली — म्हणजे भीतीनं पळून गेलेल्या बाया — ह्या जाणिवा नुस्तं त्या खेड्यात एक फेरी मारली तरी हवेत आढळतात. मी हडाप्पाच्या साइटवर गेलो की, आपण सिंधुसंस्कृतीच्या काळात वावरत आहोत, शिकारीला गेलो की आदिमानव झालो आहोत आणि तक्षशिलेची डॉक्युमेंटरी पाहिली की आपण इथे पूर्वी केव्हातरी गेलेलो आहोत, असं का वाटतं? गोहातीच्या कामाक्षी मंदिरात शक्तिपीठाच्या जाणिवा का आपोआप उमळून येतात? देवगिरीवर सातशे वर्षांपूर्वीचं वातावरण जाणवत नाही? अहमदनगरला मलिक अंबरच्या धडपडीचा किंवा पानिपतावर झालेल्या संहाराचा मराठी माणूस म्हणून मला स्पर्शही होऊ नये? नाही तर नुस्ती भौतिक संस्कृती केवळ बौद्धिक आकलनाखाली आणून आपल्या देशासारख्या प्रदीर्घ भूतकाळाचा कसा अर्थ लावायचा? जाणिवांना स्थळाच्या आणि काळाच्या पलीकडे अस्तित्व असतं का नाही? वैयक्तिक जाणिवा ह्या सामाजिक असतात, ऐतिहासिक असतात, फार काय वांशिकही असतात असं मानसशास्त्रज्ञ आता बोलायला लागले आहेत —

खंडेराव, अरे नुस्तं बोलायला लागले आहेत. अर्थात हे प्रस्थापित झालं पाहिजे.

मंडीही म्हणाली की, मानवी मेंदूतली रहस्यमय केंद्रं बाहेरच्या कुठल्यातरी ऊर्जेशी जोडली असावीत, असं संशोधन चाललं आहे. मला तर लिपीची मुळंसुद्धा जाणिवांमधेच असतात की काय, असाही विचार करावासा वाटायला लागला आहे. सिंधुलिपी अजून कोणाला उलगडता आली नाही, याचं कारण लिपीची अक्षरं वर्णांशी जोडण्याची वायफळ बौद्धिक सवय.

सांखळिया सर संतापून म्हणाले, तुम्ही लोक पुरातत्त्वाचा पायाच नाहीसा करायला निघाला आहात. शिकार करतांना आदिमानवासारखं वाटेल आणि तक्षशिलेत आपण व्हाइसचॅन्सलर होतो असं जेव्हा मला वाटेल, तेव्हा दोनच

शक्यता मी सांगेन — एकतर मला मानसिक रोग आहे किंवा माझा पुरातत्त्वाचा अभ्यास कालबाह्य होतो आहे. बस्स.

असा आमच्या चर्चेचा शेवट झाला होता. संध्याकाळी जेवतांना मेसमध्ये मंडीनं मला सुवर्णसल्ला दिला : हे बघ, सर म्हणतात ते तू पीएचडीपुरतं तरी मान. तुझ्या अजिंठ्यातल्या चित्राची आणि गोव्यातल्या ख्रिस्ती मुलीची आणि अशा जाणवलेल्या गोष्टींवर स्वतंत्रपणे वेगळं लिही. तेही चांगलं हेही चांगलं. ओके?

ओ.के. तेव्हापासून मंडीबद्दल मला फारच आदरणीय जवळीक झाली. मग आमच्या रोजच्या चर्चा. युरोपातल्या सगळ्या नव्याजुन्या परंपरांचा, संगीताचा, साहित्याचा, आर्यपूर्व युरोपी संस्कृतींचा खरा परिचय मंडीमुळेच आम्हां सगळ्यांना झाला. म्हणजे बीटहॉवन हा रोमँटिक आहे, उलट मोझर्ट क्लासिकल आहे, हे कोणाला हिंदुस्थानात कळतं? आमच्या गावातल्या कुंभारानं पोळ्याला घडलेले मातीचे बैल माझ्या टेबलावर पाहून सिंधुसंस्कृतीतल्या मुद्रांशी ते कसे जुळतात, हे मंडीनं फार मनावर घेतलं. एकदा आमच्या आंधळ्या काकूनं सांगितलेल्या जिवतीच्या कहाणीत गरवारीनं कारल्याच्या मांडवाखालून जाऊ नये, हा संवाद जेवताना मी सांगताच तिला मोरगावाबद्दल मोठं कुतूहल वाटायला लागलं. कारण मुंडा लोकांनी प्राचीन काळात हिंदुस्थानात आणलेलं इक्ष्वाकू म्हणजे कारलं. त्याचं देवक अयोध्येच्या इक्ष्वाकू कुळाशी जोडलेलं, असा तिचा एक शोधनिबंध होता. पण एकदा तिनं माझ्याकडून आमच्या गावातल्या नावाजलेल्या झेंडी गणिकेची हकिकत ऐकली :

असं म्हणतात की लभानी जातीच्या ह्या घरात मुलीला न्हाण आलं, की तिच्या कमरेला एक मंतरलेला ताईत बांधतात. काही बायकांच्या मते, अशा मुलीच्या छातीवर किंवा ओटीपोटावर काहीतरी आकृती गोंदलेली असते, की तिची मोहिनी ज्या पुरुषावर पडते तो तिला पुढे कधीही सोडून जाऊ शकत नाही. आणि हे खरं आहे. झेंडीच्या पणजीपासून आमच्या गावातला एक जमीनदार, एक चौधरी, पाटलांच्या घरातले दोघे, एक व्यापारी, पुढे एक सावकार आणि आता पहिल्या महायुद्धावरून परतलेला गरुडनाक्या कॅप्टन — असे कितीतरी त्यांच्या दारी कुत्र्यासारखे बसून राहत होते. यामुळे आपला नवरा या बाईच्या जहरी दृष्टीखाली कधी जात नाही ना, हा मोरगावच्या सगळ्या सवाष्णींचा काळजीचा विषय असतो.

हे ऐकताच मंडी म्हणाली, मला तुझ्या गावी काही दिवस राहता येईल का? ह्या वेश्या समजल्या जातात का? ह्या जमातीच्या बायकांचा आमच्या जिप्सींशी वांशिक संबंध असणार. मला हे कळणं आवश्यक आहे.

उलट यांना फार सन्मानानं वागवतात. गावात दुसऱ्या रांडा आहेत, त्या वेगळ्या. गावातल्या तान्ह्या मुलांना बारशाच्या दिवशी झेंडीच्या हातानं पाळण्यात टाकतात. मलासुद्धा लहानपणी झेंडीनंच पाळण्यात टाकून जोजावलं आहे. पण मोरगावात काही सिंधुलिपीची रोझेटा शिळा तुला सापडणार नाही.

नको सापडो. असे देशभर विखुरलेले तुकडेच सिंधुसंस्कृतीचं गूढ उकलून दाखवतील. सिंधुप्रदेशातली ती हजार दीड हजार नागरी वस्त्यांमधली माणसं गेली असतील कुठे? ती स्थलांतरित होऊन देशभर कानाकोपऱ्यांमध्ये, अशीच कुठेकुठे डोंगरांमध्ये, नद्यांच्या काठी वसली असणार.

मी भावडूला पूर्वतपशिलासह डॉक्टर मंडी नावाची लंडनची मोठी स्कॉलर बाई येते आहे, तिला आपल्या वाड्यात एक खोली नीट करून महिनाभर राहायला द्या, असं पत्र टाकलं. भावडूलाही अशा शोधाशोधीत फार रस होता. आमच्या भागातल्या लोकांची त्याला खूप माहिती होती. अनेक वर्षं घरातल्या बायकांसाठी खुड्डी बांधायचा त्याचा हट्टही ह्या निमित्तानं पुरा झाला. नाहीतर आमच्या गावात फक्त मुसलमानांची २-३ पडदानशीन कुटुंबं आपल्या बायकांसाठी बंद खुड्ड्या वापरायची. मंडी तिकडे एक महिन्याच्या वर राहिली. तिनं खूप माहिती जमा केली, पण घरच्यांना प्रश्नही खूप निर्माण केले.

झेंडीच्या प्रणयनितान्ततेचे रहस्य ह्या नावाच्या तिच्या नोटबुकावरून हे नंतर मला कळलं. पण ती मोरगावला गेल्यावर पंधरा दिवसांनीच वडलांची संतप्त पत्रं आली की, खंडेराव, हे काय तू आमच्या मागे शुक्लकाष्ठ लावून दिलंस भौ? ही तरुण पोरगी त्या झेंडीसारखीच्या घरी रात्रीबेरात्री काय जाते? आणि त्यांच्या छात्यांचे आणि बेंब्यांचे फोटो काय काढते? खेड्यात काहीच लपून राहत नाही. इंग्लंडमधून असलं संशोधन करायला तुम्हांला हे आपलंच गाव सापडलं का? आणि आपल्या गावातल्या गरत्या बायकांना ही गुप्त माहिती विचारते की, एकच नवरा चांगला की सदू तेल्यासारख्या दोन दोन बायका असणं चांगलं? असं संशोधन? ही टवळी आपल्या लेकीबाळींच्या घरात राहते म्हटल्यावर गावात आपली केवढी बदनामी होते आहे?

आणि बाबांच्या पत्राचा नेहमीचा शेवट — *तुझी सगळी कामं संपल्यावर भेटायला ये. वाट पाहात आहे — तुझे बाबा.* आणि लांब मोडी सही.

असे वडील. त्यांनी आपल्याला हरखूशी लग्न करू दिलं असतं? बंड म्हणून केलं तर त्यांनी बंडासकट मला चिरडून टाकलं असतं. एकूण मंडीला आपल्या गावी पाठवण्याचा मला पश्चात्ताप होत होता.

पण नंतर भावडूचं दिलासादायक पत्र आलं की, खंडू, मी बाबांना आणि गावातल्या कर्त्या माणसांना समजावून देत असतो, की जग बदलतं आहे आणि ही डॉक्टरबाई जागतिक पातळीवर आपल्या मोरगावचं नाव करील वगैरे. वांधा खरा झाला तो ह्या बाईनं नवरा सोडून दिला आहे, हे रहस्य आपल्या बायकांनी हिला सरळ विचारून शोधून काढलं. तुलाही हे माहीत नसेल. आपल्या नवऱ्याला तिकडे लंडनमध्ये सोडून ही देखणी बाई इकडे असे उद्योग का करते — हेच आपल्या बायांना सलतं. असो. खंडेराव, मला ते जमलं नाही, पण तू खूप शीक. इंग्रजी राज्यामुळे आपण होतो तसेच राह्यलो. तुझ्यासारख्यांनी समाजाला नवा विचार द्यावा. ह्या युरोपातल्या बाया केवढ्या आत्मनिर्भर? किती यांचा आत्मविश्वास? हा आत्मविश्वास ह्या बायकांना कशामुळे मिळतो? आपल्या बायका ह्या पातळीवर आणखी किती शतकांनी जातील? ह्या विदुषी बाईमुळेच मला कळलं की, लैंगिकदृष्ट्या मुक्त झाल्याशिवाय असा निधडेपणा बायकांना येणार नाही. बस. बाकी दुसरं काही नाही. *मुक्त* ह्या संस्कृत शब्दाऐवजी आपला देशी शब्द *मोकाटच* ह्या संदर्भात वापरला पाहिजे. बस. तेवढं एक झालं की आपल्या मुली सुधारल्याच समज. लैंगिकदृष्ट्या लहानपणापासून ह्या बाया मोकाट असल्यानं पुढे काही भीड राहत नाही. व्यभिचाराचीही शक्यता ह्यात गृहीत धरली जाते. प्रत्यक्षात लैंगिक अतिचार अशाच बाया करतात, असं नाही. पण आपण हिंदू पुरुषच या आपल्या बायकांच्या मागासलेपणाला जबाबदार आहोत. काल अंगणात सोना ह्या डॉक्टरीण बाईला गाणं म्हणून दाखवत होती :

सुंदर माझे जाते गऽ
बहु फिरते

मला वर फडताळात हे ऐकून भडभडून आलं, खंडू. अरेरे. कुठे आपल्या बायकोचा आदर्श, कुठे जगातल्या बायका चालल्या आहेत.

भावडू, त्या शेतीमुळेच तुझा बळी गेला. खरं तर तूच शिकायला पाहिजे होतंस. तुला एक वर्ष झालं जाऊन, पण तू सतत माझ्याजवळच असतोस. नेहमी माझ्याशी बोलतच असतोस. तुझ्यामुळे मी कायम मृत्यूच्या जाणिवेत जगायचं शिकलो. नाहीतर मी मूर्ख उच्छृंखल... बेलगाम, भौतिक गोष्टींना महत्त्व देणारा मूर्ख झालो असतो. विठ्ठल विठ्ठल.

मंडी मोरगावहून परत आली तेव्हा तीसुद्धा भावडूबद्दल भारावून बोलत होती. बिचाऱ्यानं शेतीची कामं सांभाळून किती तिच्यासाठी धावपळ केली? लंडनला

एका मिशनरी बाईजवळ जेमतेम मराठी शिकलेल्या तिनं सगळ्यांशी उत्तम संवाद साधला. त्या वेळी आमच्या घरात थोरली बहीण बिजा बाळंत झाली होती, तिच्या तीन मुली. पुन्हा छबी बाळंत व्हायला आली होती, तिची दोन मुलं. पुन्हा बायडीच्या नवऱ्यानं काही बिनसल्यानं दोन्ही मुलांसकट तिला घरी आणून सोडलं होतं. पुन्हा दिवाळीतला हंगामाचा धबडगा. तरी सगळ्यांनी मंडीला घरच्यासारखं वागवलं. वेगळा बिनामिरचीचा स्वैंपाक सकाळसंध्याकाळ केला. आमची पाहुणी म्हणून गावात सगळ्यांनी तिला आपलीच असं वागवलं. मंडी हे सांगतांना गहिवरून आली. साधेपणा किती उदात्त असू शकतो, हे आधुनिकतेच्या लाटेत नष्ट न होवो. ही खेडी अशी निष्पाप, साधी, उदार मनाची राहतील? राहतील. राहतील. हिंदू लोक काहीही फेकून देत नाहीत. सिंधुकाळापासून सगळी अडगळ आम्ही तळघरात गच्च जपून ठेवलेली आहे. सगळं तिथे अंधारात कुठेतरी ठेवलेलं असतं. ते न दिसू दे. हरवू दे. स्मृतीतूनसुद्धा जाऊ दे. काही बिघडत नाही. केव्हातरी सापडेलच. सिंधु धर्म आहे. बौद्ध धर्म आहे. जैन धर्म आहे. वैदिक ब्राह्मणही आहे. पिंपळाखालचा मुंजा आहे. दिवाळीची लव्हाळ्यांची धेंडवाळी आहे, बाशिंग आहे. आणि लभान्यांची नावं — हरखू हे शरयू नदीचं अफगाण पुश्तू नाव आहे. खरखोती हे सरस्वतीचं पुश्तू रूप. तुमच्या एवढ्याशा मोरगावात आठ धर्म आणि पंथ, २२ जाती आजही आहेत. आयुष्यभर शाकाहार, अहिंसा, एक जगण्याची रीत म्हणून आहे. गोगलगायीसारखं बाहेरचा स्पर्श टाळण्यासाठी स्वतःच्या शरीराचंच घर का असू नये? अंदमानी, निकोबारी, भिल्ल, गोंड, लडाखी, तिबेटी ह्या हजारो जमाती मागासलेल्या कशावरून, कोणी ठरवल्या? जोपर्यंत हिणवणारा नसतो, तोपर्यंत हीनपण नसतं. शोषण करणारे तेवढे पुढारलेले हे कोणी, कशावरून ठरवलं? खंडेराव, मी तरी माझं आयुष्य ह्या नीट रस्त्यानंच नेणार आहे. आमच्याकडे युरोपात सुदैवानं बौद्धिकतेला प्रगती न मानणारे अनेक संप्रदाय आहेत. म्हणून मी आता घटस्फोट घेऊन मोकळी होणार आहे. मला तुझी ह्यासाठी मदत लागेल.

माझी मदत? आणि हिच्या घटस्फोटासाठी? काहीच न कळल्यानं मी नुस्ती मान हलवली. विचारांची मुळं भावनेत असली की विश्वासार्ह असतातच, असं मानून.

जसजशी आमच्या कॅम्पची मुदत संपत आली तसतसा मजुरांचा गोंधळ कमी होत गेला. अमेरिकनांचा इंजिनीयरिंग विभागाचाही मोठा गोंधळ संपून ते एक मोठी पार्टी खालच्या पीटीडीसी हॉलमध्ये देऊन निघून गेले. सर्वेअर लोकांबरोबर नकाशे जुळवून रेषा पक्क्या करणं, ड्राफ्ट्समन लोकांकडून पक्के नकाशे करून त्यांच्या शंभर झेरॉक्स प्रती त्या त्या फायलीत लावणं, फोटोग्राफरसमोर सापडलेल्या सांगाड्यांच्या हाडांना, वस्तूंच्या तुकड्यांना नंबर टाकलेली लेबलं चिकटवून हलक्या हातानं वेगवेगळ्या कोनांत ठेवणं, प्रत्येक वस्तू पुन्हा आत एक नंबर, वर एक नंबर आणि बाहेरच्या खोक्यावर तिचा नंबर नीट तपासून बंद करणं, त्यांना मोहोरबंद करणं, उस्मान आणि दिलदारकडे एकेक खोका सोपवणं, वस्तू टिकवण्यासाठी केमिकलांची प्रक्रिया गरजेची असेल तर वेगळे नंबर टाकणं, नुस्तं स्टोअर करायच्या वस्तूंवर ए ए-नंबर असं लिहून यासीन अलीकडे देणं, भांड्यांवरच्या तुकड्यांचे नंबर तपासायला मृत्पात्रविशारदाकडे देणं, सर्व रजिस्टरांमध्ये कच्च्या नोंदी तपासून पक्क्या करणं, डार्करूममधले सगळे फोटो तपासून त्यातल्या वस्तूंचे नंबर जुळतात की नाही, हे दोघांनी तपासणं, शेवटी एकही चूक होणार नाही याची खात्री म्हणून मंडीकडे हे सगळं देऊन अली आणि मी लगबगीनं दिलवरच्या धाब्यावर जायचो. रोजचं लेबलं लावण्याचं, पत्रव्यवहाराचं, रेकार्डांचं काम संपल्याशिवाय झोपायचं नाही, हे आम्हां दोघांचं ब्रीदच होतं. त्यामुळे चहा घेऊन सिगरेटी फुंकत जुनी हिंदी सिनेमाची गाणी ऐकून आल्यावर रात्रभर कामाचा फडशा पाडणं सहज व्हायचं. शिवाय दिलवरकडे गिब्ससाहेबाची अमेरिकेतून कराचीहून मागवलेली औषधं, कोणाच्या संपलेल्या अमेरिकी सिगरेटी, जलील सरांचे भारी अमेरिकन चिरूट — हे सगळं ट्रकवाल्यांनी आमच्यासाठी दिलवरकडे आणून ठेवलेलं असायचं. त्यामुळे आमचं *मोहमदराम अज कराची*वर जाणं अनेकविधा महत्त्वाचं होऊन बसलं होतं.

आमच्या दोघांबरोबर कधीकधी चालत येणाऱ्यांपैकी क्वचित मंडी, एक सिंधी फोटोग्राफर, बऱ्याचदा जलीलसाहेब, झोपले नसले तर आमचे डेक्कन कॉलेजचे ढवळे, तिवारी, मिश्रा, जैतली हे लोक आणि अलीचे पाकिस्तानी मित्र. क्वचित रसेल आणि गिब्ससुद्धा — खंडेराव आणि अली रात्ररात्र ह्या धाब्यावर कशामुळे रमतात हे पाहायचं कुतूहल म्हणून हे लोक यायचे. पण इथल्या गरीब बिहारी मुहाजिरांची लहानलहान मुलं रात्ररात्र प्लेटींचे ढीग वाहत ड्रायव्हरांच्या शिव्या खातांना पाहून हे युरोपी-अमेरिकन लोक पुन्हा काही दिवस फिरकायचे नाहीत. मला ते विचारायचे, इंडियात काय परिस्थिती आहे? मी म्हणायचो, याच्यापेक्षाही

वाईट, उत्तरवसाहती परिस्थिती दोन्हीकडे सारखीच असणार. ही बिहारी हिंदी बोलणारी मुलं थोड्या थोड्या वेळानं आम्हांला लाडानं विचारायची, कित्ते बजे साब? फडकं मारून मारून पेले प्लेटी पुसून पुसून कंटाळलेली ही खेळायच्या वयाची पोरं कधी सुटून घरी पळतो, त्या वेळेची वाट पाहत कामानं थकली की पुन्हा, कित्ते बजे साब? आपलेच बिहारी लोक आहेत म्हणून मी त्यांना टिपा द्यायचो, त्यामुळे आमच्या टेबलाभोवती या पोरांची सतत गर्दी.

फाळणीच्या उत्साहात हे बिहारी मुसलमान आगगाड्या भरभरून *हिंदुस्थान मुर्दाबाद* अशा घोषणा देत आले, तरी ते दिसायला हिंदूंसारखे वेगळे वाटल्यानं पंजाबात यांना कोणी उतरू देईना, म्हणून शेवटी इकडे सिंधच्या वाळवंटात येऊन, हिंदुस्थानात पळून गेलेल्या सिंध्यांची मिळतील ती रिकामी घरं कुलपं तोडून बळकावून बसले. राहायचं जमलं पण उत्पन्नाची साधनं ही अशीच. एकदा एका धडपड्या बिहारी मुहाजिर पोरानं कोण्या पठाणी ट्रकवाल्याच्या जमिनीपर्यंत लोळत पडलेल्या अंगरख्यावर शेरवा सांडला, त्याबरोबर तो संतापून ओरडला, बेवकूफ, हिंदूऽऽऽ.

माझी एक दिवसाआड, कधी रोजही इथे फेरी असायचीच. याचं एक कारण दिलवरनं अनेक ट्रकवाल्यांना महानुभाव जयकृष्णी पंथी जोगी, हिंदू फकीर लोकांच्या मठात कुठे संन्यासिनी दिसल्यास, खासकरून मुंबईकडचे मराठी असल्यास, माहिती काढायला सांगितलेली होती. *मोहमदराम अज कराची* ह्या धाब्यावर थांबलेल्या ट्रका पाकिस्तानभर सर्वत्र लहानमोठ्या गावी जात येत असायच्या. काही पंजाबकडचे ड्रायव्हर तर महानुभाव मठात जाऊन बंदगी करणारेही होते. कधीतरी तिरोनी आत्याचा पत्ता लागेल, निदान कोणी संन्यासी तिला ओळखणारे तरी सापडतील, अशी मला शेवटपर्यंत आशा होती. कारण तशी दिलवरची खात्री होती.

ह्याशिवाय अलीला निद्रानाश होताच. त्याच्याबरोबर येऊन इथे उघड्या पटांगणात वेळ काढत रेडिओची गाणी, रेकार्डी ऐकत ट्रकांच्या येण्याजाण्यात पाकिस्तानातल्या कष्टकरी लोकांच्या जगण्याला जवळून स्पर्श करण्यात वेळ भारी जायचा. कॅम्पातून निघतांना अली आणि मी सगळ्यांना नुस्त्या नावानं हाका मारून कुठे येणाराची हालचाल दिसली नाही, की दोघेच चालू लागायचो. रात्री चांदण्यात तंबूमागचा कच्चा रस्ता आम्ही उकरून ठेवलेल्या आयतांमधून आडवातिडवा घेत पटकन पीटीडीसीच्या मोटेलमागे येणं जास्त सोईचं होतं. अंधारात कॅम्पाच्या मेन गेटमधून उजवीकडे उकरलेलं अफाट मोहेनजो-दडो महानगर अंधारात ठेवत वळत वळत शेवटी म्युझियमजवळच्या हायवेवर पोहोचणं जरा त्रासदायक होतं.

लाडकान्याकडून डावीकडे कराचीला घूं घूं करत पहिल्या गिअरमधल्या मोठमोठ्या ट्रकांचे लाइट लख्ख रस्ता दाखवायचे. केव्हा केव्हा अलीही झोपलेला असला की, मी एकटाच मध्यरात्रीसुद्धा पाकिटातली शेवटची सिगरेट पीत जायचो. ह्या अंधाऱ्या निर्मनुष्य रस्त्यावरून जाताना उजव्या हाताला उकरून ठेवलेली ही महानगरी मुंबईच आहे, असा विचित्र भास तेव्हा व्हायचा.

कराची-लाहोर हायवेला मिळणारा हा रस्ता पेट्रोलपंपामागच्या टेकाडावर चढतांनाच पलीकडची भिंतीवरची झगमगीत निऑनची पाटी उर्दूत सुट्या सुट्या अक्षरांत उलटी उजवीकडून *मोहमदराम अज कराची* दिसू लागायची आणि दुरून जास्तच गोड वाटणारे हिंदी सिनेमातले पंजाबी कव्वालीचे सूर

आहे ना भरी शिकवे ना किये
कुछ भी ना जुबाँ से काम लियाऽऽ

मग आमची पावलंच पायवाट शोधत धाब्यावर पोहोचायची. दिलवरचा धाबा मोठं साम्राज्यच आहे. बाहेर ट्रकांची पार्किंगची संथ मागेपुढे. बसी, मोटारी रांगेनं लावलेल्या, कुंपणाच्या उंच मेहेंदीला लागून फळांची दुकानं, रसवाले, लस्सीचे ठेले, मिठाईची दुकानं, पानटपऱ्या, पंक्चरवाले, खेळणी, झूलेलालचे फोटो वगैरे वस्तू टांगलेले गाळे — ह्या सगळ्या दिलवरच्या भाड्यानं दिलेल्या जागा. मग आत ओल्या हिरवळीनं सतत गार ठेवलेलं, पुढचं २०-२५ खाटांचं पटांगण, इथे घाईघाईत रोटी दोन्ही हातात धरून खात मधेमधे पेले संपवत बसलेले ट्रक ड्रायव्हर. मधे सुशोभित आयताकृती जागेत खाना खात शांत आवाजात बोलत बसलेले शरीफ ट्रकवाले, त्यांच्या मागे रसोई, खोल्या, आणि मागे विस्तीर्ण मैदान — इथे खाटाखाटांवर दारू पीत पूर्ण बाकभर खाण्यापिण्याची भांडी, प्लेटी मांडून बसलेले, गाणी ऐकत तृप्त दिसणारे ट्रकवाले.

हमारे आँखो में आज तक वो
हीना की खुशबू महक रही है

मुहाजिर पोरं, पाण्याचे चंबू, बाटल्या, कबाबाच्या सळया, लस्सीचे पेले, लवंग-दालचिनीचा मधुर वास दरवळणाऱ्या बिर्याणीच्या मोठमोठ्या प्लेटी, खिमा, दाल पकवान, शिरा, पकोडे यांच्या बशा, सगळीकडे थकावटीची कुजबूज. लांबून लांबून आलेले हे लोक आराम करून उशिरा निघणारे. यांच्या गटागटांमधून कोपऱ्यात एक टेबल शोधत आम्ही पाठमोऱ्या दिलवरला ओरडून, अस्सलाम आलेकुम, दिलवर मियाँऽ म्हणून आल्याची सूचना द्यायचो. मागे मान वळवून दिलवर लंगड्या पायावर उभा राहत मुहाजिर पोरांना आमच्याकडे पिटाळायचा — खुर्च्या, वेगळं पाणी, टेबलावर स्वच्छ फडकं, ॲश ट्रे, दोमिनार

सिगरेटी, ताजं लिंबू सरबत, वेगळी साखर, वेगळं काळं मीठ. मग हळूहळू इकडून तिकडे हुंदडणारी कुत्रीची पिलं, कोंबड्या आणि त्यांच्या मागोमाग धावणारी त्यांची लेंढारं. तिकडे दिलवर खास आमच्यासाठी वेगळ्या रेकार्डी लावायला सांगतो.

धडक रहा है दिल तो क्या दिल की धडकने न गिन
फिर कहाँ ये फुरसते फिर कहाँ ये रातदिन

आपण औरंगाबादच्या बेगमपुऱ्यातल्या इस्माइल मामूच्या *नाझ* हाटेलात बसलो आहोत आणि हेच गाणं तिथेही लागलं आहे, असं अद्‌भुत भान यायचं. मधेच दिलवर आदाब करत वाकून टेबलावर एका प्लेटमधे सुंदर केशरी रंगाच्या पपईच्या फोडी पुढे करत म्हणायचा, ये खाली मेरी अर्जी है, हुजूर — मानो ना मानो — चाय के पहले ये खाइये. अच्छा भाई, तेरी मर्जी — म्हणत आम्ही प्लेट साफ करायचो — की दुसरी भरलेली प्लेट यायची. कधी शिकारपूरचा ताजा कलाकंद किंवा मुलतानचा खरवस — शुकरिया दिलवरभाई, ये भी तुम्हारी मर्जी है. दिलवरजवळ आम्हाला देण्यासारखं खूपच असायचं — कोणाचं कुठलंही काम, परगावचे निरोप, तातडीनं ट्रक ड्रायव्हरपाशी पाठविण्यासाठी काही पार्सली, पत्रं, औषधं, कुछ भी. पण त्याला मुख्य तर आमच्या दोघातिघांशी दिल की बात करायची असे. प्रोफेसरसाब, अकेले हैं? म्हणत कुछ ग़मगुसार हो जाएं? काही तरी त्याच्या मनातलं वाटून द्यायला तो तडपत असायचा.

मुळात दिलवर हा खुशदिल माणूस. आपल्या धाब्यावर एवढी सगळ्या प्रकारची देशोदेशीची लांबूनलांबून माणसं हक्कानं येतात, प्रेमानं बसतात, आनंद करत गप्पा मारतात, सर्वत्र खातपीत असलेली आनंदी माणसं, बस जन्नत और क्या होगी?

हम उनको देखते हैं हसरत भरी नजर सेऽ

दिलवरच्या पूर्वायुष्याचे शिक्के त्याच्या सगळ्याच अवयवांवर होते. प्रत्येक झटापटीत वाचलो, असं आपण होऊन सांगणाऱ्या खुणा. त्या काळात ट्रकमधून अफूची पोती हद्दीवरून आणतांना बोलन घाटात हल्ला चढवणाऱ्या टोळीवाल्यांशी प्राण पणाला लावून माल वाचवल्याची खूण म्हणजे एक मोडलेला पाय. त्यानंतर अंमली पदार्थ ट्रकवर चढवायचे नाही असं ठरवलं, म्हणून हनुवटीवर काहीतरी टोचलेल्याचा खोल वण सरहद्द प्रांतातल्या जंगलात. त्यानंतर कुख्यात अफ्रीडी दरोडेखोराचा मान छाटणारा घाव चुकल्याचा पुरावा डाव्या भुवईवर. उजव्या हाताची करंगळी तुटलेली. तेव्हा रोज रस्त्यावर ट्रक लावली की अगरबत्त्या लावून

मौला, बंद्याला वापस कराचीत येऊ दे, अशी डोळे मिटून मनापासून प्रार्थना आणि अवलियासाहेब फकीर कलंदर मोहमदराम बरेलवी — ज्यांच्या कृपाप्रसादानं दिलवर दहाएक जीवघेण्या अपघातांमध्ये वाचला, त्या परमपूज्य फकिराच्या फोटोला रोज ताजी पांढऱ्या फुलांची ओळ.

शिवाय गेल्या वीस वर्षांपासून ह्या धाब्याच्या हाटेल रक्षणाचा इतिहास वेगळा. इथे बाजूच्या किरथर डोंगरातल्या मंगल, बुगती अशा टोळ्यांची दहशत होती. दिवसाढवळ्या वाटसरूंवर हल्ले व्हायचे. गोंधळ. जाळपोळ. बायकामुलं सांभाळत वाट फुटेल तिकडे पळ काढत लांब स्थलांतरं. वाळवंटात मरणाऱ्या मुलांना गाडून हळहळत पुढे. मेली ती गेली. बरोबर एखाद्या करंड्यात, गाठोड्यात गाढवावर लादता येईल तेवढं खाण्यापिण्याचं घेऊन दुसरीकडे स्थिरावण्यात आलेलं कडूपण. मागचे शेजारी, जुनी वस्ती — सगळं विसरत जाणं. पुन्हा आपली जमीन धरून राहणं. ह्या निर्जन, भुतांचं टेकाड म्हणवल्या जाणाऱ्या मोहेनजो-दडो समोर एकाकी हाटेल चालवणाऱ्या दिलवरजवळ हल्लेखोरांना पुरून उरायला हिमतीशिवाय आणकी एक मोठं बळ होतं — अवलियासाहेब मोहमदराम यांची दुआँ-ए-खैर.

केव्हातरी आम्ही त्याच्याबरोबर जाऊन जवळच्या सिंधुकाठच्या सेहवण गावचा लाल शाहबाज कलंदरचा दर्गा पाहून घ्यावा, हा दिलवरचा कायमचा हेका होता. सुन्नी, शिया, हिंदू, काफर — सगळे तिथे बरेलवी प्रेमात रंगतात. दरवेशांचा जुलूस पाहून धन्य होतात. काय त्यांचे दर्दभरे नारे, धुंद कव्वाल्या, नाट भन्नाट नाच, रात्रभर गरगराट फिरत राहणं. अवलियासाहेब मोहमदराम बरेलवी यांच्या खानकाहमधे मुक्काम करू.

ही गोष्ट, दिलवर एकवीस वर्षांचा गरीब इमानी पोरगा कराचीच्या सुप्रसिद्ध *भिकाजी मिठाईवाल्या*कडे भाड्यानं ट्रक ड्रायव्हर लागला तेव्हाची. हा कच्छी लक्षाधीश हलवाई पेशावरपर्यंत सिमल्यापर्यंत शेवयांच्या, मिठाईच्या ट्रका पाठवायचा. आतासुद्धा फाळणीनंतर *बी. काझी मिठाईयाँ* असा मामुली बदल फक्त होऊन पाकिस्तानात सर्वत्र त्याच लोकप्रिय आहेत. ह्या रस्त्यावरून दिलवर ट्रक भरून जातांना कधीही सेहवण जवळच्या टेकडीवरच्या अवलियासाहेब मोहमदराम बरेलवींच्या दरबारातला शिऱ्याचा प्रसाद खाल्ल्याशिवाय पुढे जात नसे. एकदा मुलतानला तातडीनं मिठाईची ट्रक दुपारशी पोहोचवणं आवश्यक होतं. त्यामुळे दिलवरसारख्या इमानी नोकरावर ही जबाबदारी पडली. ह्या दिवशी ट्रक थांबवून अवलियासाहेबांकडे जाणं योग्य वाटलं नाही का तो विसरला, तर सरळ पुढे वेगानं धावणाऱ्या एका फोर्ड मोटारी मागोमाग निघून गेला.

खरं तर ह्या फोर्डमागे बऱ्यापैकी सुरक्षित अंतर ठेवूनच तो ट्रक हाणत होता. परंतु अचानक काय झालं तर पुढच्या फोर्ड गाडीच्या ठिकाणी समोरून कुंभाराची गाढवं रस्ता भरून पाठींवर दोऱ्यांच्या जाळ्यांमध्ये मडक्यांचे ढीगचे ढीग बांधलेली, त्या ओझ्यांखाली वाकून नेटानं चालत येतांना त्याला दिसली. जणू धरणाखालूनच ती एकाएकी वर आली, थेट बॉनेटवरच. एकदम ब्रेक. उजव्या बाजूनं कोलांट्या खात ट्रक मिठाईसकट थेट धरणाच्या खालीच नदीत बुडून गेली. अल्ला परवरदिगार. काय दिलवरचं नशीब सिकंदर, तर तो वाहत वाहत खाली कलंदर अवलियासाहेब मोहमदराम फकीर नदीवर न्हात होता त्याच्या पायाशीच, मांजरासारखी मानगूट धरून उचलला गेला. मोठमोठ्यानं हसत मोहमदराम म्हणत होता, इहा थीं न गाल्हि! दिलू, हाणे तू हिते ई रही पउ.

मग दिलवरनं नवा जन्म समजून रस्त्याच्या काठाला चार कपबश्या किटली शेगडी मांडून चहाची टपरी सुरू केली. इथे आर्किऑलजी डिपार्टमेंटच्या चार भुतांशिवाय कोण चहा पिणार? सगळ्यांनी त्याला वेड्यात काढलं, पण दिलवर अवलियासाहेब मोहमदराम बरेलवीच्या कृपेमुळे तर वाचला होता, तोच ह्यापुढे सर्व काही देणारा होता.

मग अचानक स्वातंत्र्य मिळालं, म्हणजेच फाळणी झाली. म्हणजेच दिलवरनं ज्या शेतात झोपडीत हॉटेल सुरू केली होती, त्याचा सिंधी मालक मुंबईला पळून गेला. म्हणजेच ते सबंध शेत दिलवरच्या नावावर करून देण्यात आलं. मग स्वतंत्र पाकिस्तानचं टूरिस्ट डेव्हलपमेंटचं मोठं ऑफिस मोहेनजो-दडो पुढे रस्त्यावरच झालं. चारपदरी रस्ता अमेरिकन लोकांनी थेट कराचीपासून करून दिला. त्यात दिलवरला रस्त्यात कटलेल्या जागेचे हजारो रुपये घरबसल्या मिळाले. नंतर इथेच एक मोठं म्युझियमही झालं. मोटेल आलं. बाजूला मोठा पेट्रोल पंप झाला. आता युनेस्कोसाठी अमेरिकेनं विमानतळसुद्धा बाजूला बांधून दिलं. सगळ्या जगातले टूरिस्ट यायला लागले. पण खरा बदल लष्करी अधिकाऱ्यांमध्ये प्रसिद्ध असलेल्या हमीरा नावाच्या मोठ्या कोठीवालीनं लाहोरहून थेट इथेच मुक्काम हलवला आणि दहाबारा बंद कमऱ्यांच्या लष्करी बराकींमधेच आपल्या आठ-दहा साथीदारणींसह **हँगिंग गार्डन** नावानं मोठा धंदा सुरू केला, तेव्हा झाला. खरं ह्यामुळे कराची ते मुलतान हायवेवर हेच सगळ्यात मोक्याचं ठिकाण झालं. अवलियासाहेब मोहमदराम बरेलवी यांची दुआ. त्यातून हमीराच्याच बराकींमागे एका अफ्रीडी माणसानं गांजा अफू चरसाचा गुप्त धंदा सुरू केल्यानं अफगाणिस्तानातून माल आणून थेट अमेरिकेतल्या बीटनिक-हिप्पी लोकांना ट्रिप शॉट पुरवण्याचा कारखानाही इथेच सुरू झाला. वर्दळ वाढली. आता तर दररोज नमाज पढतांना

बदललेल्या आपल्या नसिबावर दिलवरचाही विश्वास बसेनासा झाला. तो लक्षाधीश तर झालाच, पण आपल्या ह्या दिलकी बात गोष्टी मानवी इतिहासातल्या श्रद्धेच्या भल्याखातर आमच्यासारख्यांना सांगायला उतावीळ असायचा. बरकत ही बरकत, मौला.

उलटी हो गयी सब तदबीरे कुछ ना दवाने काम किया

तिरोनी आत्याचा तीन महिनेसुद्धा कुठे थांगपत्ता लागत नाही म्हटल्यावर मी अलीसारखा निद्रानाशाच्या खाटेवर रात्री काढायला लागलो. म्हणजे उठून दिलवरच्या धाब्यावर वेळ काढणं. दिलवरनं कराचीच्या अनेक मित्रांकडून पंजाब-पेशावरकडच्या कृष्णभक्त मुसलमानांना निरोप दिले होते की, ह्या मानभाव संन्याशांची माहिती देणाऱ्या माणसाशी संपर्क करा. पण असे लोक कुठेतरी पाहण्यात येतात, एवढाच फक्त प्रतिसाद यायचा. एकदा संध्याकाळी शिपाई उस्मान दिलवरचा निरोप घेऊन आला की, आज तुमच्या मुलखाकडचे एक जनाब सलीम खान येणार आहेत, हे महानुभाव जोग्यांची जानकारी देतील. अली आणि मी लगेच धाब्यावर आलो.

अलीला मी आमच्या गावाकडचे फाळणीच्या वेळी निघून आलेले लोक कोण असावेत, याची माहिती सांगत होतो. आमच्या वडलांचे स्नेही, यावलच्या ऑईल मिलवाले कुरेशी, चोपड्याचा जमीनदार इसाक आणि सिंधुमावशीच्या जावयाला बऱ्हाणपूरकडची फळबाग, शेतीवाडी जवळपास फुकट देऊन गेलेला नबाब — असे कितीतरी. आता हा मुलूखवाला म्हणवणारा कोण? तिरोनी आत्याचा नुस्ता अंदाज जरी घेता आला, तरी अली, मंडी आणि आम्ही पेशावरकडे जायच्या पूर्ण तयारीत होतो.

बराच वेळ झाला पण दिलवरचा मराठी मित्र येईना. तोपर्यंत दिलवरनं आपला गुरू अवलियासाहेब मोहमदराम यानं सांगितलेली झोपलेल्या नशिबाची गोष्ट आम्हांला हळव्या सुरात सांगितली :

आपण महिन्याभरानं मरता मरता वाचल्यावर सरकारी हॉस्पिटलातून डिस्चार्ज घेऊन घरी जावं, तर दिसल्याबरोबर उपासमारी जोई चिल्लाते, अरे कुठे महिनाभर मरायला गेला होतास रे सितमगरा. फार वाईट चाललं होतं, प्रोफेसरसाब त्या काळात. हलाखी. शिवाय दहा वेळा मोठमोठ्या ॲक्सिडेंटांमधून वाचलो. एकदा तर हॉस्पिटलातच मरतो का काय असं झालं. एक जोई कुठे, दुसरी कुठे, पोरं बाळं महिनामहिना गाठ नसायची — ते जाऊ दे. मग आमचे पीर अवलियासाहेब बोट कपाळाला लावून सांगायचे, तुझं नसीब, दिलवर, तुझं नसीब.

मालिक, माझं नसीब हमेशा झोपलेलं का आहे? असं तेव्हा मी वारंवार पीर मोहमदरामना पाय धरून कळकळीनं विचारायचो. ते फक्त हसून गप्प बसायचे. मग मी त्या कंगालीला आणि हलाखीला इतका उबगलो की, एकदा एकच धामा लावला, पाय सोडलेच नाही. तेव्हा अवलियासाहेबांनी गंभीर होऊन हा किस्सा सांगितला :

सुन. सिंधुकाठी एक गरीब कोळी राहत होता. घरात चूहेसुद्धा यायचे नाहीत इतकं वाईट चाललेलं. ना बायकोला दागिना ना पोरांना कपडा. रोज रात्री मतलई वारे सुटले की जमिनीवरच उघड्यानागड्या चिल्ल्यापिल्ल्यांच्या अंगावर आपलं नेसूचं धोतर पांघरून नुसत्या लंगोटीवर नदीकाठच्या तराफ्यावर बसायचं, बांबू खुपसत नदी नेईल तितकं आत जायचं. भोवऱ्यांमध्ये टोपली बुडवून बुडवून जे आत येईल ते — मासे, खेकडे, सुंगटे, शिंपले, कालवे मडक्यात टाकायचे, वारा पडला की पहाटे परत बांबू खुपसत खुपसत उघडं घरी. उघडीनागडी पोरं बापाला पाहताच दुडूदुडू पळत किनाऱ्यावर येऊन मडक्यातले नुस्ते घेऊन परत पळत पळत जाऊन आईला ताजं ताजं तेच रांधायला लावायचे. कारण घरात दुसरं काहीच दिवसभर नसायचं. बायको मिळालेल्यातलाच थोडासा वाटा वाण्याला देऊन भात, मीठ, मसाला, तेल रोज लागेल तेवढं आणायची. इकडे चुलीवर स्वैंपाक होईपर्यंत कोळी चिलीम फुंकत ताटं मांडून रांगेनं समोर बसलेल्या पिल्लांकडे अपूर्व मायेनं पाहत बसायचा. मग तोही जेवून झोपी जायचा. असं रोज. अर्धं आयुष्य हेच चाललं. हेच कष्ट, हाच विरंगुळा, हीच करमणूक. निजसुख, आनंद. मग एकदा झोपेत स्वप्नात आपलं झोपलेलं नशीबच त्याला अचानक दिसलं. वा रे वा. काय डाराडूर झोपलं आहे. या अल्ला, हे इथे असं झोपलेलं असल्यानंच माझ्या घरात धनसंपदा येत नाही. कधी घरात इतरांकडे असतात तशा वस्तू येतील? निदान घर तरी इतरांसारखं कधी ह्या जागेत होईल? या अल्ला, मला मार्ग दाखव. असा खूप कल्ला केल्यावर मग अल्लानं त्याला असा सल्ला दिला की, त्याला झोपू दे, उठवू नकोस. ते एकदा उठलं, की पुन्हा झोपत नाही. तुला ते चालेल का? बघ, तुझा तू ठरव आणि कर तुला वाटेल तसं.

मग बायकोचा विचार घेऊन कोळीमहाशय स्वप्नात झोपलेलं नशीब जिकडे दिसलं होतं त्या अंदाजानं वाट काढत घराबाहेर पडले. सापडलं. एका मोडक्या तोडक्या खळ्यात पालापाचोळ्यावर झोपलेलं स्वप्नात पाहिलं होतं तसंच... संतापून त्याला लाथ घालून उठवत कोळी म्हणाला, माँके लौडे, ऊठ. मेरा ये हाल और तू सालोसाल सोया पडा अँ? ऊठ. त्यानंतर त्याचं नशीब त्याला तरातरा दूर, एका सतत गजबजलेल्या मोठ्या शहरात घेऊन गेलं. श्रीमंतीचा झगझगाट.

कामधंदा काय तोटा? खाणं पिणं कपडे चंगळ. पण राहण्याची सोय कामधंद्याच्या पन्नास मैल दूर, वर खोप्यासारखी, कारण तिथपर्यंत ज्यांची नशीबं आधीच जागी झाली होती त्यांची घरंच घरं वर ७-७ मजली हसताहेत. रोज पहाटे अंधारात उठून कामावर जायचं, मिळेल ते खात काम करून रात्री घरी येताबरोबर जोडे काढण्याचीही सोय नसे, इतकी झोप. पुन्हा पहाटे तेच. हळूहळू तो तिथे श्रीमंत झाला. सगळ्या वस्तू खरेदी केल्या. बायको मुलं आली. पण त्यांना तो दिवसा कधीच घरी सापडायचा नाही. दिवसेंदिवस अनेक भानगडींमध्ये अडकून पडलेला तो घरी उशिरा परततांना नेहमी म्हणायचा, सालं हे नशीब पुन्हा झोपणार नाही का? ते सुखाचे दिवस पुन्हा येणारच नाहीत का?

यावर शेवटून अवलियासाहेब मोहमदराम म्हणायचे, मनापासून कोणालाच वाटत नाही की आपलं नशीब पुन्हा झोपावं. एकदा लाथ मारलेलं नशीब पूर्ण सूड उगवूनच तुमच्याबरोबर कबरीत झोपी जाईल.

भाई खंडेराव जनाब, भाई यासीनजी, माझंही आता तसंच चाललं आहे, यार.

अरे पण दिलवर, समजा गरीब माणसानं झोपूच दिलं त्या नशिबाला कायम, तरी शेवटून एकदा तुमच्या बरोबर कबरीत झोपायला येण्यासाठी तरी त्याला उठावं लागेलच की. मग आधीच एकदा लाथ घालून उठवलेलं काय वाईट?

वा भाई खंडेराव, बहोत खूब, जनाब, बहोत खूब हू हू हू हू.

अली, हा एक आपल्या सगळ्या आध्यात्मिक परंपरा असलेल्या लोकांचा पेच आहे. इकबालसाहबका एक मिसरा आहे, *यह मेरी खुद निगाहदारी तेरी साहिल न बन जाए.* भौतिक सुखं टाळणं हळूहळू आपल्या गरीब देशातही अशक्यच होत जाईल. ग्राहक हा विध्वंसकही असतो, हे तत्त्वज्ञान आपल्याकडे रुजवणंही ह्यापुढे कठीण जाईल. वास्तव कसंही असो, ते जगल्यानं सुंदरच होतं. ते लोभस करत जगणारे ह्या पूर्वायुष्यातल्या कोळ्यासारखे सोशीक गरीब लोक हे निर्दय वास्तव सिद्ध करत नाहीत?

अली म्हणतो, हे सिंधुखालचं, लाख लाख वस्तीच्या महानगरातलं जमिनीखालचं पाच हजार वर्षांपूर्वीचं वास्तव इथल्या लोकांनी कसं जगलं असेल, हे आपण कसं ठरवायचं?

माझं जवळपास बारा आणे लक्ष गाण्यांकडे होतं. तरी मी अलीला म्हणालो, यारू, अरे इथेच तर जाणिवांचं महत्त्व आहे. हे पाहा, कोणतं गाणं लागलं आहे. रेडिओवर —

परदेसं ना जय्यो जी
मोसम सुहाना बरसात काऽ

यू.पी. लखनवी ढंग — ही खुर्शीद नक्की नाही. खुर्शीद नाचनेवाली नहीं थी. ये तो कथकवाली है. तुमच्या लाहोरमधल्या अनारकली बाजारातल्या नर्तकींना एक हात आसासारखा वर करून आपलं संबंध शरीरच अर्ध्या, पाऊण, पूर्ण वर्तुळात कथ्थकच्या गिरक्यांमध्ये कसं बरखास्त करून टाकावं, हे जमत नव्हतं. लखनौकर नबाब वाजिद अली शाह सारख्यांना ते जमलं. सगळा परिसर इंद्रियलोलुप करून टाकणं, आपल्या धुंदीत आयुष्य परिसरात विद्रुत करून टाकणं — म्हणजेच त्या त्या काळातल्या वास्तवात परमपद मिळवणं. हे फार थोड्यांच्या नशिबी असतं.

गाणी ऐकत अशी आमची भंकस चालू होती. मधेच अलीनं आपली नवी नज़्मही वाचून दाखविली. तो लाहोर जंभूरियत विद्यार्थी चळवळीतला कार्यकर्ता होता, त्यामुळे कवितेत जोर होता. धाब्यावर हळूहळू स्तब्धता पसरली आणि हॉटेलची पोरं, ट्रक ड्रायव्हर, मजूर सगळे कान टवकारून ऐकत होते :

पाकिस्तानच्या बच्च्यांनो, कबूल करा की तुम्ही सुखी आहात.
आम्ही सुखी आहोत, हुजूर, सुखी आहोत.
कबूल करा की तुमचा सर्वांचा माझ्यावर पूर्ण भरोसा आहे आणि राहणार.
कबूल, कबूल.
म्हणा की आम्हांला इथे पूर्ण आज़ादी आहे.
आहे.
हे जर कबूल केलं नाही, तर तुमचं काही खरं नाही.
तुमचं काही खरं नाही.
***आमचं** म्हणा : हे जर कबूल केलं नाही, तर **आमचं** काही खरं नाही.*
खरंच, तुमचं काही खरं नाही.
*अरे, पुन्हा तेच. म्हणा — **आमचं**...*
आम्ही सगळे पाकिस्तानी म्हणतो की तुमचं काही खरं नाही.

हशा. टाळ्या. वा भै वा. कमाल की. हुशारीसे रहना मेरे लाल, ज़माना खराब है. अलीची छाती फुगते.

मी अलीला म्हणतो, यारू, फैज़साहेबांची ती नज़्म म्हण. प्लीज... फैज़साहेब तुरुंगातून सुटले, तरी रावळपिंडी कटातल्या कम्युनिस्टांवर अमेरिकेची कडक नजर होती. फैज़च्या कविता कोणी उघड वाचत नव्हते. एवढ्या गर्दीसमोर म्हणणं तर

शक्यच नव्हतं. मी अलीला म्हणतो, बाबा रे फैज़साहेबांच्या ह्या गाण्यावर तर आम्ही मित्र जगत आलो. *मुझसे पहली-सी मोहब्बत मेरे मेहबूब न मांग...*

मग अलीलाही स्फुरण येतं. मोठ्यानं पंजाबी तान घेऊन तो सुरू करतो, त्याबरोबर हाटेलभर सगळीकडे सन्नाटा पसरतो. भट्टीजवळचा गेंड्यासारखा उघडा बबर्ची सगळ्यात पुढे येतो. त्याच्यामागून फाटके नोकर पोरं डोळे विस्फारत येतात. बाहेरच्या गाड्यांमधले ट्रकड्रायव्हरही जमतात.

मुझसे पहली-सी मोहब्बत मेरे महबूब न मांग...
तेरी सूरत से है आलम में बहारों की सबात

खंडेराव, स्वतःला आवर. तिच्या सौंदर्यामुळे सृष्टीतले बहार स्थिर आहेत. वा भाई वाऽ

अनगिनत सदियों के तारीक बहीमाना तलिस्म

माझे पाय उचलले जातात आणि सबंध उपखंडातल्या अगणित पिढ्यांना पाशवी जादूनं भारणारे अंधार — दारिद्र्य, भूक, रोगराई, विकली जाणारी शरीरं, धुळीत लोळणारी रक्तानं लथपथलेली माणसं...

लौट जाती है उधर को भी नज़र क्या कीजे?
और भी दुःख है ज़मानेमें मोहब्बत के सिवा
राहतें और भी है वस्ल की राहत के सिवा
मुझसे पहली-सी मोहब्बत मेरे महबूब न मांग

सगळ्यांचे चेहरे लालेलाल झालेले दिसतात. अली गहिवरून थांबतो. काय फ़ैज़चा अंमल. मी अलीच्या खांद्यावर हात ठेवून त्याला पाणी प्यायला देतो.

लोक पूर्ववत आपापल्या जागांवर जाऊन आपापलं खाणंपिणं सुरू करतात. दिलवर लंगड्या पायावर उभा राहून कोणी पोलीस वगैरे नाही ना, याची खात्री करून घेतो.

जरा वेळानं जाड शिद्दी ओठांचा, काळाभोर, रुंद बसक्या शरीराचा, आत्मसंतुष्ट चेहऱ्याचा, सोन्याच्या साखळ्यांनी भरलेल्या गर्दनचा आणि आंगठ्यांनी चमकणाऱ्या बोटांचा एक प्रौढ गृहस्थ दिलवरला शोधत आमच्या टेबलापाशी आला. हा गृहस्थ पाहूनच आपलं महानुभाव मठाचं काम होणार नाही, याची खात्री झाली.

क्या क्या न जफाएं दिलपे न सही
पर तुमसे कोई शिकवा ना कियाऽऽ

दुसरं म्हणजे सलीम खानबरोबर गर्द हिरव्या ड्रेसातला, मोठमोठे कान

असलेला, अल्सेशियनसारखा दिसणारा त्याचा ड्रायव्हरही अंगरक्षकासारखा हक्कानं आमच्या दोघांच्या मधे बसला. लहान खेड्यातली माणसं मोठ्या शहरातल्या माणसाचा चेहरा न्याहाळतात तसा तो माझ्याकडे मोठ्या कुतूहलानं पाहत होता.

दिलवरनं मोठा इतिहासतज्ज्ञ अशी माझी ओळख आधीच करून दिली असावी. जनाब सलीम खानचं लहानपण अहमदनगरला गेल्याचं त्याच्या मधेमधे डोकावणाऱ्या मराठी उर्दूवरून ताडता येण्यासारखं होतं. नगरच्या दमडी मशीद भागात त्याच्या वडलांचा हातमागांचा मोठा धंदा होता. इंग्रजी शिकण्यासाठी सलीम मुंबईला अंजुमन-ए-इस्लाम हायस्कुलात आला आणि मित्रांच्या बरोबरीनं फिल्म इंडस्ट्रीत सदैव लागणाऱ्या एक्स्ट्रा नटनट्या पाहिजे तेव्हा पाहिजे तितक्या ट्रकांनी स्टुडिओत आणून देण्याचा मोठा कॉन्ट्रॅक्टर एजंट म्हणून नावाजला. हळूहळू प्रोड्यूसरकी सुद्धा करायला लागला. मुस्लिम लीगचे लीडर जनाब ॲडव्होकेट कादर अली खाँ यांचा त्याचा पुढे रिश्ता झाला. त्यामुळे फाळणीच्या ऐन धुमश्चक्रीत सगळा बिझनेस ओमान बँकेत गहाण टाकून सलीम सहीसलामत कराचीला पळून आला.

नंतर जनाब सलीमनं पूर्वी मुंबईत त्यानंच प्रोड्यूस केलेल्या एका फिल्मवर चर्चा सुरू केली. हिंदुस्थानचे शेवटचे बादशहा बहादूरशाह यांच्यावरची एक हिंदी म्हणजेच उर्दू संवाद असलेली फिल्म पूर्ण होऊन वितरित व्हायच्या वेळीच मुंबईचे हिंदू-मुसलमान दंगे सुरू झाले आणि ती फिल्म मुंबईच्या एका स्टुडिओत अजून तशीच पडून राहिली आहे. आप अच्छी सोच वाले प्रोफेसर हैं करके पूछना चाहता हूँ — बहादूरशाहवरची हीच फिल्म थोडी नवी करून आता हिंदुस्तानमें रिलीज करता येईल काय? याच्यावर आमची बराच वेळ सर्व बाजूंनी चर्चा झाली. वाढता मुसलमानविरोध, बॉक्सऑफिस, नवी पिढी वगैरे. अशी फिल्म तूर्त चालणार नाही. अर्थात तिच्यातले डान्स सीन, गाणी, कोण कोणाला मारतं आहे हे ओळखू न येणारी युद्धाची स्टंट दृश्यं तर कुठल्याही हिंदी फिल्ममध्ये पुन्हा नव्वद टक्के वापरताच येतील. ...हॉ हॉ हॉ, खंडेराव जी, हॉ हॉ हॉ.

ते जाऊ द्या सलीम मियाँ, पण तुमच्यासारख्या नगरच्या लोकांनी बहादूरशाहावर एवढी भक्ती करण्यापेक्षा मलिक अंबर, चांदबीबी यांच्यावर का उत्तम फिल्म काढू नये? जनाब सलीमला ही कल्पना फारच पटली. उठून छातीला छाती लावून तो म्हणाला, भाईजान, आमचे कबिले मूळ मलीक अंबरच्या

छावणीतले. मलीक अंबरबरोबर मोगलांशी लढले हायेत. आपका मन्सूब बिलकुल सच है. कुच तो बी करने हुना.

जनाब सलीम खान हल्ली पाकिस्तानी फिल्म इंडस्ट्रीतला मोठा फायनान्सर होता. शिवाय दिलवरकडून गुप्त माहिती कळली की, तिकडे मुंबईच्या फिल्मनिर्मात्यांनाही हवाला पद्धतीनं गल्फमधला काळा पैसा पुरवणं हाही त्याचा एक धंदा होता. दिलवरच्या मते करोडो रुपयांचा. दिलवर सच्चा माणूस, म्हणून हे नंतर कळलं. त्या दिवशी मात्र गोपालपंथी जयकृष्णी खानकाहबद्दलची जानकारी बाजूलाच पडत होती. हा मराठी-उर्दू बोलणारा मूळ अहमदनगरच्या सिद्दी मुसलमानांच्या जातीतला दखनी गृहस्थ हायस्कूलपासून मुंबईलाच वाढला. त्यामुळेच तो स्वतःची कामं तेवढी माझ्याकडून काढून घेत होता. माझं काम बाजूलाच राह्यलं. गाववाला म्हणून मला भेटायला येणाऱ्या ह्या मुंबईवाल्याबद्दल माझी निराशा झाली. मुंबई हे तसं कोणाचं गाव असतं?

आपुन भेंडी बाजार मोहमद अली रोडवर व्हाँपे सितारा मंझिलमधे राह्या. वी.टी.पुढच्या चौकमेच. ...पुढे कुठे? ...पुढे काय इकडेच सगळे जण कराचीत निघून आलो. इथे हैद्राबादला बनियनजांग्याची मोठी होजियरी फॅक्टरी लावली. आता इन्शा अल्ला, इकडे दुसरी फॅक्टरी खोलतो आहे. ...वा भौ! मुबारक हो. ...आपकी दुआ है. मोहमद अली रोड — तिसरी लेन सगळं पूर्ण आंखो के सामने सो हाये. उधर हरियाली मस्जिद थी ...थी मतलब? है. ...हाँ हाँ है. जुम्मे दिन पुरे क्राफर्ड मार्केट तक नमाजी रास्ता भर देते हैं. क्रॉफर्ड मार्केट पहिल्यासारखंच आहे? ...बिलकूल तसंच. वरचं घडियाळबी तसंच बंद कायम. ...हॉ हॉ सुभान अल्ला. तिथे लोहार चाळीच्या मागे मस्जिद मोहोरे एक गुसाईबाबा रहते थे. उनके हाथमें हमेशा एक दगदगा रहता था. उनके झोलीमें से हम लोक भभूत लिया करते थे — उसे ह्यांपे लगानेसे बरकत भौत होती कहते थे. ...बरकत तर तुम्हांला चांगलीच झाली सलीमभय्या. ...हाँ. वैसे ठीकच है. कतो कोई झगडाझांटा किये बिना हमने काफी कारोबार बढाया सो है. तुम लोग कभी आइयेगा — कतो मेरे वालिद भौत भौत याने भौतही खूश होंगे. वो हमेशा नगरकी या बंबई की यादें करते रहते हैं. काला घोडा तक टराममेंसे कैसे जाते थे. वो चोर बाजार वो चौपाटी —

टराम बंद कर दिये? अरेरे, उनको बताउंगा, अब देखो दोन तीन दिवस ते टरामच्या गोष्टी सांगणार. ...सलीम मियाँ, तुम्हीच या, मुंबईला, चाचाजी को यानी आपके वालिद को लेकर. सब कुछ वैसा ही है. खाली भीड बढी है. और आप लोगाँ नही हैं. ...हॉ हॉ हॉ. आते थे पहिले. सब रिश्तेदार लोगाँ

तो उधरही है ना. अब टूटते जा रहे सो हैं. ह्याँपे कराची में मागे एक हिंदुस्थानकी वकालत थी. विसा आसानीसे मिलता था. पाचशे रुपये पट्टेवाल्याकडे फक्त दिले की झालं. इतकं आसान. खिडकीतून कोण्या पंजाबी इंडियन ऑफिसरनं विचारलं, की आम्ही ओरडायचो, हमारा वतन है और क्या वजह चाहिये लाला? गेल्या जंगनंतर फक्त इस्लामाबादला एकच कचेरी ठेवली आहे. इतक्या दूर कोण जाणार? पूर्वी कराचीत विसा घेतला की मच्छीमार बोटीतून काठेवाड कच्छ बॉर्डरवरून गुपचूप घुसायचं, रिश्तेदारांकडे राहत राहत, पुन्हा महिन्याभरात गुपचूप वापस. गेले ते दिवस —

मी तेवढ्यात मुद्द्याचं सुरू करतो, आमच्याकडचे काळे कपडे घालणारे गोपालपंथी? जयकृष्णी? महानुभाव अशा नावांचे जोगी संन्याशी इकडे कुठे आहेत का? कुठे मठ असतात त्यांचे? संन्यासिनीही असतात —

सलीम आकाशात पाहत म्हणतो, हाँ, वो नगर में थे. इकडे तर तसे खानका हल्ली माझ्या पाहण्यात नाही. हमारे दोस्त उधर रावळपिंडीमें गोपालपंथी करके है. वहीं होंगे. क्यों, क्या काम है प्रोफेसरसाब?

कुछ नही, तो आमचा पंथ आहे. आमचे लोक आहेत ह्या मठांमध्ये पूर्वीपासून —

मग ड्रायव्हरला सलीमनं विचारलं, अपने रुस्तूम की दादी का भूत एक खानकाह में निकाला था — कहाँ? याद है? चकवाल में?

इतका वेळ एकसारखं जणू हिंदू मनुष्य कसा दिसतो, कसा बोलतो, पितो — अशा अत्यंत कुतूहलानं माझ्यावर टक लावून हा मोठमोठ्या कानांचा ड्रायव्हर नुस्ता बसला होता. त्याला आता बोलायचा परवानाच मिळाला तसा शीख गुरुद्वारांबद्दल, नंतर स्वामीनारायण पंथाच्या मठांच्या जगभर कशा शाखा आहेत याबद्दल अखंड बोलत सुटला. …हिंगलजामाता मंदिर कराचीहून जवळच आहे. कराचीत तर मोठं शिवमंदिर आहे. पंचमुखी हनुमानाच्या यात्रेला —

सलीम म्हणाला, साब क्या पूछ रहे हैं, और तू क्या बक रहा है?

हाँ हाँ, जी, वही बता रहा हूँ. हिंदू फकीर — उधर अछूतपंथी बोलते है उनको, वो? बम्मन का भूत तो तभी उतार देते हैं वो लोग. ते गावाबाहेर झाडाखालीच मुक्काम करणारे, पुरे वेजिटेरियन लंगर होते है ना? खानकामधे साँप जरी सापडला, तर त्याला एका दोरीच्या काठीत पकडून जंगलात टाकून येतात. मारते नही. ये मुझे बहुत बडी बात लगी. खांद्यावर फक्त झोला. माळ, एकच कपड्यांचा जोड. फाळणीपूर्वी चकवाल मठात खूप जोगी जोगिनी होत्या. तिकडे आतासुद्धा काही ठिकाणी दिसतात. गुदस्ताँ मी जलालपूरपुढे शेतातच कोणातरी

मेलेल्या जोग्याला का जोगिनीला खड्डा खणून गाडत होते ते पाहिलं. गाडी उभी केली आणि अल्लाची दुआ मागितली.

मला चर्रर्र झालं. आपली आत्या तर अजून चाळिशीची असेल. मी वय मोजत मोजत मागे गेलो. तिरोनी आत्या ओट्यावर उभी राहून गोष्ट सांगते आहे —

मधेच ड्रायव्हर मला विचारतो, तुमच्याकडे पेंढारी अजून आहेत का? तुमच्याकडे ब्राह्मण अजून आहेत का? आणि अखबारांत वाचलं आहे की खुदाचा अवतार कृष्ण अजून प्रकट होऊन दांडिया खेळतो? ये सच है?

सलीमनं त्याला ताबडतोब गाडी पंपावर न्यायचा हुकूम देऊन पुढचे मला अडचणीत टाकणारे प्रश्न चुकवले. पुढच्या आठवड्यात मी दिलवरकडून आपणांना निरोप देईन. गाडी येईल. जरूर या. अली साहेबांना पण घेऊन या. खुदा हाफीज. नमस्ते.

आम्ही दोघा मराठ्यांनी जड हात एकमेकांना दिले.

अली म्हणत होता, फाळणीमुळे श्रीमंत लोकांनाच पळावं लागलं, तरी ते दोन्हीकडे पुन्हा प्रस्थापित झालेच आहेत. प्रश्न बिचाऱ्या गरीब लोकांचे मिटलेले नाहीत. आणि गरीब लोकांमध्ये मुसलमान ज्यास्त होते. अजूनही तसंच आहे. दरम्यान, मी फ़ैज़चा एक शेर आठवून आठवून टेबलावरच्या कागदी रुमालावर लिहून काढला होता —

यह शहर भी शायद छीन लेंगी अब दुनिया
किसको याद रखना है किसको भूल जाना है

म्हणालो, गरीब असो श्रीमंत असो, हिंदू असो मुसलमान, *आबरू क्या खाक उस गुल की के गुलशन में नहीं*. माझ्या डोक्यात तिरोनी आत्याच्या कडेवर बसून गोष्ट ऐकणारा खंडू अजून पूर्वपदावर येत नव्हता. म्हण, खंडू, *साळईचं घर*... मी म्हणतो, *मेणाचं*. हाँ. आत्या तीव्र उंच आवाजात, खंडू, पुढे — *कावळ्याचं घर*... मी म्हणतो, *शेणाचं*. सातशे वर्षांपासून चक्रधरस्वामींनी धानीला सांगितलेली गोष्ट. मी फार अस्वस्थ झालेलो आहे आणि बोटं भाजताहेत तरी दुसरी सिगरेट शिलगावण्याचं अवधान नाही, हे पाहून मला त्याची सिगरेट देत अली म्हणाला, खंडेराव ह्या हफ्त्यात स्पेशल कार करून आपण लाहोर-चकवाल-हजरा-पेशावर आणि वापस. सगळे मठ छानून काढू. ओके? मंडीचं आणि माझं सगळं फायनल झालं आहे.

मी सगळा खर्च देईन, यारू, प्लीज...

हे बघ खंडेराव, मंडीला तखीलेपर्यंत जाऊन यायचं एक प्रोजेक्ट मंजूर होऊन आलं आहे. आपण तिच्या गाडीतच जाऊन येऊ.

हम भी हैं वहीं तुम भी हो वहींऽऽ हाँऽऽऽ
ये अपनी अपनी किस्मत हैऽऽ
दिल तोडनेवाले देखके चल
हम भी तो पडे हैं राहों में

मी भावाला ट्रंक केला आहे. होऊन जाईल. आपल्याला इस्लामाबादच्या रिलीजस मायनॉरिटीजच्या ऑफिसमधून सगळ्या संन्याशिनींची माहिती मिळतेच आहे. तू काळजी करू नकोस. वायव्य सरहद्द प्रांतात हिंदुस्थानी गुप्तहेरांनी गडबड पेटवली, म्हणून हल्ली पेशावरकडे इंडियन लोकांना जाऊ देत नाही आहेत. पण आपण जाऊ. हल्ली युद्धाचं वातावरण पेटवताहेत आमचे लष्करशहा.

यारू, हिंदू-मुसलमान धर्मांमध्ये मोठी भूगर्भ रेघ आहे, हे मान्य करूनही ह्या उपखंडात आपण ती किती बुजवत आणली होती? शेवटी धर्मानंच दगा दिला पहा. भाषा, वतन, देशी पाळंमुळं — सगळ्यावर मात केली.

माँ की च्यूत, बीस लाख लोक मारले गेले. दोन्हीकडच्या दीड कोट लोकांना आपलं वतन सोडावं लागलं. तुम्हाला नुस्तं इथून बाहेर जा म्हटलं तरी संताप येतो. धमक्या देऊनही लोक आपली जागा सोडत नाहीत, अशी मुळं खोल गेलेली असतात. अशा दीड कोट लोकांना दोन्हीकडून हाकलून लावलं. मादरचोद. केवढे अपमानांचे डोंगर? ह्या पार्टिशनमुळे सबंध इंडियात किती इंडियन रातोरात परदेशी होऊन गेले?

ही फाळणी टिकेल? ही भूगर्भ रेषा वाढत गेली तर आणखी फाळण्या होतील. हिंदूंनी आपला सांस्कृतिक अवकाश मोठा केला, आणि मुसलमानांनी आपल्या सांस्कृतिक अवकाशात मोहेनजो-दडो, ऋग्वेद, रामायण, महाभारत — सगळं आपल्याच देशाचं होतं असं समजून घेतलं तरच फाळणी मिटेल. पण हेच होत नाही आहे. हिंदूंच्या सांस्कृतिक अवकाशात खिलजी, तुघलक, मलिक अंबर, अकबर, अगदी आजचे अली अकबर, गालिब, मीर, फैय्याझखाँ, बेगम अख्तर, मधुबाला — किती आहेत? उर्दू आहे. सगळीकडचे अवलिये, पीर आहेत. राष्ट्रगीतातही सिंध आहेच, पण इकबालसारखे हिंदूंना का घरात घेता आले नाही? मलिका पुखराज, नूरजहाँ का नाही ठेवता आल्या? इकडे येऊन तरी नूरजहाँनं काय केलं? हिंदुस्थानातला तिचा शेवटचा पिक्चर *जुगनू* करून इकडे आली आणि संपलीच.

आणि फैज़?

और भी दुख है जमाने में मोहब्बत के सिवाय
राहते और भी है वस्ल की राहत के सिवाय

वा! खरे हिंदू तर इकडे काबूलपासून सतलजपर्यंतच आहेत. हे हिंदूत्व तिकडच्यांनी पळवलं आणि इकडच्यांनी टाकून दिलं — हा खरा घोटाळा झाला आणि इंग्रजांनी माय घातली.

हम हो गये पराये अब उनसे वास्ता क्या?

फाळणीमुळे झालेले हे आमचे मोठमोठे तोटे — जमिनीचं जाऊ द्या, पण सांस्कृतिक अवकाशाचंसुद्धा पार्टिशन?

मुसलमान भारतीय असो, पाकिस्तानी असो, फाळणीच्या विरोधातच असला पाह्यजे. फाळणीमुळे सगळ्यात ज्यास्त फटका मुसलमानांना बसला आहे, यारू. भारतातला एवढा मोठा मुस्लीम वारसा तुम्ही सोडून द्यावा? हिंदूंनी पाकिस्तानातला हिंदू वारसा नाही सोडला. सोडणारही नाहीत.

खंडेराव, हा एक प्रकारचा हिंदू साम्राज्यवादच नाही वाटत? पाकिस्तानी मुसलमानाला असं नाही वाटलं, तर ते चुकतं?

पाकिस्तानचा तोटा फाळणीमुळे काहीच नाही झाला? स्वतंत्र तर होणारच होतो आपण सगळे.

इकबालसाहेब म्हणालेच होते,

तुम्हारी तहजीब ख़ुद अपने खंजीर से ख़ुदकुशी करेगी

ख़ुदकुशी? कोणी ख़ुदकुशी केली? हिंदुस्थानी हिंदूंनी की हिंदुस्थानातल्या मुसलमानांनी? की सगळ्या उपखंडातल्या हिंदूंनी आणि मुसलमानांनी मिळून केली?

त्यापेक्षा पाकिस्ताननं हिंदुस्थानची ख़ुदकुशी केली आणि हिंदुस्थाननं पाकिस्तानची — असं म्हणू या!

हॉ हॉ हॉ

ह्या फाळणीमुळेच आपल्याकडे अतिरेकी धर्मांध लोक शिरजोर झाले. नाहीतर इकडच्या मुसलमानांचा तिकडच्या हिंदूंवर आणि तिकडच्या हिंदूंचा इकडच्या मुसलमानांवर अनेक शतकांपासून आंगचाच दबाव होता.

अफ़साना लिख रही हूँ दिले बेकरार का
आँखों में रंग भरके तेरे इंतजार का

ह्याच वेळी अलीला आणि मला शोधत डॉ. जलील, तिवारी, मिश्रा आणि मंडी वगैरे ५-६ जण दिलवरच्या धाब्यावर आले. काय खुदकुशी चालली आहे जनाब? सुबहान अल्ला म्हणत चहा मागवून जलीलसाहेब म्हणाले. पार्टिशनबद्दलचं

ऐकून झाल्यावर जलील सर आपल्या कराचीच्या गोप भंभाणी नावाच्या हिंदू पुढारीमित्राच्या गमती सांगतातः भंभाणीच्या मते पाकिस्तान जिनामुळे जितका झाला नसेल, तितका त्या नंगा फकीर गांधीमुळे झाला. कसं? बुड्ढा बुलंद हिंदू होता. म्हणून तर त्याला नकली हिंदूनं मारलं. त्या संघी आणि हिंदूमहासभावाल्यांना सावरकरांसारख्यांना कोणी मुसलमान डरत नव्हते. ते तकलादू हिंदू, यार. त्यांच्या दंग्यांना कोण मुसलमान घाबरतो? खरी भीती मुसलमानांना गांधीच्या हिंदूत्वाची — त्या प्रार्थना, भजनं, ते नंगं बदन, उपवास — तोही महिने महिने. आणि मुसलमानांची सतत बाजू घ्यायची, दाखवायला दिलदार हिंदू. त्यामुळेच मुस्लीम लीगचे मुसलमान घाबरले देखो. नाहीतर अखंड हिंदुस्थानात राहायची ह्यांना काहीच दुसरी धास्ती नव्हती — होती ती ह्या सर्वभक्षक भयानक गांधी हिंदूपणाची. *ईश्वर अल्ला तेरो नाम* म्हणत झांजा वाजवल्या बुढ्ढ्यानं की इकडे मुसलमानांची फाटायची. उगीच नाही तुम्ही त्या बुड्ढ्याला *फादर ऑफ द नेशन* केलं. जनाब भंभाणीही सांगतो, गांधी काँग्रेसचा सर्वेसर्वा नसता ना — समजा नेहरू असते, पटेल, सुभाषचंद्र असते, तर पार्टिशनचं लीगच्या मुसलमानांच्या डोक्यातही आलं नसतं. पण तुमचा गांधी हिंदू खतरनाक.

हा गोप भंभाणी बेचाळीसच्या चळवळीचा सिंधमधला सूत्रधार. त्याचं पाकिस्तानवर इतकं प्रेम की पार्टिशनच्या वेळी सिंधी हिंदूंनी हिंदुस्थानात पळून जाऊ नये, म्हणून अखंड हिंदुस्थानवादी मुसलमान नेत्यांबरोबर यानं आटोकाट प्रयत्न केले. त्यामुळे सिंधमध्ये अजून हिंदू लोकसंख्या बरीच आहे. पण गंमत म्हणजे भंभाणीची पाकिस्तानवरची कट्टर राष्ट्रभक्ती मुसलमानांनाच सहन होत नाही. हॉ हॉ. हिंदूंना त्याची पाकिस्तानभक्ती आवडत नसेल, हे ठीक, पण त्याच्याही पेक्षा पाकिस्तानी मुसलमानांनाच हे अनैसर्गिक वाटतं! द्या टाळी. हॉ हॉ हॉ. दोन्हीकडचे लोक त्याचा शर्थीनं द्वेष करतात. हे शोभतं का हिंदूला — असं हिंदू आणि मुसलमान दोन्ही म्हणतात. हॉ हॉ हॉ. आता पाणिनीचा पोस्टल स्टॅम्प पाकिस्तान पोस्टानं काढू नये, हिंदुस्थान सरकारनंच काढला पाहिजे. सॉरी, पाकिस्तान सरकारनं काढला पाह्यजे, कारण पाणिनीचं जन्मगाव कुठे आहे? हे भंभाणीचं बरोबर नाही?

— जलील साहेब आता हळूहळू हिंदुस्थानच्या ऐवजी पाकिस्तान म्हणायला लागले आणि पाकिस्तानच्या ठिकाणी हिंदुस्थान. हिंदूंच्या ठिकाणी मुसलमान आणि याच्या उलट. आम्हां ऐकणाऱ्यांना हळूहळू स्वतःच्या डोक्यात हे बदलून उलटं करायचा कंटाळा आला आणि ते जसं जलील सर म्हणतील तसंच चुकत असूनही बरोबर समजून पुढे ऐकत राहिलो. पुढे पूर्व आणि पश्चिम यांच्यातही

अदलाबदल होत चालली. म्हणजे ते म्हणत होते लाहोर खरं तर पूर्व पंजाबात जायला नको होतं. पश्चिमेकडच्या पंजाबी हिंदूंचं ते शहर होतं, असं ते म्हणत राहिले. तरीसुद्धा एकूण अर्थबोधात फारसा फरक कोणालाच जाणवत नव्हता. उदाहरणार्थ, जलील सर म्हणत होते,

तुम्ही काही म्हणा बच्चे लोग, ह्या उपखंडात खरं सहिष्णू व्यक्तिमत्त्व कोणाचं घडत असणार, असं तुम्हांला वाटतं? पाकिस्तानच्या (? हिंदुस्थानातल्या) हिंदूंचं (? मुसलमानाचं). लहानपणापासून ह्या एका धार्मिक अल्पसंख्याक गटाला सर्व प्रकारचा मानसिक कोंडमारा, तुम्ही सगळे देशद्रोही आहात असे पोरकट आरोप, तेही मुसलमान (? हिंदू) गुंडांकडून. आपण परके आहोत ही ह्या बिचाऱ्यांना नेहमीच पराणी. ह्याच हिंदुस्थानातल्या (? पाकिस्तानातल्या) मुसलमानांना (? हिंदूंना) खोट्या गोष्टींना खोट्या आहेत हे ओळखण्याचं बाळकडू लहानपणापासून मिळतं. किती अपमान सहन करावे लागतात? हा फायदा पाकिस्तानातल्या मुसलमानांना (? हिंदुस्थानातल्या हिंदूंना) कधीच मिळत नाही. अशी पराकोटीची सहनशीलता व्यक्तिमत्त्वात नैसर्गिकतःच आलेली ग्रेट पिढी आता तयार होते आहे — पाकिस्तानात? हिंदुस्थानात? उपखंडात? पाहाल तुम्ही.

फाळणीनंतर हिंदुस्थानात (= पाकिस्तानात) राहाण्याचा निर्णय घेतांना मुसलमानांनी (= हिंदूंनी) योग्य जजमेंट दाखवलं, असंच इतिहास पुढे सिद्ध करील.

ए मोहब्बत तेरे अन्जाम पे रोना आयाऽ

नंतर जलीलसाहेब दिल्लीच्या ठिकाणी इस्लामाबाद आणि जमाते इस्लाम पार्टीला जनसंघ म्हणायला लागल्यानं उपखंडातल्या एकूण राजकीय परिस्थितीसादृश्याबद्दल आमची खात्री पटत गेली. काय फरक पडतो राव, ह्याच्याऐवजी ते किंवा त्याच्याऐवजी हे म्हटल्यानं? म्हणा, कोणाला कळतात त्या कुराणातल्या ऋचा किंवा वेदातल्या आयती? तेच ते.

द्वापरी श्रीकृष्णचक्रवर्ती गोसावियांचे चरण शरणे :

...ह्या स्मरणापलीकडच्या काळापासून आजपर्यंत लाखो भोळेभाबडे गावठी जीव उद्धरणाच्या आशेनं इतक्या कडक आचारविचारांचं पालन करत आले. शेवटी आमची तिरोनी आत्या *प्रतिष्ठानी श्री चांगदेवो राउळ सर्वज्ञांचे चरण शरण :*

म्हणत इकडे पायी चालत आली. त्यांचे गोसावी चक्रधरस्वामी म्हणायचे, काय किरकोळ प्रपंचाच्या भानगडींमध्ये अडकता हो? *तुम्ही महात्मे की गा : एकी गावी जेविजे : एकी गावी आंचवीजे :* ह्या आमच्या आतेची अवाढव्य मूर्ती काळ्या पदरात डोक्यावरून पूर्ण पांघरलेली मोरगावला जेवते आहे आणि इथे पेशावरच्या रस्त्यावर हजऱ्याला आचवते आहे, असं जाणवून मी अस्वस्थ होऊन गेलो. मंडीच्या गाडीतून तक्षशीलेतून परततांना फक्त रावळपिंडीकडून चकवाल इथला एक मठ पाहायचा राहिला होता. जलील साहेबांच्या पेशावरकडच्या त्यांच्या नातेवाइकांनी बरीच मदत केली. अलीच्या इस्लामाबादच्या नातेवाइकानं कुठे कुठे जयकृष्णी मठ संन्याशिणी वगैरेंसह ॲक्टिव आहेत, त्या सगळ्यांची व्यवस्थित माहिती दिली होती. त्यानुसार आम्ही नीट नकाशा करून मुलतानपासून हायवेनं लाहोरहून थेट पेशावरपर्यंत मुक्काम करत करत गेलो.

बहुतेक मठ मशिदींसारखे, खानका म्हणवणारे, २-४ पंजाबी संन्याशांनी चालवलेले. वजिराबाद, जलालपूर, रावळपिंडी, हजरा, अटक — प्रत्येक ठिकाणच्या महानुभाव मठात देवपूजा करत गेलो. गादीवरचे विशेष कपाळाला लावले, की जमलेल्यांना माहीत नसलेल्या खानदेशातल्या महंतांची ओळख देत राह्यलो. दख्खनकडचे लोक आता इकडे येत नाहीत, असं मोडकळीला आलेल्या, धुळीनं भरलेल्या ह्या खानकांमधले थकलेले, निरुत्साही महानुभाव महंत, म्हाताऱ्या संन्याशिनी सांगायच्या. पूर्वी सरंजामी स्वातंत्र्यपूर्व समाजात आजच्यासारखी निर्घृण धार्मिक कट्टरता नव्हती. नबाबांमध्ये आमच्यासारख्या मूर्तिपूजाविरोधी, देवदेवता न मानणाऱ्या हिंदू संन्याशांना आश्रय देण्याच्या, दानं देण्याच्या प्रथा गावोगाव होत्या. इकडच्या पंचपीरांना महानुभाव मानतातच. मध्यमवर्गी पंजाबी मुसलमानांमध्ये, पठाणांमध्ये मुलगा झाला, मुलीची शादी जुळली की सबंध मठाला भोजनं देण्याची रीत होती. शेतकऱ्यांना बरकत झाली की मठांच्या कोठ्या गव्हाच्या पोत्यांनी भरायच्या. गरीब मुसलमान आपापल्या जातींच्या रिवाजानुसार भुतंखेतं उतरवायला यायचे. मठाला मानमानता दिले जायचे. आता ह्या गोष्टींना प्रतिष्ठा राहिली नाही. श्रीकृष्ण श्रीकृष्ण.

हे सगळे फाळणीच्या तडाख्यात आपापल्या प्रांतांमधून बिछडलेले, बेवतन, असहाय गोसावी, जोगिणी. यांच्याशी आता काही धार्मिक संवादसुद्धा होणं अशक्य. सगळ्यांना वाटायचं आम्ही मुक्काम करून हिंदुस्थानातल्या महानुभाव मंडळीच्या हकीकती सांगाव्या. रिधपूरला तो घोडा आहे का? ती विहीर आहे का? आम्हाला याच्यात काहीच रस नव्हता. आमचं एक माणूस फक्त वीस वर्षांनंतर पाहायचं होतं.

कोण? कुठले? अशी अशी हिराइसा नावाची, मोरगावची दखनी मराठी बाई, चाळिशीची, कुठे सापडेल का? सारंगधर महंतांचा मार्ग इकडे कुठे आहे का? ह्या प्रश्नांची उत्तरं कुठेच मिळाली नाहीत. मग तत्काळ उद्धटासारखं निघायचं. कोणा गरीब महंतांना वाटायचं, ही पोलीस चौकशी तर नाही? निराशाजनक आठवडा गेला. वाटेत महानुभाव पंथावर मंडी आणि अलीशी कंटाळा येईपर्यंत चर्चा : नाकाला येणारा शेंबूड आणि स्त्रियांची मासिक पाळी यांच्यात काहीच फरक नाही, असं चक्रधरस्वामी मानायचे — त्या काळात. स्त्रीमुक्ती, स्त्रीपुरुष समानता, जातीयता विरोध, अहिंसा, करुणा, ग्रामीण क्षेत्रात प्रबोधन, उच्च दर्जाचं देशात अन्यत्र कुठेही नसलेलं गद्य वाङ्मय, पुरोगामी विचार — हे सांगता सांगता मला अचानक निराशेचा झटका यायचा. आपल्या ह्या शोधाचा अंत असा निष्फळ. त्यात किती लोकांचा वेळ आपण वाया घालवला? मंडीनंही किती कष्ट घ्यावे?

खंडेराव, मला ह्या सगळ्या गोष्टी मोठ्याच वाटतात. पण शेवटी आपण दुसऱ्यांच्या श्रमावर जगावं, हे तत्त्वज्ञान थेट बौद्धांपासून कॅथॉलिक मठांमधे सुरू झालं आहे. ते माझ्यासारख्या ब्रिटिश, युरोपी, पाश्चात्त्य म्हणा — प्रॉटेस्टंट तत्त्वज्ञानावर वाढलेल्या बाईला जरा खटकतं. एवढं एकच खटकतं. ही पहा इथे भिकाऱ्यांची रांग उभी आहे. काहीतरीच वाटतं त्यांना दिलं तरी, नाही दिलं तरी.

दुसरी एक बाजूही पहा, मंडी. हे आपल्यावर पैसे द्या अशी बळजबरी तर करत नाही आहेत? हे कोणाला छळत नाहीत. उपद्व्याप करत नाहीत. ह्यांच्यात काहीही महत्त्वाकांक्षेतली राक्षसी वृत्ती दिसणार नाही. मुख्य म्हणजे कुठलाही अभिमान गर्व न बाळगता प्रामाणिकपणे आपण दीन लीन आहोत, आस, मोह यांचा त्याग केला आहे हे तनमनधनानं जाहीर करणं, यालाही केवढं धैर्य लागतं? भीक मागायला केवढं धैर्य लागत असेल? भविष्यातल्या शांतताप्रेमी मानवी समाजांना पुढे हेच आदर्श रूढ करावे लागतील — भीक मागण्यातलं नम्र थोरपण. सर्वसाधारण पैसेवाल्याला वाटते तशी भीतीसुद्धा यांना कधी नसते. ...लाचारी? लाचारी पार्लमेंटमधल्या लोकांमधे, लष्करातल्या अधिकाऱ्यांमधे याच्यापेक्षा जास्त असते. युनिवर्सिट्यांमधे प्रमोशन मिळवणारे प्रोफेसर यांच्यापेक्षा लाचार असतात. स्पर्धेच्या जगातून आपण पूर्ण बाहेर पडलो आहोत, माघार घेतली आहे, असं हे ढोंगी संधिसाधू लोक प्रामाणिकपणे जगजाहीर करत नाहीत. भिकारी ते धाडसानं करतात.

...निर्लज्जपणा? राष्ट्रीय योजना, सामाजिक विमा अशा गोष्टी ज्या समाजांमधे अशक्य आहेत, त्यांचा कोण वाली असणार? भीक आणि वेश्या हे व्यवसाय कधीही नष्ट होणार नाहीत. भिकेसाठी पुढे हात म्हणजे काहीही निर्लज्जपणा नाही.

चुरस करण्याची वखवख आपण मिटवून टाकली आहे, ही कबुली यांच्या प्रत्येकाच्या चेहऱ्यावर दिसते आहे. नीट पाहिलं तर. त्यांच्यातला एक हात तुटलेला माणूस खरोखरच तसा दिसला आणि अलीनं त्याला २-३ नाणी दिली. मी पुढच्या एका अस्थिपंजर बाईला काहीतरी दिलं. मंडी तिच्या ड्रायव्हरला म्हणाली, लतीफ, बिचारीला काहीतरी दे, नंतर मी उसने पैशे देऊन टाकीन. लतीफसकट आम्ही तिघं हासलो. तसं नसतं बाई, स्वतःच धर्म करावा लागतो. प्रॉटेस्टंटांना हे कधी कळणार? पण पटलं हे चांगलं आहे.

अशा तत्त्वज्ञानामुळेच ह्या अन्यथा थोर असलेल्या हिंदूंच्या नशिबी गुलामी आली हो.

बाई, गुलामी लादणारे नसतात तोपर्यंत कोणीच गुलाम होत नसतो. मला एक सांगा — बौद्ध, कॅथालिक, आमचे लोक हे महानुभाव वगैरे, देवाला मुलं मुली कशामुळे अर्पण करत असावेत? गुलामी? की धार्मिक श्रद्धा? लोकसंख्या स्थिर ठेवण्याचा एक उपाय? अवाढव्य मठांची शेकडो वर्षांची चालत आलेली आस्थापना टिकवण्यासाठी? मठांची झाडलोट, सारवणंपोतारणं, दिवाबत्ती, पूजाआरती चालू राहाव्या म्हणून? आयुष्य समर्पण करण्याची ही कोणती पद्धत असावी?

अली म्हणतो, आज लाखांनी सैन्यात कोवळे तरुण जगभर भरती केले जातात, सक्तीनं. त्यापेक्षा हे शांतताप्रिय संन्याशी पोसण्यात काय वाईट आहे? बौद्ध मठव्यवस्था ह्या मिलिटरीपेक्षा किती उदात्त होती.

यारू, तू बरोबर बोललास. सव्वीस जानेवारीचं सैन्याचं संचलन पाहताना एकसारख्या युनिफॉर्ममधले आपण मारायला तयार ठेवतो असे कोंबड्यांसारखे सैनिक. केवढी ऊर्जा धुड्मदिशी वाया घालवण्यासाठी जय्यत ठेवलेली असते? मला तर हुंदका आल्यासारखं होतं ते दृश्य पाहतांना. भयंकर. अमानुष.

चकवालच्या मठात शेवटचं म्हणून आम्ही शिरलो. पुन्हा पदरात निराशा. तिथल्या ये जा करणाऱ्या संन्याशिनींकडे प्रत्येक आपलीच आत्या आहे, असं वाटून वाटून मला निराशेचा प्रचंड झटका आला. मंडी, अली मला हाका मारत होते, पण मला ऐकायला येत नव्हतं. त्यामुळे त्यांना काळजी वाटायला लागली. शेवटी मला उठवून ते मठाबाहेर घेऊन गेले. गाडीत बसतांना मंडी माझ्या खांद्यावर हात ठेवून म्हणाली, खंडेराव आता हे सगळं विसर बरं. आपलं इथलं रिपोर्टाचं काम आटोपलं, की तू पुण्याला फक्त पीएचडीचंच काम कर.

मग विनोदानं ती अलीला म्हणाली, लोकवाङ्मयात प्रेयसीचा शोध घेणारे असतात, लहानपणीच ताटातूट झालेल्या बहिणीचा शोध घेणारे भाऊ दिसतात, पण आत्याचा शोध घेणारा भाचा आपण नाही पाह्यला. चला.

मुलतानला जेवणाच्या वेळेशी पोचलं पाहिजे, ह्या मंडीच्या ताकिदीनुसार लतीफ ड्रायव्हरनं तुफानी वेगानं हायवे मागे टाकायला सुरुवात केली. त्या एकसारख्या आवाजानं आधीच दमलेले मंडी, अली पेंगत पेंगत हळूहळू झोपी गेले. मी ड्रायव्हरजवळ सिगरेटी पीत त्यानं लावलेली पंजाबी गाणी ऐकत हळूहळू सगळ्याच जाणिवांना झाकोळून टाकणाऱ्या अबोध अशा उदासीत गर्क झालो. प्रचंड तळमळ. कशासाठी? चकवालला कोणीतरी लख्खी यक्षराज नावाचा एक वृद्ध महंत म्हणाला की, काबूलच्या मठात बऱ्याच दखनी मराठी संन्याशिनी होत्या — त्यालाही दोनेक वर्षं झाली. तिथल्या राजवटीत महानुभाव संन्याशांना फारच उदार आश्रय आहे. मी आणखी अस्वस्थ झालो. काबूलला तर आपलं जाणंही शक्य होणार नाही. पुन्हा तिथे आत्या असेलच कशावरून? पंचवीस वर्षांत काय उलथापालथी होतात? त्या वेळी काबूलही फार परकं वाटायचं नाही. मोरगावला हिंग मसालावाला गपूरमामा नावाचा अफगाण दर उन्हाळ्यात ४-५ दिवस मुक्कामी असायचा. तो आल्याशिवाय लोणचं घालायचं शेतकऱ्यांच्या बायका मनावर घ्यायच्या नाहीत. तो आला की सौदा आणायला बायकांची झुंबड — उडीद, तीळ, मेथीच्या बदल्यात तो मसाले द्यायचा.

मघाशी आपण ते भिकाऱ्यांचं आणि बौद्ध परंपरेचं मठात मुली देवाला देणं जरा — की जास्तच — झळकवून सांगत होतो की काय? ही मोरगावच्या शाळेतल्या मित्रांपासूनची वितंडवादाची घाणेरडी सवय. *खंडेराव, फक्त गोष्ट सांगत जा राव.*

आजोबाच्या पहिल्या बायकोला म्हणजे सावत्र आजीला रुखमाआजीला लागोपाठ मुलीच व्हायला लागल्या. त्यावेळी घरात सासूचाच शिक्का चालायचा — त्यामुळे पणजीनं तिच्या महंत गुरूच्या सांगण्यावरून महानुभाव मठात दत्तापुढे नवस केला की, दत्ता, घरात मुलगा नाही. मुली काय, आता चिमण्यांसारख्या एकेक सासरी पटापट उडून जातील. की, म्हातारपणात आम्हांला कोण पाहील? की, एवढी शेतीवाडी, घरंदारं, गोठे कोण सांभाळेल? की, आमच्यानंतर का ह्या वाड्याची दारं लागलेलीच राहतील? दिवा कोण लावील? की, मी तुझी सेवा करायला माझी एक नात ओपीन, देवा, माझ्या सुनेच्या पोटात आता मुलगा देशील तर.

रुखमाआजी वारकरी घरातली. तिला आपल्या अडाणी महानुभाव सासूचा हा अघोरीपणा अजिबात आवडला नाही. हिंमत करून ती म्हणाली, काय मामी, तुमच्या पंथात तं तुमचे चक्रधरस्वामी सांगून गेले म्हंता, की पुरुषांचे काय जीऊ आणि बायकांच्या का जिउल्या? आणि आमचे तुकाराम महाराज तं म्हंता की नवसे जर पुत्र होती तं...

चूप. पणजीनं आपली वचकी सून अश्लील बोलते, नवऱ्याचं काम — असं बोलावं का? आणि मी एवढा नवस केला — आमच्या पंथाचा आमच्या दत्ताचा अपमान मी कशी सहन करू? असा धिंगाणा केला. रुखमा आजी बिचारी आधीच दोन जिउल्यांची आई. तिला गप्प बसणं भाग पडलं.

जुनाट पणजीचं ठीक होतं. नंतरच्या पालीच्या आजी, आई ह्यासुद्धा लहानपणी बहिणींकडे बेपर्वा पाहून आम्हां दोघा भावांना मायेनं कोंभाळत म्हणायच्या, बोरीबाभळी काय कशाही वाढतातच वं माय. आंबाच तं सांभाळावा लागतो. आणि हेही खरंच म्हणावं लागतं. आपल्या घरात सगळ्या आत्या, बहिणी, आत्याच्या मुली, भराभरा मोठ्या झाल्या. मुलगेच मरत गेले. वडील तेव्हा सतत आजारी, हुनाकाका बेचाळीसच्या कटात मारला गेला. गेल्या वर्षी सोन्यासारखा मोठा भाऊ भावडू गेला. आता हा एकुलता खंडेराव तेवढा आंबा राहिला आहे. आंबेराव. एकमेव खांब सगळ्या घराचा. खंबेराव. खंडेराव वंशाचा दिवा. आईनं एकदा मला पत्रात धांदलीत लिहिलं होतं, तू वंशाचा *दावा* आहेस. दिव्याऐवजी चुकून दावा. म्हणजे दिव्यापेक्षा भयंकर.

ह्या रुखमाआजीच्या दोन्ही मुली एकदमच देवीच्या साथीत मेल्या. एकाच दिवशी झावरीत दोघींना टाकून एकाच गोरमधे पुरायला नेलं तेव्हा रुखमा आजी जगात कधी कोण रडलं नसेल इतकी मोठ्यानं रडली. ह्यावेळी ती गरोदर होती आणि तिला सातमाशा रोगट मुलगा झाला. वर्षभरातच पुन्हा तिच्या पोटात चिंधूआत्या आली. खरं असं म्हणतात की, मुलींचे लहानलहान मुडदे नेतांना पाहून रुखमा आजीनं जे अंथरूण धरलं, तर पुन्हा बाळंतपणांचं निमित्त होऊन मेली. तेव्हा तर पेरण्यांची घाई. त्यामुळे मोठ्या गडबडीतच ही दुसरी आजी पाट लावून रातोरात आणली. ही आमची सख्खी सीताआजी फारच प्रेमळ, मोठ्या मनाची निघाली. तिनं तान्ह्या चिंधूआत्याला पोटच्या पोरीसारखं सांभाळलं. बोळ्यानं दूध पाजून पाजून पेरण्यांची कामंही सांभाळून तिला वाचवलं. सीता आजीचं काय पुण्य तर तिला पुढल्या वर्षी पहिला मुलगाच झाला. म्हणजे वडील, विठ्ठलराव. कर्तबगार पुढारी. हा दत्ताच्या नवसामुळेच झाला, असं सगळीकडे झालं. आता मानल्याप्रमाणे बिचाऱ्या चिंधूआत्यालाच हे मोरगावचे सगे देवाला

देतील ह्या भीतीनं तिच्या मामाकडच्या लोकांनी आधीच हरकत घेतली, की वा रे वा, आमची बहीण गेली, आता भाचीही बोडता? मुलगा तुमचा, फायदा तुमच्या दुसऱ्या बायकोला, इस्टेट त्याला, आणि आमची भाची बिचारी नीमायची लेक चिंधी — तिला मठात जोगीण करता? हॅट. कशाचा तुमचा देव मानभावड्या नं कशाचा नवस? आणखी पक्की पाचर म्हणून त्यांनी एवढ्याशा दोनअडीच वर्षांच्या चिंधूआत्याची सगाई त्यांच्या नात्यातल्या धरणगावच्या देशमुखाच्या पोराशी पक्की पण करून टाकली. झालं, पोरीला कुंकू लागलं. आता देवाला ती चालणार नाही. असं हे दत्ताचं लफडं चिंधूआत्याच्या आजोळच्या राजकारणी लोकांनी आमच्यावर आणि दत्तावरही उलटवून टाकलं.

पण हे प्रकरण इथेच मिटतं तर ते मानभाव देव कसले? वडलांना त्याच सुमारास कुठल्या तरी दुर्धर रोगानं पछाडलं आणि ते हळूहळू हाडांचा सापळा दिसायला लागले. अनेक भगत, मांत्रिक, वैदू आणि वैद्य करून झाले, पण विठू वाळतच चालला. आणि पणजीही अचानक मेली. मग गावचा लालू भगत घुमवला. त्यानं सत्य बाहेर काढलं, की सीते, देव कोपलाय बहिना तुमच्यावर. तुह्या सासूनं देवाले कबूल करेल पोरगी त्याले देली नी. सीताआजी म्हणाली, मले मुलगीच नाही तं मी काय देऊ? भगत म्हणाला, नवस कर. म्हना, देवा मले पोरगी देशील तं तुले वाहीन. नाही तं दार लागीन म्हातारे तुह्या घराचं. आजी बिचारी घाबरीघुबरी दत्ताच्या वारी मठात गेली. आणि दत्ताला लोटांगण घालून पुन्हा त्याला अडकवलं, की मागं माह्या सासूनं तुले कबूल करेल पोरगी आता माह्या पोटी देशील तर तुले वाहीन, बाप्पा. पन माह्या पोराले बरं कर. असा हा आधीच्या नवसातच पोटनवस करून मुचलक्यासारखी पुढे आठ वर्षांनी होणार असणाऱ्या तिरोनीआत्याला मठातल्या देवाकडे आधीच नोंदवून टाकली. श्रीकृष्ण. श्रीकृष्ण. म्हणजे तिरोनी आत्या जन्मायच्याही कित्येक वर्षं आधी संन्याशीण होती. जशी पोटी आली, तोंडात माळ घेऊनच जन्मली म्हणावं. तिरोनीआत्या. आजन्म ब्रह्मचारी? जन्मपूर्व पूर्वजन्म ब्रह्मचारी. *देमती, दैवे करावे ते केले : पुरुषे करावे ते ठेले :*

खरं तर आजपर्यंत हिंदू धर्मात मुलीसाठी कोणी नवस केला आहे? हा ऐतिहासिक प्रकार आमच्या घरात झाला. ही नवसाची मुलगी, म्हणून तिरोनीला जन्मापासून महत्पण आलं. त्यातून तिचे दाट लांब केस त्रिवेणी नावासारखे. असे केस देवालाच शोभतील बाई, बाया कौतुक करायच्या. देवबी पहा कसा आप्पलपोटा असतो? आपली ती कशी बरोबर रूपानं गुणानं अप्सरा केली. काही जण म्हणायचे, पोरीनं सोनं जन्मतःच वाचवलं हुंड्याचं. वाड्यात खेळणाऱ्या

पोरींमध्ये उजळून निघणारं तिचं रूप पाहून पाहुणे कनवाळू हात तिच्या लांब केसांवर फिरवत म्हणायचे, हीच का ती मानभावीण बाई? माय माय माय. खेळून घे माय थोडे दिवस. एकदाची डोई बोडली नं काजळीत भिजलेली काळी चिरगुटं अंगावर चढली, की मग खा कोरके नं करा घोक. असं म्हटलं की, अंगातली परकरचोळी जणू पेटेल अशी तिरोनी लाल लाल होऊन अंगणामध्ये हळूहळू परकी आसरा दिसायला लागायची. साध्वी तिरोनीआत्या, जणू ती ह्या जगातली नव्हतीच.

बिचारी एकुलती एक लाडाची पोरगी — अजून लहान आहे. पाच वर्षांची तर आहे. आठ वर्षांची होऊ द्या. मग राहू द्या अजून वर्षभर. बाराव्यापर्यंत काही न्हाण येत नाही. खेळू द्या. मग ते मठ नू देवपूजा नू भगवद्गीता न घोकंपट्टी आहेच. असं करत करत चौदाव्या वर्षी तिला दीक्षा द्यावीच लागली. खानदेशातले मोठे महंत सारंगधर जावळेबुवा यांचा मार्ग त्या वेळी थेट काबूलपासून रिधपूरपर्यंत जाणारा आमच्या मोरगाववरून चालत येत होता. त्यांची दीक्षा घ्यायची ठरली. हे जावळेबुवा लहानपणापासून लाहोरच्या पाठशाळेत मोठे पंडित झाले. देशातल्या तेराही आम्नायांत पंथाच्या आचारमालिकेवर त्यांच्याइतका अधिकारी संन्याशी नव्हता. त्यांना रावळपिंडीच्या भक्तानं सोन्याची मूठ असलेलं छत्रचामर आणि चांदीची पालखी दिलेली होती. वर्षादोनवर्षांत जावळेबुवा परत इकडून पंजाबात जाणार होते. तोपर्यंत आत्या इथेच मठात संस्कृत शिकणार होती. सगळे सांगतात, आत्याचा दीक्षाविधी मोठ्या धूमधडाक्यात साजरा झाला. गावातल्या मांगांनी केलेला सनया-सूर-चौघड्याचा मोठा वाजंत्री नाद अजून मला ऐकायला येतो. संबंध गावात वेस पंगत, वरणबट्टी घरचं तूप. आजी आठवण सांगायची की एवढुसा खंडू सारखा सारखा आत्याकडे धावतो. तिच्या पुढच्या रेशमासारख्या केसांचा ढीग स्पर्शायला धडपडतो आहे, आई ओढून ओढून दुसरीकडे नेते आहे. शू : आता तिरोनी नाही म्हणायचं, हिराइसा म्हण. तिरोनीआत्या आता हिराइसा झाली. पांढऱ्या शुभ्र डोक्यावर हळद तेल लावलेला देवीसारखा मोठमोठ्या डोळ्यांचा तेजःपुंज चेहरा.

कसा जातो महानुभावांचा मार्ग? खंडवा, रतलाम, ग्वाल्हेर, मथुरा, जालंधर, लाहोर, पेशावर, काबूल. आता केव्हा येशील हिराइसा? बारा वर्षांनी. गावाबाहेर राहुट्या पडल्या. निघायची वेळ झाली? अरे आता आपली आत्या संन्याशीण झाली आहे, खंडू. नाही जायचं आत. *स्वदेशसंबंधु त्याज्य : संबंधियांचा संबंधु*

तो विशेषता त्याज्य. उंच आंब्याच्या झाडावर हुशहुश करत मी चढून बसतो. लहान लहान गाठोड्या बाचकी झोळ्या खांद्यावर टाकून राखी कुडत्यांमधले संन्याशी, लाल कपड्यांमधले महंत, काळ्या चिरगुटांनी पूर्ण अंग, डोक्याचे गोटे, कपाळ, मान लपेटून चेहरा जेमतेम दिसेल अशा संन्याशिणींमधे आत्या कुठे दिसते का, म्हणून मी धडपडून फांदीवर पुढे सरकतो. ओळखली. तिरोनी आत्या. तीच सगळ्या संन्याशिणींमध्ये सारखी मागे वळून वळून पाहाणारी लहानखुरी, तुरूतुरू चालणारी आमची आत्या. हा शेवट. गेली वीस वर्षं मी हेच दृश्य पाहत फांदीला लटकून आहे.

नंतर वर्षभरातच उपखंड हादरवून टाकणाऱ्या घटना घडल्या. कुठे आमचं सातपुड्यातलं लहानसं मोरगाव — तिथेसुद्धा तडा गेली. सारंगधरबाबांचा मार्ग पेशावरकडे कुठेतरी चालला असतांना इकडे देशाची फाळणी झाली. हाहाकार. बिचारी तिरोनी आत्या. तिकडेच अडकली.

बिचारी? जरब बसेल असा, कपाळापर्यंत काळा पदर पांघरलेला गुरूआईचा तेजःपुंज चेहरा समोर आल्याबरोबर मी दचकतो. खंडू अरे, बिचारी बिचारी काय लावलं आहेस मघापासून? एवढा शिकलास गेली वीस वर्षं. एवढीही तुला शंका असू नये की आपण एक चूक करत असू, ती म्हणजे आपण विचारच चुकीचा करत असू? अरेरे. काय तुह्या इंग्रजी शिक्षणाचा उपयोग? एवढा पीएचडी होतोयेस आणि एवढं तुला समजू नये की, श्रद्धेमुळे तर ह्या आयुष्याला अर्थ आला आहे. बळ आलं आहे. करोडो लोक कष्ट करून जगत असतात, ते ह्या श्रद्धेमुळे. शांतपणे गरिबी, व्याधी, जरा-मृत्यू सहन करतात, ते ह्या श्रद्धेमुळे. बिचारी बिचारी म्हणणं बंद कर. सबंध जगातल्या सगळ्या संसार करणाऱ्या बायका बिचाऱ्या कां नाहीत? आपल्या घरातल्या बाकीच्या बायका कां बिचाऱ्या नाहीत? सिंधुमावशी? तिची सुधी बिचारी नाही? आत्याचं काय? बायडीचं काय? सोनावहिनीचं काय? लाडकीचं काय? जा, खंडू, आपण विचार कसा करतो, याचा विचार करायला शीक. तेवढंच खरं शिकण्यासारखं असतं.

जेथौनि सुरुवात होती तेथचि प्रतिकूळ करावे ऐशी बुद्धी उपजे — अशी एक विद्या आमच्या गोसाव्यानं सांगितली आहे : *अज्ञानी अन्यथाज्ञान : अन्यथाज्ञानी ज्ञान : निद्रा : स्वप्न : स्वप्नी आत्मज्ञान :*

कव्हणी एकी तिरोनी असे...

आंब्याच्या झाडावरून हातात मोडलेली फांदी सांभाळून वीस वर्षं कोसळत कोसळत मी डोक्यावर आदळतो. ड्रायव्हर एकदम वेग कमी करून लेन बदलून थांबतो. क्या हुआ? घामानं डबडबलेला मी दचकून उठतो. नेहमीसारखा मी

ओरडून उठलो असणार. मागे अली आणि मंडीही जागे झाले होते. लतीफ, चाय पियेंगे. पुढे धाब्यावर गाडी थांबते. मोठमोठ्यानं रेडिओवर बहाउद्दीन आणि कुतुबुद्दीन यांचा कबिराचा दोहा लागतो :

कबीरा कुंआँ एक है और पानी भरे अनेक
भांडे में ही भेद है सबका मालिक एक
मन लागो यार फकीरी मे ऽ ऽ

आडवा डोंगरऽऽ तयाला माझा नमस्कारऽऽ

वडील मृत्युशय्येवर असल्याची तार आली. तेव्हा आम्ही चारपाच जण चेरमन गिब्सच्या ऑफिसात बसलो होतो. पुढल्या वर्षी आमचा रिपोर्ट प्रसिद्ध करण्यापूर्वी आमच्या कमिटीच्या शेवटच्या बैठकी कुठे घ्याव्या — न्यूयार्क की लंडन की कराची की दिल्ली — याच्यावर चर्चा करत होतो. ब्रिटिश म्युझियम आणि बीबीसी मिळून एक डाक्युमेंटरी ह्या उत्खननावर काढणार होते. खंडेराव आणि अली यांनी तेही काम स्वीकारावं, पैशे भरपूर, शिवाय तरुण पुरातत्त्वज्ञांना परदेशात दुर्मीळ अशी काम करण्याची संधी. मी माझ्या पीएचडीच्या कामाचा हिशेब करत मनातल्या मनात मांडे खात असतांनाच कोसळलो. तिवारी आणि मिश्रा धाडकन आतच शिरले, मागून सांखळिया सरही आले आणि गिब्सच्या कानात काहीतरी बोलले. नंतर उस्मान आला. हे सगळं इंडियनपाकी स्टाइलचं घुसणं वगैरे पाहून गिब्सचा चेहरा चिडलेला दिसत होता. त्यांनीच मला बाहेर जायला सांगितलं. मागोमाग सगळेच ऑफिसबाहेर आले. पोस्टमन डोक्यामागून कॉलरखाली मानेवरचा घाम मोठ्याशा पंचानं पुसत उभा होता. मी तार घेतली आणि कशीबशी सही करता करता वाचली. डोक्यातलं पुरातत्त्वाचं सगळं संचित पुसलं गेलं आणि मोरगावला आमच्या घरात भुईये उतारलेल्या वडलांच्या भोवती आता आपण सोडून सगळे जमले आहेत, असं दृश्य उमटून गेलं. जलील सरही धापा टाकत तंबूबाहेर आले. मी तिथल्या कॅण्टीनच्या तंबूला टेकता टेकता घसरलो. उस्माननं मला मागून धरून उभं केलं. कोणीतरी हातातली तार काढून घेतली. कोणीतरी पाणी आणलं. धावाधाव. पळापळ. मी सावरून डोकं संथ ठेवण्याचा प्रयत्न करत होतो. ढिंमनस्क. आयुष्यात कधीतरी घडणारं असं

काहीतरी चाललेलं वाटत होतं. तिघंचौघं मला ओढतच तंबूत घेऊन गेले. कॅन्टीनवाला चहा घेऊन आला. सांखळिया सर गावाकडे संपर्क करायचा ट्रंक नंबर माझ्याकडून घेऊन गेले. संतापून जिकिरीला येऊन ट्रंकफोनमधून ओरडून ओरडून बोलत होते.

जरा वेळानंतर ते पुन्हा माझ्याकडे आले. खंडेराव, असं सगळ्यांना पार पाडावंच लागते. माझे वडीलही असेच — तेव्हा आम्ही नालंद्याला असेच उत्खनन शिबिरात होतो. तेव्हा तर प्रवासाच्या काहीच सोयी नव्हत्या. मी सौराष्ट्रात उंटावरून गावी पोहोचेपर्यंत तिकडून येणाऱ्या एका माणसाकडून कळलं की पिताजी शांत झाले आहेत. असू दे. इकडचं आम्ही बघून घेऊ. तू आधी दिल्लीहून भुसावलला पोहोच. आताच तुझ्या रेल्वेतल्या मेहुण्याशी ट्रंकवर बोलणं झालं आहे. घरी गेल्यावर कळव. तुझं सगळं सामान तिवारी आणि मिश्रा डेक्कन कॉलेजवर नेतील. काळजी करू नकोस. अलीचा भाऊ तुझी सगळी व्यवस्था करतो आहे. तू तर एकुलता एक मुलगा. हिंदू रीतीनुसार तुझी मांडी मिळाली पाहिजे, आणि आता अग्नी तर तुलाच द्यावा लागेल. इथून लाहोरपर्यंत तुम्ही आज रात्रीपर्यंत पोहोचायची व्यवस्था होते आहे. खांद्यावर हात थोपटून ते बाहेर गेले. सगळे अमेरिकन आणि पाकिस्तानी मित्र एकेक बसून गेले. दरम्यान, जैतली आणि ढवळेसर दोघांनी माझं तंबूतलं सगळं सामान दोन मोठमोठ्या ट्रंकांमध्ये भरून त्या बंदही करून ठेवल्या. जलील सर मधे एकदा येऊन लाहोर-बाघा बॉर्डरचं क्लीअर झालंच असं समजा, अलीचा भाऊ संरक्षण खात्यात मुख्य अधिकारी आहे, असं सांगून गेले.

अली आणि मी लाडकान्याहून एका ट्रकवर लगेच लाहोरला निघायचं ठरत होतं. थोडं खाऊन जा. एक अमेरिकन डॉक्टर मित्र म्हणाला, अशा वेळी शरीराला पाणी फार लागतं, मोठी वॉटर बॉटल भरून घ्या. दिलवरच्या धाब्याकडे चालत जातांना एकदम समोरून ट्रक प्रखर हेडलाइट टाकत आली आहे आणि दिशाशून्य झालेल्या आपल्या मेंदूला नुस्तं भांबावून उभं राहण्यापलीकडे कोणत्याच आज्ञा देता येत नाही आहेत, असं निघेपर्यंत वाटत राह्यलं. असं अ-समारंभपूर्वक कॅम्प सोडावं लागणं... कॅन्टीनमधल्या पोरांसाठी काही कपडे भेट द्यायचे होते. दिलवरकडे सगळ्यांना शेवटचं उराउरी भेटणं राहून गेलं. इथले कॅन्टीनवाले, वाहनांवाले, मजूर — सगळे घरच्च्यासारखे झाले होते. चला. तीन महिन्यांत इथला दगड न् दगड पाठ झाला होता. झुडपं, पायऱ्या, खणून ठेवलेल्या आयतांमधले शॉर्ट कट — आणि दूरवर सतत हाक मारतो आहे, असं वाटणारा सिंधुचा किनारा. जाऊ द्या.

भूक नव्हतीच, पण तिथल्या लोकांनी बळजबरीनं एक परोठा, एक वाटी डाळ खायला लावलीच. लंबी सफर है, प्रोफेसरसाब, और थोडा —

बाहेरच्या जीपभोवती आमचे सगळे देशोदेशीचे सहकारी शोकदर्शक हात पोटाशी ठेवून उभे होते. खरं तर हे पुरातत्त्वाचे लोक जगात कुठे कुठे जमिनीखालची थडगी, मम्या, सांगाडे उकरून काढणारे — इराक, पॅलेस्टाइन, ईजिप्त, इथियोपिया — आपल्या एका तरुण सहकाऱ्याचा बाप गेला तर इतके अस्वस्थ का होतात? मी सगळ्यांशी मिळूनमिसळून राहत होतो, सगळ्यांची कामं करून देत होतो, हेही असेल. पण ह्याशिवाय एक कारण असावं — आपल्या सगळ्यांचा अस्वस्थ करणारा शेवटचा मुक्काम. मृत्यू.

डंग डंग डंग डंग
डंग डंग दडंग डंग डंग

संथ डफाची घाय डोक्यात कुठेतरी उमटते. सगळ्यांच्या चेहऱ्यांवरून कृतज्ञतेचा, हळहळीचा पिसारा स्पर्शत मी शेवटचा हात हलवतो. जीप वेग घेते. अली पुढे ड्रायव्हरजवळ बसलेला. मागे वळून माझ्या हातावर हात ठेवतो. सिगरेट देतो. मग ती पेटवूनही देतो. पाणी देतो. मी बराच भानावर येतो. काय झालं हे?

लाडकान्यातल्या व्यापारी वखारींपुढच्या रांगेनं उभ्या असलेल्या ट्रकांपुढून जीप जात जात टोकावर अगदी निघायच्या तयारीतच उभ्या असलेल्या, एका सामानानं गच्च भरलेल्या ट्रकपुढे गचकन थांबते. अली आणि मी उघडलेल्या दारातून ड्रायव्हरजवळच्या सिटांवर बसतो. मागे आडव्या बाकावर झोपलेला एक जण आमच्या ड्रायव्हरला, चलो मुबारक म्हणतो. अलीनं थोडक्यात आमची माहिती दिली. लाहोरमधे रात्रीच्या जेवणापर्यंत पोहोचता येईल?

मोठ्या उंच नाकाचा मुबारक ड्रायव्हर चांगला अनुभवी असावा. उत्तर देण्याऐवजी त्यानं मागच्या झोपलेल्या साथीदाराला विचारलं, शरीफ, जामदानी ली? हाँ हाँ. पुन्हा अलीनं तोच प्रश्न. पुन्हा ड्रायव्हरनं उत्तर न देता समोरून येणाऱ्या टांगेवाल्याला उद्देशून : देखता नही क्या? आता अलीनंही फार लावून धरलं. क्यों भाई मुबारक, मैं क्या पूछ रहा हूँ? खाना खानेका वक्त — मुबारक ड्रायव्हरनं डावीकडे अलीकडे पाहत याचा समारोप केला : जब पहुचेंगे तब खाना खा लेना.

नंतर अलीला फार काळ जागं राहणं जमलं नाही. माझ्याशी फार बोलणं त्याला प्रशस्त वाटेना. हळूहळू इंजिनाच्या आवाजात पेंगत पाय लांब करून मागे मान टाकून तो झोपी गेला. आम्हां दोघांनाही रात्रीचं जागरण आणि पुन्हा चेअरमननं आज सकाळी सकाळी मीटिंग ठेवल्यानं झोपता आलं नव्हतं. माझे

डोळे मिटतसुद्धा नव्हते, असं काहीतरी मेंदूच्या आतून ताठरल्यासारखं झालं होतं. मी ड्रायव्हरला विचारलं, सिगरेट पीना चलेगा? उंच नाकाच्या मुबारक ड्रायव्हरनं काटकोनात माझ्या हातातल्या सिगरेटीकडे फक्त पाह्यलं आणि काही न बोलता तो पुन्हा समोर काचेतून पाहात हाकत राह्यला. माझ्याकडे तर पाह्यलंही नाही. माझी ओळख त्याला करून दिलेली होती. हिंदू म्हटल्यावर येणारा हा तिरस्कार मला ह्या गेल्या काही दिवसांत इकडे परिचयाचा झाला होता. आमच्याकडे गावोगाव मुसलमानांचा शेजार असतो, हे इकडच्या मुसलमानांना माहीत नाही काय? मी मुकाट्यानं राग गिळतो. सिगरेट पीत हे काय होतं आहे? काय झालं? कसं होणार? ह्यापुढचं काय काय घरदार, शेती, पीएचडी संशोधन — मेंदू ह्यांतलं काहीच आत घ्यायला तयार नव्हता. भयंकर मधली स्थिती.

वाटेत एका तिठ्यावर मुबारकनं गाडी मंद करून मागच्या झोपलेल्याला विचारलं : शरीफ, आर्मीच्या एरियातून घ्यायची का? दोनतीन घंटे वाचतील. शरीफनं उत्तर केलं, जुहर नमाजमे तंय करेंगे. वही पूछेंगे. चलने दो.

जरा वेळानं रस्त्यावरच्या एका मोठ्या मशिदीपुढे त्यांनी ट्रक उभी केली. माझ्याकडे सामानासारखंच पाहून ते दोघे नमाज पढायला गेले. अजान संपली. घाईघाईत उजू करून आत रांगांनी उभे असलेले नमाजी. आपल्यात आणि अल्लात कोणीच नसणं, फक्त डोळे मिटून प्रार्थना — हे किती धीर देणारं? आपल्यालाही तिथे उभं राहून आर्त स्वरात ओरडता आलं पाहिजे, *बिसमिल्ला इर रहमाँ इर रहीम. हे परवरदिगार, तूच महाप्रतापी आहेस, तुझ्याच ठिकाणी सामर्थ्य आहे.* आपण आपोआप लहान होऊन जातो. आपलं सगळं — इच्छा, आकांक्षा, दुःखं, चिंता — सगळं क्षुद्र वाटायला लागणं, तेही अशा डोकं पूर्ण गोठलेलं आहे असं वाटण्याच्या ह्या यातनामय प्रसंगी. आता हे दोन दिवस कसे जातात — लाहोर — अमृतसर – दिल्ली — भुसावळ — मोरगाव. खंडेराव, अल्लाला पुकार : *हे मौला, मी अपराधी आहे आणि तू उपकारी. अल्लाच्या नावाने, जो असीम मेहेरबान आणि दयावान आहे. ज्याने सूर्य आणि चंद्र यांना एका कायद्याच्या अधीन केले. ह्या सगळ्या व्यवस्थेतली प्रत्येक वस्तू ठरलेल्या वेळेनुसार चालत असते...*

दोघे ड्रायव्हर नमाज पढून आलेल्या दोघातिघांशी मसलत करत आले. सतलजला पूर आहे. रस्ता बंद असणार. आताच मागे जाऊन उलटं दुसऱ्या रस्त्यानं मुलतानपर्यंत जा, पुढे सरळ लाहोर — असं काहीतरी ठरून ते चढले. मी मान वाकवून अदाब केली, शरीफनं फक्त प्रतिसाद दिला. पुन्हा मुबारकनं पूर्ण दुर्लक्ष

केलं. अलीच्या झोपलेल्या शरीराला लागून आपली जागा घेतली आणि ट्रक मागे मागे खूप वेळ नेत उजवं वळण घेतलं. असं मागे मागे जातांना मला विचित्र काहीतरी वाटत गेलं. कुठे मागे चाललो आहोत आपण? इतका वेळ? गेल्या वर्षी असंच, असंच झालं होतं. हे काय मागे लागलं आहे आपल्या?

डंग डंग डंग डंग
डंग डंग दडंग दडंग

म्हैसूरला विद्यापीठाच्या गेस्टहाऊसवर होतो. अशीच अचानक तार आली — भावडू गेला, ताबडतोब निघ. एकटा उमदा भाऊ गेला. दीडेक वर्षाची लहानशी चिऊ आणि तरुण सोनावहिनी आता कसं आयुष्य काढतील? आता त्या निर्दय शेतीचा खोडा आपल्या पायात तर वडील अडकवणार नाहीत? आपण आता एकटेच सुपुत्र राहिलो. भाऊ गेल्याचं दुःख वेगळंच, पुन्हा ही जीवघेणी काळजी. लवकर घरी पोहोचता येईल याची खात्री वाटेना. गांधार देशापासून लढाऊ वृत्तीचे आर्य — वांशिक सरमिसळ — द्रविड, मुंडा, मंगोल, शक, मध्य आशिया : बी.ए.च्या परीक्षेतला शेवटचा प्रश्न : *वंश म्हणजे काय हे विशद करून आर्य आणि द्रविड यांच्यातला फरक समजावून सांगा.* म्हैसूर विद्यापीठातून रस्त्यावर यायलाच दोन तास लागले. तिथल्या कोणालाच धाडशी निर्णय घेता येत नव्हता आणि दुसऱ्यानं घेतलेला आवडत नव्हता. जास्त द्रविडी समतोल, संथ दीर्घमुदतीचे विचार — प्रोफेसर, सकाळी का नाही निघत? आता रिक्षा कशी मिळणार? आणि बंगलोरची आगगाडी तर एवढ्यात सुटलीसुद्धा असेल. ती अगदी सेकंदा मिनटाच्या वेळेवर चालते — हे पुन्हा जास्त द्रविडी समयपालन. दुप्पट भाडं देऊनही टॅक्सी येत नाही. रात्री रस्ताही सुरक्षित नाही. ॲक्सिडेंट फार होतात मंड्या गावाच्या वळणांवर. बंगलोरला रात्रीच पोहोचून पुढे पुण्यापर्यंत कुठे गाडी मिळणार?

शेवटी मी वैतागून लायब्रीत महिनाभर जमवलेल्या पीएचडीच्या नोंदी भरलेली अवजड पेटी खांद्यावर घेऊन बाहेर दोन मैल चालत तिथून रिक्षानं बस स्टेशनवर. तिथून एका अशाच ट्रकनं बंगलोर, सुदैवानं मद्रासकडून उशिरा आलेली आगगाडी स्टेशनात उभीच होती. घरी येईपर्यंत भावडूची तिरडी बांधत होते. लहानशा चिऊचा वहिनीला बिलगून बिलगून प्रचंड आक्रोश वाड्याबाहेरही ऐकायला येत होता. आमच्यासारख्या नुस्तं डोळ्यांनी रडणाऱ्यांना दुःखाचा आविष्कार, त्याचा खरा पल्ला जाणवून देत होता, असा आक्रोश. ह्या लहानशा पोरीचं दुःख किती वर

गेलेलं. त्या मानानं आपल्या जगण्याची तीव्रता किती खाली आहे? आपल्याला पूर्ण शरीरानिशी गदगदून रडणंही वयानुसार जमत नाही.

ह्याउलट आता सिंधपासून इकडच्या ज्यास्त आर्य लोकांच्या हमीनं निघालो आहोत. वेळेवर लाहोरला जाऊच. वेळेवर बॉर्डर क्रॉस करू. पंजाबी आर्य ड्रायव्हरचा एक अनुभव मागे चंदीगडला एका सेमिनारला गेलो तेव्हाचा — दिल्लीहून बसनं चंदीगडला जातांना अंबाल्याला लस्सीचा स्वादिष्ट हातभर पेला अर्धा टाकवेना. दूरच्या प्रवासाचा अनुभवही नव्हता. उशीर झालाच होता. पळत गेलो तर आपली बस नाही. आत सुटकेसही गेली. कुठे सापडेल? कुठे शोधा? त्यात चर्चासत्रात पहिल्याच सत्रात आपला बहुचर्चित शोधनिबंध. आपण सहा महिने खपून तयार केलेला सिंधु प्रदेशाचा नवा क्रांतिकारक नकाशा. तोही सुटकेसमधे गहाळ झाला? वर्षाभराचं संशोधन वाया गेलं. त्यात आम्ही मोरगावचे अडाणी खेडवळ. दुसरी प्रत केलेली नाही. कठीण प्रसंग. त्यावेळी चर्चासत्रासाठी उभारी केवढी? काय करायचं?

दुसरी एक चंदीगडला जाणारी बस निघायच्या तयारीत होती. अशाच उंच नाकाचा ज्यास्त आर्य ड्रायव्हर. माझी रडकुंडी ऐकल्याबरोबर अंगात क्षत्रिय वीरश्री आलेला तो फक्त म्हणाला, बैठो. भरधाव बस नेऊन चंदीगडच्या बऱ्याच आधी त्यानं आधीची, सुटकेस घेऊन जाणारी बस गाठली, ही बस त्या बसच्या पुढे नेली आणि एकदम उभी केली. गोंधळ. मागचा ड्रायव्हर शिव्या देत उतरला. ये तेरा जमाई संभाल च्युतिये, असं म्हणून मला उतरवून निघूनही गेला. मी चढून पाहतो तर माझी सुटकेस होती तिथेच. आतलं अमूल्य संशोधनही तिथेच. हा निबंध फारच गाजला. पण अजूनही रुखरुख की आपण शेवटी मराठीच — कमी आर्य, ज्यास्त शक, मुंडा, द्रविड. त्या उमद्या ज्यास्त आर्य धाडसी बस ड्रायव्हरला पैशे, बक्षीस द्यायचंही विसरून आपण आत सुटकेस पाहत राह्यलो, जिच्यातल्या शोधनिबंधामुळे आपण सगळ्यांना माहीत झालो. पंचविशीशी जगातल्या मोठमोठ्या शास्त्रज्ञांबरोबर वावरू शकलो. आणि तो आर्य ड्रायव्हर?

त्या सुटीत वडील वैतागून म्हणत होते, सोड त्या भानगडी, आपली शेती केवढी. मी त्यांच्याशी उद्धटपणेच बोलायचो. उद्धटपणेच वागायचो. त्या त्या पिढीच्या मर्यादा असतात, एवढंही शहाणपण मला वडील असेपर्यंत आलं नाही. आपण मंदबुद्धी, मूर्ख. किती वेळा वडलांना न समजून घेता आपण दुराग्रहच जोपासत आलो? खंडेराव, तूच निर्दय, दुष्ट — ते तिकडून बोलायचे, मी इकडून बोलायचो. आमच्या मधे काय होतं?

डंग डंग डंग डंग
दडंग डंग डंग दडंग डंग डंग

सुपड्यादादा मांगवाड्यातून झिंज्या उडवत आमच्या वाड्याकडे डफडं वाजवत निघाला आहे. मागोमाग मांगमाय अंबू म्हणते, खंडू आला नै का रे माजं वासरूऽ

आठवलं सांखळिया सरांचं वर्णन — वडील *शांत झाले* असतील. *शांत होणं* ही मरणासाठी खास नास्तिक जैन लोकांची संकल्पना — किती बरोबर लागू होते? *शांत* म्हणजे इतकं की कशाचीही जाणीव न उरणं. हे सगळे आवाज — जमिनीवरचे, हवेतले, पक्ष्यांचे, प्राण्यांचे, झाडांचे, अगदी आपल्या हृदयासकट कशाचाच आवाज न होणं.

वडील जे शेकडो उलाढाली करत असायचे, हजारो गोष्टी करत असायचे, ते आता शांत झाले. लवकर घरी पोहोचलं पाहिजे, खंडेराव.

इकडे तिकडे नोकरीसाठी गेलेल्या, खटल्यातल्या १५-२० चुलत्यांना, चुलतभावांना दरवर्षी शेतीचे खेळचे पैसे न चुकता मनीऑर्डर केले जायचे, हे हिशेब. रोजचे मजुरीचे हिशेब. शिवाय पंढरपूरच्या विठ्ठल मंदिर ट्रस्टचे हिशेब — एक पूर्ण भंडारी ह्या नुस्त्या हिशेबाच्या वह्यांनीच भरलेली. हरित क्रांतीमुळे आलेलं हे पुढारीपण. एकाच पिढीत केवढे उलटेसुलटे बदल. स्वातंत्र्य. राजकारण. आपल्या आपल्या लोकांसाठी झिजणं. सत्तेचा मोह टाळून वडलांच्या फुकट महाजनक्या. आधी आमच्या लहानपणी इंग्रजी राज्यात शेतकऱ्याला काय किंमत होती? आता डझनभर सोसायट्यांची संचालक मंडळं, बँकांचे अध्यक्ष, आमदार — खासदार — पुढारी — किती लोकांचं वडलांच्याशिवाय पान हलायचं नाही. शंभर लोकांचं पोट सांभाळणारे. सकाळपासून भेटायला येणारेच किती — मजूर, रोजदार, महीनदार, सालदार, भाडेकरू, राखणदार, ट्रॅक्टर चालवणारे, पाण्याची इंजिनं चालवणारे, व्यापारी — असा जीवघेणा सामाजिक कारभार आपल्याला जमेल? एवढी धावपळ? किती लोकांना ते मदत करायचे? सोयरिका जुळवण्यापासून काडीमोड घेणारे — सगळ्यांना वडील आपल्याबरोबर लागायचे, आधार म्हणून.

वडलांचा कुठल्याही सार्वजनिक कामाच्या बाबतीतला उपदेश *माणसानं* ह्या कर्त्यानं सुरू व्हायचा : *माणसानं* जेव्हा एकाचं काम करायला जावं, तेव्हा दुसऱ्याचंही, अगदी प्रतिपक्षाचंही काम करायचं असतं हे, खंडू, *माणसानं* नेहमी ध्यानात ठेवावं. त्यामुळे कुठेही कशाचीही बोलणी करायची असली, तंटे-बखेडे, सौदे, शेतं-घरं खरेदी-विक्री, सोयरीक-काडीमोड, भावाभावांचे

वाटेहिस्से — काहीही तडजोडीचं म्हटलं की दोन्ही पक्षांच्या लोकांना वडीलच हवे असायचे.

बैठकीत बोलणी पुढे जात नसली, कोणी अडून बसला, आता समेट शक्य नाही, हे लक्षात आल्याबरोबर वडील एकाएकी उठून, उपरणं झटकून खांद्यावर टाकत बाहेर पायऱ्या उतरू लागायचे. आताही तेच झालं — वडील ही सगळी इस्टेट, संस्था, शेतं, मळे, गोठे, घरं, सोनं-नाणं, धनसंपत्ती, शाळा, मंदिर, मृदंग — सगळं झटकून पायऱ्या उतरून चालले गेले. सर म्हणाले त्याप्रमाणे *शांत झाले*. चाटीवर एकदम थांबलेली बोटं, *धा धा तिरकिट धाऽ*

खंडू, जग समुद्रासारखं खोल आहे. फार खोल जाणारा मरतो. *माणसानं* नेहमी पाय टेकतील इतकंच पोहावं. दोन्ही पाय झोकून तर *माणसानं* कधीही कुदू नये. कधी खालची जमीनच नाहीशी होते. आयुष्य संपवून टाकण्याइतकं काहीच महत्त्वाचं नसतं, हेच वडलांना मला नेहमी सुचवायचं असायचं.

ट्रकच्या एंजिनाच्या एकसुरी आवाजामुळे हलक्या डुलक्या येत असतांनाच दारावर मागच्या साखळीच्या एकसारख्या आपटण्याचा आवाज — अस्पष्ट, जणू चुकणारे तरी लय सांभाळून घेणारे मृदंगाचे जोरकस बोल. आपण बी.ए.चा अभ्यास करतो आहोत. शेजारच्या विठ्ठलाच्या देवळातून टाळकऱ्यांना टाळ वाटले जाण्याचे आवाज. वीणा, मृदंग लावले जात आहेत. आधी टाळ गळ्यात घेतलेला टाळकरी नंतर आलेल्याच्या गळ्यात आपली टाळ टाकून *हरी हरी* म्हणत पुन्हा स्वतःसाठी दुसरा जोड घेऊन येतो. *रूप पाहाता लोचनी* नं कीर्तनाची सुरुवात, म्हणजे ब्राह्मण कीर्तनकार बुवा आले असणार. मृदंगे विठ्ठलराव दुरून देवाला नमस्कार करतात. कणीक थापतात. सगळे जमले आहेत. आई दिवसभर शेतात वाकून वाकून पाठ दुखत असल्यानं खांबाला टेकून पुढे. तिला चिकटून बिजा. बाजूला आजी, तिच्याजवळ छबा आणि लाडकी सुभी. आंधळी काकू धाकट्या शशीला थोपटत ताल धरते. मागे भिंतीशी पेंगणारी मुकी काकी. आत्याला बिलगून तिच्या बायडी आणि तायडी दोघी मुली — अशा सगळ्या जणी दिवसभर कामानं थकलेल्या उन्हानं रापलेल्या शंभरेक बायकांमधे दिसाहेत. हळूहळू सगळ्या बहिणी इतर मुलांसारख्या मिळेल त्या मांडीवर मिळेल तेवढ्या जागेवर डोकं टेकवून झोपी जातात. रेवाकाकाला कीर्तनकार विचारतात, आज कोणता अभंग सेवेला घ्यायचा, बुवासाहेब? *ऐसे भाग्य कईं लाहाता होईन* घ्या. *ठ्ठालविऽ ठ्ठालविऽ ठ्ठालविऽ ठ्ठालवी*. मृदंग हे खरं विठ्ठलरावांचं खास क्षेत्र. त्यापुढे बाकीच्या पुढारक्यांचं काहीच नाही — असं रूपा कॉंग्रेस डुलत डुलत टाळ्या वाजवत

म्हणतात. *अवघे देखे जन ब्रह्मरूप.* टाळकरी उंच उड्या मारत जयघोष करतात. मृदंगावर जोराची धुमाळी. *बोला पुंडलिक वरदे हारि विठ्ठल श्री ज्ञानदेव तुकाराम.* कीर्तन संपलं. सगळे वारकरी एकमेकांच्या पाया पडतात आणि घरोघर जातात. उद्या कोणत्या शेतात काय औत न्यायचं, हे पक्कं करून झोपतात. देऊळ सुनं पडतं. अरे, एकटे वडीलच तिथे मृदंग वाजवत उभे आहेत. *धागे नती नक धिन धी ना धी धी ना धुमकिट धुमकिट तकिट तकांकिट.* आमच्या डोंगऱ्या शेतात झाडाझाडांवर मोर ट्यांहो ट्यांहो करतात. भीती वाटेल अशा आवाजात पंख मारत जागा बदलतात. टायरांच्या वेगाच्या तशाच भर्रर आवाजानं मी जागा होतो, पुन्हा झोपतो.

डोंगऱ्या शेतात आमच्या सगळ्या पूर्वजांचा घाम गळून गळूनच ते इतकं सुपीक काळंभोर झालं आहे. इथेच आमचं लहानपण गेलं. त्या वेळी इंग्रज सरकारनं शेतकरी आणि गुरं सारखीच खानेसुमारी केली होती, असं म्हणतात. इंग्रजी राज्यात फायदे फक्त शहरी जातींचे. वडलांची गोल काळी टोपी. तिच्या मागच्या शिवणीच्या टोकावर एकदोन टाचण्या टोचलेल्या. त्या मेड इन इंग्लंड. पायात काटागिटा काढायला, नखं साफ करायला, फोड फोडायला, टोचायला एक दुर्मीळ बहुमोल हत्यार. केवढा बुद्धिमान इंग्रज मनुष्य — इतक्या बारीक टोकाच्या टाचण्या करतो. आपले साले लोहार, यांना पुराण्याची आरसुद्धा नीट येत नाही.

घरातले सगळे लहान बहिणींसकट शेतात, मळ्यात, कोणी खळ्यात राशीला झाडू लावते, कोणी बैल फिरवून झाल्यावर मदन डालींनी भरते. भावडू बैलांची पद्धतशीर गोल गोल पात चालवतो. उफणणी. वडील तिव्हारावर उभे. सकाळपासून वारा पडलेला. वळवाचा पाऊस आला तर हे मदनाचे ढीग कुठे झाकायचे? वर्षाचे कष्ट पाण्यात जातील. वडील चिडचिड करत आहेत. लहानसा मी तिव्हाराखाली उभा राहून वर उंच वडलांकडे रागानं पाहत पाट्या भरून ठेवतो. शाळा बुडवावी लागल्यानं मी तिरसटसारखा करतो आहे. अंगावरची रज खाजवते आहे. भावडूला तर वडील किती दामटून घ्यायचे, पण तो मोठ्या मनाचा होता. प्रसन्न वृत्तीचा. ऋजू. कधीच कुणाबद्दल अढी नाही ठेवायचा. मी क्षुद्र मनाचाच आहे. वडलांवर डूक धरूनच हातात घमेली घेऊन उभा राहायचो. अचानक एखादी झुळूक आली की वडील भरभर पाटी रिकामी करून खाली फेकायचे. तोवर दुसरी खाली पायाशी मी भरून ठेवलेली असायची, ती उचलायचे. वारा येत नाही म्हटल्यावर मी समोरच्या थोरातल्या सरड्याकडे डोळे लावून पाहतो. पाटी भरून ठेवायला विजेची चपळाई लागते. ती माझ्यात येत नाही. मी पळत जाईपर्यंत

दुसरीही पाटी उपणलेली आणि तिसरी तर भरलेलीच नाही. सोन्यासारखा वारा वाया जातो आहे. खंड्याऽऽ, फाऽऽट थोबाडावर. आसवांनी मला पाटी कुठे ठेवायची ते नीट दिसत नाही. मी आता वेगानं पाट्या देतो पण डोक्यात शाळा, गुरुत्वाकर्षण, आज कोणती कविता पाठ करून आणायला सांगितली होती?

आली जरी कष्टदशा अपार
न टाकिती धैर्य तदापि थोर
केला जरी पोत —

की *केली जरी पोत? केला जरी पोत बळेचि खाली*
ज्वाला तरी तो वरते उफाळे

पुढे *तो* आलं म्हणजे *केला जरी* च असणार-

पुन्हा खंड्याऽऽ लक्ष कुठेय तुझं? फाऽट-फाऽट. पाय घसरून मी कुटावर उबडा पडतो. तोंडात कूट. सालदार सांडू आणि भावडू पळत येतात. मातेरं पाखडत बसलेली धनाबय महारीण मला जवळ घेते. सोनूफुई चांभारीण, अंबू मांगीणमाय बलुत्यासाठी उभ्या असतात. त्या आपसात म्हणतात, कुणब्याची जात अशी राक्षसच माय. मारतो किती रे इठू पोराले? एवढासा जीव दुपारभर अढी उभा आहे. आमची पोऱ्हं नाही ऐकणार भौ असं. मी हमसून हमसून धनाबयच्या ओच्यात रडतो.

वाऱ्याची वाट पाहा, पावसाची वाट पाहा. उन्हाचीही पाहा. वर्षभर असंच. हेच तिफणीमागून फसाट्या ओढा — पाय लटपटताहेत, पण आटपा अंधार व्हायच्या आत... खराब धंदा. बैल, म्हशी चारा पाणी. हे तर दिवसाचे तिन्ही वेळ डोक्यात ठेवूनच. अभ्यास, लिहिणंवाचणं सांभाळून. आपण आडातून पोहऱ्यामागून पोहरे ओढत राहतो. गुरं पीत राहतात. पाणी पाजतांना म्हशीनं पायावर पाय दिला तो अजून लालेलाल जळतो आहे. कोणाला सांगावं? घरी आहेच कोण? अंधार पडतांना सगळे येतात, की रांधायची न् खायची गर्दी. उलट आपल्यावर ठेपा — तेल्याकडून ढेप आणली होतीस नं रे? फोडून ठेवलीयेस ना रे? चारा टाकलतास का नाही रे? जा, महारवाड्यात जा, आपल्या शांतू मावशीला उद्या रोजानं ये म्हणा. येतांना बैलायचं मीठ आण दुकानातून पाच किलो. पोतं बरोबर ने. शेतकऱ्याच्या घरातली मुलं म्हणजे घड्याळातली लहानलहान चाकं. सतत मोठ्या चाकांकडून गरगर फिरवली जाणारी. काय सालं नशीब. हे रोजचंच.

खंडू, रेशनकार्डावर सही आणली कारे? मामलेदार साहेब होते का कचेरीत? काय म्हणाले? तू नुस्तं विचारलंस? त्यांनी नाही सांगितलं, की लगेच तू परत फिरलास? वा रे वा. अशानं कुठे कामं होतात का? पुन्हा पुन्हा विचारावं, सही द्या

नं आजोबा, साहेब. पायी चार मैल चालत आलो, म्हणावं. असं नुस्तं परत येणं बरोबर नाही. उद्या पुन्हा जा. लक्षात ठेव. लगेच माघारी फिरायचं नाही. तिथंच गयावया करत बैस. सही आणायचीच. काय?

वसाहती लाचारी. भो भो पंचम जार्ज भडवाऽऽ

अशा इंग्रज गुलामी संस्कारातली आपली पिढी. आपण काय दिवे लावू? ओझी वाहणं, बस्स. डोंगऱ्या शेताच्या लवणाकडच्या बांधावर मोठमोठं पवन्याचं गवत. वडील घामाघूम होऊन एकसारखा कचर कचर विळा चालवताहेत. त्यांच्या मागे मागे भावडू गावल्या जमा करतो आहे. खूप मोठा भारा झाला आहे. गवताची दोरी पिळून तिच्यानं वडील तो भारा बांधून माझ्या डोक्यावर उचलून देतात. ओझ्यानं माझा तोल जातो. मानेत असह्य वेदना. मोडू द्या एकदाचा मानेचा खिळा, म्हणत मी रडकुंडीला येऊन रस्त्यानं पुढे पावलं टाकत धावतच घराकडे. त्या दूरच्या क्षितिजावरच्या निळ्या आभाळाच्या रेषेवर डोळे लावत डोक्यावरचं ओझं सांभाळतो. तिथपर्यंत पसरलेल्या काळ्या कोरड्या जमिनीशी ती आभाळाची निळी रेषा कधीही जुळलेली दिसायची नाही. दोन्ही वेगवेगळे होते. खंडेराव, आजही तसंच असणार.

आम्ही गावातली तीसचाळीस पोरं नदीकाठी विटीदांडू खेळत होतो. कुठे क्षणभर नदीत सूर मारणाऱ्या किलकिल्याकडे नजर गेली आणि समोरून टोमणा मारलेली विटी सणकन लागून पूर्ण आतपर्यंत डोळा बहिरजला. कुणाला कळू नये अशी माघार घेत घरी आलो. शेतातून अजून कोणीच आलं नव्हतं. मी धाब्यावर गोधडी पांघरून निजून राह्यलो. भयंकर वेदना. आत्यानं जेवायला म्हणून उठवलं. का रे खंडू, डोळा कसा सुजला. लाल झाला आहे. पाणी सारखं गळतं आहे. शेतातून दिवसभर थकून आलेल्या सगळ्यांना ही उपाधी, म्हणजे वेळ जाणार — वैद्य, उपचार, एकानं घरीच राहणं, डॉक्टर जिल्ह्याच्या गावाचे, एकजात लुबाडणारे म्हणजे फी, जाणं येणं भाडं, पुन्हा एक दिवस कुणाकडे मुक्काम, जायला मोटार सर्व्हिस तरी कुठे वेळेवर असते? — वडील फटाफट मारत म्हणतात, विटीदांडू खेळायला त्याला वेळ असतो. घरची कामं नको असतात त्याला. फाट फाट. आत्या, आजी मधे आल्यानं वाचलो.

मारुतीच्या देवळाच्या ओट्यावर पूर्वीपासून गावातल्या सटाऱ्या भपाऱ्या मुत्सद्द्यांची एक अकादमी नेहमी भरते. ह्या शेतीशिवाय दुसरं जग माहीत नसलेल्या लोकांचा अपुऱ्या माहितीचा सल्ला : अरे तुम्ही जळगावला गेले की एक नोट तर गेलीच समजा, पण तुमचा डोयाही गेला. आमच्या साडभावाचं असंच झालं. डोये

फोडता भौ ते. आजी म्हणते, मग नको रे विठ्ठल नेऊस खंडूला. इथेच हरीभू वैद करील. बरा सल्ला मिळाला, दुसऱ्या दिवशी आजी सोडून सगळ्यांना शेतात जाता आलं. हरीभू रोज सकाळी डोळ्यात कदंबाच्या सालीचा रस टाकायला सांगतो. मग शेवग्याच्या मुळांच्या काढ्यानं रोज सुजलेल्या पापण्यांमधली चिपाडं साफ करतांना माझा आक्रोश. असे आठ दिवस. मग मुंबईहून जाडी जसोदा काकू आलेली हे पाहून आईला म्हणते, का गं चंद्रभागा, वेड लागलं का? सद्दर काम काम. पोराचा डोळा जाईल ना? मग आईच्या साकड्यामुळे पुन्हा वडलांची गावातल्या मारुतीवरच्या निर्बुद्ध अडाणी शेतकऱ्यांच्या अकादमीत चर्चा. कशाले विषाची परीक्षा घेता हो, राहू द्या ना, एक डोळा तर राहीलच. पुन्हा दोन दिवसांनी पोस्टमन बातमी आणतो, जिल्हा लोकल बोर्डातर्फे जळगावला मोफत नेत्रशिबिर भरणार आहे. मोठमोठे डॉक्टर येणार आहेत, मुंबईहून. मोतीबिंदूसुद्धा मोफत काढणार.

मग मोफत म्हटल्यावर शेतीची कामं दोन दिवस थांबवून वडलांनी नाखुषीनंच जळगावला जायची तयारी केली. मोठ्या पहाटे रडारडीत आजीचं, आत्याचं देवापुढचं लोटांगण, प्रसाद, डोक्यावरून मायेचे हात — सगळं आटपून हिसफिस करणारे एका हातात मोठ्ठी पिशवी घेऊन नाक्यावरच्या मोटार स्टॅण्डपर्यंतचे दीड-दोन मैल मला ओढत नेणारे वडील. मोरगाव मागे गेल्यावर मात्र काय अचानक बदल होतो, की वडील एकदम माउलीहून मायाळू, मृदू, हळवे होत जातात. डोळ्याला लावायचं हळदीचं रुमालासारखं फडकं हरवलं तरी नेहमीसारखे मारत नाहीत. मला पांघरतात. शहरी लोकांसारखे बोलायला लागतात. रेग्युलर, मॅनर्स, स्टार्टिंग असे इंग्रजी शब्द वापरतात. हक्कासाठी भांडायला लागतात. एका आण्याच्या अर्ध्या तिकिटासाठी मोटारवाल्याशी झगडून, माझ्या किंवा कोणत्याच मनुष्याच्या वयाचा, अंगकाठीशी संबंध नसल्याचा सिद्धांत मांडतात. त्याकाळी गावात, घरात, खिशात कुठेच पैशे दिसायचे नाहीत. नसायचेच तर दिसतील कुठून? कपाशीच्या व्यापाऱ्यानं मँचेस्टरकडच्या जर्मनीच्या बॉम्बहल्ल्यांमुळे पैसेच वर्षभर दिलेले नसतात. चले जाव आंदोलनातल्या देशभक्त लोकांनी सावद्याकडे गाडी उलथून टाकल्यानं खानदेशातला कुठलाच शेतमाल दिल्लीकडे जात नाही. ज्वारीची धारण निम्म्यावर. शेंगा मातीमोल, कारण तेलाला दुसऱ्या महायुद्धामुळे जहाजं मिळत नाहीत. तो गांधीही काही उमजू देत नाही. सत्याग्रहच करतो. सुभाषचंद्र बोस इंग्रजांना हाकलणार आहे म्हणतात, त्यालाही गांधी विरोध करतो. आमच्या मोरगावचे थोर नेते रूपा काँग्रेस सभेत म्हणाले, शेतकरी बंधूंनो, गांधीजींवर विश्वास ठेवा. अशा यातना सहन करूनच दिव्य स्वातंत्र्याची प्रभात

येऊ शकते. तुम्ही दुःख सोसाल तर तुमच्या पुढच्या पिढीला स्वातंत्र्याची किंमत कळेल. ...चला बुवा, सोसू.

जळगावसाठी दोन ठिकाणी गाड्या बदलून मोटारीतल्या प्रत्येकाला माझ्या डोळ्याचं बरं होईल का हो, असं काकुळतीनं विचारणारे वडील. खंडू, हात काढ, भाऊसाहेबांना पाहू दे डोळा... अरेरेरे, काय रानटीच तुम्ही कुणबी लोक. काय केलं हो हे? बराहे, तुम्ही आज तरी शेतीकाम सोडून दिवस काढला. बाजूचा सुशिक्षित माणूस म्हणतो, च्या मायचे गावंढळ. असे लोक असेपर्यंत काय भारत देश सुधारणार? वडील धोतराचा सोगा सांभाळत मला धीर देतात, हळू उतर खंडू.

जळगावला उतरल्यावर मला चार तास लोटत आणलेली तहान उमजू देई ना. ...बाबा, पाणी. वडील दुर्लक्ष करतात. रस्त्यात भेटेल त्याला विचारतात, जिल्हा लोकल बोर्डाचं शिबिर इकडे कुठे आहे का हो? मोफत नेत्रशिबिर? मी पुन्हा काकुळतीनं : बाबा, पाणी. ...पाणी? इथे का आपलं घर आहे का, खंडू. काय बरं असं करतोस? आधी तिकडे जाऊन नंबर लावायला नको का? आजच्या आज नंबर लागला तर बरं, नाहीतर उद्या या, दोन दिवसानं तपासू — असं म्हणतील. छे, आपल्याला तुझ्या मावशीकडे राहावं लागेल. कंट्रोलच्या जमान्यात शहरात कुणाकडे कसं राहा? ह्या पाहा राकेलसाठी रांगा. मका खाताहेत उकडून. आपल्या खेड्यात घरातच कणग्या भरलेल्या असतात. इथे शहरात कुणावर दोन दिवस भार टाकणं बरं आहे का?

डोक्यावरून नाकापर्यंत पूर्ण उपरणं पांघरून एक डोळा हातानं बंद करून मी फक्त तळपायाशी पाहत चालतो आहे. इकडून तिकडे, तिकडून इकडे, पत्ता काढत फकिरा हरी शाळा कुठे आहे हो? ...बाबा, पाणी,

थांब, तेऽ हॉटेल दिसतं आहे, चल. हॉटेलवाला नुस्तं पाणी देत नव्हता. पाणी मागितलं की, चहा? असं तिथला पोऱ्या विचारत निघून जायचा. शेवटी अर्धा अर्धा कप गोड अमृततुल्य चहा. घरी चहा तेव्हा होतच नव्हता, म्हणून आज रोज दहावीस कप चहा पिणाऱ्या मला तेव्हा संवेदनाचा हा नवा शोध होता. आजूबाजूचे पांढरपेशे बायकामुलांसकट चहा बिस्किटं खातांना पाहून, चूंईचूंई करत बाटल्या फोडून हसत खेळत सोडा लेमन पिणारे पाहून मी ठरवतो, आपण शहरी व्हायचं. पण डोळाच दुरुस्त झाला नाही तर शहरात कसं येऊ देतील. खेड्यात एक डोळा, दोन्ही डोळे नसलेले किती तरी लोक आहेत. इथे कोणीच तसा दिसत नाही. उलट कित्येकांचे दागिन्यासारखे सुंदर चष्मे. हे सगळं मी चोरून एका डोळ्यानं पाहत राहतो. तिकडे वडील हॉटेलवाल्या उर्मट मालकाला विचारतात, काहो भौ,

ते मोफत नेत्रशिबिर कुठे भरणार आहे हो? उत्तर : उठ, गावढ्या, बाहेर गिऱ्हाइकं उभी आहेत. वडील तो अपमान वरच्या वर झेलून मला म्हणतात, आटप खंडू, किती वेळ रेऽ चल.

मी हे सगळे अपमान, संताप गिळून माझ्या मनात एका मोठ्या तिजोरीच्या चोरखणात ठेवून देतो. पुढे अनेक चर्चासत्रांमध्ये, व्याख्यानांमध्ये हे चोरकप्पे उघडून त्यांतले अंगार वापरता आले.

वडील पुढे. त्यांचं वाऱ्यानं उडणारं धोतर, स्वच्छ धुऊनही पिवळाच राहणारा म्यांचेस्टर मांजरपाटाचा पिवळा सदरा, तसंच जाडंभरडं उपरणं, तेलानं माखलेला धूळ बसलेला नवा गावठी जोडा, मी मागून अनवाणी, खाली पायाशी फेकून दिलेली सुंदर सुंदर सिगरेटींची पाकिटं, काड्यापेट्या, मासिकांचे रंगीन बायांचे कागद वडलांनी धरलेला हात सोडवून उचलू पाहतो. वाकताच हिसडा बसून खांद्यावर वडलांचा राकट हात, पाय उचल, आलं बघ.

एका शाळेपुढे टांगलेला मंडप, समोर डोळे दाखवणाऱ्यांची गर्दी. इतके अडथळे पार करूनही उत्तर महाराष्ट्रातल्या हजारेक खेड्यांमधले इतके लोक डोळे दाखवायला येऊ शकतात? येऊ न शकणारे किती असतील? लहान मुलांना कडेवर घेऊन फिरणाऱ्या बाया, त्यांच्यापुढे गावठी चांभारांनी शिवलेली धूळ उडवणारी जडजड खेटरं वाजवत डॉक्टरं शोधणारी खेडोपाड्यांची माणसं. रांगा लावण्याची पद्धत कोणाला माहीत असते? छड्या उगारत अर्ध्या खाकी चड्डीतले पोलीस सगळ्यांना एकामागे एक उभे करत फिरत असतात. वडील एका पोलिसाकडेच विचारायला गेले, कोणत्या तंबूत हे असं लागलेलं तपासतात हो? याचं उत्तर म्हणून पोलिसानं दंडुका वडलांच्या छातीवर लावून रेटत रांगेत मागे नेलं. तरीही पडतं घेणं अंगवळणी पडलेले वारकरी शेतकरी वडील त्या पोलिसाला बरं बरं म्हणत राह्यले. मीही त्यांच्या हाताला धरून मागे मागे सरकत भेदरून उभा राहतो. दुसरा पोलीस, एऽ गामड्या कुठे घुसतोस? केय करे छे? वडलांनी भीत भीत पुन्हा मला डोक्यावरचं उपरणं उघडून डोळा दाखव खंडू, म्हटलं. मी एक डोळा बंद एक डोळा उघडा दाखवतो. पोलिसांची सहानुभूती मिळवणं, एवढाच याचा उद्देश होता. तो साध्य झाला असावा, कारण तिकडून एक खादीधारी स्वयंसेवक गुजराथी मुलगी फलांगा टाकत माझ्याजवळ येऊन म्हणाली, अरे, ही मोतीबिंदूची रांग आहे. चल, तिकडे ये बाळ. आताच पहिल्यांदा माणुसकीचा आधार वाटला.

तिकडे काँग्रेसचे लोकल बोर्डाचे लोक कोणाशी तरी भांडत होते : समजत नाही? कोणती रांग कोणासाठी ही जबाबदारी कोणाची? शंभर माणसं उन्हात उभी

असतात. तंबू जवळ येतो, तसतशी वडलांची माझ्यावरची माया उघड प्रकट होत राहते. ते मला एक लेमनची गोळी खायला देतात. ही त्यांनी गुपचूप केव्हा, कुठे घेतली? जरा वेळानं ते माझ्या तोंडावर बांधलेला उपरण्याचा त्रिकोण उगाच नीट करतात. एकदा गहिवरून म्हणतात, भूक लागली असेल ना रे खंडू? थांब थोडा वेळ. अरे हे डॉक्टरला गाठणं फार म्हणजे फारच महत्त्वाचं आहे. जेवण काय रोजचंच असतं. आपला तुरुंगातला काका, अरे चार चार दिवस जेवण करत नव्हता. घरी सांगजो नको. तुही काकू रडेल.

हुना काका, तुला मारलं ते मारलं, स्वातंत्र्यसुद्धा नाही मिळालं. फुकट गेली तुझी देशभक्ती, तुझी उपोषणं. स्वातंत्र्य मिळवण्याचे मार्ग वेगळे असतील, तेच तुला समजले नव्हते. मी बेचैन झालो.

तंबूत एकदाचे शिरलो. एक स्वयंसेविका नावगाव, डोळ्याला केव्हा काय लागलं, लिहून घेते. लगेच आत सोडते. एक पोरसवदा डॉक्टर मला झोपवतो. मी भेदरून नाही म्हणतो. इथे डोळे फोडतात का काय, असं वाटून मी किंचाळतो. बाबा सगळी शक्ती लावून मला दाबून निजवतात. मी लोहाराच्या भात्यासारखा फुसफुसतो. वडील इतिहास सांगतात. पंधरा दिवस? आं? तुम्ही काय केलं? बाप ना तुम्ही याचे? मग? लगेच डॉक्टरकडे न्यावं. दृष्टी अधू होईल वाटतं पोराची. आता तरी काळजी घ्या. एका तेलकट कागदावर सुरीचा फराटाभर मलम मिळाला. रोज झोपतांना लावा. ...डॉक्टरसाहेब बरा होईल का? ...आता देवावर विश्वास ठेवा. चला बाहेर.

बागेतल्या एका पाण्याच्या नळाजवळ आम्ही बापलेक बसतो. मोठ्या पहाटे उठून आईनं करून दिलेली झुणका-भाकर, हिरवा कांदा, आदल्या संध्याकाळी आत्यानं आणलेल्या बाळकैऱ्या, मेथीचे कोवळे शेंडे, निःशब्द पोटभर जेवण. शेवटची भाकर राहते, तेव्हा वडील वेग कमी करून माझ्या शेवटाची वाट पाहतात. मग सगळं सुडकं साफ करून झटकत उठतात. झपाझपा आम्ही मोटार सर्व्हिसा सुटतात त्या कंपाउंडकडे चालत येतो. कोणीतरी सकाळचं फुकटात मिळालेलं वर्तमानपत्र एका दगडावर बसून वाचून दाखवतो आहे. त्याच्या भोवती गराडा घालून खेडोपाडी परतणारे वीसपंचवीस खेडूत ऐकताहेत. कोणी मामलेदार ऑफिसात दिवसभर उभे राहून राहून काम न झालेले, कोणी कलेक्टर ऑफिसातल्या रावसाहेबांकडून अपमान झालेले, कोणी पाचव्यांदा पडलेली कोर्टाची तारीख पुन्हा लांबल्यानं राग गिळून अक्षुब्ध झालेले — सगळे थकून गेलेले इथे डोळे विस्फारून उभे आहेत. इतिहास बदलतो आहे आणि आपण ह्या घटकेला जिवंत आहोत, या जाणिवेनं भारून गेलेले. आपले हे क्लेश संपत आहेत,

निदान या प्रकारचे क्लेश संपत आहेत, ह्या आनंदात बातम्या चर्चा ऐकत उभे आहेत :

गांधीबी म्हणतोच आहे नं की गोऱ्यांना हाकलल्याशिवाय आता आम्ही मागे हटणार नाही. ...जाऊ द्या हो ह्या गोष्टी. तिकडे सुभाषबाबू आझाद हिंद सेना घेऊन येतो आहे — थेट दिल्लीवर हल्ला. पुन्हा मागे मोठं जपानी सैन्य. त्यांच्या तर एकाच तोफेतून वीस वीस गोळे एकामागून एक पडतात — धुडूम धुडूम. आणि जपानी विमानं? अश्शी वरून अचानक दहादहा बाराबाराचे कळपचे कळप येतच राहतात, अस्सा सूर मारून खाली धाड धाड धाड बॉम्बच बॉम्ब टाकत टाकत पुन्हा हे अस्से वर गुल. की लगेच दुसरा विमानांचा कळप. ...वा रे वा. अरे चरखा फिरवून अन् कातकऱ्यांसारखी टकली फिरवून का इंग्रज जाणार आहे? ...मग तो काय तुमच्या सुभाषबाबूला दाद देईल? अरे जा होऽ, सहा वर्सांपासून इंग्रज लढताहेत जगात २०-२५ ठिकाणी. चौदा पंधरा वर्सांची पोरं भरती करताहेत. कदी हारले नं जपानी, तं पुन्हा दीडशे वर्सं पुन्हा इंग्रज आपल्या उरावर त्याच्या बहीन झू. ...आपले गांधीजी पाहा अहिंसेचा फटका कसा देतील तं समजणार नी इंग्रजायले. आत्ता आपल्या नंदुरबारला एक चौदा वर्सांचा पोरगा पोलिसांसमोर वंदे मातरम् म्हणत तिरंगा घेऊन पुढे गेला होता. गांड फाटली होती, हाँ. ...कोणाची? ...कोणाची म्हणजे? फौजदाराची, पण तरी गोळी मारलीच पोराला. मेलं लेकरू. ...पण अमर झाला नं भाऊ. बंधूक तं काय हिजडा बी चालोयीन. हे छातीवर गोळ्या झेलणं बाकी गड्या, मर्दाचंच काम. पण का हो भाऊ, बंधूक तं आपलेच लोक चालोयता नं? ...खरं आहे. आपले खिरोद्याचे धनाजी नाना फौजदार होते. आले फेकून पट्टा न् ड्रेस साहेबाच्या तोंडावर. राजीनामा देऊन. आता मोठा सत्याग्रह केला. ...असं? सगळ्यायले का असं जमतं हो?

आता वडील न राहवून सांगतात, माझा लहाना भाऊ असाच मारून टाकला हो तुरुंगात.

सगळे जण ह्या गदेल शेतकऱ्याकडे आश्चर्यानं पाहतात. कोण तुम्ही? कोन गावचे? अरे वा, शहीद हुना कुंडलीकचे सख्खे भाऊ तुम्ही? वा हो, याले म्हंता मोरगावचे पठ्ठे. गेला तं गेला एक भाऊ, ह्या तुमच्या पोराले तं स्वातंत्र्यात जगता येईल.

मला आभाळ ठेंगणं वाटतं. केव्हा येणार आहे स्वातंत्र्य? कबूल केलं आहे म्हंता. हे हरामखोर इंग्रज व्यापारी इथून गेल्याशिवाय आपल्या शेतकऱ्यायले बरे दिवस येणार नै.

मोटार सर्व्हिस येते. तिप्पट लोक जनावरांसारखे भरले जातात. ...शिटा फाळल्या का भौ? बिगर शिटा फाळेल रस्त्यात उतारी देऊ हाँ, तापीवर. चलो मजीदभौ, हाकाल गाडी.

ही मोटार फक्त फाट्यापर्यंतच. म्हणजे पुन्हा चालत तालुक्याच्या गावी आणि तिथे पुन्हा वाट पाहत बसणं. रात्री मोटार सर्व्हिस असते-नसते, जाऊ चालत नसली तर, का रे खंडू? इथे जळगावात रात्र काढण्यापेक्षा तेवढं चालत जाऊन घरीच झोपलेलं काय वाईट? सकाळी चासी लागता येतं. मी मान हालवतो. गावचा एक माणूस वडलांना म्हणतो, अरे पण जनजनावर — तढी तुम्हाले साप चावला की तुम्ही मेलेच. शहरात असतं औषधपाणी. दरसाल चारपाच लोक तरी त्या कोचानमधून जाताना साप चाईसन मरताच.

पुढे मी झोपल्यानं घरी येईस्तोवर काय झालं काहीच कळलं नाही. वडलांनी फाट्यावरून रात्री मला खांद्यावर टाकून चालत आणलं होतं. स्मशानाकडेच चालले आहेत. आताही झोपेत तेच मला तिकडे नेताहेत.

कोणीतरी सारखं हाका मारतं आहे आणि आपल्या मेंदूच्या घड्यांमध्ये लपून राह्यलेली झोप पुन्हा पुन्हा पांघरते आहे, असं वाटता वाटताच आपण ब्रह्मपुत्राचं अफाट पात्र पोहून पैलतडी चाललो आहोत आणि समोर कामाख्याची टेकडी सारखी दूरदूरच जाते आहे. की हे मांडवीचं पात्र आणि आपण काबोकडे लाटांवर पोहत चाललो आहोत? अचानक मंडीला मोरगावला झेंडीच्या घरात हडाप्पाची रोझेटा शिळा सापडली आहे. आणि सांखळिया सर खोल विहिरीसारख्या खणून ठेवलेल्या आमच्या एका खड्ड्याच्या वरून खालच्या तळाशी खणत असलेल्या मला विचारताहेत, खंडेराव, मडकं... मडकं. मी खणून ओरडतो, मडकं आहे तिथे सांगाडा असलाच पाहिजे, सर. थांबा.

खरं तर असं म्हणायचं होतं की, जिथे सांगाडा आहे, तिथे मडकं असलंच पाहिजे. मृत्यूची जाणीव मेंदूत जबरदस्त झाल्यावरच मडक्याचा शोध लागला, असं प्रबंधात टाकू का? जाणिवांच्या इतिहासातला मडकं हा एक ठळक टप्पा आहे. सुमारे पन्नास हजार वर्षांपूर्वीचा. जसं ह्या सांगाड्याच्या कवटीत सबंध युगाचा, स्थळाचा, काळाचा संदर्भ कोरलेला असतो. तसं हे मडकं, एक प्रतीक. एका संपलेल्या आयुष्याचा आशय. आशय? हॉ हॉ. मडक्यात काय आशय असतो? तेच ते. मडक्याला फक्त घाट असतो, आत काहीही नाही. आशयशून्य घाट. म्हणजे आयुष्य. या सांगाड्याला इमानानं आडवं होऊन संपावं लागलं.

त्याआधीचं जगणं म्हणजे निव्वळ पोकळी. जिवंतपणीच्या मेंदूतला विराट असीम अवकाश हाच का? हे सगळं निव्वळ घाट आहे. निव्वळ पोकळ मडकं. *फिरविला घट। फोडिला चरणी। महावाक्य ध्वनी। बोंब झाली. घट मठ जाले। आकाशाचे पोटी... हाँ खाइयो मत फरेबे हस्ती। हरचंद कहें के है नहीं है॥* असणंही नाही आणि नसणंही नाही. तर मग कशामुळे आयुष्य सार्थकी लागलं, असं म्हणता येतं? आयुष्यभर काहीही न करता धनसंपदा, पदं, बिरुदं, यश, कीर्ती काहीही न मिळवताही प्रत्येक आयुष्य कृतार्थच झालेलं असतं.

ह्याच सांगाड्याजवळ वीस किलो वजनाची मोठ्ठी गारगोटी पृथ्वीच्या जन्मापासून चारपाच अब्ज वर्षांपासून इथे सिंधुकाठी पडलेली होती. हेच खरं असणं. विठ्ठलमूर्ती दीड हजार वर्षांपासून तिथेच उभी आहे. तो प्रचंड पिंपळ चार हजार वर्षांपूर्वीच्या सिंधुच्या पात्राच्या वर टेकाडावर उभा आहे. प्रत्येक पिंपळाचं आयुष्य एक हजार वर्षं धरलं तर या पिंपळाचा चौथा पूर्वज सिंधुसंस्कृतीत हजर असणार. हा सांगाडा तसाच पडून आहे. हे शब्द किती युगांपासून याच्या त्याच्या तोंडात उष्टे होऊन आज *ॐ भूर्भूव स्वः* तसेच टिकून आहेत. निसर्गसुंदर स्थळाचं कंटाळवाणंपण जसं उशिरा कळतं, तसंच आयुष्याचं हे पोकळपणसुद्धा. ह्या मोठमोठ्या सूर्यमालांच्या गतीत कुठल्यातरी विश्वातल्या कुठल्यातरी काळ्या अवकाशात आपलं असणं हे नसणं होऊन जातं.

मोरगावच्या धनजी बोवाचं मडकं...

तेवढ्यात अलीनं मला जागं केलेलं असतं. अंधार पडायच्या आधीची विचित्र वेळ. ड्रायव्हर लोक ट्रक एका मोठ्या कालव्याच्या काठाशी रस्त्यावरच लावून खालच्या एका धाब्यावर जेवायला गेलेले होते. अलीला एकट्याला फार वेळ एकसारख्या सिगरेटी पीत काढावा लागल्यानं तो फारच बेचैन झालेला दिसत होता. मला वेळेवर बॉर्डरवर पोहोचवण्याचाही मोठा ताण बिचाऱ्यावर सकाळपासून होता. आणि माझं इतका वेळ झोपी जाणं अशोभनीय होतं. लाज वाटली.

मी म्हणालो, एक मजेदार आठवण आली, यारू, तुला सांगितलीच पाहिजे. अली मला सिगरेट देत म्हणाला, कैसी? हॉ हॉ हॉ, अरे दिल्लीच्या आमच्या पुरातत्त्व परिषदेच्या वार्षिक अधिवेशनात सुरुवातीला तीन मिनिटं उभं राहून दिवंगत सभासदांना श्रद्धांजली वाहण्याचा ठराव — मेलेल्यांची हीऽ लांब यादी सचिव महाशय वाचताहेत. आणि मला माझंच नाव तिच्यात ऐकायला आलं. खरंच, पूर्ण

माझं नाव. भास झाला म्हणावं तर छापील नाव होतं. आता अशा दुरुस्तीसाठी कशाला उभं राहा आणि वेळ घालवा, म्हणून मी मुकाट्यानं सर्वांबरोबर तीन मिनिटं उभा राहिलो. म्हटलं काय फरक पडतो. हॉ हॉ हॉ.

अलीही मनापासून हासला, त्यांना नंतर ही चूक दुरुस्त करावीच लागेल. ...चूक? म्हणजे मी जिवंत असल्याची? की त्यानं माझं नाव त्या यादीत टाकल्याची? ...हॉ हॉ हॉ. अलीचं टेन्शन कमी झाल्यामुळे बरं वाटलं. हिरवागार पंजाब मघाशीच सुरू होऊन गेला होता. तासाभरातच लाहोर येईल. मोठ्या पहाटे हद्द पार करून हिंदुस्थानात — म्हणजे आजच्या हिंदुस्थानात. उद्या गावी. मग पुढचे दिवस, पुढची वर्षं — घरची प्रॉपर्टी? आपली पीएचडी?

यारू, आपल्याला भूतकाळ कल्पनेतून रंगवावा लागतो आणि भविष्यकाळ मात्र आठवावा लागतो.

मोठ्यानं हसून अली म्हणाला, मी हाच विचार अमलात आणून येत्या पाच वर्षांत काय काय करायचं हे आठवत होतो. हॉ हॉ. आमचा एक नवा व्हाइस-चॅन्सलर अमेरिकेतून आला आहे, त्यानं विद्यापीठातल्या सगळ्यांना येत्या पाच वर्षांचं कॅलेंडर तयार करायला सांगितलं — परीक्षा केव्हा, रिझल्ट केव्हा लावायचे, कोणता सेमिनार, कुठे, केव्हा घ्यायचा. हॉ हॉ हॉ आणि याचा स्वतःचा भूतकाळ कल्पना करून, म्हणजे याचे पूर्वज खरं तर हैद्राबाद दख्खनकडचे कुतुबशहा घराण्यातले. पण हा आपले पूर्वज आईकडून इराणमधले समजतो.

यारू, मोहेनजो-दडोमधे आपण आपले पूर्वज कधीच शोधले नाहीत. पूर्वज म्हणजे कुठपर्यंत मागे जायचं? आमच्या महाराष्ट्रात शिवाजीपर्यंत मागे जातात. ब्राह्मण पुजारी तर काही संबंध नसताना भृगू आणि कौशिक, वसिष्ठ आणि परशुराम ह्या परक्या आर्यांना पूर्वज मानतात. म्हणजे त्यापूर्वी पूर्वज नव्हते का काय? म्हणजे ओरांगउटांग आणि चिम्पांझी आणि गोरिलासारख्या आपल्या खऱ्या पूर्वजांचा कोणालाच अभिमान वाटत नाही.

एका मोठ्या कालव्याच्या पुलावरून आमची ट्रक लाहोरच्या परिसरात शिरली, तेव्हा रात्रीचे नऊ वाजून गेले होते. तरी रस्त्यांवरची गर्दी, नाक्यानाक्यांवरच्या वाहनांच्या रांगा, पोलिसांच्या शिट्ट्या, सर्वत्र भोंगे वाजवणारे शिव्या देणारे ड्रायव्हर आणि बेशिस्त. ह्यामुळे आपण दिल्लीत तर शिरत नाही आहोत, असं वाटत होतं. लाहोरच्या पलीकडे पाकिस्तान पुरातत्त्वाच्या गेस्ट हाऊसमध्ये जायला आणखी तासभर लागेल म्हणून अली अस्वस्थ झाला होता. त्याला ताबडतोब त्याच्या भावाकडे मिलिटरी हेडक्वार्टर्समध्ये जाऊन मिलिटरीची

जीप मिळवायची होती. खास बॉर्डरवर दाखवण्यासाठीचा पास आणि चिठ्ठी तर तयारच असेल. पण नुकताच चीन-पाकिस्तान सीमेबद्दल तह झाला होता आणि त्यांनी काश्मीर परभारे वाटून घेतला होता, त्यामुळे सध्या पाकिस्तान-हिंदुस्थान युद्धाचं वातावरण असल्यानं मिलिटरीच्या वाहनातूनच निर्विघ्नपणे आतपर्यंत पोहोचवता येईल, असं भावानं गुप्तपणे अलीला सुचवलं होतं. आमचा ट्रकड्रायव्हर कोशिस करत होताच. कमानींचे दरवाजे, पडका तट, पांढऱ्या घुमटांच्या मशिदी, एकामागून एक पंजाबी हवेल्यांच्या गल्ल्या. रस्त्यावर मोठमोठ्या कढयांमध्ये पाळी फुटलेल्या दुधाचा हलवा. भजी. मोठमोठे लस्सीचे पेले पीत गप्पा मारत रहदारीकडे पाहत उभी टोळकी, प्रचंड मोठ्ठा प्लायवूडचा तक्ता आपल्या जुन्या सायकलच्या पायडलवर ठेवून एका हातानं हँडल ढकलणारा सरदारजी, तिकडून खांद्यावर लांब लांब ॲल्युमिनियमचे पाइप वेगानं नेणारे अतिशय ढिल्या कपड्यांमधले आत्ममग्न मजूर, रस्त्यावरची कपड्यांची, भांड्यांची दुकानं. बेफिकिरीनं चालत राहणारी गर्दी. रस्त्यारस्त्यांत सुखी धांदल. मधेच पोलिओमुळे एका पायावर उडत चालणारा आनंदी बुटपालिशवाला, सायकलच्या मागच्या कॅरियरवर आडवी करवत बांधून हत्यारांची भयंकर लांब पिशवी हँडलवर लटकावून एका हातानं दाट दाढीतून बिडी पीत शांतपणे घराकडे परतणारा सुतार, खडखड करत आपली लोटगाडी रहदारीच्या संतप्त पोलिसासमोरून पळवत त्याच्याकडे हसत पाहत चाललेला फेरीवाला. ट्रक थांबत थांबत पुढे सरकत राह्यला.

अलीची मूळ इच्छा जेवणाच्या वेळेशी लाहोरला पोहोचावं म्हणजे त्याच्या घरी आम्हाला जाता येईल. हमारे घर — गरीबखाने में कब आना होगा?... यारू, येईन, येईन. अरे हे आपलंच गाव वाटतं मला. अली मधूनमधून हात दाखवत सांगत असतो, हा इकडे माधोलाल हुसेन दर्गा. काय आहे तिथे? दोघा सूफींचा एकत्र दर्गा आहे तो — एक हिंदू, एक मुसलमान, गुरु नानक खरे सूफी परंपरेतलेच, पण मोगलांच्या वसाहती साम्राज्यवादी धोरणामुळे रजपूत हिंदूंना त्यांनी हाताशी धरलं आणि शीख, जे खरे तर मुसलमानांचा भाग, त्यांच्याशी हाडवैर. त्यामुळे पुढे उपखंडात हा प्रश्न मिटला नाही. ...यारू, तुझं विश्लेषण मला पटतं. ...ह्या इकडे रणजितसिंगाची समाधी आहे, लाहोर शिखांची राजधानी होती. आजही उर्दूमुळे आमच्या पंजाबीसिंधीसकट सगळ्या भाषांचा पार बोऱ्या वाजून गेला आहे. पाकिस्तानभर उर्दूचं प्रस्थ आहे. बलुची, पुश्तू तर गेल्या खड्ड्यात ह्या वसाहती इंडियन मोगल उर्दूमुळे. वाटेत जमाते इस्लामीची पोस्टरं, पताका, झेंडे आणि सर्वत्र ***हिंदुस्थान मुर्दाबाद*** असे फलक टांगलेले. अनारकली बाजार हा

इकडे. ...*हम उनको देखते हैं हसरत भरी नजर से* ...तिकडून पुढे मालबाजार. ही सगळी ऐंशी टक्के तरी शिखांची आणि हिंदूंचीच प्रॉपर्टी होती. हे लाला सगळे गब्बर, श्रीमंत व्यापारी होते, तिकडच्या पंजाब्यांकडून सबंध हिंदुस्थानभर हे हिंदू लोक गरीब मुसलमानांना शोषण्याचे व्यवहार चालवायचे. त्यामुळे इथल्या गरीब मुसलमान जनतेनं सूडच घेतला म्हणा फाळणीच्या काळात.

दोघेही ड्रायव्हर आता ह्या गप्पांमधे उत्स्फूर्त भाग घ्यायला लागले. सुरुवातीला फाळणीच्या गमती. नंतर राष्ट्रीय टवाळ्या : वो गुरुदासपूर है ना, उधर हमारे नानाजान की भौत इस्टेट थी. फाळणी होणार हे तर नक्की झालंच होतं. पण हे गुरुदासपूर थेट बॉर्डरवर येत होतं. पुन्हा अर्धे मुसलमान अन् अर्धे हिंदू-शीख. आता हे हिंदुस्थानात जाणार की पाकिस्तानात येणार? उलटच्यासुलटच्या खबरी फैलावत होत्या. एक दिवशी जाहीर झालं गुरुदासपूर पाकिस्तानात आलं. की सगळे शीख न् हिंदू तिकडे हिंदुस्थानात पळत सुटले. धूम लुटालूट. नंतर काय अचानक चक्रं फिरली माँ की च्यूत, ते हिंदुस्थानात गेल्याचं पक्कं झालं, की आपले लोक रातोरात प्रॉपर्ट्या टाकून इकडे निघून आले. हॉ हॉ हॉ. रिकामा झाला सगळा गुरुदासपूर इसकी माँ की च्यूत. अछूत लोग फक्त ह्या दोन्ही वेळी तिथेच राह्यले होते, ते साले मालेमाल झाले, दोन्हीकडच्या बेवारस इस्टेटी बळकावून. हॉ हॉ हॉ.

मुबारक मान उचलून मागून म्हणत होता, शीख लोक फार अंदाधुंदी करायला लागले होते. तारासिंग तर भर असेंब्लीत किरपाण काढायचा आणि मुसलमानांना खिजवायचा : पंजाब आमचा आहे, होऊन जाऊ द्या आताच, आव सामने. त्यावेळी आमचे दादा पतियाळातल्या मुस्लिम लीगच्या सभेत पुकारले होते, अरे, हा हिंदू शिखडा त्याच्या एवढुशा चाकूची धमकी देऊन स्वतंत्र पाकिस्तान होऊ देत नाही काय? एकदा यांना इस्लामची तलवार किती लांब असते हे दिसेल, तेव्हा समजेल. असं म्हणाले होते, भर शिखांच्या वस्तीत.

अलीनं मुबारक ड्रायव्हरला गप्प करून हा विषय बदलवला. बादशाही मशीदकडे किल्ल्यावरून ट्रक घ्यायला सांगितली. उंच टेकडीवर जुन्या सुंदर घुमटाकार महालात गेस्ट हाऊस. अलीनं पायऱ्या चढत वर धडपडत जाऊन खानसाम्याला उठवलं. जतावून रात्रीच कमरा सोडू, असं काही सांगितलं. मग माझी पेटी तिथल्या शिपायाच्या हातात देऊन मला वर जाऊन आराम करायला, लवकर जेवणही करून घ्यायला सांगितलं. तो ट्रकवरूनच गावात आणि तिथून कॅम्पात भावाकडे जाऊन मिलिटरीची जीप आणेल आणि सकाळी चारपाच वाजेशी बाघा बॉर्डर गाठणं शक्य होईल. त्याच्या घरी आम्हांला जाता आलं नाही,

याची दिलगिरीही पुन्हा सांगून तो ट्रकवरच खाली निघून गेला. तयार राहा, असं तो काळजीच्या सुरात सांगून गेला.

आता सकाळपासून दाबून ठेवलेला एकटेपणा एकदम अंगावर आला. वरती शंभरेक पायऱ्या चढून पुन्हा दुसऱ्या मजल्यावर. जिन्यांवरच्या पाकिस्तानमधल्या प्रेक्षणीय स्थळांची चित्रं पाहत पाहत कसाबसा, शिपायानं दाखवलेल्या दोन्ही बाजूंनी प्रशस्त गॅलऱ्या असलेल्या वीसेक फूट उंच छताच्या खोलीत शिरलो आणि पाणी पितापिताच मला खचल्यासारखं संवेदन झालं. थकल्यामुळे की काल रात्रभर झोपलो नसल्यानं पडावंसं वाटायला लागलं. गेस्ट हाऊसच्या बाजूच्या खोलीतून कानावर आदळणारी रेडियोवरची कलकलाट करणारी सतार. द्रुत लयीत कुठलीतरी परिचयाची धून. भूप राग. प्रचंड उष्णता. दोन्ही बाजूच्या गॅलऱ्यांमधून अफाट पसरत गेलेलं लाहोर. भिंतीवर ***पाकिस्तान टूरिझम***चा मोठा नकाशा. ठळक अक्षरांत लाहोर भोवतालच्या परिसरातल्या प्रेक्षणीय जागा. उजवीकडे तिरपी जाड लाल रेघ — इंडिया. त्यामुळे सीमेपासून तिकडचा भाग पूर्ण कोरा. मी बेचैन होऊन तो भारतीय पंजाबचाच कोरा भाग वारंवार पाहतो. लाहोर जवळच *मरहट्टा माधोजी सिंदिया दी छाँवणी*. मी आणखी बेचैन होतो. मग चुरचुरणारे डोळे मिटून पडतो. तेवढ्यात अचानक सबंध लाहोर शहरातले दिवे गेले. काय भानगड असावी? युद्धाच्या ब्लॅक आउटची तर तयारी नसेल? आज पेपरात सगळीकडे काश्मीर — अमेरिकन मदत — रणगाडे. युद्धाच्याच बातम्या. हिंदुस्थान — रशिया — अणुबॉम्ब — पूर्व पाकिस्तान — आंतरराष्ट्रीय सीमारेषेचा भंग. गंदी बात. तिथे अंधारात उकाड्यानं आणखी थांबणं अशक्य होतं, म्हणून मी मागच्या गॅलरीतून लांबवर अंधारात पसरलेलं अतिप्राचीन लाहोर पाहत राहिलो.

नंतर असं लक्षात आलं, की गॅलरीतून वरच्या घुमटाकार अशा उंच मनोऱ्यावर जायला तिथूनच पायऱ्या आहेत. वर हवेच्या गार झुळकाही जाणवत होत्या. घुमटाच्या चाऱ्ही बाजूनं प्रशस्त उघड्या गोल चबुतऱ्यावरून सबंध वर्तुळाकार आकाश लाखो ताऱ्यांच्या चमचममुळे अद्‌भुत वाटत होतं. चित्रेमधल्या कन्या आणि सिंह राशी भावडूनं सांगितलेल्या युक्तीमुळे एकदम ओळखता आल्या. पश्चिमेकडची शर्मिष्ठा कललेली आणि सप्तर्षी मध्यावर. घुमटामुळे मृदू झालेल्या हवेच्या गार झुळकांच्या सौम्य स्पर्शामुळे मी तिथेच आडवा झालो. मग वरच्या आकाशातल्या ताऱ्यांकडे पाहावं वाटायला लागलं. काय खंडेराव, तू कुठे पडला आहेस? कुठे चालला आहेस? तू काय काय ठरवलं होतंस आणि हे काय अचानक निघालं. मोरगाव कुठे? बॉर्डरवर काही वांधा तर होणार नाही? अमृतसरहून

भुसावलची थेट गाडी मिळेल का? त्यानंतर नीट विचार करता येईल. वरती सुंदर बाकदार रेषेत चढत गेलेला घुमटाचा आकार आणि ताऱ्यांनी चमचमणारं क्षितिजापर्यंतचं निळंशार गोलाकार भासणारं पोकळ आकाश, खाली सगळा अंधार. डोळ्यांत सामावून घेता येत नाही एवढी ही पोकळी. मेंदूच्या घड्यांमध्ये लपून राहिलेली झोप आता शाईसारखी पसरत आली. वरची गोलाकार पोकळी हळूहळू धनजी बोवाच्या मडक्यासारखी लहान लहान होत डोक्यावर गच्च बसली. धनजी बोवाचं मडकं.

नववी-दहावीत आम्ही तिघेचौघे मित्र तालुक्याच्या गावी रात्री सिनेमाचा ९ ते १२ चा तिसरा खेळ चोरून पाहायला पायी जायचो. परततांना अंधारात अशाच ताऱ्यांच्या आकाशाखाली गावाबाहेरच्या संगमावरच्या मसणवटीजवळच्या मळ्याजवळ आलो की, खाली मान घालून सरळ पुढे पाहत नदीतून गावात चालत यायचं, असं गावातल्या सगळ्या लोकांनी सांगून ठेवलेलं होतं. जरा इकडे तिकडे पोऱ्हायहो कदी पाहासान तं ते मसणजोग्याचं नंगं भूतच दिसतं. ते आपल्या मनात जे आहे तेच मायाजाल टाकून कसं झपाटतं, तेही कळत नाही. उदाहरणार्थ, धनजीबोवाचं मडकं. किर्रर्र अंधारात — बाळू पळ, मधू पळ जोरात, रघू आला का रेऽ असे एकमेकांच्या असण्याची खात्री करत सगळे घामाघूम होऊन आम्ही नदी ओलांडायचो.

धनजी तरुणपणी अतिशय गरीब कष्टाळू कोरडवाहू शेतकरी होता. त्याची तरुण लाडाची बायको आणि दोन चिमणी मुलं पैशाअभावी औषधपाणी करता आलं नाही म्हणून तडफडून मेली. तेव्हापासून काळीज फाटून गेलेल्या धनजीच्या लक्षात आलं की, आयुष्याचं सार पैशातच आहे. नंतर एकट्या राहिलेल्या ह्या धनजीला पैशाचं इतकं खूळ लागलं की रात्रंदिवस काम, सतत काम, आणि मिळतील ते पैशे साठवून ठेवणं, एवढंच तो करत राह्यला. खुर्द्याचे बंदे — पैंचा पैसा, पैशांचा अधेला, अधेल्यांचा आणा, आण्यांची चवली, चवल्यांची अधेली आणि अधेल्यांचा एक बंदा कलदार झाला, की त्या रात्री दारंखिडक्या पक्क्या बंद करून आधीचे साठवलेले बंदे रुपये काढून तो तेच तेच पुन्हा पुन्हा वाजवत ह्या पैशांच्या नादब्रह्मात तल्लीन होऊन गेल्यावरच झोपी जायचा. सुरुवातीला कित्येक वर्षं तर जवळ असलेले फक्त दोनच रुपये आलटून पालटून तो रात्रभर वाजवत होता, असं म्हणतात. दुष्ट जगात समाधान देणारा हा लक्ष्मीचा पदन्यास. छन छन कलदार चांदीचा तो आवाज म्हणजे सगळ्या जगावर हुकूमत गाजवता येण्याचा

आत्मविश्वास. असा भरवसा हाच गरीब माणसाचा विरंगुळा. हेच हरिनाम, हाच स्वर्ग, हेच पुण्य. आपल्या हक्काच्या आयुष्यातला क्षणक्षण उन्हातहानात थंडीवाऱ्याशी भिडवून घामानं अंग भिजवून मिळवलेल्या कणकण धनाचा शेवट असा मंत्रमुग्ध करणारा खणखणीत ढळढळीत जडजडीत ऐकून स्पर्शून पाहून तो खरा समाधानी व्हायचा. हा छन छन ध्वनिसंकेत जगातल्या सर्व मदिरा मदिराक्ष्या, सुखं सोयी देणारा आणि मरणाऱ्या जीवांना वाचवणारा असतो, हे त्याच्या आयुष्याचं सूत्र होऊन बसलं.

एकदा रात्री उशिरा शेतातून परतत असतांना स्मशानात एका पेटलेल्या चितेजवळ एक जटा सोडलेला अघोरी नंगा मसणजोगी फक्त दंडाला दोरा असा एका मडक्यात छन छन रुपये भरतांना त्याला दिसला आणि हा रुपयांचाच आवाज हेही त्याच्या अनुभवी कानांनी ताडलं. मोठ्या कुतूहलानं फलांगा टाकत धनजी तिकडे वळला आणि दबत दबत हळूच चितेच्या लांब मागे बाभळींच्या झुडपाआड गुपचूप उकिडवा बसून राह्यला. जोग्याला हे कसं समजलं कुणास ठाऊक, लगेच चितेच्या राखेनं ह्या मडक्याचं तोंड बुजून पाठीमागे धनजी जिथे लपून उभा होता, तिकडे वळून हे सांभाळ अशी खूण करून मडकं गडगडवून जोगी अंधारात नाहीसा झाला. मडकं गडगडत थेट धनजीच्या पायाशीच आलं. असं म्हणतात की, हा मसणजोगी काही दिवसांपूर्वी आमच्या गावात मेलेला सापडला, तेव्हा त्याचं प्रेत हिंदूंनी आपल्या स्मशानात जाळू द्यायला मनाई केली. त्यामुळे आठ दिवस ते प्रेत तिथेच पडून होतं आणि मग आपोआप नाहीसं झालं होतं. हे खुळखुळणारं जड मडकं आणि हर्षवायू — दोन्ही निर्धारानं सांभाळत घरी धावत आलेला धनजी देहभान विसरला. नेहमीप्रमाणे त्यानं चूल पेटवून घाटा शिजवून आपलं जेवण आटोपलं आणि दारंखिडक्या लावून अनेक वर्षं कष्टानं जमवलेले रुपये आणि आता आलेले मडक्यातले एकत्र करून वाजवत बसू अशा तयारीनं मडक्यातली राख उपसून त्यानं आत हात घातला. परंतु काय आश्चर्य, हाताला रुपये लागत नव्हते. मडक्यात हात फिरवला, पण इतकं जड खुळखुळणारं मडकं आतून पोकळ कसं? त्याचा हात खुंब्यापर्यंत आत गेला, नंतर भुजाही पूर्ण आत गेली, खांद्यापर्यंत आत हात गेला तरी पोकळच. एवढंसं दोन बिल्लास मडकं पण त्याचं बूड खांद्यापर्यंत हात घालूनही लागत नाही? म्हटल्यावर त्याला दरदरून घाम आला. मग त्यानं आपल्या साठवलेल्या रुपयांमधलं एक नाणं मडक्यात टाकून पाह्यलं तर ते टणटण आदळत आपटत खोल विहिरीतून ऐकायला येतात तसे पडसाद वरपर्यंत उमटवत कितीतरी वेळ खाली खाली पडतच राह्यलं. जणू वर्षानुवर्षं. उरलेलेही सगळे रुपये आत टाकून ते मधुर प्रतिध्वनी ऐकत त्याच्या लक्षात आलं की ह्या

मडक्याच्या आतली पोकळी ह्या जगातली नसून दुसऱ्याच कुठल्यातरी जगातली आहे. ह्या अद्‌भुत जाणिवेनं त्याचा थरकाप झाला आणि मडक्यात तोंड खुपसून खुपसून आतल्या पोकळीत डोळे ताणून ताणून धनजी त्यातला अनंत वर्षांचा तळ पाहत राह्यला. कायमच. हा शेवट.

दुसऱ्या दिवशी शेजाऱ्यांनी संशयानं धनजीचं दार मोडून आत पाह्यलं तर मडक्यात पूर्ण तोंड फसल्यानं गुदमरून मरून पडलेला धनजी.

मडक्याच्या आत विस्फारलेल्या त्याच्या डोळ्यांना काय दिसलं असेल? पोकळी. रूप रंग चव स्पर्श काहीही नसलेली, ह्या आकाशासारखी भ्रामक आकाराची अफाट पोकळी. पैशांनी जगता येण्याआधीची आदिमानवाच्या डोक्यातली पोकळी. कोटी कोटी वर्षांपूर्वी महासागराच्या तळाशी पुन्हा पुन्हा उकळणाऱ्या आणि थंड होणाऱ्या अद्‌भुत वातावरणात रासायनिक बदल होत होत तयार झालेली डीएनए आरएनए प्राणिसृष्टीची सुरुवात. आयुष्याचा तळ.

खंडेराव, ह्या आकाशाच्या पोकळीत तूही तसाच तोंड खुपसून पाहतो आहेस. हे तेच मडकं आहे — लख्ख तारकांनी भरलेलं असीम अवकाशाचं. अजून सगळीकडे अंधारच आहे. खालून कुणाच्या तरी हाका ऐकायला येतात. वर वृश्चिकेच्या चांदण्या बऱ्याच वर आल्या आहेत. शर्मिष्ठा नाहीशी झालेली आहे आणि सप्तर्षी क्षितिजाशी उलटलेले. भावडू आणि मी खळ्यात राखण करत दोन दोन गोधड्या पांघरूनही थंडीत कुडकुडत वरच्या आकाशाच्या अशाच अद्‌भुत घुमटाखाली चांदण्या पाहत झोपी जायचो. भावडूला बऱ्याच चांदण्या समजायच्या आणि तो उत्साहानं मला दाखवत राहायचा. मी झोपी गेलो तरी त्याचं स्वतःशी बडबडणं चालूच असायचं.

अली, खानसामा, नोकर मला शोधताहेत. अंधारात त्यांची टॉर्च दिसते. मी त्या दिशेनं पायऱ्या उतरून जातो. माझं जेवणाचं ताट अंधारात केव्हातरी आणून ठेवलेलं तसंच होतं. मी दिसत नाही म्हटल्यावर अली फारच घाबरला होता. तातडीनं निघणं आवश्यक होतं. मिलिटरी पोषाखातल्या ड्रायव्हरनं बूट वाजवत सॅल्यूट केला आणि जीप भरधाव वेगानं बाघाकडे निघाली. अलीच्या भावामुळेच माझं अमृतसरला वेळेवर पोहोचणं शक्य होत होतं. हे त्याला मनापासून कसं सांगावं, यासाठी मी संधी शोधत होतो. दिलवरसाठीही निरोप द्यायला पाहिजे होता, पण जीपच्या वेगानं आणि आवाजानं ते शक्य होत नव्हतं.

तेवढ्यात बॉर्डरच्या झगझगीत चौकीचे लाल हिरवे दिवे. रस्त्याच्या बाजूबाजूनं वाहणाऱ्या नदीएवढ्या प्रचंड कालव्यात उमटणारे पिवळे दिवे. सैनिकी

गणवेशातले आमच्या जीपला सॅल्यूट करणारे त्रिकोणी हात. एका आडव्या फाटकाजवळ जीप थांबली. आमचा ड्रायव्हर खाडखाड करत अलीजवळचे कागदपत्र घेऊन आत गेला. आता मी अलीशी बोलायला सुरुवात करतो न करतो तोच कानठळ्या बसवणारा लढाऊ विमानांचा मोठ्ठा जथ्था एकामागून एक जात राहिला. सगळं वातावरण हादरून गेलं. तेवढ्यात ड्रायव्हर परत आला आणि मोठ्या आवाजात जीप सुरू करून खड्खड् करत आम्ही पुढच्या चौकीपर्यंत पोहोचलो. जीपचं दार उघडताच अलीनं माझी पेटी उतरवून घेतली. छातीशी छाती दोन्हीकडून लावून झाल्यावर आमच्यात एवढाच संवाद झाला : मी म्हणालो, अली —. त्यावर तो म्हणाला, खंडेराव —. बस्स. खुदा हाफिज. खुदा हाफिज. जीप उलटी जोरात मागे गेली. ही आमची शेवटची भेट. तीन महिन्यांच्या भावासारख्या समविचारी सहवासाचा शेवट. भूतकाळातल्या प्रचंड हिंदुस्थानातून आम्ही भविष्यकाळातल्या एकमेकांवर भुंकणाऱ्या लढाईखोर राष्ट्रांचे शत्रू नागरिक झालो. काटेरी तारा. पहाऱ्याचे टावर. प्रखर प्रकाशझोतांमागे स्टेनगनी धरलेले युनिफॉर्म. दोष, मित्रा, आपल्या ग्रहदशेतच असतो.

सर्व भारतीय गणराज्याच्या नागरिकांसाठी विज्ञापना

देवनागरी लिपी. सरदारजी, पगड्या, फेटे, चहाची किटली आणि पेले घेऊन फिरणारी लहान लहान पोरं, कानावर पाच-सात भाषा, अशोकस्तंभ. तिरंगा, *वेलकम, वेलकेम* — अशा विनोदानं कागदपत्रं तपासणारा आतिथ्यशील काश्मिरी माणूस, सीमेच्या इकडूनही तिकडच्या सारखेच दिवे. तसेच गणवेशातले सैनिक. तशीच पंजाबी उष्णता. तसेच दिसणारे लोक. राष्ट्रीय शिवीसुद्धा *तेरी माँकी* तीच. माझ्याबरोबरच शंभरेक गुजराथी मच्छीमार पाकिस्तानी तुरुंगातून *मानवी हक्क समिती*च्या दहा वर्षांच्या खटपटीनंतर कोर्टानं सोडलेले गर्दी करून उभे होते. सगळ्यांचे पाकिस्तानी तुरुंगातले अघळपघळ पठाणी पोषाख, इतके ढगळ की लहान चणीची ही काठेवाडी माणसं त्या पोषाखांत शोधावी लागायची. आपण इतक्या तरुणपणातच मायदेशी लौटतो आहोत, याच्यावर त्यांचा अजून विश्वास बसलेला दिसत नव्हता. दोन्ही देशांची १२ समुद्री मैलांची कोणालाही न कळणारी फाळणीची स्वातंत्र्योत्तर सीमारेषा ओलांडून हे उत्साही लोक मासे मारत आत गेले

आणि नुस्त्या लंगोटानिशी जप्त केले गेले. तेरा वर्षं तुरुंगात. पकडले गेले तेव्हा यांच्यातले काही पंधरासोळा वर्षांचेसुद्धा नसतील. हेरगिरीच्या आरोपाखाली डांबून ठेवले. गंदी बात. भारतीय तुरुंगातही तिकडचे असेच मच्छीमार डांबलेले असतीलच. गंदी बात. येतांना एक आडदांड तरुण पोरगा भारतीय सैनिकांनासुद्धा पाकिस्तानी समजून शिव्या देत धक्काबुक्की करत होता. हा काय गुप्तहेर होऊ शकेल? हेरगिरी हा इतका भयंकर प्रकार की तो सभ्य माणसंच करू शकतात. गावाकडचे लोक आपल्याला घ्यायला येतील, म्हणून अपेक्षेनं काही पंजाबी कैदी संध्याकाळपासून उभे होते. पण कोणीच आलं नव्हतं. माझं नाव रीतसर कळवलेल्या यादीत नसल्यानं पंजाबी अधिकाऱ्यानं मला बाहेर थांबायला सांगितलं.

आपला पासपोर्ट तर नीटच आहे. अशी शक्यता आहे का, की आपण स्वतःलाच परदेशातून स्वदेशात अवैध मार्गांनी घुसवतो? कोणी असं बळजबरीनं दुसऱ्या देशाचं होऊ शकतं? ज्या देशाचे आपण नागरिक म्हणवतो त्याच्यातच आपल्याला का शिरू देणार नाहीत? आपलं वतन आपला देश तर असतोच, पण हे आपल्या देशावर थापलेलं राष्ट्र, आपल्या आणि देशाच्या मधे झेंडे फडकवत लुडबुडतं. मी डोळे मिटून पुढच्या प्रवासाचं वेळापत्रक आखत राहिलो. इथपर्यंत येणं सोपं झालं, यापुढे? काल रात्री ह्या वेळी आपण काय काय बेत करत होतो? आणि आज हे काय? पीएचडीसकट पुढचं सगळं शक्याशक्यतेवर टांगलेलं. आता घर शेती कोण सांभाळणार?

अमृतसरला इथे बाहेर दर तासाला सरकारी बस सुटते, असं लाहोरमधल्या हजरत मियाँ मीर दर्ग्याला पूर्वजांपासून चालत आलेला सिलसिला म्हणून मन्नत करून आलेला एक पंजाबी हिंदू व्यापारी सांगत होता. अमृतसर — अंबाला — दिल्ली — तिथून संध्याकाळी भुसावलची कोणतीही गाडी — उद्या सकाळी ह्या वेळी ग्वाल्हेर. दुपारी भोपाळ. संध्याकाळी खंडवा, उद्या रात्री भुसावल. दोन दिवस दोन रात्री. त्यातही नेहमीप्रमाणे आठ आठ दहा दहा तास उशिरा चालणाऱ्या आगगाड्या.

रामा रे रामाऽ   जी रे त्त जी र जी   जी जी जी जीऽ

नागरिकत्वापायी हालअपेष्टा सोसून आलेल्या, बसमधल्या त्या कष्टकरी वर्गाच्या लोकांमधे आम्ही दोघेतिघेच बूझ्र्वा होतो. मी तर लष्कराच्या ऑफिसामधल्या साहेबांच्या ओळखीनं आरामात अर्ध्या तासात सीमा ओलांडणारा बुद्धिजीवी प्राध्यापक. उपखंडातल्या भ्रष्टाचाराचा आदर्श. त्यामुळे

पूर्ण हिरमुसून मी बसच्या शेवटच्या रांगेत कोपऱ्यात माझी पेटी पायाखाली ठेवून बसलो होतो. एक शीख गाडीवाला *क्येरी शरबत, क्येरी शरबत* ओरडत स्टेनलेस स्टीलची चरवी आणि दहावीस काचेचे पेले बोटांमध्ये अडकवून बसमध्ये चढला. माझ्याबरोबर चौकीतून आलेल्या पंजाबी हिंदू व्यापाऱ्यानं स्वतः तर सरबत घेतलंच, पण एक नोट आगाऊ देऊन बसमधल्या प्रत्येकाला एकेक पेला पूर्ण भरून द्यायला फर्मावलं. पाकिस्तानातून आल्यामुळे त्याला राष्ट्रीय बंधुभावाचा पुळका आला होता.

अमृतसर रेल्वेस्टेशनवर बस आल्याबरोबर वर्तमानपत्रावाल्या पोरांनी एकजात भारत पाकिस्तान युद्धाच्या बातम्या ओरडून गर्दी केली. एरवी पेपरं इतकी खपली नसती. गंदी बात.

अमृतसर-जालंधर मार्गे सध्या दिल्लीचं तिकीट घ्या आणि तिथे दिल्लीलाच भुसावलची सीट मिळेल तर बघा. इथे नाही. इंडियन रेल्वे. उभं राहूनसुद्धा जाता येतं की नाही ही नेहमीची धास्ती होतीच, म्हणून मी तिकीट खिडकीतल्या पांढऱ्या शुभ्र दाढीवाल्याला दुसरा काही रस्ता आहे का, असं विचारलं. तो शांतपणे म्हणाला, दुसरा रास्ता? है — बरथपर सो जानेका. बस्स. तिकीट चेकर आया तो उसको पाच रुपया दे देना, बेटा. जाव. आधे घंटेके बाद गड्डी एकपर लगेगी.

पेटी घेऊन स्टेशनाबाहेर मस्का रोटीच्या हाटेलात शिरलो. भिंतीवर मध्यभागी गुरू दसमेस आणि चाऱ्ही बाजूला सुंदर गुरुमुखीत नावं छापलेले पंधरा एक संत, त्यांत एक गुरू नामदेवजी. *वाहे गुरू. ड्डालवि ड्डालवि ड्डालवि ड्डालवि.* कीर्तन मृदंग, *धुमकिट तकतक.* वडलांची जोरानं आठवण. त्या ग्लानीच्या काळात इथे पंजाबात इस्लामच्या आखाड्यात उतरून आजवर असं कॅलेंडरवर स्थान अढळ ठेवणारे नामदेवजी. *काहेकू की जे ध्यान जपना। जो मन नहि सुध अपना. धुमकिट तकतक ड्डालवि ड्डालवि.* स्टेशनात येऊन अंधारातच गाडीत एका सामानाच्या बर्थवर मघाच्या पांढऱ्या शुभ्र दाढीची आठवण करत ताणून दिली. चला सुरुवात तर झाली. मग पडल्या पडल्या वाटलं की, आपण परीक्षेतल्या शेवटच्या प्रश्नाचं उत्तर घाईघाईत लिहीत आहोत. वेळ संपून गेली आहे, प्रश्नपत्रिका अर्धीसुद्धा सोडवलेली नाही. सगळी उत्तरं माहीत असून. कुठल्यातरी एका प्रश्नानं फारच वेळ घेतला. प्रत्येक सेकंद युगासारखा चालला आहे.

मग गाडीत दिवे लागले. एकेक जालंधरला जाणारे येऊन बसले. माझ्याकडे कोणी लक्ष दिलं नाही. गाडी सुरू झाली. वाकून पुलाखालच्या झगझगीत उजेडात चौरस्त्याच्या मध्यभागी कुणाचा तरी अश्वारूढ भव्य ब्राँझचा पुतळा. एकदम उंच.

हातात तलवारसुद्धा ब्राँझचीच. ती उंच उगारून कायम भरचौकात रहदारी पाहत बसण्यानं कंटाळा किती येत असावा? *जास्त शहाणपणा करू नकोस, खंडू.* वडलांचा कर्कश सूर. मी कुठेही काहीही स्वतःचं मौलिक निरीक्षण नोंदवायला नेहमीच उत्सुक, तर त्यावर वडील — *जास्त शहाणपणा करत जाऊ नकोस, खंडू.* चारचौघांपेक्षा आपल्याला वेगळं व्यक्तित्व मिळूच नये, असं त्यांना वाटायचं. हे मुसकं तोंडाला सतत बांधल्यानं आपली कंबर खचल्यानं वाटायचं, वडलांमुळेच आपण मागे पडतो आहोत. उन्हाळ्यात गार पाण्यानं आंघोळ करतांना चेहऱ्यावर साबण लावून अचानक उठतांना डोक्याला ठस्सदिशी लागणारी तोटी. खंडेराव, असा अंकुश नसता तर तू ज्यादापणानं किती वाहवत गेला असतास? संयमाचं मोठेपण तुला वडलांनीच पटवून दिलं. पण त्यांचं महत्त्व तुला शेवटपर्यंत कळलं नाही. निरीक्षण करावं, पण फटकन नोंदवावं कशाला? हाच शहाणपणाचा मार्ग. हे तलवारधारी पुतळ्या, ह्या खंडेरावला क्षमा कर.

ह्या डब्यात अजिबात गर्दी गोंधळ नाही, म्हटल्यावर लक्षात आलं की इथले सगळेच पंखे चोरून नेलेले आहेत. चला. आता दिल्लीपर्यंत असंच बॉयलरमध्ये. डोळे मिटून मिटून गाडीच्या आवाजात आपोआप गुंगी येत चालली.

मी बाघा बॉर्डरवर हमरस्त्यावरच्या एका वळणावर अर्धा पाकिस्तानमधे आणि अर्धा हिंदुस्थानमध्ये एक फर्लांगभर लांबीची चारपाई टाकून झोपलो आहे. बरोब्बर आंतरराष्ट्रीय सीमारेषेवरच. लोक म्हणाताहेत, झोपू द्या हो, बिचाऱ्याला असाच, थकला असेल इतका हजारो वर्षांचा इतिहास वाचून. *सोने दो.* हे कोणीतरी डब्यातल्या लोकांनी म्हटलं, की मीच स्वतःला म्हटलं? असंच तापलेलं असायचं गोठ्यातलं चाऱ्याचं घर. गव्हाच्या कुटाचा गोड वास. लहानपणी एकदा ह्या चाऱ्याच्या घरात वरच्या कौलांमधून पडणाऱ्या कवडशांमधले धुळीचे नाचणारे चांदीसारखे कोट्यवधी कण पाहता पाहता अडकून पडलो होतो. आत कोणी दिसत नाही म्हणून सांडूनं बाहेरून कुलूप लावलं आणि निघून गेला. वरून वेगवेगळ्या कोनांमधले किरण, बाकी सर्वत्र अंधार. त्या मंद अंधारात त्या निर्मनुष्य लांबरुंद कोठारात कवडशांमधले सुंदर धूलिकण अतिशय वेगानं नाचत वरून खाली अद्भुत नाच करत होते. ती एक वेगळीच लय, पकडता न येण्यासारखी. हजारो सतत बदलत्या आकारांची. मग कोपऱ्यातल्या बाभळींच्या सरपणाखाली लाल सुरुंग ओठ दाखवणारी झुपकेदार शेपट्यांची मुंगसाची चपळ पिलं एकेक बाहेर आली. मी घाबरून तसाच उभा. पिलंही मला खांब समजून निर्धास्त होऊन खेळत राहिली. ती सरपणाखालची जागा वर्षानुवर्षं त्यांची होती. अजूनही आहे.

ती पिलं दोन पायांवर उभी राहून लाल डोळ्यांनी माझ्याकडे अजूनही टक लावून पाहतील.

कोणीतरी उठवलं असावं. दिल्लीला उतरायच्या तयारीतले लोक मागे जाणाऱ्या घुमटांच्या मशिदीला का दर्ग्याला आपापल्या पद्धतीनं हात जोडत होते. हजरत निजामुद्दीन अवलिया. दिल्ली. तिथे स्टेशनातली तुफान गर्दी चुकवत मला तिकीट ऑफिसच्याही आधी पाकिस्तानात सिंधुचं साठवलेलं पोटातलं पाणी यमुनेत पोचवण्यासाठी मुतारी शोधणं अधिक गरजेचं होतं. स्टेशनामागच्या नव्या इमारतीकडे फिरता फिरता लक्षात आलं की, एक अतिशय उंच थोराड लोकरीसारख्या केसांचा म्हातारा कुत्रा सारखा आपल्या मागेमागेच येतो आहे. घाईघाईनं इतर समगरजू लोकांच्या बरोबर एका भिंतीशी ओळीनं उभ्या लोकांसह मीही समोरच्या भिंतीवर लिहिलेली अक्षरं पाच मिनिटं वाचत मुतत होतो : *गधे के पूत यहां मत मूत.* हल्ली बापावरून क्वचितच शिव्या असतात. मग समोरच्या तिकीट ऑफिसकडे जातांना इथेही मघाचा उमदा कुत्रा माझा पाठलाग करतच होता, अंतर ठेवून माझ्याकडे शोधक दृष्टीनं निरखून पाहतच होता. मी रांगेत सरकत गेलो तेव्हा हिमाचलकडे असतात तशा रेशमी केसांच्या लटांचा तो बाजूच्या कचऱ्याच्या कुंडीपाशी शांत बसून माझ्या प्रत्येक हालचालीकडे पाहत राह्यला. मी बॅग पुढे पुढे ढकलत रांगेतच सरकत मधूनच त्याच्याकडे नजर टाकायचो, हेही तो जीभ काढून पाहतच होता. तिकिटाची खिडकी जवळ आली तशी दिल्लीच्या नेहमीसारखा राजधानी लबाडीचा फटका आपल्याला आताही बसू नये म्हणून मी सावधान होतो, तरी खिडकी सोडताना आतल्या भारतीय हिंदू नागरिकानं ती भीती खरीच करून दाखविली आणि जाळीआडून फक्त तिकीट बेफिकिरीनं फेकून माझ्या *आणि उरलेले पैशे दो? बाकीके पैसे? ओऽ* ह्या वारंवार विचारण्याकडे पूर्ण दुर्लक्ष करण्याचं कसब दाखवत तो रांगेतल्या पुढच्याशी तन्मयतेनं बोलत राहिला.

लाज वाटून सर्व रांगेतल्या लोकांना इशारा म्हणून राष्ट्रीय शिवी हासडून मी खजील होत्साता बॅग उचलून बाहेर पडलो. बाहेर तिकीट न्याहाळत असताना पुन्हा तो मायाळू पोक्त कुत्रा माझ्यामागे येतच राह्यला. इतक्या हजार लोकांमध्ये हा माझ्याच मागे का येतो आहे? काय याचं आपलं आदिम नातं? एका नवख्या प्राण्याचं पूर्ण नवख्या माणसाशी असलेलं हे नातं अशा खिन्न स्थितीत अनुभवण्यात आध्यात्मिक आनंद होता. युधिष्ठिरामागे शेवटपर्यंत कुत्रा जावा तसं. कोण्या माझ्यासारख्या दिसणाऱ्या मालकानं याला नुकतंच सोडून दिलं असेल

का? कारण याची लोकर अजून अतिशय स्वच्छ होती. बेवारशी उखारी करणाऱ्या कुत्र्यांनी अजून याच्या पाठीवर चावलेलं नव्हतं. जखमा नव्हत्या. किंवा त्यांच्या घरातला कोणीतरी माझ्यासारखा हुबेहूब दिसणारा असेल? तरी त्याच्या डोळ्यांतली आर्त नजर त्याच्या शेपटीच्या हालचालीशी जुळत नव्हती. कुठेतरी संशयाला जागा होती. एकदाची आपली गाडी गाठून तिथेच स्टॉलवर या गृहस्थाला पाव देऊ, म्हणून मी यार्डातून झपाझपा चालत पुढे गेलो. ह्या गडबडीत हातातलं तिकीट खाली पडलं आणि ते उचलायला मी मागे वळून वाकलो. त्यासरशी कुत्रा एकदम उलटा होऊन पळून दिसेनासा झाला. माणसं अशी वाकून दगड मारतात, हा त्याचा ठाम प्रतिसाद पाहून मला लाज वाटली.

माणसांच्या तुडुंब गर्दीच्या भुसावल बोगीत गाडी आल्याबरोबर मी चढलो. दारातही लोक उभेच होते. तरी मराठी माणसाला फक्त संकटाच्या वेळीच स्फुरते, अशा उपजत दांडगाईचा मुक्तहस्त वापर करत मी बराच आत शिरून वरच्या सामानाच्या बर्थवर पेटी ठेवण्यात जेमतेम यशस्वी झालो, कारण डब्यात बरेच मराठीच होते. शिवाय पेपरात जबलपूरकडे मोठे हिंदू-मुसलमान दंगे सुरू झाल्याच्या मोठ्या बातम्या होत्या. त्यासाठी ग्वाल्हेरीपर्यंत चार पूर्ण डबे मिलिटरीला अचानक द्यावे लागल्यानं सगळी गर्दी इकडे लोटली होती. आता हे येणारे छत्तीस तास जागरणच आणि कालचीही रात्र झोप नव्हती. जागरणांची सवय असूनही आता डोकं भणभणायला लागलं होतं. अशा वेळी काहीही ऐकायला येतं आणि कोण काय बोलतं हे कळेनासं होतं. झोपून जाता येतं अशा तिकडच्यासारख्या आगगाड्या ह्या देशात कधी सुरू होतील? युद्धाच्या तयारीलाच ह्या भिकाऱ्यांचे सगळे पैशे संपून जातात. शेवटी डब्यात तर शिरलोच आहोत. खंडेराव, भणभणणारं डोकं फक्त सांभाळ. शरीर आपोआप परवा भुसावल स्टेशनवर पोहोचेल.

रामा रे रामाऽ   जी रे त्त जि र जी   जी जी जी जीऽ

...परमेश्वर नाही असं मी एका वर्तमानपत्रात वाचलं आहे. ...इंग्रजी पेपरात? ...पाटलाकडून कबूल करून घ्या. नुस्त्या शेंड्या लावतो. ...सुधाकर अजून ज्योतीकडेच आहेत? ...वैशाली दुसरं काही करते? ...आप क्षत्रिय हैं? ...विनोबा अजून जिवंत आहेत? ...तुम्हारे भाषा में वो ज्ञानपीठ मिला है वो — क्या उसका नाम — बहोत बडा रायटर है — मुझे वह न मालूम हो, तुम्हे तो पता होना चाहिये ना.

तेवढ्यात तिकडून खंजिरीवर *दिल के अरमाँ आंसुओं में बह गयेऽ* असं तार स्वरात म्हणत एकजण येतो. खंडेराव, त्याला एक रुपया दे. एरवी डब्यात कोण असं गाणं ऐकवणार? ...मतलब, आपको लडकालडकी कुछ हुआ ही नहीं? क्यों? ...फ्रीझ में चुहा घुस गया, बंद कर दिया सालेकू. मर जाएगा क्या? की खराब करेगा सब चीजें? ...तुम्हारे जोरू को कॅन्सल बिमारी हुआ है?

बाहेर समाजात कुटुंबात घरात कुठेच न मिळणारी निनावी गोपनीयता आणि खाजगी आविष्कार, प्रामाणिक प्रश्न आणि प्रामाणिकच उत्तरं. दुःख हलकं करणं आणि कुठेच न मिळणारा विश्वासू आधार. एकमेकांचं स्वायत्त अस्तित्व जपणारा बंधुभाव. एक बोहरी बाई पूर्ण निळा बुरखा मोठ्ठं टोपलं झाकल्यासारखा पांघरून बसल्यामुळे डब्यातल्या वातावरणातला एकजिनसीपणा बिघडला होता. तिच्या नवऱ्यानं जेवणाचा डबा काढताच तिनं फटकन चेहऱ्यावरचं लोंबणारं जाळीचं झाकण उलटं करून आपल्या सुंदर नाकडोळ्यांनी डब्यातलं धार्मिक-सामाजिक वातावरण बरंच सौम्य केलं. गुजरातीत एकजण बोहऱ्याला विचारतो, का हो, तमारो अमदाबादे जामा मशिदमां तरक्की मदरसा चाले छे के? तमे जाणों छो? ...हाँ जी, चलती है. ...तिथे कुराणाशिवाय आणखी काय काय पढवतात? उत्तर : फतराँ.

एकेक फेरीवाला आपलं हुन्नर दाखवत पुढे जातो. चणे विकणारा मागच्या मिसळवाल्याच्या अर्धा डबा पुढे असतो, तर मिसळवाला त्याच्या मागून येणाऱ्या बोटभर प्लास्टिकची नळी नारंगात फिरवून विनासायास पेलाभर रस काढून दाखवणाराला जागा करून देत पुढे सरकत राहतो. एक तंबाखूचा व्यापारी सत्य, अहिंसा यांवर बाजूच्या एका खादीधाऱ्याला तात्त्विक उपदेश करत होता, तर त्याला तो खादीधारी माणूस ९ बाय ४ च्या पार्सलीपेक्षा १२ बाय ३ ची पार्सल, ४०० किलोमीटरपर्यंत १०० रुपयांनी रेल्वेनं कशी स्वस्तात पडते, हे पटवून देत होता. कुंभमेळ्याहून आलेले मराठी लोक मराठीतून हिंदी बोलत होते, तर यूपीचे मुंबईतले हिंदीतून मराठी. सुमारे अकरा लोग कैसे गटांगळ्या खाके बुडून मरे, हे सांगत होते. वृंदावन-मथुरेच्या मधे कुठेतरी एका स्टेशनाला लागून असलेल्या देरासरासमोर पटांगणात हजारो कबुतरं दाणे टिपतांना दिसली. त्यांच्या हजारो पोझी — कमीजास्त उंचावलेल्या शेपट्या, वेगवेगळ्या कोनांतल्या चोची, छातीच्या कमानी, कसलेल्या माना — ह्या हालचाली डोक्यात इतक्या पक्क्या कोरल्या गेल्या की नंतर तासभर डोळ्यांसमोर दुसरं काहीच उमटत नव्हतं.

एक विनोदी प्रवृत्तीचा गृहस्थ सगळ्यांशी अकारण हसरा चेहरा करून उबग आणणारी सलगी करत होता — नेहमीचा हा सद्गुण प्रवासात दुर्गुण ठरतो, हे त्याला माहीत नसावं. खूप उद्गारवाचकं टाकणाऱ्या ललित गद्याच्या

लेखकासारखा. त्याच्या बाजूच्या, सारंगीची पेटी मुलासारखी मांडीवर सांभाळत भोपाळला एका मैफलीसाठी जाणाऱ्या उस्तादला तो म्हणाला, इसको पीछे लगाके लेट जाईये. ...क्यौं? ...नही तो गाडी लेट हो जाएंगी. हॉ हॉ हॉऽ

सारंगीवाला दाढीवर हात फिरवत म्हणाला, मजाक की बात अलग. यह साज, बस यही मेरी दौलत बची है समझो.

एकानं मिसळ संपवून हातातल्या पुडक्याचा कागद नीट करून वाचला. त्यावरची मोठ्या अक्षरांत **काश्मीर सीमेवर गोळीबार** अशी बातमी पाहून वरच्या हातभर मान लांबवून वाचणाऱ्या एकानं तो कागद मागितला. मिसळ खाणारा म्हणाला, ये आज का नहीं है. मागणारा म्हणाला, चलेगा, क्या फरक पडता है?

माझ्या जवळ उभा असलेला एक सरकारी नोकर आग्र्याजवळ उद्या होणाऱ्या यू.पी. विधानसभेच्या एका उपनिवडणुकीसाठी मोजणी अधिकाऱ्याचा असिस्टंट म्हणून चालला होता. तिथे खून, मारामाऱ्या, मतदान केंद्रं जाळून टाकणं अशा भीतिदायक घटना घडत होत्या. तरी हा माणूस दोन बंदांच्या लांब तरटाच्या पिशवीत चोळाबोळा कपडे कोंबून शांतपणे ड्युटीवर चालला होता. आधी तंबाखू हातावर चोळून जगातल्या सगळ्यात मोठ्या लोकशाहीचा पाईक म्हणून तो निर्भयपणे तरटाच्या पिशवीसह तिथल्या स्टेशनवर उतरून गेला. जातांना त्यानं हातातली चिमूटभर तंबाखू मला प्रेमानं देऊ केली. मी आदरवाणा होऊन नाही म्हटलं, तर तो हिंदीत म्हणाला, अरे, मग कसं होईल भैया, दुनियेत तुमचं? मी खिशातली सिगरेट दाखवून म्हणालो, यह है ना भैया.

एक जण खासदाराचा अटेण्डण्ट म्हणून खासदाराशिवाय पासावर फुकट प्रवास करत होता. टीसीनं फक्त त्याला विचारून म्हटलं, वा भै वा.

जमाई के घर गये थे? फिर लडकी-पोते खूस हुए होंगे. ...और क्या क्या किया? ...मीटर दुरुस्त करून आलो. आता कधीच दहा-बाराच्या वर रीडिंग येणार नाही. ...ऐसा? दिल्लीत एसीशिवाय ह्या दिवसांत चालत नाही. रिटायरमेंट के पहिले मीटर दुरुस्त करनाही अपना जॉब था. ...ऐसा टेलिफोन का भी कर सकते हैं क्या? ...क्यों नहीं होगा? सब कुछ स्लो या फास्ट हो सकता है. अक्षय टेलिफोन. कितना भी घुमाव, बिल मिनिमम. हॉ हॉ हॉ. ...क्यों बेटी, बच्चा क्यों रो रहा है? क्या नाम है इसका? ...मायकेल. ...ऑ? मायकेल? ये तो ख्रिसमसवाली बात हो गयी. ...अंकल जी, कुछ फरक नही पडता, सिर्फ दिल साफ होना चाहिए. और कुछ नही.

स्त्रीमुक्तीशी संबंधित वाटणारी एक नटवी तरुणी नाविक दलातून स्वेच्छानिवृत्ती घेणाऱ्या अधिकाऱ्याला सांगत होती, बुटक्या वामनाचं एक पाऊल

आकाशात — सॅटलाइट ट्रान्समीटर. दुसरं पृथ्वीवर — सगळीकडे टीव्हीच टीव्ही. आणि तिसरं पाऊल आमच्या डोक्यावर — पाताळात गाडणार. हॉ हॉ हॉ. ...तेच म्हणतो आहे. प्रत्येक कामाची स्वतंत्र यंत्रणा पाह्यजे. गुन्हे शोधणारे वेगळे, गुन्हेगाराला शिक्षा देणारे वेगळे ...आणि गुन्हे करणारे वेगळे नकोत? का हेच?

तुम्ही काय करता?... पीएचडी. ...काय विषय? आर्किऑलजी. ...म्हणजे? ...पुरातत्त्व, जमिनी उकरून मढी बाहेर काढणं. ...पुढे काय स्कोप असतो? म्हणजे नोकऱ्या?... कुठंही जंगलात देवळावर राखणदार. किंवा म्युझियममध्ये झाडू मारणं. ...मस्करी करताय भाऊ तुम्ही. ...अरे बाबा, एकदा तुमच्या आयुष्याला ज्ञान मिळवायची कसर लागली ना — रेशमाच्या कापडाला लागते तशी — की आयुष्य त्याच्यातच वाया जातं. पण कोणी तरी ज्ञानाची बाजूही सांभाळली पाहिजे की नाही?... बरोबर सर, बरोबर बोलला, सॉरी. ...सॉरी बिरी कशाला? ह्या वयात योग्य तोच प्रश्न विचारलास तू. नोकरी महत्त्वाचीच असते. ...मी आयएएसला बसलो होतो. आमचे सर म्हणतात, परीक्षेत कोणते प्रश्न विचारले जातील, हे सगळ्यात महत्त्वाचं असतं. नंतरच उत्तरांना महत्त्व द्यावं. ...म्हणजे? ...म्हणजे मुख्य अभ्यास करायचा तर कोणते प्रश्न येतील, याचा. ...याच्यामुळेच आपल्याकडे ज्ञानाची परंपरा नष्ट झाली, सांग तुझ्या सरांना.

इंटेरियर डिझायनिंग काय असतं? अच्छा. अच्छा. मुंबईत दहिसरकडे एक फ्लॅट घ्यायचा आहे आपल्याला, आतून कसाबी चालेल इंटेरियर. मुख्य बाहेर किती मोकळं आहे तेच महत्त्वाचं असतं. हमने इस्टेट एजंट को बोला है, अल्ला, भगवान भेनचोद कुछ नही मांगता आसपास. काय गोंधळ, लाऊडस्पीकर आरत्या — साला नींद हराम कर देते है मशीदवाले मंदीरवाले.

अरे तुज्यावाल्या ध्यानामंदीच येऊन नाही राह्यलं, तं मी बी काय करू भौ? ...तुमीच तं आम्हाले नीट समजावून देऊ नाही राह्यले तं समजेलच कसं? ऑ? ...हे पाहा, मले जर एखांदी गोठ आठ आनेच समजली असली तं तुले सोळा आने सांगू कशी? म्हंजे पदरचं खोटं टाकून समजवा म्हण की. एकाद्यानं सोळा आने गोष्ट सांगितली याचा अर्थ त्याले पूर्ण समजली असं होत नाही भौ. ...बरं बोवा. तुम्ही म्हनसान ते सोळा आने खरं.

आपली साली ही उजवी नाकपुडीच बंद होते पाहा सदा न् कदा. सायनसचा प्रकार असेल. फक्त डावीकडचा श्वास चालू राहतो गड्या. त्यामुळे होतं काय की सायकल चालवताना उजवीकडेच हॅण्डल वळतं आपोआप. ...सांभाळ भाऊ, तू

मोटार नको चालवू, अपघात करशील. ॲक्युपंक्चर करून पाहा. ...केलं हो तेभी. तळपायाच्या मधल्या वक्रभागाजवळ केंद्र असतं, ते तर गुडघादुखीचं असतं असं दुसरा डॉक्टर म्हणतो. आपल्याले गुडघादुखीसुद्धा आहेच म्हणा. ...हे होवो, ते होवो, काहीतरी दुरुस्त व्हायला पाहिजे पण.

आता जवाहरलाल नेहरू सांगताहेत तो फार मागासलेला विचार आहे. असं तुम्ही म्हणता, पण दुसऱ्या कोणी हाच विचार पूर्वीच सांगितला असता तर नेहरूंनी त्याच्या पुढचा काहीतरी नवा विचार शोधला नसता? पुढारलेला विचार मागासलेल्या विचाराच्या आधी कसा काय येईल? अगोदर मागासलेला विचारच पुढारलेला म्हणून येत असतो. ...असं म्हणटा?

हे पाहा आपण चाललो आहोत ना त्याच्या डावीकडेही मध्य प्रदेश आहे आणि उजवीकडेही मध्य प्रदेशच आहे. मधली चंबळची ही चिंचोळी पट्टी फक्त यू.पी.मधली आहे. ...म्हंजे दरोडेखोरांच्या सोयीसाठीच केली काय ही? ...हॉ हॉ हॉ. बरोबर. इकडे दरोडा टाकूनशान खुशाल तिकडच्या हद्दीत पळून जायाचं. पोलीस आपापल्या हद्दीपुरतं पाठलाग केल्यासारखे दाखवतात. निसर्ग पर्यावरणही दरोडेखारांच्या बाजूचे — नद्या, नाले, कडे, झाडी. त्यांच्या होड्या लपवून ठेवलेल्या असतात काठावर. पाच मिनिटांत यूपीत. एम.पी. पोलिसांजवळ कुठल्या होड्या हो? असे आगगाडीच्या बाजूबाजूनं वेगात घोड्यावरनं येतात ते लोक आणि डब्याला लटकून डब्यात घुसले की लूटमार. बाहेर गोळीबार ऐकला की पुन्हा घोड्यावर. त्यांचे घोडेही डब्याला लागूनच दौडत राहतात. आमचा एक वर्गबंधू दरोडेखोर झाला आहे. ...का बरं? ...ज्याची त्याची पसंती. ...तुम्ही हा धंदा निवडला त्यापेक्षा त्यानं बराच निवडला. हॉ हॉ हॉ. हू हू हू.

एक शाळामास्तर आपल्या दिवंगत मातुश्रींची अंतिम इच्छा म्हणून येते पंधरा-वीस दिवस त्यांच्या अस्थी देशातल्या सर्व पवित्र नद्यांमध्ये टाकत टाकत आता नर्मदेकडे निघाला होता. आता त्यांच्या पवित्र आत्म्याला खरोखर शांती मिळत असणार, अशा कृतकृत्य गर्वानं तो आपला हा पराक्रम सांगत असतांना एक जण म्हणाला, का हो मास्तर, आता तर शाळा सुरू होताहेत. आणि तुम्ही रजा काढली?

रजा? हे काय शहरातलं कॉलेज आहे की विद्यापीठ? एकशिक्षकी सरकारी शाळा, तीसुद्धा आदिवासींच्या १०-१२ वाड्यांची मिळून पालपूरला. ...पालपूर? ते सिंह सोडले होते ते पालपूर?... तेच तेच. दहाबारा सिंह सोडले होते, गिरनारकडे ज्यादा वाढले म्हणून. त्या वर्षी कुनो नदीवरची ७-८ खेडी उठवली रातोरात आणि इथे वसवली — प्रत्येक कुटुंबाला ३६ हजार रुपये रोकड. शिवाय सहा बिघे बरड

जमीन मिळाली. तेव्हाच आरोग्य केंद्र आणि ही माझी शाळा सुरू केली. त्या उद्घाटनानंतर इकडे मंत्री कलेक्टर कोणीसुद्धा तोंड दाखवलं नाही. आता मला सांगा, रजा कोणी कोणाला मागावी? आणि कोणी कोणाला द्यावी? ...अहो, पण तिकडे शाळा सुरू आणि तुम्ही इकडे महिनाभर?... ओऽ एकदा येऊन पाहा मिस्टर तिथे. फाटेल तुमची. हे पालपूर म्हंजे माधोसिंग, पुतळाबाई, मोहर डाकू — ऐकूनच फाटली तुमची तं. ...बाप रे. ...हे काय तुमचं ग्वाल्हेर है का भोपाळ है? रेल्वे स्टेशनपासून पाच तास बसनं — तीही त्या दिवशी सुटली तर. जंगलातला वाघांचा न् लांडग्यांचा रस्ता. तीनशे रुपये लागतात साधी कुठेही बदली करून घ्यायची तर. म्हणजे आमचा चार महिन्यांचा पगार. त्यातल्या त्यात लाइट न् नळ न् सिनेमा न् बाजार — असं साधं तालुक्याचं गाव म्हटलं तर किती घेत असतील त्यांच्या पी.ए.लाच ठाऊक. ...बरं आहे ना मास्तर, इथे कामच नसेल काही. ...वा राव, कामं किती सांगावी — शाळेतली जमीन सारवणं, झाडलोट हे सोडूनच द्या. मलेरियाचे तक्ते भरा. देवीचा रिपोर्ट द्या, हजार रुपये मिळवा — असं रंगवा. पोलिओचे लोक येतात त्यांच्यासाठी धावपळ, खानेसुमारीचे रकाने, २६ जानेवारीचं ध्वजवंदन दरसाल, १५ ऑगस्टची प्रभातफेरी, भेनच्योद तीही दरसाल. ताप कोणाला येतो ते कळवा. सगळ्या वस्तीत निदान पत्ता नीट लिहिता येणारा मीच एकटा. याचं पत्र लिहून दे, त्याचं पत्र वाचून दे. दर सोमवारी पोस्टमन आला की दिवसभर हेच. फुकट पत्रं लिहायचं काम. सांगणारी म्हातारी फक्त सांगते, पोराला कळवा मरते म्हणून. की आम्ही याचं भाषांतर करून पत्र भरून लिहितो — *दुष्टा, शेवटी नऊ महिने ओझं वागवून हेच का* — लोक चिलमी पीत असतात कायम आपल्या झोपडीत. आपण असं घासत राहतो. आणि शिकवणं म्हणजे एकाच छपराखाली पहिली ते चौथीपर्यंत. सगळंच — माळवा, मध्य प्रदेश, भारत यांचे भूगोल, इतिहासप्रसिद्ध स्थळं, जवाहरलाल नेहरू, गणित, अ आ इ ई. माखनलाल चतुर्वेदींची *चहा नहीं मैं सुरबाला की.* चंद्रग्रहण, शिवाजी — काय काय शिकवतो? सगळंच, जे आपल्याला माहीत आहे ते सगळंच. आणि वरतून तुम्ही रजेचं बोलता?

खरं आहे पंडितराव, तुमच्यासारख्यामुळेच देशात शिक्षण थोडं तरी वाढतं आहे. त्या शहरातल्या इंग्रजी शाळा न् युनिवर्सिट्या, मेडिकल इंजिनीयरिंग काय उपयोगाचे आपल्या गरबांच्या?... त्यात ते दरवर्षी *मध्य प्रदेश आदिवासी लोकमंच*ची सरकारी नौटंकी दरसाल असतेच जिल्ह्यांच्या गावी. माननीय संचालकांची आज्ञा तर पाळावीच लागते : ८-१० वर्षांचे १५-२० आंडोरं मोरेनाला नाचायला घेऊन या मंत्र्यांसमोर. आईबापांचे पाय धरावे लागतात. शहर

म्हटलं की त्यांना वाटतं पोरींना विकायलाच नेतोय काय मास्तर. तिथे पुन्हा मुलांची सोय पाहा. स्वतः स्वयंपाक करावा लागतो. पैशेबी पर हेड सदोतीस रुपये वेळेवर मिळत नाहीत — शिक्षण खात्याचा सचिव क्रीडा आणि संस्कृतीकडे बोट दाखवतो. तो आणखी अर्थखात्याकडे. असं आहे.

पण का हो मास्तर, तुमच्या जंगलात सिंह सोडले होते म्हंता ते अजून आहेत, की गेल्या संक्रांती बसून त्यांच्यावर? ... आहेत म्हंतात बोवा. कोणाला दिसता ते? इकडची हरणं त्यांना आवडत नव्हती म्हंतात. गुजराती ते, एकदोन बटके तोडून टाकलेली दिसायची. पण नंतर खायला लागले. मी नव्हतो का, गेलो तेव्हा शेवग्याच्या पाल्याची रोज भाजी ओकून टाकायचो? आता खातो. बरं, ते करोडो रुपये खर्च झाले — ६५-७० कोटी त्याचं काय? तरक्की सिंहांची होवो न होवो, त्यांच्यामुळे जंगल खात्यातल्या माणसांची तर झालीच असणार.

एक तरुण पोरांचं टोळकं दिल्लीपासून दाराशी उभं होतं. आता उभे राहून राहून सगळे कंटाळले होते. एक जण जांभई देत डब्यात बसलेल्या सगळ्यांकडे पाहत ओरडला, उठा बे भाऊ कोणीतरी. दुसरा म्हणाला, एक बार तो उतरो यार. हॉ हॉ. जैसे कसम खाके बैठे है, ना उतरनेकी, हॉ हॉ हॉ. एक बसलेला माणूस म्हणाला, कहाँ से आ रहे हो?... आप कहाँ से आ रहे हैं?... प्रयागजी से. ...तो हम दिल्लीजी से आ रहे हैं. हॉ हॉ हॉ. और मुंबईजीको जा रहें हैं. हॉ हॉ हॉ.

दोन्ही बाजूंनी उंच कडे असलेल्या घाटातल्या गोल गोल वळणांनी घाटमाथ्यावर गाडी येताच समोरून शिङ्ख्या, प्रखर टॉर्च, आरडाओरडा. अचानक ब्रेक लागून गाडी थांबली. डब्यातले एकेक खिडकीतून बाहेर चांदण्यात डोकावत काय झालं पाहायला लागले. खरं तर सगळे घाबरून गेले होते. का हो, दरोडेखोरांचा भाग तर गेला ना हो? ...अरे तुम्हारा डाकू क्लासमेट तो नही आया, भै? *हशा.* ...अंधेरेमें पहचानेगा की नहीं तुम्हे? *हशा.* बाहेर टिपूर चांदणं. दरवाजात उभी राहून कंटाळलेली पोरं गोंधळ करत खाली उतरून इंजिनपर्यंत चालत जाऊन आली. आणि कळलं की पुढे उतारावर मोठा दगड कोसळला असून पुढे दोन गाड्या अडकल्या आहेत. दगड काढण्याचं काम दुपारपासून सुरू आहे. ... केव्हा संपेल?... आता आपल्याला कसं सांगता येईल? बरं झालं, सकाळी निघालो असतो तर इथे तेवढा वेळ ज्यास्त थांबावं लागलं असतं. आता?

मग एकेक खाली चांदण्यात पाय मोकळे करायला उतरला. गाडी अतिशय उंच शिखराच्या ऐन खांद्यावरच थांबल्यानं खाली पूर्ण वर्तुळाकार वनश्री, दऱ्या, खोरी. दूर पाणी चमकतं है नं ती चंबळ. पाहा कशी सापासारखी चाललीय. गवताळ मैदान. असं अप्रतिम सुंदर सृष्टिसौंदर्य बहुतेकांना आयुष्यात आताच

पाह्यला मिळत होतं. काय कुलू आणि मनाली आणि काश्मीर चावळतात हो लोक? हे पाहा म्हणावं. ओ हो हो हो. हमारे देशमें क्या नहीं है बोलो. ह्या पृथ्वीवरच्या अद्‌भुत प्राकृतिक दृश्यावर पुन्हा आकाशातल्या चंद्राभोवतीच्या अफाट तारांगणानं मायावी मोहिनी टाकली होती. ...जबाब नही, मघाचा मुंबईत दहिसरकडे फ्लॅट घेण्याबद्दल बोलणारा गृहस्थ वरखाली डावी उजवीकडे पूर्ण मान फिरवत मनापासून उद्‌गारला, जबाब नही, क्या इंटेरियर बनाया है उपरवालेने...

इंजिनाचा भोंगा झाल्याबरोबर सगळे सृष्टिसौंदर्याला कंटाळलेले लोक सटासट वर चढले. नाविक दलातून स्वेच्छानिवृत्ती घेतलेला अधिकारी आणि स्त्रीमुक्तीशी संबंधित नटवी तरुणी परत आले का, हे सगळ्यांनी पाहून घेतलं. इंजिनाची धुसफूस वाढली. गाडी वेगानं ग्वाल्हेरीत शिरली. सगळा डबा रिकामा झाला. मिलिटरीचे लोक अवजड लोखंडी ट्रंका दोघे दोघे मिळून उचलत गाडी मोकळी करून निघून गेले. आधीच्या उशिरामुळे लागोपाठ आलेल्या दोनतीन गाड्या भुसावलपर्यंतच्या सगळ्याच स्टेशनांवरची गर्दी नेत होत्या, त्यामुळे आमची गाडी शांतपणे रिकामी चालली होती. सकाळच्या सुंदर थंड हवेत मी बर्थवर ताणून दिली. काहीच कळेनासं झालं होतं. डबाही शांत शांत. किती तास झोपलो, कुणास ठाऊक.

खंडेराव, झोपून झोपून तुझ्या डोक्यातला दगड कधी निघणार आहे? तार मिळाल्यापासून प्रवासाच्या तारेत तू हे मुख्य डोंगर ओलांडायचं बाजूलाच टाकतो आहेस. अरेरे, एवढं आयुष्याचं कठीण गणित तुला सोडवावंसंसुद्धा वाटत नाही? गावी गेल्यावर बघू, असं नाही चालणार भाऊ. कोणीतरी दोन वऱ्हाडी बाया तिकडे छान आवाजात कुंभारणीसारखं मराठी बोलत होत्या. त्यामुळे छान स्वप्नं घिरट्या घालत होती : आपल्या गावचा भोजू कुंभार मोहेनजो-दडोतल्यासारख्या हुबेहुब मातीच्या बैलगाड्या भाजून आंगणात मांडायचा. हे अनेक मोठमोठे महिरपी कंस, त्यांच्यातले चौकोनी कंस, पुन्हा त्यांच्यातले अगणित गोल कंस, एकमेकांत अडकलेले आकडे — पहिला महिरपी कंस तर सोडव. मध्यभागी हे जे गोल कंस दिसताहेत ना, ती या गणिताची गुरुकिल्ली आहे. झोपू नकोस, ऊठ विचार कर.

मग ते गोल शिंगांसारखे कंस मोठ मोठे होत गेले आणि आमच्या उज्या गायीचे गोऱ्हे — मुत्या आणि मोत्या — त्यांची शिंगं पुढे आली. त्यांना लहानपणापासून झुंजायची भलती खोड आणि शिंगंही दोघांची अशी गोल कंसांसारखीच. एकमेकांवर फूत्कार टाकून पळत पळत येऊन माथ्याला माथा

लावून रेटारेटी, की शिंगं एकमेकांत अडकलीच. भावडू, तू त्या मुत्याला धर. खंडू, मोत्याला आवळून धर. सांभाळ, डोळ्याला शिंग लागेल, हंऽ ओढ. खळ्यात गुडांच्या आडून ढकलाढकली, पळापळ. शिंगंही निघत नाही आहेत, त्यामुळे दोघे गोऱ्हे त्वेषात ज्यास्तच चिडले आहेत. आम्ही त्यांना बगलेत दाबून ठेवलं आहे. उगाच शिंगं मोडून घेतील. थरथराट सगळ्या अंगाला जाणवतो आहे. सांडूला बोलवा.

खंडेराव, असंच तू आता ह्या तुझ्यावरच्या संकटात शिंगं अडकवून टाकली आहेस. बघू काय होतं ते, मागे सरायचं नाही. इतकी वर्षं तू वडलांना नखं काढायचास, मूर्ख. खरा प्रॉब्लेम हा होता. तू हे सगळं बौद्धिक, शिक्षणाचं, विद्यापीठांचं, पीएचडी, पुस्तकं, लेख, संशोधन, सांस्कृतिक भानगडी तुझ्या शिंगांसारख्या मोडून टाक. आणि शेतकरी हो, शेतीवाडी, घरदार, गुऱ्हाळं, शाळा, नेतेगिरी, खेड्यातलं राजकारण, लोकसेवा, *विठ्ठल विठ्ठल, श्री ज्ञानदेव तुकाराम* हे सांभाळशील?

खंडेराव, असे कड्यावर उभं राहायचे प्रसंग आयुष्यात फार येत नाहीत. तू घरी जाशील तो कड्यावरून उडी घेण्याचा तुझ्या आयुष्यातला पहिला, कदाचित शेवटचाच प्रसंग. आता तू घराचा एकुलता एक वारसदार. उडी घेण्याआधी नीट बघ. समतोल राख, नाहीतर उडी घेण्याआधीच कोसळशील. खंडू, दोन्ही पाय झोकून तर *माणसानं* कधीही कुदू नये. चित्तात जिथे विचार उत्पन्न होतात, तिथेच क्षोभही निर्माण होतो. म्हणून अक्षोभकारक विचार येऊ दे. खंडेराव, ध्यान कर. समाधी लाव. दाट चिंतनात असं वारंवार शिरणं म्हणजे कोण्या अज्ञाताचं कर्ज फेडण्याचाच प्रकार. अशा गुंगलेल्या अवस्थेत खऱ्या जाणिवा सामोऱ्या येतात. आधीच्या नंतरच्या संधिप्रकाशात त्यांचे पदर घेतलेले अपुरे चेहरे भेसूर दिसू दे, त्या वाईट नाही आहेत. त्यांचं माहेर कुठेतरी नभोमंडलात ईथराच्या वरच्या कृष्णद्रव्यात असतं. जाणिवा असणाऱ्या आपल्या सगळ्यांच्या मेंदूवर जागेपणी कुठलं तरी अज्ञान काम करत असतं. मुंग्या वारुळाबाहेर सगळ्या सर्वकाळ कुठे दिसतात? पण आत त्यांचं किती मोठं साम्राज्य असतं? आणि त्यांच्या सगळ्यांच्या सरळमार्गी एकचित्त हटवादी हालचालींवर कुठल्यातरी आंधळ्या निष्ठेचं एक अदृश्य नियंत्रण असतं, ते कोणाला दिसतं? तुझ्या जाणिवांचं हे प्रचंड वारूळ जमिनीत किती खोल आहे, हे पाहा. गतकाळ आपल्याला नेहमीच हळवं करून टाकतो, आहे नं? खंडेराव, हेच ते आतलं वारूळ. ह्याच तुझ्या जागृतावस्थेतल्या छायाचित्रांच्या भेसूर काळ्यापांढऱ्या निगेटिवा. झोपेत आपण हे जागतेपणी तुटलेलं जगण्याचं एकजीव सेंद्रियत्व भरून काढत असतो. प्लॅस्टरमधे

दोन्ही पाय ठेवल्यासारखं. ते सगळ्या अंगांनी जाणवून घे. मोरगावचे कावळे, चिमण्या, कबुतरं, भारद्वाज, साळुंक्या, मुंगसं, मांजरं, कुत्री, गायी, म्हशी, पोपटांचे थवे, डोंगऱ्या शेतातले मोरांचे कळप, कोल्हे, माकडं. मेलेले जिवंत आज्या आजे काका, बहिणी, भावडू आणि आता वडीलही.

मंद्रसप्तकातून मध्यसप्तकात शिरणारे सूर. काय दुर्दैव असतं खंडू पाहा, माणसाला एकच आयुष्य असतं. मग? मग हे केंद्र तरी बदल. नवं केंद्र, नवा परीघ. मोरगाव केंद्राच्या कितीही दूर तू गेलास, तर फक्त त्रिज्या वाढेल. म्हणून निर्णय घे, हे विश्वचि माझे घर. मोरगाव सोड. देश सोड.

हा विचार डोकं काढून वर येतो तोच दुसरा त्याला खाली बुडवत वर येतो : खंडेराव, तुझा वारसा केवळ तुझं घरदार जमीनजुमला शेतं शिवारं एवढाच नाही. गेल्या दहा हजार वर्षांपासूच्या कृषिसंस्कृतीचा हा सतत तुझ्यापर्यंत झिरपत आलेला वारसा आहे. तो तुला असा पालीच्या शेपटासारखा खटकन तोडून पुढे जाता येणार नाही. तोडताही येणार नाही. औद्योगिक व्यापारी महानगरी लोकांच्या उन्मूलित भुतावळीत शिरणं काही फार कठीण नसतं. लाखो लोक ते करतच असतात. पण खंडेराव तू इतका क्षुद्र नाही आहेस. घराला अंगण आणि दारी पिंपळ ही तुझी ओळख. ह्या गोष्टी नसलेलं भोवताल तुला चालेल? ऊन पाऊस चांदणं जमीन गवत पशुपक्षी प्राणी झाडं झुडपं लोकगीतं दंतकथा वाक्प्रचार हे काहीच नसलेला झगझगीत वांझ परिसर तुला चालेल? भरकटू नकोस. तुझे पाय शाबूत ठेव. सगळे रस्ते आपले पाय गिळण्याची वाटच पाहत असतात — हवाई, समुद्री, जमिनी, रुळ, महामार्ग, सडका, यंत्रांनी संध्याकाळपर्यंत कुठल्या कुठे नेऊन टाकणारे लंडन, न्यूयॉर्क, चंद्रावर सुद्धा. पण तुला वाचवेल तुझी स्वतःची पायवाट. ती तुला कधी सोडून जाणार नाही. कारण तूच ती तयार करतोस. तीच घे. जहाजावरून सोडलेला कावळा जसा परत जहाजावर येतो, जशी वादळी पावसात मुंगी आपल्या पूर्वजांच्या वारुळाकडे लगबगीनं धावत येते.

खंडू, बेडर होऊन जगण्याच्या ह्या कोलाहलात भाग घे. जगणं ही प्रक्रिया आहे, तिच्यात भाग घेणं एवढंच खरं असतं. ते बरं का वाईट हे नंतर ठरतं. अडंगा भारती भावडूला मारुतीवर योगासनं शिकवतांना वारंवार सांगायचे : ध्यानात भावना कठोर करून नष्ट कराव्या. मुक्त व्हावं. अक्षोभकारक विचार करावे. अक्षोभकारक म्हणजे संतोषजनक नव्हे. जसं हुनाकाकांनी इंग्रजांविरुद्ध दहशतवादी होऊन स्वतःचं घर उद्‌ध्वस्त केलं, काकूचा संसार आंधळा केला, हे क्षोभकारक. परंतु त्यांनी हे बलिदान कोणत्या नैतिक भूमिकेवरून केलं — ते अक्षोभकारक. याच्या उलट जसे आपले सातवे पूर्वज नागोराव — खापरपणजाचे आजे

स्वराज्यातली देशमुखी सोडून इंग्रजांना मिळाले आणि खानदेशात होळकर सरकार जाऊन कुंपणीसरकारचा हुकूम लागू झाला. ही हरामखोरी क्षोभकारक. पण अशी फितुरी नागोराव पूर्वजांनी ज्या नैतिक भूमिकेवरून केली असेल, ते अक्षोभकारक. कोणती ती भूमिका? त्याहीपेक्षा नीट विचार कर की, झेंडीच्या निपणजीनं आपल्या कोवळ्या मुलीसह सगळ्या गावासाठी पेंढाऱ्यांच्या छावणीत जायला तयार व्हावं, याला केवढी नैतिक हिंमत लागली असेल?

तुन तुन तुन तुन ढमाक ढमाक. खंडू पळ, पळ, भिकरा गोंधळी वारूबाईचा पोवाडा म्हणतो आहे. मढीकडे.

ढमाक ढमाक ढम ढम ढमाक
आरं झाली वारूबाई तय्यार केला निर्धार
डोळ्यावाटे आसवांची धारऽऽ हो जीऽजीऽजीऽजीऽ
आन् रडतो सगळा मोरगाव रंऽऽजी जी जी जी
तुन तुन तुन तुन तुन तुन तुन तुन

दोन

युगांतराचा संधिप्रकाश, अशा काळात कोणाला कोणाची फिकीर पडते? कोणाला कोण वाचवू शकतो? आपलं आपलं आपणच कसं राखून घ्यायचं याच्या अजस्र व्यवस्था आपोआपच तयार होत जातात. नंतरच्या काळात तुम्हांला त्या बदलवता येत नाहीत.

मराठ्यांनी देशभर पेंढारी संस्कृती जोपासली. मध्य आणि उत्तर हिंदुस्थानात शिंद्यांचे पेंढारी, माळवा-खानदेश-नेमाडात होळकरांचे पेंढारी आणि पुण्याला पेशव्यांचे. इतरांना खाऊन टाकल्यावर ह्यांनी एकमेकांना खायला सुरुवात केली. लूटमार, पुंडावा, जाळपोळ, अत्याचार, दंगे, धामधूम, बलकबली, आपसांत लढाया. त्या काळातलं एक मोक्याचं गाव, मोरगाव. आमच्या ह्या लहानशा गावाची रचना जरी पाह्यली तरी पूर्वी लोकांना सतत परचक्राची भीती वाटत असावी. किंवा भीती वाटतही नसावी, इतके आमचे लोक निर्ढावले असावे. आजही वेस आणि वेशीवरचा बुरूज सोडले तर चाऱ्ही बाजूंनी चार हात रुंद तट सर्वत्र उद्ध्वस्त होऊन पडलेला दिसतो. ह्या पडक्या भिंतांडांमुळे तरी पुढे आतल्या आणि बाहेरच्या गावामधली एकी वाढत गेली असावी. इंजाळ आणि मोर या दोन वाहत्या नद्यांच्या बेचक्यात उंच टेकाडांवर आमचं गाव वसलं असल्यानं कुठूनही मनोहर दृश्य वाटच पाहत असतं. उत्तरेकडे संपूर्ण उभ्या सातपुड्याच्या उंच रांगा ही दिसायला संरक्षक भिंत दिसते, परंतु ही भिंत पूर्ण पोखरलेली होती, कारण आमच्या गावावर जे काही हल्ले झाले ते इकडूनच झाले.

पेंढाऱ्यांनी तर तिकडून मध्यप्रदेशातून आणि गुजरातेतून इकडे रातोरात धाडी टाकून पळून जाण्यासाठी सातपुड्याच्या तिरप्या मंद उताराच्या घळ्यांमधून कायमस्वरूपी रस्ते पाडले होते.

मोरगाववर पेंढाऱ्यांची इतिहासप्रसिद्ध धाड पडण्याआधी हरिपुरा हे लभाऱ्या लोकांचं पूर्ण गावचं गाव जमीनदोस्त झालं होतं. हरिपुऱ्याची मोडकी तटबंदी, आतली जळकी घरं, रांधणीत अर्धा स्वयंपाक टाकून पळून जाणाऱ्या बायकांच्या फुटक्या हस्तिदंती बांगड्या — आजही आमच्या गावशिवेला लागून

सातपुड्याच्या पायथ्याशी हे अवशेष दिसतात. आत पूर्ण लांडग्यांची वस्ती असल्यानं लहानपणी आम्हांला तिकडे फिरकण्याची सक्त मनाई होती. तरी दोनतीनदा भावडू आणि मी आतपर्यंत भीतभीत जाऊन आलो. रिकाम्या घरांमधून काहीतरी येईल याची भीती आणि आपल्या शेतात परत आल्यावर मार मिळेल याचीही भीती.

हरिपुऱ्याचे लभाने फार पूर्वीपासून बैलगाड्यांच्या तांड्यांनी उत्तरेत सैन्याला रसद पुरवणारे धाडसी व्यापारी म्हणून प्रसिद्ध होते. त्यांचे आठआठ दहादहा बैलांनी ओढले जाणारे मोठमोठे गाडे लढे म्हणून संबोधले जातात. ते धावा बसवण्यासाठी आमच्या गावच्या लोहारांकडे यायचे. खानदेशातलं धान्य स्वस्तात खरीदून चारचार पाचपाच पटींनी महाग भावानं उत्तरेत लष्करी छावण्यांमधे विकणारे हे दीड-दोन हजार बैलांचे तांडे सगळ्या जोखमी पार पाडून परतले, की हरिपुऱ्यात स्त्रीपुरुष मिळून धिंगाणा घालायचे. नाचगाणी, दारू, हरीण मोर यांच्या मांसांच्या कढया वगैरे असा रात्रंदिवस धुमाकूळ की, वारकरी आणि महानुभाव लोकांच्या आमच्या गावातल्या कुणब्यांना कल्पनेतही पडणार नाहीत, अशी इष्ट कामस्वप्नं पडत राहायची. एकूण हे इहवादी लोक टाळण्याची आणि त्यांच्याशी कामापुरतेच संबंध ठेवण्याची अनेक पिढ्यांची सवय मोरगावच्या लोकांना लागून गेली होती. आपल्या गावशिवेचे शेजारी आहेत, एवढाच संबंध टिकवलेला होता.

जुन्या यादवकाळापासून दक्षिणेकडच्या सातमाळ्यावरून खानदेशात तापीचं पात्र उथळ पसरलेलं आहे अशा थड्यांमधून आमच्या ह्या भागातले रस्ते सातपुड्यातून वर उत्तरेकडे जायचे. राजस्थानाकडून बैल विकणारे हेडाऊ आजही ह्या रस्त्यांनीच सातपुड्यातून हरिपुरा — मोरगाव — बुलडाणा — वऱ्हाडातून विदर्भात जातात-येतात. शिवाय होळकर सैन्याचे जे गुप्त रस्ते होते, त्यांतला एक खरगोणहून आमच्या मोरगावावरून पुढे चोपडा — मालेगाव — चांदवड असा होता. तंट्या भिल्लानं दहा वर्षं इंग्रज सैन्याला जिच्यामुळे चकवलं ती माळवा-नेमाड आणि खानदेश यांच्यातली सीमा पूर्वापार मौर्य काळापासून आखून देणारी अनेर नदी बारा महिने इकडून वाहत असते. आणि १८५९ साली तात्या टोपेला शिवपुरीत पकडल्याबरोबर फाशी दिलं, असं जरी मेजर मीड यानं आपल्या प्रमोशनसाठी आणि ईस्ट इंडिया कंपनीनं आपल्या इभ्रतीसाठी जाहीर करून टाकलं, तरी प्रत्यक्षात तात्या नावाचा भलताच एक ब्राह्मण फाशीवर लटकून मोकळा झाला होता. म्हणजे मेजर मीड मोकळा झाला होता.

पण त्याचवेळी खरा तात्या सुरक्षित उत्तरेकडून सातपुड्यामधून खानदेशात मोरगावकडे *वेषधारी गोसावी म्हणून चोरून येऊन राहिला आहे,* अशी खानदेशी

गुप्तहेरांनी कंपनी सरकारला खबर दिली होती. परंतु चोरून *येऊन राहिला आहे,* ह्या खानदेशी कृदन्ताचा अर्थ शुद्ध मराठीवाल्या पुणेरी ब्राह्मण कारकुनांनी चुकीचा भाषांतरित करून दिल्यामुळे कंपनीच्या सोजिरांनी खानदेशाकडे येणारे रस्ते न शोधता तात्या कोठे लपून *राहतो आहे,* याचा शोध घेण्यासाठी आमच्या गावातील ब्राह्मणवाड्यावर अनेकदा छापे घातले. जाता जाता हे गोरे सोजीर साळी गल्लीत घोडी घालून विणणाऱ्यांना टापांखाली तुडवणं, सुताच्या गुंड्या पेटवून देणं, मागांची मोडतोड करणं आणि दोघातिघा तरण्या साळ्यांना पकडून नेणं असा गोंधळ घालून जायचे, असं जुन्या पिढीतले म्हातारे सांगतात. इकडचे कापडाचे उद्योग बंद करायचे आदेश कंपनी सरकारला विलायतेतून यायचे, कारण आमच्या गावच्या साळ्यांकडची नऊ वारी लुगडी जाडी, टिकाऊ होती. शेतात राबणाऱ्या बायकांनाही एक जोडी वर्षभर ज्यास्तच जायची. नंतर दांडे करून पुन्हा चारसहा महिने आणि पुढे झावरी, गोधड्या, दुपटे, पथुरण्या, डोकंबांधणं, गुइरी आणि शेवटी गाडीच्या वंगणाला चिंध्या — असे काही ना काही उपयोग होतेच. पण इंग्रजांच्या धास्तीनं काही साळी निजामाच्या राज्यात पळून गेले, काही नाहीसे झाले तर काही शेतमजुरीला लागले. आता साळीगल्ली नुस्तं नाव राह्यलं आहे.

हा तात्या पुन्हा १८५७ चं बंड करणार आहे, अशी भीती इंग्रजांना पुढे १८८५ सालापर्यंत — काँग्रेसची स्थापना होईपर्यंत भेडसावत होती. शिवाय तात्या दिसला, की फिरंगी फाशी देतात म्हणून खानदेशात हे नाव कोणीच १९४७ पर्यंत ठेवेनासं झालं. तात्यानं पळून येतांना वापरलेला पिंपळगाव ते हरिपुऱ्याहून मोरगाव — हा थेट शिखरावरून खाली दरीत घसरत येण्याचा शॉर्टकट हल्ली फक्त चोर दरोडेखोरच वापरतात, कारण ह्यासाठी फार टणक टिऱ्या असाव्या लागतात असं तिकडून एकदा घसरून आलेल्या इंग्रज सोजिरांच्या संपूर्ण तुकडीनं हास्पिटलात एका रिपोर्टात लिहिलेलं आहे. आमचे सातवे पूर्वज नागोराव यांना डोंगराखालचा पूर्ण जमिनीचा पट्टा इनाम देण्यातही इंग्रजांचा धूर्तपणा दिसून येतो. त्यांच्या नव्यानं सुरू केलेल्या रेल्वे कंपन्यांना इकडे सातपुड्यात जंगली असुरक्षितता घालवून शेतकी सुरक्षितता आणणं गरजेचं होतं.

तिच्या मॅजेस्टीच्या चाकरीतल्या एका तडफदार पुरोगामी कलेक्टरानं त्या वेळच्या गव्हर्नराला अशी योजना सुचवली होती की, हा अवाढव्य पसरलेला सर्वांना त्रासदायक असा सातपुडा ह्या देशाच्या प्रगतीस मोठा अडसर असून ह्यास समूळ नष्ट केला पाहिजे. तेव्हा अनुभवी लोकांनी म्हटलं की, असें बोलणें ठीक आहे, पुरोगामीपणा सिद्ध करणारेंही आहे, परंतु तें पोरकटपणाचें ठरतें, कां कीं, पृथ्वी ही संकल्पपूर्वक झालेली नाही. मौर्यकाळापासून ह्या रांगा कोणी तोडू

शकला नाहीं, त्या पूर्वीपासून अशाच आहेत, ह्यांचेमधून लहानसहान वाटा पाडण्यापलीकडे विशेष काही करणें आजवर कोणालाही शक्य झालेलें नाहीं.

ह्यावर पुरोगामी वृत्तीच्या लोकांनीं चिडून असा आरोप केला कीं, हे परंपरावादी लोक सुधारणा मानत नाहींत. तेव्हा प्रतिपक्षाच्या लोकांनीं गव्हर्नरांस असा सल्ला दिला कीं, जें आहेच तें मानण्या न मानण्याचा येथें कोठें प्रश्न येतो? कारण ह्या उच्चनीच रांगा आहेतच व राहतीलच, त्या कोणीं न मानून किंवा नष्ट केल्या पाहिजेत असें नुस्तें म्हणून उपयोग काय? त्यांत समानता आणली तर आम्हां हिंदू जनांस आनंदच आहे, परंतु तोंपर्यंत त्यांना शिव्या देत चढत उतरत राहाणें एवढेंच आपणां पामरांच्या हातीं आहे. असा ह्या चर्चेचा शेवट झाला. सातपुडा आजही तसाच आहे. हे इंग्रज लोक त्याचा उच्चार *जातपुडा* असा करत असत, त्यामुळे गव्हर्नरनं हे प्रकरण खानेसुमारीच्या फायलीत दप्तरबंद करून टाकलं आणि रेल्वे कंपन्यांना पाहिजे तसे जंगलं तोडून रस्ते काढायचा हुकूमनामा जारी केला.

मोरगावच्या जंगलात कोंबड्यांसारख्या वावरणाऱ्या मोरांच्या कत्तलीही इंग्रज रेल्वे अधिकाऱ्यांनी रोजच्या पार्ट्यांसाठी त्याच काळात केल्या. नाहीतर पूर्वी अंगणात कऱ्होडे वाळत घातले तर मोरांच्या झुंडीच्या झुंडी येऊन ते फस्त करून टाकायचे, असं म्हाताऱ्या बाया सांगतात. परंतु एक जुना असीरगडहून शिरपूरकडे जाणारा मोगल सैन्याचा हमरस्ता आता सापडणार नाही — इथूनच मोगलांचा खजिना उत्तरेत जायचा — कारण तंतोतंत त्यावरच इंग्रजांनी ग्रेट इंडियन पेनिन्शुलर कंपनीची रेल्वे टाकली. त्यामुळे खांडवा ते सावदा ह्या सातपुड्यामधल्या घनदाट अरण्याला वाघरान म्हणायचे, ते पूर्ण नष्ट झालं. हे वाघरान तापीच्या दोन्ही काठांवर मोरगावपासून वाघूर नदीनं वर अजिंठ्यापर्यंत पसरलेलं होतं आणि त्याच्या आरपार कोणीही जाऊ शकत नव्हतं, इतके वाघ इथे कुत्र्यांसारखे फिरत असायचे. वाघांच्या अस्तित्वामुळे सगळ्या निसर्गावर पडणारा तणाव इथे सरावाचा झाला होता. प्रवास फक्त दिवसाच करायचा. आमच्याकडची नावंगावंही वाघोदं, वाघेरं, वाघदडी, वाघळी, वाघाडे, वाघे, वाघमारे आणि जुन्या खानदेशी कहाण्यांमधे, गाण्यांमधे, भिंतीवरच्या चित्रांमधे हा सद्दुल बोवा वाघ जणू कसा गोतातलाच वाटतो :

दिनं दिनं दिवायी गायी म्हशी ओवायी
गायी म्हशी कोन्हाच्या लक्षुमनाच्या
लक्षुमन कोन्हाचा आईबापांचा
दे मले खोबऱ्याची वाटी वाघाच्या पाठीत घालिन काठी.

हे सगळं इंग्लंडमधल्या लोकांना रानटीपणाचं वाटायचं. त्यामुळे खानदेश होळकरांकडून इंग्रजी राज्याला जोडला गेल्याबरोबर कुत्री मारतात तशी वाघ मारण्याची मोठी मोहीम 'शेर शूटिंग पिकनिक' नावानं इंग्रजांनी सुरू केली. त्याला त्या वेळच्या इंग्रजी पेपरांनी आणि चार्लस डिकन्स वगैरे थोर साहित्यिकांनी मोठा रोमँटिक दर्जा दिल्याचं दिसतं. इंग्लंडमधल्या पेपरांनी कौतुकानं *तिच्या मॅजेस्टीचा 'शेरशहा'* असं टोपण नाव दिलेल्या एका इंग्रज कलेक्टरानं तीन महिन्यांत साठ वाघ मारल्याचा पराक्रम बॉम्बे गॅझेटिअरात नोंदवला आहे. पुढे हिंदुस्थानी रेल्वे कंपन्यांनी इंग्लंडमधे भांडवलासाठी मोठ्या प्रमाणावर शेर विक्रीला काढून जंगलं तोडत आपला पसारा आणि वाघांचा उच्छेद वाढवतच नेला. ह्यावरूनच इंग्लंडमधे औद्योगिक क्रांती घडवून आणणाऱ्या कंपन्यांच्या समभागांना *शेर* हे नाव पडलं, इंग्लंडमधला मध्यमवर्ग ह्या हिंदुस्थानी शेरांच्या अफाट फायद्यामुळेच अगणित मालमत्ता सुखसोयींनी समृद्ध झाला. सुप्रसिद्ध इंग्रजी रोमँटिक निसर्गकवी विल्यम वर्ड्‌सवर्थ यानं हिंदुस्थानात मात्र वृक्षतोड व्हावी म्हणून जी.आय.पी. रेल्वेचे शेर घेतल्याची नोंद आहे, असं आमचे इंग्रजीचे देशपांडे सर इंग्रजी शिकवतांना शिकवायचे.

वाघ नष्ट होण्यासंबंधीची खरी गोष्ट अशी आहे की, भिल्लांच्या बंडांमुळे त्रस्त झालेल्या जनरल औटरम वगैरेंच्या मते उत्तर आणि दक्षिण हिंदुस्थानांच्या मधोमध सातपुड्याच्या विस्तीर्ण घनदाट सागवनाचा हा प्रदेश अमूल्य इंग्रजी साम्राज्याच्या चिरंतन अस्तित्वाला धोक्याचा होता. त्यामुळे रेल्वेच्या स्लीपरांसाठी लाखो सागांची झाडं इथल्या इथे तोडून वापरण्याची कंत्राटं इंग्रज कंपन्यांना देण्यात आली. त्यांत हे डोंगर भुंडे होऊन गेले. हे साग रेल्वेरुळांखाली उत्तरेत हरद्यापर्यंत आणि पूर्वेकडे अकोल्यापर्यंत पुरले.

सातपुड्यातल्या दाट अरण्यात लपायच्या जागा गेल्यामुळे नादिरसिंग, चिलनाईक, हिरिया, सेवराम इत्यादी रानजमातींच्या स्वातंत्र्याच्या कडव्या सशस्त्र चळवळीही आपोआप बंद पडल्या आणि पुढे उघड सनदशीर सत्याग्रहाशिवाय लढण्याला अन्य भोवताल हिंदूंना उरला नाही. पण वनविध्वंसाचा खरा परिणाम ह्या संपूर्ण प्रदेशातल्या वाघांच्या डरकाळ्या बंद होण्यातच ऐकू आला.

वाघांच्या निर्वंश होण्याची ह्याहीपेक्षा खरी गोष्ट ह्या जंगलात रेल्वे इंजिनात टाकण्यासाठीचा कोळसा पाडणाऱ्या कंत्राटदारांच्या लोकांनी आम्हांला सांगितली होती. जंगलात कोळशासाठी गुपचूप वणवा पेटवून हे लोक आमच्या गावी लपून बसायचे आणि मग हरिपुऱ्याच्या लभान्यांचे चार चार बैलांचे लढे जोतून डोंगरात

कोळसा भरायला जाईपर्यंत अशा अहीर म्हातारीच्या गोष्टीसारख्या गोष्टी सांगत बसायचे :

तर देव सर्वांचे मनोरथ पूर्ण करो. कारण खानदेशात त्यावेळी अहिरांचं राज्य व्हतं. डोंगरात मोठमोठे गवळीवाडे बांधीसन हे अहीर लोग आपली मोठमोठी खिल्लारं बाळगत. अहिरानीत गाथा रचून गात. आनंदानं नाचत कुदत. काही कोण्ही वरचा खालचा नव्हता की भेदाभेद नव्हता. एकाच जातीचे हे लोक, ब्राह्मणबी नव्हते, शूद्रबी नव्हते. घनदाट वनात लहान्या लहान्या वाड्यायमंधार हे लोकं राहात. ना कोण्हाशी भांडण ना कोण्हाशी झगडा. मले सांगा, झगडा कऱ्यासरकं आयुष्यात असतंच काय हो? आँ? यवढं मुबलक देवानं सगळ्यायले देयेल असतांनी झगडा काह्याले कऱ्याचा? आँ?

तर अशा एका गवळीवाड्यात कव्हणी एकी अहीर देशाची म्हतारी राहात होती. गाईबैल चारायची. दूध तूप भरपूर. मानुदेवीच्या प्रसादानं तिले म्हतारपणी एक मुलगी बी एकुलती झालती. तेव्हा वाघ मानसांयशी वाघासारखे राहात अनं मानसं वाघांयशी मानसायसारखे राहात. काय म्हनलं म्यां? वाघ माणसायशी मानसायसारखे राहात अनं मानसं वाघायशी वाघायसारखे राहात, असंच म्हनलो नं? तं वाघानं मानसाले नख लायाचं काम नै, अनं मानसानं जंगलाले वनवा लायीसन वाघाले हुसकायचं नै, असा कायदाच व्हता तव्हा. वाघबी हा जंगलचा कायदा पाळत, अनं मानसंबी.

एकदार काय झालं, दिये लागनीची येळ भाऊ, अनं अहीर म्हतारीची ही लाडकी एकुलती लेक भलताच काहीतरी हट्ट घीसन बसली. आता लेकराचाच हट्ट तो, देवाले पुरवता येत नी बारे, तं मानूस काय पुरे पळीन भाऊ? कामाच्या धबडग्यानं अगदरच दमून गेलेली तिची म्हतारी आई. बिचारी आता रानातून ढोरकी मानसं तयेल तपेल जेयाले येतीनच, म्हणूनशानी सैंपाकाच्या घाईतच होती. वैतागीसन त्या रडक्या पोरीले दाराबाहेर उचलीसन ठेवलं अनं म्हनते, ये तं रे वाघोबा, खायतं ह्या किरकिऱ्या गधळीले.

काय दुर्दैव पाहा त्या पोरीचं म्हना, का वाघाचं म्हना, एक साधा भोळा बावळट वाघ खरोखरच तडी परसात पाय चाटत खिरनीच्या झाडाखालते गवतामधार बसेल व्हता. आता मानसाची भाषा कव्हा कव्हा मानसाले बारे समजू ना, तं त्या बिचाऱ्या वाघाले कशी बरं समजनार? वाघाले वाटलं एवढं

म्हनतंच आहे मानूस, तं हे सांगते तस्संच ऐकल्यानं कुढी कायदा मोडतो? खायी तं पाहू बरं काकडीसारखी पोरगी कशी लागते ती. अन घातली एकदम झडप भौ अनं चाल्ला घीसन पोरीले. रामा रामा. पोर एकदम कशी गप झाली? म्हनी म्हतारीनं मांगे फिरीसन पाह्यलं अनं जे आक्रोश केला म्हनता भौ, रं रं रं रं रं. अनं शाप देला, सत्यानास व्हयजो, पांढ्या, तुह्या निर्वंस व्हईल. असाच शाप दिला भौ. त्याकन तं आता खानदेशात वाघ म्हणून उरला नाही पाहाय. एकूण मानसाशी वैर भारी पडलं वाघाला. तरी जातीचा वाघच तो, इंग्रज येईपर्यंत टिकला.

मोरगावला उत्तरेकडून डोंगर, पूर्वेला आणि पश्चिमेला आठदहा महिने तरी सतत वाहत्या दोन्ही नद्या, दक्षिणेला ह्या नद्यांचा संगम आणि मोठमोठे डोह अशी नैसर्गिक संरक्षण व्यवस्था तर होतीच, आणि बहामनी काळापासूनची चार हात रुंद दगडी तटबंदी जिच्या एकाच वेशीवर बुरूज होता, अशी भक्कम सुरक्षितता होती. पण खरं संरक्षण गावगाड्यातल्या सगळ्या प्रकारच्या जाती-जमातींच्या राहण्याच्या व्यूहामुळेच मिळालेलं होतं. वेशीबाहेरच्या आणि तटाखालच्या नद्यांवरच्या रिकाम्या जागांमधे कोणालाही वस्ती करू दिली जायची नाही. देशमुखी वतनाचं खजिन्याचं मुख्य गाव आणि पाटीलकीचा देशमुखीवर गावापुरता कुरघोडी करण्याचा वंशपरंपरा हक्क, ह्यामुळे एकमेकांवर वचक. कोणाही संशयास्पद व्यक्तीला, पाटलाची असो का देशमुखाची, बाहेरूनसुद्धा मुक्कामी राहू दिलं जात नव्हतं. गावाभोवती गस्त देऊन कोणालाही हटकण्याचा हा अधिकार गावकीत पूर्णपणे महाराचा होता.

गावाच्या पूर्वेकडून वाहणाऱ्या इंजाळ नदीच्या पूर्वेकडच्या काठावर महारवाडा, मांगवाडा आणि चांभारवाडा ह्या वस्त्या म्हणजे एक प्रकारचा जिवंत खंदकच होता. हे लोक भारी बाखर. यांच्यापैकी कोणाच्या तावडीत कोणी हल्लेखोर, हेर, चोर, पेंढारी सापडला, की त्याचे कपडे काढून झोडपून त्याला वेशीबाहेर काढून दिलं जाई. त्यामुळे ह्या सगळ्या लोकांचा गावावर विलक्षण अधिकार असे. कुणब्याच्या घरातली कोणतीही चीज वेळप्रसंगाला मिळालीच पाहिजे, अशी ह्या सर्वांची धारणा होती. हे लोक दिवसभर संबळीचं ढूम आणि चाप वाजवून वाजवून ती जुळतात का, हे मेण लावत पुन्हा पुन्हा वाजवून पाहत.

अशी कुणब्यांच्या दृष्टीनं निरर्थक कामं करत ते बसलेले असायचे. किंवा सनईच्या कांड्यात पावी बसेल अशी कोरत आणि मग पावीला जिभाळं फुंकून फुंकून पुन्हा पुन्हा चेपत बसवण्याचे उद्योग भारी तल्लीन होऊन करायचे नाद. किंवा संबळीचा ताल्या करण्यासाठी रानात जाऊन तरवडं खणून खणून त्याची खास आकड्यासारखी टणक बाकदार मुळं कुठे सापडतात का, हे दिवसभर वेड्यासारखं उकरत बसायचे उद्योग. कुणब्यांच्या दृष्टीनं हे सगळे कलाकारांचे उच्च कोटीचे सूक्ष्म व्यवहार निव्वळ भिकारी उद्योग समजले जायचे : उगा फोकनीचे चांदण्या रात्रभर सूर लावत बसतात.

आता गावाच्या पश्चिम बाजूनं वाहणाऱ्या मोर नदीच्या पश्चिम काठावर संगमापर्यंत थेट मसणवटीच्या वाळवंटातसुद्धा कमी जास्त रुंदीचं बरडांखालचं रेताड मैदान पुढे टेकड्यांच्या उतारापर्यंत पसरलेलं आहे. तिथे फिरत्या जमातींना पाटलाच्या परवानगीनं पालं टाकून राहता येई. कंजारभाट, शिकलगार, बेलदार, पारधी, डोंबारी, कोल्हाटी, गारोडी, बहुरूपी रायरंग, कुडमुड्ये जोशी, कोरकू, क्वचित येणारे अस्वलवाले, माकडवाले, पिंगळे ह्यांना नदीपलीकडेच राहता येई. मात्र गावातल्या लोकांची गरज म्हणून जडीबुटीवाले वैदू, सुयादाभणावाले गोंड, जातं पेंड उखळं घडवणारे वडार, टाकारी, डोंगराकडून निरगुडीचे फोक डोक्यावरून वाहून कुणब्याच्या अंगणातच कणग्या, टोपले, गाड्यांचे फळके विणून देणारे कैकाडी — अशा लोकांना गावाबाहेरच्या मैदानात उघड्यावर राहण्याचा खास दर्जा होता. खरं तर उन्हाळ्याच्या तोंडाशी हे फिरते लोक गावात येईपर्यंत त्यांच्यासाठी कामाचे डोंगर उभे असत. जुनी घरं पाडणं, पाये खंदणं, दर खंदणं, घराच्या पायाचे दगड फोडून आणणं, पाये घालणं, भिंती बांधणं, रेती वाहाणं, गोल घाणीवर चुना रगडणं, विहिरी खोदणं, रेड्यांच्या गाड्यांवर लाकडं आणणं — अशी जनावरांसारखी कामं ह्या लोकांशिवाय कोणाला शक्य होती? गावातले भिल्ल लोक धनुष्य वाकवणं, बाण पाजवणं असली खानदानी कामं सोडून ही रानटी कामं भुकेले मेले तरी कधी करायला तयार होत नसत. कोरकू लोकही पारधीसाठी तितुरांसारखा हुबेहूब आवाज काढणारी शिट्टी तासत बसायचे, पण अवजड कामं करायचे नाहीत.

एकंदरीनं ही सगळी गावाबाहेरची लोकसंख्या गावाचं आयाळच होती. किरकोळ पिकांच्या, गवताच्या, लाकूडफाट्याच्या चोऱ्या सोडल्या तर यांच्यापासून गावावर संकट, अरिष्ट असं काही ओढवण्याची भीती नसे. उलट दहा-वीस मैलांवर भडगावच्या सावकाराचं घर कसं लुटलं, हे ह्या फिरत्या लोकांकडूनच दुसऱ्या दिवशी पाटलांना समजे आणि गावाची सुरक्षितता मजबूत

होई. संगमावरच्या वस्तीतल्या जुन्या गोसाव्यांच्या मढीत, मारुतीच्या मठात आणखी वरच्या दर्जाचे सभ्य विश्वासू फिरस्ते लोक हक्कानं मुक्कामी राहायचे — जोगी, संन्याशी, बैरागी आणि सरकारी लखोटे टप्पा करत पुढच्या गावी नेणार जासूद, रामोशी, शाहीर, रामलीला करणारे भैये — वेगवेगळ्या जातींच्या ह्या लोकांसाठी गावहाळावर मोटकऱ्यांनी भरून ठेवलेली चार कुंडं असायची — पाचवं गुडघ्याइतकं उंच गुरांचं. ह्यांपैकी नवख्यांनी आपली जात ह्यांतल्या कोणत्या कुंडाशी जुळते हे आत्मप्रेरणेनं म्हणा, धाकानं म्हणा प्रामाणिकपणे ठरवायचं, तिथेच जाऊन त्याच कुंडावर ठेवलेल्या चामड्याच्या सदैव भिजून बिळबिळीत झालेल्या डोण्यांनी हक्कानं पाणी काढून प्यायचं. यांच्यापैकी कोणाकडून कुठेतरी काहीतरी खूनखराबा, दरोडा, हल्ला होईल किंवा झाला की काय, असा संशय पक्का होण्याची ठिकाणं म्हणजे कासार आणि लोहार यांच्या मोठमोठ्या भट्ट्या. यांनी आपली घरं तटाआत पण जाण्यायेण्यासाठी तटातून भोकं पाडून बाहेर पश्चिमेकडच्या मोर नदीकडून भट्ट्या बांधल्या होत्या. शिपायांची, लुटारूंची वर्दळ इकडे. आसपास कुठेही लुटालूट किंवा लढाई झाल्यानंतर ती वाढायची. कबाडखान्यांमधली हत्यारं आधीच्या लढाईचा कोल्हाळ डोक्यात माजवून बाहू फुरफुरायला लावायचे. ह्या इमानी भाल्यामुळे, ह्या लह्यण्या तलवारीमुळेच आपण वाचलो होतो, असं म्हटलं जायचं. त्याच तलवारींना धार लावण्यासाठी, तेच भाले सुरे पाजवण्यासाठी लोहाराकडे आणले जायचे. पाटलाला लोहाराकडून हे ताबडतोब समजायचं.

मोरगाव होळकरी सरदेशमुखीचा असल्यानं अशा किरकोळ चोरांचीच काय, पेंढाऱ्यांचीही आम्हांला भीती नव्हती. पण पेशव्यांचं पेंढार आलं की फार खबरदारी घ्यावी लागायची. त्यांनी आसपासच्या गावांवर बऱ्याचदा हल्ले केले होते. आमच्या गावावर हल्ला करणं कठीणच होतं.

गावाच्या उत्तरेकडे दोन्ही नद्यांमधलं अंतर डोंगरापर्यंत वाढत गेल्यानं खूप सुपीक जमिनींचे पट्टे, कुरणं, लवणांवरची झाडी, गावहाळाच्या मोटकऱ्यांची पाणी उपसण्याच्या मोबदल्यात दरवर्षी लिलावानं दिली जाणारी शेतं, तुरळक झाडाझुडांची गायरानं, असा हा सर्वांत जास्त शेतकऱ्यांच्या वर्दळीचा पट्टा निमुळता होत गावाकडे बिनपेऱ्याच्या जमिनी सुरू होतात तिथे संपतो. इथे चारा ठेवण्याची, मळणीची खळी नेहमी गजबजलेली असायची.

खळ्यांना लागून मोकळं गायरान, त्याच्या अलीकडे गावठाण, मग गावाचं हळं आणि कुंडं आणि विहीर असा मोठा पसारा. ह्या गावाबाहेरच्या मैदानाला लागून पीकसंरक्षणासाठी सहकारी *ठेंगा सोसायटी*चे ओटे. हंगामात घरटी एक

माणूस ठेवावा आणि त्यांनी गावाच्या पूर्ण शिवारातून पिकांवर नजर ठेवण्यासाठी ठेंगे आपटत फिरत राहावं. हा भावडूचा आणि माझाही आवडता दिवस असायचा. कधीतरी चोर सापडेल ह्या स्वप्नामुळे आम्ही जीव लावून भर पिकात शिरून पाहायचो — असायचं कुणाचं तरी ओढाळ वासरू.

कुंभार फार पूर्वीपासूनच मोरगावच्या मानाच्या बलुत्यांमधे गणले जातात. नदीच्या काठाकाठानं पूर्वेकडे तोंड असलेले मोठमोठे वाडे, त्यांच्यासमोर ओळीनं बांधलेल्या गरीब गाढवांमुळे वेगळे उमटून पडतात. अंगणात मडक्यांचे डोंगर, रांजण, घागरी, नंदाळे, कहाल्या, लोटे अशी निरनिराळ्या पंचवीसेक आकारांची पात्रं रचलेली असत. हळूहळू हे सगळे प्रकार इतिहासजमा झाले. पण हिंदू लोक आहेत तोपर्यंत मडकं हा एक तरी मूळ मानवी आविष्कार घडलाच जाणार. क्वचित हे कुंभार गाडी भरून लाल मातीची भाजलेली चित्रं, गाड्या, लहान मुलींच्या बाहुल्या, खेळणी विकायला आसपासच्या गावी जात. भातुकलीचा सबंध टोपली भरून खेळ एक शेर ज्वारीच्या बदल्यात. त्या लहान लहान चुली, लहान लहान पातेली म्हणजे एका ठाम भूमिकेची बालपणापासूनची मुलींची तालीम — येणारं चुलीपुढचं संपूर्ण आयुष्य. बाकी मुलांना जन्म देणं, संगोपन ही त्याहीपेक्षा पक्की भूमिका आपोआपच वयात येईपर्यंत तयार झालेली असे. हे सगळं नीट कळायच्या आधीच बायकांच्या पदरात पडत असल्यानं समाजाची ही स्थिर बाजू कधीच ढासळली नाही.

नद्यांमधे पावसाळा संपल्यावर काळ्याभोर वाहून आलेल्या मऊ गाळाची बेटं दिसू लागतात. त्यांत भोयांची कुटुंब काकड्या, टरबुजं, खरबुजं, गुळभेल्या — अशी पाचसहा प्रकारची उन्हाळ्यात येणारी फळं पूर्वीपासून लावत आले आहेत. ह्याच चवीची फळं दुसरीकडे कुठेही मिळत नाहीत, असं सगळे मोरगावकर म्हणतात. इतर दिवसांत हे भोई जाळी लावून मासे धरतात. यांची घरंही नदीच्या काठावरच. गावात बरेच कष्टाळू शेतकरी, मोटेच्या पाण्यावर भाजीपाला करणारे होते — हे शेताबाहेर कधीच दिसायचे नाहीत. बायकामुलांसकट विहिरीवर मळ्यात, एकजण रोज संध्याकाळी सातवर भाजी विकायला. दोघेतिघे रात्रभर राखणीला. केव्हाही कोल्हेकुई ऐकली की नदीपर्यंत सारखे काठ्या आपटत मळ्याभोवती फिरत राहणारे. बऱ्याचदा पारधी चोर भलतीकडेच कोल्ह्यांचे आवाज काढून इकडे बिनधास्त चोरी करून जायचे.

मोरगावात आमच्या देखत कितीतरी जाती नव्यानं वसल्या आणि कट्टर मोरगावकर झाल्या. तडवी हे मुसलमान भिल्ल ह्यांतले सगळ्यात जुने. मुसलमान असले तरी सगळे व्यवहार सण उत्सव कुणब्यांसारखेच. कोतील त्यानंतरचे दुसऱ्या

जातीचे भिल्ल. डोंगरातले भिल्ल त्यानंतर आले. उत्तरेकडून डुकराची लहानलहान तीन पिलं खिशात घेऊन कायमचे इथे राहायला आलेले भंगी आज सबंध नदीकाठची गावदरी साफ करणाऱ्या शंभरेक डुकरांचे धनी आहेत. ह्यांना तिसऱ्या चौथ्या पिढीपर्यंतही हिंदीशिवाय दुसरी भाषा येत नाही. उलट यांच्यामुळे दहावीस हिंदीची वाक्यं गावात प्रत्येकाला यायला लागली. एकभाषक लोक इतरांना आपली भाषा शिकवतात. कोणी द्विभाषक झाला, की त्याची मूळ भाषा हळूहळू बुडतीच्या मार्गाला लागते, हे यांच्यावरून लक्षात येतं. हे भंगी लोक गावठाणाबाहेर गायरानाच्या कोपऱ्यात आपली आपली चार पाच घरांची वसाहत सांभाळून आहेत. आमच्या गावच्या डुकरांची अत्यंत स्वादिष्ट म्हणून मिलटरीत फार मागणी असायची. एरवी यांची पैदास वाढली की गल्लीच्या दोन्ही तोंडांवर लांब काठीला दोरीचा फास लावून उभे असलेले हे भंगी पकडलेल्या नर डुकराला पाठीवर पाडून दाबून ठेवून त्यांच्या पायांतलं आंड चिरून आतल्या गोट्या एका भांड्यात टाकून मग सोडून देत. ह्या मधल्या काळातला कानठळ्या बसवणारा आदिम शिकारीचा आक्रोश आणि क्रौर्य सगळ्या जमलेल्या मुलांना मानववंशशास्त्राचा एक धडा.

सदैव चेहरा झाकणारा लांब घुंगट ओढून ह्या भंग्यांच्या गोऱ्यापान बायका रात्री उशिरापर्यंत ढोलकावर टाळ्या वाजवून गाणी म्हणत असतात. विचित्र जुनी ब्रजभाषा, ते उत्तरेतल्यासारखे सूर आणि ढंग, ढोलकाचे ताल — कुणब्यांना फारच विचित्र संवेदन करून देतात. याचं मुख्य कारण ह्या बाया भंगी आहेत हे नव्हे, तर त्यांचा पुरुषी पद्धतीचा पेहराव — सलवार पायजमे — वरपर्यंत सुटे पाय दाखवणारे, लालभडक. आणखी पुरुषांसारखं सतत तोंडात पान, लाल चिळकांड्या उडवणंही आणि बिड्या पिणं. ह्यामुळे हे लोक मोरगावमधे सामावले गेले नाहीत, पण ते परकेही राह्यले नाहीत. प्रत्येक लग्नात यांचीही घरं चुलीला निवतं म्हणून सांगतात.

छत्तीसगडकडची एक धोबीण गावातल्या पाटलाची बहीण म्हणवत इथलीच कायमची झाली. गावातल्या सहा वतनदारांच्या घरची धोतरंलुगडी दररोज धुऊन आणून देण्याच्या करारावर ती राह्यली. ह्या बदल्यात गावठाणात एक वाडा बांधण्याइतकी जागा तिला मिळाली. गावात कितीही शेट महाजन व्यापारी असे मोठेमोठे श्रीमंत लोक वाढले, तरी ह्या जुन्या सहासात गरीब वतनदारांचाच हा हक्क आहे. धोबिणीनं तर एका सावकाराला सुनावलं, अरे तुम्ही अससान पैशेवाले, म्हणून तुमची लायकी का आम्ही धोतरंलुगडी धुण्याइतकी झाली? गरीब वतनदारांना एवढा फरक मानानं जगत राहण्यासाठी पुरेसा ठरतो. हिंदूंना

वर्गसिद्धांत लागू शकत नाही, हेही दिसतं. ह्याशिवाय गावाबाहेर हक्कानं राहणाऱ्या अलुत्याबलुत्यांमधे पिंजारी, मण्यार मुसलमानांची तीनचार घरं. यांची एक साधी चार भिंती चुन्यानं रंगवलेल्या अशी एक मशीदही आहे. अगदी अलीकडे अठ्ठेचाळीस साली भुसावलच्या निर्वासित शिबिरातून आलेले दोघे सिंधी साँई म्हणवणारे कापडाचे व्यापारी तर आठ दिवसांतच मोरगावचे झाले. खानदेशी बोलीचीच सिंधी भाषा ही पोटभाषा आहे, असंही ते अस्खलित खानदेशीत म्हणू लागले. त्यांचा *आहे* हा सिंधी शब्द खानदेशीच आहे, असं सगळ्यांच्या लक्षात लगेच आलं.

एकंदरीनं बाहेरून आलेले सगळे गावातल्या समाजात वेगवेगळ्या प्रकारे सामावून गेले. रक्तानं, रोटीबेटी व्यवहारांनी, अंतर ठेवून, विरोध ठेवून, रितीभाती खाणंपिणं वेगळ्या म्हणून दूर राहून, उदासीन, तटस्थ, बेपर्वा, बेदरकार, निरपेक्ष — सगळ्या प्रकारचे संबंध ठेवून तरी एक समाज म्हणून राहणारी ही जातिव्यवस्था. रंगीबेरंगी फुलासारखी पाकळ्यांवर जिथे जागा सापडेल तिथे आपलं स्वतंत्र अस्तित्व सांभाळत एकमेकांना राखणारे अंतरसमूह. डौलानं पिढ्यांमागून पिढ्या हे लोक एकोप्यानं राहत आले.

सामावून घेण्याचा नेहमी एकच प्रकार असतो : पोटं भरा, तुमचं तुम्ही नीट राहा झालं. इथे नेहमीचे भेटणारे नमस्कारासारखे विचारतात, जेवला रे भाऊ? नुस्तं झोपायला झोपडं मागणारे आता मोरगावचे सरपंच झाले आहेत. कोणी कोणाचा पाहुणा, जावई, नात्यातला, बेसहारा, लेकीकडचा, माहेरचा, सासुरवाडीचा, आजोळचा, पणजोळचा — सगळे जण मोरगावच्या ह्या फाटक्या जिवट पांघरुणाखाली झोपत आले. कामाला हात आणले आहेत, पाटील — एवढं म्हटलं की पुरे व्हायचं. कोणी कोणाबद्दल उल्लेख करताना मामा, नाना, दाजी, काका, आजोबा, मावशी, फुई, बहीण, भाऊ — असा कटाक्षानं करतो. विक्रम मामा कोण? विक्रमसिंग भंगी. खानूमामाला बोलावून आण. ओ, झेंडी मावशी, बाजूले व्हयी जाय, बैल मारतो.

एकूण नुस्ता पाय ठेवायला जागा मिळालेले फाटके लोक असोत की शंभर बिघे जमिनीचे मालक असोत, गावातली ही सगळी हजार प्रकारची माणसं एकमेकांवर प्रेम, विखार दोन्ही करत करत मुंग्यांच्या वारुळासारखी एकोप्यानं राहायची. लोकांचं स्मरण ज्या कोणत्या युगापर्यंत मागे जाई, तेव्हापासून एकमेकांचं अगत्य पडून ब्राह्मण, कुणबी, वाणी, अलुतेबलुते, फिरते, परदेशी – सगळे एकजीव झालेले होते. कोणाचं लग्न आहे? सगळ्या गावाचीच लेक से, पाणी भरायला चाला रे सगळे. गाडी बैल द्या. खंडू जा भिलवाड्यात,

आमरीमावशी माहीत आहे नं — संगमाच्या वर — तिला म्हणा डिंक लागेल पळसाचा, बाळंतपण आहे बिजाचं सांग. जा तं तडवीवाड्यात, सुभानबोवाला म्हणावं, आजोबा, सरपणाच्या मोळ्या लागतील आणि कोळसे धावड्याचेच पाहिजेत म्हणावं. मांगवाड्याकडून ये शाळा सुटल्यावर, अंबूमायला सांग, खैराची काथ आण. काळा बोळ असेलच तिच्या पाहाण्यात, हरी मामाला सांग म्हणा, तो आणून देईल. रानातल्या चारोळ्या आण मोटभर. फालसे मिळतील का? चौथेभर ज्वारी देईन. जरा आत जा डोंगरात म्हणावं. जांभळ तर आणशीलच. भोकरं, टेंभरुणं, गुंजांचा पाला, डिकामली, भीमफुलं, खिरण्या. उतकताऱ्याच्या मुळ्या, वाघाचं नख — काहीही. यांना सगळं माहीत. ही सगळी जंगलची पाखरं. कुणब्याच्या खळ्यांवर जगणारी. हा एकतर्फी एकोपा हजारो वर्षांनंतर आमच्या डोळ्यांसमोर तुटला. आवळ्यांची मोट सुटली. कशामुळे?

डुंबा हो रे डुंबा हो रे ऽ
तुझ्या कुरपेनं भरारा धावती
राती बेराती लभाने घोडे
डुंबा हो रे डुंबा हो रे ऽ

आमच्या इनामाच्या शेताच्या पुढे रोहिस गवताच्या आणि पळसाच्या रानातून डोंगराच्या पायथ्याशी जाताना एक तीस हात लांब रुंद बारव असून काळ्या कातळात खणून काढलेली ही पायविहीर हरिपुऱ्याच्या लहानशा पण संपन्न तांड्याला बारा महिने पाणी पुरवी. हे हरिपुरा गाव दीडशे वर्षांपूर्वी डोंगराच्या कुशीत जिथे नांदत होतं ती जागा लांबूनच ढोरकी दाखवायचे. एकतर तिथे लांडग्यांची भीती, पण घाबरत चरकत दबत दबत पळसाच्या झाडांमधून वाट काढत प्रत्यक्ष जाऊन पाहणाऱ्यांना पुढे सागाच्या झाडाखालच्या गुडघाभर वाळक्या पानांमधून आवाज न करता चालणं हळूहळू कठीण व्हायचं. नंतर दाट मोहाच्या झाडांचं रान आणि झाडांवरून खाली सुटलेल्या शेपट्या, चोहीकडून हुपहुप असे घोष आणि खालच्या वाळक्या पानांवर सतत पडत राहणाऱ्या तुरतुऱ्यांचे आवाज आणि मग पूर्ण रात्रभर लालगांड्या वानरांचे मोहाची फुलं अती खाल्ल्यानं कोसळण्याचे, फांद्या कडाड कडाड मोडण्याचे आक्रमक आवाज. क्वचित पळत जाणारा कोल्हा, आणि पाचोळ्यातून सरपटणारे खास पिवळ्या रंगाचे नाग, लांडग्यांच्या लेंडकांचा उग्र घुर्रट वास, मोहेनजो-दडोसारखा अंगावर येणारा काळ. दोन पिढ्यांपूर्वीच्या म्हाताऱ्यांनी त्यांच्या आजेआज्यांकडून मात्र हे

पेंढाऱ्यांनी उद्‌ध्वस्त केलेलं हरिपुरा गाव प्रत्यक्ष पाहिल्याच्या गोष्टी आम्ही ऐकल्या आहेत.

झेंडी गणिकेच्या निपणजीचं म्हणजे तिच्या आजीच्या आजीचं हे मूळ गाव. धनगरांच्या वह्यांमधे सुद्धा ह्या तांड्यावरच्या लभान्या लोकांचे उल्लेख येतात — धागडनाच आरडाओरडा गोंधळ दारू मनसोक्त खाणं खेसरमस्करी धिंगाणा कोणालाही न समजणाऱ्या उत्तरेकडच्या विचित्र भाषेमधली गाणी, आणि मुक्त म्हणजे कुणब्यांच्या दृष्टीत निर्लज्ज सामूहिक शृंगारक्रीडा, एकंदरीत हुल्लडबाज — असे हे लोक होते. थेट सीमाप्रदेशांपर्यंत आणि राजेरजवाड्यांच्या लष्करांशी व्यापारी संबंध ठेवल्यानं हे लोक निर्भय, आजचं जगणं महत्त्वाचं समजणारे, असे ह्या उल्लेखांवरून वाटतात. यांच्या २-३ वस्तू मोरगावात कासारांकडे मोडीतून आम्ही मिळवल्या — तांब्याच्या तारेनं गाठलेली पितळी घुंगरं जी मध्य आशियातल्या जिप्सी रोमानी लोकांसारखी ओतून केलेली, एक काशाचा पेला जो काश्मिरी – ताजिकी धातुकामासारखा वाटतो आणि एक पूर्ण चिकन झालेलं जाड नाणं — हे कुठलं केव्हाचं असेल कुणास ठाऊक. देशांची सीमा न मानणारे हे लोक. हे खरे हिंदुस्थानी आर्य लोक, पण यांना पूर्वीपासून युरोपात चुकीच्या पडलेल्या रोमानी जिप्सी ह्या नावावरून हे इजिप्शिअन अनार्य समजले गेले आणि लाखो रोमानी जिप्सींची हिटलरच्या नाझी जर्मनांनी कत्तल केली, यहुद्यांसारखीच. पण हिंदूंना हे कळलंही नाही. हरिपुऱ्याच्या ह्या लभान्यांचे आमच्या धनगरांच्या वह्यांमधे शिल्लक उल्लेख :

अरे लभान्यांच्या बायाऽऽ नंग्या पोहती रे मासोयाऽऽ
खायापिया नाच्या गाया बारबार आंगावरी लोया हो ऽऽ
ढुम ढुम ढुमाक ढुम ढुम ढुमाक

अरे पाटील गांड फाटील नको पडू लभानीच्या फंदी, याराऽऽ
दाटील तिची काचोळी तवर सुटील झगाराऽ राऽ राऽ राऽ राऽ
ढुम ढुम ढुमाक...

अनेर नदी ओलांडून हडकाई-खडकाई ह्या मोर नदीच्या लेकीनद्या मेळतात त्यांच्या वरची बरडं टेकाडं खुंदलत वैशाखी पौर्णिमेच्या उतरत्या पहाटे ३०-४० घोडेस्वार सातपुड्याच्या वेगवेगळ्या घळ्यांमधून उतरले आणि त्यांनी हरिपुऱ्याला घेरून वेढा दिला. लभान्यांचं हे अख्खं गाव त्यावेळी रात्रभर धिंगाणा घालून नाचगाण्यांनी झिंगून झोपलेलं होतं. कुत्र्यांच्या भुंकण्याचा अर्थ लांडगे आले

असावेत, असा सुस्तीत घेत हे लभाने थकून पडलेले असतांनाच डोंगराच्या पायथ्याखालच्या लवणालवणांतून खैर अंजनांच्या झाडाझुडपांच्या आडोशानं सगळे घोडेस्वार गवतातून दक्षिणेकडे सरकले आणि मोरगावकडची पूर्ण बाजू त्यांनी बंद करून टाकताच, धाडीच्या शिंगांचा उंच इशारा ऐकायला आला. जुनी माणसं खडबडून ओरडली, पेंढारी रे पेंढारी!

हरिपुरा गावाभोवती दगडांचे जाडजूड तट होते. पण अनेक वर्षांच्या सुरक्षित रहिवासामुळे आणि मुख्य म्हणजे डोंगराच्या वर होळकरांचाच अंमल, खालीही मोरगावात होळकरांचीच सद्दी असल्यामुळे होळकरांशी इमान ठेवून राहणारे लभान्यांचे हे तांडे ऐदी झाले होते. गावाच्या तटाला लागून आतून बाहेरून आराटी बोराटी टाकळी बेहकळी पाडळी अशा झाडोऱ्याची रानंची रानं माजलेली. त्यांच्यातून वाटा पाडून गुरं चारायला नेणंही सवयीचं झालं होतं. मुख्य दगडी वेस आणि बुरूज नावापुरतेच उभे होते. वरच्या पठारावरचे कोरकू हे सगळं हत्याकांड भीतीनं पाहत होते, पण कोणाचीही खाली उतरण्याची हिंमत झाली नाही. ते सांगत होते की, पेंढाऱ्यांनी आधी मेंढ्या कळपाकळपांनी बाहेर काढल्या. दीडेक हजार गायी बैल एकत्र दावणीला बांधून उभे केले. नंतर घराघराला आग लावत दिसेल त्याला ते भोसकत गेले. आठदहा शुद्धीवर असलेल्या लभान्यांच्या माना पेंढारी पद्धतीनं हातांनी पिरगाळून मुडदे तिथेच टाकून देण्यात आले. ज्यांची तटाशी घरं होती, ते पायवाटांनी मोरगावकडे पळत सुटले. त्यांना बाहेर उभ्या असलेल्या घोडेस्वारांनी टापांखाली तुडवलं. तटाबाहेर मोरगावच्या वाटांनी सगळे मुडदेच मुडदे अंतराअंतरावर बरेच दिवस पडले होते. डोंगरापर्यंत आभाळ सगळं गिधाडांनी झाकलं गेलेलं दिसत होतं. वेशीवर थोडावेळ हातघाईची लढाई झाली, तिथे दोनतीन पेंढारी जबर जखमी झाले. एकदोघांच्या छातीतून लभान्यांचे वेळूचे बाण आरपार गेलेले, त्यांना तसंच घोड्यावरून वरच्या पिराच्या तळावर हकिमाकडे नेण्यात आलं.

शेवटी हिरा नायकानं लागोपाठ तीन बार काढून सगळ्यांना बाहेर पडायचा इशारा दिला. त्याचा लहानसा किडकिडीत देह, परंतु त्याच्यातून निघणारा करडा आवाज शेवटपर्यंत ऐकायला गेला. हा नायक होण्यास एवढ्यावरूनही योग्य आहे, हे लक्षात आलं. वरती वाघाच्या जाळीत लपलेल्या कोरकूंनाही तो ऐकायला येत होता. काहीतरी सांकेतिक हुकूम होते : *हुलसवार सरगस्त बंदे बर कदम. हुशारी मक़ामी मक़तल. मुडदे बरखास्त.* चारपाच पेंढारी गुदरले होते. एक लंगडा पठाण, एक बुटका कोळी, एक लंगडा मदारी आणि दोन कंजार — हे चौघे नवशिके होते. त्यांच्यात्यांच्या जातीप्रमाणे माती देण्यात आली. त्यांच्या घरी दुऱ्याच्या

पोतनिसानं लूट बक्षिसी पोचवण्याची आणभाक झाली. मग एका सरणावर दोघे, एकच लांब गोर खाणून तिच्यात तिघे, अलविदाअ.

एकदोघांचे मुडदे सापडले नाहीत. त्यांनाही अलविदाई. होळकरी लष्करात मेलेल्या सगळ्या जातींच्या शिपायांना देतात तशी, माथा जमिनीला लावून.

गावातली दावणीची सगळी गुरं एकत्र पुढे जाऊ द्या. तोपर्यंत इथलेच आठआठ बैलांचे गाडे एकामागोमाग एक जोतून त्यांत रडणाऱ्या ओरडणाऱ्या लहानलहान मुलांसकट बायकापोरांचे कळप खच्चून भरले गेले. दोन किंचाळणारी पोरं होती. *यांची मान मोडा रे, नाहीतर चूप करायला सांगा.* रडणाऱ्या आयांनी पोरं उराशी दाबून श्वास कोंडवून उगी केली. गाडी चालवणारा पेंढारी म्हणाला, सगळी पोरं एका गाड्यात वेगळी टाका. नाहीतरी अर्धी जास्त मरणारच हैत. पुन्हा लेकुरवाळ्या बटक्यांचा विकतांना भावही उतरतो. गाडे चालू झाले. शेवटच्या गाड्यांमधे सगळी भांडीकुंडी, लूट. सतत पुढे मागे धावणारे घोडेस्वार. हिरा नायकानं करड्या आवाजात घोडेस्वारांना हुकूम दिले : दोन टप्पे करून ताफा बऱ्हाणपुरात सरळ बटक्यांच्या बाजारात नेणे. बटकी आणि पोरगा शंभराला. नुस्ती बटकी सव्वाशे रुपयांना. गोरा फिरंग्याच्या वखारीत दाखवून एकेक खूबसूरत बटकी अडीचशे रुपयांच्या वरतीच. हिसाब लालकिसन खत्र्याच्या पेढीवर चुकता करून हुशारीने वारावार होणे. ह्यानंतर इरादा : शबेबरातच्या नंतर दसऱ्याच्या आधी. हुकमाची वाट पाहणे. रेवा नदीकाठी छपऱ्याच्या जत्रेत सगळा पंचवीस तीस हजारांचा पेंढारी दुर्रा जमणार, असा गुप्त संकेतही गेला. भोसल्यांच्या हद्दीत सगळीकडे बरबादी छापे आजच्यासारखे टाकायचे हुकूम येतील. खुद्द नागपूरवर गर्दी करणेची आहे, कारण भोसलाही पेशव्यांच्या पावलावर पाऊल ठेवून इंग्रजधर्जिणा होत चालला आहे. त्याला शिकापन जरुरी. पेशवे, शिंदे, भोसले सगळे नंगेवतन नंगे दीन, कमीने लोक. हुशार राहाणे. ह्या लालगांड्या परदेशी बांदरांशी जे जे देशी राजे सलूख करतील ते पेंढाऱ्यांचे शत्रू. फक्त राजे यशवंतराव होळकर आपले प्रभू.

हळूहळू गाड्यांचे बैलांच्या हंबरण्यांचे गायीवासरांचे मुलाआयांचे आवाज टेकड्यांमागे दाट झाडींमधे कमी कमी होत गेले. ह्या गाड्यांमधे गुदमरून ग्लानीत गेलेल्या काही सुगृहिणी त्या दिवशी उनपदेवच्या गरम झऱ्यांच्या डोहात मनसोक्त पोहण्यासाठी जायचं म्हणून लवकर उठून स्वैंपाकाला लागल्या होत्या. त्यांना आता बैलगाड्यांच्या घरघराटात आपल्या घरातल्या चुल्ह्यांसमोर अर्ध्या जळलेल्या सरपणाच्या काड्या विझून गेलेल्या दिसत होत्या. चुल्ह्यांवर मडक्यांत काहीतरी शिजायला टाकलेलं अपुरंच होतं, आता त्याला लाल मुंग्या लागल्या होत्या.

भानचुलीवरच्या मडक्यात शिजवायला टाकलेला रानकंद तसाच कच्चा राह्यला होता. बरेच जण झोपेतच घरात जळून गेले होते. कणग्या कोठ्या तर दिवसभर धुमसत होत्या. ते जळकं धान्य अनेक वर्षं तसंच पडून होतं. खालून पेट घेतलेल्या उडदामुगाच्या कणग्यांवर वरचे दाणे कोसळून पसरल्यानं त्या विझून गेल्या होत्या आणि हे धान्य पुढे वर्षभर हरीण, अस्वलं, पशुपक्षी खात होते.

घराघरांतून एकदीड घटका मोठी धुमश्चक्री झाली. लुटालूट किती अचूक करावी याचं शास्त्रच ज्यांनी केलं होतं त्या पेंढाऱ्यांनी घराघरांतून तलवारी, बाण, फरश्या, बल्लम जमा केले. सोनं, नाणी, पुतळ्या, मुंद्या, गोठपाटल्या, काकणं, झुमके, बाजूबंद, आंदू, पैंजणं — पोतीची पोती भरून घोड्यांवर टाकण्यात आली. देशभर तांड्यांनी फिरताना ह्या लभान्यांच्या ताब्यात पाळगुतं दिली जायची. कुठे जत्रेत हरवलेली, कधी वाटेवर सापडलेली, कोणी अनाथ विधवांची पाळायला, सांभाळायला दिलेली ही लहान लहान मुलं. अशा पाळगुतांच्या दुर्दैवी हौशी आईबापांनी लाडानं केलेले चिमुकले दागिने — सोन्याच्या बिंदल्या, हसल्या, वाळे, चाळ, कडी, डूल, लहानलहान कडदोरे — ह्यांनी भरलेली पोती स्वतः नायकाच्या घोड्यापुढे. दुपारशी सगळी सामसूम. धुमसत्या आगी, घराघरांवर धूर. ओढाळ गुरं, पिंजऱ्यांमधे राहून गेलेले पोपट, मैना. धास्तावलेली कुत्री. संध्याकाळी स्मशानशांतता.

पुढे बरेच दिवस मोरगावचे लोफर लोक काठ्याफरश्या घेऊन हरिपुऱ्यात जाऊन यायचे, असं गावातले म्हातारे आठवणींनी सांगत राहिले. लंकादहनच समजा, फक्त रामाच्या जागी हे पेंढारी. घराघरांत पडझड, वाटेत आलेलं मडकं ठोकरल्यानं त्याची खापरं घरभर उडालेली, भिंतीतले ठिकरे बरोबर उपसून त्यांतले रुपये काढून घेतलेले. एका घरात बांबूची जीभ छातीतून आरपार गेल्यानं मरून पडलेला पेंढारी. कोणीतरी अंगणात पायऱ्यांवर मूग पसरवून ठेवलेले, तिथे पाय घसरून लुटारूंचीही बरीच पडापड झालेली दिसत होती. असा ह्या सुखी संपन्न वस्तीचा शेवट झाला. दुसऱ्या दिवशी ह्या शिवारात आमच्या गावचे औतकरी गेले त्यांना जखमी अवस्थेत पळून आलेला एक लभाना गवतात पडलेला दिसला. त्याला पाणी पाजलं आणि मरतांनाचे शब्द त्यांनी ऐकले : आम्ही कोणाचं काय वाईट केलं? कोणाचं काय बिघडवलं? ना कोणाला बातम्या पुरवल्या, ना कोणाची हेरगिरी केली. आम्ही ज्या लष्कराला पाहिजे त्याला माल पुरवतो — पेशवा असो, शिंद्या असो का टोपीवाला असो. हे तुमच्या होळकर सरकाराला मानवलं नसेल, तर त्याचा सत्यानास होईल.

हरिपुऱ्याची जमीन आमच्या तहसिलातच होती. आपण शेजाऱ्यांच्या उपयोगी पडलो नाही, ही हळहळ मोरगावच्या शिपाई गड्यांमधे बरेच दिवस होती. आता आमची गायरानं तिथपर्यंत डोंगरात गेली. हरिपुऱ्यात सगळीकडे गवत उगवलं, घराघरांमधून झाडं मोठी होत उंच होऊन गेली. तिथं एक भलं मोठं रान आपोआपच उभं राह्यलं. मोरगावचे शेतकरी इकडून जातांना हातातलं पराणं त्या दिशेनं दाखवत ह्या ऐकलेल्या गोष्टी सांगायचे. त्याही हळूहळू लोक विसरत गेले.

असा ह्या नाचणाऱ्या गाणाऱ्या कोणाच्या अध्यात मध्यात न पडणाऱ्या सबंध देशभर व्यापारासाठी हिंडणाऱ्या पाळ्या वस्तीचा शेवट झाला. आमचे सातवे पूर्वज नागोराव त्यावेळी मोरगावातले विशीचे संतप्त तरुण होते आणि ते एक मोठी कर्तबगारी करून बसले : त्यांनी खानदेशातली मराठेशाही संपुष्टात आणली, असं त्याच्याच ह्या म्यां सातव्या वंशजानं म्हटलं तर फारसं वावगं होणार नाही.

युग बदलतं त्या वेळचा दाट अंधार. तो कधी संपेल याची चिन्हं दिसत नव्हती. मोरगावचा जिलब्या देशमुख हल्ली पेशव्यांसारखा टोपीवाल्यांशी संधान बांधत होता, हे होळकर सरकारला कळलं होतं आणि होळकरांच्या पेंढाऱ्यांचा पुढचा हल्ला आमच्यावर होणार, याची हरिपुरा बेचिरागी ही जबर धमकीच होती. पुण्याचा पेशवा टोपीवाल्या इंग्रजाचं बाहुलं झाल्याचं होळकर राज्यात पसरलंच होतं. टोपीवाल्याच्या फौजा आमच्या तालुक्याच्या गावापर्यंत छावणी ठोकून होत्या आणि शेवटचा होळकर राजा रानोमाळ फिरून विहिरींमधे विष टाकत इंग्रजी फौजांचे हाल करत होता. रयत दोन्ही बाजूंनी मार खाऊन हुळहुळी झाली. अशा वेळी हद्दीवरच्या खानदेशातले सगळे वतनदार हवालदिल झाले होते. कंपनी सरकारच्या छावणीत जावं का होळकराला चिकटून राहावं? होळकराचं मोठं फसादी पेंढार हद्दीवरच्या गावोगावी वचक बसवण्यासाठी हिंडतच होतं. ते ह्या निमित्तानं काहीतरी खरीखोटी कुरापत काढून गावं लुटून फस्त करून गावातल्या दहा दहा पंधरा पंधरा ऐपतदारांना वेशीवर फाशी देऊन, आगी लावून निघून जायचे. पेंढाऱ्यांचा हा सुवर्णकाळ.

हरिपुरा जळत होतं त्याचवेळी मोरगावच्या वेशीवर बत्तीसेक वर्षांची वारा आणि तिची पंधराएक वर्षांची मुलगी गजरा हरणांना मागे टाकतील अशा गतीनं येऊन धडकल्या. खरं तर हरिपुऱ्याची पहिली बातमी भर उन्हात धापा टाकत आलेल्या, घाबरून गेलेल्या सशांसारखे ऊर धपापून वरखाली होणाऱ्या, ह्या लालबुंद लभान्या बायांनी गावाला दिली आणि सगळे कुणबी त्या दिवशी कामधंदे

विसरून गेले. अशा चारवारी चुणीदार घागऱ्यांमधल्या शेलाट्या, चिंचोळ्या काचोळ्यांमधे कशीबशी छाती कोंबलेल्या, सुंदर, आणि निराधार झाल्यामुळे आणखीच सुंदर वाटणाऱ्या बायकांचं ह्या गावात काय करावं? या फिकिरीतच सगळे पंच आणि झाडून सगळं गाव चावडीवर जमलं. असं कळलं की ह्या दोघी मायलेकी भल्या पहाटेच हरिपुऱ्यातून खोल लवणालवणांमधून बसत घसरत नदीत उतरल्या आणि मागे न पाहाता नदी पोहून पैलतडीनं दोघीजणी वाऱ्यासारख्या पळत आमच्या गावठाणातच थेट कोसळल्या.

त्या दुपारच्या भट्टीसारख्या उन्हात स्वातीच्या नक्षत्रासारख्या अद्‌भुत रंगाच्या ह्या दोघी सुकुमार लभान्या कशा दिसतात, हे पाहायला कडेवर पोरं घेऊन बायका लोटल्या. पाच कोसांबाहेर जन्मभर न गेलेल्या ह्या अठराव्या शतकातल्या बायका, आपल्या शिवारातच अशा अप्सरांसारख्या बायका राहतात याची खात्री करून घेत होत्या. का वं बहिना, कोण माय न्‌ कोण लेक समजायची? आय हाय, जानु कशा कबुतरंच. काय साजरा रंग आहे माय — मोरगावात चांदीसारख्या गोऱ्या, सोन्यासारख्या पिवळ्या, तांब्यासारख्या लाल, लोखंडासारख्या सावळ्या — सगळ्या प्रकारच्या बाया होत्या. सुंदर बायांचीही कमी नव्हती. कासारांच्या बायका तर चित्रातल्या सारख्याच होत्या. लोहारणी तर नक्षत्रांसारख्या चमकणाऱ्या आणि लहानपणापासून घण मारून मारून झालेल्या कवेत मावणार नाहीत अशा छात्या. पण ह्या लभान्या म्हणजे म्हटलं तर फुलवेली, पण काय मोठमोठ्या छात्या, काचोळीच्या बारीकशा दोरीला पाठीवर साधी गाठ मारलेल्या, काय मनगटाएवढ्या काळ्याभोर वेण्या खालपर्यंत, तरी चेहऱ्यावर लटा — महत्त्वाची एक गोष्ट सगळ्याजणी विसरल्या, की ह्या अप्सरा आता आपल्याच गावात राहायला जागा मागताहेत. आणि ह्या पोट कसं भरतील हेही सगळ्यांना माहीतच होतं. एक गुप्त विद्या तर सगळ्या जणींजवळ असतेच. अशा बायकांचं नखरा हेच पोट भरण्याचं साधन. हीच त्यांची काळी. आपल्यासारखं ह्या बायकांना शेतात राबावं लागत नाही, की काबाडकष्ट करावे लागत नाहीत की, कंबर मोडावी लागत नाही. गरत्यांच्या चेहऱ्यावर संकट भिरभिरू लागलं.

ह्याचवेळी तिकडे जिलब्या देशमुखाच्या झुंबरी वाड्यावर पाटील, गावातले पंच आणि कर्ते पुरुष मसलतीसाठी तातडीनं जमले होते. गावावर मोहिनी टाकणाऱ्या ह्या दोन लभान्यांना मोरगावात आसरा द्यावा की देऊ नये, ह्या विषयावर नेहमीप्रमाणे दोन गट पडले. एक गट पाटील म्हणतील ते बरोबर आणि दुसरा देशमुख म्हणतील ते खरं म्हणणारा गट. ह्या निमित्तानं, त्यावेळी मराठेशाहीत सुरू असलेली पडझड, शिंदेशाहीची लागलेली वाट, पेशव्यांचा प्रदोषकाळ,

भोसल्यांचे हाल, सगळीकडे हिंदूंचं परधार्जिणं जिणं, रक्तपात, खून, लढाया, फितुरी, बगावत, लुटालूट, जाळपोळ, ह्याही स्थितीत मोरगाव एकीमुळेच कसं निर्धास्त आहे, अशा गोष्टी चालल्या. यशवंतराव राजे होळकरांनी पंजाब सर केला म्हणतात. काबूलच्या अमीराशी सख्य केलं होतं. अहो ह्या जुन्या गोष्टी झाल्या. हल्ली यशवंतरावांवर फार बाका प्रसंग गुदरला. त्यांच्या पठाणी लष्कराला सहा महिन्यांपासून तनखा नाही. वीस हजार नागव्या तलवारी महाराजांना घेरून फकिरी मागत होत्या. हे पठाण निदान पेशव्यांसारखे देशद्रोही नाहीत. इंग्रजांपुढे पेशवा धोतर सोडून ओणवा होतो. इंग्रजांनी भोसल्यांकडून वऱ्हाड प्रांत तर घेतला, आता आपला खानदेश होळकरांकडून जिंकून घ्यायचं बाकी आहे. देशमुख काका, मुद्द्याचं का बोलत नाही? बोला.

एकदम शांतता. होळकराचं सैन्यच खानदेश बेचिराग करील? भयंकर. आपल्या अखत्यारीतल्या हरिपुऱ्याला खाक केल्याचं आजचं पेंढाऱ्यांचं हे कृत्य म्हणजे मोरगावला इशारा असल्याचा अजमास आमचे सातवे पूर्वज, आमच्या खापरपणजोबांचे आजे नागोराव यांनी बिनधास्त मांडला. नागोराव हे देशमुखांच्या घराच्या धाकट्या पातीचे असले तरी जिलब्या देशमुख काकांची तिन्ही पराक्रमी मुलं मराठ्यांच्या आपसातल्याच होळकर-शिंदे, होळकर-पेशवे अशा वेगवेगळ्या मुकाबल्यांमधे कामास आल्यापासून त्यांनी हबक खाल्ली होती. मोरगावच्या सरदेशमुखीचे यापुढील वारस धडपडे नागोरावच समजले जायचे. ह्याला उत्तर म्हणून नागोराव फक्त पुस्ती जोडायचे — तोवर मराठेशाही जगली तर. नागोराव अशा मसलतींमधे अग्रेसर होते. त्यांनी मोरगाववर परचक्र येणार ह्या भटजीबुवांच्या पंचांगावरून सिद्ध होणाऱ्या अनुमानाला फारसं महत्त्व न देता तिमा पाटलांची काय अटकळ आहे, हे मांडायला त्यांना भाग पाडलं. पाटील अनुभवी, चार लढायांमधे लढलेले मर्द आणि मातबर. खरी भीती गावात पसरू नये अशा मुरब्बी स्वभावाचे असल्यानं, त्यांनी प्रथम ह्या दोन बायकांचा निवाडा सर्वानुमते करण्याचा आग्रह धरला. कारण ते म्हणाले, कोणी कोणाचा वाली राहिला नाही, दिवस लोखंडाचे झाले आहेत. गावातले पन्नास लढवय्ये तरुण हिंदुस्थानात जनरल लेकच्या फिरंगी फौजेनं कैद करून ठेवल्यानं आता लढणारे कोणी तटाआत नाहीत. उद्या पेंढाऱ्यांनी दंगाफसाद इथे केला तर त्याची तयारी आजच केली पाहिजे.

गावातले लढवय्ये उत्तरेत अडकले असले तरी त्यांच्या पुढची पिढी, जिचे म्होरके आमचे सातवे पूर्वज नागोराव हे होते, ती लढाईला उत्सुक होती. पेंढारी काहीतरी सबबी शोधून जाळपोळ आणि लूटमार करणारे निष्ठूर हैवान. ही पोरं त्यांच्या तडाख्यासमोर काय टिकणार? म्हणून पाटील ह्या मर्दांकडे दुर्लक्ष करून

सरळ विचारत होते की, गावात घुसलेल्या ह्या टवळ्यांचं काय करायचं ते आधी आम्हांस आत्ताच्या आत्ता सांगा. गावातल्या कोरकूंकडून आणि ह्या दोन्ही लभान्या रांडांकडून आम्हांस मिळालेली हकीकत ही की, काहीतरी बेवफाईवरून ह्या ईदनंतर लगेचच हरिपुऱ्यावर फसादी पेंढाऱ्यांची टाच पडणार आहे — ही गुप्त बातमी वारू हिच्या इंदूरच्या एका नाच्या बहिणीकडे होळकर सरकारच्या एका हुक्काबरदारानं गांजाच्या धुंदीत सांगून टाकली. तेव्हा ह्या नाचीनं लगेच आपल्या हरिपुऱ्याच्या बहिणीला रातोरात हा निरोप एका विश्वासातल्या माणसाकडून कळवला. वारा आणि तिची ही कोठीवाली इंदुरी बहीण मांडोमधे एकत्र मोठ्या झाल्या. एकदा भर नौटंकीत दंडा चालवून हरिपुऱ्याच्या गेंडाजी मुखियानं तिला आपल्या तांड्यावर पळवून नेली आणि इकडे कायमची राख म्हणून आणून ठेवली. वारानं कधी लग्नाचा घाट घातला नाही. ती रखेली म्हणून सुखात हरिपुऱ्यात राहिली. अधूनमधून ती व्यापारी तांड्याबरोबर इंदूरकडे जायची आणि बहिणीकडून आपल्या पंजाब अफगाणिस्तानपर्यंतचा सगळ्या बिरादरीची जानपहचान ठेवायची. वर्षाआड ग्वाल्हेरीला तेजाजीच्या बड्या जत्रेत हे सगळे गोतातले लोक भेटायचे. भाऊ बहिणी सतत फिरत्या तांड्यांतून पाळ्यांमधे राहणारे. हे एकवटले की नाच गाणी खाणंपिणं गोंधळ आपण जित्ते आहोत या आनंदात चार दिवस मजेत काढून आनंदानं एकमेकांचा निरोप घेऊन पुन्हा देशभर पसरणारे. हरिपुऱ्यात पंधरा वर्षं ह्या वारूबाईनं राणीसारखे काढले. हरणाच्या तंगडीशिवाय तिनं संध्याकाळच्याला दुसरं खाऊ नाही. मोराचं मास खाऊन खाऊन आणि मोहाची दारू पिऊन पिऊन ही खरोखरच मोरासारखी दिसते. अशा बाया आपल्या लेकीबाळींच्या भरल्या वाड्यांच्या वारकरी महानुभावांच्या गावात राहतील? कशा राहतील?

थोडा वेळ कोणीच बोललं नाही. मग खरा मुद्दा बाहेर आला की, ह्या अशा अप्सरांसारख्या रांडा आल्यामुळे आपल्या जुन्या बनी, झुनकी, भुरी ह्यांच्या पोटावर पाय येणार नाही काय? अहो, ह्या लभान्या आपल्यासारख्या साध्या रांडा नाही आहेत. देशमुखांनी वयोवृद्ध मंडळींना एकेकाला विचारायला सुरुवात केली. फार श्रीमंत बाई होती म्हणतात ही. ...होय, बरोबर, ह्यांनी घागऱ्यांमधी भरपूर लपवून आणलं आहे. ...गावाला काही ह्यांना पोसावं लागणार नाही म्हणता? अशा अब्रूदारणींना रांडा म्हणणं बरोबर नाही. एक आईच फक्त — ती सुद्धा राख आहे, म्हणजे होती. आपल्या गावात का कमी राखा आहेत? ...मुलगी तर कारीच दिसते. बरोबर बोलले सावकार. म्हणजे ह्या बेसहारा बाया आपल्या वेशीत चालून आल्या, त्यांना अशा परिस्थितीत हाकलून लावायचं म्हणता? हिंदू धर्मात — स्त्री

दाक्षिण्य ...अहो, ह्या गरत्या थोड्याच हैती की असे पुराणातले शब्द ...म्हणजे स्त्रिया नाहीत का त्या? ...वाऽ होऽ गणिका मोठमोठे लोकही ठेवायचे, नाही का हो कुलकर्णीबोवा? अब्रूदार आपण असू, तं ह्याबी अब्रूदारीनंच राहतील. एका हातानं टाळी वाजते का? खरं बोलावं माणसानं. ...इनामदारकाका, तुम्ही बोला.

असं पाहा, गावातल्या पिढीजात चालत आलेल्या आपल्या तिन्ही चाऱ्ही रांडा आता म्हताऱ्या झाल्या आहेती, गड्यांनो. काही हरकत नाही, तरण्या दोन आल्या तर. आपल्या देशमुख काकांच्या इभ्रतीला शोभतील अशा हायती मात्र, गड्यांनो. काय रे गजा? गावाची शानबी वाढली पाहिजे. माणुसकीनं वागावं, एवढंच मी म्हणतो, अरे रग्गड पैसा असतो ह्या लभान्यांकडे. राहू द्या त्यांना, गावात पैसंबी खेळेल. संभू न् शिवा सावकार लई कद्रू झाले हैती. दहा रुपये देत नाहीत व्याजीसुद्धा. ...आणि खाणंपिणं? ...त्या त्यांचं त्याचं वेगळ्या राहातील. तुमच्या चुल्ह्यात कशाला मरायला येतील — असं सर्व बाजूंनी बोलणं चाललं. पण पाटलाला जी भीती बोलून दाखवणं प्रशस्त वाटत नव्हतं, ती पेंढाऱ्यांची होती. गावात एकीही आवश्यक होती. तशात पाटलाचा तरुण पुतण्या गजा हा वारूची तरुण पोरगी गजरा हिला पाहताक्षणी जन्मोजन्मीचा दास झाल्यासारखा घायाळ झाला होता. आमचे सातवे पूर्वज नागोराव हेही ह्या इष्टापत्तीनं माफक झपाटले गेलेच होते. बायकांना गावात सामावून घ्या, मोरगावची रीत लोक जोडायची आहे, तोडायची नाही — अठरापगड लोक, भिल्ल, कोरकू, वडार, भंगी, शीख, वाणी, मारवाडी, हलवाई — सगळे दुधात साखर मावते तसे सामावून गेले आहेत. कधी तंटा झाला आहे? ह्याही राहातील हो.

तशात वारूनं हुशारी करून पाटलाला भाऊ मानून खोबऱ्याची वाटी बत्तासे केळं राखी करदोडा असे जिन्नस मागवून वाड्यावर ओवाळायचं ताट सज्जही केल्याचं कळलं. पाटलांना बहीण नव्हती, तेही विरघळले. अशा रीतीनं वारा आणि गजरा मोरगावच्या झाल्या. काही दिवस त्यांना देशमुखांच्या तबेल्यात जागा देण्यात आली. तोवर तिमा पाटलानं आपल्या मानलेल्या बहिणीसाठी बाजाराच्या गल्लीच्या टोकावरची एक पडीत जागा साफ करवून तिथे मांगांकरवी कुडाचं घर तातडीनं उभं केलं. महारणींकडून सारवून घेतलं आणि पेरण्यांआधी मायलेकी हक्काच्या घरात राहायला गेल्या. गावातले कुचाळ म्हणाले, नवं राज्य, नवा दांडू.

आमच्या गावचा श्रीमंत जमीनदार श्रीरंगभट इनामदार हा शेवटच्या पेशव्याच्या अकरा लग्नाच्या बायका, बरीच अंगवस्त्रं ऊर्फ रखेल्या, बहुत कळवंतिणी, अनेक नाटकशाळा आणि अगणित खासेचाकरीच्या स्त्रिया

इतक्यांपासून उत्पन्न झालेल्या पेशव्यांच्या असंख्य लेकवळ्यांपैकी एक असून गर्वानं स्वतःस पेशव्यांचा औरस वंशज म्हणवणारा होता. श्रीरंगभटानं वारू हिच्यावर भाळून सहा महिन्यांतच आपली नदीकाठची पागेची प्रशस्त जागा डागडुजी करून त्यात तिला ठेवून घेतलं. असं म्हणणारे म्हणत की भटाचा डोळा खरा गजरावर होता, पण तूर्त तिच्या आईशी संग हा त्याच्या पुणेरी रणनीतीचा भाग होता. परंतु लभान्या स्त्रियांच्या जन्मजात चतुराईमुळे गजरा श्रीरंगभटापासून सुरक्षित ठेवली गेली. नंतर वर्षाभरातच नाशकाच्या भटांकडून पाच लक्ष रुपये खंडणी वसूल करण्याच्या यशवंतराव आणि पेशवे यांच्या झगड्यात श्रीरंगभट फुकट मध्यस्थी करायला गेला असतांना मारला गेला, आणि वारू आणि गजरा ह्या परभारे घराच्या मालकिणीच होऊन राह्यल्या. पुण्यातली श्रीरंगभटाची मालमत्ता व सदाशिव पेठेतला वाडा वगैरे अधिक औरस म्हणवणाऱ्या त्याच्या दुसऱ्या लेकवळ्यांनी बळकावला.

दरम्यान लभान्या मायलेकींनी गणिकांची अब्रू सांभाळत गावातल्या शेलक्या गरजू नामवंतांशी घनिष्ठ संबंध प्रस्थापित करून जुन्या वेश्यांचा मत्सरोत्पन्न रोष ओढवून घेतला.

अचानक दसऱ्याच्या सुमारास होळकर सरकारचा उजवा हात सरदार मीरखान, जो पेंढाऱ्यांचा प्रमुख होता, त्याचा मोरगावच्या काकाजी जिलब्या देशमुखांना हेजिबाकरवी असा हुकूम आला की, टोपीवाला फिरंगी खानदेशात धरणगावपर्यंत त्यांच्या पलटणी घेऊन आगेकूच करत आला असून आठ दिवसांत आपली खासी शिबंदी आणि घोडे तापीतीरावर नशिराबाद येथील छावणीत दाखल करावे, हयगय केल्यास इतराजी होईल.

मीरखानाचा हा हुकूम पाळू नये, असं काका देशमुखांनी गावातल्या शिपाईगड्यांशी मनसुबा करून ठरवलं. याचं कारण ह्या भागात मीरखानाचे दोन पेंढारी नाईक दादून आणि बंगश यांनी लुटालूट चालवली होती. आमच्या झुंजाररावांपासूनच्या स्वामिनिष्ठ तलवारी, मल्हारराव होळकर यांच्या गादीला वाहिलेल्या आहेत, उपटसुंभांना नाही. असा लखोटा रवाना झाला. तरी सर्व लोक धास्तीतच आपापल्या कामात मग्न झाले. यशवंतराव राजे होळकरांच्या मागे हल्ली इंग्रजाचं लष्कर हात धुऊन लागल्यानं दरबारात बजबजपुरी माजली होती. पेंढारी

त्याचा फायदा उचलत होते. पठाणी वाण, स्वतःला हे मालक समजतात की काय?

आठ दिवसांतही मोरगावची कुमक पोहोचली नाही म्हटल्यावर दादून पेंढारी खवळला. अचानक मोरगावच्या डोंगराखाली संशयास्पद हालचाली दिसायला लागल्या. भिल्ल, कोरकू हे डोंगरी लोक तिमा पाटलाला ही चोरबातमी देऊन अदृश्य झाले. एकदोन राहुट्याही पायविहिरीवर उभ्या राह्यल्या. मोठं पेंढारी लष्कर दोन दिवसांत इंदूरकडून इकडे येणार असल्याच्या खबरीही आल्या. ही काही मामुली धाड दिसत नव्हती. मोरगावच्या लोकांनी पेंढारगर्दीशी मुकाबल्याची तयारी चालवली. पाटलांनी इकडच्या गावोगावी जासूद धाडले. यावल आणि पारोळं आणि चांदवड परगण्यांच्या देशमुखांना मदतीची याचना करणारे लखोटे काका देशमुखांनी पाठवले. आमचे सातवे पूर्वज नागोराव स्वतः पारोळ्याला जाऊन तिथल्या ब्राह्मण देशमुखाशी गुप्त मसलत करून आले. हे ब्राह्मण देशमुख उलटे पटवून देत होते की, इंग्रजी राज्य एकछत्री होणार असून आपले रंडीबाज मराठी राजे इतःपर सोडून दिलेले बरे.

नागोरावांनी त्यांच्याशी केलेला हा मनसुबा मोरगावचा आणि मराठेशाहीचा इतिहास बदलण्याइतका युगप्रवर्तक होता, कारण दिवस बदलले होते आणि पूर्वीसारखं मदत देण्याचं आश्वासन तर त्यांच्यापैकी कोणाकडूनही आलं नाही. एक यावलचा निंबाळकर देशमुख तर पेंढाऱ्यांना फूस देत होता. मोठं पेंढारी लष्कर आलं तर आपला निभाव लागणार नाही, हरिपुऱ्याची गत होईल. काका देशमुख आणि तिमा पाटील यांनी गावातच हालचाली सुरू केल्या. नागोराव तर ह्यावेळी सतत घोड्यावर होते. हिंमत मर्दा तर मदद खुदा, असं सगळ्यांना सांगून धीर देत होते. स्वतःला राखू शकत नाहीत, असे लोक त्या काळात बुडबुड्यांसारखे नाहीसे होत. आपण खरंच बुडबुडे आहोत?

डोंगराखालच्या राहुट्या हळूहळू वाढत गेल्या आणि आमच्या गावात मुंग्याचं वारूळ फुटतं तशी धावाधाव सुरू झाली. गरीब, मजुरी करणारे कष्टकरी, फाटके फिरस्ते लोक जरा कमी घाबरले, कारण ते म्हणत होते, आपल्याजवळ बायका-पोरी सोडल्या तर आहेच काय? घरदारच नसेल तर उखडायची भीती कुठली? पण स्थावर आणि जंगम मालमत्तावाल्यांची झोप उडाली. दादून आणि बंगश आणि चीतू ह्या खतरनाक पेंढाऱ्यांचे दोन्ही तिन्ही दुर्रे पायविहिरीजवळच्या वावरात जमणार, अशी खबर ढोरक्यांकडून मिळाली. मोरगाव नक्की लुटलं जाणार. आगी लागणार. बायकापोरी बटक्या होणार. लोकांनी दागदागिने, रुपये घरात, गोठ्यात खड्डे खणून गाडून ठेवले. दारांचे अडसर भिंतीतून नीट येतात की नाही ते तपासले.

कुंभ्या पक्क्या गाडून कड्याकोयंडे वारंवार लावून पाह्यले. शेतकऱ्याचा पसाराही आडवा आणि वेडावाकडा — खळ्यामळ्यापासून गाईगोठे चारा धान्य, घरात जुगजुग जुगवलेली भांडीकुंडी, कपडे जेमतेम, कुंपणं कामापुरती. पेंढाऱ्यांचे पेटते बोळे छपरांवर पडायला लागले की काय काय वाचवणार? जीव वाचला खूप झालं. कोणी पेव उकरून त्याच्यात मुलांना बसवायची तालीम केली. वरती जख्ख आंधळ्या पांगळ्या म्हाताऱ्या बाईनं खाट पाडून गुपचुप जपी राह्याचं. मारलं तरी उठ्याचं नी. हे म्हातारे म्हाताऱ्याही लहानपणी अशीच पेवात दडून राहिल्यामुळे पेंढाऱ्यांपासून वाचली होती.

सुदैवानं हरिपुरा जाळल्यानंतर पाटलांनी संबंध गावाभोवतीच्या तटाची वेठीनं महारामांगांकडून डागडुजी करून घेतली होती. दोनतीन ठिकाणी ढासळलेली कुसवं बांधून घेतली होती. नद्यांमुळे गावाला नैसर्गिक संरक्षणही होतं. पेंढाऱ्यांना सहज वेशीआत घोडी घालता आली नसती. तटावर ठिकठिकाणी मोठमोठ्या दगडांचे ढीग रचून ठेवले होते. पेंढाऱ्यांनी शिड्या लावल्या की बरोबर वरून दगड टाकायची तालीमही करून झाली होती. गावात दोनच तोड्याच्या बंदुका होत्या, त्या घासणं चाललं होतं. गावातली तरुण जवानमर्द पोरं दोन पिढ्या धाब्यावर गंजत पडलेल्या तलवारी, ढाली, फरश्या, बल्लम काढून पाजवायला लागले होते. लोहारआळी जत्रेसारखी गजबजून गेली. गोफणींना तेल देऊन तयार केल्या गेल्या. मुलामुलींनी मुठीएवढे दगड वेचून आणले आणि आपापल्या धाब्यांवरून चोरांना कसं मारावं याच्या रंगीत तालमी घरोघर सुरू झाल्या.

मोरगावची लष्करी परंपरा थेट पानपतच्या लढाईच्याही आधी सापडते. गावातली पोरंसोरंही थेट सीन्यात तलवारच खुपशी देल्ही, कोथळाच बाहेर काढला, असे वाक्प्रचार वापरीत. आमच्या गावचे इतिहासप्रसिद्ध शिलेदार झुंजारराव देशमुख हे मल्हारराव होळकराच्या जिलिबीतले सरदार पानपतावर लढतालढता धारातीर्थी पडले, असं समजलं जातं. आमच्या गावात इतके लोहार आणि कासार आहेत, याचं कारण मातृभूमीसाठी तळहातावर शिर घेऊन लढायला गेलेले आमच्या गावातले शूर वीर भंगारानं भरलेली मोठमोठी पोती लूट घेऊन येत. त्यांत लढाईनंतरच्या गर्दीत लुटून आणलेले सोन्याचांदीचे दागिने, खंजीर, चिलखतं, तलवारी, भाले, फुटक्या तोफांचे तुकडे, तांब्याचे पत्रे, नाल, तोफेची चाकं, पितळी गुंड्या, साखळदंड, तुटकी चिलखतं, लगामांच्या कड्या, पट्टे, खिळे — अशा मौल्यवान वस्तू ह्या कारागिरांकडे वितळवायला उंट लादून आणत.

पंचवीस वेळा तेच तेच लोखंड लाल तापवून ठोकून ठोकून उत्कृष्ट तलवारी बनवण्यात आमच्या गावचे लोहार इतके नावाजलेले होते की, पुढे इंग्रजांनी यांना बक्षीस देण्याच्या आमिषानं बोलावून त्यांचे पाय मोडून सोडून दिलं. ते सरपटत मोरगावला परत आल्याच्या गोष्टी आहेत.

हल्ली रिकामचोट श्रीमंत लोकांना जसं टूरिझम, तसा त्या वेळी लष्करी पेशा फार तेजीचा उद्योग समजला जाई. इकडून तिकडे नुसती तलवार परजत फिरलं तरी आयतं वाटेत फुकटात जेवण, चैन, तीर्थक्षेत्रं, गंगायमुनास्नान, दिल्ली, आग्रा, ग्वाल्हेर, उज्जैन, पुणं – परदेश फुकटात पाहून होतो, अशा वर्षानुवर्षं रिटोळक्या चालायच्या. हो, आणि तमाशा, नाच्या — *धाकटी म्हणू नका कुचि तुम्ही ऐकाचि हिने कैकांची उतरली भांगऽऽ ओऽ होऽ होऽ*. इथे गावात देवळातले अभंगच फक्त कानावर. शिवाय लढाईवर तनखा रोख आणि लुटीचं सोनं. मुडद्यांमधे भारी तलवारी सापडायच्या. जखमी माणूस मरताना पाणी मागत असला तरी त्याला तसाच टाकून त्याची भारी तलवार पळवली जाई. *मोल करो तलवारका पडा रहन दो मॅन* — इति भावडू. अरे, तलवार उत्तम असली ना, सहा फुटी, की धरणारा कसा कसा का असेना, तलवारच शिपायाला लढवते. सप सप सपा सप. मोठमोठ्या सेनापतींच्या महागड्या तलवारी न् ढाली न् चिलखतं असता, म्हणून तर ते लढाईत वाचता. आपल्या साध्या शिपायांच्या तलवारी कसल्या? चाकूच ते.

ह्या लढणाऱ्यांना मरणाचंही फार भय नसे, कारण सुलतानी अरिष्टांपेक्षा घरीच दुष्काळ, मानमोडी, देवी, वाख्या अशा अस्मानी संकटांनी लोक गावातल्या गावात ज्यास्त मरायचे. मुलूखगिरीतच तब्येत उत्तम राही. भूकही उत्तम लागे आणि चांगले वैद्य, हकीम छावणीतच, तेही फुकटात. शिवाय धर्मासाठी आहुती, मातृभूमीसाठी बलिदान, स्वामिनिष्ठेपायी लठ्ठ जहागिऱ्या. आणि शेवटून रणांगणावर स्वर्गप्राप्ती तर कुठे गेलीच नाही.

पन्नास-साठ आडदांड पोरं लष्करात जाण्याचं स्वप्न बाळगून त्या सुवर्णवेळेची वाट पाहत राहत. भाल्याचं टोक दोन पोती ज्वारीला मिळेल का? डोंगरातला ८-१० फूट सरळ वेळू आणून देशील का रे? शेरभर तूप देईन. सरावन सुतार पक्का बसवून देतो भाला, मोडतो पण तुटत नाही. नवं उपरणं कमरेला लागेल. चांभाराकडे वाद्या, पायतणं लगेचच तयार करून मिळत. जरा श्रीमंत कुणब्यांची पोरं शंभर रुपयाला तट्टू किंवा मोठ्या सरंजामदारांची पोरं चारशे रुपयांपर्यंतचे भारी घोडे घेत. कारण त्यावरूनही लष्करात तनखा चारशे रुपयांवर बसे. सावद्याच्या बाजारातून नगदी घेऊन यायचे. गावातला लोहार वीस पंचवीस रुपयाला पाणी दिलेली तलवार देई. कट्यारी, निमचे, आधीच घेऊन ठेवलेले

असायचे. भालाईत, चोपदार, हलगी, डंका, नगारा, तुरेभेरकरी, खाटीक, शिंपी, चांभार, भोई, न्हावी, ब्राह्मणांपैकी ज्योतिषी, पाणके, सैपाकी — सगळ्या जातीजमातींमधली उनाड पोरं कोणी जुना शिपाई गडी भेटला, की कुठे कसं जायचं याची माहिती काढून घेत. घरच्या लोकांना नकोसे झालेले पाच सात भावांमधले हे बलदंड तरुण एरवी नुस्ता खायला काळ आहे, बोंगाड्या, असं ऐकून ऐकून दर घासाबरोबर अपमान गिळत आपण कधी मोहिमेवर घोड्यावर बसून जाऊ आणि वेशीबाहेर सगळा गाव कौतुकानं पाहत असतांना ओवाळून घेऊ, याची वाट पाहत दिवस काढायचे. वर्षभर कोरडवाहू शेतीत रात्रंदिवस काबाडकष्ट करून बिघ्याला वीस रुपये बरकत होत नसे. पोतंभर ज्वारी विका — दोन रुपये. तर लष्करात वरकड राऊत म्हटला तरी रोजमुरा आठदहा रुपये कुठे गेले नाहीत, बिनघोड्याच्या बारगिरालासुद्धा नालबंदीचंदीच्या रोजच्या भत्त्याव्यतिरिक्त दरमहा अडीचशे रुपयांना मरण नाही, असं होतं.

जोडधंदा म्हणून तर शिपाईगिरी उत्तम कारकीर्द होती. नुसत्या लुटीवर पोट भरायचं, तनखा पूर्ण शिल्लक, हे आमच्या गावचे असे पोटभरू हसतराऊत देशमुखांच्या पुण्याईवर त्यांचं नाव सांगून लष्करात तरटांचा घोंगड्यांचा तात्पुरता एक झुंजारराव गोट उभारून दाखल होत. त्यांच्याबरोबर खानदेशातले सर्व प्रकारचे गुन्हेगार, चोर, गुंड, दरोडेखोर, पुंड, खुनी, वेगवेगळ्या परगण्यांमधून खून खराबा करून आलेले तडीपार, जातीबाहेर टाकलेले, अनाचारी, गावात तरण्या मुलींच्या बापांना नकोसे झालेले सांड, कर्ज फेडता न आलेले, जप्तीची खबर मिळताच गायब झालेले कंगाल, परत गेलो तर अंधारकोठडीत कुजून मरू किंवा फासावर जाऊ — त्यापेक्षा इथे लष्कराच्या भाकऱ्या आयत्या खाऊन मजेत घोडे उडवणं काय वाईट? अशा हे-विश्वचि-माझे-घर वृत्तीचे सगळे रणांगणांवर हजर असत. अशांनाही आपल्या लष्करात येऊ देत, कारण अशा फुगवट बिगार फौजेचाही शत्रुपक्षावर मानसिक दबाव पडे. एकदा तर बऱ्हाणपूरच्या किल्ल्याच्या वेढ्याची लढाई तीन महिने चालली, तेव्हा किल्याभोवतीच्या तळात आमच्या गावच्या शिपायांबरोबर चारपाच रांडाही तिथे जाऊन राह्यल्या होत्या आणि पुढील पाच वर्षं काही न करता बसून खाता येईल येवढी कमाई तीन महिन्यांतच करून आल्या.

पिछाडी सांभाळणं, शत्रूंपैकी एकटादुकटा पळ काढतो आहे का, हे टेहळून त्यांच्या मागे लागून त्यांची घोडी, तलवारी, कपडे सर्व काही काढून घेण्याचं अहिंसक कार्य ऐन रणधुमाळीत हे लोक उत्तम पार पाडत. सारांश, दोन वेळची भाकर पोराबाळांबरोबर सुखासमाधानानं खात राहणं जिकिरीचं झालेले, शेजाऱ्या-पाजाऱ्यांशी सदाचारानं प्रेमानं कायम राहावं लागल्यानं जेरीस आलेले आणि

ठेविले अनंते तैसेचि राहण्याची वृत्ती जिवावर आलेले — असे सगळे लोक लढाईची वाट पाहत असत.

शिवाय आमच्या मोरगावचा झुंजाररावांचा गोट शत्रूची सरशी होत आहे, हे कोणाच्याही आधी जाणण्यात अतिसंवेदनक्षम होता. त्यामुळेच आमचे शिपाई पळ काढण्यात नेहमी आघाडीवर असत. मराठेशाहीच्या अखेरीस कुठल्याही लढाईची खबर सर्वप्रथम मोरगावात ह्यामुळेच येऊन धडकत असे. शिवाय झाडाला बांधले तर झाडासकट पळू शकण्याची शर्थ पानपतावर करून आमच्या खानदेशी फौजेनं नाना फडणीस, मल्हाररावादिकांस सुरक्षित ग्वाल्हेरीपर्यंत पळवत आणलं आणि पुढील साठ वर्षं तर मराठेशाही पुन्हा गाजली! शिरसलामत तर पगडी पचास.

पेंढाऱ्यांच्या हालचाली अनिश्चित. त्यांचा आपसातही एक मेळ नसायचा. कुठून केव्हा किती लुटारू जमतील याचाही अंदाज नसायचा. रातोरात पाचदहा हजारांची छावणी उभी राहायची.

शिकारीसाठी डोंगरात गेलेल्या कोळ्यांच्या हुशार आंडोरांनी चोरबातम्या आणल्या, की पेंढाऱ्यांसाठी पायविहिरीजवळ तीस हांडे दूध गोळा केलं आहे. उद्या सकाळपर्यंत सगळीकडून पेंढारी फौजा जमणार आहेत. तापीवर गोऱ्या पलटणींनी होळकराविरुद्ध मोर्चे बांधल्यामुळे पेंढारी तितरबितर झाले आहेत. इंदूरकडून होळकराच्या टेहळण्या इकडे सरकत आहेत. गावात सगळीकडे धावपळ. हुरहूर. भीती.

दुपारी टाप टाप करत एक घोडा येऊन पाटलाला कडक निरोप देऊन गेला की, पाचशे रोट्या ताज्या मलिदा करून पाठवाव्या, सोबत नायकाच्या दिवाबत्तीसाठी दोन बटक्या दिवेलागणीशी आल्या पाहिजेत. हयगय गैरवाकीई होईल.

आता सगळा गाव शहारून उठला. असं काहीही खुसपट पेंढाऱ्यांना पुरेसं असतं. शिवाय किती पेंढारी धाड घालतील, याचा अंदाज येत नव्हता. आजचा अर्धा दिवस आणि एक रात्र बाकी आहे, खरं तर अर्धा दिवसच. आणि रोट्या रांधायला सुरुवात केली तर संध्याकाळपर्यंत मलिदा तयार होईलही, पण दोन बाया? त्या निर्दय पेंढाऱ्यांकडे पाठवायच्या? छे. आणि खंडणीची रक्कम अजून मुकर्रर केलीच नाही. दंगा होणार. खास पोर्तुगीज फिरंग्याकडून घेतलेली आपली तोड्याची बंदूक लोखंडी सळई खुपसून खुपसून साफ करत असतांनाच काका

देशमुख एकदम झांज येऊन पडले आणि त्यांची शुद्ध हरपली. सगळा गाव देशमुखवाड्यासमोर चावडीभोवती जमला. घटकाभर गावात कोणाचं डोकं ठिकाणावर नव्हतं. काहीतरी कल्पनेच्या पलीकडचं घडणार आहे, त्याला तोंड कसं द्यायचं? काही भित्र्या नवऱ्यांनी तर बायकांना आटा दळायला बसवलंसुद्धा. कित्येकांचा गावभक्तीचा नुस्ता आव होता, हे त्यांनी लपायची तयारी सुरू केल्यामुळे सिद्ध झालं.

अशावेळी महार, मांग, चांभार, पारधी गावात वेशीच्या आतच राहणारे असते तर काळजी करायची काहीच गरज नव्हती. हा गावकुसाबाहेरचा प्रत्येक गडी म्हणजे आपला धमधमाच समजा. तटाला लागून कोळी, घाटोळी, बिनागाडीबैलांचे गरीब कुणबी, मजुरीवर पोट भरायला आलेले बाहेरगावचे सडेफटिंग जवान लोक हे स्वतःसाठी तरी जीव देऊन लढतात. यांच्या घरातही निर्ढावलेल्या रांजणामडक्यांपलीकडे काही नसतं, त्यामुळे पेंढारी आत उड्या मारून आले तरी त्यांची डोचकी उडवायला हे सणके तयार असतात. तरुणपणी ह्यांतले काही वीर लढाई पाहून आलेले होते, परंतु ही परिस्थिती लढाईपेक्षा कितीतरी पटींनी भयानक होती. लढाईत निदान पळून जाता येतं, इथे तर वेशीही बंद केलेल्या. आतच जळून जाणं नशिबी आलं. सरदेशमुखीच्या खजिन्याचं हे एवढं संपन्न भक्कम गाव, भरलेली घरं, दोन पिढ्या कोणाची वाकडी नजर पडली नाही. लेकीबाळी धनधान्य, व्यापार सावकारी, सोनंनाणं — असं गाव ह्या फडतूस पेंढाऱ्यांना लुटू दिलं तर आपली जिनगी करायची काय?

तुन तुन तुन तुन तुन तुन तुन तुन
ढमाक ढमाक   ढम ढम ढमाक

आरं वारूबाई निराधार झाली उदार केला निर्धार
लेकीसंग चाल्ली डोली-मंधार

झाली हेऽ गावासाठी नादार जीऽ जीऽ जीऽ जीऽ

लहानपणी भिकऱ्या गोंधळ्याकडून ऐकलेल्या ह्या प्रदीर्घ पोवाड्यातले आता चारपाच अपुरे चौक फक्त त्यांचे सुपुत्र आमचे वर्गबंधू गोरधन गोंधळी यांच्या स्मरणात राहिले. ह्या उपलब्ध चौकांमधल्या बऱ्याच ओळी इंग्रजांच्या धाकानं लुप्त झाल्या आहेत, हे ऐकणारं माणूस जर हुशार नसेल तर त्याच्या लगेच लक्षात येणार नाही :

टोपीवाला लई मातला पुसली त्याची माय भरतपूरला
पन पेंढाऱ्यामुळे नाइलाज झाला   जीऽ जीऽ जीऽ जीऽ-

जशा कळसुत्री बाहुल्या गोऱ्या
यंत्रागत आल्या चाल करून   जीऽ जीऽ जीऽ-

अशी अपराधी सुरात सुरुवात असलेला हा पोवाडा. लहू वेसकर गावभर दवंडी देत देत घाबऱ्या घाबऱ्या पळतो आहे. संगमाकडून धनगरवाड्यावरून महानुभाव मठ, साळी गल्ली, नंतर गोसाव्यांच्या मढीपुढल्या स्वामीनारायण मंदिराच्या चौकातून कोळीवाड्यात, मग मारुतीपुढे, विठ्ठल मंदिरामागे म्हणजे आमच्या वाड्यापुढे आणि वेशीआतल्या होळीच्या मैदानात सात भरते तिथे दवंडी देत तो चालला :

ओ ऽ बोवा हो ऽ ऽ सगळ्यायनं चावडीवर आत्ताच्या आत्ता जमावं हो ऽऽ

शेवटची दवंडी नेहमी गावातल्या सगळ्या देऊन झाल्यावर जिलब्या देशमुखकाकाच्या वाड्यासमोर होई. पण आज लहूबोवा पूर्ण उघडा घामाघूम होऊन धोतराची खोचलेली ओटी सांभाळत आला आणि एकाएकी कोलमडला. अर्धं जास्त गाव तोपर्यंत जमलं सुद्धा होतं. काय झालं, काय झालं म्हणता म्हणता तो प्रचंड काळा देह आडवा झाला. त्याला हात लावायलाही चार महार नव्हते. किती अपशकून? तो कोसळण्याचं कारण सकाळपासून त्याच्या पोटात काहीच नव्हतं आणि धावपळ. नेहमीसारखं देशमुखकाकीकडून वाढलेलं ताट, भाकरी, ताकाचं मडकं आज भरून आलं नव्हतं. वाड्यात वरच्या बैठकीत खुद्द जिलब्या देशमुख छप्परपलंगावर छाती चोळत कुशा बदलत गावच्या पंच मंडळींना म्हणत होता, काय हा बाका प्रसंग आमच्यावर आला हो? पंच म्हणतात, कोणता? जिलब्या म्हणतो, हा माझ्या दुखण्याचा. पंच म्हणतात, अहो, हा प्रसंग कोणावर आला? देशमुख म्हणतो, माझ्यावरच. पंच विचारतात, आणि पेंढाऱ्यांच्या धाडीचा? तो प्रसंग आला गावावर. *काय हा बाका प्रसंग आला होऽ   जीऽ जीऽ जीऽ*

इथे शाहिरानं विनोद लागोपाठ केलेले दिसतात.

जिलब्या देशमुख म्हणतो, माझा लाडका पुतण्या नागोराव याच्यातून काही मार्ग काढील. पंच म्हणाले, तुमच्या दुखण्यातून? अरे नाही हो, ह्या पेंढाऱ्यांच्या धाडीतून. *बोलवा बोलवा नागोरावाला, गावाच्या वाघाला, आपल्या मर्दाला जीऽ जीऽ जीऽ जीऽ*

इथे पहिला चौक संपतो. मग दुसऱ्यात चावडीवर जमलेले लोक एकेक करत त्यावेळची नावं — अमुक सावकार चौधरी, अमुक गुंगावाणी, अमुक शेट, तमुक पाटील, विष्णुभट, शंभु सावकार — चाळीसेक तरी आत्ताच्या त्यांच्याच सातव्या वंशजांनासुद्धा ओळखू येणार नाहीत, असे महत्त्वाचे लोक असावेत. त्यांत आमचे सातवे पूर्वज नागोराव ह्या हिकमती तरुण माणसाचं नाव आहे. सगळे काळजीत

पडले आहेत की, पेंढाऱ्यांचा ह्या गावावर नांगर फिरवण्याचा इरादा साफ दिसतो आहे हे तिमा पाटील पूर्ण ओळखून आहेत. त्यामुळेच गावाच्या वेशी बंद आहेत. पण याच्यातून मार्ग कसा काढायचा? दोन बाया कशा पाठवणार? आपलं देशमुखाचं गाव आणि ही हिंमत? ...हाँ, खंडणी मागा, देऊ. ...वा रे वा, खंडणी तरी कशाला देऊ? ते काय आभाळ फाडून जनले काय? ...देशमुखांचं गाव है, म्हणून तर ही पाळी आली ना होऽ. दुसरी बारकी गावं सुखात झोपी जातात. त्यांना कोण कशाला डिवचेल?

इज्जतचा सवाल — हे पाहा, शास्त्रात असं म्हटलं आहे की *सर्वनाशे समुत्पन्ने अर्धं त्यजति पंडितः* ...वा रे वा पंडित, अग्निहोत्री बोवा, तुम्ही देता का तुमच्या घरची अर्धांगी? ...गप, ब्राह्मणाला असं बोलू नये. ...म्हणजे? ...म्हणजे गावात बाया का कमी आहेत काय? सगळ्या बायका चिंतेत पडल्या. पण बायकांनीच पाटलीणबाईकडे कळवलं, की गावात चार रांडा हैती, दोन लभान्या हैती... लभान्या? पाटलाची बहीण ती. ती कशी रे जाईल. ...मग काय तुझी बहीण जाऊ देतो साल्या. ...खेसरची वेळ नाही ही, वाणीबुवा. उद्या गाव जळून खाक होईल, तेव्हा खेसर करशील तोंडात माटी गेल्यावर, तुह्या बहिनझू.

असा या चौकाचा शेवट गावातले तरणे जवान आणि वयोवृद्ध महाजन मंडळी यांच्या हमरीतुमरीवर येण्यात होतो. पंच मंडळी जिलब्या देशमुखाच्या बैठकीतून येण्याआधीच आमचे सातवे पूर्वज नागोराव आणि पाटलाचा पुतण्या गजा, कुळकर्ण्याचा नरसू जाड्या, श्रीरंगभटाचा पहिलवान भाऊ अमृतभट, आणि पंचवीस तीस आणखी नावं, ज्यांत धनगर, कोळी, सुतार, गुरव, गवळी पहिलवान धरून खुद्द हा पोवाडा रचणारा तरुण शाहीर राघो गोंधळीसुद्धा होता — ही तरणी पोरं संतापून झ्यां झ्यां करत उठतात. *अरे ह्या पेंढाऱ्यांचा भरोसा काय? प्रत्यक्ष बापाला जे बाप म्हणीनात ते काय चुलत्याला काका म्हणतील?* एकतर बाहेरून मदत आणा किंवा लढाईची तयारी करून मरा. *मराठेशाहीचा होतो आहे अस्त झाले समदे सुस्त टोपीवाला करील* आपल्यालाही फस्त होऽ जीऽ जीऽ जीऽ

राघो होता आवरीत नागोरावाला जानी दोस्ताला जीऽ जीऽ असे स्पष्ट उल्लेख आहेत.

तेवढ्यात पंच मंडळी जिलब्या देशमुखाकडून पडलेल्या चेहऱ्यांनी गावसभेत येऊन बसतात. गोताला उद्देशून म्हणतात, वेळ थोडा उरला आहे मंडळी. गावातल्या बायकांनी एकमतानं देशमुखिणीकडे कळवलेलं आहे, की गावात इतक्या राखा, रांडा आहेत, त्यांना का नाही पाठवत? गावाचं तळपट होतं आहे आणि ह्या एरवी तरी गावात काय करतात. तिकडे पेंढाऱ्यांच्या दुर्यात हेच

करायला त्यांचं काय कुंकू आडवं येतं काय? गावातल्या चाऱ्ही जुन्या रांडांनी स्पष्ट कळवलं देशमुखिणीला, की बाईसाहेब, *आम्हांला खोडे घाला, मुसक्या बांधा, आम्ही पेंढाऱ्याखाली नाही पडणार जीऽ जीऽ जीऽ जीऽ. आता राह्यल्या लभाऱ्या दोन्ही अभागिनी त्यांना द्याव्या पाठवुनी. म्हणती पाचामुखी परमेश्वर ज्ञानीऽ जीऽ जीऽ जीऽ*

पण राजे हो ऐका, सगळे तरणे पहिलवान दंड थोपटून बंड पुकारून मारुतीवर गेले निघून. हो ऽ जी जी जी

याच्या पुढल्या चौकात पुन्हा तरण्या बंडखोरांची नावं येतात. असं वर्णन आहे की शाहीर म्हणतो, *अरे करता काय अशा स्वराज्याचं? बायका काय दावणीची जनावरं समजता? अरे सीता सावित्रीच्या पोथ्या ऐकता जन्म गेला राजा. तोंड कसं द्यावं म्हणता पेंढाऱ्याला? तोंड नाही तर काय गांड देता? बांगड्या भरा रे ह्या मोरगावच्या पंचांना जीऽ जीऽ जीऽ जीऽ*

तिकडे मारुतीच्या उंच पारामागच्या बगळ्यांच्या वडाखाली आखाड्यामागे आमचे सातवे पूर्वज नागोराव गावातल्या १५-२० तरणेबांड पोरांना जमवून छातीवर बुक्क्या मारून पटवून देत होते की, आपलं आपण संरक्षण करू शकलो नाही तर कोणीच आपला जीव वाचवायला येणार नाही. मारुतीच्या लांबरुंद परिसरात दोन प्रचंड मोठमोठे वड होते. पोवाड्यात यांचं सविस्तर वर्णन आहे : रोज संध्याकाळी एकावर फक्त कावळे कल्लोळ करत उडत बसत झुंबड करायचे आणि बाजूच्या दुसऱ्या वडावर बगळे पांढरे शुभ्र पंख फडफडवत जमत राहायचे. आणि गटरगटर आवाज करून झोपी जायचे. रात्री दोन्ही राज्यं सुखानं आपापल्या घरट्यांवर बसलेले असायचे. क्वचितच त्यांच्यात आपसात भानगडी व्हायच्या. हे विचित्र शेजारी सहा महिने तरी असे राहायचे. मग बगळे निघून जायचे आणि सहा महिन्यांनी होळीच्या सुमाराला पुन्हा परत यायचे. *जीऽ जीऽ जीऽ*

मग हे सगळे जवान मारुतीचा शेंदूर कपाळाला लावत आण घेतात की, *जान देऊ पण गावाची राख होऊ देणार नाही   जी ऽ जी ऽ जी ऽ जी ऽ*

काहींनी बेभान झाल्यामुळे अशी आण घेतली की, *जान देऊ पण गावाची राख देणार नाहीऽ.* हे मारुतीमागे राहणाऱ्या भटणींनी धावत जाऊन वारूला तेव्हाच्या तेव्हा कळवून टाकलं : गावाची राख तू. काय पोट्ट्यांना तुझा प्यार बये. तिकडून चावडीवर पंचाचा तसा भाडखाऊपणा, तर इकडे मारुतीवर पोरांचा असा चेव. वारूला भडभडून आलं. बेटा गजरे, आपण कोण, कुठल्या, कोणाच्या कोण, पण आपल्यासाठी ही सोन्यासारखी जवान पोरं जीव द्यायची शप्पथ घेतात. नवस कर, देवाला कपाळ घास आणि म्हण, देवा सात जन्म ह्याच गावात जन्म दे.

पण पोरी, आपल्यापायी गाव फुटतो, दुही बरोबर नाही. ही तरणी पोरं पेंढाऱ्यांनी उद्या वेशीवर टांगली तर आपला इथे काय मान राहील?

पोरगी कोवळी गोजिरी गजरा म्हणते, काय म्हणते? *ऐका पुढच्या चौकातऽऽ जीऽ जीऽ जीऽ*

पुढचा चौक नेमका गहाळ झाला असून मुद्दाम शाहिरानं मूळ मुद्द्याला बगल मारून भलत्याच राष्ट्रीयतेच्या पाचकळ गोष्टी सुरू केलेल्या दिसतात :

मराठ्याला वेड देशाचं लढाई पेशाचं कैक वरसांचं जीऽ जीऽ जीऽ

असं भरण सगळ्याच शाहिरांना करावं लागत असेल किंवा ऐकणाऱ्यांना आपल्या लोकाचं नैतिक स्खलन होतं आहे, त्यांना जागीच खिळवून ठेवण्यासाठी अशी आदर्शवादी धूळफेक ह्या ठिकाणी गरजेचीही असेल. पण खरं सूत्र तुटलं. नागोराव आपल्या काका देशमुखाकडून अधिकाराची शिक्काकट्यार घेऊन आपल्या शूर मित्रांबरोबर त्याच रात्रीत घोड्यावरून इंग्रजांच्या छावणीत पोहोचला कसा, याचं वर्णन त्यापुढच्या चौकात रंग भरून केलं आहे.

ती रात कशी वाढली वाट काढली घामाघूम सांगतो पुन्हा
म्हणे विहीर बरी उडी मारायला काय करता आड रे सुना
नाही सोडणार पेंढाऱ्याला नाही करणार माफ त्याचा गुन्हा
गरजला नागोराव वीर टोपीवाल्याशी तह करतांना जीऽ जीऽ जीऽ

खरं तर ह्याच वेळी पेंढाऱ्यांकडे वारूला कसं जावं लागलं, गावाची अब्रू वाचवण्यासाठी ती आपण होऊन कशी तयार झाली, गावाची राखरांगोळी होऊ दिली नाही, हे फक्त एका चौकात आलं आहे. वारू आणि गजरू दोघींनी दाखवलेलं धैर्य, त्यांनी केलेलं बलिदान जे फक्त वारूसारखी लभानीच करू शकते. आणि गावातल्या शील सांभाळून राखणाऱ्या बायकांची अपराधी मनं? याचा पुढे कुठेतरी फक्त एकच ठिकाणी उल्लेख आहे.

मायलेकी आसू पुसती एकमेकींचे गा
म्हणती धरती माये   दे ठाय तुझ्या पोटी

सीतेच्या काळापासून वारूपर्यंत हा एकच पर्याय न्याय म्हणून आपल्या बायकांना उपलब्ध होत आला आहे. अशा वेळी धरणीकंप होत नाही, गगनी धूमकेतू उमटत नाहीत, उल्कापात होत नाहीत की जोड इंद्रधनुष्यं दिसत नाहीत.

ह्यानंतर दुसऱ्या दिवशी भल्या पहाटे फिरंगी घोडेस्वारांची एक तुकडी डोंगराकडून आणि दुसरी हरिपुऱ्याकडून थेट पायविहिरीवर चाल करून आली.

मागाहून मालकमसाहेबाचं पायदळ चोहीकडून पेंढाऱ्यांना घेरून बसलं. असे तीस हजार पेंढारी सांडशीत धरल्यासारखे पकडून ठिकठिकाणी कत्तली करणारा वेलस्ली आपली टोपी उचकवून म्हणाला, इंग्लंडच्या सुपुत्रांनो, समृद्ध असा हा खानदेश आपल्या हाती आला, आता आपल्या इंग्लंड देशाचं दारिद्र्य संपलंच समजा.

अशा निराशाजनक गोष्टी स्वातंत्र्याचे पवाडे गाणाऱ्या शाहिराला कशा रंगवून सांगता येतील? म्हणून त्यानं वारूची सुटका एका ओळीत लपेटून सुरू केलंः

साहेबाचं भाग्य होतं मोठं सांगत नाही हो खोटं
आयता दिला लोंदा तोंडावाटं नागोरावानं   जीऽ जीऽ जीऽ
इनाम दिलं तीस परतने चराऊ रान.
डफावर गाणं गातो राघो शाहीर खुशीनं   जीऽ जीऽ जीऽ

अरे रे खंडेराव, ह्यासाठी आपल्या सातव्या पूर्वजानं एवढं केलं? शीऽ शीऽ शीऽ शीऽ   जीऽ जीऽ जीऽ शीऽ शीऽशीऽशी

ह्यानंतर सात पिढ्या अगदी आमच्या वयात येण्याच्या ह्या काळापर्यंत आमच्या बरोबरीच्या झेंडी-हरखूपर्यंत ह्या लभान्या बायांचा वाडा त्यांच्या दारी निंबाला बांधलेल्या झोक्यासारखा आमच्या प्रत्येक पिढीतल्या प्रत्येक घरातल्या प्रत्येक पुरुषाच्या मनात झुलत आला आहे. आमच्या गावाभोवतालचा जुना तट एकदा कुठल्यातरी लहानशा भूकंपात ठिकठिकाणी ढासळून गेला, तरी हा वाडा चित्रातल्या कृत्रिम कारंज्यांच्या बगिचासारखा पूर्वी होता तसाच गावाकडे रतिक्षोभकारक पाठ करून वेगळा बसलेला आहे. आपलं आपलं हिरवं तरारलेलं, खालच्या नदीसारखं वाहतं अस्तित्व राखत आला आहे. ह्या सुंदर परक्या आत्मनिर्भर बायांनी ब्राह्मण-महानुभाव-वारकरी-मुसलमानांच्या ह्या सनातनी लैंगिक व्यवस्थेत व्यभिचारातली पुरातन खळखळती आदिमता प्रस्थापित करून टिकवली. ह्या शतकानुशतके पौगंडावस्थेत राहू इच्छिणाऱ्या गावठी लैंगिकतेच्या पूर्ण विरोधी असा नैतिक ध्रुव ह्या बायांनी कसा अढळ ठेवला? आधुनिक होण्याचं स्वप्न आमच्या गावातल्या बायांना आणखी कित्येक पिढ्या जमणार नाही. पण ह्या बाया आधुनिकतेच्या किती पुढे होत्या? खेड्यात दुबळ्या अल्पसंख्याकांच्या परक्या निराधार बायांना शिताफीनं शोषण्याची उदाहरणं खुद्द मोरगावातच किती आहेत? पोट पाडणारी माधोची आई, सुरैयाची गाणी ऐकायला श्यामजीशेटकडे

येणारी शेवंती महानुभाव संन्याशीण, रजपूत हलवायाची दुलारी आणि मजुरणी, हरितक्रांतीवाल्या शेतकऱ्यांना केळीच्या बागाचा पैसा मिळायला लागल्यावर आता मळ्यामळ्यांत राखणीला ठेवलेल्या कोतलिणी — ही तर सगळी जमातच ह्या नवश्रीमंत कुणब्यांनी पोखरून टाकली आहे.

पण ह्या लभान्यांच्या सगळ्याच गोष्टी गावापासून फटकून असतांनाही अशा गावात त्या कशा टिकल्या? कशामुळे टिकल्या? कशा सामावल्या? अनेक जातींचे, पंथांचे, सातआठ भाषा बोलणारे आमचे लोक उदासीन बहुविधतेत आनंदानं राहत आले. वारू गजरूपासून सबंध गावाला परंपरेनं अपराधी वाटायला लावून ह्या बायांनी आपलं मुक्त स्वातंत्र्य हरखूपर्यंत अबाधित ठेवलं आहे. संभ्रमात टाकणारी ही रतिशक्ती आमच्या प्रत्येक पिढीला आपण पुरुष आहोत याची निरोगी जाणीव देत आली. यांच्या वयात येणाऱ्या सुंदर पोरींनी टाकलेली परदेशी भूल जातीपातींच्या सगळ्या भिंती तोडून गेली. ह्या सगळ्या जणी सगळ्यांना आवडत आल्या. बायासुद्धा आपसात यांचं माध्यम करून बोलतात, का वं परी, ती लभानी कशी महिनामहिना कोनीकडे जाते, कोन्हासंगं जाते? कसं काय जमतं माय याहिले? ...मंग ती काय आपल्या सारखी आहे आबजाई? कोन्हं बोट लावलं तरी अब्रू गेली म्हणणारी? धरलं त धरलं, निजलं त निजलं. घासणाराचं घासाइन, आपली पाळू तं काही घासात नी?

गावातले रिटोळ लोक खेसर करतात, पण ह्या लभान्यांचं मन साफ असतं. गावात सामावून घेण्याचं अशी थट्टा म्हणजे मुख्य साधन. शिरधरकाका पारावर बसलेला मोठ्यानं : काय वं झेंडी, काही चहाबिहा पेयाले बोलवतच नी आम्हाले? आँ? झेंडी : तुम्ही मोठे लोक भाऊ, तुम्ही आमच्याकडे काय चहा पेसान? तुम्हाले तं हलवाइनची चहा पटते. पारावर हशा. शिरधरबोवाचं हे लफडं सगळ्यांना थोडंथोडं कळलंच होतं. काय गं झेंडी, काय झपाझपा चालली? जसा कोणी वाटच पाहतो आहे जानु तुही बाजारात? ...आमची कोण वाट पाहील काका, वाट पाहणारा तर घरातच बसेल आहे. तेवढा एक पुरे झाला.

असं चालत आलं. सगळ्यांच्या मनावरचं कामदडपण वर उडून नाहीसं होणं. स्त्रीसत्ताक स्त्रीस्वातंत्र्य, विवाहमुक्त पुरुषप्रतिबंधकत्व, आर्थिक स्वावलंबन, देशी ग्रामव्यवस्था, लैंगिक वर्तन आणि समाजस्वास्थ्य.

अरे अरे खंडेराव, आता विचार करून काय उपयोग? हरखूशी तर तुझ्यापेक्षा धाडशी अशा मिलमधल्या शहरी मुलानं रजिस्टर लग्न केलंसुद्धा. *उड गयी चिडियन रे खंडू   अब देर भयी क्यों सोवत है? की रोवत है?*

मोरगावातल्या सात पिढ्यांच्या दीडशे वर्षांच्या काळातली कुठलीही एक संध्याकाळ. अंधार पडायच्या जरा आधी. लभान्यांच्या वाड्यासमोरची गरीब कष्टकरी शेतकऱ्यांची धुरानं भरून गेलेली अंधारी घरं. बाहेर अंगणात दोन गरीब शेतकरी दिवसभर औत वाहून थकून आलेले उघडे घरांमधून आपापल्या बायकांचे हातावर फटाफट भाकरी थापण्याचे आवाज एका कानानं ऐकत चिलीम पीत शांत बसले आहेत. एकेक कस ओढून झाल्यावर एक दुसऱ्याकडे चिलीम सुपूर्त करतो. दोघेही चिलीम ओढताना एक डोळा बारीक करून लभानीच्या घराकडे दुर्बिणीसारखा लावून पाहत असतात. अशा वेळी ओट्यावरच्या न्हाणीत वारुळाच्या मऊशार काळ्या मातीनं घासून घासून आंघोळी करणाऱ्या ह्या बायांच्या पिवळ्या धम्म पुष्ट घसघशीत उघड्या रतिक्षोभक पाठी ह्या दोघांना असा संवाद म्हणण्यास भाग पाडतात :

एक : *(डोळा बारीक करून शीस लभान्यांकडे लावत इकडे तळहाताच्या हालचालींमधून धुराचे मोठमोठे लयबद्ध भपकारे पसरवत) का रे सुदाम्या, दोघींतली कोनती चांगली लागते तुले? गाय की वासरी? आँ?*

दुसरा : *(डोळा बारीक करून एका हातात चिलीम घट्ट दाबत दुसऱ्या हाताच्या दोन बोटांनी तिच्यावरची छापी नाजूकपणे काढून नागड्या चिलमीवर थापीची ओली बाजू प्रेमानं गुंडाळत आंघोळ करणाऱ्या मायलेकींकडे निशाणा ठेवत आणि नाकानं प्रदीर्घ अखंड धूर संथपणे सोडत) आपल्यासारख्या न कांडणाराला काय दोन्ही बोखारे सारखेच. ऊठ, शेवटची भाकर टाकाली तव्यावर तुह्या घरात. व्हय घरात, जी घे.*

पहिला : *शेवटी आपल्याच घरातल्या तव्यावरची भाकर, आँ?*

दुसरा : *जे आपली तेच गोड. जाय व्हय.*

ह्या लभान्या बायांच्या घरात पुरुष माणसं फार टिकत नव्हती. एकतर बायकांच्या-बहिणींच्या पैशांवर जुगार खेळणं, दारू पिणं आणि सतत चैनबाजीसाठी त्यांचा छळ करून महिनेमहिने मध्यप्रदेशात दरोडेखोरी करण्याचे पिढीजाद नाद त्यांना होते. काम कर म्हणलेलं त्यांना अत्यंत अपमानास्पद वाटे. मध्यंतरी इंग्रज सरकारनं गुन्हेगार जमातींमधे यांनाही समाविष्ट केल्यानं हे दांडगे दरोडेखोर पकडून नेणं इंग्रजांनी सुरू केलं. काहींना काळ्या पाण्यावर अंदमानमधला तुरुंग बांधण्यासाठी कायमचं नेण्यात आलं. ही झेंडीच्या आईच्या पिढीपर्यंतच्या लभान्या बायांना इष्टापत्तीच ठरली. घरातली तरुण छळवादी पोरं आपोआपच तुरुंगात जायची आणि बायकांना सांपत्तिक आणि शारीरिक स्वातंत्र्यं

अनायासे मिळायची. मुलगा झाला की यांच्या वाड्यात दुःखाचं वातावरण दिसायचं. मुलगी झाली की दोन हंडे बासुंदी गावात वाटली जायची. वाड्यात वर चांदणीपर्यंत दिवे लागायचे. कारण मुलगी म्हणजे तिच्या भविष्याची तरतूद तिच्या बरोबरच आहे, असं मानलं जायचं. उलट ती उत्पन्नाचं साधन व्हायचं. मध्यमवर्गी हिंदू मुलींवरचे जीवघेणे संस्कार इथे नसायचे. शिवणटिपण, झाडलोट, दूधदुभतं, स्वैपाकपाणी, भांडी धुणी आणि नंतर शिक्षणाची कैची, लग्नाच्या बाजारातली मानहानी, हुंडा मारपीट — यांचा स्पर्शही ह्या पोरींना पिढ्यान् पिढ्या झाला नाही. मुक्त स्वातंत्र्य. ह्या मुलींना लहानपणी दुधात न्हाऊ घालायचे. हे आमच्या पिढीतल्या हरखूपर्यंत टिकलं. ह्या परंपरेचा ती म्हणजे शेवट.

मारुतीवर गावातल्या सटाऱ्या भपाऱ्या आणि मुत्सद्दी लोकांची नेहमी भरणारी अकादमी चर्चेसाठी जमत असे. तिथे लहानपणापासून बसत आलेले जुने लोक गोष्टी सांगायचे की, वारू आणि गजरी यांना पेंढाऱ्यांच्या दुर्ऱ्यातून आमचे सातवे पूर्वज नागोराव यांनी सोडवून गावात परत आणलं. दोघींना गावातल्या बायकांनी फार मानानं वागवलं. वर्षभर धान्य, साड्याचोळ्या, दूधतूप फुकट पाठवलं. अकादमीतले लोक असंही चावळायचे की, आपला प्राणदाता वीर नागोराव याच्याच नावानं कुंकू लावण्याचा संकल्प वारूनं सोडला होता. असाही बभ्रा झाला होता की वारूही आणि गजराही दोघी तलवारी नागोरावाच्या एकाच म्यानात शिरू पाहत होत्या. परंतु त्याच म्यानात आधीच गंजून घट्ट झालेली आमची सातव्या पिढीतली खापरखापरपणजी बहिणाई ही त्यांची धर्मपत्नी अत्यंत जागृत पतिव्रता असल्यानं तिनं हा प्रकार होऊ दिला नाही.

ते काही असो. शेवटी वारू ही गावातल्या तांबड्या चौधऱ्याची अंगवस्त्र झाली. त्याचवेळी गजरालाही पाटलाच्या गजानं अंगाखाली घेतलं. तिचा हट्ट म्हणून गजानं नदीच्या काठापर्यंत भिंती घालून श्रीरंगभटाच्या जुन्या पागेवरच्या वाड्यामागे नवा मस्थानी नावाचा महाल म्हटला जाणारा वाडा बांधून दिला. ह्या गजराला दोन मुलगे आणि बऱ्याच मुली झाल्या. ही सगळी मुलं गजा पाटलाचं नाव बाप म्हणून लावत. पुढे हे दोघे मुलगे मोठे दरोडेखोर म्हणून बुंदेलखंडात नावाजले आणि इंग्रजांबरोबर एका चकमकीत मारले गेले. गजराच्या थोरल्या मुली मांडोकडच्या तिच्या निपणजोळी दूरच्या गुच्छाबाई नावाच्या घराण्यातल्या एका मावशीकडे यात्रेसाठी गेल्या. तेव्हा त्यांना तिथलं नाचगाणं आणि तो थाट इतका आवडला, की त्या तिकडेच राहायला लागल्या. त्यांच्यातल्या एका अत्यंत सुंदर मुलीनं पंधराव्या वर्षीच नथनी तोडायच्या संस्कारात एका जमीनदाराची मर्जी इतकी जिंकून घेतली की त्यानं एक स्वतंत्र नौटंकी कंपनी तिच्या मालकीची करून दिली.

त्यामुळे मोरगावच्या पुढच्या पिढीपर्यंतच्या मुलींना केव्हाही तिकडे उत्तरेकडे जाऊन मावशीच्या कंपनीत गाणं शिकायची सोय झाली. मात्र ह्या मुली ते झगमगाटाचं जग सोडून इकडे मोरगावला कधीच परत आल्या नाहीत.

गजराची एक धाकटी मुलगी इरदन्ती म्हणजे आमच्या हरखूची पणजी मात्र कधी मोरगाव सोडून कुठे गेली नाही. कशामुळे तरी तिला वैदू लोकांची संगत आवडायला लागली. ह्या जडीबुटी विकणाऱ्यांचं श्रीरंगभटाच्या वाड्यात ठेपंच पडलं. मात्र ती गावातल्या लंगड्या मारवाडी उखाशेटच्या नावानं कुंकू लावत होती. याची दोनदा रीतसर लग्नं झाली होती, तरी तो पहिल्या रात्रीच बायकोला कशामुळे तरी घाबरून *खेकडो खेकडो* असं ओरडत घराबाहेर पळत सुटायचा. मारवाडातून लग्न करून आणलेल्या ह्या गरीब नवऱ्या माहेरी निघून जाणंही कठीण होतं. शिवाय नामुष्की. असाही बभ्रा झाला होता की, वरच्या धाब्यावर पलंग टाकला होता, तरी हा *खेकडो खेकडो* ओरडत पळत सुटला आणि वरच्या मजल्यावरून उडी मारल्यामुळे लंगडा झाला. ही नाचक्की पसरत चालली तेव्हा त्याच्या वडलांना चार अनुभवी गावकऱ्यांनी सल्ला दिला की, अरे नथमल, तुझा हा एकुलता पोर, एवढी इस्टेट, अजून नातू नाही, दोन तरण्या सुना घरात घुंगटातल्या घुंगटात तुलाच शिव्या देत असतील. तर तू असं कर, आपली लभानी पोरगी इरदंती आहे नं? काय दिसते ती पोरगी. तिच्याकडे याला प्राथमिक धडे घेऊ दे. मग शेटनं काकुळतीनं इरदन्तीच्या आईला भरपूर पैसे देऊन पोराला धडे द्यायची गळ घातली. इरदन्तीनं ह्या पळून जाणाऱ्या सतरा वर्षांच्या पोराला असं गोडीगुलाबीनं सांभाळून शिकवलं की पुढे घरात पोरंबाळं झाली, पण दोन बायका असून हा लंगडा उखाशेट म्हातारपणीसुद्धा सत्तराव्या वर्षापर्यंत इरदंतीलाच चिकटून म्हणजे कायम तिच्या कुशीतच झोपायचा. मेलाही तिच्याच घरातल्या झोपाळ्यावर, तिच्या मांजराला कवेत घेऊन.

तेव्हा इरदंती उत्तम सुईण होती. काळोखी रात्र असो, तुफानी वारापाऊस असो, एकट्या सालदाराबरोबर तो नेईल तिकडे रात्रीबेरात्री कोण खेड्यातली बाई कोणाकडे एकटी जाईल? पण इरदंती जायची. कोणी बिचारी १४-१५ वर्षांची कोवळी पहिलटकरीण पोर खाटेवर तळमळत असायची, अशांच्या कपाळावर धीराचा हात ठेवून हळूहळू पाय पोटऱ्या मांड्या चोळत चोळत हात घालून मूल बाहेर काढणं कोण करील? कधी कडुलिंबाचा रस चोळून बाळंतिणीला मरणाच्या दाढेतून वाचवायचं. म्हणून इरदंतीला सतीसारखा मान होता. शेजारणी पाजारणी काय फक्त जमून पदर तोंडाला लावून कीव करणाऱ्या. प्रसूतीत कोवळ्या पोरींचे हाल हाल होऊन त्या मरून जायच्या. कोणाला मोकळं करायची विद्या येत होती?

त्यामुळे गावातले लोक लभान्यांना भरपूर द्यायचे — मानसन्मानही आणि धान्य, पैसाही. लभान्यांच्या घरात गावात कुठे नसेल इतकं सोनं नाणं गहू तांदूळ तूप धान्य, त्या जे मागतील ते, गाडी भरून यायचं. इरदंतीमुळे तं तू वाचला, असं वीसपंचवीस पोरांना म्हटलं जायचं. ते सगळे म्हातारपणापर्यंत तिला मायेनं मावशी म्हणायचे. कोणाचीही हिंमत नव्हती लभान्यांच्याकडे वाकडा डोळा करून पाहायची. गावात मोठमोठे दरोडे पडले, चोऱ्या झाल्या, पण लभान्यांचा वाडा हमेशा सुरक्षित.

इरदंतीच्या दोन्ही मुलींनी वैदूंबरोबर डोंगर हिंडून जंगली औषधी झाडपाला शिकून घेतला. मोठी मुलगी खरखोती तर गुप्तरोग बरा करणारी म्हणून ह्या पंचक्रोशीत प्रसिद्ध होती. इंग्रज लष्करी अधिकारीही हिची जिप्सी रेमिडी घेण्यासाठी मोरगावला यायचे, असं लोक सांगायचे. ही खरखोती सहासहा महिने कुठेतरी फिरतीवर असे.

धाकटी आवंती म्हणजे आमच्या हरखूची आजी. ही गर्भपाताच्या औषधीत निष्णात झाली. एकदा झाबुआच्या एका जत्रेत एका अतिशय साध्यासुध्या दिसणाऱ्या कोलाम वैदूच्या तंबूत चोरून गरोदर झालेल्या कितीतरी बाया सहज जात येत आहेत, हे तिनं पाह्यलं. मग तिनं त्या वैद्याकडेच सहा महिने राहून आणि जंगलात फिरून ह्या वनस्पती शिकून घेतल्या. नंतर स्वतः गरोदर होऊन कचासारखी स्वतःची सुटका करून घेतली. पुढे नुस्ती पानं पाहून आणि वासानं आवंती ती झुडपं बरोबर ओळखायची. तिनं ह्या आदिवासी बायांकडून गर्भ राहू नये, अशी पण एक औषधी मिळवली. *द्रौपदीची चिंधी* असा परवलीचा शब्द ह्या चिंधीसाठी बाया वापरत. कुठल्यातरी खूप चिकट पदार्थात चिंधी भिजवून ती आत घातल्यावरच तुह्या सांडाले चहळू देयजो बरं. तोवर आंगाले हातसुद्धा लागू देयाचा नी हाँ. तो क्षण कधी येतो ते बाई विसरूनच जाते. एवढा मंत्र पाळशील तरच चिंधी देईन. तेव्हा पाळणा लांबवणाऱ्या मुलामुलींच्या पाळण्याबरोबर आपलाही पाळणा हालू नये, अशी शरम बाळगणाऱ्या बारा बारा लेकरांच्या, नाइलाज झालेल्या पस्तिशीच्या बाया, अंगावर आधीच एक मूल पितं आहे अशा, कोण्या बेसावध तरुण विधवेला, अविचारी अविवाहितेला कोण्या सोद्यानं फूस लावली अशा — सगळ्या प्रकारच्या सगळ्या वयांच्या पण मातृत्वाच्या एकाच निसर्गकोपानं भांबावून गेलेल्या माता हरखूच्या ह्या वाड्याकडे आशेनं धाव घेत.

तशात आवंतीची खांडव्याकडे राहणारी थोरली बहीण खरखोती मोरगावला आलेली असली, की गुप्त रोगानं तळमळत झोप गेलेल्या बायांची त्यांच्यात भर पडे. तेव्हा कुठे अशा रोगाचे डॉक्टर न् वैद्य होते? पेनिसिलिनचा तरी कुठे शोध

लागला होता? आता सुद्धा जिल्ह्याच्या खाली कोण याचा डॉक्टर सापडतो? आणि शहरातल्या पुरुष वैद्यांच्या वाड्यावर कोण बिचारी गुप्तरोगानं पछाडलेली बाई चालत चार कोस जाऊ शकेल? आणि मला तपासा म्हणून लुगडं सोडेल? कुणा कुमारीला राहवलं नाही, कुणा टाकून दिलेलीचं वाकडं पाऊल पडलं, कोणा आश्रितेचं तोंड दाबून भर घरात जबरदस्ती — अशा दुर्दैवी बायकांच्या परम्याच्या पू भरल्या जखमांना लघ्वीचा नुस्ता एक थेंब लागला तरी हजारो सुया टोचल्याच्या वेदना — अशा दुर्दैवी बायकांच्या आत पसरत जाणारे, आतून बाहेरून आगीसारखे भाजत राहणारे, मोठमोठे होत जाणारे फोड गरमीचे आहेत हे कोण कधी सांगेल? एकट्या विव्हळणाऱ्या अशा बायकांना कोणाचा आधार असतो? कोण जंगलातून मेरशिंगी आणून देईल? कोणाला खुड्या नागाचं मूळ डोंगरात हिंडून शोधायला वेळ असतो? मरू दे सालीला तडफडून पाय झाडत. करतांना कसं गोड वाटलं? दिवसभराच्या ढोरकामात मांड्यांमधे चिकटून बसलेलं जाडंभरडं लुगडं हलक्या बोटांनी सुटं करून रक्तलोहिताची साल उगाळून त्याचा लेप लावून आपल्या घरात काळीज कापणारी तडफड खरखोतीशिवाय कोण मुकाट्यानं सहन करेल? पुन्हा ह्या गोष्टींची गुप्तता पाळा. कसं का असेना, असं काळजी घेणारं कुणी तरी माणूस गावातच आहे, हा केवढा आधार वाटत असेल? तेसुद्धा नुस्ती एका बाईची दुसऱ्या बाईला मदत. पुढल्या हंगामात पायलीभर तीळ आणून देईन, खरखोतीताई. माझ्याजवळ काय आहे की, मी गरीब बाई तुले देऊ? तुह्या लेकीसाठी नातीसाठी देवाजवळ दुआ मांगीन. अशा खेड्यातल्या कितीतरी अडाणी बायांनी हरखूसाठी दुआ देऊन ठेवल्या आहेत...

आवंतीचा रुबाब गावातली सगळी बायकामाणसं सांगायची, की तिनं एकाच वेळी दोघादोघांशी घरोबा केला : एक लांबतोड्या भोळे कपाशीचा व्यापारी आणि त्याच वेळी चपटा महाजन सरकारी सावकार. ह्या दोघांच्याही बायका तिला गौरपूजेत मानानं बोलवायच्या. आवंतीची एकुलती मुलगी झेंडी ही ह्या दोघांपैकी कोणाची, हे चेहऱ्यांच्या जुळणीवरून स्पष्ट होत नव्हतं. तेव्हाच्या जननशास्त्रात दोन पुरुषांच्या शुक्राणूंचा एकाच वेळी एका स्त्रीअंडाशी संयोग होऊ शकतो काय, ह्याबद्दल खात्रीलायक माहिती नसल्यामुळे ती दोघांची संयुक्त मुलगी समजली जाई. पुढे झेंडीनं घरातली औषधांची परंपरा तर चांगलीच आत्मसात केली. पण तिनं वाजीकरणात फार बाजी मारल्याचं मारुतीवरचे सटारे तज्ज्ञ लोक बोलायचे. आपल्यावर झेंडीच्या वाजीकरणाच्या औषधांचे प्रयोग करू देणारे किंवा करून घेणारे दोन्ही प्रकारचे बरेच साठीसत्तरीतले लोक, ज्यांच्या साठी उलटून गेलेल्या पतिव्रता झेंडीच्या नावानं कायम बोटं मोडत असायच्या, ते तिच्याकडे झुंबड

करायचे. ह्या तिच्या प्रयोगांमधला एक प्रयोग रानडुकरांची आंडं मसाल्याच्या कढत रस्स्यात खाणं हा होता. हे वर्गबंधू रघूनायक यांनी शोधून काढलं होतं. आमचा सालदार सांडू याला ज्यास्त माहिती होती : कळपातल्या वीसपंचवीस माद्यांवर वचक ठेवणारा महाळ्या हुप्प्या कोणती पानं, मुसळ्या, मुळं, फळं सतत खातो, याच्यावर नजर ठेवून एका सातपुडा रेंज फॉरेस्टरनं झेंडीला हे ज्ञान तिच्या तरुणपणीच पुरवलं होतं. असे बरेच तज्ज्ञ आकर्षून तिनं नाव कमावलं होतं.

ह्यांतलाच एक तज्ज्ञ, पहिल्या महायुद्धावरून जर्मनीतून परत आलेला एक गरुडनाक्या कॅप्टन टोके, हा एका गरीब कुणब्याच्या आठनऊ मुलांपैकी एक होता. झेंडी याच्याच नावानं कुंकू लावायला लागली, कारण याचा सहकुटुंब रेल्वेचा, संबंध ब्रिटिश एम्पायरमधे फुकटात कुठेही फिरता येईल, असा पास होता. पहिल्या महायुद्धाच्या वेळी इंग्रज सरकारनं एक एक पोतं बंदे रुपये प्रत्येक भरती होणाऱ्या सोजिराला आमिष दाखवून थेट जर्मनीत लढाईवर नेलं. ते सगळे तिकडेच मेले. त्यांच्या पेन्शनावर आमच्या गावाबाहेरची तीनचार कंगाल घरं इकडे एकदम श्रीमंत झाली. काहींनी जमिनी घेतल्या, काहींनी सावकारी सुरू करून कुणब्यांना दिढीनं व्याजी पैसे देत त्यांची गावाबाहेरची खळी, पडीत जमिनी घेऊन टाकल्या आणि गावाबाहेरही लक्ष्मी वसायला लागली. तोपर्यंत मात्र कुणबिकीबाहेरचं हे रिंगण कातावलेलं असे. आतले कुणबी हळूहळू हवालदिल होत दुसऱ्या महायुद्धात आणखीच भुईसपाट झाले. त्यावेळीही मोरगाव पेट्यातली वीसेक पोरं महार, कुणबी, भोई, हटकर, वंजारी, कोळी – यांची भरती झाली. **लढाऊ लोकांची खाण**, असं स्वातंत्र्यसैनिकांच्या स्मारकावर मोरगावचं एकवाक्यी चरित्र कोरलेलं आहे. सारांश, ह्या गरुडनाक्यामुळे झेंडी पासीवर इकडे तिकडे प्रवास करून एकदम आधुनिक होऊन गेली.

ह्यानंतर स्वातंत्र्योत्तर काळात गावं बदलत गेली आणि रेडिओ, वर्तमानपत्रं, नाटकं, फिरत्या सिनेमा गाड्या, काँग्रेसचे खालच्या वर्गातले पुढारी आणि महारांनी गावकी सोडल्याचे गावातले चव्हाट्यांवरचे वाद — ह्या सगळ्यांत झेंडीही आणि हरखूही बदलत चालल्या. इतर गरत्यांसारखी झेंडी नांदली. पोथ्यापुराणं, रोज देवळात जाणं, कीर्तनप्रवचनात एकोप्याचं लक्षण म्हणून जाऊन बसणं, पंढरपूरची आषाढी सर्वांबरोबर पायी आणि तिथे सर्वांमधे रांधणंखाणं — अशा मुख्य प्रवाहात ती झेपत गेली. सदू तेल्याकडे तर ती रोज रात्री ताट भरून प्रसाद घेऊन जायची आणि तिनं ताट ठेवून पोथीला नमस्कार करून सगळ्यात पुढे ऐश्वर्यशाली पैठणीत सौंदर्ययुक्त बैठक मारल्याशिवाय पोथी सांगणारा *आदौराम तपोवनाधि गमनम*ला सुरुवात करत नसे. आमच्या गावात तर मोहरम पासून कबीर पुनीव, रामनवमी,

चक्रधर पालखी, स्वामी नारायण पंथाचे पूर्ण गुळगुळीत डोकं केलेले गोरे पान संन्याशी ज्यांना गोल डोक्यांमुळे नरगोल म्हणत असत, पण ते मूळ नरगोल गावच्या पीठाचे असत — अशा सगळ्यांचे उत्सव, जत्रा धूमधडाक्यानं होतात. ह्यात झेंडी सर्वांची लाडकी असल्यानं पश्चात्तापदग्ध कान्होपात्रा म्हणून मानाचं नमुनास्थान तिला मिळालं.

पण तिच्यात अरुणोदय झाला तो वारीवर कुठेतरी एकदा गाडगेबाबाच्या कीर्तनात. चारपाच लाख लोकांच्या जनसागरात एक थेंब म्हणून ती बसली होती तेव्हा. *गोपाळा गोपाळाऽ देवकीनंदन गोपाळाऽ* लोक हो, *वाण्याले दान, गुरूले नम्रता, गणिकेले खरं बोलणं सारखंच नाशकारक...*

ह्यानंतर गाडगेबाबा काय बोलत होते याच्याकडे तिचं फारसं लक्ष गेलंच नाही इतकी आतल्या अरुणोदयानं ती झपाटून गेली. छेः आपण कोण? गणिका. ह्या अफाट समाजात आपलं कुलशील नाव जात कुठे आहे? काय स्थान आहे? इतके दिवस गावात गरिबी होती, म्हणून नीती होती. आता गावात पैशेवाले शेतकरी वाढताहेत. पूर्वी एखाददुसरा तालेवार आपल्यासारखीचा मालक व्हायचा. आणि पणजीच्या काळापासून गाणंनाचणं संपलंच आहे. उरला आहे हा नुस्त्या तंगड्या देण्याचा गटारी धंदा. आत्ताच आपल्यावर चारपाच जण पैशे दाखवून जोरी करतात, ती जड जाते आहे. गावात राहायचं तर हे सोसावंच लागतं. ह्यापुढे भुक्कड लोकांच्या हाती पैसा वाढत जाणार. आपल्या बेटीला तर रंडीच करतील हे माजलेले नांगरे. छेः आपल्याला शरीरसुख आहे? मानसिक सुख आहे? पोट जाळण्याचे धंदे. छेः

आणि तिनं ठरवून टाकलं की, हरखूला अब्रूचं करायचं. दे धंदे आता बंद. हरखूला शिकवायचं. एका सरकारी डाक्युमेंटरीमधे विजयालक्ष्मी पंडित बिनबाह्यांची चोळी घालून विमानात बसते तसं आपली हरखू करेल... *एकच प्याल्या*तल्या सिंधुसारखी लांऽऽब मंगळसूत्र ल्याईल...

आता हे कसं जमेल? भूतकाळ तर काही बदलता येत नाही. पण भविष्यकाळ? लग्न ही मुलींचा भविष्यकाळ बदलायची कळ. ती पक्की करायची. शहरातल्या बी.ए.बी.टी. मरातब असलेल्या पोराशीच लग्न करायचं. गरुडनाक्या सोजिराकडून असं पक्कं करून घेतल्यावर हरखूला सातवी फायनल नंतर जळगावला फकिरा हरी मुलींच्या बोर्डिंगात मॅट्रिकपर्यंत शिकवलं. नंतर शिक्षकाचा डिप्लोमा.

हरखू ह्या पाचसहा वर्षांत पूर्ण वेगळी झाली. सगळा भूतकाळ विसरून अभ्यास फक्त करत गेली. जमिनीत डोळे खुपसून चालणं शेवटपर्यंत. मग एका शाळेत तिला नोकरी लागली. त्यावेळी झेंडी आम्हा कॉलेजात शिकणाऱ्या काऱ्या

पोरांना गाठून मुद्दाम हरखूचं गुणवर्णन करायची. तिच्याच भाषेत पटवून द्यायची : तुमच्या लोकांच्या बीजाचीच ना रे ही. शाळेत दाखल्यावर तुमचीच जात लागली आहे कागदावर. आता तुमच्यापैकी कुणब्याचा शेतीवाडीवाला चांगला नोकरदार जवाई मले शोधून द्या बरं, बाळांनो. हुंडा, सोनं सगळं देईन. तेव्हा मी, मधू, बाळू, रघू नायक एकमेकांकडे पाहायचो. नंतर म्हणायचो, आपल्यातला कोण हिंमतबाज ह्या सुंदरीला बायको करू शकेल? मी छाती ठोकत म्हणायचो, हा खंडेराव करील. काय पोरगी आहे आपली हरखू? दुसरी मधुबाला आहे हरखू. मित्र म्हणाले, तू? हाँ हाँ हाँ. नुस्तं हे ऐकायला आलं तरी तुझे वडील झोडपून काढतील तुला, खंडेराव. तुझी आई तर जीव देईल. म्हणेल अशी तुझी सासू? लोक घरात नागडे फिरत असतात तिच्या. हाँ हाँ हाँ. मी चिडून म्हणतो, बी.ए. होऊन जाऊ दे, मग बघ. हे आमचं भांडण रघू नायकानं गावभर केलं. तेव्हापासून हरखू मला पाह्यलं की लाजून तोंड लपवायची.

सुशील, शांत तिनं गावात कुणाकडे मान वर करूनसुद्धा कधी पाह्यलं नाही. ज्याच्याशी लग्न करील त्याच्याशी एकनिष्ठ राहील, असं लोक म्हणायला लागले. कोण म्हणेल ही झेंडीसारखीची पोरगी आहे? हरखूच्या सगळ्या वागण्यात दिसायचं की, मोरगावातली आपली सात पिढ्यांची परंपरा तोडून आपल्याला अंगीकारायचं आहे ते वेगळं जग. युग बदललं की जगही बदलतं. एवढ्या सुंदर सुशिक्षित सशक्त उफाड्याच्या मुलीला असं वेगळं जग कुठे सापडेल?

मी तेव्हा म्हणायचो, खंडेराव, असं जग तुझ्यात आहे. पुरावा? तुला तिच्या सात पिढ्यांपासूनच्या सगळ्या गोष्टी नैतिकच वाटतात, हाच त्याचा पुरावा. कर हिंमत. ह्या झेंडीच्या वाड्यात पाय ठेवायला मात्र धाडस लागतं. ते मोरगावात दर पिढीत कोणी ना कोणी दाखवलं आहेच. आता ह्या पोरीसाठी आपल्या पिढीतल्या कोणाकडे तरी ते असायला पाह्यजे. इतर सर्व गोष्टी जुळून आल्या तर खंडेराव, आपल्यात ते धाडस आहे? असं म्हणतात की, हिच्या कमरेला एक मंतरलेला ताईत बांधलेला असतो. तो कामभावोत्पादक असून त्यामुळेच ही पाहील त्याला आकर्षून घेते. ह्या नदीकाठच्या वाड्यातल्या अंगणात वारा ढाळणाऱ्या शेवग्याखाली खाटेवर लेटून आम्ही ऐकत राहू, हे वारांगनांनो, पडल्या पडल्या तुमची अनोख्या भाषेतली लभाणी गाणी, जी ऐकता ऐकता आमचा सात पिढ्यांचा स्थळ काळ पेंगत राहतो.

मारा वाडानी पछवाडे उंटणी झोलां खाय

कुंपणामागे उंटीण डुलक्या घेत आहे? मग मी आत काय करतो आहे? कुठे आहे माझी सजवलेली उंटीण? ह्या बायांच्या घरात गाय, म्हैस देऊ केली तरी यांना

नको असते. गुरांच्या मागच्या नि पुढच्या अंगाच्या किती किरकिरी असतात? कुणब्यांच्या बायाच तसलं करू जाणो. ह्या छबेल्यांच्या घरात मुंगूस पाळलेला असतो. मांजरी असतात. आढ्याच्या पिंजऱ्यांमधे मैना पोपट उगाच टट्यांव टट्यांव बोलत असतात. पिंजऱ्यातल्या मैनेला पाणी ठेवताना दाराशी बांधून ठेवलेल्या आपल्या कुत्र्याची दोरी ताणली गेली की लगबगीनं दारातून डोकावणारा हा कोणाचा चेहरा?

काहे कोयल शोर मचाए रे ऽ हो मोहे अपना कोई याद आये रे ऽ.

रेडिओ सिलोन. डोंगर, चत्रुभुज, लोटू — आम्ही सगळे मित्र कॉलेजबाहेरच्या टपरीवर जुनी गाणी ऐकत आहोत. बी.ए.च्या सुमाराला घरातला शेतीच्या कामांचा दाब वाढला, की मी वहीच्या शेवटच्या पानावर असे काही बाही सुचलेले विचार, नाटकातले संवाद, सिनेमाच्या गाण्यांच्या ओळी वगैरे कवीसारखं लिहून ठेवायचो. एकदा दूरच्या डोंगराखालच्या इनामाच्या शेतात दिवाळीचा दिवा लावून येण्याचं काम माझ्यावर आलं. दूरची पायपीट म्हणून लवकरच निघालो. शिकोरी, तेल, वाती, आगपेटी आणि आईनं कीव म्हणून तिथे बांधावर बसून खाण्यासाठी दिलेल्या सांजऱ्या शेव फराळाचं घेऊन. हरखू दिवाळीत सुट्टीवर होस्टेलवरून नक्की आली असणार. दिसली तर बघू कशी आता शहरात राहून फॅशनेबल झाली. ह्या खेड्यातच आपलं तरुणपण जाणार का? मग लांब सदरा घालून कोणाच्या लक्षात येणार नाही असा मारुतीकडून एकदम धनजीबोवाच्या भुताच्या सुन्या पडक्या घरातून येड्या बाभळींखालून पावटी धरून खाली नदीवर उतरलो. काटेरी बाभळींचा रस्ता काही कमी सुंदर नसतो. मग श्रीरंगभटाच्या वाड्याच्या भिंतीतून कानोसा घेत घुटमळत आतली चाहूल घेत होतो. तर काय एकदम समोर वर वर हिंदोळ्यावर आकाशात फरारत जाणारी प्रलंब केशकलापिनी हरखूच. उंच. उंच च च च.

भिंतीपलीकडच्या हिरव्या कंच निंबाला उंच बांधलेल्या दोरांना आवळत एकसारखे झोके घेत्साती ती ती ती. आणि किती उफाळून आले रे हिचे टिंब टिंब... ब ब ब. आणि भिंतीच्या वर आली की खाली इकडून हर्षकाष्ठास्तिमित उभा मी, ती मागे मागे जात दिसेनाशी झाल्यावर पुन्हा केव्हा वर येते आणि तिच्या लांब चाफेकळीसारख्या नाकाला शोभा आणणारी रत्नजडित मोरणी चमकते, हे आ वासून पाहाणारा आ रा रा रा.

जी कधीच कुणाकडे पाहतसुद्धा नाही अशा ख्यातीची ही त्रैलोक्यसुंदरी दर वेळी माझ्याशी कशी गोड हसत होती पाहा हा हा हा. इतका उंच कां भरारतोय

गडे झोका? कां कां कां? इतका भडकला की तिलाच थांबवता येत नसावा. वा वा. खंडेराव, दुसरं काही करता येत नसेल तर निदान गाणं तरी गा गा गा गा. आनंदे दुंदुभी —

असं त्या रात्री धाब्यावर फडतालात उशिरापर्यंत पणतीच्या शांत प्रकाशात मराठीच्या वहीच्या शेवटच्या पानावर मी आपोआप जसं सुचेल तसं लिहून काढत होतो :

तिच्या त्या हिंदोळ्यावरचं ते स्मित
तिच्या त्या हिंदोळ्यावरच्या त्या स्मितातला हिंदोळा
तिच्या त्या हिंदोळ्यावरच्या त्या स्मितातल्या हिंदोळ्यावरची ती
तिच्या त्या हिंदोळ्यावरच्या त्या स्मितातल्या हिंदोळ्यावरच्या तिचं स्मित
तिच्या त्या हिंदोळ्यावरच्या त्या स्मितातल्या हिंदोळ्यावरच्या तिच्या
स्मितातला खंडू हा
तिच्या त्या हिंदोळ्यावरच्या त्या स्मितातल्या हिंदोळ्यावरच्या तिच्या
स्मितातल्या खंडूचा आऽ

आं? अचानक वडील खालून येत्साते वहीत डोकावत विचारतात, आं? बारा वाजले, कशाचा अभ्यास करतोहेस रे, आं? जागरण? व्याकरण चालवतो आहेस? आं?

खंडेराव, याच्यात हरखूचं नाव कुठे आलं आहे? नाहीतर आता वडील झोडतात आपल्याला.

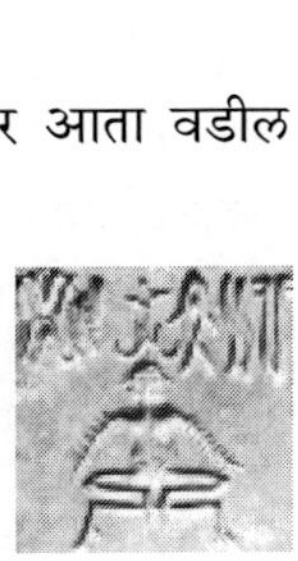

डंग डंग डंग डंग डंग डंग डंग डंग
दडंग डंग डंग डंग डंग डंग डंग
दडंग डंग डंग डंग डंग डंग डंग
दडंग दडंग डंग डंग दडंग दडंग डंग डंग
दडंग दडंग डंग डंग दडंग दडंग डंग डंग

कोन मेलं व माय? कोन्हाकडे रे? — म्हणत लोक एकेक घराबाहेर येतात. संथ गावगाड्यात काहीतरी दुश्चिंत घडलं, हे कळवणारी एकेक घाई वाढवत डफाच्या तालावर झिंज्या उडवत्साता सुपड्याभाऊचा काळाभोर राक्षसासारखा

धिप्पाड देह समोरून माझ्या रोखानं ढगासारखा तरंगत येतो. आधी वाटलं, आपल्या गावाचं कुसू एकदा ढासळलं तेव्हां नदीकडच्या बुरुजाच्या पायात मांगीर निघाला, हाडांचा उभा ढिगूल, तोच हा? पण जवळ आल्यावर ओळखलं — हा तर आपला सुपड्याभाऊ. प्रसन्न हासून तोच म्हणतो, खंडूदादा का रे? ये, ये, गेल्या वर्षी मी त्याला घालायला दिलेला माझा लाल सदरा, इतका घट्ट की छातीवर गुंड्या ताणून उभ्या राह्यलेल्या, घट्ट निळी पँट ह्या तंग पोशाखात अवाढव्य तो मावत नाही. मी दिलेले भारी बूट हौशेनं घासत मांगवाड्याकडे चालला. नदीपलीकडे मरीमायच्या देवळामागे अस्ताव्यस्त पसरलेल्या महारवाड्याशी फटकून वसलेला चारपाच झोपड्यांचा हा मांगवाडा. मांगवाड्याकडे पुन्हा पाठी करून बसलेल्या चांभारवाड्याच्या झोपड्या.

माय वो, बाहिर ये. तुहा खंडू तान्हा येतो आहे. गढीच्या भुऱ्या मातीनं लिंपलेल्या कुडाच्या झोपडीतून आमची थोराड अंबूमाय नेसूच्या फाटक्या लुगड्यामुळे, चर गेलेल्या चोळीमुळे धसदिशी पुढे टाकलेला पाय मागे घेते. अंगावर काहीतरी बुट्टी टाकून मग लाजत माझ्याकडे नवलाईनं पाहत राहते. पांढरे फेक अंबाडीसारखे केस झोपडीपुढच्या अंबाडीच्या ढिगातलेच लावलेले वाटतात. ये रे माह्या वासरा, हिंगं बैस या दगडावर, बरा आहे नं माय? देव तुले सुखी ठेवो.

मला गहिवरून येतं. ह्या परिसरात काहीही बदल नाही. झोपडी तशीच. पुढे तुऱ्हाट्यांच्या ताटीमागे न्हाणीचा ओबडधोबड दगड, फुटका रांजण, काठतुटक्या घागरी, टोपल्या विणायचे फोक, लाकडात अपुऱ्या कोरलेल्या बडग्या, वाक, अपुरे दोर, चऱ्हाटं. समोर कदंबाच्या झाडाखालचा जुवारी ओटा. आपण कुठे, हा आपल्या बरोबर जोडीनं दूध प्यालेला सुपड्या कुठे? आपलं जग कुठे, हे वास्तव कुठे? किती शतकांपासून खा रे पोटा न् जा रे दिसा, असंच.

मला पाहून मागच्या चांभाराच्या दोघीतिघी बाया जमतात. घरीच विळीनं, रापीनं काटलेल्या झिंज्या उडवत येणाऱ्या नागड्या पोरी, पोरं हळूहळू इकडे येऊन गोलाकार उभी राहतात. आमच्या वडलांची ओवाळणीची चांभारीण बहीण गुणाफुई *तान्या रे ऽ ऽ माहा भाचा तूऽ* म्हणत सलगी दाखवते. इथेच माझे तान्हेपणाचे दिवस गेल्यानं ह्या सगळ्या बाया मला तान्याच म्हणतात. सुपड्या आणि मी चार दिवसांच्या अंतरानं जन्मलो. आईवर शेजारणीनं काहीतरी करणी केल्यामुळे तिचा पान्हा पूर्ण आटून गेला. तिच्या बाळंतपणात लुगड्याची चिंधी बोटभर कापलेली दिसली. आता काय हा खंड्या वाचतो? पण ह्या खंडेरावाच्या आयुष्याची दोरी ह्या खास मांगांनी विणली. तीन दिवसांनी अंबू मांगीण प्रसूत

झाली. मग अंबूमांगिणीला निरोप दिला. तीन दिवस दूध न मिळाल्यामुळे ट्यांहा ट्यांहा करत सुकत चाललेल्या मला दोन्ही हातांत जोजोवत पायी चालत नदी ओलांडून आजी मांगवाड्यात आली. अंबू, तुह्या वटीत माह्या नातू टाकते माय. वाचला तं माहा, नाही वाचला तं तुहा. घे. मग मी आणि सुपड्या दिवसातून रात्रीतून चार चार पाच पाच वेळा दूध पीत दोघे वाढलो. मी रडायला लागलो की हाऱ्यात टाकून आजी मला मांगवाड्यात घेऊन जायची. वाटेत नारायण भटजी म्हणायचे, पहाटे पहाटे तान्ह्या खंडूला मांगिणीचं दर्शन. पोरगं वाचेल.

सुपड्याच्या हक्काच्या अर्ध्या दुधावर मी मोठा झालो. पण हे लोक इतके साधे की उलट म्हणतात, खंडूसाठी भरपूर दूध झरावं म्हणून अंबीला रोज ताजा गरम घाटा, दूध, केव्हाही पोतंभर ज्वारी, पोतंभर गहू, उडीद, मूग, डाळी, धडाभर तूप येऊन ह्या झोपडीत पडायचं, म्हणून त्या दुष्काळी सालात हे सगळे मांग वाचले. अंबीला सोन्याची मुरगीच घावली माय. सुपडूचा बाप वालजी, त्याची तीन पोरं आणि वालजीचा लहाना भाऊ — सुपडूचा चुलता तमासगीर कोंडू मांग आणि त्याच्या तिन्ही बारक्या पोरी सगळे नुस्ता शिरा न् पोळ्या न् मलिदा खात होते मायला, म्हणून तर पोरी टमाट्यासारख्या लालबुंद झाल्या. आता तमाशात नाचतात दाणदाण बारीवर. घरबी घेतलं आहे जळगावात. हे त्याचं बाजूचं झोपडं सुनं पडलं आहे. येतसुद्धा नाही पाहायला इतका मातला कोंड्या. काय पण नाचतात पोरी बा बा बा बा लपालपाऽ लपालपाऽ. पैशांचा नुस्ता पाऊस पडतो म्हंता स्टेजवरी. आणि हा सुपड्या पाहा कसा बारा बोंगाड्याइतला एक दिसतो. तुमच्या घरावरच पोसला हा हेला.

मग मला लहानपणी इथे ह्या कदंबाखालच्या जुवारी ओट्यावर वारंवार ऐकलेली बारा बोंगाड्यांची गोष्ट आठवते. कोंडूकाकाच्या तिन्ही पोरी ढोलकीवर तीच तीच बापानं पुन्हा पुन्हा म्हटलेली मात दहा दहा पंधरा पंधरा वेळा नाचतात : *तू कोन्ह्या मुलखाची नार ऽ ऽ गऽ ग ग ग ऽ ग ग गऽ ढुम ढुम ढुम टक टक टक ...हाँऽ तू कोन्ह्या मुलखाची नार...* पायांना घुंगरं बांधलेल्या तिन्ही एकसारख्या बहिणी नाच शिकताहेत अशा समोर येतात. इथे कदंबाच्या झाडाखाली ढोलकीवर पायांचा ताल धरत ठिगळांचे गिऱ्हानात टाकलेले जुने परकर नेसलेल्या, त्यांचाच काष्टा आवळून बांधलेल्या, टुमटुमीत. जानु कशा भोवऱ्या. ह्या पोरी गावात धोंडी खेळायच्या. *धोंडी धोंडी पानी दे ऽ. बळीराजा उपकारी ऽ दाने घाली परोपरी ऽ ये वं धोंडी जोरावरी ऽ* आम्ही पाणी फेकायचो त्यांच्या अंगावर. काय तजेलदार दिसायच्या पोरी — थोरली कंबी, मधली अंबी आणि लहानी गाजरासारख्या केसांची झेली.

अंहं, खंडूदादा, आता त्यांची नावं बोर्डावर वाचशील — **फुलवंती बरोबर कमळा, अंबिका आणि झेली मोरगावकरणींचा इंद्रसभेला लाज आणणारा मंत्रमुग्ध करणारा नृत्यविलास** — हॉ हॉ हॉ. शेंबड्या पोरी त्याच्या मायच्या. आता बोर्डावर अशा नाचतात, की थेटर कोसळू पाहातं.

अरे, अरे असं कसं म्हणतोस सुपडूभू, आपल्या गावाचं नाव तं महाराष्ट्रात करता. तुमच्या गायकवाड घराण्याचा झेंडा —

हां. हे तुमच्या सांडू सालदारामुळे झालं बघ. नाहीतं इतक्या वर कशाला जात्या भौ त्या —

आमच्या सांडू सालदाराच्या गोष्टी सुरू झाल्यानं मला एकाएकी भरती येते. शिवाय, कोंडूकाकाच्या नाचण्या पोरी. मी सुपड्याभाऊला चहा मागवायला गावात जायला सांगतो. अंबूमाय म्हणते, घरीच करू नं रं तान्या चांगली कडक, हाटेलाची काय पेता? मी चहासाखरेसाठी सुपड्याच्या हातात पैसे देतो. हे पाहून गुणाफुई चांभारीण माझ्या कानात एक उंटछाप बिड्यांचं बंडल तिच्या नवऱ्यासाठी मागवायला सांगते. हा थोटा चांभार मागून येतांना दिसतो. ही सुंदर नाकाची लहानखुरी चांभारीण आमच्या वडलांना प्रेमानं भाऊ मानायची. दर भाऊबिजेला आमच्या घरी ओवाळायला यायची. वडील अशा चारपाच सामाजिक बहिणींच्या ताटात प्रेमानं भाऊबीज म्हणून एकेक रुपया टाकायचे. ऐपतीनुसार ही रक्कम कायम झालेली होती. ह्या एक रुपयाकरता बिचारी चांभारीणफुई सकाळपासून फेऱ्या मारायची. कधी ओवाळू, असं तिला व्हायचं. चिरलेल्या काशाच्या ताटात मातीची पणती, एक स्वस्तातला कडदोरा, मागे कधीतरी वाण्याकडून कामाच्या बदल्यात घेऊन गाडग्यात जपून ठेवलेली जुनाट खोबऱ्याची वाटी. घरातलं कमी फाटलेलं दांडे केलेलं एकच लुगडं नीटनेटकं नेसून फाटकी चोळी लपवत मोठ्या पहाटे येऊन अंगणातूनच दबऱ्या आवाजात विचारायची — माह्या भाऊ आहे? ओवाळायला आली म्हना बहीन. घरात दुसरी खूप कामं असायची. गडीमाणसंही तिला परभारे नंतर ये म्हणायचे. ती पुन्हा आली की पुन्हा तेच, का इतक्या पहाटे आली बी? काय घाई झाली बाई तुले? उशिरा ये आमाक.

सगळं जुन्या गावकीतल्या संबंधातलं प्रेम. खरं तर एक रुपया ओवाळणी मिळते म्हणूनही. पण तरी प्रेम तर होतंच ना? एक कुणबी भाऊ धरून ठेवलेला अस्पृश्य जातीच्या बायकांना गरजेचा असायचा. किती वाईट प्रसंग यायचे? मातबर माणसाशी नातं असलेलं चांगलं. घराण्यात चार पिढ्या, ते टिकवलं पाह्यजे. ते आता वडलांनंतर आपल्याला टिकवावं लागेल, खंडू. मी टिकवीन. मग चांभारीणबहीण दर भाऊबीजेला, आखनं करत जाणार, मी ओवाळणी टाकत

जाणार आणि त्या बदल्यात वर्षभर त्यांचं शोषणच, पण तेच प्रेमानं करत राहण्याची ही गुलामगिरीची खास हिंदू शैली होती. गुणाबाई, वाहाण सांदून दे बरं आत्ताच्या आत्ता. थोट्या, मोट फाटली आहे. केळी भरणं थांबलं आहे. चल लवकर. की सगळं सोडून तातडीनं चामड्याच्या पिशवीत हस्ती, रापी, टोच्या, वादीचं भेंडोळं कोंबून थोटू चांभार चालत आमच्या मळ्यातल्या विहिरीवर हजर. एरवीही टाचाटिभा करणं, सालदारांची पक्की खेटरं बांधून देणं, वेळीअवेळी कोणाच्याही जोड्यांना खिळे, गोखरं मारून देणं — अशी पूर्ण भरोशानं करून घ्यायची बारीकसारीक चांभारी कामं अशा मानलेल्या बहिणीच्या पवित्र नात्यामुळेच शक्य होती. भयंकर आहे खंडेराव हे सगळं... *तान्या रे ऽ माह्या भाचा.*

अंबूमाय, गुणाफुई बाहेरच्या तीन दगडांवर बघुनं ठेवून चहाची तयारी करतात. मुलं आतापासूनच वाट्या तपल्या घेऊन चहाची वाट पाहत बसतात. तेवढ्यात गुणाफुईचा नवरा थोटा चांभार एका हातानंच बिडी पेटवत माझ्याशी संधान साधतो. हा लहानपणापासून कोंडू मांगाचा लंगोटीयार. पुन्हा शेजारी. अनेक वर्षं दसऱ्याचा हेला मारण्यातला गवांदी, हेल्याच्या कातड्याच्या वादीसाठी. एका दसऱ्याला रेडा मारतांना याचा हात तुटला. याला सांडू सालदाराच्या झेलीफुलीच्या फडाची खडा न् खडा माहिती असते.

अरे तान्या, तुमच्या लोकायनं सांडूले जातबाहिर काहाळलं त्या कोरकू पोरीसाठी. पण त्यानं आपल्या झेलीबरोबर फड बांधला तोवर झाडझूड करे, कनाती शिये हा कोंड्या. कव्हाकव्हा जत्रेवरच्या ततकरावावर नुस्ता जेवन्याखान्यापुरता ढोलकीवर पोऱ्ही नाचाडे. नुस्ती हौस. पन याच्या झेलीले पाह्याले सगळी जत्रा उलट्याले लागली. तुमच्या सांडूनं हे बरोबर हेरलं अनं याहिले वर्साच्या कंत्राटावर बांधी टाकलं — कपडेलत्ते, वर्साचा वरकड खर्च, जानंयेनं फुकट ट्रकीवर. मंग पोऱ्ही चमकल्या. मुंबईत दिल्लीत लोककला का फोककला सरकारी उरूस भरत. यशवंतरावांनी तं फेटा बांधला आपल्या कोंड्या फोकनीच्याच्या टकुऱ्यावऱ्हे. मंग काय याच्या आंगात मांग शिरला हो भौ. याच्या पोऱ्ही पाह्याले मोठमोठे सिनेमा डायरेक्टरं नं मंत्री लोकं येता. काय थाट याहिचा — पेटी, तबला, स्टेजवऱ्हे मोठमोठे पावरचे उघडझाप रंगबेरंगी गुलोप, लाउडस्पीकर नं पैठन्या नं गजरे, आय हाय. अत्तरं फवारतो कोंड्या पहिल्या रांगेतल्या पाव्हन्यायच्या डोकशांवऱ्हे, कोट फेटा घालीसन मायचा दिमाखचोट बिल्हावना. इकडे पानी पिईसन भूक मारे हा, आनं आता? आता रोज सोडा टाकीसन दारू न् कोंबड्याशिवाय जेवत नी भिकारचोटाचा. पहिल्या पहिल्यानं मले खावाळे पिवाळे मस्त. आता मातला साला. आता म्हंतो, थोट्या गड्या

आज लई काम है. मंग कव्हाबी भेट, असंच म्हंतो. थोट्या, आज तं मोरारजी देसाई येनार है थेटर वर. थापा नुस्त्या. मायचा कोंड्या. म्हटलं कोंड्या, अरे तुह्या गाववाला, तुह्या शेजारी मी, आलू तं चहा तं पाजाड. तं म्हंतो कसा, हे चार आने घे न् पी घे डबल चहा. म्हंजे आम्हु का भिकारी हाये? आम्हु का नितातेल हाये? मायचा कोंड्या.

मी त्याला सांडूची आणि फुलीची माहिती विचारायचो, तर त्याला कोंडूचा उत्कर्ष मत्सरातून व्यक्त करण्यात फक्त रस. अरे तान्या, हा कोंड्या स्वतःच्या पुतन्याले सुपड्याले वयखत नी, तो का आपल्यासारख्याले पतोयीन? फिरतो ट्रकीवर या गावून त्या गावी. अनं हा सुपड्या बसलाहे अढी मोरगावातच टिंगरं खाजोयत, इची लेहू. दिवाळ्या मागतो. गिऱ्हानं मागतो, कही जत्रेत तं कही मर्तिकाच्या डफड्या वाजोयतो. आता मोट गेली, नाडेसमदूर गेले. आता तुमचे लोक डंकिनीनं पानी उपसता तीस तीस चाळिस चाळिस पुरुस खोल पंप टाकी टाकी, इची बहीनचा तरास झू. टोपल्या कनग्याबी गेल्या आता. शिंके तं दिसता बी नी इची लेहू. फनगे, झाडने चालता. आमच्या चांभारायचं निष्टुक वाईट है. एक रुपयात वहानायचा जोड कोन्ही घेत नी. चपला सांदा, जोडे शिवा, तव्हा एक भाकर भेटते. आखाडीत सगळे भुकेनं मरी गेले आमचे लोक. आता आता महारायनं गावकी सोडी देली, त्याहिच्या कोन्या ढेंगोजीनं तसा फतवा काढला. तव्हापासून कोरकुटका शिळंपाकं भेटतं भुका भागोयापुरतं. ह्या कोंड्याच्या पोऱ्ही कंबी, अंबी इकत टोपल्या, सुपळे, फनगे एकेका भाकरीवर. आता पैठन्या नेसता नं आंगावर सोनं मावत नी. काही म्हन भौ, मोरगाव सुटलं की मानूस सुदारला म्हन. आता कोट न जरीची टोपी घालतो कोंड्या, हू हू हू त्याच्या मायचा चिबावल्या हू हू हू.

सांडूची गंमत पाह्यली का अलीकडे तुम्ही? बरं चाललंय का त्याचं.

अरे, त्याची ती डोंगरी मैना कोरकू पोरगी फुली काय नाचते भौ, कशी बिजलीच. अनं आपली झेली — नुसती उभी राह्यते, कमरेवर हात, छाती हे पुढे करते न् पायातल्या घुंगरांनी हालके हालके ठेका धरते — आऽ हाऽ शिड्ढ्याच शिट्या इची लेहू. मंग सोगाड्या म्हंतो, आरे आरे, मित्रांनो, एवढ्यावरच? ही तं नुस्ती सुरुवात आहे. लोक पापन्या लावत नी सेवटलोक. तल्लीन.

सांडूच्या तमाशाचं दृश्य उभं करत मी मागे मागे जातो. शेतातून परततांना अंधार पडतो आहे. गाड्यावर भुइमुगाच्या गार शेंगांवर मी थकून पडलो आहे. सांडू संथपणे बैलांच्या घंटाच्या तालावर लावणी गुणगुणतो आहेः *होऽ नांगरतीमंधी घोसायलं दांडग्यानं ऽऽ अनं आंब्यामंध कूकते कोयळ ऽऽ*. इ रे हॉ ऽ झिबूऽ अरे

अरे ढबूऽ चॅक चॅक चॅक. खंडू जपला रे? *होऽ झाडावरी कूकते कोयळ...* लहानपणी नऊ भावांमधला हा एक, याच्या बापानं आमच्या दारात सोडला. लांबच्या नात्यातला पोरगा. चारा पाणी म्हैस, धान्य वाळत घालणं अशी जमतील ती बारीक बारीक कामं करत हळूहळू शेतीचं सगळं शिकत मोठा झाला. हळू हळू वडलांचा उजवा हात होऊन सगळी शेती सांभाळायला लागला. एकदम तरबेज. मालकाचं हित सांभाळणारा. याच्यामुळेच खरं तर वडील सामाजिक कार्यं करायला निसूर झाले. याला कुठलंच व्यसन नव्हतं, फक्त तमाशा सोडून.

पंचक्रोशीतल्या सगळ्या तमाशांची इत्थंभूत माहिती सांडूजवळ असायची. तमाशा पाहायला मात्र जिथे कुठे जत्रा असेल तिथे हा जाणारच. तिथे हा मारामाऱ्या करत एकदम पुढे जाऊन बसणारच. सातवी आठवीत मीही गुपचूप अंगणातून उठून गोठ्यातून याच्याबरोबर तमाशा पाहायला जायचो. उन्हाळ्यात झोपही यायची नाही, दोन तीन कोस गार हवेत सांडू बरोबर चालत झपाझपा. जत्रेचे आवाज दुरून ऐकायला यायचे. ऐक, लावणी पडते आहे जानु, रे खंडू. पाय उचल गड्या. दुरून *हो रामा रे रामा, जी जी जी ऽ* असे सूर आणि तुणतुण्याचा ताल आम्हांला बेभान करतात. ऐक,

ऐका कौंडिन्यपूर नगरी ऽ ऽ ऽ हो ऽ ऽ ऽ तुन तुन तुन तुन तुन तुन
आरे चंद्रकेतू राजा राज्य करीऽ हो ऽऽऽ तुन तुन तुन तुन
आटप खंडू उचल पाय.
स्वयंवर मांडी त्याची कुमरीऽ हो ऽ ऽ ऽ रामा रे रामा रामा जी जी जी जी ऽ
मग मारामाऱ्या करत मला सांभाळत सांडू थेट पुढे.

दरवर्षी श्रावणात गुरं चारायला डोंगरात नेतात. त्यांच्यामागे सालदार मुक्कामी जाऊन राहतात. एका वर्षी सांडू आमची गुरं घेऊन गेला आणि तिकडे तो कोरकू वस्तीतल्या फुलीच्या मोहिनीत सापडला. तिलाही नवरा सोडून पळून जायचं होतंच. मारामाऱ्या करून सांडू फुलीला घेऊन आला. मोठंच लफडं झालं. सांडूला मोरगाव सोडून जावं लागलं. वर्षाभरानं झेली फुलीचा तमाशा गाजायला लागला.

अंबूमायकडून परततांना राजवाड्याकडे आपण खूप वर्षं फिरकलो नाही म्हणून फिरावंसं वाटलं. गेल्या वर्षी नवं बांधलेलं सिद्धार्थ मंदिरही पाहून यावं, म्हणून मी नदीकडचा रस्ता न घेता वर शांतुमावशीच्या घराकडचा रस्ता धरला. लहानपणी शांतामावशीला बोलावून आण — हा नेहमीचा हुकूम घरून झाला की

पुस्तकपाटी बाजूला सारून पळतपळत इथे महारवाड्यात यावं लागायचं. शांतू कामाला पक्की, हुशार आणि आमच्या घरातल्या सगळ्यांची मनं जिंकून घेतलेली. निरोप सांगताच, आलीच सांग — असं म्हणता म्हणता शांतू पटकन उरकायची : लहानशी झोपडी आवरायला किती वेळ लागणार? कोपऱ्यातल्या भानचुल्ह्यावरच्या खोबरीत ठोंबरा शिजवला की एका थाटीत ओतला की तिघं लेकरं पटापट चाटून पुसून थाटीतच हात धुऊन तेच पाणी पाळीपाळीनं फिरवून चुरुचुरु पिऊन टाकायचे. अन्नाचा एक कण वाया जायचा नाही की पाण्याचा एक थेंब. मग थाटी कोपऱ्यात झाडाच्या बुंध्याला लावून ठेवायची. शांतू तान्ह्या लेकराला पटकन पाजून झोपी जाणाऱ्या त्याला झिट्या सांभाळणाऱ्या मोठ्या पोरीच्या हवाली करत हातात एक फडकं घेतलं की निघाली. निघतांना शेजारणींना ओरडून — *लेकरायकडे पाहायजो वऽ जनेऽऽ* अशी उंच महारी तान. नंतर घर आवरणं, कपडे नदीवर धुऊन आणणं. झाडलोट, सारवणं, बकरीला फिरवून आणणं — असं करत पोरी दिवस काढायच्या. वात्सल्य फक्त वरच्याच जातींचा शब्द वाटेल, असं पटकन पोरांना तोडून घर मागे टाकून शांतू आमच्या घरी, खळ्यात, शेतात दिवसभर राबायची. मुलांची आठवणही येत नसावी. थंडी असो, ऊन असो, पाऊस असो, रात्र होवो — कामातच दंग असायची. कारण दिवसभर आयती भाजी भाकरी, रात्री उशिरा घरी परततांना पुन्हा पीठ, भाकरी, पिठलं, लागलं तर तुऱ्हाट्या, बयतण, कधी मुलांना दही, दूध. संध्याकाळपासून टूक लावून मुलं बसली असतील शांते, ह्या शेंगा ने. जाय माय आता. उद्या पुन्हा लवकर ये अशीच.

लहानपणची नेहमीची परिचयाची वळणं घेत जाता जाता मी बरोबर उपजतबुद्धीनं तिच्या घरापुढेच झोपडीला आधार देणाऱ्या झाडाखाली थांबतो. झोपडी आता भुईसपाट झालेली, तिथे बकऱ्या बांधलेल्या. समोरच्या सारवलेल्या अंगणात अत्यंत फॅशनेबल पांढऱ्या स्वच्छ कपड्यांमधला ओळखीचा एक तरुण पोरगा, पेपर वाचत बसलेला असतो. जयभीम. ...जयभीम, कोण पायजे व्हतं? ...शांताबाई, इथेच नं?... मेली ती, दोन वर्सं झाले. ...अरेरे, अनं पोऱ्ही तिच्या? ....मोठीचं लगन झालं, गेली घिऊन सगळ्याइले, औरंगाबादले. ...अं हं हं हं हं. अरे, सिद्धार्थ मंदिर कुठे?... ते काय. भिंतीवर गेरूनं मोठ्या अक्षरांत लिहिलेलं पोस्टर टांगलेलं होतं :

मुक्त कोणी कोणास केले?

दलित पँथर – आ. राजा ढाले – भव्य मेळावा १४ एप्रिल

एकोणीसशे छप्पन्नच्या दसऱ्याला नागपुरात जमलेल्या पंधरा लाख लोकांमध्ये मोरगावचे पुढारी बाबासाहेबांचे परमभक्त लहू मेघे हे अर्धं धोतर नेसणारे लहानसे अर्धपोटी झोपणारे पुढारीही होते. ते परत आल्यावर त्यांनी महारवाड्यातल्या एकूण एक माणसाची बौद्धदीक्षा झाल्याशिवाय जेवणार नाही, अशी प्रतिज्ञा केली. तरी चार कट्टर वारकरी घरं सोडली तर सगळेच्या सगळे महार धर्मांतर करून गावाशी वैर मांडून बसले. गावकी सोडली. वेशीपासूनचं अंतर आणखी ताणलं गेलं. ह्या चार कट्टर महारांमधले एक निवर्तीमामा. यांच्याकडे गावात कोणाकडे नव्हत्या इतक्या पोथ्या, गाथा, अभंगांच्या हातानं लिहून ठेवलेल्या वह्या होत्या.

का रं पोरा, आता काय करतो निवर्तीमामा? ...बसतो इकडे तिकडे. ...तू बुद्धधर्माचं काही वाचतोस? ...बुद्धधर्मात असं काही नसतं. पुराणं, परमेश्वर, आत्मा, स्वर्ग, नरक अशा अंधश्रद्धा आम्ही मानत नाही. ...उत्तम. पण बुद्धधर्मात हिंदूधर्मापेक्षा ज्यास्ती साहित्य आहे. ...असं? ...पालीत. ...इथे कोन्हाले येतं हो पाली न फाली. शोषण करणारा, माणुसकीनं न वागवणारा तो हिंदूधर्म सुटला, हेच खूप झालं राव. ...ते बरोबर, राजकीय दृष्ट्या अगदी शंभर टक्के बरोबर, पण सांस्कृतिक दृष्ट्या जरा काही केलं पाह्यजे. ...आत्मप्रतिष्ठा अगोदर, बाकी होईल तेही सावकाश. ...बरोबर.

मानवी हक्कांची सगळी परिभाषा मोरगावच्या महारापोरांपर्यंत पोहोचली. जयभीम.

दुसरा बौद्ध न झालेला मरीमायचा भगत. अखजीच्या जत्रेत बारागाडे ओढणारा. हिंदूधर्म सोडून एवढं परंपरेनं त्याच्याकडे चालत आलेलं महत्पण सोडायला तयार नाही. देवीचा संचार अंगात झाल्याबरोबर हे बारा अवजड गाडे ओढायची शक्ती त्याच्यात येते आणि हा थक्क करून सोडणारा शक्तीचा प्रयोग पाहायला गावोगावचे लोक जमतात. ह्या गाड्यांवर गावातले लोक आधीच चढून बसलेले असतात. नदीच्या वाळवंटात वेगानं गाडे शिरून रुतून थांबले की काठ्या, फोक घेतलेले गाड्यांवरचे लोक वाळूवर उतरून वर्षभरातलं कोणाचं तरी उट्टं काढण्यासाठी त्याला पिटून काढायचे. कोणाच्या बाईची छेड काढणारा गावातला लोफर माणूस असो का शेताच्या बांधावरची भांडणं असो — आपापले भाऊबंद जमवून अशा माणसाला बेदम चोप दिला जाई. पुढच्या वर्षी अखजीच्या जत्रेत, मार खाणारा त्याची माणसं जमा करून हेच करी.

अखजी हा अशा सगळ्या गोष्टींची मुभा देणारा प्राचीन अनाडी सण — वर्षभर काबाडी करणाऱ्यांना हे तीन दिवस धामधूम. जत्रेत बायकांचा बिनधास्त वावर. ततकराव, डफ, बारागाडे, गोंधळ. खाणंपिणं, दारू मटण मजा करा.

अंधार पडल्यावर बोहाडे, वहनं, नाच गाणी. रस्ते मैदानं भरून गर्दी. मग रात्रभर तमाशे, लावण्या — सकाळपर्यंत. आणखी एक गोष्ट गावातले लोक ह्या दिवशी पारंपरिक निष्ठेनं करायचे — मांगवाड्यात सुपड्याभाऊच्या घरासमोरच्या कदंबाखालच्या ओट्यावर जुगार खेळणं. सुरुवातीला महारामांगांची पोरं दिडक्या, पैसे, आणे लावून गंजिफा खेळतात. नंतर मोठी माणसं आपले डाव मांडतात. शेवटी गावातले गरीब, मध्यम प्रतीचे कुणबी जुगारी ज्यांच्याजवळ कधीच पैसा नसे, तेही पाचशेर तूप, एक गुड कडबा किंवा दहा पोते धान्य असे डाव मांडायचे. दाणं कितीही घ्या, नाणं मागू नका — असा जुगार थोडा वेळ चालल्यावर मग गावातले पैशेवाले शेट, सावकार, अट्टल जुगारी लोक मोठमोठे डाव मांडायचे. ते पाहायलासुद्धा खूप गर्दी जमे.

आमच्या लहानपणी एक्या सोनारानं तर आपली इस्टेट सगळी हारत हारत गेल्यावर शेवटून आपली बायको डावाला लावली होती. शेतं, घरं लावणारे गावात होते, पण बायको? हा सोनार चोरांकडूनचे दागिने आटवून निम्मे पैशे त्यांना देई. एकदा तर चोरीचे कलदार वितळवून त्यानं कृष्णाची अत्यंत सुंदर चांदीची मूर्ती घडवली होती. भिल्ल, पावरा लोकांकडून सातपुड्यातल्या एका पठारावर सापडणाऱ्या खूप जड गुंजा मिळवून त्या दूरदूरच्या पेढ्यांना हा पुरवी, त्यामुळे तोळाभर सोन्यात तीनेक गुंजांचा फरक पडे.

असा हा अनीतीनं श्रीमंत झालेला श्रीमंत माणूस. शेवटून हेल्याला दसरा चुकत नाही. त्या अखजी रोजी त्याचे फासे उलटेच पडत गेले. दागिने, रोकड, दोन शेतं, घर सगळं हरला. मग स्वतःची बायको पणाला लावली म्हटल्यावर सगळ्या गावात खळबळ उडाली. बैल, म्हैस, गाय लावणाऱ्यांचीही पत गावातल्या नीतीनं चालणाऱ्या लोकांमध्ये नाहीशी होई. ह्यानं तर बायकोच लावली, आणि लावतांना म्हणाला, आपल्या गावातली सर्वश्रेष्ठ सुंदरी, अद्वितीय, अप्रतिम, जिच्यासमोर ब्राह्मण, कासार, पाटील, देशमुख बाया काहीच नाहीत, जी ठेंगणीही नाही आणि उंचही नाही, फार काळी नाही आणि फार पांढरी नाही — तिला मी ह्या डावाला लावतो. तेव्हा जमलेले सर्व लोक **धिक्कार धिक्कार** म्हणाले.

ह्या शेवटच्या डावात ही त्रिभुवनसुंदरी जिंकण्यासाठी गावातला स्त्रीफूसतज्ज्ञ शिरपत पाटील हा कंबर कसून पुढे आला. ह्या सोद्यानं ज्याची खेळी होती त्या म्हाताऱ्या जुवाऱ्याकडून तो डाव दामदुप्पट विकत घेतला आणि एक्या सोनारासमोर छद्मी हसत तो सोंगट्या खेळायला बसला. ह्यामुळे तर कदंबाच्या ओट्यावर टाचणी वाजेल अशी शांतता पसरली. ह्या सुंदर बाईवर शिरपत पाटलाचा पंधरा वर्षांपासून डोळा होता. त्यानं मन लावून गोट्या टाकायला सुरुवात

केली. लोकांनी एक्या सोनाराला हात धरून उठवू पाह्यलं. येक्या येड्या, कर्ज काढून खेळ. कर्ज फेडता येईल, पण बायको? तरी तो म्हणतो, बायको तुझी आहे का माझी? हे पहा, हा जुव्वा मी अपुरा सोडला तर वेडाच होईन. दर फासा टाकतांना तुमचं आयुष्य नव्या वळणावर उभं असतं. घरंदारं पैसा शेतं सोनं — जे जे मिळवायला लोकांना जन्म जन्म लागतो ते सगळं इथे एका हाताच्या फेकीत तयार असतं. ते मिळेल ह्या आशेवर तर आपण जगत राहतो, मग आधीच ती आशा कशाकरता सोडावी?

असं काहीतरी त्याच्या नजरेत होतं, असं सगळ्या निःशब्द पाहणाऱ्यांनी सांगितलं. गेल्या शंभर वर्षांच्या इतिहासात ह्या मांगवाड्यातल्या कदंबाच्या जुगारी ओट्यावर दर अखजीला अनेक रावाचे रंक झालेले गावातल्या लोकांना आजही दाखवता येतात. शिरपत जिंकताच उठून ओटा उतरून निघून गेला. एकनाथही घरी गेला, त्याच्या आधीच बायकोला सगळं कळलं होतं. आता आपण बटकी म्हणून जाणार, की इथेच याची बायको म्हणून राहणार पण मालकी शिरपतची असणार? बायको काहीच बोलली नाही. दुसऱ्या दिवशी गावहाळाच्या विहिरीत तिनं जीव दिल्याचं कळलं. आमच्याकडे चावडीवरचे जागले आमच्या घरातली मोठी बिलाई मागायला आले. पंचनामा झाला. नेहमीप्रमाणे पोलीस पाटलानं बाईला अग्नी देऊन झाल्यावर रिपोर्ट केला. फौजदार यावलहून आला. गुप्त सौदा ठरला. सोनार भिकेला लागला. एवढ्या वस्तीत एकही खरं सांगणारा सापडला नाही. प्रकरण मिटलं.

आम्ही मोठे होत गेलो हा असा वारसा सांभाळत. ही नपुंसकी प्रजा कशामुळे झाली असेल? इंग्रजांच्या आधीही हे असंच होतं का? अस्पृश्यता होती का? हे शोधण्यात खंडेराव तुझे महिने महिने लायब्रीत खर्ची गेले. अशा भानगडींमुळे खंडेराव, तुझी पीएचडी वेग घेत नाही आहे. पण तू स्वतः लहानपणी दुष्काळात होरपळणारे इथले लोक पाह्यले आहेत. ह्या लोकांमधे एवढी करंटी अनैतिकता कशामुळे भिनली? सिंधुमावशी बिचारी कशी पोटासाठी देशोधडीला लागली, कशी उन्हात खडी फोडायला जायची? आठव. तू तिला भाजणाऱ्या उन्हात भाकर न् पाणी घेऊन जायचास? आठव.

दुष्काळामुळेसुद्धा सगळं मोहेनजो-दडोचं खोरं ओस पडलं असावं — ख्रिस्तपूर्व २००० मधे इथे सगळं उजाड झालं. इथपर्यंत पीएचडी पुरतं काम करणं ठीक होतं. पुढे पुन्हा दुष्काळांचे उल्लेख. महाभारतातला युधिष्ठिराला खडसावणारा अर्धा सोन्याचा मुंगूस — तो कितव्या शतकातला असेल? ख्रिस्तपूर्व पाचव्या शतकापर्यंत सगळीकडे दुष्काळ पडायचे. सहाव्या शतकापासून दहाव्या

शतकापर्यंत पुन्हा पुन्हा भयानक दुष्काळ. नद्यांचे काठ धरूनच लोक जगायचे. मधल्या काळात इकडेतिकडे वसलेली नगरं वस्त्या उजाड होऊन गेल्या. कवडीलासुद्धा नाण्याचा दर्जा ह्याच काळात मिळाला. कवडीचुंबक, मी तुझी कवडीसुद्धा देणं लागत नाही — असं अजून आपण म्हणतो. अशा कंगाल काळातच ह्याला शिवू नका, त्याचं सोवळं पाळा, असे अनुत्पादक हिंदूधर्मी नियम कट्टर होत गेले. ऐतखाऊ बांडगुळी धंदे सांभाळणाऱ्या काही जाती समाजाची मूळ आडवी रचना उभी करायला धडपडल्या. कष्ट करणाऱ्या खेडवळ जातींना दुष्काळी परिस्थितीत जिवंत राहण्यापुरते हक्क फक्त मिळाले. लंगोटी आणि झोपडी एवढ्यापुरतीसुद्धा उत्पन्नाची तुटपुंजी साधनं नसलेल्या जातींना खाली गुलामीत ढकलत शेवटी पोटापुरतं देऊन राबवून घेतलं. अशा अस्पृश्य जाती तयार झाल्या असणार. हिंदू धर्माचा एकच संस्थापक नसणं, एक धर्मग्रंथ नसणं, एक आचारसंहिता नसणं इथे फारच उपयोगी पडलं. आणखी पुढे दुर्गादेवीचे दुष्काळ, तुकारामाच्या काळातले इंद्रायणीकाठीचे दुष्काळ आणि इंग्रजी राज्यापासून तर दुष्काळ फारच वाढले — दर वर्षाआड पडणारे अन्नधान्याचे दुष्काळ — ज्यांतला शेवटचा आमच्या लहानपणी तीन वर्षं एकसारखा पडलेला आम्ही स्वतः अनुभवला — आठव. खंडेराव, ऐक... *वाढ वं माय पानीऽ तुले पुन्य व्हईन रे दादाऽ पानी दे वंऽ ताई, देव तुह्यं भलंऽ करील.*

पुण्य. देव. दुष्काळ. *कहत कबीरा सुनो भई साधो.* मुसलमानांनाही तिकडे पंजाब सिंध मधे आणि बंगालमधे हिंदू लोक असंच वागवत होते. महारमांगांना तर आपण तुडवत होतो. अशा हजार वर्षांच्या शेवाळ चढलेल्या पाण्याला तोडून टाकणारेच महात्मे झाले. गांधीसारखे जोडू पाहणारे तरी कुठे हा फाटलेला समाज जोडू शकले? देश तोडणारा जिनाच गरीब मुसलमानांना स्वतंत्र करतो. आणि त्यांच्यातही आता पुन्हा नाडलेल्या बंगाली मुसलमानांना पाकिस्तानापासून तोडणारा कोणीतरी होईलच. हिंदूसमाज तोडणारे बाबासाहेबच अस्पृश्यांना स्वतंत्र करतात. जोडणारे काय, फक्त सबुरीनं घ्या म्हणतात, बदल होईल म्हणतात. तोडणारे बदल करूनच दाखवतात. दीनदलितांना क्षुद्रवंचितांना आत्मभान देतात. खंडेराव, तू खोट्या एकतेच्या बाजूनं कधी उभा राहत जाऊ नकोस. तोडणाऱ्यांच्या बाजूनं उभा रहा.

मोहेनजो-दडोत उकरून झालेल्या त्या ढिगाऱ्यांवरून मी उंदीर होऊन घसरतो आहे.

जयभीम हो, खंडेराव. ...जयभीम, जयभीम. ...वळकलं का? ...नाही गड्या. ...हरचंद मी. ...हरचंद? ...हाँऽ. पुढचं काही तो सांगेना. ते अर्थात सांगण्यासारखं नव्हतं. आपल्या दारचा — महार... अरे तू हरचंद? आमच्या धनाबयचा का? वा वा वा. अरे काय बदललास तूऽऽ कोट, टोपी, घड्याळ वा! बरं झालं भेट झाली.

चाला नं, चहा पाजाडतो, साकरचा. मायलेबी बरं वाटीन. याद करते तुमच्यावाली सदर. चाला.

हे अगत्य — मला एकदम छान, नवं काहीतरी जाणवलं, आत्मविश्वास. लहानपणापासून अजिजीनं पण बेरकी बोलणारे आपल्या गावचे हे महार — महारवाड्यातल्या गोष्टी म्हणजे, यंदा कोणाच्या घरी जागलीची काठी आली? आहे का शेट खिश्यात एखादिक आणा? देता का फाटकातुटका सदरा? जवारी देसान तं बरं व्हईल. पाटील, असं कसं म्हंता? माय पांढरी, लेकरायले का मरू दील? मरीमायची आन हाये, खोटं बोलीन चोरी करीन त्याची माय झवाडाइन. असं कसं, वा, पान्यात राहीसन का माशायशी वैर व्हतं कां? हांगा अश्शी — असं निमुळतं बोलणारे हे चतरे लोक. आता कसं निर्वाळून प्रेम व्यक्त करताहेत. एकदम नवं वाटलं.

चाला, चाला, हे कोपऱ्यातलं नवं घर आपलंच है.

नवं घर? टायलींची फरशी. दारी फटफटी — तिला मागे मोठं भक्कम कॅरिअर. घरात चकाचक. रंग दिलेल्या भिंती. बाबासाहेबांचा दारावरच मोठ्ठा फोटो. लोखंडी खाट ओसरीत. लोखंडी खुर्च्या. काय ह्या बदलाचं रहस्य? तेही लगेच कळलं — खाणाखुणा करून दारूच्या बाटल्या मागायला येणारी गिऱ्हाइकं. महाराष्ट्रात कडक दारूबंदी. तिकडे मध्यप्रदेशातून बॉर्डरवर सातपुड्यात भिल्लांच्या वस्तीत हरचंद माल घेऊन ठेवायचा आणि रातोरात फटफटीवरून घरात आणून ठेवायचा. गावकी सोडल्यापासून नवबौद्ध असे झाटमारी धंदे करायला लागले, असं गावातले शेतकरी तुच्छतेनं म्हणायचे. मी म्हणायचो, शेण भरण्यापेक्षा काय वाईट आहे याच्यात? मग दामू शेट चिडून म्हणतो, अरे खंड्या, तुले काय समजतं बे, पुस्तकी किडा नुस्ता. इची लेहू, अऱ्ही रातभर दौतीत चोमनी बुचकोयी बुचकोयी टिपणं काढत बुकं झांबलत बसतू? इकडे शेतकरी हैरान झाला आहे, मजूर मियेना, अनं गावात दारुडे वाहाळत चालले है. हे बरोबर झालं? काय खंड्या, शिकीसन तुह्यं असं मातेरं झालं. आपल्या लोकांनी यांचं काय वाईट केलं, सांग बरं?

मुक्त कोणी कोणास केले?

पुन्हा हरचंदच्या घरासमोरही तेच पोस्टर. आता झकपक राहाणारे आमच्या दारचे, चावडीवरचे, वेशीवरचे त्या वेळचे महार एकेक चांगलेच आठवणीत बसले आहेत. प्रत्येक जण एक नमुनाच होता :

एक बुला वेसकर. वेशीखालच्या देवडीत बसलेला. हा ह्याच नावानं विख्यात होण्याचं कारण आजूबाजूला कोणी नाही, हे चाणाक्षपणे पाहून हा एकदम त्याच्या धोतरातली बुल्लीच मुठीत धरून आम्हां पोरांना दाखवायचा. पुन्हा धोतर खाली टाकून साळसूद चेहऱ्यानं काहीच झालं नाही, किंवा काहीच केलं नाही, असं दाखवायचा. हे कोणाला सांगायचं तरी कसं? याचा अर्थ आपल्याला तेव्हा लागत नव्हता. आता लागतो : सवर्ण हिंदू-अस्पृश्य संबंधांचा तो दृष्टांत होता. *कव्हणी एकु कुरवंडी करीत सांता कुरघोडी करी त्या वेसकरीयाचा दृष्टांत.* जैसे फ्राइडचा सिद्धांत जातीयतेत मोडून सांगितल्यास जैसे होईल तैसे. *किंबहुना ज्ञानेश्वर : ऐसा शिवमुष्टिगुंडु । घेउनु ठाके ॥* अस्पृश्यता एक हजार वर्षांपासून आहेच, तेव्हापासूनचे दाब असे वर येतात.

यांची हजार वर्षापूर्वीची वस्ती गावातच वेशीच्या आतच होती. आतापर्यंत यांचे देव आमच्या घरामागे होते. शेंदूर लावून पूजा करून जात. बहुतेक महार बिनाजमिनीचे. असलीच तर काळी जमीन नाही. थोडे हाडोळ्यावर पोट भरणारे. देवानं पोटं दिलीच आहेत ती कुणब्यांनीच भरली पाहिजेत, हा जुन्या कृषिसंस्थेवरचा बोजा पुढे इसवी सनाच्या सातव्या आठव्या शतकानंतर भयंकर तीव्र होत गेला. एकसारखा बारा बारा वर्षं दुष्काळ. काय ग्रामसंस्था टिकेल? लागोपाठ बारा वर्षं पाऊसच नाही? अशा सततच्या दुष्काळांमुळे ह्या उपखंडाखालच्या भूगर्भातला पाण्याचा साठोवा आटत गेला. शूद्रही वाढले. दहाव्या अकराव्या शतकापासून अस्पृश्यता संस्था म्हणून पक्की झाली. खंडेराव, वेठ केव्हापासून सुरू झाली?

पीएचडीचं सोडून याच्यावर काय शक्ती वाया घालवताय राव. केव्हा का सुरू होईना? धंद्यानुसार खालच्या वरच्या जाती मोहेनजो-दडो पासूनच होत्या. पण अस्पृश्यता हा कुठल्याही गुलामगिरीचा आवश्यक घटक असतो का? ग्रीक, रोमन, अमेरिकन? आर्थिक गरज? की सामाजिक? शेतकऱ्यांनी वर्षभर कष्ट करावे आणि ह्या लोकांनी कणसं खुडून न्यावी? काही नीती? लाज? ...हॅ हॅ हॅ काय नीतीच्या गोष्टी करता हो. खाऊ द्या. कितीक खातील? चोरून लपूनच खातात ना? एरवी आपल्या टाचेखालीच आहेत ना? महार मांग चांभार — सगळा गाव बिचारे सांभाळतात. ...अरे, शहरात एक वॉचमन लावला, तर किती

पगार द्यावा लागतो? मग हे वाडवडलांनी लावून दिलं आहे, ते निदान आहे तसं तं चालू ठेवा? चोऱ्या करो, लबाड्या करो, शेवटी कुणब्याकडेच खेटे घालतील ना?

एकदा गावात सगळीकडे झालं, की सोन्या महार धनजी पाटलाच्या बायकोला कडब्यात लागला. लहानलहान मुलांच्याही तोंडी, म्हंजे काय नेमकं केलं रे?... अरे, अधर्म झाला. बोलवा चावडीवर त्याला. ही तर सुरुवात आहे. वेळीच थांबवलं पाह्यजे. ...अरे, पण सुईच्या मर्जीशिवाय दोरा जाईल का? ...आणि तुमचे लोक आमच्या बायका चेंगरतात सदर, त्याचं? किती आमच्या बायांना पोटं आणली तुमच्या तोताराम शेटनं? मग?... चालूच आहे हो. विस्तवाशेजारी तूप पघळणारच. गावाची एकी टिकली पायजे. खूनखराबा होऊ द्यायचा नै. गावाचा कायदा पाळला पायजे.

अरे, आपल्या प्राथमिक शाळेत एक अट्रावलचा महार रुजू होतो आहे. लगेच मारुतीवरच्या अकादमीत चर्चा. सटाऱ्या देशमुख म्हणतो, काय शिकवणार मेलेली ढोरं खाणार माणूस? यावर भपाऱ्या पाटील म्हणतो, अर्ज करू, बदली करायला लावू. रूपा काँग्रेस काय म्हंतो? ...तो म्हंतो येडे झाले का? तू नुसती त्याची जात काढ की पोलिस लावून खटला भरायला लावणार, म्हंतो... बससान चक्की पिसत तुरुंगात. ...नको रे भौ, तू मोठ्या बापाचा म्हना त्याले. ...खुद्द गांधी महात्मा म्हंतो, अस्पृश्यता पाप है. हरिजनांना आत्मसन्मानानं जगू द्या. ...म्हंजे? डाखोरा हात नं जेवना हात फरक नाही? ...अरे, सगळ्या जाती समान आहेत, असं संतमहात्मे म्हणत नाही आले? ...पन पाची बोटं सारखे असता का? काय विपरीत शिकवता हो तुम्ही शिकेल सवरेल मानसं बी? ...म्हंजे? तुमचे चक्रधरस्वामी नव्हते चांभाराघरी जेवत? काय उपयोग मठात जाइसन कपायाले त्यांच्या पायाखालचे गोटे घाशीसन? कामाले काही बाट नसतो. स्वतः महात्मा गांधी संडाशी साफ करत. ...काय? ...शी. ...शी? शी शी. दुसऱ्यांची? शी शी, एवढं सोडीसन आपुन दुसरं कोनतीबी समाजसेवा करू भो. ...कोनतंच काम उच्च का नीच नसतं. साले हे ब्राह्मण लोकच गावोगाव अशी जातिभेदाची लफडी सुरू करतात. ...कशावरून? ...एवढा मोठा जातिभेद मोडणारा आपला वारकरी पंथ ह्या ब्राह्मणांनी नासवला. पुन्हा ब्राह्मणी धर्मच वारकरी पंथावाटे लादला हो आपल्यावर पेशवाईपासून. स्वराज्य तर बुडवलंच, आता चालले एकेक इंग्रजी शिकून नोकऱ्या धरायला शहराइत. शहरी होत चालले ब्राह्मण. ...अरे पन बामण तसे झाले, तुम्ही कोनते शहाने हैतं?

खंडेराव, तुला एक शोधनिबंध लिहायचा होता, की खेडोपाडी कानाकोपऱ्यात मिलिटरीसारखे ब्राह्मण जाऊन राह्यल्यानं हिंदूधर्म खेडोपाडी रुजला. बौद्धधर्म शहरीच होता, शहरीच राह्यला. त्यामुळे संपला. पीएचडी झाल्यावर ते एक पुरं कर. पण ह्या खेडोपाड्यांतल्या उत्सवप्रेमी महार लोकांना शहरी बौद्धधर्म कसा काय पुरे पडेल? ते इतिहास ठरवील.

आता तं हॉटेलातबी चहा पेता येते ह्या लोकायले. ...ते काही विशेष नाही हो, पण भरोसा, निष्ठा, इमान हे गुण समजले जातात, तेच यापुढे दोष समजले जातील? काय उलटा जमाना आला हो. ...जाऊ द्या, जे जे होईल ते ते पाहावे. चांगले कायदे काढले भौ तुमच्या काँग्रेस सरकारनं — आमच्या शेतकऱ्यायच्या संसारायले चेटोई देयाचं नं आपली गांड शेकत बशाची लांबून शहरातून. हॅत तुमच्या लेकमायबहीन झू.

जोहार सांगा, घरात इठलराव आहेती का? मी बोमट्या महार हौ.

पाहुणे आले की, भीक मागून उसनं पासनं किंवा घरातली असेल नसेल ती जिन्नस विकून, गहाण टाकून पुन्हा कुणब्यांच्या घरून धान्य, डाळ, पैसे — जे मिळेल ते घेऊन तो दिवस साजरा करायचा. एरवी उपासमार झाली तरी चालेल. खरं तर एरवी उपासमारच असते म्हणून हा दिवस सगळ्यांच्याच आनंदाचा, उधळपट्टीचा असतो. फक्त मजा. कर्ज, उसनवारी फेडता येईल नंतर. हे लोक मूळ चार्वाकपंथी तर नसावेत? कुणब्यांचं याच्या पूर्ण उलटं — जे आहे त्याच्यातच काटकसरीनं भागवायची रीत. हा बोमटू महार आपल्याकडे पायलीभर गहू मागतो, कधी पैशे. उद्यापरवा पैशे आणून देईन म्हणतो. हे खोटं आहे हे वडलांना पूर्ण माहीत असायचं. तरी दोन्ही पक्षी हे नाटक पिढ्यापिढ्या रंगत आलेलं असतं.

मालक, पोरगं आजारी है. पोटात एक कनी पडली नाई दोन दिवस. काहीतरी देशान, तं पोरगं वाचेल.

अरे बोमटू, एक रुपयासुद्धा जवळ नाही.

गेलसाली ऐन लानीच्या दिवशी पहाटे हा म्हणाला, मी कामावर येत नाही. हा कुणब्याचा मोठाच अपमान असतो. काम तर त्याच दिवशी व्हायला पाह्यजे. मजूर ऐन वेळी नाही म्हणतो, म्हणजे मेलेच. त्यामुळे आईला बाळंतपणात शेतावर जावं लागलं होतं.

मंग काय, मरू देता पोऱ्याले?

पैसे नाहीत गड्या. वडील मागच्या अनेक वेळा बोमटूनं केलेल्या लबाड्या विसरत नाहीत. तरी पुन्हा पुन्हा : द्या मालक, तुमचं नाव घेत जाईन.

अरे बोमट्या, असते तर तुले दिले नसते का, येड्या? जा दुसरीकडे बघ.

दुसरीकडे? वा रे वा महाजन, असं कसं म्हंता? माय नी लेकराले पाजनार तं का लेकरू दुसरीकडे थाना मांगीन?

बोमटू जात नाही. तसाच उभा राहतो. वडील खुंटीवरचं उपरणं खांद्यावर टाकून जोडे शोधतात. हा एक जोडा छातीशी धरून अजिजी चालू ठेवतो. वडील याला आता धडा शिकवायचाच, म्हणून अनवाणी देवळाकडे चालायला लागतात. हाही तसाच हात छातीशी बांधून मागे मागे. कोण हरतो? हा वग आता विनोदी पातळीवर पोहोचतो. वडील प्रवचनातून मधेच बाहेरच्या दारातून पाहतात. पायरीवर बोमटू बसलेलाच असतो. देवाऐवजी त्यांची एकाग्रता बोमटूवर केंद्रित होते. आता काय करणार? शेवटी प्रवचन संपल्यावर : घे तुझ्या आयला घे, जा, कर काळं. चार सहा शिव्या निर्लज्जपणे ऐकून घेत बोमटू किराणा दुकानाकडे लगबगीनं नोट फडकावत जातो.

किंवा दुसरा असाच कामचुकार धर्मामामा. खूप झडी लागली आहे. पाऊस महिनाभर बसला. नदीला पूर आल्यानं गावापासून महारवाडा पूर्ण तुटला आहे. मीठ मिरची तिखट तेल ज्वारी — महारवाड्यात काहीही नसणार. पावसाचा जोर वाढणार अशी चिन्हं. एक प्रहर रात्र उलटली आहे. अंगणाबाहेर डहलजीतून उंच महारी आवाज : जोहार ओऽ इठूबोवा हो, ओ सीताबाई ऽ ऽ, मावशे ऽ ऽ. ...कोन रे? ...जी, मी धर्मा, तुमचा महार, जी. ...काय रे धर्मा, काय झालं? ...कुऱ्हाडच पडली म्हना देवा अंगावर. ...कां, काय झालं? ...म्हतारा मेल्हा जी. ...असा कसा एकाएकी गेला? ...पाहाटेच चचला. येऊ येऊ म्हनता नदीले पुरावर पूर. आता आमाक उतरला तव्हा डोंगराकडे वाघदरीपर्यंत चालत गेलू आन नदी वलांडीशान आलू. ...कशाकरता एवढं? इथेच आलं पायजे असं काय आहे? ...असं नका म्हणू देवा. म्हतारा तुमच्या उष्ट्यापाष्ट्यावर तं लहानचा मोठा झाला. ...अरे वा रे वा, धर्मा, तुम्हाला राखायचा का पत्कर घेतला आहे माह्या ल्योकानं? ...आजी, असं नका तोडून टाकू. जलम देनाराले बायलं तं पायजेच नं? ...मंग का सरपण इथेच आहे? गावातले दुसरे कुनबी का मेले सगळे? ...बाई, वासरू आपल्याच गायीकडे तं जानार का न्हाई? ...काय पायजे काय तुला? ...एक नवं धोतराचं पान

देयजा, दोनेक रुपेबी देसान गुल्याल उदबत्यायले त बरं व्हीन, मालक. बयतन कोरडं तुमच्या वाड्यातच भेटीन अशा वक्ताले, बाई. गोवऱ्याबी लागतीन डालभर, बस्स. तुमच्या घरचा कंदील बी देयजा. पाहाटे परत आनीन.

पाऊस जोरात पडतोच आहे. धर्माची घोंगडी भिजते आहे. सकाळी ये म्हटलं तरी तो तस्सा उभा आहे. आता याच्याकडे म्हातारा मेला, तर आपण काय काय देणं लागावं? धर्माला खरंखोटं रडू कोसळतं. घरातले सगळे विरघळतात. सांडू गोठ्यात दिवसभरच्या कामानं थकून झोपलेला असतो. त्याला उठवणं. ...आयतखाऊ हे नुस्ते मायझौ. याहिचं मर्तिकबी कुनब्यानंच करावं? का रे धर्मा? ...जाऊ दे सांडू, दे काढून लाकडं, पाऊस वारला, की डोक्यावर घेऊन जाईल. ...देव तुमचं बरं करो मालक.

कधी पाचसात तमासगीर भल्या पहाटे थंडीत कुडकुडत जोहार मायबाप करत आंगण धरून बसलेले असतात. हुकुमी लीनतेनं म्हणतात, मालक कपडे शिवने पडता.

या सगळ्यांचे केस लांब कमरेपर्यंत वाढवलेले — वगात कोणी तारामतीचं काम कोणी रंभा, मेनका, विश्वामित्र. नाचण्यात तर सबंध आरपट्टीत नावाजलेले. गावाच्या अब्रूचा प्रश्न. प्रत्येकासाठी कापड, पुन्हा शिलाईचा खर्च. ...पाव्हा, पाव्हा मालक, दसरा गेला, दिवायी गेली, आता उतरण चालली. पाव्हा, हे असे फाटके कपडे नेसूनशान सगळे सण साजरे केले हायती. वडलांकडून पैशे मिळाल्यावरच हे आंगण सोडतात.

असं वर्षभर कुणाचं न् कुणाचं चालूच असायचं. सरपण, कपडे, फाटके लुगडे, ज्वारी, पीठ, भाकर, भाजी, सणाला डाळ, गहू, तूप, ताकदूध तर केव्हाही, लग्न असलं की दिवसातून चाळीस फेऱ्या आमच्या घरावर — सगळं द्याच. इतकं असून वेळेवर — नाही जमनार मालक. तिकडे कोणाकडे ज्यास्त रोजी मिळते तिकडे जाणार. आजी वडलांना समजावते, असू दे भौ, कारूशिवाय कुनबी म्हंजे बैलामिचूक गाडा. नारू तोडता येतो, कारू तोडून नाही चालत. हजारो वर्षं हा गावगाडा असा चालला.

मग अचानक महारी पिपारीचा कर्कश तारस्वर सुरीसारखा कुणबिकीच्या गळ्यावरून फिरला, टणटणीत महारी संबळीवर ठुंबा कडकडला : कुणब्याच्या दारी जायचं नाही, शेणपाणी बंद. पडं ओढायचं नाही. कुणब्याशिवाय कसे पोट भरतील हे? पण पोटं भरत आली, अर्धी पोटं गाव सोडून शहरात गेली. शिकून कुणब्यांच्याही वर गेली.

साधा तमासगीर मकडू महार. चार फाटकी पोरं जमा करून मरीमायमागच्या वाळवंटात ढोलकीवर लावण्या वाजवत बसे. कामधाम काही नाही. उपासमारीत मुंबईला गेला आणि शंकर जयकिशनच्या आर्केस्ट्रात महारी ढोलकीच्या घाया टाकण्यात फेमस होऊन बसला. *लपक झपक तू आ रे बदरवा* गाण्यात मकडूच्या ढोलकीचे तुकडे काय विलक्षण. ओ हो हो हो म्हणतात सगळे. क्रॉफर्ड मार्केटमधे रात्री गाळ्यावाल्यांच्या करमणुकीसाठी महारी गंमत मधली कडकडीत ढोलकी वाजवून दाखवणारा हा मोरगावचा माथाडी इतका नावाजला, की एकदा अचानक असिस्टंट डायरेक्टरनं त्याला टॅक्सीत टाकून स्टुडिओत नेलं. तिथे तासभर मकडू वेगवेगळ्या घाया वाजवून दाखवत होता. पण अचानक काय त्याच्या अंगात आलं — खरं कारण म्हणजे त्याच्या ढोलकीचं रेकॉर्डिंग होत असतांना *झगड झगडकर पानी लाऽ तू ऽऽ* ही मन्ना डे च्या पार्श्वगीतातली तान ऐकल्याबरोबर मकडूला मुंग्या आल्या. *तेरे घडे में पानी नहीं है...* दुष्काळात लहानपणी मोरगावच्या हाळावर मडकंभर पाणी मिळवण्यासाठी भर उन्हात वेड लागेल असं ह्या पोराला कळवळून ओरडावं लागायचं : *वाढ वऽ माय पानीऽ* ते सगळं दाबून ठेवलेलं अस्पृश्यतेनं शापित दुष्काळी लहानपण मकडूच्या बोटांमधून तिथे उसळी मारून आलं. दुर्दैवानं फिल्मच्या एडिटरनं पंधरा पंधरा सेकंदांचे दोन भारी तुकडे फक्त गाण्यात घातले.

पुढे तासभराच्या रेकॉर्डिंगचं काय झालं, हे मकडूलाही कळलं नाही. मकडूचं तर आता जी आहे त्या रेकॉर्डवरही नाव नाही. पण मोरगावची महारी ढोलगी तर अमर झाली. *झटपट तू बरसाऽ बदरवा झटपट तू बरसाऽऽ*

ऊठ वो माय, पाहाय पाहाय, तुहा खंड्या केवढा मोठा झालाहे.

हरचंदची थोरली तिन्ही मुलं फैजपूरच्या दलितमित्र दादासाहेब धनाजी नाना हायस्कूलच्या बोर्डिंगात ठेवलेली. तिथे जेवण खराब असतं म्हणून हरचंदची बायको जाईभावजय अधूनमधून पापडबिबडे, शेंगदाणे, चटण्या घेऊन जायची. आताही ती तिकडेच गेलेली असते. धनाबय घरातच कायम खाट धरून पडलेली. हरचंदची सहावीतली मुलगी तोंडावर पावडर मारून चहासाठी दूध आणायला जाते. धनाबयजवळ थोडा वेळ बसावं, म्हणून मी धडपडत आत शिरतो. पण मधला दरवाजा ठेंगणा आहे, हे लक्षात न आल्यानं दाणदिशी माझा कपाळमोक्ष होतो. झिणझिण्या येऊन मी डोकं दाबतो. वरच बाबासाहेबांचा फोटो तरंगत राहतो. धनाबयला नीट दिसत नसल्यानं ती माझ्या जन्माआधीच्या आजीच्या

जुन्या आठवणी सांगत राहते. तिच्या उदार हृदयातला जुन्या अनुबंधाचा आनंद चेहऱ्यावरून उतू जातांना दिसतो. मी मात्र तो सगळा खवटेल काळ आठवून अस्वस्थ होत जातो. त्यातून डोकशातल्या झिणझिण्या चालूच असतात.

धनाबयचा नवरा संभू रानात वाघानं मारला तेव्हा हरचंद सहा महिन्यांचा होता. त्या हंगामात आमच्या इनामाकडे बारी उतरून आलेल्या एका वाघानं हैदोस घातला होता. दिवसा माणसं उचलून न्यायचा. शिकारी बोलावले. वाघ मारणाराला पाटलानं दहा रुपयांचं रोख बक्षीस जाहीर केलं. मग गावातले सगळे उतावीळ तरुण फरश्या, बरच्या, तलवारी घेऊन नदीच्या काठाकाठानं हाकारे देत देत डोंगराकडे चालले. आमचा संभू धाडशी आणि बेफिकीर. शिवाय बक्षीस एकदम दहा रुपये. त्या खुमखुमीत लेंड्या पाहत थेट जाळीपर्यंत माग काढत एकटा गेला आणि एका पंजातच वाघानं त्याची नरोटी फोडली. तेव्हापासून सोळा सतरा वर्सांची विधवा धनाबय तान्ह्या हरचंदला आमच्या गोठ्याबाहेर झोळीत टांगून एकटी दहा गुरांचं शेणपाणी करायची, दिवसातून तीन वेळा. आजी नेहमी तिच्याशी संभूच्या आठवणी काढून बोलायची, ते संवाद फार हृदयस्पर्शी असायचे, असं आई नक्कलवजा सांगायची : वऽ धने, तुह्या नवरा जाइसन आता पंधरा वर्सं झाले असतीन, हावो नं? खऱ्या हिमतीचा मानूस. गावासाठीच तं बळी गेला नं त्याचा? पन गावानं काय देलं तुले? लळू नको, उगी राहाय. असू दे. दिवस निघी जाता. मग धनाबय दिवसरात्र दाबून ठेवलेले कढ बाहेर काढायची. आता हरचंद मोठा झाला, की लगन करी टाक त्याचं. मंग घरी बशीसन खायजो. धनाबय दुरडीत भाकरी, भाजीचं मडकं, ताक डोक्यावर सांभाळत पदर पुसत जायची. आजीचा तिला मोठा मानसिक आधार होता. लळू नको बहीन, लळू नको, जातीन हे बी दिवस. पण ते शेणामुताचे दिवस काही जात नव्हते.

हरचंद मोठा झाला, तो आईला काही मदत करीना. स्वभावानंही दांडगा होता. त्याचं लग्न झालं, तरी आई न् बायकोच काम करायच्या. त्यावेळी रोजच्या भाकरीशिवाय वर्षाचं बलुतं एक पोतं ज्वारी, अर्धं पोतं डाळी काही फार नव्हतं. एवढ्यासाठी हे थंडीवाऱ्यात पावसात शेण अंगावरून निथळतं आहे आणि आपली आई, सगळ्याच महारणी, आपले लोक टोपल्यांतून मालकांच्या उकिरड्यापर्यंत नदी ओलांडून रोज वर्षानुवर्षं जन्मोजन्म घाण वाहत आहोत — त्यातून देखणी बायको जाई बिचारी पहाटे थंडीत उठून शेण भरायला येते. तिला नवं लुगडं घेता येत नाही. पुन्हा ती पोटुशी. त्यात साले कुणबी महारासाठी देयाच्या बारक्या आणि लहान लहान भाकरी रांधतात. एकूण हरचंदचं डोकं बिथरलेलं असायचं. त्या वेळी ऐकायला येणारे राजकीय विचारसुद्धा — चरखा,

विधवाविवाह, खादी, दारूबंदी, परदेशी मालावर बहिष्कार, सत्याग्रह, हिंदू मुसलमान भाई-भाई — असे शहरी, एकूण महारमांगांना कुचकामी, विचित्र वाटतील, असे परके असायचे. भीमराव हे नावसुद्धा कधी पेपरांतही यायचं नाही. तरी पण युग बदललं होतंच. हरचंदमधे क्रांतीची चुरचुर सुरू झाली असावी. म्हणून धनाबय आणि जाई शेणाचे, टोपले वाहायचं कठीण काम सांभाळायच्या. हा स्वतः संतप्त मुद्रेनं फक्त गुरांखालचं शेण खोऱ्यानं ओढून ढीग करायचा. मग आळीपाळीनं आईच्या, बायकोच्या दर खेपेला रिकाम्या करून आणलेल्या टोपल्यांत ते शेण भरायचं, भरलेलं टोपलं उचलू लागायचं आणि नीट बायकोच्या डोक्यावर ठेवायचं. त्या वेळचा बायकोचा घाबरा चेहरा, कपाळावर पडणारं शेणमूत पाहून हरचंद खिजरू होत चालला. बायकोच्या डोक्यावरची गवताची चुंभळ जरा तिरपी झाली किंवा अंगावर शेण सांडलं की फाटकन तिच्या तोंडावर शेणानं माखलेला हात मारायचा. जाई पोरगी किंचाळून तोल सांभाळत टोपलं घेऊन कपाळावर नितरणारं शेण निपटत रडत उकिरड्यावर जायची.

हळूहळू रोज भल्या पहाटे गोठ्यात चालणारा हा आरडाओरडा, रडारड, बायकांचा रोजचा फुकटचा छळ वाड्यातल्या लोकांना असह्य झाला. सालदारही वैतागले, चिंधूआत्या तर अंगणातून मोठमोठ्यानं हरचंदला वटका करायची. शहाणपणाच्या गोष्टी सांगूनही हरचंदमधे काही फरक पडेना. एकदोनदा हरचंदनं लाथ मारून बायकोला शेणासकट आडवं पाडलं. मोठा कोल्हाळ झाला. धनाबयनं पोराच्या नावानं रडणं सुरू केलं. वाड्यात शेजारीपाजारी जमले. त्यातून मायलेकांची आणि नवराबायकोची खास महारी शिवीगाळी चालूच होती. हे वाढल्यावर वडील एकदा संतापून हरचंदच्या हातातलं खोरं हिसकून घेत म्हणाले, उद्यापासून तुम्ही लोकांनी इथे यायचं नाही. आम्ही दुसरा महार लावू. चालते व्हा. पोरीबाळींच्या वाड्यात तुमच्या घाणेरड्या शिव्या पहाटे पहाटे ऐकणंही नको अन् तुमचं दर्शनही नको. धने, आजची शेवटची भाकर घी जाय. यंदा खळ्यातही बलुत्याला यायचं नाही. फार झालं.

दुपारी धनाबय भाकरीला आली आणि मोठ्यानं गळा काढून सात पिढ्यांचा ह्या घराचं शेण वाहायचा, दुष्काळात ह्या घरीच पोट भरून खायला मिळण्याचा इतिहास पढत, आम्हांला तोडू नका म्हणत राह्यली. सून पोटुशी आहे. पोरगा उचाळू आहे, चुकलामाकला त्याला दोन लाथा घाला, पण तुमच्या दारी वाढलेलं हे जनावर मारू नका, मायबाप. सूनही पोट सांभाळत आजीचे पाय धरून गेली. संतप्त तरुण हरचंद मात्र एकदाही फिरकला नाही. दरम्यान वडलांनी दुसरा आडदांड सोमा महार दारी कायमचा म्हणून लावून टाकला.

दुसऱ्या दिवशी पहाटे आपली एकसारखी तीन मुलं आणि बायको घेऊन मोठ्या उमेदीनं सोमा आमच्या गोठ्यात रुजू झाला आणि सगळेजण भाकरीच्या आशेवर शेण काढायला लागलेही. मोठमोठ्या गलमिशांचा, पृथ्वीराज चव्हाणासारखा दिसणारा हा सोमा चावडीवरची त्याच्या हक्काची जागल्याची काठी पाटलानं काढून घेतल्यामुळे दोन महिने उपाशी मरत होता. कारण त्याच्याकडे काठी असतांनाच विठ्ठलमंदिरात मोठी चोरी झाली. रामनवमीच्या उत्सवाची सगळी वर्गणी, एका निपुत्रिक सावकाराला मुलगा झाला म्हणून रामनवमीसाठी दिलेला सोन्याचा पाळणा आणि देवाचा सोन्याचा हार आणि मुकुट, चांदीच्या चवऱ्या असा बराच ऐवज पद्धतशीर मंदिराची तिजोरी उघडून कोणीतरी भर दुपारी लंपास केलेला आढळला. सोमा जागल्यावर हे प्रकरण अशामुळे शेकलं की, त्या दुपारी सावासारखे मंदिरात घुसून नीट तिजोरी उघडून लाखांचा ऐवज पळवणारे हे दोघे आळंदीचे टाळकरी म्हणून काही महिन्यांपूर्वी रात्री मंदिरात येऊन झोपले होते. तेव्हा ते तिजोरीच्या कुलपांचे ठसे घेऊन गेले होते. गावात कोणीही नवीन माणसं आले गेले त्यांची वर्दी सोमा जागल्यानं पाटलाला द्यायला पाह्यजे होती की नाही? हे काम कोणाचं? तर सोमानं हात जोडून आमचे वडील वगैरे पंचांसमोर रडत फुंदत पटवून दिलं, की आपण रात्रभर गस्त घालत असतो. पण विठ्ठलमंदिराची पायरीसुद्धा म्या महारानं शिवायची नाही, असा पुजारी नारायणभटजी यानं आपल्याला सज्जड दम दिलेला होता. मग विटाळाच्या भीतीपायी विचारपूस कशी करणार?

ह्यावर *मनुस्मृती*तला लहानपणीच पाठ झालेला एक संस्कृत श्लोक पुटपुटून नाऱ्याभटजीनं उलट असा बनाव केला, की हे आळंदीचे चोर मंदिरात वेशीवरूनच आले असतील ना? मग त्याची वर्दी सोम्याने दिली होती का? सोम्याचा याच्यात काही हात नसावा असे तूर्तास मी म्हणू शकत नाही, परंतु दंडोपूपन्यायाने जर याच्याशी संबंधित अंत्यज ज्ञातीचे हे चोर निघाले तर नैर्ऋत्येकडील चाळीस शुद्ध ब्राह्मण आणून मंदिर शुद्ध करून मूर्तीचा पुनःप्रतिस्थापनाविधिसंभव उद्‌भवतो. यालाच घाबरून जाऊन जुन्या वारकरी पंचांना ब्राह्मण पुजाऱ्याचं म्हणणं उचलून धरावं लागलं. ग्रांथिक रुबाब आणि धार्मिक बाब म्हटल्यावर एरवी गरिबांचे कैवारी म्हणवणारे आमचे वडीलही बिचाऱ्या नेक सोमाच्या बाबतीत काही करू शकले नाही. त्याच्यावर अन्याय केल्याची अपराधी भावना त्यांना सलत होतीच.

पण खरी गोष्ट नंतर उघडकीला आली. ती अशी सांगतात की, त्या वेळी राष्ट्रभक्तीनं भारलेले आमचे हुनाकाका आणि त्यांचे इतर रूपा काँग्रेस वगैरे समाजसुधारणेचं व्रत घेणारे पुढारी मित्र यांनी फैजपूर काँग्रेस अधिवेशनामधेच

गुन्हेगार जमातींबद्दलच्या इंग्रज सरकारच्या धोरणाचा निषेध करणारा ठराव मांडला होता. भटके पारधी, बेलदार, ठेलारी, कैकाडी, वंजारी, भामटा, गारुडी वगैरे लोकांना त्यांनी संघटित करायला सुरुवातही केली होती. हिंदूधर्म संकुचित अपसारी असता कामा नये, ह्या सर्वांना सन्मानानं देवळांमधे प्रवेश करू दिला पाहिजे, अशा थोर विचारापायी नदीपार पालं ठोकून राहाणाऱ्या गारुड्यांना ते विठ्ठलमंदिरात देवदर्शनासाठी स्वतः घेऊन यायचे. या टोळ्यांपैकी कोणीतरी हा गैरप्रकार केला असावा. खुद्द ह्या काँग्रेस अधिवेशनात ह्या चोरांनी लुई फिशर वगैरे अनेकांचे कोट, टोप्या, सदरे शिबिरांमधून पळवले होते. एकटे महात्मा गांधीच तेवढे ह्या कपड्यांच्या चोऱ्यांपासून सुरक्षित राह्यले.

तर असा हा गलमिशांचा तगडा सोमा बायकोमुलांसह शेण काढत असतांनाच धनाबयचा हरचंद बायकोसह दाणदाण मालकासारखा गोठ्यात शिरला. काही क्षणांत गोठ्याला रणांगणाचं स्वरूप आलं. रडओरड, चतुरंग शिवीगाळ, त्यात गोंधळलेल्या गुरांच्या शिंगं उगारून लाथाड्या, गायींचं हंबरणं, वासरांचं दावी तोडून पळापळ असा पहाटेपहाटेच मोठा दंगलदायक प्रकार झाला. अर्धं गाव जमलं. काय झालं, काय झालं असं झालं. संतप्त तरुण हरचंद दांडग्या सोम्याच्या हातचं खोरं हस्तगत करायला मागत होता, तर सोमानं हक्कासारखा शेणाच्या खोऱ्याचा राजदंड घट्ट मुठीत धरून ठेवला होता. दोघांनी एकमेकांना रेटत फटकावणं चालवलं. आवाज चढवून शिव्या देणंही. अरे भाड्या — कोण रांडेचा शेण भरतो ते बघतो ...शाटमारी — भडवीच्या ...सोपं आहे का दारचा महार बदलवणं ...मायझौ, खून पडतील, हाँ ...भोसडीच्या ...तुह्या लेक मायबहीनचा झौ ...सात पिढ्या नागोरावापासून याहिंच्या दारचे महार हौत आमचे वडलं — असं चाललं. सोमानं हरचंदला सहज उचलून फेकला असता, पण त्यांच्यामधे पदर खोचून मोठ्ठं सातआठ महिन्याचं पोट झालेली लालबुंद जाई तलवारीसारखा खराटा धरून उभी ठाकल्यामुळे सोमा कचरत होता. त्यातून सात पिढ्यांचा हक्क — बलुतं — अशा परंपरेशी जाईच्या पोटातल्या पुढच्या पिढीचा प्रतीकरूपी गर्भित संदर्भ लागत असल्यानं सोमा गह्याटला.

सोमाच्या बायकोची आणि धनाबयची इकडे मूलभूत शिव्यांची शक्तिपरीक्षा अटीतटीनं चाललीच होती : घरघुशी ...चलवादी ...वा वं झवाडी रांड ...माह्या ल्योक तुही गांड खाये ...काय पोरगा जनला तिरप्या फोदीचीनं ...वं तुह्या बोखाऱ्यात उंदीर घुसो. सोमाची लहानलहान मुलं मायभोवती कधी बापाभोवती घिरट्या घालत त्यांचे हात ओढत लोचून लोचून रडकुंडीनं म्हणत होती — बाबा गड्या जाऊ दे की रे ...माय, गडे चाल की वं आपल्या आपल्या घरीऽ. मुख्य म्हणजे ह्या

मारामारीमुळे हबकून गेलेले वडील घरातून बाहेर येतच नव्हते. ते भीतीनं घाबरलेले दिसले. त्यांना कशाची भीती वाटत होती? हरचंद सोमाचा गळा धरून म्हणत होता, ये बे, हा म्या मरायला तयार हाओ, माय झौ. झ्याट मारी, फुटलं तर फुटलं डोसकं. असं काय महारड्यात बशीसन बी आयतं खायाले मियतं, का शिरापुरी भेटते?... अबे मायझवाळ्या, तुह्या मायचा भोसळा, तुह्या ऽ, तंगडी धरीसन चिरीन तुले. ...आबे हट, सात पिढ्यायचा हक्क हाओ, सोडतो का सुखासुखी?

आता न राहावून आमची आजी आणि चिंधूआत्या आणि आंधळी काकू मधे पडल्या. धनाबय आणि सोमाची बायको दोघींना अगोदर आवरलं. मग आजीनं सोमाला ओढत गोठ्याच्या दाराकडे ढकलत आणलं. मालकानं असं तोंडघशी पाडलेल्या सोमालाही आब राखून सुटका करून घ्यायचा मार्ग सापडला. चिंधूआत्या हरचंदवर संतापून ओरडली, हे बघ, माह्या भावाच्या दारी खूनखराबा नको करू. करायचं ते बाहेर मैदानात कर. आजीनं सोमाला खळ्यातलं काहीतरी काम सांगून चार डोये ज्वारी द्यायचं कबूल केलं. सोमा आमच्या घरामधे तिरस्कारानं नजर खुपसत बरळत निघून गेला — कुनबी साले गांडूच.

तरी बऱ्याच वेळानं वडलांची टोपी दिसायला लागली. गर्दीही वारावार झाली होती. आजीनं धनाबयशी हरचंदच्या बापाच्या गोष्टी काढून सलोख्यानं तिचाच कसा शेणाचा हक्क आहे, हे कबूल केलं. धने, तू माह्या लेकीसारखी वं. त्या आखाडीच्या सालात दरोडे पडत, तव्हा माह्या संभू ह्या अढी देवडीवर बशीसन रातभर काठी आपटत राहे... तिकडे संतप्त तरुण हरचंदनं आणि जाईनं सगळं शेण ढायलं आणि जळजळीत नजरेनं आमच्या खजील वडलांना शेणाचा पोह समजत तो दाणदाण निघून गेला. दुपारी धनाबयसुद्धा नेहमीप्रमाणे भाकरी भाजी ताक घेऊन गेली.

तर आजी वडलांना शिकवत होती : सोपं असतं का इठू दारचा कारू टाकणं? महाराशी तं कध्धीसुद्धा वाकडं घेऊ नये, बेटा. परवा त्या कान्ह्या पाटलाच्या खळ्यात आग लागली, पाह्यली नं? चारा गेला, ढोरं बिचारी दावी तानी तानी आगीत भुजाले नं मेले. केवढं नुकसान झालं? असं व्हतं. गावागाड्यात कोन्हाचं नाव घेता येतं का? कुनब्याचा तं पसारा केवढा असतो. सात ठिकाणी मळे खळे रानं गुरं ढोरं दुभत्या म्हशी गायी गंजी — कुठे हंगामात उभी पिकं खुडून नेली, केळीचं तान्हे घड कापले — हजारांचं नुकसान होतं. म्हशीले बैलाले ईख खावाडी देलं — काय करसान? आहे तसं गोडीगुलाबीनं चालू देव्वं.

त्या दिवशी भावडूला अन् मलाही झोप आली नाही. अशा किती पिढ्या हे *आहे तसं* चालू द्यावं? त्यांनी त्याच शिव्या आपल्या वडलांना किंवा आईला देणं

सुरू केलं असतं तर? मारामारी वडलांशीच केली असती तर? खंडू, सांग, शेतकरी कुणब्यांना कष्ट करूनही सुरक्षितता आहे? आत्मप्रतिष्ठा आहे? बलुत्यांना तरी कुठे आत्मप्रतिष्ठा आहे? मोडताही येत नाही म्हणून उभयपक्षी चालूच राहणारी — हा कोणत्या नामुष्कीवाण्या गुलामगिरीचा प्रकार आहे?

पण हे मोडलं. ग्रामव्यवस्थेचा हजार वर्षं कोंडलेला श्वास मोकळा झाला. आपण कॉलेजात पहिल्या वर्षाला होतो तेव्हा एक दिवशी लायब्रीत सगळ्या पेपरांच्या हेडलायनी एकसारख्या : महारांनी गावकीचे धंदे सोडले. हिंदूधर्मही सोडला. जयभीम, जयभीम, खंडू.

हरचंदचा निरोप घेऊन मी निघतो. समोर पुन्हा पोस्टर :

मुक्त कोणी कोणास केले?

नदी ओलांडतांना दुरून वेशीत उभा भडखंबा दिसतो. अक्राळविक्राळ *सहस्रशीर्षा पुरुषः* भूमीवर दशांगुळं वर तो उभा आहे. ह्याचं तोंड ब्राह्मण झालं, बाहूंचा क्षत्रिय केला, जो वैश्य त्या ह्याच्या मांड्या. अरे, आता ह्या उत्तुंग पुरुषाचे पाय तुटले की काय? ढेगूमेगू झाला हा तर वेशीतला. पुरुषसूक्तातली ब्राह्मणांची तोंडंही पळाली शहरांमधे आणि बाहू? ते तर चंद्रगुप्त मौर्यानं कधीच तोडले होते. म्हणजे ह्या खेड्यांमधे उरले मांड्या मोडणारे वैश्यच? सगळेच सोडून चालले खेड्यांना, खंडेराव. ह्या दिवाळीला रेनीच्या धनगरवाड्यात होऊन जाऊ दे डफावर हा हेळा :

ओ ऽ हे रे हो ऽ कि अन् जो हेळा रे हो ऽ
अरे म्हंता सुकतं पानी टिकतं रक्त अन् झाले सगळे मुक्त
शेतकऱ्यांनीच फक्त घेतलं आहे का उक्त तुमचं पुरुषसूक्त हो ऽ ऽ
अन् जो हेळा रे हो ऽ ऽ

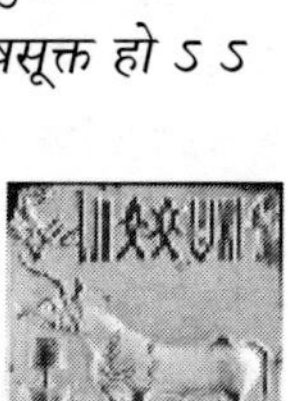

एकसारखी तीन वर्षं आखाडीची गेली. पहिल्या वर्षी अतिवृष्टीनं पिकं गेली. वर्षभर घरातलं होतं ते रांधलं. महारामांगांनी, भिल्ल, पावरा, कोरकूंनी रानातला झाडपाला ओरबाडून पोटं भरली. त्यानंतरच्या वर्षी ढग नुस्ते वरून सरकतांना दिसत होते. धोंड्या नाचवून, बेडक्या फिरवून काही उपयोग झाला नाही. दिवाळीत एक दिवा

लागला नाही. कुणब्यांचीच घरं रिकामी झाली, तर शेतमजूर आणि बलुत्यांची काय पोटं भरणार? गुरंढोरंही मरायला लागली, त्यांना बाजारातसुद्धा कोणी घेईना. न विकल्या गेलेल्या आपल्या गुरांची नजर चुकवून शेतकरी त्यांना तिथेच बाजारात सोडून अपराधी चेहरे लपवत घरी परतायचे. त्यामुळे बाजाराच्या गावाभोवती मढीच मढी आणि घिरट्या घालणारी गिधाडं. लहान शेतकरी चिंचेचा पाला खाऊन, मुळं उकरून त्यावर जगत राह्यले. सातपुड्याच्या डोंगरातल्या वस्त्यांवरचे हाडांचे सापळे झालेले आदिवासी खाली उतरले. सकाळपासून गावात नवनव्या भिकाऱ्यांची रांग लागायची. हळूहळू गावविहिरीचं पाणीही आटलं. नदी खणून झिरे काढून गरीब लोक गढूळ पाणी प्यायचे, तेही आटलं. आता रात्री दरोडे पडायला लागले. हातात बरच्या, आसाऱ्या, पहारी, सब्बली घेऊन लोक आळीपाळीनं झोपायला लागले. घरातल्या धान्याच्या कणग्या गोधड्यांनी झाकाव्या लागायच्या. मोठ्या शेतकऱ्यांची पेवांमधल्या धान्यावर गुजराण चालली. एकानं दुपारी पेव उघडलं. हे कळल्याबरोबर गावाबाहेरच्या लोकांच्या झुंडी धान्यावर तुटून पडल्या. तो शेतकरी तेव्हा डोक्याला हात लावून सगळं पाहत होता.

त्याच उन्हाळ्यात सिंधुमावशी तिच्या सतराअठरा वर्षांच्या सुधीबरोबर आमच्याकडे राहायला आली आणि आईच्या गळ्यात पडून तिला असं कवटाळून धरलं की दोघींची शरीरं हादरत होती, इतकी रडली. भंडाऱ्याकडची तिची दुर्दशा ऐकून घरातले सगळेच हुळहुळले. आई म्हणाली, कशाकरता मायबहीण असते, अशावेळी नाही तर? घरात वीस लोक जेवतात, तुम्ही दोघी जणी काही मनात शंका आणू नका. राहा. मावशी आणि सुधी खूप काम करायच्या आणि मुकाट्यानं सुकंओलं मिळेल तसं खाऊन मागच्या दाराजवळच्या परोटलीवर झोपायच्या. पुढे केव्हातरी धनाबयजवळ आमची आजी घरचे झाले थोडे अन् व्याह्यानं धाडले घोडे, असं काहीतरी म्हणाली. हे आपण सहज म्हटलं, तुझ्या बहिणीला उद्देशून म्हटलं नाही, अशी सफाई आजी नंतर करत होती. उगीच एखादी म्हण जिभेवर येत नाही का चुकून? ...चुकून कशी येईल? ध्यानी ते मनी.

आईचं आणि आजीचं हे कडाक्याचं भांडण झालं. भांडणाचं ऊर्ध्वकेंद्र नेहमीप्रमाणे पंधरा वर्षांपूर्वी आई नुकतंच लग्न होऊन आली होती, तेव्हा तिला भोगाव्या लागलेल्या सासुरवासात होतं. तेव्हा आईला नदीवरून पाण्याच्या खेपा कराव्या लागायच्या. अगदी पंधरा दिवसांची ओली बाळंतीण होती तेव्हासुद्धा —

डोक्यावर कडेवर हंडे, कळशा, कोल्हाटणीसारखं दोरीवर चालणं जणू. आणि आजी पाण्यानं भरलेल्या बादल्या चौकात मुद्दाम उबड्या करून आईला सारख्या खेपा करायला लावायची, वायघोडी. ...कोणाला वायघोडी म्हणतीस, बटके, तूच तिढेपणानं वागायचीस, मोठा गर्व तुला तुह्या माहेरचा. मोठी रावेरच्या बहादूर पाटलाची लेक. असशील तू मोठ्याची लेक. आता काय राह्यलं त्याचं? ...काय राह्यलं म्हंजे? कपाशीच्या व्यापारात खोट आली, पण माह्या बापानं सगळी इस्टेट विकली — शेतकऱ्यांचा कोणाचा एक पैसा अंगावर ठेवला नाही. मग? हे पाहा, ऊनसावली सगळ्या जगालाच लागून राह्यली आहे. ते मिशनरी लोक महारोग्यांची सेवा करता, महारामांगांच्या पोरक्या लेकरांना वाढवता, अनं एक सख्खी बहीण पोट भरायला आली तर ह्या कसांडीला जड जाते — हा हा हा हा देवाऽ -

मग आक्रोश रडणं. आजीनं सासूत्वाचे नवनवे हुकमाचे एक्के काढून आईला गप्प करणारी गाऱ्हाणी काढली. पण सूनगिरी वरचढ ठरली. आमचं आजोळ उचापती, बहादूर पाटलाच्या काळापासून नाना हिकमतींसाठी प्रसिद्ध होतं. आमच्या आईची आजी नबाबाई खाशी तलवार घेऊन गाड्यावर बसून शेतावर जायची, कारण त्यांची हक्काची जमीन मूळ होळकर सरकारातली, पण पेशव्यांनी परभारे एका ब्राह्मण इजारदाराला इनाम दिल्यामुळे मालकी जो पेरेल त्याच्या बाजूनं लागायची. पेरणीत ही तलवारवाली पणजी नबाबाई घट्ट काचा मारून तलवार परजत शेताच्या मध्यभागी उभी राहायची, तेव्हा शिवारात औतं निर्धास्त चालायची. त्यामुळे आजीचा दरारा त्या भागात अजून धानके आदिवासी लोक बोलतात. त्यांच्या एका गोष्टीत ब्राह्मण इजारदार आणि आमची पणजी याचं शेतातलं युद्ध खास विनोदी अश्लील शैलीत वर्णन केलेलं आहे :

घोडा गयेलो पडी   वरते घोडी उडी हो...
चढी गयो पाटलीन उलटा नं पालटा गडी हो...
गभराया इजारदार भाग पडी गयो हो...
खूब लडी खडीखडी... होऽ राझीऽ

खंडेराव, पीएचडी एकदा आटोपलं की ही लोकगीतं नीट संपादित करून छापायची आहेत. कधी? सासूसुनांच्या प्रत्येक उद्‌गारातून अशी एक ऐतिहासिक गोष्ट, प्रत्येक शिवीतून एक अनुभव उमटत जायचा.

सासूसासऱ्यांसमोर वर मान करायची बिशाद नव्हती आमची. अशी वांधेली वाहारी तं तव्हाच घराबाहेर काढली असती. सासरची रीत पाळावीच लागते. आम्ही नव्हतं पाणी भरलं, पट्टवने? माही सासू तं निसेल दळणात बचकभर खडे टाकी द्यायची. अनं शेजारणींना दाखवून म्हणायची, पाहा माय कसं निसते? असं

तं मी कधी केलं नाही? लाडाची लाडुबाई? पेरन्याईत एक बैल पडला तं मीनं खांद्यावर जू घेतलं अन् पेरा पुरा केलता. तव्हा तं एवढं राज्य झालं तुमच्यासाठी. कयकुटी. तुह्याच शिक्का चालवती? का आमचं ह्या घरात काहीच नाही? बुद्देली. तुले बरं म्हटलं असतं तं तू करनखर, तू अजून डोक्यावर बसली असती, बाजिंदी.

हे कोणीतरी पुरुषमंडळी येईपर्यंत चालत राहायचं. शेजारची मुकी काकी नुसती हातवारे करून भांडण मोडायचा प्रयत्न चालवायची. आंधळी काकू नस्ती मधोमध बसून — बस नं बहीन, भांड्याले भांडं लागतंच. उगी नं मामी. घरोघरच आहे — असं चालू ठेवायची. चिंधूआत्या अशावेळी आड आणि विहिरी मधे सापडल्यागत काहीतरी काम काढायची — मुकाट्यानं डाळ निसणं, शेंगा फोडणं, नंतर टरफलं पाखडणं, चटणी कुटणं अशी कामं करत राहायची. मुली घरामागे चुपचाप काहीतरी कुजबुजत राहायच्या. सगळा कढ निघून गेल्यावरच आपोआप भांडण संपायचं. हे वर्षाकाठी एकदा तरी मनाचा निचरा होण्यासाठी दोघींनाही आवश्यक वाटत असावं. एवढ्या शेतीच्या, घराच्या, गुरांच्या आणि खटल्याच्या धबडग्यात मनातले दाब सगळे सेंद्रिय शैलीत सविस्तर मांडायला अवकाश एरवी मिळणं मुष्कीलच होतं. एवढं प्रदीर्घ भांडण झाल्यानंतर दुसरं भांडण सुरू करायला लागणारी ऊर्जा शिल्लक नसायची म्हणा, का मनातल्या सासूसूनद्वेषाचा निचरा होऊन जायचा म्हणा, भाषेतला त्वेषही संपलेला असायचा.

गाव सोडून जाणं तर मायलेकींना शक्य नव्हतं. ह्या भांडणानंतर मावशीनं मुकाट्यानं गोठ्यामागच्या चाऱ्याच्या घरातली शेतीच्या अवजारांची खोली साफसूफ केली. सारवून पोतारून सुधी आणि मावशी त्याच दिवशी तिकडे राहायला गेल्या, आंधळ्या काकूकडून चार भांडी घेतली. पण आम्ही सगळे तिच्याकडेच खेळायला जायला लागलो. सुधीबरोबर खेळायला बिजा, छबा, बायडी, तायडी. आणि भावडू बरोबर मी मावशीची बारीक सारीक कामं करून तिच्याकडून गोष्टी ऐकायला.

त्यावेळी सरकारनं सगळीकडे दुष्काळी कामं काढून उपासमारीनं मरणाऱ्यांचं प्रमाण कमी करायचं ठरवलं. आमच्या गावात शिरपूर-रावेर अशी पक्की सडक टाकणं सुरू झालं. दहा हजार मजूर आले. तेव्हाच मावशीनं ऐन उन्हाळ्यात खडी फोडायचं काम घेतलं. आपोआप कोण कसं तोंडात लोंदा टाकील? — असं म्हणत. गावातल्या मोठमोठ्या शेतकऱ्यांच्या बायकाही जायला लागल्या होत्या. लोक म्हणायचे यंदासुद्धा पाऊस नाही पडला तर सगळ्यांनाच तिथे उन्हात मरावं लागेल. मावशीनं गुपचूप सुधीच्या लग्नासाठी घरून आणलेले पैशे दागिने आईजवळ पूर्ण दडवून ठेवायला दिले होते. आता रोजचा खर्च मजुरीवर

भागवायचा. सरपण गोठ्यातलं फुकट होतंच. शिवाय आजीलाच आता अपराधी वाटायचं म्हणून रोज थोडीफार डाळ, भाजी ती आपण होऊन मावशीच्या खोलीत देऊन यायची. मावशी सुचवायची, की सुधीची धोंड उरावर नसती, तर मी जीवही दिला असता. पण हिचं लग्न कसंही करून एकदाचं लावून द्या. मग मी तुमचं गाव सोडीन. आजी म्हणायची, सिंधु, पोरी, देवावर भरोसा ठेव.

मावशीचा नवरा भंडाऱ्याकडे एका क्षयरोग्यांच्या धर्मदाय मिशनरी हॉस्पिटलात शेवटचे दिवस कंठत होता. लग्न झाल्यापासून तो तिकडे कोळशाच्या खाणीत कारकुनी करत होता. तशा कशाबशा नोकरीलाही चिकटून राहण्यापायी त्यानं आपल्या गावी सावद्याला घराकडे, शेतीकडे दुर्लक्ष केलं. गावी जाणंही चार चार पाच पाच वर्षं जमत नव्हतं. रजाच मिळत नव्हती. मावशी सुरुवातीला लहानग्या सुधीला घेऊन सावद्याला एकटी जाऊन राहायची. पण जावांना, सासूला, एक वकील दीर होता त्याला आणि अत्यंत संतापी सासरा — एकूण सगळ्यांनाच ह्या आरामात तिकडे नोकरी करणाऱ्या आणि पगारातला एक पैसा घरासाठी न देणाऱ्या थोरल्या मुलाबद्दल मानसिक विखार होता. आणि त्याची बाजू घेऊन दरवेळी भांडणाऱ्या सिंधुमावशीचा आणखी द्वेष होता. मावशी काही नवऱ्याची बाजू घेत नव्हती. कोणालाच सांगू नका — ह्यांना टी.बी. झाला आहे, सुधाच्या लग्नाला त्रास होईल, सगळा पगार त्यांच्या औषधपाण्यातच जातो, आम्ही कध्धीच एक पैसासुद्धा वायबार खरचला नाही, की मी वर्षवर्ष नवी साडी घेतली नाही — ह्या जीव तोडून तोडून सांगितलेल्या गोष्टी घरच्यांना बनवाबनवीच्या वाटायच्या.

महायुद्धाच्या धामधुमीत कपाशीच्या व्यापारात इंग्लंडमधल्या कंपनीचं दिवाळं निघाल्यानं रावेरचं आमचं सरंजामी आजोळ अचानक भिकारी झालं. लहानपणी सावकारी चोचल्यांची सवय झालेल्या अरेरावी बापाच्या ह्या पोरींना अशी अडाणी घरं मिळाली. मुळात स्वाभिमानी म्हणून आता भांडखोर, अशी ह्या सगळ्या बहिणींची बदनामी प्रत्येकीच्या सासरच्या लोकांनी आधीच केली होती. पुढे अगदीच असह्य कोंडमारा झाल्यावर सिंधुमावशीनं सासरी जाणंच बंद केलं. घट्ट मन करून नवऱ्याला शेवटच्या स्थितीत टीबी हॉस्पिटलमधे दाखल करून आली.

माहेरी जायची सोय नव्हती. कारण : कपाशीच्या व्यापारात खोट आली त्या वर्षी जळगावच्या व्यापाऱ्याचं देणं फिटेपर्यंत आजोबांना आमच्या वासुदेव मामाला, एकुलत्या मुलाला व्यापाऱ्याकडे जमानत म्हणून ठेवावं लागलं होतं. आजोबांना वीकटीक करून पैसे जमा करायला तीन महिने लागले. तोपर्यंत वासुदेवमामा व्यापाऱ्याच्या वखारीत एक तरट, एक लोटा आणि एक गोधडी

एवढ्या सामुग्रीवर पूर्ण दिवस आणि पूर्ण रात्र एकाच ठिकाणी बसून काढायचा. लहानशा ताटलीत छोटीशी खिचडी, कधी लहानशी भाकर दोन वेळ मिळायची, एवढंच. भूक भूक भूक. फक्त पाणी पीत बसून राहाणं. मग तो वखारीतली धान्याची पोती कोरून कच्चं धान्य खायचा — गहू, बाजरी, तांदूळ. मधेच त्याला हगवण व्हायची, पण दिवसभर काहीच खाल्लं नाही, की ती आपोआप बरी व्हायची. असे तीन महिने. त्यामुळे पैशे भरून आतुरतेनं आजोबा त्याला घ्यायला गेले, तर तो एकही शब्द न बोलता त्यांच्या मागेमागे घरी आला. मुक्या जनावरासारखा. तेव्हापासून तो घरातल्या कोणाशीही एकही शब्द बोलत नव्हता. हिंस्र पशूसारखा नुस्ता पाहायचा, आजोबा वारल्यावरसुद्धा.

सारांश, मावशीला लग्नाची मुलगी घेऊन जाण्यासारखं एकच ठिकाण होतं — मोरगावची भक्कम शेतकरीण बहीण, आमची आई चंद्रभागा. त्याच वर्षी भंडाऱ्याकडेही भयंकर दुष्काळ होता. कोळशाच्या खाणीच्या त्या भिकार गावात बाहेरून आलेल्या परक्या जातीच्या लोकांना सुरक्षितता वाटेनाशी झाली. त्यातून सुधी सतरा वर्षांची उफाड्याची पोरगी. तिला एकटी घरी टाकून दुष्काळी कामावर जाणं शक्य नव्हतं. तिच्याभोवती रुंजी घालणारे दांडगे मावशीला जुमानत नव्हते. दुष्काळानं आणि नवऱ्याच्या रोगानं आधीच सगळ्या आशा वठून गेल्या होत्या. सुधीची शाळाही मॅट्रिक झाल्यावर संपली होती. लग्नानंतर काटकसरीनं एकेक जुळवलेलं इंग्रजी कंपनीच्या बराकीसारख्या क्वार्टरमधलं आपलं सगळं सामान कवडीमोलानं विकून कशीबशी दागिने सांभाळत ती मोरगावला आली. दोष, मावशी, आपल्या ग्रहदशेतच असतो ग.

त्यावेळीच वडील आणि काका तिला आत्मविश्वासानं म्हणाले, सुधी पोरगी चांगली आहे, आम्ही वर्षभरात तिचा मांडव इथे घालून देऊ. हे आखाडीचं साल एकदा सरू दे. पण आखाडी संपेना. आखाडीची दोन वर्षं सोसल्यावर ह्या तिसऱ्या वर्षी तरी पाऊस पडलाच पाह्यजे, असं सगळे गृहीत धरून होते. देव का मारून टाकील का काय सगळ्यांना? त्याले काही दयामाया अशीनच की नाही? तरी मृग लागेपर्यंत पाऊस पडला नाही. आता पाण्याचीसुद्धा भीक मागणं सुरू झालं. होऊन होऊन काय होणार आहे? आणखी व्हायचं काय राह्यलं आहे? असा धर्म होत चालला.

ह्या दुष्काळातली एक आठ-नऊ वर्षांची डेबरी पोरगी कायमची मनात कोरलेली आहे. काळीभोर. पांढरे शुभ्र डोळे, पांढरे दात. केस ताठ आणि कधीच तेल फणी न लावल्यानं पिंजारलेले, डाकिणीसारखे दाट, सतत चेहरा झाकणारे. डोळे बांधणारे. कोणीतरी दिलेली तुटकी फाटकी, ढगळ, दोन्ही खांदे उघडे

ठेवणारी चोळी. चोळीखाली प्रचंड मोठं नगाऱ्याएवढं पोट. खाली कुणीतरी दिलेला फाटका कळकट परकर, त्याचाच आवळून काष्टा करून बांधलेला. खाली जमिनीपर्यंत नखांचे पांढरे ओरबाडे उमटलेले उघडे काळेभोर पाय. थेट जमिनीतून वर आल्यासारखी स्वयंभू दगडी मूर्तीसारखी ही डेबरी केव्हाही मी ओसरीत ताट वाढून बसलो की अंगणात उभी असायची. अजूनही मी जेवतो तेव्हा ते अंगण आणि ती डेबरी — सगळं परत हुबेहूब घडवू शकतो. कुठेही.

दे वऽ बय. भाकर दे वऽ माय. पानी दे वऽ माय.

एकाच सुरात कुठून तरी अज्ञात अंतरावरून लाउडस्पीकर सूचना देत राहतो तसं. मी एक तुकडा तिला टाकून परत जेवायला बसायचो, तरी ती पुन्हा पुन्हा मागतच असायची. मग वैतागून मी पाठ फिरवली किंवा आत जाऊन चुलीपुढे जेवायला लागलो तरी ते पांढरे डोळे तसेच अंगणातून घरात रोखलेलेच. संतापून ओरडलो, पुढे व्हय. तरी कानातून भोसकणारा तो आवाज. रोज. दिवसभर. घरी जाऊन तरी तिच्या झोपडीत काय असणार? मी जेवण आटोपून अभ्यास करत बसलो, गोट्या खेळत बसलो, तरी ती अंगणात तशीच उभी असायची. ढिम्म झिपरी. कोणीतरी अशा छान घरात राहतो, खातो, पितो, खेळतो, पुस्तकं वाचतो, छान कपडे घालतो — हेच तिला कायम पाहावंसं वाटत असेल तर? कारण ह्या जन्मी तर आपल्याला असं मिळणार नाही. मग पाहायला तरी मिळतं ना? खंडेराव, तू आयुष्यभर प्रिय डेबरीला विसरू नकोस. कुठेही जा, काहीही हो, पण जेवतांना एकदा आपल्या डेबरीची केव्हातरी याद कर.

आपल्यातला एक तुकडा जरी कोण्या भुकेलेल्याला दिला, तर पुण्य होतं. पुण्य म्हणजे काय? तर काहीच नाही. एक नैतिक कृती. काहीही फायदा नसतांना उलट स्वखुषीनं आपला तोटाच करून घ्यायची बुद्धी. करायची म्हणून करायची, अशाच गोष्टी शाश्वत आहेत. एकदा आईनं भागवतातली का कुठली तरी गोष्ट सांगतांना म्हटलं होतं, खंडू, देवच असं कोणाचं ना कोणाचं रूप घेऊन आपली परीक्षा पाहातो. म्हणजे ही डेबरी देवच तर नसेल? घरात आई भिकाऱ्यांसाठी एक ज्यास्तीची भाकर रांधून दुरडीत तळाशी ठेवायची. सगळ्या भिकाऱ्यांना एक एक तुकडा टाकून ती पुरवणं मुष्कील व्हायचं. त्यातून ही असं भयंकर अनादि रूप घेऊन येणारी डेबरी देवी. शेवटचा उरलेला तुकडा सुद्धा मी तिला देऊन दुरडी उलटी करून ठेवायचो. मग आई : अरे, एक तरी तुकडा दुरडीत ठेवावा खंडू. लक्ष्मी आली तर तिला न खाता जावं लागेल, शाप देते. आणखी दुसरी लक्ष्मी कोणती असेल?

अंगणात ह्या वेगवेगळ्या वेषधारी रूपांची रांग लागायची. *आरे दादा, तुमच्यापाशी देवानं दिलं, तवा तं आलू तुह्या दारी? दे दादा, एक घास तरी दे. अशी येळ आनली रे देवानं आमच्यावर. रे दादा, पुण्य व्हईल.*

लांबून कर्कश आवाजात रेणुकादेवीची गाणी नुस्त्या चोंडक्यावर तारस्वरात गात तीन प्रौढ काळ्याभोर हडकुळ्या बायका सरकत इकडे येताहेत :

जाऊन इचारी तेव्हा आईला बाप दाव म्हणून ऽ ऽ

म्हणून ऽ ऽ हो हा ऽ जी ऽ ऽ टम् टम् टम् टम्

तेथ रामाच्या भीतीनं आईनं धरलं आडरान ऽ ऽ

आडरान ऽ ऽ हो हा ऽ जी ऽ ऽ टम् टम् टम् टम्

परशुरामानं बापाच्या आज्ञेवरून संशयापोटी आईचं डोकं कसं झटक्यात उडवलं, हा शेवट करत त्या आमच्या अंगणात येतात. जिलकरी दोघीजणी पहिलीचा शेवटचा शब्द धृपद म्हणून वापरतात आणि सूर खाली आणून सोडून देतात. ह्या धृपदामुळे मुख्य गाणारणीला दर ओळीआधी थुंकी गिळून घसा ओला करायला पुरेसा वेळ मिळतो. कारण तिला दर पुढची वेळ भयंकर ऊर्जेनं तारस्वरातच ताणून म्हणायची असते :

झाली आदिमाय रेणुका आम्हां प्रसन्न ऽ ऽ

ह्यापुढे लगेच जिलकरणी :

प्रसन्न ऽ ऽ हो हा ऽ जी ऽ ऽ टम् टम् टम् टम्

जिलकरणींचं ध्रुपद किती लांब चालू द्यावं, केव्हा आपल्या तारस्वरात बुडवून टाकावं, हा हक्क मुख्य गाणारणीचा. ही पुनरावर्तनं अनंतकाळ चालणार असं वाटतं, तेवढ्यात कुत्रीच्या भुंकण्याचा मोठा गोंधळ. पाठोपाठ *सुया दाभण भिलावेऽऽ बेहिरडेऽऽ गोंदण — तुळशीवृंदावन, मोर घ्या गोंदवून... निव्वळ चतकोर भाकर दे माय, गोधडी शिवून देईन.* एक गरगरीत, दुष्काळातही पुष्ट दिसणारी गोंड बाई पाहून कोणीतरी आईला कानात सांगतं — चोर असता मामी ह्या बाया. लगेच तीक्ष्ण कानाची गोंड बाई म्हणते, चोर नाही बये आम्ही. गोंड लोकांची राज्यं होती आमची. कधीतरी राजकन्या असलेली गोंडवनातली सुंदरीच ह्या निमित्तानं आपल्या दारी अवतरली आहे. वाड्यातल्या बायका जमतात. काकू तिच्या मुलाकरता करगोट्यात ओवायची लोळी आहे का विचारते. ...मेलं सदा तिथेच चोळत राहतं. कोणी गोंडणीला विचारतं, का वं तुमच्यात नवरीचे लोकं नवरदेवाकडे वरात घेऊन जाता उलटी, म्हंता? सगळ्या जणी हसतात. गोंडीण शांतपणे अपमान गिळत म्हणते, *आहे तशी वाडवडलांपासूनची चाल — ज्याची त्याची चाल असते.* ...ह्या पोरीच्या डोळ्यांखाली गोंदशील? पापण्या लांब

दिसल्या पाह्यजे. चतकोर भाकर. ...ह्या दोन्ही पोरींच्या कपाळावर घाईतही पटकन कुंकू लावता येईल असा मधोमध ठिपका गोंदी दे. एक चतकोर.

हे सगळं झाल्यावर गोंडीण जबरीनंच आईकडून गोधडीचं पुरण, जुनी लुगडी मागवते. याच्यात एक दुपटा करून देते माय, तुमच्या घरात भुरगुंडा येवो. निव्वळ चतकोर भाकरीसाठी, तंतुवाद्यावर हात फिरावा तसा गोंड बाईचा काळाभोर चपळ हात गोधडीची निर्मिती करण्यात दंग होतो. तिला काळाचं भान राहत नाही. शर्यतीत पळणाऱ्या मुलींसारख्या सुया मागेपुढे रांगेनं वळणावर चपळाईनं पुढे सरकत जातात. संपलेला दोरा पटापट शुभ्र कळ्यांसारख्या दातांनी तोडून सुंदर काळ्याभोर बोटांनी गर्रदिशी गाठ मारल्यावर जोडला जातो. दुपट्यासाठी सलग तीन रंगांचे तुकडे विळीनं आधी त्रिकोण चौकोन असे फाडून नीट गुंडाळून ठेवल्यावर मग बाकीचं पुरण गोधडीत बसेल तसं फाडलेलं असतं. हळूहळू दोन सुंदर मऊ कलाकृती तयार होतात. गोधडी आणि तीन रंगांचं दुपटं. डोळ्यांत भरून राहणारे जोड. एकसारखा दोरा फिरवलेले चक्रव्यूह आणि आवर्तनांमधे आत गुप्त झालेला दोरा. मधेच ती कळावती राजकन्या शरीर मन केंद्रित केलेली कलानिर्मिती ठप्प करून भाबड्या पोकळ डोळ्यांनी आईला विचारते, यंदाबी आखाडीच राहते का काय बाई? छत्तीसगडकडून दोन वर्षांपर्वी दोन विसा माणसं निघाली होती. अर्धे मरत आले वाटंवरच...

हाळावर पाणी भरायला केव्हाही जा, दोन्ही बाजूंनी अंगावर मडकी, जर्मनची भांडी घेऊन येणारी हीच माणसं. कोणकोणाला किती द्यायचं? *पानी घाला माये, पुन्य व्हईल वं लेकी, एक घोटभर तरी दे बहीन, तुह्या घरात पायना हालीन पोरी.* पोरं पाठीशी, छातीशी घेऊन पाणी देणारणींकडे धावणारा घोळका. माणुसकीची कसोटी पाहणारे ते दिवस. दुष्काळामुळे कुठून कुठे लोक फिरत जातात — कानडी, तेलगू, कच्छी, हिंदी, मारवाडी. ह्या दुष्काळांमुळे तर आपली राष्ट्रीय एकात्मता बनली नाही? परक्या निर्घृण इंग्रजी राज्यामुळे? जवळचं शेवटचं पाणी प्यायचं भांडंसुद्धा दुकानदाराकडे गहाण टाकून मिळेल तसं धान्य घ्यायचं. दुकानदार नाही म्हणतो, तरी ती तेलगू बाई भांडं घेऊन तासभर तिथेच उभी आहे — तिच्या जगाचा शेवट इथेच आहे, जगण्याचा शेवट तो जगाचा शेवट. आता दुसरीकडे कुठे जाऊनही उपयोग काय? खंडेराव, तू असा उभं राहायला शीक. रात्री उशिरापर्यंत गल्लीत फिरणाऱ्या बाया — *माय, तू वाढशील तेवढंच आम्ही मागणार. तू दिलं तेच घेणार.* कोणत्या मानसिक अवस्थेतून ही भाषा जन्मते? *दिलं* भूतकाळ, *घेणार* भविष्यकाळ. *मोठ्या घरच्या बाई, नशीबवाल्या माई, वाढ वऽ*

बहीन. शेजारीशेजारी राहणारे भाऊभाऊसुद्धा एकमेकांना अन्न मागेनासे झाले. उसनंपासनं सुद्धा धान्य कोणी कोणाला देईना घेईना, तेव्हा ह्या भिकाऱ्यांच्या पोटात कोण काय टाकणार?

अशा भौगोलिक परिस्थितीमुळे त्या त्या प्रदेशातल्या लोकांची स्वभाववैशिष्ट्यं जगातल्या इतर लोकांपेक्षा पृथक होत असणार. आपल्या ह्या दुष्काळी वर्षांमधून वाचलेले सगळे लोक काटकसरीची एक संस्कृती पक्की करत आले. अभिमान वाटेल अशी, पण काही गोष्टी लाज आणतील अशा. यामुळेच आपण युरोपी-अमेरिकन लोकांना परिसरवादातली निसर्गाशी एकरूपता शिकवू शकतो, त्यांच्या नासाडीच्या वृत्तीला तुच्छ समजू शकतो. आपल्याकडे खायला आणलेला प्रत्येक पदार्थ सारखा वाटून घ्यायची पद्धत आहे ना? टरबुजाची एकेक फोड का वाट्यावर येईना, आपल्या घरातल्या सगळ्यांना चव मिळते. आणि स्वयंपाकघरातल्या भाज्यांच्या काड्या, टरफलं, हिरवा कचरा, धुवोणीचं पाणी, उष्टं, ताटं धुतलेलं पाणी सगळं एका बादलीत साठवून गाईला म्हशीला आपण देतो. एक तीळ सात जणांनी खाल्ली होती, खंडू — आजी म्हणायची.

आणि युरोपी संवेदनवर्चस्वामुळे आलेली रोगट स्वच्छता — साबण, पावडरी, छानछोकी? एका बादलीत सगळे घाण कपडे आधी खंगाळून मग दुसऱ्या एका स्वच्छ पाण्याच्या बादलीत ते धुऊन काढणं — साबणाची गरज काय? ह्या बगळ्यासारखा शुभ्र रंगापेक्षा गांधी विनोबा यांच्या खादीच्या धोतरांचे पिवळट रंग निर्मळ नव्हते? हात धुवायला राख काय वाईट? केसांना काळी माती? शिकेकाई? आणि बायकांची स्वयंपाकातली उर्जेची बचत? बिजा, एकदम सगळी लाकडं चुलीत ढोसू नको. एकेक लावत राहा. पुढे भाकरी होईपर्यंत मागच्या भानचुलीवर वरण ठेव. तिकडे चूल गरम राहते, तिथे दूध ठेव. छबू, स्वैपाक झाला की लगेच लाकडांवर पाणी टाक, कोळसा तरी मिळेल. आहारावर दूध तापत राहील, साय चांगली येते. लाडके, राख साठवून ठेव. भांडी घासायला चांगली राख काढून ठेव. बाकीची उकिरड्यावर. पोरांनो, पेल्याला तोंड न लावता वरून पाणी प्या, तेवढीच मोरीत भांडी कमी पडतात. भावडू, अरे इतकं कडक पाणी आंघोळीला? ताजं आडाचं पाणी एकदा घेऊ पाहा आंगावर — किती छान गरम असतं.

साधेपणाला युरोपातले लोक दारिद्र्य म्हणतात. पण त्यांना दुरुस्त करण्याआधी आपल्याकडे खरोखरचं दारिद्र्यसुद्धा आहे, ते दुरुस्त केलं पाह्यजे. म्हणजे कसं खंडेराव? हे बघ, सण उत्सवसुद्धा कमी खर्चात — गणेशचतुर्थीला

शिव्या देणं. दिवाळीला घरातल्याच वस्तूंचा फराळ, पणत्या, तेल, वाती. होळीला एक पुडी रंग — कमी खर्चात मजाच मजा. भावडूचा सदरा खंडूला बसतो आहे. घाल थोडे दिवस, दसऱ्यालाच नवीन घेऊ. परकर तर थेट बिजापासून फाटत फाटत छबी, सुभी, शशी नंतर गिऱ्हानात अंबूमायकडे. किंवा भावडूची फाटकी बनियनं मळ्यातल्या गिरधर राखोळ्यासाठी राखून ठेवणं. आकाशदिवा एक रुपयाला? कशाला खर्च करतोस खंडू? सुपड्याकडून बांबूच्या सुयट्या कापून आण आणि दोन आण्याचे रंगीत कागद, यावलला एक आण्यातच येतील. काय वेळ लागतो? चालत गप्पा मारत त्या तुझ्या रघू मित्राबरोबर जा, दुपारशी घरी. मी फुलं कापून शेपट्या लावून देईन. गव्हाच्या पिठाची चिकी. संध्याकाळशी आकाशदिवा टांगून देतो आपल्या गच्चीवर. किती पाहुणे येतील निळूकाका? शेजारून गाद्या, चादरी आणू. तांबे, पेले, ताटं जमा करू. बस. आणि दोन पाहुणे जास्त आले तर? तर आपण सगळे सतरंजीवर झोपू. एका रात्रीचा तर प्रश्न आहे. आता खंडू, आणखी काळजीपूर्वक पाहा : काय झालं? हात सुजला का? काही लागलं होतं का? रक्त साचलं असेल. कुठे डॉक्टरकडे भाडं खरचत जाऊ? आपला शिवराम न्हावी रक्त काढून टाकील. डोळे पिवळे झाले? घामातूनबी पिवळा रंग कपड्यायले लागतो, अरे, भिकलाल सोनाराकडून डाग देऊन आण.

उत्तम. पण ह्याच सवयी इतरांना शोषत राहतात, त्याचं काय? *जांभळं घ्या जांभळं, ताजे डोंगरी जांभळं.* काय भाव रे? *एक पैशाचे पावशेर देल्हे जी.* पैशाचे पावशेर? फुकटात तं मिळता डोंगरात. *झाडावर चढावं लागतं काका. उन्हात जाणं येणं, पायात काटे* – पैशाचे अर्धाशेर दे. *लेकरंबाळं हैत माई, पोट हाये.* देतो का दोन पैशांचे तीन पावशेर? नाही तर ऊठ इथून. नाही खाल्ले तर काय बिघडतं?

का हो नामूशेट, काय बसलेत? ...मोळ्या घ्यायच्या होत्या. सरपण संपलं आहे. ...अरे, मोळ्या जरा उशिरा घ्याव्या. अंधार पडायला लागला की ह्या भिलणींना होते घाई. पैशे मिळाल्यावर ज्वारीसाठी घरोघर हिंडावं लागतं. ज्वारी घेऊन पिठाची चक्की बंद व्हायच्या आत दळून चालत चालत त्यांच्या वाड्यांवर जावं लागतं. आधीच तं मांगलल्या पाहाटे डोंगरात जानं पडतं यांना मोळ्या तोडायला, घरी जायची पडते. थांबजो थोडा वेळ. एक रुपयाच्या खालीच पाडून मागजो मोळी. त्यांच्या बापाला द्यावी लागेल. घाई नको करजो. अरेरे, एकाद्या आण्यासाठी त्या बायांना हा उशीर, मग घरी जायला उशीर, स्वैंपाकाला आणखी उशीर आणि यांच्या झोपड्यांमधे डोंगरात कुठली दिवाबत्ती? द्यावंच लागतं.

खंडेराव, दारिद्र्य आणि साधेपणा यांच्या बाबतीत युरोपी लोकांची समज वाढण्याआधी आपली वाढली पाह्यजे. गरज आणि उणीव यांच्यातला माणुसकीचा फरक.

चैत्राच्या शुभ्र चांदण्यात आम्ही पंधरावीस मोरगावकर पाठीवर मोठमोठ्या पिशव्या टाकून यावलच्या सडकेवरून टोळक्याटोळक्यांनी चाललो आहोत. कंट्रोलचं धान्य माणशी पायली आणि बुरा साखर मॉरिशसकडून मागवलेली माणशी तीन छटाक आणि मांजरपाट पाचपाच वार उक्तं प्रत्येक घराला मिळायला लागलं होतं. ज्यांना समजलं त्यांनी तलाठ्याला चारचार आणे लाच देऊन धान्याचं कार्ड काढूनही घेतलं. निळूकाका आणि भावडू आणि त्यांच्या मधोमध मी हे सगळं घ्यायला आदल्या रात्री निघालो आहोत. उपासमारीच्या दिवसात खरं तर गरीब लोकांना आधी धान्य मिळायला पाह्यजे. पण हाव सगळ्यांनाच. त्यातून सगळ्यांना कार्डं कधी मिळतील? तोपर्यंत तालुक्यातल्या साठ खेड्यांवरच्या लोकांना पुरेल एवढं धान्य राहील काय? केवढी उपासमार चाललेली आहे? इंग्लंडमधे असं चालेल? निदान आमच्या गुराख्याला, सालदारांना, राखोळ्यांना द्यायला तर हे कंट्रोलचं खराब धान्य कामा येईल? रात्रीच नंबर लावून बसलं, तर तं दुसऱ्या दिवशी दुपारनंतर दुकानापर्यंत रांग सरकेल.

आपल्यापेक्षा मोठमोठ्या, हायस्कुलात शिकणाऱ्या चारपाच मुलांबरोबरीनं चालता चालता काव्यशास्त्रविनोद चर्चा ऐकणं माझ्या आयुष्यातली मोठी पर्वणी असते. आपण आता मोठे झालो आहोत, याची जाणीव होते. गावाबाहेर संगमावर मसणटीजवळच्या धनजीबोवाच्या मळ्याजवळ फक्त माझ्या पाठीतून गार झिणझिण्या निघतात. मी निळूकाकाच्या मनगटाला एका हातानं घट्ट धरून शिवाय जोशीभटजीच्या गजाचा हातही दुसऱ्या हातानं धरून खाली पायाकडे पाहत चालतो. ते दोघेही घाबरलेच असावे. जीव मुठीत घेऊन आम्ही पुढे आल्यावर निळूकाका गजाला विचारतो, काय म्हणत होतास रे गजा? तिकडे पंजाबात गव्हाचे खिर्मनचे खिर्मन खलिहानमधे जानवर खाऊन चालले, असं महंत महानुभाव नागराजबाबा तिकडून आले ते सांगत होते. भावडू म्हणाला, पण ते इकडे कोण आणणार? सरकार काय करतं? घरात पोळी झाली नाही दोन महिन्यांपासून. आपल्यासारख्यांचे हे हाल, गोरगरीब काय करत असतील?

सशस्त्र क्रांती, निळूभाऊ. ह्या हरामखोर इंग्रजांना हाकलल्याशिवाय आपल्या देशाला कसे बरे दिवस येतील? तुम्ही सावरकरांचे लोक मुसलमानांविरुद्ध बोलता, दंगली कत्तलींची भाषा करता, पण आपलं रक्त पिणाऱ्या इंग्रजांबद्दल एक शब्द नाही? वा रे वा. इंग्रज लोकांनी सोजिरांसाठी तर धान्याची गोडाउनं भरून ठेवली आहेत. रयत साली मेली तर मेली. ...गजा, अरे इंग्रज आपल्याला स्वातंत्र्य मागेच देणार होते. ह्या मुस्लीम लीगमुळे बोंबललं सगळं. ते साले वेगळं मुसलमानांचं राष्ट्र मागताहेत. इंग्रज इतके दुष्ट असते, तर असं कंट्रोलचं धान्य स्वस्तात गावोगाव वाटलं असतं?

भावडूबरोबर हायस्कुलात मॅट्रिकमधे शिकणारा वसंत नावाचा व्हर्नाक्युलर फायनल परीक्षेत संपूर्ण देशात पहिला आला, असं म्हटला जाणारा एक स्कॉलर नास्तिक कम्युनिस्ट होता. तो बोलायला लागला, की सगळे धास्तेवाईक एकाग्रतेनं त्याचं ऐकायचे. तो म्हणतो, ज्यास्ती उपासमार झाली लोकांची तर मारून टाकतील इंग्रजांना. रशियासारखी क्रांती होईल. म्हणून त्यांना हे असं थोडं थोडं द्यावंच लागेल. आपण मुकाट्यानं कष्ट करत राहा आणि त्याची फुलंफळं इंग्लंडमधल्या लोकांच्या बागेत उमलतात, अशी व्यवस्था आहे ही. पारतंत्र्य आहे तोपर्यंत समृद्धी, सुधारणांचं नाव काढू नका.

मला ह्यातले बरेच शब्द नवे होते. पण असं भावडूबरोबर मोठ्या मुलांमध्ये राहूनच लहानपणापासून माझ्या मेंदूतली माहिती वाढली आहे. मग मी त्या स्कॉलर मुलाला विचारतो. वसनदादा, इंग्रजांनी तर आपल्या मागासलेल्या देशात खूप सुधारणा केल्या, असं आमच्या पहिल्याच धड्यात आहे. सतीची चाल, छापखाने —

खंडू, ही पुस्तकं इंग्रजांशी इमानी राहणाऱ्या आपल्याच भाडू लोकांनी भाड्यानं लिहिलेली असतात. इंग्रज लोक जहाजं भरभरून लूट नेतात, हे तर दिसतंच की नाही? तेवढं जरी त्यांनी नाही केलं, तरी मोठी सुधारणा होईल. तुझा हुनाकाका बिचारा कटात सापडला, की मारूनच टाकला ह्या हरामखोरांनी. काय करू शकतो आपण? प्यायच्या पाण्याची तरी व्यवस्था आपल्यासाठी इंग्रजांनी केली आहे? कायदे कळतात कोणाला? शिक्षण हे असं मिळतं — लुटारूंना चांगले म्हणा, असं पाठ करून घेणारं. तू मोठा झाल्यावर खूप वाच.

पण आपण का नाही लढाई करत? का गप्प बसतो?

काय असतं खंडू — तू चांगला शीक वरपर्यंत. पैसा आहे तुझ्या घरी. एम.ए., पीएचडी कर — मग तुला कळेल की, गुलामगिरी हळूहळू रक्तात मुरत जाते. लोकांनी मान वर न करता जगावं, सत्तेवरच्या माणसांना उलटं न विचारता,

डोळ्याला डोळा न भिडवता कशालाही हो म्हणत जावं, सत्ता ज्या वर्गाच्या हातात आहे ते सांगतील, तसंच करायची सवय लागते. हा इंग्रजी राज्यापासून आपल्या देशातल्या वरच्या वर्गाचा अनेक पिढ्यांचा आनुवंशिक गुण होऊन बसला आहे. सगळे ह्या देशातले बौद्धिक पेशे — वर्तमानपत्रं, शिक्षण, संशोधन हे असंच आहे. पारतंत्र्याची नामुष्की तत्त्वासाठीसुद्धा भांडण शक्य तो टाळण्यात व्यक्त होत आली. आपल्या पाटीलपुरीत त्या चवचाल यशोदीकडे शिरपत पाटील दिवसा रात्री केव्हाही येऊन दार लावून बसतो. हे कोणी कधी उघड का बोलत नाही?

पैसा. कोणी सत्यासाठी झगडला, चांगल्या कारणासाठीही हिंसा केली तरी त्याच्याशी गुन्ह्याची व्याप्ती जोडली गेली. कुत्रा चावला म्हणून का आपण कुत्र्याला चावायचं? — असं. अन्याय सगळे उच्च वर्गच सहन करत राहिल्यानं, शेराला सव्वाशेर मिळतोच असं भरडलेल्यांनी फक्त म्हणत राहायचं. जणू जग हे दुष्टांना आपोआप शिक्षा देणारं नाटकच आहे. भास्करशेटनं त्या बिचाऱ्या गंग्याच्या पोरीवर शेतात बलात्कार केला — कुणाकडे न्याय मागणार? कुठे असतं न्यायालय? इंग्रजीत काम चालतं तिथे, दहा दहा वर्षं, आणि वकील पूर्ण भादरून टाकतो. मग आपले निःसत्त्व लोक म्हणतात, जाऊ द्या, दुष्टाला देव बरोबर शिक्षा करील. तळतळाट जिरत नाहीसा होतो. त्याला अपंग पोरगं झालं, मुलगी विधवा झाली, पोरगं नापास झालं की म्हणणार — पाहा, देव पाहतच असतो. असे दैववादी झालो आपण. देव नसतोच तर तो काय करणार?

भावडू म्हणतो, पण का रे वसनभू, ते काही असो, पण नीतिनियमांची, न्यायव्यवस्थेची एक सर्वोच्च संस्था म्हणून लोकांनाच सर्वोच्च न्यायालय आपण समजतो की नाही? जनमत...*लोक* हासता त्याले, *लोक* शिरपत पाटलाले कुठे किंमत देता? *लोक* नाव पाळतीन नं. *लोक* काय म्हणतील?...हे आहेच.

भावडूचं हे बरोबर होतं. आत्मनिष्ठ मानकांपेक्षा लोकांचा दंडक अधिक अभिजात, अधिक सर्वव्यापी आहे. तोही खोटा ठरवण्याचे सिद्धान्त इंग्रजी अंमलात निर्माण झाले. मोठमोठे फ्रॉड वर्तमानपत्रांनी कधीच वर येऊ दिले नाहीत. पण *लोक* काय ते जाणत होते.

वसंत स्कॉलर भावडूच्या पॉइंटवर उत्तर देत होता. इंग्रजी साम्राज्याचे आधारस्तंभ कोण आहेत? इतबारानं शहरात राहणारे इंग्रजी शिकून भरभराटले. तू म्हणतोस ते 'लोक' बिचारे उपासमारीनं मरतात, दारिद्र्यानं गांजलेले आणि काही आपल्यासारखे खेडवळ असे दुष्काळात पाय घासत आदल्या रात्रीच कंट्रोलचा मका घ्यायला नंबर लावण्यासाठी धडपडत —

ठहरोऽ

समोरून दोन पोलीस दंडुके आपटत आले आणि आम्हांला सगळ्यांना रस्त्यावर उभं करून म्हणाले, कोण रे तुम्ही पोरो हो?... मोरगावचे, हवालदारसाहेब... कुठे इतक्या रात्री निघाले?... कंट्रोलचं धान्य कापड आलं आहे म्हंता. घरात काहीच धान्य नाही, दाजी... मादरचोदायहो, ह्या इतक्या रात्री? गुन्हा आहे रात्री बारानंतर फिरणं हा. म्युनिसिपालटीची हद्द लागली है त्या लायटापासून... नंबर लावायचेत, हवालदारसाहेब... सकाळी उशिरा आलो तर काहीबी मिळणार नै... आता पोरोहो, तुम्हाले ठाण्यावर न्यावं लागतं, गड्या... नको साहेब. परत जातो आम्ही फार तर. असं नका करू... एक गरीब पोरगा तर रडायला आला. पोलीस ठाण्यावर नेतात आणि गांडीत दंडुका खुपसतात, असं त्याला पारधी पोरांनी सागितलं होतं. आमचे आदर्श स्कॉलर वसंत सुद्धा दिङ्मूढ होत्साते उभे.

तेव्हा मागाहून चालत येणाऱ्यांमधे लक्कन मारवाड्याचा टांगेवाला गुलब्या दिसला आणि आमच्या सगळ्यांना आशा फुटल्या. गुलब्यानं क्षणात सगळा प्रकार समजून घेतला आणि दोघा पोलिसांना अंधारात रस्त्याच्या कडेला नेऊन काही तरी *इन्स्पेक्टर साहेब, गुलाबराव* — असे शब्द असलेली कुजबुज केली. मग गुलाबराव धांदलीत आमच्यात उभा राहून कुजबुजला, चार चार आणे काढा बे लवकर, नाही तं बससान चौकीवर फटके खात. दोन्ही मुठींत खुर्दा जमा करून दोघा पोलिसांच्या दोन्ही अर्ध्या खाकी चड्ड्यांच्या खिशांमधे कोंबून आल्यावर तो आम्हांला म्हणाला, चाला, उचला पाय, इची लेहु. काच्चे कायदे बे?

आम्ही मेंढरांसारखे कळपानं ***कंट्रोलचे धान्य*** असं लिहिलेल्या एका दुकानासमोर आलो. तिथे आधीच रांगा लावून लोक पडले होते. गप्पा चालल्या होत्या. आम्ही हिरमुसले होऊन त्यांच्यामागे रांगेत बसलो. मला भावडूकडे आणि स्कॉलर वसंताकडे पाहून अतिशय वाईट वाटत होतं. चारचार आणे गेले त्याचं नाही, पण ह्या थोर विचारवंतांची केवढी मानहानी? बिचाऱ्यांच्या अफाट ज्ञानाची काय किंमत ठेवली पोलिसांनी? लहानपणापासून हे संस्कार. गुलामी खरंच आनुवंशिक होत मुरत जाते, खंडेराव. तू मोठा झाल्यावर ही आनुवंशिकता कशी बदलतात, याचा कोर्स घेऊन ये. पण असा कोर्सही इंग्लंड अमेरिकेतच असणार? छ्याः रांगेत सगळे जण हसत गप्पा मारत वादविवाद गमती करत होते. बिडी शिलगावून सर्वत्र फिरवत होते. हास्य विनोद कुटाळक्या — रात्र फार मजेतच काढली.

अकरा वाजले तरी दुकानाच्या फळ्या बंदच. रेव्हेन्यू डिपार्टमेंटचे कोणी भाऊसाहेब आल्याशिवाय कुलपाचं सील उघडता येत नव्हतं. हे सील म्हणजे लाख

लावून कापड चिकटवलेलं. भाऊसाो केव्हा येतील? ...येत आहेत. चहा प्यायला लोकल बोर्डाच्या अध्यक्षांकडे गेले आहेत. ...हे लोकल बोर्ड काय असतं भौ? ...काही तरी लोकांचा म्हंजे आपलाच संबंध असेल. ...आले, आले, भाऊसाहेब आले. मामलेदारसाो सुद्धा आले. रांग लावा, रांग लावा. ...कशाचा वास रे हा? इस्सट घनालं दुकान. ...बुरा साखरेचा असाच वास येतो. सालं इच्यापेक्षा आपला गूळ काय वाईट होता? ...तुम्हीच तं मोठे लोक गुळाच्या शिऱ्याला नावं ठेवायचे? गुळाची चहा पिणं हलक्या लोकाचं लक्षण समजायचे? आता हे रसायनं टाकून पांढरी केलेली साखर नं मीठ — खा आता. ...पाहा, उंदीर पळाले, पळाले पाहा दुकानातून. ...इंग्लंडमधून धाडले का उंदीर बी. *हशा.* ...चला, रांग नीट लावा.

पिवळं कार्डं ज्यानं त्यानं हातात धरलेलं. खंडू, तू माह्या नंबर धर. मी अगोदर मांजरपाटाला नंबर लावतो. कापड ज्यास्त गरजेचं आहे. विठ्ठलदादासारख्यांना पंढरपूरच्या लाखांच्या जत्रेत मृदंग वाजवायला लाख लोकायसमोर उभं राहावं लागतं. इथेच थांब. ...अरे कोन रांगेत पुहुळे घुसताहेत रे भावडू? काल रातपासून नंबरवर बसलू आहे म्हणा, का चगलो का आम्ही? खेड्यावरून आलो भौ चालत.

साले खेडेके येडे, किसने बोला रातमें आओ करके? आँ? ग्यारह बजे टैम है. ...अरे वा रे वा, हा का न्याय झाला का भौ? ...अबे पीछे हट. ...आता रे भौ भावडू? ...चल हट बाजू हो जाव, तेरी माँका तेरी. तेरे बापका दुकान है? हड्डी तोड देंगे. ...जाऊ दे रे भावडू, ते तं हिंदी बोलता आहे रे भाऊ, काही मारामारी नको करू भौ. नको रे गळा. ...उगा बैस, काय झालं भडवे हिंदी बोलता तं? मोरगावचा एक हुंदडा बसला की ठिकाणावर येईल, साला.

भावडूची आणि रांग मोडून त्याच्या पुढे उभं राहणाऱ्या हडकुळ्या मवाली माणसांची फटाफटी सुरू होते. तिकडून रांग सोडून निळूकाका धावतच येतो, एका हिंदी बोलणाऱ्या हडकुळ्याला ढोसत गटारापर्यंत लोटत नेतो. मग भाऊसाो सगळ्यांना शांत राहायला सांगतात. निळूकाकाच्या वीरश्रीमुळे त्याला ताबडतोब कपडाही मिळतो आणि इकडे पुन्हा माझ्या ठिकाणी उभा राहून तो अधूनमधून मागे वळून पिटाळून लावलेले दोघे कुठे गेले, हे पाहत राहतो. थोड्या वेळातच सात आठ दांडगी पोरं काठ्या घेऊन येतांना दिसतात. निळूकाका तिथल्या मोरगावच्या सगळ्या लोकांना एकीचं आव्हान करतो, आणि त्यांची पंचाईत करतो. मीही घाबरून जातो. तेवढ्यात एक पोलीस येतांना दिसतो. मवाली पोरं सूं बाल्या करून जातात. रांग शांतपणे पुढे सरकत राहते. संध्याकाळपर्यंत आमचे सगळ्यांचे नंबर लागतात. मधे एकदा भावडू सगळ्यांना घरचे बांधून आणलेले धपाटे वाटतो. मला शेंगदाणे सुद्धा. मधे एकदोन किरकोळ मारामाऱ्या होतात. मका संपला, लाल

डाळ संपली, कापडही खतम, बुरा साखर खतम. लगेच दुकान बंद होतं. सरकारी गोडाउनमधून आणावं लागेल — ती आता बंद झाली असतील. उशिरा आलेले रांगेत उरलेले मोरगावचे लोक पुन्हा रात्रभर तिथेच थांबू म्हणतात.

निळूकाका, भावडू आणि मी यशस्वी उमेदवार म्हणून पिशव्यांमधलं धान्य खांद्यावर टाकून गावाबाहेरच्या हाटेलमधे मिसळ, एकेक कप चहा घेऊन गावाकडे निघतो. वसंत स्कॉलर, भावडू आणि निळूकाका जागतिक राजकारण, जपान-इंग्लंड-जर्मनी असं बोलत राहतात. काय कंट्रोलचे दिवस आले पाहा, हा असा खराब मांजरपाठाचा धोतरजोडा घ्यावा लागतो आपल्या लोकांना? काय तलम कापडं विणायचे आपले लोक? अजिंठ्यात पाह्यलंस ना तू, झिरझिरीत पारदर्शकच असं कापड नेसलेल्या बाया. आणि आता? अरे, पण तेव्हासुद्धा तसलं कापड आपल्यासारख्या गरीब शेतकऱ्यांना कुठे मिळत असेल? सरंजामदार राजे-रजवाड्यांनाच ते मिळत होतं. अरे पण एवढ्या दोनशे वर्षांत आपल्या देशातल्या विणकरांना करता आल्या नसत्या का तशा मिला? युरोप्यांनाच डोकी आहेत, आणि आपल्या लोकांना नाहीत? अरे, आपला हुनादादा हेच तं म्हणत होता, गावोगाव कत्तली करा, की पहा कसे जीएएनडीला पाय लावून पळतात जहाजांतून हे.

मी मधेच विचारतो, का रे निळूकाका, आपला देश स्वतंत्र कधी होणार? आणखी शंभर वर्षं तरी नाही. एवढी सोन्याची खाण सोडतील का ते विलायती डुक्रं? भावडू म्हणतो, महात्मा गांधी — हे पहा भावड्या, त्या बुढ्ढ्याचं नाव काढू नको. चरखा फिरवून का एवढ्या राक्षसी मिला बंद होतील? आपल्या लोकांना वेड लावणारा कोणीतरी लागतो. अहिंसा अहिंसा काय करतो तो? इकडे मुसलमान आपल्या बायका पळवून नेतात. मुंबईत काय दंगा केला लांड्यांनी? इंग्रजांनी हरामखोरांनी शस्त्रबंदीचा कायदा केला आणि आपण लोक नुसत्या चाकूला घाबरायला लागलो. नाहीतर आपल्या घरांमध्ये नागोरावाच्या वेळच्या केवढाल्या तलवारी होत्या? विहिरीत बुडवाव्या लागल्या. आपल्या गावात खुद्द तात्या टोपे राहत होता. वसंता, तू काही म्हण, हातात तलवार घेतली की आपोआप आंगी शूरपणा येतो. हातात नांगर धर की बैलच होशील. प्रत्येक वस्तूचा सहचारी भाव असतो. म्हणून खंडू, तू ॲटम बॉम्ब बनवायचं शीक. काय चुरगळून गेले जपानी लोक — दोन फटक्यांमधे हिरोसाकी आणि नागासीमा खलास. अरे, हे ॲटमबॉम्ब बनवणारे सगळे शास्त्रज्ञ जर्मन होते.

आपण, जर्मन एकच. आर्यच आपण. आता हिंदू संघटन एवढंच महत्त्वाचं राष्ट्रीय कर्तव्य आहे. मी आता शपथ घेतली आहे. आता हेच एक ध्येय. आपल्या गावात राष्ट्रीय स्वयंसेवक संघाची शाखा उघडायची आहे. सबंध देशात

रावळपिंडीपासून एक लाख शाखांचं जाळं पसरवायचं आहे, गुरुजींचं अखंड भ्रमण ह्यासाठीच चाललं आहे. आता मी पुण्याला ते सगळं शिकून येतो. त्रिशत कोटि कलकल कंठनिनाद करायले. ह्या देशात सगळे हिंदूच होते ना? मुसलमान एकतरी होता का? आता सात कोटी झाले आहेत, लवकरच चौपट होणार आहेत — चार चार बायका. सगळ्यांचं शुद्धीकरण करून हिंदू करून घ्यायला पाह्यजे. खंडू, रोज शाखेत उपस्थित राहायचं, बरं का. तुझ्या वर्गातल्या पोरांनाही आणायचं. खड्ग, मल्ल, धनुर्विद्या शिकवायचीय प्रत्येकाला.

असं बोलता बोलता आम्ही गावाजवळची चढण चढून वर येतो, की खाली संगमाचं पाणी दुरून लख्कन चांदीसारखं चमकतं, की वडांखालून अंधारातून येणाऱ्या मडक्या धनजीबोवाच्या भीतीनं आम्ही एकदम राष्ट्रीयतेपलीकडच्या अद्भुततेच्या सीमेवर येतो. आपलीच पावलं संशयानं ऐकत पाठीवरची ओझी तोलत उताराला लागतो. तशात उजवीकडे स्मशानात एक चिता जळत असतांना दिसते. कोण असणार रे? भावडू म्हणतो, आपल्या तिघांपैकी तर कोणी नक्कीच नाही. आम्ही मनापासून हसतो आणि मघापासूनचा धनजीबोवाच्या भुताचा मनावरचा दाब ढिला होतो. पुन्हा भावडू विनोद करतो, दुष्काळात भूकबळींना मरण नाही पाहा. हा हा हा. पण भावडू लगेच गंभीर होऊन म्हणतो. आपलाही कधीतरी इथे नंबर लागेलच. लवकर, उशिरा काय फरक पडतो?

खरंच भावडू, काय फरक पडतो? आमच्यातला तूच किती आधी नंबर लावून गेलास. तरी तू माझ्यात सतत असतोस, सारखा कठीण प्रसंगी बोलत असतोस : खंडेराव, काय फरक पडतो?

त्या वर्षी गावातले, आसपासचे सग्यासोयऱ्यांतले फारच लोक मेले — लेकरंबाळं, तरणेताठे, म्हातारे कोतारे. युद्धाचं इतकं कौतुक होतं, पण दुष्काळात त्याच्या किती पटींनी लोक मरतात? त्याहीपेक्षा या होरपळीतून वाचलेले लोक पुढे आयुष्यभर आध्यात्मिक होऊन जातात, तत्त्वज्ञासारखे बोलतात.

सिंधुमावशी या दुष्काळात खूप खंगत चालली. फारच बदलून गेली. लांब चालत जाऊन रस्त्यावर देतील तिथे बराशी भरायचं काम करत राहायचं, पुन्हा तितकंच चालत परत. तिचे पाय फार दुखायचे. खडी फोडता फोडता डोळे बंद करत राहण्याचं तंत्र जमेपर्यंत ती डोळ्यालाही इजा करून घ्यायची. घरी आली की

भाकर खाऊन पडून राहायची. ऊनही एकदोनदा लागलंच. ती आली की गूळ, लिंबूपाणी घेऊन भावडू किंवा मी पळतच जायचो. मावशीचे पाय चेपून देणं, हे आमचं आवडतं काम झालं. कारण मावशी त्या बदल्यात गोष्ट सांगायची. लहानपणी त्यांच्याकडे सतत पुराणं, पोथ्या चालू असायच्या. पण आईपेक्षा मावशीची गोष्ट सांगायची हातोटी गुंग करून टाकणारी. भिंत धरून धरून हळूहळू त्या हडकुळ्या पायांवर आपली हलकी पावलं टाकत सरकत जायचं. पाय चेपल्यावर तिची तगमग कमी व्हायची. हळूहळू तिला तंद्री लागायची. मग तिचा भाषेचा अनावर ओघ सुरू व्हायचा. हे सगळं तिला असह्य झाललं असायचं — लहानपणच्या वैभवाच्या आठवणी, मग एकदम उलटापालट, लग्न, पुढे नवऱ्याचा आजार, कष्ट, हालअपेष्टा, हे असं कुठेतरी राहावं लागणं, ऊन, चालणं चालणं, धूळ, एकट्या मुलीचं अंधारातलं भविष्य, कधी मार्गी लागेल सुधीचं आयुष्य? अजून कुठे कसं जुळत नाही? दुष्काळही संपत नाही. हुंडा कमी पडेल काय? नवरा बरा होऊन पुन्हा त्याला नोकरीवर घेतील का? घेतीलच. चाळीस वर्षं कण कण त्या कोळशाच्या कंपनीसाठी झिजला. त्या कोळशाच्या धुळीमुळेच टी.बी. झाला. घेतील. मग ती आईजवळ मन ओकत राहायची :

चंद्रे, हे बरे होतील का ग? ...होतील सिंधे, होतात. किती क्षयाचे लोक उलट जाडजूड होऊन येतात. ...फार काटकसरीनं संसार केला ग मी. अतीच झालं म्हण. सवय नव्हती ना ग आपल्या सगळ्या बहिणींना, किती काटकसर करावी, कुठवर करावी? आता मला लाज वाटते, पण सख्ख्या बहिणीजवळ नाही तर कोणाजवळ अशा गोष्टी सांगाव्या, सांग? आता ते बरे झाले ना की अस्सा खर्च करू, अस्सा पैसा उधळू की लोक म्हणतील, अरे ही चगली का काय? दूध दुप्पट घेईन मी. सगळी भांडी स्टीलची घेणार. गरम पाणी हिवाळ्यात जर्मनच्या पातेल्यात तापवायची मी, त्या तसल्या थंडीत, आता बंब घेईन म्हणते तांब्याचा. तू येशील का वेळ काढून खरेदीसाठी एक दिवस? तुला काम काय सदरचंच आहे आणि त्यांना स्वेटर घेऊ — एक लांब बाह्यांचा. सुधीचं तं मार्गी लागेलच यंदा. काय करायचं मेलं पैशे साठवून? जिवाला घोर लागला कीच शहाणपण येतं ग चंद्रे ऽ

पण तिचा नवरा काही वाचला नाही. भावडू आणि चिंधूआत्या मावशीबरोबर गेले आणि अग्निसंस्कार करून आले. मावशीचा तो दोर तुटला. आता सुधीच्या लग्नाची काळजी तेवढी राह्यली.

वैशाखातलं भाजून काढणारं ऊन. रस्त्याच्या कामावरच्या लोकांमधे ऊन लागून मेल्याच्या बातम्या. आईनं मला एकदा काम सांगितलं : फडक्यात बांधलेली भाकरी, कोरडी शेंगदाण्यांची चटणी, मोठासा कांदा हातात देऊन म्हणाली, खंडू आज मावशी भुकेली कामावर केली आहे. रिकाम्या पोटी कसं काम करील रे? सुखातला जीव, पहा कसे दिवस आले? पळ बरं बाळा, मावशीला हुडकून काढ आणि तिनं हे खाल्याशिवाय तिच्या जवळून उठू नको. पळ.

चोरवाटांनी उड्या टाकत धनजी मडक्याच्या वाड्यातून नदीतून सडकेवर. धुरळा, ट्रका, रोलर, आरडाओरडा. धुंडत मी फोपुटा उडवत जातो आहे. गावात घरात दुष्काळ खरा जाणवतच नाही. इथे जिकडे तिकडे बायकाच बायका डोक्यावर पांघरून, पदरात तोंड लपवून, उन्हाची आग सोसत खडी वाहताहेत. काहींच्या जवळ हातोडे होते, त्या मोठ्या दगडांचे लहान तुकडे पाडताहेत. कोणाचा नवरा बाजूलाच उन्हात धोतर पांघरून पाय दुमडून पडलेला आहे. एका चिंचेखालच्या सावलीत दहा बारा तान्ही पोरं तिकाण्यांभोवती लुगडं पूर्ण गुंडाळून झोळीत टाकून ठेवलेली अचेतन झोपलेली आहेत. काही तिकाण्यांवर ऊन येत चाललं आहे. जरा पुढे एक वैदू बाई कामावरच्या पाजायला येणाऱ्या बायांच्या स्तनांच्या बोंड्यांना अफू लावून देते आहे. लाव आणखी, संध्याकाळपर्यंत उठणार नाही इतकी लाव. ...खूप झाली नं, मारती का लेकराले?

खंडेराव, तू मुंग्या मुंग्या होऊन वारूळच झाल्याचं तुझ्या लक्षात आलं, ते इथे. आठव. ऊन अठ्ठेचाळीस अंशांच्या वर गेल्याच्या बातम्या आणि ही सात आठ हजार कुटुंब मैलभर अंतराअंतरावर भर दुपारी ताडताड ठोकताहेत. मुकादम ओरडताहेत. ट्रकी घूं घूं करत पळताहेत. धुरळा धुरळा. रोड कारकून उपरणं पांघरून ट्रकच्या सावलीत उकिडवा बसून डायरीवर चार उभ्या रेघांना खोडणारी पाचवी रेघ मारून घमेल्यांच्या खेपांची गणती करतो आहे. 𝍸. बराशीचं अवजड कडगर भरलं की उचलून ते वीस पावलांवर ठेवणारे लहान लहान शरीरांचे पावरे, कोरकू मजूर धापा टाकत कोलमडताहेत. अरे ए बारक्या, उभा का? उचल. कोणाचा आंगठा फुटला रे? मायचा, वेंधळाच आहे साला. चिंधी बांध तुही लेहू, ट्रकचं आइल ओत. बरं व्हयी जाईन.

हेच कंत्राटदार दोन रुपयांवर आंगठा घेऊन हातात दीड रुपया टिकवतात, असं मावशी सांगते. यासंबंधी बोललं तर काम मिळत नाही. इकडून तिकडे रस्त्यावर फिरवतात. काय वाईट आहे दीड रुपयासुद्धा? हे लांबून लांबून मध्यप्रदेशातून आदिवासी आले आहेत, ते तर आठ आण्यांवरही काम करतील, असे उपाशी असतात. मजुरी पुन्हा उशिरा — अंधार पडता पडता, बाजार बंद

व्हायच्च्या जरा अगोदर. मुद्दाम उशीर लावणार. मग प्रत्येकीला घाई. आंगठा मुकादम शाईत बुडवतो आणि कुठेतरी कागदावर लावून, चला, म्हणणार. अफूनं गाढ झोपलेल्या लेकरांना खांद्यावर घेऊन आया लगबग गावाकडे. ज्वारी संपेल माय सातवरची, पळा. ...तुहा हात दाबला का वं अंजे आजबी मुकादमानं? ...जाऊ दे, आपले दिवस हे असे — चाल, जवारी घेनी, दयनी, चुल्हा पेटोयना, भाकरी टाकन्या — चाल. बयतन पोट्टीनं ओहोळी आनलं अशीन तं बरं. चाल लोहो लोहो.

मी मैलभर उन्हात मावशीला शोधत फिरलो, पण कुठेच दिसली नाही. नंतर परतून तोंडावर झळी लागू नये म्हणून हात डोक्यावर दुमडून तोंड पांघरून लहानलहान बाभळींच्या सावल्यांवर इकडे तिकडे पडलेल्या बाया पाहत पाहत आलो. भुकेल्या पोटी इतका वेळ मावशी हे काम करत राहणं शक्यच नाही. पडलेल्या बायकांचे पाय तर दिसताहेत. मी मावशीचे पाय हजारांमधेही ओळखू शकेन. पायावर चालणाऱ्या आपल्या जुन्या संस्कृतीत पायांना किती महत्त्व अजून आहे — विटेवरचा विठ्ठल, पादुका, चरणकमळ, चरणरज, पाय धुणं, पदरानं पाय पुसणं, पाया पडणं, पाय घराला लागू द्या, पायवणी, पायघड्या, पायगुण, आणि पाय चेपून देणं. उलट्या पदरावाल्या, ओढणीवाल्या, घागऱ्यावाल्या, हातभर हस्तीदंती बांगड्यावाल्यांचे कळपचे कळप मागे टाकत मी आदिवासींचे जथ्थे ओलांडून बरोबर एका हिवराखालच्या बैंगण्या रंगाच्या नऊवारीवाल्या बाईच्या लांब लांब हडकुळ्या पावलांजवळ वाकून हाक मारतो, *मावशी* ऽ ऽ.

बरोब्बर, मावशीच उठून बसते. सावलीतला कोंब तू राजा ऽ कशाला आलास रे ऽ ऽ ह्या उन्हात. मी धडपडून भाकर काढून तिला खायची जबरी करतो. कोरड्या पदरानं चेहरा पुसून मावशी एका हातावर भाकर दुसऱ्यानं मोडत कोरडी चटणी कांदा बकाबका खाते. ...पाणी? मावशी, पाणी नसतं इथे? अरेरे, पाणी आणलं असतं मी. मावशी वर सूर्य पाहत मला तातडीनं जा जा म्हणते. मी कळवळून म्हणतो, मावशी, एवढ्या ह्या उन्हात कशाला रोज कामावर येतीस? एखादे दिवशी घरीच राहत जा नं. मावशी माझ्याकडे पाहतच राह्यली. मग *घर* असं पुटपुटून थंड उसासा सोडत म्हणाली, घरच तं मोडलं रे खंडू, तुझ्या ह्या मावशीचं. नाही तं बसले असते घरातच. त्या सुन्या जागेपेक्षा हा असा शेतातला उन्हाळाच बरा वाटतो बाळा. जा. जा, माय. जरा दुरून मी मागे वळून पाहतो. धुरळा धूळ डोकी पांघरलेल्या बाया, भुताटकीसारख्या. तिकाण्यांतली गाढ गाढ झोपलेली बाळं. खाडखाड खडी फोडायचा एकसारखा ताल. ह्यात मावशी कुठे आहे?

त्याच रस्त्यावर खंडेराव तू अजून तिथेच तसाच मागे पाहत उभा आहेस.

नंतरचं वर्ष अचानक दयाळू होऊन यायचं. एक निसर्गच होऊ शकतो इतका दयाळू. भरपूर पाऊस, दोन्ही नद्यांना तुडूंब लाल पूर. भरपूर पीक. हंगामावर हिरवा रानमेवा खाण्याची चैन. कोणाकोणाला अचानक घरातल्या अन्न अन्न करत मेलेल्यांची याद येऊन घशाखाली घास उतरेनासा व्हायचा. उगाच सुना पाळणा हिंदळतो आहे किंवा रिकामी खाट करकरते आहे, असे भास व्हायचे. मग देणाऱ्यांचे हात सढळ व्हायचे. आता उलटी शेतकऱ्यांनाच महारवाड्यात फिरून मजुरांची ललोपती करावी लागे. ओ भो बोमटू, ये नं पेरनीले, एकच दिवस ये. का रे भो भीमा, तू तं यीन यीन म्हनस, अनं आता ऐन वक्तावर नाही म्हंतू? तुमच्यामिचुक आमचं कसं धकीन? ओ भौ, असं नका करू ऐन कपाशीच्या येच्यावर. तुम्हाले चार चार आने जास्ती दीन, मंग बी झालं? पन पहाटशी हजर व्हा बापायहो. पाहायजा बरं, नाही तं मेला हा कुनबी.

या सगळ्यापायी थकून पाय लांब करत झोपी जातांना कुणबी काही रागद्वेष न मानता म्हणणार, चालायचंच गड्यायहो, कव्हा गाड्यावर नाव, कव्हा नावेवर गाडं, चालूच आये. दीर्घ जांभई : ऑ ऑ ऑऽ विठ्ठल विठ्ठल विठ्ठल, देवा, तूच एक आहे.

चिऊताई, चिऊताई, काय करता?

रांधते, भरवते, पाजते, जोजवते, भांडी घासते, धुणं धुते....

सुधीचं लग्न त्याच वर्षी करणं आवश्यक आहे, असं अवधूत भटजीनं पंचांग पाहून सांगितलं. ही सिंधुमावशीच्या मनातलीच तगमग कुंडलीतल्या ग्रहांनी अचूक वर्तवली. मात्र मुलीच्या घरी प्रत्यक्ष लक्ष्मी पाणी भरेल, असा दुर्लभ योग असल्याचं अवधूत भटजीचं गुणमेलन कोणालाच खरं वाटलं नाही. साधासुधा निर्व्यसनी पाच दहा बिघ्यांचा शेतकरी पोरगा मिळाला, तरी लगेच मांडव टाकायची सगळ्यांची तयारी होती. ना घर ना दार, ना बाप ना खटलं — अशा निराधार पोरीला हेही खूपच भाग्याचं ठरलं असतं. गरिबीमुळे तिचं तेज झाकोळलं होतं, पण कुणाही निरखून पाहाणारावर तिची मोहिनी पडायची. पोरींचं नशीब

त्यांना कुठल्या कुठे नेतं. मोठ्या तालीवानाच्याही घरात गरिबाच्या पोरी नांदायला गेलेल्या किती पाह्यल्या आहेत आपण? सुधीला पाह्यल्याबरोबर एखादा जमीनदार म्हणायचा, वा, आपल्या वाड्यात हीच मुलगी शोभेल. देता का? मग हुंडा, सोनं, मानपान, न्हायाचं सलग पाच दिवस चालणारं लग्न — अशी बोलणी सुरू व्हायची आणि मग मध्यस्थ म्हणायचे, मुलगी म्हटल्यावर काही तं द्यावंच लागेल. निव्वळ उचलून आणली असं दिसायला नको. मग सिंधुमावशी मुकी होऊन फक्त ऐकत राहायची. जातीचे फायदे पण गरिबीचे तोटे.

चिंधूआत्यानं मात्र जीव तोडून मावशीला पटवून दिलं, की ह्या मोठमोठ्या जमीनदारांच्या घरात मुलगी देणं म्हंजे कसायाच्या दारात गाय बांधणंच ग बाई. यांच्यापेक्षा गरीब मजूर परवडले. पैसा ज्यास्ती तिथे माणुसकी कमीच. ह्या जुनाट गढीतली माणसं मढी असतात नुसती. सांभाळून होकार दे. गडगंज घरात पोरी गंजून जातात. वीस वर्षांपूर्वी चिंधूआत्याचं लग्न धरणगावच्या अशाच एका वतनदाराच्या बडेजावाला हुरळून थाटामाटात करून टाकलं होतं आणि आता बिचारीला असं दोन मुली घेऊन कायमचं माहेरी ओझं म्हणून राहावं लागत होतं. आपल्या सासरच्या माणसांनी तेव्हा केलेला छळ आत्यानं इतकी वर्षं माहेरी कोणालाच सांगितला नव्हता, तो तळतळाट इतक्या वर्षांनी आता पहिल्यांदाच सगळ्यांना तिच्या तोंडून ऐकायला मिळाला. तिची थोरली मुलगी बायडी सुधीबरोबरचीच. दोघी एकाच वर्षी झालेल्या — दसरा आणि दिवाळी इतकाच फरक. पण चिंधूआत्यानं वडलांना एकच अट घातली होती — माझ्या बायडीचं लग्न पाच वर्सं नाही झालं तरी चालेल पण मुलगा शहरातलाच शोधा. अगदी हलक्यापलक्या नोकरीचा पट्टेवाला शिपाई चालेल, पोलीस चालेल. फार काय ड्रायव्हरही चालेल, पण खेड्यातला जमीनदार नको. चिंधूआत्या बुद्धीनं तर उजवी होतीच, पण निश्चयाला पक्की. दोघी लेकी पूर्ण आईचं ऐकणाऱ्या. शहरात सुखानं नांदणाऱ्या लेकीचं हे एकच स्वप्न तिनं इतकी वर्षं जोपासलं होतं. जसं कालव आपल्या पोटात सलणाऱ्या खड्याभोवती पोटातलाच रस लिपून थापून कठीण मोती तयार करतं, ज्याच्यावर एक भाबडी छटा असते. अग सिंधु, करायची काय यांची शेती अन् माटी, खेड्यातल्या ह्या दोड्या वाड्यांपेक्षा शहरातली भाड्याची का होईना, एक खोली बाईला सुखाची होते.

पोटात प्रचंड दाबाखाली आणि वाया गेलेल्या तरुणपणाच्या धगीत तयार झालेलं हे स्वप्न होतं. आणि खेडेगावातल्या सगळ्यांना ते पटतच होतं. खरंच का घराघरांत नळाला पाणी येतं तिकडे? आपण शहरातलाच नवरा करू गडे — असं लहान लहान मुलीसुद्धा बोलायच्या. याचं मुख्य कारण आमच्या शेजारची पोलीस

काकू — जिला सगळ्या जणी प्रेमानं *जाडी जसोदी* म्हणायच्या. दर उन्हाळ्यात जाडी जसोदी मुंबईहून आली की फक्त मुंबईतल्या शहरी जादूबद्दलच बोलायची. याचं कारण ती काही वर्षांपासून पूर्ण बहिरी झाल्यामुळे आपल्या पलीकडे काही न ऐकण्याची तिला सवय लागली होती.

शहर म्हणजे विश्वास बसणार नाही अशा अजब गोष्टी — घरातच पाणी, आंघोळ, संडाससुद्धा. बादलीत चमचाभर साबणाची पावडर टाकली आणि बदबद नळ सुरू केला की पाच मिनटांत सगळे कपडे पांढरे शुभ्र. स्वैंपाक उभं राहून, शिवाय धूर वगैरे नाही की भांडी काळी नाहीत. सगळंच अचंब्यात टाकणारं. घरात कायम पलंग टाकलेला, त्याच्यावर नेहमी गादी — केव्हाही झोपा. शिवाय लाइट, पंखे कायम चालू आणि रस्तेही स्वच्छ. रस्त्यांवर दिव्यांच्या झगझगाट. शिवाय उंच टाचांच्या चपला, रोज संध्याकाळी हातात पर्स तिच्यात पैसे, अर्धी छाती उघडी दिसेल आणि अर्धी पाठ अशी पोलकी घालून हवा खायला बाहेर. उगाचच. दिवसापेक्षा रात्रीच खरा दिवस असतो. धन्य धन्य ते शहरवासी. गावातल्या गावात ट्राम, आगगाड्या शिवाय सिनेमे नाटकं रात्रीही दिवसाही. राणीचा बाग. पोलिसकाकांचा तर एवढा वचक की सिग्रेट तोंडात ठेवून ते फुटपाथवर काहीकाही विकणाऱ्या लोकांसमोर उभं राहून ज्याला 'करंट देव' म्हणून म्हणतात, तो आगपेटीत घडी घालून एक नोट देतो. एरवी काम तर फार नसतं. खाकी वर्दी घालायची आणि अधूनमधून त्यातलेच शंभर रुपये वरच्या साहेबाला देऊन यायचे. अशी नोकरी मिळवून द्यायची हमी पोलीसकाका गावातल्या तरुण पोरांना द्यायचे, तरी मोरगावचे मागासलेले लोक पाचशे रुपये अगोदर लाच द्यावी लागते, ह्या अटीमुळे मुलांना मुंबईला पाठवत नव्हते. कारण कोणाजवळच एकदम एवढे पैशे कधीच नसायचे. लवकरच पोलीसकाका मुंबईत स्वतःचं घर बांधणार होते.

ह्या घर बांधण्याचं आणि जाडी जसोदीचे दोन्ही कान पूर्ण बहिरे होण्याचं कारण एकच होतं. ते असं की, दोनेक वर्षांपूर्वी बंदराच्या गोदीत नांगरलेल्या एका मालवाहू जहाजावर फार मोठमोठे स्फोट झाले आणि जहाजातून सोन्याच्या विटा आकाशात उडाल्या. नेमकी त्याच वेळी वामकुक्षीत जाडी जसोदी काकू आपल्या गोदीमागच्या पीला गेट क्वार्टर्समधे कानात खूप आतपर्यंत हेअरपिन घालून ब्रह्मानंदात कान कोरत होती, ज्या वेळी ह्या भयंकर स्फोटानं तिच्या कानातच ही पिन गहाळ झाली असावी. त्याच वेळी गोदीत बंदोबस्ताच्या ड्यूटीवर असलेले कर्तव्यदक्ष काका भंगाराच्या कचऱ्यातली एक वीट पेपरात गुंडाळून घाईघाईनं क्वार्टर्समधे शिरले आणि काकूच्या हातात हा पेपर देऊन तिच्या त्याच कानात काहीतरी गुप्त बोलून सटकले, जे तिला ऐकायला न आल्यानं दुसरी सोन्याची वीट

जी क्वार्टर्समागच्या कचऱ्याच्या कुंडीत काका टाकून गेले ती झाडूवालीच्या नशिबात होती. नाहीतर तेव्हाच जाडी जसोदी दुप्पट लक्षाधीश झाली असती.

पूर्वी गवताचे ओझे वाहाणारी ही जसोदी शेवटच्या गल्लीतल्या गरीब शेतकऱ्याची साधीसुधी पोरगी, पण ती आता मुंबईत हौसिंग सोसायटीत राहते, अंगावर सोन्याचे नवनवे दागिने घालून येते, सुंदर सुंदर वायलींच्या साड्या वापरते. ह्या उदाहरणानंतर मोरगावात शहराकडे जाण्याची लाट सुरू झाली असावी. शिवाय मुलींना अशा स्नो पावडरीच्या डब्या आणून देते, की त्या गोऱ्या दिसायला लागतात. आणि लटांबरग्रस्त खेडवळ बायांना पाळीनंतर किती दिवसपर्यंत झोपलं तर शेफ असतं, असं काही काही मॉडर्न मॉडर्न निःस्वार्थी बुद्धीनं सांगते. सगळ्याच पोरींनी नंतर युगधर्म म्हणून शहरातलेच नवरे करण्याचं मनावर घेतलं. याचाच परिणाम म्हणून मोरगावातले सगळे उपवधू तरुण शहरात जायला निघाले. पुन्हा एकदा मोहनजो-दडो उभं राहायला सुरुवात.

सारखी सारखी पडणारी आधाराशिवाय उभी राहू न शकणारी पिवळी लाकडी ठकी.

सुधीच्या लग्नापासून आमच्या वाड्यात दरवर्षी किंवा वर्षाआड बहुदा एक तरी मुलीचं लग्न होत आलं. नंतरच्या वर्षी बायडीचं तिच्या आईच्या हट्टाप्रमाणे मुंबईतल्या सब-इन्स्पेक्टर पोलिसाशी. त्याच्या पुढल्या वर्षी निळूकाकाची एकुलती लहानी बहीण सुमीचं. नंतरच्या वर्षी आत्याची लहानी तायडी आणि आमची थोरली बहीण बिजा – दोघींचं एकाच मुहूर्तावर एकाच मांडवात. नंतर भावडूचं झालं आणि सोनावहिनी फक्त एक नवी बाई घरात आली. त्यानंतर छबीचं, मधे दोन वर्षं सुनी गेल्यावर लाडकीचं, मग लहान्या शशीचं गेल्या वर्षी. असा सगळा वाडा मुलींनी रिकामा होत गेला.

सगळ्याच चिमण्या पितृसत्ताकात उडून जातात. राहतो हा एकटा कावळेदादा खंडेराव. सबंध प्रॉपर्टीचा एकमेव मालक. काही न करता झालेला मालक. भावडूला मुलगा झाला असता, तर मी जरा मोकळा झालो असतो. पण तिथेही आहे चिमुरडी चिऊ – वीस वर्षांनंतर तिचं लग्न करुन द्यावं लागेल तुलाच, खंडेराव, तूच आता कर्ता होणार आहेस. ही आता तुझी जबाबदारी झाली.

सोनाला घरातला धबडगा आटोपतांना नेहमीसारखा उशीर झाल्यानं चिऊ किरकिरत तिच्या मागेमागे फिरते आहे. मग सोना तिला उचलून बाहेर अंगणात आणते. त्यांच्याकडे सगळ्या परकऱ्या पोरी धावतात. एक तिला पाठुंगळी घेऊन

एकेका खाटेजवळ उभी राहून म्हणते, *साकरचं पोतं घ्या वंऽ बाई.* केवढ्याला दिलं? *एक रुपयाला.* एक रुपया? नको वं माय इतकी महाग. पुढच्या खाटेवर तसंच. असं हे पोतं अंगणातून बाहेर फिरून येतं. खदखदा हसत हळूहळू पेंगत जातं. *अंगाई मंगाई ये ग तू ग गाई...* अंगाईच्या सुरांमधे गुरफटून चिऊ झोपेच्या निळ्या जांभळ्या जगात रांगत जाते. तिकडे अशाच मुलीला थोपटून थोपटून आई झोपवते आहे. *घोगर आली व ऽऽ घोगर येते आहे, झोप, झोप.* आकाशातलं चांदणं झोपेतही लख्ख उमटत राहतं. तिकडे मोठी पोरं अजून झोपत नाहीत.

चैत्रातलं पिठासारखं चांदणं. आपल्या अंगणात जेवणखाण आटोपून सगळ्या मुली गोंधळ घालताहेत. एकेक खाट पडते आहे. मऊ गोंधड्यांवर मुलं लोळता लोळता म्हणताहेत :

चिऊताई, चिऊताई, काय करता?
चुल्हा पेटवते, कावळेदादा.
चिऊताई, चिऊताई, काय करता?
भाकरी टाकते रे कावळेदादा.
चिऊताई, चिऊताई, काय करता?
भाजी करते रे कावळेदादा.

चिऊतायांनो, हे किती पदार्थ? तुमचं कधी संपणार? चिऊताई, चिऊताई काय करता? बाळाला न्हाणते. छे, बाळाचं हागणं मुतणं काय काय, पुन्हा किती वेळ? बाळाला पाजते, निजवते, तीट लावते. चिऊताई, चिऊताई, काय करता? भांडी घासते. मग एकेक भांडं. ब ब ब ब, किती भांडी घासायची? रोज? मग काय करता? तर कपडे धुता. किती कपडे? रोज? चिऊताई आता काय पाणी भरता? आता काय सडा टाकता? आणि रांगोळी कोण घालेल? असं हळू हळू मीच म्हणायला लागतो. चिऊताई, आता काय अंथरूण घालता? चिऊताई, चिऊताई, हे सगळं तुम्ही कसं सोसता – एवढं एकच हा तुमचा कावळेदादा विचारतो. *एक बोट कटप... हडीहप हडीहप.* लाडकी काय करते आहे? *धर ग लाडके खंडूचा कान च्याऊ म्याऊ च्याऊ म्याऊ, कु र्र र्र र्र... एका हाताची फुगडी, मामा देईल लुगडी...* झिम्मे. एकाएका पावलानं जमीन हादरते. पोरींच्या ह्या हैदोसानं म्हाताऱ्या वैतागतात. सगळं अंगण डोक्यावर घेतलंय चुतींनी. पोऱ्ही हो, बस करा. काही गाणं म्हणा.

तिकडे आजी गोष्ट सांगते आहे, जा. सोनसाकीची. ही गोष्ट आजीच्या आजीनं तिच्याही आजीकडून लहानपणी ऐकलेली आणि सगळ्या पोरींची आवडती असते. सोनसाकी मांजर होते का आजी शेवटी? ऐक... एक होती

सोनसाकी... मांजरीचं राज्य – लख्ख चांदणं. एकेक मुलगी खेळ सोडून येते. हळहळू मोठी मोठी होत जाते. गेल्या वीस वर्षांत एकेकीची बोळवण ह्याच आंगणात होते. वाजा वाजतो. मंगलाष्टकांची शार्दूलविक्रीडितं. सगळ्या मुली सात बहिणींचे थवे होऊन उदासवाणी टिटँव टिटँव करत इतक्या वर्षांची उजाड रानं व्यापून टाकतात. अंगण सगळ्या पशुपक्ष्यांनी, वाघ, लांडगे, चिऊ, काऊ यांनी अश्मयुगातल्या चांदण्यातलं अरण्य होऊन जातं. त्या वयातला तोच प्राचीन अरण्यकाळ सगळ्यांना आपला वाटणारा.

तिकडे चांदण्यासारखेच शुभ्र केस असलेल्या आंधळ्या काकूनं लांब चालणारी गोष्ट सुरू केली आहेः *पोऱ्ही हो, दूध काळं असतं का? रस वाकडा असतो का? तसं नाही असेल तर एका अरण्यात एक भाऊ आणि एक बहीण राहत होते.* ह्या गोष्टीतच आपण आहोत, असं समजून एकेक मूल झोपायला लागतं. दांडग्या पोरींच्याही हालचाली जड व्हायला लागतात. हळूहळू एकेकीला फुलासारखं उचलून अंथरुणावर टाकलं जातं. आंगणात बाजूच्या पिंपळाची सळसळ त्यांच्या अचेतन मनातल्या आदिकालाचा ताबा घेते. ह्या आपल्यासमोर सरकलेल्या वीसपंचवीस वर्षांचा तिथे थांगसुद्धा लागत नाही. *नखुल्या बाई नखुल्या, चंदनाच्या टिकुल्या.*

सिंहस्थाच्या रेट्यात पडून राह्यलेल्या सगळ्या मुलामुलींची लग्नं फटाफट जुळत गेली. सुधीचं मात्र जुळेना. खरं तर शेतकऱ्यांना लग्नाचा मुख्य फायदा दोनाचे चार हात होणं, म्हणजे घरातल्या, शेतातल्या कामाचा बोजा दोन हातांनी कमी होणं. त्यामुळे अशा वेळी कुणबी लग्नाच्या हातघाईवर येतात.

दर वर्षी अशा लग्नसराईत आमच्या आंगणात रोज संध्याकाळी गंभीर चर्चासत्रं भरायची. गावातले नेहमीचे चार यशस्वी विचारवंत, अनुभवी शहाणे तर धोतराला हात पुसत ढेकर देत विठ्ठलराव आले का देवळातून? म्हणत खाटांवर बसून गावातल्या राजकीय सामाजिक प्रश्नांवर वर्तमानपत्राच्या संपादकांसारखे दैनंदिन विचारवैभव मांडत वडलांची वाट पाहत बसायचे. बहुदा गावातल्या लग्नाच्या स्थळांसंबंधी माहिती मिळवण्यासाठी परगावचे पाहुणेही यायचे. वडलांचा युधिष्ठिरासारखे कधीही खोटं न बोलणारे म्हणजे कधीही वाईट न बोलणारे, असा लौकिक कायम झाला होता. त्यामुळे गावातले कुठलेच व्यवहार त्यांच्या संमतीशिवाय पुरे व्हायचे नाहीत. त्यामुळे वडील फक्त संमतीच द्यायचे.

रोज रात्री वाड्यामागच्या देवळातून एकदम टाहो फोडल्यासारखं गावभर खळ्यांपर्यंत ऐकायला येणारं, सामूहिक सुरातलं मागणं : *तुका म्हणे आता उधार तू होई ऽ ऽ मज ठेवी पायी संताचिया ऽ ऽ.* की पाठोपाठ वडलांचं मृदंग एकसारखं बडवणं *धिन्-धिन्-धा तिन् त्रक धिन् धागि त्रक.* मग झोपी आलेल्या, पहाटपासून शेतातल्या कामानं आंबलेल्या शेतकऱ्यांची निरवानिरव. की लगेचच वडलांना भेटू इच्छिणारे एकेक आमच्या आंगणात जमतात. मधली एक खाट वडलांसाठी सोडून बसून राहतात. मग गावातल्या रेवा महाराज वगैरे चारपाच टाळकऱ्यांबरोबर मंदिराच्या उद्याच्या कार्यक्रमांची चर्चा करत करत वडील घरी आल्याबरोबर राम राम, हरी हरी, ओळखीपाळखी, किरकोळ ऊहापोह झाले की प्रेमानं एकमेकांना सद्या, गणपत्या, राम्या, विठू असं संबोधत चर्चासत्राचं उद्‌घाटन व्हायचं.

मधेच सद्या मला — खंडू, जरा पोस्टकार्ड आण तं भाऊ, असं म्हणायचा. कारण आमच्याच घरी पोस्टमन कार्ड टाकतो हे सगळ्यांना माहीत असतं. तिकडे वडलांचं चर्चासत्राचं बीजभाषण तल्लीन होऊन ऐकत इकडे पोस्टकार्डाच्या कोपऱ्यानं दातात अडकलेलं अन्न साफ करत, वडलांना थांबवत, सद्या म्हणतो, हे नी पटत आपल्याला इठूनाना. ते दुंडा महाराज श्रेयस आणि प्रेयस असलं कीर्तन मिठ्ठास वाणीनं सांगण्यात तरबेज असतील. पण प्राण गेला तरी पंढरपूरच्या राउळात हरिजनांना प्रवेश करू देणार नाही, असं दुंडामहाराजनं जाहीर केलं आहे परवाच, मुक्ताबाईच्या वारीत. हे काय आपल्या भागवत धर्मात बसतं? हे कसले वैष्णव?

ह्यावर मी खूष होऊन सदूकाकाला प्यायला थंड पाणी आणून देतो. खरं तर ही अंगणातली रोजची चर्चासत्रं आमच्या घरातल्या मुलामुलींना बायकापोरांना सगळ्यांना मोठं सांस्कृतिक शिबिर वाटायचं. हुनाकाकापासून आमचं घर ह्या युगदर्शी वादविवादाचं केंद्र झालं. वडील ह्या सगळ्या चर्चासत्रांचं जणू अध्यक्षीय सूत्रसंचालन आणि समारोप करणारे. त्यांच्या शहाणपणाचा सल्ला मुख्यतः भावडूला उद्देशून असायचा. माझ्याकडे तर परवापरवापर्यंत मी एम.ए. होऊन पीएचडी करायला लागलो, तरी सुद्धा वडील पूर्ण दुर्लक्ष करायचे. काही विचारलं तरी *तू गप बैस बरं जरा खंडू,* असं म्हणायचे. आता वाटतं, की आपल्या असाध्य वटवट्या स्वभावावर तेच रामबाण औषध होतं. स्वतःच्या गादीवर भावडूला बसवायचं त्याचं धोरण पूर्वीपासून स्पष्ट होतं. पण झालं उलटंच. बिचारा भावडू त्यांच्या आज्ञेत राहून फसला, आणि आता ते वैताग अध्यक्षपद आपल्याकडे चालत येणार. छे.

एकंदरीनं वडलांच्या व्यावहारिक नेतेगिरीचा भावडूलाच काय, सगळ्या गावातल्या, परगावच्या लोकांना, महत्त्वाच्या पुढाऱ्यांनाही फार भरोसा वाटायचा. मलाच कशामुळे कुणास ठाऊक त्यांचे विचार जुनाट वाटायचे. का मी दुष्टपणानंच वागायचो? खंडेराव, तू मुळातच क्षुद्र मनाचा माणूस आहेस, हे विसरत जाऊ नकोस.

सद्याच्या प्रश्नाला वडील उदार, म्हणजेच हेही नाही तेही नाही, किंवा हेही खरं तेही खरं, असं उत्तर देतात : सद्या, कोणी ब्राह्मण झाला म्हणून त्याला निंद्य समजू नये. ब्राह्मणाकडूनही सुभाषित ग्रहण करावं. एवढं उपनिषदाचं सार एका कीर्तनात ह.भ.प. दुंडामहाराजांनी किती सरळ स्पष्ट करून सांगतलं? हरी हरी. श्रेयस आणि प्रेयस — याच्यामारी आपल्यासारख्या प्रपंचकर्दमात रुतलेल्या कुणब्याला दोन्ही गोष्टी सारख्याच वाटतात. पण काय फरक सांगितला बुवांनी फोड करून? वा! खेड्यातल्या अडाणी लोकांना एवढं जुनं शास्त्र कोण समजावून सांगतो? कोण एवढा वेळ वाया घालवतो? आता लहानपणापासूनचे संस्कार असतात. वाटत असेल अस्पृश्यता नष्ट होणार नाही — असं एकाद्याला वाटू शकतं. म्हणून त्याचा द्वेष करणं बरोबर नाही, सद्या. राजकारण वेगळं. आपला वारकरी धर्म राजकारणापलीकडे —

मी मधेच म्हणतो, भेदाभेद धर्म अमंगळ असं —

उगा बैस तू खंडू. कमी बोलावं माणसानं. आता ह्या दुंडामहाराजाला आपल्या लोकांनी रांधलेलं चालत नाही. त्यांचा ब्राह्मण स्वयंपाकी नेहमी बरोबर असतो. त्यात काय बिघडलं? बरं आहे ना. उलट आपण शिधा देऊन मोकळं व्हावं. होऊ द्यावं त्यांना लापट.

मला हा ढोंगीपणा सहन होत नाही. मी संतापून काहीतरी विचारणार हे पाहून भावडू माझा आवाज बुडवून टाकणाऱ्या आवाजात वडलांना सुधीच्या स्थळांचं विचारतो.

भावडू, आपल्याला ह्यापुढे ह्या सगळ्या पोरींसाठी स्थळं पाहत हिंडावंच लागेल, बेटा. सुधीचं झालं की आत्याच्या बायडीचं. मग आपल्याकडे नंबरच लागले आहेत. कोणताही देव असू द्या, पैशांचे देव्हारे लागतातच गड्या. खेड्यात आधी पैसाच कुठे असतो? पैसा शहाण्याचा चाकर होतो, तोच मूर्खाचा मालक होतो. आता आपली कुणब्यांची पोरं शिकताहेत, पण सरस्वती आणि लक्ष्मी याचं कधी जुळलं आहे? आता सुधीचं लग्न समजा आज पाहून गेलेल्या ह्या बामणोदच्या श्रीमंत पोराशी ठरलं, आणि तो सगळा लग्नाचा खर्च करील म्हंतो. पण जो देतो तो शिरजोरी करतोच. किती लपवत असला तरी देणारा दाबतोच. पोरीला त्रास

होणारच. म्हणून लग्नसंबंध बरोबरीच्या माणसांशीच करावे. उलट सोयरा जितका गरीब, तितका तो दबून राहील, लक्षात ठेव.

वा रे वा, म्हणजे तुम्ही असे जावई शोधणार की —

तू गप्प बैस खंड्या. मी पाहतो ना हल्ली, आपला भास्करशेट शेतकऱ्यांना भरमसाट कर्ज देतो. पण ह्या कुळांकडून पहा कसं हक्कानं वसूल करत राहतो. शेंगा दे, हुरडा दे, चारा आणून टाक, उद्यापासून आठवडाभर बायको —

मधेच गणपत्या काहीतरी वर्तमानपत्रातल्यासारखी आजची ताजी बातमी कुजबुजतो. ज्या गंग्याच्या पोरीवर भास्करशेटनं एकदा बलात्कार केला होता, तिलाच आता रोज मजुरीवर ठेवून फूस लावल्याचा संदर्भ देतो. मग रामा ढुंगणासकट खाट पायांनी सरकवत सरकवत लांबून तिथे आणतो आणि त्यांच्या तोंडाशी कान नेऊन ऐकतो. वडील इथेही युधिष्ठिरगिरी करून चार अंगुळं वरच्या पातळीवरून दासबोध चालूच ठेवतात : हे बघ भावड्, मी फक्त एक उदाहरण देत होतो. असा ऋणको हा धनकोचा गुलाम होतो. आपण तिऱ्हाईत याच्यात बरं वाईट कसं ठरवणार?

रेवा महाराज म्हणतो, ह्या श्रीमंत लोकांचा मोठेपणा इतर लोक अडचणीत येण्यावर अवलंबून असतो. या दुष्काळामुळे शेतकरी खलास झाले, पण सुधारले साले वाणी सावकार मारवाडी व्यापारी. वडील म्हणतात, शेतीचं असंच होणार आहे. कसेल तो फसेल. हे व्यापारी लोक हंगामानंतर भाव उतरवणार. बाजारात धान्याचे ढीगचे ढीग. घरात दोन पोती ठेवायला जागा नसते कुणब्याच्या. परभारे खळ्यातूनच सगळं धान्य विकणं भाग पडतं. एकदा माल ताब्यात आला, की हे व्यापारी दुपटीवर भाव नेतात —

मी मधेच म्हणतो, याचा अर्थ व्यापाऱ्याला डोकं आहे, शेतकऱ्याला ते नाही.

रेवा, मला सांग, आहे समजा कष्ट करणारा माणूस निर्बुद्ध. म्हणून का त्याला फसवण्याचा हक्क डोकेबाज लोकांना असावा? मग इंग्रजांनी आपल्यावर राज्य केलं, ते बरोबरच म्हणावं लागेल. आपण महारमांगांना गुलाम केलं तेही बरोबरच म्हणावं लागेल. असं नाही. गरिबी वाईट नसते, मागासलेपणाही वाईट नसतो. गरिबांना पिळणं वाईट असतं.

रामा म्हणतो, काही म्हणा विठ्ठलभाऊ, या सावकार अन् व्यापारी लोकांचा बडेजाव मात्र फार चालतो. शंभू वाण्याच्या पोरीच्या लग्नात काय दारूकाम, आकाशात फटाके फुटत — आपण लोक दलिद्रीच पाहा. बरोबरच गदेल कुनबी म्हणता ते आपल्या शेतकऱ्यांना.

अरे रामा, कोणी कितीही डौली असला, तरी त्याचा बडेजाव पाहणारे नसले तर काय कामाचा त्याचा डौल? आपले लोक न्हाव्याची मर्जी पडेल तेव्हा हप्त्यातून एकदा कधी पंधरवाड्यातून एकदा कशीतरी दाढी करून घेतात. त्यामुळे वान्हेरं दिसता पंधरा पंधरा रोज. हे शेटसावकार रोज घरी लेझरनं चकचकीत दाढी करता. आता हे पाहणारे आहेत म्हणूनच तं चालतं?

गणपत्या म्हणतो यांचे भारीचे कपडे, यांच्या बायकांची पातळं, इस्त्री करून आणतो एक गडी दर हप्त्याला म्हणजे – किती जोड असतील प्रत्येकाचे?

भावडू म्हणतो, पण बाबा, नुसत्या राहाणीनं काही कोणी वरच्या दर्जाचा होत नाही. गावात गरीब लोकांना अडीअडचणीला हेच लोक कामाला येतात.

तेच तर सांगत होतो ना रे मी. देणारा हा फुसलावणारा होऊच शकतो. म्हणून कोणाचं काही घेऊ नये.

त्यानंतर शेतीची कामं कोणती केव्हा उरकली पाह्यजेत. गावात कोणी नांगरणी संपवली. काशा केव्हा वेचता. कोप्या तोडायला चार माणसं बघू – तो पुरशा कसा राहील? ...ह्याऽ तसे ऐदी माणसं नको. ...घाटावून आलेला टोळका कसा आहे? ...बरे आहेत कामाला, पण दोन्ही वेळच्या भाकरी द्याव्या लागतात मायझौ त्यांना. परवडत नी ते. बायकांना रांधरांध दिवसभर. ...बांध नीट करायला पाह्यजे. नाल्या खंदल्यावर बांधाला आपोआप माटी मिळते. हिवर तोडजा नको, बरे असता बांधा वर. ...साधू तेली कोणती पोथी यंदा लावणार आहे? ...आमच्या बहिणीच्या खटल्यात तिचा चुलतसासरा मेला, बारसुद्दीला जायला पाह्यजे. ...कणग्यांचं पेंड फोडू नका, वेळेवर फोडा. ज्वारी वरची खाण्यापुरती आमच्याकडून घेऊन जा अर्धं पोतं, लागलंच तर. पावसाळ्याच्या तोंडावरच कणग्या उपसाव्या, बरा भाव येतो. ...एकनाथ सुतार आला का? औताची दांडी बदलवायची आहे. ...विहीर खोदून फसला इची लेहू गोपू मामा. एक बूंद पाणी नाही. सालदार नुस्ते बसता. कामंच नी काही तं काय करतील? ...यंदा पाऊस बरा होईल, पाहा. पावशे रानात दिसले आताशीच. ...नवी बैलजोडी केवढ्याला घेतली रे तोतारामनं? त्याच्यापेक्षा आपल्या उज्या गायीचे गोऱ्हे मुत्या-मोत्या बरे. फुकटात बैलजोडी. चारा तं घरचाच नं. पुन्हा शेण रोजचं.

तिकडच्या गल्लीतही हीच चर्चा चाललेली. खाटेभोवती बसलेले लोक. अंधारात फुलासारखी फिरती चिलीम. गावोगावच्या ऐकलेल्या पाह्यलेल्या गोष्टी. थोड्या थोड्या वेळानं एकेकजण ओट्यावरच्या अखजीच्या घागरीतलं थंडगार पाणी पिऊन वडलांना उद्याचं काही काम, देवळाच्या शेतीचं नांगरणं वखरणं असं विचारून निघून जातात. एकटा रामा थांबतो. हा वडलांचा फार एकनिष्ठ. लांबचा

मामेभाऊ. हा सुधीच्या एका स्थळाचा निरोप घेऊन आलेला असतो. हे स्थळ म्हणजे रामाचा भाचाच. हा पुण्याकडे रेल्वेत काहीतरी नोकरीवर असतो. कालच सुधीला पाहून गेलेला असतो. त्यानं सुधीला विचित्र प्रश्न विचारले होते, पण रामाच्या मध्यस्थीमुळे आम्हाला आशा होती. रामा आडून आडून मुलगी पसंत पडली, पण तिकडे शहरात मुळीच चालणार नाही, असा भाच्याकडून आलेला नकार वडलांना कळवतो.

वडील सुरुवात आणि शेवट एकाच उदात्त मूलतत्वानं करून आपला संताप अभिजात करण्याचा प्रयत्न करतात : रामभाऊ, नशीब काही कोणाला उमजू देत नाही. बरं केलं हे तू स्पष्ट कळवून टाकलं. तेही मोकळे आपणही मोकळे. दिवस थोडे उरले आहेत ना. पण हे पहा रामभाऊ, तुझा भाचा लक्ष्या मोठा कलेक्टर असो का कोणी मॅनेजर असो, ह्या शेतीतूनच वर गेला ना? अरे गरिबी, श्रीमंती अळवावरचं पाणी असतं. आपल्या जातीचं रक्त तर तेच राहतं ना. मग? ह्या शहरातल्या पोरांना कळत नाही का, की आपल्या शेतकरी समाजातल्या पोरींचं जग कोणतं असतं? स्वैंपाकपाणी, शेतीभाती, गुरंढोरं, दूधदुभतं, गाभण म्हशीला काय खाऊ घालावं, दुभत्या गाईला कोणता चारा लागतो, कोणत्या पिकात कोणतं बी टोचावं म्हणजे कीड लागत नाही, कोणत्या पिकानंतर कोणतं पीक बदलावं म्हणजे जमीनीचा कस टिकतो – आपल्या पोरींना लहानपणापासून हेच शिक्षण असतं. हे मूळ खाण्यापिण्याचं सोडून तुझा लक्ष्या भाचा काहीतरी वर्तमानपत्रातलं भाकड सगळं विचारत होता आमच्या सुधाला. न् मालती पांडेचं ते भावगीत म्हणायला लावतो? त्याच्या मायला, कसबिणीची पोरगी कर ना म्हणावं आपल्या झेंडीसारखी? नुस्ता नखरा काय कामाचा? नैसर्गिक सौंदर्य काही असतं की नाही म्हणावं? जाऊ दे. तू तरी काय करणार अन् मी तरी काय करणार. शेवटी नशीब काही कुठे जाऊ देत नाही. ये तू आता. उद्या कीर्तनाची खिरापत तू आणि रेवा बघा.

शेवटी देवा, देवा, विठ्ठलाऽ म्हणत वडील खाटेवर ताणून देतात. दिवसभर त्यांनी नेहमीप्रमाणे घरचं खाऊन लष्कराच्या भाकरी भाजल्या असल्यानं एका मिनटात ते घोरायला लागतात. लगेच मोठ्या पहाटे त्यांना सुधीसाठी एका स्थळाची चौकशी करायला निघायचं आहे. काही झालं तरी यंदा मावशीच्या उरावरची धोंड काढायला हवी, असं आईचं टुमणं चालूच आहे. स्वतःच्या मुलीइतकीच बहिणीच्या मुलीची तिला काळजी दाखवावी लागते. मुळात काळजी आहेच, पण ती दाखवण्याचेही मार्ग ती शोधतच असते. सिंहस्थ पंधरा दिवसांवर आला. शेवटी गावातल्या लंगड्या अवसूशीच गाठ जुळेल अशी लक्षणं दिसत

होती. ह्या लंगड्या अवसूचे चार भाऊ, भरपूर शेती पण कामंही कंबर मोडणारी. शेवटी नशीब काही कुठे जाऊ देत नाही, हेच खरं.

तसंच झालं. सुधीचा स्वतःच्या रूपावरचादेखील विश्वास उडत चालला. कोणीही पाहायला आलं की ती पार गांगरून जायची. सारखी सारखी पडणारी आधाराशिवाय उभी राहू न शकणारी पिवळी लाकडी ठकी. तिचं दरवेळी असं पडलेलं तोंड पाहून शेवटी मावशीनं शहरातल्यांचं आपलं जुळणार नाही, असं जाहीर करून टाकलं. आपण गरीब निराधार लोक, आपण कोणाच्या नादाला लागून हुरळून जायचं नाही. मग तिनं आईला वडलांना सरळच सांगितलं, कोणीतरी गरीब, निर्व्यसनी, कष्टाळू, गरीब शेतकऱ्याचा मुलगा चालेल.

अशा वेळी अंगणातल्या चर्चासत्रात वडील भावडूला उद्देशून नेहमीच नीतिबोध ऐकवत असायचे : हे बघ, गरीब लोक सगळीकडे सारखेच असतात. त्यांची सुखदुःखंही सारखीच असतात – खाण्यापिण्याची दुखल्याखुपल्याची साधीसुधी दुःखं. गरिबीत माणुसकी ज्यास्त असते — हे मात्र वडलांचं आयुष्यभराचं तत्त्वज्ञान होतं. चाऱ्ही बहिणींना त्यांनी गरिबांच्या घरीच दिलं आणि भावडूच्या सगाईच्या वेळीसुद्धा मोठमोठ्या श्रीमंतांच्या मुली टाळून गरिबाघरची देखणी सोना सून म्हणून निवडली.

आता खरं म्हणजे माणूस तिथून सारखाच — श्रीमंत असो, गरीब असो. तरी फरक असतो का? आपल्या वडलांचं काहीतरी चुकतं आहे का, हे नेहमीच्या बाप-आकसापायी शोधून शोधून मी थकतो. पण हाताशी काही लागत नाही. वडलांचं म्हणणं बरोबर असतं. खरंच, गावातले, गावाबाहेरचे, मांगवाड्यातले, महारवाड्यातले सगळे गरीब सारखेच राहतात. कपडेही एकाच प्रकारचे, हसतात ही मिनतवारी. सारखेच काहीतरी उण्यात गेलेले. वजा झालेले. अगदी जगभरसुद्धा सगळे गरीब लोक मोठ्या ग्रूप फोटोच्या डावीकडे उजवीकडे पूर्ण शेवटी एका टिरीवर मांडी मुडपून जवळच्याला खेटून बसलेले, नाहीतर आपण फ्रेममधूनच कट होऊन जाऊ अशा काळजीत कॅमेऱ्यात पाहत असतात. किंवा पूर्ण मागच्या रांगेत उभ्यांच्याही वर बाकावर स्टूल ठेवून त्यावर उभे. आपल्याकडे कोणी खऱ्या आस्थेनं पाहत असेल, याच्यावर यांचा विश्वास नसतो. यांनाच आपण हात केला तरी आपल्या मागच्यालाच बोलावलं असेल, असं समजून मागे पाहणारे. आपल्याकडे पाहून या वरच्या लोकांना आपली कीव येते, हेही गरीब लोकांना लगेच कळतं.

वडील भावडूला आपली गीता सांगतच असतात : हे पाहा, आयुष्य हे मुळातच खडतर, फारच खडतर असतं, हे लहानपणापासून उन्हातान्हात पोटापुरतं

मिळवण्यात ह्या गरीब कष्टकऱ्यांच्या अंगी इतकं भिनलेलं असतं की, जगण्यातला खरा आनंद यांच्याइतका कोणालाच नसतो. आपले तुकाराम महाराज नाही का सांगत, *मन करा रे प्रसन्न*. तेच ते. आता हे बघ, घर म्हणजे मुळात काय असतं, सांग. चूल, मूल, बायको, आईबाप, शेजार, सुरक्षित भिंती, मायेचे स्पर्श, झोप – यांशिवाय आणखी वरचं किंवा मोठं, महान, सजवलेलं असंच काही घर असतं? *मुंगी होऊन साकर खावी। निजवस्तूची भेट घ्यावी*. निजवस्तू म्हणजे काय, हेच कळलं पाह्यजे रे भावड्या. गरीब शेतकरी पाहा. दारच्या कुत्र्याला, गोठ्यातल्या बैलाला, म्हशीला आपलंच समजतो. त्यांना भाकरीचा तुकडा, चारापाणी आधी करून मग जेवायला बसतो. फार काय, आपल्या इनामाच्या बांधावर केवढं निंबाचं झाड झालं आहे पाहतो नं आपण? हे लहानसं रोपटं होतं बोटभर, तेव्हापासून आजीनं त्याला आपल्या वाट्याचं घोट घोट पाणी टाकून जगवलं आहे.

मी आमच्या घरामागच्या सरूकाकूचं घर डोळ्यांसमोर आणतो. एकच म्हैस. तिचं सगळं करून दूध, दही, लोणी, ताक, रोजचं घुसळण, रोजचं गटूभर लोणी साठवून साठवून महिन्याभराचं तूप चार कोस बाजारात चालत जाऊन उन्हात उभं राहून विकल्यावर मिळालेले दोन रुपये कशाकशावर खर्च करायचे, हे घरात सर्वानुमते ठरल्यावरच मोडायला सुरुवात करायची. ह्यात पाच वर्षांच्या पोरीच्या रिबनांचाही एक पैसा असतो.

घरोघर चुली पेटताहेत. अंधार पडतांना पूर्ण थकून उशिरा शेतातून घरी येणाऱ्या लहान शेतकऱ्यांची ही गरजेपुरती बांधलेली, लहान लहान कौलाकौलांतून धूर ओकणारी खपरेलं, मातीची एकमजली, क्वचित दुमजली, साधीसुधी, स्वैंपाकाच्या धुरानं पूर्ण भरून गेलेली धाब्याची घरं. गावातले नव्याण्णव टक्के शेतकरी असेच दोनचार बिघे जमिनीवाले, आपल्या लहानशा शेताला वाटणी म्हणणारे – वाडवडलांपासून भावाभावांचे वाटे होत होत आपल्या वाट्याला आलेली काळीची लहानशी चिरी. वर्षभर राबून दोन वेळच्या भाकरीची खातरी. जिच्या बळावर ग्रामव्यवस्थेतच अनेक पिढ्या ह्याच घरांमधे गाढ झोपत आल्या. हे कष्टकरी आपलं गरीब छोटेपण वरच्या पैसेवाल्यांविरुद्ध मानानं त्या तुकड्यावरच यशस्वीपणे लढवत आले. मेंढपाळ, आदिवासी, भटके, महारमांगचांभार ग्रामव्यवस्थेशी फटकून राह्यल्यामुळे फटिंग जगतात.

ह्या वेशीच्या आतल्या गरीबअल्पभूधारकांनी काटकसर हाच उत्पन्नाचा भाग केला आहे. शेजारी चूल पेटली आहे का? जाय, पनीतभर विस्तो घी ये. आपल्या वाटणीच्या शेतातलं बांधावरचं, वेलावरचं माळवं शिजवायचं. सगळ्यांना कडकडून भुका लागलेल्या. इकडे एका भाकरीचा उंडा भिजवून होईपर्यंत तिकडे

तव्यावर दुसरी भाजून तिसरी विस्तवावर शेकून तयार पाह्यजेच. हे चक्र न थांबता भानचुलीवरचा भोपळा, दोडकी शिजून तयार पाह्यजेच. खाणार केव्हा, झाकदडप करून भांडी घासून झोपणार केव्हा? मोठ्या पहाटे सुक उगवला की उठणं पडतंच. भराभरा सगळे तयार होऊन न्याहरी करून अंधारातच गाड्यावरून शेताच्या रस्त्यावर. असं रोजचंच. निदान कुठे सालदारकी करायला लागू नये, मजुरी करायला लागू नये, मूळ राहू पण कूळ राहू नये, हीच इच्छा. पूर्ण दिवस घरी राहावं लागतं असे दिवसही सोपे नसतात. पोरींच्या आंग्या फाटल्या आहेत, पोरांच्या चड्ड्या, बहिणीला लुगडं घेतलं पाह्यजे, भावाला औषधपाणी, सग्यासोयऱ्यांकडे लग्नयावासाठी भाडंतोडं.

अशा खाऊन पिऊन सुखी गरीब कुणब्यांना वारकरी पंथ मोक्षाचा महामार्गच. एक पैसा खर्च नाही : रोज पहाटे आंघोळ करून स्वच्छ मनानं देवापुढे हात जोडायचे. फारच तगमग असली घरातली दारातली, तर माथा टेकवायचा. सुखी ठेव देवबाप्पा, असं मोघम मागणं. आवडीनं पाठ केलेले वीस पंचवीस अभंग टाळ वाजवत मन लावून म्हणायचे. *काय मानू मी या संताचे उपकार.* केवढा सोपा मार्ग केला आहे तरावया? वारीवरही घरच्या दशम्या चटण्या बांधून पायी. सगळंच परवडणारं. रोजचा काबाड कार्यक्रम तर टळतो वारीवर. भक्ती देते मुक्ती. *बोला पुंडलीक वर दे हारिविठ्ठल श्रीज्ञानदेव तुकाऽऽ राम.*

ह्या गरीब लोकांचं केंद्र म्हणजे घर. प्रत्येकाला एक बायको, एक गाडं, बैलजोडी. रोज एकमेकांवर अवलंबून राहण्याचं इतकं अंगवळणी पडलेलं की चाकोरीबाहेरचं काही डोक्यात सुद्धा शिरत नाही. प्रेम वगैरे शब्द विचित्र वाटतील, असे हे जिवापाड लळा लागलेले संबंध. म्हटलं तर अडाणी, पण म्हटलं तर सगळं *रामायण महाभारत* माहीत असलेले. वर्तमानपत्र, कागद फक्त चूल पेटवण्यापुरते. राजकारण, कोर्टकचेऱ्या, पोलीस यांचा स्पर्शही होऊ द्यायचा नाही. आपल्यापेक्षा वरच्या माणसाला कधी प्रश्न विचारायचा नाही, तो चुकला तर ते आपल्याला कळलं असं दाखवायचं नाही. कलहशीलता टाळावी. जगण्याचे आर्थिक स्रोत कितीतरी पिढ्यांपासून संकोचलेले आहेत, ते तसेच आणखी कितीतरी पिढ्या राहणार आहेत. लोक म्हणतात, स्वातंत्र्य मिळाल्यावर शेतकऱ्याला बरे दिवस येणार आहेत. कोणाचं का राज्य येईना? काय फरक पडणार भौ पडून पडून? पाऊसपाणी, जमीन तर तीच राहणार? बरकत तीच होणार? सकाळी सकाळी वासुदेव सात पिढ्या वडलांची नावं घेऊन तेच सांगतोः

छन छन छन छन
दान पावलं होऽ दान पावलं

अरे करून कमाई पोट भरावं, हरामाचं धन घेऊ नको ऽ ऽ,
छन छन छन छन
चरणी येऊन करी भलाई, बुराई पदरी बांधू नको ऽ ऽ

जन्मभर एवढं नैतिकतेचं ओझं वाहत आल्यानं तर हे लोक जगात हास्यास्पद ठरले नसतील? इंग्लंड, फ्रान्स, स्पेन, पोर्तुगाल मधले शेतकरी असे असते तर जगात इतके पसरले असते? न्यूझीलंडपर्यंत?

या अल्पभूधारक गरीब शेतकऱ्यांच्या जराशा वरच्या सांपत्तिक पातळीवर जगणारे स्वतःला वजनदार शेतकरी म्हणवून घेणारे दहा ते वीस बिघे शेतीचे मालक गावात दहापंधरा होते. एकूण शेतकऱ्यांच्या एक टक्का असतील. यांची स्थिती म्हणजे जास्त ओझं वाहणाऱ्या बैलांसारखी. खाऊन पिऊन सुखी. पण सगळा जन्म गह्याट्यात. चिंताही जास्ती, कारण जमीन ज्यास्ती, सुधीच्या स्थळांचा विचार झाला तेव्हा लक्षात आलं, की शेतकऱ्यांच्या बायकांचे हाल जमिनीच्या पटीनं वाढतच जाणारे. सगळ्या गावाचं, बलुत्यांचं, मजुरांचं, गायी बैल म्हशींचं पोट भरणारे हे जरा मोठे शेतकरी रानातही चोरचिलटे, माकडं, हरणं, पाखरं, किडामुंगी, उंदरांसकट सगळ्या प्राण्यांचं पोट भरणारे.

कसून जमीन करण्याचं वेड, त्यामुळे वर्षभर रात्रंदिवस यांच्या बायकांना कामच काम. कातोडा. सासूनं काढून ठेवलेल्या दळणाच्या आवाजानं पहाटेची सुरुवात. इकडे नवरा सोडत नाही, तिकडे खाली सकाळच्या कामांची रांग — जातं, रवी, मुसळ, झाडू, राख, शेणसारवणं, चूल, खलबत्ता, न्याहरीच्या भाकरी, बांधून न्यायच्या भाकरी, आंघोळी, धुणी, भांडी, गायीम्हशी, सरपण, अंगात आल्यासारखं अपुऱ्या झोपेनं आलेली गुंगी सांभाळत पाणी भरणं, दुधं तापवणं, विरजणं, मुलांच्या किरकिरी, सकाळपासून भीक मागायला येणारी एकामागून एक — वासुदेव, गोंधळी, नंदीबैलवाले, भडंगवाले, तिरमल, बैरागी, नाथ, मलंग, गोसावी, संन्याशी, आंधळे पांगळे, कारूनारू, दुपारच्या वेळी होरा सांगणारे जोशी, पंचांग सांगणारे ब्राह्मण, साधुसंन्याशी — मोठ्या कुणब्याचं हे म्हणजे सगळ्यांच्या हक्काचं घर. पुन्हा संध्याकाळचे बलुते, भिकारी, संध्याकाळचं म्हशीचं आंबोण, गायींचं दाण, पुन्हा पंचवीस जणांचा स्वैपांक. तो कितीही साधा, एका पातेल्यात भाजी, दुरडीभर भाकरी असा असला, तरी दिवसभर निसर्गाशी झुंजण्याची शक्ती अंगात येईल इतकं अन्न सालदारांसकट सगळ्यांच्या पोटात घालण्याएवढा भरपूर असलाच पाह्यजे. शेवटची भाकरसुद्धा खाणारांनी उचलली, की पुन्हा तवा ठेवून नव्या भाकरी टाकायला उठावं लागे. नंतर भांडीकुंडी

झाकदडप, होईपर्यंत अंग आंबलेलं. दिवसभर ह्या घरांमधल्या बाया भरतनाट्यमच्या हजारो मुद्राच जणू करत असतात. बोटं, आंगठे, मान, खांदे, हात, मनगटं, मांड्या, पाय, कमर — किती हालचाली? हवेत, जमिनीशी वाकून, उठून, बसून चुलीपुढेसुद्धा लोटणं, लाटणं, थापणं, वैरणं, हाटणं, पाखडणं, निसणं... ह्या आदिम नारीनृत्याच्या तालावर तर सगळी कृषिसंस्कृती दहा हजार वर्षं डोलत आली आहे. घराघरांत खळ्यात शेतात ही समूहनृत्यं बेभान होऊन नाचली जातात.

ह्या शिवाय पाहुणेरावळे, उन्हाळ्यातली हजार कामं — पापड, बिबडे, खारोळ्या, कुरडया, शेवया, सांडगे, लोणची. लग्नं. गौर, कानोड, नागपंचमी, हरतालिका, लक्ष्म्या, वारंवार डोकावणारे विधी, उत्सव, कोसळणारी दिवाळी दसरा, हंगामावर सौर ऊर्जेचा वापर करून सुकवायच्या भाज्यांच्या उसऱ्या. आई भावडूला म्हणायची, आता मला हे सगळं पहिल्यासारखं आटपत नाही रे बाबा. लवकर लग्न कर नू मला जरा विश्रांती घेऊ दे. नुस्त्या लग्नाच्या परम मंगल विधीमुळे किती स्वस्तात एक आयुष्यभरची मजुरीण घरात आणता येते? सोनावहिनीसारखी? कुलवधू, फुकट मजुरीचा आमरण स्रोत. सकाळपासून रात्री पाठ जमिनीला लागेपर्यंत कामंच कामं. आयुष्यभर. शेतकऱ्याच्या बायकांना तर घरातही आणि शेतात उन्हात पावसात थंडीत केव्हाही. हे पुन्हा बाळंतपणं, पाजणं, ह्या खाजगी कामांव्यक्तिरिक्त. खाजगी?

खंडेराव, तू शेती करायचं ठरवलंस तर नवरा होऊ नकोस किंवा लग्न करायचं ठरवलंस तर शेतकरी होऊ नकोस. दोन्हीपैकी एकच कर. *बोला कुंडलीक हारीविठ्ठल...*

मोरगावातले कोण लोक पुढे गेले? कोण सुधारले? कोणाचा विकास झाला? ज्यांनी ज्यांनी शेतीच्या वार्षिक ऋतुचक्रातून सुटका करून घेतली ते — दहा बारा ब्राह्मणांची घरं, वाण्यांची घरं, मारवाडी, सावकार, व्यापारी — हे सगळे बुडत्या जहाजाला उंदीर सोडून जातात तसे पटापट शहरांमधे निघून गेले. साधं सायकल पंक्चरचं दुकान काढणारा घमा वाणी मोठा मोटारगाड्यांचा डीलर झाला. सकलेचा मारवाडी लोक सगळे मोठे उद्योगपती झाले. ब्राह्मण तर सदूभटजीचे वडील सोडून सगळे इंग्रजी शिकून स्वातंत्र्यापूर्वीच मोठमोठ्या सरकारी नोकऱ्यांमधे कारकून, कोणी वर्तमानपत्रांमधे, कितीतरी वकील, शिक्षक असे झाले. आमच्या लहानपणीच आम्ही काही खाण्यापिण्याचा, विकत घेण्याचा किंवा काम नको

सांगू — असा हट्ट धरला की आईवडील म्हणायचे, शेतकऱ्याच्या पोटी आलासच कशाला? नोकरदाराच्या पोटी जाता की? आपली चूक लक्षात आल्यानं मुलं मग मुकाट्यानं गुरांना पाणी पाजायची, चारा टाकायची, खळ्यात, मळ्यात, शेतात, उन्हात, पावसात रडकुंडीला येईपर्यंत कामं करायची. ज्ञानाचा संबंध तुटायचा. शाळा सोडायचा विचार बळावत जायचा.

मोरगावातून बाहेर गेलेल्या लोकांमधे कोट्यधीश झालेला आमचा वर्गबंधू सुकलाल सकलेचा. याच्या आजोबांना मारवाडातून आमचे आजोबा कुंडलीकबोवा यांनी आपल्याबरोबर त्रेपन्न वर्षांपूर्वी काशीला सोन्याची मांजर अर्पण करून परततांना स्वयंपाकी म्हणून आणलं. तीन पिढ्यांचा सलग समांतर घरोबा. त्यामुळे दर महावीर जयंतीला आमच्याकडे टोपली भरून फराळ येतो. सुरुवातीला रिकभचंद एक टोपलंभर किराणामाल तालुक्याच्या होलसेल मारवाडी दुकानदाराकडून उधारीवर आणायचा. सगळा माल विकल्यावर आधी उधारीचे पैसे परत करुन नफ्याच्या एक दोन आण्यांचा जादा माल रोखीनं आणून मोरगावात विकायचा. हळूहळू पुढल्या पिढीपर्यंत त्याच्या पाच मुलांनी रोज एक मोठी ट्रक गावात ज्या कोणाला जे लागेल ते — किराणा, राकेल, पेन्सिली वह्या, खतं — सगळं जळगावाहून भरून आणायला सुरुवात केली. आता ह्या सगळ्यांची मुलं, जावई मिळून खानदेशात लाखोंची उलाढाल चालते. याचं एकच मर्म म्हणजे यांच्यातला कोणीही शेतीत शिरला नाही. *शेती का धंदा और हात गंदा,* असं ह्या सकलेचा कुटुंबाचं ब्रीदवाक्यच आहे.

खरं तर या प्रत्येकाकडे प्रचंड शेतजमीन आहे, पण ती गुंतवणूक म्हणून घेऊन ठेवलेली. पुढे बिगरशेती प्लॉटी पाडून लाखो रुपयांना विकण्यासाठी. सुकलालही आमच्या लहानपणी वीस रुपयांचे फटाके जळगावहून मोरगावात आणून विकून त्यांचे चाळीस रुपये करायचा. आता लक्षाधीश असला तरी मोरगावात आला की पहिल्यासारखी अर्धी चड्डी बनियन घालून हा दुकानावर बसतो. आता मोरगावात राह्यलेले वर्गबंधू सदू भटजी, रघू नायक असे आम्ही त्याच्या दुकानावर तो असला की जाऊन बसतो. *आठ आबासं मनं बहुत अच्छो लग्यो,* म्हणत एकेक वेलदोडा हातावर ठेवून सुकलाल पूर्वीसारखाच साधेपणानं बोलतो. मी पीएचडी करतो याचं त्याला मनापासून कौतुक आहे. बरं आहे खंडू, तू तरी सरस्वतीच्या मागे लागलास. सदू भटजी म्हणतो, आणि तू लक्ष्मीच्या. मी म्हणतो, अरे सदू, तुला हे माहीत आहे का, की लक्ष्मी ही मुळात ह्या जैनांची देवता आहे. हिंदूंनी ती उशीरा म्हणजे पुराणांच्या काळात घेतली. ...ये बात. पण खंडेराव, सरस्वतीच्या उपासकांनाच हे ज्ञान मिळतं.

...नुस्तं ज्ञानच. ...अरे पण त्याची किंमत केवढी? बोलता बोलता चाळीस कोटींचा व्यवहार शंभर कोटींवर नेण्याचा ह्या सगळ्या भावांचा कार्यक्रम जेव्हा त्यानं बोलून दाखवला, त्या वेळी मी दोनशे रुपये महिना प्राध्यापकाची नोकरी शोधत होतो. सुकलालचे वडील नुकतेच वारले होते. तेव्हा मी त्याला तिसरीचौथीतली त्याच्या वडलांची एक आठवण करून दिली :

सुकलाल, तू ह्याच दुकानात इथेच असाच बसला होतास. एक दारुडा माणूस शिव्या देत आला आणि दुकानासमोर शिवीगाळी करत होता. तुझे वडील शांतपणे दारुड्याची समजूत घालत होते, की बाबारे, खजूरला राकेलचा वास येत असेल तर परत आण, दुसरी देतो. पण तो शिव्याच देत राह्यला : साले मड्डू, नुस्ता लोटा घेऊन आले न् आता माड्या बांधतात, असे आमच्यासारख्यांना लुबाडून, हरामखोर. सुकलाल, तू संतापून पुढे घुसू पाहायचास, पण तुझे वडील तुला चूप बैठ म्हणून मागे ओढायचे. जरा वेळानं दारुड्या शिव्या देत देत निघून गेला. तू वडलांना म्हणालास, काय ऐकून घेता नानाजी? किती शिव्या दिल्या? तुझे वडील म्हणाले, सुकलाल, काहीतरी देऊनच गेला नं? घेऊन तर गेला नाही नं? चूप बैस.

सुकलाल ह्या आठवणीनं सद्गदित होत म्हणाला, काय खंडू तुझी मेमरी रे. मारवाडीतः *कुछ देकं ही गया नं? लेकं तो कुछ नही गया नं? खुशी राख्यो.* खुशी राखा हे महत्त्वाचं.

एकदा केव्हातरी मारवाड्याच्या हवेलीत चोवीस जैन मुनींचं मोठं प्रवचनसत्र झालं. मलाही बोलावलं होतं. बरेच तारणपंथी जैन आसपासच्या खेड्यांवरून मुनींना ऐकायला आले होते. ह्यांतला एकही मारवाडी हा शेतकरी नव्हता, सगळे व्यापारी. मूर्तिपूजा नाही. फक्त आगमग्रंथ माना. जातिभेद मानायचा नाही. श्राद्ध वगैरे थोतांड आहे. कोणी परमेश्वर नसतो. सृष्टीचा कर्ताकरविता कोणी नसतो. अहिंसा, सत्य, अपरिग्रह. आहेही, नाहीही, आहेही आणि नाहीही, हेही अवक्तव्य. अनेकान्तवाद. बाप रे. इथे मोरगावातल्या एका दुकानापुढे हिंदू धर्माला पूर्ण विरोधी, धुडकावणारं हे झगझगीत तत्त्वज्ञान आर्यपूर्वकाळापासून असंच टिकून आहे. पुन्हा कधी भानगड नाही, दंगल नाही. आपापला व्यापारधंदा वाढवत राहायचा. दुकानं वाढवत राहायची. प्रचंड पैसा असून कधी उतणंमातणं नाही.

अर्थात मोरगावातले दरिद्री कुणबी, यांच्या सधनतेबद्दल यांच्या घरबशा मेदग्या बायांबद्दल मत्सरच बाळगून होते. यांच्या तीन मजली टोलेजंग हवेलीबद्दलही कुतूहल होतं. सुकलालच्या ह्या पाच काकांची गावात प्रचलित

असलेली एक गोष्ट वाड्यातल्या मुलींकडूनच मी ऐकली होती : ह्या पाचही भावांची लग्नं झालेली होती आणि पाची भावांच्या राजस्थानातून करून आणलेल्या घागरा ओढणीवाल्या पाच बायका एकसारख्याच दिसायच्या. पाची भावांना मुलंमुलीही भरपूर होत्या. ही मुलं सगळी सारखी सारखीच दिसायची. पाची भावांना वरच्या माडीवर ओळीनं पाच झोपायच्या खोल्या जिन्याच्या डावीकडे स्वतंत्र बांधून दिलेल्या होत्या. रात्री जेवणं झाल्यावर हे पाची भाऊ खाली दुकानात मालाची गणती, पैशांची मोजामोज, तेलाचे डाग असलेल्या रोजकिर्दीतले जमाखर्च, उधारी वगैरे सुंदर कापडी वेष्टनातल्या चार पानं तिमडून ठेवलेल्या खतावणीत उतरून उशिरापर्यंत हिशेबच करत बसायचे. ताळा जमल्यावरच एकेक भाऊ जिने चढत तिसऱ्या मजल्यावर आपापल्या खोलीत निजायला जायचा. बायका दारं उघडी ठेवूनच कंटाळून झोपी गेलेल्या. एकदा सगळ्यात धाकटा नथूमल चुकून मधल्याच एका खोलीत शिरून दार बंद करून झोपला. त्यामुळे नंतर आलेले एकेक असेच झोपेत चुकीच्या खोलीत शिरून झोपले. हा प्रकार सकाळीच सगळ्यांच्या लक्षात आला. तोपर्यंत वेळ होऊन गेली होती. त्यामुळे ह्या मारवाड्याच्या सारख्या दिसणाऱ्या पोरांना गावातल्या शेतकऱ्यांच्या कामानं रंजलेल्या बायका, रे, इकडे ये बरं. तू कोणाचा? असं विचारायच्या. मग त्यानं बापाचं नाव सांगितलं, की सगळ्या पोट धरधरून हसायच्या. धनमत्सर.

तीन

टांग्यातून महाराजा सयाजीराव विद्यापीठाचा प्रचंड घुमट नाचत हिंदकळत अंगावर येत असतांनाच मी म्युझियमच्या कोर्सचे कागद जुळवत **महाराजा फत्तेसिंह म्युझियम** अशी पाटी दिसताच उडी मारून पायऱ्या चढत वर येतो. बाजूच्या ओरिएंटल इन्स्टिट्यूटमध्ये **गेस्ट मास्टर** अशी फळी लावलेल्या खोलीत शिरल्याबरोबर **शुं काम छे? नक्की थया? केटलाक पण नथी —** असं काही टेबलाभोवतीच्या लोकांवर ओरडणारा धनजीभाई चौधरी या नावाचा त्रिकोणी ठोकळा टेबलावर असलेला गेस्ट मास्टर माझ्या अर्जावर नजर फिरवत ओरडतो : पर्मनंट ॲड्रेस अहीं लखवानुं छे... तमे पीएचडी करीने शुं उकाणो छो साहेब? मी अजिजीनं म्हणतो, माफ करा, घाई झाली निघतांना. कालच तुमच्या विद्यापीठाकडून पत्र आलं आणि आमच्या सांखळिया सरांनी मला लगेच इकडे बडोद्याला निघा, असं सांगितलं. माफ करा.

मी पर्मनन्ट ॲड्रेस लिहितो. मुक्काम पोस्ट **मोरगाव** लिहीत असतांनाच गेस्टमास्टर धनजीभाई माझ्या अर्जातल्या वडलांच्या नावावर बोटाची टिचकी मारत म्हणतो, म्हणजे मोरगावच्या विठ्ठलराव कुंडलीकचे चिरंजीव तुम्ही? आमच्या आजोबांच्या गावचे तुम्ही तं — नारूबोवा, नारायण हरीची धाकटी मुलगी म्हणजे आमची आई. ... हो हो, दोघी मुलीच त्यांना. ... आजोबा वारले तेव्हापासून आमचं येणं कमी कमी होत गेलं मोरगावला. तुमचे कुंडलीकबुवा आमच्या आईचे सख्खे चुलतभाऊ. ... म्हणजे आपण कोण लागतो एकमेकांचे?... हॅ हॅ हॅ. जाऊ द्या. लहानपणी तुमच्या वाड्याच्या चांदणीवरून हे पाहा मी पडलो आहे इथे, खेळता खेळता.

कपाळावरचा वण दाखवत आसपासच्या कारकुनांना गुजरातीत हुकूम देत धनजीभाई मला म्हणाले, चला आता, घरीच जाऊ. भरीत भाकरचा बेत आहे आज. तुमची खोली तं ताब्यात घ्या. उद्याच्या उद्‌घाटनाची तयारी करायला मी उद्या लवकरच येणार आहे. तुमची ॲडमिशनची वगैरे सगळी फाईल हा माझा स्टेनो जयन्तीभाई तुम्हांला वेळेवर आणून देईल. चला, आमच्या आईला गहिरा

आनंद होणार मोरगावचे तिच्या माहेरचे कोणी आले म्हणजे — बरेच वरीस मोरगावची काय खबर नथी. या, बरोब्बर सहा वाजता होस्टेलपुढे.

होस्टेलवर खोलीचं कुलूप लावून खाली स्कूटरवर वाट पाहत उभ्या धनजीभाईंच्या मागच्या सीटवर मी बसतांना निस्ताई निस्ताईनं असं म्हणत त्यांनी स्कूटर चालू केली. बडोद्याच्या ओरिएंटल इन्स्टिट्यूटचा हा कोर्स फार महत्त्वाचा आहे, महिन्याभरात सगळं नीट करून घेतात, मात्र ॲडमिशन, होस्टेल मिळणं फार कठीण असतं — अशा सांखळिया सरांच्या सूचनांच्या दडपणाखाली रात्रभर आणि दिवसभर प्रवास करत बडोद्यात धापा टाकत शिरलेल्या मला धनजीभाईंच्या स्कूटरवर समाधानाच्या डुलक्या येत असतांनाच त्यांनी आपल्या घराण्याचा इतिहास सांगत रस्ते ओलांडणं चालू ठेवलं : त्यांचे वडील बडोदे सरकारात *गार्डन चौधरी* ह्या जागेवर लागले. धनजीभाई सुपरिंटेंडंट प्रोटोकॉल ऊर्फ गेस्ट मास्टर कसे क्रमाक्रमानं झाले, हे सांगत असतांना त्यांच्या हो ला हो लावतांना माझे डोळे लागत होते. इकडच्या आमच्याच जातीच्या गुजराती मुलीशी — वा उत्तम — कसं लग्न झालं — आपण खानदेशी लेवा पाटीदार मूळचे म्हणजे किती मूळचे — इकडचेच रेवा म्हणजे नर्मदा, तिच्या काठचे पाटीदार. खिलजी स्वारीत बारा गाड्यांवर बसून तिकडे पळून गेले — छान — म्हणून अजून तिकडे यात्रेत बारा गाडे ओढतात पाहा. हा पळून जाणाऱ्या पूर्वजांचा वारसा — आठवण, म्हणजे पळून जाण्याची.

बडोदाआजी म्हणून ओळखली जाणारी ही धनजीभाईंची म्हातारी आई म्हणजे निळूकाकाची चुलत आत्या. आंगणात बायकांच्या जुन्या गोष्टी निघाल्या की हिचं नाव वारंवार यायचं. विशेषतः चिंधूआत्याला लहानपणापासून माया लावणारी आणि तिच्या खास गुप्त विश्वासातली. चिंधूआत्याची मरता मरता सासरहून सुटका झाली, ती बडोदाआजीमुळेच असं म्हटलं जायचं. खरी गोष्ट त्या दोघींनाच माहीत.

धनजीभाईंची खानदेशी मराठी आता सपक होत चालली होती, तरी हौसेनं ते बोलतच होते : खंडेराव, तुमच्या बारशाला मी जेवलो आहे — आईबरोबर, मामाच्या घरी असतांना. माझं सासर... म्हणजे सासुरवाडी का?... हाँ हाँ, तेच — अहमदाबादचं, पण आता ससरो अमेरिकेत स्थायिक झाला आहे. तिकडे इलेक्शनमधे सेनेटरांसाठी मोठमोठी वक्तृत्वपूर्ण भाषणं देतो, म्हणतात. मोठं वक्तं आमचा ससरो... सिसरोच म्हणा की... हॉ हॉ हॉ — ह्या कोटीवर हासत धनजीभाई खूष होऊन म्हणाले, मोटेलं आहेत त्याची. ...म्हणजे तुमचा सिसरोही

मोटेलाच असेल लड्डा. ...हॉ हॉ हॉ — पुन्हा धनजीभाईला ही कोटी आवडली. आमच्या मुलग्यांना ग्रॅज्युएट झाल्यावर तिकडेच बोस्टनला पाठवण्याचा विचार आहे. हे आलं आपलं घर — सरदार माने आहेत ना, त्यांच्या वाड्याच्या पिछाडीची सगळी माडी, दहा रुपये भाडं. वडलांच्या वेळचंच. वधारवा म्हटलं तरी नाही म्हणतात सरदार माने. माने दिलदार.

खरं तर मला या कोर्सनंतर लगेचच लोथल उत्खननात सांखळिया सरांच्या कॅम्पात रुजू व्हायचं होतं आणि तिथली बरीच कागदपत्रं त्याच रात्री पाहून पोस्टात टाकायची होती. पण बडोदाआजीनं घरात शिरल्याशिरल्या अंगावरून जो मायेचा हात फिरवला, की त्यानंतर रात्रभर कोचावर तिच्या गोष्टी ऐकता ऐकता खंडेराव कोचातच झोपी गेला होता हे त्याच्या सकाळी उठल्यावरच लक्षात आलं. प्रवासात पूर्ण उभं राहून आंबलेलं शरीर, दोन दिवसांची जागरणं, भरीत भाकर, दुप्पट जेवण अशी अनेक कारणं होती.

अनेक वर्षांनी माहेरचं माणूस तेही रात्रभर मुक्कामी आलेलं पाहून म्हातारीचा अनेक वर्षं कोंडलेला उमाळा ओसंडून आला. तिला आठवत होती ती आमच्या कबिल्यातली सगळी माणसं, माझ्या झोपी आलेल्या मेंदूत आपली मुंडाशी, फेटे, शेंड्या, मिशा, भिकबाळ्या, तुळसीमाळा दाखवत तरंगत नाहीशी होत होती. त्यांतले बहुतेकजण मी फार लहानपणीच पाह्यलेले होते. याशिवाय आमची शेतं, शेतातली झाडं, नदीचे डोह — बाप रे, काय भूतकाळ माणसात काठोकाठ वाहत असतो? भूतकाळाच्या ह्या अफाट नदीत तरंगणारा फेस एवढाच तर वर्तमानकाळ नसतो? तीन तीन पिढ्यांचे आजोबा, आज्या, काका, काक्या, चुलतभाऊ, चुलतबहिणी अशी यादी माझ्यापर्यंत येत होती. माझ्या डुलक्या दिसू नये, म्हणून मी खांबाच्या अंधारात तोंड ठेवून झोपेतच हूं हूं म्हणत होतो.

तिकडे गेस्ट मास्टर जांभया देत होते. त्यांची बायको ताराबेन, आ रमणने थोडु सुवडविने आऊ छुं म्हणत मुलाला थोपटत आत सरळ झोपायलाच गेली. मग आजीनं आमच्या इनामाच्या शेतातल्या आमराईचा विषय काढल्याबरोबर गेस्ट मास्टर दुसऱ्या मुलाला झोपवायला आत नेत म्हणाले, आ मारी मा मनथी गामडामां रहे छे.

...आम्ही सगळ्या बहिणी, मी, चिंधी कुठेही गोड आंबा खाण्यात आला, की त्याची बाटी गुपचूप ओच्यात घालून घरी आणायच्या आणि उकिरड्यात पेरून मृगात तिला कोंब आला, की आपल्या इनामाच्या शेतात लवणाकाठी पेरून यायच्या. ते आमचे आंबे आता चांगले वाढले असतील नं रे. तो लंगडा आंबा

आहे? आणि तो खोबऱ्या आंबा. काय त्याच्या कैऱ्या आम्ही सगळ्याजणी पाडून खायच्च्या? चिंधी तं वरपर्यंत चढे अनं सागा खाली टाके. आम्ही झेलत, खात. आतासुद्धा कोणतीही कैरी खाऊन पाह्यली, की त्या कैरीचीच चव आठवते. तिची सर नाही कोणत्याच आंब्याला. अजून गुढीपाडव्याला आपलं सगळं खटलं जमतं नं? आमच्या बाबांचा आणि तोतारामच्या बापाचा एकेक आणाच हिस्सा आहे इनामात, तुमच्या मोठ्या घराचा एकट्याचा आठ आणे वाटा, बाकीच्या कोणाचा चार आणे कोणाचा दोन आणे. भाऊ असता तं मिळाले असते आम्हालाही आंबे. आम्ही दोघी बहिणींनी तोतारामलाच आमचा वाटा देऊन टाकला आहे. तोतारामची बायको आता चांगली नांदते की? लग्नानंतर काय भूत घुसलं होतं तं म्हणे हा नवरा नको, मी नाही येणार. वा रे वा.

झोपेत आम्ही लहान मुलं कैऱ्यांच्या ढिगांवरून घसरत आहोत. आमच्या पंचवीससव्वीस घरांमधले शंभरेक लोक पोती, पिशव्या घेऊन आमराईत जमताहेत, असं आमचं इनामी शेत दिसत होतं. समोर आजी वर्णन करत होती, तसेच तिचे वडील नारूबुवा ढोल्या आंब्याखाली पांढरं स्वच्छ धोतर, पांढरे शुभ्र केस, पांढऱ्या छपरी मिशा, प्रत्येक बंद समान बांधलेली बंडी, तुळशीची माळ, उटी, बुक्का, गंध, बाहूंवर कपाळावर दारावतीचं बोट, अजून शंभरीतही तल्लख बुद्धी, जल्लाद जीभ. कोणी म्हणतं, राखणदारीला आम्ही आणि आंबे घ्यायला हे सगळे फुकटे. ह्यावर लांबून लांबून शहरांमधून आपला वाटा घ्यायला येणारे म्हणतात, बोलावलं तर आम्ही येत जाऊ. नारूबुवा त्याच्याकडे पाहत म्हणायचे, कुबडं म्हणतं मी काम करतो, माझी कंबर धरायला चारजण या. ह्यावर सगळे हसतात. प्रेमानंच सगळे जण भांडत राहतात — का रे भू, गाडी बैल, सालदार, मजूर एकट्या विठ्ठलरावालाच करावं लागतं. ...मोठ्या घरचं कामच आहे ते. ...वा, कैऱ्या बेलणीनं जाळीत अलगद झेलून फांद्यांना बांधलेल्या झेलग्यात टाकणं, तो ढीग मोठ्या ढिगावर टाकणं हे का तुम्ही शहरी माणसाला जमेल? ...जमेल, शिकवा आम्हाला.

नारूबुवा गेल्यानंतर आता वडील त्यांच्या जागेवर बसायला लागले होते.

खरं तर हे इनामातल्या आंब्यांचे वाटे नुस्तं निमित्त असतं. लांबून लांबून जिकिरीचा प्रवास करत आपला एक वंशवृक्ष, एक वेळूचं बन जाणवणं ही खरी फलश्रुती. नागोरावाच्या काळापासून दर गुढीपाडव्याला अशाच नांगरलेल्या स्वच्छ काळ्याभोर पार्श्वभूमीवर पिरामिडसारखे हिरवे कैऱ्यांचे सतेज ढीग, त्यांतल्या आपापल्या वाट्याला येणाऱ्या कैऱ्यांवर परंपरेनं हक्क असलेले सतत

बदलते वंशज, जगात कितीही उलथापालथी होवोत, आपण शेवटी एकाच बुडख्याचे इतके लोक तर वाढतो आहोत? ह्या आमराईत पिढ्यान्‌पिढ्या आपण सुरक्षित तर आहोत? घरोघरच्या ऐतिहासिक प्रसंगाची उफणणी होतेः आपल्या विजूला योग्य मुलगा शोधणं तुमच्यावर सोडतो, बरं का. ...आपल्या थोरल्याला बोहल्यावर चढवायचं या वर्सी — बऱ्यापैकी मुलगी पाहून ठेवा. यांच्यातल्या जुन्या लोकांच्या बोलण्यात येणारे नामशेष शब्द, जुने वाक्प्रचार, विचित्र भांडी, वजनमापांचे, अंतरांचे ऐतिहासिक अर्थ — अरे, टिच्चूभर विंचू बिल्लासभर अंतरावर होता लेकराच्या. वावभर कपडा अन् तीन वारी धोतर — उंच आहे, एक गज ज्यास्त लागेल. पै ढब्बू अधेला अधेली, चवली, पावली. खंडीभर कपाशी, दोन पल्ले शेंगा, चार मणांत एक धडा कमी ज्वारी झाली. चौथेभर मूग, अच्छेर तेल, आदपाव तूप. तवलीतली काकवी, चरवी भरून दूध, तसराळं...

त्या दिवशी घरोघर तराजूंची देवघेव, लोणच्यांचे तीनचार प्रकार, तक्कू, मुरांबे, कायरस. मुलींसाठी कच्च्या कैऱ्यांचे तुकडे, कोयींमधल्या बिया उकडून वाळवून चघळायला.

आता आजी चोपड्याचे मांगटे भाट अलीकडे केव्हा आले होते का, असं विचारते आहे. मी म्हणतो, आले होते. गेल्या दहा वर्षांत जन्मलेल्या सगळ्या मुलामुलींची नावं लिहिली. लग्नं कोणाकोणाची झाली, तेही लिहिलं. दोन गाड्या भरून वह्या आणल्या होत्या. ब्रह्मदेवाच्या तेरा पुत्रांपैकी एक प्रल्हाद — त्याचा विरोचन असे कृतयुगापासून आपले पूर्वज लहू बोवापर्यंत सगळी नावं वाचून दाखवली. मग आपल्या नागोरावपर्यंत — नागोरावचे ४ मुलगे — त्यांतला हरी हा आमचा खापरपणजोबा — निवर्ती हा हरीचा भाऊ तो बडोदाआजीचा निपणजा — असे अनेक भाऊ. त्यांची प्रत्येकाची १५-२० मुलं — असं करत कुंडलीक आजोबा — त्यांच्या दोन बायका — कुंडलीकचा थोरला भाऊ — त्याची बायको मुकी काकी — कुंडलीक आजोबाचा मधला एक भाऊ मनसाराम — त्याचा एकुलता मुलगा निळ्या, तुझा निळूकाका रे — कट्टर ब्रह्मचारीच निघाला पाहा तो. फार नाव झालं आहे त्याचं वारकरी संप्रदायात मोठ्ठा कीर्तनकार म्हणून. सगळे वारकरी म्हणतात पंढरपूरला जावं तर त्या ह. भ. प. निळोबा महाराज मोरगावकरांचं कीर्तन एकदा तरी ऐकावंच. मी अभिमानानं सांगते की, तो माझाच भाचा आहे. पण मला एक सांग, संसार करून का परमार्थ साधता येत नी का? तुकाराम महाराज नाही होऊन गेले का? मग? एवढा संत झालास, पण अरे तुहं घर सुनं पडलं नं? चांगली आसोद्याची माझ्या दिराच्या साडभावाची

पोरगी दिली होती. एकदम साजरी. पोरगीत तं काही दोष नव्हता. निळ्यालाच विरक्तीनं झडपलं, पोरीच्या आयुष्याचा भनका झाला नं पण. त्याला म्हणा, बडोद्याच्या आत्यानं तुला एकदा कीर्तन करायला बोलावलं आहे. महाराणी चिमणाबाईकडून चांगली बिदागी द्यायला लावीन मी. माझ्यासारखीला केवढा अभिमान वाटेल आपला भाचा एवढा मोठा कीर्तनकार आपल्या बोलावल्यामुळे आला? सांगजो बरं. त्याची इस्टेटही त्याच्यानंतर तुमचीच झाली की रे खंडू. काय नशीबवान पोरगा निघाला रे तू. वा वा वा, याला म्हणतात दैव, एकटा मुलगा, लाखांचा धनी.

...आणि मुकी काकी? कसं घर पांढरं स्वच्छ ठेवते रे? हिरव्यागार शेणानं भिंती लिंपून कशी साजरी चित्रं काढते? पांढरी ठसठशीत. नवरा मेल्यापासून तिला तुमच्या घराचाच आधार आहे बघ. कशी खुणा करून बरोबर सांगते कोणतीही गोष्ट. ज्वारीची धाटं कापायला कडब्यात घुसली. इकडे तुरीखाली हाऱ्यात पोरगा ठेवला. कामाला धुमाळी. धाटं कापता कापता तिला अधूनमधून भास व्हायचा की, पोरगं तिकडे रडतं आहे. पण तिनं काम चालूच ठेवलं. आथ संपवून हाऱ्याकडे लेकरू पाजायला आली, अनं पाहाते तं हारा रिकामा. सगळं शिवार बिचारीच्या आकांतानं कापत होतं. लेकराचं पांघरूण ढोरक्याला लवणात सापडलं. लांडग्यानं नेला रे सोन्यासारखा मुलगा. दार लागलं. आता काय मरतवांझ जाईल बिचारी. गुराढोरांवर कुत्र्यामांजरावर कित्ती प्रेम तिचं. चाऱ्याच्या घरातली मुंगशीण पोटाशी आहे अशी दिसली, की कोपऱ्यात नेहमी नंदाळ्यात पाणी भरून ठेवायची. किती मायेनं थापून थापून दाबली तरी अशी जन्माची जखम का बुजते का, खंडू? तिचं म्हातारपण चांगलं सांभाळ बरं खंडू, तिची सगळी इस्टेट तुम्हांलाच मिळाली आहे.

मी झोपेत मान डोलावतो.

...का रे खंडू, आमच्या देवरामभाऊच्या पाची लेकी लग्नं होऊन गेल्या असतील? काय देखण्या होत्या रे सगळ्या — अंगणात कशा चांदण्या दिसत. येता का कधी माहेरी? त्यांचं घरच बंद असेल आमच्या आईच्या घरासारखं, तर काय येतील बिचाऱ्या? वाटतं आता लग्नायावाला जावं माहेरी चार दिवस. पण राहावं तरी कोणाकडे? मी तं तुझ्याच घरी राहते, काय तं बलक. असं असतं रे खंडू, लेकीच्या जातीचं. म्हणतात नं की निपुत्रिकाचं घर कुत्र्यामांजराचं धन होतं. आमच्या काळात तर वंश खुंटून जायची पावलोपावली भीती होती — पेंढारी, ठग, लढाया, चोरदरोडे, रोगराई, वाघ, साप. म्हणून पटापटा लग्न करत.

एक तरी मुलगा होवाच. लेकी काय, चालल्या जाता, वारावार होऊन जाता. मुलगा खुंटासारखा गाडलेला असतो एकाच जागी. माझ्या आजीची — तुही निपणजी ती पारबताबय, तिची सोळा बाळंतपणं झालती. अकरा लेकरं मेलते, पण पाच तं वाचले नं? आपला वंश टिकला नं? आता तू एकटाच तं उरलास इतक्या पडझडनंतर? तो निळ्या तसा निघाला. बिचारा हुन्या — तुहा काका, काय हिमतीचा पोरगा होता? बॉम्ब फोडत होता गोऱ्या साहेबाच्या टकुऱ्यावर म्हणजे केवढा हिय्या लागला असेल? दिसे पण कसा अभिमन्यू. आणि तुहा भाऊ भावडू — बिचारा तोही गेला. तू आता एकुलताच राह्यलास रे खंडू, लग्न कर लवकर नाता, मी एकदा शेवटची येऊन जाईन तव्हा मोरगावला. घरं पाहीन आपली, चिंधीशी बोलीन, मग आम्ही नदीवर जाऊ, इनामाच्या आमराईत जाऊन येऊ — सांग तिला, म्हणा मी खंडूच्या लग्नात येणार आहे. तुह्यावरच आता सगळी मदार आहे, खंडू. तुह्या बापाचं नाव केवढं? आणि तुह्या बहिणी काय करता? मोठी बिजा, ती छबी, आणि लाडकी म्हणत तिला ती — सुभीच नं नाव तिचं. पाहा कसं असतं म्हातारपण — नावंच विसरतात. खरं सांगू खंडू, बहिणी ज्यास्त तितके भाऊ श्रीमंत राहतात. घरंदारं, शेतं तं काही सासरी नेता येत नाहीत ना? काय नेतो आम्ही बरोबर — सोनं. शेतं पिकले की तुम्हांला दरवर्षी सोनं. म्हणून विठ्ठलनं मुलींना भरपूर हुंडे दिले, ते फार चांगलं केलं, खंडू.

...आता तुही चिंधूआत्या परत आली बिचारी — तुमच्या घरादारावर कधी काही हक्क सांगते का? खरं तर तिच्या बापाची इस्टेट — तुमच्यातली अर्धी. पण नुस्ती साडी-चोळीची भुकेली आहे. बरी आहे नं ती? तिच्या दोन्ही लेकी? चिंधीच्या मोठ्या पोरीच्या लग्नाला आलती मी. दुसरीचंबी झालं? मोठ्या धरणगावच्या देशमुखाच्या लेकी — पण कसं होतं पाहाय. चांगलंच झालं पण. काय राह्यलं होतं त्या गढीत शेवटी? आमच्या नात्यातलेच रे ते धरणगावचे देशमुख. चिंधी आणि आम्ही सगळ्या बहिणी आपल्या घरांमागच्या डोहात परकरं खोचून वरच्या कराडीवरून धबाधब उड्या मारायच्या. कशा नागकन्याच. चिंधी तं फारच उंडगी होती रे खंडू, तुही आत्या. सीताकाकू तिला एका शब्दानं दुखवे ना. सख्खी आई तरी मुलींच्या जातीला जरबमधी ठेवते, पण आपण हिला सावत्र आईसारखं वागवतो असं कोणी म्हणू नये, याला फारच जपे तुही आजी. फार मायेनं चिंधीला मोठं केलं तिनं. म्हणूनच चिंधी उंडगी झाली. आमचीही आई गेली तहीपासून सीताकाकूच आमची आई झाली जणू. तुही आजी म्हंजे लाखात एक बाई. कुठे अशी बाई भेटणार नाही खंडू. मी आलती तुमच्या दारावर ती

गेल्याचं कार्ड आलतं तव्हा. धनजीला म्हटलं मला आत्ताच्या आत्ता गाडीत बसवून दे राजा. लोकं म्हणत सख्ख्या आईला कोणी रडत नाही, इतकं म्हातारीच्या ह्या पुतण्या रडताहेत. फार दुख झालं खंडू तुही आजी गेली तव्हा. तू नव्हता घरी त्या वेळी, है नं —

माझी मॅट्रिकची परीक्षा होती. मला कळवलंच नव्हतं बाबांनी. पंधरा दिवस आधी परीक्षेच्या सेंटरवर जाऊन राह्यलो होतो.

खरं सांगू खंडेराव, सीताकाकूमुळेच तुमची शेती एवढी पिकत होती. तिला सगळं माहीत — कोणत्या शेतात कोणत्या बाजूची जमीन हलकी, कोणती भारी, कुठे पाणी साचतं, कुठे बांध फुटतो, कुठे काय पेरावं, पिकं कोणत्यावर कोणती आलटून पालटून घ्यावी, तुरीत भड लावले की तुरीवर अळी पडत नाही, टमाट्यात झेंडू लावला की टमाट्यावर कीड पडत नाही. माणसांना धान्य लागतं तसं गुरांनाही चारा, गायी वासरांना पाला, म्हशीला दानं — सगळं पेरलं पाह्यजे.

खरंच, आजी म्हणजे घरातला शेतीचा विश्वकोश होता. मलाही लहानपणी आजी बांधावर लहानसं वावभर शेत पेरायला द्यायची. माहेरी चार बिघ्यांच्या शेतात ती एक शिकली होती — माणसाला कोणाकडे हात पसरायची पाळी येऊ नये. सगळं आपल्या ह्या एवढ्याशा तुकड्यावर उगववायचं. सगळी बी–बियाणी साठवून ठेवायची. गोमतीरात बी, ताकात भेंडी, भिजवून वाळवून हळदीच्या फडक्यात तवंगाच्या बांबूला घट्ट गाठ मारून ठेवून द्यायच्या. अनेक हुरड्यांचे प्रकार, वाळकांचे प्रकार, काकड्या, फुटा, खिरे, चिबडे. पाऊस पडून वाफसा झाला की पेरायला सगळं तयार. पेरणी म्हणजे आजीला लढाईचा वखत. एक दिवस पेरायला उशीर झाला तरी पिकात केवढा फरक पडतो? सकाळीच हल्ला केल्यासारखं चाडे तिफणी घेऊन बी-बियाणं कमरेला बांधून आमच्या घरचे सगळे मुलाबाळांसकट शेतावर हजर.

...तुही सीताआजी पेरण्यांमध्येच धो धो पावसात रातोरात पाट लावून आली रे खंडू. दुसऱ्या दिवशी पेरायला येते, म्हणाली. लहानपणी सीताकाकूनं आम्हां दोघा बहिणींना मेलेल्या आईची कधी आठवण कशी येऊ दिली नाही, म्हणता म्हणता बडोदाआजीला गहिवरून आलं. मीही तिला दोनतीन आठवणी सांगितल्या : महिन्यातून एकदा आजी भावडूला आणि मला चौरंगावर नागडं बसवून चाऱ्ही बाजूंनी भांडी घासतात तसं खंगऱ्या विटकुरानं अंग लाल लाल होईपर्यंत घसडून काढते आहे. मी मोठमोठ्यानं रडत ओरडत वाड्यात मांजन आणतो. आजी म्हणतच असते — पाहा, कशा घामाच्या वळ्या निघताहेत, पाहा, मळ उमळतो आहे, घासू दे. सख्खी आई असो, बहीण असो, त्यांच्या

तुमच्याकडून काही तरी अपेक्षा असतात. पण आजी? शुद्ध माया. कळवळा. लळा. उबदार कूस. हलकी फुंकर. ती आस्था दुसऱ्या कुणाकडूनच मिळणं शक्य नाही.

...खंडेराव, तुह्या आजीचं बोलणंच गोड. दारच्या महारणीशी, चांभारणीशी, तीच आपुलकी. भाकर खाल्ली वं बहीन? काय खाल्लं? हा कोण? तुहा नातू? का रे राघू, बैस. त्याच्या डोक्यावरून हात फिरवत — हयाती राहो तुह्या नाताले. दारी फुटाणे डाळवं विकायला येणाऱ्या भोइणींनाही सीतामाय मायेनं म्हणणार, तुले कसं दारोदारी फिरनं पडतं माय? तुही लेकरं तुही कशी वाट पाहत असतील माय घरी? कसं रांडपन कठलं माय तुनं? कशी लाल लाल परी दिसस नवरा मेलता तव्हा. जाणु कशी पद्मीण. असू दे बहीन, दिवस का मुक्कामी येता? जातीलच हे बी दिवस.

हे सुखाचे दिवस कधी मुक्कामी येतात? उलट म्हातारपणाचे शेवटचे दिवस सगळ्यांचेच वाईट जातात. वर्षभर आजी नुस्ती खाटेवरच पडून राहायची. घरातल्या कोणाला तिचा हा खाटपसारा आवडायचा नाही. घरात सगळा शेतीचा पसारा. सगळ्या प्रकारचं धान्य, पोती, कोठ्या, कणग्या, मडकी. शेतकऱ्याच्या घरात वेळोवेळी शेतमाल सगळ्या घराचा कब्जा घेतो. खाटभर जागासुद्धा अपव्यय ठरतो. फळीवरून इकडे तिकडे उंदीर धुडगूस घालतात. एकदा कोणीतरी फळीवर ठेवलेलं कुलूप आजीच्या डोक्यावर पडलं. शेवटच्या दिवसात ही न भरून येणारी जखम. माणसांचे शेवट असे व्हावेत, हे दुःखद आहे. *ॐ मणी पद्मे हुम.* दुःखाचा कोणी कोणी शोध घेतला याचा शोध घे. नाहीतर आपणही दुःखात मरू. आणि आनंदात मरणाऱ्यांचा शोध? गरज नाही. दुःखच श्रेष्ठ आहे. दुःखामुळेच माणसं मायाळू होतात. उदाहरणार्थ, आजी.

...खंडेराव, तुह्या आजीनं किती सोसलं, किती सोसलं, तुला सांगून पटणार नाही.

मृगाचा पाऊस लागून राह्यलेला. पेरण्यांची धामधूम. नद्यांना पूर. चिंधी अशा अंधाऱ्या रात्री जन्मली. चार दिसांची असतांनाच तिच्या आईला — रुखमाकाकूला फणफणून ताप आला. तेव्हा बाळंतपणात फार बायका मरत रे खंडू. वाचली कोणी तर दुसरा जन्मच. असं म्हणतात की आधी दोन्ही बरोबरीच्या

लेकी देवीत गेल्यानं रुखमाकाकूची जगण्याची इच्छाच मेली होती. तशात एक रोगट किरकिऱ्या पोरगाही झाला आणि वर्षाभरातच ही चिंधी झाली. ऐन पेरण्यांमध्ये बायको खाट धरून बसली म्हटल्यावर कुंडलीककाका, तुझा आजा संतापला बिचारीवर. तेव्हाचे शेतकऱ्याचे दिवस फार रानटी होते रेऽ. कष्टच, रातदिवस कष्टच. नवरा शेतातून भिजून आला, चुल्ह्यावर ना पाणी, ना सैपाक. किरकिरे लेकरं. रुखमाकाकू कण्हत खाटेवरून म्हणाली, मला कसंतरीच व्हतं आहे हो — पण तुझा आजा म्हणजे अस्सल कुणबी. कामाशी गाठ. पेरण्यांमध्ये तरी सगळं तिथल्या तिथे पाह्यजे — बी-बियाण्याचे बाचके, उडीद, मूग, तूर, तीळ, टोवायच्या बिया — सगळं तयार पाह्यजे. इतकं काम करून आल्यावर भाकरींनी दुरडी भरलेली असायला पाह्यजे. बायको आजारी म्हंजे शेतकऱ्याचा एक हात मोडलाच जणू.

अशा वेळी तं हाताला येईल त्यानं बायकोला मारत. तो संतापून म्हणाला, ऐन पेरण्याच सापडल्या का तुला अंथरूण धरायला, भंडवने—. रुखमाकाकू बिचारी नवऱ्यात काही दयामाया निर्माण होईल ह्या हेतूनं म्हणाली, अनं कदी मरूनच गेले मी, तं काय करसान? ह्यावर उलटा तुझा आजा तिच्यावर रेहकला, तू? तू कशाची मरशील वऽ अपेशी रांड, फुकट ब्याव्हाळते साली करनखर. मर नं मरशील तं एकदारची. मी मोकळा तर व्हईन. साली ब्याद.

तुझी रुखमाआजी बिचारी चिंधीला कुशीत घेऊन गुपचूप निजून राह्यली. फक्त स्वतःशी पुटपुटली, देव्हाऱ्याशिवाय देव दिसता नी.

आणि खरंच भल्या पहाटे ही चिंधी पोरगी रडरड रडते म्हटल्यावर पाहतो त बायको मेलेली. तो किरकिऱ्या पोरगा आमच्या घरात तापानं पडला होता. चिंधी लेकरू लहान लहान चिमण्या ओठांनी आईच्या चुच्या चाचपडत ट्याँहां ट्याँहां करत ज्यास्त ज्यास्त संतापून लाल लाल होऊन रडते आहे. एवढंसं लेकरू — आईची ऊब नाही म्हटल्यावर काय करील? बाहेर पाऊस. ढगांचा गडगडाट. बी-बियाण्याचे ढीग पडलेले. औतफाट्याचा गोंधळ. भर पावसात बायको कशीबशी जाळून आल्यावर तुझा आजा आंघोळ करून बसता बसता एवढंच बोलला म्हणतात, काढली नं भरल्या गाड्याची खीळ हिनं —?

पण रडला नाही की डोळ्यात एक थेंब नाही. बापाच्या वारचं ही चिंधीच एकटी चेवाचेवानं रडत होती. बोळ्यानं दूधही पीईना. आई गेली बाई तुझी, आता मिळतं तसं पी. नाही तं तू बी मरशीन पांढ्ये — निळ्याची आई वैतागून म्हणायची. पेरण्यांमध्ये सगळ्याच शेतकऱ्यांच्या बायकांना कामं. कोणाला चोचले करायला वेळ असतो? पोरगा आजाऱ्यासारखा पडलेला, ही पोरगी चिंधी उमजू

देईना. सैपाकपाणी म्हातारी धुरपतीबाई काय सांभाळणार? पेरण्या तं केल्याच पाह्यजेत. रानाच्या वाटेवर जे जे गाडेकरू एरवी मस्तीत बैल हुरपाटणाऱ्या कुंडलीककाकाकडे कीव करून पाहत पाहत त्याच्या पुढे जात, तव्हा ते च च च करून म्हणत, भौ कुंडलिख्या, तुझ्या गाड्याचं एक चाकच मोडलं की रे. आता कसा करशील बाप्पा — एवढा पसारा, शेतं —. आजोबाबरोबर रोजीनं कामाला आलेले मजूर म्हणत, देव बी काय नक्कारा आहे मायझौ, चांगल्या माणसाचाच बरोबर पाय मोडी टाकतो, इची लेहु. शेताचे शेजारी म्हणायचे, कुणब्याले का पेरण्या चुकता भौ? आपण कसं बी पोट भरू, पण हे बैल ढोरं अलुतेबलुते?

बाराव्यालाच मुत्सद्दी मंडळींनी उघडउघड सल्ला पुकारला, भटजी महाराज, आता कुंडलीकचा दुसरी बायको करायचा मुहूर्त काढा. पाटाला काही मुहूर्त लागत नाही. पण आजोबा मनातल्या मनात घुसमटून हुळहुळलेले असायचे. कामाकडे लक्ष नसायचंच. असेच एकदा तिफणींमधला वाढत चाललेला फाट पाहत उदासवाणे उभे होते. बांधाच्या पलीकडे कोळप्यावर उभा राहून भरधाव औत पळवणारा आनंदी वृत्तीचा शेजारी सयाजीराव दुरून लावणी गुणगुणत मध्येच ओरडला, आरे, कुंडलिक्या येड्या, पूर्वापारपासून हे आसंच चालत आलं आहे. ऐक :

अरे भाग्यवंताची बाईल मरते
अन् अभाग्याचा बैल, होऽऽ रामा रे ऽ जी जी जी जीऽ
इरे, हॉऽ पवळ्या हॉऽ — म्हणत त्यानं औत वळवलं.

इकडे घरातही म्हातारीला काही नीट जुळत नव्हतं. तीही दोन पोरांना सांभाळता सांभाळता पडली आणि हात मोडला. थानतोड झाल्यानं चिंधीच्या छातीचा लहानलहान हाडांचा सापळा भात्यासारखा वरखाली. संतप्त ट्याँहां—ट्याँहां एकसारखी चालूच. तिला चिंधीच्या बोळ्यानं दूध पाजणाऱ्या बायांनीच तिचं नाव **चिंधी** ठेवलं. मग ते किरकिरं पोरगंही एका रात्री गचकलं. त्याला भर पावसात मसनटीत गाडून आल्यावर सगळे काका — मनसाराम, ज्ञानदेव, आमचे बाबा, चुलते, चुलतभाऊ कुंडलीककाकाला मध्ये घेऊन बसले आणि म्हणाले, हे पाहा, उंदरानं बिळात तोंड खुपसलं म्हणून काही लेल पडायची थांबत नाही. बायको गेली जाऊ दे. हा पोरगाही मेला, गेला. पण ही लहानगी पोरगी आता तूच मारून राह्यला आहेस. कुंडलिका, आमचं ऐक. एवढी हयाकया घेऊ नको. जन्मोजन्म पाप राहातं हे. अरे नशीबच ते, एकदा गांड दाखवतं पण दुसऱ्यांदा सोन्याचा हंडासुद्धा देतं. पेरण्या कशाबशा उरकल्या, आता अंगावर केवढी कामं कोसळतील? येड्या, उद्या आपल्याला पाट लावायचाय. निवर्तीकाकानं त्याच्या

सासुरवाडीला डोंगरखेड्याला एक पोरगी पाह्यली आहे, सीती. आपल्या लक्षुंबयची मावसजेठानी आहे तिथली, तिची सख्खी पुतनी. गरीब आहेत. असो असू तं. दूर आहे, परदेशातलं आहे. असू दे. आपल्याला काय वारंवार जायाचं आहे? पोरगी मोठी गुनाची आहे, सगळं भरून निघेल. तिचं पहिलं लग्न बेंबी पूजेनंच ठरलं होतं — त्या काळी कोणी कोणी असंच आपसात ठरवत. गरोदरपणातच मुलगी झाली तं तिला आम्ही आमची सून करू. पण सीतीच्या ह्या पहिल्या घरी मटन खात, दारू पेत, मारठोक करत — बिचारी सीती चौदा वरसाची पोरगी, किती सहन करील? परत आली माहेरी. आता म्हनते बापाच्या घरी भाऊभावजयीत निलाजऱ्यासारखं मले राह्याचं नाही. कोणाबरोबरही मी नांदीन. कुंडा रे, चाल, तयार हो. आपल्यासारख्याच्या पन्नास बिघ्यावाल्याच्या घरात कोण नी पोरगी देणार? आता वखतच असा बाका आला — चाल. गाठ तोडणारं नशीब असतं, गाठ बांधणारं बी तेच असतं. आता झडी लागली आहे तोवर आम्ही सगळे भाऊबंद मोकळे आहोत. मग उघडीप झाली की आषाढीपर्यंत सारखी कामं मागे लागतील भौ. उद्या पहाटे निवर्तीकाका — रंभा भावजय जातील. हावोबाजी करतील, परवा पहाटे आपण चारसहा जणं गाडीत जाऊ, गुरुवारही आहे, रात्रीच्या रात्री पाट लावून पोरगी दुसऱ्या दिवशी मोरगावात आपल्या घरी. कुंडलीक, लग्न अन् पेरण्या वेळेवरच झाल्या तं बरं असतं, बेटा.

सगळ्यांना हायसं वाटलं. जणू छातीवरचा दगड काढला. पोरगी मात्र गुणाची, नांदेल, अंतर देणार नाही, हे निवर्तीकाका छातीठोक सीतीबद्दल बोलले. नारूबोवा म्हणाले, पाटाचं पाणी आणि पाटाची बायको — वाहत्या पाण्याला काही मर नसतो. भाकरी थापणारी असली, खूप झाली. उठा. तयारी करा.

मग निवर्तीकाका आणि रंभाकाकी मोठ्या पहाटे पाऊस थांबल्याबरोबर डोंगरखेड्याला रवाना झाले. तिकडे नात्यात नातं. आपलं ते आपलं, दुसरीकडचं सुसरीकडचं. तुमची लेक राज करील, पन्नास बिघे काळी, दोन बैलजोड्या. अरे, पोरीची जात, आत्ता म्हातारी होते. लेकरं झाले की सगळं मागे पडून जातं. गायी, वासरं, दोन म्हशी, वगारी — घरात दुधाच्या नद्या वाहतात, पण घुसळणारीण नाही. एकटा कष्टाळू माळकरी रोज देवदर्शन करणारा पोरगा — चार भाऊ मोठमोठे मेले. घरात एक तान्ही पोरगी फक्त सांभाळावी लागेल भौ सावत्र — तीही मरते का राहते अशी, चिंधीनं पाजतात. बोला, आम्ही हो म्हणूनच आलो आहोत. नाही म्हणा, आता चाललो परत.

सीतीचे गरीब आईबाप हात जोडून अजिजीनं म्हणाले, निवर्तीमामा, तुमचा शब्द तो आमचा शब्द, आणखी आम्ही बोलणार नाही. आम्हाले तं जानु

घरबसल्या देव पावले, असं झालं आहे. मोहतीराची तयारीबी करून राह्यलो आहोत. अस्सल तुपाचा चाळीसजणांचा स्वयंपाक करायला सुरुवातही झाली आहे.

असं असेल तर पोरीला आणा. तिलाही एका शब्दानं विचारून घेऊ.

तिचा बाप म्हणाला, काही गरज नाही.

मोरगावकर म्हणाले, रीत आहे तशी. बोलवा पोरीला.

का ग बाई सीते, एक घास कडू होता, तो थुंकला. आता हा दुसरा गिळशील?

हौ. कसाही असो.

बघ पोरी, हे जन्माचं लोढणं असतं. नीट विचार कर. सुखानं नांदशील?

हौ.

कशामुळे हौ म्हणती? तुला काय माहीत आहे? तो बिजवर, चार लेकरांचा बाप आहे, माहीत आहे?

आपण बाईची जात, ज्या बिरड्याला बांधलं, तिथे उभं राहू.

पोरगी चांगली बोलतेय्. आता पोरी, एक सांग, अगोदरचीचं तान्हं दूधपितं लेकरू सांभाळशील?

पोर वाचली तं मलेच पुण्य होईल.

हे सगळ्यांना आवडलं. त्या दिवशी पाऊसही थांबला. पूर ओसरले. मोरगावचे दोन गाड्या लोक पुढल्या संध्याकाळी आले. गावातले ताकदवान बैल जोतून आले. रात्री मोहोतीर लावून जेवण करून आंदणाचं ताट वाटी घागर घेऊन सातपुड्याच्या उतारावरून बाजी लावत दणाण दणाण गाड्या पळवत सकाळी मोरगावला आलेही. कुंडलीककाकाच्या उपरण्याची सीताकाकूच्या पदराला बांधलेली गाठ धुरपदी आजीनं सोडली आणि सीताकाकू नांदायला लागली. ती कशी? तर घरात पीठ नव्हतं, म्हणून ती लगेच दळायला बसली. शेतात जाणाऱ्यांसाठी न्याहारीच्या भाकरी फटाफटा टाकल्या. बरोबर बांधायच्या दुरडीभर पिठलं भाकरी तयार ठेवल्या. पाणी भरलं. औतकरी निघाल्यावर मोठा पदर घेऊन गाड्यावर नवऱ्याजवळ भाकरीचं गाठोडं ठेवलं. दोन्ही बैलांना उंडे खाऊ घातले. मग गोठा झाडून काढला. सडा टाकला. गाय पाहून झाल्यावर आंघोळ केली. म्हातारीजवळ आकांतानं रडणाऱ्या चिंधीला छातीशी लावत लावत युक्तीनं बोळ्याचं दूध पाजलं. पोरगी पहिल्यांदाच तिच्या छातीशी बिलगून गाढ झोपली.

हे पाहायला सगळ्या शेजारणी जमल्या आणि म्हणाल्या, पोरीला आई तं मिळाली, कुणाचं काही असो.

मरते का वाचते, म्हणून चिंधीवर सगळ्यांचं भारी प्रेम.

त्या वर्षी कुंडलीककाकाला आमदानीही दुप्पट झाली. गाई, म्हशी दुप्पट दूध द्यायला लागल्या. सीताबाईचा पायगुण. पुढे विहिरी खणल्या. पाणी लागलं. मोटा वाहायला लागल्या. मुलं, नातवंडं, पणतवंडं झाली. विठ्ठलरावासारखा मुलगा मोठा कर्तबगार निघाला. आणि आता खंडेराव.

उंडगी. लग्न होऊन सासरी जाईपर्यंत चिंधीचं हेच हाका मारायचं नाव होतं. न्हाणही तिला अकराव्या वर्षीच आलतं. सगाई तं नदानपणीच झालती. धरणगावचे उंटमारे देशमुख मोठ्या मानाचे. इंग्रज सरकारनं त्यांना रायबहादूर असा किताब दिल्लीत दरबार भरवून देलता, पण उंटमारे ह्याच किताबानं त्यांना ओळखायचे. एवढे मोठे सगे होताहेत म्हटल्यावर मोरगावकरांना मोठं कौतुक. चिंधीचं लग्न पक्कं करायला आपली सात गाड्या माणसं गेली. देशमुखाची गढी पाहायची हौस. गढीतला शिकारखाना, झुंबरं, हत्यारं पाहायचा नितात. ही गढी हजार वर्षांपूर्वी राष्ट्रकुटांच्या काळातली, तिच्यात पुढे निजाम मूर्तजा — चांदबिबीच्या मलीक अंबरच्या काळात बांधलेला बुरूज उंचच्या उंच धिप्पाड महाळ्यासारखा दुरून दिसायचा. गावातल्या गरीब लोकांच्या साध्यासुध्या घरांपासून अंतर राखून बसलेला. कसे आपण यांच्यापासून वेगळे आहोत, हे पाह्यल्याबरोबरच सांगणारा.

आत्ताआत्तापर्यंत देशमुखानं गढीवर बोलावलं आहे, असं म्हटलं तरी सगळ्या देशमुखीतले लोक धास्तीनं पांढरे फटक पडायचे. ही गढी चढताचढताच बिचाऱ्यांची दमछाक व्हायची. खालच्या डहलजीच्या दिंडीतून घुसतांना शरीराच्या वेड्यावाकड्या घड्या करत तोल सांभाळत जिना चढून जावं लागायचं. मग धाप लागलेले हे लोक उंच पायऱ्या चढतांना त्यांना वरून तुच्छतेने पाहणारा, लोडाला टेकून बसलेला, म्हातारा छप्परमिशा देशमुख सुपारी कातरत, ह्या चिलटाला कसं पङ्घ्याखाली घ्यावं, हे दिवाणजीशी सल्लामसलत करून ठरवायचा. कोणाच्या चेहऱ्यावर संताप म्हणा, स्वाभिमान म्हणा, थोडासाही दिसला, की त्याला किती वेळ बसवून ठेवावं, कोणाला पाणी, कोणाला सुपारी, कोणाला तक्क्यापुढे का दरवाजापाशीच बसवावं हे त्याच्या जिना चढतांनाच्या चर्येवरून ठरायचं.

दिवाणजी, मलकापूरच्या त्या नथ्या पाटलाकडून यंदाच्या घुगऱ्या आल्या? ...आल्या, सरकार. ...बरं, धनगराचा महाद्या काय म्हणत होता? ...काही बोलला नाही, सरकार. फक्त भेटायचं म्हणत होता. ...काम सांगत नाही, म्हणजे पैशे कर्जाऊ पाह्यजे असतील, नाही? ...वाटतं तसं. हातात तं काहीच नव्हतं. ...बसवून ठेवा त्याला दिवसभर. पाहतो त्याचा कुर्रा कुठवर टिकतो. ...सरकार, जरा थांबा, मी त्याच्या सासुरवाडीला एक माणूस पाठवला आहे माहिती काढायला. आता कळेलच. शेत लिहून देत असला तरच कर्ज द्यावं सरकार. ...आपल्याला शेती वाढवायची नाही आहे दिवाणजी, पोरांचं लक्ष नाही शेतीकडे. कूळकायदा येणार आहे म्हणतात. ...सरकार, कूळकायदा येवो न येवो. आपल्या बांधाशी जोशी वकिलासारखा शेजारी नको यायला. कोळी पहिलवानही तो तुकडा घेईल म्हणतो. तो तर मुळीच आपल्या लगत नको. भानगडीखोर आहे. ...बरोबर म्हणता तुम्ही दिवाणजी. चारपाच हजार धनगराला दिलेले बरे, पण ही तक्रादीची काळमुखं नको आपल्या अंगाशी. ...आणि तो कोलते नरवेलकर आला होता. ...त्याला तर बिलकूल आत घ्यायचं नाही. ते सत्यशोधक समाजाचं लफडं आपल्याला नको पाह्यजे. मायला काय ते *शेतकऱ्याचा आसूड* न फिसूड वाचायला लावलं मला. ह्याऽ, फुकट बारा आणे देऊन डोक्याला ताप.

गढीतला देशमुखाच्या बैठकीवर जाणारा जिना वळतो तिथे चढणाऱ्याला धसका बसवणारा तळघरात उतरणारा भुयारी रस्ता दिसतो. खाली अंधारकोठडीत भिंतींना पुरुषभर उंचीवर ठोकलेल्या लोखंडी कड्यांना हात बांधून फोकानं बडवणं आणि बेशुद्ध पडलेल्या रयताला घरी आणून देणं — इथपासून तर ह्या कागदावर अंगठा उमटवून मुकाट्यानं चालू पडा अशी ताकीद, इथपर्यंत अनेक शिक्षा गावातल्या लोकांना माहीत होत्या. हजार बिघे गावोगाव पसरलेली शेतजमीन अशीच मारझोड करून, कर्ज देऊन किंवा भीती दाखवून ह्या उंटमाऱ्या देशमुखांनी सातआठ पिढ्यांपासून मिळवत आणली होती.

गावात सगळी कष्टकरी शेतकऱ्यांची घरं. एकमजली, क्वचित वर माळवद, धाबं. आत बहुतेक गरजा भागवण्यापुरतं कसंही बांधून उभी केलेली — आतबाहेर फार थोडा फरक असलेली, नम्र, झुकलेली. बाहेर आंगण सगळ्यांच्या गरजा पुऱ्या करणारं, मागे गोठा, ओसरी, तिच्यातच चूल, स्वैंपाक, सरपणाचे भारे, जेवायचं तिथेच, खाटा, कपडे. सतत उघडी दारं, बाहेर कुत्रं. जगण्याची शैली आणि बांधलेला अवकाश यांच्यात पूर्ण एकतानता. कष्टाच्या जगण्याशी सुसंवादी बहुउद्देशी जागा, असं घरातल्या प्रत्येक आकाराला मिळालेलं आपलेपण. प्रत्येक कोपऱ्याला प्रतीकात्मक अर्थ प्राप्त झालेला. खरं तर हे

आकारच त्यांच्या जगण्याच्या शैलीचा भाग झालेले. जिथेतिथे शेतमाल, अवजारं, पोती, कणग्या, मधे झोपण्यापुरती जागा. कित्येक पिढ्या गेल्या तरी जागा ही एकच.

अशा घरांमधे राहणाऱ्या गरीब लोकांना ह्या उंटमाऱ्या देशमुखांची लहानमोठ्या, खालीवर, आतबाहेर, मधेच किंवा बाजूलाच विचित्र आकारांची मिळून बनलेली ही गढी म्हणजे भीतीदायक नरकपुरीच. कारण गावातलं प्रत्येक घर ह्या गढीशी विचित्र आठवणींनी जोडलेलं असायचं — कोणाच्या भाऊबंदकीचे प्रश्न गढीत जाऊन आल्यानंतर एक भाऊ नाहीसाच केल्यानं सुटलेले. कोणाच्या काऱ्या मुलीवर बलात्कार करणाऱ्याचे हातपाय बांधून विहिरीत सोडल्यामुळे मिळालेला क्रूर न्याय. कोणाला पाठीवर पन्नास चाबूक, कोणाचा पाय मोडलेला, कोणाला खऱ्या चोराचा पत्ता सांगितल्यामुळे जत्रेत डफडी वाजायचा हक्क मिळालेला. फार काय असं घराणं गावात आहे, हे भूषण समजणारे फाटकेतुटके लोकही भरपूर होते. समजा, हिमालयातून वनगायींची पूर्ण पांढरीशुभ्र शेपटी कापून चवरीसारखी ढाळत येणारे उंच गालफडांचे तिबेटी लोक गावात फिरत आले आणि त्यांनी तुच्छतेनं विचारलं, ह्यां कोई बडा आदमी रहता है? म्हणजे त्यांच्याजवळच्या ह्या चवऱ्या, शिलाजित, हरणाच्या बेंबीतली कस्तुरी अशा महागड्या वस्तू घेणारा एक तरी ह्या भुक्कड गावात असेल? अशा वेळी संपूर्ण गावाची शान राखणारा एक देशमुखच. त्या गढीकडे बोट दाखवतांना ह्या फाटक्या लोकांचा ऊर भरून यायचा.

काही लोक म्हणायचे, ह्या उंटमाऱ्या देशमुखांचं काय विचारता बोवा? त्यांच्या घरात पानावर वाढलेलं गावरान तूप जमिनीवर वाहत जातं, इतकं वाढतात. म्हणजे आपण मर मर मरावं, तर यांची नासाडी करण्याची केवढी क्षमता? किंवा पारावरच्या गप्पा — रावबहाद्दूर देशमुखाचे तं सगळे दात पडले होते नं? आता तं सगळी बत्तीशी दिसते आहे. ...मग? मुंबईहून करून आणली नव्वी. ...बाप रे, आमच्या म्हाताऱ्याचा एक दात उपटायला गेलतो, तं डॉक्टर एक खोटा दात बसवायचे पन्नास रुपये म्हणाला. ...पन्नास रे? एका दाताचे? म्हंजे तेवढ्या रुपयांचं आपलं थोबाड तरी आहे का? ...मग, उंटमाऱ्या देशमुखाचा हिशेब कर — पन्नास गुणिले बत्तीस.

उंटमारे काहून म्हंता रे या देशमुखायले?

एखादा दारुड्या बडबडत असायचा — अहो, कष्टानं कुठे काही मिळालं आहे कोणाला? यांचा एक पूर्वज दिवट्या देशमुख होता, त्या काळी आपल्या धरणगावाहून उंटांचे कबिले थेट सिंधपर्यंत जात असा रस्ता होता. म्हणून तर

इंग्रजांनी इथे वखार बांधली होती. एकदा रात्री काही रोहिले व्यापारी माल लादलेले उंट घेऊन उत्तरेकडून आले आणि हक्कानं दिवट्या देशमुखाच्या ह्या गढीत रात्रभर मुक्कामी राह्यले. दिवट्याचा पोरगा गंजाट्या देशमुख होता, त्याची बायको, नुकतंच लग्न होऊन आलेली त्यांनी उचलून नेली. असं म्हणतात की, ही पोरगी खालच्या कुणब्यांपैकी असल्यानं पडदा पाळत नव्हती, म्हणून तिच्या रूपावर रोहिले भाळले. इकडे गंजाट्याला गांजा प्यायला बसवलं आणि पाळीपाळीनं रात्रभर पोरीला ढोपरलं आणि बेशुद्धावस्थेत डहलजीत टाकून पहाटेशी उंटांसकट सगळे पळून गेले. गंजाट्या तर शुद्धीवरही नव्हता. रोहिले जाऊ द्या हो, अब्रूचा प्रश्न आला. मग दिवट्याच्या लोकांनी पोरीला गढीमागेच गाडून टाकलं आणि असं पसरवून टाकलं की संक्रातीला ही सगळी देशमुखाची बायामाणसं नर्मदेवर ओंकारेश्वराला गेली होती, तिथे दिवट्याच्या ह्या सुनेला मगरांनी ओढून नेलं. खरं तर ओंकारेश्वरावर त्या जत्रेला जी माणसं गेली होती, ती म्हणाली की देशमुखांच्या बायकांमध्ये गंजाट्याची बायको नव्हतीच. पोरीचे आईबाप गरीब कुणबी, चरफडले आणि दैवाला दोष देत चूप बसले. गंजाट्याचं दुसरं लग्नही ठरलं.

नंतर एकदा गंजाट्याचा पोरगा बेवडा देशमुख अशाच संकटात सापडला. एका रात्री गढीपुढे दोन व्यापारी माल लादलेले उंट घेऊन उभे. ते गढीत एका रात्रीपुरता आसरा मागत होते, कारण असीरगडापासून काही दरोडेखोर त्यांचा पाठलाग करत होते. बेवड्या देशमुखाला ही ब्याद नको होती, पण हे लोक म्हणत होते की, आम्ही भरपूर बिदागी देऊ, धर्मशाळेत आम्ही उतरणार नाही. मग बेवड्यानं आपल्या मोतदारांना खुणावून गढीमागची धान्याची कोठी उघडून दिली. रातोरात ह्या झोपलेल्या व्यापाऱ्यांना मारून गाडूनही टाकलं. उंटावरच्या गोण्या रिकाम्या करून त्यांना सोडून दिलं, पण ती मुकी जनावरं बिचारी फिरून फिरून गढीभोवतीच फिरायची. त्यांनाही आपल्या गावातल्या ढोरचांभारांनी बाजारात विकायला नेलं, पण कोण घेणार? मेले बिचारे, गढीमागे गिधाडांनी खाल्ले. ते तर सगळ्या गावानं पाह्यलं आहे. उंटांवरच्या गोण्यांमध्ये मोहरा होत्या म्हणतात. असे हे लखोपती झाले उंटमारे. ज्यास्त काय बोला?

ज्यास्त काय बोला? हे उंटमाऱ्या देशमुखांच्या प्रत्येक खाजगी गोष्टींबाबत म्हणायचा शिरस्ता होता. एकदा तारखात्याचे लोक गढीमागच्या बरडावर खांब गाडायला खड्डे खणत आले, तर जिथे खणावं तिथे हाडंच. हे काय स्मशान आहे का हो? असं ते विचारत तर गावातले लोक म्हणत, ज्यास्त काय बोला? एकाला तर अखखा सापळाच सापडला, गळसोरी, हिरव्या चुड्यांसकट. ती कोण होती?

आत्ताच्या आपल्या किताब्या देशमुखानं तो खड्डा ताबडतोब बुजवून टेलिग्राफ खात्याकडून खांबांची लाईनच गढीबाहेरून घ्यायला लावली.

अरे, एकदा चोर शिरले होते यांच्या गढीत म्हणतात, किताब्याच्या बापाच्या जमान्यात. धनत्रयोदशीच्या रात्री देवापुढे ठेवलेले दागिने चोरायला हे चार जण लपून बसलेले थोरल्या देशमुखिणीनं पाह्यले. मग काय, रात्रभर बाहेर चोर दबा धरून तर ही आत डबा धरून बसलेली दागिन्यांचा — हू हू हूऽ इची लेहू. देशमुखाच्या पोरांनी पकडले मग चाऱ्ही चोर, आणि समद्यांना गढी आतच एका पेवात जिवंत गाडून टाकलं म्हणतात. अधूनमधून गावातल्या फाटक्या माणसांना भर चौकात बडवून काढ, खराब माल विकणाऱ्या दुकानदाराला भर बाजारात तावातावानं लाथा घाल, भिकारचोटाची अवलाद, काय तुझी औखात आहे म्हणत कामचुकार जागल्याला खेटरानं मार — असे प्रकार उंटमाऱ्या देशमुखाची पोरं तरुण वयात जरब म्हणून नेहमी करायचे. एकदा भर चावडीत फौजदाराच्यासुद्धा थोबाडीत मारली होती किताब्याच्या एका धटिंगण पोरानं.

पण सगळ्याच सत्ताधीशांचं प्रमुख लक्षण म्हणजे दुसऱ्यावर संपूर्ण अवलंबून राहणं. म्हणजे यांचं वैभव पाहायलाही माणसं असावी लागतात. एकदा किताब्या देशमुखानं गावातल्या इंग्रज वखारीतून एक मनगटावरचं घड्याळ विकत घेतलं. ते घालून हा चालला की किती वाजले असतील रावबहादूर? असं कौतुकानं विचारणारे गावकरी त्यांच्या मर्जीत राहत.

उंटमाऱ्या देशमुखाच्या घरात फक्त सुंदर मुलीच येऊ शकतात, असं म्हटलं जायचं. परंतु प्रत्यक्षात त्या सगळ्या मोठमोठे लांब घुंगट ओढूनच घरातसुद्धा वावरायच्या. बरेच सुखवस्तू कुणबी म्हणायचे, उंटमाऱ्यांच्या घरात पोरगी न दिलेली बरी, जाताना फक्त दिसते, मग दिसतं ते तिचं प्रेतच.

चिंधूआत्याचा साखरपुडा करून आलेली मोरगावची अडाणी माणसं आठ दिवस रावबहादुराच्या वैभवाचं गुणगान करत होती. नवऱ्या मुलाबद्दल मात्र कोणालाच काही माहिती नव्हती. आपण देशमुखांच्या शिकारखान्यात सैजनचे वाघ, लांडगे, सांबर, पेंढा भरलेले प्राणी कसे पाह्यले, तो वाघ खुद्द रावबहादुरांनी गवताळ्यात दसऱ्याच्या दिवशी कसा मारला होता, त्यानं आधी दहा माणसं खाल्ली होती, एका गोऱ्या कलेक्टर साहेबाच्या अंगावर तो धावून जाताच सरकार पुढे धावले आणि घोडा दाबला — की धुडूम, वाघ जमिनीवरच लोळायला

लागला. ह्या गोऱ्या कलेक्टरानं सातपुड्यातले चाळीस अस्सल वाघ मारल्याची बातमी लंडनमधल्या एका पेपरात आलेली तिथे कापून चिकटवली होती — त्यालासुद्धा सरकारनं मधे घुसून वाचवलं. ही पाहा गोळी, मानेवर भोक तिचंच. …काय नेम असेल भौ? वा वा. हे एक जण सांगतो तोवर दुसरा सोनेरी कडांच्या कपबश्यांतून आपण कशी कोको नावाची चहा प्यालो, तिसरा जण सुवासिक पाण्यानं आंघोळ केली, प्रत्येकाला परीटघडीचा रुमाल तोंड पुसायला दिला, त्यालाही अत्तराचा वास. कशाचं तरी ह्याआधी कोणीच प्यालं नव्हतं असं सरबत — काचेच्या नक्षीदार फुगीर पेल्यांमधून ज्याच्यातून सगळ्यांची तोंड फुगीर दिसायची. शिवाय भिंतीवर राजा रविवर्म्याचं हुबेहूब श्रीकृष्ण काढलेलं चित्र, त्याच्याखाली छापलेलं — **श्रीकृष्ण पावा वाजवीत आहे व गोपी फेर धरून नाचीत आहेत.** अशा भिंतीभर तसबिरीच तसबिरी. शिवाय रावबहादुरांकडे फोनोच्या कपाट भरून तबकड्या. त्यांतली एक वाजवून दाखवली. तिच्यावर एक पांढरा कुत्रा सारखा फिरत होता. तिचा वेग ७८ होता — म्हणजे तासाला की मिनिटाला कुणास ठाऊक. ७८ फूट की मैल? तिच्यातून ती बाई का पुरुष सारखा आळवून आळवून म्हणत होता : *असुनी खास मालक घरचा — म्हणती चोर त्याऽला परवशता फास दैवे ज्यांच्या गळा लागला* — पुन्हा पुन्हा गाडी खडखड धावत चालली आहे असा पिनमधून कर्ण्याकडे आवाज.

शिवाय बैठकीत एक पुरुषभर उंच घड्याळ कोपऱ्यात, त्याच्यातून दर तासाला, म्हणजे बारावर एक काटा आला की टोल तर पडतच होते, पण एक जणू सैजनचं माकड बाहेर येऊन दात काढून पुन्हा आत जायचं. अशाच मौजेच्या चिजाच चिजा, इची लेहू. मजाच मजा इची लेहू. शिवाय लंडनच्या गोऱ्या शिंप्याकडून तीन आठवड्यांत खास दरबारासाठी शिववून मागवलेला किताबी पोषाख — त्याच्या खांद्यावरच्या झिरमिळ्या, किनखापावरचं कलाबतूचं काम, लोंबकळते रेशमी गोंडे, जरीच्या झालरी आणि सोनेरी वर्ख दिलेल्या तंतोतंत एकसारख्या वीसेक गुंड्या, लटकणारी रुपेरी पदकं. आणि हाच पोषाख अंगावर चढवलेले हुबेहूब ते स्वतःच वर लटकले का काय, असं वाटणारी सोनेरी फ्रेमीतली रावबहादुरांची तसबीर. त्यांच्या मोठ्या कल्लेदार मिशा, हा असा लांब अंगरखा, खानदेशी कोशाचा फेटा, त्याच्यावर मोत्यांची माळ, खाली चढाव, कमरेला तलवार — हे रूप पाहून खुद्द इंग्लंडची राणीसुद्धा रावबहादूर साहेबांवर मोहित झाली होती. हे सगळं पाहाणं कोणाच्या नशिबात असतं? चिंधीमुळे गढीत मानानं पाय तरी ठेवता आला आपल्याला होऽ,

रावबहादुरांच्या ह्या तसबिरीएवढाच एक फोटो पुढच्या खोलीत भिंतीवर

टांगलेला होता. त्याला पाहून निवर्तीकाका म्हणाले, हा बालगंधर्वच नाही का? सरकारचे दिवाणजी म्हणाले, अहो, त्या मालकीणबाई, तुमची विहीण.

त्यानंतर सोनेरी फुलं मारलेल्या पाटावर चांदीची ताटं, चांदीच्या वाट्या, ऐकल्यासारखंच पानांबाहेर अस्सल तूप वाहत राहील असं वाढणारे, पोट फुटेस्तोवर बासुंदी प्यायला लावणाऱ्या बालगंधर्वबाई. मग पानसुपारी. खास घुंगरं डागलेले अडकित्ते, वारा घ्यायला मखमलीचे रंगीत दांडीभोवती कुंइ कुंई आवाज करत फिरणारे पंखे, चांदीच्या पानदानात एकमेकात घुसणारे चुना, कात वगैरेचे जड नक्षीदार गोल पितळी डबे. प्रत्येक खिडकीला वाळ्याचे भिंतभर पडदे. त्यांवर नियमित पाणी फवारणारा एक स्वच्छ शाही कपड्यांमधला नोकर. नक्षीदार छप्पर पलंगांवर पिसांच्या उश्या. अशी वामकुक्षी झाल्यावर शेवटचा प्रयोग : तिजोरीतली रत्नं पाहणे. चर्चा : रावबहादूर यांनी असा हा एक लाल पाह्यला होता, त्याची किंमत एका आपल्या पृथ्वीएवढी होती. बाप रे, कसा दिसत असेल तो लाल? हिरे, मोती, पाचू, पुखराज, गोमेद — एकेक दिवाणजीच्या हातावर चमकून परत काळजीपूर्वक ठेवला जात होता. गुडघ्यावर कांदा फोडून हातावरच मिरचीभाकरीबरोबर खाणाऱ्या ह्या भर उन्हात शेतात औतं चालवून धोतरानं घाम पुसणाऱ्या शेतकऱ्यांना आयुष्यात प्रथमच *रत्न* नावाचा शब्द कळत होता.

शेवटून निरोप घेता घेता वधूपक्षाचे मुख्य निळूकाकाचे वडील मनसाराम बोवा यांच्या हातावर अक्षता, पैठणी, चोळी आणि दागिन्यांची एक पेटी ठेवून विहीणबाई मुरका मारत म्हणाल्या, भाऊ, दागिने घडायला टाकतो आहोत सोनारांकडे. दागिन्यांनी वाकेल तुमची मुलगी.

ताडकन निळूकाकाचे वडील उत्तर देते झाले, बहीण, आमची चिंधूबाई चांगली तगडी आहे, हाँ. तिला वाकवण्याइतके दागिने तयार ठेवा.

अशीच हजरजबाबी माणसं सोयरिकांच्या नाजूक बोलण्यांच्या वेळी उपयोगी पडतात, असं मनसाराम बोवांच्या मुत्सद्देगिरीचं वाड्यातल्या सगळ्यांनी तोंड भरून कौतुक केलं. धरणगावकर देशमुखिणीवर स्वार झालास गड्या. तेही आपण मुलीकडचे असून. वा वा.

आणि नवरदेव? तो लग्नातच दिसला. उद्धट, अरेरावी, तांबड्या डोळ्यांचा. हे लग्न आपल्यावर लादल्यासारख्या हालचालींचा.

देशमुखांकडून पन्नाससाठ माणसं लग्नाच्या आधी आठवडाभर येऊन बसली. दारूकाम कुठे करावं, कुठे मंडप घालावे, मुंबईचे मंडप कंत्राटदार कुठे राहतील, त्यांच्या खाण्याची व्यवस्था, नंतर लग्नाच्या दिवशी तर चार बॅण्डपथकं, दूरदूरचे संस्थानिक मित्र, फार काय एकदोन इंग्रज बायाही *हौ ट्रॅडिशनल हिंदू मॅरेज टेक्स*

प्लेस हे पाहायला येणार होत्या. त्यामुळे नदीकाठ, हागणदरी, गावातले रस्ते औषधं शिंपडून शिंपडून स्वच्छ करण्यात आले. मग ट्रका भरून गाद्या, लोड, बिछाइती, झुंबरं वगैरे आजपर्यंत न भूतो न भविष्यति सजावटीसाठी आल्या. लग्नानंतरच्या दारूकामासाठी नदीकाठच्या पटांगणावर अशी जागा निवडली की वरच्या रंगीबेरंगी दारूकामाचं प्रतिबिंब डोहांमध्ये पडेल. कानठळ्या बसवणारे बाण, आकाशभर ठिणग्या. आसपासच्या पंधरावीस खेड्यांमधले लोक पायी चालत पाहायला आले.

अशी खंडेराव, तुझी चिंधूआत्या उंटमाऱ्या देशमुखांच्या गढीत गेली. अवजड पैठणी आणि दागिन्यांचं दीडशेच्या वर तोळे ओझं लीलया पेलत, उंबऱ्यावरचं माप नको तितक्या झटक्यानं उडवून ती आत गडप झाली. गावातल्या लोकांनीही सरगस्तच्या फेरीमधे तिला डोळे भरून पाहून घेतली होती. देशमुखाच्या गढीत पोरगी शिरली की पुन्हा दिसते, न दिसते. पाहून घ्या.

खरं म्हणजे कष्ट करणाऱ्या समाजात कशाचा खानदान आणि कशाचा उच्च वर्ग? पण सत्तेच्या केंद्राशी जोडून घ्यायचं, खाली एक पिळता येईल असा वर्ग निर्माण करायचा. असे उंटमारे देशमुख तयार होतात. पण एक गोम हिंदू लोकांमध्ये असते : निसर्गाची गरज म्हणून तरी दुसऱ्याच्या घरातून मुलगी आणावीच लागते. ती तिच्याबरोबर तिचे तिकडचे जैविक गुणधर्म आणते आणि अर्धा बदल आपोआपच घडतो. धरणगावच्या देशमुखाकडच्या मुलीसुद्धा बाहेर द्याव्याच लागायच्या, तेव्हासुद्धा असेच हत्तीचे दात. दिखाऊ. पाहुणे आले की घरातलं दारिद्र्य भराभरा लपवायचं. दिखाऊ गोष्टी समोर आणायच्या. घरात हुकूम द्यायचा, माँसाहेब, जळगावचे पाहुणे आलेत. मग दोन भांडी घेऊन तूप आणायला एक जण निघायचा. दोन? एक तुपासाठी, आणि दुसरं गहाण ठेवून त्या पैशांचं तूप. असं होत चालल्यानं देशमुखाच्या गढीतल्या मुली घरीच बसवणं मानाचं ठरत चाललं.

चिंधूआत्याची एक नणंद बुलढाण्याकडे अशा एका देशमुखाकडे दिली होती, की तिथे बायकांना कडक पडदा आणि काम न करणाऱ्या पुरुषांचा डामडौल. एवढ्याच दोन गोष्टी खानदानी वैभव दर्शवणाऱ्या. मग घर चालवायचं कसं? गावातल्या कष्टकरी बायकांसारखं मजुरीवरही जाता येत नाही. घरची जमीन गहाण

पडलेली. गावातल्या शेतात जाणाऱ्या बाया लगबगीनं ह्या देशमुखाच्या वाड्यावर घमेल्या भरून दळण ठेवून जायच्या. त्यांना कुठे घरी दळत बसायला वेळ असतो? ह्या पडद्यातल्या बायकांनी रात्रंदिवस घरातल्या घरात रडत कुंथत दळत राहायचं. पैसा पैसा पायलीचा. तो घरखर्चाला वापरायचा. घराचा डौल सांभाळायचा. जाती ओढून ओढून सतत दुखणाऱ्या घरंदाज कंबरा आणि हात. ओव्या गात : **माझं माहेर सोन्याचं**...

असं असल्यामुळे थोरली नणंद वच्छी चाळीस वर्षांची झाली तरी योग्य तोलामोलाचं स्थळ कुठेच सापडलं नाही. तिचं आता होईल, तेव्हा होईल करता करता उफाड्याची लहानी नणद काशी हीसुद्धा लग्नाचं वय ओलांडत वेडसर होत चालली. जरा मंदबुद्धीची झाली. त्यावेळी धरणगावात मुलामुलींची शाळा एकत्र असल्यानं फक्त बेशरम आणि खालच्या दर्जाचे लोकच मुलींना अशा शील भ्रष्ट करणाऱ्या ठिकाणी पाठवायचे. आपल्या लग्न झालेल्या चाऱ्ही भावजयींवर दिवसरात्र पाळत ठेवणं हेच काशीचं रोजचं काम झालं. आपण म्हणू ते झालंच पाहिजे हा तिचा हेका पुरा झाला नाही, तर ती फिट येऊन बाहेर पळत सुटायची. म्हणून तिचा हेका सगळेजण पुरा करायचे.

अशा दोन लुबऱ्या घोडनणदा आणि दोन नासकुटे मारणाऱ्या चबऱ्या सासवा — रावबहादुरांच्या दोन भांडखोर बायका, सुनांशी तात्पुरत्या बदलत्या आघाड्या करून घरात सतत द्वेष तेवत ठेवणाऱ्या. आणि आपापल्या माहेरच्या इभ्रतीच्या हुंड्याच्या तरफांवर उठपटांग वागणाऱ्या तीन जावा. एकीनं तर नवऱ्याचे कान भरले होते की, तिच्या बापाकडे गुपचूप पैशे पाठवत राहावे आणि तिकडे एक जिनिंग प्रेस सुरू करावी. दुसरी कायम माहेरी निघून जायची. तिसरी जाऊ नवऱ्याचा तमाशातल्या मुली नाचवायचा उद्योग बंद झाल्याशिवाय हात लावू देणार नाही, असं सांगून मुलांबरोबर एकटी झोपायची. तिचा नवरा हणमंता ह्यामुळे आणखी छानछोकी करायला मोकळा झाला. शिवाय बडेजावी सासरा जो नेहमी घोडागाडीतून गरीब कुळांकडच्या वसुल्या करत गावोगाव फिरत राहायचा आणि नाटकं पाहायला सतत नाशिक, सांगली, पुणं असा हिंडायचा.

आणि एक रासवट नवरा — जो आपल्या आयुष्याची गाठ ह्या उंडग्या बाईशी आधीपासूनच मारून ठेवल्यामुळे नाराज होता. त्याच्या मते, बायको म्हणजे प्रेमविवाहाची म्हणजे परक्या जातीची, शहरी, नाटकसिनेमातल्यासारखी स्नो-पावडर लावणारी, पाचवारी बिन काष्ट्याच्या गोल पातळातली आणि दोन रिबिनांच्या वेण्या मागे सोडणारी — अशी काहीतरी असावी. पण लहानपणीच ही धट्टीकट्टी टोपल्याएवढा जुडा बांधणारी नऊवारी काष्ट्याची बायको घाईघाईत

करून टाकल्यामुळे तो बिथरला होता. खरं तर आपण जुवारी होत चाललो होतो, आणि हणमंताच्या नादानं जळगावच्या हैदरी थिएटरातल्या नाचण्या पोरींच्या मागे फिरत होतो, आणि एका दिवशी एका डावात हजार रुपये हारल्यानं कपडेही काढून घरी पाठवलं होतं — ह्या गोष्टी तो विसरला : त्याच दिवशी किताब्या देशमुख ह्या उलफत्तू पोराच्या लग्नाच्या तयारीला लागला होता.

एकूण घरात इज्जत अब्रू इभ्रत पत नावलौकिक शोभणं — हे शब्द ऐकून ऐकून चिंधूआत्या कोडगी होत चालली. मोठा हातभर घुंगट तोंडावर घेऊन घरातसुद्धा सतत जमिनीवर नजर लावून वावरल्यामुळे तिला हळूहळू वेंधळेपणा यायला लागला. आधीच तिला दिवसभर अंधाऱ्या घरात बसून राहायचा कंटाळा. गायीवासरांमध्ये रमणं, रान हुंदडत फिरणं, या काकूकडून त्या बहिणीकडे हिंडत हा हा ही ही करणं, शेतात पाठीवर ऊन घेत गवत काढणं, भिरार वाऱ्यात चिंचा पाडणं — हे जाऊन आता भलत्याच गोष्टी कराव्या लागल्या.

गढीच्या मागच्या बुरुजाखाली एका अंधाऱ्या कोठीत कायम निजून राहणारी नव्वद वर्षांची आजेसासू हे तिचं निवाऱ्याचं ठिकाण झालं. तिची आंघोळ घालणं, केस धुणं आणि विंचरणं, गोधड्या धुऊन वाळवणं, रोज अंथरूण बदलणं, तिला दात नव्हते तर घाटा, चिकोल्या, गुळाचा शिरा असे आवडीचे पदार्थ स्वतः करून देणं — चिंधूआत्याच्या ह्या गोष्टी दोन्ही सवती सासवांना सहन होईनात. कारण ह्या म्हातारीनं त्या दोघींचा तरुणपणी अतोनात छळ केला आहे, असं त्या दोघी एकत्र सांगायला लागत. तेव्हा चिंधूआत्या उलट मोठमोठ्यानं हसत सुटायची. पण ह्या आजेसासूनं आत्याला तीन पिढ्यांपासूनची घरातली गुपितं सांगितली. हे देशमुख लोक जिवंत सुना, बायका गाडणारे आहेत, अशा त्यांच्या अघोरी गोष्टीही तिला कळल्या. त्यामुळे चिंधूआत्या अधिक कणखर झाली. दुधाचं पातेलं खरवडून चाटू नये, असा ह्या घरातला नियम ती मुद्दाम मोडून पातेलं चाटायला लागली. डोक्यावरचा लांब घुंगट आखूड घ्यायला लागली आणि कुणालाच न आवडणारी गोष्ट म्हणजे जिवली नावाची मोलकरीण होती तिला आत्या बरोबरीनं वागवायला लागली. जिवलीच्या मुलीला गोड वाढून देणं, केसांना लावायला तेल देणं, साबण देणं हे तिनं सुरू केलं. तू माझी बहीणच, असं जिवली म्हणायची. जिवलीला ह्या घरात कधीच अशी जिवाभावाची माया मिळाली नव्हती.

चिंधूआत्याला पहिल्या दिवाळीला माहेरी पाठवलं नाही, तेव्हाच तिचं बरं चाललं नसावं, असा आजीनं अंदाज केला. तिच्या गरोदरपणातही मोरगावकरांनी चोळ्या घेऊन यायचं नाही, असा निरोप धाडला. एकदा खुद्द विठ्ठलराव गाडी घेऊन माहेरी न्यायला आले, पण त्यांना परत पाठवलं. इनामदार जहागीरदार

लोकांना आपल्यासारख्या अडाण्यांच्या घरी खेड्यात बाळंतपण करू द्यायचं नसेल, म्हणत सगळे गप्प बसले.

मग आत्याला मुलगी झाली. तेव्हा तिन्ही जावांनी मत्सरी हर्ष व्यक्त केला. आता दुसरीही मुलगीच होईल आणि हिच्या उरावर सवत येईल तेव्हा हिचा माज उतरेल, असंही त्या जिवलीजवळ हात नाचवत म्हणाल्या. सासवांनी तर आपल्या माहेरच्या सुंदर मुली पुढे करून तिच्या नवऱ्याला दुसरं लग्न करायचा उघड सल्ला द्यायला सुरुवात केली. आत्याच्या समोरसुद्धा. आत्याची झोप गेली.

मुलगी झाली, काटेरी वाट पायाखाली आली. मूल होणं ही सामाजिक बाब होती, जैविक नाहीच. पुढच्या वेळी ह्या मशीननं मुलगा नाही टाकला की मशीनच फेकायची. जिवलीनं सुचवलं की बाई, डोंगरावर शेख अन्वर सल्ला बाबाचा पीर आहे. त्याच्याभोवती चोळी न घालता प्रदक्षिणा घातल्या की हमखास मुलगा होतो. आपण गुपचूप रातोरात जाऊन येऊ. मधल्या जावेलाही तिनं असं गुपचूप नेऊन आणलं होतं, म्हणून तिला जावळे मुलगे झाले.

चिंधूआत्यानं कडवट तोंड करून त्वेषानं म्हटलं, मुलगीच होऊ दे. पाहीनच कसं दुसरं लग्न करतो जुवाऱ्या.

वर्षाभरानंच चिंधूआत्याला पुन्हा मुलगीच झाली. एका कुशीत बायडीला झोपवत आणि दुसऱ्या कुशीत तान्ही तायडी पाजत चिंधूआत्यानं त्या रात्री काढल्या. येणारं संकट आता अंगावरच चाल करून आलं होतं. दोन मुलींची आई म्हटल्यावर तिचा घरातला दर्जाही आता खाली आला होता — दोन दोन हुंडे, दोनदोनशे तोळे सोनं, दोन दोन जावई शोधणं, दोन दोन लग्नांचे मांडव, मानपानं, मग बाळंतपणं — पुन्हा मुलींना मुलीच झाल्या तर त्यांच्या सासरांकडची आपल्या मुलींवरची तोहमत. आपण ह्या घरात दोन जोखिमा जन्माला घातल्या आहेत.

गढीतल्या सगळ्या गोष्टींचा कारभारी म्हणजे म्हातारा दिवाणजी. हा बहुधा तिसऱ्या पिढीपासूनच्या सगळ्या घटनांना साक्षी असणारा, लहानपणापासून गढीतच लहानाचा मोठा होत गेलेला, निबोलका आणि चाणाक्ष. याला बहुधा मुलाबाळांचं लटांबर नसायचं आणि तो दूरच्या गरीब बेसहारा सग्यासोयऱ्यांपैकी, स्वतःचं व्यक्तिमत्त्व मालकाच्या भल्यासाठी पुसून टाकणारा, हलक्या शरीराचा, सर्वांच्या आवडीचा माणूस. पण त्याची निष्ठा असायची मुख्य देशमुखाशी. रावबहादूर देशमुख यांना सकाळी बाभळीच्या काडीचं दातवण करतांना काल

दिवसभर काय झालं हे इत्थंभूत सांगणं आणि शेवटी ते म्हणतील तेच करणं, ही दिवाणजींची आयुष्यभराची स्वामिनिष्ठ सवय.

...मोठ्या बाईसाहेबांनी जिवलीबाईला किरकोळ मारहाण केली. रामभाऊंनी वीस हजार रुपये कपाशी विकल्याचे म्हणून जमा करायला दिले आहेत. मधले मालक बरोबर हिशेब सांगत नाहीत. शेंदुर्णीच्या शेतात ऐंशी मण शेंगा झाल्या, सांगतात चाळीस मण. त्यांच्या खिशात आणखी दहा हजार रुपये असावेत. ते कालच सगळे हणमंतदादाला दिले असावेत. कारण लगेच निघाला हणमंता मुंबईला आज. धाकट्या साहेबांचा जुगार फार वाढला आहे. धाकट्या बाईसाहेब मनानं मोकळ्या आहेत. ...कसं?... मधल्या दोन्ही दिरांचं गुपचूप काही चाललेलं असतं तर म्हणाल्या, दीर आहेत का उंदीर?... हॉ हॉ हॉ. असं म्हणाल्या? हॉ हॉ हॉ. ...मधल्या बाईसाहेबांना हे ऐकून मोठा राग आला, मोरगावकरांबद्दल — त्यांच्या माहेराबद्दल अपमानास्पद बोलल्या. ...चूक आहे. मग?... तरी धाकट्या बाईंसाहेबांनी भांडण टाळलं. आईसाहेबांची मन लावून सेवा करतात, रोज पायांना, पाठीला अमृतांजन चोळतात, पण... उत्तम वळण आहे. दोन्ही मुलींचंही नीट करतात, पण... उत्तम उत्तम. ...पण सरकार, तुमच्या कानावर मागे एकदोनदा मी टाकलंच आहे — दुसरी बायको करायची म्हणताहेत धाकटे मालक... हे पाहा दिवाणजी, ही काही कुक्कुली पोरं राह्यली नाहीत आता, की आपलं ऐकतील. त्या तमासगीर हणमंत्यापेक्षा याचं दुसरं लग्न करणं बरंच म्हणावं लागेल. आताची पाली बेमुरवत निघाली आहे. काही बोललो, तर मलाच म्हणतील तुम्ही केल्या नव्हत्या दोन बायका? दिवाणजी, त्याला एकच सांगा — जे करायचं ते नीट कर. आलं ना ध्यानात? गढीत आरडाओरडा, भांडणं, मारझोड करायची नाही. ते आपल्यासारख्याला शोभत नाही. आलं ना लक्षात? पूर्वी बरं होतं — काडी मोडली की मोकळे. हल्ली कायदे बदलले आहेत.

आत्याच्या नवऱ्याचे जुगाराचे डाव आता रात्री उशिरापर्यंत लांबत चालले. तो चांदीच्या मुठीची काठी आपटत लडखडत घरी आला, की प्रत्येक पदार्थ गरम करून ताट वरती नेण्याचा पूर्वीपासून संकेत होता. त्या एका रात्री दोन्ही मुलींना हलक्या हातानं थोपटत ती अंथरूणावरून उठली आणि चूल पेटवून एकेक पदार्थ गरम करत वाढून अंधाऱ्या जिन्यावरून वर गेली. नेहमीप्रमाणे ताट ठेवलं, तोंड फिरवून निघताच तुच्छतेनं पाहणारा तिचा नवरा म्हणाला, थांब.

ती आश्चर्यानं उभी राह्यली. अशाच जरबेत एकदा *थांब* म्हटल्यामुळे तायडी पोटात आली होती, आपल्या इच्छेविरुद्ध. आता पुन्हा? इतक्या लवकर?

ह्या कागदावर इथे आंगठा उमटव, इथ्थे.

मोरगावच्या आपल्या एका काकूकडून असाच आंगठा घेऊन तिला कळलंही नव्हतं तोपर्यंत दुसरी काकू घरात आणल्याचं तिच्या मनात ताजं होतं. ती काही बावळट बाई नव्हती. ओठ तिरपे करून ती सरळ अंधाऱ्या जिन्यावरून खाली आली. रात्रभर लेकींना थोपटत जागी राह्यली. कागदावर आंगठा. दुसरं लग्न. सवत येणार.

आधीच नणदासासवांनी घेरलेल्या, दीर सासऱ्यानं हेटाळलेल्या बिनआईबापाच्या आपल्यासारखीला मग ना माहेर ना सासर. आणि आपल्या ह्या चिमण्यांच्या आयुष्यांचं मातेरं होणार. मग जगायचं कुणासाठी? कशासाठी? जिवलीतर्फे मोरगावला गुपचूप निरोप द्यावा का? माहेर तर मायाच लावील, पण माहेरी कोणत्या माथ्यानं जावं? आणि दोन लेकींचं ओझं घेऊन? लोक काय म्हणतील? टाकून दिलेली म्हणतील आणि आधीच आपण सावत्र आईचा जीव खाल्लेला. आता घरात भाऊभावजयी भाचे भाच्या... की दुसरा नवरा करू? ह्या दोन लेकी पोटाखाली घेऊन? पुन्हा तेच तेच? शीः. छे. का म्हणून आपलं हे हक्काचं घर सोडून पळ काढावा? ह्या मुलींना आपणसुद्धा जन्म दिला आहे. हिम्मत धर. पळून गेलो तर ह्यांना तेवढंच कारण होईल दुसरं लग्न करायला. सवत आणूनही टाकतील. ह्यांना ना जनाची ना मनाची. नाही जायचं.

हेच नंतर रोज होत राह्यलं. नवरा नंतर मारझोड करेल. आजेसासूनं अशा यांच्या किती अघोरी गोष्टी सांगितल्या आहेत? हातपाय बांधून तोंडात बोळा टाकून आंगठ्याला शाई लावून कागदावर लावेल. ह्या गढीत आपल्याला कोण वाली आहे? अतिशय दक्ष राहून अत्यंत सावधगिरीनं आता ती नवऱ्याकडे जिन्यावरूनच ताट सरकवून धडधड उतरत यायची. तरी त्यानं एकदा तिचा हात धरून तिला खसकन ओढून कागद पुढे केला. थरथर कापत हातातला कागद टर्रकन उभा फाडून तिनं त्याच्या तोंडावर फेकला आणि ती म्हणाली, बायको म्हणजे भाजी वाटते तुला? मारून टाकलं तरी सोडखतावर मी आंगठा लावणार नाही.

अस्सं? मरायची काय घाई झालीय तुला?

मग आपल्या एका पंजात तिचा गळा आवळत तो फुसफुसला, पत्ता लागू देणार नाही तुलासुद्धा रांडे, समजलीस? हाऽड साली फोदडी — झणझणून ती धडधडत खाली उतरली. खाटेवर झोपी गेलेल्या दोघी लेकींचे लंगोट भिजले का हे करुणेनं चाचपून पाह्यलं आणि तिचा ऊर भरून आला. झोप आली नाही.

अचानक तुळजापूरचे भगत तारस्वरात धुडूमधुडुम नाचत कोणतं भारूड म्हणायचे... तेच कानात गुंजायला लागलं :

भवानी आई रोडगा वाहिन तुला
नवस धरू दे नवरा मरू दे
रोडगा वाहिन तुला, भवानी आईऽ

पहाटेच्या अंधारात कपाळाला दोन्ही हात लावून चिंधूआत्या झाड्याला बसली होती. अचानक बाजूच्या खैराच्या झुडपातून हडळीसारखी काळी सावली उकिडवी गुडघे पोटाशी लावत बसल्याबसल्या सरकत तिच्याच दिशेनं आली. आत्याच्या अंगावर सर्रकन काटा आला. कोण ग बाई ही — चुडेल की घूल? एकदम कानाशी लागत कापऱ्या सुरात ती म्हणाली, बाई, मी तुमचीच वाट पाहत इथे बसून आहे. तुम्हाला आजचाच दिवस शेवटचा आहे. तुमच्या दोन्ही तान्हुल्यांची काळजी करू नका, मी आहे. ह्या घरात मी आहे तोवर त्यांचं सगळं करीन. असं कानात पुटपुटून जिवली पुन्हा तशीच बसल्याबसल्या सरकत बाजूच्या झुडपाआडचं टमरेल उचलून अंधारात नाहीशी झाली.

ऐकताच आत्याचा थरकाप वाढत वाढत गेला. गढीमागच्या सवयीच्या चढणीवर तिची दातखीळ वाजायला लागली. झांज येऊन ती दोनदा झाडाखाली बसली. चोळी दुधानं टपकायला लागली. दुरून तान्ह्या तायडीचं गढी दुमदुमवणारं ट्यांहाँ ट्यांहाँ ऐकायला आलं, तशी ती तापीकडच्या बुरजाखाली उंबराला धरून उठली. भोवळ उतरल्यावर गिरणेकडच्या शुक्राखालच्या उजळणाऱ्या आकाशाच्या लालभडक झालेल्या कडा भांबावून पाहता पाहता ती भानावर आली. झपाझपा चालत मोरीवर हातपाय धुऊन अंधाऱ्या बाळंतखोलीत शिरतांना ती स्वतःशीच बोलत होती, उगी, उगी राहा, बाय, उगी राहा. उद्या पहाटे तुला कोण पाजणार? पी. पी. मग तायडीच्या चुरूचुरू ओढण्याच्या सुखात डोळे मिटून आनंदाचे अश्रू घळघळा वाहू दिले. घरात तर काहीही संशयास्पद चाललेलं दिसत नव्हतं. म्हणूनच हे पक्कं खरं असावं. बाळंतिणीच्या खोलीतच दिवसरात्र पडून राहणाऱ्या तिला हे कळलंही नसेल. नवऱ्याला कागदावर उमटवू दिला नाही त्या डाव्या आंगठ्याची राह्यलेली काळी शाई झोपेतसुद्धा स्वतःचा आंगठा चोखणाऱ्या बायडीच्या काळ्याभोर जावळावर तिनं घासून घासून साफ केली. ह्या लांडग्यामुळे बिचारीला तीन महिनेसुद्धा नीट अंगावर पाजता आलं नव्हतं.

आणि आपल्या ह्या दोघी गोजिरवाण्या मुली जणू इथे कोणालाच नको होत्या, टाकणीच्या झाल्या. अजूनही मोरगावला पळून जाता येईल. एवीतेवी आपण तिघीजणी ही लढाई हारतोच आहोत. काय आपलं माहेर सोन्याचं. सोज्ज्वळ भाऊ. सावत्र आई असून केवढी माया लावली आपल्याला. अशांवर पुन्हा आपलं, आपल्या लेकींचं आयुष्य लादायचं? आपल्याला लग्न म्हणजे काय हे तरी कळत होतं का? समजायला लागलं तेव्हापासून हा गढीतला नवराच गळ्यात बांधलेला. मी बोडकी संन्याशीण होऊ नये म्हणून. म्हणून तं देवानं माझ्या संसाराचा असा भनका केला. त्यापेक्षा तिरोनीताईचं जिणं चांगलं — ह्या संसारात काही आहे? भाकरी थापणं आणि पाळणा हालवणं — बस्स. ह्यापेक्षा तिरोनीताई गेली तेव्हा एक गाठोडं बरोबर होतं — तेवढंच शेवटपर्यंत वाहाणं. ह्या गढीत असं मरण्यापेक्षा मला मठात भजनं म्हणणं आवडतंच, मार्गात गावोगाव फिरणं आवडतंच. पण ह्या दोघी पोट्ट्यांचं आपलं काही देणं असेल ना? पितापिता झोपी गेलेल्या गुबगुबीत तायडीला हलकेच तोडून तिचे ओठ पदरानं पुसून तिला हळूच बायडीच्या बाजूला टाकत आत्या खाटेवरच हात चोळत बसून राह्यली. काय करायचं? असं मातीत जायचं नाही, काहीतरी बघ. म्हणत दोघी मुलींना कळणार नाही अशी ती चिमणीच्या पायांनी अंधारा जिना चढून वर आली.

जिन्यावरच्या ढालतलवारी समोरच आल्या. लग्न झाल्यापासून ढालतलवारी साफ करून तेल लावून ठेवायचं काम तिचं होतं. इथे नुसतं बसून राहण्यापेक्षा असं काहीकाही करत राहणं तिला आवडायचं. देशमुखांचा हा फार अभिमानाचा ऐवज होता. हळूहळू तिच्या हातात ती वजनदार तलवार आली. धार बसलेली होती पण टोक सहज पोटात घुसेल असं. समजा आज रात्री पुन्हा त्यानं शाई पुढे केली, आंगठा दे म्हटलं, की आपला गळा दाबायच्या आत ही तलवार काढून खुपसता येणं काही कठीण नाही. मारायचंच त्याला. असा प्रत्येक क्षणाचा आराखडा काढत तिनं हिशेब केला. मग ती खाली उतरली. बळद्यातल्या खंडोबाला हात जोडून डोळे मिटून म्हणाली, देवा, पुन्हा आयुष्यात तुला दुसरं काही मागणार नाही. हे शेवटचंच. नवरा मारायचं बळ दे. आपण, आपल्या लेकी, सगळ्या स्त्रिया, सगळ्या माद्या, सगळ्या योन्यांमधली शक्ती तिच्यात संचरली. आणि ती धपाधपा वर चुलीजवळ आली.

जिवलेऽ अजून आली नाही का ही? असं लक्षित त्राग्यानं तणतणून नेहमीसारखं तिनं धुवायची बाळंतं, चिरगुटं मोरीत ठेवली. नेहमीसारखा काळा बोळ कुटून गुळात कालवला आणि तो गोळा सगळ्यांसमोर थेट घशात टाकला, मात्र गिळतांना ठसक्याखाली उभरणारा हुंदका दाबून जिरवण्यासाठी

बाळंतखोलीचा अंधार आवश्यक होता. म्हणून तिनं आत मुलींच्या खाटेवर वाकून कुणाला दिसणार नाही अशी गालावरची आसवं चोळीच्या बाहीवर टिपून घेतली. दारुड्या नवरा उमरावासारखा पोषाख करून घोडागाडी सजवत होता. लोक पाहत राहतील असे गोंडे घुंगरं लावून नेहमीप्रमाणे तालुक्याच्या गावी जाणारा आज हा पुन्हा वकिलाकडून सोडचिठ्ठीचा कागद स्टॅम्पावर लिहून आणील. आणि —

उंटमाऱ्या देशमुखांच्या गढीत मारून गाडून टाकलेल्या बायकांच्या गोष्टी म्हाताऱ्या आजंलसासूनं स्थलपुराणासारख्या सांगितलेल्या — कसं कसं मारतात — जिवंत गाडणं, फासाला लावणं, जिन्यातून ढकलून देणं, सुन्या आडात लोटणं. ह्यांतली एकही आपण होऊ देणार नाही. मग काय विष घालील? गळा दाबील? हे दीर, सासवा, नणदा त्याला सामीलच असणार किंवा नंतर कळल्यावर शुक शुक करून एकमेकींना गप्प बसवतील. आत्ताच आपलं कोणी होत नाही, तर मेल्यावर कोण होणार? आपण जिन्यावर मरून पडलो आहोत. माहेरचे लोक गढीच्या आतसुद्धा येऊ शकत नाहीत, ते तिकडूनच आपल्याला पाहताहेत. बायडी उगीच राहत नाही आणि तायडी लुचते आहे.

गवरीनं किती वेळ विस्तव धरून ठेवावा? पेटून उठावं, नंतर झाला तर झाला राखुंडीचा ढीग.

आज दिवसभर काय काय करायचं हे अगदी मिनटामिनटानं ती आखत राह्यली. नेहमी करते ते सगळं खाणंपिणं, मुलींच्या आंघोळी, आजेसासूची कामं — सगळं रोजच्यासारखं अगदी तस्संच त्याच वेळी करायचं आणि मग मधेमधे काय काय भरायचं हेही पक्क होत चाललं. ह्या दिवसाचा शेवट असा व्हायला नको की आपल्या रडणाऱ्या मुलींना मारून मारून एकट्या झोपवताहेत. खंडोबा, तुला हे साकडं.

दुपारी कोणीच वर येणार नाही अशा वेळी तिनं भिंतीवरची जल्लद तलवार उपसून ढिली करून ठेवली. पण तिच्या आराखड्यात परिपूर्ण हे बसलं नाही. आपल्या नाजूक बाहीला तो सांड कसा दाबून धरतो, हे आठवल्याबरोबर तिचा हा आराखडा पूर्ण कोसळला. ह्या दांडग्यानं लांडग्यासारखी लादलेली लागोपाठ दोन बाळंतपणं आणि ही अंधारी गढी यांनी आपण पूर्ण क्षीण झालो आहोत. मुळातलं उंडगेपण नष्ट झालं आहे. आता दुसरं काय? पाटा घालून त्याचं डोकं ठेचायचं? हातातली काकणं निराशेनं फिरवत असतांना तिला समोरच्या बुरजाच्या पायऱ्या अंधारातून वर जातांना दिसल्या. आणखी एक रस्ता. चडफडत हातांनीच

अंधाऱ्या जिन्यावरची कोळीष्टकं काढत वर कोपऱ्याकोपऱ्यावर लटकलेली फडफडती वाघळं ऐकत ती पडभिंतीतल्या पायऱ्या चाऱ्ही पायांनी नेटानं चढत थेट टोकावर आली. गावाबाहेरच्या देवळातल्या उंच दीपमाळेनं तिचं लक्ष खेचून घेतलं. देवीच्या देवळामागच्या भिंतीखाली त्या वैदूंची पालं अजून आहेत? एकदम तिची छाती वादळ भरल्यासारखी धडधडत राह्यली. एकदम आधार मिळाल्यानं ते वादळ सोसाट्यानं घोंघावत उडून गेलं. पुन्हा बुरुजातून अंधारात झेपा घेत ती खालच्या मजल्यावर आली.

...तायडी जेव्हा सव्वा महिन्याची झाली होती, त्या दिवशी देशमुखांच्या कुलाचारानुसार जत्रेच्या दिवशी देवीच्या पायावर ठेवायला चीरचोळी घेऊन तांदूळ फेकत दोन्ही सासवा, दोन्ही नणदा आणि जिवली तान्हीला हातावर घेऊन मांगाच्या टमटाक टमटाक अशा एकसुरी डफड्यामागे नटूनथटून दिमाखानं चालल्या होत्या. देवळाचा परिसर सगळा मैदानापर्यंत माणसांनी भरून गेलेला. नेहमीप्रमाणे मोठ्या नणदेनं खालच्या दर्जाच्या पोरांकडे पाहत चेकाळून चाळे करू नये म्हणून तिच्या आजूबाजूंनी कोंडाळं करून ह्या सगळ्या बाया, असा हा देशमुखांचा ताफा दागिन्यांनी तळपत भरजरी पदर फलकारत देवळाच्या चाळीस पायऱ्या चढायला लागताच वरती दीपमाळेजवळ बहिरोबापुढे एकाएकी अंगात आलेल्या कोण्या बाईनं गोंधळ घालून सगळी गर्दी अफरातफर केली. वेडी नणंद रडत ओरडत उलटी मागे घराकडे पळाली. तान्हीला आत्याकडे देऊन तिला धुंडायला पायऱ्या उतरून गर्दीत जिवली पण पळाली.

आता किती वेळ लागतो कुणास ठाऊक, म्हणून तान्हीच्या सुरक्षिततेसाठी भराभरा पायऱ्या उतरून आत्या एकटी तिला पूर्ण पांघरून भिंतीच्या कडेकडेनं लावलेल्या पालांसमोरून चालली. पुढे पालापालांतून माडिया वैदू बाया जडीबुटी दाखवून गयावया करून विकत घ्या, घ्या म्हणत होत्या. एका पालासमोर रुपेरी केसांचा मोठ्ठा आवा पिंजारलेली काळीभोर भीमासारख्या मजबूत मांड्यांची माडिया वैदू बाई आत्याला अशी काही निरखून पाहत होती, की काय झालं तर आत्याचं पाऊलच पुढे पडेना. मग एकदम राक्षसीएवढी उठून वैदूबाई तिच्या कानात कुजबुजली, लाडीबाई, नवरा मारायचं औशेद हाये, देऊ?

एकदम कचकून आत्या पांढरी फट्ट पडली होती. बाप रे, ह्या बाया हुशार असतातच, सदा फिरते भटके हे लोक. तरी ह्यांना कसं पाहा कळतं, की कोणत्या बायकोच्या मनात नवरा मारायचं गिधाड मंडरतं आहे? वैदूबाई म्हणत होती,

लाडीबाई, सगळ्यात सोपं मारणं बायकोनं नवऱ्याला मारणं. नवऱ्याशिवाय कोण इतक्या जवळ बेसावध येतो?— असं म्हणून इथे तिनं दाखवलेली निजल्याची अश्लील हालचाल आत्याला अपमानास्पद वाटली. तायडीला खांद्यावर घट्ट धरून ती गर्रकन वळली होती. पण ती बाई सतत तिच्या मनात होती. ती खरं बोलली होती.

अजून ती पालं आहेत.

श्वापदासारखं बुरजाखाली उतरतांना असे खोल खोल अंधारात आपण खाली पाताळापर्यंतसुद्धा जाऊ, अशा हिमतीनं ती तोल सावरत थेट स्वैंपाकघरातच आली, आणि मोठ्या आवाजात येड्या नणदेला म्हणाली, काशीबाई, तायडीला देवीच्या पायावर घालायचा नवस केला नव्हता का आपण? चला, दुपारशी जाऊन येऊ. मी तुमची पाचपेडी वेणी घालून देते. तेलफणी आणा.

देशमुखांच्या पोरींना कधीच बाहेर पडायची सोय नव्हती. त्यामुळे असं काही जायचं म्हटलं, की कोणीच थांबवू शकणार नाही असा अमाप उत्साह. येडी काशी मोठा गाजावाजा करत बरोबर निघायला तयार झाली. सासू फक्त एवढंच फर्मान पुरवणी म्हणून जोडू शकली, की एकट्यादुकट्यानं जायचं नाही. आपल्या गबा सालदाराबरोबरच जायचं. आणि काही नको वेणी फेणीचा नखरा, देवीवर जाता का बारीत नाचायला?

आत्यानं आत बायडीला भरवतांना हुश्श केलं. गबा सालदार म्हातारा गुडघे गेल्यानं कुठेही बसतो. त्याला फार लांबचं दिसत पण नाही. मग तिनं तायडीला पाजता पाजता बायडीला थोपटून निजवलं. तायडीला डोळ्यांत आणि गालावर काजळाचं बोट फिरवून दुपट्यात पूर्ण लपेटून खांद्यावर घेतलं. जिवली वापरते ती फाटकी मळकट बूथ घड्या घालून घालून काखेत लपवली आणि त्या डहलजीबाहेर रस्त्याला झपाझपा लागल्या. महिनेमहिने हे गढीबाहेरचं गाव देशमुखाच्या बायांना दिसत नाही. म्हणून तान्ह्या तायडीसकट सगळे खूश होते. आपल्याला तयारीला वेळ न मिळाल्यामुळे दोघी सासवा आणि मोठी नणंद मनातून हिरमुसल्या होत्या.

देवळाच्या पायऱ्या गबाला आधी चढायला लावून आत्यानं वरती देवळामागे राहणाऱ्या पुजाऱ्याला निरोप दिला की, गाभाऱ्याचं दार उघड. मग तायडीला येड्या काशीजवळ देऊन वर गाभाऱ्याजवळ थांबायला सांगितलं. मी पूजेचं घेऊन आलेच, तिथेच बसून वाट पाहा, असं सहज बोलून वर चढणाऱ्या पाठमोऱ्या

काशीकडे पाहत ती झपाझपा देवळामागच्या पालांकडे चालली. तीच वैदूबाई सापडली तर आपलं दैव. नाहीतर बाकीच्यांना विचारायचीही हिंमत तिनं ठेवली. तोंडाभोवती पूर्ण पदर गुंडाळून जिवलीची फाटकी बूथ पांघरून आत्या एकेक पाल पाहत चालली. देशमुखाघरच्या बाया सदैव घुंगटात असल्यानं गावात कोणाच्याच ओळखीच्या नसतात, हेही एक बरं होतं. डोक्यावर रुपेरी केसांचा मोठ्ठा आवा पिंजारलेली, गोलतोंडी गोबऱ्या गालांची काळीभोर भीमासारख्या मजबूत पिंडाची वैदूबाई त्याच पालात होतीच. आत्या आता पहिल्यांदा स्वतःशी हसली. वैदूबाईशी नंतर. बहुतेक अशा बायांना गुप्तरोगाची औषधं लागतात, पण बूथवालीनं नवरा मारायचं औषध सरळच म्हटल्याबरोबर वैदूबाईचे डोळे विस्फारले. तिनं हुशारीनं हिला पालाआत ओढून घेतलं. आत्यानं काढलेली एकच पिवळी धम्म गिनी नवलानं पाहत कमरेला खोचली. आत्या म्हणाली, पुरे?... फार झाली, लाडी, देव तुले सुखी करो.

गाठी मारलेल्या मोठ्या गठळ्यातल्या एका पोतडीत दडवलेल्या एका बाचक्यातली पुन्हा एक गाठोडी माडियाबाईनं बाहेर काढली. खूप दांडगी अस्वलासारखी नखं असल्याशिवाय ह्या गाठी सोडणं कोणाला जमलं नसतं. गाठींचेही वेगवेगळे प्रकार आणि शेवटची गाठण तर इतकी पक्की होती, की तिला आधी दातांनीच ढिली करावी लागली. काय सुंदर पांढरेशुभ्र एकसारखे बाईचे पाणीदार तीक्ष्ण दात. मग ती लहानलहान पुरचुंड्या झांबलू लागली. त्यांतली एक उघडून काटेसावरीची पक्की कोय काढली. ती दोन्ही आंगठ्यांनी दाबून उघडून दाखवली. कानात पुटपटली : सद्दुल बोवाच्या मिशा — गरम बासुंदी, भजी, पेढ्यात, सुरणच्या भाजीत गरम गरम घोळ. आठ दिवसांत लोळत लोळत गचकतो.

ज्यास्तीचं दे.

वं, दोन नवऱ्यांना पुरेल हीऽ.

मग हुशारीनं बाहेर कोणी नाही हे डोकावून पाहत आत्याच्या हातात ती कोय ठेवत ती म्हणाली, जाऊ पड. मी तुला हे दिलंच नाही, हाँ.

ओटीत नारळ, हातात पूजेचं सामान सांभाळत झेपा टाकत सतत घामानं डबडबणारा चेहरा जरीच्या पदराला पुसतांना कुंकू सांभाळत आत्या पायऱ्या ओलांडत वर चढली. पुजारी अजून आला नव्हता. बाहेर मंडपात गबा खांबाला टेकून गुडघे चोळत डोळे मिटून पडला होता. येड्या नणदेचं तोंड आ वासून भिंतीवर रंगवलेल्या लढाईच्या देखाव्यावर खिळलेलं होतं. त्यात मध्यभागी

मोठाले सुळे दात बाहेर काढलेली काळीभोर भयंकर उग्र दिसणारी देवी नऊवारी काचा मारून एका हातात नंगी तलवार, दुसऱ्यात फरशी, तिसऱ्यात भाला असं ८-९ हातांमध्ये काही काही घेऊन समोरच्या राक्षसांच्या फौजेला आव्हान देत एक पाय पुढे एक पाय मागे अशी उभी आहे. पण काशी राक्षसांकडेच ज्यास्त पाहत होती — एका दांडग्या राक्षसाच्या घट्ट सोनेरी नक्षीदार पुढे फुगीर अशा जांग्याखालच्या जबरदस्त गोल मांड्या, दंडगोल पोटऱ्या असा तो एक पाय काटकोनात वर उचलून ढाल समोर करत तलवार उगारून एकटाच सर्वांच्या पुढे सरसावतो आहे. त्याच्या मागे गदा उगारून तसाच एक उग्र दाढीमिशांचा राक्षस. लांबून एक अस्वलाच्या तोंडाचा घोडेस्वार लांब भाला उंच पेलून भरधाव इकडेच पळत येतो आहे, जणू हा अस्वलतोंड्या आल्याशिवाय खऱ्या युद्धाला सुरुवातच होणार नाही. बाकीचे असेच कपाटासारख्या छात्यांचे, कोणी हत्तीवर, कोणी पायी असे देवीभोवती कडं करून लाल जिभा देवीला दाखवत आहेत.

येड्या काशीजवळ झोपलेल्या तायडीला प्रेमानं छातीशी लावत आत्या बराच वेळ गजांआडच्या देवीपुढे उभी होती. पुजारी आल्यावर तिनं यथासांग सगळं केलं. तायडीला देवीपुढे टाकलं. बाहेर आल्यावर ती पुन्हा येड्या नणदेला महत्त्व देत म्हणाली, बासुंदी करायची का ग नंदुलीबाई आज रात्री? तुम्ही एवढं तायडीला देवीपुढे टाकलं, बासुंदी तुम्हांला आवडते ना? करीन बरंऽ.

घरी आल्या आल्या काशीनं लाडेलाडे हुकूम सोडले, दोन्ही म्हशी लवकर पाहून दूध आण बरं गबा. आज मला बासुंदीच खायची आहे.

संध्याकाळी बासुंदी फारच दाट झाल्याची सासूची किरकिर सहन करत आत्या शांतपणे भजी तळत होती, नवऱ्याला आवडतात म्हणून.

सामसूम झाली. अंधार. गढीत कुठेच काही हालचाल नव्हती. आत्याचे कान चाहूल घेत होते : रातकिड्यांच्या पार्श्वभूमीवर नवऱ्याच्या गाडीची खडखड आणि घोड्यांच्या टापांचे आवाज. मधूनमधून झोपी गेलेल्या दोघी लेकींच्या अंगावरून उगाच हात फिरवत ती सारखी कान टवकारून होती. दुरून घोडागाडीचा टपटप आवाज जाणवल्याबरोबर मुठी वळवून ती उभी राहिली. बाहेरचा डहलजीचा दरवाजा वाजेपर्यंत तिनं नवऱ्याकरता काढून ठेवलेलं ताट पुन्हा नीट लावलं. बासुंदीची वाटी गरम करून उतरवली. ओटीपोटावरच्या लुगड्याच्या मोगरीत गुंडाळून ठेवलेली कोय उघडली. तिच्यातले सुईसारखे टोचणारे बोटाला चिपकणारे बोचणारे वाघाच्या मिशीचे राठ केस वैदूबाईनं सांगितले होते तसे गरम बासुंदीत घोळून मऊ एकजीव केले. मग बासुंदीच्या वाटीवर नवऱ्याचे आवडते मुगाचे पापड झाकण ठेवले. जिना चढून ते ताट आणि खुंटीवरचा कंदील स्टुलावर

ठेवले आणि आतल्या दारानं ती खाली उतरून कान देत उभी राह्यली. अचानक उद्भूत असा हा प्रसंग आधीच्या कशाशीही किंवा नंतरच्याही कशाशीच जुळणार नाही, असा घडत होता. जणू काळाच्या बाहेरचा काळ. भयंकर शांतता. ह्यानंतर तिला जे जे ऐकायला आलं ते पुढे जन्मभर जसंचं तसं ऐकायला यायचं :

पावलांची लडखड, मध्येच बडबडत थांबून थांबून जिन्यावर खुडबुडत वरवर चढत जाणारे पडसाद. छडीची कठड्यावर नेहमीपेक्षा जोरात आपटलेली मूठ. वरच्या जिन्यावरची पायांची दुडकी चाल. मग वरच्या छतावर फतक फतक सरकणारे धांदरट पाय. आज आधीच ताट वर आलेलं पाहून थोडी स्तब्धता. मग हात धुवायच्या आधीच पापड मोडल्याची कुटकुट. दहाबारा खिशांमधल्या वस्तू एक एक अशा तबकात टाकण्याचे जडहलके आवाज. नेहमीपेक्षा टणक आवाजात मारलेली हाक, बायडेऽऽ. काहीतरी, बहुदा स्टॅम्पपेपर काढून घडी उलगडल्याचा फडफडता आवाज. मध्येच वाटीतली बासुंदी चाटल्याची चटचट. लगेच फुर्र फुर्र हावरट घोट. खवखव. पुन्हा कर्कश कठोर हाक. ठसका. मग भज्यांचा बोकणा. पुन्हा बासुंदीचा दीर्घ घोट आणि रिकामी वाटी खणकन ताटात फेकल्यानं टणटणत खाली. पडजिभेला चिकटलेलं खाकरून काढायचे प्रयत्न. शिवी — घरंगळत गेलेल्या वाटीला की टाळूला चिकटलेल्या कचऱ्याला की अजून वर न येणाऱ्या बायकोला — तुझ्या आयला तुझ्याऽ. लागोपाठ उचक्या. कोरड्या ओकाऱ्या. कण्हण्याचे, छाती चोळण्याचे आवाज. वारंवार खोकलून थुंकण्याचे खकारे. नंतर मोरीकडे अडखळून मोठं धूड धडाम पडल्याचा आवाज.

त्या रात्री जमलेल्या गर्दीतल्या कोणालाही अंधारात आत्याचा नेहमीपेक्षा जरा जास्तच लोंबत्या घरंदाज पदराआडचा कठीण चेहरा दिसला नाही. त्यामुळे त्या चेहऱ्यावरचं निष्ठेच्या यातनेतून मुक्त असं स्त्रीत्व कोणाला दिसलं नाही. सुडाच्या भावनेचा कडेलोट झाल्यानंतर उरलेलं निखळ स्वत्वसुद्धा दिसलं नाही. आणखी दिसली नाही त्या चेहऱ्यावरची खोल सल — हे सगळं आपणच केलं हे त्याला शेवटी सांगायचं राहून गेल्याची.

अशा गोष्टी वास्तवाच्या इतक्या खोल गाभ्यातल्या असतात की त्या वरवरच्या वास्तवाचा विपर्यासच वाटतात. म्हणून तर त्या वास्तव उद्ध्वस्त

करतात. हे आपणच केलं, याच्यावरसुद्धा आत्याचा कधी विश्वास बसत नव्हता. आपल्या जाज्वल्य पुरुषद्वेषाचं शुद्धत्व किंचितही विरू नये, म्हणून ती ह्यासंबंधी एक शब्दही कुणाशी कधी बोलली नाही. पातिव्रत्याच्या बुरख्याखालचं निखळ नारीतत्त्व.

खंडेराव, पुरुषासारखं अमानुष होणं स्त्रीला किती सोपं असतं? पण तेच तिला कठीण झालं आहे.

पंढरपूरला पुंडलिकाच्या देवळाबाहेर आषाढीच्या गर्दीत धरणगावची एक कोळीण बाई आत्याचा तातडीचा निरोप देण्यासाठी मोरगावच्या सीताबाईला शोधत होती. दिसताच समोर उभी राहून तिच्या भुजा धरून म्हणाली, तू आमच्या उंटमाऱ्या देशमुखाची विहीणच नं वं? बरं झालं भेटली. लग्न करून दिल्ही म्हंजे का विकून टाकली लेक? नातींची तरी कीव करा. तुमच्या लेकीच्या हातच्या बांगड्या गळून पडून राह्यल्या. काय तिचा छळ करून राह्यले ते लोकं? सवत आणणार व्हते. पक्कीही केली व्हती दुसरी सासुरवाडी. आंगठा दे म्हने, नाही तं मारनारच व्हता. गढीखाले मोठा खड्डा खंदी ठेयेल व्हता — तुमच्या लेकीले गाडायले. आमच्या दोधू गवळ्याची म्हैस पडली त्याच्यात, तिले उचलून काढ्याचा गोंधळ झाला. मोलकरणीचा नवराच खड्डा खणणारा, त्याल्हे धरी आणलं चावडीवर तं म्हणे, देशमुखानं सांगितलं, मीनं खणलं, त्याले धरा. पाटलानं चार फटके मारले तव्हा खरं बोलला. आंगठा ना देती त खड्डाच व्हता माय तुह्या लेकीच्या नशिबात त्या राती. सगळं गाव बोटं मोडतो तुह्या व्याह्यावर. काय तुमचे खानदेशी लोकं निर्दय. लेक देल्ही का पराई झाली? आमचे कोळी लोक नी असं चालू देन्हार माय. घुसा त्या गढीत न सोडवा लेकीले. मारी टाकतील नाही तं ते उंटमारे तिल्हे, इस्टेटसाठी.

इथपर्यंत ठीक होतं. पण शेवटून ती कोळी वारकरीण पाची बोटं ओवाळून म्हणाली, अऱ्हीच म्हंता माय, की का सख्खी माय आहे की आतडं तुटेल...

आजी आ वासून त्या चंद्रभागेतल्या गर्दीत भांबावून खांब झाली. हातभर होती तेव्हापासून सख्ख्या लेकीसारखी मोठी केली, ती असा बोल ऐकायला? छे, घाईघाईत विठ्ठलासमोर निढळ घासून विठ्ठलाच्या डोळ्याला डोळा भिडवला, तर देव रागावल्यासारखा पाहतो आहे, असं तिला वाटलं. दरवर्षी असा नाही

पाहत. त्याच संध्याकाळी ती दौंडहून आगगाडीत उभं राहून घरी परत आली. विठ्ठलरावला सगळी कामं सोडून गाडी जोतायला लावली. चार दांडगे मध्यस्थ घेतले आणि धरणगावहून दोन्ही लेकी घेऊन चिंधूआत्या कायमची मोरगावला आली.

आल्यावर म्हणाली, चिंधे, विठ्ठलाला भेटायला गेले नसते, तं तुला मारून टाकलं असतं लेकी. विठ्ठल विठ्ठल.

चिंधूआत्या माघारी आल्यापासून आमच्या घरात कामाचे हात वाढले. शेती भरभराटली. चिंधूआत्याचा हक्क होताच. आमची अर्धी आणि तिची अर्धी इस्टेट होती. वडील तिला तसं म्हणायचेही. तिच्या लेकींना *पाहुण्या* म्हणूनच सगळे हाक मारायचे. वडील पाळण्यातल्या तायडीला म्हणायचे, पाहुणे, रडू नको. तुझी गढी गेली, जाऊ दे. तुला भारी गढी मिळवून देईन. आणि थोरल्या पाहुणीला सुद्धा उत्तम घर मिळवून देईन. तुम्ही मोठ्या तर व्हा. ते सगळं माझ्याकडे लागलं.

बायडी आणि तायडी आमच्या घरातच मोठ्या झाल्या. मी तर स्वतःला मुलगी समजूनच ह्या दोघींबरोबर खेळायचो. **आम्ही दोघी बहिणी जोडीच्या, हातात पाटल्या तोडीच्या** …तळ्यात मळ्यात …लिंबू पाणी … **टोपलीभर फुलं तुले वेचात ना मलेबी वेचात ना—** सांग खंडू या कोड्याचं उत्तर? वरती बघ… मग आजी बायडीला कोडं घाली : बायडे, मांडव करशील की ओटा? मग कुणीतरी म्हणतं, कुणास ठाऊक यांच्यातली कोण मांडव करते नं कोण मरते? आत्या म्हणते, बरं व्हईल मेली तर एक तरी, माह्या भावाचा लग्नाचा खर्च तरी वाचेल. बापानं तर कवडी दिली नाही. आजी म्हणते, नको देवो. मामाला देव भरपूर देतो आहे. मामेभाऊ भावड्या, खंडू मोठे तालीवान होणार आहेत. आतेबहिणींना सांभाळतील आयुष्यभर.

असं ते सतत नात्यांना भावनांनी पक्कं करत जाणारं स्थिर जग. न बदलतं. बायडे, कोडं घालू का? सांग, फूल चांगलं की फळ? नीट विचार करून सांग.

मुली मोठ्या होईपर्यंत तिकडे धरणगावच्या देशमुखांची वाताहत झाली. शरद पाटील लाल निशाण गटाच्या आदिवासी कुळांनी जमिनी बळकावल्या. मधल्या लबाड पोरानं सगळी रोकड लांबवली. किताब्या देशमुखाला तर एकदा त्याच्याच इनामी जमिनीत पाय टाकला तर कम्युनिस्टांकडून मारहाण झाली. ते वारल्यावर इस्टेटीचे वाटे झाले. बायडी तायडीच्या नावावर कुठेतरी अजिंठ्याकडे

चाळीस चाळीस बिघे जमीन कुळांच्या वहिवाटीतली आली. गढीचा पाव हिस्साही आला. ती जायदाद अजून तशीच पडली असणार. आपल्या लाखोपती मुली अशा दरिद्री पाहुण्या म्हणून आजोळी वाढल्या, आपलं स्वतःचं काही नाही — असा झटका येऊन आत्याचं डोकं एखाद्या वेळी बिथरायचं.

एकदा दुधाचा अबाट धरलेला, त्या दिवशी कोणीच म्हशीचं दूध खायचं प्यायचं नाही. सगळं घरातलं दूध, दही, तूप, लोणी भालदेवासमोर मांडायचं. चुकून बायडीनं लोण्याचं बोट चाटलं. हे आईला कळलं, मग आई तिला बोलली, हे तिनं तिच्या आईला सांगितलं, की आत्यानं तिला बदड बदड बदडलं. सगळ्या शेजारणी मध्ये पडल्या, पण बायडीवर काठ्या पडतच होत्या. ह्या पोरी अशा टाकनीच्याच आहेत माय, जल्मल्यापासून — असं स्वतःला निर्भर्त्सणंही चालूच होतं. शेवटी काठी टाकून तिनं बायडीला छातीशी धरलं. आणि दोघी मायलेकी एकमेकींना बिलगून मनसोक्त रडल्या. बायडी हमसून हमसून रडतांना आईला बिलगून म्हणाली, आई तू मला कितीही मारत जा, पण अशीच जवळ घेत जा. घेशील? मग आत्या तितकीच रडत म्हणाली, घेत जाईन, बाई, घेत जाईन.

असे कोणाला न उमजणारे प्रकार ह्या तिघी मायलेकींचे अधूनमधून व्हायचे. आत्यानं मुलींना फार कडक शिक्षण दिलं होतं. मामाच्या मुलींसारखा हट्ट करायचा नाही. खाण्यापिण्याचे लाड करवून घ्यायचे नाहीत. जे असेल तेच खायचं. वस्तू जिथल्या तिथेच ठेवायच्या. आपापली ताटं धुऊन ठेवायची. आपापले कपडे भिजवून ठेवायचे. मोठ्या झाल्यावर तर जी ती आपापले कपडे धुऊन वाळायला टाकून द्यायची. अभ्यास त्या त्या दिवसाचा तयार. पाढे पाठ. उरलेल्या वेळात मामीला, आईला झाडलोट, घरकामात, सारवण्या-पोतारण्यात, धुणी भांड्यांना, स्वैंपाकाला, निवडा-पाखडायला मदत करायची. डोळ्यांत भरेल असंच काम करायचं. काम गोड असतं, का माणूस गोड असतं?

बायडीचा लहानपणचा आवडता खेळ म्हणजे एक लहानशी पासोडी होती, तिच्यात पूर्ण अंग झाकेल असं झोपून दाखवायचं. अडीचेक वर्षांची असेल तेव्हापासून तिचं हे तासतासभर चाललेलं असायचं. पुन्हापुन्हा हात पाय आखडवून मुटकुळी करून तेवढ्याच पासोडीत झोपून दाखवणं.

आणखी तिचा आवडता खेळ म्हणजे एक चौकोनी फडकं घेऊन त्याच्या अनेक घड्या करून दाखवायच्या. एवढीशी ही पोरगी सारखी टोकं लावत घडीवर हात फिरवत पुन्हा कोपरे जुळवत असं घड्या करत करत, आगपेटी एवढी घडी करून आईला, आजीला, मामीला नेऊन दाखवायची. त्यांनी पाठ थोपटली की आनंदानं सर्वत्र पाहायचं. कधी तिरप्या घड्या, कधी कोपरे सारखे

दुमडून तर कधी एक घडी केल्यावर तीनचार एकमेकांच्या कडांना कडा लागतील अशा. तासतासभर. एकाच रुमालाच्या घड्यांच्या शेकडो शक्यता तिनं स्वतः शोधून काढल्या होत्या.

पुढे, आपण आपल्या स्वतःच्या घरी राहत नाही, हे मामाचं, दुसऱ्याचं घर आहे, हे आपोआपच त्यांच्या लक्षात आलं. मुली पोरवयानुसार जरा आगाऊ चालायला, लुडबूड करायला लागल्या की आत्याची जरब ऐकायला यायची, बायडे आपलं आपलं खेळ. तायडे, आपली आपली जेव. *आपलं आपलं* म्हणजे काय? हे आपल्या चौघा बहिणींना मात्र कधीच कळलं नाही. त्यामुळे त्यांना लहानपणापासून ज्यादापण करायचं वळण लागलेलं होतं. घरात एकच आरसा होता शिंगारपेटीत. त्याच्या समोर तायडी वेणी घालण्यापुरती बसायची. आणि बायडी तर बिनाआरशानंच डोकं विंचरायचं शिकली होती. ह्याउलट बिजा, छबा म्हणजे अर्धा अर्धा तास आरशात पाहत वेणी घालत बसायच्या.

बायडीला आणखी एक सवय होती. बायडी, आपलं आपलं नीज, म्हटलं की ती भिंतीकडे तोंड करून पाय दुमडून डोळे बंद करून पडून राहायची. किंवा डोकं बांधायच्या फडक्यानं तोंड पूर्ण झाकून घेतलं की आपण अदृश्य झालो असं समजायचं. सगळ्या जगापासून स्वतःला लपवायचं हे तिचं अमोघ साधन होतं — डोळे मिटून तोंडावर फडकं पांघरून घेणं.

बायडी आणि तायडी घरातलं कुणाचंही काम पटकन करून द्यायच्या. रविवारी त्याच माझी पुस्तकं साफ करून लावून द्यायच्या. सख्ख्या बहिणींपेक्षा ह्या दोघी आतेबहिणी मला जास्त आवडायच्या. त्या लग्नाच्या झाल्या तेव्हा त्यांनी आपलं घर सोडून जाऊ नये, असं वाटायचं. दोघींसाठी खेड्यातल्या स्थळांचा विचारही करायचा नाही, हा आत्याचा हट्ट कायम राह्यला.

मावशीच्या सुधीचं लग्न मात्र अखेर गावातल्याच अतिशय कष्टाळू अशा अवसू लंगड्याशी झालं. ह्या अवसूचा गावशिवेवर बरड जमिनीचा एक पोटखराब तुकडा होता, त्यात खाण्यापुरती ज्वारी बाजरी पिकायची. हे शेत शिलांगणाचं सोनं म्हणून ओळखलं जायचं, कारण दरसाल दसऱ्याला गावातले लोक इथे सोनं लुटायला यायचे. इथे सोंदळीच्या आणि आपट्याच्या झाडांमधे जुनं मेस्को देवीचं देऊळ होतं. पूर्वी ह्या देवीपुढे हेला मारण्याची जुनी चाल होती. तेव्हा तर हेला देवीपुढे मारणाऱ्यांचा शेतभर धुडगूस चालायचा आणि सगळं पीक आडवं व्हायचं.

इंग्रज सरकारनं ही चाल बंद केली. आता घोड्यावर बसून पाटील, देशमुख, मागे कुलकर्णी, जोशी आणि बाकीचे वीसेक अलुतेबलुते मानकरी कोसल्याचे फेटे बांधून नव्या कपड्यांनिशी वेशीबाहेर पडायचे. पुढे पळत जाणाऱ्या मांगाच्या डफाच्या घायीवर दीडदोनशे लोकांची झुंबड अवसूच्या शेताकडे चालू पडायची. सोंदळीखाली शस्त्रांची पूजा न्हाव्यानं केली आणि पानसुपारी आटोपली, की कपाळावर लाल टिके लावून एकेक मानकरी उठायचा आणि लूट म्हणून पाच पाच ताटं उपटायचा, आपट्याची डंग ओरबाडायचा, सोंदळीखालची मूठभर माती हातात घेऊन घरी ओवाळून घ्यायला अंधार पडायच्या आत परतायचा. सटरफटर लोकही त्यांच्या मागोमाग लूट म्हणून ज्वारीबाजरीचे धाटे उपटायचे. ह्या सोन्यावर पूर्वापार काळापासून शेजारच्या उंदीरखेड्यातल्या लोकांचाही हक्क होता. एकंदरीनं अवसूच्या शेताचा अर्धा तुकडा तरी उजाड व्हायचा. अंधार पडून जाईपर्यंत तिथे अवसू राखण करत बसायचा. आणि घरी त्याची वाट पाहत बसलेल्या सुधीच्या हातची पुरणपोळी खापरावर टाकतांना तुटायची आणि तिच्या पोटात गोळा उठायचा. अशा अंधारात नवऱ्याला पान लागलं तर? पण अवसू स्वतःच्या नशिबाला बोल लावत विचार करायचा, पाच भावांपैकी आपल्याच वाट्याला असंच शेत का यावं? आणि बिचाऱ्या बायकोच्या नशिबी ते लांब चिंचोळं अंधारं घर?

एका घरात चार कुडं घालून केलेले पाच भावांचे वेडेवाकडे पाच भाग. लांब आत अंधारात कुठेतरी उंदरासारखी खुडबुड करत घर नीट लावत राहाणारी सुधी. टुकीचा संसार. एक उभी खाट पडेल असा बोळ. मधेमधे कुडाला काहीतरी लटकवलेलं, लटकणारं, टांगलेलं, लोंबणारं, लोंबकळणारं. खांबाला मोठ्ठा खिळा त्याला पिशव्या टांगलेल्या. सुधीला अशा घरात राहायची सवय नव्हती. एकदा काही घ्यायला रांधता रांधता उठली, की डोक्यात खिळा घुसला. खोक, रक्त. हळद भरून सगळी कामं तिनं केली. शेतातसुद्धा मदत करायला जखम बांधून जायची. अवसू तर बोलूनही दाखवायचा की, आपला जन्म हा असा. गरिबीत खपण्याच्याच लायकीचे आपण आहोत का?

वास्तविक हा माणूस संकटांशी लढायला कमी होता असं नाही. उलट, तो लंगडा का झाला? तर हा आडदांड बेडर माणूस लग्नाच्या आधी घरातल्या सगळ्यांचा वीर समजला जायचा. कुठेही धोक्याच्या प्रसंगी अवसूची जागा. डोंगरातून डुकरांचे कळप येतात आणि पेरलेला भुईमूग दाणा भरायच्या आधीच दातांनी नांगरून फस्त करतात, म्हणून हा शेतात एकटा रात्री राखणीला जायचा. एका रात्री शेजारच्या शेतातल्या कपाशीवर दहाबारा चोर आले, तर हा गप्प लपून

राहायचं सोडून तिकडे ठेंगा घेऊन धावत गेला. चोर कुठल्यातरी नशेत होते, त्यांनी याला इतका लाठ्याकाठ्यांनी बदडून बांधावर टाकून दिला की, सकाळी एका मोळीवालीनं आपलं काम सोडून गावात कळवलं नसतं तर हा मरणारच होता. सगळं आंग काळंनिळं पडलेलं, एका पायाचं हाड मोडलेलं. कंबरमोडीच्या पानांचा रस पीत हलद्याच्या पानांचा पोटिस लावत हा दोन महिन्यांनी चालायला लागला. एका पाय मात्र लंगडा राहून गेला. डॉक्टरकडे जाणं परवडणारं नव्हतं. शेतकऱ्यांचा तसा शिरस्ताही नव्हता. डॉक्टर म्हणजे खिशाला चाट. त्यापेक्षा लंगडं राह्यलेलं काय वाईट?

लग्नाआधी अवसू घरच्या लोकांना अभिमानाचा विषय होता. पण इस्टेटीच्या वाटे करायचे ठरले, तेव्हा चारही भाऊ मतलबी निघाले. स्वार्थ कोणाला सुटला आहे? हे बिनाबरकतीचं शिलांगणाचं शेत अवसूच्या वाटणीला आलं. हेच आपलं नशीब म्हणत रोज कष्ट करत राहाणं त्याच्या पदरी आलं.

सुधीसुद्धा घरातलं तुटलंखुटलं काहीच कधी बाहेर सांगायची नाही. अगदी आमच्या घरीसुद्धा. कुणाकडे कधी पदर पसरला नाही. सिंधुमावशीचंही हातावर पोट भरणं होतं. मायलेकी एकमेकींना मानाचं जगणं शिकवत राह्यल्या : दिवस, सुधे, का मुक्कामाला येतात? ही आपली मनगटं शाबूत राहोत. मग दर मृगात नवे ढग बरसतील. नवे पाऊस पडतील. पेरण्या होतील. शेतं हासतील. नवी पिकं तरारतील. पोट पिकेल, घर भरेल, पोरांच्या कष्टावर नवी शेतं घेऊ. खूप मोठं घर बांधू — आपलं लहानसं अंधारं घर त्वेषानं पोतारता पोतारता असे विचार करणाऱ्या सुधीला, हरि हरि, एका वीतभर लांढीनं उखडून टाकलं :

आंगणात अचानक कल्ला ऐकायला आला. दहाबारा गवतकाप्या गवळ्यांनी साप चावल्यानं शुद्ध हरपलेला अवसूचा आडवा देह ओसरीत ओढत आणला. एका पायात नेहमीचं दोरीनं बांधलेलं तुटकं खेटर, छातीवर सुधीनं विणलेलं भरड लोकरीचं स्वेटर, आणि तोंडातून फेस.

सगळं गाव हळहळलं. प्रालब्ध, दुसरं काय? पोरगी अपेशी, दोन वर्षांतच कुंकू पुसत माघारी आली. लोक आपल्याच लेकीसारखा कळवळा व्यक्त करत म्हणाले, पोरी, मामाच्या घरी जा. आजोळीच्या बोरीबाभळीही माया लावतात. कोणी म्हणाले, बापाचं घर ते आपलं घर. इथल्या ह्या दरिद्री आप्पलपोट्या सासरापेक्षा तिथे काय वाईट आहे?

शेवटी आईनं ब्राह्मण बोलावले. दर्भासनांवर बसून नीती, रूढी आणि प्रघात यांच्यावर भोजनाच्या वेळेपर्यंत चिकित्सा झाली.

केवलाघो भवति केवलादी - ऋग्वेद. पुत्रहीन स्त्रीला निऋतीने पछाडलेले असते - शतपथ ब्राह्मण. पतिहीन स्त्रिया सदा कंपायमान असतात - पराशर. स्त्रियांची उत्पत्ती प्रजोत्पादनास्तव झालेली असते - मनु, मेधातिथी. पुनर्भूने दूर माहेरच्या नातलगांकडे फार दिवस राहू नये - विज्ञानेश्वर, नारद, आदिपर्व. त्यानंतर पंचांग पाहत त्या दोघीजणींचं भविष्य बोटांवर वेधणं सुरू झालं. यजुर्वेदी संहिता सरस ठरल्या, कारण यजुर्वेद्यांचं पाठांतर विलक्षण होतं. मग सदूचे वडील अवधूतभटजी स्मृतींमधला भूतकाळ टाकून पूर्ण वर्तमानकाळातल्या आपल्या देहावर गोमूत्र शिंपडत्साते उभे राहून सांगते झाले : पूर्वेस मैत्री — दोहींस दुर्जन संसर्ग, दक्षिण मुदिता — स्त्रियांस अन्यगेहवास, पश्चिमेस करुणा — कन्येस व्यभिचारसंदूषण, उत्तरेस उपेक्षा — स्त्रीशीलरक्षणास योग्य. म्हणून शास्त्राज्ञा की, उत्तर दिशेस अवलंबणे. कसंही असो सोस, बाई, त्याच्यात इभ्रत आहे.

फरफट संपत नव्हती. चाळिशीची सिंधुमावशी आणि विशीची सुधी दोघी हातरित्या मायलेकी मान खाली घालून हक्काच्या घरी राहायला गेल्या.

शेतकऱ्याची बायको म्हणून चालणारी सुधीची ही फरफट आत्या पाहत होतीच. खेडी म्हणजे शेती, शेती म्हणजे थंडी, ऊन, धूळ आणि काबाडकष्ट. नको रे भाऊ विठ्ठल, कितीही हुंडा लागो, मला जावई शहरातलाच बघ. मी मरेपर्यंत तुझ्या दारी मजुरी करून फेडून टाकीन.

काय चिंधूताई तू बोलतीस? तुझं माझं करायचं नाही, तुझं वेगळं आहे का? तू आल्यापासून आमच्या घरात जेवढे कष्ट घेतले, तेच हुंड्यापेक्षा जास्त होतील.

मग चिंधूआत्या सुखावून जायची. दुसऱ्या घरांमधले भाऊ अशा बहिणींना मारून टाकायचे इस्टेटीसाठी. पण आता शेतकऱ्यांमध्ये जरा मोठ्या मनाची संस्कृती येत होती. हरित क्रांतीचे ते सुरुवातीचे दिवस. काही शेतकऱ्यांच्या हातात मुबलक रोख पैसा — देशाच्या इतिहासात पहिल्यांदाच असं होत होतं. नागरीकरणाचा उन्माद. त्यामुळे शहरातल्या नोकरदार जावयासाठी कितीही रोकड, सोनं, भांडीकुंडी, स्कूटर, रेडिओ, फ्लॅट — मुलींचे श्रीमंत बाप तयार ठेवायला लागले. मोठमोठे हुंडे देऊन वरच्या पगाराचे शहरी जावई पकडायची चुरसच सुरू झाली. सट्ट्यासारखे हुंड्याचे आकडे फुटायचे. बी.ए., बी.एस्सी., वीस बाय वीस, बी.ए., बी.एड. — तीस बाय तीस. एम.ए., एम.एससी.—

पन्नास बाय पन्नास. दीडशेदोनशे रुपये महिना पगारवाल्या ह्या नवरदेवांना पन्नास हजार रुपये आणि पन्नास तोळे सोनं म्हणजे शिक्षणाचं साफल्य ह्यातच आहे, असं वाटायला लागलं. पुन्हा हे सगळे वारकरी पंथाचे. तुकारामाचे अभंग नाचून म्हणणारे.

चिंधूआत्याला धरणगावकडून प्रॉपर्टीचा चौथा हिस्सा मिळण्याची शक्यता होती — पण कोर्टकचेऱ्या, वकील, हेलपाटे हे कोण करणार? शहाण्यानं कोर्टाचा पायरी चढू नये, हे वडलांनी पाळलं. हे करायला रिकामचोट माणसं लागतात. हुंडा शक्य तेवढा आपण देऊच. सासरचं सगळं टाक तोडून — असा वडलांनी आत्याला सल्ला दिला. तिला तर ती गढी डोळ्यांसमोरही आली की डोकं फिरलं, असं वाटायचं. बघू पुढे. पोरींच्या सह्यांशिवाय तर त्यांच्या नावाची इस्टेट कुणाला विकता येणार नाही. पडू द्या.

बायडीला एक राकेश नावाचा पोलीस सब-इन्स्पेक्टर पाहून गेला आणि त्याला ती फारच आवडली. आत्यानं हा मुंबईचा मुलगा पक्का करायचा धामा लावला. दादर स्टेशनहून दहा मिनिटांत चालत गेलं की भोईवाडा पोलीस स्टेशनमागे आपल्याला मोठं क्वार्टर मिळतं आहे. वरची इन्स्पेक्टरची जागाही एक लाख रुपये भरून मिळवायचं चाललं आहे, हे तर सगळ्यांना भूल टाकून गेलं. केवढा कर्तबगार जावई. शिवाय पगाराच्या कितीतरी पट पैसा घरात आपोआप येतो. विठ्ठल, हो म्हणून टाक. मुंबईच्या पंडित मामांकडून माहिती मिळवली. लग्न घाईतच पक्कं झालं. ह्या राकेश सब-इन्स्पेक्टरची बाकीची काहीच माहिती कुणी काढण्याची तसदी घेतली नाही. लवकर उरका हो, नाहीतर स्थळ हातचं जाईल.

बायडी माझ्यापेक्षा पाच वर्षांनी तरी मोठी होती. तिचं लग्न झालं आणि मला एकाएकी मुलींबद्दल आतून वेगळंच प्रेम वाटायला लागलं. खरं तर लोभ. त्यावेळी मी नुकताच हायस्कुलात जायला लागलो होतो. काय कुणास ठाऊक, वरात निघायच्या आधी भरजरी शालू, गजरा, मोठ्ठा अंबाडा, दागिने सावरत प्रत्येकाच्या पाया पडत ती येत होती. मी तिच्या सुंदर रूपाकडे पापण्या न लावता पाहत होतो. तेव्हाच झपकन मला आपण वेगळे आहोत, मुली वेगळ्या असतात हे कळलंसं वाटलं, की आपल्याला काही कोणाला **दिलं** जात नाही, की आपल्याला काही आपलं सगळं इथेच टाकून नुस्ती एक पेटी घेऊन दुसरीकडे कुठे जावं लागत नाही. आपण पुरुष पितृस्थानिक पितृसत्ताक.

ती शेवटून आंधळ्या काकूच्या पाया पडली तेव्हा आंधळी काकू तिच्या सगळ्या अंगावर दागिन्यांवर केसांवर नाकातोंडावर हात फिरवत म्हणाली, माझी

लहानपणापासूनची काठीच चालली माय. जा. सुखानं राहा. एवढुशी तू आली होतीस तेव्हापासून पाहते आहे, कधी कुणाचा शब्द वाईट आला नाही. कधी चावटपणा नाही. इथे तुला सगळं होतं माय, फक्त बापाची सावली नव्हती. आता तिची गरजही नाही —

— हे ऐकताच सतरा वर्षांपूर्वीच्या दारुड्या बापाचा चेहरासुद्धा न आठवणाऱ्या ह्या पोरीला ह्या क्षणी ढसढसा रडू कोसळलं. सतरा वर्षं बापाशिवाय गेली. ह्या स्त्रीच्या जन्माला येण्याचं कारण. आता नवरा आहे पर्याय.

घुटमळून डोळे पुसत पुढे सरकत ती माझ्याजवळ आली तेव्हा माझ्याही डोळ्यांतली आसवं तिनं तिच्या बोटांनी पुसली आणि माझा गालगुच्चा घेऊन ती म्हणाली, खंडू, येत जा.

डोळ्यांतल्या पाण्यामुळे वरात नीट दिसतच नव्हती. मी परत मांडवात येऊन एकटा बसलो. सगळा मांडव निर्मनुष्य. गाद्या, लोड, तक्के, फुलं, गुलाल पसरलेली. एका लोडाला मी टेकून शून्य होऊन बसून राह्यलो. बायडे, हा खंडेराव अजून तिथे तसाच लोडाला टेकून बसला आहे.

नंतर अनेक वर्षांनी चिंधूआत्याची गढी एका महामार्गाच्या नकाशानुसार खणून टाकण्यात आली. तिच्या वाट्याचे पैसे आणायला दोन वर्षांपूर्वी मला बाबांनी तिच्याबरोबर पाठवलं. कारण धरणगावला माझा क्लासमेट शुक्ल नावाचा, त्याचं घर आहे. गढी कशी पाडली पाहायची का? मी आत्याला विचारलं. ती म्हणाली, नको. मला ती कधीच भुईसपाट झाली आहे. धरणगावच्या ब्राह्मण आळीत शुक्लच्या घरी आम्ही मुक्काम केला. त्याच वेळी धरणगावचे ठोमरे नावाचे शुक्लचे मामा म्हातारे बडबडे रिटायर्ड पोलीस इन्स्पेक्टरही त्यांच्याकडेच उतरले होते. गढीतल्या देशमुखांचं आमचं नातं पाहून त्यांनी आश्चर्यचकित होत एक गोष्ट सांगितली :

त्यावेळी म्हणजे १९३४ च्या आसपासची गोष्ट असेल. मी त्यावेळी एरंडोलला ड्युटीवर होतो. एक मोठ्या दरोड्याचा तपास करत होतो. तिथे एका माडिया वैदू बाईला आम्ही संशयावरून पकडून कोठडीत टाकलं होतं. तिच्याजवळ अस्सल सोन्याची गिनी सापडली. कुठून मिळाली ही गिनी? खरं सांग. कबलली शेवटी : हे बघा, खरं सांगते. धरणगावात एका बाईनं माझ्याकडून तिच्या नवऱ्याची पोटदुखी बंद करायचं दुर्मीळ औषध नेलतं, तिनं दिलेली ही गिनी आहे. सोनाराकडे मोडायला गेली नं तुमच्या शिपायानं पकडून इथे आणलं. त्या दरोड्याच्या केसशी बिचारीचा काही संबंध नव्हता.

आत्या तिथेच हे ऐकत तंद्रीत बसली होती. एकाएकी ती कापऱ्या आवाजात म्हणाली, इन्स्पेक्टरसाहेब, काय केलं मग? त्या वैदू बाईला मारझोड केली होती का?

अस्तुरीचा जल्म देवा घालून चुकला
रातदिस बैल भाड्याचा जुपला

उन्हाळ्यातले लांब दिवस. दुपारची न सरकणारी स्तब्ध वेळ. आंगणात आजी खाट पाडून पदरानं वारा घेत पापड कुरडयांवर राखण बसली आहे. खेड्यातल्या बायकांची हीच हक्काची वेळ आणि ह्या वेळेपुरती हीच हक्काची जागा. गप्पा-गोष्टी विनोद गुप्त अश्लील गोष्टी. डॉ. मंडीनं हे सगळं चार मोठमोठी रिळं टेपांवर रेकॉर्ड करून ठेवलं आहे. शिवाय डायरीत मोरगावच्या बायकांच्या मजेदार नोंदीही केल्या आहेत. साधु तेल्याच्या दोन बायकांबद्दल **मारकिस द सादु** ह्या हेडिंगखाली ग्रामीण अर्थव्यवस्थेत दोन लग्नाच्या बायका कशा फायदेशीर असतात आणि सबंध समाजाची लैंगिक नीतिमत्ता निरोगी ठेवतात, याच्या नोंदी. **प्रिझनर्स ऑफ झेंडी** ह्या भागात सगळा लभान्यांचा इतिहास. **मोरगाव विमेन : मोर दॅन विमेन** डायरीच्या ह्या भागातली मंडीची निरीक्षणं तर आधुनिकतावाद्यांना, स्त्रीवाद्यांना आणि फ्रॉइड संप्रदायाला अडचणीत टाकणारी ठरली आहेत. पाश्चात्य, विचारवंत समजतात तशी स्त्री ही वैश्विक कोटी आहे काय? स्त्री ही संकल्पना समाजशास्त्रीय की जीवशास्त्रीय? जन्मतः स्त्री पुरुषापेक्षा वेगळी असतेच की नाही? तिसऱ्या जगातल्या हिंदू स्त्रियांची बाजू कोण्या युरोपी स्त्रीवाद्यांनी कधी समजून घेतली आहे का? भांडवलशाही, वसाहतवाद, राष्ट्रीयता ह्यांद्वारे स्त्रियांचं जास्तीत जास्त शोषण युरोपी समाजांनीच केलं आहे — त्याविरुद्ध ह्या युरोपी स्त्रीवादिणी कधी उभ्या राह्यल्या का?

उच्च राहणीमानासाठी युरोपी स्त्रियांनाही आशियाई-आफ्रिकी देशांवर वर्चस्व पाह्यजे आहे. ह्या स्त्रीवादिणी समजतात तसा सबंध जगातल्या स्त्रियांचा स्त्रीजात म्हणून एकच प्रकारचा प्रश्न नाही. अनेक प्रकारचे अनेक परस्परविरोधी प्रश्न आहेत. अमेरिकीयुरोपी स्त्री वेगळी, हिंदू स्त्री वेगळी. *मोरगाव विमेन : मोर दॅन विमेन.*

आंग नितळ नितळ   कोन्हं व निळं केलं
कवळ्या कवळ्या कमळीला   नवऱ्यानं झोडपीलंऽऽ

कोण ही कवळी कमळी?

मंडीच्या डायरीत नोंदलेल्या गावठी स्त्रियांचे नानाविध प्रकार आणि प्रत्येक प्रकारागणिक मांडलेले स्त्रीत्वाचे प्रश्नही वेगवेगळे :

मुलगी, सून, जाऊ, आई, आजी, पणजी, सासू, आजेसासू, आत्या, नणंद, भावजय, बाळंतपणाला आलेली माहेरवाशीण, माघारी आलेली चिंधूआत्यासारखी, आणून सोडलेली, फक्त मुलांची आई, फक्त मुलींची आई, पहिल्या घरची मुलं पोटाखाली आणणारी पाटाची बायको, वांझ, तरुणपणी रांडावून म्हातारी झालेली, विधवा आई, अपत्यहीन विधवा, सवत, सावत्र आई, एखादी पण गावात असलीच पाहिजे अशी शिंदळ, बटकी दासी. एक अफाट स्त्री विश्व.

लहान मुलींना लैंगिक शिक्षण यांच्या आपसांतल्या शिळोप्याच्या आविष्कार स्वातंत्र्यातून — कोणाची पाळी चुकली, कोण दुपवाली, कोणाला कितवा महिना चालू आहे, कोणाच्या नवऱ्यानं कोणाला कुठे कसं चावलं, कोणाचा नवरा कोणाला कंटाळला आहे, मग तो कुणाशी बोलत होता, नवरा जिवंत असलेल्या बाईशीच कोणी मोहतीर लावलं — या सगळ्या गप्पा, गोष्टी, विनोद, टोमणे. मौखिक वृत्तपत्रं.

सणसणतं ऊन. दुपार सरत नाही म्हटल्यावर एक कावळा शांतपणे मान वेळावून कशावर तरी डोळा ठेवून आमच्या गोठ्याच्या छपराच्या बाहेर आलेल्या आढ्यावर काव काव करत बसला आहे. चिमण्यांची टुणटुण ओसरीतून स्वैंपाकघरात आपल्या अखंड चिवचिवाटात चालू आहे. बायकांनी सकाळपासून युद्धपातळीवर संपवलेले पापड, शेवया, सांडगे उन्हात वाळत घातले आहेत. ह्या वाळवणावर लक्ष ठेवण्यासाठी म्हातारी आजी बसली आहे. ती आपली चिरलेली काठी सतत जमिनीवर थर्रर्र थर्रर्र आपटते आहे.

शांतता चिरणारा बनी रांड हिचा कोळीवाड्यातून धारदार आवाज : अरे, तू काय माह्या तंगड्या चिरतूस? तूच ये माह्या सामनी बाराबोड्याच्या, मंग तुले कशी झवाडते की पाहाशीलच, हिजड्या. मले छिनाल म्हंतू? मी तं रांडच हाये सगळ्या गावाले मालूम हाये. पन तू कोनता सत्त्वाचा हायेस महात्मा गांधीच्या लवड्याचा ते पाहातेच मी बी, तुह्या बहीनचा झौ. हाँ, तुले बी, अनं जो कोन्ही तुही बाजू घील त्याले बी सर्वासमक्ष वहाणांनी झोडत्ये की नाय, पाहा. तोंडाची गांड करतूस, आता बसला तोंड लपोयीसन घरात.

जरा वेळानं खाटांवरची उन्हं कलल्यानं सावली आल्याचं आजी आईला सांगते आणि शिणलेल्या बायकांचे देह हालचाल करताहेत. सगळ्या बहिणींचा कलकलाट. आईनं मोठ्या पातेल्यात केलेला चहा पेल्यातून बशीत ओतत आजी अंगणात आपला केंद्रीय अधिकाराचा अवकाश सांभाळते. बशीतला चहा निवेल तसतसा तोंडाला लावत आजी जी कोणी दिसेल तिच्याशी संवाद साधते. हळूहळू बायकांनी अंगण भरत जातं. सकाळी सगळ्यांनी वळलेले चार रांजण भरतील एवढे पापड वाळत आलेले, ते काढायला इतके हात लागतीलच. कोणीतरी चावट नणंद म्हणते, का वं नर्मदे, नवाडी उठली नी का अझून? ये नं म्हना बाहीर. रातचा दिवस करतीच, तं का दिवसाची पन रातच करती? सगळ्याजणी हासून शेजारच्या बंद दाराकडे डोळे लावतात. जरा वेळानं दार किलकिलं करून नुकतंच लग्न झालेली नवोढा नवऱ्यापासून स्वतःला सोडवून बाहेर येते. आपल्या मुखावरचा थकवा आणि लज्जा पाहायला सगळ्याजणी टपलेल्या आहेत, हे लक्षात घेते. गर्वाची छटा चेहऱ्यावर मधेच चमकून जाते. मग ती वडीलधाऱ्यांपाशी आज्ञाधारकपणे येऊन बसते. एक जाऊ विचारते, कानोडी झाली व माय माही बहीण. दुसरी म्हणते, तिच्या घरी पापड होतील तेव्हा आम्ही नाही का अशाच उठून येणार?

सर्वत्र बशांशी फुरफुर. चहा आटोपली, की सगळ्याजणी वाघिणींसारख्या कामाला लागतात. तासाभरात पापडांचे, शेवयांचे ढीग उचलून आई धाब्यावर नेते. हळूहळू सगळ्याच शेजारणी तान्ह्या मुलांना छातीशी घेऊन आंगणात जमतात. काय रांधलं? काय खाल्लं? हा किती महिन्यांचा? अन् तो पोटातला? बस कर नं म्हना माह्या भावाले. काऱ्या पोरींची उत्स्फूर्त खसखस. एक अनामिक सुभाषित : नवऱ्याले का घराबाहेर काढता येतं माय. समोरच्या गल्लीतली म्हातारी नेहमीप्रमाणे संताप उतू गेल्यानं आमच्या वाड्यात खेळत बसलेल्या आपल्या नातीला आपल्याच अपुऱ्या राहून गेलेल्या सुप्त इच्छा शिव्यांच्या रूपानं व्यक्त करते : कुठी गेलती व कोल्हाटीन? झव्वाड्याले? चाल, ऊठ पालमांडे, ती घरातली कामं कोन करील? तुहा यार? पोटबयी, ढिवरीन, आंगणातले भांडे घास अगदर. घरातच बसत जाय, नाही तं जाशीन कोन्हाचा हात धरीसन शिंदळे एक दिशी. ती लहानशी पोरगी परकराचा काचा खोचून ढीगभर भांडी घासत बसते. काम संपलं की आमच्या वाड्यात पुन्हा येऊन सागरगोटे खेळत बसणं, हे एकच स्वप्न तिचं असतं.

हा कित्ती वर्सांचा अशील इम्बे? दोन वर्साचा अशील. हॅट हा लहानाच दीड वर्साचा आहे. भावंडांमधल्या एकाचं वय कळलं, तरी पुरे असतं. हे तंत्र मुलींना

पाळी येण्याआधीच कळलेलं असतं. दोन वर्षांतसुद्धा कूस न पिकणं म्हणजे बाईतच काहीतरी बिघाड आहे, हा सर्वमान्य सिद्धान्त खोटा ठरवण्यासाठी धीर धरून, माहेरचा आधार मिळाला तर दुसरं लग्न करून, मूल जनूनच तिला स्त्रीत्व सिद्ध करता येई.

डिगा नावाचा एक पोरगेला दीर, का मेहुणा, शेतात किरकोळ कामं करतो, तो धावत येतो. नांगरणारांसाठी दुपारच्या भाकऱ्या चटणी लवकर बांधून द्या वहिनी, म्हणत येऊन आंगणात लकडा लावत बसतो. त्याची खेसरच्या नात्यातली भावजय चुल्ह्याजवळून भाकरी टाकतांना म्हणते : गधड्या, इतका वेळ का उखारी करत होता का? झालंच आहे नं. बांधतेच आहे नं. ...बांधा. फार पक्की गाठ नको मारजो, वहिनी. आमचा भाऊ बऱ्याचदा लइ खटपट करतो पन तुमची गाठ सुटत नी. *खसखस.* ...जाय दाडवान्या, तुहा भाऊ भुकेला झाला अशील.

हे सोळा-सतरा वर्षांचं आगाऊ पोरगं भाकरीच्या चळती टोपलीत रचून धडपडत उलटा फिरतो ते तिकडून येणाऱ्या अहिलाबाई ह्या काठी टेकत येणाऱ्या कुबड्या म्हातारीच्या अंगावर कोसळतो. ती काठी टेकून त्याला पकडून म्हणते, कोनाचं झवन आहे रे हे? त्या साल्या शेवंतीचं का रे?

आता अहिलाबाईच्या तोंडून काय काय मुक्ताफळं बाहेर पडतात, म्हणून तरुण मुली फार कान टवकारून तिच्या प्रत्येक उच्चाराकडे बारकाईनं लक्ष देतात. खदाखदा हासण्याची ही पर्वणीच अहिलाबाईची भाषा म्हणजे. शेवंती काय करते तुही आई? तू दोन वर्सांचा बी नव्हता तेव्हा रांडावली ती. लग्न कर म्हणते तुले, तं करत नी तू, एकटा पोरगा आं? डिगा चंटपणे म्हणतो, कोन्ही पोरगी देई नी राह्यला आत्या, आपल्यासारख्या गरिबाले. अहिलाबय म्हणते, अरे तुले सोळा सतरा वर्सं एकटीनं कष्ट करीसन मोठं केलं. तुले सोडनार नी तुही आई. तुहं लग्न झाल्यावर तुमच्या दोघांमध्ये झोपेल ती म्हातारी, अशी आहे.

पोरींना हासू आवरेनासं झालं. एकपात्री हास्यप्रयोगाची वरात आली. कोणीतरी सोज्वळ बाया म्हणाल्या, डोभानं उपसायला सुरुवात झाली माय या वचकीची. अहिलाबयच्या घरी चार धाम यात्रा करून आल्याच्या निमित्तानं मावंदं योजलं आहे. तिथे आमच्याकडच्या सगळ्या बायकांनी सकाळी पोळ्या करायला यावं, असं चुलीला निवतं सांगत ती आली आहे. मजेच्या गोष्टी सुरू झाल्या. तिकडे मनमाडकडे कांदा स्वस्त मिळतो म्हणून मोठ्या पहाटे गेले चाऱ्ही दीर, हा हू करत, अनं गेल्यावर पाहाता तं बाजारात एक कांदा नी. मंग काय, आले चाऱ्ही दीर आंडे हालोयत परत. पोरी हासू दाबत पुन्हा ऐकतात, या बरं सगळ्या जनी,

बरोबर लोखंडी चुल्हे, परातं तवे, फुकन्या घेऊन या बरं, नाही तं येसान नुस्त्या फोद्या घीसन.

बायका बऱ्याच जमल्या आहेत हे पाहून आई भुईमुगाच्या शेंगांचा मोठ्ठा ढीग आंगणात मधोमध उपसून सगळ्यांना कामाला लावते. संध्याकाळपर्यंत सहज पोतंभर शेंगा फोडून होतात.

मुलाला ओढत धपाटे घालत एक मजुरीवर पोट भरणारी बाई आईला म्हणते, एक कवचाभर खोबऱ्याचं तेल आण तं मालकीणबाई जरूकसं. इच्या केसायले लावनं आहे. मारवाडी आता एक पैशाची उधारी देत नी.

शेंगा फोडायला एक एक करत बऱ्याच गरीब बाया जमतात. चतकोर अर्धी भाकर तेल लावून आपल्या पोरांसाठी हक्कानं मागून शेंगा फोडून देतात. त्यांच्या छातीला माकडासारखी पोरं नेहमी लुचत वेळ काढत असतात. मुलांना दुसरा काही खेळ नाही, घरात खाऊ नाही मग काय करायचं? किरकिर तरी टळते, मुलं पीत राहतात. काही मजुरी मिळेल का मामी? कानबाईच्या सणाले रोट करू म्हंते, पन घरात तं डाळ, गूळ काहीच नी — एक गरीब बाई दारी येऊन विचारते. तिचा पदर ताणत मागेमागे किरकिरणारं पोर. आजी विचारते, का बरं रडतो वं मथुरे श्याम्या? भूक लागली म्हंतो. ये, चंद्रभागा दील चतकोर भाकर. घी जाय. असू दे, लेकराची जात आहे. तिकडून मुकी काकी खुणावते की, तिच्या घरात शिंक्यावर कढीचं मडकं आहे. तुह्या हातानं काढून घे. तिकडे कोणी नवी नवरी विचारते, पुरणपोळीला जितकी डाळ, तितकाच गूळ का आजी? चालतो चालतो. एक मापटं डाळ आमाक कमी केली, तं चांगलं. चिमटीभर मीठ शेवटून टाकजो. त्या रंभीच्या हातची डाळच शिजेना माय. का करनी केली का काय कोन्हं. सगळ्या जणी टकमका संशयानं लांबच्या एका बंद घराकडे पाहातात. मुलाला सतत पाजणारी बाई आता एकाएकी संतापानं — बाजीरावाचं झयेल, लुचतं तं लुचतं पुन्हा वरून गुरगुरतं बी — असं म्हणत पिणाऱ्या लेकराला तटकन बाहेर काढते. तेही चिडून तिला चोळीची गाठ बांधू देत नाही. वाळलं वं तुह्यं लेकरू. ...मायच वाळली आहे, तं लेकरू का नी वाळणार, सांगा. ...काय सांगू मोठी माय, एक घास खावासा वाटत नाही मले. या करजदाराच्या दुधासाठीच अर्धी भाकर खाव्वी कशीमशी तेलाबरोबर, वाकुल्या दाखवत. घरात दमडी नसते घोटभर दूध आणू म्हटलं तं. मग सगळ्या जणी तिच्या नवऱ्याच्या नावानं खडी फोडतात. सहानुभूतीमुळे तिच्या डोळ्यांतून मधूनमधून पाणी झिरपतं. दिसाले रात रातीले दीस जोडत राहावं, मामी. आजी म्हणते, रडू नको. हा तुहा पोरगाच मोठा

होईल अनं तुहे पांग फेडील, बाई. उगी. संसार असाच असतो माय. मंग का अऱ्हीच म्हंता — ***अरे संसार संसार, मुक्या बैलाचा मार.*** ह्या चार समजावणीच्या शब्दांसाठीच ती आजीजवळ नेहमी येऊन बसते. हा आधार तिला घरी जाईपर्यंत पुरतो.

टचटच शेंगा फोडण्याची लय लागली आहे. त्यातून मधेच चिवचिवणारी मुलं, त्यांचा पळापळीचा गोंधळ ऐकायला येतो. ह्या पार्श्वभूमीवर बायकांचे हेल, मी काय म्हनत व्हतीऽऽ

तिकडे कोणीतरी ऐकलेली ताजी गोष्ट सुरू केली आहे — बोरखेड्यात काय झालं की, सासूनं अन् दिरानं तिचं तोंड दाबून पोत्यात भरलं. ... पाहाय तं. ...अनं तापीच्या डोहात ढकलून आले परत. ... पाहाय व माय. ...ते दोघं गुपचूप घरात घुसता अनं पाहाता तं आँ? आहे ती तं घरातच खाटेवर. म्हणते बी, या सासूबाई, तुमचीच वाट पाहते आहे. असं ऐकताच सासू जे अंगणातच आपटली धडकन — मरूनच गेली भुताच्या धास्तीनं. सगळ्या पोरींच्या अंगावर सरसर काटा येतो. का खरंच भूत झाली? ...हॅ, कुठलं भूत वं, डोहातून अंधारात यांच्या अगोदर ती वर पळत आलती. सासूला वाटलं बुडालीच. हशा, वेगवेगळ्या किरट्या, किनऱ्या, बारीक, उंच सुरांमध्ये हशा.

ह्याचवेळी एक तरुण बाई कानोड्यासारखी समोरून निघून जाते. कोन गेली वं ती?... ती राही. ...रोजानं गेलती पोपटशेटच्या शेतावर. अंधार पडला तरी आलीच नी तेंदिशी. उशिरा आली, की नवऱ्यानं पुऱ्हानंच मोडलं तिच्या अंगावर. रोजच उशिरा येई म्हंता ती. ...मंग बरोबर केलं. बाईच्या जातीले नवरा देव असतो. गाय आणि बायको — संध्याकाळशी दावणीला पाह्यजे. एक जाडी जसोदी मात्र ह्या सगळ्याजणींपेक्षा वेगळा विचार मांडते : पण कोणी नवरा गटारात तोंड घालणारा असला, तर तो कां मारील बायकोला असा पुऱ्हान्यानं? नसता का असे नवरे? मग, बाईचा का जीव नी का, वा रे वा. तरुण काऱ्या पोरींना हा स्त्रीवादी विचार पटतो. पण त्या मौन पाळतात. दुसरा किस्सा : ती मॅडम आहे नं वं शाळेतली, ती तं त्या चौधरीसरांबरोबर आठ दिवस सहलीवर गेलती दाहूट... तिकडे ती दोघं एकाच खोलीत निजत म्हंता... पैशे वाचवायचे असतील. *हशा.* मॅडमचं न्यारं आहे, ती शिकेल आहे. एम.ए., बी.एड. आहे. नोकरी आहे मुख्य. आमच्या भाचीचं पाहा नं — भरला तांब्या लवंडला आणि माहेरी आणून टाकलं. गेलं नं आयुष्य वाया? नवरा लई तापट. शेतात बैलांना मारे तसा घरात बायकोले. तिकडे पारपट्टीत असेच कुंधाळे लोक व माय. तिकडे पोरगी देऊ नये.

एक कारी पोरगी म्हणते, बरं झालं नं, काय म्हंती आयुष्य वाया गेलं. अशा रानकेसाबरोबर संसार करण्यापेक्षा आताचं मजुरी करून पोट भरणं काय वाईट आहे? त्याबरोबर सगळ्याजणी तिच्यावर उलटून म्हणतात, असं नसतं बहिना. नवरा तो नवरा. घर ते घर. ह्या चुडेलसारखं एकटं राहण्यात काय सुख आहे?

अशाच एका दुपारी निळूकाका आपल्या एकुलत्या लाडाच्या बहिणीला सासरहून बाळंतपणासाठी बंद भुरक्या गाडीतून घेऊन येतो. बैलांच्या गळ्यातली घुंगरं, जिला, तोडे छुमछुम करत सवारलेली गाडी थांबली की सुमन आली वं. सुमन आली माय — असा गलबला होतो. आजीला गहिवरून एक ओवी सुचते : *गाडी घुंगराचीऽ येइल ग माह्या माहेरचीऽ.* सगळ्याजणींना आपले असे माहेरवासाचे नाजूक दिवस आठवतात. बहुतेकींची माहेरं आता नाहीशी झाली, आई मेली, बाप मेला, भाऊ मोठे झाले, भावजयी आल्या, आता तर ती भावांच्या लेकींची माहेरं झाली. संपलं. मोठा पोटाचा नगारा सांभाळत दागिने सावरत, पैठणी आवरत पोरगेली हडकुळी सुमी उतरते. सगळ्याजणी तिच्याभोवती जमतात. तिची आई यशोदाआजी लेकीसाठी आवडीची गव्हाची खीर करायची म्हणून उखळात गहू धमाधम कांडते आहे. गाडीच्या गलबल्यानं मुसळ तसंच उभं टेकवून ती ओवाळायचं ताट हळदकुंकू जमवत ओट्यावरून लगबगून अंगणात उतरते. मायलेकी एकमेकींच्या गळ्यात पडून आसवं गाळतात. इकडून आत्या म्हणते, आजच्या वर्साला सुमी पोरगी सासरी बोळवली, तेव्हा कशी टमटमीत होती? वयाली व माय तू. आजी म्हणते, सासूनं खाल्लं व माय तुहं मास. सासूच्या उल्लेखानं सुमी कावरीबावरी होते. आता सहा महिने तरी तो जाच नाही, या विचारानं पुन्हा आनंदी दिसते. आईच्या गळ्यात पडते.

मागच्या गल्लीतून कोळणी, धनगरणी, बामणणी, तेलणी हा वैश्विक प्रसंग पाहायला काष्टे सांभाळत पळत येतात. कोळीणकाकू म्हणते, आमच्यात लेकीला सांगितलेलं असतं, कुठेही दिलं तिथेच आपला शेर असतो. मनगट घट्ट असलं की झालं, काम कऱ्याचं न् खायाचं. दुसरी तेलीण म्हणते, इतक्या दूर लेकी द्याच कशाले? आमच्या धाकटीची घागर तापीत वाहून गेली, तं थोरली खालच्या गावी पकडते अशा दिल्या आहेत. काय कऱ्याचे शेतं न् वाडे न् पैशे न् फैशे. ते का डोक्यावर नेणार असतो माणूस? असं ऐकत सुमी पायऱ्यांतच सुस्तावून टेकून बसते. आता एकदाचे आपण सुखाच्या आंगणात विसावलो, ह्या जाणिवेनं डोळे मिटून घेते. पुन्हा लहानपणात शिरत सासर विसरते.

एवढ्यात बाजूच्या धनगराच्या ठगूमावशीची पाचसहा वांड नातवंडं नेहमीप्रमाणे तिच्या घरात मोठा धुडगूस घालून भांडी एकमेकांच्या अंगावर फेकून मारत असतात. थोडा वेळही कुठे ढुंगण टेकवून सुखादुःखाच्या गोष्टी करू देत नाहीत, अशा नातवंडांचा तिला मनापासून उबग आलेला असतो. आमच्या अंगणातून रडकुंडीला आलेली ही ठगूमावशी ओरडते, लेक गेली निसूर व्हयीसन, अनं माह्या मांघे हे बांदरसेना लायी देल्हीऽऽ. मग बाकीच्या बायका तिच्या मेलेल्या तरण्याताठ्या लेकीच्या आठवणींनी कळवळून तिला दिलासा देतात, असू दे, निमायचे लेकरं आहेत. तिकडे मुलांनी आता घरातले कांदे एकमेकांवर फेकून मारण्याचं जबरदस्त क्षेपणास्त्रयुद्ध सुरू केलं आहे. रडारड चालू झाली. ह्या युद्धात एक नातू शिडीवरून खाली पडला, असं दुसरा सांगत आला. म्हातारी आता नाइलाजानं कडकडकड गुडघ्यांवर उभी राहून घराकडे चालती होते.

एक जणीण म्हणते, आता ह्या वयात नवा संसार केल्यासारखंच आहे ठगीचं. दुसरी म्हणते, काय करील, नशिबातच तसं अशीन तं. कधी मोठे व्हतील माय हिचे नातवंडं? आजीचा हात काही लहानलहान नातवांना मारायला वर जात नाही, त्यामुळे मातले. दिवसभर इतराता. धिंगाणा. तिकडून तिचा उंच सुरात चिरका आवाज ऐकायला येतो, उगा बैस नं रे, माह्या वैऱ्या, चंडायायहो, आई मारली, आता आईची आईबी मारी टाका रोह्यायहोऽ

माहेरवासीण आल्याचा सुगावा लागल्यानं *बिलवर भरी घ्या वंऽऽ* अशी हाक देत सलवार कुडता घातलेली म्हातारी खाला मण्यारीण येते. हात लाव बरं काशे, असं म्हणत डोक्यावरचं मोठ्ठं टोपलं अलगद जमिनीवर ठेवते. बोलता बोलता कामानं राठ झालेली मनगटं चोळत दाबत एकेकीच्या हातात जिच्यातिच्या आवडीच्या बांगड्या भरते. चुकून तिच्या दारची महारीणसुद्धा ह्याच वेळी टपकते. आपलाही हक्क आहे असा पवित्रा घेऊन ती हात पुढे करते. काकू लेकीच्या येण्यानं उदार मनाची झाली आहे. खालामाय, पोरींना पटतील, तशा भर. बोलवा ग आपल्या ओळखीच्या सगळ्यांना.

या सगळ्या आनंदी गलबलाटात मी माझ्या प्रिय रेनीचे सुंदर हात शोधत असतो. आता ती केवढी छान बाई झाली असेल? रेनीचा तो भुरभुरत्या भुऱ्याभुऱ्या केसांमधला लांब लांब डोळ्यांचा चेहरा वरच्या विहिरीच्या काठाकाठानं फिरतो आहे, मी विहिरीच्या शेवाळ लागलेल्या काकणीला धरून हाका मारतो आहे, ओरडतो आहे, गटांगळ्या खात पाय मारत तरंगतो आहे.

माझ्यावर विहिरीतलं केंदाळ काढून द्यायचा डाव आला, मी धाडसानं विहिरीत दोर टाकून तो जिंकलाही होता. पण आमच्या दुष्ट भिडूंनी वरच्या वरून तो दोरच काढून घेतला आणि मला विहिरीतच बोंबलत ठेवून ते पळून गेले. मी सुद्धा खेळात जिद्दीपणा करायचो, पण असा नाही. ओरडून ओरडून घसा बसल्यावर मला पाण्यातसुद्धा दरदरून घाम फुटला. तशात संध्याकाळ होत आली म्हटल्यावर जगण्याची आशा सोडून दिली. तरी काय वाटलं तर मरणारा माणूस शेवटचा म्हणून जेवढा म्हणून करू शकेल, तेवढा जोर एकवटून हताश हाका मारल्या : तर वर मेंढ्यांचे आवाज विहिरीकडे येतांना ऐकायला आले. आणि नंतर रेनीचा घाबरलेला चेहरा. जीवनदात्री रेनी. मग रेनीनं टाकलेल्या दोरीला हात गुंडाळून मी तरंगत राह्यलो. मेंढ्या वर बें बें करत राह्यल्या. रेनी किती वेगानं पळत गेली असेल? ती घरून आमच्या सालदारांना, बायामाणसांना पळवतच घेऊन आली. रेनीमुळे खंडू वाचला, म्हणून आईनं तिला दिवाळीत नाकातली चमकी बक्षीस दिली. तेव्हापासून धनगरवाड्याशी आमचा घरोबा वाढला. येणं जाणं, रांधलेलं देणंघेणं, सुरू झालं. दरवर्षी उन्हाळ्यात आमच्या शेतात रेनीकडच्या मेंढ्या हक्कानं बसायला लागल्या.

आणि दोर ओढून घेणारे माझे ते रोजच्या खेळातले भिडू? त्यांना असा राक्षसीपणा केल्याबद्दल त्यांच्या वडलांच्या हातचा बेदम मार खाऊन अंथरूण धरावं लागलं. पोरापोरांची खेळातली दुश्मनी किती जीवघेणी असू शकते, याचं उदाहरण म्हणून मला विहिरीत सोडून आल्याची ही गोष्ट खेडोपाडी पसरली. आदल्या दिवशी पानपत्तीच्या खेळात मीही जरासा दुष्टपणानंच वागलो होतो. गावशिवारात एकच गोरख चिंच आहे, आणि तिच्यावर आग्ये मोहोळं आहेत, हे माहीत असून मी क्रूर होऊन ह्या पोरांना गोरख चिंचेचंच पान आणायला भाग पाडलं होतं. मग माझ्यावर डाव आला तेव्हा त्यांनी का दया दाखवावी? त्यांनी माझ्यावर वचपा काढला — गावशिवारात आमच्या विहिरीतच फक्त उगवणाऱ्या केंदाळाचं पान आण खंड्या, म्हणाले. मीसुद्धा नेहमीच्या क्षत्रिय बाण्यानं माघार घेतली नाही की पान बदलून मागितलं नाही. दोर घेऊन निघालो. एवढ्याएवढ्या शाळकरी पोरांमध्ये हे इतकं कट्टर आत्मघातकी वारं कसं संचरतं?

मग लोकांनी पानपत्ती हा खेळ खेळायची मनाई करून टाकली. माझ्या अंगावर धांगो भगतानं तीन वेळा मोराचा कुंचा फिरवून कमरेला भालदोरी बांधली. अमावस्येपर्यंत घराबाहेर पडायची सक्त बंदी केली. कारण आमच्या त्या विहिरीत पूर्वीपासून जखिणींची मोठी पाताळवस्ती आहे, असं म्हणतात. पूर्वी ह्या ढोलीत माणसांचे संपूर्ण सापळे सापडले आहेत.

समजा, प्रिय रेनी त्या वेळी मेंढ्या चारत तिकडे आलीच नाही आहे. सुन्न. खंडेराव काय सटपटला आहे विहिरीत? यक्षिणींच्या त्या विहिरीत यक्षही असणार — युधिष्ठिराला प्रश्न विचारणारा तोच हा यक्ष. किर्रर्र अंधार. अचानक विहिरीतली झुडपं, गवत, शेवाळ अरण्यातल्या तळ्यासारखी घनदाट झाली. मी हातपाय मारत चोहीकडे झेपत राहतो, पण विहिरीच्या वर काही मला चढता येत नाही. मी पाह्यलेलं, मला माहीत असलेलं सगळं जग, शाळेत शिकलेला भूगोल, लहानपण, आमचे सर्व वाडवडील — आजी, आजोबा, पणजोबा, आजोळ, पणजोळ — सगळं सगळं एक अनाकार विहीरच. आणि तिच्यात जीव वाचवण्यासाठी धडपडणारा खंडेराव. खाली यक्षयक्षिणींची ती ढोली...

...इतक्यात ह्या विश्वरूप विहिरीतल्या एका घनदाट जांभळ्या वृक्षाच्या ढोलीतून ८००० शक्तीच्या लाऊडस्पीकरसारखा घुमत राहणारा आवाज म्हणतो :

खंडेराव खंडेराव खंडेराव खंडेराव खंडेराव खंडेराव, तू आता तुझ्या घराचा मुख्य युधिष्ठिर धर्मराज होणार. तू जर माझ्या ह्या तीन प्रश्नांची समर्पक उत्तरं दिलीस, तरच तूही वाचशील. अन्यथा ते पाहा मेलेले तुझे वडील, तो तुझा भाऊ, ती आजी... जी जी जी जी जी जी. मी विहिरीतल्या पाताळ पाण्यावर ताठ उभा राहून उत्तरतो, हे यक्षराज, तू सर्व चराचरांमध्ये श्रेष्ठ असून त्रेतायुगापासून प्रश्न विचारत आलास. पुन्हा कशाला कलियुगात तेच तेच? ...म्हणजे? कलियुगात मरणाऱ्यांना वाचावंसं वाटत नाही? ...हे यक्षराज, क्षमा कर. आम्हा नराधमांना वाचावंसं तर वाटतंच.

तर मग तयार राहा :

यक्षप्रश्न एक : अनन्य मौल्यवान आहेर कोणता?

(मी स्वतःशी : हा ढोल्या यक्ष मनाला येईल ते भौतिक प्रश्न विचारतो आहे. बघूच कसा आपल्याला पेचात टाकतो ते.)

उत्तर : पिंजाऱ्याच्या सकीनानं दिला होता तो.

यक्षाची ह्यावर हूं नाही की चूं नाही. अर्थात आपण अजून मेलेलोही नाही आहोत. याला कुठून माहीत असणार मौलिक सकीना? आणि तिचा मौल्यवान आहेर?

...एकदा उन्हाळ्यात लावलेल्या वेलांना पाणी घालून आजी आणि मी पायी चालत येत होतो. दमून वडाखाली पाणपोईवर बसलो होतो. तिकडून भर उन्हात अनवाणी चटचट भाजणारी पावलं उचलत पायाखाली धूळ उडवत एक बाई येतांना दिसली.

आजी डोळ्यांवर उबडा हात करून म्हणते, कोण वं बहीन? पिंजाऱ्याची सकीनाच दिसते कशी. ये वं सकीने. ...कैसा पहचाना वो चाची तूने मुझे? म्हणत सकीना प्रेमानं वडाच्या खोडाला पाठ लावून मळका पायजमा वर ओढत बसते. धाप लागल्यानं तुटक बोलते. ...काय येणं केलं सकीना येवढ्या उन्हाचं? ...मालूम नै चाची तेरे को? मेरे बडे भाई की बलदार की शादी है नं परवाच्या दिशी? कल सुभे तो हल्लद लगनेवाली है नं. मै इकलोती बहेन म्हणल्यावर आनाच होना की नै? ...बरोबर आहे, सकीने. मंग आहेर काय आनला भावाले? ...आहेर? आहेर क्या लाऊँ चाची? एकदम घुटमळत सकीना चाचरते, चूहे को बी घरात कुछ नही मिलून राह्यलं, असे दिवस आमच्या पिंजाऱ्यांचे. घरमे सातआठ दांडगे जवान पोरं, क्या करेंगे वो भी? काही नोकरी नै, धंदा चालत नै. कोणी कबुतरं पालतो, कोणी गाद्या पिंजायला धनुकली घेऊन फिरतो. हातेलीपेच पेट है देखो. दोन सासा, चार जेठ, तीन देर, जेठान्या, देरान्या, ननदा, तलाक दिलेली एक, सबके बच्चे — घर में तीस लोगाँ सोते. सगळ्यांची मर्जी संभालते रहती मै — महिना झाला, तब मुझे मायके आने दीना मरद ने. हमारे में बाया कहतीं हैं नं —

बेटी का जनम तूने काहेको दिये अल्ला,
भानचूले मे सदा जलता कोयल्ला.

बायकांचं असंच असतं माय, आमच्या असो तुमच्या असो —

कित्ता बराबर बोली मौसी तू — तुम्हाऱ्या हो हमाऱ्या हो, औरतां किधरबी एकच्चे.

आजी तिच्या डोक्यावरच्या ओढणीवरून मायेनं हात फिरवत उद्गारते : असू दे, असू दे, सख्खी बहीणच आहे, आहेर आणलाच पाह्यजे असं काही नाही, सकीने, मीनं अऱ्ही म्हटलं.

चाची, देख, ह्या हातात रसोईची हातोटी आहे. चार पकवानाँ ऐसे बनाऊंगी के सब मेहमानाँ लोगाँ पूछेंगे, अरे ये दाल किसने बनायी? और ये भात किसने पकाया? हाँऽ वोच आहेर लायी हूँ.

तर यक्षराज, आता पुढचा प्रश्न विचारा.

यक्षानं एकदा हूं आणि एकदा चूं केलं, खंडेराव, आता दुसरा प्रश्न : *एकमेवाद्वितीय* ह्या कल्पनेचे मर्म उकळून दाखवा.

किंवा

एकमेवाद्वितीय ह्या शब्दाचा ऊहापोह करून साधकबाधक विवरण व विश्लेषण करा.

किंवा

कोणत्याही एका *एकमेवाद्वितीय* शब्दाचे ससंदर्भ सोदाहरण स्पष्टीकरण विशद करून त्यावर प्रकाशझोत टाका.

उत्तर : ळ = ल = र. एक+मेवा+द्वितीय = रान+मेवा+अद्वितीय

मी परीक्षेचे असे पेपर लिहीत असतांना आजी वारली. आमची आजी अनेक एकमेवाद्वितीय गोष्टी आपल्याबरोबर घेऊन गेली. उदाहरणार्थ, ओव्या ज्या मला लिहूनसुद्धा ठेवता आल्या नाहीत. प्राकृत अपभ्रंश शब्द. तिच्या आजीला तिच्या आजीनं सांगितलेल्या गोष्टी — राजांच्या. आता दोन राण्याही गेल्या, त्यामुळे हल्ली एकाच बायकोत आवडती आणि नावडती दोघी आलटून पालटून पाहावं लागतं. द्विभार्याबंदी कायद्यामुळे सावत्र आई सावत्र भावंडं गेली. त्या पिढीतले सातआठ काका, सातआठ मामे, मावशा, आत्या हळूहळू दिनासुरांसारख्या संपत चालल्या. दोन दोन आया, दोन दोन काक्या, माम्या, आतेभाऊ, मावसभाऊ, मामेभाऊ, मामेबहिणी, आतेबहिणी, मावसबहिणी, ह्या सगळ्यांचे नवरे, बायका, मुलं, चुलते, चुलत्या, पुतणे, पुतण्या — केवढ्या शाखाच्या शाखा गाडल्या गेल्या? ह्यानंतर शब्दकोशातच सापडणार. फार काय, आता भाऊसुद्धा एकही नसणार. बहीणही एकसुद्धा नसणार, असे वांझोटे संसार आले.

मनुस्मृतीत स्पष्ट म्हटलं आहे : *न स्त्री स्वातंत्र्यमर्हति.* आधीच पितृस्थानीय पितृसत्ताकामुळे लग्नाच्या वेळीच बाईचं माहेर कायमचं नष्ट होतं. कल्पनेत ते टिकवलं जातं, हे सोडा... पणजोळी आजीमुळेच सर्व गाव आम्हांला ओळखायचं. केवढं मोठं जग आता आपल्याला कायमचं संपलं? आजीला माहेरी जायला कोणतंही कारण पुरे — आजार, बारसं, लग्न, मर्तिक, बारशुद्धी. देहू आळंदी मुक्ताबाई पंढरपूर पैठण हेही हक्काच्या सामूहिक रजेसारखं चालूच असायचं, पण स्वतःचं निमित्त म्हणजे मला आणि भावडूला सोबतीला घेऊन डोंगरखेड्याला जायचं. विठ्ठल, मी उद्या माह्या नातवंडांबरोबर चालले. म्हातारा भाऊ आहे, पुन्हा दिसतो न दिसतो, एकदा पाहून येते. पायीच.

डोंगरातली जवळची वाट असल्यानं गाडीबैल धुरकऱ्याचाही वांधा नाही. आम्ही पहाटे झोपेतच वाटेवर आहोत असं आठवतं. भावडूला आजी चांदण्या दाखवत बोलतं ठेवते. मी थकलो की तिच्या खांद्यावर झोप काढतो. थोडा वेळ भावडूच्या पाठुंगळी. मग भावडूशी पैज लावत गबेट्या मारत आम्ही सातपुड्याच्या खांद्यावर चढत असतो. ह्या शॉर्टकटमुळे आम्ही गाडीरस्त्याचे सातआठ कोस वाचवतो. मध्ये दशम्या, पापड खाऊन आम्ही एका भिलवाड्यातून चांगल्या रस्त्याला लागतो. डोंगरातला रानमेवा — खिरण्या,

चारोळ्या, जांभळं, गवतातले गोड रोडगे, आंबे, चिगूर, आंबटगोड फगुरे, कोवळ्या चिंचा, भीमफुलं, पिकलेलं कवठ. रस्त्यामागून रस्ते, नद्या, लवण, रानं, डोंगर, वस्त्यांमागून वस्त्या जात आहेत. आजीचा हात अधूनमधून तोंडावरून फिरतो आहे. रस्ता तर चुकला नाही आजी? ...अरे खंडू, झोपेतसुद्धा मी माहेरी जाईन. चाला. आलंच आजोबांचं गाव. ही सुकी नदी गेली. चाला लोहो लोहो. संध्याकाळशी तं माहे नातू डोंगरखेड्यात. पुढे दाट झाडी लागते. वानरांकडे लक्ष द्यायचं नाही, खंडू. ते काही करत नाहीत, हं. ये. माहा हात धर. हे पाहा ही शिकेकाईची झाडं. ही खाली कळकाची बेटं. त्या डोंगरावरच्या सागाच्या बाऱ्या दिसल्या? आपल्या आजोबांच्या शिवाराला लागूनच आहेत. आलोच आपण. मारा एक गबेटी. आता पुढच्या वळणावर गाव दिसलं पाह्यजे. नाहीतर —

नाहीतर पुन्हा पुढचं वळण. आम्ही थकून जातो.

मागाहून कोणीतरी गाडीवाला बैलांना हुरपाटत येतो. कुढी चालली मावशी? ...डोंगरखेडं. ...बैस. बसा रे पोरो हो. कुणाकडे? ...हेमा पाटील ...आँ, हेमा पाटील माह्यावाला दाजी है. तू कोण? ...अरे मी सीता, त्यांची बहीण. ...हाँ, मोरगावची आजी तू? तू माह्या बापा कौतिकबोवाची फुई — चांगलं झालं भेटली. घरचं माणूस असून पाहा कसं वयखता येत नी. गाडी रपते रपते डोंगरखेड्यात शिरते. हेमा बोवाऽ होऽ पाव्हने आनले पाहा गाडी भरून. ...कोन रे? अवं माय, सीताआजी. आतून : कोण आत्या? ती कशाले येते ह्या डोंगरातल्या गरीब भावायले पाह्याले? ...ते पाहा, हे तुमची आत्या, दोन नातवंडं घीसन आली.

घरात गडबड. तरी मी म्हंते कावळा कशाले कोकलतो आहे? तरुण सुनांची स्वैंपाकाची धावपळ. शेजारपाजारची म्हातारी माणसं, वयस्क, तरुण एकेक येऊन बसून जातात. आजीच्या आयुष्यातले हे सुवर्णक्षण. सगळं लहानपणी तुटलेलं जोडणारे. आम्ही बकाबका काहीतरी खाऊन झोपी जातो. तिकडे एकेक भेटणारे येतच राहतात. कोण कोण मेलं. रडारड. रंभी कशी आहे? रंभी तं गेली. दोन वर्सं झाले. सगळ्यांच्या नव्यानं झालेल्या मुलांची, मुलींची नावं, कोणाला मुलगा झाला? कोणाचं लग्न झालं? कोण कुठे दिली? आजी एकेका मुलाला जवळ घेऊन लाड करते. दुसऱ्या दिवसापासून गावात कुणाकडेही जेवणं, कुणाकडेही खाणं. सगळ्या गावाचे पाहुणे. सीताआत्याचे नातू हैत. आंबे आण. पिकेल बेलफळ खाता रे? डांगर काप. टरबूज, खरबूज, रामफळं, सीताफळं — खा रे पोरांना. आमच्या गरीब नातेवाइकांच्या घरचं काय पटील पोऱ्हायहो तुम्हाले?

भावडू म्हणतो, खंडू, कुणाला बरं वाटेल म्हणून थोडं तरी खावं. अरे, पण थोडं थोडं खाता खाता माझं पोट पाहा केवढं फुगलं आहे. फुगू दे. एक गुळभेली खाल्ली की सगळं पचून जाईल. दिवाळीत येत जा नाताय हो. भरपूर खायाले रानमेवा. आता उन्हाळ्यात काय असतं? बाप रे हेच किती आहे? शेंगा, वाळकं, मोहाच्या फुलांचे लाडू—जी खाल्ल्याबरोबर झोपच झोप. पहाडांतल्या वेगवेगळ्या — हिवर, खैर, पळस, डिकेमाली झाडांच्या डिंकांचे लाडू. जवसाचे. लाडू. सकाळ-संध्याकाळ आम्ही कधी न खाल्लेले गरमगरम पदार्थ — धिरडे, भेंडके, कडबू, कानवले, मांडे. रोज पोटाला तडस लागेल इतकं जेवणं. सबंध डोंगरगावात एका तलाठ्याकडे फक्त चहा मिळतो. आमची रोजची चहाची सवय मोडते. दिवसभर गावातल्या पोरांबरोबर हुंदडणं. सतत आंबे खाल्ल्यानं पिवळी झालेली तोंडं. तशाच तोंडाचा मुका घेणाऱ्या म्हाताऱ्या. उद्या निघू उद्या निघू करता करता पूर्ण महिना पणजोळात जातो. भावडूची शाळाही सुरू होऊन जाते.

मग केव्हातरी निघायचा दिवस उगवतो. आमचे मुके घेणारे संपता संपत नाहीत. गाडीवर बसेपर्यंत हात फिरवणारे. कुबड्या म्हाताऱ्या, खाटेवर आम्हांला बोलावणारे म्हातारे. आता पुन्हा दिसता न दिसता, शेवटचे दिवस आमचे — असं म्हणून डोळे पुसणारे. इकडे जंगलात फुकट मिळणारे हिरडे, बेहिरडे, शिकेकाई, बिब्बे यांची गाठोडी आमच्याबरोबर दिली जातात. एका भिलवाडीपर्यंत आम्हांला पोचवून गाडी परत जाते. पुढे डोकं मोठ्या गाठोड्यात खुपसलेली आजी धावत रस्ता उतरते आहे. मध्ये मी लहानसं मोहाच्या फुलांचं हलकं ओझं घेऊन रखडत चालतो आहे. मागाहून डोक्यावरचं बोचकं सांभाळत भावडू.

...आता सूडग्रस्त यक्षानं चुकीच्या उत्तराचा तिसरा प्रश्न विचारण्यापूर्वीच उत्तर देऊन त्यालाच ह्या यक्षोत्तराचा प्रश्न शोधायला भाग पाडावं, ह्या उद्देशानं मी सुरुवात करून टाकली...

मार्गेसराची कडक थंडी. जावळ काढायला मुंजोबाकडे चालवलेली दहाबारा चिमुकली डोकी. त्यांना अंथरुणातून उचलूनच बैलगाडीत कोंबलं होतं. झुंजूमुंजू व्हायच्या आधी मोरगावच्या आमच्या खटल्यातल्या सगळ्या वीसेक अशा बैलगाड्या मोर नदीच्या उगमापाशी पेंगत पेंगतच पोहोचल्या तिथे आमच्या कुळाचा मुंजोबा पूर्वीपासून डोंगरावर प्रस्थापित केला आहे. गाड्यांमध्ये लहान मुंजे, त्यांची भावंडं, आईबाप पंगतीचं खाण्यापिण्याचं सगळं सामान घेऊन शुक्र उगवल्याबरोबर निघाले. आम्हा सगळ्या लहान मुलामुलींची डोकीकानमान

धोतराच्या फडक्याचं गनगट बांधून पूर्ण सुरक्षित केली होती. गाडीच्या वर्तुळाकार कठड्यातून पुढे आमच्या झीबू आणि ढबू बैलांच्या हुबेहूब सारख्या शिंगांच्या महिरपींमधून मला चढत जाणारी पुढची चाकोरी दिसते. दोन्ही बाजूंची शेतांची कुंपणं, कुंपणातल्या अरणीचा सुगंधी घमघमाट, झाडं मागेमागे जातांना दिसतात. उंच भरारणारे चंडोल हवेतच कोसळतांना दिसतात.

आमचीच दुसरी गाडी जिला मुत्या आणि मोत्या हे शिकट गोऱ्हे जुंपलेले आहेत, ती मागेच येते आहे. त्यातल्या मुत्यानं धंगडे केले की मागच्या सगळ्या गाड्यांची रांग थांबते. चुचकारून खाजवून कधी कासऱ्याचे रट्टे देऊन त्याला नीट चालतं राहायचं वळण लावलं जातं. आमची जुनी रिटायर्ड बैलजोडी भल्या आणि बशा मात्र रांगेच्या अगदी शेवटी मुंजोबाचे मलिद्याचे लाडू, पूजा, नारळं, कणीक, डाळ, वांगी, मिरच्या मसाले, गूळ, हांडे, बघुणी अशा सामानाचं भलंमोठं लढं निष्ठेनं ओढत मुंजोबाचा डोंगर नेटानं चढताहेत. त्यांना हा रस्ता पूर्ण पाठ असावा, कारण खटल्यातल्या दरवर्षीच्या मार्गेसरातल्या मुंजोबाच्या सगळ्या मानांसाठी ते गेली वीस वर्षं हा डोंगर चढत आले आहेत. गाडीवाटेच्या दोन्ही बाजूच्या दरडींमधून चढतांना जुने लोक मुंजोबाचं माहात्म्य वर्णू लागतात. मुंजोबाला हा जावळाचा मान दिला नाही तर कोणाचा मुलगा पुढे कसा मेला, कोण कसा चगला, कोण अपघातात मेला — अशा प्रत्यक्ष उदाहरणांनी लांबून लांबून मुलांना इथे जाऊळ काढण्यासाठी घेऊन येणाऱ्यांना दिलासा मिळतो.

टेकडीच्या माथ्यावर देवळाच्या दगडी पायाशी सगळ्या गाड्या रांगेनं सुटतात. बैल चरायला पसरतात. स्वयंपाकाची तयारी चालते. एका मोठ्या पिंपळाखाली सगळी बायकामुलं ह्या एकाकी देवाचा परिसर दुमदुमवून टाकतात. एक प्रौढ माणूस सचैल स्नान करून येतो, तो भोप्या होतो. सगळ्यांना गंध लागतो. तोपर्यंत आतून बाहेरून देऊळ धुऊन स्वच्छ झालेलं असतं. आतली वाघळीची पिलं सतत घिरट्या घालत राहतात. तोपर्यंत खालच्या उगमाच्या डोहात *मुंजोबा महाराज की जय* म्हणत उड्या मारून सचैल स्नान करण्याची धामधूम वर ऐकायला येते. मुंजोबापुढे खारवं पसरवलं जातं. उदबत्त्या, कणकेच्या दिव्यात वाती रांगेनं एकेक पेटत जातात. बाहेर पताका, झेंडे लावतच वातावरण तात्काळ उत्सवी होतं. मग कोवळ्या उन्हात लांबलांब झिपऱ्यांमधून चकाणी पाहणारी कोवळी निष्पाप मुलं बळी जाणाऱ्या पिलांसारखी भेदरून रडण्याओरडण्याचा मोठा गोंधळ करतात. न्हाव्याच्या वस्तऱ्याकडे पाहत राहतात. मेंढीसारखं एकेकाला धरून न्हाव्यापुढे बसवलं जातं. मऊ केसांचे ढीग मुंजोबाच्या पायरीवर रचले जातात. मार्गेसराच्या कडक थंडीत जावळं काढून गुळगुळीत गोटे

झालेल्या आपल्या चुरचुरणाऱ्या डोईवर हात फिरवतांना तिथलं काहीतरी व्यक्तिस्वातंत्र्य ह्या प्रस्थापितांनी बळजबरीनं भादरून टाकलं आहे, हे समाजीकरणाचं निर्दय वास्तव ह्या कोवळ्या वयातच लहानग्यांना उमगतं. हातपाय उडवणारी ही मुलं डोहावर आंघोळीला नेली जातात. थंड पाण्यात बुचकळून काढली जातात. किंचाळणाऱ्या पोरांचे आईबाप, सगळे ज्येष्ठ लोक सुखी होतात. आपल्या टोळीचे हे सनदशीर सभासद झाले. आता काळजी नाही.

पंगती बसायला वेळ असतो. तोपर्यंत मोठी मुलं डोंगराच्या तिकडच्या रांगेतल्या वानरांच्या टोळ्यांमागे धावत जातात. आवळे, बोरं, चिंचा खिसे भरून आणतात.

जेवणं झाल्यावर देवळात जाऊन कसाबसा शेंदूर थापलेल्या मुंजोबापुढे प्रत्येक जण डोकं टेकून येतो, बाहेरच्या बोऱ्यावर बसतो. घराण्याच्या एकोप्यानं, एका रक्ताच्या जाणिवेनं, परंपरेच्या पावित्र्यानं एरवी बारीकसारीक बाबींवरून भांडणाऱ्या ह्या सगळ्या गोतात शुद्ध भाव पसरतो.

शेवटून आजीवर प्रसाद उचलायची पाळी येते. कारण आजीलाच हा उपसंहार चांगला करता येतो. वारंवार कपाळ लावून धीरगंभीर वाणीत ती म्हणते :

मुंज्या, राजा, आता बैस बाळा एकटा ह्या रानात.
आता आम्हाले जाऊ दे.
तू आमचा, आम्ही तुहे म्हणून तं सगळे संसार टाकून दुरून दुरून
आम्ही धावत येतो, राया?
तू नुस्ता आमच्या लेकरांच्या केसांचा भुकेला असतोस,
बाकी तू काही मागत नाहीस.
साधा, भोळा आमचा देव, आमच्यासारखाच
ना त्याले दिवटीबुधली लागे, ना बेलभंडार, ना हत्तीघोडा,
ना सोनंनाणं —
काही, काही मागत नाही
ही सगळी अश्राप लेकरं, कोण कुठे होते?
आमच्याच ओटीत ते कसे पडले?
दारी पाळणे हालले, बाजली पडली, झिकुले टांगले
देवा, दुनियेत काय नाही मिळत? — सोनंचांदी, गुरंढोरं,
जमीनजुमला, सगळंच मिळतं.
पण ही घरभर रिंगणारी पोरं ही खरी कमाई रे मुंज्या
आमच्याच खटल्यात आमच्या देखता, किती दारं लागली?

आमचे हे वेळूचे कोंब वाढव, त्यांची बेटं कर, मागेपुढे
सावली पाड.

आणखी काय?
यांना सुखाच्या पायरीवर ठेवजो, शेराचा सव्वा शेर करजो
भुतं खेतं वारजो, जारण करणी मारजो, बेडा पार करजो.
आणखी काय? माझं काय, पुढल्या मार्गेसरात तुहा उंबरा दिसतो
की नाहीही— आताच ध्रुवतारा दिसत नाही...

असं म्हणतांना सद्गदित होऊन आजीचा तोल गेला. चारजणींनी तिच्या बाह्या धरत आमच्या गाडीत बसवलं. एकामागून एक सगळ्या गाड्या चाकोऱ्यांमधून घसरघसर खाली धावू लागल्या.

पुढच्या मार्गेसरात पुन्हा मुंजोबाचा तो डोंगर चढतांना आमची आजी त्यात नव्हती.

आणि आता? हा एकमेव खंडेराव मात्र तिथे जायला उरला आहे वेळू. ह्या एकमेव वंशाचं बेट विस्तारेल? हे यक्षा, हे जाणून घेण्याच्या प्रसादाची अपेक्षा म्या करावी काय? हे उत्तर हाच प्रश्न. म्हणजे उत्तरप्रश्न. किंवा पूर्वोत्तर. हे प्रश्नोत्तर उत्तरोत्तर अपूर्व यक्षप्रश्न निर्माण करोत.

यक्षाचं उत्तर : खंडेराव, उदे उदे तुझी मातरंपितरं ज्यांनी अशा वाक्चापल्यास जन्म दिला. तुझ्या ह्या यक्षोत्तराला मी प्रश्न देऊ शकत नाही, कारण मी आता ह्या यक्षयोनीतून मुक्त झालो आहे. मी पूर्वजन्मीचा कट्टर सनातन धर्माभिमानी ब्राह्मण असून नाशिक येथील काळाराम देवळाच्या आवारात एक हिंदू हॉटेल चालवत होतो. भीमराव नावाच्या कोण्या अस्पृश्य हिंदू गृहस्थानं ह्या पवित्र मंदिरात तीसेक वर्षांत तीन वेळा सामूहिक शिरण्याचा अश्लाघ्य प्रयत्न केला. परंतु मंदिरश्रेष्ठींच्या केवळ इशाऱ्यानुसार मी काठी चालवून त्या पाखंड्यांच्या ताकास तूर लागू दिला नाही. दुर्दैवानं याचा विपरीतच परिणाम झाला आणि लाखो हिंदूजन आपला पवित्र सनातन हिंदूधर्म सोडून नास्तिक बौद्धधर्म स्वीकारते झाले. पर्यायी स्वर्ग, देव, वेद इत्यादी न मानणाऱ्या बौद्ध धर्माची सर्व जंबुद्वीपात गावोगाव वाढ होत चालली. बौद्ध भिक्षूंनी तर ह्या सर्व बौद्धधर्मवृद्धीचे श्रेय मज नाशिक क्षेत्री सनातन ब्राह्मणास दिले, कारण एरवी त्यांस मंदिर प्रवेश करू दिला असता तर एवढी प्रचंड बौद्धवृद्धी झाली नसती. अशा रीतीने हिंदूधर्मनुकसान व बौद्धधर्मफायदा असा दुहेरी गुन्हा मजविरुद्ध नोंदवून हिंदू देवांच्या भर सभेत मला श्रीविष्णूंनी शाप दिला की, हे हिंदूधर्मक्षयकारक द्विजश्रेष्ठा, तू ह्यापुढे ह्या विहिरीतल्या ढोलीत यक्ष म्हणून जन्म काढशील व प्रश्न विचारून हारणाऱ्यांचं नरमांसभक्षण करीत

उदरनिर्वाह करशील. ह्यावर सर्व देवादिकांच्या पाया पडून पश्चात्तापदग्ध मी क्षमा मागितली व म्हणालो की, हे स्वतःस हिंदू म्हणवणाऱ्या देवदेवतांनो, हे कृत्य मी तुमच्याच धर्माच्या रक्षणासाठी केलं, हे ध्यानात घेऊन उःशाप तरी द्या. ह्या प्रसंगी बौद्धधर्मी देवदेवतांकडून माझा बचाव व्हावा, अशी अपेक्षा होती. परंतु त्या धर्मात देव स्वर्ग वगैरे नसतातच तर ते तिथे असतीलच कसे? असो. अशा रितीनं अपेक्षाभंग आणि उपेक्षाभंग करणाऱ्या साधकबाधक विचारान्ती देवांनी मला उःशाप हासडला की, जेव्हा केव्हा हिंदू लोक तुला उत्तरं आधी देऊन प्रश्न शोधायला भाग पाडतील, तत्क्षणी तू पुन्हा भूत होण्यापूर्वीचा अभूतपूर्व सनातनी ब्राह्मण होशील.

तत्क्षणी तो यक्ष क्षय पावला.

आपल्या आत्ताच्या वाड्याआधीचं जुनं मातीचं घर आमचे सातवे पूर्वज नागोराव यांच्या आधीपासून अनेक पिढ्या टिकून होतं. याचं कारण नदीकडून पूर्ण दगडी भिंतीचं संरक्षण आणि वावभर जाडीच्या भिंती. ह्या भिंतींना भगदाडं पाडून त्यांत अवल अखेर मांजरांची मोठमोठी कुटुंबंही सुरक्षित राहत आली. पुढच्या बाजूला राहतं घर, आंगण आणि मागच्या बाजूला कोठ्या, धान्य साठवण्याच्या कणग्या, पोती वगैरेंच्या अंधाऱ्या खोल्या, शेतीची अवजारं आणि किरकोळ सामान आणि बाहेर छपरात बैल, गायी, म्हशी यांचा मोठ्ठा गोठा, दोन्ही अंगांनी चारा — असा एकूण आराखडा काढता येतो.

एका अवसेच्या मांगल्ल्या पहाटे दाट अंधारात कडाक्याच्या थंडीत आमचे कुंडलिक आजोबा नेहमीप्रमाणे पहिल्या बायकोच्या आणि मुलांच्या अकाली मरणांमुळे काबाडकष्ट करणाऱ्या शेतकरी पेशाला न साजेशा जन्ममृत्यूच्या भ्रमिष्ट चिंतनात होते. गाडं जोतण्याआधी ते समोरून जू धरून उलटं बाहेर लोटत होते. एकेक चाक जोर लावून मागे ढकलत असतांना रात्री केलेल्या शेकोटीच्या गरम राखेवर त्याच रंगाची चाऱ्ही पायांत मुंडी खूपसून गाढ झोपलेली मांजर त्यांना दिसली नाही. गाड्याचं अवजड चाक बरोबर तिच्या पोटावरून गेलं आणि तिनं तडफडून किंचाळ्या फोडून सगळी गल्ली जागी केली. ती मेल्यावर तिच्या पिल्लांनी कलबलाट करून कुंडलीक बोवाच्या घरात काहीतरी अशुभ झाल्याची किंवा होणार असल्याची सूचना सगळ्या गावात केली.

कुंडलीक बोवा हे अंधश्रद्धेला जवळपासही फिरकू न देणाऱ्यांपैकी अभिजात वारकरी गृहस्थ होते. त्यांची आठनऊ भावंडं मेली, तेव्हा दर वेळी ते म्हणायचे, *देह मृत्यूचे भातके.* गावातल्या जत्रेत भगताच्या शेंडीला दोरी बांधून बारा गाडे ओढले जायचे. कुंडलीक बोवा आपला गाडा कधीच जत्रेत ओढायला द्यायचे नाहीत. कारण दारुडे लोक मोडतोड करायचे, शिवाय मरीआईच्या देवळाजवळ सगळे गाडे थांबले की तिथून ज्याला त्याला आपला गाडा स्वतः ओढत घरी आणावा लागायचा. भगतानं एकदा आमच्या दाराशी गोंधळ केला. गाडं दे नाही तर मरीआई कोपेल तुझ्यावर, म्हणाला. पण आजोबा म्हणाले, उगा पोट भरायचे धंदे साल्या तुझे. तुझ्या अंगात कसली झाट्याची मरीमाय येते? न् तू काय बारा गाडे नुस्त्या शेंडीनं ओढणार? त्यानंतर लगेच आजोबांचा एक भाऊ शेतात नांगरता नांगरता ऊन लागून तोंडात फेस येऊन मेला. लोक म्हणाले, पाहा, मरीमायला शिव्या दिल्यानं असं होतं. आजोबा म्हणाले, इच्चा मायची मरीमाय, मला मार म्हणावं भोसडीचे — असे हे निधडे कुंडलीक आजोबा त्या दिवशी शेतातून आले आणि देवळात विठ्ठलापुढे जाऊन घटकाभर ध्यान लावून उभे राह्यले. डोळे उघडून पाहतात तो गाभाऱ्यात नारायण भटजी समई साफसूफ करत आहेत आणि म्हणताहेत, कुंडलिका, मांजर मारणं फार भयंकर कृत्य त्वां केलंस. सांभाळ. माझं ऐक. काशीला सोन्याचं मांजर वाहून ये, नाहीतर तुझा आधीच वंशवेल सुकतो आहे. निर्वंश होतो मार्जारहत्या कारणेन.

बरोबरीची आठनऊ भावंडं मरतांना त्यांनी पाह्यलीच होती. पहिल्या बायकोच्या दोन्ही मुलींसाठी त्यांनी स्वतःच्या हातानंच खड्डा खणला होता. नंतर बायकोचं करवडणारं मरण तर त्यांना अपराधी भावनेनं गाढ झोप येऊ देत नव्हतं. त्यानंतर त्यांचा वंशाचा दिवा असा एकुलता मुलगाही गेला. एक पोरगी चिंधी उरली, तिला ही नवी पाटाची बायको सीताआजी कशीबशी वाढवत होती. काय आपला जन्म? त्यांची विरक्ती त्यांना वारंवार झडपू पाहत होती. आता नारायणभटजीसारख्या गुरुतुल्य ब्राह्मण माणसाचा हा सल्ला त्यांना नाकारता आला नाही, याचं कारण आता दुसऱ्या आजीला दिवस गेले होते आणि ह्या मांजरामुळे पुन्हा बरंवाईट काही झालं तर त्यांना नको होतं.

निर्वंश होणं म्हणजे किती भयानक असतं? विशेषतः शेतकऱ्याला? आपल्यानंतर हे घरदार, गुरंढोरं, गायी म्हशी वासरं, कष्टानं मुलांसारखी वाढवलेली झाडंझुडं, हा एवढा शेतीचा पसारा कोण सांभाळणार? त्यापेक्षा काशीला जाऊन यावं.

नव्या आजीशी ते फार बोलत नसत. ती बिचारी अजून परक्यासारखीच राहत होती. पहिला संसार उद्ध्वस्त झाल्यानंतर आता तरी सुखानं नांदू पाहणाऱ्या ह्या सीताआजीनं त्यांना भरपूर लाडू, चुरमुरे, चटण्या, पिठं बांधून दिली. पूर्ण घरी परत येईपर्यंत महिनाभर प्रवासात लागतील तेवढे चांदीचे रुपये मावतील असा तीन बोटं रुंदीचा कमरेला बांधायचा कसना शिवून दिला, जो आंघोळ करतांनाही काढायचा नसतो आणि युक्तीनंच ढिला करून त्यातला फक्त एक रुपया काढता येईल, असा असतो. आमच्या भोला सोनाराकडून घडून घेतलेली सोन्याची मांजरही बंडीत शिवून घेतली आणि आजोबा सगळ्यांचा निरोप घेऊन काशीला गेले. नंतर आठ महिने होऊन गेले तरी ते येण्याची चिन्हं नव्हती. आजीला पुन्हा काळजीचे दिवस आले. कोणी तर अशी अफवा गावात आणली की, आपला कुंडलीक तिकडेच एका शीख स्त्रीशी लग्न करून शीख झाला आहे.

तिकडे आजोबा काशीत व्यवस्थित पोहोचले. पंड्यांच्या गराड्यात त्यांनी एक सज्जन ब्राह्मण उपाध्याय निवडून विश्वेश्वराच्या पायरीवर मांजरही अर्पण केली. परंतु बाहेर आल्याबरोबर पंड्यानं असा कावा केला की, शंभर पंड्यांच्या महाभोजनासाठी लागणारा शिधा विकत आणायला आजोबांनी द्रव्य द्यावे, कारण त्या दिवशी लागू झालेल्या प्रदोष काळात बिडालहत्याप्रकोपप्रक्षालन होऊच शकत नाही. ह्यामुळे संतप्त अशा आजोबांनी हिंदू धर्माच्या अवनतीसंबंधी काबाडकष्ट करणाऱ्या शेतकरी माणसाला न साजेसं क्रांतिकारक चिंतन सुरू केलं. अशा स्थितीत गंगेच्या काठी एका धर्मशाळेच्या छतावर खालच्या अथांग प्रवाहाकडे पाहत चित्त ठिकाणावर नसलेले असे ते बसले असतांना गंगेच्या तुडुंब संथ हलत्या जलाशयामुळे त्यांच्या सर्व चित्तबाधा एकत्रित झाल्या आणि त्यांचे डोळे आपोआप टपकू लागले. आता आपण घरी न जाता इथेच ही काया विसर्जित करावी काय, ह्या विचारात असतांना त्यांना खालून अत्यंत मायेचा असा आवाज ऐकू आला, क्यों बेटा? क्या कर रहे हो? नीचे आओ, जलपान करना है.

कोणी कोणाचं नसतं अशा ठिकाणी ह्या प्रासादिक उद्गारांनी ते ढसढसा रडू लागले. खाली १०-१२ शिष्यांच्या मध्यभागी एका जढारी साधुमहाराज बसले होते. दोघांनी त्यांना वरून उतरवून नेलं. क्यों बेटा? कौन देस? कौन जात? आजोबांनी स्वतःची आणि मारलेल्या मांजराची इत्थंभूत माहिती दिल्यावर साधू म्हणाला, हे दूध आणि फळ खाऊन झाल्यावर आमचा शिष्य तुला घेऊन जाईल — त्या नदीपलीकडच्या झाडीत. काय दिसेल ते मला येऊन सांग. चिंता मत कर.

दुर्गापूजेचा तो दुसरा दिवस — झाडांखाली एका देवीसमोर बळी दिलेल्या रेड्यांच्या सडलेल्या मांसाची भयंकर दुर्गंधी, रक्ताचा चिखल, डोळे उघडे राहून गेलेली शेळ्यांची मुंडकी. पुढे थोड्या अंतरावर इंग्रजी सैन्याला मांस पुरवणारा बैल, गायी, रेडे, बकऱ्या, डुकरं यांचा मोठा कत्तलखानाही तसाच — छाटलेल्या नुस्त्या मुंडक्यांचे ढीगचे ढीग, कापलेल्या शेपट्या, सोललेली धडं, टुणटुण धावणारी गिधाडं, कावळे आणि कुत्रे यांच्या बाचाबाच्या — आपलं वारकरी नाक बंद करून नावेत ओकाऱ्या देतच आजोबा शिष्यासह परत ऐलतडी धर्मशाळेत आले. देखा बेटा, कैसी हत्या? कैसा पाप? सृष्टीचा अर्थच *निर्माण करणारी* असा आहे. इथे फक्त निर्माण होतं, इथून काहीच कुठे जात नाही. इथे कोणी मरत नाही आणि कोणी मारत नाही. कसली हत्या? जा, घरी जाऊन चित्त स्थिर कर. तुझं तुझं हित पाहा. उत्तम शेती कर. स्वहिततत्पर वृत्तीतूनच सृष्टीत परोपकार घडतो. स्वार्थी नाही असा परोपकार वांझ असतो, त्यालाच त्याग म्हणतात. सृष्टीचा हा कायदा पाळ, की झाडंवेली स्वतःसाठी फुलत असतात, त्यांची सुंदर फुलं त्यांचे रंग वास तुमच्यासाठी शोभा म्हणून नसतात. की त्यांची फळंही दुसऱ्यासाठी म्हणून नसतात. हे मधमाश्यांचं पोळं पाहा. पराकोटीच्या स्वार्थातूनच हा मध त्यांना जमवता आला ना? हे गवत पाहा, त्या मुंग्या पाहा — केवळ अहमहमिकेनं आपल्या आत मिळेल ते रिचवून सगळे सृष्टीचे घटक जगत असतात. स्वतःसाठीच काय ते करत जा. चले पडो.

हरहर बं बं भोलेनाथ
भं भमाका भं भं भं भं

आनंद करत तो साधूंचा टोला तिथून मोठ्या पहाटे उत्तरेकडे निघून गेला. मग आजोबा नवीन हिंदू दृष्टी मिळाल्यासारखे उत्साहात भागीरथीच्या काठाकाठानं हरिद्वार ओलांडून यात्रेकरूंच्या एका जमावाबरोबर फिरत फिरत खाली मथुरेला आले. त्यापूर्वी मोरगावच्या सीमेबाहेर फार तर दोन वेळाच बाहेरगावी गेलेले कुंडलीक बोवा बं बं साधुकथित स्वहिततत्पर सृष्टीचा कायदा पाळत कमरेचा कसा ढिला करत चैनीनं राजस्थानातून मग चारोतरमधून मोठमोठे वाडे पाहत, असा आपण मोरगावला का बांधू नये याचा विचार करत, गावी परत आले. शुभवर्तमान म्हणून त्या वेळी वडीलही झालेले होते, त्यामुळे कुंडलीक बोवा मोठा वाडा बांधण्याशिवाय दुसरं काहीही करू शकत नव्हते. वाटेत पुष्कर मुक्कामी ज्याच्या गावी दोनतीन वर्षं प्यायला पाणीसुद्धा मिळत नव्हतं त्या रिकभचंद सकलेचा नावाच्या खल्लक मारवाडी स्वैंपाक्याला त्यांनी बरोबर आणलं होतं. त्यानं तिकडच्यासारख्या तीनमजली हवेलीला कडीकोयंड्यांपासून किती खर्च

येईल याचा पूर्ण हिशेब आराखडा आजोबांना करून देण्यासाठी आमच्या गावीच कायमचा मुक्काम ठोकला. नंतर आजोबांच्या आज्ञेनुसार एकदा म्हातारपणाच्या अगोदर तो राजस्थानात जाऊन लग्न करून आला. ह्यातूनच मोरगावचे जगप्रसिद्ध मारवाडी उद्योजक पुढे निर्माण झाले. दिवाळीला आमच्या वाड्याच्या भिंतीवरच्या पणत्यांची प्रतिबिंबं नदीच्या पात्रात पडतील अशी आणि सुमारे दहाबारा पणतवंडं राहू शकतील अशी टोलेजंग वास्तू त्याच्या देखरेखीखाली आजोबांनी बांधली.

प्रत्यक्षात ह्या वाड्यात फक्त एक खंडेराव हा त्यांचा एकमेव नातू आजमितीस राहण्यासाठी उरला आहे. विठ्ठल विठ्ठल जय हरी विठ्ठल. ठोबा रुखमाऽईऽऽ

मावंदं झाल्याबरोबर आमच्या जुन्या घराच्या भिंती खणून पाया खोदायला गावात असतील तेवढे मजूर कामाला लागले. दुष्काळामुळे एक पायली ज्वारीवर नवराबायको कामावर यायचे. कुंडलीक बोवाच्या विरक्त भ्रमन्तीत आजीनं सगळ्या शेतांमध्ये हुशारी करून ज्वारी पेरून पेवं भरून ठेवली होती. ह्या वर्षभर आसपासच्या पाचदहा गावांमधले सुतार सागवानी खांब, दरवाजे, खिडक्या घडायला आले. घरात पैसा नव्हता, पण धान्यावरच कामं चालली. जुने सहा पिढ्यांचे शेंबूड पुसून पुसून काळेशार झालेले मजबूत खांबही नीट तासून ओसरीतल्या दगडी कुंभ्यांवर पुन्हा वापरले. घरातली बायामाणसंही कामावर होतीच. घराचा पाया खणतांना विहिरीत जुनी गंजलेली हत्यारं तर मिळालीच, पण एक मोठ्या टोपल्यात मावणार नाही एवढं कासवही सापडलं. पूजा करून ह्या कूर्मावताराला नदीत सोडण्यात आलं. लोक म्हणाले, कुंडलिकाचा वंश कूर्म अवताराप्रमाणेच प्रळयापर्यंत चिरंतन राहणार.

तुम्ही कितीही नवं व्हायचा प्रयत्न केला, तरी आधीचं सगळं संपूर्ण नष्ट करता येत नाही. ते नाहीसं होत नाही. आमच्या आत्ताच्या वाड्याच्या भिंती नव्या विटांच्या झाल्या, पण जुन्या पद्धतीची चोरकपाटं, भंडाऱ्या, त्यांच्यात चोरकप्पे, एका गोखल्यात हातभर आत गुप्त पैशांचा ठिकरा, भिंतीत माचलेल्या घागरी — हे सगळं आहेच. दाराआड अंधाऱ्या भिंतींत आडजिने आहेतच. चोरांच्या पाठीत भाला खुपसू शकणारा एक पूर्ण माणूस दबा धरून बसेल, अशी एक देवळीही आहेच. चोरांनी कुंभीतून सबंध दारं उखडून काढू नये म्हणून जड साखळदंडांनी उंबऱ्याशी जखडलेल्या धिप्पाड दरवाजांमागे भिंतीच्या पोकळीत घरंगळत जाणारे अडसर आहेतच. आडभिंती आहेतच, अर्थातच ह्या संरक्षण व्यवस्थेचा फक्त

उंदरांनी उपयोग करून घेतला. दिवसभर लख्ख उन्हात कष्ट करणाऱ्यांना घरात आल्यावर डोळ्यांना सुखावेल असा भरपूर अंधार खेळता राहील असा पोटभागातला अवकाश — हेही जुनंच.

धाब्यावरच्या चांदणीवरून मी वरून दिसणारा आमचा सबंध वाडा कोणाला तरी दाखवतो आहे. हे सबंध गाव, दोन्ही नद्यांची पात्रं आणि संगमापलीकडची झाडं, क्षितिजापर्यंत पसरलेली सपाट काळीभोर शेतं आणि डोंगराच्या पायथ्याशी असलेली आमची आमराई दाखवतो. वाड्याभोवताली पुरुषभर उंचीची दगडी भिंत, उंच ओट्यावर मोठमोठ्या खांबांमधला गडगडत अंगणात उघडणारा सागवानी दरवाजा, दरवाजाबाहेर दोन्ही बाजूंनी गावातल्या रिकामटेकड्यांसाठी आणि मुलांच्या खेळांसाठी मोठ्या दगडी परोटल्या. वाड्याच्या एका अंगाला उताराखाली नदीचं पात्र. काठाकाठानं मोठमोठी झाडं, त्यांच्यात साळुंक्या, पिंगळे, कावळे यांचा गोंधळ. मागच्या पडभिंतीला लागून चिमण्या, होले, बैल, गायीम्हशींचा गोठा, मागे उकिरडा. सालदारांची छपरं. इकडून सतत गुराढोरांचा वास, आवाज आणि मुका शेजार — तहान लागली की म्हशीनं स्वैंपाकघरामागच्या बोळाकडे पाहत रेकत राहायचं, बैलांनी घंटी वाजवत पाय आपटायचे, जेवणं झाल्यावरचा भाजीपाल्याचा, उष्ट्याचा कचरा केव्हा गव्हाणींमध्ये पडेल याची चाहूल घेत राहायची. गोठ्याकडच्या बोळात गव्हाणीतलं, शेतातलं सरपण पावसाळ्याआधी आईनं नीट रचून ठेवलेलं — तुऱ्हाट्या, पह्याट्या, खोडक्या, धस, तिळीच्या नकट्यांची डाल, लाकडाच्या झिलप्या.

आपापल्या गरजांनुसार घरातल्या अवकाशाला आकार यायचा. सगळ्या वापरणारांनी तो द्यायचा.

राहत्या घराच्या प्रत्येक खोलीतून ओसरीवर आणि ओसरीतून खाली आंगणात उतरता येईल अशा तीन ठिकाणी लांब लांब पायऱ्या. हे आंगण जितकं आपलं तितकंच शेजारीपाजारी, गावातले अठरा पगड लोक, परके, पाहुणेरावळे, खेळायला आलेली मुलं यांचंही — चांदण्यात खाटा टाकून खेळ, गाणी, गोष्टी. आपापला खाजगी अवकाश अबाधित ठेवूनही सामूहिक कार्यक्रम लग्नं, साखरपुडे, बोळवण, पोथ्या अंगणात पार पाडता येतात. फार काय हुनाकाकाच्या बेचाळीसच्या भूमिगत काळातल्या गुप्त बैठका भरवता येतील अशी ज्याच्या त्याच्या गरजेनुसार पसरणारी जागा, समोर दुभत्या गायीम्हशींचं अर्ध्या कुडांचं छप्पर. कोपऱ्यात आड, त्याच्या मागे चाऱ्याचं आडवं घर. ह्या घरावर मागाहून वाकलेला प्रचंड कडुलिंब. उन्हाळ्यात याच्या दाट सावलीच्या गारव्यात मुकी

काकी, आंधळी काकू, वासरांजवळ खाटा टाकून बसलेल्या, त्यांची स्वतःची जगण्याची संथ लय सांभाळत. लहान लहान रांगणाऱ्या मुलांपासून अशा म्हाताऱ्यांपर्यंत सगळ्यांना आपापल्या वेगवेगळ्या वावरण्याचा आविष्कार सहज करता येईल, अशा रिकाम्या जागा आतबाहेर सगळीकडे. निसणं, पाखडणं, कांडणं, निवडणं, शिवणं सगळी कामं बोलता चालता, गोष्टी करता करता झाली पाहिजेत.

मागच्या बाजूला कोपऱ्यांवरच्या आमच्या आणि मुक्या काकीच्या दोन्ही स्वैंपाकघरांमधल्या चुलींवरचे धुराचे लोट वरती जाण्यासाठी शाने, त्यामुळे वरच्या मजल्याला वावभर मोकळी गच्ची ठेवावी लागली. मुक्या काकीच्या वाट्याची बहुतेक सगळी जागा हुनाकाका गेल्यापासून आम्हीच वापरतो. दोनतीन खोल्या तिला पुरे होतात. वरच्या शान्यांच्या ह्या गच्चीवर लहानसहान पदार्थ वाळवण्यापुरतं ऊन दिवसभर राहतं. वाळले की लगेच आत रांजणांमध्ये, मडक्यांमध्ये भरून ठेवता येतात — लहान मुलांचा खाऊ, पापड, शेंगा, सुकवलेले, भाजून उकडून ठेवलेले आमचे आवडते पदार्थ — रताळी, रानकंद, कैऱ्या, चिंचा, बोरं वगैरे. वरचा मजला असो, खालचा असो, प्रत्येक कानाकोपऱ्यात ज्यानं त्यानं आपल्याला हवी ती जागा मिळवलेली असते.

स्वैंपाकघरात चुलीवर आढ्याला टोचलेली सनकाड्यांची पेंडी — पावसाळ्यात सरपण भिजलं तर चूल पेटवायला चटकन हाताशी. आणि ह्यासाठीच त्यावेळी दुर्मीळ असलेला पेटवणाच्या कागदाचा एक कोपरा. आतल्या खोल्यांमध्येही घुसळण, दुभत्याची कपाटं, खोबऱ्या, मडकी, बरण्या, दुसरीकडे मुलींचे खेळ, कुटलेल्या रांगोळ्यांचे डबे, खाटा, अंथरुणापांघरुणांच्या घडवंच्या, पाळणा, लक्ष्म्यांच्या बंद पेट्यांवर खिडकीशी मुलींचं वेणीफणीचं सामान, शिंगारपेट्या, तान्ह्या मुलांचे कपडे. मागच्या भिंतीशी पाण्याचे रांजण भरलेले असल्यानं दोन्ही कोपऱ्यांमधल्या मोऱ्यांवर पटकन काहीही धुऊन तिथल्या तिथे बांबूवर वाळत टाकून मोकळे. ह्या मोऱ्यांमधलं आंघोळी धुण्याभांड्यांचं सांडपाणी मागच्या जमिनीत एका धमधम्यात कायमचं जिरवलेलं. त्यामुळे तेव्हा डास आम्हांला शाळेच्या पुस्तकातच पाहायला मिळायचा. पुढे सेप्टिक संडास आधुनिक म्हणून करायला लावल्यापासून डासांची सुरुवात झाली. मॉडर्न ह्या शब्दाचा अर्थ भावडूनं मला सांगितला होता : कुरूप. आणि खंडू, अल्ट्रामॉडर्न इतकं कुरूप काहीच नाही.

वरच्या मजल्यावर लांबच्या लांब फडताळात शेवटी भावडू आणि मी एकत्र अभ्यास करायचो. तिथेही पेट्या कोठ्या असायच्या. भावडू त्यांचा खुर्ची

टेबलासारखा उपयोग करायचा. इकडच्या जिन्याला लागून वडलांची लांबलचक बैठक. वर्दळ. तिथे नेहमी एक सतरंजी पूर्ण अंथरलेली. गाद्या, तक्के, लोकांनी फेकलेली बिड्यांची थोटकं. पानसुपारीचं तबक.

फडताळापासून भिंतीवर रिफांवर रांगेनं सलग फोटो — मध्यभागी तुकाराम महाराज गरुडावर सदेह स्वर्गात जात आहेत असा. आजूबाजूला घरातल्या सगळ्यांचे, बहिणींची लग्न होत गेली तसतशे त्यांचे टायकोट घातलेल्या नवऱ्यांसकट. प्रत्येक फोटोमागे वडील महत्त्वाची कागदपत्रं गुंडाळ्या करून नीट खुपसून ठेवायचे. विठ्ठल मंदिर ट्रस्टचे हिशेबाचे कागद, गुळाच्या सहकारी गुऱ्हाळातल्या भेल्यांची चलनं, होऊ घातलेल्या साखर कारखान्याची कागदपत्रं. चार चार घड्या घातलेले, तेलानं, घामानं भिजलेले अस्ताव्यस्त कागद — लाखोंचा व्यवहार पण असा. सातबाराचे असंख्य उतारे. अध्यक्ष, अमुक बोर्ड. उपाध्यक्ष, तमुक समिती. संचालक, हा हा संघ, हे हे मंडळ, ती ती सोसायटी. या सगळ्या लोकांच्या बिड्यांच्या थोटकांच्या बैठकी तिथेच. शिक्षण खात्याकडून आलेले शाळेतल्या शिक्षकांवर कारवाई करा असे कागद तर एकदा वाऱ्यानं उडून गोठ्यात उकिरड्यावर पडले होते. वडील म्हणाले, तीच त्यांची योग्य जागा. शिक्षक बिचारे एवढ्याशा पगारात दिवसभर शिकवत राहतात, हे काय कमी आहे? कोण असं विद्यादानाचं कार्य एवढ्याशा पगारावर करेल?

खंडेराव, तू आता इथे ह्या वाड्यात कायमचा राहणार आहेस काय?

ह्या विचाराक्षणी भराभरा उभा राह्यलेला हा घराचा आराखडा अस्थिर होत जातो. आता मात्र सगळ्या वस्तू जागच्या जागी डगमगतांना दिसताहेत. अंधाऱ्या खोलीत गंगोत्रीहून आणलेले पाण्याचे डागबंद तांबे... तिथेच टांगून ठेवलेली वाळलेल्या तुळशीची सबंध झाडं... अजून सगळ्या घरातल्या मर्तिकांना हे पुरतील. देवासमोरचा लामणदिवा फडफडतो. छपन्न पिढ्यांपूर्वी कुठे कधी कुलदैवत असेल त्या *मायमाझी* नावाच्या देवीचा टाक उड्या मारतो. कर्नाटकात कुठेतरी सगळ्या भाविकांना हलवून सोडणारं अप्रतिम कीर्तन केल्याबद्दल तिथल्या भक्तांनी स्वतः घडवलेली काळ्या कुरुंदातली विठ्ठलाची कमरेएवढी मूर्ती निळूकाकानं आमच्या देवघरात स्थापली आहे. तिनं आता कमरेवरचे हात सरळ खाली सोडलेले दिसताहेत. खालच्या दोन्हीकडच्या स्वैंपाकघरांमधले धुराचे लोट सगळ्या खालच्या मजल्यांवर पसरताहेत. सात पिढ्या इथे स्वैंपाक करून मरमर मरणाऱ्या घरातल्या बाया फुंकण्या फुंकताहेत, त्यांच्यातून पाव्यासारखे मंद्र करूण

सूर येताहेत. सगळी मागची आणि अंगणातली गुरं मागच्या पायांवर उभी राहून खंडेराव कुठे गेला म्हणताहेत. वाड्याबाहेरचे पेव जमिनीच्या वर वर नुस्ते पोकळ असे उभे राहताहेत. *धा धा तिरकिट धा* शेवटचे बोल. मृदंगाचे गट्ठे ठोकून ठोकून ढिल्या होत चाललेल्या पुड्यांचे बद्द आवाज. पाहता पाहता हे सगळं इतिहासजमा होतं आहे. जमिनीखाली चाललं आहे, आपल्यासकट. खंडेराव तुझं लहानपण अश्मयुगात जमा झालंसुद्धा. भल्या पहाटे वासुदेव मोरपिसांचा टोप घालून अंगणात झांजा वाजवतो आहे. दिलेलं सूप आडवं धरून तो स्वतःभोवती गरगरा फिरतो आणि सुपातलं ज्वारीचं दान सांडत नाही, हे दाखवून झोळीत टाकत म्हणतो, *दान पावलं होऽ विठ्ठल बोवाच्या नावानंऽ*

एका स्वप्नात दुसरं स्वप्न पडतं आहे, खंडेराव. आपली झोपही द्विस्तरीय आहे काय? की एकाच झोपेतल्या केंद्रामधून ही दोन्ही लागोपाठ उत्पन्न होत आहेत? नेणीव कधी एककेंद्री असू शकेल काय? निद्रावस्थेत जागणारा तो मी, माझ्या जागृतावस्थेत झोपणारा तू. कोणाच्या झोपेत? कोणाच्या जागेपणात? हा प्रश्न गैरलागू होतो आहे, कारण तो पाहा पोळ्याला पूर्ण सजवलेला आमचा झीबू रंगीबेरंगी माथोट्यांमधून — चवरांमधून मला पाहण्यासाठी सारखा मान वेळावतो आहे. कोणीतरी हातभर घुंगट तोंडावर ओढलेली घागरा उडवत मातीच्या ढिगाऱ्यावरून माझ्याकडे येणारी बलुची बाई हर्षोन्मादानं धपापत मला सांगते आहे, तसबीर, साब तसबीर. तिची छाती आगगाडीसारखी ऐकायला येते आहे. अशी महत्त्वाची वस्तू खणतांना सापडली, की मी ह्या मजुरणींना पाकिस्तानी चवली बक्षीस देतो — माझ्या पगारातली. आता खिसे चाचपडून पाह्यलं तर पाकिस्तानी चवली नाही. अरेरे. तरी ती खुटखुटीत बाई घुंगटाखालून माझ्या खिशावर नजर लावून ढिगाऱ्यावर उभीच आहे. सगळं मोरगावचं घर उकरून सगळ्या वस्तू नीट जोडणं चाललं आहे. हे फोटो वडलांनी पक्क्या जाळीनं बैठकीच्या भिंतींवर रिफांवर क्रमानं टांगलेले होते — यांच्यामागे खोचलेले कागदपत्रं, हिशेब, पावत्या धडधड माझ्या अंगावर पडायला लागतात.

आधी आजीचा अत्यंत जुना पिवळा पडलेला फोटो. आणि तिच्या शेजारी कृत्रिम पोझमध्ये धोतर, कोपरी, टोपी घातलेले लहानसे पाचसहा वर्षांचे वडील उभे आहेत. मी हळूहळू ब्रशानं फोटोवरची धूळ साफ करतो. फोटोत मागे एक प्रासाद, बाजूला पुष्करिणी आणि एक मोर. कॅमेऱ्याकडून बाजारातले लोक गर्दी करून कुतूहलानं कसा फोटो काढतात हे पाहताहेत. यामुळे काउरबाउर झालेले वडील धोतराच्या सोगा बोटाभोवती गुंडाळताहेत. पाचसहा वर्षांच्या मानानं

खंगलेली अंगकाठी. वैद्यराज मार्कण्डेय देशपांड्यांनी त्याच दिवशी जीवघेण्या आजारातून पूर्ण बरा झाल्याचं निक्षून सांगितल्यानं त्यांच्या मोठमोठ्या डोळ्यांत जगण्याचं तेज दाटून आलं आहे. आजी खालून कॅमेऱ्याकडे समाधानानं पाहते आहे आणि तालुक्याला दर शुक्रवारी येणं आता संपलं, असा सुटकेचा भाव चेहऱ्यावर आहे. आता एकुलता विठ्ठल वाचणार, म्हणून फोटोग्राफरला दीड रुपया द्यायची तयारीही चेहऱ्यावर आहे. किती कष्ट करून लेकराला वाचवलं आहे? हे शेवटच्या वाईट दिवसांत तिला पूर्णपणे स्वतःचं कर्तृत्व म्हणून वारंवार सांगावं लागायचं.

पिलोखाची साथ आली तेव्हाची गोष्ट. सगळी घरं रिकामी करून शेतात राहावं लागलं रे खंडू, दोन महिने. पटापट लोक मरायला लागले. घरं सुनी पडायला लागली. एकेकाची दारं लागली. कोन्ही रडणारं उरलं नाही. गाठ आली म्हंता म्हंता अंथरूण धरत अन् मेलेलेच सापडत दुसऱ्या दिवशी. कोन्ही पाणी पाजायला नव्हतं. की गोर खंदली तं तिच्यातल्या मुडद्यावर माटी ढकलायला लोक राह्यले नव्हते. अर्ध्या गावातली दारं लागली. थोरल्या काकाच्या घरातली तो धरून दहा माणसं मेली पोराबाळांसकट. चाऱ्ही दीर मेले. निळ्याचे दोन भाऊ मेले. तिन्ही नणंदा मेल्या — मुक्ती, बहिणा, सखू गेल्या. जानु कशा कोणी झडप घालून कोन्हं एकाएकी उचलून नेल्या. दवंडी आली की आम्ही घरं तशीच उघडी टाकून विठूला कडेवर घेऊन आणि चिंधीचं बोट धरून रानात राहायला गेलो. दगडाचे चुल्हे मांडले. सगळं गावच होतं सोबतीला. रात्रभर उघड्यावर निजत, गाणी म्हणत, नाचत. असं इटू लेकरू एक वर्साचं होतं तेव्हा वाचलं. गावात परत आलो, अर्ध गाव रिकामं झालतं. वारावावधानात पाचोळा उडतो, तसे जीव उडून गेलते. मी वेस मानली होती गाव सोडतांना : वेसमाय, सुखानं परत येऊ दे. आनंदानं सगळ्या गावाला वेसपंगत दिली महारामांगासकट.

नंतर पडली आखाडीची दोन वर्सं. विठू काही बाळसं धरीना. तुह्या आजोबांना असं काही बोललं की त्यांचं मन ठिकाणावर राहत नसे. म्हणून मी काही सांगेना. गावातल्या गावात लालू वैद्याचे काढे पिऊन पिऊन लेकराचा कोठा कडू होऊन गेला. काही खाईना पिईना. म्हटलं आपला एकटा कोंब, याला वाचवलंच पाह्यजे. गोमा वैद्यानं कच्ची मेथी खायला लावली. घमा पायाळू होता एक, त्याच्याकडून पाठीवर लाथ मारून आणली — लेकरू नुस्तं रडत होतं. पिरावरच्या फकिराकडून धुरी देऊन आणली. धांगो भगताकडून कान फुंकले. होणारं सांगणाऱ्याकडे गेले. उपाय सांगणाऱ्यांचा तोटा नसतो. मी एकटी

बाई मुंगीसारखी इकडून तिकडे विठूला घेऊन पळत जाये. गोवर झाला, भिंतीवर गोवऱ्या थापा. पिटक्या आल्या, घरावर शेणाच्या पिटक्या मारा. घटसर्प झाला, कपाळावर ढब्बू पैशाचा डाग दे. डोळे आले, जस्ताचं फूल डोळ्यात भर. तोडगे, प्रसाद, अंगारे, ताईत, गंडे — देवा देवा देवा. जीव कसा पाणी पाणी झालता.

अशीच एकदा पहाटे विठूला देवळात नेलं. डोळ्याला पदर लावून देवापुढे गुपचूप रडत होते, तर नारायणभटजीला कीव आली असेल. म्हणतो, सीताबाई, काय ह्या रानवट भगतांच्या न् फकिरांच्या नादाला लागून एकुलत्या एक सोन्यासारख्या लेकराचे हाल चालवले आहेत तुम्ही? रोग जडगावेल उलट मुलाचा. नुस्ती हाडं उरली आहेत, ती तरी शिल्लक राहू द्या अंगावर? माझं ऐक, यावलच्या आमच्या मार्कंडेय देशपांडे वैद्यांना दाखवून एकदा निदान तरी करून घे. राजयक्ष्माच वाटतो आहे मला तर. काही खरं दिसत नाही तुझ्या विठूचं. बाई, ऐक, जाय आजच अंगारकी आहे, गणपती पाठीशी आहे.

आजीच्या अंगात एकाएकी हत्तिणीचं बळ आलं. ती घरी आली, भराभर भाकरी टाकल्या, एक पोटात ढोसली. बाकीच्या शेतातल्या माणसांसाठी दुरडीत झाकून तवंगावर ठेवल्या. ताक, दही शिंक्यावर ठेवलं. विठू एक घास खाईना, पण लांब चालत जायचं, त्याची ललोपती करून चार घास गिळायला लावले. आवराआवर केली. लहानग्या विठूला राखणीचं धोतर नेसवलं, फेटा बांधला, घरात साठवलेलं सगळं कणीदार तूप एका रुंझायेल मडक्यात टाकलं आणि लागलो मायलेकरं यावलच्या रस्त्याला. एवढं मोठं तालुक्याचं गाव, कोण ह्या खेड्यातल्या येडीला विचारतो? कधी गाव सोडून गेले नाही, का शेताच्या मेरशिवाय जग पाह्यलं नाही. पण केली हिंमत.

वाटेत गावचे, आसपासच्या गावांतले ओळखीचे लोक भेटत होते. आँ? कुठे? त्या मारखंड्या वैद्याकडे चाललीस तू सीतामाय? बरोबर किती रुपये घेतले? मोठमोठ्या सावकारांना तो बामण घरात घेत नाही. इंग्रज कलेक्टरला एकदा मात्रा देऊन बरं केलतं त्यानं. दुरूनदुरून श्रीमंतांच्या गाड्या येतात त्या खंड्या वैद्याच्या वाड्यावर, नाडीपरीक्षा करून जातात. एक म्हणाला, त्याच्या ओसरीत आड्यावर खडूनं लिहेल आहे : *राजासारखी न्याहारी करा, भिकाऱ्यासारखं जेवा.* आपलं कुणब्याचं तर उलटं आहे. असो. तू जा तं खरी. काय म्हंतो ते तं पाहाय. कऱ्याचं असलं तं देव सगळं नीट करतो. हा तुह्या घराचा एकच कोंब आहे, तुहे दीर, नणदा, पुतणे सगळे गेले वरी — ह्या एकट्या बहादराला केवढी मोठमोठी रानं सोडून गेले? धीर धर. वाचेल. वडील आपल्यावरची अशी चर्चा फार गंभीर

होऊन ऐकायचे. त्यामुळेच पुढल्या आयुष्यात त्यांना कधी मोठेपणाचा गर्व शिवलासुद्धा नाही.

कधी पाठंगुळीला तर कधी कडेवर तर कधी खांद्यावर घेत, कधी पाय घासत फोपुटा उडवत चालणाऱ्या थकलेल्या अशक्त विठूला गोड बोलून चालवत, ओढत अशी मायलेकरं तीन कोस चालत यावलला आली. ब्राह्मणांच्या घरी नीटनेटकं जायला पाह्यजे म्हणून गावाबाहेर नदीवर दोघांनी हातपायतोंडं धुतली, कपडे नीट केले, निऱ्या चांगल्या लावल्या आणि ब्राह्मण आळी पुसत देशपांडे वैद्याच्या दगडी भिंतीतल्या दोन पुरुष उंच दरवाजापुढे ते जनावरांसारखे उभे राह्यले. आधार कशाचाच नव्हता. उघड्या दरवाजातून दिसणारं सडारांगोळ्या दगडी तुळशीवृंदावनाचं हे स्वच्छ जग कुठे आणि आपल्या शेतकऱ्यांचं शेणामुताचा बेंदाडा असलेलं जग कुठे? नवं घर बांधतो आहे नवरा, पण शेवटी गायी, बैल, म्हशी — शेतकऱ्याचं घर कुठे असं होईल?

देवाचं नाव घेत आजी दरवाजात डोकावून गोड आर्जवी सुरात म्हणाली, महाराऽऽज. त्याच वेळी अंगणाच्या तिकडच्या टोकाला बायकांचं कडाक्याचं भांडण ऐकायला येत होतं : जळ्ळी मेली शिळासप्तमी. मी का दहा पोळ्या खाते? एकतरी पोळी ठेवायची...

आतून तारस्वरात : तुझी इत्सा, बाईसाहेब, तुम्ही सांगाल तितक्या ठेवत जाईन, दहा म्हणाल तर दहाही ठेवीन.

पाहा, पाहा कशी बरळतीय. जिभेला हाड असतं तर अशी कसबीण... काय बकतीस, मी आठ वर्सांची हुती लग्न झालं तेव्हा ह्या घरात आली... तेव्हापास्नं त्या... त्या बोडकीच्या हाताखाली संसार केला. आणि आता ही टवळी कानामागून येऊन डोक्यावर बसली... मला पाहा न् फुलं वाहा...

एवढ्यात अंगणात लाल मुकटा घालून बसलेली म्हातारी बाहेरच्या दाराकडे नजर पुरवत म्हणाली, कोण आहे ते? बघा ग, तोंडाचा पट्टा बंद करा आणि बघा... लभान्यांनो, सवतींची फुगडी अन् फेडा एकमेकींची लुगडी.

मग मघाची भांडणारी प्रौढ बाई दरवाजाकडे येत म्हणाली, कोण?

आजी लगबगीनं डोक्यावर मोठा पदर घेऊन मडकं पुढे करत केविलवाण्या आवाजात म्हणाली, वैद्यमहाराज आहेत का?

प्रौढ ब्राह्मणीण चिडून म्हणाली, आज नाही यजमान भेटणार. आणि तिनं पाठ फिरवली.

आजी वडलांना पुढे करत बाईच्या पाया पड म्हणत होती, पण सकाळपासून चालत आल्यानं पाय दुखून आलेल्या मायलेकरांना आता काय करावं, परत जावं

लागेल का? अशा भीतीनं काळवंडून टाकलं. तेवढ्यात सवतींची फुगडीच आजीच्या कामा आली. मागच्या परसातून एक सोळा-सतरा वर्षांची उफाड्याची तरणी भारी लुगडं, धारवाडी खण, दागदागिन्यांनी उजळलेली हातात परडी घेऊन पदर फलकारत तरातरा पुढे आली आणि ह्या खेडवळ मायलेकरांवर माया दाखवत घराचं वरचढ मालकीणपण सिद्ध करण्यासाठी उंच स्वरात म्हणाली, का नाही भेटणार? गरीब बाई, बिचारी, लेकराला घेऊन आली, आणि परत जा म्हणायचं? ह्या घराचं, हिकडच्या माणसाचं नाव केवढं? ये ग बाई, आंत ये रे पोरा...

तेवढ्यात वडलांनी आजीच्या इशाऱ्यावरून तरण्या बाईच्या पायापुढे डोकं लावलं. नंतर विधवा म्हातारीपुढेही तसंच. म्हातारी म्हणाली, दुरून, दुरून, शिवशील पोरा. तिकडे प्रौढ सवत चरफडत आत गेली.

आता आजीच्या गोड गावराण वाणीला आव्हानच मिळालं. तरण्या सवतीच्या रूपाची मधेमधे स्तुती करत तिनं आपली हकीकत सांगितली : बाईमहाराज, तीन कोस उन्हाचे चालवत आणलं आजारी लेकराले. वैद्यमहाराजांना तुम्हीच सांगा, तुमचं नाही ऐकणार तं दुसऱ्या कोणाचं ऐकतील बरं महाराज? हा एकच वेल माझा आहे, याला सुकू देऊ नका, माऊलीबाई. मी गरीबाघरची लेक, बरं घर मिळालं आहे — पण हे असं दुख आहे. पुण्य घडील. तुमच्यासारख्या पदमीणीचं दर्शन झाल्याबरोबरच जिवाले आधार वाटला पाहा. मी तुमचं कोणतंबी काम करत जाईन दळण, कांडण...

वडलांचे पाणीदार डोळे आणि बारीक झालेली मान पाहून वैद्यराजांच्या तरुण बायकोचं मातृधर्मी मन द्रवलंच होतं, ते आजीनं गोड बोलून पूर्ण आपलंसं करून घेतलं.

जरा वेळानं वैद्यराज जानवं कानावरून खाली उतरवत आले. दोघाही भांडणाऱ्या बायकांना एका हातानं उचलू शकतील असा प्रचंड देह. भलीमोठी चक्री शेंडी, गंध, करवतकाठी धोतर, केशरी काठाचं उपरणं. ओसरीत येताच नव्या तरुण बायकोच्या आर्जवी सुरांनी उचित परिणाम झालेले वैद्यराज म्हणाले, या वर.

मग आजीच्या डोळ्यांतलं नाटकी कारुण्यामागचं खरं कारुण्य, कोमेजून गेलेल्या काटकुळ्या लेकराला पायापुढे लोटांगण घालायला लावायची धडपड, स्वतः खूप वेळ पायाशी जमिनीला कपाळ लावणं आणि मुख्य म्हणजे आर्त गोड भाषेत वैद्य महाराजांना देवाचाच दर्जा देऊन सांगितलेली हकीकत — शेवटी : देवा, आम्ही अडाणी गावंढळ शेतकरी, आमच्या हातचं तुम्हांला काय चालणार? पण चालत असलं तर हे स्वतः कढवलेलं घरचं तूप घागरभर आणलं आहे. घरात

आज पैसा सोडून सगळं आहे — तोही हंगामावर देईन. आत्ता उडीद, तीळ, तुम्हांला लागेल ते पोतीची पोती आणून देईन महाराज, फक्त हा एकटा कोंब तुमच्या पुण्याईनं वाढू द्या. *हुंदका.*

वैद्यांनी मग या, विठ्ठलपंत, जीभ दाखवा. हात द्या — नाडी बघू तुमची — त्यांनी मन लावून दीड घटका वडलांची नाडीपरीक्षा केली. नाव? पाळण्यातलं *वि* चंच ना — वृषभ राशी. साडेसाती. पण आता संपते आहे. शेवटी कीव करत सुस्कारा सोडत ते म्हणाले, क्षय आहे. बरं झालं आता तरी आणलं, बाई, नाहीतर जीव हाताबाहेर गेला असता. सीताबाई, काळजी करू नका. यत्न तो देव जाणा. दर शुक्रवारी ह्याच वेळी येऊन औषधं घेऊन जायची. सांगतो तशी घ्यायची. पुन्हा कडू चिराइताचा काढा रोज दोनदा. सगळं खाऊ द्या. भरपूर खेळू द्या, बाकी सगळी औषधं बंद करा.

बरा होईल का देवा?

बाई प्रयत्न करणं एवढंच आपणा पामरांच्या हाती असतं. कर्ता करविता तो.

ब्राह्मणाचा शब्द, खोटा होणार नाही महाराज. येत जाईन. देव पावला मला तर — असं म्हणून आजीनं डोळ्याला पदर लावला. नंतर घरात डोकावून तरुण सवतीला विचारलं, तूप खाऊन पाहा बाई. आणखी आणू का सांगा. जे काही लागेल, ते सांगत जा.

विठू लेकरू असं गुणाचं. आपल्यासारख्याला कडू चिराइताचा एक घोट गिळता येणार नाही. पण बिचारं माझं सोनुलं पेला पेला भरून पिऊन टाकी. घे माय, आत्ता बरा व्हशील. दर शुक्रवारी तीन कोस चालत जाणं आणि तीन कोस तसंच परत. त्यामुळेही सपाटून भूक लागत असावी. खरं तर ह्यामुळेच वडील चार महिन्यांत नीट झाले असावे. आजीनंही देशपांडे वैद्यांच्या घरात पडेल ते काम करून, कधी मारखंड्या वैद्याच्या आंगणातल्या भट्टीवर मोठमोठ्या कढयांमधली रसायनं उकळून देऊन, कधी उखळात औषधी मुळ्या कुटायचं हातमोडं काम करून, तर कधी त्यांच्या गायीचा आटलेला पान्हा परत फुटण्यासाठी डोंगरातल्या औषधी गवताची पेंडी डोक्यावर नेऊन, धान्याच्या पोतड्या नेहमीच बरोबर नेऊन सगळ्यांशी गोडी निर्माण केली. कोणाच्याही पोटात घुसण्याची कला आजीजवळ होतीच. एकदा तर वैद्यराज म्हणाले, नाडीत एकदम सुधारणा आहे. सीताबाई, मला थाळनेरच्या लोटू सावकारासाठी हेमगर्भमात्रा नियमित करावी लागणार आहे. राजेरजवाड्यांनाच परवडणारं हे औषध, पण अनायासे विठ्ठलपंतांसाठी चिमणीचा घास एक चाटण करत जाईन. मात्र एक दिवसाआड चाटून जायचं. मग भरपूर जेवायचं, हां. पाहा प्रकृती कशी सुधारेल.

असा विठ्ठलपंत पक्का झाला. शेवटी एका दिवशी आता येण्याची गरज नाही, असं विठूची पाठ जोरजोरानं ठोकत वैद्यराजांनी त्यांना निरोप दिला. लोटांगणं घालून झाल्यावर आजीनं पदर डोळ्याला लावत विचारलं, तुम्हांला काही दक्षिणा देऊ म्हणते. खरं तर आंगठीच करू म्हटलं, पण हा दुष्काळ — ज्वारी, कपाशी घरात पडून आहे सगळं. कोणी नगद घ्यायला तयार नाही, महाराज.

सीताबाई, देवाच्या दयेनं ह्या ब्राह्मणाला सगळं काही मिळालं आहे. काही आणू नका, काही देऊ नका. तुमच्या समाधानाकरता, तेही तुमचा एवढा आग्रह आहे, तर असं करा — तुम्हीही वाचला आणि मीही जिवंत राह्यलो तोपर्यंत, तर तुमच्या ह्या विठ्ठलपंतांच्या लग्नात मला एक आंगठी द्या —

वैद्यराज मार्कण्डेय देशपांड्याचा वाडा त्यांच्या सात मजली हास्यानं दुमदुमून राह्यला. सोन्याचा भाव दहा रुपये तोळा आणि त्या वेळचं आयुर्मान सरासरी पंचवीस वर्षं होतं — ह्यावर सातमजली हास्य एवढाच विनोद खरा होता. पण तो न कळल्यामुळे गहिवरून आजी म्हणाली, तुमचा शब्द खरा ठरो, वैद्यमहाराज. आमचा वेल वाढो. मुलाच्याच काय, माझ्या नातवांच्या लग्नातसुद्धा तुमच्या घरी सोन्याची आंगठी येईल. हयाती राहो फक्त. हा गळ्यावर हात आहे...

तुरुंगाच्या मजबूत जाड उभ्या गजांना आडव्या बरगड्यांचे छेद दाखवणारा वडलांच्या बैठकीतला हा भिंतीवरचा दुसरा हाडकुळा फोटो कुणाचा?

हुनाकाका. फाशी जाण्याआधी धनसिंग राजपूत फोटोग्राफरनं देशभक्तीपायी स्वतःचा जीव धोक्यात घालून चोरून काढलेला. भाजीतून गुपचूप तुरुंगाच्या रसोईखान्यात फिल्म लादून कॅमेरा आधी घुसवला. नंतर इंग्रज सुपरिंटेंडंटला भेटायचं म्हणून आत प्रवेश. पटकन रसोईखान्याकडे. तिथे तांबड्या भोपळ्यातला कॅमेरा काढून भंग्याबरोबर भिंतीवरून एकदम हुनाकाकाच्या पिंजऱ्यासमोरच.

कळ दाबतांना दोन गजांमधून चेहरा पूर्ण घेता येईल तितका घेतलेला. मागे तुरुंगाच्या भिंतीचे काळेशार दगड आणि चुन्याचे मोठमोठे काळेपांढरे चौकोन. खुरमांडीखाली उकरलेली जमीन. कैद्याचा सरकारी पोषाख मँचेस्टरचा, साम्राज्यवादी, म्हणून नाकारल्यानं खादीचं धोतर, जे अर्ध्या मांड्यांपासून वर छातीपर्यंत एकाच धडप्यात सगळं काटकुळं शरीर गुंडाळण्यात असमर्थ. सतत अन्नसत्याग्रह केल्यानं अत्यंत चिपाड झालेला बरगड्यांचा पिंजरा. उतरती बकोटं. खपाटी पोट. थंडीही वाजत असावी म्हणून हातांची फुली करून दोन्ही तळहात

बलकुशांमध्ये दाबून धरलेले. कॅमेऱ्याची फ्रेम ह्या टोकापासून त्या टोकापर्यंत पूर्ण भरून टाकणाऱ्या जबर गजांपेक्षा किती कमकुवत हात? अचानक बाहेर काय क्लिक वाजलं म्हणून डोळ्यांचा फोकस होण्याआधीच कॅमेऱ्याचा फोकस झाल्यामुळे मुक्या हिंस्र श्वापदासारखे सरळ समांतर कान. निस्तेज खोल गेलेले अबोध डोळे. डोईवर आखूड कापलेले वानरासारखे उभे केस. अस्तित्वाचा शेवट निश्चित झाल्यानं भांबावलेल्या जड पापण्या. त्यांच्यातून खोल पाहणाऱ्या हेतुशून्य बुबुळांनी जणू तर्कलं की, ह्यानंतर आपल्यामागून जगात उरेल तो सिल्वर ब्रोमाइडचा हाच एक पतलासा दुवा. बाकी सगळं जे काय झालं ते कशासाठी? देशासाठी देशासाठी. इन्किलाब जिन्दाबाद. देशासाठी देशासाठी. धुड्म धडाड. कशासाठी देशासाठी. शेवट — गळ्याभोवती फास, ऑऽक् ऑऽक् — *बॉडी नातेवाइकांना सुपूर्त करणे.*

ह्या फोटोवर फोटोग्राफरनं मोडीत लिहिलेली तारीख आहे १—१२—१९४२. हुनाकाकाचं लग्न होऊन एक वर्ष ज्यास्तच झालेलं. इतर सगळ्यांचे — भावडूचा, सगळ्या बहिणींचे जोडप्यांचेच फोटो आहेत. पण यांच्यासारखं लग्नानंतर जळगावला जोडीनं जाऊन एकत्र फोटो काढून आणायच्या सोपस्कारासाठी काकाला कुठे वेळ होता? खरं तर हे फोटो काढणं त्या वेळच्या शेतकऱ्यांच्या तरुण पोरांचं एका दिवसाच्या हनीमूनसारखं शहरात फिरण्याचं एक दुर्लभ निमित्त होतं. तेही केलं नाही. आंधळी काकू तेव्हा सोळा वर्षांची असावी. एकोणिसाव्या वर्षी फासावर लटकून मृत स्वातंत्र्यसैनिक पदवी मिळवणाऱ्या भावामुळे वडलांना नंतर खूप मान मिळत राह्यला. परंतु राजकारणाबद्दल, देशभक्तीबद्दल त्यांना नको तितकी घृणाही त्यामुळेच वाटायला लागली. लग्न तरी कशाला केलं यानं जर रूळ उखडणं, टेलिफोनच्या तारा तोडणं आणि यावलच्या नदीत दबा धरून येणारं टपाल जाळणं हे रात्री रात्री पाळत ठेवायचे धंदे करतो तर? गावातली रूपा काँग्रेससारखी दांडगी पोरं जमा करून चावडीपर्यंत काका प्रभातफेऱ्या काढायचा. नंतर पोलीस चौकशीसाठी येत तेव्हा साक्षीदारांची, पाटलांची त्रेधातिरपीट उडायची. खोटंनाटं बयाण, कधी ताकीद, दंड असं चाललं होतं. सुभाषचंद्रांचे बिल्ले वाटणं, तिरंगा प्यारा, जे.पी., कुर्बानी, इन्किलाब जिन्दाबाद, क्विट इंडिया — हे शब्द मोरगावात लहान लहान पोरांना हुनाकाकामुळे परिचयाचे झाले. मंडीच्या मोरगावच्या डायरीत नोंद आहे — *हुना* हे हूण लोकांपासून आलेलं तर नाव नसावं — विध्वंसक, बेदरकार, आतंकी.

काका हायस्कुलात दहावीत शिकत असतांनाच अचानक एकदा मोरगावात पोलीस आले आणि त्याला उचलून यावलच्या पोलीस स्टेशनवर घेऊन गेले.

तळपायांतून रक्त आलं इतकं मारलं, पण काका कबलला नाही. युद्धसामुग्री नेणारी मालगाडी घसरवणे — ह्या ब्रिटिश साम्राज्यविरोधी कारवाईत हायस्कूलच्या प्रयोगशाळेतून पोटॅश चोरून गावठी बॉम्ब बनवणाऱ्यांना नेऊन दिल्याचा आरोप त्याच्यावर होता. रेल्वे मजुराच्या युनिफॉर्ममध्ये जाऊन मोरनदीवरच्या एका पुलाखाली खणतांना त्याला ओ हारा नावाच्या रेल्वे इंजिन ड्रायव्हरनं प्रत्यक्ष पाठलाग करून पकडलं होतं. पण काकाच्या सुदैवानं ओ हारानं मुठीत धरलेला कोण्या रेल्वे मजुराचा एका धोब्याकडून चोरून आणलेला युनिफॉर्ममधला निळा शर्ट इतका ढगळ होता, की नदीतून वर चढतांनाच्या ओढाताणीत हुनाकाका त्याच्यातून निसटून पडायला वेळ लागला नाही. आतापर्यंतच्या भूमिगतांच्या घातपाती कृत्यांना मदत करणारा हूड विद्यार्थी म्हणून हुनासंबंधीची माहिती पोलिसांनी जमा केली आणि मोरगावच्या ह्या खतरनाक घातपाती पोराला छापा घालून नेलं. स्पेशल मॅजिस्ट्रेटसमोर उभं केलं तेव्हा ओ हारानं ह्या पोरावरचं प्रेम म्हणा, की कीव म्हणा, का आयरिश देशभक्तीची इंग्रजांविरुद्धची एक सहानुभूतीची कृती म्हणा — समोर थरथर कापणाऱ्या ह्या देखण्या हिंदू पोराला आपण कधी पाह्यलं नाही, अशी निक्षून खोटी साक्ष दिली आणि काका सुटला.

पंधरा दिवस पोलिसांनी मारलेले दंडुके आणि आंडावरच्या लाथा सोसून काका आणखी कट्टर क्रांतिकारक झाला, भडवे इंग्रज इथे आलेच कशाला, हे आधी सांगा — असं तो म्हणायला लागला. शाळेतही *इंग्रजांनी केलेल्या सुधारणा* ह्या वक्तृत्व स्पर्धेत तर तो लालेलाल होऊन म्हणाला, लुटारू इंग्रजानी एक रुपया इंग्लंडात नेला तर त्या बदल्यात दमडीच्यासुद्धा सुधारणा केल्या नाहीत. एवढ्यावरून शिक्षा म्हणून त्यांच्या हेडमास्तरची कोकणात रत्नागिरीला बदली करण्यात आली होती. माफी मागून घरच्या आईवडलांचं लेखी ॲफिडेव्हिट आणल्याशिवाय शाळेत येऊ नये, असं त्याला कळवण्यात आलं. आता तो जास्त दिवस बेपत्ता व्हायला लागला. गुप्त संदेश अनोळखी माणसांकडून घरी यायला लागले.

वडलांना आता ह्या देशभक्तीने पेटलेल्या भावाची काळजी वाटायला लागली. घरात चित्त लागेल म्हणून त्याचं लग्नही ठरवण्यात आलं. लग्नाला आजीचा थोरला भाऊ पंडितमामा हा लहानपणापासून दोघा भाच्यांचा फार लाडका मामा होता. हे पंडितमामा मुद्दाम स्वतःची मोटार घेऊन आले होते. मुंबईला फार मोठे सॉलिसिटर म्हणून त्यांचं नाव व्हायला लागलं होतं. काँग्रेसच्या अनेक देशभक्तांना त्यांनी तुरुंगवासातून सोडवून आणलं होतं. आपल्या वाया जात चाललेल्या

मनस्वी भाच्याला कान धरून चार शब्द सुनवावे, असा आजीचा आपल्या भावाला आसू भरलेला निरोप होता, कारण मोरगावसारख्या अडाणी गावात हुनाकाकाला एकही माणूस वादात पकडू शकत नव्हता. उलट चर्चा, उपदेश करणाऱ्यांनाच त्याची जहाल भूमिका मान्य करावी लागे. मान्य करूनही शेवटी, *पण* — असं म्हणून ते निराशेत निघून जायचे.

गोरज मुहूर्त. पंडितकाकांच्या मोटारीतूनच रुबाब म्हणून नवरदेव, वरमाय, करवल्या वगैरे मुख्य वऱ्हाडी वधूच्या गावी चांगदेवला निघाले. वाटेत पंडितमामांनी आपल्या लाडक्या भाच्याला गोंजारत वकिली काव्यानं एकेक पॉइंट मांडायला सुरुवात केली :

हुन्या, अरे लहानपणी काय चंट होतास तू? वाटायचं मोठा बॅरिस्टर होशील. एवढी इस्टेट आहे. लाखात एक कुशाग्र बुद्धी तुझी. विलायतेत जाशील. अजून वेळ गेली नाही. नीट अभ्यास कर. देशाला किती उच्चशिक्षित पदवीधरांची गरज आहे? आपण लोक मागासलेलेच होतो, मागासलेलेच आहोत आणि तुझ्यासारख्यांनी मनावर घेतलं नाही तर नांगरगट्टेच राहू. ब्राह्मण लोक पाहा — एक टिळक तुरुंगात जातात, पण पुण्याला शिक्षण खात्यात शंभर टिळक आडनावाचे अव्वल कारकून इंग्रजी शिकून इमानेइतबारे इंग्रजांच्या नोकऱ्या करतात. युनियन जॅकसमोर पंचम जॉर्जची प्रार्थना सुरात म्हणतात. ब्राह्मण बंडखोर स्वातंत्र्ययोद्धे म्हणवतात, पण डिफेन्स अकाऊंट्समधे पुण्याला सगळे ब्राह्मणच आहेत, ब्रिटिश साम्राज्याचे आधारस्तंभ... यांची पुढली पाली पाहशील कसं सगळ्या महाराष्ट्राला काबीज करते आणि इंग्लंड अमेरिकेत रहिवाशी होते. आता लग्न झाल्यावर जरा मी म्हणतो ते मनावर घे. लवकरच स्पेशल ऑर्डिनन्स काढून सरकार हा सगळा बेचाळीसचा लढा चिरडून टाकणार आहे... अरे, जगात साम्राज्यवाद कोलमडणारच आहे सगळीकडून. बघशील. बारकेबारके देशसुद्धा आपोआपच स्वतंत्र होणार आहेत. इंग्लंडचा खुद्द प्राइम मिनिस्टर असं बोलतोय. तुझ्यासारख्यांनी सी. व्ही. रामन व्हावं, टागोर व्हावं. तरुणांनी वैयक्तिक विकास फक्त करावा. दुसऱ्याचा फार विचार करू नये, कारण स्वतःचासुद्धा विचार जिथे करता येत नाही, तिथे दुसऱ्यांचा करणं म्हणजे भोळसटपणा झाला. स्वार्थ सांभाळणाराकडूनच कधीतरी परमार्थ घडू शकतो. स्वतःचं हित हेच सर्वश्रेष्ठ कर्तव्य असतं. आयुष्य ही उधळून लावण्याची गोष्ट नसते. तुझ्या मामाचं एवढं ऐक. काय?

नवरदेव संतापून म्हणाला, मामाचं म्हणूनच ऐकलं. दुसऱ्या कोणाचं ऐकलं नसतं. लग्न झाल्यावर परततांना मामाच्या मोटारीतून पुन्हा नको, असा नवरदेवानं

लहरीपणा केला आणि नवरानवरी बैलगाडीतून धक्के खात मोरगावला आले. आंधळ्या काकूच्या वैवाहिक जीवनाची ही प्रतिकात्मक सुरुवात.

मुंबई पेशावर मेल फक्त सैनिकांना घेऊन आणि पूर्ण दारूगोळा भरून रात्री भुसावळपुढे बोदवडजवळचा तापीवरचा पूल पहाटे चार वाजता ओलांडत असतांना पुलाखाली ठेवलेली गावठी स्फोटकं उडाली. सैनिकांनी भरलेले चार डबे नदीत पडले. मोठमोठे स्फोट गाडीतल्या डब्याडब्यांतून तासभर होत होते, असं आसपासच्या खेड्यांमधले लोक सांगत होते. सरकारनं हा पहिल्या क्रमांकाचा प्रतिष्ठेचा प्रश्न करून माहिती देणाराला दहा हजार रुपयांचं रोख बक्षीस जाहीर केलं. पण पंधरा दिवस गेले तरी दोन आणे मजुरीनं दिवसभर खपणाऱ्या खानदेशी लोकांपैकी एकही माहिती देत नव्हता. खानदेशाचा कलेक्टर मॅन्सफील्ड याचे नातेवाईकही याच गाडीत होते. एक फुटका रॉकेलचा टीप नदीत सापडला, तो न्हावी गावच्या महानुभाव मठातला आहे, हे सिद्ध झालं. ह्याच मठात हुनाकाकाबरोबर त्याचे दोन मित्र वाणी, शिंपी आणि जोशीमास्तर केव्हातरी देवपूजा करायला येऊन गेल्याचं कळलं.

पुन्हा एकदा पोलीस रातोरात हुनाकाकाला बेड्या टाकून घेऊन गेले. सबंध गाव घाबरून गेलं. आता पोरगं सुटत नाही. पंडितमामानं सांगितलेला ऑर्डिनन्स लागू झाला होता. मॅन्सफील्डनं आठ दिवसांत घातपाती गटाचा मुख्य म्हणून हुनाकाकाला फाशी सुनावली. बाकीच्या दोघांना जन्मठेप. घरी हे कळलं तेव्हा रडारड, सांत्वन करणारे, देशासाठी देशासाठी म्हणणारे — एकच गोंधळ झाला. फाशीची तारीख कळवली होती त्याच्या एक दिवस आधीच भल्या पहाटे हुनाकाकाला फाशी दिलं. घरी प्रेत आलं तेव्हा आजीनं कोणाला तरी, सुरावर रडत रडत डोळे पुसत एक गोष्ट आठवली तशी सांगितली : लेकरू लहानपणापासून असंच अरेदी. शाळेत होता — पाचवीसहावीत असेल — एकदा मले म्हंतो, आई तू सांगशील ती सगळी सगळी कामं मी करीन. म्हैस धुवीन, म्हैस पाजीन, चारा तोडीन, शेतात बाबांना भाकरी देऊन येईन. तू त्याबद्दल मला एक गोष्ट करू दे. म्हटलं, कोणती रे बाळा? चावडीवर तो इंग्रज तांबड्या मिशांचा इंग्रज फौजदार येईल नं, तेव्हा मला त्याच्यासमोर जाऊ दे. त्याचा ह्या दगडानं डोळाच फोडतो. लेकराऽ, तुहा नेम चुकला रेऽऽ नेम चुकला ऽऽ हा हा हाऽऽऽ

काकूसुद्धा त्या आठपंधरा दिवसांतच एकसारखं रडून रडून आंधळी झाली. कोणाशी काही बोलतही नव्हती. कित्येक रात्री तिचे डोळे सताड उघडे राह्यले.

मग तिच्याच लक्षात आलं की आपल्याला जवळचं ताटसुद्धा दिसत नाही. हे सुद्धा ती कुणाजवळ कधी बोलली नाही. सगळे जवळचे दूरचे नातेवाईक तिचं सांत्वन करायला येत राह्यले.

मोठमोठे पुढारी आले. इथे भूमिगत लोक सांत्वनाला येतील, त्यांना पकडायला म्हणून गुप्त पोलीस चोवीस तास आमच्या वाड्याबाहेर कल्हईवाल्यांचा वेष घेऊन बसलेले असत. त्यामुळे वडलांना आंधळ्या काकूला डॉक्टरकडे नेणंही सुचलं नाही. जेव्हा डोळे गेल्याचं कळलं तेव्हा खानदेशात चले जाव आंदोलनाची धामधूम, साने गुरुजींचा सत्याग्रह, अमळनेरला कम्युनिस्टांची मिलमजुरांकडून जाळपोळ, चोपड्याला आणि भुसावळला हिंदू-मुसलमान दंगे, रस्ते गाड्या बंद. कुठूनही डॉक्टरकडे शहरात जायची सोय नव्हती. शिवाय हुनाकाकाला दूरदूरच्या भूमिगत सहकाऱ्यांनी पाठवलेले गुप्त संदेश, तारा, पत्रं सीआयडी पोलिसांनी एकदम पोतडीभर वडलांकडे आणून दिली आणि तुम्हांलाही धोका आहे, असं सूचित केलं.

विधवा म्हणून सतराअठरा वर्षांच्या तरुण मुलीनं सगळा जन्म ओढावा, हे सती जाण्यापेक्षा किती बरं? किती वाईट? माहेर दरिद्री. पुन्हा आंधळी म्हटल्यावर शेतकरी समाजात दुसऱ्या लग्नाची शक्यता नाहीच. एकही भाऊ ह्या आंधळ्या बहिणीला वागवू म्हणाला नाही, की घरी चल म्हणाला नाही. उलट सगळे म्हणाले, आमच्यासारख्या गरीब शेतकऱ्याच्या घरात हिला काय सुख आहे? इथेच तिची हक्काची जागा आहे, लाखांची इस्टेट आहे. इथेच मजेत राहा. बैस ताई, आम्ही येतो. आंधळ्या बहिणीनंही आपण दुखावलो, असं चेहऱ्यावर अजिबात दिसू दिलं नाही. उलट भावांना म्हणाली, माझी काळजी कशाला करता? मला इथे सगळं आहे. देशासाठी जीव देणाराची बायको आहे मी. शहीद देशभक्ताची बायको.

पंधरा ऑगस्ट. सव्वीस जानेवारी. हुतात्मा दिन. महावीर चक्र, देशभक्तीपर गौरव करा, मृत्यूला काहीतरी भोंगळ हेतू चिकटवून आधीच्या जीवनाला महत्त्व देण्याची विसंगती. शेवटी मरण म्हणजे मरणच. मरण म्हणजे थंडगार सकाळ. तोंडावर काळं कापड.

आणि बायकोचं नंतर असं अंधारं आयुष्य. बिजे, माझं डोकं दुखतं आहे, नखुसं अमृतांजन आणून देशील? बायडे, आमाक चोळीचे पाखे शिवून देशील? कोण आहे रे, भावड्, खंड्, इकडे या बरं, सुईत दोरा ओवून दे बरं राजा. सुमे, ए लाडके, जरा माठ भरून ठेव ग बाई माझा. सोना, शहाणी सून माझी, नखं काढून देशील का जरा? विठ्ठलभाऊजी, ही धुणं घालायची दोरी तुटली बघा.

बांधून द्याल का? माहा हात पुरेल इतकीच उंच करा. खंडू, आई आली का? आली की मला सांग. बाईचं बाईलाच सांगता येतं. सांडू, माह्या हिश्शाच्या वाटणीत काय पेरता यंदा? काहीही पेरा बाबा, मला खाण्यापुरतं मिळतं, बस्स होतं. माझं नाव घेतील, खंडूची पोरं.

सगळ्या कुटुंबाची शांती ढासळून टाकणाऱ्या, सताड उघड्या डोळ्यांनी सगळं पाहते आहे असं वाटणाऱ्या आमच्या ह्या आंधळ्या काकूला अजूनपर्यंत तरी आम्ही काही कमी पडू दिलं नाही. ह्यानंतर?

आता खंडेराव, तुलाच एकट्याला तिची सगळी इस्टेट मिळणार आहे. समजा, देशभक्ताच्या बायकोला इस्टेट नसली तर? तरी सांभाळावंच लागतं, हिंदू संयुक्त कुटुंबप्रमुख खंडेराव, तुलाच आता तिला शेवटपर्यंत नीट सांभाळायचं आहे. *पुंडलीक वरदे हारिविठ्ठल श्री ज्ञानदेव तुकाराम.*

आता घरी चाऱ्ही बहिणी आणि चाऱ्ही मेहुणे येऊन बसले असतील, हे हळूहळू ध्यानात येतायेताच माझी झोप उडाली. भयंकर दुःस्वप्नापेक्षाही हे वास्तव भयंकर आहे. त्यातून ह्या सगळ्याजणी आणि आई मिळून सोनावहिनीचा छळ करतांना दिसतात. हे मला केव्हाच फार वेळ सहन करता येत नाही आणि मी न राहवून तिच्या बाजूनं बोललो, की सगळ्या मायलेकींचा तिच्याबद्दलचा सामूहिक द्वेष त्वेषानं उसळून येतो. ...सोना, ऐकायला येत नाही का? वकीलसाहेबांना उचकी लागली मघास्पासून. पाणी आण ह्यांना प्यायला. ...कुठे गेली ही? अगं त्या बिजाची पोरगी रडते आहे, दूध अजून नाही तापवलं? ...वहिनी, माझ्या स्वातीचे लंगोट वाळले का बघ बरं. ...कुठे गेली ही, वडगन? सोना, सोना चहा ठेवलाच नाही का अजून? ...गुरांचं आंबोण तयार पाह्यजे. शेतातले लोक येतील आता. ...का ग, छबीचा पोरगा पापड मागतो आहे, तेवढा तुला देता येत नाही?

खंडू संतापून ओरडतो, आई, तिला का चारचार हात आहेत का? छबे, तू उठ की जरा—

झालं. अर्धापाऊण तास माझ्यावर चाऱ्हीपाची तोफा डागून सरबत्ती. गोळे पडत राहतात : बरा आहेस तू तिची बाजू घेणारा ...कां रे बहिणींना असं टाकून बोलतोस?...त्यांचा हक्क आहे ह्या घरावर ...अरे तुला काही शरम? तिचा नवरा कधी आम्हांला उलटून असं बोलला नाही बिचारा ...एवढी तरफदारी करत

होतास तिची — लग्नच कर ना तिच्याशी, अडाणी लोकांमध्ये विधवा भावजयीशी करतात तसं ...वकिली करतो तिची —

मी उठून जिन्यावरून वर धाब्यावर निघून जातो किंवा दिवसभर आपले जिगरदोस्त वर्गबंधू रघू नायक यांच्या घरी वेळ काढतो. नको यांची मनःशांती ढळवणारी दर्शनं. आपल्याला हे असं यांच्यातून निघून जाता येतं, पण बिचाऱ्या सोनावहिनीला तर कायम यांच्यातच वावरावं लागतं. हे सगळं ऐकत, सहन करत, दिवसभर. शेतकऱ्याच्या घरातली कामं कधीच संपत नाहीत. तरी ती एका कामाचा कंटाळा आला, की बदल म्हणून दुसरं काम काढते. घरकाम झालं, की गोठ्यात, गोठ्यातलं झालं, की शिवण. सुटीत चौघी बहिणींच्या मुलामुलींचा उताडा आला, की त्यांना दुपटे, झबले, लंगोट, चड्ड्या, आंग्या शिवणं. तिचे बांगड्या नसलेले हात भराभरा टीप घालत असतात. भावडू गेल्यावर तर ती किती क्षुब्ध दिसायची? बाप रे. अजूनही बिचारी जमिनीत नजर रुतवूनच चालते. ही क्षुब्धता ती किती दिवस अंगावर घेईल? खंडेराव, आपण काही ब्राह्मण नाही असल्या विधवाविवाहाच्या शास्त्रं न् स्मृती पाळायला. अशा कठोर गोष्टी आचरणात आणल्यामुळेच ब्राह्मण दोनेक हजार वर्षं हिंदूंचे पुढारी राह्यले. असल्या असंस्कृत गोष्टी आपण कशाला पाळा? दोष, वहिनी, आपल्या ग्रहदशेत असतो.

खंडेराव, आता काही तू स्वप्नात नाही आहेस. विचार कर की, ह्यापुढे तूच घराचा कर्ता असणार ना? काहीतरी कर. पंचविशीतली ही इतकी देखणी सर्वगुणसंपन्न बाई सगळा जन्म ह्या घरात कसा झिजून काढेल? आंधळ्या काकूच्या वेळी वेगळी परिस्थिती होती. आणि वडील जुन्या विचारांचे होते. आणि आंधळ्या काकूला अशा व्यक्तिस्वातंत्र्यवादी चार नणदा अधिक एक बहाद्दूर सासू नव्हती. ह्यांना श्रीमंतांच्या लेकी असल्याची घमेंड. हुंड्याच्या जोरावर सासरी वरताण, नवरे मुठीत. ह्यांना आपण जरा चूक दाखवली, की म्हणतात हल्ली मुलाइतकाच मुलींचाही आईबापांच्या इस्टेटीवर हक्क असतो विचार वकीलसाहेबांना.

— हा बिजाचा नवरा. सर्वांत मोठा मेहुणा, मतलबी, एलएल.बी. — भावडूच्या शब्दांत लबाड, लुच्चा, बदमाश वकील, पण स्वतःला कायदेतज्ज्ञ समजणारा. याला मी एकदा म्हणणार आहे की, जा घेऊन डोक्यावर तुमच्या बायकांच्या वाट्याची शेतं आणि घरातली जागा. इस्टेटीमधले यांचे वाटे कोण ठरवणार, कोणी विकत घेतलं तरच पैसे वाटता येतील. ते शक्यही नाही. म्हणजे यांची सगळी शिरजोरी फक्त चालत राहणार. पुन्हा आंधळ्या काकूचा अर्धा वाटा तिला दिला, आणि तिरोनीचाही काढून टाकला, तर राहते किती इस्टेट? पुन्हा

सोनावहिनींचा वाटा काढला तर यांची प्रॉपर्टी यांना दिलेल्या हुंड्याएवढी आणि सोन्याएवढीसुद्धा होईल की नाही? खंडेराव, ह्यापुढे तू घराचा कर्ता. असं बहिणींना दुखवून चालणार नाही.

मुद्दा फक्त सोनावहिनींना स्वतंत्र करणं. ती हुशार आहे. निदान मॅट्रिक झालेली आहे. तिला कुठेतरी शिकायला पाठवू. टीचिंग सर्टिफिकिट, बालवाडी शिक्षिका, नर्सिंग. छोट्या चिऊला मोरगावला राहू द्यावं. तू आता असणारच तिला नीट सांभाळतात की नाही, हे पाहायला. खंडेराव, कृती, कृती करायला शीक. पंचवीस वर्षं नुस्ते विचार भंकस करण्यात गेले. कृती कर. खरं तर, सोनाचं लग्नही कुणा चांगल्या बिजवराशी लावून देता येईल... जाहिराती वाचतोस ना तू... पाहिजे सुस्वरूप, निरोगी वधू... घटस्फोट झालेली चालेल. समजा, तिनं अशा बिजवराशी लग्न केलं, तर आपली चिऊ पण तिच्याबरोबर जाईल? मुलांसाठी विधवा बाया दुसरं लग्न करत नाहीत. ते बरोबर आहे का? पितृसत्ताक विचारसरणी.

जरा वेळानं जिन्यावरून कान लावून ऐकावं, तर खाली पाची मायलेकींचे तोफखाने अजून तुरळक गोळाफेक करतच असतात. आई तीसेक वर्षांपूर्वीची मानसिक पुनर्निर्मिती करण्यात झिंगून गेली आहे. आपली सासू आपल्याला टाकून बोलायची, तसंच हुबेहूब आता हिचं सुनेवर गरळ ओकणं सुरू आहे. ठेवणीतल्या दागिन्यांसारख्या जुन्या भारी शिव्या उत्स्फूर्त वर येतात. संदर्भ : आजीनं मरता मरता सोनाराला बोलावून आणलं आणि तिच्या कानातल्या सुंदर पिवळ्या धम्म कुड्या सोनाला दिल्या : ह्या माझ्या सासूनं मला घातल्या होत्या, आता तू घाल. ह्याबरोबरच आईचा तिळपापड झाला होता. पण ती राग गिळून गप्प बसली होती. तुझ्या सासूनं तुला दिल्या, तशा त्या माझ्या सासूनं मला द्यायला नको? हे मनात दाबलेलं गाऱ्हाणं पुन्हा आता वर आलं आहे.

मोरीवर भांडी घासता घासता राखेनं भरलेल्या मनगटांखालच्या हातांनी कपाळावर आलेल्या बटा वर करत वैतागून सोना म्हणते, घेऊन टाका तुम्हांला पाह्यजे तर. नको मला दागिने. कुठे मिरवायचं आहे मला? ...पाहा, पाहा, कशी आडून तीर मारते. म्हंजे मला मिरवायचं आहे ह्या वयात? काय बोलतीस? मी कशाला तुह्याकडून घेऊ त्या कुड्या? मी का आवडीची होती माय सासूच्या? तूच घालून उभी राहा त्या खिडकीत, कोल्हाटीण — सोना केव्हातरी खिडकीत उभी राह्यली असेल थोडा वेळ विरंगुळा म्हणून. आईला वाटतं अशा तरुण विधवा सुनेनं असं मर्यादा सोडून उभं राहू नये. भावडू असतांनाही घरातल्या अशा छळाला वैतागून ती तिथेच उभी राहायची. खिडकीतून मागच्या गोठ्यातल्या जनावरांकडे

पाहणं तिला आवडतं. भावडू गरीब माणूस कधी लाडाच्या बायकोची बाजू घेऊन आईला गप्प करायचा नाही.

सात-आठ वर्षांपूर्वीची गोष्ट : हिंदू संयुक्तकुटुंबप्रमुख वडलांची त्याला अनुभवी शिकवण की, बायकाबायकांमधे आपण एक शब्दानं मधे पडू नये. ते काय, चालणारच असतं जन्मभर. तरी एकदाच केव्हातरी चुकून तो फक्त म्हणाला होता, आई, करू दे नं तिचं तिला काय करते ते?

बस्सं. आईचं दाबून ठेवलेलं मानसिक दडपण उसळलं : वा रे वा, बायकोच्या बैला. घराचं वळण हिला शिकवायला नक्को? मी एवढा वीस माणसांचा गाडा ओढत आणला, तेव्हा तर तुम्हांला हे दिवस आले? आयत्यावर कोयता. बटकीसारखी राबले मी, तुमच्या घरात शेतात खळ्यात... म्हंता नं की भोवरा फिरतो जाळीकन न् नवरा फिरतो बायकोकन. आईचं दूध गोड नी लागत तितकं बायकोचं मूत गोड लागतं. बायकोच्या रूपाची भूल पडली याच्यावर. मोठ्यानं सूर काढून रडणं... अशानंच बायको डोक्यावर बसते... बहिणींनीही तिच्याभोवती बसून खोटी आसवं गाळणं. उसासे. आई, तुला हा होणार नी, पाहशील.

भावडू हबकून घराबाहेर निघून गेला होता.

सोना चूल पेटवते. शेवटी स्वैंपाक तर तिलाच करावा लागणार आहे? तो कधी चुकतो? धुरात तिचा सुंदर चेहरा नाहीसा होतो. जणू बिनचेहऱ्याची सून स्वैंपाक करते आहे. चुल्हा पेटल्याबरोबर एकदम तिचा पिवळा लाल चेहरा चमकतो. मनगटांनी कपाळावर येणारे केस मागे करत ती परातभर पीठ जोरजोरानं मळत राहते. तवा तापला आहे की नाही हे पाहायला तिच्या पाकळ्यांसारख्या बोटांनी चार थेंब तव्यावर उडवते. ते थेंब चुर्र चुर्र करत मोत्यासारखे तव्यावर नाचत राहतात.

आमच्या आईची प्रकृती तिच्या आजीच्या म्हणजे तलवारवाल्या नबाबाईप्रमाणे अत्यंत व्यक्तिस्वातंत्र्यवादी. तिनं आमच्या चौघा बहिणींमधेही हेच स्वार्थपरायण व्यक्तिस्वातंत्र्य भिनवलं. त्यामुळे प्रत्येकीनं आपापल्या सासरी भांडणं करून स्वतंत्र, म्हणजे आपला एकटीचाच शिक्का चालेल, असं विभक्त कुटुंब करून टाकण्यात लग्नानंतरचे पहिले दिवस युद्धपातळीवर खर्च केले. आईची शिकवण : सुरुवातीलाच अशा वेगळं होण्याच्या गोष्टी होतात, पोरी हो, आताच

म्हणा की माझ्या माझ्या माहेरचे दागिने, पैशे माझ्याजवळ हवेत. बँकेत स्वतःचं खातं उघडा. शहरांमध्ये बँका कशासाठी असतात? सासूसासरे, नणदादीर आणि जावासुद्धा आपल्या कधीच समजू नये. आईचं प्रवचन : आपण चूक केली असं कधीच नवऱ्याजवळ कबूल करू नये. एकदम दगड तुटत नाही. हळूहळू थोडंथोडं त्याला आईबापापासून तोडत राहावं. कोणीतरी घरात असं असं बोलतांना ऐकलं, असं नवऱ्याजवळ वारंवार म्हणत राहावं. व्यक्तिस्वातंत्र्यामृत.

आमच्या बिजाच्या भांडकुदळ स्वभावामुळे तिला योग्य म्हणजे शहरी नोकरदार सुशिक्षित स्थळ मिळत नव्हतं. फोटोतसुद्धा ती मारक्या म्हशीसारखी दिसते. बाकीच्या तिघी दिसायला तरी बऱ्या आहेत. योगायोगानं दरिद्री वकीलसाहेब जबर हुंड्याचा आकडा टाकून लग्न करते झाले. त्यांनी लग्नाआधी चापून सोनं, नगद पैसा मागितला. मग लग्नात सगळं घर, जे भाड्याचं होतं ते सगळ्या प्रकारच्या आंदणाच्या भांड्यांनी ताटवाट्याचमच्यांसकट भरून घेतलं. नंतर हळूहळू मोटरसायकल, रेडिओ वगैरेही. त्यांच्या सुदैवानं वडलांच्या हातात ऊस, केळी अशा नगदी पिकांचा प्रचंड पैसा दर हंगामात येत गेला. खेड्यांत बँका नव्हत्या. पोस्टात ठेवूनही घरात पैसा मावेनासा झाला. वकीलसाहेबामुळे आमच्या घरातल्या पुढल्या तिन्ही लग्नांच्या हुंड्याचा भाव आपोआपच वरच्या पातळीवर पक्का झाला.

दुसरा छबीचा गार्डसाहेब जन्माचं कल्याण करणाऱ्या ह्या सर्वश्रुत हुंड्यामुळेच लग्न करायला तयार झाला. आणि शेवटचा पाटबंधारेसाहेब तर शशीला लग्नातच म्हणाला, तुझ्या वडलांना काही मागावं लागतच नाही, पण मधल्या काळात महागाई दुप्पट झाली आहे. सगळं त्या प्रमाणात वाढवून द्यायला सांग. एक दिल्लीचा लाडकीचा नवरा आर्किटेक्ट मात्र काही न मागता लग्न करता झाला. त्याच्या वडलांनी आणि भावांनी मधल्यामध्ये वडलांकडून पैशे मारले. वडलांजवळ असायचेही भरपूर.

हे दिल्लीचे आर्किटेक्टसाहेब म्हणायचे : हरित क्रांतीचे परिणाम म्हणून पुढे विहिरी आटतील. कोरडीच्या दुष्काळी शेतीचं युग सुरू होईल, तेव्हा ह्या लोकांच्या लक्षात येईलच की, गोठ्यातल्या वीस गुरांपेक्षा दारात ऐंशी पैशे लिटर पेट्रोलवर पळणारी एक स्कूटर अधिक मौल्यवान आहे. शहरातली दहा बाय दहाची एक खोली इथल्या वीस एकरांपेक्षा अधिक उत्पन्न देणारी आहे. सुखाची तर आहेच. वास मारणाऱ्या, रोज साठवाव्या लागणाऱ्या शेणखतापेक्षा दुप्पट पीक देणारी युरिया फॉस्फेट खतं बरी — दुकानात अर्धी ट्रक पाठवायला सांगितली, पैशे दिले, उकिरडे उपसायची किरकीर नाही.

अनुसूचित जातीजमातींच्या लोकांना सरकारी कर्जात म्हशी फुकटात वाटायची मोहीमही ह्या वेळी सुरू झाली, आणि गावोगाव डेअऱ्या निघाल्या. शेतकऱ्यांना घरी गायी म्हशी पाळणं परवडेनासं झालं. एकंदरीनं सोनावहिनीच्या वडलांसारखे लोक धनाढ्य शेतकऱ्याच्या घरात मुलगी देणारे कायमचे फसले. त्यातून सोनाची बांगडी वाढली, हे दुर्दैव. हासुद्धा हरित क्रांतीचाच बळी — विहिरीत तीनशे फुटांवर पंप बसवायला भावडूनं स्वतः खाली उतरणं. आणि वरून चऱ्हाटाला बांधलेली मोटर डोक्यावर पडणं. राम कृष्ण हरी.

ह्या सगळ्या बहिणींचा कधीही न चुकता पार पडणारा वार्षिक कार्यक्रम म्हणजे दर उन्हाळ्याच्या आणि दिवाळीच्या सुट्ट्या लागताबरोबर मोठमोठ्या रिकाम्या ट्रंका घेऊन आपापल्या लटांबरासह मोरगावला येऊन थडकणे. ह्या ट्रंका परत जातांना आमच्या घरातल्या खाद्यपदार्थांनी आणि डाळी वगैरे महाग धान्यांनी भरून घेऊन जाणे. यांच्यासाठी सर्व प्रकारचे पापड, शेवया वगैरे करायची धावपळ इथल्या सगळ्यांनी करायची, कारण सोनावहिनी, आत्या, भावडू वगैरे इथल्या खेड्यातल्या शेतकरी लोकांना सुटी कुठली? उलट येणाऱ्यांची सेवा हे वाढीव काम. सगळ्या बहिणींची खेपार आमच्या वाड्याला हिल स्टेशन आणि हॉटेल समजते. तब्बल तीन तीन महिने उन्हाळ्याचा मुक्काम. जावईखर्च.

आर्किटेक्ट मेहुणा मात्र दिल्लीहून सुभीला इथे सोडण्यापुरता येतो आणि पुन्हा घ्यायला असाच एकदोन दिवस येतो. ह्याला रोज दारू लागत असल्यानं आपल्या वारकरी सासऱ्याकडे एकदोन बेचैन दिवस काढणं त्याला फारच जड जातं. ह्याला दिल्लीतल्या कोटींची उलाढाल करणाऱ्या पंजाबी कॉन्ट्रॅक्टरांनी अशा आलिशान सवयी लावल्या होत्या, हे सुभी लग्न होऊन तिकडे गेल्याबरोबर लक्षात आलं. वर्षभर तिनं त्याची दारू तोडायचा प्रयत्नही आटोकाट केला. तेवढ्यात कन्यारत्न सुप्रिया झाली. नंतर संसार विकोपाला गेल्याचं झाकून ठेवूनही लोकांच्या लक्षात यायला लागलं. सुभीलाडकीचं तर माहेरचं वारकरी वळण, तिथे रात्रीबेरात्री दारूमटणचिकन. कॉन्ट्रॅक्टर, सुपरवायझर, सरकारचे दलाल येऊन कोटींचा व्यवहार करतात. परदेशी दारूशिवाय हे टेंडर भरण्याचे गुप्त व्यवहार पूर्ण होऊच शकत नाहीत, हे आर्किटेक्ट मेहुण्याचं म्हणणंही खरंच आहे. पण लाडकी एकटी घरात असतांना कोणीतरी कॉन्ट्रॅक्टर एकटाच रात्री नऊ-दहा वाजता घरी येऊन म्हणणार, अभीतक आर्किटेक्ट साब आये नहीं? पी.ए. को गाडी में बिठाकर तो निकले थे. खैर आतेही होंगे. तब तक जरा कलकी ब्लॅक नाइट पडी होगी नं?

लायेगी? पियाला और पानी भी लाइये. थोड्या थोड्या वेळानं स्वैंपाकघरात डोकावून म्हणणार, कुछ चबाने को है? सुभाजी, माचिस दे दे. रात्रीबेरात्री लोक येत जात राहणार. सिग्रेटीच्या धुरानं घर भरलेलं. चिकन मटन शिजवणं, आरडाओरडा, शिवीगाळी, रात्रभर त्यांची घरात लबर लबर, छे. लाडकीनं हे फार दिवस सहन केलं नाही.

मग आमच्या आईची व्यक्तिस्वातंत्र्यवादी शिकवण कामी आली. रात्री नऊनंतर येणाऱ्यांना दार उघडायचं नाही. घरात टेंडरांचा काळा पैसा वाटावाट करायचा नाही, गुप्त सौदे करायचे नाहीत. एकाददिवशी हे दारुडे खुनाखुनीही करतील, असे भांडतात. भीती वाटते. पार्ट्या घरात बंद. भारी दारूच्या बाटल्या संडासात त्याच्या देखत ओतल्या. उंची पेले कचराकुंडीत फेकले. ह्या अडाणी बायकोमुळे धंद्यावर परिणाम झाला, असं आर्किटेक्ट मेहुणा म्हणतो. आता एका फर्ममध्ये किरकोळ पगारावर नोकरी करावी लागणार. नाही तर करोडो रुपये हातात पडले असते. दिल्लीतल्या ह्या धंद्याची नस हाताला लागली आणि ह्या अपेशी बायकोनं मांजन आणलं.

वडील म्हणाले, लाडके, आम्हा खेड्यातल्या शेतकरी लोकांना कुठे माहीत होतं आर्किटेक्टचा धंदा कसा असतो न् फार्किटेक्टची नोकरी काय असते? चुकलं पोरी. तुलाही मोठं शहर पाह्यजे होतं, मी तरी काय करू? आता असंच आयुष्य काढ बाई, कुत्र्यामांजरासारखा संसार तुझ्या पोरींसाठी सहन कर सगळं देवाचं नाव घेत. निदान लाखोंची प्रॉपर्टी तर आहे? ह्या वयात दिल्लीत दहा हजार स्क्वेअर फुटांचा प्लॉट तुझ्या नावी आहे — स्वस्तात मिळवला मंत्र्याच्या पी.ए.कडून. असू दे. काढ दिवस.

लाडकी म्हणते, आता माझी सुप्रिया मोठी होईल, हे घरात असं वातावरण चालू द्यायचं? वाढतच जाणार यांची सवय. हल्ली तर मोठमोठ्या हॉटेलात पार्ट्या रात्ररात्रभर चालतात. सकाळी झोकांड्या खात मोटारीच्या धडका गेटला मारत पडत झडत घरी येतो. खिशातल्या नोटा पडलेल्या असतात पार्किंगमध्ये. जिन्यावर उभा असतो तोल सांभाळत. आणि मला दार उघडावंसं वाटत नाही. शेजारीही मधे पडून कंटाळले आहेत. शिवीगाळी. असा नवरा? शीः

कायद्याचा सल्ला घेतला तर मुंबईचे पंडितमामासुद्धा म्हणतात, घटस्फोट हाच अशा वेळी मार्ग असतो. पण घटस्फोट आत्ता ह्या वयात कसा घ्यायचा? मुलींच्या मनावर काय परिणाम होईल? ह्या मुलींच्यासाठी खरं मी तिथे राहते. शिक्षण फारच चांगलं आहे दिल्लीत. मुली रोज शाळेत जायला कशा अधीर झालेल्या असतात.

खंडूदादा, खरं सांग, माझं चुकलं का? काय करायचा असा पैसा, सुख नसलं तर? भाड्याच्या घरात जन्मभर राहणं काय वाईट यापेक्षा?

लाडके, तुझं बरोबर आहे, पण तुझा संसार तर तुलाच करायचा आहे. ते मी कसं सांगणार? ते तुझ्या तूच बघ.

या तिघा मेहुण्यांमधेसुद्धा फार साम्य नाही — मोरगावच्या हिल स्टेशनवर येऊन महिनेमहिने राहणं आणि पोटाला तडस लागेल इतकं खाणं सोडलं तर — काळजीपूर्वक पाहणाराला आणखी एक साम्य यांच्या चेहऱ्यांमधे दिसू शकेल — भरपूर हुंडा आणि सासुरवाडीहून फुकटात मिळेल ते ते लाटणं. नवनवी पक्वान्नं बहिणींच्यातर्फे सुचवून, चापून जेवणं आणि झोपा काढणं. तिकडे बिचारी सोना खपतेच आहे. आई आम्हांला पिटाळून गावात कुणाकडे काय खायचं मिळेल ते यांच्याकरता आणून टाकतच असते — भोईवाड्यातून काकड्या, खरबुजं, टरबुजं, कुठून जांभळं, आंबे. मध्येच वकीलसाहेब जांभया देत म्हणतात, कजागस्तान, पचलं नाही अजून सकाळचं. बिजाला ते विनोदानं *कजागस्तान* संबोधतात. धाकटे मेहुणे तिला *अक्कडसासू* म्हणतात. ...सरबत आधी घेऊ या, वहिनी, लिंबं आहेत ना? हा कडक हुकूमच असतो. ...पुरणपोळ्यांचं उद्या वाटू. गार्डसाहेबांना मांडे खावेसे वाटताहेत. सोना, परवा पहाटे चार वाजता गहू भिजवून मुरू दे आणि दुपारी दळून चाळून ठेव. ते उंडे मुरू देऊ की रात्री मांडे करता येतील. ...वैनी, आता भजीच तळ गरम गरम. की पातवड्या सांगू हो? ...पाटबंधारेसाहेबांना आपल्या घरचे दाथऱ्यावरचे उडदाचे भेंडके फार आवडतात, डाळ वाटून ठेव वहिनी, आजच. मधेमधे पापडबिबडे शेंगदाणे मुलांसाठी म्हणता म्हणता टोपलंभर सगळ्या पंधरावीस लोकांसाठी, बोटं फुंकत वहिनी भाजत राहते.

मग शशी पत्ते खेळायचं म्हणते आणि मला म्हणते, पत्ते काढ रे खंडू. संध्याकाळपर्यंत रमीचे मोठमोठ्यानं बोंबलत डाव. मधेमधे वकीलसाहेबांचे शाब्दिक विनोद आणि त्यांवर हशा चालूच. टिंगलटवाळीही. छबीचा आणि गार्डसाहेबांचा डाव लागला की ते दोघे मोठ्यानं ओरडणार, जिंकलो. वैनी, चहा टाक. कधी चौघी बहिणी आणि तिघे मेहुणे टाइमपास करायला सिनेमाच्या गाण्यांच्या भेंड्या लावून सुंदरसुंदर गाण्यांच्या चाली बिघडवत राहतात. मधूनमधून हास्याचे फवारे चालू राहतात. सगळ्या मेहुण्यांना हा वर्षातला बेस्ट पीरिअड वाटतो.

मध्येच आई म्हणते, कैरीचं सरबत कर गं, सोना. शिवाय घरातले सगळे पोराबाळांच्या लेंढाराबरोबर एकदम जेवायला बसणार. वकीलसाहेबांचे शाब्दिक विनोद ऐकत हाहा हीही करत एक–एक दीड–दीड तास जेवणं चालणार. काही कमी पडलं तर एकसारखं वाढणाऱ्या सोनाची तारांबळ. पोरांचे लाड, समजावणं करत सगळे उठेपर्यंत सोनाला झोप यायला लागते. तिची कोणाला काही वाढण्यात चूक झाली, की आई घुरू घुरू करणार.

वकीलसाहेबांना पंधराजणांच्या गरीब संयुक्त कुटुंबाच्या चिखलातून वेगळं काढण्याची, त्यांना स्वतःला कधीच जमली नसती, अशी अफलातून व्यक्तिस्वातंत्र्यवादी प्रयुक्ती लढवल्यापासून बिजाला ते गृहदेवताच मानत आले आहेत. हे सगळ्यात मोठे सुपुत्र. घरात लहानलहान भावंडं — ह्यांनाही शिकवून मार्गी लावेपर्यंत, नणदांची लग्नं करीपर्यंत आपलं म्हातारपणही संपून जाईल असा भविष्यदर्शी विचार मनात आल्याबरोबर बिजानं परमगुरू आईसाहेब यांच्याकडून शिकलेल्या व्यक्तिस्वातंत्र्याच्या सर्व रणनीत्या अंमलात आणल्या, पण गरीब सासूसासरे बिचारे हिची सगळी तानाशाही मुकाट्यानं सहन करत होते. दीरही आपली श्रीमंत माहेरवाली वहिनी जसं म्हणेल तसं मान्य करत राह्यले. कोणीच एका शब्दानंही भांडेना. उलट बिजाची बाजू घ्यायचे. त्यामुळे उलट तिची फारच पंचाईत झाली. आईची व्यक्तिस्वातंत्र्यवादी महाशिकवणसुद्धा ह्या सरळ स्वभावाच्या लोकांमुळे यशस्वी होईनाशी झाली आणि वेगळं निघण्याचं बिजाचं स्वप्न मृगमरीचिकेसदृश दूर दूर जात चाललं. पण दुष्ट प्रवृत्ती नेहमीच सुष्ट प्रवृत्तीपेक्षा अधिक प्रयोगशील असते. मग आईसाहेबांनी पढवलेल्या एका तबकफाड युक्तीनं एकाएकी वकीलसाहेब आपल्या भावांवर संतापून खोटे डोळे पुसणाऱ्या आपल्या व्यक्तिस्वातंत्र्यवादी पत्नीबरोबर घराबाहेर पडले. पुन्हा तुमची तोंडं पाहणार नाही आणि तुम्हीही माझ्याकडे येऊ नका म्हणत नेसूच्या कपड्यांनिशी ही दोघं घर सोडून आली. म्हणजेच आत्तापर्यंत यांच्यासाठी त्या सर्वांनी उपसलेले कष्ट क्षणात अफेडणीय झाले.

ह्यानंतरची सर्व कर्तबगारी वकीलसाहेबांची. त्यांनी एका सज्जन मित्राला आपली कहाणी सांगितली. हा श्रीमंत मित्र संवेदनशीलही होता, कीव म्हणून का मदत म्हणून, ह्या घरातून बाहेर काढलेल्या दांपत्याची दुसरी व्यवस्था होईपर्यंत आपलं नव्यानंच बांधलेलं घर ह्या मित्रानं त्यांना फुकट राहायला दिलं. नागपूरहून आपली इथे बदली होईल तोपर्यंत खुशाल राहा, असा उदार आश्रय देऊन गेलेल्या ह्या मित्राच्या बँकेतल्या खात्यात, तो नको नको म्हणत असतांना, दरमहा पंचवीस रुपये घरभाड्याचे म्हणून वकीलसाहेब भरत राह्यले, कारण यांना भाडेकरू कायदा

उत्तम माहीत होता. पुढे तीन वर्षांनी मित्राची बदली झाल्यावर यांनी घर सोडायला नकार दिला. मित्राला चांगलंच रडकुंडीला आणलं. यांच्याच शाब्दिक विनोदात सांगायचं तर *नाइन केम टु हिज नोज.* हॉ हॉ हॉ. असं मोठ्यानं हसून ते ही गोष्ट सांगतात. बिजाही खिदळते. मग माझ्याकडे दुर्लक्ष करून हा विषय बंद व्हावा म्हणून ते बिजाला म्हणतात, कजागस्तान, भूक लागलीय. व्हॉट व्हॉट खायला आहे? फ्रेश फ्रेश—

याला न हासता त्यांचा पिच्छा पुरवायचा ठरवून मी म्हणतो, पण वकीलसाहेब, हा एक प्रकारे विश्वासघात नाही का? उपकाराची फेड—

खंडेराव, घरमालकाकडे कार आहे, तो उपकार करणारच. ह ह ह. अहो आम्हांला चार अपत्यांची — आपत्त्यांचीच म्हणा की चाऱ्ही कन्या म्हणजे — ह ह ह ह — चार *आपत्त्यां*चा शिक्षणाचा, लग्नांचा खर्च झेपेल? तुम्ही द्याल अर्धा खर्च पोरींचा मामा म्हणून? जाऊ द्या, प्रॉपर्टी बहिणीच्या वाट्याची द्याल तेव्हा द्याल, आता प्रॉपर *टी* तरी द्या आम्हाला ह ह ह ह — हॉट हॉट आणा —

सगळे मेहुणे आणि बहिणी पत्ते पोटाशी धरधरून हसतात.

हे पाहा वकीलसाहेब, माणसाला गरजा कमी करून जगता आलं —

अहो, गांधीजी म्हणतात गरजा कमी करा, पण तो कोण कवी म्हणतो की *गरजा जयजयकार* — हा हा हा. ह्यावर सगळे बाकीचे मेहुणे आणि बहिणी हसतात. पुन्हा त्यांच्या ह्या शाब्दिक विनोदाला न जुमानता मी म्हणतो, पण कधी तरी मित्राचं घर सोडावंच लागणार ना तुम्हांला? की बळकावता येतं कायद्यानं?

सध्या तरी पंचवीस रुपये महिन्यात ऐष करत राहता येतं ना? हल्ली चेक परत येताहेत, ते नीट कपाटात ठेवून देतो. भाडं भरतो, मालकच नको म्हणतो — नवीन केस टाकू. आज जळगावात भाडी गगनाला भिडली आहेत. असं घर हजार रुपयांतही मिळणार नाही गावाच्या मध्यभागी. कोर्टात नाहीतरी आपल्याला रोज जावंच लागतं. एक केस टाकून दिली, गेली पाच वर्सं. स्वतःचंच घर समजायचं सध्या तरी. पुढचं पुढे बघू. ताबा सोडायचे आताच तो वन लॅक द्यायला तयार आहे. मी त्याला म्हणतो टू लॅक दे. हा हा... *यू लॅक वन लॅक* हा हा हाऽ नवं घर होईल दोन लाखांत.

पण तुमच्या मित्रानं तुम्हांला फुकट —

खंडेराव, तुम्ही पडले हिस्ट्री विषयाचे एक्सपोर्ट, हा हा हाऽ कधी तरी पीएचडी करायला परदेशात एक्सपर्ट म्हणून एक्स्पोर्ट होणार हा हा हाऽ, तुम्हाला लॉ काय कळणार? सध्या तरी दरमहा पंचवीस रुपये भरले, घर ओ.के. हॉ हॉ हॉ, *भरले घर ओ.के. ओ.के.* हॉ हॉ हॉ.

पण स्वतःचं घर असं फीलिंग आलं पाह्यजे. घर म्हणजे—

खंडेराव, तुमचे विचार उपयोगशून्य आहेत, अगदीच *यूस फूऽऽल* आहेत, हॉ हॉ हॉऽ — तुमचे वडील कुठे आहेत? आमचे सासरेबुवा? व्हेअर आर दे? त्यांना मी पटवून देतो की खंडेरावांना व्यवहार शेती जमणार नाही. त्यांना पुस्तकी जगच ठीक राहील.

असे आमचे हे थोर थोरले मेहुणे. त्यांच्या अनाठायी शाब्दिक विनोदावर सगळे राहून राहून खो खो हसत वेळ मजेत घालवत राहात. एकदा ते सगळे वकीलसाहेबांच्या कसल्यातरी क्षुद्र विनोदावर हसत असतांना मी त्यांनाच मोठमोठ्यानं हसायला लागलो. त्यांच्यापेक्षाही जोरानं. मोठा कल्लोळ झाला. तसा मी क्वचित हसलो आहे.

दुसरे मेहुणे रेल्वेतले गार्डसाहेब त्या मानानं आपलं काम भलं की आपण भले, असे. आईकडून बिजाला प्रपादित, संयुक्त कुटुंबातून वेगळं फुटायची व्यक्तिस्वातंत्र्यखोर विद्या छबीला परभारे श्रवणानं भरपूर मिळाली होती. पण हे गार्डसाहेब लग्नापासून रेल्वेतल्या बदल्यांमुळे आईबाप, भाऊबहिणींच्या कचाट्यातून सुटतच राह्यले. एकदाच फक्त छबीनं आईच्या शिकवणीचा उत्तम उपयोग करून दाखवला : तिची एक अतिशय हुशार नणंद कॉलेजात शिकता येईल म्हणून खेड्यातून तिच्या घरी वर्ध्याला येण्याच्या तयारीत होती. पण छबीनं तिला हा दाखला पाठव, ते सर्टफिकिट पाठव असं काही तरी खटपट करते आहे असं दाखवत शेवटी अचानक कळवून टाकलं की वर्धेत ॲडमिशन मिळू शकत नाही, कारण इकडे वेगळं विद्यापीठ असल्यानं मायग्रेशन होत नाही. अशी खोटी माहितीही. त्यामुळे बिचाऱ्या नणदेला उच्च शिक्षणापासून भावजयीच्या आपमतलबीपणामुळे वंचित राहावं लागलं, कारण दुसरीकडे होस्टेलमध्ये तरुण मुलीला ठेवणं जुनाट शेतकरी वळणाच्या आईवडलांना योग्य वाटलं नाही. मग तिनं पोस्टानं शिक्षकाचा डिप्लोमा मिळवला आणि आता शाळामास्तर झाली आहे. तिचं काही होवो, छबीची चार वर्षं नणंद वागवण्याची तर ब्याद गेली. व्यक्तिस्वातंत्र्याचा जय झाला.

गार्डसाहेब घरातले असे सर्व प्रॉब्लेम छबीवर सोपवत असतात. पगार कमी त्यामुळे घरात काहीही कमी पडलं की फुकट रेल्वेच्या पासावर छबीला मुलांसकट मोरगावला आणून सोडतात. जातांना धान्य, डाळी, मिरच्या, मसाला सगळं घरातलं आपल्या भयंकर लांब रेल्वेच्या पार्सल पिशव्यांमध्ये भरून पुन्हा पासावर ती आपल्या गावी जाते. आमच्या वडलांनी तिला एक प्लॉट अकोल्याला घेऊन

दिला आणि त्यावरच चार खोल्यांचं एक स्वतंत्र घरही बांधून दिलं. ह्या घरात रेल्वेच्या मारता येतील तेवढ्या वस्तू गार्डसाहेबांनी दर ड्यूटीहून परत येतांना आणून टाकण्याची शिकस्त केलेली दिसते — पंखे, पडदे, मेणकापडं, इलेक्ट्रिक फिटिंगा, वायरी, नळ, बेसिन, स्क्रू, फोमच्या गाद्या, *सी आर* असं काचेवरच उमटवलेले आरसे, ऑइल पेन्ट डबे — काहीही. फार काय एक पूर्ण कोचही घराबाहेर बसणाऱ्यांसाठी रेल्वेतून ऑथराइझ्ड हमालांकरवी आणून टाकला आहे. बाहेरच्या व्हरांड्याच्या दाराला रेल्वेच्या डब्यातली आतून बंद करायची भयंकर मोठी लॅचही लावलेली आहे. रेल्वेत आणि सासुरवाडीत नसलेल्या वस्तूच फक्त विकत घ्यायचा आमच्या रेल्वेतल्या लोकांचा शिरस्ता असून रेल्वे मिनिस्टरांपर्यंत सगळे असंच करतात, ह्यामुळेच रेल्वेचं बजेट वेगळं मांडतात — हे एक उत्तर प्रत्येक प्रश्नाला मिळतं. रोज ते ड्यूटीच्या वेळी जेवणाचा भयंकर मोठा पितळी डबा घेऊन जातात आणि येतांना यार्डातल्या दगडी कोळशाच्या ढिगातला तीनचार डबे दगडी कोळसा भरून आणतात. वर्षभर पाणी तापवायचं, स्वैंपाकाच्या शेगडीचं आ-निवृत्ती इंधन म्हणजे हेच.

आता सर्वांत धाकटे मेहुणे पाटबंधारेसाहेब हे लग्न झालं त्याच्याही आधीपासून अत्यंत हुशार, बी.ई.च्या परीक्षेत पहिले आलेले, ध्येयवादी, गरीब शेतकऱ्याच्या घरातून वर आलेले असे तडफदार तरुण समजले जात. वडलांनी आपल्या वारकरी मित्राचा हा होतकरू मुलगाच जावई म्हणून निवडल्यानं सुभीच्या वेळी झालेली आर्किटेक्चरल चूक फिरून झाली नाही. पाटबंधारेसाहेब कविताही करायचे आणि त्यांच्या *नामानिराळा* ह्या दीर्घ ग्रामीण कवितेला प्रथम क्रमांकाचं बक्षीस — *सामाजिक जबाबदारी मानणारे तळागाळातील ग्रामीण साहित्याचे भावी आधारस्तंभ* अशा सर्टिफिकिटासह पहिल्या अखिल भारतीय ग्रामीण साहित्य संमेलनात मिळालेलं त्यांनी फ्रेमही करून बैठकीत टांगलेलं आहे. ते जेव्हा ज्युनियर इंजिनीअर म्हणून पाटबंधारेखात्यात लागले तेव्हा हेडक्वार्टरच्या साहेबांनी त्यांना एक यादी देऊन — ह्या ह्या शेतकऱ्यांना चोवीस तास पाणी मिळेलच अशी वाटपाची कायमस्वरूपी व्यवस्था करून ठेवायला सांगितली. ... *कां?* ह्या त्यांच्या प्रश्नाला उत्तर म्हणून त्यांच्या बॉसनं फक्त — नवखा आहेस, अशा अन्वयाचे हावभाव करून धरणावर त्यांना लगेच जायला सांगितलं. पण मेहुण्यांनी जी.आर. अन्वये एकरेजनिहाय कोष्टकाप्रमाणे वेळापत्रकानुसार पाणी देणं चालू केलं. त्यांना त्या दिवशीच दहाबारा संतप्त ऊस मालकांचे फोन आले.

हे जनतेचं सरकार आहे, मी सरकारी नोकर आहे, नियमानुसारच पाणी सोडण्यात येईल, असं तडफदार उत्तर त्या लाचदेऊ जमीनदारांना मिळालं.

त्यानंतर लग्न होऊन आमची शशीच धरणावरच्या क्वार्टरवर हजर झाली. त्याच दिवशी *पाटबंधारेसाहेबांणा आमदारसाहेबांकडून सविणय सादर : लग्नाचा आहेर* — असं लिहिलेल्या डबीत जाड सोन्याची आंगठी एक शेतमजूर ठेवून गेला. त्याच दिवशी *पाटबंधारे* साहेबांच्या टेबलाच्या खणात कोऱ्या पाकिटात नोटांचं जड पुडकं सापडलं. साहेब संतप्त ओरडले, फेक रे हे कचऱ्यात. पण कोण फेकणार? ऑफिसातले सगळे दुर्लक्ष किलकिलं करून चुरूचुरू लिहीत होते.

आज शशीच्या घरी फ्रीजमध्ये पसाभर आंगठ्या आहेत. त्यांच्या नावाचे प्लॉट ते जिथेजिथे बदलीवर गेले तिथल्या मोठमोठ्या गावांमध्ये धूळ खात पडलेले आहेत. जळगाव, नाशिक आणि श्रीरामपूर ह्या गावांमध्ये एकेक फ्लॅट यांच्याच वेगवेगळ्या नावांवर आहे. एक तर नुकत्याच रांगू लागलेल्या चि. मकरंदच्या नावावरसुद्धा आहे. शिवाय शशीला वडलांनी घेऊन दिलेली म्हणून दाखवलेली तिच्या नावावरची वीस एकर बागायती शेती आहे. ही साखर कारखान्याच्या अखत्यारीतली जमीन कुठे आहे, हे कोणालाच माहीत नाही. मात्र सात-बाराच्या उताऱ्यानुसार दर गाळपानंतर हिशेबासह घरबसल्या सहकारी बँकेचा चेक सभासद शेतमालक म्हणून तिच्या नावानं येतो. बदलीही ह्यांना पाह्यजे, त्याच ठिकाणी होते.

एकदा ते मला सुचवत होते, खंडेराव, पूर्णतः सुरक्षित नोकरीच घ्यावी. ... उदाहरणार्थ, कोणती?... सरकारी व्यवस्थेत. त्यांतही सर्वांत पायाभूत घटक म्हटले, की कशाचीच भीती नसते. ...असे म्हणजे उदाहरणार्थ कोणते? ...सहकार खातं, पाटबंधारे खातं किंवा पोलीस खातं. ...न्याय खातं? ...उत्तम. कारण की, समाजाचा पाया कधीच कोसळत नाही.

साले पाटबंधारेसाहेब, समाजाच्या पायात राहून तोच पोखरत चैनीत राहता येतं. पुन्हा स्वतः नामानिराळं राहून. यांच्या विद्यार्थीदशेतल्या *नामानिराळा* ह्या बक्षीसपात्र दीर्घ ग्रामीण कवितेतली ही ओळ :

हे कवि, गरीब शेतकऱ्याच्या निढळावरचा चिंतेचा घाम पुसणारा
पेपर नॅपकिन होऊन तू नामानिराळा हो.

आई गर्वानं बायकाबायकांमध्ये नेहमी सांगत असते, माझ्या धाकट्या लेकीच्या घरात पैसा मावत नाहीय्. वडीलही हे ऐकत असतात. म्हणजे ऐकून घेतात. वारकरी हिंदू धर्माचा नैतिक पाया किती भुसभुशीत झाला आहे, याचा

पुरावा म्हणजे ही तळागाळातील गरीब शेतकऱ्यांची मुलं. शिकून वर गेली आणि शेतकऱ्यांकडूनच पैशे खातात. शेतकऱ्याचा फाळ गोतास काळ. बी निसुक निघालं होऽ हंगाम निष्टुक वाया गेला होऽऽ

दरवर्षी गोदावरीवरच्या धरणाची भेग तातडीने बुजवणे, गिरणेचा बंधारा साफ करणे, पाटातला गाळ उपसणे, नांदूर-मधमेश्वरच्या बंधाऱ्याला धोका— खालची चाळीस गावं बुडण्याची भीती — जनतेत घबराहट — अठ्ठेचाळीस लाख रुपये मंजुरी देण्यात यावी, बुलडोझर चार, डंपर चाळीस, ट्रका शंभर, निविदा मंजूर करणे, इतके मजूर, इतके सुतार, सिमेंट, दगड — अशा कागदांवर हे भराभरा सह्या करत ती मंजूरही करून घेतात. प्रत्यक्षात कुठेच गाळ काढला जात नाही की चीरही पडलेली नसते. वर मंत्र्यांपर्यंत, त्यांच्या पी.ए.पर्यंत पैशे पोचवण्यात वाकबगार अशी यंत्रणा पाटबंधारे आफिसात आहे. एवढंच नव्हे तर आपल्या डिव्हिजनमधले सर्व ज्युनिअर इंजिनीअर, कारकून, प्यून, डंपरवाले, ट्रकांवाले या सगळ्यांना घरपोच पैशांचं वाटप अत्यंत पद्धतशीर होत राहतं. अकाऊंट्सचे लोक तारखा, व्हाउचर इत्यादी सहकारी बँकांमधून मिळवण्यात वाकबगार. शिवाय वर्षभर हाताखालच्या लोकांना *जो जे वांछील तो ते* बिनबोभाट मिळायची सोय — रजा, उशिरा येणं, नाही ऑफिसला आला तरी टूरवर गेलो होतो सांगून उलट प्रवासभत्ता मंजूर, घरच्या लग्नांसाठी ड्रायव्हरसकट जिपा, सहकार खात्यातल्या वरच्या अधिकाऱ्यांना धरणावरच्या रेस्ट हाऊसवर चांदण्यात पार्ट्या— सगळं पाटबंधारेसाहेब सफाईनं पार पाडत असतात. नामानिराळं रामराज्य. सर्व प्रजा सुखी.

साल्या आपल्या हिंदू लोकांचा वंशच भ्रष्टाचारी आहे काय? खंडेराव.

देवासारखं बसा पाहू घंटा होईपर्यंत.

बिगरीत बांबूच्या कुडाला टेकून टकमका एकमेकांकडे पाहत बसलेलो आम्ही तीसचाळीस चिल्लेपिल्ले. हाताची घडी तोंडावर बोट करून किती वेळ देवासारखं बसणार? सर्वप्रथम रघू नायकानं गोंधळ सुरू केला आणि टेबलावर पाय ठेवून झोप काढणाऱ्या उबाळे गुरुजीला त्रास दिल्यानं त्याला कान धरून उठबशा काढायची शिक्षा झाली आहे. नदीचं सबंध गोलाकार पात्र दिसेल अशा

कुंभारवाड्यावरच्या टेकडीवर आमचा बिगरीचा वर्ग पहिलीच्या आणि दुसरीच्या मधोमध सारवलेल्या जमिनीवर काल्पनिक हद्द आखून बसवलेला असतो. सगळ्या तिन्ही वर्गांना एकच शिक्षक. दुसऱ्या महायुद्धाच्या महागाईमुळे सरकारला ज्यादा शिक्षक नेमणं परवडत नव्हतं. शिवाय क्विट इंडिया चळवळीमुळे गाशा गुंडाळण्याची शक्यता तयार झाल्यानं इंग्रजांनी प्राथमिक शाळांचं खातं लोकल बोर्डांकडे देऊन टाकलं होतं. मराठी सातवी फायनल पास झालेले उबाळे गुरुजी आम्हांला एक दोन तीन, पहिलीतल्यांना बे एकं बे आणि दुसरीतल्यांना अकरा एकं अकरापासूनचे पाढे एकाच वेळी मोठमोठ्यानं म्हणायला लावायचे. गुरुजींनाही तेवढंच येत असावं. हा विद्येचा गोंगाट ऐकून येणारे जाणारे निरक्षर लोक कुतूहलानं चाऱ्ही बाजूंच्या दारं खिडक्यांमधून डोकावत उभे राहायचे. जरा वेळानं गोंगाटाच्या लयीमुळे उबाळे गुरुजी टेबलावर पाय पसरून झोपी जायचे. हातात छडी तशीच. मग वरच्या वर्गातली सतत नापास होत आलेली वात्रट पोरं पाढे सोडून घोषणा दिल्यासारखी ओरडायची : गुरुजी शिकवा, गुरुजी शिकवा. मग गुरुजी तिकडचा डोळा किंचित उघडून म्हणायचे, कोण म्हणतोय शिकवा. ऑ? ये असा सामने. मग शिकवतो काय ते.

ह्या चाळीस उत्साही वर्गबंधूंपैकी मॅट्रिकपर्यंत आम्ही तिघेचौघे टिकलो. त्यापुढे दोघंच — बाळू धनगर बी.एस्सी.ला पहिला येऊन भाभा अणुशक्ती केंद्रात मोठा शास्त्रज्ञ झालेला आणि मी पीएचडीपर्यंत तरी आलो आहे. आम्हीसुद्धा दोघे घरातले पहिल्या पिढीचे शिकणारे. सरस्वतीनं बाकीच्यांना कुठे कसं लाथाडून फेकलं, हे त्यांनाही कळलं नाही. बाकीचे ते सगळे मोठाल्या पिशव्या बोटांत अडकवून खांद्यामागे पाठीवर लटकावून तुरूतुरू उत्साहानं टेकडीवर चढणारे आपले संगाती कुठे गेले? दुसरी तिसरीत एकदोन मेले, सातआठ नापास झाले, त्यामुळे शाळेतून उठवले. चौथीपर्यंत पंचवीसेक राह्यले होते. सातवी फायनलला त्यांतले अर्धेसुद्धा बसले नव्हते. काहींना भावंडं राखायला घरी बसवलं. एक महाराचा धनज्या तर पाटीशिवाय शाळेत मास्तर बसू देत नाही, म्हणून मला आजच पाटी घेऊन दिल्याशिवाय शाळेत जाणार नाही, असं रोजच रेकत आईबापांना छळत होता, म्हणून त्याला शाळेतून उठवलं. गोंधळ्याच्या गोरधन्याला टांगाटुंगी करून तीनचारजणं शाळेत मास्तरांपुढे टाकून म्हणायचे, मास्तर, तुमच्या सांभाळी घातला आहे. पळून येईल. चांगला कुटा याला. मारा, झोडा, पन शाळेबाहेर येऊ देऊ नका.

उखा महाराचे चंगू मंगू जुळे मुलगे अचानक साथीत वारले. नजीर वजीर तडवी मारकन्या मास्तरच्या हातातली छडी हिसकून मास्तरलाच मारून पळून

गेला, तो पुन्हा शाळेची पायरी चढला नाही. धनसिंग भामटा मारकुटाऊ होता, कितीही मारलं तरी रडायचा नाही. तो सातवीनंतर पोलीस झाला. साळ्याच्या मिठूला हातपायांच्या बेचक्यांमध्ये काखांमध्ये जांघांमध्ये खरजेचे फोड सतत झालेले, त्यामुळे तो चालतांना नृत्य केल्यासारखा, अलगद पावलं टाकत हवेत तरंगल्यासारखा, हात पसरून चालत यायचा. याच्या बाजूला कोणी बसत नव्हतं. एकदा त्याला मास्तरनं सांगितलं की कोणी साहेब शाळा तपासायला येणार आहेत, तू इकडे फिरकूसुद्धा नकोस. त्यानंतर तो कायमचाच फिरकला नाही. अशीच तीनचार गावाबाहेरची पोरं आंघोळ केल्याशिवाय यायचं नाही, असं सांगितल्यामुळे पुढे वर्गात दिसली नाहीत. दगड्या, उखड्र्या, कचऱ्या, टोपल्या, शेणफोड्या — अशा नावाचे हे सगळे वर्गबंधू एकेक मागे पडत गेले.

शाळा सुटल्यावर बऱ्याचदा आम्ही ह्या मित्रांच्या घरी जायचो. तिथे तटांग्याकडे बकऱ्या, गारशाकडे पिंजऱ्यातल्या डोंगरी मैना, धनज्याकडे गवत कापतांना सापडलेलं मोराचं पिल्लू, जांधूनं पाळलेली कबुतरं — असं छान वाटायचं. एक पेन्सिलीचा तुकडा धनज्याला दिला की तो मोराच्या निळ्या निळ्या पाठीवर हात फिरवू द्यायचा. दोन पेन्सिलीचे तुकडे घेऊन नका फौजदार हातावर कबूतर द्यायचा. तिमा भळाकडे कवड्या, केसो हेल्याकडे दगडी गोट्या मिळायच्या. ह्या उकिरड्यात खत ढाळतांना त्यांच्या आईबापांना सापडलेल्या असायच्या. मूठभर शेंगा, दोन मुठी शेंगदाणे, पापड देण्याच्या करारावर आम्हांला एक बैदूल मिळायचा. प्रत्यक्षात देणंघेणं लांबायचं, पण मैत्री अत्यंत दाट होती. रघू नायक तर फुटक्या पाटीचा लांब तुकडा हातातच धरून शाळेत यायचा. त्याला जेमतेम बोटांनी पकडता येईल असा दुध्या पेन्सिलीचा तुकडा देण्याची जबाबदारी माझी असायची. कारण पेन्सिल नाही म्हणून त्याला मास्तर ढोरासारखं मारायचे आणि मला ते पाहवत नव्हतं.

रमतगमत एकमेकांच्या मानेभोवती हात टाकून चालणारे. पाठीवरची खांद्यावरची दप्तरं पिशव्या एका हातानं सांभाळत दुसऱ्या हातानं एकमेकांच्या खोड्या करणारे. कुणाचा कान फुटून वाहतो आहे, त्याच्याभोवतीच्या माशा त्याला सतत उडवाव्या लागताहेत. कोणाला भगताच्या अघोरी उपायांनी कुठेतरी टोचलेलं आहे. कुणाच्या पायात खोल रुतलेला काटा ओढतांना अर्धा खुडला गेल्यामुळे न्हाव्यानं टाचेचा अर्धा भाग कापून टाकल्यामुळे तो लंगडत शाळेकडे धावत चालला आहे. कोणाच्या — की माझ्याच? — डोळ्यात गव्हाचं कुसळ गेलेलं आत्यानं जिभेनं काढून टाकलं, तरी डोळा लाल झाला आहे. मला डोळ्यांतल्या पाण्यामधून शाळा सारखी दूरदूरच चालली आहे, असं वाटत राहतं.

माझ्या बरोबरचे दोघेतिघे सोडून सगळ्यांना तर तिनं गुंगाराच दिला. एकेकाची शाळा सुटली, सगळे घरी बसले.

तरी आम्ही सगळे एकमेकांशी मारामारी, दंगामस्ती करणारेच होतो. एक चांभाराचा उघड्या हा तर आमच्या गावकुसातल्या स्वच्छ कपड्यांतल्या आंघोळ करून आलेल्या प्रत्येकाला आपल्या निळ्याकाळ्या लांब नखांनी तोंडावरच ओरबाडून काढायचा. ही त्याची ग्रामीण जातिवर्गव्यवस्थेवरची उपजत प्रतिक्रिया. माझं तसं ओरबाडलेलं तोंड पाहून एकदा आजी मला ओढत नदीपलीकडे घेऊन गेली. आम्हांला पाहून तो झोपडीत दडून बसला, पण चार पावलांच्या झोपडीत लपेल कुठे? त्याच्या बापानं त्याला चामडं ठोकायच्या लाकडानं असं बदडायला सुरुवात केली, की मीच रडायला लागलो. आजीही त्याचा हात धरून म्हणत होती, बस, बस, रे भाऊ बस कर. अरे लेकरं भांडणारच. उघड्यानंही त्याच वर्षी केव्हातरी शाळा सोडली.

सकाळी सकाळी सगळी पोरं एकेका शेरीतून गल्लीत पुढे वेशीतून गावठाणाकडे बागडत येतांना दिसायची. बहुतेकांचे सदरे मारामाऱ्यांमुळे काखेपर्यंत फाटलेले, शेंबूड पुसून पुसून पुढचा भाग डागाळलेले, बहुतेकांच्या चड्ड्या फाटक्या आणि पोस्टमास्तर दाखवणाऱ्या, खाली बारीक पाय. श्रीमंतांची भांग पाडणारी, स्वच्छ कपड्यांमधली पाचसात पोरं सोडली तर सगळ्यांचे केस आखूड कापलेले, गावाबाहेरच्या पोरांचे तर पूर्ण गोटे केलेले किंवा घरी विळीनं तासलेले कधीही तेल न लावलेले केस असायचे. शिवराम न्हावी महारवाड्यातल्या मांगवाड्यातल्या पोरांचे केस कापायचा नाही. सहासात महिन्यांतून एकदाच कोणीतरी नदीच्या डोहाकाठी रांगेत बसवून यांची प्रत्येकाची एकेका मिनिटात खराखरा चंपी करून द्यायचा. त्यावेळी बाहेरच्या गावात मोठा गलबला रडारड पळापळ पोरांना पकडून डोहावर न्यायचा गोंधळ व्हायचा. या पोरांचे सदरेही गावातल्यांनी टाकून दिलेले, मागून आणलेले, फाटके, मोठमोठे गुडघ्यांखाली येणारे, डगल्यांसारखे, खाली चड्डी असली नसली तरी चालण्यासारखे. ह्यामुळेच बहुदा चौथीनंतर हे शिक्षणक्षेत्रातून कायमचे हद्दपार झाले.

क कमळाचा लिहा रे

बहुतेकांच्या दगडी पाट्या चौकटीतून निसटून फुटलेल्या असायच्या. आणि वर्षभर नवी पाटी अशक्य. शहरांतल्या दुकानांतसुद्धा मोसमाशिवाय ठेवत नसत, म्हणून पाटीला मी फार जपत होतो. सुताराकडून चौकटीचे चाऱ्ही कोपरे शारून

तारेनं पक्की बांधलेली माझी पाटी पाणी टाकून जोर लावून सदऱ्यानं पुसत असतांना मधोमध उभी चीर जाऊन एकदा दुभंगली. मग कोणताही शब्द लिहिताना अर्धी अक्षरं इकडे, अर्धी चिरलेल्या रेषेच्या पलीकडे. चौकट हालली की तोडाक्षरं. मध्ये भेग पडून शब्द आणि अर्थ यांच्यातली फट दिसायला लागली.

का।।मळ न।।मन वा।।हाण शि।।शु बा।।रा ते।।रा

संपूर्ण शब्द दाटीनं एकाच बाजूत लिहिणं जड जायचं. पुढे तशीच सवय जडली. कुठल्याही शब्दाचे दोन भाग होतातच, विभाजन करता येतंच आणि तो फाटतो हा शोध मनोपाटीवर इतका पक्का कोरला गेला की, पुढे कागद, बोरू, टाक, फाऊंटनपेन, पेन्सिली, बॉलपेन आले, परंतु सलग शब्द लिहायची सवय पडणं फार अवघड गेलं.

क कमळाचा क — ही लिपी कोणी शोधली असावी? पुढे चोविसाव्या वर्षी म्हैसूरच्या रस्त्यावर लिपीतज्ज्ञ मित्र शेषाद्रीबरोबर पहिल्यांदा कमळं पाहिली — लांबपर्यंत... क क क क — क सारखी चिखलावर उभी कमळं. साक्षात्कार.

शेषाद्रीनं तेव्हा खरोष्ट्री लिपीवर बरंच संशोधन केलेलं होतं. म्हणाला, तसं नाही आहे ते. आधी लिपी डोक्यात कोरायची, मग निसर्गात वस्तू तशाच शोधायच्या. जगातली सर्वांत लांब नदी, सर्वांत उंच पर्वत, ब्रह्माण्ड, तुकाराम, तुंड्राचा प्रदेश — हे सगळं तुमच्या बापालाही स्वतः पाहता येत नाही. म्हणून आधी हे लिपीतून पाठ करायचं, माहीत असायची गरज पडत नाही. ह्यामुळेच मानवजातीचं ज्ञान वाढलं. ह्यामुळेच निरक्षर लोकांपेक्षा आपल्यासारखे साक्षर ज्ञानार्जनात निष्णात ठरतात. नुस्ती चिन्हं म्हणजे ज्ञान. करायचं काय प्रत्यक्ष निसर्ग न् फिसर्ग. असं ज्ञान मुठीत आल्यानं तर युरोपी लोकांनी हिंदूंना गुलाम केलं.

अरे, पण हे अवास्तव चिन्हांचे डोलारे, नुस्त्या ज्ञानाचं युग, हे पुढे कोलमडून पडणार नाही?

शाळा सुटल्यावर उनाडक्या. दिवसभर पोरांना घरी टाकून आईबाप निघून जायचे. कोणी मजुरीवर, कोणी स्वतःच्या शेतात मग एवढा मोठा दिवस कसा पार करायचा? मुलं वेळ काढायचे हजार उद्योग शोधतात. गोपाळ लोकांचा मोठ्ठा हेला गोठाणावर आला आहे रे, म्हशी फळवताये रेऽ पळत पळत सगळी मुलांची गर्दी मग तिकडे. आपोआपच लैंगिक शिक्षणाची फार वरची पायरी गाठली जायची. राम कुंभार मडकी घडतो, त्याचं चाक पाहणं. कोंडू मांग नुस्त्या निरगुडीच्या फोकांची मोठ्ठी कणगी कशी विणतो, थोटू चांभार कातडं कसं कापतो, पोपट

सोनार दागिना वितळवून मुशीत टाकतो, त्याला वेगळा आकार कसा येतो. पुढे लोहाराच्या भट्टीत वितळणारा लोखंडाचा रस विळीचा आकार कसा घेतो? लाकडाच्या ओंडक्यातून खुर्ची कशी सरावन सुताराला घडवता येते? त्याच्या डोक्यात आधीच खुर्चीचा आकार असतो. तो मूळ कोणी शोधला असेल?

एकटं राहणं सुसह्य करायचं तेही पुन्हा स्वतः होऊन, मग खेळ नावाच्या महागड्या वस्तू घरात नसलेल्या पोरांनी फक्त फुकट क्रिया शोधाव्या. घरात उच्छाद मांडणाऱ्या चिमण्या टोपलीखाली पकडायची विविध प्रकारची युद्धनीती. टोपली किती तिरपी ठेवावी? त्यासाठी किती उंच काडी तोडावी? दोरी एवढी पुरेल का? गाठी मारत मारत दाराआड बसून ओढता येईल? ज्वारीचे दाणे टोपलीखाली टाकून तास तास टोपलीकडे पाहत दुपार भर्रकन संपतेच. किंवा आरसा उन्हात धरून झाडावर बसलेल्या पोपटांच्या डोळ्यांवर झोत टाकायचा — झांज येऊन तो पडेल मग आपण त्याला पाळू. खेळापेक्षा खेळणं महत्त्वाचं असायचं. सगळेच खेळ बिनखर्चाचे. ह्या फुकट खेळण्याचे अनेक मार्ग शोधायचे. पेरकुंडांच्या किंवा झाडांच्या कोवळ्या पानांच्या शिट्ट्या कर, दोन चिवट पानं एकमेकांवर आपटून फटफट वाजवायचं खेळणं कर, काटेसावरीच्या कोयी बोटांमध्ये घालून गुंगी आणणारा टोय टोय आवाज कर. आंब्याची कोय कापून तिच्यातून काडीवर फिरणारी दुसरी सबंध कोय. मऊ खापर घासून घासून लहानशी चकती करून तिला दोन भोकं पाडून दोऱ्यानं फिरव. पेरकंडांची पूर्ण बैलगाडी कर.

लहानपणाचे चिंचोके, कवड्या, गोट्या अशा बायकी खेळांचं युग संपलं की रानटी खेळांचं युग सुरू व्हायचं. गुढीपाडव्याला वाघ वाघ — रिंगणात दोरी रोवून त्याला डरकाळ्या फोडत फिरत ठेवायचं, रिंगणात प्रत्येकाला एकेक ठेवलेला कडुलिंबाचा डक्सा वाघाला हुलकावणी देत चपळाईनं काढत राहायचं आणि शेवटचा डक्सा काढला की त्याच्या तोंडावर फटाफट डक्से मारत झाडापर्यंत. वाघाचा चेहरा निंबोळ्यांनी लालहिरवा सुजलेला. हा राग तो पुढच्यावर तसाच काढणार. अशा खेळांत कोणी ठेचाळणार, कोणी आपटणार, पण त्या वयातला रानटीपणा कुठे जिरवणार? हातापायांवर पुळ्या, बेंडं, भदं, अंगावर कुठेतरी बेंड, कुठेतरी वण असायचाच. दिवसभर खेळतांना पुन्हा पुन्हा पायाच्या त्याच दुसऱ्या बोटाला ठेच लागून त्याचं नेहमी डोबर झालेलं असायचं. त्याचं हे नख आत्तासुद्धा कसं तिरपं वाढतं नेहमी. लहान मुलांना चपला बूट असतात हे ऐकूनही माहीत नव्हतं. पुन्हा पळतांना ठोकर बसली, कळवळून खाली बसायचं. वाहणाऱ्या रक्तावर माती टाकायची आणि खेळायला लागायचं. मधेच तहान लागो, भूक

लागो धडधड घरी पळत यायचं. डोक्यात तिकडे चाललेला खेळच. तवंगावरच्या टोपल्या धुंडून पापड, शेंगा, दुरडीत भाकर शिल्लक असेल तर शिक्यातलं दही जे मिळेल ते खाऊन धाडधाड दारं ओढून घेत पुन्हा गावाबाहेर खेळात हजर.

सूरपारंब्या. दिवसभर घर सांभाळता सांभाळता एकटा दाराशी बसून मी कंटाळलो आहे. सूरपारंब्या. भावडूला मी सोडत नाही. हे बघ, तुझ्या डोळ्याला विटी लागली होती ना? जा घरी. नाही, मला खेळायचं आहे. खंडू, तू लहान आहेस. मोठ्यांमध्ये खेळू नकोस. हो, मी खेळणार. बघ हं... सरसर वर चढून दुसऱ्या फांदीवर उडी टाकतांना हातात ती फांदी आलीच नाही, कारण तेवढ्यात तिला एक जण खालून लटकल्यानं ती वाकली. चुकलं. पाय वर आणि डोकं खाली टोकदार दगडावर. डोक्याला मोठा चोंदा पडला. भावडू धावत घरी गेला. सगळी घरातली माणसं वडाखाली पळत आली. अंगावर रक्तच रक्त. आई मला उगं करते तरी मी रडून आईला म्हणतो, आई, देवाचं नाव घे. आई रडायला लागते आणि म्हणते, घेते बाळा, घेते. तू उगा राहा. घरी आंगणात बायकांच्या गराड्यात खंडेराव पडला आहे. हळद भरून जखम थांबवली आहे.

शेतातून बाबा पळत येतात. बैलगाडी करून तीन कोसांवरच्या हिंगोणं गावच्या हाडवैद्याकडे. तो रानातून कंबरमोडीचा पाला आणतो. वाटून चोंद्यावर थापणं. पाला कोरडा झाला, की दुसरा लावणं असं सतत दोन दिवस. वैद्य म्हणतो, सांगता येत नाही, पण वाचलं तर पोराच्या डोक्यात काहीतरी बिघाड नक्की म्हणजे नक्कीच राहणार. मग मी रात्री उठून आईच्या तोंडाजवळ तोंड नेऊन पाहतो. आई जागी होते. काय पाहतो रे खंडू. आई, मी जिवंत आहे? होय बाळा. झोप आता. तुला काही झालं नाही.

आणि डोक्यातला काहीतरी बिघाड?

आकाशात तुडुंब भरलेली तांबडी झळाळी. अंधारात बुडत चाललेली लाल क्षितिजाची कडा. एखादा पांढरा भरकटणारा ढग लालनिळा होत काळपट होत जातो. कावळ्यांचे बगळ्यांचे थवेचे थवे पोटात घेऊ लागणारा काळोख उतरत येतो. तरी वाट पाहत राहावं. केव्हातरी आई येणारच असते. हे खेड्यातल्या पोरांना लहानपणापासून शिक्षण असतं — आयुष्यात टिकाव लागायचा असेल तर वाट पाहणं, एकसारखं वाट पाहणं — पावसाची, पाऊस संपायची, जमिनीत वाफ होण्याची, पेरणीची, कापणीची पिकं वर येण्याची, घरात धान्य येण्याची, ते घेऊन व्यापारी कधी घर मोकळं करेल याची, त्याच्याकडून, सरकारकडून

येणाऱ्या आपल्या कष्टाच्या पैशांची, बाजाराची, मोटारींची — असं करत करत म्हातारपणी मरण्याची. छीः अंधार वाटेलाही झाकून टाकतो. तोपर्यंत आम्ही धीर धरतो.

दिवसभर बहिणींना सांभाळून मी कंटाळलेला असतो. त्यांना मी सांगून आलेलो असतो की, मला उशीर झाला तर आंधळ्या काकूजवळ बसा. नाहीतर मुक्या काकीकडे जा. ती नेहमी म्हणते — आजीनं शेती सांभाळली, तुमच्या आईमुळे ती वाढते आहे. पण हे असं. हंगामाच्या दिवसांत मजूर मिळत नाहीत, म्हणून घरातली सगळी माणसं झाडून शेतात, भावडूसुद्धा.

दुरून आमच्या झीबू-ढबू बैलांच्या ओळखीच्या घंटा ऐकायला येतात. गाठोड्यात फक्त पायाखालची वाटच दिसेल इतकं खुपसलेलं डोकं दिसलं की ती आईच असते. तिला नेहमीच शेतातून काय काय आणावं असं होतं. म्हणून ही सगळ्यांनाच असा उशीर करते. गुरांना, वासरांना वेगवेगळा चारा, भावडूला मला आवडणाऱ्या ह्याच दिवसांत उगवणाऱ्या पालेभाज्या, बहिणींसाठी शेंगा, वाळकं, फूट, हुरडा. तिच्या डोक्यावरचं लहानसं ओझं घेऊन मी तिच्या पुढेपुढे पळतो. दिवसभराच्या घरातल्या हकिकती सांगतो.

घरी आल्याबरोबर चाऱ्ही बाजूंनी तिला आम्ही सगळे बिलगतो. शशी सगळ्यात आधी. आम्ही गाठोड्यातला रानमेवा शोधतो. तोपर्यंत आई बिजाला विचारून घेते, कोणी कोणी दिवसभर काय काय केलं? कोणी कोणाला मारलं? चुकलेल्यांची कडक शब्दांत कानउघाडणी. लाडके, खंडूनं शिंक्यावरचं दही काढून दिलं होतं ना? कामात कसूर आईला अजिबात खपत नाही. म्हणून आईला आवडत नाही असं कोणतंच काम आम्ही करत नाही. भावडूदादा अजून खळ्यातून कसा आला नाही रे? बिचारा भावडूदादा, फारच साधा आहे रे. कामाला नाही म्हणत नाही. खंडू, तू उद्यापासून तेल्याकडून ढेप आणून ठेवत जा बरं बाळ. तेवढीच दादाला मदत. तू त्याला होशील तं तो तुला होईल. आणि खंडू, म्हैस पाजलती ना रे? ...हो आई. खूपच पीत होती. मीही संतापून खूप पोहरे ओढून तिला पाजतच राह्यलो. आणि ती पितांना मी मुद्दाम रागावून म्हणत होतो, पी, साली, पी किती पितीस तर. तेव्हा ती माझ्याकडे पाहून ज्यास्त ज्यास्त पीत होती. ...असू दे खंडू, तुला पुण्य होईल. चला पोरीहो, स्वैंपाकाला लागू. आता माणसं येतील, उठा उठा —

एक लहानशी चिमणी ओसरीत आणि आत देवापुढचा खात्या तेलाचा संथ लामणदिवा — ह्या दोन उजेडांमध्ये संध्याकाळचं रांधणं, वाढणं, जेवणं आणि भांडी, उष्टी, अंथरुणं आटोपतात. मी चिमणी कधी अभ्यासासाठी मिळेल,

याची आतुरतेनं वाट पाहत आंगणात खाटेवर बसून पाय हलवत वडलांच्या, सालदारांच्या गोष्टी ऐकत बसतो.

चौथीचे आमचे ध्येयवादी भंगाळे गुरुजी — त्यांनी वर्गातले चारपाच विद्यार्थी निवडले, ज्यांनी नुकत्याच सुरू झालेल्या सरकारी स्कॉलरशिपच्या परीक्षेला बसलं पाहिजे होतं. त्यांत मीही एक होतो. ग्रामीण विद्यार्थी अधिक बुद्धिमान असतात, ह्या मताचे ते होते. मात्र त्यांनी आमच्या पालकांना अशी अट घातली की परीक्षा होईपर्यंत ह्या पोरांना घरची, शेतीची कोणतीच कामं सांगू नये. शेतकऱ्यांना इतकी जाचक अट कोणतीच नसेल. काहींनी याचा अर्थ शिक्षण आणि शारीरिक श्रम यांचा छत्तीसचा आकडा आहे, असा घेतला. तरी गावात शिक्षणप्रेमी चार पालक निघाले. तीन रुपये महिना सरकारकडून दर महिन्याला स्कॉलरशिप मिळते हे आमिष होतंच. भंगाळे गुरुजींच्या विश्वासाला पात्र ठरावं आणि मुख्य म्हणजे ग्रामीण विद्यार्थ्यांचं बुद्धिप्राखर्य सबंध जिल्ह्याला जाणवून द्यावं, म्हणून मी कंबर कसली. तरी घरची आणि शेतीची कामं करणं काही चुकत नव्हतं. धनगराचा बाळू, चावडीपुढचा मधू आणि घरामागचा गोपू पवार — या तिघांच्या घरी शेती नसल्यानं फक्त घरचीच कामं होती. गुरुजींनी दिलेला अभ्यास रोजच्या रोज संपवलाच पाह्यजे, हे आम्ही चौघेजण सुरुवातीला तरी पाळायला लागलो. पण मला दिवसाचा वेळ कमी पडायला लागला. मग रात्री चिमणीवर अभ्यास. झोपेतसुद्धा.

संध्याकाळ. ओसरीत सगळे चिमणीच्या मिणमिण उजेडात जेवायला बसले आहेत. शेवटच्या सांडू आणि नथू सालदारांच्या ताटांवर तर पूर्ण अंधार आहे. दिवसभर खळ्यातल्या कामांमुळे अभ्यास झालेला नसल्यानं मी चडफडतो आहे. केव्हा सगळे झोपतील आणि मला चिमणी उचलून वर माझ्या अभ्यासाच्या जागेवर जाता येईल? एकान्तात मन लावून गोपूकडच्या पुस्तकातली कविता वाचायची आहे — *सुधारणा होणार तरी कधी ह्या दुर्दैवी देशात?* आणि भंगाळे मास्तरांनी दिलेला सगळा अभ्यास केव्हा संपवता येईल याची चुटपुट. दुसरी चिमणी, कंदील का नाही घेत? घासतेल महाग आहे. मिळतही नाही. भावडूला जेवला की झोप यायची. शिवाय त्याला मॅट्रिकनंतर घरीच शेती सांभाळायला ठेवायचं ठरल्यानं पास होण्यापुरता अभ्यास दिवसाच करून तो झोपी जायचा. दिवसा एवढा सूर्य असतो, तेव्हाच लिहिणं वाचणं का नाही करत रे? — बाबा म्हणायचे. दिवसा अंगणात खाटेवर जरा वेळ गणित सोडवत बसलं की बेरजेच्या

मधल्या एका आकड्याचा हातचा हातात धरूनच दोर ताणून सुटलेलं म्हशीचं रेडकू बांधायला जावं लागतं. मग त्याला खुंट्याशी बांधतांना तिथेच हातचा आकडाही राहून जातो. *श्रावणमासी हर्ष मानसी* पाठ करता करता अचानक आंधळी काकू कोपऱ्यातून ओरडत राहते, खंडू, म्हशीला पाजलं का रे? ऊठ, अगोदर आडावर जा — उठलास का? *श्रावणमासीऽ हर्ष मानसीऽ हिरवळ दाटेऽ* ह्या छंदावर चरक ओढत ओढत पोहरा वर येईपर्यंत दर वेळी शेवटचं कडवं राहून जातं... महमद गझनी — सोरटी सोमनाथ — शंकर तेल्याकडून ढेप आणायची वेळ झाली... अकबर हरणाची शिकार करत असतांना वाड्याबाहेर गलका ऐकायला येतो — अरे खंड्या, पळ पळ, तुमच्या मुत्या गोऱ्ह्याचा पायखुंटा सुटला. नदीत उतरला आहे, पळ, नाहीतर कोणाच्या पिकात घुसेल. मग घामाघूम होऊन गोऱ्ह्याला धरून परत बांधणं. पानपतच्या युद्धाची कारणं... तिकडे बहिणींचं रडणं ओरडणं चालूच. त्यांना खेळवणं... वैताग. वैताग.

असे दिवस जातात आणि आपल्याला दिवस आणि रात्री पृथ्वीच्या स्वतःभोवती फिरण्यानं कशी होतात, हे अजून नीट समजत नाही? इंग्रजांनी आपल्याला लुबाडल्यानं आपल्या शेतकऱ्यांना हे दिवस आले, ते कसे? हे रूपा काँग्रेसनं दिलेलं पुस्तक वाचायचं केव्हा? सूर्याचाच उपयोग ज्यास्त चांगला, पण त्यावेळी सारखी कामं. रात्री चिमणीची वात ढणढण करून वाचता वाचता ग्रहणं का व कशी होतात, हे समजलं, की एकदम डोक्यात प्रकाश पडल्यासारखं होऊन झोपच लागते. रात्रभर चिमणी जळतच राह्यली, हा मोठाच गुन्हा केल्यासारखं सगळे म्हणत होते.

तरी रात्री केव्हा चिमणी मिळते याची वाट पाहत बसतो. ओसरीत सालदार, आजी, वडील शेतकामाचे मनसुबे करत वेळ घालवत बसतात. *घरि एकच चिमणी मिणमिणती, बसु नको उचल चल झटपट ती...* वडील संतापतात. रात्री वाचून वाचून काय दिवे लावशील?

पंधरा ऑगस्ट एकोणीसशे सत्तेचाळीस. मोठा समारंभ. चावडीपुढे पताका, गावभर तिरंगी झेंडे. आंधळ्या काकूचा सत्कार. ती सत्काराला नको म्हणाली, म्हणून एक दिंडी आमच्या घरापर्यंत आली — पुढे मुख्य पाहुणे, बेचाळीसच्या चळवळीतले एक नेते. त्यांनी हुनाकाकाचा फोटो पाहून आणि रुमाल डोळ्याला लावला. कशासाठी देशासाठी. आंधळ्या काकूला माळाच माळा. तिला काही दिसत नव्हतं, त्यामुळे तिच्या पायाशी वाकलेल्या देशभक्ताच्या डोक्यावरची गांधी टोपी तिच्या हाताच्या फटक्यानं दूर उडाली. चावडीवरची व्याख्यानं खूप

लांबली. प्रत्येकानं मोरगावनं केलेल्या पराकोटीच्या अतुलनीय त्यागाचा उल्लेख केला. सर्वोदय सुधारणांसाठी हुनाकाकांचा गाव म्हणून मोरगाव निवडलं गेलं. लाखांच्या योजना मिळाल्या. स्वतंत्र भारताला चिरकाल अभिमान वाटेल, असं सर्वस्व बलिदान करून अमर झालेल्या क्रांतिकारकाचं मोरगाव.

पंधरा ऑगस्टच्या त्याच दिवशी एक विचित्र प्रकार घडला. मोरगावच्या ग्रामपंचायतीत सातपुड्यातल्या चारपाच आदिवासी वस्त्यांचा समावेश आहे. त्यांतली हरिपुरा ओसाड आहे, ती सोडून सगळ्या वस्त्यांवर भिल्ल, पावरा, कोरकू, तडवी असे आदिवासी राहतात. तिथल्या लोकांनीही पंधरा ऑगस्ट साजरा करावा, असे सरकारी आदेश होते. त्यासाठी तलाठी, पाटील, कुळकर्णी तिथे गेले असता वेगवेगळ्या वस्त्यांवर त्यांचं वेगवेगळं स्वागत झालं. एका पाड्यावर यांची जीप गेली तेव्हा दरोडेखोर आले, असं समजून सगळे पळून गेलेले दिसले. सगळी घरं बंद होती. दुसऱ्या एका कोरकूंच्या वस्तीवर हे डोंगर चढून जात असतांना वरून जोरात दगडांचा वर्षाव झाला. आपण झाडं तोडली म्हणून सरकारी कोणीतरी दंड वसूल करायला आले आहेत, असं कोरकूंना वाटलं.

दुर्गम अशा एका भिल्लांच्या वस्तीवर हे गेले तेव्हा तिथला नाईक आणि भिलाटीतले बिथरलेले लोक मोरगावच्या पाटलालाच भिली भाषेत आडवे प्रश्न विचारत होते : कोणता देश? कशाचं स्वातंत्र्य? ऑगस्ट हे कोणाचं नाव आहे? महिन्याचं नाव? महिना तर आषाढ चालू आहे. कोण गुलाम होतं? आम्ही तर पूर्वीपासून स्वतंत्रच आहोत. कोणाची टाप नाही इथे येण्याची, हाँ. कोणाच्या परवानगीनं इकडे आला तुम्ही? कुठून तीर येईल आणि तुमच्या छातीतून आरपार जाईल, तर मी जबाबदार नाही. चालते व्हाऽ. जन्माचा न् मृत्यूचा दाखला काय करायचाय् आम्हांला? त्याच्याशिवाय जन्मत नाही का आदमी? काय फरक पडणार है तुमच्यासारख्यांबरोबर तिरंगी फराळा खांबावऱ्हे लटकावून? स्वातंत्र्य म्हणजे पुन्हा आमच्या लोकांना अडकवण्याचाच काही तरी प्रकार दिसतो. चला, चालते व्हाऽ.

म्हणजे हे लोक पारतंत्र्यात नव्हते? आपणच पारतंत्र्यात होतो आणि आज स्वतंत्र झालो? देश स्वतंत्र किंवा परतंत्र झाला की त्याच्यातले एकूण एक सगळे स्वतंत्र किंवा परतंत्र होतात? आणि हे काही लोक पारतंत्र्यातही स्वतंत्र होते त्यांचं काय? तेही जाऊ द्या, पण आता हेच लोक स्वातंत्र्यामुळे पारतंत्र्यात गेले त्यांचं काय? खंडेराव, स्वातंत्र्यातलं स्वातंत्र्य खरं.

स्कॉलरशिपला बसणाऱ्या आम्हां चौघांचा *कंदील क्लब* शाळेत प्रसिद्ध झाला. वडलांना आता शहरांमध्ये मुंबईपर्यंत मीटिंगांना जावं लागे. त्यांनी मोठा प्रभाकर कंदील, पहिला स्वदेशी कंदील आणला. आमच्या धाब्यावर स्कॉलरशिपवाले गोपू अणू पवार, मधू रेवा महाजन, बाळू कडू धनगर आणि मी असे कोठ्या आणि पोत्यांच्या पार्टिशनांमध्ये जागा करून रोज रात्री अभ्यास करायला लागलो. यांच्या घरी जागा आणि कंदील नसल्यानं माझ्याकडे सगळे संध्याकाळी जेवण झाल्यावर जमायचे. भंगाळे गुरुजींनी दिलेला अभ्यास झाला की वादविवाद, चर्चा, गमती असं रात्री उशिरापर्यंत चालायचं. मग खालून कोणीतरी ओरडायचं, अभ्यास करता की मस्करी रे, पोरो हो? रात आहे की दिवस? घासतेल किती महाग आहे? आँ?

की आम्ही माना खुपसून पुन्हा अभ्यासाला लागायचो. बाळू आणि मधू चोरट्या पावलांनी अंगणातला जिना उतरून त्यांच्या घरी झोपायला जायचे. गोपू मागच्या गल्लीतच त्याच्या मामाकडे राहायचा. मामाचा न्हाव्याचा धंदा नीट चालत नव्हता म्हणून ते गाडीमजुरी करायचे. पण तिथे जागा कमी असल्यानं गोपू आमच्या बैठकीतच झोपायचा आणि पहाटे मंदिरात काकडारती झाली की उठून निघून जायचा. तो गणितात फार हुशार, पण दिवसभर त्याला त्याची मामी नाना तऱ्हेची कामं सांगून वेळच मिळू देत नव्हती. बिगरीपासून तो मामाकडेच शिकण्यासाठी राह्यला. मामी खाष्ट, तरी हा म्हणायचा — मामामुळे तरी मी इथपर्यंत शिकलो. आमच्या डोंगरातल्या खेड्यात कधी शाळा येईल न् कधी पुस्तक जाईल? गोपूनं पाच वर्षं मामाच्या पायरीत खांबाला टेकून वेळ मिळेल तसा अभ्यास केला. हा शाळेतून आला की मामीचा तगादा चालू — शेण काढ, गोठा साफ कर. घर झाडलं का? पाणी भरलं का? तुझ्या मामाची भाकर शेतात घेऊन जा. भल्या पहाटे थंडीत ताकाचं मडकं घेऊन हा आला, की आई माझ्याशी तुलना करून त्याची कीव करायची. आमचा खंडेराव उशिरा उठतो, हे पाहा त्याच्या बरोबरीचं लेकरू आलं पण ताकाला. अशीच मुलं वर जातात. त्याचा सदरा चड्डी फारच फाटलेली दिसली, की माझा जुना सदरा चड्डी त्याला आईकडून बक्षीस मिळायची. तो म्हणायचा, मामीला विचारून उद्या नेईन. दुसऱ्या दिवशी घेऊन जायचा.

कंदील क्लबाचा दुसरा मेंबर मधू. याचा दिवसा घरी अभ्यास व्हायचा नाही, कारण याचे मॅट्रिक वारंवार नापास होणारे तीन बरोबरीचे भाऊ — दामू, हेमू आणि ढेम्या सतत दिवसभर भांडत, बडबडत, एकमेकांची उणीदुणी काढत वेळ काढत बसायचे. एक बहीण लग्नाची होती, तिलाही काही काम नसल्यामुळे

भावाबहिणींची एकमेकांची टिंगलटवाळी करणं, वादावादी, उपहासानंच काहीही बोलणं हे दिवसभर सतत चाललेलं असायचं. वर्षांमागून वर्षं हेच मधूच्या घरात चाललेलं होतं. एक मोठा भाऊ मुंबईला एका मारवाड्याकडे किराणा दुकानात एक आण्याला चाळीस पुड्या बांधायचं काम करायचा — त्याची दरमहा दहा रुपये येणारी मनीऑर्डर, एवढंच फक्त ह्या घराचं नगद उत्पन्न. बाकी एक शेत, खाण्यापुरती ज्वारी देणारं.

दर महिन्याच्या दोन तारखेपासून रोज वर्गात गुरुजी पुकारा करायचे — फी कोणाची राह्यली रे? उभे राहा. ह्यांत एक मधू आपला फाटका सदरा एका हातात गळ्याशी धरून उभा असायचा. नंतर काही दिवसांनी दररोज — फी कोणी दिली नाही रे? — असा पुकारा झाला की मधू लाजेनं खाली मान घालून फाटका सदरा सांभाळत उभा राहायचा. नंतर दररोज गुरुजी फक्त एकट्या मधूला उभं करून म्हणायचे, फी आणलीस का रे दलिद्दरा? मला हिशेब करून हेडमास्तरला द्यावा लागतो ना रे भिकारचोटा? लालेलाल होऊन मधू खाली मान घालून खांबासारखा उभा राहायचा. बैस खाली, उद्या आणलीच पाह्यजे — हे ऐकायला न आल्यामुळे तो उभाच असायचा, कानांतून प्रचंड रक्तप्रवाह चालल्यानं त्याला हे ऐकूच यायचं नाही. मग आम्ही त्याला बसवायचो. मनीऑर्डर जेव्हा येईल तेव्हाच त्याला फी भरून दरमहा मान वर करता यायची.

एके काळी ह्या भागातले सगळ्यात मोठे सावकार म्हणून यांचे वडील रेवा महाजन प्रसिद्ध होते. त्यामुळे आता नादारीही मिळत नव्हती. ते दरोडेखोरांचा पाठलाग करत असतांना घोड्यावरून पडून मेले. कर्जदारांनी कोणीच परतफेड केली नाही. शेतं, दागिने गहाण पडले. त्या आधीचं मोठेपणात गेलेलं आपलं लहानपण आठवत मोठे भाऊ वर्तमानकाळाशी सामना द्यायचे :

घोडागाड्या, नोकरचाकर, स्वयंपाकी, वाढपी — काय बाबांच्या जमान्यात आमच्या घराचा थाट असायचा. सबंध गावात सर्वप्रथम चहा आमच्या घरी उकळायला लागली. ह्या गावातल्या धोतऱ्यांना माहीतही नव्हतं चहा काय असते ती. घरी येणाऱ्या रिकाम्या सटाऱ्या भपाऱ्या कोणालाही चहाच्या वेळी चहा मिळायची. जर्मनी, जपान, आझाद हिंद सेना यांचे युद्धाचे फोटो असलेलं इंग्रजी वर्तमानपत्र गावात फक्त आमच्या बाबांकडे यायचं. बातम्या विचारायला गावातले मोठमोठे श्रीमंत लोकही येत. गावात फक्त आमचे वडील इंग्रजी घडाघडा वाचायचे. शास्त्रीय संगीत फक्त त्यांनाच समजायचं. मोठ्या भावालाही रागदारी शिकवायला एक गायनमास्तर रेडिओस्टार जळगावहून खास घोडागाडीनं आणले जायचे. एक हातानं फिरवायचा फोनोही होता. अजून घरात पेटी आणि तबला

उबडा ठेवलेला आहे. घरात साखरेच्या शिऱ्याशिवाय पंक्ती उठत नसत, त्यावेळी गावातले मोठमोठे लोकसुद्धा गुळाचा शिरा खायचे. आणि आता?

आता सगळ्या भावांचे पायजमे बसून बसून फाटल्यानं घराबाहेर पडता येत नव्हतं. गतकाळाच्या विध्वंसक स्मृतिदाबामुळे कोणी मॅट्रिकसुद्धा पास होऊ शकला नाही. आमचे भाऊ सतत आडवे पडलेले दिसतात, उभे क्वचितच. आणि कोणी यांना म्हटलं की, अरे सुरुवातीला कुणाकडे हलकीपलकी जरी कामं मिळाली तरी करावी, नंतर कामसू माणूस जातो आपसूक वर. तर हे सगळे भाऊ असा सल्ला देणारावर तुटून पडतात : हत्तीचा जन्म का नांगर वाहण्यासाठी असतो? सिंहाचे छावे का उपास पडले म्हणून गवत खातील? ज्याचं तोंड पाहू नये त्याची गांड धुवायला सांगता? — ही यांची सगळ्यांची बोलायची शैली. एकमोड स्वभाव. सगळ्यांच्या दाढ्या केस वाढलेले. आंघोळ कोणीच वेळेवर करत नाही. दाम्या तर गेले चार दिवस हागायलासुद्धा घराबाहेर पडलेला नाही. आणि हेम्या — त्यानं गेल्या पूर्ण महिनाभर आंघोळ केलेली नाही. वास मारतात दोघेही. नोकऱ्याच मिळेनात म्हणून निराश झाले आहेत. आणि कुठे शेतावर जात नाहीत, की कोणाला भेटत नाहीत. सदैव लोळून टिंगलटवाळी. सगळ्यांना मिळून एकच चप्पल आहे, त्यामुळेही आमचे भाऊ बाहेर पडत नसतील. आणि मलाच हे निर्बुद्ध म्हणतात. बेकारीमुळे पूर्ण निकामी झालेले आमचे भाऊ —

आणि साले हे थोरले दोघे मिळून धाकट्या ढेम्याला जिव्हारी टोचून टोचून निष्प्रभ करतात, की तो बिचारा दिवसभर खाटेवर उताणा पडून वरच्या आढ्याकडे पाहत बसतो. फार वाईट वाटतं. कालच पाहा, नेहमीसारखं भांडण. ढेम्या काहीतरी स्वतःचा बचाव म्हणून त्राग्यानं सांगत होता, आजपर्यंत एकदा तरी मी घरी काही नाट आणलं आहे का? गावातली माझ्या बरोबरीची किती मुलं पोरींची लफडी करतात? रांडेकडेसुद्धा जातात — मी असं काही केलं आहे?

तर दाम्या त्याला वेडावून म्हणतो, तू काय रांडेकडे जाशील रेऽ तोंडावरची माशी उडत नाही तुझ्या. हॅ हॅ हॅ. हेम्या म्हणतो, तुझ्या संगं कोण पोरगी पळून जाईल रेऽ येड्याचं हाट. हॉ हॉ हॉ — मग दोघेही त्याला हासत राहातात, पोट धरधरून.

असले वितंडवाद चाललेले असतात आमच्या घरात दिवसभर. आणि सुशीताईलाही हे टोचून बोलतात : आम्हाला म्हणतेस अपेशी आहात, पण तुझ्याशी कोण लग्न करायला तयार होईल गऽ आरशात पाहा एकदा. मग तीही चिडून यांना हासडते, माझं न होवो रे करंट्यांनो, पण तुम्हांला कोण बायका देईल, अपेश्यांनो. म्हातारे झाले देजदावने—

घरात असं चाललेलं असतं. माझं अभ्यासाकडे कसं लक्ष लागेल? कधी ह्या नरकातून बाहेर पडेन, असं झालं आहे, खंडू.

मी एकटा असतांना माझ्याशीच फक्त तो हे बोलायचा. गोपू किंवा बाळू असले, की पुस्तकात डोकं खुपसून शांत.

स्कॉलरशिप परीक्षेत बुद्धिमत्ता चाचणी नावाचा एक पेपर त्या वर्षी नव्यानंच सुरू होणार होता. तो कशासंबंधी असतो, हे खुद्द भंगाळेगुरुजींनाही माहीत नव्हतं. शहरांतल्या शिक्षकांशी पत्रव्यवहार करून काही फायदा झाला नाही. कोणीच पत्रांची उत्तरं पाठवत नव्हते. ह्या पेपराचा आमच्याकडून काय अभ्यास करून घ्यावा, हे गुरुजींना कळत नव्हतं. आपले हे खेड्यातले विद्यार्थी अशा परीक्षेत टिकणार नाहीत हो. कशाला ह्या फंदात पडता, भंगाळेगुरुजी? असं सगळे म्हणत होते. प्रयत्न करूनही कुठेही ह्या विषयाची नमुना प्रश्नपत्रिका उपलब्ध न झाल्यानं त्यांनी जमेल तसा तो पेपर शिकवला. ते म्हणायचे, खंडेराव अंगी बुद्धी असल्यावर बुद्धिमत्ता चाचणी कशीही केली तर काय फरक पडेल?

सबंध खानदेशाचं जळगावला एकच परीक्षा केंद्र असल्यानं आम्ही मोठ्या पहाटे आमच्या झीबू-ढबूच्या गाडीनं निघालो. पुढे दोन ठिकाणी मोटारी बदलत चालत परीक्षा केंद्रापर्यंत अगदी वेळेवर पोहोचलो. एक रात्र मुक्काम पडणार होता. माझी लोखंडी पेटी आजानुबाहू जड आणि तिची हातात धरायची कडी इतकी बारीक, की बोटं तुटताहेत की काय असं वाटत होतं. तर बाळूची पत्र्याची नवी पेटी कडीकोंडा तुटून पडल्यानं त्याला सतत हाताच्या पहिल्या बोटानं पेटीचं वरचं झाकण खूप दाबून ठेवल्याशिवाय आतलं सामान बाहेर येण्यापासून वंचित करता येणं शक्य नव्हतं. वेळ नसल्यानं हातपायतोंडसुद्धा धुता आलं नाही. लघ्वी सर्वांनी गुरुजींच्या मागोमाग तिथे एका गोडाऊनमध्ये सिमेंटच्या भरलेल्या पोतड्यांवर केली. गुरुजी म्हणाले, मला आता इथे थांबता येणार नाही. तुमच्या अंगुलिभंजक आणि अंगुलिनिर्देशक पेट्या द्या माझ्याकडे. आपल्या रात्रीच्या मुक्कामाची व्यवस्था बघावी लागेल. एक एक तासाचे तीन पेपर — मध्ये अर्धा अर्धा तास सुटी असेल. भरपूर पाणी प्या. भूक लागू देऊ नका. मी चार वाजता शेवचिवडा काही जे मिळेल ते घेऊन येईन, ते खा. खंडेराव, धडक द्यायची चांगली हाँ. खेड्यातही बुद्धिमान पोरं आहेत, हे जगाला दिसेल. जयहिंद.

परीक्षा सुरू होऊन गेली होती. आम्हाला आमचे नंबर हॉलभर कुठेच सापडले नाहीत. एक तर बाकावर बसून पुढे उतरत्या फळीवर पेपर सांभाळत लिहिणं आम्ही पहिल्यांदाच पाहत होतो. एक गोरटेला तुसडा गृहस्थ हॉलभर निनादणाऱ्या आमच्या गावठी चपलांच्या नालांचे टाक् टाक् आवाज ऐकून म्हणाला, साले गावंढळ, अबे चौघांचे नंबर एकत्र कशाला शोधताय बे? ए बी सी डी प्रमाणे पाहा. हे इंग्रजी कोणाला येत होतं? शेवटी मला ढकलतच त्यानं एका रांगेतल्या बाकावर बसवलं. पहिलीच प्रश्नपत्रिका हातभर लांब बुद्धिमत्ता चाचणीची. तिच्यावर लिहायचं धैर्य होत नव्हतं, इतका तो मी कधीच न पाह्यलेला असा पांढरा स्वच्छ कडक कागद होता. एक सुपरवायझर फिरत होता, पण काही विचारायला लागलो, की तो ओठांवर बोट ठेवून, शूः कुणी बोलायचं नाही — म्हणत पुढे जात होता.

पुढे बाजूला स्नोपावडरींचा सुगंध येणाऱ्या, तुकतुकीत स्वच्छ दिसणाऱ्या तजेलदार चेहऱ्याच्या, फडफडणाऱ्या रंगीबेरंगी रिबिनी लावलेल्या दोन वेण्या सोडलेल्या चुणचुणीत शहरी मुली पाहून माझं परीक्षेचं भान हरपलं. मागच्या एका मुलीचे सरळसरळ पिंजारलेले पोतंभर चरचरीत केस सतत चहूकडे झेपावत होते. ह्या मुलींचे आहेत असे स्वच्छ पांढरे कॉलरचे फ्रॉक आपल्या खेड्यातल्या बहिणींना किती सुंदर दिसतील? कशी माझ्या मागची मुलगी उठून टकटक पेन वाजवून सुपरवायझरला — *पाणी* एवढंच ऐटीत म्हणून हुकूम सोडते आणि लगेच लिहायला पण लागते. ती बाजूच्या रांगेतली मुलगीही सुपरवायझरवरच संतापून फाडकन म्हणाली, डिस्टर्ब करू नका. बाप रे, आपल्या बहिणी एवढी हिंमत करतील? आपली बायडी तर खेड्यातलीच असून शहरी तोंडावळ्याची दिसते. आणि सिंधुमावशीची सुधा? त्यांना असं स्कॉलरशिपला का बसता आलं नाही? त्यांची लेदरट पिवळट परकर, रंग गेलेल्या फिक्या चोळ्या. आजीनं फणीत आलेल्या केसांच्या पायावर वळलेल्या केसाऱ्यांनी सगळ्या बहिणींची एकेक जाड वेणी करकचून बांधलेली असते... छे, आपल्या देशाला आता स्वातंत्र्य मिळालं आहे. सर्वाआधी हा शहरं आणि खेडी यांच्यातला भेद नष्ट केला पाह्यजे.

ठण. ठण. ठण. पेपरं जमा करत सुपरवायझर आला. माझी कोरीच प्रश्नपत्रिका दोन्हीकडून पाहत म्हणाला, च्यायला, कशाला फुक्कट हौस करतात की गावढेकरी—

ह्यानंतर पुढच्या दोन्ही पेपरांना मी क्षुब्ध होऊन डोकं शांत ठेवत लिहायचा प्रयत्न केला. नापास होणार हे आधीच कळल्यानं लिहावंसं वाटेना. स्वतःवर भडकून आपण पहिल्या पेपराला पूर्ण तासभर का इकडे तिकडे पाहत गळाठलो

होतो? खेडवळ. अडाणी. लिहिलं असतं तर पन्नास टक्के मार्क तर सहज मिळाले असते?

चार वाजता बाहेर आलो. भंगाळेगुरुजी शेवचिवड्याच्या पुड्या हातात घेऊन उभे होते. मायेनं म्हणाले, खा रे पोरांनो, चांगलं लिहिलं ना? तिघांपैकी गोपू हा जागरणामुळे पूर्ण दोन पेपर झोपी गेला होता. मधू म्हणाला, बुद्धिमत्ता चाचणीत तर एकही प्रश्न विचारला नव्हता? सगळी उत्तरंच होती. तिसरा बाळू नीट काहीच बोलला नाही. आणि माझ्यात यांच्याएवढंसुद्धा धैर्य नव्हतं गुरुजींना सांगण्याचं की गुरुजी, मी बावळटासारखा शहरी पोरींकडे पाहत विचारमग्न बसून राह्यलो, तेवढ्यात वेळ होऊन गेली. शहरातल्या पोरांना आम्ही कसली धडक देतो? त्यासाठी स्वतः शहरी झालं पाह्यजे.

स्कॉलरशिपचा निकाल शून्य लागल्यानं शाळेत आम्ही कंदील क्लब टिंगलीचा विषय झालो. शिवाय कंदील क्लबाच्या आम्हां चौघांना आपण बुद्धिमान असू शकतो, असा भ्रम झाला. बिचाऱ्या ध्येयवादी भंगाळेगुरुजींना बाकीच्या मास्तरांनी खूप अवहेललं. वर्षभर अभ्यासाला सोडलेल्या सांडांसारखे मुलांना मोकळे सोडून देणारे त्यांचे निराश पालक म्हणाले, फुकट वेळ घेतला रे त्या येड्या मास्तरनं. वडील मात्र म्हणाले, त्यानं काहीतरी मेहनत घेतलीच ना? काहीतरी डोक्यात गेलंच ना. त्याला एक धोतरजोडा घेऊन देऊ.

मात्र ह्यानंतर खेड्यातला असून मी खेड्यांचा फार शत्रू झालो. नुसती बैलांच्या जातीची माणसं. काहीही खेड्यातलं म्हटलं की टीका करायला लागलो. ही अडाणी कृषिसंस्कृती पूर्ण नष्ट झाली पाह्यजे, असं वाटायला लागलं.

सावधान. दक्ष. दक्षिणवृत. वामवृत. ताल से कदम.

थेट पेशावरपासून, लाहोरपासून रामेश्वरपर्यंत अखंड भारताच्या नकाशावर एकूण दहा हजार शाखांमधले भगवे ध्वज फडफडत आहेत. त्यांतली एक पश्चिमांचलात आमच्या मौर्यग्रामची नव्यानं सुरू झालेली शाखा. निळूकाका शाखाप्रमुख. त्याच्या गळ्यात भगवा रुमाल. वर कोकीदार काळी टोपी, खाकी चड्डी, दृष्टिवेधक चमकदार बक्कलाचा काळा रुंद चामड्याचा पट्टा. निळूकाकाच्या कडक नजरेखाली आम्ही पंधराएक स्वयंसेवक कवायत करत आहोत. मैदानाच्या कोपऱ्यावर झोपड्यांमधली वडारांची, महारांची पोरं हे कौतुकानं पाहत आहेत. *ताल से कदम. थाड थाड थाड थाड.* पायांचे आवाज. *दक्ष* म्हणून हात वर करताच चिडीचूप शांतता. सगळे खांबासारखे तटस्थ. जादूच

जणू. नजरासुद्धा हालल्या नाही पायजेल — अशी अमानुष शिस्त ग्रामीण जीवनात पूर्वी कधीच कुणी पाहिली नव्हती. शाखा उघडली तेव्हा मौर्यग्रामातले आम्ही पहिले आठ स्वयंसेवक भगव्या ध्वजाला साक्ष ठेवून मातृभूमीसाठी बलिदान करायची *मम दीक्षा हिंदूरक्षा* अशी शपथ घेऊन शाखेत प्रविष्ट झालो. आम्हाला *अष्टविनायक* असं सांकेतिक नाव होतं. कानांत सांकेतिक भाषेत *अष्टविनायक* म्हटलं की भराभरा आम्हा आठी स्वयंसेवकांना गुप्त निरोप जायचे आणि शाखाप्रमुखांच्या विश्वासातले आम्ही आठजण पंधरावीस मिनिटांत गुप्त संकेतस्थळी जमा व्हायचो. आज बाळासाहेब लिमये प्रांतप्रचारक माध्यान्हसमयी येतील. एक घटिका विश्राम. नंतर आपली पवित्र मातृभूमी संकटात असल्यासंबंधी संदेश देतील. तदनंतर बौद्धिक होईल. अष्टविनायक संकेतस्थळी आपापल्या मित्रांना घेऊन येतील.

हे सर्व आम्ही निष्ठेनं करत होतो. हळूहळू मौर्यग्राम शाखेत पंचवीस नियमित आणि चाळीस अनियमित स्वयंसेवक झाले. बौद्धिकांपेक्षाही आम्हांला त्या वयात आवडायचे ते शाखेतले नाना तऱ्हेचे मैदानी खेळ : ढकलाढकली, मस्ती, एकी, शिवाजी म्हणतो..., आग्र्याहून सुटका, लाठी गरागरा फिरवणं. पुढे काही स्वयंसेवक तर अशी गरगरा काठी फिरवतात की कितीही दगडांचा मारा करा— एकही दगड आत प्रवेश करू शकत नाही. शत्रू चाल करून येत असतांना वाळूत लोळत शत्रूचे पाय खेचणं, हेही आम्हांला आवडायचं. नाही तर लहान लहान मुलांना असे खेळ कोणीही खेळू देत नव्हतं. ह्यामुळे संख्या वाढली. आमची शाखा हळूहळू दोन गटप्रमुखांमध्ये वाटली गेली.

उन्हाळ्यात आम्ही रोज संध्याकाळी नदी ओलांडून महारवाड्यानंतरच्या हागणखडीतून पुढच्या खळवाडीच्या मोकळ्या मैदानात यायचो. हे मैदान स्वयंसेवकांनी कुदळी, खोरी आणून स्वतः स्वच्छ केलेलं होतं. दक्षिण सीमेवर ध्वजदंड रोवण्यासाठी गोलाकार नळकांड्यासारखी वीतभर खोल गुळी पहारीनं खणून ठेवली होती. हेतू हा की शाखाप्रमुख निळूकाका काखेत भगवा ध्वज घेऊन नदी पार करतांना दिसले, की दंड रोवून लगेच *नमस्ते सदावत्सले* प्रार्थना सुरू करावी. दुर्दैवानं आम्हांला बहुधा रोजच नवा खड्डा खणावा लागायचा, कारण त्यात रोजच झोपडपट्टीतल्या कोणी असंस्कृत पोरांनी नेम धरून हागून ठेवलेलं असायचं. काही दिवस तर ध्वजाचा दंड विष्टेतच रोवून आम्ही ध्वजाला प्रणाम करायचो, हे नंतर रात्री अंधारात शाखा संपल्यावर लक्षात यायला वेळ लागायचा. हे लांच्छनास्पद तिरस्कृत्य झोपडपट्टीतल्या कोणा आर्यसंस्कृतिविध्वंसनास चटावलेल्या म्लेंच्छ यवनाचं किंवा धर्मनिरपेक्ष समाजवादी सेवादलाच्या सैनिकाचं

असावं, ह्या शाखाप्रमुखांच्या संशयावरून अष्टविनायकांपैकी एकदोघांनी तिथे सकाळी सकाळी पाळतही ठेवली, पण काही हाती लागलं नाही. कोणाच्या लक्षात येऊ नये म्हणून आम्ही ध्वजदंडधारक हे छिद्र मातीनं बुजून अदृश्य ठेवायचो, पण माकडचेष्टा करणारा हा कोणी शाखाद्वेष्टा ते हुडकून उकरून पुन्हा तेच लांच्छनास्पद तिरस्कृत्य शिताफीनं करून पुन्हा पूर्ववत मातीनं बुजवून ठेवायचा. एकदा तर आपटे नावाचे पूर्णवेळ प्रचारक मौर्यग्राम शाखेत बौद्धिक घ्यायला आले असता हाच प्रकार घडला. तेव्हा त्यांनी ह्या अनिष्ट करणारास चकवण्यासाठी दररोज वेगवेगळ्या दिशांना ध्वजदंड रोवण्याची प्रयुक्ती सांगितल्यामुळे आमचा हा बिकट प्रश्न मार्गी लागला. तरी नंतरही विशाल राष्ट्रीयतेच्या ध्वजाखाली पंचमवर्णीयांची विष्ठा असते, हा सहचारी भाव आम्हां सर्व स्वयंसेवकांचे चित्त विचलन करण्यास बलवत्तर ठरत असे.

निळूकाका यावलच्या हायस्कूलात जायला लागल्यापासून त्याचे गोगटे नावाचे हेडसर त्याच्या आडदांडपणाची नेहमी स्तुती करत असत. हळूहळू त्यांनी वर्गातल्या ब्राह्मण मुलांकरवी ह्याला आपल्या घरी आणि नंतर शाखेत बोलवायला सुरुवात केली. घरातले सगळे ह्याच्याशी अतिप्रेमानं वागायचे आणि थेट स्वैंपाकघरापर्यंत ह्याचा वावर वाढला. संघ जातिभेद मानत नाही, हिंदू इथूनतिथून एक, हे तत्त्व आपण पाळतो हे निळूकाकाला पटवून देण्यात आलं. हळूहळू यावल गावात तूर्त निम्मी वस्ती मुसलमानांची असून ते कुराणोक्त चार चार बायका करून त्यांची संख्या चौपट करण्यात कार्यरत आहेत — अशी चिंता खुद्द प्राचार्य सर करताहेत, हे पाहून आधीच परोपकारी बलदंडत्व अंगी असलेल्या निळूकाकानं तिथल्या शाखेत मातृभूमीच्या रक्षणासाठी सज्ज राहण्याची आण घेतली. लवकरच मौर्यग्रामात एक शाखा उघडण्याची कामगिरी त्याच्याकडे सोपविण्यात आली. तू मॅट्रिक होण्याची काळजी करू नको, आपण ते सर्व बघून घेऊ — असंही निळूकाकाला सुचवण्यात आलं. भारतवर्षावर एवढं संकट कोसळत असतांना तुझ्यासारख्या स्वार्थत्यागी तरुणांच्या फर्स्ट क्लासची आणि उच्च शिक्षणाची काळजी वाहण्यास तुझे सर्व गुरुजन आणि समस्त संघपरिवार कटिबद्ध आहोत, असंही बरेच ब्राह्मण सर त्याला शाबासकीवजा सांगत राहिले.

निळूकाका सर्वांत धाडसी स्वयंसेवक सिद्ध झाला. नंतर दसऱ्याच्या संचलनासाठी पुण्याहून खास आलेल्या घाऱ्या डोळ्यांच्या मोडक नावाच्या एका मंडल कार्यवाहानं तिसऱ्या वर्गाचं रेल्वेचं तिकीट देऊन त्याला गटप्रमुखाचं प्रशिक्षण घेण्यासाठी पुण्याला पाचारण केलं. येताना फक्त दोन खाकी चड्ड्या आणि दोन पांढरे सदरे, तीन लंगोट, दोन रुमाल — एवढंच घेऊन मोतीबागेत

उपस्थित राहण्यास सांगितलं. निळूकाकाला आता आभाळ ठेंगणं झालं. पुण्यात त्याची राहण्याची सोय दांडेकर नावाच्या एका पी.डब्ल्यू.डी. इंजिनीअरच्या बंगल्यात केली होती. तिथेही त्याला घरच्या मुलांसारखंच वागवण्यात आलं. घोड्यावरून भरधाव जमिनीवरचा रुमाल भाल्यानं उचलणं, ढालतलवार बनेटी चालवणं, पालथं कोपरांवर सरपटणं, दोरावर चढणं, नेम धरून सोडावॉटरच्या बाटल्या फेकणं, रक्ताची भीती घालवणं, नकाशे वाचणं — ह्या युद्धकला शिकवल्या. शिवाय दररोज वेगवेगळ्या हिंदूत्ववादी विचारवंतांची दुर्मीळ बौद्धिकं — अखंड आसेतुहिमाचल हिंदुस्थान, पितृभू, मातृभू आणि पुण्यभू, पवित्र आर्यभूमी, म्लेंच्छ विनाश, हिंदूसंघटन, आगीनंच आग विझते, गांधी आणि जिना, चितोडची पद्मिनी, हिंदूराष्ट्र, कुराण आणि जेहाद, गांधीचं अहिंसेचं बुळं आत्मनाशक तत्त्वज्ञान — ह्या सैद्धान्तिक आणि प्रात्यक्षिक प्रश्नांची वारंवार उजळणी होतच होती. काश्मीरात इसवी दहाव्या शतकापूर्वी एकही मुसलमान नव्हता, सर्व हिंदू होते. आज ८५ टक्के मुसलमान कशामुळे झाले? *धर्मो रक्षति रक्षितः ।*

असं म्हणतात की, एका बौद्धिकानंतर हे सर्व स्वयंसेवक पर्वतीवर फिरायला गेले असता वाद निघाला की, पंजाबातील हिंदूंनी मुसलमानांचा योग्य वचपा काढला — सगळ्यांची छाती फुगून येते — परंतु बंगाल्यात मात्र हिंदू लाखोंच्या संख्येनं पळून आले. पंजाबात आर्य समाजानं बाटलेल्या मुसलमानांचं शुद्धीकरण करून त्यांना हजारोंच्या संख्येनं परत हिंदू केलं, तसं बंगाल्यात का नाही टागोर वगैरे पुढाऱ्यांनी केलं? आपल्याकडे नाही का खानदेशी माणूस भित्रा असतो, पुणेरी माणूस तलवार घेऊन अटकेपर्यंत जातो?

ह्यावर निळूकाका म्हणाला, कशावरून? आत्ताच सिद्ध करून दाखवा. लगेच खिशात नेहमी असलेला चाकू काढून तो त्वेषानं म्हणाला, जो आपल्या मनगटातून आत्ता रक्ताची धार काढून दाखवील, तो खरा हिंदू. हे पाहा माझं खानदेशी रक्त —

तेवढ्यात एक पहिलवान हे आधीपासून पाहत होता, त्यानं *तुमच्या आयचे मवाली* म्हणत एकेकाच्या कानफट्टीत देऊन तिथून सगळ्यांना हाकलून लावलं. तेव्हापासून निळूकाका संघ परिवारात क्षात्रतेजासाठी विख्यात झाला.

असे अनेक पराक्रम करून वेगळी कोकीदार काळी टोपी घालून निळूकाका पुण्याहून नवनवे कार्यक्रम घेऊन आला. नवे वीरश्रीजन्य खेळ आम्ही खेळायला शाखेवर गर्दी करायचो. लवकरच ढालतलवारींचा खोका पुण्याहून आला. रात्रीची बौद्धिकं म्हणजे कुठे अचूक तलवार खुपसली की ती हृदयातच जाते. ह्यापुढे हिंदू

मार खाणार नाही. हिंदू एकसंध होता, एकसंध आहे, एकसंध राहील. गांधी, नेहरू कसले हिंदू? बौद्ध धर्मामुळे हा देश कापुरुष बनला. हा देश एक होता, एक आहे आणि एक राहील. शिवाय नवे पुणेरी वाक्प्रचार : *गोमा गणेश पितळी दरवाजा. डोंबलाची अहिंसा. अडलंय आमचं खेटर. पंक्तिप्रपंच* हिंदू सहन करणार नाही. शिवाय पुण्याचं जुनं वैभव : सवाई माधवरावाच्या लग्नात पंधरा लाख पत्रावळी लागली. नाना फडणीस अत्यंत बुद्धिमान — त्याचे चुटके.

त्याच सुमारास प्रत्येक आगगाडीतून पंजाबी सिंधी निर्वासितांचे लोंढेचे लोंढे भुसावळ स्टेशनात उतरत होते. भुसावळला चाळीस हजार निर्वासितांची छावणी तापीकाठी पडली. मोरगावचे लोक सिनेमा पाहण्यासारखे गाड्या जोतून ह्या निर्वासितांचे हाल पाहून हळहळ करून धान्य, कपडे देऊन परत येत. मुसलमानांनीच हे केलं, असा संदेश प्रत्येकाच्या मनावर पक्का होत चालला. एक पंजाबी तरुण हातात सुरा घेऊन म्हणाला, आणा साले मुसलमान सामने. सांगा कुठे असतील तिथे जातो आणि भोसकतो एकेकाला. अरे माझ्या गावातल्या लहानलहान हिंदू पोरी पकडून नेल्या — माझ्या ह्या... ह्या डोळ्यांदेखत. त्यांना चाबूक मारून मुसलमान गुंड नाचायला शिकवत होते, अश्लील गाणी म्हणायला लावत होते बाजारात. सगळी गर्दी पाहत होती. मीही त्या गर्दीत उभा होतो... आणि तो ढसढसा रडला. दुसरा म्हणाला, छाटलेल्या मुंड्याच्या ढिगाखाली मी गाडला गेलो होतो म्हणून वाचलो. रेलगाडी थांबवून डब्यात घुसायचे मुसलमान गुंड — एकेकाची मान कापून निघून जायचे. ...एक मुसलमान ह्या देशात ठेवायचा नाही. आम्ही जनावरांसारखी ट्रका भरून बायकापोरं आठ दिवस आधी पाठवली — ती आता कुठे असतील भगवान जाणे. अजमेरजवळ अशा बेवारशी हिंदू बायकापोरांची मोठी छावणी सरकारनं उघडली आहे.

मोरगावातले साधेसुधे लोकही हे ऐकून थरथर कापत राहायचे. कोणी केलं हे? अर्थातच पाकिस्तान्यांनी. मुसलमानांनी. राष्ट्रद्रोही. कशासाठी? माणूस असा असू शकतो? पाकिस्तान मुर्दाबाद. तरी महात्मा गांधी कोट्यवधी रुपये भारताच्या तिजोरीतून त्यांना द्या, असं म्हणतो? फेका बुढ्ढ्याला बाजूला. पाकिस्तान मुर्दाबाद. सशस्त्र आक्रमण. गावोगाव स्फोटक परिस्थिती.

इंग्रज माणूस केवढा मोठा क्रूर सिनेमा करू शकतो? स्वतःचा देश नीट सुरक्षित ठेवून? जगाच्या इतिहासातला एक क्रूर वेस्टर्न सिनेमा.

एकूण वातावरण इतकं गढूळ होत चाललं की, आम्हाला शाखेतच निश्चित दिशा मिळाल्याचा आनंद मोलाचा वाटत होता. दंगे सगळीकडेच होत होते आणि याला मुसलमानच जबाबदार आहेत, हे पक्कं मनात रुजलं. आम्ही मुलांनी

आपली वानरसेना जमवून कां शौर्य दाखवू नये? अष्टविनायकांपैकी एकानं अशी योजना तयार केली : खानदेशात इस्लाम पहिल्यांदा आणणारा मुसलमान संत शेख बहुद्दुल्ला याचा दर्गा जवळच कवढळ खेड्यात आहे. तो दर्गा रातोरात पंधरावीस स्वयंसेवकांनी उद्ध्वस्त करून हिंदूंच्या पहिल्या पराभवाचं हे स्मारक नेस्तनाबूत करता येईल. असाच इतिहास बदलतो की नाही? ह्यासाठी आमच्या गुप्त बैठकी आमच्या वाड्याच्या चांदणीवर भरायला लागल्या. गणितं सोडवायची आहेत, असं सांगून आम्ही चर्चा कोणत्या करायच्या? तर मुसलमान त्यांच्या बायकांना चोळणाच का घालायला लावतात?... त्याला कसना असतो, त्याची गाठ पक्की मारली की हिंदूंना सहजासहजी बलात्कार करता येणार नाही; म्हणून. आणि आपल्या बायकांच्या काय साड्या, वर केल्या की हूं. ...म्हणूनही मुसलमानांना हिंदू मुली भ्रष्ट करणं सोपं जातं. आपल्याही बायांनी सलवार कमीज, पंजाबी ड्रेस घातला पाह्यजे. ...म्हणजे पुन्हा मुसलमानी पद्धतीचाच जय म्हण की. ...कुठे बाहेर बाजारात मुसलमानांकडून संत्रीमोसंबी घेत जाऊ नका बरं. हिंदू लोक मरावे म्हणून ते विषाची इंजेक्शनं टोचून ठेवतात. एकजण चोपड्याला मेला असाच, म्हंतात. म्हणून तं साले स्वस्तात विकतात.

दोनतीन दिवसांनी शिरपूर सडकेवरून येत होतो. समोरून पिंजाऱ्याचा इबऱ्या सायकलवर डबलसीट दंड्यावर बसून येत होता. मला पाहताच लहानपणी ओरडायचा तसा ओरडला, आऽ रेऽ खंड्याऽ. ...कुठे गेलता रे इब्रू?

मागे सीटवर टोपली दिसत नाही का रेऽ कुठे जाणार यार केळी विकायचं सोडून? घे, एकतरी खा. त्यानं पटकन टोपली उघडून दोन केळी मला दिली. मी म्हणालो, नको. ...क्यूं रे? तुला तर आवडतात ही बाळकेळी? घे... नको... घे रे... नको...

मला वाटत होतं त्याचा एक पैसा फुकट जाईल. सायकलवाल्यानं त्याला पुन्हा बसवलं आणि गोंधळून हात हालवत तो गेला. मग मला चर्रर्र झालं. घ्यायला हवी होती केळी. दरवर्षी इबऱ्याकडून मलिदा खाणं, त्यांच्या पिरापुढे हैदोस. उरसाच्या कव्वाल्या, मोहरमचा वाघ होऊन दुल्हा खेळणं. इबऱ्याचे वडील आमच्या वडलांचे विश्वासातले — दरवर्षी मक्याचं शेत उधळं त्यांना द्यायचं. कणसं विकून इमानानं अर्धे पैसे बरोबर देणारे. मात्र मक्याची राखण बऱ्याचदा आम्हां दोघा पोरांवर यायची. थोट्या चांभाराकडून करून आणलेल्या लहानलहान दोन गोफणींनी माच्यावरून आम्ही हुर्रर्र करून गोटे पिकात मारले की शंभरेक चिमण्या उडायच्या. शेतातले मजूर आम्हाला छोटे पहिलवान करून कुस्ती खेळायला लावायचे : एवढी एवढी आम्ही मुलं कशी चुरशीनं ओल्या मातीत

लथळापथळ होऊन एकमेकांना चीत करतो. हे झाल्यावर खाली डोहावर आम्ही पळत जायचो. त्यावेळी त्याची कातरलेली नुन्नी — अशी का रे? ... आमच्यात असंच करतात. एवढं इबऱ्यानं म्हटलेलं त्यावेळी पुरेसं वाटायचं ...आता?

चांदणीवरच्या गुप्त बैठकीत विनायक अग्निहोत्री सदूला पटवून सांगत होता — द्रुत बलात्कारासाठी सुंता करता. नावंही अशी कशी ठेवतात हबीबुल्ला? ह्यामुळेच तर आपल्या बायकांना भीती वाटत नसेल यांची? त्यांचं अल्ला अल्ला म्हणजे आपल्या हिंदूंवर हल्ला हल्ला असंच वाटतं की नाही रे? ... आणि मग अल्लाउद्दीन खिलजीचा पद्मिनीवर डल्ला. खिलजीनंच रामदेवराव यादवाची सुंदर पोरगी जिताऊ अशीच डल्ला मारून नेली. आणि स्वतःच्या बायकांना मात्र पडदा. वा रे वा. हा आपला हिंदूंचा देश आहे. हे ह्यापुढे सहन केलं जाणार नाही म्हणावं.

मकरसंक्रातीला प्रांतप्रचारकांच्या स्वागतासाठी आम्ही मॅट्रिकपर्यंतच्या सर्व स्वयंसेवकांनी मिळून राष्ट्रगौरवपर एक कवन रचलं. मात्र त्यातली पहिलीच ओळ ऐकताक्षणी प्रांतप्रचारक खवळत्साते म्हणाले, बंद करा ही मातृभूमीची भर्त्सना. प्रत्येक शब्दातून मातृभूमीचं पावित्र्य व्यक्त व्हायला पायजेल आहे.

ह्या सदावत्सल हिंदूभूमीस युगानुयुगे स्पर्शणारा अरबी समुद्र

चूक लक्षात आल्यावर खजिल होत्साते आम्ही नकाशावर शोधायला लागलो, की हिंदू महासागर कोणत्या म्लेंच्छ भूमीला स्पर्शत असतो? पाकिस्तान खूपच वर, अरबस्तान तर भलतीकडेच, आणि खालचे सिलोन, ब्रह्मदेश वगैरे बौद्ध. मग भावडूच्या मित्रांना बेटाबेटांचा मालदीव हा नखशिखान्त मुसलमान देश एकदाचा सापडला. निळूकाका दिलासादर्शक उद्‌गारला, बेटं का असेना, बेटं मुसलमान तर आहे? जुळतं का पाहा :

त्या म्लेंच्छ मालेभूमींना सतत झोंबणारा आमचा वीर्यशाली हिंदू महासमुद्र
ह्या हिंदूभूमीवर चिरंतन विराजोत ब्राह्मण, क्षत्रिय, वैश्य आणि शुद्र

तेवढ्यात मंडल कार्यवाहांचा गुप्त संदेश — गोडसे नावाचे पुण्याचे गृहस्थ यावलहून लवकरच आपल्या शाखेला भेट देण्यासाठी येत आहेत. स्थळकाळ नंतर कळवण्यात येईल. कोटी कोटी हिंदूंचा विश्वासघात करणारा गांधी जगण्यास लायक आहे? ह्या विषयावर ते गुप्त बौद्धिक घेतील.

३० जानेवारी १९४८ रोजी पहिल्यांदा गांधीवधाची बातमी रेडिओवर आली त्या रात्री मोरगावातले मुसलमान घाबरून दडून बसले होते. हा खुनी माणूस मुसलमानच असू शकतो, असं सगळेजण तर समजून चाललेच होते, पण विशेष

म्हणजे खुद्द मुसलमानांनासुद्धा तेच वाटत होतं. फक्त रूपा काँग्रेस मात्र पोरांच्या संतप्त घोळक्यांना शांत राहा म्हणत सांगत होते की, हे असं राक्षसी कृत्य फक्त ब्राह्मणच ह्या देशात करू शकतो. ते खरंच ठरलं. रात्री दिल्लीहून इकडेतिकडे केलेल्या ट्रंक फोनांवरून खुनी माणूस गोडसे होता, अशा बातम्या मोरगावात आल्या आणि सकाळी तर ठेंगू जोशीबुवांना दिल्लीहून मुलाची तारच आली — काळजी घ्या. ती पोस्टमननं चावडीवर आधी सर्वांना दाखवून मग ब्राह्मणवाड्यात जोशीबुवांना दिली. अष्टविनायकांपैकी सर्वांत ज्येष्ठ राजाभाऊ अग्निहोत्री यांनी रात्री ब्राह्मणवाड्यात साखर वाटली, अशी कुजबूज होती. मारुतीच्या पारावर भिंतीवरून ब्राह्मणआळीत एकानं बायकोला हर्षभरात, अहो, पुरणपोळ्या कराऽ, असंच काहीतरी ओरडून सांगितल्याचंही काहींना ऐकल्याचं स्पष्ट आठवत होतं.

सकाळी गोडसेचं नाव सर्वत्र कळताच ब्राह्मणवाड्यात स्मशानशांतता झाली. विनायक अग्निहोत्री सकाळीच कुठे गायब झाला होता. आणि निळूकाका घाबरून आमच्या ओसरीतल्या शेंगांच्या कणगीत दडून बसला. ओढा साल्यांना बाहेर, असं गावभर ओरडणारी टारगट पोरं दोन गाढवं, डांबर, गुलाल घेऊन चावडीसमोर खोळंबली होती. बसाडा रे याहिले गधड्यावर — असा सोहळा मुलांना क्वचितच खेळायला मिळतो. मलासुद्धा मार बसण्याची भीती असल्यानं वाड्याबाहेर जायचं नाही, अशी ताकीद होती. शिवाय कणगीला कान लावून निळूकाका एकाक्षरी सूचना देत होता त्या ऐकणं आणि बाहेर काय चाललं आहे, हे सविस्तर पण शिताफीनं कणगीच्या आतून लावलेल्या त्याच्या कानावर पडेल इतक्या हळू आवाजात सांगणं — ही दोन + कोणी वाड्यात येताखेपी स्वतःचा जीव वाचवण्यासाठी धाब्यावर लपून बसणं — अशी एकूण तीन कामं सच्च्या स्वयंसेवकाच्या निष्ठेनं मी डोळ्यांत तेल घालून केली. एकाएकी बाहेरच्या दरवाजात संशयास्पद आवाज आले, की निळूकाकासाठी माझे कान टवकारून जिन्याकडे : कुठे लपलाय तो शाखाप्रमुख? हेच लपायचं शिक्षण मिळालं का याला शाखेत. म्हंता ना रांडेचा लेक सांड. बाप गेल्यापासून विधवा माय म्हातारी एकटी शेती सांभाळते. आणि हा सांड हे धंदे करायला मोकळा. याला गाढवावर बसवल्याशिवाय शिकापण लागणार नै. पोरो हो, शोधा कुठे लपला आहे हा निळ्या — की कणगीवर धोक्याच्या तीन लाथा आपटून मी वर गुल. पुढचं काका ऐकतच असणार. अशा वेळी बहिणींनाही काय करायचं ते सगळं शिकवून ठेवलेलं असायचं. आणि भावडूला सांगितलेलं, की अशा टारगटांना घेऊन चाऱ्याचं घर शोधायला लावायचं. तिथल्या सरपणात आणि चाऱ्यात किंवा अवजारांमागे निळूकाका आणि मी लपलेलो आहे याची तासभर तरी त्यांना खात्री वाटायची.

मग आंधळी काकू सगळ्यांवर रागावून सगळ्यांना बाहेर काढायची. हे पुढे दोनतीन दिवस चाललं.

सुदैवानं आमच्या वडलांना आता सरकारदरबारी बऱ्यापैकी वजन प्राप्त होऊ लागल्यानं गावातले सगळे शाखेचे स्वयंसेवक सुटले. एक फौजदार आला होता तो माफीनामे घेऊन गेला. त्यात सर्व लहान मुले १० ते १५ वयोगटातली असून यांचा खेळण्यापलीकडे प्रस्तुत प्रकरणाशी संबंध नव्हता — असं पाटलानं लिहिलं, त्यावर वडलांसकट चार महाजनांच्या साक्षीदार म्हणून सह्या घेतल्या होत्या. फौजदार सांगूनही गेला की विठ्ठलराव, ही आपल्याच जातीची पोरं म्हणून सोडतो, नाही तर ठाण्यावर नेऊन फटके दिले असते. आता ह्यापुढे त्या तुमच्या भावाला पण समजावून सांगा की भट मोठे मतलबी — ह्यापुढे जिंदगीभर भटांच्या शेपट्या धरायच्या नाहीत.

चावडीवर जमलेले सगळे पालकही गाऱ्हाणं लावत होते की, फौजदारसाहेब म्हंता ते बरोबरच आहे. कुणब्यांच्या घरीदारी खळ्यात गोठ्यात संध्याकाळच्या वेळेला किती कामं असता? पहाटपासून शेतात गेल्यानं घरातली, गावातली साठून राह्यलेली कामं सगळी त्याच वेळी, गुरंढोरं, चारापाणी गायीम्हशी दूध काढणं — हे सगळं सोडून त्या भटांच्या नादाला लागलते, इची लेहू. काय तं त्या भगव्या फराळ्यासमोर कवायती कऱ्याच्या. मोट धरली घटकाभर तं ज्यास्ती व्यायाम होईल. त्या भटांना संध्याकाळी काय काम असतं पूजापाठाशिवाय? हे रिकामचोट नाद शेतकऱ्यांच्या पोऱ्हांना नाही पायजे.

पुढे बरेच दिवस सातारा-सांगली भागात मोठमोठ्या हिंदूत्ववादी ब्राह्मण शेटसावकारांचे वाडे पेटवून दिल्याच्या बातम्या येत होत्या. रूपा काँग्रेस मोरगावातल्या पोरांना म्हणाले, आपण पक्के गांधीवादी होऊ या. गावात अजिबात आगधूळ मारपीट नको. अहिंसा परमो धर्म. तुम्ही तसलं काही करायचं नाही. ह्या ऐदी ब्राह्मणांना आता ही भंगार खेडी सोडून जायला उत्तम सबब मिळेल. इथे आहे काय त्यांच्या लेखी माटी अन् धुळीशिवाय? आपल्या गावातसुद्धा तुम्ही पाहाल, हे सगळे हुशारी करून शहरात पळतील. पंचांग पाहायला ब्राह्मण उसने आणावे लागतील.

माझे कणगीतले दिवस नावाची *एक सच्चा हिंदू* ह्या टोपणनावानं लिहिलेली टिपणं निळूकाकाच्या घरात पोलिसांना सापडली. ह्या कणगीतल्या दिवसांचा निळूकाकावर खोल परिणाम झाला, हे त्यांत दिसलं. आपल्यासाठी विठ्ठलभाऊसारख्या युधिष्ठिराला यःकश्चित फौजदारासमोर खोटं बोलावं लागलं, शपथेवर खोटं वय सांगावं लागलं, नाही तर गाढवावर आपली धिंड निघालीच

असती. शिवाय रात्री वारंवार अग्निहोत्र्याकडे जाऊनही आपण पळून जाणार आहोत, याचा त्यानं आपल्याला पत्ता लागू दिला नाही. त्याला पुणं मुंबई दिल्लीपर्यंत लपून राहायला नातेवाईक आहेत. आपल्याला शहरात एक घर कुठे असं लपायला मिळणार नाही. केवढा विश्वासघात. ह्यापुढे राजकारण दुरूनसुद्धा नको. एकूण काकाचा उतावळा भूतकाळ पाहता पाहता हताश वर्तमानकाळात परिवर्तित झालेला या डायरीत दिसतो. सुरुवातीला एक नोंद होती : *आपल्याला लपून बसावं लागेल, अशी कोणतीही गोष्ट ह्यापुढे करणार नाही, करणार नाही, करणार नाही.*

निळूकाका नंतर पूर्ण बदलून गेला. त्याची फेंदारलेली देशभक्ती झडली. रोज पहाटे उठून देवळात जावं. काकड आरती करावी. घाम फुटेपर्यंत तिथला नगारा दोन्ही हातांनी झोडायचा. मागच्या झाडांखाली हजार दंडबैठका काढायच्या. नंतर खाली नदीवर आंघोळ करून धोतर सदरा पंचा तिथेच वाहात्या पाण्यात धुऊन घ्यायचे. घागरीएवढा तांब्या भरून देवळातल्या तुळशीला टाकायचा. अभंग पाठ करत घरी दुपारपर्यंत बसायचं. दुपारी विठ्ठलदादानं शिकवलेले मृदंगाचे बोल गिरवायचे. गावात कोणालाही कोणत्याही प्रकारची मदत करायची. रात्री जुन्या भजनांच्या चाली म्हाताऱ्या भजनी मंडळींकडून शिकायच्या. शेतीची कामं सोडून कोणतीही कामं त्याच्या आवडीची. विशेषतः आपल्या बलसंवर्धनाचा योग्य उपयोग होत असेल, तर तिथे निळूकाका नेहमी पुढे. उदाहरणार्थ, कोणाबरोबर बायको ओढायला जाणं, हंगामाच्या दिवसांत कुणाच्या शेतात चोर घुसले, खळ्यावर धान्य लुटायला पारध्यांची टोळी घुसली, म्हैस सुन्या विहिरीत पडली, कोणाच्या घरावर दगड पडले की दरोडेखोर येणार, म्हणून रात्रभर राखणीला — कशालाही निळूकाका नेहमी तयार आणि तत्पर. परोपकार हे त्याच्या आयुष्याचं सूत्र झालं. शिवाय पायी गावातल्या म्हाताऱ्यांना सांभाळत पैठण, मुक्ताबाई, आळंदी, देहू, पंढरपूर वाऱ्या — हेही निळूकाकाचं वर्षभर चालूच असायचं. आणि सांडूबरोबर जत्रा, तमाशेसुद्धा. या सगळ्याचं मूळ *माझे कणगीतले दिवस.* त्या डायरीतली शेवटची नोंद होती :

झाडाखाली टिंगरीवाल्यानं म्हटलेला फटका इथे कणगीतही ऐकायला येतो आहे :

लेका आसं बोलावं तर कुनी म्हनू नाही खोटं
आन् अशा जागी बसावं की कुनी म्हनू नाही ऊठऽ हो हो हो जीऽ

ह्या दिवसांत मारुतीवर जवळजवळ दररोजच अकादमी भरायची. सटाऱ्या आणि भपाऱ्यांच्या उपस्थितीत नव्यानं स्वतंत्र झालेल्या भारतासंबंधीच्या यक्षप्रश्नांचा सर्वांगानं विचार करणारी चर्चा मध्यरात्रीपर्यंत तावातावानं चालायची :

हे पाहा, जे झालं ते बरंच झालं. आपले ज्ञानोबाराय काय म्हणतात, *दुरिताचे तिमिर जावो.* फाळणी झाली म्हणून मुसलमानांचा द्वेष करा हे बरोबर नाही. हे हिंदूत्ववादीच फाळणी करा म्हणत होते. तो सावरकर — इंग्रजांनी अंदमानातून मोकळं सोडल्यापासून इंग्रजावर एक शब्द बोलत नाही पाहा. बोलला की पुन्हा काळ्या पाण्यावर नेऊ असं लिहून घेतलं आहे सावरकराकडून. फक्त मुसलमानांविरुद्ध लिहीन, असं कबूलच करून घेतलं होतं त्याच्याकडून म्हंता. यांचं देशकार्य म्हणजे द्वेषकार्य ...वाऽ आपल्या वारकरी पंथात काही भारतमाता न् फारतमाता नाही आहे. *हे विश्वचि माझे घर* आहे. ...सगळं विश्व आत्मज्ञानाच्या प्रकाशानं उजळो, असं सोपानकाकाबी म्हटले होते. ...आमच्या महानुभाव संतांनी तर म्हटलं आहे, *तुमच्याकडून मुंगीसुद्धा रांड न होआवी.* ...एवढा अहिंसेचा खजिना सोडून का बरं ही पोरं हिंसेकडे वळली? ...यांना खेळायला मिळत होतं हो. ह्या वयातल्या पोरांसाठी काही करावं लागतं — नाच गाणी खेळ सामने पाठांतर — हेच आपल्या शेतकरी लोकांच्या ध्यानात येत नाही. करता काय हे बैलं न् ढोरं, का रे भू? म्हणून ही पोरं करत होती मातृभू पितृभू भू भू भूऽ

सटाऱ्या देशमुख म्हणाला, मुंबईला मोठ्ठा हिंदू-मुसलमान दंगा झाला. सोडावॉटरच्या बाटल्या फेकायला सुरुवात झाली आणि आम्ही पळालो. वाटेत हिंदू की मुसलमान? असं आम्हाला विचारत. गायत्रीमंत्र म्हणून दाखवा, असं ते लोक म्हणाले, तं म्हटलं भौ, शेतकऱ्याला काच्चा गायत्री न् फायत्री मंत्र येतो? गायीचं शेणमूत करणं येतं. हे कान टोचलेले पाहा. मग सुटलो. ...आणि कान टोचायचे राहून गेले असले आमच्यासारख्यांचे, तर? ...आँ, तर... करदोडा पाहतात आणि लगेच सोडतात. ...काश्मीरमध्ये पाकिस्तानी सैन्य घुसलं आहे म्हणतात. ...मग हा नेहरू काय करतो? ...नेहरूत काय जान आहे हो? वल्लभभाई पटेल पोलादी पुरुष — तुमच्याच जातीचा आहे. नेहरूला न विचारता सैन्य पाठवून दिलं, मगच कळवलं. नाहीतर, एवढ्यात काश्मीर सगळा गेला असता की. तरी अर्धा गेलाच ह्या नेहरूमुळे. ...मंग आता? ...काय नेहरू आहे हो, सगळ्या आपल्याच नातेवाइकांना नोकऱ्या देणारै म्हणतात तो. ...मंग केवढा त्याग केला आहे नेहरू घराण्यानं? ...त्यानं त्याग केला तर तो किती फेडायचा आम्ही?

आपल्या गावात का कमी होऊन गेले त्याग करणारे? विठ्ठलदाजीचा भाऊ हुना — पण हे फाळणी रोकता आली नाही त्यानला आं? झालीच कशी? होऊ द्यायला नको होती.

भपाऱ्या पाटील म्हणाला, गांधी असे बसले व्हते पारावर दिल्लीत. जिना तिकडून चाल्ला. गांधीजी म्हंता, ओ जिना, अरे आमाक इकडे ये तं. अरे, वेगळा चुल्हा काहाले मांडतू भौ? उगा बुडतीचा पायरो. माह्यं आइक, तूच मुख्य हो सबंध हिंदुस्थानचा. इंग्रज हाकलले की बस झालं. अरे भावाभावांचं वैर फार वाईट. चालूच आहे, भांड्याले भांडं लागतंच. पण तो जिना काही आयकेना रे भौ. वेगळंच निंघ्याचं म्हणे. मंग गांधीजी फिरून म्हंता, हात जोडतो भौ जिना. तू मोठ्या बापाचा, आम्ही लहान्या बापाचे. मंग बी झालं? मी नेहरू अन् पटेलले समजोईन. असे शब्द बोलले. तरी तो आडांग्या जिना का आयके? आवरेल कुत्र्याले जोर भारी. तो उलटा म्हंतो, अरे गांधी बुढ्ढ्या, सोडा हो या गोष्टी. काय चावयता नुस्ते अहिंसा न् सत्य. तिकडे मौलाना आझाद बसले होते तेबी म्हंता, कशाले कुत्र्याच्या तोंडात काठी घालता हो बापू? मरू द्या न मुसलमानायले वेगळे व्हता तं. तशात नेहरू बी चवळाया करतच व्हता. पंतप्रधान व्हयाची हौस. हौस ठीक आहे हो, पण घाई? लांड्यायची ललोपती किती करायची? अशी फाळणी झाली. आठ दिवसांत मनमाने नकाशावर रेघा मारल्या — इकडचे मुसलमान बोंबलले, तिकडचे हिंदू फसले. इंग्रज साला दुरून सगळं पाहत हासून राह्यला, म्हंतो, मायला लई भनभन करत व्हते ना चले जाव चळवळीपासून. घ्या तुमच्या मायचे. ओली आग अनं कोळ्ळा गुड. पाहा भोसडीचे इंग्रज — केलं कोणी न मार पडला कोणाला.

मुसलमान मात्र पहिल्यापासून कट्टरच. ...असं कसं म्हंता? अरे इतका पसरला म्हणजे काहीतरी जान असेलच की त्या धर्मात. ...कशाची जान हो? तलवार लावली की जान हागते. ...सगळा खालचा वर्ग त्यांनी जवळ घेतला. आपला हिंदूधर्म खालच्यांसाठी काय शेटं करतो? आत्ता बारे आपल्या अमळनेरचे साने गुरुजी मरता मरता वाचले. गांधीलासुद्धा धुडकावून उपोषणाला बसले पंढरपुरात, अस्पृश्यांना मंदिरात प्रवेश द्या म्हणून. उलट हिजड्यांनासुद्धा मुसलमान धर्मच जवळ करतो. ...नको रे भौ हिंदूधर्मात हिजडे, ते मुसलमानांतच बरे. ...हैद्राबादचा निजाम अली आडवा चालून राह्यला आहे नं, पाहा कसा पटेल त्याला नीट करतो तं. विटेला दगडानंच उत्तर दिलं पाह्यजे. ...पण एकानं गाय मारली म्हणून... अहो, त्यांनी आधीच वासरू मारून ठेवलं आहे, तुम्हांला मारायला आता गायीशिवाय राह्यलंच काय? आं?

बरं झालं पण यार हे. आता गोडशामुळे मराठी ब्राह्मण राष्ट्रीय राजकारणात कधीच वर येणार नाहीत. गेले ते गोखले आणि टिळकांचे दिवस. ...काय क्षुद्र बोलता राव तुम्ही. त्यांच्यामुळे तरी मराठी माणसाची देशात शान राहायची. आता तुमचे मराठे पुढारी — दिल्लीत कुत्रा विचारणार नाही त्यांना. महाराष्ट्रापुरतं यांचं राजकारण. ...गोडशानं घाण केली खरी. काय करत होते हे संघवाले, एवढा देश पेटला होता इतकी वर्षं तर? संघासाठी संघ, शिस्तीसाठी शिस्त — काही सामाजिक जबाबदारीच नाही भटांना. रस्ते साफ तरी करा, अस्पृश्यता, इंग्रजीचं प्रस्थ — काय कामाचा निस्ता भंभं राष्ट्रवाद? आणि शेवटून हा गोडशा हागला —

ह्यावर एक सटाऱ्या म्हणाला, काही हागला नाही गोडसे. आपल्या निळूभाऊची डायरी आम्ही एकदा चोरून पाह्यली होती — पहिल्याच पानावर स्वतःच्या रक्तानं रंगवलेला भगवा झेंडा. नंतर एका पानावर एकाखाली एक लिहिलं होतं :

१७५७

१८५७

१९५७

काय याचा अर्थ? ...याचा अर्थ तुमच्यासारख्यांना सांगून काय उपयोग? **१७५७** पलाशीची लढाई, **१८५७** तात्याचं बंड, आणि आत्ता बरोब्बर शंभर वर्षांनी — रक्तरंजित आसेतुहिमाचल अखंड हिंदूस्थान. एकूण एक इंग्रज कापून काढला जाणार होता. राजधानी पुणे ठरली होती. राष्ट्रध्वज भगवा. राष्ट्रगीत — नमस्ते सदावत्सले... स्वतंत्रते भगवते एकत्रित. घटना वगैरेचा व्यय आणि घोळ कशाला? मनुस्मृती आहेच. पुन्हा फाळणीचाही प्रश्न आला नसता. पाकिस्तान झालं नसतं म्हणजे केवढा ताप वाचला असता? पण नियतीला हेच नको होतं, म्हणून १० वर्षं आधीच हे दुंडं स्वातंत्र्य मिळवून सगळा डाव गांधीबाबानं उधळून टाकला. मग राह्यलंच काय होतं त्याला मारण्याशिवाय?

उलटं सांगतोये रे हा सटाऱ्या. गोडशानं मारलं ते गांधीला अमर करण्यासाठी. आणि दुसरं अहिंसा वगैरे भानगडी बंद करण्यासाठी — आता पाहा हे त्याचेच कॉंग्रेसवाले चेले ॲटमबॉम्बसुद्धा करतील.

गांधी महात्मा म्हणत होता जिनापाशी की, माह्या देहाचे तुकडे होतील पण फाळणी होऊ देणार नाही. तं जिना म्हनला, अरे तुह्या देहाचे तुकडे तुहेच बामण लोक करतील. बरोबर भविष्य केलतं त्यानं. ... अरे, मी काय म्हंतो आहे न् तू काय आयकतू आहेस? आपल्या देशातल्या म्हंजे आता भारतातल्या मुसलमानांना जर तुम्ही पाकिस्तानी म्हणायला लागले, तर ते कसं सहन करतील? आणि

आपल्याच लोकांमध्ये अशी फूट पडली, तर पाकिस्तान्यांना फावणार नाही का? गावोगाव मुसलमान पसरले आहेत, त्यांच्याशी वैर घ्यायचं? ...अरे, पण तेच स्वतःला हिंदूपेक्षा वेगळं समजतात तर? उजवीकडून उलटं डावीकडे लिहितात ते. ...अरे, आपणसुद्धा एकवीस बावीस म्हणतो, आणि लिहितो दोनानंतर एक. आपण त्यांना वेगळं समजतो, हे बरोबर नाही. आपण मेजॉरिटी आहोत, आपणच ते करू शकतो. ...म्हणजे कसं? हे बघ, शिवाजी, संभाजी मुसलमानांशी किती मिळून मिसळून राहायचे? दाढ्यापोशाखसुद्धा मुसलमानांसारखेच. तुम्ही आता मुसलमानांना रेटत भिंतीशी दाबलं तर ते उलटणार नाही का? हे आपल्यासारख्या प्राचीन समाजाला शोभणार नाही. परवडणारही नाही. ... सुभाषचंद्र बोस अजून जिवंत आहेत. मुसलमानासारखीच दाढी वाढवली आहे त्यानं हुबेहुब मुसलमानच दिसतो. यावलच्या बाजारात एकदा कोणाला तरी दिसले होते. इंग्रज लोक खटला भरतील म्हणून दडून बसतात.

इतका वेळ गुळणी धरून बसलेला एक सटाऱ्या सगळ्यांवर कडी करायच्या इराद्यानं रहस्यस्फोटासाठी योग्य अशा हलका सूर लावत म्हणाला, तुम्हांला खरं सांगितलं तर पटणार नाही. ह्या काँग्रेसवाल्यांनीच गांधीला संपवलं. फितुरी —

म्हणजे? ते राममनोहर लोहिया म्हणतात, तसं अलंकारिक बोलताय का तुम्ही? गांधीजी नकोसे झाले होते नेहरू, पटेल यांना?

अहो, नेहरू, पटेल या लोकांनी सत्ता हाती आल्याबरोबर गुप्त चौकशी केली की, इंग्रजांचं राज्य ह्या देशात इतकी वर्षं कशामुळे लांबलं? इंग्रजांचा सगळ्यात जवळचा माणूस हिंदुस्थानात कोण आहे? तर सगळीकडून एकच रिपोर्ट आला : इंग्रजांचा हिंदुस्थानातला सगळ्यात आवडता माणूस गांधी हाच आहे. आता काय करा? येशू ख्रिस्ताचा शेवट कोणी केला? नंदांचा अंत करणारा चंद्रगुप्त मोऱ्या आणि मोऱ्यांचा शेवट करणारा शुंग, नारायणरावांचा खून करणारा राघोबा? गोडशा होताच तयार — परभारे बामणाच्या हातून गाय मारली की हो. रामराज्य म्हणजे हेच. *बोलो सियावर रामचंद्र की जय.*

उत्तिष्ठ. उपविश. आरम.

चार

खंडेराव, तुझं सगळं निराशाजन्य चाललेलं आहे. आठवणीसुद्धा निरुत्साहीच. ग्लानि किल शरीरविनाशिनी, मूर्च्छेतून जागृतीत ये. काहीतरी जीवनसन्मुख वाटेल असं आयुष्यात घडलेलं आठव — काही मेंढ्यांचे आपापल्या पिल्लांना हाका मारणारे आवाज, लुचणारी कोकरं — रेनीच्या घरामागचा मेंढवाडा — टेकडीखालच्या पळसाच्या रानातलं कुरण, ज्याच्यात पक्ष्यांची वनस्पतींची नानाविध कुळं नांदत असतात. तेव्हा लांब कुठेतरी निळ्या आभाळाला लागून क्षितिजावरच काहीतरी छान असेल, असं वाटायचं वय. आपल्याला आविष्कार करायला अवकाश कुठे मिळेल याचा अस्वस्थ शोध सुरू झालेला. अगदी जवळून घरीदारी लैंगिक शिक्षणाचा खळखळणारा अवखळ प्रवाह वाहतांना जाणवतो. शाळेत कोणीतरी अश्लील म्हणतात तसलं त्याच्या घरात दडवून ठेवलेलं जुनं पिवळ्या कागदांचं संभोगासनांचं पुस्तक आणलेलं असतं आणि पाटील सरांनी गणित घातलं, की आळीपाळीनं त्याच्या शेजारी जाऊन बसणाऱ्या आमच्या भयचकित नजरा चोरून काही अजब चित्रं पाहत असल्याची चाहूल लागताच हे पाटील सर, जे अजून कारे आहेत, ते हळूच आमच्या घोळक्यामागे दबा धरून दुसरीकडे पाहात पाहात शिताफीनं त्या पुस्तकावर झडप घालून चाळून झाल्यावर ते पुस्तक स्वतःच्या बगलेत घालून राजरोस निघून जातात. त्यातला एक नकाशा पाहून भेदरलेल्या आम्हां पोरांना सृष्टीतल्या भयानक आश्चर्यांपैकी एक दुरून जाणवलेलं असतं. आमचे एक सर लैंगिकचा उच्चार लहेंगिक असा करतात. शाळेच्या रस्त्यावर वडाखाली म्हशी लागोपाठ फळवतात. या प्रकाराशी संबंधित असतं आपण पितो ते दूध. भाद्रपदातल्या कुत्र्यांचा हैदोस. पोथ्यापुराणांतल्या चळलेल्या ऋषींच्या वीर्योत्सर्गाच्या प्राकृतिक गोष्टी. महाभारतातल्या नियोगातल्या स्त्रीपुरुषांच्या अजब जोड्या. लावण्या-तमाशातले वग — बायको, किती वाजले ग? आता जवळ जवळ झोपण्याची वेळ झाली. सिनेमात तर अथपासून इतिपर्यंत हेच.

आपलं शरीर काहीतरी सांगायला घुटमळत असतं, पण ते कधीच काय ते सांगू शकत नाही किंवा ते अनंतकाळ तेच काहीतरी सांगत असतं किंवा नद्यांचे

दुथड्या भरून वाहणारे पिवळेधम्म धसमुसळे पहिले पूर. ह्या गोष्टींचं संगीतासारखं आपल्याला कधीच भाषांतर करता येत नाही. किंवा खैरांच्या फुलोऱ्याचा मंदमधुर अमली सुगंध.

नागपंचमी. गावभर झाडाझाडांना उंच झोके बांधलेले. धनगरवाड्यात तर पिंपळाच्या वरच्या फांद्यांना बांधलेले दोर. उंच आकाशात दिसेनाशा होणाऱ्या पोरी.

फांद्यायवरी बांधीले वऽ पोरींनी हिंदोळे...

ह्या मेंढरांच्या पिलांना आपापल्या आया कशा ओळखू येतात ग रेने?

हाऽहा, सोता पाव्हा मिचुक नाही समजाऊ ते, खंडू. ये कव्हा सइसानले आमना घर. सकाळ समद्याकाळले यिशी? सुमरन से, येयजो. तुले मेंढीचा खिरूस आवडस? देस तुले, ये तं खरा. जठे बाळूना घर सरतस ना, तठेच म्हजार घर आसं.

काटेरी बाभळींचा रस्ता काही कमी सुंदर नसतो. कोणी पाहू नये म्हणून मी नदीच्या पात्रापात्रानं चालत बाभळींमधून धनगरवाड्याची टेकडी खुंदलत वर येतो. मेंढ्या मोठा कल्लोळ करत नदीतून आधीच मेंढवाड्यात घुसल्या आहेत. त्यांच्या मागोमाग धुळीतल्या नक्षीदार असंख्य खूरखुणांकित रस्त्यावरून मी चालत जातो. आकाश भरून टाकणारे मेंढरांच्या आयांचे आणि कोकरांचे लुचण्याचे ब्याँऽ ब्याँऽ आवाज. भलतीची पिल्लं लुचायला लागली की लाथा झाडून उलट्या होणाऱ्या मेंढ्या. रेनी मोठ्या चपळाईनं अशी बावरलेली कोकरं दोन्ही हातांनी त्यांचे मागचे दोन्ही पाय धरून ओढून दुसऱ्या खांडात टाकत राहते. शेवटी एखाद्या वेंधळ्या मेंढीची लेकरं तिला आणि ती त्यांना शोधत राहतात. हळूहळू सबंध कडगरांमध्ये चुरुचुरू पिण्याचा बहुआयामी आवाज वातावरण भरून टाकतो. त्यांचा गरम दुधाळ उग्र वास घेत मी आणि रेनी एकेक झोपा बंद करत मोहरानं पांढऱ्या झालेल्या खुटखुटीत लहानखुऱ्या निंबाच्या झाडाखाली येतो.

इथेच का नंतरच्या अशाच सांजवेळेला आमच्या शेतातल्या वागरात कोंडलेल्या मेंढ्या चरायला सुटतात तेव्हा अनावर एडके माद्यांना पुढच्या पायांखाली आवळत असतात तेव्हा टेकडीखालच्या पळसाच्या रानात कुणास ठाऊक मी रेनीसाठी पाडून आणलेली उष्ण कच्ची कैरी घोळसत तिला गवतात धुंडून काढतो आणि तिला अंगभर चिकटलेल्या आघाड्या काढू लागतो तेव्हा ऊस खाता खाता तिच्या मानेच्या आणि पाठीच्या सुरखाईनं मी अस्वस्थ चित्त होतो तेव्हा टेकडीवरून हिरव्या रसरशीत पानांची पांढरीफेक उच्चशीर्ष सलई

सांज-प्रकाशात आमच्यावर पाळत ठेवते. तेव्हाच की त्यानंतर कुणास ठाऊक, तिच्या घरामागच्या मेंढवाड्यात लिंबोळ्यांनी लदलेल्या खुटखुटीत निंबोणीखाली एका लाकडावर बसून ती पदरानं घाम पुसते आणि छाती पुढे करत दोन्ही हातांनी पाठीला काहीतरी चावतं ते चाचपत म्हणते, मुंगी का रे? देख तं जरा काय से... अरे अरे खंडू, काय करस रे? आसं करतात का रे मेल्या? हॅत्.

नंतर यथावसर आमची घसट वाढत जाते. बाळूकडेच अभ्यासासाठी राहणं वाढत जातं. खंडेराव बाळूला आपल्या हृदयातलं गुज सांगून टाकतो : बाळू, मला हीच बायको करायची आहे. तो छातीवर हात ठेवून वचन देत म्हणतो, खंडू, मला शक्य ते सर्व काही हा तुझा मित्र करून दाखवीन. नाहीतरी तिच्या मैत्रिणी तिला खंडोबाची मुरळी असं चिडवतात.

नंतर एकदा बाळूकडे धनगरी वह्या ऐकायला आम्ही मित्र जमतो. खंडेरावचं सगळं लक्ष रेनीकडेच असतं. घरामागच्या उंबराखाली दिवा ठेवायला ती पदराआड ज्योत सांभाळत मंद मंद पायऱ्या उतरत येते आहे. धमकट. पायांत लखलखीत किलोभर वजनाचे पांढरे लख्ख चांदीचे आंदू, हातात जड जड चांदीचे तोडे, कोपरांवर घट्ट रुतलेले बाजूबंद, वाक्या, अंगभरच्या चांदीनं खुललेली श्यामल आकृती, रसरशीत पोटऱ्या, तिच्या नकट्या नाकाला शोभा आणणारी मोठ्ठी नथ, मोठ्ठं कुंकू, जास्वंदीच्या फुलांचा रस लावलेले मऊशार केस — मग भ्रमिष्ठावस्था प्राप्त झालेला खंडेराव म्हणतो, एवढ्याशा पोरीला नऊवारी किती छान दिसते आहे रे बाळू?

बाळू म्हणतो, काय मोहिनी टाकली आहे रे खंड्या ह्या पोरीनं तुह्यावर? आणि हिला एवढीशी पोरगी काय म्हणतोस? खंड्या, सोळा वरसांची बाई होऊन गेली आहे ती. मी विचारलं वडलांना, तुझ्याबद्दल. ते हसून म्हणाले, आडवं उभं कळेना ह्या वयात कसल्या लग्नाच्या गोष्टी करतो तो? लग्न करताय आता तिचं. तो बघ तिचा नवरा, तो ढोल उडवून नाचतोय तो... आँ? एवढा मोठा गडी? मग? खंड्या, तुला बोटभर तरी वर उचलता येईल का एवढा ढोल, बारक्या?

खरंच रेनी मोठी दिसायला लागते. साजरी पण. पायऱ्या उतरतांना दाट काळोखात पदराखालून वर झिरपणाऱ्या शांत उजेडानं उजळलेला तिचा चेहरा नाकातली नथ चमकत राह्यल्यानं अद्भुत होतो. जणू ढगातून धावणारा चंद्र. कपड्यांत मावेनासं झालेलं तिचं मजबूत शरीर चिथावण्या देत राहतं. फलकारत ती आमच्या समोरून जात येत राहते. अंगणात धान्याचे चौक भरत राहते — उडीद, जोंधळे, मेथ्या, बाजरे, मूग, तुरी, तांदूळ अशा धरतीतून आलेल्या नजर बांधून ठेवणाऱ्या रंगांचे चौक मला भारून टाकतात. वह्या रात्रभर चालतातः

अरे कोसाकोसावर बोली बदले
वरसावरसानं बाळी रेऽ

मोठमोठे ढोल. पावे. दांडग्या पायांमध्ये घुंगरं. धरती हादरवणारं जोरकस नृत्य. चिलमीची छापी ओली करून पुन्हा बसवेपर्यंत नुस्त्या ढोलाच्या धिंगाड्यावर सगळे धनगर होऽ होऽ करत भीतिदायक नाचत राहतात.

रेनीचं स्वयंवर मांडलं आहे. ह्या दांडग्यांच्या धुमश्चक्रीत आपला काय टिकाव लागणार? म्हणून मी आधीच तिला भर मंडपातून घोड्यावर उचलून घेतो आणि भरधाव आमच्या टेकडीखालच्या पळसाच्या रानाकडे घोडा फेकत येतो. रेनी मला मागून घट्ट बिलगून बसली आहे. तीन रस्ते फुटतात तिथे अचानक घोडा खिंकाळून मागच्या पायांवर उभा राहतो. समोरून क्षितिजापर्यंत पसरलेल्या मेंढ्याच मेंढ्या. काळ्या पांढऱ्या. बेंऽ बेंऽ करत चालून येत आहेत. त्यांच्या गुबगुबीत लोकरदार पाठींवर गवताच्या बिया घट्ट चिकटून आल्या आहेत. थरारून झाडून झटकून त्या आमच्या दोघांमध्ये बियांची मोठी रास उभी करतात आणि लवणात डोहावर पाणी प्यायला पळतांना बहुआयामी आवाजांनी अवकाश भरून टाकतात. मग आमचा घोडा लवणाच्या दरडीवरून पलीकडच्या बाभूळबनात आम्हाला उंच उडवून खिंकाळत पळत सुटतो. तिथले होले झुडपाझुडपातून घूं घूं करायचं थांबवतात. ढोलीढोलीतून टोक टोक टोकरणारे तांबट स्तब्ध होत्साते माना वेळावून पाहतात. फांदीफांदीतून कोकिळांचा आक्रोश थांबतो. उच्चशीर्ष सलईच्या झाडावर सारख्या चढउतार करणाऱ्या खारी आपापल्या झुपकेदार शेपट्यांवर बसून छातीवर घडी केलेले हात काखांमध्ये दाबून बसतात. सशाच्या बिळाशी दबा धरून कान उंचावणारं आशावादी ऊदमांजर आम्हांला पाहून कान पाडतं. सातबहिणींचा कुंईं कुंईं करणारा थवा बाजूच्या करड्या गवतातून उंच उडतो आणि भुर्रर भुर्रर तीन गिरक्या आमच्या डोक्यांवरून मारून पुढल्या तशाच कुरणात पुन्हा दडतो.

चालता चालता आमच्या पायांत काटे मोडतात आणि आत रुतून बसतात, म्हणून आम्ही हातांनी चालत खालच्या डोहावर येतो. नदीतले अस्थिर चंचल सुरंगे मासे थवेच्या थवे लोटतात आणि आमची प्रतिबिंबं भेदून आमच्या तळपायांना चोखत राहतात, मग एकाएकी थरथरत उलटे मागे सरकत सरकत भिर्रदिशी नदीच्या खळाळणाऱ्या प्रवाहात नाहीसे होतात.

कुठल्या व्यवस्थेच्या धाकानं हा सगळा परिसर विस्मृती वेंधतो? कसे ढगासारखे बरसून हे दिवस आपल्यात जिरून जातात? हे सगळं आपल्या आतल्या

आत एकजीव झालेलं आहे. आपण त्या मेंढरांच्या आकाश भरून टाकणाऱ्या जीवनसन्मुख आवाजात सुरक्षित आहोत. हेच ते *गाथासप्तशती*चे एकजिनसी लोकसमूहांचे दिवस. हाल सातवाहनानं निवडलेल्या सातशे गाथा सोडून बाकीच्या न निवडलेल्यांचं काय? सातशे एकावी गाथा इथेच कुठेतरी खंडेराव, शोधून काढ.

प्रियेच्या पाठीला चावणारी मुंगी शोधतांना मुठीला
झालेली जळजळ कारा आयुष्यभर विझवत राहिला.

ओ हेळा रे होऽ कि अन् जो हेळा रे होऽ

अखजीच्या रात्री खीर पुरणपोळीची जेवणं झाली की गावातले सगळे शेतकरी धनगरवाड्याच्या उताराकडे जमताहेत. भावडू आणि मी सांडूचा हात धरून उत्साहानं पळत आहोत. तेवढ्यात धनगरवाड्यातून घसे खाकरत आवाजाचा पल्ला जोखणारे नवशिके गडी सुरुवात करून कुणब्यांचा किती जोर आहे, हे आजमावतात. रेनीचा एक ताडांग भाऊ धोतर, छाती पूर्ण उघडी, लोंबतं उपरणं, डोक्याला रुमाल, हातात उंच जाड काठी घेऊन धनगराच्या पोरांना उत्तेजन देतो. कुणब्यांची पोरं हल्ली शाळेत जायला लागल्यापासून पुस्तकातल्या पुचाट कविता घोकत बसतात, त्यामुळे सांडूसारखे नवे नवे जल्लद हेळे कुणब्यांकडून फारसे म्हटले जात नाहीत. त्यामुळे हल्ली दर अखजीला कुणबीच हारतात. धनगर लोक दिवसभर मेंढ्यांमागे रानोरान फिरत असतांना त्यांना नव्यानव्या कल्पना सुचत राहतात. त्याच्या भाषेला फुलोरा असतो. आमच्या आजोबांपर्यंत कुणबी–धनगर बाजी रात्रभर चालायची. नंतर सगळे भिलाटीत जाऊन मोहाची दारू प्यायचे, वारकरी लोकही माळा काढून मनसोक्त.

ओऽ हेळा रे होऽ कि अन् जो हेळा रे होऽ
आगासे टांगू रे पायना कि त्याले लावू रेशमाचे दोर
सीतासारखे बैठनेवाले कि रावणासारखे चोर.

काही दिवसांपूर्वी सीताराम पाटलाच्या घरी बसून राहणाऱ्या बायकोला एका गोसाव्यानं पळवून नेलं होतं. हा हेळा धनगरांच्या पोरांनी कुणब्यांच्या वर्मी लागेल असा टाकल्यामुळे सगळेजण सांडूकडे आशेनं वाट पाहत होते. सांडू डौलात धनगरांच्या टेकडीकडे हात करून म्हणतो,

हेळाऽ रे होऽ कि अन् जो हेळा रे होऽ
सन वरसाची भोगी नं लंबे सोडजा वो बाल

वा भाई सांडू वाऽ

कि अबला वरतारे दाबली नं खाले भलत्याची नार.

धनगरांच्या बायका लांब लांब केसांमुळे त्यांच्या नवऱ्यांनाही भोगीच्या रात्री ओळखू येत नाहीत. हळूहळू हेळे चढत जातात. एकाच गावात राहायचं आहे, कोणाची उघड बदनामी न करता, नाव न घेता, आडून गमती करायचं कसब हल्ली शिकलेल्या पोरांना नाही. पाणचट पातळीवर हेळे आले की दोन्हीकडचे महाजन ही जुगलबंदी संपवून दारू प्यायला बसतात.

अरे अवन्या कापू की पवन्या न् पवन्याची बांधू रे मोट
घरची मांगे लेकरू अन् वरची पाडे रे पोट

श्यामजी शेटनं घरचीला मूल नसतांना वरच्या म्हणजे टेकडीवरच्या महानुभाव मठातल्या संन्याशीण बाईला पोट आणून ते पाडलं, ते चिन्ह गावाबाहेर उकिरड्यावर सापडल्यानं एक फौजदारी प्रकरण गावात गाजलं होतं. श्यामजी शेट गावातला गुंड माणूस, पण हेळा रात्रीच्या एवढ्या गर्दीत कोणी म्हटला हे काय त्याला कळणार? शिवाय हेळा नामी होता. दुसऱ्या दिवशी कुणबीसुद्धा शेतात, खळ्यात हा हेळा मोठ्या चवीनं म्हणतांना दिसत होते. वा रे वा कवी.

गाथासप्तशतीत समाविष्ट न झालेल्या सातशे एकाव्या अशा बऱ्याच गाथा मोरगावात सापडतात. खंडेराव हाल सातवाहन राजाकडे ह्या निनावी कवीचा पुरस्कार करतो आहे. उत्तमोत्तम गाथा रचणाऱ्या तापी आणि नर्मदा नद्यांमधल्या कोणत्या भाग्यवान कवीला यंदाचा महाराष्ट्र गौरव पुरस्कार मिळणार?

दण्डधर त्या निनावी कवीला सन्मानपूर्वक आणायला जातात. राजा सिंहासनावरून आपलं भाषण सुरू करण्याआधी राजकवीला यंदाची पुरस्कारप्राप्त गाथा म्हणायची आज्ञा करतो. तुरे नगारे दुमदुमतात. म्हणा, राजकवी, स्वातंत्र्योत्तर महाराष्ट्राला समर्पक हेळा म्हणा :

हेळा रे होऽ कि अन् जो हेळा रे होऽ
अरे मालक मारवाडी, ब्राह्मण संपादक ठेवल्या जणु रांडा होऽऽ
आणि वृत्तस्वातंत्र्याचा झाला त्याच्या आयला राडा होऽऽ

साधू, साधू. लोकशाहीच्या पायात राहून पाया कुरतडणारे हे पंचमस्तंभी — कवीनं यांची सुयोग्य संभावना केली. जय हो.

सरस्वतीकंठाभरण महाराष्ट्र कविजन रसिकवृंद हो, सातशे गाथा ज्या मराठीला विश्वभाषेच्या योग्यतेला नेतील अशा जमवण्यासाठी दरवर्षी तुम्ही सर्वजण ह्या हाल

सातवाहनास उपकृत करता. जा, नवनवे अज्ञात कवी शोधून आणा. इतिहासाखालचा इतिहास ते तोंडीच कोरून ठेवतात. पोटभर जेवण आहे नाही, चतकोर भाकर दिली तरी तिथल्या तिथे खाऊन गटगट पाणी पिऊन खंजिरीवर थाप मारणारे, डफ तुणतुण्यावर तंट्या भिल्लाचा पोवाडा, पावरा लोकांच्या शूर काजल राणीचा दिमाख टिंगरीवर म्हणणारे, टणटणीत संबळ बरोबर एका हाताला घुंगरं, टरटरीत आवाज, फेट्याचा शेमला पुढे सोडलेला, अनवाणी, गुडघ्यापर्यंतचं अर्ध धोतर, मळकी कोपरी, नाचायला झाडाखालची सावली पुरेशी असलेले हे फाटके लोक ही विद्या परंपरेनं मुलांना शिकवत आले. सुरुवात कशी करायची :

बैस सरसोती माह्या जिभेवर
कर देहाचा माह्या उद्धार

देहाचा उद्धार म्हणजे हाच — दोन वेळ खाण्याची भ्रांत. समाजाच्या पार तळाशी नांदणारी नैतिकता फाटक्या कपड्यांनिशी महाराष्ट्रभर गावोगावच्या जनसमुदायांपुढे मांडत ते हिंडत असतात. सगळी मिथकं, सगळ्या वेदपुराणांमधल्या महाकाव्यांमधल्या सगळ्या गोष्टी यांच्या जिभेवर आहेत.

अरे पुतरासाठी यधन्य मांडिला राजा दसरतानं
अरे रामा रामा जी रे हो रामा रामाऽऽ

शंकर-पार्वतीचे संवाद, असंख्य देवदेवता, सगळे अवतार, त्यांच्या आयुष्यातले प्रसंग, अध्यात्माचे कूट प्रश्न, वारकरी, नाथ, महानुभाव, ब्राह्मण — सगळ्यांच्या पाठांना छेदून जाणारं सारतत्त्व. बौद्ध पाखंडींनी आपल्या समृद्ध पुराणकथांचं उच्चाटन चालवलं होतं. शहरी लोकांचा बौद्ध संप्रदाय — ग्रामीण जनतेला त्याचं काय होय?

दरवर्षीचं हे असंच कंटाळवाणं भाषण प्रत्यक्ष नृपश्रेष्ठ हाल महाराजांनी केल्यामुळेच प्रजाजनांनी विनयशील डुलक्या पेलत आणि निर्भीड जांभया दाबत ऐकून घेतलं. सर्वांच्या उत्कंठा शिगेला पोहोचल्या की ह्या विद्रोही गाथेचा रचयिता कोण? रचयित्री तर नसेल? गोदाकाठचा कवी आहे की तापीकाठचा? अशी विचित्र गाथा निवडलीच कशी? निवडली तरी *सप्तशती*त ती सामील होईल काय? असे वितर्क चालतात. एक खानदेशी कवी सभेत पदार्पण करतो. तेवढ्यात सिंहासनावरून घोषणा होते : खानदेशस्थ कविराज... दोन गावे आचंद्रार्क वंशपरंपरेनं प्रदान...

धन्य धन्य. मुक्तछंदमुक्त मराठीचे उत्तमोत्तम कवी शेकड्यांनी निर्माण होवोत. हे खानदेशस्थ कवी, तू मराठीला धन्य केलंस. धन्य धन्य.

परंतु पुढे भलताच प्रकार घडला. पुरस्कारप्राप्त खानदेशस्थ विद्रोही कवी दोन्ही हात उंचावून म्हणतो, नको नको महाराज. ही असली ग्रामीण पीडा मला नको. कुरापतखोर खेडी घेऊन मी काय करू? माझं स्वतःचं मोरगाव हे गावसुद्धा मला नकोसं झालं आहे, आणखी दोन गावांचं मी काय करू? माझ्या वंशजांच्या मागे असली पीडा मुळीच लावू नका. ह्यामुळे आमच्या घराण्याची प्रगती कुंठेल. ती तसली दुष्काळी जमीन तर नकोच. त्यापेक्षा कायमस्वरूपी शासकीय नोकरी, पहारेकऱ्याची दंडधारकाचीसुद्धा चालेल. किंवा शहरात काही उद्योग किंवा शहरातली एक सदनिका किंवा रोख सुवर्णमुद्रा द्या.

— धन्य धन्य, कविराज, धन्य धन्य

असा जयशब्द सभेच्या कोपऱ्या कोपऱ्यांतून ऐकायला येतो. चुकून *धान्य धान्य* असं ऐकायला आल्याबरोबर सातवाहनांचा सव्यसाची वयोवृद्ध प्रधान उपरणं सावरत गडबडीनं राजाच्या कानात चुक्कसि, चुक्कसि असं बोलतो. ह्या समारंभात हस्तक्षेप करून तो राजाला म्हणतो, महाराज, कविराजांना धान्य कुठून आणणार? कोठारं रिकामी पडली आहेत आणि सुवर्णमुद्रा? शासकीय नोकरी? शहरं आहेत कुठे? वास्तवाला धरून मागा म्हणावं. खेडेगावं, जमिनी लागेल तेवढ्या पडल्या आहेत, त्याच द्याव्या महाराज. जय सातवाहन. जय महाराष्ट्र.

गोंगाट. गोंधळ. दृश्य विरतं.

भावडूऽ ओऽ झोपलास का रे? उद्या मोठ्या पहाटे निघायचं आपल्याला. मग कुजबुजत्या आवाजात निळूकाका भावडूला सांगतो, तातूची बायको ओढायला. गाडीबैल नीट तयार ठेव. डंगरे झीबूढबू नको घेऊ.

आमचा चुलतभाऊ तोताराम. भावडूच्या बरोबरीचा. गरीब स्वभावाचा होतकरू मुलगा. मॅट्रिक उत्तम मार्कांनी पास झाला. एकुलता मुलगा म्हटल्यावर बहादरपुऱ्याची एक हुशार मुलगी सांगून आली आणि मुलीकडच्यांच्या हेक्यामुळे त्यांचं लग्नही लगेचच उरकण्यात आलं. नंतर शिकायचं तेवढं शिकत राहा, पण घरात सून आलेली पाहू दे, ह्या म्हाताऱ्या आईवडलांच्या हेकेखोरपणाला दाद देऊन तो चांगलाच फसला. शिकायची इच्छा असूनही आणि पुण्याला फर्ग्युसन कॉलेजात सायन्सला प्रवेश मिळूनही सहा महिन्यांतच त्याला कॉलेज सोडून,

घरची शेती करायला परत यावं लागलं. कारण त्याचे वडील अचानक अर्धांगवायूसारखं काहीतरी होऊन अंथरूण धरून बसले.

आपला जावई डॉक्टर होणार, मुलगीही यंदा मॅट्रिकला उत्तम मार्क मिळवून डॉक्टरकीचाच कोर्स घेईल, मग दोघांना इंग्लंडला एफआरसीएस करायला पाठवू वगैरे आधुनिक स्वप्नं पाहणाऱ्या बहादरपूरच्या हरितक्रांतिप्रमत्त नगरगंडग्रस्त शेतकरी सासऱ्याचा, हा हन्त हन्त, नियतीनं हिरमोड करून टाकला. तोतारामचा आपल्याला एका शब्दानंही न विचारता घेऊन टाकलेला हा निर्णय त्याला अजिबात आवडला नाही. त्यानं आपली फर्स्ट क्लासची मुलगी शेतात धस उपटण्यासाठी दिली नव्हती, असा निरोप पाठवून मुलगी सासरी पाठवायला नकार दिला. घरात आजारी सासऱ्याचं करायलाच एक बाई लागत होती. पुन्हा म्हाताऱ्या काकूला स्वैंपाकपाणी, झाडलोट, भांडीकुंडी, सालदारांच्या भाकरी — हे सगळं करणं अशक्य होत गेलं. खेड्यात तर स्वैंपाकालासुद्धा कोणी बाई मिळत नाही. आता काय करा. मग चार मुरब्बी लोकांनी रात्रभर काहीतरी खलबतं केली आणि निळूकाकाला निरोप आला, उद्या चारपाच दांडगे बहादरपूरला जा आणि तोतारामची नवरी ओढून आणा.

निळूकाका बायको ओढण्याच्या शास्त्रात एव्हाना पारंगत झाला होता. शुभस्य शीघ्रम् आणि पूर्ण गुप्तता, घोड्यासारखे चपळ बैल — ह्या त्याच्या साधनांची पूर्तता झाली. भावडूसारखा उत्तम गाडी हाकणारा. तशात आमचे मोत्या आणि मुत्या हे तरणेबांड गोऱ्हे भावडूनं असे शिकवून ठेवलेले की, त्यानं खालून विशिष्ट ठिकाणी पाय लावून नुस्तं हुर्रर केलं, की ते वाऱ्यासारखे गाडी घेऊन पळायचे. बहादरपूरकरांना कळायच्या आत गाडी तापी ओलांडून आरपट्टीत येईल.

तोतारामनं सुरुवातीला गोडीगुलाबीनं कार्यभाग साधायचा प्रयत्न केला. नंतर एकदा बायको घ्यायला सासुरवाडीला चार वडीलधारे रीतसर पाठवले. पण पारपट्टीतल्या त्या असंस्कृत लोकांनी त्यांचा फार अपमान केला. तोताराम काय ताईबाईचा अधेला? त्याच्याबरोबर आमची तडफदार मुलगी काय संसार करील? काय काडीमोड घ्यायचा तो घेऊ पण तो देवजी धसाडा — त्याच्याशी आमची पोरगी नांदणार नाही.

देवजी धसाडा? ताईबाईचा अधेला? एवढ्या गुणी निर्व्यसनी पोराला अशी नावं ठेवावी? आणि शेतकरी झाला म्हणून काय झालं? नवरा तो नवरा — शेतकरीसुद्धा नवराच आणि डॉक्टरसुद्धा नवराच. आणि शेतकरी नको हे तरी आधी कुठे ठरलं होतं. सगळं आयुष्य काय अगोदरच काटेकोर ठरवता येतं काय? लग्न करायची कशी घाई करत होते? आँ? चला रे, निळूदादा, आणू ओढून

सालीला. काही झालं तरी आपली बायको आहे. ती स्वतः तर काही बोलली नाही ना? मग? आपला नग आपण उचलून आणू.

बायको ओढण्यात वाकबगार लोकांच्या तीनचार पद्धती होत्या. पोरगीची येण्याची इच्छा आहे का, असा सुगावा घ्यायचा आणि तिला ह्या ह्या वेळी गावाबाहेर कुठल्या देवळाजवळ, जत्रेत किंवा नदीवर एकटी ये असा निरोप पाठवायचा. तोतारामच्या बायकोचं मत कळायला मार्ग नव्हता. दुसरी पद्धत मारामारी करून तिला नवऱ्यानं उचलून गाडीत टाकायची. बहादरपूरचे लोकही अस्सल दांडुरगे शेतकरी असल्यानं तीसचाळीस दांडगे लोक गाड्या भरून नेले तरी युद्धात आपला जय होईल, याची खात्री नव्हती. शिवाय ह्या कामाच्या दिवसांत चारजणसुद्धा ह्या भानगडीत पडून हातपाय मोडून घेऊ इच्छित नव्हते. हागणदारी पद्धतही जोखमीची ठरते — भल्या पहाटे हागणदारीत अंधारात पाळत ठेवून नेमकी आपली बायको ओळखून तिला अडवून उचलून आणणं. परंतु त्यातल्या त्यात सोयीची पद्धत म्हणजे पोरीवर पाळत ठेवून अचानक उचलून आणायची. ह्यासाठी बहादरपूरला तोतारामची एक मावशी होती, तिच्याकडून इत्थंभूत माहिती घेतली. ह्या पोरी धुणं, भाकरी घेऊन दर गुरुवारी लवणावरच्या मळ्यात जातात, हे कळलं.

बायको ओढतांना प्रत्यक्ष नवरा हजर असावा लागतो, पण काही झोंबाझोंबीच्या गोष्टी तो करू शकत नाही. ह्यासाठी पोरीशी जी निर्लज्ज शारीरिक मस्ती करावी लागते ती दिराच्या नात्यानं रीतीनुसार क्षम्य ठरते आणि ती पार पाडण्यात कारे दीर वाकबगारच नव्हे तर आसुसलेलेही असतात, असा अनुभव आहे. असं म्हणतात की, निळूकाकापूर्वी बायको ओढण्याच्या ह्या हुन्नरात आमचे एक गाववाले खुशालराव पहिलवान फार नावाजलेले होते. एरवी सच्छील दिसणारे हे गृहस्थ पोरगी उचलण्याच्या झटापटीत तिच्या दोन्ही पायांमध्ये हात घालून आंगठा आणि बोटाच्या चिमटीत तिची कोयनी मुळापासून पक्की दाबूनच तिला वर उचलीत आणि गाडीत टाकत. पोरगी आ वासून कळवळत गाडीत बसे आणि सासरी न येण्याच्या गमजांना ही शिक्षा तिला पुढे आयुष्यभर अतीच कठोर वाटत असे. असो.

मध्यरात्री भावडू, निळूकाका आणि दोन कारे दीर — एक जळगावच्या कॉलेजात बी.ए. मराठी करणारा, दुसरा फटिंग नावाचा — चौघेजण आमच्या पडद्याच्या बैलगाडीतून रवाना झाले. फटफटल्यानंतर बहादरपुऱ्याच्या शिवारात एका लवणातून आडरानात गाडी थांबवून बैल चरायला सोडून दिले. चैत्राचं ऊन. कुठे कुठे औतं चाललेली दिसत होती. नांगरून ठेवलेल्या काळ्याभोर जमिनी.

मोहाच्या झाडांचा मस्त फुलोरा. वर मधाचं सतेज वळवळतं पोळं. सगळीकडे मधमाश्यांची अव्याहत धावपळ. राणीमाशीशी जुगताना खाली टपटपा पडणारा नरांचा काळा पाथरा. ह्या गुंजारवापलीकडे एका रानातून दुसऱ्या, दुसऱ्यातून तिसऱ्या रानात अशी कोवळ्या गुलाबी पानांमधून सळसळत जागा बदलणाऱ्या कोकिळांच्या सादाची संथ साखळी.

शेताकडे जाणाऱ्या रस्त्यानं विळखा घातलेल्या एका टेकडीवर हिवरांच्या झुडपातून फटिंग हा लहाना दीर एकदीड मैलावरच्या गावाकडे लक्ष ठेवून आहे. बाकीचे गाडीत पेंगताहेत. तोताराम छाती धडधडत लग्नातल्या शुभमंगल सावधाऽनसारखा चाकाजवळ दबा धरून रस्त्यावर नजर ठेवून आहे. समजा, ती आलीच नाही तर? निळूकाकाच्या पोलादी दंडातल्या सोट्याकडे पाहून त्याला आत्मविश्वास येतो.

तेवढ्यात फटिंग वाकत वाकत घसरत टेकडी उतरतांना दिसतो. तोताराम गाडीतल्यांना उठवतो. फटिंग दोन बोटं दाखवत लवनात उतरून सांगतो — दोघीजणीच आहेत. एक तिची लहान बहीण दिसते. चला, भावडू, आवाज न करता बैल घेऊन ये आणि जोतून आमच्या मागे मागे तयार राहा. लक्षात आलं ना — नवरीची मोट उचलून टाकली की एकदम उलट्या दिशेनं गाडी फिरवून आपल्याला लवनातूनच मुख्य सडकेपर्यंत जायचं आहे. तिघेजण टेकडीखालून सरकत गोलाकार फिरून पलीकडे येतात. ती डोक्यावर टोपलं ठेवून लपलप चालते आहे. मागे मागे तिची लहानी बहीण लाडीगोडी करत वाटेवरच्या तरवडींशी खेळत येते आहे. तोता, ती बघ आता चढण चढायला लागली की तू आधी शांतपणे सामोरा जा. मी तिकडून येतोच. घाबरायचं नाही, तुझी बायको है ती. हातच धर —

चढणीवर धपापतं ऊर, डोक्यावरचं टोपलं आणि मागची खट्याळ बहीण सांभाळणाऱ्या तिला समोरून अचानक एक पुरुष येतो आहे, हे दिसतं. घाईत उतरलेला पदर वर करते, तोच हा तोताराम तर नाही असं निरखून पाहते. तोच निळूकाका मागून दिसताच तिच्या लक्षात काय ते येतं आणि ती घाम घाम होते. तिची बहीणही थबकते. तोपर्यंत दुसरा दीर पळत येतो. तिच्या डोक्यावरचं टोपलं धपकन खाली उलटं पडतं. निळूकाका त्या डोळे विस्फारलेल्या लहानीचा गालगुच्चा घेत म्हणतो, काय? येतीस का मोरगावला बेबी? आंदणी दासी छान होशील, चाल. ती लालबुंद घाबरून कुंपणातून पलीकडे घुसते आणि बाबा, बाबा, ताईले घी चाल्लेऽऽ असं ओरडत गावाकडे पळत सुटते. सांगितल्याप्रमाणे तोताराम वीरश्री दाखवण्याच्या हेतूनं तिचे हात धरून कवेत मारतो, जणू ती

याच्या मानेभोवती विळखा टाकेल. पण कोपराचा हुदडा त्याच्या डोळ्यावर मारून ती निसटते. पुन्हा एक ढोसरा त्याच्या छातीवर बसून तो मागे खसकतो. तेवढ्यात निळूकाका भक्कम हातांनी तिच्या कमरेचा ताबा घेतो. लई शेपटी वर करतीस आँ? सापसुई — फटिंग तिचे पाय दाबून धरतो. जळगावला बी.ए. मराठी करणारा तिचे हात एकत्र बांधण्याच्या खटाटोपात तिनं कडकडून चावल्यानं आई गऽ करत मागे कोसळतो. ह्या गडबडीत तिची चोळी फाटते आणि ती एकदम गुडघ्यांत छाती लपवते. निळूकाका तिला तशीच खांद्यावर टाकून नेतो. भावडूवर सगळे गाडी लवकर आण म्हणून ओरडतात. पण आमच्या मुत्या बैलाला हा काहीतरी गैरप्रकार आहे, असं वाटल्यामुळे तो भडकला आहे. फूंफूं करत मान घुसळतो, अजिबात पुढे सरकत नाही. हे पाहून मोत्या त्याच्याकडे पाहून संतापानं मान हालवतो. भावडूची सारथ्य विद्या ऐन वेळी दगा देते. शेवटी निळूकाकाला तिथपर्यंत पोरीचं ओझं न्यावं लागतं. पाय झाडणाऱ्या तिला आत कोंबून सगळे भराभर वर चढतात. गाडी भिर्रर्र पळत जाते.

ती हुंदके देत राहते. निळूकाका, भावडू तिला चार मुद्द्याच्या गोष्टी सांगतात : हे पाहा वहिनी, आम्ही तुझेच लोक आहोत. आपल्या घरीच चालली आहेस तू. ते आईबापांचं घर का तुझं घर आहे? रडून काही फायदा नाही. जुळवून घ्यायला शीक. जळगावला बी.ए. मराठी करणारा दीर म्हणतो, नाजूक दिसता, पण काय पावर असते रे साली पोऱ्हींमध्ये. फटिंग दीर अश्लील बोलत राहतो, हे पाहा वहिनी, कुलूप एकीकडे अन् किल्ली एकीकडे असं चालतं का? अरे आपला गिरधर राखोळी — धडगावहून बायकोला काठीनं झोडपत झोडपत रस्त्यानं पुढे करून पायी घरी घेऊन आला होता. आता चार लेकरांची आई आहे.

तापी ओलांडल्यावर बैल संथ गतीनं चालले. आता सगळे वहिनी, पाणी प्यायचं का? वहिनी, चहा मागवू का? असं करत होते. वहिनी फुरंगटून चहाचा कप फेकून देत होती. पुन्हा गुडघ्यांत मान घालून सगळं माहेर डोक्यातून काढून टाकायची खटपट करत होती — शेजारीपाजारी, आईवडील, रस्त्यावर उलटं झालेलं भाकरींचं टोपलं, शेतात नांगरणारे वडील, पळत गेलेली लहानी बहीण — सगळं चाळवून ती आता स्तब्ध झाली होती. आपलं स्वतंत्र अस्तित्व इथून संपलं, हे ती समजली. मोरगाव हे आता आपलं वर्तुळ.

दारी गाडी उभी करून भावडूनं काकूला ओरडून सांगितलं, घ्या तुमची लक्ष्मी. मग बायकापोरांची गर्दी. सासूनं कुंकू लावून तिला प्रेमानं आत नेलं. खटल्यातल्या बायका जमल्या. म्हातारे लोक येऊन चार शहाणपणाच्या गोष्टी करून गेले. सगळे म्हणाले, कोर्टकचेऱ्या करूनही काय साधतं? दोन्हीकडचा

पैसा आणि संसार वाया जातात. त्यापेक्षा ओढून आणलं हे बेश झालं. आता सुखानं नांद पोरी. जिचा शेवट गोड, ती गोष्ट गोड. मग सासूनं तिला घरभर फिरवून म्हटलं, हे सगळं तुझंच आहे, आता सांभाळ. याचा अर्थ घरातली सगळी कामं आता तुझी, सांभाळ. ओढून आणणाऱ्या दिरांकडे, विशेषतः निळूकाकाकडे वाड्यातले सगळे लोक अभिमानानं पाहत होते.

निळूकाकाचं लग्नसुद्धा त्याच सुमाराला आसोद्याच्या एका आपसातल्या प्रभावती नावाच्या मुलीशी ठरलं होतं. पण आमच्या अवधूत भटजीनं काहीतरी शनीच्या महादशेत राहूची अंतर्दशा तेव्हा चालू असल्यानं राहूबदल होईपर्यंत मुहूर्त नाही, असं सांगितल्यानं फक्त साखरपुडा करून ठेवावा आणि पुढल्या उन्हाळ्यात लग्न करावं असं ठरलं होतं. त्या वयात आम्हांला कळून चुकलं की लग्न हेच माणसाचं ध्येय, कर्तव्य, सार्थक, कृतार्थता सगळं. तेवढ्या एका गोष्टीसाठीच सगळे जगत असावेत. ही काहीतरी खास भानगड आहे.

अचानक निळूकाकाची लाडकी बहीण सुमी मोठा उत्पात घडवून गेली.

यशोदाआजीची सुमन कोनी निघाली — सगळ्या गावातल्या बायका ही एकच बातमी एकमेकींना सांगत होत्या. खरं तर सुमीचे नऊ महिने उलटून गेले होते. उशीर झाला होता. मग एकाएकी ओटीपोट तुटल्यासारख्या कळा येत राह्यल्या. पहिलटकरीण, बिचारीचे नको तितके हाल होत होते. शेजारणी पाजारणी आपापल्या अनुभवातले घरगुती उपाय सांगून जायच्या. पाठीवर हात फिरवून जायच्या. सुमन, भिंतीला पाय लाव आणि पोटातून नेट लाव. सोपं असतं. विठ्ठल विठ्ठल म्हणावं. दरवर्षी एक बाळंतपण सहज पेलत आलेल्या बायांनाही बाळंतपणाची आतून भीती असते. तशात सुमनसारख्या कोवळ्या पोरीनं गडबडा लोळावं, हे सगळ्या स्त्रियांवरचा तणाव स्पष्ट करत होतं. घराच्या भिंती भेदून जाणाऱ्या कसायाच्या मेंढीसारख्या किंकाळ्या राहून राहून बाहेर ऐकायला येत होत्या. रात्रभर वाड्यातले सगळे लोक जागे होते.

गावात, गावाबाहेर जेवढी म्हणून दैवतं, देव, देवचार होते — म्हसोबा, मेसको, मरीमाय, भिलवाडीतले, मुसलमानांचे — सगळ्यांचे सगळे कोड करून झाले. निळूकाकानं हातात नंगी तलवार घेऊन बहिणीच्या खाटेभोवती सात फेऱ्या मारल्या. भिल्लांच्या नकटी देवीची पूजा केली. गावाबाहेरच्या ओसाड पडलेल्या बन्नात बोवा गोसाव्याचं देऊळ झाडून धुऊन स्वच्छ केलं. मारुतीला मणभर तेल दिलं. महादेवाला साकडं घातलं की, पोरगी सुखरूप बाळंत झाली तर रोज

एकशेआठ बेलपानं वाहीन. सोबत त्याच्या नंदीलाही झेंडूची माळ. निळूकाका स्वतः कवढळच्या शेख बहुदुल्लाच्या दर्ग्याला मानता करून आला. हे लोक खूप कपडे, भांडीकुंडी दान देऊन पहिल्या ओटीच्या पुत्रजन्माची हौस फेडतील, म्हणून कातकरी बाया, येऊन गेल्या तेवढाच एक शुभ शकुन होता.

रात्रभर बायका येऊन जाऊन आमच्या दारी अंगणात जागत हळहळ करत बसल्या : असं कशाले देतो माय देव बी. देयाचं तं सुखानं द्यावं काही बी, नाही तं देऊ नये. ...खरंच नी त काय व माय. ही का मांग्याले गेलती त्याले? बिचारीऽ. ...सोळा वर्साचं लेकरू. जराक मोठी तं होऊ देता देव, मी म्हंते.

गरीब श्रीमंत सगळ्या जातींच्या बायकांना अशा वेळी लक्षात येतं की, आपल्या आयुष्याला वेगवेगळ्या वळशांनी बांधून ठेवणाऱ्या दोराची शेवटी एकच गाठ असते — बाळंतपण. कशासाठी इतकं प्रेम करणारे आईबाप मुलीला घराबाहेर काढतात? कशासाठी म्हणतात की, सासर द्वाड असू दे पोरी, एकदा मुलं झाली की सगळं मागे पडून जाईल. हसण्याबागडण्याचं वय कशासाठी लवकर संपतं? आपण सासरी निघालो त्या वेळी कशासाठी आपला पाय बाहेर पडत नाही? म्हातारे आशीर्वाद कां देतात : तुझी कूस पिको. मगच बाई स्वतंत्र होते.

हे सगळं समूहगान अचानक बंद होतं. आत लेकीच्या यातना पाहाणं सहन न झाल्यानं पदरात डोकं धरून यशोदाबय अंगणात येते आणि ढसढसा रडते. सगळ्या बायका तिला उगी उगी करतात. माही लेक कशी भोरडीचे पंख उपटले तशी फडफडते आहे व माय. काही तरी सांगा बहिणी हो, लेक मरते आहे. कोणीतरी म्हणालं झेंडीला, हरखूच्या आईला बोलावून विचारा. झेंडी आली, सुमीच्या पोटावर हात लावत आतली चाहूल घेतली, कान लावून ऐकलं. मग म्हणाली, यशोदे, वेळ अशी आहे की आपण काही बकलं तं तेबी खरं होऊ पाहतं. मला वाटतं इला टाच द्यावी लागेल. निदान पोरगी तर वाचेल. गर्भही वाचला तर आपला, नाही तर देवाचा. भिलाला आणवा बाई.

सगळ्यांची तोंडं पांढरी फटक पडली. आता हा एकच अघोरी इलाज राह्यला होता. शेवटचा. बाप रे.

सुमीच्या सासरी निरोप पाठवला. घरावर मृत्यूचं गिधाड घिरघिरू लागलं. निळूकाकाचा मेंदू संवेदनहीन. बठरला. हे नको तर मग बहिणीला मरू द्यायचं? सूतिकागृहं कुठे असतात? आधीच का आपण बहिणीला तिकडे गाडीनं नेलं नाही? आत्ता? शहरात सूतिकागृहापर्यंत जायला सहा तास लागतात. छे. एवढ्या गर्दीत त्याचं ऐकायला कुणीच तयार नव्हता. एक बेजबाबदार फालतू गोष्टी

करणारा येडबंबू भाऊ, ह्या पलीकडे तिथे त्याला काही किंमत नव्हती. मग अडलेल्या भिल्लिणींना टाच देऊन मोकळं करण्यात निष्णात असा सुकन्या भिल्ल पुढे घालून घेऊन ये, असं भावडूला सांगण्यात आलं. तेव्हा निळूकाका डोकं बधिर झाल्यानं सरळ धाब्यावर निघून गेला. तो पूर्ण अंतर्मुख झाला. मूल लोटण्यासाठी लाडाच्या बहिणीला घ्यावा लागणारा श्वास पुढे त्याचे पाय उचलून नेणारं वादळ ठरला.

पुन्हा अंगणात झेंडीचे ह्या पद्धतीचे थरार अनुभव ऐकत बायकापोरं जमली.

कोणीतरी एका कोपऱ्यात कुजबुजत्या आवाजात जिवतीची कहाणी सांगत होतं, लहानपणी ऐकलेली : कुठल्यातरी अंधूक स्थळकाळातलं हे गाव. अशा प्रसंगी त्याला सगळीकडचे अक्षांश रेखांश मिळतात आणि ते आपल्यासारख्या ऐकणाऱ्यांच्या जाणिवेत वास्तव होतं. ऐका, पोरांनो, फळ आधी की बी आधी? कारण की जिवती संतुष्ट होऊन सर्वांचे स्वार्थ पुरे करो. तर त्या गावावर जिवतीचा कोप झाला. म्हणाली, रे निलाजऱ्यांनो, तुम्ही उघड उघड पोटं पाडता? रबराची टोपणं वापरता? गर्भ तपासता आणि मुलींना मारून उकिरड्यात फेकता? म्हंजे माझ्याच तं जिवावर उठले नं तुम्ही? ह्या ज्या जिवतीमुळे सगळा तुमचा पसारा टिकून आहे, त्या सर्जक अशा मलाच सर्जऱ्या? पुरुष तर पुरुष, स्त्रियासुद्धा म्हंता मला हा गर्भ नको. नुस्ती मजा करायला सोकावल्या. तू गर्भात असतांना असंच तुझ्या आईबापांनी केलं असतं तर? आता नीट ऐका, ह्या गावात आजपासून लहान मूल म्हणून जन्मणार नाही.

अरेरेरे, म्हंजे सगळ्यांच्या घरातली बाजली अडगळीत गेली. पाळणे सुने झाले. हळूहळू पांगुळगाडे भंगारात पडले. जुनी खेळणी मोडली. नवी कोणी करीना. लहानपणच गेलं व माय गावाचं. नातवंडं नसलेल्या घरात आज्याआजोबे रांगायला लागले. काय सांगू, जसजसं वय वाढे, तसतसे सगळे बोबडं बोलायला लागले. म्हातारे म्हाताऱ्या *मामाच्या गावाला जाऊ या* अशी गाणी म्हणायला लागले — आरत्या, श्लोक, धावे, स्तोत्रं विसरले. चेंडूशी एकटे एकटे खेळायला लागले. काहींनी आपल्या अंथरुणाच्या वर चांदवे टांगले. गावातल्या सगळ्या म्हाताऱ्या पन्नाशी ओलांडून गेल्यावर तर जिवतीचा कोप चिरंतन स्वरूपाचा झाला. आता गाव ओस पडणार. काय करावं?

मग सगळ्यांनी जिवतीचा धावा केला. जिवती शेंदूर उडालेली. काटेरी बाभळींच्या टेकाडावर पडून होती. लोक म्हणाले, बाई तुला नवं घर बांधून देतो. चीर चोळी, हिरव्या बांगड्या वाहतो. गूळखोबऱ्याचा निवद देतो. कोरा करा देतो, पण गावात पाळणा हालू दे. सांग, कोणता वसा वसू?

मग जिवती प्रसन्न झाली. कोणता वसा ते सांगते. सोळा सुतांचा तातू हातात बांध. कारल्याच्या मांडवाखालून जाऊ नको —

तेवढ्यात भावडूबरोबर टाच देणारा लहानशा बांध्याचा चपळ सुकन्या भिल्ल आल्यानं जिवतीची गोष्ट अर्ध्यावर टाकून सगळ्याजणी निळूकाकाच्या घराकडे पाहायला लागल्या. घरात आधीच बायकांची गर्दी झाल्यानं सगळ्यांना बाहेर काढण्यात आलं. सुमीला जमिनीवर गोधडी टाकून तिच्यावर उताणं वर पोट करून झोपवण्यात आलं. चार मजबूत बाया तिचे हातपाय दाबून ठेवण्यासाठी बसवल्या. वर एक आडवी तुळई बांधली, जिला धरून टाच देतांना जोर लावता येतो. सुमीच्या पोटाला पसा पसा लोणी चोळण्यात आलं. मग तुळईचा दोन्ही हातांनी आधार घेत सुकन्या आपल्या उजव्या पायाची टाच सुमीच्या पोटावर फिरवत राह्यला. सुमीच्या ओरडण्याकडे पूर्ण दुर्लक्ष करत आपल्या टाचेचा रेटा पोटावर वाढवत त्यानं पोटातला गोळा खाली सरकवत आणला. मग डुंगऱ्या देवाचा काही मंत्र म्हणत तुळई धरून पोटावर अशी झटका देऊन टाच फिरवली की, सुमीच्या एका गगनभेदी किंकाळीसरशी टर्रकन पोटातलं बाळ मांड्यांमध्ये उतरलं. सगळ्यांचा थरकाप उडाला. दम कोंडून ठेव बाई, झालंच, झालंच — आता हे शेवटचंच — असं म्हणत, तडफडणाऱ्या सुमीला दाबून ठेवणाऱ्या बायांनाही शेवटी काय झालं ते कळलं नाही. सांभाळा म्हणत सुकन्या भिल्ल निघून गेला. अंगणातून त्याला जायला रस्ता मिळेना, इतकी बायकामुलं जमली.

मूल मेलेलं निघालं. मुलगा होता, चांगली वाढ होऊन दाट जावळ आलेलं, टाळू पूर्ण भरलेली. आणि बाळंतीण? आई, आई — असं दोनदा पुटपुटून तिची शुद्ध गेली. थोड्या वेळानं तीही गेल्याचं दिसलं. मोठा आकांत झाला. सगळं गाव हळहळलं.

तेराव्यापर्यंत निळूकाकाकडे रिकामटेकडी चर्चा चालत राह्यली. त्यामुळे त्याला हळूहळू मूढत्वदशा येत चालली. स्वातंत्र्य मिळून इतकी वर्षं झाली, पण ह्या गावात साधी नर्स नाही का डॉक्टर नाही. सूतिकागृहाची तर कल्पनाही करू नका. काय म्हटलं असेल माय, पोरीच्या जिवानं? हरी हरी. दोन दिवस काय सोसलं बिचारीनं? सोशीकच होती सुमन लहानपणापासून. मधे उमाळे येऊन यशोदाआजीचं रडणं — तुहं आम्हाले कसं वझं झालतं वं लेकीऽऽ हा हा हा हाऽ कोवळ्या वयात लग्नाची घाई केली. बापही नाही. निळ्या एकटा भाऊ असा उचाळू. त्याचं घरात लक्षच नसतं. उठला की देवळात जातो अन् मृदंग ठोकत बसतो. कोणाला माहीत होतं इतक्या कोवळ्या वयात बाळंतपण तुह्या पदरी येईल? लेक कशी मासोयीसारकी तळमळत गेली माय. हाऽ हाऽ हाऽ हा. तुले

कसं ढकलतच सासरी पाठवलतं व लेकीऽ हाऽहाऽहाऽहाऽ. तुह्या जीव कसा सासरी जाऊ ना म्हणे वऽ लेकीऽ हाऽहाऽहाऽ

शेजारणी जसजशा शांत करायच्या तसतसं तिच्यातून लेकीच्या लहानपणापासूनच्या आठवणी कवितेसारख्या आपोआप यायला लागल्या. आत्या, आजी, आई म्हणत होत्या, काय इलाज होता यसोदे सांग. लेकरू त पोटातच मेलं अशी बी का वाचली असती का? सांग. तुनं लेकीचं गहिरं केलं वं, गहिरं केलं. कोणतीच आई लेकीचं करणार नाही इतकं तुनं केलं. उगी राहाय, बहीन, उगी. रडू नको. एवढुशी होती सुमी तेव्हापासून आईले काम करू लागे. ह्या विठ्ठलच्या पोऱ्ही काही करता काम? आता बी, सुमी माहेरी आली की कामच, कामच असे. सदर कामच. निळूदादाचे कपडे कसे चकचक करून धूत होती?

आधुनिक विचाराची पोरं म्हणायची, हे सगळं अडाणी आईबापांमुळे होतं. बिनलग्नाचं कोणीच राहू नये, हा काय आपल्या हिंदू लोकांचा वेडेपणा आहे? बायको ही फुकट आपोआप घरात येणारी वस्तू झाली आहे, जिच्यासाठी ह्या बाप्या लोकांना काहीच करावं लागत नाही. तीच एक स्वस्तातली करमणूक. तीच वेठीनं काम करणारी मजुरीण. फुकटातच म्हणा ना — नुस्ते कपडे आणि जेवणं देऊन सगळंच तिच्याकडून करून घ्यायचं. न्हाण आलं की नाही — सोयरिकी हेरत राहणं. तुम्हाला किती मुली? अरेरे. पोरगी परन्याची आहे हो. कोणी असला तर पाहा. — असे हे लोक. इंग्रजी राज्यात शेतकऱ्याचं अज्ञान पूर्वी होतं तसंच राह्यलं. सगळ्यांत भरडले गेले आपण शेतकरी लोक. लग्न झालं की तेवढंच एक पोट भरणं कमी होतं. करतील सासरी काय करायचं ते. पोरगी केव्हा उजवता? पुन्हा खाली धाकल्या दोन आल्याच आहेत लग्नावर. आटपा, मिळेल तो चांगलाच म्हणायचा. नाहीतर पोरी मोठ्या झाल्यावर निबर दिसतात. मुलगा बापकर्मी असतो, मुलगी आपकर्मी. तिचं नशीब तिच्या हातात.

कोणी म्हटलं, पोरीला शिकू द्यायचं आहे जरा. हे वय का संसार कऱ्याचं आहे हो बारे? तर म्हंता, इतक्या उशिरा लग्न? का म्हातारपणात करता तिचं लग्न? नातवाचं तोंड पाहून तर जा वैकुंठाला? आमच्या म्हातारीनं नातवाचा नातू पाह्यला, तरी अजून जिवंत आहे.

म्हणजे? तुम्ही लहानपणीच लग्न करायला लागले तर नातवाचा पणतूसुद्धा पाहीलच ती.

बरं आहे नं ते, पोरीच्या लग्नाच्या काळजीनं झोप येत नाही त्यापेक्षा? अरे शिकवून बी काय करनार भौ? लग्नच ना शेवटी? कोवळ्या वयातच चांगलं

स्थळबी भेटतं. पोरीची जात पाहता पाहता मोठी होऊन जाते. उगा चवळाया करते तुमची पोरगी — हा नको न् तो नको. पोरगी म्हणजे पोस्टाच्या तिकिटासारखी असते, चिकटवली की पाकिटावर ज्याचा पत्ता त्याला मुकाट्यानं आतलं सगळं मुकाट्यानं पोचवून द्यायचं.

पण एकंदरीनं मुलीच परवडतात हो. सोळा सतरा वर्षं फक्त खर्च येतो. हे टोणगे तं आयुष्यभर छातीवर बसतात. ...अरे चाळिशीनंतर सुद्धा युरोपात वैवाहिक सुख घेतात. इथं तर साधा आपल्याच बायकोचा हात धरायची चोरी.

बारा दिवस सतत अशी बौद्धिकं ऐकता ऐकता स्वतःचं आत्मपरीक्षणपर चिंतन करायला वेळ न मिळालेला निळूकाका क्षुब्ध होऊन स्वतःचा राग दाबत राहायचा. मग रोज रात्री उशिरापर्यंत पिंजऱ्यातल्या जनावरासारखा एकटा त्याच्या धाब्यावर येरझारा घालत राहायचा. चालता चालता मध्येच थांबून आकाशात नमस्कार करत तो मोठ्यानं उद्गारायचा :

अपराधी आहे मोठा
मारणे कृपेचा सोटा
रामकृष्ण हरी रामकृष्ण हरी

झोप येईनाशी झालेला, लाडक्या बहिणीच्या अशा मरण्यानं आधीच भ्रांतचित्त झालेला तो सगळा अपराध स्वतःवर घेऊन पश्चात्तापदग्ध होण्याचा आटोकाट प्रयत्न करत होता, पण रोज दारशुद्धीला येणाऱ्या अडाणी नातेवाइकांचे उपदेश मुकाट्यानं ऐकायला लागल्यानं त्याची घुसमट पराकोटीला चालली. रोज रात्री मी आणि भावडू आमच्या धाब्यावरून त्याच्याशी संवाद साधायचो. बायको ओढणाऱ्या ह्या मर्दाला एकंदरीनं जननलक्ष्यी स्त्रीहन्त्री विवाह संस्थेची भयंकर शिसारी आली आहे, असं भावडू म्हणाला. असा लग्न न करण्याचा निर्णय घेऊ नकोस, तुझं ठीक आहे, पण बिचाऱ्या त्या आसोद्याच्या पोरीलाच डाग लागेल. लोक नाही नाही त्या कंड्या पिकवतील. लग्न ठरलंच आहे तर मोडू नकोस, असं भावडू त्याला पटवून देत असतांनाच आपला निर्णय एका चिठ्ठीवर लिहून त्यानं भावडूवरच ही कामगिरी सोपवली — आपल्या भावी सासऱ्याकडे ही चिठ्ठी आजच देऊन ये.

निळूकाका अत्यंत जखमी सुरात म्हणत होता, भावडू, तूच एकटा मला समजून घेऊ शकतोस. माझ्या हातून ना हुनादादासारखी जाज्वल्य देशसेवा घडली, ना रूपाकाँग्रेससारखी महारोग्यांची सेवा करता आली. माझ्यामुळे जे जे

घडलं ते मी भोगीन. मी पूर्ण पश्चात्तापदग्ध होऊनच जगेन. माझी प्रपंचतृष्णा तर नष्ट झालीच आहे.

ह्यावर भावडूची आणि त्याची थोडी चकमक उडाली. हे बघ निळूकाका, आपल्यासारख्यांनी समाजाचा कायापालट करावा, खेड्यात सुधारणा कराव्या, बाळंतपणं सुलभ होतील अशी सुसज्ज हॉस्पिटलं उभारावी. तिकडे कोणी आयुष्यभर कष्ट करून काहीतरी लस शोधून जगातल्या पन्नास लाख पोरांना दरवर्षी पोलिओच्या तडाख्यातून वाचवतो. जेन्नरनंतर जगातलं प्रत्येक मूल देवीच्या जबड्यातून सुटलं आहे.

छे छे, ती आपली परंपरा नाही. माझ्या जिवाची तळमळ शांत होईल असंच काहीतरी मला शोधलं पाह्यजे. जग म्हणजे सगळी माया आहे. माणसानं धडपड करून हे जग सुंदर बनेल, असं मला वाटत नाही. मुक्तीचा मार्ग — अमृतानुभव —

मग आपण इथे जन्मलोच का? संन्यास हा पलायनवाद नाही?

जन्मलो, जन्मलो, तरी हे नाकारण्याचं स्वातंत्र्य घेऊनच जन्मलो ना. तुकाराममहाराजांनंतर मराठी लोकांची आत्मशक्ती प्रखर करणारा कोणी झाला नाही. स्वतःतच आसरा शोधणारा कोणी झाला? बाकीच्या सगळ्या जाणिवा कोत्या आहेत. तू फक्त माझा हा गळफास काढायला मदत कर. लगेच नीघ. खंडूला घेऊन जा सोबत. राम कृष्ण हरी.

भावडू मला सायकलवर डबल सीट घेऊन चालला आहे. आसोद्याला पोहोचेपर्यंत दुपार होऊन गेली. गावात शुकशुकाट. सगळे शेतात गेलेले. आम्ही गावहाळावर हातपाय तोंड धुतलं. खंडू, केवढा धक्का बसेल रे ह्या पोरीला. घरातली सगळ्यात थोरली पोरगी आणि आता लग्न होणार ह्या आनंदात आणि आपण — छेः—

ते चौधरी कुठे राहतात हो? त्यांची प्रभावती नावाची मुलगी — तिचं मोरगावकराशी लग्न ठरलं आहे — ते —

विचारत विचारत आम्ही एका लहानशा धाब्याच्या घरापाशी आलो. आतून शिलाई मशीनचा तर्रर चर्रर असा जोरात आवाज ऐकायला येत होता. आमची ही होणार होती ती शिडशिडीत हसरी काकू या म्हणाली. एकटीच घरात होती. आईवडील भाऊबहिणी सगळे झाडून शेतात गेलेले. गरीब शेतकऱ्याचं चिंचोळं लांब घर. दोन्ही भिंतींना पोती, कणग्या, शेतीचं सामान. मध्ये जाण्यापुरता रस्ता. मागे कुडाचं न्हाणीघर. आनंदी स्वभावाची गोड हसणारी ही मुलगी, आमच्या

वाड्यात आली असती तर चांगलंच झालं असतं. पण हेच होऊ नये, ह्यासाठी आम्ही इथे आलो होतो. कपडे शिलाईचा ग्रामपंचायतीनं फुकट भरवलेला एक कोर्स तिनं आत्ताच संपवला, असं ती मशिनीभोवतीचे दोरे, कातरी, टेप टापटिपीनं गुंडाळून ठेवतांना गोड हसून म्हणाली. पाणी देत लाजत ती म्हणाली, काय येणं केलं? *त्यांचं* सगळं नीट चाललंय् ना?

काय बोलावं हे समजेना म्हणून नुस्तं बघत राहिलेल्या भावडूनं भयकंपित होऊन खिशातली चिट्ठी तिला दिली. सरबत करते हं, असं म्हणत तिनं चिठ्ठी उघडून वाचायला सुरुवात केली. आम्ही दोघे भाऊ घाबरून एकमेकांकडे पाहून खाली जमिनीवर थंड नजरा रुतवून बसलो. त्या आम्हांला कशा उचलाव्या, कळेना. मधेच ती थरकली, मग भिंगरीसारखं तिचं हलकं शरीर चिठ्ठी वाचता वाचता दगडी मूर्तीसारखं जडशीळ होत गेलं. एकदा वाचून झाल्यावर पुन्हा वाचतांना चिठ्ठी हातातून गळून पडली. ती तशीच पायाशी पडून होती. मग आम्ही हळवे झालो.

त्यानंतर बराच वेळ आम्ही तिघे वेड्यासारखे न बोलता एकमेकांच्या नजरा टाळत बसून होतो. भावडू एवढा मोठा असून त्यालाही अशा प्रसंगी कसा निरोप घ्यावा, याची भाषा अवगत नव्हती.

तोपर्यंत सगळी परिस्थिती जाणण्याइतकी ती हुशार असावी. एकाएकी परक्या झालेल्या आम्हा दोघांसाठी मनाविरुद्ध कठोर कराव्या लागणाऱ्या आवाजात ती खेडवळ पोर लांब वेणीचा झुपकेदार गोंडा तळहातावर एकसारखा कुस्करत स्वतःशीच बोलल्यासारखी म्हणत होती, म्हणजे? क्षमा? का? कशी? कशाला? कशासाठी? आणि कुणी कुणाला का म्हणून करायची? मग पराभूत आवाजात ती म्हणाली, लग्न म्हणजे खेळ वाटतो का काय तुम्हां लोकांना? क्षमा करून, न करून ज्यांच्या पायावर धोंडा पडला त्यांची भरपाई होईल? ब्रह्मचारी आजन्म राहणार तर त्याला आमची परवानगी?

आधी बचकभर अभ्राचा पुंजका दिसतो आणि पाहता पाहता अवाढव्य ढग होत जातो, तसे तिचे प्रश्न वाढत चालले, आवाजही करवती होत गेला. मग आम्ही घाबरून उठलो. खडबडत बाहेर आलो. ती आता आमची कोण लागत होती? काहीतरी अमानुष क्रौर्याचं कृत्य करून आल्यासारखे आम्ही रस्त्याला लागलो. वाराही उलटा होता. भावडू कष्टानं पायडल मारतांना पुटपुटत होता, केवढा फटका, पण किती अवसानानं पेलला रे सालीनं? मानलं आपण हिला. खरं तर असं लग्न मोडलं एकदा, तर मुलींना फार त्रास होतो. बदनामी होते कारण नसता. ...बापाला येऊ द्या, बाप कळवील वगैरे काही नाही. स्वतःच

निर्णय घेऊन मोकळी झाली. अशा बाया पंतप्रधान झाल्या पाह्यजे आपल्या देशाच्या — नाहीतर काय साला तो जवाहरलाल नेहरू? कितीदा पंतप्रधान होतो?

मी कोरड्या आवाजात म्हणालो, का रे दादा, निळूकाकानं कसं अनेकांच्या बायका ओढून संसाराला लावलं. उद्या आसोद्याचे चार धटिंगण आपल्या वाड्यात आले आणि निळूकाकाला नवरा ओढून नेला बायकोकडे नांदायला तर?

ह्यावर भावडू चक्रावून एकसारखा खो खो हसत राह्यला — थेट मोरगावपर्यंत.

भावडूकडून पडलेल्या आवाजात इत्थंभूत हकीकत ऐकतांना अत्यंत व्यथाग्रस्त झालेला निळूकाका, देवदर्शन करून येतो म्हणून नंतर जो गायब झाला, तो रातोरात कुठे गेला कुणालाच कळलं नाही. त्याचा कुठेच मागमूस लागला नाही. त्याच्या आईनं हाय खाल्ली.

नंतर अनेक वर्षांनी कार्तिकीत पंढरपूरला चंद्रभागेच्या वाळवंटात तो प्रकटला. जमिनीवरून हलकेच पंख मारत उंच आकाशात संथ तरंगणाऱ्या *जय जय राम कृष्ण हारीऽऽ*च्या ताना ऐकायला आल्या. देवदर्शन करून चंद्रभागेवरच्या खानदेशवाड्याकडे वळतांना हा आवाज कानावर पडताच आंधळी काकू कान टवकारून एकदम थबकली. तिचा हात धरून ओढत नेणाऱ्या रिमा कोळणीला तिनं विचारलं, कोणाचा आवाज ग रिमे? ओळखीचा वाटतो. बघ बरं, कोण आहे?

हल्ली वडलांनी त्या दोघींची पंढरपूरला खानदेशवाड्यात एक खोली देऊन तिथेच कायम राहण्याखाण्याची व्यवस्था केलेली होती. गरीब रिमालाही कोणाचा आधार नव्हता. आंधळीला धांगडी मिळाली आणि त्या दोघींनी हिंदू धर्माचं कल्याण केलं — सगळी तीर्थं, चाऱ्ही धामं, आठी गणपती, डझन ज्योतिर्लिंग. आता कायम पंढरीचा वास.

लाखांचा तल्लीन होऊन डोलणारा भक्तसमुदाय. आकाशात चंद्र. पताका. मृदंग. टाळ. विचार रिमे, कोणाचं कीर्तन आहे रे दादा?

अवघ्या पातकांची मी येक राशी

काकी, बुवा तर आपला निळूच दिसतो है. उपरणं, फेटा, उटी, टिळा, गंध, तुळशीमाळ, फुलं — यांच्या आत निळूच है. ...रिमे, कसं बरोबर ओळखलं मी? विचार नाव कोणाला ...निळोबा म्हाराज मोरगावकर आजन्म बालब्रह्मचारी. बसून घ्या बाई, गर्दी फार होणार हाये. दुरून दुरून भक्त निळोबांच्या चाली

ऐकायला येतात. त्यांचे गुरू डिगंबर म्हाराज नुकतेच वैकुंठवासी झाले, त्यांची गादी निळोबा म्हाराजांना मिळाली आहे, बसून घ्या.

आंधळीकाकू रिमीला घेऊन बसली. सहज वरच्या सप्तकात जाणारा मोरगावच्या देवळात ऐकलेला तोच आवाज :

तुका म्हणे मी तो पातकांची राशी
देई पायापाशी ठाव देवाऽऽ

लाखो लोकांवर मोहिनी टाकणारा आतून उमटणारा परमार्थाचा शब्द. भक्तीचा तळमळता सूर. रिमे, इतक्या पिढ्या आमच्या वायाच गेल्या गं, आमच्या घरात हा एक तरी तुकाराम महाराज निघाला.

विठ्ठल विठ्ठल जय हरी विठ्ठल, बोला पुंडलीक वरदे...

ढोल पवार खंडू रघु चारी
सकल ताडन के अधिकारी

— असं म्हणत हेडमास्तर आम्हाला तीन वर्षं सतत उभं करून पायावर छड्या मारताहेत. मागे भिंतीवर मोठा जगाचा नकाशा आहे. पाचवीपासून सातवीपर्यंत जवळपास रोज. ...काय रे, मोरगावच्या माकडांनो. ह्यासाठी तुमचे पालक तुम्हांला ह्या तीन मैलांवरच्या शाळेत पाठवतात? आँ? रोज उशीर कशामुळे होतो? लवकर नाही उठता? तुमच्या आया गाभण आहेत काय तिघांच्याही? लवकर तयारी करायला सांगा उद्यापास्नं. मग कान चुरून चुरून लाललाल झाल्यावर वर्गात जाऊ देतात. आमच्या आजूबाजूच्या खेड्यांतल्या सुशिक्षित लोकांनी मुलांना सोयीची अशी ही सातवीपर्यंतची शाळा सुरू केली आहे. ह्या शाळेला कडक शिस्तीचे हे हेडमास्तर आणि उत्तम शिकवणारे शिक्षक जास्त पगार देऊन नेमलेले असतात. हे एका दृष्टीनं खरं होतं. शेतकऱ्यांच्या घरांत अभ्यासाला जागा नसते, म्हणून शाळेतच संध्याकाळपर्यंत गृहपाठ, गणितं सोडवून घेण्याचं वेगळं वेळापत्रक होतं. लायब्रीतली पुस्तकं तिथेच बसून वाचायला मिळायची.

सगळा अभ्यास पक्का समजत होता, कारण सगळं मराठीतच होतं, आणि काहीतले मराठी शब्द कळले नाही की, तेसुद्धा खानदेशीतून शिकवलं जायचं. त्यामुळे एकदा वाचलं, की ते डोक्याचा भाग घेऊन जायचं. उदाहरणार्थ,

भूगोलाचे मास्तर नकाशावर समजावून सांगायचे — दाट लोकवस्तीचे देश हे. हिंदुस्थानातला पेरा तं लई दाट, म्हणून तं उमजेना आपल्याला. विरळ लोकवस्तीचे ते युरोपात, रशियात वर उत्तर ध्रुवापर्यंत. थंडी इतकी कडाक्याची की त्यांचं उठतच नाही तर लोकसंख्या कमी नाही राहणार तर काय? हसता काय? माणसं ज्यास्त झाली की माणसाची किंमत कमी होते. लढायांमध्ये पुरुष मारले जात. मग इतक्या बायकांना नवरे कुठले? म्हणजे बहुभार्यापद्धती. किंवा लफडे.

नुकतंच मिसरूड फुटू लागणाऱ्या आम्हां पोरांना खो खो करून हसवणाऱ्या अशा गोष्टी फार आवडायच्या. लैंगिक शिक्षण. आम्ही पाचही जण — गोपू, बाळू, मधू, रघू आणि मी सगळे बरोबरच निघायचो. रस्त्यात खाल्लेल्या बोरांचा मधुर वास तोंडातून येतो आहे, हातापायांवर बोराट्यांचे ओरखडे आणि धावत शाळेत शिरताच वर्गासमोर कडक शिस्तीचे कोलते हेडमास्तर छडी घेऊन उभे. पाठीवर मोरगावच्या पिशवी स्पेशालिस्ट नेमा शिंप्याकडून खास शिवून घेतलेली लांब बंदाची खाकी पिशवी — चड्डीच्याच कापडाची — जिच्यात दोन उभ्या पुस्तकांच्या रांगांमध्ये कंपास, फूट, फडक्यातली भाकरी आणि मध्यभागी ढळढळीत लसणीच्या चटणीतल्या तेलाचा गोल डाग. शाळा सुटली की ज्ञानानं ओसंडणारी डोकी दंगामस्ती करून हलकी करणं, गावाच्या वाटेला लागलो की कवठांखाली फेरी मारून पुढे मिळेल तो खाऊ ओरबाडत घराकडे सरकणं — हिवाळ्यात हुरडा, शेंगा, वाळकं, चिबडं, बोरं, चिंचा, उन्हाळ्यात कैऱ्या. कधी काकवीचा मधुर वास हुंगत गुऱ्हाळाकडे जाळव्यांना, गुळव्यांना टिवल्याबावल्या मदत करून चरवीतला उसाचा रस पोटभर पिऊन घरी उशिरा पोहोचणं. शाळेत अभ्यास असतो, एवढं कारण पुरेसं असायचं. तरी घरची थोडीफार कामं करावीच लागणार, हे माहीत असायचं. जेवून पुन्हा अभ्यासाच्या निमित्तानं रात्री उशिरापर्यंत हा हा ही ही गप्पा स्वातंत्र्य. शाळा न शिकणाऱ्यांपासून वेगळा दर्जा इथूनच सुरू होतो. चौथीत गळलेले वर्गबंधू गवताचे भारे डोक्यावर घेऊन, बैलगाडी हाकलतांना आमच्याकडे पाहून म्हणायचे, आपल्या नशिबातच शाळा नव्हती, काय करा? तेव्हापासून ते नशीब आपल्याला इथपर्यंत घेऊन आलं आहे.

बाळू फार मोठा शोध लावल्याच्या उत्साहात आम्हांला सांगतो : अरे सबंध रविवार साल्या कुंभारीण माशीचं दाराआडचं घर पाहण्यातच गेला. जेवणसुद्धा राह्यलं. होमवर्कही राह्यलं. एवढंसं पेरभर घर करायला एवढ्याशा जीवाला अर्धा तरी दिवस लागतो, पण काय मेंदू असेल कीडामुंगीलासुद्धा. अरे चक्रव्यूह काहीच नाही यापुढे. म्हटलं एकसारखी खिडकीतून बाहेर येते जाते गुं गुं करत ही — बघू

कुठे जाते? एकूण पाचशेपेक्षा जास्तच फेऱ्या. मी मोजल्या. काही खातपीत तर नसेलच दिवसभर. घरामागे मोरीच्या सांडपाण्याचा मऊ गारा शोधून त्याच्यावर इवल्या इवल्या केसांसारख्या सहा पायांनी आणि तोंडानं कुंभारासारखी माती तुडवून तुडवून शेवटी हरबऱ्याएवढा मातीचा गोळा जमा करते. मग विमानासारखे पाय उचलून गुं गुं करत तरंगायला लागते. पंख हवेवर मारत जे आकाशात उडते ते माझ्या अभ्यासाच्या खिडकीतून दाराआड. तिथे खूप आत गरगर फिरून दरवेळी असा उचलून आणलेला मातीचा गोळा चिकटवून छान पेरभर वर्तुळाकार ठिपका दाबून दाबून पक्का करते. हळूहळू पाया पक्का झाला की, मध्यभागी नवा गोळा थापते. मग आपल्या बारक्या शरीरानं बुलडोझर सारखी माती मागेपुढे करत एक बालेकिल्ल्यासारखं छोटंसं गोलाकार वर्तुळ, पूर्ण सगळीकडून कडेकोट बंद असं. याच्यात बहुदा ती अंडी टाकत असावी, ते काही मला दिसलं नाही. पण तिनं नवा गोळा आणून ते वरूनसुद्धा बंद केलं. ह्या वर्तुळाभोवती त्याच्यापेक्षा थोडं उंच असं एक अर्धवर्तुळ थापलं. पुन्हा त्याच्याभोवती उलट्या बाजूनं उघडं असं दुसरं अर्धवर्तुळ — ते आणखी थोडं उंच असं. नंतर दर वेळी खिडकीतून बाहेर जाऊन तसाच एकेक गोळा आणून ह्या तिन्ही भिंतींभोवती किल्ल्याच्या तटासारखं पूर्ण वर्तुळ — अशा एकूण चार भिंतींच्या वरून त्यांना पूर्ण झाकणारी छतासारखी माती अंथरून घाईघाईत तिनं आपला इवलासा किल्ला सीलबंद केला. पठ्ठी नंतर कधीच आली नाही. संपलं तिचं पिल्लांसंबंधीचं कर्तव्य. सूर्यास्ताच्या आत असं कडेकोट घर पूर्ण करून अंडी घालून नाहीसं व्हायला पाह्यजे, म्हणजे किती अचूक गणित असेल? मी तर चक्रावून गेलो, खंडू. प्रत्येक लहानशा गोळ्याला उडत जाऊन तो तुडवून, तिंबून उचलून वाहत राहणं — दिवसभर त्या गोळ्यांची संख्या, प्रत्येक गोळ्याचं वजन, स्वतःच्या वजनापेक्षा जड गोळा हवेत उंच उचलतेच कशी? म्हणजे गुरुत्वाकर्षण कमी करायची काहीतरी आयडिया असणार. तिचं वजन किती आणि त्या गोळ्याचं वजन किती? हे मोजावं कसं? आमच्या घरात तर दांडीची दोन पारड्यांची लोकर मोजायची मोठी तागडी आहे.

अभ्यास करून न आणणाऱ्यांना रांगेत उभं करून पायावर छड्या मारणारे कोलते हेडमास्तर बाळूचा कान पिळत म्हणाले, अभ्यास कर, येड्या, नाहीतर जन्मभर पिढीजात मेंढ्याच वळाव्या लागतील, आणि तू रे खंडेराव, तुला साधा निबंध लिहिता येत नाही मुद्देसूद? भरकटत काहीही लिहीत सुटतोस? हे बघ, बघ नीट. विषय काय आहे? *उन्हाळ्याची सुटी.* हो ना? आणि हे काय मध्ये दोन पानं गणितं? कशाचा कशाशी संबंध आहे? पृथ्वीवरचे खंड दरवर्षी १/१० इंच वर सरकत आहेत तर आपला विषववृत्ताच्या उत्तरेला २१ अक्षांशावरचा खानदेश

उत्तर ध्रुवावर जायला किती वर्षं लागतील, अशी मूर्खपणाची आकडेमोड? याचा *उन्हाळ्याची सुटी* ह्या निबंधाशी काय संबंध? *सप सप.* आहे म्हणा तुला बापजाद्यांनी करून ठेवलेली भरपूर जायदाद, नंबरचे नंबर शेतं — पुढे नांगऱ्याच होणार, *सप सप.* आता यावलच्या एवढ्या नावाजलेल्या हायस्कुलात जाणार तुम्ही लोक, तिथले टीचर आम्हालाच नावं ठेवणार — खाली काही शिकवलं नाही म्हणून. निबंध भाषेचा असतो, भाषेत कचरा फार असतो. प्रत्येक शब्द, प्रत्येक वाक्य उफनून पाखडून अडसून चाळून घ्यावं लागतं. सप सप. लक्षात राहील? सप सप.

नंतर हायस्कुलात. मोरगावचे आम्ही पंचवीस–तीस विद्यार्थी रोज पायी ये–जा करणारे होतो. यावलचं हे हायस्कूल राष्ट्रीय विचाराच्या देशभक्त समाजवाद्यांनी स्वातंत्र्यापूर्वी कठीण परिस्थितीत पंचवीस वर्षं विशिष्ट ध्येयं समोर ठेवून चालवल्यामुळे शिक्षकांच्या इंग्रजी गुलामगिरीत जडलेल्या सवयी मोडत नव्हत्या. उदाहरणार्थ, संडासात टमरेल नसणं किंवा एका तासाला एकच खडू फक्त वापरणं. काही गोष्टी अर्थात चांगल्याही होत्या. उदाहरणार्थ, मधल्या सुटीत बिस्किटं चिवडा असलं न खाता अर्ध्या आण्याचे वीस टमाटे, गाजरं असं तिथे मिळायचं तेच सक्तीनं खाणं. शिवाय नीट शिकवायचं सोडून शिक्षकांनी कुठल्यातरी मोर्चात भाग घेऊन स्वतःला अटक करून घेणं किंवा निःस्वार्थी समाजकार्याला वाहून घेणं किंवा दोनचार महिने नंदुरबारकडे आदिवासींमध्ये जागृती करायला जाणं. ह्यात पकडल्या गेलेल्या त्यागी शिक्षकांचे तास इतर त्यागी नसलेल्या साध्या शिक्षकांना सतत ज्यादा घ्यावे लागायचे : गणिताचे सर इतिहास तर भूगोलाचे सर संस्कृत आणि इंग्रजी. ज्याला जितकं व्याकरण यायचं तितकं तो शिकवायचा. मराठीचा असा तास म्हणजे त्या वेळच्या प्रसिद्ध लेखकांची टोपणनावं देऊन त्यांची खरी नावं ओळखणं — केशवकुमार म्हणजे — केशवसुत म्हणजेच केशवकुमार काय? कुसुमाग्रज कोणाचा कोण? एका चित्रकलेच्या उत्साही सरांनी भिंतीवरच गुरुद्वार, मंदिर, मशीद, चर्च अशा वेगवेगळ्या आकारांच्या कमानी, घुमट आणि शिखरं रंगवून **सर्व धर्म समान आहेत** असं खाली लिहिलं होतं.

मुख्य दारात दररोज नवा सुविचार लिहिण्याची तीस वर्षांपासूनची प्रदीर्घ परंपरा चालू होती. पूर्ण खादीचे कपडे वापरणारे भावसार सर यांनी ती आपला सर्जनशील आविष्कार म्हणून जोपासली होती. वयाच्या विसाव्या वर्षी शाळेत पाच रुपये पगारावर ज्ञानदानाच्या ह्या पवित्र यज्ञकर्माचा शुभारंभ त्यांनी केला,

तेव्हापासून रोज रात्री विचार करून करून पांढरे शुभ्र केस झालेले भावसार सर एक नित्य नवा सुविचार स्वतः निर्माण करत आले. खरं तर ते पैगंबरच व्हायला पाह्यजे होते. मुख्य प्रवेशद्वाराशी लावलेल्या फळ्यावर लाल, निळा आणि पांढरा अशा तीन रंगांचे खडू हाताच्या बोटांमध्ये सिग्रेटींसारखे टोचून ते स्वतः आपला सुविचार लिहायचे. ह्या वेळी वेळेआधी शाळेत आलेली मुलं सर्जनक्रिया म्हणून हा प्रकार आश्चर्यखिळित पाहत उभी असायची :

*मैत्री*तून **मत्सर** वजा करा.
यशात *नम्रता* मिळवा.
*प्रेमा*चा गुणाकार करा.
रागाचा भागाकार करा.

ह्यात मैत्री, नम्रता, प्रेम हे शब्द सात्त्विक म्हणून निळ्या रंगात, तर तामस शब्द लाल आणि बाकीचे सर्व शब्द रजोगुणी म्हणून पांढऱ्या खडूनं लिहिलेले असायचे. यशसुद्धा लाल रंगात लिहिल्यानं आमच्या मनात यशाबद्दल वाईट मत निर्माण व्हायचं. भावसार सर गैरहजर असले की, ही जबाबदारी मराठीच्या झांबरे मॅडमवर यायची. त्यांच्या लॉकरमध्ये नेहमी वि. स. खांडेकरांची एक तरी कादंबरी ठेवलेली असायची. तिच्यातून **दुःखाचा डोंगर चढल्याशिवाय सुखाचा सूर्य दिसत नाही!!** अशी कधी दोनदोन उद्‌गारवाचक चिन्हांनी संपणारी आयती वाक्यं फळ्यावर अवाच्य अक्षरांत लिहिली जायची. शिवाय एकाच पांढऱ्या खडूनं. त्यामुळे ह्यातला डोंगर सात्त्विक आहे की सूर्य, हे कल्पनेनं शोधावं लागायचं. भावसार सर कधी दुःख निळ्या रंगात आणि सुख लाल रंगात लिहायचे. कोणतीच गोष्ट कायम लाल किंवा कायम निळी नसते, एकसुती पांढरी तर नसतेच, हे न कळण्याइतके आम्ही लहान होतो.

ह्या राष्ट्रीय म्हणजे कमी पगाराच्या शाळेत ग्रंथपालाचं काम शिपायाला दिलेलं असल्यानं शाळा सुटल्यावर एकेक तास थांबूनही चांगलं पुस्तक मिळायचं नाही. कारण शंभरदीडशे मुलं किराणावस्तूंसारखी अर्नाळकर, फडके, अत्रे अशी काहीही नावं सांगायची आणि वैतागून हे शिपाई आत जाऊन एक बिडी पिऊन शांतपणे यायचे आणि खिडकीतून सांगायचे, पुस्तक जागेवर नाही. संध्याकाळी अंधार झाल्यावर तीन मैल चालत जाणाऱ्या आमच्यासारख्यांना वाचनाचं वेड हा शाप ठरला. मग आम्ही अशी युक्ती काढली की शिपाई म्हणाले, मानलं साल्या मोरगावच्या पोट्ट्यांना. खिडकीशी उभे राहून रघू नायक म्हणायचा, पुस्तक. ...कोणतं? ...जे असेल ते. ...आँ? पुढे मी तसंच म्हणायचो. मागचे मधू, बाळू तसंच. मग नाइलाजानं पाच पुस्तकं एकदम बाहेर यायची. ही सगळी पुस्तकं

आम्ही सगळेजण आपसात फिरवून वाचून पुन्हा नवी घेऊन यायचो. ह्यामुळे मॅट्रिकपर्यंत चार वर्षांत आम्ही *रामायण, महाभारत, अरबी भाषेतल्या सुरस व चमत्कारिक गोष्टी,* साने गुरुजी, अर्नाळकर वगैरे तर वाचलेच पण इतिहास, भूगोल, प्रवासवर्णनं, *समाजस्वास्थ्या*चे अंक, *विश्वव्यापी हिंदू संस्कृती*सारखी पुस्तकं. जे जे ग्रंथालयात होतं ते सगळं वाचत आणलं. रघूनं तर एकदा माझ्यासाठी चार पुस्तकं चोरली होती. पण हेडसरांनी त्याला उलट शाबासकी दिली. म्हणाले — उत्तम. वाचत जा.

रोज पहाटे आम्ही मोरगावची चाळीसेक मुलं घाईनं धूळ उडवत सडकेवर पळतांना दिसायचो. कारण शाळेत रोज *ॐ सहनावतु । सहनौ भुनक्तु ।* ही प्रार्थना तंतोतंत सात वाजता सुरू व्हायची. खालचे वर्ग ओरडून ओरडून तारस्वरात तर वरचे वर्ग गंभीर खर्जात. शेवटी *ॐ शान्तिः शान्तिः शान्तिः ।* ह्या वेळेशी जे पोहोचले नाहीत त्यांना शाळेच्या ग्राऊंडभोवती तीन फेऱ्या पळत माराव्या लागायच्या. त्यापेक्षा घरूनच पळत निघालेलं बरं, असा दूरदर्शी विचार करून आमच्यापैकी उशिरा उठणारा दप्तर पाठीवर टाकून पळतच घराबाहेर पडायचा. संगमावर टेकडी चढली की पुढेमागे धावत जाणारे सगळे दिसायचेच. सगळे एकत्र आले की, गमती, गप्पा. सहा वाजताची इंदूर एस.टी. वाटेत कुठे भेटते यावरून आम्हा वर्गबंधूंचा वेग ठरायचा. बरेच दिवस आम्ही आपसांतलं संभाषण छंदबद्ध कवितेसारखं करून बोलायचो. *आज बरे झाले लवकरी जाग आली.* कशी? *सकाळी सकाळीच असे स्वप्न पडले* की आपण लायब्रीतून आणलेलं एक पुस्तक मी वाचतो आहे. त्यातल्या सगळ्या वेलांट्या आणि उकार दीर्घ आहेत. प्रत्येकच. छान वाटत होतं वाचतांना. *तितुक्यात मराठीचे सर आले आणि माझा कर्ण पिळून म्हणले,* उशीर — ऱ्हस्व उ — झाला, ऊ-दीर्घ ऊ-ऊठ. *की जागच आली तत्क्षणी मजला साल्या. स्वप्नात उठवले कोणी, तर झोप का बरे मोडी? मराठी असे आपुली बरी साल्या,* अ आ इ ई क ख ग घ काही शास्त्रीय शिस्त तरी आहे. इंग्रजीत काय तर ए नंतर बी, आणि पुढे सी? *संबंध काय रे यांचा परस्परांशी?* आता माझं नाव इंग्रजीत रघू की राघू? कशालाही काहीही अक्षरं वापरतात साले. *म्हणजे इंग्रज अडाणीच ना अंती?* व्ही आणि पुन्हा डब्ल्यू, एक्स काय आणि झेड कशाला सगळे डबल डबल.

भिसे सर म्हणाले ना, तुम्हाला आठवीपासून तरी इंग्रजी आहे. ह्यानंतर पाचवीलाच इंग्रजी पुजली जाणार आहे. हॉ हॉ. सर म्हणाले की, काही झालं तरी इंग्रजी फार प्रगत भाषा आहे. A quick brown fox jumps over the lazy dog — असं मराठीत आहे? मग मी म्हणालो, सर, त्यात काय प्रगत न् फ्रगत

आहे. केलं की होईलच मराठीतही. करून दाखव, असं सर वेडावून म्हणाले, आणि मी बसलो मग रात्रभर दिवसभर — एवढी रद्दी झाली. कालच नेऊन दाखवलं सरांना :

> ***आंबेफळ येथील औषधाचा तज्ज्ञ जेठाभाई हा खादाड छाप ढेङ्कू इसम अक्षरशः उंटाएवढे ओझे घेऊन गाणे ऐकेल.***

सरांनी पाठ थोपटली, म्हणाले, एवढ्याने काय होणार? असे बरेच मराठीत करावे लागेल. मग काय? करू की. पण सर म्हणतात, आधी खूप अभ्यास करा. खूप मार्क मिळाले पाह्यजेत. पुढे शिकायचे तर मॅट्रिकचे मार्क महत्त्वाचे. मार्कांवर सगळे अवलंबून असते पुढचे.

परीक्षा झाल्यावर सुटीत आम्ही खानदेशातली जवळपासची सगळी देवळं, लेणी, किल्ले, संगमाची आणि उगमाची ठिकाणं, वाघळीसारखी जुनी विद्यापीठं वगैरे पाहून घ्यायचा सपाटा लावला. अजिंठ्यात आमच्याएवढा एक इंग्रज मुलगा आणि मुलगी भेटले. त्यांनी अजिंठ्याविषयी पन्नाससाठ हजार रुपये खरचले होते. रघू म्हणाला, हिंदुस्थानात जन्मल्यामुळे आपले इतके पैसे वाचले. सगळ्यांचेच पेपर चांगले गेले होते. सगळेच मोरगाव सोडून परगावी शिकायला जायचं म्हणत होते. त्यामुळे भर उन्हाळ्यातसुद्धा भाड्याच्या सायकली घेऊन आणि आपापल्या घरच्या चटण्या, पिठलं भाकरी घेऊन आम्ही लांब लांब भराऱ्या मारून यायचो. तीन महिन्यांत नेटानं आम्ही खूप हिंडून घेतलं. रात्री चांदण्यात सायकली मारत पाटणला जायचं आणि तिथे पितळखोऱ्यापर्यंत चढत जाऊन झोपी जायचं.

नंतर संध्याकाळी खाली येऊन सायकली मारत वाघळीला रात्री मुक्काम असं धुंदीत चाललं असतांना अचानक रघू नायक म्हणाला, सातपुड्यात पालला मी येत नाही. का रे बाबा? लाजून तो म्हणाला, माझं लग्न ठरतं आहे, वडील म्हणतात, तुझे मित्र कुठे, आपण कुठे. आता आपापल्या कामधंद्याचं बघ, शिकायचं म्हटलं तर भांडवल लागतं. आपण शिकायचं आणि घरातल्या लोकांनी आपल्या वह्यापुस्तकांसाठी अर्धपोटी राहायचं, हे बरोबर नाही. एवढं शहाणपण येण्याइतपत वडलांनी शिकवलं, हेच आमचं भाग्य. तुम्ही जा.

आमच्यात इतकी वर्षं तुम्ही आणि आम्ही, मी आणि ते असं कोणीच कधी मानत नव्हतं. इथे आता भगदाड पडलं. काही काही जातींची वर्तुळं आपलं आयुष्य आधीच पक्कं करून टाकतात, पण त्यामुळे काय विशेष फरक पडतो? रघू नायक नंतरही आपल्याला पूर्वीसारखाच जवळचा आहे. सतरा वर्षांची रोजची मैत्री — ती कशी संपेल?

तो एकदा कवितेतच म्हणाला, ऐका,

असतेच कुणाच्या नशिबी केवळ रडणे।।धृ।।
कधि फुटतील रस्ते दोन कधी तिनचार
तुम्हि हमरस्त्यांनी जगभर, रघु इथेच जन्मस्थळी चचणार।।धृ।।

ही कविता रघू नायकानं म्हटली तेव्हा डोळ्यांत अश्रू जमा झाले.

रघू नायकाचे वडील तीन बिघे जिराईत शेत आणि बाकी गाडीमजुरी करून चारजणांचं कुटुंब पोसत होते. रघू हा मोठा मुलगा, त्यानं निदान मॅट्रिक झालं पाह्यजे अशी त्यांची एकमेव इच्छा होती. कारण हे लोक गुन्हेगारी जमातीचे असल्यानं पोलीस खात्यात यांना काही किंमत नव्हती. एकदा त्यांना काहीतरी कोर्टाची नोटीस आली. नंतर त्यांना पकडून कोर्टात उभं केलं गेलं. वकील काहीतरी इंग्रजीतून प्रश्न विचारायचा आणि पोलिसांनी दम देऊन ठेवल्यामुळे दर प्रश्नाला हे कबूल, कबूल — असं म्हणत गेले. न्यायाधीश शेवटी इंग्रजीतून काय निवाडा बोलला, तेही कळलं नाही. नंतर पोलीससुद्धा चांगले वागले. पण ह्या निवाड्यानुसार त्यांचं एक मोठं नदीकाठचं शेत चंदू सावकाराच्या ताब्यात गेल्याचं नंतर कळलं. चुलते म्हणाले, सावकाराचं डोकं कुऱ्हाडीनं उडवू या. पण रघूचे वडील वारकरी झाले होते. त्यांना मंदिरात दया, क्षमा, शांती — असा काहीतरी उपदेशाचा सल्ला मिळाला. आधीच तुम्ही लोक गुन्हेगार जातीचे. इतक्या पिढ्या तुमचं हेच चाललं होतं, आता पुन्हा ह्या खुनाखुनीत पिढ्या पिढ्या. अशानं माणसं वर येत नाहीत. मरू दे, त्या सावकाराला पाप भोगावंच लागेल, ह्या नाही तर पुढच्या जन्मी नक्कीच. तू तुझ्या रघूला चांगला शिकव. सद्गुणी, सच्छील कर. शेत गेलं, जाऊ दे.

तेव्हापासून रघूला निदान लिहिता वाचता आलंच पाह्यजे, हे त्यांचं मुख्य ध्येय ठरलं. रघूनंही आम्हा कंदीलक्लबाच्या स्कॉलरशिप नापास मुलांची संगत कधी सोडली नाही. त्यामुळे, तो मॅट्रिकपर्यंत पास होत आला. सातवीनंतर आम्हां सर्वांबरोबर त्यानं हायस्कुलात प्रवेश घेतला. कोळीवाड्याच्या टोकाला कोचानमध्ये खपरेलाचं पोह्यार घर. अंगणाभोवती रानटी गवताचं बाड, मातीच्या मोठमोठ्या जुन्या भिंती. दाराच्या चौकटीवर पेपरातून कापून मिळवलेली तिरपीतारपी **र घू ना य क** अशी चिकटवलेली अक्षरं. कामट्यांचं एकपाखी दार, जे लांब दोरीनं एका खुंटीला बांधल्यावरच बंद व्हायचं, एरवी आपोआप उघडं राहायचं. एका खांबाला टांगलेलं एक ढोलकं तुणतुणं. वर बोहाड्याचे दाढीमिशांवाले मुखवटे टांगलेले ह्यात रावणाची दहा तोंडसुद्धा. आत उजव्या कोपऱ्यात चूल, चुलीवरच धाब्यावर जाण्याची जाड बांबूची सांग. ह्या शिडीवर

एकावर एक पायऱ्यांवर बसून आम्ही रघूच्या आईनं ताजा करून दिलेला कोंड्याचा घाटा भरपूर खायचो. नंतर वर धाब्यावर कांबळावर बसून रघूकडे असलेला ५० पानांचा पत्ता खेळायचो. त्यातले नसलेले दोन पत्ते सगळ्यांनी कायम लक्षात ठेवायचे, चौकटची रांड आणि इस्पिकचा एक्का — ह्या दोन नसलेल्या पत्त्यांमुळे आमची स्मरणशक्ती आणि आत्मविश्वास दोन्ही वाढली, कारण ही अदृश्य पाने कुणाकडे आहेत, कुणी वापरली, हे नीट लक्षात ठेवावं लागे. पण पन्नास पानांच्या पत्त्यांचा हा आत्मविश्वास एका मर्यादेपलीकडे आयुष्यात टिकत नाही. तशात आमच्या खेड्यातलं *गाथा सप्तशती*तल्यासारखं वातावरण असं सदासर्वकाळ लैंगिकतेनं मुसमुसलेलं असायचं की वयात आलेली कारी पोरंपोरी लग्नाला उतावीळ झाली नाहीत, तरच नवल. काजव्यांची ढुंगणं नैसर्गिक कामभावना नेत्रखेचक लखलखाटानं प्रकट करायला लागतात, तसंच.

मॅट्रिकचा रिझल्ट लागायच्या आधीच रघूचं — त्याच्याच शब्दात थाडकन लग्न झालं आणि धाडकन मुलगाही त्याला दहा महिन्यांत झाला. तो रडायला लागला की रघू स्वतःशी म्हणायचा,

असतेच मुलाच्या नशिबी बासम रडणे.
झाले बहु आहेतहि बहु होतिल बहु परंतु बासम हा. हा हा हा.

दोन्ही बाजूंना पत्र्याच्या अर्धगोल छतांची गेरू रंगाची एकसारखी लांबलांब गोदामं. त्यांचे बंद लोखंडी अवाढव्य दरवाजे आणि हातभर कड्या-कोयंड्यांना लटकलेली लठ्ठ अलीगडी कुलपं. त्यांच्यातून चार वर्षं सायकल मारत मारत मी शेवटी येतो. या भयस्वप्नाच्या शेवटी दुसऱ्या महायुद्धापूर्वी मँचेस्टरमधल्या गिरण्यांसाठी कपाशीच्या गाठी दाबणाऱ्या जिनपुढे ठाकतो. तिथे उंच टावरखाली *भुताची कोठी* म्हणून ओळखल्या जाणाऱ्या गेस्ट हाउसपुढे थांबतो. ह्या टावरवरच्या घड्याळात नेहमी पावणे तीन वाजलेले असतात. पाच मैल सायकल रेटत रोज पायाचे पेटके जिवंत होतात. फुफ्फुसं दुप्पट हवा फेकत राहतात. समोर कॉलेजची इमारत हिंदकळत राहते. उजव्या हाताच्या पिंपळाखालून एकदम काटकोनात हॅण्डल वळवलं की चार फूट उंच भिंतीवर तितक्याच उंच लाकडी रिफांचा लांब व्हरांडा. ह्या बंगल्यात आमचं ग्रंथालय. दानशूर रावबहादूर

थोरगव्हाणे यांचा साठ हजार दुर्मीळ ग्रंथांचा संग्रह 'खासदारसाहेब' यांनी मिळवला. विद्येच्या प्रेमाखातर दान करणाऱ्या रावबहादुरांचं मोठ्ठं तैलचित्र ग्रंथालयाच्या दारावर टांगलं गेलं — उंच शिसवी खुर्ची, हातात हॅट, पूर्ण सूटबूट, चांदीच्या मुठीची काठी, सोन्याची बटणं, त्यांतल्या एकातून खिशातल्या घड्याळाची साखळी. बाजूला टेबलावर पुस्तकांचा ढीग. राजबिंडा चेहरा.

ह्याउलट 'खासदार'साहेब म्हणजे कधीही केव्हाही गांधी टोपी, नेहरू शर्ट, टिळक उपरणं, यशवंतराव धोतर असे साधे राहायचे. अनेक वर्षं उन्हातान्हात कोरडवाहू शेतकामात कायमचा रापलेला चेहरा आणि अनेक वेळा सत्याग्रहांमुळे तुरुंगवास ह्यांमुळे राजबिंडं दिसण्याचा प्रयत्नसुद्धा ते करायचे नाहीत. मराठी चौथीपर्यंत शिकलेले, तरी विनोबा, गांधीजी, नेहरू, लोहिया, शंकरराव देव अशा मोठमोठ्या पुढाऱ्यांबरोबर तुरुंगात राहून प्रखर राष्ट्रवादी, अहिंसक आणि बुद्धीवादी झालेले. आमच्या वडलांचे स्फूर्तिस्थान. त्यांच्या चष्म्याची मोठमोठी भिंगं जणू आपल्या निर्धारित आदर्शांपलीकडे काहीही न पाहण्याची वृत्ती दर्शवायचे.

आपण खेडूत, अशिक्षित या प्रतिमेचा पूरेपूर उपयोग करून घेण्यात ते बेरकी. संस्कृतच्या जोशीबाई वर्णधर्माच्या कट्ट्या पुरस्कर्त्या होत्या, त्यांचा उल्लेख ते नेहमी एवढ्या मोठ्या विदूषिका जोशीबाई असा करायचे : लोकसभेत आमच्याबरोबर दोन खासदार चिमण्यांसारखे बसलेले असतात जनसंघाचे. तरी आपल्या विदूषिका जोशी म्हणतात, केव्हातरी आमचं हिंदूत्ववादी सरकार सत्तेवर येणार. हॉ हॉ हॉ. ...इंग्रजीचे प्राध्यापक खेड्यातल्या मुलांचं इंग्रजी सुधारण्यासाठी कष्ट घेत नाहीत, उलट कांगावा असा करतात की, *वी वर्क हार्ड...* की *हार्डली* हो?... एकाबद्दल तो *इंग्रजीत जीभ हालवतो* एवढंच, तर अर्थशास्त्राच्या एका प्राध्यापकाचं *अमेरिकेची भारताला मदत* ह्या विषयावर एकदा व्याख्यान ऐकल्यावर खासदारसाहेब म्हणाले, काय इंग्रजीत चिवचिव करत होता तो? *हंड्रेड थाऊजंड, मिलियन डॉलर* आणि इतके *मेट्रिक टन* — किती होतात हे रुपयात? पोरांना यातलं कळतं की नाही हे याला कळत नाही, तर मूळ यालासुद्धा ते कितपत कळलं?

असे हे 'खासदारसाहेब' मोरगावला आमच्या घरी आले आणि मी दिलेला थंड पाण्याचा तांब्या वरून तोंडात रिकामा करत म्हणाले, आपल्याच कॉलेजात यायचं जूनपासून. परवानगी मिळाली आहे. शिकून संस्थेचं, आपल्या भागाचं नाव वाढेल असं मोठं मनुष्य व्हायचं. म्हणजे असा असा खंडेराव मनुष्य *होऊन गेला,* असं म्हटलं गेलं पायजे, हाँ.

आपण *होऊन जायला* म्हणजे काय करायला पाह्यजे? म्हणजे चार वर्षं *होऊन जाण्या*साठीच शिकायचं?

ह्यानंतर मोरगावात दोनतीन महिने चाललेले आमच्या पुढच्या शिक्षणाचे वाद थांबले. ग्रामीण जनतेला उच्च शिक्षणाचं अमृत चाखायला मिळावं ह्या सदूहेतूनं प्रेरित झालेल्या पुढाऱ्यांनी सुरू केलेल्या **सातपुडा शिक्षण संस्थेच्या** फैजपूर ग्रामीण महाविद्यालयात ह्या पंचक्रोशीतला घरटी एक मुलगा पाठवलाच पाह्यजे, असा संस्थेनं ठरावच केला. आमचे वडीलही त्या संस्थेचे प्रवर्तक आणि नंतर कोषाध्यक्ष होते. त्यामुळे भावडूनंही मला धीर दिला : खंडू, माझ्या वेळी परिस्थिती वेगळी होती. आता मी एकटा शेतीचं सांभाळीन. तूर्त ह्या ग्रामीण कॉलेजात एक वर्ष काढ, मग पुढल्या वर्षी काहीतरी युक्ती काढून मुंबईला बदली करून घेऊ. नाहीतरी पहिल्या वर्षी कॉलेजात काही शिकवत नाहीत. परीक्षाही नसते. तुझ्यासारख्या अभ्यासू विद्यार्थ्याला काय, कुठेही प्रवेश घेतला तरी काय बिघडतं?

खरंच काही बिघडलं नाही. जे होतं ते चांगल्यासाठीच. समजा, की तुम्ही दुसऱ्या कुठल्या रस्त्यानं गेला असता, तर वेगळी झाडं, वेगळी वळणं, अजून काही काही. आणि ही नेहमी माझ्या झोपेत येणारी फाल्गुनातली लख्ख चांदणी रात्र. चांदीसारख्या रस्त्यावरून आपण एकटे सायकल रेटत मोरगावकडे येत आहोत. भुतासारखे. कधी पावसात भिजत, कधी अंधाऱ्या रात्री मधल्या नाल्यात घोड्यासारखी सायकल टाकून पलीकडे उतरत. लायब्रीतल्या शिपायानं आपल्या डोक्यावरचा दिवाच बंद केल्यानं पुस्तकात चार्वाकाची गोष्ट तशीच मिटवून आपण एकटे उशिरा कॉलेजच्या गोदामांमधून रस्त्याकडे सायकल दाबत येत आहोत.

समजा की त्यावेळीच कॉलेजात सायन्स फॅकल्टी सुरू झाली असती आणि आपण सायन्सकडे गेलो असतो, किंवा मानसशास्त्र विभाग दोन वर्षांनी सुरू झाला तो विषय आपण घेतला असता. किंवा समजा इतिहासाचे भावेसर इकडे आलेच नसते. तर? तर काय फरक पडला असता? याला कधीच काही उत्तर नाही. स्वप्नात काहीतरी प्रचंड गुंता आपण सोडवू पाहतो, पण तो जास्त जास्त गुंताडा होत जातो आणि आपण स्वप्नाच्या काठाशी गटांगळ्या खात असतो. सुषुप्तीचे डोह पाय ओढत असतात. चार वर्षांमधून हीच चांदणी वाट आपल्याला आडवीतिडवी पुढे नेते आहे. *मोटाळं मोकळं होईना, रामा गुंताडा काही सुटेना.* वडांच्या दाट अंधाऱ्या सावलीतून पुन्हा लोभस चांदण्यात.

त्या वर्षी आम्ही सातआठजण उत्तम मार्कांनी मॅट्रिक पास झालो आणि आपण आता बदलणार आहोत, ह्या जाणिवेनं सबंध मोरगाव कंपायमान झालं. ह्या पोरांना पुढे उच्च शिक्षणाला तर पाठवावंच, पण कुठे काय हे कुणाला माहीत होतं? त्यामुळे गावातल्या सटाऱ्या भपाऱ्या लोकांना मारुतीवरच्या अकादमीत चर्चा करायला भरपूर वाव मिळाला. मलासुद्धा भावड्यासारखं पूर्ण शेतीला जुंपायचा वडलांचा डाव मी युद्धपातळीवर हाणून पाडायचं ठरवलं. माझं शेतीबद्दल चांगलं मत नव्हतं. शिवाय मी भावडूसारखा साधा, गरीब नाही. वडील आम्हा दोघांच्या पाठीवर हात फिरवत म्हणायचे : ही आमची झीबू ढबूची जोडी. पण पुढे बी.ए. झालो तेव्हा तर मी तलवारच उपसली, की आपल्याला पुढे शिकायचं आहे. नाहीतर आपण घर सोडून पळून जाऊ. वडलांना माझ्यामुळे झोप येत नव्हती. आता त्याचं वाईट वाटतं, पण माझी ही चाऱ्ही वर्षं भयस्वप्नासारखी गेली. शेतीची वडील सांगतील ती कामं रोज भांडणात कशीबशी करायची आणि मिळेल त्या वेळात अभ्यास, वाचन, रात्री जागरणं, शक्य तो घर टाळून कॉलेजात, भावे सरांच्या व्हरांड्यात त्यांच्याकडची पुस्तकं वाचत. लायब्री संध्याकाळी बंद होईपर्यंत. स्वप्नातच जणू कॉलेजच्या गोदामांमधून सायकल मारत. टावरवरचे पावणेतीन वाजलेले...

एकदा अकादमीत सटाऱ्या देशमुख म्हणत होता, कुठेही पोरांना शिकायला पाठवा, पण मुंबई-पुण्याला नको. वेसवेचं लावण्य घातक. आपली पोरं तिथे वाया जातात.

पण तिकडे पेपर विकून शिकतात. मुनशिपालटीच्या दिव्याखाली ज्यास्त चांगला अभ्यास करता येतो म्हंतात. इथे खेड्यात चिमण्या न् कंदिलात नीट दिसतं तरी का? कोण मोठा होईल खेड्यातून?

तरी पुण्यामुंबईला जाऊन आपल्या भागातल्या वाया गेलेल्या कितीतरी मुलांची उदाहरणं नावागावासकट सटाऱ्यांजवळ होती. ह्यावर भपाऱ्या पाटलांचं म्हणणं असं होतं की, शहरात शिकून ही मुलं अस्तित्ववादी होतात. ... म्हणजे काय भौ? ... म्हणजे कुणास ठाऊक, धड इकडचेही नाही आणि तिकडचेही नाही, असं झालं की अस्तित्ववाद होतो म्हणतात. अशी सुशिक्षित पोरं विशेषतः त्यांच्या आईबापांना म्हणतात की आयतं खायला द्या. का? तर तुम्हीच आम्हांला पैदा केलं ना? आमची परवानगी घेतली होती का अगोदर? असं म्हंतात ते.

माझ्यासारखा तर म्हणेन की तुमच्या आयला तुमच्या अस्तित्ववाद्यांनो, तुमच्या गांडीवर लाथा मारायला पैदा केलं. हौ. आमचा पोरगाही हल्ली त्या

पाटलांच्या पोरांबरोबर गोठाणावरच्या लोटूच्या टपरीवर रेडिओ सिलोन *बिनाका* आयकत बसतो रात्री नऊ-दहा वाजेलोक आणि काय त्यांच्या गप्पा तर नूरजहाँ न् मुबारक बेगम, सुरैया, बर्मन आणि सी. रामचंद्र — कुठले भांबरभुसके लोकं हे. आणि कामाला तं हात लावत नाही, इयी लेहु.

तिकडे सेवाग्रामनं बिनधुराच्या चुली शोधल्या आहेत म्हनं. ...असं? इकडे कधी येतील? ...कधी येतील म्हंजे? त्याहिले का पाय असता की आपोआप तुमच्या घरात चालत येतील? जाऊन घेऊन या. आमच्या हिचे चुल्हा फुंकी फुंकी डोये गेले इची लेहू, दिसेना तिले ...रामभौ, भावजायले ना दिसेना, तुले दिसलं म्हंजे पुरे झालं. *खो खो खोऽ*

वर्ध्याला नयी तालीम सुरू आहे, गांधीजींची. हल्ली हात आणि डोकं यांच्यात फारकत झाली आहे, असं विनोबा म्हणाले. ...हॅ हॅ, ते काही खरं नाही. घोंगड्या विणा न् टकलीवर पेळू धरून बसा. आपले धनगर ज्यास्त चांगलं शिकवतील ह्या गोष्टी. त्याच्यात काय शिक्षण आहे धतुऱ्याचं? ...खिरोद्याला सहा महिन्यांचा प्राथमिक शिक्षक होण्याचा कोर्स सुरू झाला आहे, नोकरीची शंभर टक्के गॅरंटी. रामचंद्र मास्तर म्हणतात, प्राथमिक शिक्षकच ज्यास्त समाजसेवा करतो. राष्ट्राला त्याची गरज आहे. ह्या गरीब महारमांगांना भिलपावऱ्यांना कोण शिकवणार? शहरी ऐतखाऊ होण्यासाठीच शिक्षण आहे काय? ...हे पाहा, आपल्या समाजातल्या बुद्धिमान तरुणांनी मुंबईला जावं, इंग्लंडात जावं, मोठमोठ्या पदव्या मिळवाव्या हे सांगायचं सोडून हा खेड्यात प्राथमिक शिक्षक होऊन बाराखडी शिकवावी म्हंतो आहे भेंडसुमाऱ्या. ...अरे, पण राष्ट्राला गरज कशाची आहे? ...राष्ट्र राष्ट्र काय लावलं आहे हो? कुठे असतं राष्ट्र दाखवा बरं एकदा समोर? उगा कल्पना आहे ह्या. ...म्हणजे? भारत हे राष्ट्र नाही? ...असलं काय न् नसलं काय, आपल्यात त्याच्यामुळे काय फरक पडतो?

पूर्ववर्गबंधू रघू नायक त्या वेळी शिंप्याकडे टेलरिंगचं काम शिकत होता. तो म्हणाला, खेड्यात राहा म्हणजे कसं — ह्या शिलाई मशीनसारखं. कितीही जोरात पाय मारा, सुई जिथल्या तिथेच, वर खाली — मुख्य म्हणजे आपणही जिथल्या तिथेच — हॉ हॉ, दे टाळी.

या सुमाराला पंडितमामा मुंबईहून येऊन गेले. त्यांनी वडलांच्या आणि माझ्यामधला बेबनाव पाहून सल्ला दिला की, खंडेराव अजून शाळेतून बाहेर पडलेलं पिलू आहे. शेतीत एक पोरगा भावडू पुरे झाला. याला शिकू द्या, कारण शिक्षणानं माणसाच्या डोक्यात प्रकाश पडतो. आता सरकारनं हरित क्रांती पुकारली आहे. पंचवार्षिक योजनांनी शेतीत फार फरक पडेल. शिकून झाल्यावरही

शेती करताच येते. आता नवी बियाणी येतील. एका टोमॅटोच्या झाडाला दीडशे टोमॅटो लागतील. पुढे उत्तम शेती आणि कनिष्ठ नोकरी अशीच स्थिती होईल. ह्यानंतर एकदीड बिघ्यातले शेतकरी भिकारीच होतील. तुमच्यासारखे शंभरदीडशे बिघ्यावाले शेतकरी देशात एक टक्का आहेत, त्यांना फार उत्तम दिवस येतील. ह्याला शेतकी कॉलेजात पाठवा.

माझा याच्यावर मुळीच विश्वास बसत नव्हता, दीडशे टोमॅटोंच्या शेतकी कॉलेजात तर आपल्याला काही रस नव्हता.

तेव्हा त्यांनी बायडीचा नवरा राकेश मुंबईत पोलीस ऑफिसर आहे, त्याचे प्रताप सांगितले : हल्ली प्रामाणिकपणे कोणतीच नोकरी करता येत नाही, पाहा तो — इन्स्पेक्टरची जागा मिळवण्यासाठी त्यानं पन्नास हजार रुपये गुपचूप मुख्यमंत्र्याला दिले. आता हे पैसे तो कसे कमावील ते बघ. एका बाईनं एका फ्लॅटमध्ये कुंटणखाना चालवला होता. शेजाऱ्यापाजाऱ्यांनी तक्रारी केल्या, पण हा इन्स्पेक्टर राकेश गृहस्थ त्या बाईकडून पैशे घेऊन शेजाऱ्यांनाच दमबाजी करतो. दुधाच्या पिशव्यांमध्ये घाण पाणी भरून भेसळ करणाऱ्या आंध्रातल्या झोपडपट्टीवाल्यांना पकडण्यासाठी याला पाठवलं, तर हा त्यांच्याकडून पैशे खाऊन तिथे कोणी सापडलं नाही, असा रिपोर्ट करून मोकळा झाला. असे अडवंटे धंदे नको रे बाबा. खंडेराव, हे जग फार भयंकर आहे. धर्म, नीती, माणुसकीसुद्धा राह्यली नाही. तुझ्या घरी सुदैवानं एवढं आहे, नीट पाऊल टाक. शहरातली नोकरी म्हणजे ताडामाडाची सावली. आताच रस्ते बदलतात. उत्तम शेती कर, माझं ऐक. शहरात पोरं फार हिंसक होत चालली आहेत — दारू, गांजा, चरस, मारामाऱ्या, खून — छे.

पण जाता जाता ते म्हणाले : माणसानं स्वहिताचं वाटेल, तेच करावं. वडलांसाठी, समाजासाठी काही करू पाहणं अंततः चुकीचं ठरतं. गांधीजीसारखा आतला आवाज ऐकून काय ते करावं.

ह्यामुळे मला हुरूप आला. *आंधळ्या निष्ठेनं एकचित्त सरळमार्गी हटवादी गांधीलमाशी होऊन मध जमा करत राहा* — मामा, ॲडव्होकेट मुंबई हायकोर्ट. हे सुभाषितवजा वाक्य माझ्या वहीत शेवटच्या पानावर आहे. आणखी काही दिवसांनी लिहिलेलं वाक्य खाली आहे : *आईबाप हा जसा मुलांना पडलेला प्रश्न असतो, तसा शिक्षक हाही विद्यार्थ्यांना पडलेला प्रश्न असतो* — खंडेराव. एफ्.वाय.बी.ए. सातपुडा शिक्षण संस्थेचे क., वि. आणि वा. महाविद्यालय.

ग्रिफिथ नावाच्या एका इंग्रजी गृहस्थाची फैजपूर गावाबाहेर रेल्वेपर्यंत पसरलेली एक मोठी कापसाची जिन होती : *धी मँचेस्टर जिनिंग ॲण्ड प्रेसिंग वर्क्स* ह्या नावाची. हा एकटा गृहस्थ नेहमीप्रमाणे आपल्या आवडत्या रेशमी केसांच्या वेल्श कॉली जातीच्या कुत्रीच्या मानेवर तीन वेळा थोपटून मुंबईला गेला; परंतु नेहमीप्रमाणे तिसऱ्या दिवशी तो परत आला नाही. तेव्हापासून ही कुत्री अन्नपाणी टाळून बंगल्याच्या दारातच दोन महिने मालकाची वाट पाहत बसून होती. कोणालाही आत शिरू देत नव्हती. शेवटी तिनं तिथे दारातच प्राण सोडला. अशा कुत्र्यांमुळेच साहेबानं सगळ्या जगात इंग्रजी साम्राज्य पसरवलं, असं गावातले लोक म्हणायचे. तिकडे ग्रिफिथ साहेबाला मुंबईहून परभारे लंडनला तातडीनं जावं लागलं होतं. कारण तिकडे जर्मन हल्ल्यांमुळे त्याची *बँक ऑफ मँचेस्टर* बुडाल्याच्या बातम्या आल्या होत्या. नंतर वाटेतच तो हाटाटॅकनं मेल्यानं समुद्रातच त्याची काफिन बुडवण्यात आली आणि तेव्हापासून मँचेस्टर कापड मिलला कापसाच्या गाठी पुरवणारी त्याची इथली जिनसुद्धा बंद होती.

दिल्लीत 'खासदारसाहेबां'नी बऱ्याच खटपटी करून ही बेनामी जागा संस्थेच्या नावावर करून घेतली. मग झपाट्यानं कॉलेजला मान्यता, प्राचार्यांची नेमणूक, प्राध्यापकांसाठी जाहिराती, जुनी गोदामं दुरुस्त करून त्यांतच वर्ग, ऑफिसं, होस्टेलं सुसज्ज करणं, ग्रंथालय, प्राध्यापकांचे क्वार्टर बांधणं हेही सहा महिन्यांत आटोपून कॉलेजचं जवाहरलाल नेहरूंच्या हस्ते उद्‌घाटन करून घेतलं. 'खासदारसाहेबां'चा आमरण निवडून येण्याची सोय होण्याइतका दरारा ह्या सगळ्या अचाट कामगिरीनं निर्माण झाला. पुढे हजारेक विद्यार्थ्यांना फी माफीसकट जेवण्याखाण्याचा राहण्याचा खर्च नाही, अशी व्यवस्था झाली. संस्थेच्या कार्यकारिणीचे सभासद करून घेतलेल्या मोठ्या शेतकऱ्यांच्या खळ्यांमधून प्रत्येकी पाचदहा पोती उचलून आणण्याचा हक्क होस्टेल स्थायी समितीला देण्यात आला. घरी बसण्यापेक्षा कॉलेजातच जास्त करमणूक होते, हे आसपासच्या खेड्यांमधल्या मुलामुलींना पटल्यामुळे कॉलेजला कधीच संख्येचा तुटवडा जाणवला नाही. दहा फूट उंच तट चाऱ्ही बाजूंनी अशी मुलींची मोठी दोन होस्टेलंही कडेकोट बांधून तयार झाली. परिसर गजबजून गेला. सगळ्या खेड्यापाड्यांहून इथे बसी सोडण्याची व्यवस्था झाली. पुस्तकांची, वह्यांची दुकानं, टपऱ्या, हॉटेली आपोआपच आल्या. प्रचंड पसारा झाला. आधी फक्त पुण्यामुंबईच्या लोकांच्या नावापुढे बी.ए., एम.ए. दिसायचं. आता इथून पोत्यांनी बी.ए., एम.ए. निपजू लागले.

एकदा विद्यापीठाची एक चौकशी समिती कायम संलग्नता देण्यासाठी आली, त्यांनी एकदोन मुद्दे भीतभीत उपस्थित केले. पहिला, प्लेग्राऊंड नाही. तेव्हा 'खासदारसाहेब' म्हणाले, म्हणजे खेळायची जागाच ना? हे आपण उभे आहोत इथून त्या टेकड्यांपर्यंत प्लेग्राऊंड नाही तर काय आहे? खेळायचे चेंडू, शिड्या बाकी भंगार सामान आत्ता मागवून घेऊ. दुसरा प्रश्न निघाला, फिजिक्स डिपार्टमेंटजवळच्या उंच टावरखाली **गेस्ट हाऊस** अशी पाटी लावलेल्या एका तीस फूट उंच, लांबरुंद भगदाडं पडलेल्या कोठीबद्दल. हिला *भुताची कोठी* असं म्हटलं जायचं. इथे कायम वास्तव्य करून राहणारं भूत अधूनमधून तिकडे गावात जाऊन कोणाला तरी अचानक झडपायचं. त्यामुळे केव्हा केव्हा कर्कश डफ वाजवत घुंगरांची काठी फिरवत घुमत नाचत एक भगत, त्याच्यामागे झपाटलेलं माणूस आणि दहाबारा बायामाणसं असे इथलं भूत उतारायला यायचे. त्या गोंधळामुळे फिजिक्सचे तास आणि प्रात्यक्षिकं बंद करावी लागायची. फिजिक्समागची ही पडकी कोठी कित्येक वर्षं जुन्या मशीनरीसमवेत कायमची बंद होती.

ग्रिफिथच्या काळी पिंजलेला गाडंभर कापूस एका पिंजऱ्यासारख्या चौकोनी लोखंडी कोठीत दाबून दाबून भरणारा एक चपळ माणूस बाहेर आला, की वरती शिडीवर बसलेला दुसरा एक जण हातातली एक लांब दोरी ओढायचा, की तिकडे कुठेतरी इंजिन घरात घंटा वाजायची, की तिकडून काहीतरी दांडा दाबला, की वाफेच्या जोरानं हा अवाढव्य राक्षसी पिंजरा फुस्स आवाज होऊन साही बाजूंनी मिटत यायचा, की चार फूट गुणिले चार फूट अशी दगडासारखी कडक वजनदार गाठ ह्या खानदेश जिनच्या शिक्क्यासह बाहेर पडायची. मग अशा हजार गाठी जवळच्या रेल्वेस्टेशनातून मुंबईच्या हार्बर लाइननं गोदीतून आगबोटीनं इंग्लंडकडे रवाना होत.

एकदा पिंजलेला कापूस दाबून दाबून भरणारा माणूस बाहेर पडायच्या आतच लोखंडी कोठी संकोचली, चार फूट झाली आणि कापसाची गाठ रक्तानं भिजलेली बाहेर पडली. तेव्हापासून ही कोठी बाद झाली. नंतर ह्या गाठी नेणारी आगबोट जपानी विमानांनी बुडवली. ती कंपनी बंद पडली. भूत झालेल्या गरीब चपळ माणसाच्या शोकसंतप्त होत्सात्या हातपाय पाखडणाऱ्या बायकोनं त्या वेळी एकूण तीन शाप दिल्याचं लोकस्मरणात आहे. त्यातला मालकाला — तू पाय खोरू खोरू मरशेल, हा शाप लगेच खरा ठरला. आमच्या ह्या जिनचा ग्रिफिथ मालक दिवाळं निघून लंडनकडे जातांना मेला. दुसरा, जळो ते लंडन, हाही हिटलरच्या विमानांनी खरा केला. तिसरा — त्याची बायको अशीच माह्यावानी बेसहारा होऊन परक्याच्या घरी मरेल.

प्राध्यापकांच्या जाहिराती देऊन फार उपयोग होत नाही, उलट खराब लोकच विद्यापीठाच्या नियमानुसार घ्यावे लागतात, हे संस्थेच्या पदाधिकाऱ्यांच्या लक्षात आलं. एक म्हणजे नातेवाइकांना सुगावा लागतो, ते सगळीकडून सुरुंग लावून गळी पडतात आणि आपल्या हिंदू जातीजमाती गावगोत ह्या भानगडींमुळे झिडकारणं अशक्य होतं. उदाहरणार्थ, एक हिंदीचा बोबडा लेक्चरर असाच विद्यापीठाच्या नियमांनुसार शिरला होता. निदान लेक्चरर तरी बोबडा असू नये, हे सगळ्यांनाच मान्य असलं तरी हा मुलाखतीत हुशारीनं बोबडे वर्ण तेवढे टाळून बोलत होता, म्हणून निवडला गेला. शिवाय आपण 'खासदारसाहेबां'च्या जवळच्या नात्यातले असून आपल्यालाच घ्यायचं ठरलेलं आहे, असं यानं पसरवून सगळ्या उमेदवारांना मुलाखतीला येण्यापासून परावृत्त केलं होतं. ह्याचा तास म्हणजे अधूनमधून हसण्यानं दुमदुमणारा समजला जायचा. *साले जहाँ से अच्छा... खो खो... लाजाधि लाज... खो खो... सोन्याचं अंडं देणारी मुलगी... खो खो खो... नग्न झाल्यावर ते आपल्या आईबापांना विसरले....* खो खो खो... *महायुद्धानंतर 'लीद ऑफ नेशन्स' स्थापन झाली...* खो खो खो.

असेही बरेच प्राध्यापक होते ज्यांचे काहीतरी जोडधंदेच मुख्य होऊन बसले होते. शेती तर सगळ्यांचीच होती. एकाचं अडत दुकान, एकाची पिठाची गिरणी तर एकाचं कापडदुकान जवळच होतं. पर्मनंट झाल्याबरोबर सगळेजण मोठमोठ्या पार्ट्या द्यायचे आणि नंतर वर्गातच फक्त पुस्तक हाती धरायचे. शिवाय तृतीय श्रेणीचे शिपाई, झाडूवाले, प्यून वगैरे नोकर तर बहुतेक संस्थेतल्या पदाधिकाऱ्यांचे जावई, भाचे असे असल्यानं ते प्राध्यापकांशीच काय प्राचार्यांशीसुद्धा स्वातंत्र्य, समता आणि बंधुभाव ही तत्त्वं राबवून वागायचे. निवडणुकांच्या मोसमात प्राध्यापकांसकट हे सगळे आपापल्या नातेवाईक पुढाऱ्याचा प्रचार करायला गावोगाव हिंडायचे. ह्या बदल्यात तास न घेणं हा नियम होऊन बसला. पुढे विरोधी पक्षाच्या वर्तमानपत्रांनी फोटोसकट ह्या प्राध्यापकांवर लेख लिहिले. 'खासदारसाहेबां'सकट सगळ्यांची बदनामी केली. तेव्हा संस्थाहितेच्छु निस्पृह अशा ज्येष्ठ प्राध्यापकांनी सदसद्‌बुद्धीखातर 'खासदारसाहेबां'ना एक निवेदन सादर केलं की, हे प्रकार बंद व्हावेत.

'खासदारसाहेबां'नी ह्या सर्व निस्पृह प्राध्यापकांना प्राचार्यांसह घरी बोलावून सखोल प्रश्नोपनिषदी चर्चा केली की, विद्यापीठाच्या नियमांनुसार जाहिरात तर द्यावीच लागणार? आता राग येऊ देऊ नका, पण स्पष्ट सांगा की आपल्या भागात किंवा सबंध महाराष्ट्रातसुद्धा आपल्या विषयात सोळा आणे विद्वत्ता असलेला मनुष्य कोणी असतो काय? चौदा आणे? बारा आणे तरी? आठ आणे स्कॉलर

असतीलही, पण तेही मोठमोठ्या शहरांत नावाजलेल्या संस्थांमध्ये कमी पगारावरसुद्धा जायला मागतात. मास एज्युकेशन असंच असणार नाही काय? उत्तम बौद्धिक प्रगती बुद्धिमान मनुष्यांमुळे साधते, की सर्व सामाजिक परिस्थिती बौद्धिक प्रयोगशीलतेला अनुरूप झाल्यामुळे साधते? आता आपल्या ग्रामीण शेतीप्रधान समाजात बौद्धिक उत्तमतेला अवकाश आहे काय? नवनव्या कल्पनांना अवकाश मिळण्यासाठी ह्या खेड्यापाड्यांमधली आता अस्तित्वात असलेली स्थिती खिळखिळी करणं आवश्यक नाही काय? ह्यासाठी इथलीच मनुष्ये तयार करणं भाग नाही काय? आपण समजा आइनस्टाइनला इथे फिजिक्सचा मनुष्य म्हणून नेमलं तर काही फरक पडेल काय? आणि तो इथे शिकवायला येईल काय?

ज्येष्ठ प्राध्यापक काही उत्तर देऊ शकले नाहीत, पण एकजण म्हणाला, की आपण निदान चार आणे स्कॉलर तरी घेऊ या? हे 'खासदारसाहेबां'ना पटलं, कारण सुदैवानं त्याच दिवशी एका प्राध्यापकानं प्राचार्यांना रजेचा अर्ज दिला होता. त्यात लग्नासाठी 'मार्शल' लीव द्यावी, असं स्पेलिंग दोन ठिकाणी होतं. ह्याच्यापेक्षा चांगला माणूस आपल्याला सहज मिळू शकतो, वगैरे अशा चर्चेनंतर 'खासदारसाहेबां'नी संमती दिली की, आपल्या संस्थेला भूषण ठरतील, असे प्राध्यापक मनुष्य कुठे मिळाल्यास निमंत्रित करून सुसंगत अशा जास्त पगारवाढीसकट जरूर नेमावे.

अशा आमंत्रित नेमणुकींपैकी एक आमचे आवडते इतिहासाचे सर डॉ. शशी भावे. हे वर्षभर सस्पेण्डावस्थेत फार मानहानीत आणि विपन्नावस्थेत पुण्यात निरनिराळ्या संस्थांशी एकाकी झगडत असतांना 'खासदारसाहेबां'नी त्यांना प्रत्यक्ष भेटून दोन पगारवाढी व फुकट निवासस्थान देण्याचं कबूल करून रुजू करून घेतलं. पुण्याला मोठे इतिहाससंशोधक मनुष्य म्हणून गाजलेले, विवाहित असूनही ब्रह्मचारी राहणारे, लागोपाठ मन्मथबाधांमुळे वेगवेगळ्या संस्थांमधल्या विद्यार्थिनींशी स्वैरप्रकार करतांना आढळल्यानं तीन वेळा अर्धपगारी निलंबित केलेले, तिसरी बायको करता यावी म्हणून विधिपूर्वक मुसलमान झालेले हे कवि-प्राध्यापक केवळ एवढ्यासाठीसुद्धा आम्हा विद्यार्थ्यांचे कुतूहल विषय होते. पुण्याच्या बुरसटलेल्या हिंदू नीतिमत्तेत गुदमरल्यानंतर कठीण परिस्थितीत आपल्याला आसरा देणाऱ्या आमच्या *सातपुडा शिक्षण संस्थेचं* ऋण त्यांनी शेवटपर्यंत मानलं. स्पष्ट सडेतोड टीका करण्याची संस्कृती कॉलेजात वाढवली.

मुख्य म्हणजे आम्हां विद्यार्थ्यांसाठी अहोरात्र कष्ट घेतले. आम्हाला प्राचीन इतिहासाचं वेड तर इतकं लावलं की, कशाच्याही मागे इतिहास असतोच, ही दृष्टी आम्हाला मिळाली. आपल्या स्वागतसमारंभात ते म्हणाले, इतिहासात पुढे जाणं म्हणजे मागे जाणं, इतिहासाच्या मागे इतिहासपूर्व काळाच्याही मागे प्राकृइतिहासाच्याही मागे पुरातत्त्वापर्यंत इतिहासाची आघाडी असते.

'खासदारसाहेब' नीतिबाज म्हणून प्रसिद्ध होते. भावे सरांना कायम करू नये, म्हणून काही हितशत्रूंनी बऱ्याच कारवाया केल्या. योगायोगानं ह्याच सुमाराला कॉलेजातल्या कुणीतरी 'खासदारसाहेबां'ना पुण्याकडच्या एका पिवळ्या वर्तमानपत्राचा अंक वाचायला दिला. **चटावरचं लग्न** ह्या मथळ्याखाली भावे सरांचा पूर्वीचा देखणा फोटो आणि *प्रेमप्रकरण क्रमांक ३ : क्रमशः* अशा उपमथळ्याखाली अख्खं पान भरून रसभरित वर्णनांसकट छापलं होतं की,

> हमखास खराब कवींना स्फूर्ती देणाऱ्या शारीरिक स्त्रिया, हे ह्या फिल्म हीरोसारखं दिसणाऱ्या विद्वान प्राध्यापकाचं गगनचुंबी वैशिष्ट्य आहे. पाहा यांची 'टंच' शीर्षकाची त्या सुमारास प्रसिद्ध झालेली अश्लील कविता. वानगीदाखल तिच्यातली ही एकच ओळ वाचा : *आलिंगन दे लिंग न दे ग न दे न दे दे ग गलचुंबन* — असा अक्षरछल करणारे हे प्राध्यापक आपल्यावर भाळलेल्या कोवळ्या हृदयाच्या एका विद्यार्थिनीच्या थेट घरी जाऊन म्हणाले की, प्रिये, उद्या संध्याकाळपर्यंत तू जर माझ्याशी लग्न करायचा निश्चय केला नाहीस, तर परवा सकाळी तुझ्या ह्या दासानं आत्महत्या केलेली असेल.
>
> आपल्या आवडत्या सरांनी आपल्यासाठी अशी कुर्बानी करणं कृतघ्नपणाचं वाटलं म्हणून म्हणा का तिच्यावर जीव ओवाळून टाकणारा पुरुष तिला तोपर्यंत भेटला नव्हता म्हणा, वर्तमानपत्रातल्या माहितीनुसार त्या सकाळी ही दोघं एका लॉजमध्ये आनंद करत असतांना घटनास्थळी पोलिसांना सापडली. हे लग्न त्यांनी कसं उरकलं? आधी दोन बायका लग्नाच्या असून पुन्हा ही तिसरी करता यावी ह्यासाठी ह्यांनी सुंता करून घेतली होती काय? की तुरुंगवास चुकवण्यासाठी? पुढील अंकात वाचा : **(प्रेम) प्रकरण — ४.**

हे वाचून 'खासदारसाहेब' म्हणाले, संस्थेचं हित महत्त्वाचं आहे. प्रत्यक्ष विश्वामित्राला जे चुकलं नाही, ते आपल्या भावेला कसं चुकेल? पेपर भरायला काहीतरी लागतंच.

अनेक वर्षांपासून *आधुनिक मराठी कवितेतल्या प्रेमा*वर पीएचडी करणाऱ्या मराठीच्या प्रा. बळीराम कुळकर्णी सरांना भावे सर सांगत होते, प्रेमात पडणं फार

सोपं. मराठीचे सर म्हणाले, ही आधुनिक मराठी कवितेची पहिली दशा. उदाहरणार्थ, केशवसुत, तांबे, कविराज चंद्रशेखर :

मम प्रणयभानु हा प्रखर त्या क्षणी जाहला,
मनोघन तयामुळे सरसरा स्रवू लागला.

किंवा

काळेभोर विशाल केस रुळती तीच्या नितंबावरी.

ह्यानंतर दुसऱ्याला आपल्या प्रेमात पाडणं, फार कठीण. मराठी कवितेची ही दुसरी दशा. उदाहरणार्थ, मर्ढेकर.

डोळ्यांमधल्या डाळिंबाचा
सांग धरावा कैसा पारा?

पण तिसरी त्याहून कठीण, की कोणी आपल्या प्रेमात पडत असेल तर तिला/ त्याला परावृत्त करणं. अरुण कोलटकर पाहा :

माझ्या डोळ्यांच्या फसव्या झुडुपातून
नरमांसभक्षक
अश्रूंनी उड्या घेतल्या
आणि तुझ्याभोवती गराडा घातला

तेव्हा खंडेरावला वाटून गेलं, आपली सध्या कोणती दशा आहे? हृदय प्रामाणिकच असतं. फितुरी घडते ती बुद्धीकडून. वयानुसार जगाकडे पाहण्याचा दर्शकबिंदू उंच होत जातो. रतिमनोरथोत्कंठावर्धक शाळेतली :

ती डोहावरच्या हरखूच्या गाण्यातल्या डोहावरची हरखू...

नंतर चित्तक्षोभक पळसांच्या कुरणातली :

सारखे झालो पारखे झालो हरवलो हारवलो

भावे सरांनी आपल्या चळवळ्या स्वभावामुळे सतत काहीतरी उद्योग आमच्या मागे लावले. ह्या बखरीतले तुम्हाला मराठी न वाटणारे शब्द वेगळे लिहून काढा. ते तुमच्या नावानं आपण *इतिहास पत्रिके*त पुढे छापू. खंडेराव, तुमच्या घरामागच्या विहिरीत सापडलेली जुनी हत्यारं आपण आपल्या इतिहास विभागात आणून ठेवू. मी उद्या भाड्याची जीप घेऊन येतो. तू रसायनशास्त्र विभागात पाटील सरांकडून कोणते धातू पाण्यात कसे गंजतात याची माहिती करून घे. टिपणं काढ. पुढे कामा येतील. तुमच्या पूर्वजांची माहिती गावातल्या म्हाताऱ्या माणसांकडून मिळव. आपण एक लेख तयार करू. तुमच्या गावात जुनी ऐतिहासिक पत्रं, सनदी पडलेल्या असणार. जमवत राहा : साधा तुकडा,

कागदाचा कपटा, दगडाची खिलपी मोठमोठ्या गोष्टी व्यक्त करतात. तुमच्या गावात वापरले जाणारे वाक्प्रचार, म्हणी यांचं मूळ शोधून काढ. मघा तू म्हणालास *केसोबुवासारखा* बसू नकोस. हा कोण केशवबुवा — शोधून काढ. इंद्रायनीसारखी फों करून बसू नको — हे तर ग्रेट आहे. ही बाई अशी पाय फाकून बसणारी कोण केव्हा होती?

ह्याशिवाय दर रविवारी, सुटीच्या दिवशी आम्ही तिघेचौघे विद्यार्थी सरांबरोबर त्यांच्या स्वतःच्या खर्चानं खानदेशातल्या जुन्या ऐतिहासिक स्थळांना भेटी देणं, अजिंठ्याच्या घाटमाथ्यावरची जुनी गावं खुंदलणं, देवळातले शिलालेख शोधून काढणं, जुन्या पोथ्या, भांडी, नाणी रद्दीतून भंगारातून धुंडाळून आणणं. काही गावांमध्ये गोठाणावर पडलेल्या दोनतीन बेवारशी शिल्पाकृती, मिथुनशिल्पं आम्ही आणून आमच्या विभागाच्या व्हरांड्यात अभिमानानं ठेवली. ह्यांतला खाली उडतं गाढव कोरलेला एक शिलालेख पुढे वादास्पद ठरला. कॉलेजात आमच्या विभागाला दिलेल्या एका गोडाऊनवजा म्युझियममध्ये ह्या वस्तूंची तीनतीन रेजिस्टरांमध्ये नोंद करावी लागायची. ह्या नोंदी करायची पद्धतही आम्हांला ह्यामुळे कळली. बी.ए. झाल्याबरोबर आमचे वर्गबंधू आणि मी ह्यामुळे टूरिझममध्ये गाइड म्हणून भराभर लागले. त्या चाऱ्ही वर्षांत आमची पाहून झालेली ठिकाणं म्हणजे घरची शेतीची कंटाळवाणी कामं टाळण्याची सुवर्णसंधी. घरच्या लोकांनी आमचा नाद हळूहळू सोडून दिला. पोरं वाया गेली, ही प्रतिमा आमच्या पथ्यी पडली, पण तरी ही कामं चुकत नव्हतीच. चाऱ्ही वर्षं शेतीची कामं आणि विद्यार्जन — ही तारेवरची कसरत करतच हा खंडेराव बी.ए. झाला.

भावे सरांना राहण्यासाठी एक लहानसं चार साडेचार हजार स्क्वेअर फुटांचं गोदाम आतून घरासारखं करून दिलं होतं. हळूहळू ते आम्हांला गुरुकुलासारखंच झालं. चत्रुभुज दुर्योधन तर तिथे व्हरांड्यातच झोपायचा. सरांची बारीकसारीक कामं करून झाडलोट करणं वगैरे आनंदानं करायचा. गोदामाच्या चाऱ्ही बाजूंनी लाकडी रिफांचे व्हरांडे — ह्यांच्यात ह्या टोकापासून त्या टोकापर्यंत खालपासून छतापर्यंत सलग भिंतीवर लाकडी फळ्या ठोकून पुस्तकं वगैरे ठेवण्याची सोयही डोकेबाज सुतारांनी करून दिली होती. कारण जितके दिवस काम वाढेल तितके दिवस मजुरी — बाकी बिचाऱ्यांना गावात काहीही धंदा नसायचा. भावे सरांनी ट्रक भरून आणलेली स्वतःची पुस्तकं, अनेक प्रकारचे कोश, डिक्शनऱ्या, जर्नलांचे गठ्ठे, कागदपत्रं, कुठून कुठून मिळवलेल्या मोडी लिपीतल्या जुन्या हस्तलिखितांची लाल फडक्यांची बासनं — गोदाम भरून गेलं.

हे सगळं विद्येचं स्वरूप पाहून आम्हा शेतकऱ्यांच्या मुलांना वाटायचं — वर्षभर काबाडकष्ट करून चिखलात पाय भरवून थंडीउन्हाचं राबून बैल-म्हशी गाडं औतफाटा लफडी सांभाळत पुन्हा पावसाची वाट पाहत आयुष्य काढण्यापेक्षा ही अशी क्षेत्रं आपण का अंगीकारू नये? खंडेराव, नीट विचार कर.

कोणीतरी सरांना विचारायचं, का हो, हे बासनांत बांधून ठेवलेलं संशोधन कधी पुरं करणार? तर सर म्हणायचे, हे म्हणजे... मोरोपंतांच्या आर्येची पहिली ओळ सहज रचून होते, तसं झालं आहे. दुसरी ओळ यमक सापडेपर्यंत तशीच अपुरी राहते — त्यामुळे पहिली ओळही काजव्यासारखी गुह्यांग चमकावत पडून राहते — तसं. सापडेल कधीतरी आपल्याला आयुष्यातलं यमक. तूर्त मुक्तछंदच चालवू.

हा प्रसंग लगेच महिन्याभरात आला : वर्गातली एक मुलगी नेहमी एका इंग्रजीच्या मुलाबरोबर काहीतरी भाषांतर करत बसायची. यथावकाश मैत्रीचं प्रेमात भाषांतर झाल्यावर ती त्या मुलाबरोबर पळून गेली. तिला नोंदणीविवाह करायची पूर्ण माहिती भावे सरांनी दिली होती, हे तिच्या घरच्यांना कोणीतरी सांगितलं. चारपाच लोकांसह तिचे काका जेव्हा संतप्त नजरेनं कॉलेजात येऊन सरांना शोधायला लागले तेव्हा त्यांना आमच्या विभागातला तो प्राचीन शिलालेख तळाशी गाढवाच्या आकृतीसकट दिसला — *ह्या दानपत्रात बदल करेल तेयाचिए माये गाढव झविजे.* हा कसल्या उच्च शिक्षणाचा प्रकार आहे, असं ओरडत ते सरांना शोधत त्यांच्या घरी गेले. घरात फेकण्यासारखं होतंच काय? शेवटी व्हरांड्यातल्या पोथ्यांची त्यांनी फेकाफेक केली. सर घरी आल्यावर आम्ही हळहळ व्यक्त केली. एकानं आर्या पूर्ण केल्याचं सांगितलं :

हंसे मुक्ता नेली केला कलकलाट मग काकांनी।
भावें संग्रहित मोडी ग्रंथ ते मोडीत काढले लोकांनी॥

सगळ्या अंगणात पसरलेल्या पोथ्या एकत्र लावत असतांना मी म्हणालो, 'सर, वाया जाईल तुम्ही एवढं कष्टानं जुळवलेलं संशोधन?'

वाया? हे पाहा खंडेराव, आयुष्यात कुठलीच गोष्ट वाया म्हणून जात नाही — आयुष्य तेवढं वाया जातं मात्र शेवटी. ते असो. मस्तमौला आनंदी वृत्तीच्या भावे सरांच्या लाकडी पट्ट्यांच्या ह्या गुरुकुलात आम्हां विद्यार्थ्यांना कोणालाही केव्हाही येऊन अभ्यास करण्याची मुभा होती. त्यांचं कवितेवर इतकं अफाट प्रेम होतं की आम्हा सर्वांना ते सतत कवितासंग्रह वाचायला द्यायचे. ताजी ताजी मासिकंही त्यांच्याकडे यायची. नाहीतरी आमच्या कॉलेजच्या लायब्रीत पुरोगामी विचाराला वाहिलेली — सर्वंकष क्रांतीचा पुरस्कार करणारी — जातिसंस्था नष्ट करण्यास

बांधील — मुखपृष्ठावर मशाल उंच धरून एक गुडघा किंचित वाकवून उभा असा क्रांतिदर्शी युवक दूत — अशी एकूण कंटाळवाणी मासिकं यायची. तिथे बसून वाचणारे सतत जांभया देत पानं उलटवतांना दिसायचे. उत्तान मुखपृष्ठाच्या किंवा बायकांच्या नागड्या जाहिराती असलेल्या मासिकाची वर्गणी भरू नये, असा ब्रह्मचर्यरत 'खासदारसाहेबां'चा सक्त आदेश होता.

पण रेक्टरनं एका रविवारी होस्टेलमधल्या मुलामुलींच्या खोलीखोलीची झडती घेतली. तेव्हा दीड मण रद्दी भरली इतके नटनट्यांचे फोटो, कुंटणखान्यातले अश्लील फोटो, लैंगिक पिवळी पुस्तकं — असं स्खलनबंब साहित्य ह्या धाडीत निघालं. ते जप्त करून 'खासदारसाहेबां'ना कळवण्यात आलं, त्याबरोबर 'खासदारसाहेब' गहिरे आजारी पडले. *हंसे मुक्ता नेली*चे प्रकार आपल्या ह्याच संस्थेत वाढणार आहेत, असे काक संदेश 'खासदारसाहेबां'ना मिळणंही वाढत चाललं होतंच. फुकटच आदर्शवादाच्या झटक्यात आपण हा स्वयंवर मंडप उभारला का? असे तापात बरळत ते निद्रानष्ट तळमळू लागले. तेव्हा भावे सरादी चारपाच मुत्सद्दी प्राध्यापक त्यांच्या घरी गेले आणि अप्रत्यक्ष चर्चा घडवून आणली : ओढाळ वय असतं हे. निसर्गापुढे कोणाचं काय चालतं? तिकडे युरोपात लहान वयातच लैंगिक शिक्षण दिलं जातं. ...म्हणजे कसं? ...म्हणजे बायॉलजीचं हो — ह्याच वयात मुलांच्या अंडकोशात बीजं तयार होतात आणि मुलींच्या गर्भाशयात अंडी. ह्यामुळे मुलंमुली उधाणावर येतात. अमेरिकेत तर शाळकरी मुली सर्रास गर्भपात करतात. आपल्या खानदेशीत म्हण नाही का, बोर पिकली पोऱ्हं जमणारच. अहो, असंही संशोधन चालू आहे की, मोठमोठे कलांचे आविष्कार, सिंफन्या, कविता, सगळे ह्या बीजाण्डांच्या समागमाच्या प्रेरणांमुळेच घडतात. ही कपट वेषातली बीजाण्डं हुलकावण्या देत आपल्याला मथवत असतात.

ह्या पाश्चात्त्य पांडित्यावर 'खासदारसाहेब' अत्यंत क्रुद्ध होत्साते गळ्यातली तुळशीमाळा काढून सर्व प्राध्यापकांना नम्रपणे घराबाहेर काढते झाले. अशा वृत्तीला विनोबा गीतेवर प्रवचनं देताना *स्रोतगामी* म्हणाले होते, ही धुळ्याच्या तुरुंगातली आठवण काढून त्यांनी सर्व प्राध्यापकांची निर्भर्त्सना केली. मुळात वारकरी असलेले 'खासदारसाहेब' पुन्हा सत्याग्रहीसुद्धा होते. म्हणजे हेकेखोरपणाचा कळस. ह्या सद्‌गुणापायीच खुद्द महात्मा गांधींनी ह्यांना दांडीच्या सत्याग्रहात सगळ्यात पुढच्या पथकात ठेवलं होतं. ह्यांच्या डोक्यावर इंग्रज फौजदाराची काठी मोडली होती, पण हे जागेवरच कमरेवर हात ठेवून क्षुब्ध उभे होते, असे रिपोर्ट आहेत.

लगेच 'खासदारसाहेबां'नी कॉलेजातल्या सर्व विद्यार्थ्यांची सभा घेऊन कंटाळवाणीनं लांब आणि कळवळ्यानं रुंद असं भाषण दिलं : तळहातावर शिर घेऊन हसत हसत फासावर चढणारे तरुण आमच्या पिढीचे आदर्श कुठे आणि हे नटनट्यांची चित्रं बाळगणारे तुम्ही कुठे?...

मागे कुजबुज... फासावर चढणं एक वेळ आपल्याला जमून जाईल, पण हसत हसत? छे. रक्ताच्या सड्यानं ही भूमी शिंपून... बाप रे...

लगेच ब्रह्मचर्याचे खास वर्ग कॉलेजात सुरू झाले. तेही सक्तीचे. योगासनं, निसर्गोपचार, महात्मा गांधींचं साहित्य, कॉलेजवर व्यायाम नियमित. होस्टेलमधल्या मुलामुलींना हिवाळ्यातसुद्धा फक्त थंड पाण्यानंच आंघोळ. कोणी कोणी आजारी पडल्यास गांधी आश्रमातले निसर्गोपचारतज्ज्ञ कॉलेजात कायम निवासी. शिवाय संध्याकाळी ७ ते सकाळी ७ वर्षभर मुलींच्या होस्टेलला बाहेरून कुलपं. रखवालदार. ह्यामुळे कॉलेजची कीर्ती दूरवर पसरली. सगळीकडचे दक्ष पालक बेलाबालासारख्या उद्दाम मुलींना आमच्या करड्या होस्टेलमध्ये सोडून जायला लागले. पुढे 'खासदारसाहेबां'ना पद्मश्री किताब मिळाला, पण लवकरच संयुक्त महाराष्ट्राची चळवळ सुरू झाल्यानं ते राजकारणातून फेकले गेले. कारण संयुक्त महाराष्ट्रात जातीयता वाढेल आणि अल्पसंख्याकांना जास्त वाईट दिवस येतील, ह्या मताचे ते होते. मग तर पूर्ण वेळ आपल्या संस्थेतल्या मुलामुलींच्या ब्रह्मचर्याकडे कंबर कसून लक्ष द्यायला ते मोकळे झाले. हेही कबूल केलं पाह्यजे की, त्या तीन वर्षांत योगासनांनी आमची प्रकृती धडधाकट झाली आणि पुढे आयुष्यभर आम्हांला ब्रह्मचर्याचा फायदा झाला. ब्रह्मचर्य हेच जीवन वीर्यनाश हाच मृत्यू.

कितीही कठीण पेपर असो, पास होणारच अशा अंगाऱ्याच्या पुड्या परीक्षेत खिशात ठेवूनही इंटरला आपण नापास होऊ, याची शंभर टक्के खात्री झाल्यानं वर्गबंधू लोटू न्हावी कॉलेज सोडतो. हजामती करण्याचा पिढीजाद धंदा आपण करणार नाही, हे बंड त्यानं मॅट्रिकमध्येच गोठाणावर पानाची टपरी टाकून फत्ते करून दाखवलं होतं. आता मुख्य रस्त्यावर पेट्रोल पंपापुढे एक धाबंवजा हॉटेल तो सुरू करतो. दसऱ्याला मुहूर्त, सगळे वर्गबंधू मित्र जमलेले. रघू नायक *फायू स्टार हॉटेल* असं साधं नाव सुचवतो. बरं दिसेल का हो भौ, हे नाव? गहिरं भारी. उत्तम. *लोटू'ज फायू स्टार हाटेल* अशी फळी रंगवायला टाकली जाते. प्रत्यक्षात ती *लोटस फायू स्टार* झाली. दिवसा रात्री उशिरापर्यंत गप्पा मारायला एक ऐतिहासिक जागा झाली.

कॉलेजच्या रस्त्यावरच साखर कारखान्याच्या कॉलनीमागे वर्गबंधू डोंगर राहायचा. **डोंगर इबऱ्या मण्यार** असं खडूनं लिहिलेला लाकडी दरवाजा लांबून दिसताच मोठ्यानं हाक मारायची, असं चाऱ्ही वर्षं मी करायचो. कारण चुलीपुढच्या सरपणाच्या जागेत उकिडवा बसून डोंगर जेवतांना माझी हाक ऐकली, की ताट घेऊन दारात यायचा. लहानसं एका खोलीचं मातीचं घर. बसायला जागा शिडीवर. मला बैस म्हणून भराभरा तयारी करून आम्ही लगेच निघायचो. त्याचे वडील इबऱ्या नेहमी बांगड्या भरायला आसपासच्या दहाबारा खेड्यांवर आळीपाळीनं जायचे. डोंगर मला म्हणायचा, मी शिकतो आहे याचं कारण अल्लाच्या मेहेरनं एक तर तुझ्यासारखा मित्र मला सगळी मदत करतो, काही कळलं नाही तर शिकवतो, हे आहेच. पण हा अनेक पिढ्या चालत आलेला बिलवरांचा धंदा मला सोडायचा आहे. असले *बांगड्या भरा बांगड्याऽ* भिकार धंदे पिढ्यापिढ्या मागे लागल्यानंच आपण जिथल्या तिथे राह्यलो. इंग्रजांना सहज गुलाम झालो. मी म्हणायचो, शेतीचंही भूत तसंच आहे डोंगर. तुझ्यासारखीच माझीही रोज घालमेल होते. चल. उसाचा रस पिऊन सरांच्या घरी हे ट्यूटोरियल लिहीत बसू.

आम्ही निघतांना डोंगरची विटकी सलवार कमीज घातलेली हडकुळी आई बळजबरीनं पाणी प्यायला लावते. घरात दुसरं काहीच देण्यासारखं नसतं, म्हणून हे मी प्यावंच, अशी तिची इच्छा असते. उरलेलं पाणी दाराबाहेरच्या जुईवर फेकून आम्ही सटकतो. पुढे पेट्रोल पंपावर नापास वर्गबंधू लोटूच्या *लोटूस फायू स्टार* टपरी हाटेलात नेहमीप्रमाणे आमचा अन्योन्य दुःखसहभागाचा संवाद चालतो. उसाचा रस ताजा पाडण्यासाठी बैल घाणीला बांधेपर्यंत जुन्या वर्गबंधू लोटूनं आमच्यासाठी मुद्दाम मोठा केलेला बॅटरीवरचा रेडिओ आम्हाला त्या आमच्या जगापलीकडच्या स्वप्नांच्या जगात नेतो. *साथी न कोई मंजिल... दिया है न कोई मैफिल.* खंड्या, काय एकतारी वाजवली आहे रे? *बंबई का बाबू*मधलं. यावलला लागला आहे. चालायचं का? लोटू विनोदानं म्हणतो, नो, त्याही रात्री आमच्या गेल्या. नो नो. मी काय कॉलेजचा बेकार विद्यार्थी आहे रे आता अशा दांड्या मारून रात्रीचे सिनेमे टाकायला?

चल, डोंगर आपण दोघं गुपचूप पहिला खेळ पाहून नऊशी घरी येऊ. मला उशीर झाला, की घरी ताट वाढून सगळे झोपी गेलेले असतात. दोघांना पुरेसं असतं. जेवू, मग तू माझी सायकल घेऊन तुझ्या घरी जा, नाही तर झोप आमच्याकडेच. ...लेकिन यार पैशे? मेरे पास तो अठन्नीबी नाही आहे. चार दिनां पैशेच नही मिल रहे. भौत कडका पड्या घर में. ...मी देतो रे, चल. ...तू

हम्मेशाच मेरे पर खर्चा करतो यार खंडू, मुझे भौत शरम लगती. ...देशील रे तू, आता पुढल्या जूननंतर बी.ए. झालास की नोकरी लागतेच आहे तुला.

नोकरी नाही मिळाली तर? ...मिळेल मिळेल. ...अल्ला कसम, नाही मिळाली ना, तं आपण चोर होऊ, दरोडेखोर होऊ, पण हा दारोदार बांगड्या भरायचा फकिरी धंदा नाही करणार खंडू आपण. ...काय भारी गाणं लावालं आहे रे डोंगर रेडिओवर. पॉप का जॅझ? जॅझ वाटतंय्. ...काय फरक यांच्यात?

फरक? काही का असेना, ऐकायला तर छान वाटतं? ऐक... आधी खालच्या खर्ज आवाजात एक जण सुरू करतो — बघ, स्वतःशी गुणगुणल्यासारखा. मग तीच ओळ कोरसचे दहाबारा गाणारे जाड बारीक आवाजात हळूहळू व्हॉल्यूम वाढवत खर्जापासून सुरू करत म्हणताहेत. हे बघ आत्ता त्या मुख्य गाणाऱ्यानं एकदम तान उंच करून तिसऱ्या पट्टीतच नेली अचानक. ...अब सीधे नीचे उतार रह्या देख वो तान खाली ...कोरसवाल्यांनी तिथून ती तान खांद्यावर घेतल्यासारखी उचलून खाली पुन्हा बसवली. ...सुन, पीछे मोटे मोटे ऑर्गनां बासां फुलुटां, ड्रमां, ट्रम्पेटां. ह्या हृदयभेदक किंकाळीनं जणू आपण अणू अणू होत जातो. अब देख भला, खंडू ह्यांपेच गाना संपते संपते बहुदा फिरसे वो ऐशीच किंकाळी मारेगा. ...बघू, जॅझचं काहीच निश्चित नसतं. सांगता येत नाही — पण ऐकू या. ...केवढी अफाट ताकद देवाच्यान लागत असेल रे, अशी किंकाळीवजा तान मारायची मिनिटभर म्हणजे? कोण रचत असेल यार ही अशी रचना? सगळी वाद्यां वेगवेगळ्या तानां लेनेवाले हैच, कोरस के लोगां तो वा. ...डोंगर, असं सर्जनात्मक काही करणं आपल्या खानदेशातल्या चाळीस लाख लोकांपैकी एकाला तरी येईल?

खानदेशाचं काय, अरे महाराष्ट्रात कोणी निघणार नाही. मौलिकता वेगळीच चीज असते यार. ...और अपना भारा तांबे का *मधुघट?* लता मंगेशकरनं *ढळला रे ढळला दिन सखया* ऐसाच खीचा है ना? ...ते छानच आहे रे, पण छानला काय करतोस? मृत्यूची हुडहुडी आणणारं हे ग्रेट गाणं — तिचा आवाज आणखी वर फाटतो न् फाटतो ला स्पर्श करून लाटेसारखा फुटायला पाह्यजे होता, यार. संध्याछायांसारखा. पण हे तिच्यात नसेल म्हण, का संगीत दिग्दर्शक वसंत प्रभूला जमलं नसेल म्हण, का भारा तांबेनंच शेवटी *सखया* असा शब्द आणून ठेवल्यानं म्हण — मृत्यूच्या गोठवणाऱ्या स्पर्शाची सगळी तीव्रता कमी कमी होत गेली *सखया* नंतर. ...मैं समझता, *ढळला* आखिर में डालते तो ये बनता था, नही? ...म्हणजे हा इफेक्ट यायला निदान जागा झाली असती. पण सगळे मराठीच ना रे हे, मराठी गाणं एवढंच उंच जाईल, अशी व्यवस्था असेल, तर त्याला आपण काय करणार? खरं की नाही?

फिर भी ये अपने ह्यांकी देसी चीज सो देशी चीज, और वो व्हांकी चीज कित्ती भी ओरिजिनल हो, सो कायकू ओरिजिनल? ...आपल्या ह्या पिढीजाद धंद्यांनी आपल्या जातीही कियामतपर्यंत पक्क्या केल्या आहेत. ...असं ओरिजिनल गाणं आपल्याला करता येवो न येवो, निदान रेडिओवर तरी ऐकायला मिळतं ना? मार बरं अशी उंच किंकाळी वरपर्यंत ...अल्ला कसम, नाही जमणार. ...मयताब बेचारा तर हल्ली मोळ्या विकायला जातो बाजारात. ...मायला, नपास होंगा बे म्हटलं, कुछ पढाई कर, साले, आयुष्यभर अशी लाकडं तोडून फॉरेस्टच्या ऑफिसरला पैशे चारून मोळ्या आणायच्या, विकायच्या, तिथेच ज्वारी, मीठ, मिरच्या घेऊन दळायला पळायचं, तिथून घरी ...आयुष्यभर काय मोळ्या तोडणार मयताब, तिकडे सगळे डोंगर भुंडे झाले आहेत तिसऱ्या चौथ्या पुडापर्यंत. आता पाच वर्षांत एक सागाचं झाड दिसणार नाही सातपुड्यात. ...पुरान्या जमान्यात वाघ, लिसड्या होत्या — डर होता. आता एक जानवर नाही दिसून राह्यलं, पैशे खाणाऱ्या फॉरेस्ट रेंजरशिवाय. काटा खुशाल झाडां, आपण तं निसटणार इन्शाअल्ला खंडू ह्यांसे, लवकरात लवकर. रेल्वेत अर्ज करणार आहे. आमचा मामू हमाल आहे भुसावळ स्टेशनवर. आम्ही बांगड्या एकखट्टे मागवतो तिथल्या यू.पी.कडच्या शेख शहाबुद्दीन नावाच्या ऑफिसरला मामूनं माझ्याबद्दल सांगून ठेवलं आहे. इन्शा अल्ला, पुढच्या वर्षी आपण इथे नसणार, खंडू. ...बरं होईल बेट्या, तुझी सगळी पितरं उद्धरतील बांगड्या भरत मेलेली, तुला आगगाडीवर गार्ड झेंडा हालवतांना पाहून, हॉ हॉ हॉ.

मग *लोटस फायू स्टार* हॉटेलमधून वर्गबंधू लोटूनं प्रेमानं फुकट दिलेली सिग्रेट फुंकत बाहेर. खुष्कीच्या मार्गानं सिनेमाला. गप्पा, हसतखेळत तीन मैल माझ्या सायकलवर डबल सीट. मधे रस्त्यावर आपटी खाऊन हासत हासत पुन्हा सायकलवर. सिनेमा पाहून झाल्यावर त्यातल्या प्रत्येक सीनवर गंभीर चर्चा करत परत.

एकदा चांदण्या रात्री असाच गुपचूप *मुगले आझम* पाहून येत असतांना संगमावर वडाखाली रघू नायक भुतासारखा उभा असलेला दिसतो. उद्या काही करून पन्नास रुपये उसने दे म्हणतो. तू इतका वेळ घरी नाही म्हटल्यावर वाटलंच की, हा गुपचूप सिनेमाला गेला असणार.

वर्षभर शिंप्याच्या हाताखाली टेलरिंग शिकण्यापासून तर पोलीस भरतीपर्यंत रघू नायकानं अनेक नोकऱ्यांसाठी प्रयत्न केले. एका नातेवाइकानं, वर मंत्र्यापर्यंत लाच द्यावी लागते असं सांगून रघूच्या वडलांकडून वारंवार पैशे मारले. *संधीची*

शिडी मिळाल्याशिवाय यशाचा मजला गाठता येत नाही, असा सुविचार लिहिला तर लाल रंग *संधीची शिडी* ह्या दोन्ही शब्दांना वापरावा की फक्त *शिडीला?*— भाड्याचे पैशे घरात नव्हते, म्हणून मला पन्नास रुपये उसने मागायला आलेला रघू असं विचारत होता. मुंबईचं दोन्ही बाजूंचं आगगाडीचं भाडं वीस रुपये, बाकी खर्च दहा रुपये. त्यांतलेही वीसेक रुपये त्यानं वाचवले. टोपी, सदरा माझ्याकडूनच दोन दिवसांकरता वापरायला मागितला.

...सकाळी थेट दादरला उतरून स्टेशनवरच संडास आटपून तिथेच कपडे बदलून चहापाव लागोपाठ दोनदा खाऊन पोलीस ग्राऊंडवर आपुन वेळेवर रांगेत. सगळ्या पळण्यापासून दोरीवर चढण्याच्या चाचण्या उत्तम पार पाडून संध्याकाळशी पुन्हा स्टेशनवर. मुंबईत आपलं कुणीच नाही, नाहीतर फिरायचा विचार होता खंडू. परक्या गावी स्टेशनावर उतरल्यावर इथे आपलं कुणीतरी आहे, ही नुस्ती जाणीवसुद्धा केवढा आत्मविश्वास देते? ...हजार दोन हजार वर्षं समाजाच्या परिघावर घोटाळणाऱ्या कितीतरी लोकांना आपल्या निर्दय गावगाड्याच्या पलीकडे कुठेही जागा नसावी? अग्निहोत्र्याचा व्यंकटेश घरातून पळून गेला आणि नंतर काशीला पाठशाळेत शिकतो आहे, असं कळलं. सदूचे चुलतभाऊ माधुकरीवर शिकून मोठमोठ्या पदांवर गेले. ही निद्रिस्त सुरक्षितता सगळ्यांना नसते. नुस्ता माणूस आणि त्याची क्षमता असं पृथ्वीवर कुठे धकतं?

रघूला पोलिसाचीही नोकरी मिळाली नाही. दोष, मित्रा, आपल्या ग्रहदशेतच असतो.

मग एका रात्री संगमावर आम्ही दोघांनी रात्रभर मनसुबे करून रघू नायकाच्या भावी आयुष्याचा रस्ता ट्रकशी जोडून टाकला. मुंबईला पोलीस खात्याच्या इंटरव्ह्यूसाठी उसने नेलेले पन्नास रुपये त्यानं परत न करता ड्रायव्हिंग शिकण्यासाठी वापरावे, नंतर केव्हातरी ड्रायव्हरची नोकरी मिळाल्यावर फेडावे, असं ठरलं.

महिन्याभरानं मी कॉलेजला जायच्या तयारीत असताना रणगाड्यासारखा आवाज करत एक जुनाट फाटक्या टायरांची भलीमोठी मर्सडी ट्रक आमच्या वाड्यासमोर थांबली. पों पों आवाज. पोरांचा हैदोस. गळ्यात उपरणं टाकलेला रघू नायक ड्रायव्हरच्या सीटवर अभिमानानं चाक धरून बसला आहे. ये मित्रा, तुला फिरवून आणतो, वर चढ. उद्यापासून आपल्याला सुकलालच्या पेढीवर रोजची एक खेप पक्की झाली. अजिंठ्यावरून जायचं. तुझ्या भावे सरांना तिकडे जायचं असेल, तेव्हा सांगत जा. आता आपल्या हातात हे चाक आहे आणि रस्ते

तर जगभर फुकटचोट पसरलेले आहेत. आता आपण कुणाला ऐकत नाही. सुटली साली संसाराची ददात. नाही तर गाडीमजूर राह्यलो असतो. हे सगळं तुझ्यामुळे झालं, मित्रा. ...माझ्यामुळे? ...होय, खंडू, तुझ्या पन्नास रुपयांमुळे. काही म्हण, त्या रात्री तुझ्या मसलतीमुळे आयुष्याला वळण मिळालं — हे असं —

असं म्हणून त्यानं U टर्न घेतला. एका धाब्यावर आम्ही चहा प्यालो. तो म्हणाला, स्वप्न पाहायचं वय कधीच संपून गेलं होतं. नंतर स्वप्नांची स्वप्नं पाहायचे दिवस आले होते. तेही संपले. आता पायाखाली ॲक्सिलेटरचे दिवस आले. काय नोकऱ्या तरी असतात आपल्यासारख्याला? आपल्याबरोबरची महारवाड्यातली पोरं मुंबईला काय करतात माहीत आहे? अर्जुन्या जे. जे. हॉस्पिटलात तुमच्या खटल्यातल्या रमेश डॉक्टरच्या वशिल्यानं लागला. सांगतो इंग्रजीत *असिस्टंट वार्डबॉय* असं, पण काम? — प्रेत फाडणं. हे मोठ्ठी छिन्नी मुडद्याच्या कपाळावर धरून हातोडा मारायचा. हॅत. सोमा देवनारकडे कत्तलखान्यात चामडे उचलून न्यायचं काम करतो. गायीचं मटण मिळतं फुकट — खेडी सोडून हे नवबुद्ध काय वाघ मारायला गेले शहराईत? — काय फरक पडला, सांग.

तसंच असतं रघ्या सुरुवातीला. पुढची पिढी पाहशील त्यांची मुंबईत — मोठमोठ्या पदांवर बसलेले दिसतील. इथे काय आहे मोरगावात झ्याटा?

कोणाचं काही असू दे, खंडू. आता आपण कोणाच्या बापाला ऐकणार नाही. थोडे दिवस थांब — स्वतःची ट्रकच घेतो आधी, जुनी का होईना. मग कर्जावर नवी बेन्झ.

मला कॉलेजपुढे प्रेमानं सोडून स्टायलीत हात देऊन तो प्रचंड आवाज करत निघून गेला. सडकेवर मोठा धुळीचा ढग.

एकदा अजिंठ्यात भावे सर आणि आम्ही चारपाच विद्यार्थी असे सोडून देऊन संध्याकाळी परत आम्हाला घ्यायला रघू नायक ट्रक घेऊन आला. बसल्यावर घाटाखाली उतरत असतांना समोरून रस्ता रुंद करणारी, टेकड्या फोडणारी मोठी बुलडोझरं आली. मागे उलटं सरकत जाण्याशिवाय गत्यंतर नव्हतं. मग मागे मागे पूर्ण उलटी जात जात ट्रक थेट वर अजिंठ्याच्या पायथ्यापर्यंत. अंधार पडतांना असं अर्धा तास मागे मागे वर वर जाणं — अरे अरे अरे, खाली दरीत टाकशील बाबा —

भावे सरांचे अनेक विद्वान मित्र, गुरू, गाइड, आजेगुरू — चुलत गाईडांपर्यंत अनेक लोक त्यांना भेटायला यायचे. त्या निमित्तानं कॉलेजवर व्यासंगपूर्ण

व्याख्यानं वर्षभर ऐकायला मिळायची. ऑक्सस नदीपासून सप्तसिंधु थेट घग्गर नदीपर्यंत पसरलेले लोक. इसवी सनापूर्वी तीन हजार वर्षांपर्यंतचा भूतकाळ त्यांच्या पणजेगुरूंनी स्पष्ट करून सांगितला. त्यांचे खापर गुरू तर केंब्रिजमध्ये आर्य लोकांचं मूळस्थान अफगाणिस्तान ते सप्तसिंधु असून इकडूनच आर्य भाषा युरोपभर पसरल्याची व्याख्यानं द्यायचे. सरांचे एक गुरुबंधू आमच्या कॉलेजात हेच सांगून गेले. आम्ही सर्व विद्यार्थ्यांनी हाच विचार खरा समजून चालण्याची सवय लावून घ्यायची, असा निश्चय केला. नंतर सरांच्या चुलत गुरूंनी सप्रमाण हे खोडून काढलं. तरी आर्य इकडचेच असं धरून चालावं, असंच वाटत होतं. कां?

वाचता वाचता अचानक खालून हाका ऐकायला येतात : खंडू, ओ खंड्या, बैलायले पाणी पाजलं नाही का रे? बिचारे तहानेले किती झाले. इतका वेळ काय पाहातोयस काय तू येड्यावानी चांदनीवरून. आँ? सूर्यास्त? सूर्यास्त काय पाहतो मूर्खासारखा? रोजचंच आहे ते. त्यात काय इतका वेळ पाह्यासारखं? त्यापेक्षा सूर्यादय पाहात जाय, येडपटा. त्या निमित्तानं तरी लवकर उठशील इची लेहू. जरा बाहेर फिरावं. शेतात काय चाललं आहे ते पाहावं. आईबापायले भावाले मदत होते. ये खाली.

एक अतिथी प्राध्यापक फार चांगलं बोलले होते : ह्या भूमीतून कमळासारखे आपोआप एकेक पंथ उमलत आले. चुकून त्यांना नंतर अडाणी इंग्रजांनी धर्म असं नाव देऊन वेगवेगळे केले. इथले सगळे धर्म म्हणजे इंद्रधनुष्यासारखे एकात एक शिरलेले आहेत, हे त्यावेळी अतिथी प्राध्यापकांनी पटवून दिलं होतं.

सोयाबीन नावाचं नवं पीक पायलट प्रयोग म्हणून आपल्याला लावायला मिळालं आहे. उद्या कृषिमंत्री, राज्यपाल सगळे आपल्या शेतात येताहेत. तू आणि भावडू फुलांच्या माळा, गुच्छ, पानसुपारी हे सगळं सांभाळायचं. फोटोच्या वेळी नेहमीसारखं पसार व्हायचं नाही, खंडू. उलट सगळ्यांच्या पुढे उभं राहायचं, हाँ. ...च्यायचे राज्यपाल न् कृषिमंत्री. शेतीचा हा व्यवसाय मुळात सामाजिक. गडी, मजूर, बैल, मंत्री — इथे वाचन चिंतन एकान्ताला काहीच वाव नाही. भावडू हे सगळं मनापासून करतो. त्याच्यासारखंच मीही व्हावं, असं कसं चालेल. त्याची चप्पल मला होते? *बहुतांच्या आम्ही न मिळो मतासी. काय या जनाशी चाड मज?*

माझं भाषण सगळ्यात खराब झालं. हृदयस्फूट झालो होतो. बोलतांनाही माझ्या कानात त्या गगनभेदी किंचाळ्या ऐकायला यायच्या आणि मेंदू कोरा होऊन जायचा : घरून निघालो आणि स्वामीनारायण मंदिराच्या कोपऱ्यावर

इंगळ्यांच्या वाड्यातून बायकांचा गलबलाट. त्यांची सून नुकतीच माहेरून सहा महिन्यांचं बाळ घेऊन आली होती. बरोबर माहेरून घमघमत्या गावराण तुपातले लाडू. लांबून वास येईल असे. बरोबर त्या जुनाट घरातले उंदीर खाटेखाली ठेवलेल्या लाडूंच्या डब्यावर आले. सुनेच्या बाजेवर कुशीत बाळ गाढ झोपलेला. तसे इंगळे म्हणजे गरीब शेतकरी. अडीच बिघ्याच्या वाटणीत कष्टानं खाण्यापुरतं धान्य काढणारे. रात्री चिमणीसुद्धा लावायचे नाहीत. घरात बाळ म्हटल्यावर लावायला पाहिजे होती. रात्री केव्हा काय झालं कुणाला कळलंही नाही. सकाळी बाई उठून पाहते तो लेकराचं सगळं नाक ओठ कुरतडून खाऊन टाकलेले. बाळाची सोन्याची हसली बिंदल्या, चांदीचा करगोटा, वाळे जसंचं तसंच होतं. सासू आणि नणदांचा दुःखाचा कढ उतरल्यावर संताप आणि द्वेष उफाळून आला. सुनेच्या भोवती हवेत हात नाचत होते : काय ही बाई म्हणावी का म्हैस? रेशी. उदाशीले इतकी कशी झोप? लेकुरवाळीचे कान कसे हरनीचे पायजे. का जननारीनले इतकी सुध नसावी? उंदरं खाटेवरचं लेकरू खाता आहे अनं ही — इचं काय गेलं? आमच्या घराचा कोंब खुडाला. कसा सुंदर पोरगा — मोतीच जानू. ...पन कावं बहिना, इतकं उंदरायनं चावलं तं लेकरू रडलं नसेल का? ...अवं उंदीर श्वासातून भूल फुंकतो. मोठमोठ्या माणसांवर भूल पडते. आमच्या म्हाताऱ्याचा नव्हता जेवन्या पायाचा अंगठा सगळा खाल्ला? अधोडी जात उंदराची. ...आमचे महार मांग लोक बरे तुमच्या कुणब्यांपेक्षा — घरात कुत्रं मांजर असतं. राखन असते. सगळा वाडा हळहळत होता. बिचारी पोरसवदा आई पोराच्या तोंडावर पदर पांघरून सुन्न बसली होती.

बाजूला जमलेले लोक म्हणतात, उंदीर फारच झाले गड्या. जोशीबुवा उतरणचं पंचांग सांगतांना म्हणालेच होते की, यंदा संक्रांत उंदरावर बसून येते आहे. सोडा हो ह्या पुराणातल्या वानग्या — गेल्या वर्षी ती रेड्यावर बसून आलती, तं का रेडे ज्यास्त झालते? ग्रामपंचायतीत पडलेल्या पॅनेलची माणसं म्हणाली, उंदीर मारायचं बजेट दाखवतात आरोग्य समितीचे लोक — काय उंदीर मारता साले पैसेखाऊ? पिंजरे तरी घेता का? आहेती तीनचार पिंजरे ते सरपंचाच्या खळ्यात कोठीवर, इच्यायला. विरुद्ध पॅनेलचा पाठीराखा म्हणतो, विषाच्या गोळ्या टाकू देता तुमचे वारकरी लोक? मोठे अहिंसा अहिंसा करणारे तुमचे लोक. अरे तो मारवाडी म्हातारा फक्त आडवा येतो — जैन धर्माच्या हे विरुद्ध आहे म्हणतो. प्रत्येक जीव सारखाच है म्हंतो. ...अरे एका उंदराच्या जोडीचे सहा महिन्यांत तीन हज्जार उंदीर तयार होतात. आँ? खरं म्हंता का?

हे खाल्लीकडचं इंगळ्याच्या मोठ्या दाजीचं घर — दहा वर्सापासून बंद है. पोऱ्हं दिल्ली–चंदीगडकडे. घर नुस्तं भुयार केलं है उंदरांनी. आंखोर ती वरलीकडची दोन्ही पडाऊ घरं — वर्सातून एकदार येता ते मुंबईचे साहेब — वा वा करता, काय नदी, काय डोंगर, काय हवा, म्हंता. मातृभूमी मातृभूमी करता. ह्या अडी आम्ही मुतत, त्या तडी आम्ही हागत — असं काही काही बोलता. अनं चाल्ले जाता : विकता का बरं नी हे लोक? राहात्या घरात उंदीर इतले होत नी. भाड्यानं तं द्यावं? ...भावनात्मक कारणासाठी ...झाड्याची भावना, हे शहरात गेलेले शिकलेले लोक, इच्या मायचे; विकून तरी टाका म्हटलं भौ तुमची घरं, तं भोसडीचे उलटं म्हंता, काका, अहो, असं कसं घरं विका म्हंता? आमची मुळं आहेत इथे चाळीस पिढ्यांपासून. स्वतःची माय विका म्हणण्यासारखं होईल ते. इच्या मायचे. ...तसं नाही ते जनाभाऊ, विकायला काढली घरं, तं किती पैशे मिळतील ह्या भुक्कड लोकायकडून त्यांना? अरे दहा न् वीस हजार रुपये तं त्यांचा एक दिवसाचा भत्ता असतो. विमानाचं भाडं असतं एका फेरीचं त्यांचं एवढं तं. सुनीच राहतील ही त्याहिची घरं उंदरायसाठी. तान्ही पोरं राखी घ्या तुमची तुम्ही.

ह्या शब्दाचं नेहमी स्पेलिंग चुकतं. लक्षात ठेवा : गाढवाला लावा गाढव, त्याला लावा मी, मीच्या वर असतो देश, अस्यासिनेशन.

खंडू पळ पळ, लवकर खळ्यात. वावधन सुटलं आहे. वावटळीत गुडाच्या पेंड्या उडत चालल्या. खंडेराव, खंडेराव. पळ रे पोरा, फेक तुझं पुस्तक तिथेच. पळ बाप्पाऽ.

कमवा आणि शिका योजनेत झाडांचे खड्डे खणायचं काम संपवून वर्गबंधू मयताब तडवी थकून यायचा. प्राचार्यांनी मोठं सागांचं बन करायचं ठरवलं होतं. नंतर सागाच्या रोपांना पाणी देण्याचंही काम त्यानं घेतलं होतं. लांबून विहिरीचं पाणी एकेक पोहरा ओढून भर उन्हात सागाच्या प्रत्येक रोपट्यापर्यंत न्यायचं. ह्या सगळ्या काबाडामुळे वर्गात तास सुरू झाल्याबरोबर त्याला झोप घेरायची. त्याच्या घरीही नेहमी काहीतरी उलटंपालटं घडत असायचं. कधी वडील पहाडात कळकाचं बेट खणत होते तेव्हा आत लपून बसलेल्या साळुंद्रीनं चातं फेकून मारली. सगळा चेहरा सुजला. कधी आई अंजनाचा पाला ओरबडतांना बेंबीची गाठ सरकली. तो म्हणायचा, काय जिंदगानी है रे हमारे वालों की. तुम्ही कुनबी लोगां काय नसीबवान — शेत है और घर. *बरे देवा कुणबी केलों। नाहीतर बिगाराने असतो शिकलो।।*

खंडू, मोत्याला गुरांच्या दवाखान्यात दाखवून ये. बरोबर मुत्यालाही ने, नाहीतर तो एकटा रस्त्यातून परत फिरू पाहतो. थंडी आहे, झुली पांघरून नेयजो.

गोठ्यात शेणामुताचा बेंदाडा, सालदार गावाकडे निघून गेला. आता परत येतो की नाही. वर उचल पैशे मागत राहतो, शाकटा. अजून सहा महिने बाकी हैत. स्वतःच खोऱ्यानं स्वच्छ करून घ्यावं. कामाची काय लाज? पूर्वी महार मांग होते, आता कुणब्याचे दिवस बदलले आहेत. माश्यांचा भणाण, शेणमूत सगळं सहन करायचं.

पृथ्वीवर पहिल्या मानवी वस्त्या समुद्रकाठीच का झाल्या? वाचत राहा — आपोआप समजेल. पृथ्वीची उत्पत्ती. विश्वात हजारो मैल वेगानं सतत कुठेतरी अनंताकडे धावणाऱ्या आकाशगंगा. पृथ्वीचं भवितव्य — पूर्ण राख किंवा गॅस होणं. पृथ्वीच्या पोटात सतत सरकणाऱ्या धगधगत्या पर्वत रांगा, पूर्वी हिंदुस्थान आणि दक्षिण आफ्रिका आणि अर्जेंटिना एकत्र जोडलेले होते तेव्हाच्या महासागरातल्या खळबळी, जनुकं समुद्राखाली कशी तयार झाली? कर्कवृत्तावरच कां वाळवंटं होतात? वाचत राहा.

बैलांना कुटारात खारवण मिसळून दे. गव्हाणीत काड ज्यास्त साठली तर बैलांना ते आवडत नाही. आधी गव्हाण साफ करून मग कुटार टाक.

सर म्हणाले, अरे तुमच्या सनावळ्या अचूक बरोबर असतात. इतिहासात तेवढंच फक्त बदलत नाही, बाकी सगळं बदलू शकतं हे तुमच्या लक्षात आलं, हे बरं झालं. समुद्रमंथन. देवांचंच नाव असुर कसं, केव्हा झालं? संस्कृत आवश्यक आहेच. घरीच बहुतेक सगळं करावं लागतं. तुम्हाला जुन्या संस्कृतींचा अभ्यास आवश्यक, आवश्यकच आहे. तू संस्कृतही घेतलंस ते उत्तम झालं.

खंडू, मधल्या घरातल्या कोठीत उतर तं बाळा, दोन पायल्या गहू दे काळू काकाला. कार आहे त्याच्या घरी, काम करनं पडतं. उठ लवकर. लिहिणं राहू दे घटकाभर.

प्रतिगामी बुरसटलेले लोकसुद्धा चांगलं विचारप्रवर्तक बोलून जातात. सामाजिक न्याय असा नसतोच. नुसता न्याय असतो. सामाजिक विशेषण लावलं की न्यायाच्या विरुद्ध अर्थ होतो. वदतोव्याघात. रिझर्वेशनबद्दल बोलला. चुकीचं होतं पण बरोबर होतं.

नांगराची रही पाहून पोटापोटानं चालत जा. पुढे भावडूनं नांगरतांना मोठा गोट पाडला आहे बघ — शिकतो आहे अजून. तू तं काहीच कामाचा राह्यला नी. नुसत्या मजुरांवर शेती करायचे दिवस राह्यले नी भाऊ आता.

विनोदी निबंध स्पर्धा — मोरगावच्या आठवडे बाजारात होलसेल गवताचे व्यापारी. एकाकडे दाती धरण्यासाठी. दुसऱ्याकडे वणवा झाकण्यासाठी. पलीकडच्या रांगेत एकापाशी पेंडी — म्हातारा भुकेला सिंह उपाशी मरतांना

त्याला वाचवण्यासाठी. उंटाच्या पाठीवर शेवटची म्हणून टाकायला एकच गवताची काडी विकायला तिकडून एक व्यापारी बसला आहे. पण सगळ्यात परोपकारी दुकानदार बुडत्याची वाट पाहत बसला आहे. सबंध युनिव्हर्सिटीत आमच्या कॉलेजला विनोदी निबंध स्पर्धेची ढाल. मकडू गडी म्हणतो, आणि तलवार नाही? निदान प्याले?

ऊठ रे खंडू, कितला दिवस वर आला आहे? लोक सगळे उठता तव्हा हा जोकसी जपेल राहतो, अनं लोक जपता तव्हा याचा कंदील लागेल राहतो.

मोठ्या मुष्किलीनं ग्रंथपालाकरवी मुंबईहून चारपाच पुस्तकं लोन सर्व्हिसखाली मागवून वाचली होती. दोन पायांवर उभं राहायला शिकल्यापासून आदिमानवाला श्वासोच्छ्वास काटकोनात करावा लागला, त्यामुळे हवेचा प्रवाह अचूक अडवून भाषेचे ध्वनी जिभेवर उच्चारता यायला लागले. अजूनही माणूस चतुष्पाद झाला तर भाषा नाहीशी होईल का? मेंदू पुन्हा लहान होणं शक्य नाही. भाषा कायमची चिकटली म्हणायची. हे केव्हा घडलं असावं, ते ह्या पुस्तकात सापडत नव्हतं. ग्रंथपाल म्हणाले, एम.ए.ला युनिव्हर्सिटीत जाल, तर भाषाशास्त्र हा विषय घ्या, तूर्त बी.ए. तर पास व्हा. मनाशी ठरवलं — एम.ए.ला जाईनच.

कठाळ्यासारखा फिरतोस तू खंडू. अरे ह्या दिवसांत जेवायची फुरसत नसते आम्हाला. काम गोड असतं भाऊ, का माणूस गोड असतं? थोडीतरी मदत करत जा भाऊ. शेतकऱ्याच्या पोरांनी नोकरदारांच्या उठवळ पोरांसारखं वागून कसं चालेल? मळ्यात जा, केळीला युरियाचा ढोस देऊ लाग. युरियाची एक मूठ तर पोटॅशची अर्धी मूठ खोडाशी टाकायची. मगच इंजिन सुरू करायचं. तुडुंब भरायची एकेक वई, बरं का, नाहीतर केळी जळून जातील. हाँ. जा.

पाहुणे शास्त्रज्ञ म्हणाले, चौथी मिती तुकारामासारख्यांना स्पर्शत होती. तीन मिती तर आपल्या सगळ्यांनाच जाणवतात. पशुपक्ष्यांना दोनसुद्धा नीट कळत नाहीत, म्हणून कुत्रे वेगातल्या वाहनामागे धावत सुटतात. सर म्हणाले, आपल्या लायब्रीत आईनस्टाइनवर एक पुस्तक आलं आहे, ते वाच.

डेल्या भरायला कालपासून सुरुवात. खंडू, तू स्टेशनवर जाऊन स्टेशन मास्तरला हा जेवणाचा डबा रोज देऊन यायचा. तुझ्या कॉलेजच्या वेळात एवढं काम करायचं — त्याची बायको गावी गेली आहे. विचारत जा, जेवणात काय कमी ज्यास्त लागतं ते.

वर्गबंधू डोंगर नवे भारी बूट घालून टापटाप चालत वर्गात आला. म्हणाला, किती खूपसुरत दिसत असणार आज मी? खूपच. तोच म्हणाला, खंडू चांगलं दिसून काय उपयोग? नोकरीच मिळाली नाही तर. चल चल, आपण रात्रभर

जागून कौटिल्याच्या अर्थशास्त्रावरचा प्रश्न पाठ करून टाकू. एवढं अवाढव्य साम्राज्य त्या काळात कसं चालवलं असेल, विचार कर. तर तो म्हणतो, नोकरी मिळेल का, हा विचार फक्त मी करतो, दुसरा विचार करायला सांगूच नको.

आता खानदेशी केळ्यांसाठी वातानुकूल बोटी मिळणार आहेत डिसेंबरपासून. मग पाहा आपली कूल केळी रशियात कशी एक्स्पोर्ट होतात ते. तुझ्या वडलांमुळे आपल्या मोरगावच्या फ्रूट सेल सोसायटीची केळी आधी भरतील. मग दुसऱ्या गावांची. तर? आपला घड केवढा असतो? एका केळ्यात रशियन माणूस लांबा होईल. चंद्रावर पण नेतील आपली खानदेशी केळी.

स्त्रीवादाविरुद्ध आम्ही सगळ्यांनी चर्चासत्राच्या आधीच नीट तयारी केली होती. एकच फाडफाड बोलणारी प्रतिस्पर्धीण होती —

होस्टेलमधली बेलाबाला नावाची आगाऊ स्त्रीवादी उधड्या छातीची चंट मुलगी. आपल्या डाव्या हाताची नखं दीडेक इंच वाढवलेली दिसतील अशी दाखवायची. लष्करी अधिकाऱ्याची ही मुलगी तिकडे अभ्यास सोडून व्यतिरिक्त गोष्टी करायची, म्हणून आमच्या ह्या वातावरणात होस्टेलमधे ती सुधारेल म्हणून आणून टाकलेल्या ह्या पोरीचा आमच्या खेडवळ पोरांमध्ये बोलबाला फार झाला. खरं तर हात म्हणजे पुढचे पाय. कितीही आपण शरीराबाहेरची हत्यारं जोपासत सुसंस्कृत झालो आणि *बेलाबाला* अशी सुंदर नावं ठेवत गेलो, तरी नखं पंधरवाड्याला कापावीच लागतात. कोट्यवधी वर्षांपासूनचा मूळ हिंस्रतेचा हा पुरावा काही शेपटीसारखा नाहीसा करता आलेला नाही. स्त्रीवादी चर्चा ठीक आहे, पण सगळ्या मानवी समूहांमध्ये स्त्री ही पुरुषापेक्षा कमी उंचीची का राह्यली आहे? (टाळ्या) वर्गबंधू त्रिभुवन तिला विचारतो, तुमची उंची किती, बेलबाला? सटपटून बोलली, चार फिट्‌ अकरा उंच. ...हशा. ...बोलबाला.

हेऽ गावडी हॉऽ गावडीऽऽ आपल्या वाघदडीच्या गायरानात नारळ घेऊन जा रे खंड्या. तिथल्या विहिरीत पाणी लागलं — डबल बोअर करावं लागलं. आता आणखी एक ऑइल इंजिन घ्यायचं आहे. एक लाख केळीची खोडं लागतील ह्या शेतात. तुला काही दिवस इंजिन चालवायला जावं लागेल. नुस्तं हॅण्डल मारायचं की आपोआप पाणी चालू होतं. झोपायचं तिथेच. मधूनमधून ऑईल लेव्हल पाहात राहायची, बस्स. चोवीस तास पाण्याचा उपसा झाला पाह्यजे. ह्या गायरानातले दुरून येणारे गुराख्यांचे आवाज आता संपले — *हेऽ गावडी हॉऽ गावडीऽऽ*

*कठोपनिषदा*तल्या नचिकेत आणि यमाच्या संवादावर यंदा नक्की एक वीस मार्कांचा प्रश्न येणार आहे, असं एक पत्र पुण्यातल्या जोग क्लासेसमध्ये जाणाऱ्या

एका मुलीकडून होस्टेलवर बोलबालाशेजारी राहणाऱ्या अपर्णा नावाच्या नेहमी फर्स्ट क्लास फर्स्ट येणाऱ्या पुण्याच्या आमच्या वर्गभगिनीला आलं. ते लंपास करून बोलबालानं आम्हांला आणून दिलं. संस्कृत घेणारे आम्ही सगळेजण हडबडून गेलो, कारण हाच श्रुतीचा भाग आमच्या संस्कृतच्या जोशी मॅडमनी अमेरिकेला जाण्याच्या घाईत नीट शिकवला नव्हता. पुन्हा संस्कृत इंग्रजीत शिकायचं त्याच्या आयला. यम नचिकेताला सांगतो तसं श्रेयस् आणि प्रेयस् हे एकमेकांत इतके मिसळलेले असतात, तरी ते आम्हांला वेगळे करता आले. पण *मरणारा म्हणतो मेलो आणि मारणारा म्हणतो मी मारलं — दोघांनाही कळत नाही की कोणी मरत नाही, आणि कोणी मारत नाही* — हे कसं काय? जरा विक्षिप्तच.

बाई इंग्रजीतलं भाषांतर वाचा म्हणाल्या होत्या. मराठीत नीट समजेल असं भाषांतर मिळालं नाही. नव्हतंच. सगळे प्राध्यापक म्हणाले, इंग्रजीची सवय करून घ्या. इंग्रजीशिवाय जगात तरणोपाय नाही. इंग्रजीमुळे एक फायदा म्हणजे मूळ संस्कृताबरहुकूम ते आहे का, हे समजायला काही मार्ग नसतो. फक्त इंग्रजीच समजलं पुरे झालं. मराठीमुळे हे प्रश्न निर्माण होतात. ह्या संस्कृत समासाचा हा अर्थ, ह्या शब्दाचा हा — असं. म्हणून सांगतो, मराठी भाषांतराच्या भानगडीत पडू नका. मग कोणीतरी म्हणालं, अरे आपल्या पंढरीबुवाकडे का नाही जात. मोठे ज्ञानी गृहस्थ आहेत. तरुण वयात विरक्ती येऊन काशीला पळून गेले होते. जा.

आम्ही सगळे त्यांच्या घरी गेलो. नुकतेच शेतातून आलेले पंढरीबुवा बैलांचं शेण काढत होते. चारापाणी झाल्यावर हातपाय धुऊन उपरण्याला तोंड पुसत आले. तोपर्यंत आम्ही त्यांच्या अंगणात खाटेवर बसून होतो. प्रसन्न मुद्रेनं समोर दुसरी खाट पाडून बसले. आम्ही आमचा प्रश्न सांगेपर्यंत दोनदा त्यांची बायको चुलीकडून धुरातून त्यांच्या नावानं ओरडून गेली. जिजाबाई–तुकारामासारखंच. मग ते म्हणाले, पोऱ्हायहो, अगदर ज्ञानेश्वरी नीट समजून घ्या. गीतेतलं विश्वरूपदर्शन वगैरे एकदार समजलं नं, की सगळ्या सृष्टीचं रहस्य समजतं. सगळं निरर्थक आहे. आपलं शंभरेक वरसांचं फार तर आयुष्य. ह्या अफाट अनंत कोट्यवधीसुद्धा काहीच नाही अशा ब्रह्माण्डात आपण काय करतो न् काय जगतो न् कसे नाहीसे होतो, हे असून नसल्यासारखंच नाही का. तेच ते. शेवटी पंढरीबुवांच्या सर्वांगावर अष्टसात्त्विकभाव उमटत होते.

रामराम होऽ खंडेराव भाचेऽ, तुपले बाप ऑल इंडिया फारमर फोरमचे अख्ख्या मुंबई राज्याचे उपाध्यक्ष निवडूनशान आले म्हंता. गुजराथी शेतकऱ्यांची आनं आपल्या लोकायमंधी लई खेटराखेटरी झाली म्हंता. आता द्विभाषिक राज्य

म्हनल्यावर आसंच व्हनार है म्हंता. वा भौ वा. आता तुमच्या बापाच्या दिल्लीच्या वाऱ्या. थेट जवाहिरलाल नेहरूंच्या घरामंधारच खाना, म्हंता. वा भौ वा.

शब्दाला अर्थ असतो, तर अर्थाचा काय अर्थ असतो? आपला हा विषय नव्हता, खंडेराव. तू फिलॉसफीच्या डिसोझा सरांकडे जा — आत्ता नाही, दुपारी भरपूर मासे जेवून दोन तास झोप असते त्यांची. चारनंतरच उठणार. प्राध्यापक झाल्यापासून त्यांची हीच दिनचर्या. सुशागाद गृहस्थ आहे. पण व्यासंगी. 'खासदारसाहेबां'च्या मते बारा आण्यांच्या वर विद्वत्ता असलेला. उत्साहानं वर्गबंधू चत्रुभुज आणि मी योग्य वेळी त्यांच्या घरी गेलो. प्रचंड देह. विस्तारशील पोट गोंजारत ते म्हणाले, किदे? या. बरं आहे तुम्हाला फिलॉसफीत इंटरेस्ट आहे. अर्थ भाषेत म्हणजे तो मानवाच्या मेंदूतल्या पेशींमध्ये उपजतच तयार होत जातो. बाहेरच्या सृष्टीच्या निरीक्षणाबरोबर तो व्यापक होत जातो. मग स्वतःशी हसल्यासारखं हसून डिसोझा म्हणतात, सोपं उदाहरण — आतां हे माजो बानयान पळय. नेवे आसतां तेन्ना ते प्वोटाक घट बसता. पुण परते परते घालून पळय कशे झगाऱ्याभशेंन दिसता. माज्या प्वोटाचा ढेर तसो याका आकार आयला, नी? भाशेतल्या अर्थाचेय अशेंच जाता म रे.

मेंदूत मूळ *पक्षी* हो शब्द आसता. तुम्ही जितके निरनिराळे पक्षी सृष्टीत पाहाल — चिमणी, कावळा, मोर, हंस — तितकी ती संकल्पना फैलणार.

एकदम पटलं होतं. अजून पक्कं ध्यानात राह्यलं आहे — डिसोझासरांचं बनियन.

अरे पनामा रोग पडला आहे आपल्या केळीवर. फवारे मारायला मजूर मिळेना. फार विषारी औषध असणार हे, आपला सालदार सोपानमामा आजारी पडला दिवसभर श्वास घेतल्यानं. तू मामाला दवाखान्यात घेऊन जा. बिचारा धुमाळ्या आहे कामाला. त्याला मोसंबी, द्राक्षं घेऊन दे येतांना, बरं का.

वर्गबंधू चत्रुभुज अधूनमधून घरी येऊन काल सरांनी काय शिकवलं, असं विचारत, आपण काल काय केलं की ज्यामुळे कॉलेजात येता आलं नाही — हे सांगतो. कसंबसं बी.ए. करून हलकीपलकी का होईना, नोकरी मिळाली पाह्यजे, खंडू. वडील खाजगी पावर हाऊसमध्ये नोकरीला होते, आता वीज येणार म्हणताहेत सरकारची. त्यामुळे पावर हाऊस बंद होतं आहे. तुझ्यामुळेच झालो तर मी बी.ए. पास होईन.

त्या कासाराकडे काय जात असतोस रे खंडू हल्ली? भंगारात कसली जुनी भांडी घेतोस? घरात अडचण फुकट. असली घुंगरं घरात आणू नये — भुताटकीची असतात ही. कसली प्राचीन कला न् त्या डोम लोकांची संस्कृती, चोरांची?

रातोरात आणून विकतात कासारांना. प्राचीन इतिहास म्हणजे हेच — चोऱ्या करणं. हॅ हॅ हॅ.

भावडू त्याच्या सासुरवाडीला जाऊन बसल्यामुळे बरेच दिवस मळ्यातल्या केळीची देखभाल माझ्या गळ्यात पडली. तरी मधे घाईघाईत सायकल मारत कॉलेजात एकदोन तास केलेच. मळ्यात वर्गबंधू डोंगर मण्यार आणि मी — दारियसच्या स्वाऱ्यांपासून तर महमद गझनीपर्यंत सगळ्या सनावळ्या आम्ही एकमेकांकडून पाठ करून घेतल्या. हे झालं की विहिरीवर भरपूर जेवून ताणून द्यायची. खाली इंजिनाची धुगधुग. खोल विहिरीतून पंपाचा संथ सूं सूं आवाज. थाळण्यात कोसळणारी मांडीएवढी स्वच्छ गोड पाण्याची धार. केळी तुडुंब भरली आहे. गारेगार. चिंचेखाली पोतं अंथरून मी एकाग्रतेनं झोपतो आहे. इंजिनीर झिपरू मला म्हणतो — बघ बघ, आपल्या बागेत मोर आले रे, ऊठ.

त्यावेळी एक लेख तयार केला होता : अलाउद्दीन खिलजीनं रामदेवरावाच्या जिताऊ नावाच्या मुलीशी रीतसर लग्न लावलं. तिच्यापासून जो मुलगा झाला उमरखान नावाचा, त्याला आपल्यानंतरचा सम्राट केलं. आता ह्या उलट बाजीरावाला मस्तानीपासून झालेल्या समशेरबहाद्दर नावाच्या मुलाला पुण्यातल्या मराठी हिंदूंनी काय दिलं? त्याला लग्नाची मुलगीसुद्धा दिली नाही. बिचाऱ्याला तिकडे मुसलमान मुलगी शोधावी लागली. तरी हे बाजीरावाचे चिरंजीव पानपतावर मराठ्यांच्या बाजूनं लढता लढता घायाळ होऊन कुर्बान झाले. बाकीच्या मराठ्यांसारखा पळ काढला नाही. असे आपले लोक. हा लेख चार ठिकाणांहून परत आला. शेवटी कॉलेज मॅगझिनमध्ये छापावा लागला.

मृगाचा पाऊस. मकडू आपल्या हत्तींएवढ्या झीबू आणि ढबू बैलांना संथ गतीनं चालवतो आहे. आई आणि वहिनी तिफणीच्या मागे मागे हाताचं अंतर राखून चाड्यावर मूठमूठ बी सोडत चालत राहतात. त्यांच्या मागे दोरी ताणलेली ठेवत भावडू पास धरून चालतो आहे. त्या दोघीजणी पुन्हा ओटीतून पसा भरून बी तयार ठेवतात. मधूनमधून झुरझुरणाऱ्या सरींनी दोघीजणींच्या साड्या चिंब झाल्या आहेत. आजीबरोबर आई पूर्वी ह्याच शेतात ह्याच बैलजोडीमागे अशीच भिजत पेरणी करायची, याच्या आठवणी आई सांगते. रिकाम्या झालेल्या ओट्या लगबगीनं बांधावरच्या खांडातून बियाण्यानं भरायची घाई. औताच्या खूप मागे मी फसाटी ओढत धावतो आहे. पावशा पक्षी डोक्याच्या जवळून तू तूऽऽर्तू तू तूऽऽर्तू करून झेपावत जातो. बी पेरलेल्या सऱ्या चुकवत वरून पोटापोटानं पावलं टाकतांना मला वेगही कमी करून चालत नाही, कारण पाऊस कोसळायच्या आत सगळ्यांनी आपापलं काम संपवलंच पाह्यजे. अंधार पडायच्या आत सगळं वावर

पेरून फसाटून झालं की पक्ष्यांची, डुकरांची भीती नाही. माझ्या मांड्यांची हाडं आता तुटतात की काय अशी सणसणताहेत. काळ्या मातीत पाय पेंड धरतात, झटकतांना गुडघ्यात चमक भरते. तरी मी बरोबर मेर गाठतो आणि मकडूजवळ धुरे बसतो.

घरी गाडं पोहोचताच एकेक कडक पाण्यानं आंघोळ आटोपून ओसरीत जेवायला बसतं. शशी हुशारच आहे, आधीच आंगणात चुल्ह्यावर हंडाभर पाणी तापवून ठेवते. भाकरी करून ठेवलेल्या असतात. ताटात ताती भाकर आणि चटणी. तरी आई, वहिनी ढणढण चुलीच्या जाळावर आणखी कढी, बेसन भराभर करतात. अर्ध्या तासात जेवणं उरकून उद्या दुसऱ्या वावरात पेरायचं बियाणं तयार ठेवून झाकदडप करून सगळं घर डाराडूर झोपलेलं. मी कॉलेज मॅगझिनसाठी द्यायचा लेख दुरुस्त करत कंदिलातलं घासतेल संपलं तोवर जागत शेवटी तिथेच आडवा झालो. सकाळी उठलो तो खालून सगळेजण माझ्या नावानं बोंबलाबोंबल करत होते. मी पाच वाजता उठून सायकलवर बियाण्याचं पोतडं सोसायटीतून मळ्यात नेऊन ठेवायचं ठरलं होतं. तिकडे सातनंतर मी धडपडत गेलो. सगळे मजूर आराम करत माझी वाट पाहत बसले होते. तेवढ्यात अर्धं वावर पेरून झालं असतं. सहा वाजता उठणं हेसुद्धा ऐदीपणा, म्हणजे हे लोक भुताच्या जातीचेच म्हणायचे.

बिचाऱ्याची बायको मेली. कशीबशी कोरडी भाकर खात बसला असेल. ही भाकर न् भाजी नेऊन दे बरं खंडू त्या झाडाखाली, गणपत नाना न्याहरी करतो आहे तिथे. आपण मोटेवर बाग करायचो तेव्हाचा जुना गवांदी होता. आपले बरे दिवस आले म्हणून दुसऱ्याची आठवण ठेवू नये का? पळ. पेरल्यावरून नको चालत जाऊ, पोटानं चालत जा.

माह्या घराच्या पाठीमागे रे
उंटणी डुलक्या खाये.

शक्य तो एकाच वेळी एकच गोष्ट केली की यशाची खात्री वाढते. सतरा भानगडी करू नये. काही आठवूसुद्धा नये. आठवणी विसरला माणूस की जिंकलाच.

अरे पोहरा पडला खंडू, आडात उतर बरं. ढोरं तहानेले झाले आहेत. मुक्या जनावरायची हयाकया पडील, ठेव ते पुस्तक आमाक बाजूले. दऱ्हानबी काढून ठेव, फाटील घसरत ढुंगण लावत उतरतांना. मुकी काकीच्या दोन्ही म्हशी दिवसभर ओरडतच असायच्या. त्यांच्याशी जुगलबंदी इकडून आमच्या वगारीची. अभ्यासच होऊच द्यायच्या नाहीत.

काय भारतीय संस्कृतीची जगाला देणगी आहे आजपर्यंत? शून्य. म्हणजे गणितातलं शून्य धरून शून्य. बुद्धिबळाचा खेळ — शेवट शून्य. समाधी, निर्वाण, निवृत्ती, संन्यास, कर्मसिद्धान्त, असंग्रह, माया — हे असले प्रत्येकाचा शेवट शून्य राहील असे शोध लावले. शूद्र लोक मरमर मरत राह्यले, त्यांच्या जिवावर हे असले शोध. टेक्नॉलाजी तर काहीच नाही — कारण त्यामुळे कष्टकऱ्यांचे कष्ट वाचतात ना. बुडवून टाका तुमचा सगळा इतिहास. नवं युग सुरू करा.

अरे पऱ्हाटीवर फकडी पडली, अख्खं बोंड पोखरेल त्याच्या आधी फवारणी केली पाह्यजे, भावडू.

आंतरराष्ट्रीय कीर्तीचे हिंदूशास्त्रज्ञ देवदत्त बरोबर सांगत होते, असं सुरुवातीला वाटलं होतं. विचार करण्यातच बदल झाला पाह्यजे. फ्रॉइड, मार्क्स तर हल्ली कुठल्याही ग्रॅज्युएटाला तोंडी लावायला लागतातच. पण विचार करण्याची पद्धतच बदलली पाह्यजे. पण ते असंही म्हणाले की, जैन आणि बौद्ध धर्मचौर्य करणारे पंथ आहेत. भांडवलशहा आहेत. अनेक मोठमोठे निरीच्छ श्रमणक तत्त्वज्ञ मोहेनजो–दडो काळापासून आर्यावर्तात लोकजागृती करत होते. त्यांचे विचार महावीरानं आणि गौतम बुद्धानं शिकून घेतले आणि त्यांना डच्चू दिला. त्यांच्याबद्दल साधी कृतज्ञताही दाखवली नाही. कुख्यात चार्वाक सोडले तर बिचाऱ्यांची नावंसुद्धा कोणाला माहीत नाहीत. मख्खली गोसाल, पुरण कस्सप, आलार कोलाम, पकुध कात्यायन, अजित केशकंबळी, संजय बेलट्ठीपुत्र — आणखी कोण कोण — उद्दक रामपुत्र, निगंठा नातपुत्त हे विलक्षण विचारवंत खालच्या दर्जाचे, खालच्या जातींतले, क्षुद्र वर्गांतले, आदिवासी, गरीब घराण्यांतले रंक लोक दिसतात. महावीर–बुद्धांसारखे उच्चवर्णीय क्षत्रिय राजपुत्र नक्कीच नव्हते. श्रीमंत श्रेष्ठी व्यापारी राजेरजवाडे अशांचा आश्रय ह्या भणंगांना कुठून मिळणार? हे नुस्तं विचारात सोफिस्टिकेशन जोपासणारे श्रमण कुठेही पूर्ण नागडे हिंडायचे. ...श्रोत्यांमधून आवाज — त्यांचं झालं ते व्हायला एवढं कारण पुरेसं नाही का? (*हशा*) तुम्ही कां कपडे घालून भाषण देताहात? बुद्धालासुद्धा लोक विसरले व्हते, तं ह्यान्‌ला केसांचं कांबळं पहनणाऱ्या तुमच्या नागड्या कम्युनिष्टांना यादमंधी हितं कोन ठेवनारै?

अरे खंडू, आपल्या जळगावच्या प्लॉटवर झोपड्या बसल्या का पाहून ये. तिकडून दुष्काळातले लोक आले आहेत खूप. वाटलं तर इन्स्पेक्टर बोरोल्याची मदत घ्यायची. रातोरात झोपड्या उठवून गावाबाहेर माणसांसकट टाकून यायचं. तो करेल बरोबर. तू नुस्तं त्याच्याकडे कंप्लेट करायची. तुझा अभ्यास तुला उमजू

देत नाही. नाहीतर प्लॉटभोवती कुंपण घालायचं आहे. आता ह्या सुट्टीत तरी चारपाच दिवस काढशील का जरा?

गुढीपाडव्याला घोडवाहन शकांनी दौडी करत इथल्या मूळ मराठी लोकांचा पराभव केला, असं असेल तर इथल्या गुलाम झालेल्या मूळच्या शकपूर्व मराठी लोकांनी हा घोडवाहन शकांचा विजय कां दरवर्षी साजरा करायचा? इतिहाससंशोधक पाहुणे म्हणाले, आपणच शक असू? आपल्या देशात कोणी कोणाचा शत्रू राहत नाही. कोणी आर्य राह्यला नाही की कोणी शक, हूण नाही. सब घोडे बारा टक्के.

अरे बारे धरायला जा दुपारी थोडावेळ — भावडूला मुलगी झाली. घरात काय मुलींची वाण होती? आम्ही सगळे तिला पाहायला चाललो आहोत. घरी कोणी नसणार. तू काकूकडेच दोन दिवस जेव.

लागोपाठ चार धर्मांच्या धार्मिक सुट्ट्या म्हणून त्या दिवशी लायब्रीतून महाराष्ट्रातल्या ओरिजिनल विचारवंतांची पुस्तकं पिशवी भरून आणली होती — फुले, राजवाडे, राजारामशास्त्री, विठ्ठल रामजी, सावरकर, केतकर, विनोबा, साने गुरुजी, आंबेडकर आणखी एकदोन. घरी कुणीच नव्हतं. दारावर ठेवलेली किल्ली काढून कुलूप उघडून पुस्तकं नीट लावून ठेवली. हातपाय धुऊन तोंडावर गार पाण्याचे फटके. तिथेच दांडीवर वाळत असलेल्या कपड्यांमधलं आईचं खरखरीत लुगडं शोधून त्याला तोंड पुसलं. दुरडीतली भाकर ताटात मोडून बारीक चुरा केला. शिंक्यावरच्या खोबऱ्या उतरवतांना बऱ्याचदा एक हातातून निसटून फुटायची. म्हणून एक एक करत काढली. आधी कढीची. मग दह्याची टुमनी. शेवटी लोण्याची. पोटाला तडस लागला इतकं तुडुंब जेवण. ही आईची शिकवण — काहीही फेकून द्यायचं नाही. भाकरीचा चतकोरही फेकायचा नाही. धरतीला किती कष्ट पडतात एकेक पान, एकेक कण मातीपासून तयार करायचा म्हणजे? आणि आपण ते फेकायचं? हा मातलेपणा झाला. हे एरवीसुद्धा चाटूनपुसून खाणं नैतिकता म्हणून चांगलं. इतकं जेवायचं दुसरं कारण दुपारभर ठेंगा सोसायटीच्या ओट्यावर ताणूनच द्यायची होती. घरटी एक माणूस **पीक संरक्षण ठेंगा सोसायटी**त पाठवावा लागतो. वद्य द्वादशीला आमची पाळी.

भावडू पंढरपूरला गेल्यानं माझ्यावर पाळी. मुकाट्यानं ठेंगा घेऊन गावाबाहेरच्या सोसायटीच्या ओट्यावर आलो. रांगेत ठेवलेल्या ठेंग्यांमध्ये सगळ्यात देखणा ठेंगा माझाच — जाडजूड, वजनदार. पीक चोरणाऱ्याच्या डोक्यात एकच बसला की तो बसलाच. कधीतरी ही संधी आपल्याला मिळेल, ह्या आशेनं भावडूही आणि मीही खुशीनं ठेंग्याची पाळी करायचो. ती संधी त्या दिवशी

चालून आलीच होती. लिंबाच्या गार सावलीत दोघातिघांनी ताणून दिली होती. बाकीचे सातआठजण तिथे नेहमी पडलेला गंजिफा सारीपाट खेळत होते. अचानक नदीपार कडब्यात चोर घुसल्याची बोंब ऐकली. आम्ही पोरं आपापले ठेंगे उचलून चित्त्यासारखे नदी ओलांडून त्या शेतात घुसलो. ज्वारीचं भरगच्च पीक आणि मध्ये जोरात खसखस, ताटं मोडल्याचे आवाज. शिकवलेलं होतं त्या युद्धनीतीप्रमाणे आम्ही शेताला घेरलं आणि आत सावधानीनं वाट करत चाललो, तों माकडांचा कळपच अंगावर धावून आला. तुंबळ युद्ध. मी तर एकाच्या नको त्या जागेवर ठेंग्याचा प्रसाद दिला. एकाला महाळ्या चावला. हळद लावून ठीक झालं. माकडांना मारू नये, माकडांनो — असं मुख्य ठेंगेवाला तुळशीकाका म्हणाला, नुस्तं हाकलावं. ...म्हणजे ते नंतर दुसऱ्या शेतात घुसणार, म्हणजे उपयोग काय? तुळशीकाका म्हणाला, काय करावं एवढं मी तुला सांगितलं. हनुमानाचे वंशज हे. तुम्ही लोक शिक्षणानं सुधारायच्याऐवजी बिघडत चालला का रे? राम कृष्ण हरी.

खंडू अजून झोपलाच नाहीस का रे? लवकर उठावं लागेल रे भाऊ उद्या. पहाटे पाच वाजताशी तू तिथे हजर पाह्यजे. भावडू आणि सोपानमामा औषध कालवून देत जातील, तू मजुरांवर नुस्ती टेहेळणी करायची. चाळीसेक मजूर असतील. कपाशीवरचा लाल्या रोग पसरला तर आपली सगळी वर्षाची मेहनत वाया जाईल. उद्याचा दिवस कॉलेजला गेला नाहीस तं तुझी काही वर्षांची मेहनत वाया जायची नाही.

त्या रात्री गिरधर राखोळी पळत आला. कपाशीवर चोर आले मालक, पळा, पळा. मी आणि भावडू अंधारात सायकल डबलसीटनं काठ्या घेऊन सगळ्यात पुढे. मागून दोघे सालदार, वडील, शेजारीपाजारी, गणपत, भाकरी मागायला त्याच वेळी आलेला थोटा चांभारसुद्धा एकच हातात काठी उंच उभारून — असे वीसपंचवीस लोक कोसभर पळत आले. वद्य चतुर्थीचा सगळ्यात मोठा चंद्र आकाशात. चांदण्याच चांदण्या. गार हवा. टिपूर चांदणं. छातीएवढ्या कपाशीची बोंडंही लांब टेकड्यांच्या पायथ्यापर्यंत चांदण्यांसारखीच घोळक्याघोळक्यांनी गर्दी करत. शेवटी मात्र एक कोपरा काळपट — तिथली कपाशी वेचून चोर नाल्यातून नुकतेच पळालेले. स्तब्ध झाडी. शांत टेकड्या. नाल्यापलीकडे कोल्हेकुई. भावडू त्वेषात श्वास फेकत म्हणतो, माग दिसतो आहे बघ, खंडू, चाल तं खाली. सापडला एकादा चोर तं लंबं करून टाकू तिथल्या तिथे.

मागून वडलांची हाक — उतरू नका रे पोरो हो, या मागे. जाऊ दे नेली तं गाडाभर कपाशी. देव दील आपल्याले दुप्पट. शिवारात चोर पकडणं का सोपं असतं रे? कोणीतरी म्हणतं, शेतकऱ्याले ना संरक्षण ना नुकसानभरपाई. रामभरोसे

धंदा हा. वडील भावडूला उद्‌बोधक बोलतात : काल संध्याकाळी अचानक मजुरी वाढवा म्हणून ते अडून बसले. तू माझं ऐकलं नाही, बेटा. थांब म्हणालास तू, जातील कुठे? आपलं एवढं सावटं काम — आठ दिवस एकसारखी कामं आहेत, हे ठीक होतं. अद्दल घडवू म्हणालास, पण आता हे काय भावात पडलं, सांग. अशा वेळी चार आठ आणे दिले तरी चालतं. घ्या बापायहो म्हणावं. ह्यापुढे ध्यानात ठेवत जा. मग वडलांनी सगळ्यांसाठी गावातून चहा मागवला. हलवायाकडून जिलबी गरमगरम मागवली. नंतर सगळे हसतखिदळत गावाकडे परतले.

भावडू आणि मी गिरधरला सोबत राह्यलो. चांदण्यात काठ्या आपटत कपाशीच्या बोंडांमधून फिरत राह्यलो. तो बघ ययाती. भावडू एकेक नक्षत्र दाखवत राहतो. त्यांच्या खाली त्या वृषभ राशीतल्या कृत्तिका आणि रोहिण्या. पूर्ण वर पाहता पाहता तिथेच आकाशगंगेत आम्ही फिरतो आहोत अशी हृदयगंम झोप दाटते. असंच आकाश. वरती शीतल चंद्रबिंब.

भयंकर सिनेमा होता. चार दिवस गुंगीतच गेले. कोणता बरं? सहारा वाळवंटातले ते टोळीवाले वाजवतात ती सनई का पिपारी थेट आपल्या महारी पिपारीसारखीच. हुबेहूब. देशी गोष्टी वैश्विक असल्या की, डोंगरच्या मते *बिसमिल्ला बिसमिल्ला*.

अरे थांबाडा रे त्या खंड्याले. खंड्या, अरे तो गायीचा घास ने रे. रस्त्यात दिसली की खाऊ घालजो. भुलजो नको आं? बिल्डं सोडलं की रोज आपली उजी गाय पायरीजवळ हंबा घालते आणि तिचा घास घेतल्यामिचुक गोठाणाकडे जात नाही. आज का रागावली माह्यावर का काय, तं घास न घेताच गेली.

सौराष्ट्रातल्या द्वारकेजवळच्या किनाऱ्याच्या टोकापासून ईजिप्त किती समुद्री मैल दूर आहे? त्या काळी दोऊंमधून तिथे जायला तीस दिवस लागत असतील, हे आपण गणितं करून शोधून काढलं होतं.

काय साल्या खेड्यातल्या ह्या अडाणी बायका दुपारभर आंगणात जमून टँवटँव गजाल्या करत राहतात. अल्–बिरूणीचं एक प्रकरण संपवणं मुष्कील गेलं. त्यांना काही बोललं तर अश्लील खेसर करतात.

खंडू, ऊठ झोपलास काय? आपला खांडव्याला पाठवलेला ट्रक उलटला. भावडूबरोबर तुला जाणं पडतं. केळी सगळी वाया जातील. दुसरा ट्रक घेऊन जा. येईल त्या भावात विकून टाका. तेवढ्या पैशांचे सोंडआळीवरच्या फवाऱ्याचे डबे

बऱ्हाणपुरात मोंढ्यावर विकत घ्या आणि बाकी सल्फेट ट्रक भरून आणा. रिकामी ट्रक आणायची नाही.

आदिमानव इथिओपियाच्या खाली केनियातल्या तुस्काना सरोवरापासून इतका दूरवर कसा काय जगभर चालत गेला असेल? की तसे वानरसदृश लोक आणखी ठिकठिकाणी आपोआप निर्माण झाले असतील? सिलॅबसमध्ये नव्हतं हे. सर म्हणायचे, उगा वेळ घालवू नको. परीक्षा सांभाळा.

खंडू, सालदाराबरोबर आपण पाह्यजेच. जा, कपाशीच्या गाड्या काट्यावर नीट उभ्या करून मोजायच्या. गोवर्धनभाईच्या गोदामात रिकाम्या करून हुंडी घ्यायची.

सोविएट प्रकाशनं इतकी स्वस्तात मिळत होती की तेवढ्यासाठीसुद्धा आम्ही अमेरिकेचे शत्रू झालो होतो. खरंच इतके मोठमोठे लेखक इंग्रजीत नाहीतच. महिन्या दोन महिन्यांतून आम्ही दोघेतिघे जण जळगावला तेवढ्यासाठी जाऊन पिशव्या भरभरून पुस्तकं आणायचो. एका चित्रकलेच्या इतिहासाच्या पुस्तकात पहिल्यांदा जगप्रसिद्ध चित्रकारांची चित्रं पाहायला मिळाली. नाही तर इकडे ह्या कोपऱ्यात डोंगरात कोणाला कळला असता पिकासो न् डाली. एक चित्र पाहून तर पूर्ण फरक पडला — एक पानभरून चौकटीबाहेर फांद्या गेलेला मोठा वृक्ष. *ट्री ऑफ लाइफ* असं चित्राचं नाव. त्याच्या फांद्याफांद्यांवर कुठला तरी सजीव प्राणी, प्रत्येक प्रजाती. आणि धक्का बसला तो अर्ध्याहून अधिक फांद्यांना बॅक्टेरिया, व्हायरस, विषाणू, माणसाला मारक असे विषारी जीवजंतू — चांगले तजेलदार, सुंदर. काही वनस्पतीही अशाच संहारक. विंचू, साप, वाघ, सिंह वगैरे तर ओळखू येणारे, पण कित्येक माहीत नसलेले. आता आपण सगळे जर एकाच जीवनवृक्षाची पैदास असू, *आपण* म्हणजे हे सगळे संहारक मिळून *आपण* असू, तर सगळ्यांबरोबर राहायला शिकलं पाह्यजे. म्हणजे दुष्ट माणसांबरोबर तर सोडाच, पण क्षणात पोटात शिरून आपल्याला नष्ट करणाऱ्या अदृश्य सूक्ष्म जंतूबरोबरसुद्धा राहणं हा जगण्याचाच एक भाग म्हणायचा. खंडेराव, कशालाही सहन करण्याची पात्रता वाढव. सहनशीलता वाढव. हरि ओम.

खंडू, तुरी पाखडून झाल्या की सगळं कूट डाल भरून खळ्यात घेऊन जा. गोऱ्ह्यांपुढे टाक. आणि ही उष्ट्याची घमेली म्हशीला खाऊ घाल.

बी.ए.ची शेवटची टर्म. घरची कामं वाढतच चालली, ती टाळायची म्हणून मी उशिरापर्यंत कॉलेजात. नंतर जेवणापुरतं घरात बसून *लोट्रू'ज फायू स्टार हॉटेलात* गॅसबत्तीच्या उजेडात वाचत बसणं. आता घरातले सगळे झोपले असतील अशा अंदाजानं गुपचूप बाहेरच्या जिन्यानं वर. मग रात्रभर ठरलेला विषय संपवूनच झोपायचं. गावात हरित क्रांतीची स्वप्नं सुरू झाली होती. नगदी पिकं पेरून विहिरी उपसण्याचा चंग शेतकऱ्यांनी बांधला. चग झाल्यासारखे विहिरी खोलवर खणत चालले. रात्रभर दिवसभर शिवारात इंजिनं धुगधुगायची. गावात मजुरी वाढली. गावाबाहेरचं गाव चौपट झालं. दुरून दुरून आदिवासी लोक मोरगावात यायला लागले आणि स्थायिक झाले. त्यांना वेगळं स्मशान करून द्यावं लागलं. मोरगावातल्या झोपडवासीयांच्या मुलींना लग्नात नको तितकी मागणी आली, कारण लग्न झाल्याबरोबर इथेच नदीकाठी चार खांब रोवून लहानसं खोपटं उभारलं की रोजगार पक्का. दुसऱ्या कोरडवाहू गावांमध्ये चारपाच रुपये रोज तर इथे दहा रुपये — तेही नगद रात्रीच्या रात्री. हातभट्टीची दारू एक रुपयात एक पेला म्हणजे रात्रीत कष्ट विसरण्याची सोय. बैलांची शेती जुनाट होत चालली. ट्रॅक्टर, चक्क्या, मळणीची यंत्रं येत गेली. जुनी धाब्याची घरं जाऊन हवेल्या बांधणं सुरू झालं. त्यासाठी पुन्हा आणखी मजूर लागायला लागले. आता लवकरच गुजरातेतून वीज येणार, असं जाहीर झालं. बारमाहू काबाडकष्टू कोरडवाहू फाटकूतुटकू शेणखतू मरूमरू टुकूझुकू शेती कालबाह्य होत चालली. शेतकऱ्यांची संपन्नता वाढली. एक गणू गोंधळ्याचं पडकं घर फक्त पूर्वीसारखंच गात राह्यलं :

कोळी कोष्ट्यानं वो घर बांधिलं सुख भोगण्याला, होऽ होऽ
सुख भोगण्याला न् आतमध्ये घुसूनच मेला होऽऽ
आरे रामा रे जी रं जी रं रामा जी रं जी रं होऽऽ

तरी माझ्यावर रोज संध्याकाळी म्हशीचं रेडकू पाजायचं काम आलं. एवढा धडधाकट टोणगा, तो मला सारखा ओढून आपल्या निसर्गदत्त हक्काच्या आईच्या आचळाकडे ओढून न्यायचा. रेड्यांना नुस्तं ताक पाजत पाजत शेवटी मारून टाकायचं, हा कृषिसंस्कृतीतला अलिखित अहिंसक कायदा. म्हैस विल्यापासून पहिले तीन दिवस पिलासाठी दांडगाई करणाऱ्या आईला अडसण लावून तिचा सगळा चीक खरवसासाठी पिळून घ्यायचा. रेडकू बाजूला पडलेलं ठेवायचं. म्हशीनं फक्त त्याला चाटायचं. नंतर चिंधीच्या बोळ्याने पाणचट ताक पिऊन पिऊन तो मेल्यावर थोट्या चांभाराकडून त्याच्या कातड्याचं भोत करून घेतलं, तिच्यासमोर उभं करून ठेवलं, की त्याच्याकडे पाहत म्हैस पान्हा सोडत राहते. अशा क्रूर मार्गांनी कुणबी संस्कृती गेली दहा हजार वर्षं मानवी समाजाला अहिंसेचं

मृगजळ पाजत आली आहे. आणि सगळेजण म्हणतात, टोणगे वाचतच नसतात हो. बिनागरजेचे टोणगे. हेच हक्काचे सड त्याच्या तोंडाला लागू नये अशी ही व्यवस्था. राम कृष्ण हरी.

मुंबईचे पंडितमामा त्या वेळी आपल्याकडे आले होते. ते म्हणाले, अरे आमच्या घरामागे आरे कॉलनीत तर जन्म झाल्याबरोबर शेकडो टोणग्यांना, गोऱ्ह्यांना एका खड्ड्यात टाकून मोकळे होतात. हे अर्धवट जिवंत कोवळे जीव रोजच्या रोज ट्रकांनी वाहून नेण्याचं कंत्राट हजारो रुपयांचं असतं. त्यांच्याच हक्काचं दूध सगळी मुंबई पिते. शेतकरी व्हायचं नाही असं तू ठरवलंस, तरी दूध तर कुठेही असलंच प्यावं लागेल ना रे येड्या.

— हेच स्त्रीवादी मॉडेल मानवी समाजाला कां आदर्श ठरू नये? इतक्या पुरुषांची गरज आहे?

पृथ्वीवरचं पाणी आटून ध्रुवाकडे बर्फाचे डोंगर होत आहेत. असे पाण्याचे साठे कमी होत चालल्यानं हळूहळू माणसं आणि प्राणी एकत्र यायला सुरुवात झाली आहे. तेव्हा माझा एक भयानक दिसणारा सुसंस्कृत होऊ पाहणारा तीनेक हजारावा वानरसदृश पूर्वज दिसतो. तो नदीकाठी लव्हाळ्यांत लपून बसतो. म्हशींचे भेसूर कळप तळ्यावर येतात. महिषासुर. त्यांचं निरीक्षण करता करता दहावीस पिढ्यांमध्ये ह्या खंडेरावचे पूर्वज म्हशी माणसाळवतात. महिषासुरांना मारायचं तंत्रच करून टाकतात — फक्त वगारी जगवणं, हेले असे मारून टाकणं. दूध स्वतःसाठी.

केवढा विरोध च्यायचा माणूस म्हणजे : दुसऱ्या बाजूनं हे गुराढोरांचं निष्पाप जग किती लळा लावतं? आपल्यासाठी म्हातारे होईपर्यंत ओझं मुकाट्यानं वाहणारे नसबंदी केलेले बैल. त्यांना मरेपर्यंत वागवणं. ठांगळ म्हशी भाकड गायी तान्ह्यापारोठ्या वगारी वासरं घरातल्या माणसांसारखी सांभाळणं. घरातलं उरलेलं सुरलेलं शिळंपाकं बुडाचं, कीड लागलेलं, उष्टं, वड्यांवरचं पापडांचं पाणी, केळीची पानं सगळं दारच्या गुरांना. वाया काहीच जात नाही. ही एरवीच जगण्याची काटकसर. पिढ्याच्या पिढ्या जनावरांची नाती — आजीच्या वेळीची भुरी म्हैस होती, तिची ही नात. ही उजी गाय आजोबांनी आणलेल्या पांढऱ्या शुभ्र देवणी गायीची पणती. मुत्या मोत्यापर्यंतचे बैल गोऱ्हे मूळच्या पणजोबांपासूनचे पांढरे तांबडे ठिपके घराण्याच्या शैलीसारखे मिरवणार. बिचारे आपल्याला जन्मोजन्म निव्वळ पोट भरण्यासाठी चिकटलेले मुके जीव. देवण्या गायीला निवडलेल्या भाजीचा उरलेला पाला टाकला, की तिकडून काबरी गाय संतापून फूं फूं करत ह्या वर्णभेदाबद्दल निषेध नोंदवणार, तर रंभी म्हैस ह्या जातिभेदाचा शिंगं हालवून विरोध

करणार. तिच्या गव्हाणीत टाकलेलं खातांना मात्र चुपचाप खात राहणार. पाडव्याला म्हशींना गायींना ओवाळून कुंकू लावणं. *इडा पीडा टळो, बळीचं राज्य येवो.* मुलींनी शेणाचा गायवाडा करणं, त्याच्यात शेणाच्या गवळणी बसवणं, तिथे स्वैंपाक करणं — हे सगळं वैभव गुरांसाठी, बळीच्या राज्यासाठी. युटोपिया :

कोपी झडोऽ कुपी झडोऽ
गायी म्हशींनी वाडा भरोऽऽ
गोचिडी झडो गोमाशा झडो
सोन्यारूप्यानं वाडा भरोऽऽ

गिरधर कोतील दरसाल दसऱ्याच्या सुमाराला आमच्या घरातले भाले बरच्या, जाळी, वाकाच्या दोऱ्या घेऊन डोंगऱ्या शेतावर पारध करायला जातो. मालक, हरणखुरी भिलवाड्यातले पाचजण पारधसाठी सांगून ठेवले है. शंभर रुपये मीठमिरची चहापाणी यासाठी द्या. रोज दहावीस हरणं खलास करून येतो. फार त्रास आहे साल्यांचा. फार वीण या जातीची. पुन्हा येणार नाही अशी अद्दल घडवा.

खरं तर चित्ते, वाघ, हत्ती, गेंडे, अजगर, साप हे प्राणी नाहीसे करण्याचं पाप ह्या कृषिसंस्कृतीचंच आहे. अरण्यं शेतीखाली आली, हे मोठाले प्राणी नाहीसे केले, वाघचित्त्यांपासून पळ काढण्याची गतिमान ऊर्जा कमावलेली लांब लांब पायांची हलकी हरणं वाढत चालली. आता डोंगरातून कळपचे कळप हरणं, सांबरं, रानडुकरं येऊन पेरलेलं सगळं फस्त करून टाकतात.

ह्याच वेळी शेतकऱ्यांना हे भिल्ल हवे असतात. एरवी हे भुकेनं मेले तरी पर्वा नसते. एकदा भिलवाडीतून भिल्लांच्या लग्नाची मिरवणूक नाचत नाचत येत होती — बायका, मुलं, म्हाताऱ्यांसकट तरण्या पोरीपोरं जल्लोष करत नदीनदीनं दारू पीत, गाणी म्हणत त्यांचे ते धुंदीत नाचत चाललेले. तर हे गावातले लोक कृतक सुसंस्कृत शेतकरी बायामाणसं धाब्यांवरून मोठमोठ्यानं हासत भिल्लांच्या जगण्याचा उत्सव साजरा करणाऱ्या अशा क्रीडांना तुच्छ रानटी समजत होती. निदान ह्या मुली स्वतःचे नवरे निवडतात, आपल्यासारखे हुंडे देत संसार करत नाहीत — असं म्हटल्याबरोबर घरातले सगळे माझ्यावर तुटून पडले. जा, खंडू, तूही असा हलगीच्या तालावर नाचत गुलाल उधळत, आणि उचलून आण एक पोरगी. सगळे हासले. शेतीमुळे ह्या लोकांच्या सगळ्या सौंदर्यभावना नष्ट झालेल्या आहेत. नाचणं, गाणं तर नाहीच. केवळ स्वार्थापलीकडे ग्रामीण कृषिसंस्कृतीत काही उरलेलं नाही. खंडेराव, सगळा चोथा.

कोणाचं तरी व्याख्यान छापून आलेलं एका मासिकात तेव्हा वाचलं होतं — की शिक्षण हे शारीरिक श्रमातून मुक्ती मिळवण्याचं एक मुख्य साधन आहे. स्वतःच्या मेहनतीनं अन्न उत्पादन करणाऱ्यांपेक्षा सुशिक्षित नोकरमान्या, वकील, अध्यापक जास्त चांगलं अन्न जेवतो. स्वतःच्या मेहनतीनं कापूस उत्पादन करणाऱ्यापेक्षा फॅशनेबल धंदे करणारे शहरी पांढरपेशे अधिक सुंदर कपडे वापरतात. श्रमिकांना साधं जीवनमान उंचावता येणार नाही, की जगण्याची सौंदर्यदृष्टी प्राप्त करता येणार नाही. भावडू म्हणायचाच की, कष्ट न करणं म्हणजेच सांस्कृतिक विकास. शेती म्हणजे खरचटणं, टोचणं, लागणं, आपटणं, ढोसणं, कापणं, ठेचणं, चेपणं, मुरडणं, पिरगळणं, मुरगळणं, काहीतरी चावणं, डसणं — बैलांच्या शिंगांचे आकार पाहत त्यांच्या गळ्यातल्या घंटा ऐकत बथ्थड मेंदूनं चाकांच्या धावांखाली नेहमीची चाकोरी धरून ठेवणं.

हा पांढरी–काळीचा झगडा सहा हजार वर्षांपासून चालू आहे. यांचा विठ्ठलही पांढरीनाथ आहे. त्याचे भक्त काळीचे. सूसा महानगर जमिनीखाली गेलं, आता न्यूयॉर्क केव्हा जाईल? ह्या आधीची शिकार संस्कृती बरी. त्यामुळे गिरधर पारध करायला निघाला तेव्हा त्याच्याबरोबर जायचंच, असं ठरवून घरी फक्त भावडूला गुपचूप कळवलं. नाहीतरी दिवाळीची सुटी होतीच. त्या संध्याकाळी गिरधरच्या झोपडीकडे तयारी करून गेलो. अंधार पडायच्या आत डोंगरातल्या दुसऱ्या पुडात हरणखुरीत पोहोचायला हवं. मळ्याकडे वळताच गिरधरच्या कुत्र्यांचं भुंकणं ऐकायला आलं. मी हाक देताच गिरधरनं त्यांना चूप केलं असावं. माझ्या एका हातात कोयता, दुसऱ्या हातात लांब बरचीची काठी, मुसकी, दोर आणि पायांत बूट पाहून गिरधर बरं केलं म्हणतो. आमच्या लोकांचे तळपाय बुटापेक्षा जाड असतात, असं म्हणतो. हरणांमागे चित्त्यावानी धावावं लागतं. नुस्त्या वाऱ्याला आपलं अंग घासलं, तरी तिकडे हरणाला ऐकायला जातं. आम्ही निघतांना गिरधरची बायको एका आजारी पोराला मांडीवर घेऊन बसलेली काहीतरी कोंबडनखीचा पाला आणायला सांगते. ...पोराला ताप आलाय का रे? ...हौ. ...मग? ...चार दिसापासून असंच फणफणलं आहे. वाचनार नी ते. चला. गावातसुद्धा डॉक्टर नसतो तर इथे रानात काय औषधं मिळणार? आणि आत्ता ह्या पिकांच्या मोसमातच हरणंही येतात. शेतकऱ्यांना आत्ताच त्यांचा नायनाट करायचा असतो. पोरांचं काय, चालूच असतं. मुख्य म्हणजे पारंपरिक पारधीची अनावर ओढ. शिवाय आल्यावर हरणाचं भाजलेलं मांस डाल भरून येणार, त्याची वाट बायको पाहते आहे. ...तुझी दोन मुलं साथीत गेली का रे? ...हौ. ...गर्भपात आणि कृत्रिम गर्भस्खलनं आणि संततिनियमन यांच्यात आणि ह्या

चित्तवृत्तिनिरोधात तसा काय फरक आहे? मी त्याला वाटेत हरणखुरीपर्यंत प्रबोधनाखातर मासिकात वाचलेल्या संततिनियमनाच्या निरनिराळ्या पद्धती समजावून सांगत होतो, तर तो पोट धरधरून हासत होता — हू हू हू हू ऽ.

नेहमीप्रमाणे पारध संपवून आठवड्याभरात येण्याऐवजी आम्हाला बारातेरा दिवस लागले. माझ्या अडाणीपणामुळे हरणांना चाहूल लागायची आणि ते *बूऽक* असे जंगलभर घुमणारे आवाज करून पळून जायचे. श्वाससुद्धा रोखायचं मला शिकावं लागलं. याला फुकट पारधीवर आणलं, असं गिरधरचे भिल्ल साथीदार शिकारी माझ्याकडे पाहायचे. अडाणी खेडवळ माणूस शहरी लोकांच्याकडे असहाय्य होऊन पाहतो, तसं मी पाहायचो. शिवाय मी मालकाचं आंडोर म्हणून त्यांचा नाईलाज होता. डोक्यात ऊन, चांदणं, कोल्ह्यांचा कोल्हाळ, रानगाईंच्या कळपांचे प्रतिध्वनी, करड्या कुरणांत वरखाली होत वेगानं पुढे धावणारी शिंगंच शिंगं. रानम्हशींचं हंबरणं, वानरांचं किंचाळणं. अद्‌भुत, भयानक आणि शांत रसांचा परस्परांशी असलेला संबंध लावत परत येत असतांनाच खंडेराव आला, खंडेराव आला, आला — असा गोंधळ गावातून ऐकायला येतो. हे अरण्याचं सुंदर चित्र आजपर्यंत त्याला पुन्हा रचता आलेलं नाही.

कुठे आहेरे तो मूर्ख. नादान. न विचारता चाल्ला गेला. आणि इतके दिवस? आपलंच बाप फासावर लटकेल, असं वागावं? सगळ्या गावात गोंधळ. धावपळ. वडील पोलीस चौकीवर.

त्याचं असं झालं की, मळ्यात गिरधर राखणदार इतके दिवस नाही, याचा सुगावा लागल्यानं चोरांनी आमच्या दोन्ही विहिरींमधले जपानी पंप काढून नेले. धाडशी चोरी. पोलीस चौकी लांब तालुक्याच्या ठिकाणी. पुन्हा पोलिसांना वर्दी देऊन तपासासाठी इकडे गावात मुक्कामाला बोलवा म्हटल्यावर रोज दारू-मटण घरी, पुन्हा लाच — हे आपल्यासारख्या वारकऱ्याला नको, म्हणून भावडूनंसुद्धा पोलिसात गुन्हा दाखल न करता नवे पंप विकत घेतले आणि पाणी सुरू केलं. अजूनही आम्ही पारध करून परतलो नाही, म्हटल्यावर वडलांनी दुसरा एक तरणाबांड भिल्ल राखणीला ठेवला.

एका रात्री असं झालं की, एक चोर आमच्या ह्या नव्या राखणदाराला विहिरीवरच संशयास्पद डोकावतांना दिसला. हा दारुड्या बाजूच्या लवणातल्या हातभट्टीची दारू पिऊन तर्र झालेला पाणी पिण्यासाठी फक्त विहिरीवर आला असावा, असं ह्यातले जाणकार नंतर सांगत सुटले. पण आमच्या उत्साही तरुण आदिवासी राखणदारानं त्याला पाठीमागून गचकन धरलं. हा दारुड्या *पी घे पी*

घे हरीनाम का पेलाऽ असं मोठमोठ्यानं ओरडत असतांना त्याला ओढत ओढत खाली इंजिनघराच्या तळमजल्यात जेमतेम उभं राहता येईल अशा कोठीत लोटून दारं बंद करून हा नवा उतावळा राखणदार उत्साहानं गावात पळत आला. *पी घे पी घे हरीनाम का पेलाऽ* — हे सूर दूरपर्यंत ऐकत तो पळतच गावात आला आणि उत्साहात आपला पराक्रम सांगत सुटला. वडील, मकडू सालदार, भावडू आणि पोलीस पाटील आणि चावडीवर चिलीम पीत बसलेले वीसेक लोक ज्यात भणंग टिकाराम वेसकरासारखे विघ्नसंतोषीही होते, सगळे मळ्याकडे धावले. चोरखटलं अजून उलटलं नव्हतं आणि उजाडायला वेळ होता. ह्या लोकांनी काठ्या उगारून कोठी उघडली आणि आतून चोराचा मुडदाच पाटलाच्या अंगावर पडला.

...अरे अरे, हा तं मेला साला. ...कशानं मेला असेल? ...अरे, लवणातल्या हातभट्टीचा माल जप्त करा. निस्ता नवसागर पाजतो साला भीम्या. ...ह्या कोठडीत हवाच नाही, मानूस गुदमरनार नी तं काय? ...निस्ता पानी पेयाले आला अशील रेऽ बिचाराऽ, चोर समजीसन डांबलंऽ गरीब मानसाले नाहक. भणंग टिकाराम वगैरे विघ्नसंतोषी आता वडलांकडून पैसे दपटायला मिळणार ह्या होऱ्यावर म्हणायला लागले, का हो पाटील, हा खून म्हणायचा की आत्महत्या? चोराच्याच बाजूनं असं दयेचं पारडं झुकायला लागताच मोरगावात आपलं प्रामाणिक अस्तित्व सिद्ध करून वडलांकडे कायम स्थायिक मजूर होण्याचं स्वप्न तिथल्या अंधारातच टाकून देत्सात्या नव्या कर्तव्यतत्पर भिल्ल राखणदारानं तिथून पोबारा केला. हा तरुण भिल्ल नंतर पोलिसांच्या भीतीनं आयुष्यभर सातपुड्याच्या जंगलाबाहेर येऊ धजला नाही. तो कोण, कुठला, डोंगरातल्या कोणत्या वस्तीतला का पलीकडच्या नेमाडातल्या भिलवाड्यांमधला? सगळ्यांनी आपण त्याला ओळखत नसल्याचे हात वर केले. आत्ता? बिचारा खुनीच गायब? गिरधर असता तं हा प्रकार झाला नसता. मरून पडलेल्या दारुड्याची ओळख उजाडल्यावर पटली. हा पाहुणा गावाबाहेरच्या मजुरी करायला आलेल्या सोमा महाराचा जावई. हा सोमा म्हणजे तक्रादी मजूर म्हणून प्रसिद्ध. ...पंप तीन दिवसांपूर्वी चोरीला गेले होते, त्याची पोलिसांत लगेच फियार्द करायला हवी होती विठ्ठल महाजन तुम्ही. आता फौजदार आल्यावर तुम्हाले जड जाईल हे गडाखू सगळं.

अशा वेळी आम्ही घरी पोहोचलो. आधीच डोंगर उतरून अंगाचे टाके ढिले झालेले. डोकं अरण्याच्या पार्श्वभूमीमुळे अनाकार झालेलं. वडील संतापून राग व्यक्त करत होते. आता वाटतं, आपण चुकलो होतो. वडील बरोबर होते, पण तेव्हा खंडेराव मनाशी गाठ बांधत होता की, अशा माणसाच्या छत्राखाली आपण

जगू शकणार नाही. वेगळा मार्ग शोधून काढू. खंडेराव, तू एवढा क्षुद्र होतास, याच्यावर आता तुझा विश्वास बसतो? याच वेळी वडलांना राक्षस समजून तू मोरगाव सोडायचा निश्चय केला होतास. आणि बी.ए. झाल्याबरोबर तडकाफडकी तू वडलांना न सांगता घरून निघून गेला होतास. वडील आपला संताप माझ्यावरच काढत राह्यले : तू आम्हांला मारायला निघाला आहेस. तुझ्यामुळेच हे अरिष्ट आमच्यावर कोसळलं. गावात आपण अजातशत्रू आहोत, पण काय सांगता येतं?
पी घे पी घे हरीनाम का पेलाऽ

दरम्यान, मुंबईचा भट नावाचा एक पेपरवाला मोरगावात येऊन गेला. त्या नंतर मारुतीवरची अकादमी दररोज भरत होती. शेतकऱ्याच्या सर्वसाधारण सद्यःस्थितीचा संपूर्ण ऊहापोह ह्या निमित्तानं होत होता. एका बैठकीत भपाऱ्या देशमुखानं अशी बातमी आणली की, यंदाचा उन्हाळा गेल्या शंभर वर्षांतल्या उष्णतेचा उच्चांक तोडेल, अशा बातम्या येत आहेत. तिकडे तर असा उन्हाळा तापतो आहे की लोकांचे चष्मे वितळून काचा जमिनीवर गळून पडताहेत. मग दुसरा भपाऱ्या म्हणतो, तू ह्या मुंबईच्या पेपरातली बातमी सांग. पेपरात माना खुपसल्या जातात :

हरिजनाचे प्रेत शेतकऱ्याच्या मळ्यात
रहस्यमय मृत्यू की खून?

अशा शीर्षकाची बातमी वाचून दाखवली जाते. पुढे पुढे ह्या बातमीतून जातीय, वर्गीय, व्यावसायिक राजकारण शोधलं किंवा लादलं जातं. वर्तमानपत्रांबद्दल भीती आधीच वसत असलेल्या ह्या खेड्यातले लोक अचानक आपल्यावर जगाची नजर रोखली गेली म्हणून बिथरतात. ह्या निमित्तानं पहिल्यांदाच विशाल सामाजिक वर्तमानपत्र आपल्या क्षुद्र जीवनाशी स्पर्श करतं आहे, ह्या जाणिवेनं काही विचार करू शकणारे शेतकरी आत्मभानी होतात.

सुरुवातीला सटाऱ्या देशमुख म्हणतो, हल्ली कायदाही शेतकऱ्याच्या विरुद्ध चालला आहे. शेतकऱ्यानं काही पेरू नये, उत्पन्न काढू नये असे कायदे काढले आहेत. अहो, उद्या महारामांगांनी कुणब्याची गांड मारावी, असाही कायदा निघेल. पांढरपेशे लोक शहरात बसून हेच शेतीविरोधी धंदे करतील. आपल्याच भागातले कुणबी लोक गांडू आहेत हो, दुसरीकडे लोक नाही सहन करणार एवढं. ...म्हणजे? ...अरे ह्या ह्या इसमानं आम्हांला जातिवाचक शिव्या दिल्या, असं नुस्तं पोलीस चौकीवर सांगून आले हे हरिजन, की पोलिसांना भागच पडतं गुन्हा नोंदवणं. धरून नेणंच पडतं तुम्हाला जेलात. का हो पाव्हणं, तुमच्या तिकडे मोगलाईतही असंच चालतं का?

मोरगावात मराठवाड्यातून पाहुणा आलेला एक पोरकट वृद्ध माणूस हसत म्हणतो, आमच्या तिकडे? चोर सापडला का रे, की त्याला झोडपून पडू देतो तिथेच मायझवाड्याला. कायदा न् पोलीस? हॅ हॅऽ, आता आमची चार पोऱ्हं हैती दांडगी एकेक दाहाजनांना भारी. ल्हानपनापास्न शेतावरी वाढली बायकापोरं एरवाळी. बखळ पानी हिरींना आमच्याकडं. भाज्या, काकड्या, ऊस — दाबून माळवं घेत्यात च्यायसकं. कुत्री हैती हुलकानी. मेरेवर जरा खुसखुस झाली मन्ताली, की एकेक काठी घिऊनं बांधाबांधानं धावतो. भिंतीवरे बरच्या फरश्या तलवारी टांगलेल्याच आस्ता. नुस्ता दिसला का कोन्ही, का त्याचा झालाच फदाना. मंग वर्सं दोन वर्सं कोन्ही आपल्या वावरात पाय ठिवू धजत नै. काच्चे पोलिस नं काच्चा कायदा —

कष्ट करनाऱ्यायले कशाला पायजे हा कुटाना? आसं कुटं आसतंय? कायदा का फक्त शेतकऱ्यालेच? चोराइले काही नाही?

परवा आमच्या गावातली आपली बारकी पोरं सुइकी सुइकी खेळत होती — म्हणजे प्रत्येकाच्या हातात काठी. तेवढ्यात आयतेच खळ्याकडून चोर पळत आले — आमच्या राशीवरचे दाणे चोरूनं. पकडा पकडा गलबला ऐकला. न् पोरांनी पाहता पाहता चोरांना काठ्यांनी लंबं केलं. हॉ हॉ हॉ. नको नको मंताले ते पानी मांगू लाले. कुणब्याचे कष्ट का काहीच नाहीत? अरे, पाण्याला तहान लागते आन् भाकरीला भुका लागता तरी शेतकरी म्हंतो एवढी आथ पुरी करू, एवढा भारा बांधू. मंग? अरे उन्हाळ्यातसुद्धा घडीचं रिकामपण नसतं. खतं घालणं, खळी नीट करणं, वाडगे बांधणं, कुंपणं घालणं, कुडं थापणं, घरं शाकारणं, पेवं उपसणं, सारवणं, बी-बियाणं निवडून पाखडून सांभाळून ठेवणं, पेरणीची तयारी, औतफाटा पांभर — बहिंनझू सुतार दहा चकरा माऱ्याले लावतो, लव्हार म्हंतो, रिकामपन नी. घ्या. नागरणं, वखरणं, काशा येचणं, कुंधा खणणं, बावच्या काढणं, ताली बांध घालणं — ऊन तं मन मन तसं तापतं, भौ. कोणाले सांगता?

एकदोन म्हातारे म्हणाले, ते कसं असो. आपण बळीराजे. असं कोन्हाला मारू नही. कुणब्यानं चोराला नुस्तं टोकायचं असतं. धरला हात प्रत्यक्ष, तरी मारू नही. गरीब लोक असता, भूक उसळली दिहीत, चोरलं, खाल्लं. चोरचिलटं लागूच हैती. आपला वारकरी धर्म — पक्षी उंदरं डुकरं हरणं कोल्हे चिमण्या पिकं खातातच की रे. हे धरतीमातेचं देणं असतं पोरो हो, सगळ्याइचा शेर असतो याच्यात —

मंग शेती हा धर्मदाय व्यवसाय जाहीर करू टाका ना, आजोबा. इंग्लंड

अमेरिकेत शेतकरी अशाच शेत्या करता का? हिंदू शेतकरी दुनियेचं फक्त देणंच लागतो? त्याला कोणी काही देऊ नये?

अरे काय शाणपणाच्या गोष्टी सांगता होऽ, कुनबी का फक्त पिकाड्याचाच धनी? आमच्या खळ्यात कोठीवरचे पत्रं उचकवून तयार हरबऱ्यांची पोती घीसन पळाले गेलसाली. आम्ही बाहेर खाटा टाकून झोपलेलो. काय राखण करणार?

अरे, सरकारनं मातवलं ह्या लोकायले. भरमसाट कर्ज देले म्हशी पाळायला. आणि चारा त्यांना? — ही आपली पिकं शेतांमधली. त्यांच्यासाठी तर पेरतो म्हणा की आपण — भर पिकात म्हैस घातली रातीबेराती — आपण का पिकात खाट टाकून निजणार? हे लिहिणार पेपरवाले — यांना काही रात्री असं रानभर पसरलेलं राखावं लागतं? तरी यांच्या ऑफिससमोर कां गुरखे असता? ते चोरांना नाही मारत? तिथे सामाजिक न्याय नाही लागू पडत? त्यांच्या मायचे. पोलीस, बंदुकी, मशीनगन असता त्यांच्या राखणीला? मग? आपणच रखवालदार ठेवला तर हरिजनांवर अत्याचार? हा का न्याय झाला का? वा रे वा. म्हंजे हे खुशाल शहराइत सावलीतल्या नोकऱ्या करणार. आन् आपल्या बारा महिने कष्टानं पिकं उगवणाऱ्यांना धमकी? इथे साधी पोलीस कंपलेन द्यायची तर कुठे असते चौकी? रात्रीचा गुन्हा ते सकाळच्याला नोंदून घेतील? हासता ते तं.

खरंच आहे हो, तो मायझवाड्या संपादक श्रमाची काय प्रतिष्ठा मानतो? शेतकऱ्याला प्रत्येक गोष्ट राखावी लागते मायझू. पीक धान्य तर सोडाच, शेताचं कुंपण, शेतातली माती बी राखावी लागते. ते बी हे रातदिवस आपला उघड्यावर पसारा सगळा मायझू. चोर केव्हा, कुठे नसतात? आहे शेतकऱ्यासाठी काही गोडाउनं का कोठारं, का नुकसानभरपाई का विमा? शहरात बारे मोटारींनाबी विमा असतो. शेतकऱ्याला कामाला मानसं पुरत नाहीत, तं चोरांचं न् मजुरांचं कोणी पाव्हा —

त्यातून पेरणीची न् लावणीची धुमाळी — घरातले म्हातारेकोतारे पोरंबाळं बायका सगळे चग लागल्यासारखे पळापळ करत असता. अरे, पोटातलं बाहेर येऊ पाहतं अशी वेळ येते. पुन्हा बेभरोशाचा पाऊस, वळीव, अतिवृष्टी, पीकच वाहून जातं आणि गोफण मारत घसा कोरडा पडेपर्यंत वळ्हाणं तं आहेच इची लेहू — चिमण्या भोरड्या सातबहिणी राघू रानडुकरं हरणं वढाळ जनावरं टोणगे पोळ गाढवं बकऱ्या आणि भामटे — घेतलं एक कणीस तं का दैव नेलं रे कुनब्या, खाऊ दे नं, आधोड्याऽ पोटानंच खातो की रे — असं वरतून.

अरे, शेतकऱ्याची पहिली वैरीण शेतीच. तीच त्याचं सगळं आंड ठेचून टाकते. दुसरा वैरी व्यापारी — ऐन खळ्यात पीक आलं की भाव उतरवणार

मायझौ, तिसरा वैरी सरकार — तलाठी, मामलेदार, बँकांचे लोक, झोनल ऑफिसर — एका खरेदीविक्रीच्या व्यवहारातले शंभरदोनशे रुपये कापून घेता. अमरवेल जशी जित्या झाडाले खाते तशी शेती शेतकऱ्याला खाते.

अरे मागच्या जन्मात काही पाप केलं अशील नं, तव्हा तं आपुन शेतकरी झालू? ते *शिवलीलामृत* बी बदलावं लागील भौ — *शिवशंभू एकान्तात पार्वतीबरोबर क्रीडा करत असतांना एक गंधर्व चुकून त्याच्या खोलीत घुसला. त्याला शाप दिला शंभूनं — जाय, तू महाराष्ट्रात शेतकरी व्हशील.* हॉ हॉ हॉ.

त्यापेक्षा ती दिव्यातल्या राक्षसाची गोष्ट सांगा नं हो — घासला की तो उभा राहून म्हणणार, काम सांगा, नाही तं खातो... त्याला सांगावं ही शेती कर — मायला कधीपण संपणार नाहीत.

खरं सांगू का, हे मजूर मातले. कामं करता नी साले. पूर्वी व्हलर ढोलक्या नगारे घेऊन भलरीसाठी लानीवर शेतावर येत, गाणं म्हणत, नाचत, शिंगं वाजवत. आता? आता तं रावण्या करन्या पडता इची लेहू. आदल्या संध्याकाळी माह्या दारी १०-१२ जणं घीसन बोमट्या येणार. म्हणणार, देवरामदाजी, तो विठ्ठलभाऊ तं सव्वातीन रुपये मजुरी कापनीचे दिऊन राह्यला आहे. गरीब मानसं आम्ही, चार आणे ज्यास्त मिळतील तिकडे जाऊ. मंग मी झालो आडला नारायण न् काय. ओ भो, ओ भो करत दाढ्या धरी धरी सव्वातीन रोजीले कबूल झालो, तं मंदिरात विठ्ठलभौ म्हंतो, मी कुढी सव्वातीन रोजी केली? आपण अडीचच देतो. पहाटे बोमट्याले म्हतलं वारे भौ बोमटू, तुनं तं चांगलंच गुताडी देलं रे तुही लेहू, शाकट्या. मजूर फार नंबर दोन झालेत गड्याय हो. शेतकरी भुकेला राह्यला, तरी मजूर म्हनतच राहानार : मालक, परवडत नाही. आणखी वाढवा रोजी. मजूर म्हंजे जवारीवरचा गोसाई रोग.

मुंबईला मंत्रालयात मोठ्या पदावरून निवृत्त, इकडे भावनेच्या खातर आपल्या लहानपणच्या गावात राहायला आलेले यमाजी चौधरी भाऊसाो इतका वेळ शांत बसून ऐकत होते. त्यांना कुत्रा चावला तेव्हा पस्तीस किलोमीटर जिल्ह्याच्या गावी सिव्हिल हॉस्पिटलातसुद्धा भाऊसाोंना रॅबीजवरचं औषध मिळालं नव्हतं, तरी त्याच्यातून वाचल्यानं त्यांचा बराच भ्रमनिरास झाला होता. शिवाय इथे खेड्यात नोकरचाकर मिळत नाही, भांडी घासायला, स्वैंपाकाला बाई मिळत नाही — अशी कामं करणं प्रतिष्ठा नसल्याचं लक्षण समजतात. शुद्ध हवा सोडली तर इथे काही नसतं, पाणीसुद्धा ह्या केळी-उसामुळे आटत जाणार आहे अशी खात्री झालेले भाऊसाो मंत्रालयातल्या फायली आवाजात म्हणाले,

शेती आज जरी तुम्ही विकली देवराम दाजी, आणि बँकेत मुदतीच्या ठेवीत टाकले, तरी एक लाखावरचं पंधरा हजार रुपये दरसाल व्याज खाता येईल घरी बसून काही न करता. मी तेच करतो. मस्त बारा ज्योतिर्लिंगं झाली, अष्टविनायक झाले, चार धामं झाली. शेती करत बसलो असतो तर वर्षातून चार दिवससुद्धा गावाबाहेर पडता आलं नसतं. बैल न् सालदार न् त्यांना चारापाणी न् धान्य, मळे न् खळे, वाळवा न् साठवा आयला, रोजचंच काही बाही. शेतीचं उत्पन्न मजुरी वजा करून किती येतं काढून पाहा बरं. उणे येईल.

आन त्येच्यात घरच्या बायांचे चोवीस तास कष्ट आन् पोरांची कामं पन मजुरीत धरली तर घाटा रे दाजी, निव्वळ घाटा. भाऊसाो एवढे मंत्रालयात मंत्र्याच्या फायली बदलून निर्णय उलटे करायचे, ते बरोबर सांगताहेत. ऊन असो, पाऊस असो, थंडी असो सगळे धावताहेत मायला. आमच्या भोळेमास्तरचा धाकटा पोरगा नुस्ता लफंगेगिरी करतो इची लेहु जळगावात, रेल्वे स्टेशनासमोर वर्तमानपत्रं विकतो, पत्ते खेळतो, सिनेमाची तिकिटं ब्लॅकमंधी विकतो, पण शेती नको म्हणतो. का? तर थोरला भाऊ शेती करतो आहे, त्याची हालत पाहा म्हंतो, कसे आपले भाऊभावजय कामानं गोंगाई जाता तं.

मजुराची बायको ज्यास्ती सुखात राहाते म्हन की. शेतकऱ्याच्या बाईला घरचं दारचं, शेतंशिवारं, पुन्हा येणारे जाणारे, पुन्हा दूधदुभतं, पोरंसोरं ढोरं — केव्हा खाटेला पाठ लागेल असं होतं. दुपारी एक मिनिट लवंडणंसुद्धा होत नै. म्हणून हल्ली पोऱ्हींचे बाप शेतकऱ्याला देऊन नी राहाले पोऱ्ही — त्यापेक्षा पानटपरीवाला बरा म्हंता ते. निदान बाईला सुख असतं. अरे, त्या बहिऱ्या पाटलाचा पोरगा बँकेत शिपाई लागला, त्याचे पेढे वाटत होता कालच्या दिशी. मी म्हटलं काय मोठा सोन्याचा हंडा सापडला का रे बहिऱ्या? तं तो म्हंतो, अरे सोन्याचा हंडा काय करतू? नोकरी मिळाली नोकरी — सोन्याची मुरगी. दर महिन्याला सोन्याचं अंड देते. पुन्हा मेल्यावर बायकोला ती मरेपर्यंत पेन्शन. फिकीर नै. ७०-८० वर्षं घरात दरमहा पैसा येणार. बरोबर है न भौसाहेब?

बरोब्बर. *तुका म्हणे मुक्ती परिणली नोकरी। आता दिवस चारी खेळीमेळी।।*

आणखी एक सांगतो, ऐका. दुसऱ्या धंद्यात दरवर्षी नवी वही, नवं पान सुरू होतं. मास्तर, प्राध्यापक, बँकेचे ऑफिसर तं मार्च महिना आला की पाटी पुसून टाकतात. इथे शेतकऱ्याची गुरंढोरं चारा शेतं बलुतीं — काहीही पुसून टाकता येत नाही. एका वर्षी शेती बुडाली की, ती भरून काढायला दहा वर्षं पुरत नाहीत. खराब धान्य स्वतः खाऊन चांगलं विकलं, तरी उरी तशीच राहते. मौज मजा तर

सोडूनच द्या. पोरांना पोरींना शिकवण्यापुरता तरी पैसा कधी राहतो शिल्लक? मग काय — लवकर उजवून टाका — लेंढार, म्हणून सांगतो हे कुणबिकीचं कुंपण तोडा न् बाहेर खुल्या जगात पळा.

सीनियर बी.ए.ला असताना वाण्याकडून आणलेल्या हिंगाच्या पुडीचा कागद पेटवणात टाकतांना सवय म्हणून मी तो वाचत होतो. त्या फाटक्या कागदावर बहुतेक ओळी पुसट झाल्या होत्या, पण एक ओळ मोठ्या कष्टानं वाचली आणि मी चरकलो :

अरे अरे, माझ्या सारख्यालासुद्धा पस्तावा व्हावा ना?

मग मी त्या किराणा दुकानात जाऊन त्याच्याकडची रद्दी पूर्ण तपासली. ही कविता लिहिणारा कवी कोण? कुठला? मोरगावचा आमचा वाणी आजूबाजूच्या तीनचार खेड्यांमधून रद्दी विकत घ्यायचा. दोनचार घरांमध्येच लिहिणारे वाचणारे होते. श्रीमंत लोक तर रद्दी विकत नव्हते. म्हणजे हा कवी गरीब घरातला असावा. शेवटी त्या रद्दीत आणखी एक कागद सापडला. अक्षर तसंच. कागद तसाच. शाईही काळी तीच. त्याच्यावर एक पूर्ण कविता होती :

सहज त्याने भांडार दाखवीले
हिऱ्यामोत्यांचे तेज फाकलेले

हे कोणाचं भांडार? ह्या कवीनं हे कुठे पाह्यलं असावं. आसपासच्या दोनेक गावांतच हिरेमोतीवाले गडगंज सावकार आहेत. दोन दिवसांत सायकल दामटत त्या गावांचा धांडोळा घेतला. तिथल्या दुकानदारांना माझ्याकडचा विचित्र आयताकृती कागद दाखवला. ह्या आकाराची खूप जाड वही तुमच्याकडच्या रद्दीत अलीकडे आली आहे का? विचारलं. लिहिणारे लोक एकूणच मोजके. वडलांच्या ओळखीमुळे दुकानदार अगत्यानं धुंडू देत होते. म्हणायचे, ह्या नांगरगठ्ठ्या लोकांच्या गावात कुठल्ला कवी पैदा होणारै रे, खंडेराव. कवी तिकडे पुण्यामुंबईत. शेवटी — तुला काही अभ्यासबिभ्यास असतो की नाही, असंही विचारायचे. तरी इंजाळपूर गावात एका दुकानदारानं ह्याच आकाराची मोठ्ठी पण फाटकी वही घरी पेटवण म्हणून नुकतीच बायकोनं नेल्याचं सांगितलं. लगेच एका पोराला माझ्याबरोबर पाठवलं. खेड्यांतल्या घरात गोठ्यातल्या, शेतातल्या सरपणामुळे निघणारे अलोट धुराचे लोट. त्यामुळे पूर्ण काळवंडलेले स्वैंपाकघर. तिथे चुलीवरच्या गोखल्यात पेटवणासाठी खुपसून ठेवलेली ती अनमोल वही मी घेतली आणि उतावळ्या घाईनं घरी सायकल मारत आलो. मोठा खजिना

सापडल्यासारखं झालं. कविता जेमतेम बऱ्या होत्या. मधेमधे असे तुकडे सापडले :

हे शिवार माझे असे —
जणु काळिज तुकडाच ते

अशा छंदातल्या कविता एकोणीसशे तिशीच्या सुमारास मराठीत फार लिहिल्या जायच्या, हे भावे सरांच्या व्हरांड्यातल्या पुस्तकांत मी पाहतच होतो. डॅश ज्यास्त, तीन टिंबं नाहीतच, म्हणजे इ.स. १९४० च्या आधीच बहुतकरून :

ताल चिपळ्यांचा रंग येत कानी
उभा चोखा एकटा महाद्वारी

म्हणजे साधारण १५-१६ वर्षांपूर्वी हा कवी इथल्या कुठल्या तरी खेड्यात होता. याचं शेत होतं आणि याच्या गावात विठ्ठल मंदिर असणार. महार भक्त बाहेरून कीर्तन ऐकतांनाची अनुभूती त्यात अस्सल वाटली.

एक कविता वाचल्यावर कवीचं एकूण बरोबर चाललं नसावं, हे लक्षात आलं.

नाही आहे जगाची वागणूक मनावर घेण्याजोगी
*त्याला उत्तर एकच —त्यांना **तु बा** हासत राहा.*

याचा अर्थ? **तु** खरं तर **तू** असायला पाह्यजे. किंवा हा **तु. बा.** आद्याक्षरांच्या नावाचा तर नसावा?

आणखी एक तुकडा मिळाला. ह्या कवीला आपलं गाव सोडावं लागलं त्या वेळची असावी :

आता एका हातानं आपल्याच दुसऱ्या हाताचं बोट धरून चालतं व्हावं
तुझ्यात होतंच काय की तुला सोडतांना डोळ्यातून माझ्या पाणी वाहावं
हळहळ निराशा पराभव अपेस कवितांचा भारा — आणि गहाणखत

ह्या खालचा कागदाचा कोपराच पेटवणासाठी फाडलेला होता, पण आता निश्चित सुराग लागला. तिथल्याच बत्तीराम सावकाराकडे ओळख दाखवून गेलो.

त्याचा दिवाणजी भंडारीतल्या १९३८ सालच्या खतावण्या काढून सांगतो : हा कवी तु. बा. बेंडाळे. राहणार मौजे इंजाळपूर इथलाच. ह्याला सात भाऊ होते. ह्या येड्या गृहस्थानं बीयेडच्या उच्च शिक्षणासाठी आपल्या वाट्याचं घर आणि शेत आमच्याकडे गहाण टाकलं होतं. दहा वर्षं झाली तरी एकसारखा नापास होत राह्यल्यानं याला परीक्षाही पास करता आली नाही आणि आमच्यावाली दीडशे रुपये उचल पाचशे झाली तरी परतफेडीची आशा नव्हती. तेव्हाचं इंग्रज सरकार म्हणजे काय विचारता? आदर्श राजधर्मपालन. तसे राज्यकर्ते ह्या देशाला लाभले,

हा आपल्यावाला नसीब. तेव्हा सावकाराचा शब्द म्हणजे प्रमाण. दुसऱ्या दिवशी जप्तीचा हुकूम दारावर लावला. खंडेराव, अहो कविता करनारा म्हनल्यावर असं नाही तं कसं होएल? तो *रामजोशी* सिनेमा पाह्यला का तुम्ही? लावणीपायीच तं घर सोडणं पडलं ना त्याला? मंग, घ्या आता रजा.

हाच कवी एकदा शेतात ऊन लागून मरायला टेकला होता, असंही त्याच्या शेताच्या जवळच्या शेतकऱ्यांनी सांगितलं. ...म्हणजे हा कवी त्याच्या गहाण पडलेल्या 'काळजाच्या तुकड्यावर' दुःखी मनानं मायेपोटी भर उन्हाळ्यात दुपारीसुद्धा जात होता का? ...होय, तो रोज तिथे आंब्याच्या झाडाखाली बसून हातवारे करत काहीतरी वेड्यासारखं बरळायचा — हेच कविता फिविता बिनकामाचं रचत असेल न् दुसरं काय? अहो, त्याच्यापाशी कागद घ्यायलासुद्धा पैसे नसायचे.

भावे सरांना हे सगळं फारच आवडलं. माझं संशोधन, त्या कविताही. मी म्हटलं, ह्या कवीचं पुढे काय झालं असावं, हे शोधून काढल्याशिवाय सर, मला चैन पडायची नाही. सर म्हणाले, ह्यालाच पुरातत्त्व म्हणतात, खंडेराव. काहीही कचरा उकरून संबंध शोधायचे. पण खंडेराव, तू आता जरा परीक्षेचं मनावर घे. आपल्या शिक्षणपद्धतीत परीक्षा स्कोअर — वांधे होऊ शकतात, बाळा. एम.ए.ला तुला मनासारखं बौद्धिक क्षेत्र मिळेल — पुरातत्त्व-प्राचीन इतिहास असंच घे. हाँ, आणि आपले एक मोठे संशोधक मित्र दिल्लीहून पुढल्या महिन्यात इकडे येत आहेत. आभीर अवशेषांची माहिती गोळा करायला. आपण गेल्या वर्षी गेलो होतो ते तुझ्या गावाजवळचं ठिकाण त्यांना दाखव. त्यांच्याबरोबर दोन तीन दिवस राहा. तुझी बी.ए.ची परीक्षाही तोवर आटपेल. आता फक्त अभ्यास —

सर, ह्या तु. बा. बेंडाळे कवीच्या एका ओळीचा अर्थ काय असावा?

काव्याच्या काव्यात फसलो ७७ च्या द्वंद्वात

बरेच दिवस ह्या एका ओळीचा अर्थ उलगडत होतो. *काव्य* आणि *कावा* — हे कळलं, पण ह्या तु. बा. कवीनं इथे सत्त्यात्तर असं अक्षरात न लिहिता अंकच का वापरले असावे? लवकरच बेलबालामुळे हा अर्थ लागला.

त्याचं असं झालं की इंग्रजीच्या देशपांडे सरांनी सालाबादाप्रमाणे *लव्हाळे* नावाचं इंग्रजीतून भाषांतरित केलेलं एक जगप्रसिद्ध नाटक गॅदरिंगसाठी बसवायची नोटीस लावली. ह्या नाटकांचं मूळ इंग्रजी नाव *लव्ह मॅरेज* होतं. ह्यात वेगवेगळ्या जातिधर्मांच्या अत्यंत गरीब तर अत्यंत श्रीमंत, तरी परस्परप्रेमात शरीरानं तसंच

मनानं पडणाऱ्या सुमारे सातआठ प्रेमवेड्या युगुलांच्या अडथळ्याच्या शर्यतीसारख्या प्रेमकथा मांडल्या होत्या. *इंग्रजीतून अनेक भाषिक प्रयोग करून भाषांतरलेलं* असा गवगवा इंग्रजीच्या देशपांडेंनी केला. हे 'खासदारसाहेबां'च्या मते आठ आणे विद्वान, तरी मराठीच्या कुळकर्णी सरांनी याचा पर्दाफाश केला, जरी 'खासदारसाहेबां'च्या मते प्रत्येक मराठीचा प्राध्यापक सरासरी चार आणेच विद्वत्ता असलेला असतो.

सारांश, *लव्हाळे* नाटकाचा विषय पाहून नोटीस वाचताच सबंध कॉलेजातून पन्नाससाठ तरी नायक-नायकिणी आपली निवड व्हावी ह्या उत्स्फूर्त आशेनं जमल्या. ह्यांतल्या सर्वात धाडशी म्हणून यशस्वी, म्हणजे ज्यांचं लग्न शेवटी होतंच असे, कोणताही भेदाभेद न मानणारे — एक लिंगभेद सोडून, पुरोगामी कृतिशील आधुनिक जातिविरहित समतावादी प्रेमविवाहू शहरू जोडीदार नायक-नायकीण म्हणून मी आणि बेलबाला दोघांची निवड झाली. त्याबरोबर सगळ्या मित्रमंडळींकडून एक डोळा किंचित लवता असा अभिनंदन वर्षाव : खंड्या, आयला जोरात हाय न काय. बोलबाला. तिला तर हा प्रकार उलट आवडला. ती म्हणाली, का रे खंडेराव, हे लोक आपल्याला आँखे मारता? मत्सर कही के.

नाटकाच्या तालमी रात्रीबेरात्री. स्टेजवरही देशपांडे सरांनी फार पुरोगामी प्रेमप्रसंग दाखवलेले. आणि डायलाग तर इतके शृंगारिक की तालमी पाहायलासुद्धा दालन गच्च भरायचं. 'खासदारसाहेबां'च्या ब्रह्मचर्य परिवेशाचे बारा वाजले. पण नैतिक मुद्दा असा की, समजा, नाटकात प्रेयसीपात्रावर आपण प्रियकरपात्र असल्यानं खरंच मनापासून प्रेम करतो आहोत, असंच सदेह दाखवावं लागतं. ही मुलगी प्रेमास पात्र नसली तरी प्रेमपात्र म्हणून स्टेजवर तर असतेच. खोटं प्रेम तर उत्तम अभिनयाला अपात्र ठरतं. शिवाय ही तिथे तालमींच्या मध्येच कुजबुजायची की, असंच नाटकातल्यासारखं इकडेच परभारे रजिस्टर लग्न वगैरे मारून आईवडलांना मी चांगलाच धडा शिकवणार आहे. म्हणजे ह्यासाठी एका नर बळीची गरज होती. म्हणजे कला म्हणून नाटक हे साध्यही आणि साधनही. शिवाय हे म्हणजे आधी प्रत्यय, लग्नानंतर पुनःप्रत्यय.

पोरगी अचाटच निघाली. नाटकातले प्रेमप्रसंग खरेच वाटले पाह्यजेत अशा सर्व गोष्टी ती कटाक्षानं माझ्याकडून पाळून घ्यायला लागली. एवढंच नव्हे तर ते खाजगीच वाटून घ्यायला लागली. आणि खोटे प्रसंगही खरे वाटायला लागले. आणि खरंच, ते खोटे तरी कसे म्हणावे? स्टेजवर ते खरेच असतात. खरं वाटेल असा अभिनय करणारा मी गावठी माणूस. पण ह्या होस्टेलवर राहणाऱ्या पोरांचं सगळ्यांचं असंच. घरापासून म्हणजे वास्तव व्यवस्थेपासून पूर्ण तुटल्यानं

आमच्यासारखं म्हशीला पाज, बैलांना चारा टाक, मजुरांवर लक्ष ठेव असा जाच नसतो. माणसांपासून वेगळं राहणं बरं नाही. ह्यामुळे ही पोरं ज्यास्त स्वतंत्र, मोकळी, रोमांचिक आणि हळूहळू ह्या बोलबालासारखी ॲबसर्ड व्हायला लागतात. एका परीनं आपलं बरं होतं, कायम घर गुरं शेतं छातीवर होती. खऱ्या भावना नाटकातल्या पात्रांमुळे उफाळून यायच्या, किती ठरवलं तरी नाटकाबाहेर त्या कशा काय कपड्यांसारख्या उतारून ठेवायच्या? हे स्टेजवर आणि अन्यत्रही आवरणं कठीण झालं. शिवाय मी एकदा असं म्हणून चुकलो की, जातीच्या सुंदरीस अभिनयाची काय गरज? त्यामुळे ही स्वतःच मैत्रिणींमधे कंड्या उठवायला लागली की, बी.ए.ची परीक्षा मारली की आम्ही दुसऱ्या दिवशी नाटकातल्या सारखंच रजिस्टर लग्न मारणार आहोत. सर्वत्र तिचं मारणंच — जेवण मारून येते, संध्याकाळी सिनेमा मारणार, फर्स्ट क्लास मारणार. हे एकच क्रियापद तिला कामाचं होतं.

सुदैवानं ह्या नाटकावर पडदा पडला आणि ते रंगीत तालमीपासूनसुद्धा वंचित करण्यात आलं. ह्या सूडनाट्याची नांदी फार पूर्वी झाली होती. एकदा मराठीच्या कुळकर्णी सरांना मराठीसुद्धा नीट येत नाही, असं भर विद्यार्थ्यांसमोर देशपांडेंनी हिणवलं होतं. आता त्या अपमानाचा इतकी वर्षं गुंडाळून ठेवलेला स्प्रिंग वेगानं उसळला आणि आपलं एम.ए. नंतर बंद पडलेलं रात्री रात्री जागरणं करून अभ्यास करण्याचं पूर्वाश्रमीचं हुन्नर वापरून कुळकर्णी सरांनी एक लेखी निवेदन तयार केलं आणि ते थेट खासदारसाहेबांना सादर केलं.

ते असं की, *माझ्या मनात आपल्यासारख्या त्यागमूर्तीविषयी पराकाष्ठेची निष्ठा व पूज्यभाव अनुक्रमे वसत व नांदत असतात. मी जिकीर करणारा उचापती नाही व कोणी माझ्यावर तशी हुरमत घेतली तर मी इतःपर म्हणून आपणांस अवाक्षर म्हणता लिहिणार नाही. किंबहुना ह्या धाष्ट्यासाठी माफी ही मला तुम्हाला मागणे आहे व ती मला तुम्हाला करणे आहे, हे योग्य होईल. आता मूळ मुद्द्याकडे वळू द्यावे. आमच्या संस्थेच्या हिताप्रीत्यर्थ, नावलौकिकास्तव, विकास रक्षणासाठी व शीलसंवर्धनासाठी अनुक्रमे झटणारा, झगडणारा, झिजणारा, झुंजणारा व लढणारा मी आपल्या प्राचीन सात्त्विक खानदेशी संस्कृतीचा पाईक आहे व योग्य कारवाई (= व्युत्पत्ती : कार्यवाही) होण्यासाठी अंमळ अप्रिय सत्य आपणांस कळविण्याची तसदी देणे आहे. एक परी माझी गोष्ट राहू द्यावी, परंतु स्नेहसंमेलनासाठी उभे केलेले नाटक पाहावयास गावातले व पंचक्रोशीतल्या खेड्यापाड्यातांड्यांमधले हजारो दिदृक्षु आजीआजोबे, आजी माजी आईवडील बैल गाड्या करून पाहावयास येत असतात, ते आपणास निषेधून निंदतील*

याचाही विचार निखालस होणे गरजेचे आहे. आता मला मुख्य विषयाकडे येऊ द्यावे, ही विनंती. तो म्हटल्यास हा की, ब्रह्मचर्याश्रमी तरुणतरुणींस हुरळवून सोडणाऱ्या मशारनिल्हे नाटककाराची चौकशी बरीक झाली पाहिजे, कां की इंग्रजीतून भाषांतरित, मूळ इंग्रजीत लोकप्रिय म्हणून म्हणून प्रस्तुत नाटकाचा गाजावाजा कां म्हणून चालविला जात आहे?

सत्यं ब्रूयात् प्रियं ब्रूयात् न ब्रूयात् ब्रॅण्डीविस्कीरम्।

अशी पोरकट कोट्यांची वाक्ये इंग्रजीतून कशी काय भाषांतरित होतील बरे? विडंबित भाषांतर असा साहित्यप्रकार अजून तरी ऐकिवात नाही. तेव्हा ह्या प्रकाराचा शहानिशा अंमळ झाला पाहिजे, कां की ज्या मूळ **लव्ह मॅरेज** ह्या तथाकथित इंग्रजी नाटकावरून देशपांडे मजकुरांनी लव्हाळे हे नाटक भाषांतरित केले म्हणतात, ते लव्ह मॅरेज हे नाटक इंग्रजीत नाहीच आहे. असणे शक्यही नाही, कां की लव्ह मॅरेज अशी म्हण इंग्रजीत नाही. लव्ह अधिक मॅरेज ह्याचे शब्दशहा भाषांतर : लव्ह + आळा म्हणजे बंधन, दोरी. असाच सदरील नाटकाचा अर्थ घ्यावा काय? सदरहू नाटक इंग्रजीतून आणले अशी धूळफेक करून ह्या संस्थेत स्नेहसंमेलनाच्या रात्री हा जणू काही मदनोत्सव खासा साजरा होणार आहे, याकडे हा आपला नम्र सेवक आपले लक्ष वेधू इच्छितो, कां की प्रस्तुत नाटकात प्रस्तुत केले जाणारे शृंगाररसाची झाक असलेले व शेफारवणारे अश्लील व चटकदार संवाद घोकवून घेतल्याने आपला ब्रह्मचर्यप्रवण विद्यार्थीगण भ्रांतचित्त भडकू लागला आहे. विद्यार्थिनी सर्व पराकाष्ठेच्या धाधावल्या आहेत, तसेच नखशिखान्त स्त्रीवादी होत चालल्या आहेत. हे मी खचित सांगू इच्छितो. वसतिगृहात प्रत्येकीस एकेक मुलगा चाहू लागला असून त्यांना चाहूमहाराज असे ह्या विद्यार्थ्यांच्या खासगी बोलीत संबोधले जाते, हे आम्ही प्रत्यही ऐकतो. लव्हाळे नाटकातील काही गुप्त अर्थांचे खुबीदार संवाद की ज्यांतील अश्लील अर्थ आपल्यासारख्याला प्रत्येक अक्षराची छाननी केल्याशिवाय कळणे प्रायः अशक्यप्राय आहे, तो मी उलगडवून पाहण्याचा भगीरथ प्रयत्न केला आहे. पहिल्याच प्रवेशातली काही उदाहरणे वानगीदाखल देतो :

खंडेराव हा बी.ए. फायनलचा विद्यार्थी स्टेजवर प्रवेश करतो. त्याची नाटकातली प्रेयसी बी.ए. फायनलचीच बेलाबाला ही मुलगी म्हणते, ये ना गड्या. ह्यावर खंडेराव हा उत्तर करतो, थांब नागडे... एका भार्या सुंदरी वा दरी वा — सतरंजी दाखवत ... उभयान्वयी अवयव ... स्टर्लिंग पती, डार्लिंग प्रियकर ... सेक्स स्पीअर रोमिओ कर्तव्यच्युत ज्यूलिएट ... कसं गळून गेल्यासारखं वाटतंय् ... फकृत... मला तुझा फकीर होऊ दे ... तुजवर बसला माझा प्रेमा ... काय,

बसायचं काय? ... तोंडात देईन ... नेस्तनाबूत गलथान बाई ... भगवती ... पयोधर... साम्राज्यवादी छाती आम्ही आमच्या मिठीच्या सत्याग्रहाने चुरू — हे असे रत्युत्पादक रत्युत्पादक डायलॉग इंग्रजीचे देशपांडे अननुभवी मुलामुलींकरवी प्रत्यही कृतीसह पाठ करून घेववितात. दिक्कत म्हणून कोणत्याही गोष्टीची नाही. जर ह्या संस्थेत शील व नीतिमत्ता अनुक्रमे जोपासण्याचा व राखण्याचा पतकर आपण घेतला आहे, तर ह्याचा फाड पाडावा व सदरहू लव्हाळे नाटक बंद पाडवावे, अन्यथा काळ सोकावेल अशी आमची नम्र विनंती आहे.

आपला नम्र,
प्रा. बळीराम कुळकर्णी,
मराठीचे प्राध्यापक (एम.ए. फर्स्ट क्लास सेकंड,
न. चिं. केळकर सुवर्णपदक विजेते)

या पत्राच्या प्रती नंतर सर्व विभागप्रमुखांना वाटण्यात आल्या. ह्यातील मजकुराचा, विशेषतः ज्या मिठाच्या सत्याग्रहात आपल्या ऐन तरुणपणात 'खासदारसाहेब' प्राणाची पर्वा न करता पडले होते, त्यातील चिन्हांच्या हेळणात्मक उल्लेखाचा, असा सर्वंकष परिणाम झाला की 'खासदारसाहेब' पुन्हा एकदा एकाएकी गहिरे आजारी पडले.

परंतु दुय्यम परिणामच फार झाले. ते पुढीलप्रमाणे :

एक : मराठीच्या प्राध्यापकांना मराठीशिवाय दुसरं काहीच येत नाही, हा अंधश्रद्धेचा प्रकार असून उलट मराठीच्या प्राध्यापकांना कशाचंही वाजवीपेक्षा कांकणभर ज्यास्तीच ज्ञान असतं, हे सिद्ध झालं. *दोन :* देशपांडे सरांना मूळ इंग्रजी पुस्तक दाखवता आलं नाही. त्यामुळे मराठीतल्या भाषांतर संस्कृतीच्या एकंदर विश्वासार्हतेवरच प्रश्नचिन्ह उभं राह्यलं. *तीन :* आठ दिवसांवर येऊन ठेपलेल्या स्नेहसंमेलनासाठी वेगळंच *स्त्रीपात्रविरहित विवेकानंद नाटक* ह्या नावाचं लांब लांब व्याख्यानसदृश संवादांचं प्रचंड सात अंकी नाटक, देशपांडे सरांकडून सक्तीनं बसवून घेण्यात आलं. ह्या पुस्तकाला त्या वर्षीचा महाराष्ट्र राज्य वार्षिक पुरस्कार मिळाला होता. *पाच :* ह्यामुळे देशपांडे सरांनी नाटककार होण्याचं लहानपणापासून जोपासलेलं रम्य स्वप्न भयस्वप्नात रूपांतरित झालं. *सात : स्त्रीपात्रविरहित* ह्या आकर्षक शीर्षकामुळे म्हणा का ह्या नाटकातल्या चारचार पानी व्याख्यानवाण्या पाठांतरांमुळे म्हणा, आयत्या वेळी कोणीही नवे जीजीगीषु तरुण विद्यार्थी नाटकात काम करायला पुढे आले नाहीत. त्यामुळे जुन्या *लव्हाळे* नाटकामधील पुरुषपात्रंच ह्याही नाटकात भरती करण्यात आली आणि आम्ही पोरांनी तेच जुने जिभेवर बसलेले संवाद स्टेजवर घडाघडा म्हणून रात्र मारून नेली. नाटकाचं नाटक झालं.

उदाहरणार्थ, शिकागोच्या धर्मपरिषदेत स्वामी (हा मुळात वर्गबंधू चत्रुभूज होता) हात छातीवर बांधून : ब्रदर्स ॲण्ड सिस्टर्स, *वैवाहिक आयुष्यात सुख थोडं असेल, पण ब्रह्मचर्यात तर छदाम सुख नसतं.* (— हे *लव्हाळे* नाटकातलं वाक्य.) शिट्ट्या. टाळ्या. बेलबालानं तर उभी राहून राहून...

सायकलला मागच्या कॅरियरवर युरियाचं अवजड पोतं लावून वेड्यावाकड्या गाडरस्त्यातून वाघदडीच्या शेतात. विहिरीवर नवशिक्या इंजिनीअर गडी झिपरू होता. इंजिन सुरू करून वरच्या कुंडात युरियाचं पाणी करणं आणि ते बागेत छोट्या पाईपातून फिरवणं, असं रद्दड काम माझ्यावर सोपवलेलं होतं. तासाभरात हे सुरू करून मग कॉलेजात जायचं होतं. दुपारी एका पुरातत्त्वाच्या विद्वान अधिकाऱ्याचं भाषण — *खानदेशातले अहिरांचे अवशेष.* आमच्या इनामापुढे डोंगरात एका प्रचंड मोठ्या वाड्याचे अवशेष आम्ही दोनतीनदा पाहून आलो होतो. हा वाडा अहीर गवळ्यांचा असल्याचे लोकगीतांमधले पुरावे सरांनी गोळा करायला सांगितले होते.

डोक्यात हे सगळं आणि त्या आधी हा युरियाचा कुटाना. घाई. वर विहिरीपर्यंत जाऊन गड्याला घेऊन येईपर्यंत युरिया भिजून राहील, म्हणून आधीच नकोसं झालेलं हे युरियाचं ओझं कुंडातल्या पाण्यात उलटं केलं. सूं आवाज होऊन वाफा आल्या. पाणी एकदम तापलं. मग पळत झिपऱ्याऽ झिपऱ्याऽ हाका मारत विहिरीवर आलो. पाहतो तर सामसूम. इंजिन बंद. पाणी बंद. झिपरू खाली पंपाशी ठाकठोक करत होता. पंपानं हवा धरली होती. पंचाईत. मग मीही कपडे काढून चिंचेला नीट टांगून तळघरातून विहिरीत उतरलो. किती वेळ ते नटबोल्ट फिरवणं चाललं होतं कुणास ठाऊक. तेवढ्यात *हौ हौ हौ थिर्रर हौ हौ* दुरून मेंढपाळाचे आवाज. आम्ही खाली पंपदुरुस्तीतच दंग. आणखी केव्हा तरी वरून मोठा गलबलाट. आरडाओरडा. मेंढ्यांचं केकाटणं. ...ओ मेंढ्यायवाल्याऽ, अबे मेंढ्या मेल्या बे तुही लेहू अपेश्याऽऽ पय पय, गेलं बे तुह्यं सगळं खांड.

आम्ही धडपडून वर आलो. कुंडाभोवती मेलेल्या मेंढ्यांचे मुडदेच मुडदे. जशा गवताच्या गाहुल्या पडल्या आहेत शेतात. मुके जीव, कडक उन्हानं तहानलेले. पोटभर युरियाचं पाणी पिऊन हिज्जे होऊन मेले. तरी मागाहून नवी नवी मेंढरं धडपडतच होती. पळ पळ झिपरू, हाकल मेंढ्याइले. ...कशागुनं झालं असेल रे खंडूभू हे? ...अरे, मीच युरिया कुंडात उपसून आलतो, म्हटलं विरघळून राहील. मला काय माहीत पंपाचं पाणी बंद आहे? चुकलं सालं, आता काय करा?

...काय करणार? आता पाहा धनगर कसे काठ्या घीसन येता आपली डोस्की फोड्याले. लोथायतील ते आता आपल्या दोघाइले मातीत. त्याच्या आत पळा इथून इच्या मायला. आगोदरच मी ह्या धनगळ्ळ्याइशी भांडून बदनाम झालो है. माय झौ, हा आमचा मळा आहे. हाळं आहे का हे? ही का मेंढरं पानी पाजाळ्याची जागा है? तरी साले सदा इकडेच पानी पाजाळता. खुशाल शेत खुंदलता. ...ते जाऊ दे झिपरू, आता? आता काय कऱ्याचं? ...आपली काय चुकी है, सांग. मात्र हयाकया पळली गड्या आपल्यावर. वाईट झालं. आता आपुन पळ इथून. मले सायकलवर आड्या वाटेवर सोड. मी जातो माह्या घरी, तू जाय कॉलेजवर. रात्रीपर्यंत तोंड दाखवायचंच नी. आपल्याले काही माहीत नी म्हन्याचं. पन वाईट झालं हे खरं.

त्या दिवशी हजामवाड्याची आणि धनगरवाड्याची मारामारी. वडील मध्यस्थी पडले न् मेंढरागणिक चाळीस रुपये भरपाई करून देतो म्हणाले. माझं नाव झिपरूनं कुठेच येऊ दिलं नाही. रात्री मी चोरासारखा घरात शिरलो तर वडील देवासमोर हात जोडून उभे. त्यांच्या गालावर आसवं पडत होती. डोळे उघडल्यावर माझ्याकडे पाहून कपाळाला हात मारून घेत तासभर आग ओकत होते. काय पोरगा पोटी आला देवा हा. आता याला कोणतं काम कधी सांगायचं नाही. जानु आपल्याले एकच पोरगा आहे आता. उबगखोऱ्या, त्या झिपऱ्यामुळे वाचलो आपण, नाही तर पोलीस तुलाच पकडून घेऊन गेले असते. उलफत्तू. ग्यानमोड्या. नको तढी हागी देतो. बेउमज्या. उचाळू.

भावडू रात्री मला म्हणाला, फार मोठ्या संकटातून वाचलो आपण, खंडू. तुझ्या डोक्यात भलतंच काही चाललेलं असतं, म्हणून हे असं होतं. तुझा काही दोष नाही. दुसऱ्याची जनावरं आपण कशी राखायची? कायद्याच्या गोष्टी कराल तर एक रुपया मिळणार नाही, म्हटलं मी एक्या धनगराले. एका गावात राहायचं आहे. गोडीगुलाबीनं मिटवलं पंचांनी सगळं. आता तू तुझ्या परीक्षेशिवाय बिलकूल कशाकडे लक्ष देऊ नकोस. मी बघतो सगळं.

बी.ए.ची परीक्षा देऊन गावी परततांना सारखं वाटत होतं की, लवकरच आपल्याला हा परिसर पारखा होणार. आपल्या आयुष्याला फाटा फुटणार. मग मी गावावर, पडक्या तटाच्या भिंतींवर, बुरुजावर, नदीवर, शेतांवर नको तितका प्रेम करायला लागलो. सकाळी उठल्याबरोबर मळ्यात विहिरीवर आंघोळ आटपून तिथेच मजुरांबरोबर न्याहरी करून दुपारी अंग भाजायला लागेपर्यंत. घरी परतावंसं वाटेना.

संध्याकाळची वेळ. गंगाबयचं शेत जवळजवळ सगळं नांगरून झालं होतं. ही गंगाबय म्हणजे आमच्या आजोबांची एक निपुत्रिक मेलेली चुलती. बिचारीची सगळी मुलं प्लेगात मेली. एकच मुलगी वाचली होती, ती दूर वऱ्हाडात लग्न होऊन गेली, तिकडेच मेली. कधीतरी मूल होईल या आशेवर गंगाबय जगत राह्यली. असं म्हणतात की, ती पोटावर चिंध्या बांधून डोहाळ्यांचं नाटकही करायची. मग पणजोबांचा भाऊही मेला. म्हातारीला शेवटपर्यंत पणजोबांनी प्रेमानं वागवलं. म्हणजे म्हातारपणात हागणं मुतणं करणं. कधी आंघोळ, केसांना फणी. दोन वेळ जेवण. आणि घरात राहू देणं. त्या बदल्यात तिच्या वाट्याचं हे सोन्यासारखं दहा बिघे वावर आमच्याकडे आलं. तिचं नावघेणं म्हणून हे *गंगाबयचं शेत*, असंच सगळे म्हणायचे. एवढं नावच राह्यलं, बाकीचं कुणालाच काही माहीत नाही. ह्याही आजीकडून ऐकलेल्या गोष्टी.

गंगाबयच्या शेतात नांगरणं जोरात चाललं असतांना कलत्या उन्हात भावडू आणि मी कोप्या तोडत होतो. एकाएकी लांब डोंगराकडून मकडू सालदाराला कसली तरी चाहूल लागली आणि त्यानं औत उभं केलं. क्षितिजावर चित्रविचित्र आकृती उमटत मोठ्या मोठ्या होत चालल्या. चाल करून येणाऱ्या चतुरंग सेनेसारखा ठेलाऱ्यांचा मोठ्ठा तांडा टेकडी उतरतांना दिसला. पुढे बरडावर जमिनीशी नाक लावत आत्मविश्वासानं सरकत येणारे चपळ हुलकाने कुत्रे, घोडे, मागे म्हशी, गायी, बैल आणि गाढवं. तरणीबांड पोरं पळतांना. तजेलदार तरण्या पोरींच्यासुद्धा हातात उंच उंच बाबूं, डोक्यावर लहानमोठी बोचकी. लहानलहान पोरांच्या हातात जंगलातून तोडलेल्या वेळूच्या छड्या. बैलांच्या पाठीवर उलट्या खाटा बांधलेल्या, त्यांच्यात अवजड मोठमोठे डालके, गायींवर ढीगचे ढीग झुलींसारख्या रंगीत गोधड्या, दुपटी. गाढवांवर दोन्ही बाजूंनी जमिनीपर्यंत लोंबणाऱ्या मोठमोठ्या अवजड पोतड्या. देवाच्या घोड्यावर फक्त लहानशी टोपली, बाकी प्रत्येक घोड्यावर म्हातारे म्हाताऱ्या, त्यांच्या पुढ्यात ऊन लागू नये म्हणून शिरस्त्राणासारखी गनगटं बांधलेली लहानलहान पोरं, झपाझपा दिमाखात चालणाऱ्या कोवळ्या वयातल्या तटतटीत आयांच्या कडेवरून लवंडणारी, खांद्यावर पेंगणारी, पाठगुळी गच्च झोपलेली तान्ही पोरं, प्रत्येकीच्या डोक्यावर लहानमोठी गाठोडी. बोट धरून चालणारी ताज्या नांगरलेल्या ढेकळांसारखी काळी ढणढणीत पूर्ण नागडी पोरं. हे सगळं सैन्य आमचा बांध ओलांडून आमच्याच दिशेनं चाल करून येतांना दिसलं आणि मकडू हातात पुऱ्हानं घेऊन धोतराची ओटी खोसत तिकडे धावत जाता जाता ओरडतो :

कोन रे ओऽऽ थांबा थांबा बे तुमच्या बहीनझौ, ए रांडाय हो, अरे कुढी

चालले? आँ? कोन्हाचा तांडा हा? कोनीकडे चालला? आँ? का वं ए धांगडे, थांब.

उन्हाच्या भट्टीत दिवसभर भाजत बैलांमागे धावणारे मजूर कावले. आमचा दुसरा नांगरही थांबला. मी आणि भावडू, बाकीचे सगळे तांड्याकडे चालत गेलो. समोरून भुंकत आलेले कडकी पडलेले कुत्रे लाहा लाहा करत जिभा लांबवत कान उंच उभे करून वातावरण हुंगत एकदा मागे एकदा पुढे असे पाहत नांगरतीच्या रेषेरेषेनं ठप्प झाले. त्यांच्या मागून घोडे. गाढवं तर धारातीर्थ करण्याची वाटच पाहत होती, ती मुतत राह्यली. उन्हाचा तडाखा सोसत डोंगर उतरून आशेनं काळीत आलेले हे सगळे जीव हबकले.

तल्लख नजरांच्या दोघीतिघी तरण्याताठ्या बाया पदर सावरत गुडघ्यापर्यंतच्या साडीचा काष्टा खोसत पुढे आल्या. अटकर बांधा मजबूत हातांमध्ये हस्तीदंती पाटल्या एकीच्या गळ्यात ओबडधोबड पोत, दुसरीच्या पोतीला हिरवेलाल मणी, तिसरीचा गळा भरून कथलाचे दागिने. दोघींच्या बोटांत लोखंडाच्या मुंद्या. त्यांच्यातली धारदार डोळ्यांची बाई लडिवाळ सुरात म्हणते, जी सरकार, यंका नायक ठेलाऱ्याचं पाळं आमचं. वर्साआड मोरगावला पालं मांडतो आमी मालक, हिकडंच की मोरगाव?

तुह्या मायची झवाडी, आम्हलेच इचारती व्हय मोरगाव कुटं ती? दाखोवू का तुले मोरगाव? आँ? तुमी पालमांड्या अढलोक घुसल्याच कशा? व्हा परत, चला मागे. हा रस्ता का तुमचा इनाम हाये का? नांगरतोय ते दिसलं न्हाय का? व्हा तिकडून नदीनदीनं.

आमचं म्हणितलं तं कुटलं वं मालक इनाम? कडेपठार खुंदलणारी भटकी जात आमची, ह्या कुत्र्यायूवानी. नदीमंधारून लइ फेरा पडतो शेट. जनावरं पान्यात उतरायला भीताले. सोडा आम्हले. रातबी पडायला आली, माणसं म्होरं गेलीतं, मोरगावले पाटलाची रजा घेनी पडते मुकामासाटी. उजेडासरशी गेलं तं बरं दादा. हागनखडीत तं पालं मांडावी लागता. चारा, पीठं मांगायची, दगडं जळण धुंडाळून भाकरी टाकायच्या — लई रात होएल, शेट. डोंगर उतरून आलू, लई गह्याटले हैती सगळे, जनावरं बी न् लेकरं बी. जाऊ द्या आजच्या पुरतं, दादाय हो.

भावडू तिची गयावया पाहून कळवळतो, जाऊ दे मकडू, आताचे इकडून चुकून चढलेच आहेत तं. पुन्हा मागे फिरून लवणातून एवढी टेकडी वलांडून — पोरंबाळं, जनावरं अगोदरच पाहा कशी थकलेली — त्यापेक्षा —

तू गप बैस भावडू, विरघळलास का इचं छाताड बघून. अरे लई बोलगाभन्या असता बाया ह्या. नांगरतीतून सरी मोडून टाकतील ही जनावरं बघ किती आहेत.

फुकट नांगरतो का कुनबी पहाटपासून — हे हातपाय गळून जाऊ म्हंता, इची लेहू. शाकटी जात ही — उघडं दिसलं की हात घालणार. काही नाही, फिरता मांघे पालमांड्याय हो, का दाखोवू —

कुत्री, जनावरं, माणसं स्तब्ध. आता दुसरी एक धष्टपुष्ट देखणी बाई पुढे होत म्हणते, भावजी, नुस्ती नागरतीच तं हाय की रे. पिकं आसता आमी घुसलो आस्तो का भावजी, सांग बरं.

तिसरी म्हणते, दादा वझी केवढी, बघ. आतापुरतं जाऊ दे की रं. आमी तं मानसं, पन ह्या जनावरायकडे तं बघ की रं. पहाटचे ताहानेले हायती. आता तुमच्या गावाखालीच डव्हावर पितील, बाबा.

इतका वेळ एक डोळा कायम बायांवर ठेवून हातावर तमाखूचुना चोळणारा सालदार सोपानमामा लंपट नजर तिकडेच लावून आमच्या मजुरांच्या हातावर आयती चिमटी चिमटी ठेवत ह्या बाईला म्हणतो, का वं ए नागरगोंडी, लई छाती काढून दबोयती का आम्हले? तुहे का यार है का आम्हू? आं?

एवढ्यात तमाखू चढलेला सुकदेव मजूर म्हणतो, उंदरं खाता साल्या, त्याच्यागुनं पाहा कशा घागरी याहिच्या — सगळे हासतात. भावडूवर ह्या रानोमाळ वणवण भटकणाऱ्या फाटक्या कपड्यांमधल्या, तरी फुटक्या मण्यांनी साध्या दागिन्यांनी रूप सजवू पाहणाऱ्या बायांचा मोठा प्रभाव पडला होता. पाहा खंडू, अशा स्थितीतही किती आत्मसन्मानानं वागतात. जनावरांची बाजू घेऊन बोलतात. कशा स्वतःचं रूप अशा रानावनातही सजवतात?

अचानक त्या बाईनं अंमळ लवून बेंबीखाली खोसलेला पदर ओढला आणि वाकून आमच्यासमोर पसरला. त्याबरोबर तिच्या गोंडस वळणदार शिसवी पाठीवरची पक्की मारलेली गाठ उमटून दिसली. बळकट भुजा. काळ्याभोर मजबूत खांद्यांवरून मानेखालून उतरणाऱ्या जबर स्नायूंच्या रेषांनी आमचे मजूर, गडी, सालदार सगळ्यांच्या नजरा हबकून गेल्या. फक्त भटक्या बायकांचीच असू शकते अशी अवाढव्य छाती पाहून सगळे चकित झाले. उघडं पोट.

दादा, पदर पसरते.

पदर पसरण्याचा हा दृश्य अर्थ शरीर समर्पणाचा लैंगिक संकेत. स्त्रियांची पुरुषांशी लवादाची देहभाषा. समर्पणाचा उघड पर्याय. भावडू एकदम लाल होतो. अरेरे, आत्मसन्मानाचा डौल जाऊन आता ही अशी निःसत्त्व कृती? त्या बायांची पोरं, पोरी हे सगळं पाहतच होती. भावडूमधला मालक जागा होतोः

जा ग बायांनो, पळा लवकर. अंधाराच्या आत आपल्यालाही निघायचंय रे

मकडू, चला, काय वेळ घालवता इथे? जाऊ द्या यांना. पुन्हा इकडून येयाचं नी बरं मावशे, पळा.

माह्या शेतवाल्या दादा, देव लई बरकत दील बेटा, म्हणून पदर पसरणारी बाई उठते. बायकापोरं पाय उचलतात. लगेच कुत्री सूं करत नागरतीतून रस्ता काढत पळतात. मग तरुण पोरं पोरी सरींवरून उड्या मारत जातात. मागून घोडी, गाढवं, गायी, बैल नांगरलेले चर सपाट करत सगळा पट्टा खुंदलत जातात. आयांनी बकोटं धरून फरफटत चालवलेली पोरं ढेकळांनी पाय सोलल्यानं रडत किंचाळत फतकल मारतात. बराच वेळ हा कोल्हाळ माजतो. नांगरलेल्या शेताच्या पोटातून ह्या लटांबरानं नुकताच पाडलेला लांबचा लांब सपाट रस्ता स्पष्ट दिसतो. मकडू कुरकुरतो. एवढ्या पट्ट्यात पीक निझूर येईल, म्हणतो, नांगरून काय उपयोग झाला? सांग. पण भावडू ह्याला काहीच उत्तर न देता मला सांगत होता, खंडू, ह्या भटक्या लोकांचा कुठेच काही हक्क नाही. पाय रोवायला जमीन तर नाहीच, पण रस्तासुद्धा नसावा? यांच्या स्वतःच्या चालीरीती, रिवाज, भाषा, वागणं — कशाचाच अभिमान यांनी बाळगू नये, आपल्या जगण्याला काही कारण असू नये, ते आहे असंसुद्धा वाटून घेऊ नये, आणि वाटलं तर ते वाटणंसुद्धा नष्ट करणं — हे बरोबर आहे का?

घरी वडीलही भावडूवर रागावले. कोणताही धंदा असा दुसऱ्याचं हित पाहून चालत नाही, बेटा. बराच वेळ वडलांची गीता. भावडू बिचारा खाली मान घालून ऐकत राहतो. शेतीला भावडूही लायक नव्हताच. माझं ठीक होतं. मी तर मनाशी सारखा म्हणतच होतो, कृषिसंस्कृती आप्पलपोटी संस्कृती. वनसंस्कृतीच्या, भटक्या संस्कृतीच्या पोटावर पाय देऊन फोफावलेली. आता हिच्याही पोटावर औद्योगिक शहरी संस्कृती पाय ठेवणारच आहे. वस्तुतः कोण्या बिचाऱ्या गंगाबयच्या मालकीचं शेत — तीन पिढ्यांनी कोणाच्या ताब्यात जातं आणि गडीमजूर मालकाच्या हितासाठी झगडतात. भांडवलशाहीचा क्रूर अंश. *तुका म्हणे यांचा। संग नव्हे भला। शोधीत विठ्ठला। जाऊ आता।। विठ्ठल विठ्ठल जय हरी विठ्ठल. बोलाऽ पुंडलीक वरदेव हारि विठ्ठल, शिरिद्न्यानदेऊ तुकाऽऽराऽम. मृदंग, टाळ्या. ठालवी ठालवी ठालवी ठालवी* — ऐकत धाब्यावर चांदण्यात डोळे उघडे ठेवत झोपता झोपता उषःकाल. उजाडलं पण उद्या कुठे आहे? आजच उद्या आहे.

त्या वर्षी उन्हाळाही जीवघेणा होता. अठ्ठेचाळीस वर ऊन गेलं. रोहिण्या गेल्या पण आकाशात ढगाचं पिलूसुद्धा कुठे दिसेना. डोंगरात मोठ्ठा वणवा लागला,

तो आमच्या धाब्यावरून रात्री दिसायचा. औत उन्हातच उभं करून कपाळावर उबडा हात ठेवत आभाळाकडे पाहणारा मृगातला शेतकरी, हे माझं आयुष्यभराचं भयस्वप्न झालं आहे. त्या वर्षी नद्या आटल्या. शिवारातलं पाणी दोन दोर खाली गेलं. मोठमोठी झाडं सुकली. एकदा शेतातल्या माझ्या आवडत्या टुणटुण खेळणाऱ्या सशांच्या कुटुंबासाठी मी पाण्याची काठफुटकी रुंझट रांजणी घरून शेतात नेली. विहिरीतून पाणी शेंदून बादलीबादलीनं त्यांच्या गुप्त बिळाजवळ ती मांडून पाण्यानं भरून ठेवत होतो. मधेच विहिरीवरून पाह्यलं तर तिकडून लांबून आपलं लेंढार पाणी पाजायला घेऊन येतांना एक कोल्ही दिसली. गेले बिचारे ससे, वाटलं. निसर्ग करेल तसं होऊ द्यावं. पंढरीबुवांनी समजावून सांगितलेलं कठोपनिषद् — विश्वरूपदर्शन. कोणी मरत नाही. कोणी मारत नाही.

शेतांमध्ये तहानेनं चोची वासून मरून पडलेली चिमण्यांची कुळं. पाण्याचा भास होऊन उन्हात पंख पसरत उतरणारे पाखरांचे थवे खालीच पंख पसरलेले निश्चेष्ट पडून मरून जायचे. गावात *भाकर द्या वो माईऽ* म्हणत हिंडणारी गावाबाहेरच्या वस्त्यांवरची नागडीउघडी पोरं. मृग गेला, आर्द्रा गेल्या, पेरणार केव्हा, खाणार काय. खळ्यांमध्ये चोऱ्या. अशा क्षुब्ध मनःस्थितीत बी.ए.च्या निकालाची वाट पाहत प्रत्येक दिवस ढकलणं. चढाचे कर्रळ दिवस. चढानंतर पुढे उतार असतोच, हे शेतमालाचं भरलं गाडं हाकत खळ्यात येणाऱ्या खंडेरावला एकवीस वर्षं माहीत असून गुदमर वाढत गेली.

पुरातत्त्वविभागातले डॉ. चौधरी नावाचे भावे सरांचे गुरुबंधू अजिंठ्याच्या सरकारी डाक बंगल्यातून भल्या पहाटे जीपनं आमच्या घरी आले. अहिराणी बोलली जाते त्या सबंध उत्तर महाराष्ट्र, डांग आणि मध्य प्रदेश ह्या टापूतल्या अहिरांच्या अवशेषांची माहिती दिल्लीच्या गॅझेटसाठी ते जमा करत होते. आमच्या गावात बरेच अहिर धनगर गवळी होते. धनगराचा एक्या ह्या माझ्या शाळाबंधूकडून त्यांची लोकगीतं मला आवडलेली मी बरीच लिहूनही घेतली होती. त्यांच्यातले आता मराठीत नसलेले अनेक अपभ्रंश प्राकृतचे शब्द, वाक्प्रचार चौधरींनाही माहीत नव्हते. मी भंगारातून जमवलेल्या वस्तू धाब्यावर एका कोपऱ्यात झाकून ठेवल्या होत्या — भांडी, नाणी, गायीबैलांचे जुने पितळी साज, गेठे ह्या त्यांना उपयोगी वाटल्या.

माझ्याकडे एका महानुभाव संन्याशानं महत्त्वाची म्हणून भेट दिलेली सुंदरी लिपीतली पोथी होती. ही पुरात पूर्ण भिजल्यानं दुर्वाच्य झाली होती. ह्या

संन्याशाला भाजलेले गरम गरम शेंगदाणे फार आवडायचे, ते मी त्याला द्यायचो. दीक्षा घेण्याआधी त्याची आई त्याला असेच भाजून द्यायची, ते त्याला आठवायचं. तो मार्गावर उत्तरेकडे निघून गेला, तेव्हा ही दुर्मिळ वस्तू मला देऊन गेला. ही पोथी भूर्जपत्रावरची असल्यानं फार जुनी असावी, त्यामुळे महत्त्वाची पण असू शकेल, असं चौधरी म्हणाले. सरकारी अभिलेखागारात अशा वस्तू सुरक्षित राहतील, असंही त्यांनी सुचवलं. एकूण माझ्याकडची माहिती घेऊन ते खूश झाले.

मग आम्ही गवळीवाड्यात जाऊन आलो. तिथेही त्यांनी बरेच फोटो काढले. तेवढ्यात मी घरी आलो. वाड्यातल्या म्हाताऱ्या झीबूढबूंना चारापाणी केलं. गाडी जोतली. आईनं फडक्यात बांधून ठेवलेलं भाकरींचं गाठोडं आणि पाण्यासाठी मडकं, लोटा गाडीत टाकला. गवळीवाड्यातून चौधरीं आणि त्याचा ड्रायव्हर दोघांना घेऊन वाघदडीच्या शेताकडे गप्पा करत चाललो. दोन दिवस डोंगरात जोराचा पाऊस पडल्यानं रान रंग पालटत होतं. पाणघोडे तरंगत होते. वाघदडी लवण पिवळ्याधम्म पुरानं वाहत होता. ते दोघे म्हणाले, फार निष्णात धुरकरी आहेस तू खंडेराव. मी म्हणालो, बैल निष्णात असतात. शेतकरी आणि बैल यांच्यात बैल ज्यास्त शहाणा असतो. ...उदाहरण? ...मी आणि हे.

आमच्या वाघदडीच्या शेतात चारोळ्यांच्या झाडाखाली गाडी सोडली. ड्रायव्हरला वरच्या धबधब्याचं पाणी भरून, हत्यारं, कॅमेरे, टेप वगैरे सामान वर घेऊन जायला चौधरींनी सांगितलं. बैल पाणशेरीत लांब कासरे बांधून चरायला सोडून दिले. जरा लांबून हरिपुऱ्याची उजाड वस्ती चौधरीसाहेबांना दाखवून डोंगर चढायला लागलो.

चालता चालता एक लहानसा ओहळ वरच्या डोहातून खाली झिरपत आलेला पाहून चौधरी म्हणाले, हा ओहळ कृत्रिम केलेला वाटत नाही? गुरांना पाणी पिता यावं म्हणून? शक्यता आहे. खाली हे पाणी खडकात मोठा तलाव खोदलेला त्याच्यात जातं आणि मग तलावाचं पाणी भरल्यावर परत सुलट्या दिशेनं लवणात येतं. खंडेराव, पंधराशे वर्षांपूर्वी गुरांची, शेतीची, पाण्याची ज्यास्त पर्वा होती. धबधब्याच्या खांदराखालच्या अंगाला हे पडकं देऊळ नक्कीच प्राचीन चौथऱ्यावर नव्यानं बांधलेलं असणार. ही मानुदेवी भिल्लांची आदिवासींची म्हटल्यावर जागा तरी प्राचीन असावी. देऊळ नंतरचं. हेमाडपंती अष्टकोनी छत पडून गेलं पाहा. यादवांच्याही आधीच्या चालुक्य काळातल्या चौथऱ्यावर दगडी ओबडधोबड खांबांनी हे पुन्हा उभारलं असावं. आभिरांचा ह्या देवळाशी संबंध दिसत नाही. खरं म्हणजे आभिर फार गावठी, शेती आणि दूधदुभतं सांभाळणारे

साधेसुधे लोक होते. पुन्हा सातवाहनांनंतरचा आभिरांचा काळ फारच अराजकाचा. जवळची अजिंठा लेणी ह्या काळात झाली कशी, हेच नवल. आभिरांचे तर फारच थोडे अवशेष उरले आहेत.

मी म्हणालो, काय फरक पडतो?

चौधरी चिडून म्हणाले, तुमच्यासारख्या नव्या पालीच्या विद्यार्थ्यांनी हे संशोधन नीट केलं, तर निश्चितच फरक पडेल. अवशेषांशिवाय इतिहासपूर्व काळाचं काहीच ज्ञान होत नाही. ते तुमच्यासारख्यांनाच करावं लागेल. ह्या वयात नुस्तं बसून राहू नका, खंडेराव, वाचत राहा, अहो, काही लिहीत राहा.

— असं काहीकाही त्यांनी सुरू केल्यावर मात्र माझा स्वतःवरचा ताबा सुटला. रागाच्या भरारीत माझ्यात साठून राहिलेली खंत जरा जास्तच करडेपणानं व्यक्त झाली असणार : चौधरीसाहेब, रड कुठवर सांगावी? इकडे खेड्यात शेतकऱ्यांच्या संस्कृतीत काय ज्ञानाच्या गोष्टी शक्य आहेत? जे आभिरांचं झालं, तेच आजच्या शेती संस्कृतीवाल्यांचं होईल. ज्ञानाचं इकडे काही खरं नाही. दिवसभर म्हशी गोठ्यातून ओरडत असतात, गुरांचं चारापाणी करण्यातच अर्धा दिवस जातो. अजिबात वाचनसुद्धा करता येत नाही, चिंतन मनन आणखी कठीण. लिहिणं तर अशक्यच. शेती दिवसेंदिवस व्यापारी होत चालली आहे. कॅश क्रॉप. मला सगळ्या गोष्टींचा तिरस्कार आला आहे. आजच्या शेतकऱ्यांपेक्षा जंगलातले रानटी लोक काहीतरी संस्कृती सांभाळतात. हे माझं मत ठाम आहे. ज्ञान आणि कला तर ह्या ग्रामीण कृषिसंस्कृतीत शत्रूच वाटतात. पाणी उपसणं, ट्यूबवेली खोदणं आणि बघा हा माळरानाचा पट्टा, असा बोडका डोंगर करणं — ही संस्कृतीची लक्षणं वाटतात तुम्हांला? ज्ञानाबद्दल आहे ती आस्थाही इथे जपता येत नाही. इथली आमच्या आजीआजोबांच्या पूर्वी असावी, ती उत्स्फूर्त आदिमताही नष्ट झाली आहे आणि आधुनिकतेची विवेकशीलताही मुळं धरत नाही आहे. आम्ही काय करावं?

मोडक्यातोडक्या शब्दांत मला काय म्हणायचं ते मी त्यांच्यापर्यंत पोहोचवू शकलो.

ते फारच अस्वस्थ झाले. मग अनुभवी वयोमानाचा खंबीर पंजा माझ्या मानेवर ठेवत ते म्हणाले, अरे अरे अरे खंडेराव, काय सपासप वार करत चालला आहेस. तुम्ही मराठे तलवार चालवण्यात एकूणच पटाईत. अरे, असा विचार करून नाही चालत. एक लक्षात घे की, कुठलीही श्रमिक सोसायटी सामूहिकच असते. अग्रेरियन कृषि सोसायटी तर अतीच. मुळात शेतीत स्वार्थाचं अर्थशास्त्र असतं. बौद्धिक सोसायटीत तुला हवी असणारी व्यक्तीबाजी चालते, हे पुन्हा

कृषी–बिगरकृषी समाजरचनेशी — नागरी आणि ग्रामीण समाजरचनेशी — संबंधित आहे. शहरात राहून शेती करणंच शक्य नाही. खेड्यात मात्र दोन्ही प्रकारची समाजरचना शक्य आहे. बुद्धकाळातही आपल्या बुद्धिमंतांना हे शक्य झालं नाही. खेड्यात बौद्धिक जीवन शक्य आहे, ज्ञानासाठी एक मिनिमम सुबत्ता लागते. पण इंग्रजांनी आपल्या शेतीला आणि पर्यायानं शेतीशी संबंधित सगळ्या घटकांना — खेडी असोत, शेतकरीवर्ग असो, शेतमजूर असोत — सर्वांनाच इतकं शोषून घेतलं आहे की आणखी शतकभर तरी खेड्यांचा आणि ज्ञानाचा संगम अशक्य आहे. म्हणून खंडेराव, आपण हे समजून घेतलं पाह्यजे. शेतीतही सुधारणा होत आहेत. धरणं बांधून होत आहेत. वनसंवर्धनही होतं आहे. भूजलस्तर उंचावणार आहे —

ग्रामीण शेतमजुराचा स्तर उंचावणार आहे काय? शहरी प्रजेच्या पोषणासाठी आवश्यक तेवढेच बहिस्तरी बदल इथे होणार. इथल्या लोकांसाठी म्हणून काय होण्याची शक्यता आहे? नुस्तं पॅसिव्ह उत्पादन?

मला पटतं आहे तू काय म्हणतोस ते. याला एकच मार्ग म्हणजे तुझ्यासारख्या इतिहासप्रेमी मुलानं खूप शिकलं पाह्यजे. निराश होऊ नकोस. संधी आपोआप चालून येतात. आता सेंट्रल गव्हर्न्मेंट टूरिझमसाठी महिनाभर गाइड ट्रेनिंग प्रोग्रॅम सुरू करतं आहे. इथेही सुटीत तू बोअर झालाच आहेस, अर्ज कर. औरंगाबादला जा.

इकडे कुणाला कळतं केव्हा कुठे काय होतं, चौधरी सर. नुस्ता अर्ज फॉर्म यायला आठ दिवस लागतात —

मी तुझा अर्ज घेऊन जातो. आठवणीनं संध्याकाळी दे.

मी पुढे काय काय करावंसं वाटतं, याचे बरेच पोरकट आराखडे चौधरींना सांगत होतो. तोपर्यंत आम्ही धबधब्याच्या वरच्या डोहावर आलो. पुढे पठार. एक पडक्या लांब रुंद भिंतीची तुटक रेषा दोन मैल दूरपर्यंत. चौधरींनी आता कॅमेरा बाहेर काढला. ड्रायव्हरनं टेप, मीटरं काढली. पंधरा फूट लांब आणि साडे सहा फूट रुंद अशा पक्क्या भाजलेल्या मातीच्या विटांपैकी दोन विटा पोत्यात नीट गुंडाळल्या. इथे कुठे लढाऊ बुरुजासारखं उंच काही दिसत नाही. हा नक्कीच आभिरांचा गवळीवाडा. थँक्यू खंडेराव, हा खरा इतिहासाचा पुरावा. भिंतीच्या आतूनसुद्धा गुडघाभर वाळलेलं गवत. शांतताप्रेमी आभिरांची खिल्लारं रात्री या वाड्यात कोंडलेली असायची. वाघ शेकडोंच्या संख्येनं डोंगरभर फिरत असणार, गुराखी ह्या वाड्याभोवती राखण करत असणार. चौथं पाचवं शतक असावं. या रानाला वाघदरी हे नावच होतं म्हटल्यावर सगळं कळतंच. इथून कुठून तरी उत्तर–

दक्षिण मध्य प्रदेशातून उत्तरेकडे जाणारा पूर्वीचा महामार्गही असणारच. हरिपुऱ्याचे तू सांगितलेले लभान्या व्यापाऱ्यांचे मार्ग, त्याला पुन्हा पेंढाऱ्याचं रेकॉर्ड आधार होईल. पुढच्या वेळी मी आमच्या वन विभागाकडून आणि भूमी अभिलेख कार्यालयातून तपशील घेऊन येतो. महत्त्वाचं संशोधन ठरेल हे. सिंध राजस्थानपासून सबंध आभिरांच्या प्रदेशात पंधराशे सोळाशे वर्षं हीच पद्धत — नदीतल्या लव्हाळ्यांची धेंडवाळी विणायची.

दिवाळीच्या रात्री ह्या पसरट आकाराच्या धेंडवाळीत घराघरातलं तेल टाकत ह्या वाड्यातून त्या वाड्यात आमच्या गावचे गवळी ढोरकी उंच सुरेल आवाजात म्हणत जातात :

धन्ना धन्ना हे दिवायी — असं आधी म्होरक्या म्हणतो. मग बाकीचे तसंच म्हणत सरकत जातात :

धन्ना धन्ना हे दिवायी
गायी म्हशी घे वोवायी
नं गायी म्हशी घे वोवायी

धबधब्याच्या आवाजात डोहाकाठी आम्ही भाकरी काढल्या. लसणाची चटणी, कऱ्होडे, कांदा, लोणचं, पापड — वा, खंडेराव, फार पौष्टिक जेवण तुमच्याकडचं.

चालून डोंगर चढून इतकं दमल्यामुळे पौष्टिक वाटतं ते.

ह्या वेळी दिवसभर घुम्यासारख्या वावरणारा चौधरींचा ड्रायव्हर जेवण संपवून वाघासारखी भयंकर ढेकर देत उठला आणि भाकरीचं फडकं हवेत झटकून फडकावत ताल धरून नाचत म्हणाला, वा भौ, आमच्या माळव्यात हेच गाणं असं म्हणता :

धन्नापूरचा धनगर गवयी   रे धन्नापूरचा धनगर गवयी
गायी म्हशींचे भरले वाडे   रे गायी म्हशींचे भरले वाडे
कपिल्या गायचे होंडे गोऱ्हे   रे कपिला गायचे होंडे गोऱ्हे.

खंडेराव आपल्याला तुझ्याजवळच्या लोकगीतांवर एकदोन लेख लिहून दे. हो नाही न् ना नाही. पाह्यजेच. हे पाहा, आपल्याला काय व्हायचं आहे आणि आपण काय आहोत — ह्या दोन्हीत संघर्ष कमीजास्त असतोच. तुमच्यासारख्याला हा आपला देश म्हणजे केवढं अफाट क्षेत्र आहे काम करायला? जवळजवळ सगळंच आपल्याला नव्यानं पुनर्रचना करून मांडायचं आहे. हे पाहा, ह्या इथे सातपुड्यात एका खबदाडात केवढा इतिहास जाणवतो आहे? असं दुसऱ्या कोणत्या देशात आहे? आता तुझा बी.ए.चा निकाल लागला

की, भावे सरांना विचार कुठे एम.ए. करायचं ते. पुण्याला डेक्कन कॉलेजात जा, बडोद्याला चांगलं डिपार्टमेंट आहे. औरंगाबादलाही आमचे फार कर्तबगार प्रोफेसर मित्र पवार विभागप्रमुख आहेत. तिथेही चालेल, पण काहीतरी करा. आपल्या मगदुरावरच शेवटी आपण पोहत जातो, प्रवाह नावापुरता असतो.

नापास होता होता वाचलास खंड्या तू. चत्रुभुज म्हणाला, माझ्यासारख्या स्वैंपाक, धुणंभांडी, झाडलोट करणाऱ्याला तुझ्यापेक्षा ज्यास्त मार्क पडले, भडव्या. डोंगरसुद्धा तुझ्यासारखा कसाबसा सुटला. सरांनी ही चिठ्ठी पाठवली आहे — खंडेराव, यश वेगळं कृतार्थता वेगळी. धीर धरून पुढे एम.ए.त वचपा काढून घे. घरी बसून राहू नको. अर्ज कर —

त्याच वेळी औरंगाबादला टूरिझम डिपार्टमेंटच्या प्रशिक्षणाला ताबडतोब हजर व्हावे, असं पत्र आलं. खाणंपिणं फुकट, पंचतारांकित हॉटेलवर — महिनाभर. त्याच वेळी सुदैवानं घरात पेरण्यांचा धिंगाणा, वडलांच्या साखर कारखान्याच्या शुभारंभाच्या धावपळी, घरात बिजा बाळंत झालेली, तिच्या दोघी मुली कांजण्यांमुळे आजारी, भावडूची चिऊही गोवरानं किरकिरी, तशात छबीचंही दुसरं बाळंतपण घरी माहेरीच, तिचीही दोन मुलं सांभाळणं — घरात सोनावहिनीला नुस्ता घोर. हे सगळं मला असह्य झालं होतं. भावडूला फक्त सांगून मी जिगरदोस्त वर्गबंधू रघू नायक यांच्या ट्रकवर मध्यरात्री मोरगाव सोडलं.

पाच

डुंबा हो रे डुंबा हो रे
तुझ्या कुरपेनं भरारा धावती राती बेराती गाड्या न घोडे
डुंबा हो रे डुंबा हो रे

ज्येष्ठ संपून आषाढ लागेल तरी साला हा माळावरचा तांडा यंदा उठलाच नाही का रे? खंडू, आईक, आईक, रात उलटली तरी नाचताचाहेत मायला. जिगरदोस्त वर्गबंधू रघूनायक अजिंठ्याच्या घाटात जणू काही ट्रक मागे मागे उलटी हाकतो आहे, असा भास होतो. झपाट्यानं हातातलं चाक फिरवत तो म्हणतो आहे, *क्षणलब्धनिद्रः?* झोपू नकोस रे भडव्या, काही तरी गाणं म्हण. ही पाहाय, ही पडकी मशीद पाहाय. *...उम्रे दराज़ मांग के लाये थे चार दिन...* वा खंड्या, काय जाडा खरज्या आवाज हाये रे तुह्यावाला? भडव्या, आयुष्य एकच असतं आपल्याला, तेबी चार दिसाचं. म्हणून तं खंड्या, तू स्वतः निर्णय घेतोस ना, ते पटलं गड्या आपल्याले. म्हणून तं आपुन मालकाचा हुकूम मोडून आज तुह्यासाठी ही औरंगाबादची रात्रीची खेप घेतली नं? पुढे सोताची ट्रक घेतली ना, की कव्हाबी तू बोलोय, खंडू, तुझ्यासाठी हा रघू नायक अर्ध्या रात्री हजर होयेगा. हाँऽ. भडव्या, तुह्याकन तं माह्या हातात हे स्टीरिंग आलं है. नाही तर सदा हातात दोर — पाच रुपये रोजावर पहाडात बैलगाडी, आठ महिने तंगचाई. ...जाऊ दे रे रघ्या, एवढ्या आयुष्यात वर्सभर बैल हाकलले तं तुझा एवढा जीव गेला, तं आयुष्यभर रोज पहाडातून लाकडं ढायणारे आपले शाळाबंधू केसो आणि जांधू आणि गारशा ...पण खंड्या, *ईप्सितप्राप्तीसाठी* — असले शब्द मी मुद्दाम वापरतोय, याचं कारण झोप उडते त्यामुळे — तर आता तू ईप्सितप्राप्तीसाठी घर सोडून असा पळूनच चाललायस ना? तू साला जिद्दीच मानूस बहीनऽझू. तुजा भाऊ भावडू ऋजू सोज्वळ माणूस. बाप म्हनला शेती कर, करतो. नाहीतर तू? म्हंतोस बापाचं तोंड पाहायाचं नै. पन मला तं रोज दिवसभर मपल्या बापाचंच थोबाड पाहावं लागतं. आणि मपल्या मुलाला त्याच्या बापाचं. हॉ. हॉ. जन्मतः मिळालेल्या कवचकुंडलांसारखी तुह्या आंगाला एकजीव असल्यासारखी तुही

शेती न् येवढी मोठी इस्टेट — तू टाकणार?... कालपर्यंत, रघ्या, असं वाटत होतं की त्या वडलोपार्जित प्रॉपर्टीत आपला उभा जन्म ठोकून ठाकून पक्का बसवून टाकला आहे, सोनू सोनाराकडे साचे आहेत तसा. पण झाली मायला सुटका. झोपलास का रे भडव्या, मनुस्मृतीत?

खो खो करून दोघेजण डोळ्यांत पाणी येईपर्यंत हसलो. दहावीत कोरान्ने सरांनी *मनातल्या स्मृती* आठवणं असा *मनुस्मृती*चा अर्थ सांगणाऱ्या बाळूला संतापून भिंतीशी उभं केलं होतं. लांब आडवा हात उगारून खूप मागे नेऊन जे थप्पड मारली — फाऽट, भिंतीवरच. अग आई गऽ शिंच्या, रांडीच्या — हात मोडला गं आई — असं म्हणत सरांनीच कळवळत बसकट मारली. बाळू उंदरासारखा पटकन त्यांचा हात चुकवून खाली झुकला आणि सरांचा हात भिंतीवर. पुढे सहा महिने कोरान्ने तो उजवा हात झोळीत लटकावून वाम हस्तेन संस्कृत शिकवत होता. हॉ हॉ. एकूण बाळू त्याच्या *मनुस्मृती*त कायमचा कोरला गेला. हॉ हॉऽ. चला इतकं हासल्यामुळे आपण आता नैसर्गिक शौचालयात ताबडतोब पखाली रिकाम्या करायला पात्र झालो आहोत. पहाटही होतेच आहे. ते पाहा, खाली दरीत तुह्या औरंगाबादचे दिवे. तू सगळं आटपून तिकडे पंपावरते ये. मी मोंढ्यावर फोन करून परततांना काही माल मिळतो का बघतो — डिझेल पुरते पैशे मिळतील तं (आंगठा तर्जनीवर चोळत) *प्रभाते मनीराम चिंतीत जावा.* ...जावा, जावा — असं म्हणत रघूनं पंपापुढे ट्रक उभी केली. मला एक पीला हत्तीही उलटी पेटवून दिली. जावा.

समोर टेकडीच्या माथ्यावर प्राचीन लेण्यासारखं काहीतरी होतं. तिथे चढून गेलो. भिंतीत कोरलेल्या फुटक्या तुटक्या चारपाच हातांच्या उंच उभ्या मूर्तीपुढे कोणीतरी उदबत्ती, दिवा लावून गेलं होतं. इतक्या पहाटे? एक हात आशीर्वादासाठी उभारलेला. वाटलं, नव्या गावी नव्या आयुष्याची सुरुवात करत आहोत, पाया पडावं. पण त्या सुंदर देवतेला गुडघ्याखाली पायच नव्हते. पाया पडायला पायबंदी घालणारा हा कोणता देव?

ट्रक भरून पुण्यापर्यंतची बीट मिळाल्यामुळे खूष होत्साता रघू नायक उत्साहानं दिल्ली दरवाजातून औरंगाबादेत शिरला. पंचतारांकित हॉटेलात न शोभणारी आपली कळकट ट्रक धुराचे लोट सोडत मोठमोठे आवाज करत घुसवून माझी पेटी उतरवून दिल्यावर हळवा होऊन तो म्हणतो, त्या बेकार दिवसांत तूच एक मित्र मला होतास. आता बरे दिवस येतील तर तू मोरगावात नसणार. आता मी इकडच्या बिटा घेत जाईन, यार. अचानक आलो तरी मला वेळ देणे. ते तुझं

कर्तव्य आहे. दारिद्र्यात मित्र शोधावे लागतात, श्रीमंतीत मित्र तुम्हांला शोधून काढतात...

अवतरण देणं टाळा. तो अवगुण ठरतो.

त्यावेळी हिंदुस्थान-पाकिस्तानमधे दोन शेजारी कुत्र्यांमधे नेहमी बाचाबाची होते, तसं काहीतरी सुरू झाल्यानं ह्या मोसमात औरंगाबादला येणाऱ्या टूरिस्टांचे तांडे अचानक रद्द झाले होते. त्यामुळे पर्यटनखात्यानं ह्या पंचतारांकित हॉटेलमधे ऐन वेळी सवलतीत आमचा गाइड सर्टफिकिट कोर्स ठेवला होता. सर्वत्र ऐतिहासिक स्थळांची पोस्टरं, प्रतिकृती, मूर्ती, मडकी मांडलेली होती. देशातले मोठमोठे तज्ज्ञ आम्हाला चित्रकला, स्थापत्य, प्राचीन इतिहास, परिसरशास्त्र, युद्धशास्त्र, हिंदूलॉजी, म्युझिऑलाजी अशा विषयांवर व्याख्यानं देणार होते. ह्या हॉटेलमधल्या परांच्या गादीवर आणि पिसांच्या उशीवर पडताच शरीरातल्या सगळ्या पेशी उलगडून झोप गरगरू लागली. आपण आता त्या शेतीपासून, त्या खेड्यापासून फार लांब आलोत, याची सुखद जाणीव दाटली.

...तीन रस्ते फुटतात तिथे बाभुळबनातले तांबट आपलं नरपट टोकरायला सुरुवात करतात. गुंगीत भराभरा मागे जाणाऱ्या ट्रकवर जणू आपण उलटे इतिहासात जात आहोत, असं. मी ह्या दौलताबादला आजपासून हिंदुस्थानची राजधानी केली आहे. पाय मोडका देव. उद्ध्वस्त हरिपूर. जणू मी पुन्हा एकदा लहानपणी जत्रेत हरवलो आहे. डोक्याला मोठी खोक पडली आहे. दुरून मोटेचा कुंईं कुंईं आवाज येतो आहे. सांडूच्या खांद्यावर बसून नदी पार करता करता तो गाळात हळूहळू फसत चालला आहे, पूर्ण गाडला गेला का? मळ्यात जातांना वळणावर जांभळाखाली पांढरा शुभ्र गिग्या कुत्रा शेपटी हालवत उभा आहे. तू घरून निघाला की याले समजतं की हा वाटेवर पळत जाऊन तिथे पाहत उभा राहतो — असं गिरधरची बायको तापी झाडोऱ्यातून सांगते. मग शेतात मी असेपर्यंत गिग्या सतत माझ्या मागेपुढे करतो. अचानक महारवाड्यातून ढोलकीच्या घाईवर तुणतुणं लावणं चालल्याचं ऐकायला येतं. मग संबळ आणि त्यांचा मेळ जुळला की तार स्वरात महारी सनई. मग भयस्वप्न — कुठलं ते आता आठवत नाही. खेड्यात कुणीतरी मरता मरता आपल्या अत्यंत आवडत्या भावाची का बहिणीची का दूरस्थ मुलाची का मुलीची एकसारखी आठवण काढतं आहे. मरणाऱ्या माणसाचा जीव देहाच्या उंबरठ्यात घुटमळतो आहे. निरोप गेला आहे. येईल, येईल. येतच असेल. आला का? कोण? अरे हा तर मीच खंडेराव धडपडत गावी आलो आहे. जीव सोडायचं आपल्यासाठी थांबवून ठेवणारं ते कोण आहे?

म्हणजे आपलं नातं शरीराशरीरातलं नसतं? ते जिवाचंच असतं? दरदरून घाम येऊन मी उठतो. आपण आता दूरस्थ होणार तरी ते आपल्या नेणिवेचं एक केंद्र कायमचं होऊन बसलं? जिकडे कुकडे आपण जाऊ ते ह्या एका केंद्रबिंदूच्या परीघातच असणार? भविष्यातल्या सर्व घटनांचा हा आधीच स्पर्श? झोपेतला अवकाश आठवून बिंदू रेषा वर्तुळं एवढाच उरतो...

बाहेरून टूरिझमचे डायरेक्टर कुंभार साहेब एकसारखी बेल दाबत असतात. दरवाजा उघडताच सही करा म्हणतात, तुम्ही विठ्ठल विठ्ठल म्हणत टाळ्या वाजवत होता हो एकसारख्या. भजन करता का रोज सकाळी? अंथरुणातच? चला, युनेस्कोचे जर्मन साहेब उद्‌घाटनाचं भाषण देणार आहेत. ब्रेकफास्ट आटपा. चला सेमिनार हॉलमधे. सगळे प्रशिक्षणार्थी गेलेसुद्धा.

आपण आता मोरगावात नाही याची सुखद जाणीव. हॉटेलबाहेर कडक ऊन आणि आत त्याला प्रतिकूल वातानुकूल गारवा. धुरी दिलेल्या काळसर काचांच्या भिंती. आत मोऊव गिर्द्यांच्या आरामशीर खुर्च्या. ह्या प्राचीन देशाबद्दल जगातल्या टूरिस्टांना परिचय करून देणारे टूरिस्ट गाईड कोर्सचे आम्ही प्रशिक्षणार्थी मराठवाड्यातल्या ऐतिहासिक स्थळांबद्दल मौलिक व्याख्यानं ऐकत पेंगतो. झाकलेल्या दिव्यांच्या शुभ्राद्‌भुत प्रकाशात तज्ज्ञांची भाषणं ऐकत डुलक्यांचे अपराधी प्रतिसाद देत मराठवाड्यातले रोमन काळातले व्यापारी रस्ते नकाशावर पाहत मी स्वतःशी पुटपुटतो, आपल्या मोरगावपेक्षा हे सगळंच किती शांत, शीतल, सुखदायी?

दुपारी मनसोक्त जेवून पुन्हा गुंगत तज्ज्ञांची विद्वत्तापूर्ण भाषणं आदबशीर माना सांभाळत ऐकतांना विद्यापीठातले पुरातत्त्वविभागाचे पवार सर मराठवाड्याचा नकाशा टांगून गावोगाव विखुरलेले अवशेष दाखवतात. चर्चा सुरू करतात. मी आमच्या गावाजवळच्या अहिरांच्या गवळीवाड्यावर बोलतो. पवार सर आणि आणखी दोघेतिघे शिलालेखतज्ज्ञ मला नंतर अनेक प्रश्न विचारतात. मोरगावला येऊन माहिती घेऊन गेलेले पुरातत्त्वखात्यातले ऑफिसर के. के. चौधरी काय म्हणाले होते, हे मी सांगतो. पवार सर आणि ते चौधरी बडोद्याला एकत्र शिकले, त्यामुळे पवार सर खूष होऊन मला घरी ये म्हणतात. मी एकदोनदा गेलो तेव्हा त्यांनी फार मोलाचं मार्गदर्शन केलं. एकदा दौलताबाद किल्ल्यावर खोदून ठेवलेला मोठा भुयारी रस्ता त्यांनी दाखवला.

आमच्या कोर्सात दोन समशीतोष्ण मित्र मिळाले. एक नांदेडचे *पत्रकार अनंतराव* — असंच नाव छापून घेतलेल्या अत्यंत भारी लेटरहेडवर हा परदेशी

टूरिस्टांना एकच ठरलेलं पत्र लिहून कळवायचा : की आमच्या गोदाकाठच्या जांभूळबेटातल्या प्राचीन वाड्यात दुर्मिळ अशी भूर्जपत्रावर कोरलेली भृगुसंहिता प्रत्यही सुरक्षित ठेवलेली असून तिच्या आधारे आपण ९९ टक्के अचूक भविष्य वर्तवू शकतो. ह्याच एका सद्हेतूनं प्रेरित बेकार पत्रकार अनंतराव हॉटेलवर सतत फेऱ्या मारतो, हे लक्षात आल्यावर सहृदय डायरेक्टर कुंभार साहेबांनी स्वतःचं भविष्य विचारून त्या बदल्यात पत्रकार अनंतरावला गाइडच्या कोर्समधे भरती करून घेतलं. मराठवाड्यातल्या तरुणांनी दिवसभर एस.टी. स्टॅण्डवर तंबाखू चुरत सटाऱ्या मारत बसण्यापेक्षा असे काही पोट भरण्याची कोशीस करावी, ह्या मताचे ते अलीकडे कट्टर पुरस्कर्ते होत चालले होते. याचं मुख्य कारण भृगुसंहितेतच सापडलं. पत्रकार अनंतराव त्यांची कुंडली मांडून दोनतीन तास गणित करत्साता म्हणाला, तुमची खरी ग्रेड सब-असिस्टंट जॉयंट डायरेक्टर मराठवाडा विभाग अशी आहे. डायरेक्टरचं प्रमोशन होण्यापासून वंचित अवस्थेत तुम्हांला तोपर्यंत इथेच राहावं लागेल जोपर्यंत दाक्षिणात्य बॉस तुमच्या वर दिल्लीत बसलेले आहेत. आश्चर्यानं थक्क होत्साते सब-असिस्टंट जॉयंट डायरेक्टर हळूहळू कडवट तोंड करते झाले आणि उद्गारले, आधी ती लाथा मार्था सात वर्षं आणि आता तो गणपथी नोटेशन माझ्या फायलीवर शेरून ठेवतात मायचे. याला काही उपाय? ...उपाय? पुन्हा दोन तास गणितं मांडून पत्रकार अनंतराव म्हणाला, येत्या शनी-मंगळ युतीनंतर मराठवाड्याचा मंत्री मानवसंसाधन विभाग सांभाळेल, तो तुम्हांला सर्वांत वरची जागा देईल. शंभर टक्के कामयाबी.

त्यानुसार आणखी दोन वर्षं वाट पाहत सब-असिस्टंट जॉयंट डायेक्टर कुंभार साहेब आनंदानं पत्रकार अनंतरावाच्या गाठी परदेशी टूरिस्टांशी करून द्यायले. पुन्हा ह्या कोर्समधे प्रवेश.

दुसरा समशीतोष्ण मित्र वानखेडे सतत सूटबूटटाय घालून येणारा आंबेडकर कॉलेजचा विद्यार्थी हॉटेलमागच्या पोहण्याच्या तलावावर अपघाती कोणी बुडू नये म्हणून रोजगार सेवकवर्गात नेमलेला होता. हा भेटला की कुंभार साहेब नेहमी ह्याची गंमत करायचे, काय दलित कवी? कुठे *पाहाण्याच्या* तलावावर चालले का? या ड्यूटी करून. गावामागच्या नदीत मासे पकडण्यात लहानपण गेल्यानं इथे उत्तम पोहणारा असा त्याचा लौकिक झाला. हॉटेलमधलं एक लहान मूल पोहतांना बुडालं आणि कोर्टाकडून ताबडतोब ह्याची नेमणूक झाली. संध्याकाळचं जेवण फुकट आणि येण्याजाण्याचं रिक्षाचं भाडं — रोज मिळायचं. ह्याशिवाय उन्हाळ्यात गावातल्या शाळकरी विद्यार्थी-विद्यार्थिनींना पोहणं शिकवण्याची रोजचे चार आणे फी याला मिळायची. पुन्हा तलावाखालच्या

फिल्टर मोऱ्यांखाली रोज सापडणारी परदेशी टूरिस्टांची विदेशी नाणी, कधी एकदा कानातली सोन्याची रिंग. सारांश, अशा रोजमुऱ्यावर दलित कवी वानखेडे गेली चाऱ्ही वर्षं इथे नेमानं येऊन उत्तम मार्कांनी इंग्रजीत बी.ए. पास झाला. दिवसभर काहीही न खाता इथपर्यंत पायी चालत आल्यानं इथे तो भरपेट जेवायचा आणि तेवढं पचवण्यासाठी पुन्हा तीन मैल बेगमपुऱ्यातल्या खोलीवर पायी चालत जाऊन रोज दोन्हीकडचे रिक्षाचे पैशे वाचवायचा. पुढे चाणाक्ष कुंभार साहेब यांच्या एक गोष्ट लक्षात आल्यावाचून राह्यली नाही : ती म्हणजे, वानखेड्यानं त्याच्या खोलीच्या आसपास नहरे-अंबरी शेजारी राहणाऱ्या एका पाठक नावाच्या गरीब पिंगलकेशा ब्राह्मण मुलीला स्वतःच्या पैशांनी पोहण्याचा पास तर घेऊन दिलाच, पण वरतून पोहण्याचे भिन्नभिन्न प्रकार स्वतः रस घेऊन फुकट शिकवले. ह्यामुळे ही मुलगी पोहण्याच्या राष्ट्रीय स्पर्धेत दुसरी आली आणि ह्या गरीब पण मनानं श्रीमंत तरुण गुरूच्या सुदृढ ऋणानुबंधात आपण आजन्म राहणंच पसंत करू — असंही तिनं शाळेतल्या सत्काराच्या वेळी उघड सांगितलं. हे ऐकून पत्रकार अनंतराव — गुरुची शिष्या गुरूला फळली — असं उद्गारता झाला. असा हा एका दगडात अनेक पक्षी टिपणारा वानखेडेही आमच्या गाइडच्या कोर्सात होता.

मध्यंतरी पवार सर दिल्लीला त्यांच्या संशोधन प्रकल्पासाठी पुरातत्त्व सर्वेकडे गेले तेव्हा मी जमवलेली लोकगीतं, अहिरांची माहिती नीट लिहून मोरगावला येऊन गेलेल्या चौधरी ऑफिसरांकडे सरांबरोबर पाठवून दिली. तेव्हा पवार सरांवर चौधरींनी सोपवलेल्या कामगिऱ्यांमधली एक — खंडेरावला एम.ए.साठी विद्यापीठात दाखल करून घ्यावं. पवार सर आल्यावर मला त्यांची चिठ्ठी देतात. मी पुटपुटतो, घरून एम.ए.ची फी? होस्टेल? पुस्तकं? पवार सर म्हणतात, काही तरी मार्ग काढू रे. इ.बी.सी. तर कुठं गेली नाही? आणि आमच्या दौलताबाद प्रोजेक्टमधे पार्टटाईम रिसर्च असिस्टंट म्हणून तात्पुरत्या जागेवर येत जा. तुला ते काम तर आवडतंच. तूर्तास शनवार-रविवार येत जा. बाकीचं पुढे बघू.

वेरूळला एरव्ही उगाच हौस म्हणून मी जातच होतो. आता काम म्हणून. ऐतिहासिक दंतकथा आणि वेरूळ खुल्ताबाद भागातल्या आख्यायिकांनुसार, *लीळाचरित्रा*तल्या चक्रधरस्वामींच्या इसाळुवाच्या लेण्यावरच्या *बाई : हा अवघा डोंगरू पोकळ असे :* ह्या सूत्रानुसार आणि तवारिखांमधल्या हकीकतीनुसार : देवगिरीच्या किल्ल्यातून वेरूळच्या लेण्यात आरपार एक माणूस चालत जाईल, एवढा गुप्त भुयारी मार्ग असावा. पुढे तेराशे सत्तावीस साली दौलताबादला

राजधानी केल्यावर महमद तघलखानं बाजूच्या एका टेकडीवर दारूखाना ठेवून मधूनच ह्या जुन्या भुयारामधूनच एक वेगळा सुरुंग खोदला होता.

एकदा एक मजूर आणि मी मोठा टॉर्च घेऊन किल्ल्याखालच्या तटामधून कुठे भुयाराचं तोंड असावं, याचा शोध घेत चाललो होतो. सकाळची वेळ. अचानक एका विवरातून ऊद पळत बाहेर पडलं आणि पुन्हा आत शिरलं. मी लगबगा खुणा टोचत त्याचा पाठलाग करत चाललो. समोर टॉर्चनं पाहता पाहता एकदम पुरुषभर खड्ड्यातच कोसळलो. माझ्या मागचा मजूर घाबरून मागच्या मागे पळाला. खूप आत दूरवर लहानसा उजेडाचा ठिपका दिसत होता. भुयार सापडलं. पण इथे किती वेळ असं उभं राहणार? मागेही जाता येत नाही. थरकाप. बाकीचे लोक येईपर्यंत मी मागे टॉर्च दाखवत संध्याकाळपर्यंत उभा होतो. खंडेराव, त्या अंधारात तू न घाबरता न पळता पाय रोवून उभा राह्यला होतास, तसाच कोणत्याही कामात उभा राहत जा. इथला ऊद जसा जमिनीतून कोणाला कळणार नाही, असं वेडंवाकडं वर खाली गिरकी घेणारं तिरपंतारपं बिळ उकरून इथेच कुठेतरी सुरक्षित जागेवर लपून बसलेला आहे. तसाच तूही वर्तमानकाळात बसून राहा. कान, डोळे, नाक, मिशा क्षणाक्षणाला तल्लख ठेवून ह्या प्रतिकूल परिस्थितीला केव्हा अनुकूल करता येईल, याची वाट पाहत तो बिळाबाहेर पडला होता, तसा तूही ऐस. हे अफाट विश्वातलं तुझ्या आयुष्याचं बुजलेलं भुयार खणत राहा. कचरू नको. धज. शेवटी एक उजेडाचा बिंदू असतोच सुटकेचा. असाच आत्ममग्न आत्मकेंद्री हो. खणत राहा, ती चांदणी, ते उजेडाचं टोक केव्हातरी तुझ्याही वाट्याला येईल, तोच शेवट. तेच यश. पूर्णविराम.

सबंध दिवसभर तसाच उभा राहून अंगावर काटा आलेल्या, असे मृत्यूचे विचार करणाऱ्या खंडेरावला शोधत सगळे चिंतातुर लोक कुठेतरी वर ऐकायला आले. काय तो क्षण. खंडेराव आता संपला, असं सगळ्यांना दिवसभराच्या शोधानंतर वाटत असतांनाच टॉर्चचा झोतही त्यांना दिसला. ह्यानिमित्त पवारसरांनी दौलताबादला सगळ्यांना आनंदोत्सवी पार्टी दिली.

आमचा गाइड कोर्स संपत आला, तेव्हा पवारसरांनी मला त्यांच्या तासाआधी बोलावून घेतलं. म्हणाले, तुझी राहण्याची व्यवस्था होते आहे. माझा मित्र के. बी. देशपांडे अमेरिकेतून आणखी दोनेक वर्षं तरी येत नाही, नक्कीच. तेव्हा तू दोनचार पार्टनर शोध. चांगलेच घे आणि त्याचा बंगला साफसूफ करून राहायला जा. तुझ्यासाठी डिपार्टमेंटमधे एक सर्टफिकीट मी टाईप करून ठेवलंय, ते अर्जाला जोडून प्रवेश तूर्त घेऊन टाक. सेंट्रल गव्हर्मेंट यंदा पुरातत्त्वाला उत्तेजन देण्यासाठी रगड फेलोशिपा जाहीर करतं आहे. तुला मिळेलच. आता गावी

जाऊच नकोस. दे आता तुझ्या शेतीला रजा. चौधरींकडून मला तुझी गावाकडची सगळी हकीकत कळली आहे.

त्या दिवशी दुपारी वातानुकूल थंडाव्यात शांत पंख्याखाली मऊ गिर्द्यांच्या आरामगार खुर्च्यांमधे *जै जै* असे अखंड जयजयकार चहूबाजूंनी ऐकायला येतात. *जय जय.* डुलकी टवटवी पुन्हा डुलकी पुन्हा टवटवी. अशा सुषुप्तीच्या किनाऱ्यावर डुचमळणाऱ्या होडीतून खंडेराव गोदाकाठच्या विज्ञानेश्वराच्या देवळापुढे ठेचाळतो. तिसऱ्या शतकातच थेट चालुक्य काळातून वाकाटकांच्या अवशेषांवर पवार सरांच्या भाषणात एक गर्द डुलकी गोदावरीतल्या डोहासारखी डोळ्यांना चिपकू पाहते. जयशब्द चालूच आहे. वाकाटकांच्या अत्यंत काटक अशा महाराजांच्या हस्ते समारंभपूर्वक खंडेरावचा सत्कार होतो आहे. स्वतः राजाधिराज हरिषेण महाराज अजिंठा लेण्यातल्या आपल्या राजसभेत खंडेरावच्या अंगावर वस्त्रालंकार चढवतांना दिसतात. ते म्हणतात,

आयला खंडेराव, तुम्ही कविलोक लई सकलगुणालंकृतसुशिक्षितपटु च्यायसके. असा मऊशीर शांत शीतल सुरवाड अवकाश त्या कुणब्याच्या शेतकी व्यवसायात कधी आसतो? तू घरदार शेती सोडलास, उत्तम केलास. अंबडत नसंल तं माय झौ दे सोडून ती माटी. हितंच ऱ्हा मायला. बी.ए.ला इतिहास शिकलं थितंच शेती तुटलास तू. आम्ही हे एवढं इतिहास केलो ते शेतीत मेलो असतो तं जमलासतं व्हय? आन् गांडमनी सांगतो, आम्ही हे येवढं केलं ते समजावून सांगायला पुढं तुमच्यावानी येडी मानसं नसली तं आम्ही आसूनी नासल्यासारखंच की वं. हल्ली कोण कोणाला विचारीना गेलं. दीड हज्जार वरसायमधी आपल्या लोकाइनं बरीच प्रगती केली आसल, नै? जै जै जय होऽ.

शेवटच्या सत्राला मिस गाइड नाव पडलेल्या दिल्लीहून खास गाइड प्रशिक्षणाचा समारोप करणाऱ्या टूरिझम खात्यातल्या बाई ज्यांच्या चेहऱ्यावर मोठमोठे लांब केस लोंबत होते, त्या आम्हाला काही व्यावहारिक गोष्टी शिकवण्याकरता आल्या. त्यांच्याशी झालेली प्रश्नोत्तरं : टूरिस्टांना खरा इतिहास सांगितलेला चालेल? ...ते तुमचं काम नाही. तुम्हाला कशासाठी एखाद्या तीर्थक्षेत्रावर एखाद्या किल्ल्यावर आम्ही टूरिस्टांबरोबर पाठवतो? तोंडओळख फक्त करून देण्यासाठी.

...तोंडओळख? मागच्या पोरकट गाइड शिबिरार्थींमध्ये खसखस. ...खोलात जायचं नाही. पुन्हा खसखस. पैठण. वारकरी पंथाबद्दल एकच मिनिटात ओळख — कसे जातिभेद मिटवले वगैरे. मुसलमान तर सोडाच,

आपापल्या गावातल्या महारामांगांनासुद्धा वारकऱ्यांनी जवळ घेतलं नाही. सामावून घेणं आणखी दूरच. विठ्ठलाच्या चरणी सगळे एक? पंढरपुरात आषाढीला चोवीस सवर्णांच्या पालख्या गेल्यावर अजामेळ मांगाची शेवटून. निळूकाका तिथे देवळात नाचून कसलं आध्यात्मिक सुख मिळवतो? एकादशीला मिरची, रताळं, पेरू, पपया, शेंगदाणे, खजूर, बटाटा, साबुदाणा असले म्लेंच्छ यावनी पदार्थ कसे काय चालतात? हे तर अलीकडे बोटींनी समुद्रावरून आयात केलेले पदार्थ. वारकरी पंथाची वरवरून माहिती द्यायची. चला आता पुरस्कार : सर्वोत्कृष्ट मिस्टर गाइड — खंडेराव विठ्ठल. टाळ्या. उद्यापासून रोज सकाळी ६ वाजता टूरिझम ऑफिसात येणे. टूरिस्टांबरोबर पूर्ण दिवस ट्रिप अजिंठा. अर्धा दिवस ट्रिप दौलताबाद — खुल्ताबाद — वेरूळ किंवा पैठण — औरंगाबाद लेणी — बीबी का मकबरा. इंग्रजी-हिंदी दोन्ही भाषा आलटून पालटून वापरणे. टूरिस्टांकडून टिपा, चहापाणी घेऊ नये. जिथे आपली गाडी पार्क कराल तिथले हॉटेलवाले मोफत देतातच — कानात कुंभार साहेबांची सावध फूटनोट.

गंभीर सूचना: कोणाच्याही धार्मिक भावना दुखवल्या जाणार नाहीत, याची प्रत्येक ठिकाणी बोलताना काळजी घ्यावी. अन्यथा रजिस्ट्रेशन कॅन्सल होईल.

पुढे दोन वर्षं हा उद्योग चालला होता. खरचण्यापुरते पैसे मिळत राह्यले. एम.ए.चा अभ्यासही निव्वळ पुस्तकी झाला नाही. एम.ए.ची दोन्ही वर्षं मोठमोठ्या विद्वान परदेशी पाहुण्यांबरोबर मला अजिंठ्याला, वेरूळला जाण्यासाठी कुंभार साहेबांचं खास पत्र शिपायाकरवी यायचं. शिवाय नव्या पर्यटनस्थळांचा सर्वे सरकारनं वर्षभर चालवला, त्या समितीतही तज्ज्ञांबरोबर मला बोलावणं असायचं. मराठवाड्यात संतांची जन्मस्थळं, समाध्या — जमिनीवरच्या, पाण्यातल्या आणि हवेतल्या, कुठे कोणी कोणाला दीक्षा दिली, कोणाला कुठे विरक्ती आली, कुठे आत्मज्ञान प्रकटलं, अशा तीर्थक्षेत्रांची गणती नाही. त्या त्या परिसरातल्या लहानथोरांना सगळी माहिती आहे, फक्त एकत्र कुठे डिरेक्टरी नाही. यात्रा, उरूस, देवींचे रथ, ज्योतिर्लिंगं, शनीसकट ग्रहांची पीडानिवारक जागृत स्थानं, नागबलीचे श्राद्धांचे नदीकाठचे, पाताळातले घाट, संगम, टेकाडं, झरे, गुहा, मठ, लेणी, देरासर, देवळं, ऋषी, बौद्ध भिक्षू, संन्यासी, नाथ, मलंग, सूफी, जैन मुनी, शीख धर्मगुरू, लिंगायत, मशिदी, मनोरे, कबरी, किल्ले, महाल, बुरूज, तट — मराठवाड्यात भूगोल आणि इतिहास एकच. खंडेराव धन्य झाला. एम.ए. परीक्षा, विद्यापीठ, हे उगाच भूतकाळाच्या तंद्रीतून क्षुल्लक वर्तमानकाळात येण्यासारखं झालं. नवी नवी जुनी स्थळं सापडतच राह्यली. संपतच नव्हती.

ह्यामुळे गाइडचा कोर्स संपून हॉटेल सोडायला लागेपर्यंत एम.ए.साठी विद्यापीठात जाऊन प्रवेश, होस्टेल ह्या भानगडींना वेग येत नव्हता, ना वेळ होता. पवार सरही नेहमीच विद्यापीठ सुधारण्याच्या मोहिमेवर व्याख्यानाला कुठेतरी गेलेले असायचे. गेल्या वर्षी इंग्लंडहून तक्षशिला विद्यापीठावर पीएचडी करून आल्यापासून आपली विद्यापीठं सुधारली पाह्यजेत, हा ध्यास त्यांनी घेतला. पुढे ह्याचा शेवट असा झाला की, इथे काहीही सुधारू पाहाणं म्हणजे वेळ वाया घालवणं आहे, ह्या मुक्कामावर ते पोहोचले. पण तोपर्यंत आमची एमएची दोन वर्षं संपत चालली. खरं म्हणजे पवार सर आपल्याआपल्या लिहिण्यावाचण्यात आनंद घेणारे गृहस्थ. परंतु इंग्लंडहून आल्याआल्या सामाजिक सुधारणेच्या ह्या वंध्यामैथुनात रममाण झाले. विद्यापीठांना सुस्ती आली आहे, याचं कारण राजकीय पुढाऱ्यांचे पित्ते कुलगुरू होतात. मुख्यमंत्र्यांचा प्रतिनिधी कुलगुरू नेमण्याच्या समितीवर नको, कारण ह्यामुळे मुख्यमंत्र्यानं सुचवलेलं नाव पॅनेलमधे आपोआप येतंच आणि राज्यपाल तेच नाव उचलतो. राज्यपालही अधिकारावरच्या राजकीय पक्षाचाच, महाराष्ट्राची काहीही माहिती नसलेला माणूस असतो. हे सगळ बदललं पाह्यजे. विद्यापीठं फक्त ज्ञानक्षेत्रातल्या लोकांचीच झाली पाह्यजेत. परीक्षा पद्धती, विद्यापीठ कायदा, नियम, अधिनियम, शिकवण्याच्या पद्धती, अभ्यासक्रमांची रचना — ह्यांत आमूलाग्र बदल झाले पाह्यजेत, अन्यथा ह्या अर्धशतकात विद्यापीठं कोलमडतील. अशी चळवळ झपाटल्यासारखी पवार सरांनी सुरू केली. पूर्ण वेळ ते प्राध्यापक संघाचं काम करायला लागले.

त्यांच्या दुर्दैवानं त्या वर्षीच नेमकी जुन्या कुलगुरूंची मुदत संपली आणि नवा कुलगुरू म्हणून आपलीच नेमणूक व्हावी, असं मराठवाड्यातल्या प्रत्येक साक्षर माणसाला वाटायला लागलं. समानतेची लोकशाही आकांक्षा उफाळून आली. कुलगुरू नेमण्याच्या समितीवर मुख्य मंत्र्यांचा प्रतिनिधी म्हणून निवृत्त शिक्षणसंचालक नेमले गेले. त्यांना पेन्शन वाढून मिळावं म्हणून शेवटचे दोन महिने संचालक केलं होतं, म्हणून ते मुख्यमंत्र्यांचे आमरण ऋणी झाले होते आणि कुलगुरूंचं नाव मुख्यमंत्र्यांकडून केव्हा मिळतं, याची वाट पाहत होते. शेवटी मराठवाडा हायकोर्ट बेंचवरून नुकतेच निवृत्त झालेले मराठवाड्यातले ब्राह्मण जज्ज यांचं नाव वरतून आलं. JUDGE च्या स्पेलिंगमुळे टायपिस्टनं श्री. *जुडगे* ह्या आडनावाचे कोणीतरी कुलगुरू होणार, अशी आवई उठवून दिली. जुडगे हेच नाव पुढे प्रचलित झालं.

ह्या सगळ्या राजकारणाविरोधी एक *मराठवाडा जनहितसमिती* तयार झाली. ह्या समितीनं विद्यापीठ बचाव मोहीम सुरू केली. जुडगे महाशय फक्त आठनऊ

महिनेच जज्ज झालेले होते — स्पेशल पावर्स–दयाबुद्धी म्हणून. त्याआधी अनेक वर्षं जुडगे हा गुन्हेगारी वकील म्हणून मुंबई हायकोर्टात केसी लढवायचा. आत्ताचे मुख्यमंत्री जे पूर्वी साधे आमदार होते, त्यांना पूर्वी एका खुनाच्या आरोपातून जुडग्यानं सहीसलामत वाचवल्यामुळे साहजिकच आता मुख्यमंत्री झाल्याबरोबर त्यांनी जुडगे महाशयांची कृतज्ञताफेड केली. जुडगे गृहस्थ अत्यंत तत्त्वशून्य, भ्रष्ट असल्याचे पुरावेही जनहितसमितीनं जमा केले आणि पवार सर वगैरे मिळून हे लोक राज्यपालांकडे मुंबईला जाऊन आले होते. महाराष्ट्र मोठं राज्य असल्यानं राजधानीपर्यंत प्रवासाला लागणारं अंतर जितकं जास्त, तितकी कोर्टाचा निर्णय बदलण्याची शक्यता कमी. गडचिरोली, चंद्रपूर, सावंतवाडी इथले दूरदूरचे लोक तर मुंबईला जाऊन न्याय मागून पाहायचा यामुळेच कंटाळा करतात. मराठवाड्यातल्या लोकांना निदान काही तासांत पोहोचता येतं. राजभवन पुन्हा मुंबईचं शेवटचं टोक. जितके तास मुंबईपर्यंत लागतात, तितके पुन्हा राज्यपालांपर्यंत पोहोचायला. अशा अहोरात्र चालणाऱ्या समाजसुधारक भानगडींमुळे पवार सरांना मोकळ्या वेळी भेटणं मुष्कीलच होतं. पण वानखेडे विद्यापीठामागेच मकबऱ्याजवळ राहायचा, त्याच्याबरोबर विद्यापीठात रीडर्स क्वार्टर्सवर भल्या पहाटे गेलो.

पवार सर एका प्राध्यापकाशी विद्यापीठाच्या स्वायत्ततेसंबंधी तावातावानं भांडत होते. मला पाहताच चर्चा थांबवून कपाटातला किल्ल्यांचा एक जुडगा काढून माझ्या हातात देत म्हणाले, आजच के. बी. देशपांडेसरांचा हा बंगला पाहून घे, तुझं सामान तिथे आणून टाक. बंगला चांगला आहे. अनेक वर्षं बंद आहे नं, पुन्हा गेटवर *भूतपूर्व...* अशी पाटी आहे, म्हणून बेगमपुऱ्याचे लोक त्याला भूतबंगला म्हणतात. तुम्ही दोनचार मित्र मिळून घेऊन टाका, कोण ते तूच ठरव. दरमहा बँकेत देशपांडेसरांच्या खात्यात शंभर मिनिमम रुपये टाकायचे. स्वस्त आहे, पण निदान वापरात राहील जागा. तुझी राहायची तर सोय झाली. आणि ॲडमिशन घेतली का? आजच घेऊन टाक.

नंतर समोरच्या विचारवंत दिसणाऱ्या प्राध्यापक मित्राची ओळख करून देत ते म्हणाले, हे आपले प्रोफेसर प्रथमेश दवे सर — मोठे लेखक आहेत.

प्रथमेश दवे? म्हणजे यांचीच बायको आपल्या सदूची आत्या, पार्वती, मोरगावच्या अग्निहोत्री भटजींची मुलगी? ही आमच्या तिरोनी आत्याची लहानपणची मैत्रीण. मॅट्रिकनंतर पुण्याला एकटी फर्ग्युसन कॉलेजच्या होस्टेलवर बी.ए. शिकायला गेली. पुन्हा सायकलही चालवायची आणि तेव्हा महाराष्ट्रातल्या स्त्रियांची ही गतिमान प्रगती पाहून तिला अनावर तन्मयतेनं शिकवणाऱ्या त्याच

कॉलेजातल्या ह्याच प्रथमेश ह्या पुरोगामी रॉयिस्ट प्राध्यापकाशी तिनं प्रखर प्रेमविवाह करून सबंध महाराष्ट्राला हादरा दिला होता. ही पार्वती अग्निहोत्री म्हणजे आपल्या वर्गबंधू सदूची आत्या. मी चाचरत माझं नाव गाव दवे सरांना सांगितलं आणि ओळख दाखवली. अरे, तू तर माझ्या सासुरवाडीचा. घरी ये एकदा, मी मोनाला सांगतो. तिकडे सुनेरी महल मागच्या प्रोफेसर्स क्वार्टर्सवर ये. मी लाजून संकोचून बरं म्हटलं. धन्य वाटलं की, आपल्या मोरगावचे ब्राह्मण किती पुढारलेले होते, की मुलींना प्रेमविवाहासाठी पुण्याला शिकायला पाठवायचे. नाहीतर आमचे लोक? — तिरोनी आत्या... मी दिवसभर आर्त होतो. तशात परततांना विद्यापीठाच्या रस्त्यावर भुतासारखी गोरख चिंच समोर दिसल्याबरोबर अचानक माझ्या चेतना बधिर झाल्या. झाड मी स्तंभित होत्साता पाहत होतो, असं वाटत होतं की कुठेतरी का स्वप्नात ह्या आकाराचा आपल्याशी संबंध आहे. मग मी त्या झाडाखालीच बसून राह्यलो.

चलो मछिंदर गोरख आया म्हणूनच उठलो आणि वानखेडेच्या खोलीवर गेलो. लहानशी खोली. छपरापर्यंत पुस्तकं रचलेली. जमिनीवर फक्त चटई. त्याला चहासाठी स्टो पेटवायला लावला. त्याची एक भारी दीर्घकविता सकाळीच वाचण्यात आली होती आणि मी भारावून गेलो होतो. इंग्रजी विषयात बी.ए.ला पहिलाच आल्यामुळे त्याची ॲडमिशन झाल्या झाल्या त्याला पाचसात मोठमोठी बक्षिसं, दरमहा एक फेलोशिप अशी त्याची भरभराट होती. आम्ही रात्री उशिरापर्यंत गप्पा मारल्या — कविता, गावाकडच्या गोष्टी, काहीही. सकाळी चार वाजता मी उठलो तेव्हा तो म्हणाला, अरे तुला पवार सर देताहेत त्या बंगल्यात मला पार्टनर घेशील? ही माझी खोली म्हणजे माझ्या गावाकडच्या नातेवाइकांची धर्मशाळा झाली आहे, हक्काची. ह्या सगळ्यांमधला मीच एकटा शहरात पहिल्यांदा आलो चुकून. दर आठदहा दिवसांनी कोणीतरी बहीण, मेहुणा, मामा, काका, फुवा, फुई, भाऊ, आई आणि बापसुद्धा येतातच. डॉक्टरं, औषधं, सरकारी दवाखाना — खेड्यात तिकडे काय भेटतं? तापानं फणफणलेलं मूल पांघरलेलं घेऊन बहीणच भल्या पाहाटे दारात बिचारी म्हटल्यावर काय शेक्सपीअर न् काय टी एस् एलियट मायला? पुन्हा जायचं नाव काढत नाहीत रे. आपल्याच डब्यातलं वाटून सगळ्यांना जेवू घालायचं. नुस्त्या जमिनीवर झोपता. चांगलं वाटतं त्यांना इकडे शहरात. आपणच स्कॉलरशिपच्या पैशांतून त्यांचं एसटीचं तिकीट काढून बसवून द्यावं लागतं, तरच जातात. पैशेच नसतात तर कोणाजवळ. कीव येते. पण आम्हाला स्कॉलरशिप तरी काय मोठी मिळते? पुस्तक घेतलं तर जेवणाचे खाडे करावे लागतात. वर्षभर हे चालूच राहातं. मी कसा बी.ए. फर्स्ट क्लास फर्स्ट

आलो, माझं मलाच माहीत, यार खंडेराव, तुला म्हणून सांगतो. मी पास झालो, तेव्हा आई रडली ढसढसा. बामणांच्या, कुणब्यांच्या पोरांच्या आया हासतात तर आमची आई रडली.

आता एम्.ए.ला चांगला अभ्यास कर, लेका. कोणाला आपल्या भूतबंगल्याचा नवा पत्ता कळवू नको. एम्एलाही फर्स्ट क्लास आलास तर अमेरिकेत फेलोशिप मिळते.

जवळ होते ते सगळे पैशे घेतले आणि वानखेडेच्या खोलीवर चहा घेऊन आम्ही दोघे विद्यापीठावर आलो. वानखेडेनं इंग्रजीत आधीच ॲडमिशन पक्की केली होती. पत्रकार अनंतरावही जर्न्यालिझमसाठी खटपट करत होता. नवा कुलसचिव भानगडीखोर असल्यानं आतून गुपचूप ॲडमिशन घेणाऱ्यांची वर्दळही दिसत होती. एक प्यून आतून बाहेर येऊन वारंवार ओरडत होता : *रांगत उभं ऱ्हावा रं, पोऱ्हो हो* आणि खसखस पिकवत होता. माझा अर्ज पाहून आतला कारकून शेजारच्याला म्हणाला, मायला, आर्किऑलाजीसाठी जमवलेच बघा आठदहा विद्यार्थी पवारसरांनी. रांगेतला मागचा मुलगा म्हणाला, लई पोलिटिकस है हिकडं आर्ट्सकडं. कोण प्राध्यापक तिरपं चाललं का, त्येला विद्यार्थीच मिळू दिऊना गेलं कुलसचिवाचे भगत प्राध्यापकं. अपमान करत्यात.

ॲडमिशनचं आटपून आम्ही दोघं पवारसरांच्या मित्राचा भूतबंगला म्हणून प्रसिद्ध असलेला बंगला शोधत निघालो. वानखेडे चार वर्षांपासून इकडेच राहत असल्यानं त्याला इथल्या घरांची चांगलीच माहिती होती. हा *गाइड* नावाचा बंगला विद्याविहार कॉलेजच्या मा. रा. जोशी सरांचा. गायडं लिहून बांधला — केवढा प्रामाणिकपणा? हा *पर्णकुटी* बंगला — फिजिक्सच्या भटसरांनी हा कसाबसा बांधून ह्या वर्षीच पुरा केला. ...अरे, मग *मेटाकुटी* हे नाव ज्यास्त बरं झालं असतं की. किंवा *मेटाफिजिक्स*. एका बंगल्यावरची सगळी अक्षरं निघून फक्त *वा!* असं राह्यलं होतं. शेवटी मकबऱ्यामागे दफनभूमीच्या रस्त्यानं वर लेण्यांकडे चालत जाता जाता *डॉ. के. बी. देशपांडे, भूतपूर्व कुलसचिव एम.ए. (उस्मानिया), डिप.टी.एच. (लंडन)* अशी संगमरवरी पाटी दिसली. बागेचं जंगलच झालेल्या ह्या देखण्या बंगल्यासमोर उभं राहताच मी म्हणालो, काहीतरी... इथेच आपण पूर्वी राहत होतो, असा विचित्र भास मला झाला. तुला? वानखेडे म्हणाला — आजच रात्रीपासून आपण रोज इथेच झोपणार

आहोत, असा भास मला होतो आहे. साला माझा घरमालक भाडं वाढवू म्हणतो : एवढी शंभर रुपयांची पुस्तकं दर महिन्याला विकत घ्यायला तुझ्यापाशी पैशे असतात आणि पाच रुपये भाडं वाढवू देत नाहीस? महार शिकायला लागल्यापासून पुस्तकं महागली, असं म्हणतो. माजला महार कागदाला गांड पुशी — असं म्हणतो. आता संडासात पाणीच नसेल तर कागद वापरू नये? शिवीगाळ करतो, सामान बाहेर फेकेन म्हणतो. जातीवरून शिव्या देतो, अशी पोलिसचौकीत तक्रार करीन म्हटलं की चरफडत नुस्ता संतापानं पाहतो. आपल्याला नको ते तसं पाहणारा घरमालक. एवढा स्वतंत्र बंगला आपल्याला इतक्या स्वस्तात — आणखी दोघे जण पार्टनर घेऊच — आपला पत्रकार अनंतराव जर्न्यालिझम करायचं म्हणतोय. त्यालाही हे जवळ पडेल. शिवाय आमच्या एका जुन्या क्लासमेटला एम.एससी.ला ॲडमिशन मिळाली आहे. तो फॉरेस्ट ऑफिसरच्या परीक्षेलाही बसतो आहे, त्याला होस्टेल नक्की मिळते आहे, पण होस्टेलवाल्यांना तिथली खराब मेस कंपल्सरी असते. पुन्हा खाडे घेऊ देत नाहीत. परवडू ना गेलं ते होस्टेल, म्हंतो. तुला एकदा भेटला होता हा मच्छिंदर मानकापे... हॉ — नवकवी मानकापे. चांगला राहील मानकापे. ...उस्मानाबादकडचा आहे. आजच विचारतो दोघांना. येतीलच भडवे दोघेही.

खालच्या व्हरांड्यात एक मोठी काळी कुत्री पिल्लांना पाजत पडलेली असायची. गेटपुढे लिंबाच्या झाडांखाली मोकळ्या पटांगणात कुंभाराची गाढवं रांगेत वेडीवाकडी बसलेली असायची. त्यांचा अधूनमधून सामूहिक आविष्कार-स्वातंत्र्याचा कार्यक्रम बिनासेन्सॉर चाललेला असायचा. बंगल्याच्या मागच्या बाजूलाही पिंपळाच्या झाडाखाली बुंध्याला टेकून एखादा माणूस बसलेला दिसायचा. ती आकृती अतिशय लोभस दिसायची : झाडाखाली बसलेला माणूस. तिथेच शेळ्यांचे कळप आडोशाला उभे असायचे. हे चित्र अनेक वर्षांपासून तसंच असल्यानं आम्हाला बदलता आलं नाही. पण आम्ही आपापले कार्यक्रम सुरू करून टाकले. अभ्यास, वाचन, चर्चा, तंबाखू, बिड्या, सिग्रेटी, टूरिस्ट डिपार्टमेंटवर फेऱ्या मारून महिन्याच्या खर्चापुरत्या गाइडच्या अजिंठा, वेरूळ-घृष्णेश्वर, कधी पितळखोरं अशा ट्रिपा पक्क्या करून ठेवायच्या. उत्खननाचे आठ दिवस, पंधरा दिवस आणि दोन महिन्यांचे असे तिन्ही कॅम्पही सरांनी नोटीसबोर्डावर लावले होते. तेवढे दिवस तर जेवणाचा प्रश्न मिटणार होता, शिवाय रोजचा भत्ता, प्रवासखर्च वेगळे.

भावी पत्रकार संपादक अनंतराव जोशी, भावी दलित कवी बी. सी. वानखेडे आणि भावी वन अधिकारी व नवकवी मच्छिंदर मानकापे, आणि मी — आम्ही चौघांनी परम उत्साहात के. बी. देशपांडे भूतबंगल्याचा कायापालट करून टाकला. बंगल्यातलं जे काही झाडूसकट पायपोसांकट सामान इकडेतिकडे होतं ते खालच्या दिवाणखान्यात भरून बंद करून टाकलं. वरती जिन्याच्या बाजूला लागूनची भली मोठ्ठी खोली मी स्वतः घेतली. समोर भली मोठी गच्ची. मागे काटकोनातल्या तीन खोल्या होत्या. उजवीकडची मोठमोठे माळे असलेली लांबट खोली वानखेडेनं आपल्या गाडी भरून आणलेल्या पुस्तकांसाठी घेतली, तर डावीकडची चौरस आकाराची खोली पत्रकार अनंतरावला आवडली. अनंतरावकडे पाचसात पुस्तकं फक्त होती, ती तो खिडकीत ठेवायचा. मच्छिंदरनं ह्या दोन्हीमधली सुंदर टेकड्या, वृक्षराजी वगैरे दिसतात, म्हणून ती घेतली आणि अशा निसर्गदृश्यांमुळे हमखास खराब कविता स्फुरतात हे नंतर दोन वर्षं सिद्ध करून दाखवलं. ह्या तिन्ही खोल्यांमागे चिंचोळी बोळवजा जागा होती, तिथे आम्ही स्वयंपाकाची जागा केली. बाथरूम संडासी मात्र खाली बागेत होत्या. नळ, भांडी घासायची, मोरी, हौद खाली बागेतच.

आम्ही आधी सगळ्या खोल्या स्वतः झाडून धुऊन घेतल्या. मग एस.टी. ऑफिसच्या गोडाऊनमधून पार्सलींच्या खोक्यांच्या फळ्या मणावर विकत घेऊन हातगाड्यांवर बेगमपुऱ्यातल्या ओळखीच्या सुताराकडे टाकल्या. दोनतीन दिवसांत प्रत्येकाला एक टेबल, एक खुर्ची आणि पुस्तकांसाठी एक मोठा रॅक. शिवाय उरलेल्या लाकडांतून मला एक ज्यादा लहाना रॅक. बादल्या, टमरेलं, कपडे वाळवायच्या दोऱ्या, झाडू, चार सतरंज्या. इकडे मराठवाड्यात मोठमोठे दरोडेही पडतात, असं कळलं. समजा चोर आले तर चौघांना चार मजबूत काठ्या. वीज गेली तर घासतेल भरलेले कंदील. न जाणो कामवासना अनावर झाली तर *पवनपुत्र हनुमान* असा संतप्त मारुतीचा फोटो — अशी विविधतेत एकात्मता दर्शविणाऱ्या चिजा सराफ्यातून खरेदी करून आणल्या. दर रविवारी चौघांनी अर्ध्या चड्ड्या घालून सहा हजार स्क्वेअर फूट बंगल्याचं आवार साफ करणं, झाडांना पाणी घालणं, गाढवं हाकलून लावणं, आत व्हरांड्यात शेळ्यांपाठी येणाऱ्या बोकडांना पिटाळणं ही सामूहिक हिताची कामं सोडली तर एरवी प्रत्येकानं मन लावून फक्त अभ्यासच करावा, अशी शिस्त आम्ही सर्वांनी लावून घेतली.

पत्रकार अनंतराव, बी.ए. (मराठी) फर्स्ट क्लास अशी एकट्याची फळी स्वतः अनंतरावनं आमच्या बंगल्याच्या गेटवर लटकावून दिली, कारण दुरून

दुरून अन्यायग्रस्त लोकांना बातम्या देण्यासाठी यावं लागणार असा त्याचा होरा होता. तो फारच खरा निघाला. पोस्टमन, कोर्टातले बातमीदार, तऱ्हेतऱ्हेच्या उद्योगांमधले लोकसंपर्क अधिकारी, धमकी देण्यासाठी बातमी देणारे खरेखोटे पुढारी — सगळ्यांची आमच्या बंगल्यावर वर्दळ वाढली. ह्याशिवाय भविष्य विचारायला येणाऱ्या लोकांनाही तो इकडे बोलावू लागला. त्यात अधूनमधून डायरेक्टर कुंभार साहेबसुद्धा यायचे. बऱ्याचदा रात्री उशिरापर्यंत भेटणारे येत राहिल्यानं अनंतरावला रोज बाराच्या आत *दैनिक मराठवाडा समाचार*साठी पुरे करायचे दोन स्तंभ पुरे करता यायचे नाहीत. मग सामूहिक दयाबुद्धीनं मछिंदर, वानखेडे आम्ही सगळे त्यानं लिहिलेलं खोडत बाजूला समासात ओळी वाढवण्याचं मदतकार्य करायचो : *दुष्काळी परिस्थिती आहे.* इथे एक ओळ तं वाढव — *ही वस्तुस्थिती नाकारता येणार नाही.* पुन्हा दोनतीन ओळींनंतरः इथे दोन वाक्यं टाक ज्यादाची — *हे नुस्तेच वस्तुस्थितीला सोडून होणार नाही, तर तिचा घोर विपर्यास ठरेल.* हाँ. वाढले दोनतीन सेंटिमीटर. पुन्हा इथे टाक — *अपवाद तो अपवादच, अपवाद हा नियम कसा होऊ शकेल?* आणखी वाढवा — *असं सर्वसाधारणपणे कोणताही बुद्धी शाबूत असलेला पुढारी मान्य करण्यावाचून राहणार नाही.* वा भौ वा, आणखी एकदोन सेंटिमीटर वाढवा, तोवर मी कपडे घालून येतोच. इथे काकपद टाका, वर लिहाः *असे का व्हावे?* पुन्हा इथे कोपऱ्यात टाकाः *स्वातंत्र्य मिळून इतकी इतकी वर्षं झाली तरी... इतकी इतकी* तसंच्या तसं नको टाकू भडव्या, किती झाली तो आकडा टाक. किती झाली? मोज... इथे वर, खाली *खरोखरच* हा शब्द टाक जागा सापडेल त्या वाक्यांच्या आधी. *खरोखरच भ्रष्टाचार करून देणे...* अबे *करू न देणे* असं तोडून लिही मायला. शेवटी टाक — *यात शंकाच नाही.*

तेवढ्यात अनंतराव सायकलची किल्ली परजत कॉपी पाहून म्हणायचा — वा कॉलम उतू जाईल आता. चहा पाजतो तिकडे, या *नाझ*वर. मी ही कॉपी प्रेसमध्ये देऊन आलोच दहापंधरा मिनिटांत. या तिकडेच.

आता आपण फार मोठे संपादक होऊन मराठी वृत्तपत्रसृष्टीतल्या सप्तर्षींपैकी एक होणार, असं स्वप्न बाळगणाऱ्या अनंतरावचा पत्रकारितेतला प्रवास इतर कोणाही संपादकांप्रमाणेच खाचखळग्यांमधून झाला. सुरुवातीला रिपोर्टर झाला तेव्हा त्याच्या लेटरहेडवर एक ओळ त्याला स्वतः स्फुरलेली लाल शाईत त्यानं छापून घेतली होती :

एकच तारा समोर आणि पायतळी अंधार. शिवाय एक गुडघा काटकोनात उचलून एका हातात मशाल उंच धरलेल्या युवकाचा आयता समाजवादी ब्लॉक

बाजूला छापलेला. त्यावेळी एक थोर विचारवंत त्याला म्हणाले, हे बघ अनंता, हल्ली मराठ्यांचं राज्य येतं आहे. संयुक्त महाराष्ट्र खरं तर आपल्या लोकायमुळे होतोय, पण श्रेय लाटलं छत्रपती लोकांनी. तुला ह्या पत्रकारितेत वरपर्यंत — अगदी राष्ट्रीय पातळीवर जायचं असेल तर तुला गुरगुरायची सवय लावून घेतली पाह्यजे.

त्यावेळी दुसरे एक मार्क्सिस्ट विचारवंत तिथेच होते, ते त्याला म्हणाले, बरोब्बर. आणि वेळ आल्यावर शेपटी टाकायची सुद्धा — हॉ हॉ — तरच तू बिडला, गोयंका, जैन यांच्या पेपरात संपादक होशील.

नांदेडजवळ गोदेकाठच्या खेड्यात वाढलेला अनंतराव मुळात डॉक्टर होणार होता, इंटर सायन्सच्या परीक्षेत पश्चिम महाराष्ट्रातल्या विद्यार्थ्यांच्या तुलनेत मागासलेल्या मराठवाड्यातल्या कष्टातून शिकणाऱ्या बुद्धिमान मुलालासुद्धा निमपटच मार्क मिळतात, हे बोधवाक्य अनंतरावाला इतकं पटलं होतं की, त्याच्या गुणपत्रिकेवरच्या फिजिक्समधल्या 58 मार्कांचे यानं हुबेहूब 88 दिसतील असे बेमालूम करून घेतले. पण मुंबईला शिक्षणखात्यानं मेडिकल प्रवेशाची यादी जाहीर केली, तीत *परीक्षेत पुढील तीन वर्षे बसण्यास डिबार* असं याच्या नावासमोर छापलेलं दिसलं. त्यामुळे हिरमुसून हा एका जिल्हापत्रात रिपोर्टरकी करत बाहेरून बी.ए. (फर्स्ट क्लास) मराठवाडा युनिव्हर्सिटी झाला. इकडचे थोर समाजवादी नेते शेषराव जोशी यांनी अनंताची पत्रकारितेतील कामगिरी सर्जनशील आहे, अशी शिफारस करून याला मुंबईच्या सर्वाधिक खपाच्या पेपरात चिकटवून दिला. परंतु अनंतरावनं लिहिलेल्या मजकुरात सर्जनशील प्रयोग कोणते आणि चुका कोणत्या, हे निवडणं हळूहळू दुरापास्त होत गेलं. पुढेपुढे त्यानं लिहिलेल्या मजकुरातील शंकास्पद वाटणाऱ्या शब्दांखाली लाल शाईच्या खुणा करून तो आहे तसा वर धाडून मोकळा होणारा जुन्या पठडीतला संपादकही सर्जनशील समजला जायला लागला. उदाहरणार्थ, दारूबंदीच्या काळात एका इंग्रजी पुस्तकाचं परीक्षण :

> तर्कतीर्थ दुसऱ्या *पेग* (page?) नंतर मुद्द्यांवर येतात... नेहरूंनी भाभांसाठी *अणुकूल* वातावरण केले... मधुकरराव चौधरींचे शैक्षणिक धोरण *अभिनिंदनीय...* कुरुंदकरांचा हा नवा ग्रंथ मराठी *गद्ध्या*ची प्रगती दर्शवतो... श्रीमती बंदारनायके यांना सशक्त *सहकाऱ्या*ची (*सहकार्या*ची?) गरज... बालगंधर्वांच्या काळातील संगीतानं *गांजलेली* (?) रंगभूमी... आमचे *ऐटदार* (*दोन मात्रा?*) पत्रकार ...सुधारणांचे *अधुवर्य* आगरकर —

अशा रीतीनं सर्जनशीलतेची पातळी हास्यापलीकडे विस्फारवणाऱ्या पत्रकार अनंतरावची मुंबईच्या ह्या पेपरातून उचलबांगडी झाली, तीही

मराठवाड्याकडचं अशुद्ध लेखन बिनदिक्कत करणारा म्हणून. त्यानंतर शुद्धलेखनाचे नियम कोळून पिऊन अनंतराव *मराठवाडा समाचार* ह्या पेपरात नियमितपणे पुष्पित भाषेत स्तंभ भरणारा म्हणून पोटापुरती कमाई करता झाला. हा पेपर *ब्राह्मण एकता परिषदे*चा असल्यानं ह्या स्तंभात प्रामुख्यानं खालच्या जातींसाठीच्या नोकऱ्यांमधल्या आरक्षणाविरुद्ध चर्चा घडवून आणली जायची किंवा जातीच्या आधारावर विद्यापीठांमधे घुसून पुरेसं ज्ञान नसलेल्या अपात्र प्राध्यापकांविरुद्ध वेगवेगळ्या नावांनी विद्यार्थ्यांच्या प्रतिक्रिया छापणं किंवा मराठे आणि महारांमधे कलागती लावून त्याबद्दल कलात्मक भाषेत लिहिणं — ह्या जबाबदाऱ्या एकटा अनंतराव जबाबदारीनं सांभाळायचा. उदाहरणार्थ :

असे म्हटले जाते की, डॉ. आंबेडकरांनी म. शिंदे यांचे बद्दल कृतघ्नता दाखविली?

लो. टिळक वारले तेव्हा छ. शाहू महाराजांनी सुतक पाळले, ही दंतकथाच?

न्या. रानडे, आ. विनोबा, स्वा. सावरकर, घ. आंबेडकर आणि क. भाऊराव — ह्यांपैकी एक नाव विद्यापीठाला निश्चित : मराठे वि. इतर वाद पेटणार!

असं मौलिक संशोधन करून स्तंभ भरण्याचं निर्दय संकट पत्रकार अनंतरावर दररोज घिरट्या घालत असायचं, पण संध्याकाळच्या सुमारास ते त्याच्या शरीरावर प्रत्यक्ष कोसळतांना दिसायचं. ह्या वेळी तो अस्वस्थ होऊन खोलीतून बाहेर गच्चीवर आणि परत आत येरझारा घालतांना दिसायचा. खोलीत परीक्षणासाठी फुकट आलेली पुस्तकं, टेबलावर कायम पाहून पाहून खुणा करून फाटत आलेली *मराठी शुद्धलेखनाचे नियम* ही पुस्तिका आणि एक खास अत्यंत भारी कागदावर छापून घेतलेली लेटरहेडं, त्यांच्या वरच्या कव्हरवर लाल शाईत छापलेलं :

धीर्धरा धीर्धरा तकवा। हडबडू गडबडू नका।।

– स्वामी रामदास

एकदा पार्टनर कवी मछिंदरनं त्याला विचारलं, *तकवा* मंजी काय करा भौ?

ह्यावर आधीच लेखनकामाठीनं त्रस्त अनंतराव चिडून म्हणाला, अर्थ शब्दकोशात असेलच.

रामदास स्वामीच्या मंडपात राहून गेलेल्या बायकोच्या दुःखावर फार सुंदर कविता होईल नाही? वानखेडे म्हणाला, सुंदर? तिकडे कवळी पोरगी का बोडकी ठेवली जन्मभर का मारली — आणि तुला सुंदर कविता लिहायचीय? त्यापेक्षा ही

उद्ध्वस्त बाई हातात वहाण घेऊन याला शोधत शिवथरकडे चाललीय अशी कविता — पेक्षा श्लोकच का नाही लिहीत — **जनाचे श्लोक** :

मनाची नको लाज ठेवू जरी तू।
जनाची तरी ठेवी पळपुट्या नागड्या थू।।

तू भडव्या सिद्धार्थ गौतमावरच का नाही लिहीत? ते तं एक पोरगं पण काढून पळालं बायको सोडून.

फार लिहून झालं है ह्या प्रकरणावर — टागोरापासून सगळ्यांनी लिवलं है येड्या. इथे मराठी कवींना तर रामदासाच्या ह्या बिचारीचं नाव सुद्धा माहीत नै.

ते जाऊ दे रे, पण असा नुस्ता तट्ट लंगोट बांधून पुरुष संन्यासी उघड फिरायचे, तसं संन्यासिनींना शक्य होतं? का खंडेराव?

अशा मुक्ता, आउसा, अक्का महादेवी बऱ्याच होत्या. तेराव्या शतकापर्यंत तरी.

चांगलेच सुदारलेले होते म्हण की आपण थितवर —

मग आपला स्तंभ अजून अर्धासुद्धा लिहून झाला नाही, म्हणून संत्रस्त अनंतराव, आम्हाला गच्चीवर सोडून आपल्या खोलीत घुसायचा. दार लावून लिहीत राहायचा. कागद फाडल्याचे आवाजही टर्रटर्र वारंवार ऐकायला यायचे. मधेच तो **झुझुडुम् झुझुडुम** असे विचित्र आवाजही करायचा. त्याचे हे दैनिक हाल पाहून मछिंदर म्हणायचा, अरे रे पार्था, ह्यापेक्षा एक लोटगाडी घेऊन आणि हमाली करून पोट भरणं बरं नाही का? मग अनंतराव लालेलाल होत्साता लुंगी गुंडाळून पुन्हा आत स्तंभ ढकलत राहायचा :

दुःखद निधन

श्रीधर वामन पंधरा वर्षांच्या दुर्धर आजाराशी झगडत आज वयाच्या ८१व्या वर्षी अखेर कालवश झाले. सकाळी सकाळीच ही बातमी ऐकली

येथे फोटो टाका

आणि क्षणभर सुन्न झाले. कोणाला कल्पनेत तरी वाटले असेल काय, की ते असे अकाली काळाच्या पडद्याआड जातील म्हणून? त्यांनी अशा अपंगावस्थेतही पूर्ण केलेल्या कवितेत म्हटल्याप्रमाणे, हे *मृत्यो, तूच ओशाळशील* हे खरेच झाले. श्रीधरपंत अमर झाले आणि मृत्यू त्यांचे

कलेवर फक्त घेऊन गेला. *इदं च नास्ति परं न लभ्यते* अशी त्यांची स्थिती झाली होती. ते गेले हे अजूनही खरे वाटत नाही. पण हे वास्तव आपल्या पुढे दत्त म्हणून उभे आहे. मराठी साहित्याची आज सकाळी कधीही न भरून येणारी हानी झाली आहे. लोकप्रियतेची त्यांना चाड नव्हती, चीडच होती, म्हणूनही ते इतके दुर्लक्षित राहिले. हा सरस्वतीचा पुत्र ४७ कादंबऱ्या, १० दीर्घकवितासंग्रह आणि अगणित असंग्रहित लघुकथा वगैरे थोर वारसा आपल्याला ठेवून गेला आहे. प्रत्येक साहित्य संमेलनात ते उभे राहून प्रत्यक्ष अध्यक्षालाही खडसावीत आपली दीर्घकविता पूर्ण वाचून संपवीत असत. आता साहित्य संमेलने त्यांच्याशिवाय भरत राहतील ना? उस्मानिया विद्यापीठात मराठीचे सुवर्णपदक त्यांना कधी मिळाले नाही असे झाले नाही. ते मंत्रमुग्ध होऊन वर्गात शिकवीत. साहित्यक्षेत्रात अत्यंत दुर्मीळ व प्रतिष्ठेचा समजला जाणारा महाराष्ट्र राज्य पुरस्कारही त्यांना दरवर्षी कधी मिळाला नाही असे झाले नाही. (*कंपो. स्तंभ अपुरा राहिल्यास श्रीधरपंतांच्या कोणत्याही एका कवितेच्या बसतील तितक्या ओळी येथे टाकाव्या.* — अनंतराव).

असे स्तंभ लिहून लिहून वाईटातून चांगलं निघतं म्हणतात तसं एक झालं की, हळूहळू त्याचा विक्षिप्त मराठी शुद्धलेखनावर अभूतपूर्व ताबा बसला. मराठी वृत्तपत्रसृष्टीचा सप्तर्षी होण्यासाठी शुद्धलेखनाशिवाय आणखी काय पाह्यजे?

आणखी एकच पाह्यजे होतं — जर्न्यालिझमचा डिप्लोमा. त्यालाच अनंतरावला प्रवेश मिळाला नाही. नव्याने नेमलेले कुलसचिव उत्साही असल्यानं त्यांनी मराठवाड्यात क्वालिटी हवी, इक्वालिटी नको — अशी घोषणा केली आणि जर्न्यालिझमला फक्त चाळीस जागा भरल्या. अर्ज आले होते चारशे. तिथे प्रतीक्षा यादीत आपलं नाव टाकलेलं पाहून अनंतरावचं ब्राह्मतेज भडकलं. आणि त्यानं दररोज पेपरातून विद्यापीठावर फतरं टाकायला सुरुवात केली. मछिंदरच्या भाषेत आता तो खरा वृत्तफत्रस्वातंत्र्यधंदाविशारद झाला. रोज अशा बातम्या छापून यायला लागल्या :

कोनशिला अनावरण समारंभ

साठ लक्ष रुपये खर्चून बांधण्यात येणारी ही इमारत सामाजिक *शस्त्रां*च्या विकासासाठी राहील, असा उल्लेख कुलसचिव वारंवार करत असतांना जर्न्यालिझम विभागाचे प्रमुख डॉ. सांब सदाशिव यांनी 'शास्त्रां'चा विकास ही चूक व्यासपीठावरच दाखवून दिल्याने श्रोत्यांमध्ये हशा पिकला. यामुळे

कुलसचिव, जे पूर्वी एका कॉलेजला भ्रष्टाचारात बुडवून इथे रुजू झाले आहेत, त्यांचा संताप 'अनावर' झाला. म्हणून ह्या घटनेला *अनावरण* समारंभ म्हटले गेले.

स्त्रीदाक्षिण्य

मराठवाडा असे नुस्ते नाव असलेल्या ह्या विद्यापीठात जर्न्यालिझम धरून निम्मे विभागप्रमुख दाक्षिणात्य आहेत. ते आपापल्या राज्यांमधून रीडर, लेक्चरर तर आणतातच, परंतु तिकडच्या विद्यार्थ्यांना प्रवेश देऊन स्थानिक विद्यार्थ्यांवर अन्याय करतात. मद्रास विद्यापीठात पूर्वी साधे प्यून असलेले प्रा. चलपती राव हे दाक्षिणात्य गृहस्थ बंगलोरला लेक्चरर नंतर कोल्हापूरला रीडर होऊन आता इथे मराठवाड्यातल्या गेली ४० वर्षे रिपोर्टर असलेल्या विद्वान उमेदवाराला बाजूला सारून प्रोफेसर म्हणून नेमले गेले आहेत. *कोटिच्या कोटी उड्डाणे । झेपावे उत्तरेकडे ।।* हे वर्णन स्वामी रामदास यांनी दाक्षिणात्यांचेच फार पूर्वी अचूक करून ठेवले आहे. दक्षिणेतूनच *स्त्रीदाक्षिण्य* हा शब्द आला असावा, हेही ह्या जर्न्यालिझमच्या प्राध्यापकाच्या एकूण चालचलणुकीवरून दिसते. परंतु ह्यासंबंधी ह्याच स्तंभात पुढे सवडीने लिहिण्यात येईल.

अशा रीतीनं अनंतरावनं टीकेचा भडिमार चालू ठेवला आणि जर्न्यालिझम विभागात ॲडमिशन तर मिळवली. 'वृत्तासुराचा विजय' अशी आम्ही त्याची ॲडमिशन गुलमंडीवर इम्रतीच्या चारचार पलेटी खाऊन साजरी केली.

मग वर्षभरानं विद्यापीठाचा जर्न्यालिझमचा डिप्लोमा मिळाल्यावर एक स्वतःचं वृत्तपत्र काढण्याची योजना पत्रकार अनंतरावच्या धाडशी डोक्यात घोळू लागली. चारपानी सणसणीत वृत्तपत्र. क्रांतिकारक. त्याला एकूण खर्च? जाहिराती ही एकमेव जमेची बाजू. मोठमोठ्या राष्ट्रीय वर्तमानपत्रांना फुकट पेपर निघतो एवढ्या करोडोंच्या जाहिराती मिळतात, आपणही तो मार्ग चोखाळू. संपादनासाठी चार लोक. त्यांचा आंशिक पगार? मग आम्ही सर्वांनी एकदा रात्री बसून उशिरापर्यंत पत्रकार अनंतरावसाठी फार किफायतीचा मास्टर प्लान करून दिला :

सबंध वर्षाच्या ३६१ दिवसांच्या मजकुराचा, बातम्यांचा, स्तंभाचा व जाहिरातींचा ताळमेळ. एक भाड्याची खोली आणि एक टेलिप्रिंटर. त्यासाठी बँकेकडून कर्ज? को-ऑपरेटिव्ह बँकेच्या मॅनेजरला लाच घेतांना पकडून धमकी — की त्याच्याकडून एकरकमी कर्ज मिळणारच.

पहिल्या पानावरच्या राष्ट्रीय, आंतरराष्ट्रीय बातम्या?

त्या तर सगळ्या पुढे व्हनाऱ्या सगळ्या तयारच आसता हो टेलिप्रिंटारमधी. इंग्रजीतून फक्त भाषांतर करून जागा सापडेल तिथंतिथं पानभर बसवणं. एक पार्टटाईम विद्यार्थीण ठिवू. सुमारे ६०० चौरस इंचांच्या ह्या जागेवर चारपाच भारी जाहिरातींना लागंल तेवढी स्पेस सोडून बाकी उरल्या ह्याच टेलिप्रिंटार बातम्या. झालं एक पान. बाकी तीन पानं?

वर्षातले निदान १० दिवस *काश्मीर सीमेवर गोळीबार* ही बातमी, ...ठार ...जखमी हे तयारच ठेवायचं, आकडे फक्त त्या त्या दिवशी भरणे, मधेच काही बातमी नसेल तेव्हा *मंत्रिमंडळाचा विस्तार होणार?* असं आधी प्रश्नचिन्ह. पुढे साधारण दोन महिन्यांनी प्रश्नचिन्हाच्या ठिकाणी *नाही* टाकणे, एकदोनदा... .... *विरोधी पक्षनेते ....यांची स्पष्टोक्ती* — ही बातमी, तर एकदोनदा *सरकारच्या विचाराधीन* अशी मोठी बातमी. *...ठार ...जखमी, बस... वळणावर खोल दरीत कोसळली. जीप-ट्रक आणि एस.टी.ची गाडी टक्कर.* एकदा मार्चआधी बजेटबद्दल अफवा — *पेट्रोलचे भाव वाढणार? डिझेलच्या भावात बेसुमार वाढ.* एकदा *सुट्या नाण्यांच्या टंचाईने जनता बेजार.* आणि दर मार्चात असेंब्लीत, लोकसभेत बजेट सादर झाल्यावर *सरकारने जनतेच्या तोंडाला पाने पुसली* — असा कायम मथळा.

पत्रकार अनंतराव म्हणाला बस, बस, आणि *वधूवर शुभं भवतु*चं अर्धंएक पान, २६ जानेवारी, १५ ऑगस्ट, टिळक किंवा आंबेडकर किंवा शाहू महाराज यांच्या जन्मतारखांना पर्मनंट मजकूर तयारच असतो. त्याशिवाय दरवर्षीची साहित्यसंमेलनं म्हटली की पानदोनपानं रोजची कुठे गेली नाहीत. विद्यापीठातून दोनचार कालमं तर रोज म्हटले तरी मिळतील. भरपूर भरपूर, भरपूर मजकूर यार. पेपर निघणार. रजिस्टर करायच्या मागे लागतो. कागदासाठीही अर्ज करून ठेवतो. पुढल्या वर्षी तुमची एम.ए.ची परीक्षा आटोपली की मुहूर्त. तोपर्यंत मला डिप्लोमा मिळालेला असणार अन् एम.पी.एस.सी. पास होऊन तूही फॉरेस्ट ऑफिसर झालेला असणार. चला, वानखेडे, टायकोट घाला. उठा. पार्थांनो, आपल्या वर्तमानपत्राचा शुभारंभ. *नाझ* मधे साजरा करू. अरे पण नाव काय ठेवायचं ठरलं? सांगू? ***उद्याची रद्दी.*** भारी नाव — *उद्याची रद्दी* आज वाचा — पोरं ओरडत विकतील.

त्या दोन्ही वर्षांतल्या आमच्या रात्रीच्या बैठकी इस्माइल मामूच्या *नाझ* मधे व्हायच्या. तिथे तीनशेसाठ दिवस चोवीस तास रात्री चार वाजेपर्यंतसुद्धा वर्दळ,

रेडिओ सिलोन, नंतर रेकार्डी, उसाचा रस, चहा, पकोडे, पराठे, खिमारोटी आमलेट, बिर्याणी, देशी मुर्गीचं चिकन खातपीत राहणारे आमच्यासारखे विद्यापीठातले जागरणं भंकस करणारे विद्यार्थी, सिल्क मिलचे रात्रपाळी बदलणारे मजूर, टांगेवाले, हमाल, घरात जेवणाची सोय/शक्यता नसलेले गरीब फाटके एकटे दुकटे बहुदा सगळे मुसलमान येत जात असायचे. दर मिनटाला गल्ल्यावरून मालक स्वतः प्रत्येक माणूस लक्षात ठेवून उंच स्वरात ओरडरी देत असायचा : लंबी दाढी : एक चाय. कितीही खाल्लं तरी बहुदा पाच रुपयांच्या वर बिल कुणाचं नसायचं. सुरुवातीला आम्ही इथे उपरे होतो, मग इस्माइल मामूच्या कुटुंबातले होऊन बसलो. तो आम्हाला मानायला लागला ते त्याच्या अकरा सावत्र भावांनी हैद्राबादला पार्टनरशिप मधे बिअर बार काढला तेव्हा.

तीन मजली बिअर बार — तळमजला धावत्या किरकोळ गिऱ्हाइकांसाठी, मधला बसून आरामात पिणारे, गच्चीवर खासपार्ट्या, जनाना मित्रमैत्रिणी — फॅमिली. एकाच वेळी हजारेक लोक बाटल्या पीत आहेत असं दृश्य. इस्माइलनं आम्हांला खास बोलावून गळच घातली की, ह्या बिअर बारला अत्यंत भारी नाव सुचवा — फार हिंदू नको, फार मुसलमान नको, फार जुनाटही नको फार नवाटही नको असं जबर नाव, जे हिंदूमुसलमान गरीब मध्यम वरचे — सर्वांना आवडलंच पाह्यजे, असं आमच्याकडून पाह्यजे होतं. कारण आम्ही विद्यापीठातले फनकार विद्वान इंग्रजी मराठी फारशी उर्दू सगळं वाचणारे, असं त्याचं मत झालं होतं. त्यातलं *फन*कार हे एकच, तेही इंग्रजी अर्थानं आम्हांला लागू होतं. पण करोडो रुपयांची उलाढाल होणार असलेल्या ह्या हॉटेलचं नाव ईदनंतरच्या दुसऱ्या रात्रीच ठेवायला अंतर्ज्ञानी बडे मौलवी साहेब नुरुल्ला सय्यद यांनी सक्ती केली होती, कारण ह्याच नावानं हजरत लाडले मशायक आळंद शरीफ यांना चादर चढवून खुदब्याच्या दिवशीच उरुसात पाच हजार फकिरांना मेहेर वाटून तिथेच अल्लाची दुवा मागण्यासाठी गल्फातून खासे पाच भाऊही यायला निघाले होते. एक सावत्र भाऊ तिकडे ट्रंकची वाट पाहत बसला होता. वेळ पाळणं निकडीचं होतं. आम्ही रात्रभर एकेक नाव सुचवत होतो आणि इस्माइल मामू डोळे मिटून बाजूच्या खुर्चीवर बसला होता : ये ठीक नही — ये इतना बुरा नहीं — ये बडे भाई को पसंद नहीं पडेगा — और बोलो — असं म्हणत निवाडा देत होता. *थंडा बिअर हाऊस* पासून चाळीसेक नावं उर्दू, फारशी, संस्कृत, इंग्रजी नामंजूर झाल्यावर *हौस-ए-बिअर? हौस-ए-थंडर* वाह वाह, क्या नाम है — *हौस* भी और *ठंडा* भी और *मय* की बर्क़ भी — ओ हो हो हो — *हौस-ए-ठंडर*. लगेच त्यानं भावांना ट्रंक केला. येच नाम हुना भैया.

नंतर कळलं की, आबिद सर्कल वर : ***हौसे ठंडर*** हाऊस फुल्ल चाललेलं असतं. वाह, खंडूभाय, आप लोगां हैद्राबाद जाएंगे, उधर आपको मोफत बिअर पीना पडेगा. वाकई.

बडी मूछ : चार चाय

दर रविवारी अनंतराव *नाझ*मध्ये आमच्या आधीच येऊन बसलेला असतो आणि तिथली सगळी उद्याची रद्दी वाचून फस्त करत चहा पीत राहतो. कुठेच त्याच्या जन्मराशीचं भविष्य मनासारखं नसतं. कशात तरी साप्ताहिक भविष्य उत्तेजक असेल, म्हणून अनंतराव बेळगावचा *तरुण भारत* विकतही घेतो. उलगडत एक बातमी वाचून दाखवतो : *बेळगावात मराठीत पत्ता लिहिलेली पत्रं एका गटारात फेकून दिलेली आढळली.* कट्टर कन्नड अभिमानी पोस्टरमास्तर वीरभद्रप्पा शापेटी आणि कानडी पोस्टमन लिंगण्णा महिषी ह्या दोघांनी संगनमतानं हे महाराष्ट्रद्वेषी कृत्य मिळून केलं असावं किंवा सुट्टं सुट्टंही केलं असावं. *...सुट्टाले करवियले...* चामुण्डराय आणि गंगराज अशीच नावं असणार त्यांची, चामुण्डराये करवियले. गंगराजे सुट्टाले करवियले. हॉ हॉ.

अरे, बेळगावच्या कन्नड पेपरात हीच बातमी कशी येईल? *कन्नडमधे पत्ते लिहिलेली पत्रं मराठी पोस्टमननं गटारात टाकली* — अशी. हॉ हॉ.

मग इंग्रजी पत्ता लिहिलेलं बरं. अशानंच इंग्रजी टिकतंय आपल्या देशात. वानखेडे म्हणतो, मायले, इंग्रजीची स्पेलिंगं अनि मराठीची लिंगं — काही नियम नाहीत. आमचे एक गुरुजी शाळेत जसं स्पेलिंग तसाच हुबेहूब उच्चार करून शिकवायचे — फाथर, आलम्स, क्नॉट, किटचेन — काय सांगतूस, जसं स्पेलिंग तसे हुबेहूब उच्चार इंग्रजीत फार थोडे शक्य आहेत. कायम डिक्शनरीत चोमनी खुपसून ठेवावी लागती मायला इंग्रजी वाचायचं तर. त्यात पुन्ना इंग्रजी शब्दांचे उच्चारंबी शिकायचे? मुळीच गरज नै. हा खंडेराव बघा, वानखेड्याकडून *वॉर ॲण्ड पिस* घिऊनी वाचतानी महिना झाले सारखा डिक्शनरीच उघडतो. मी याच्याकडचं एक *भिकार ऑफ वेकफिल्ड* नावाचं पुस्तक वाचून ठरवलो की, ह्यापुढे इंग्रजी पुस्तक वाचायचं नै. आमची फॉरेस्टरीची पुस्तकं तेवढी वाचावी लागणार. कशाला आपल्या मराठी मेडियमवाल्यांनी सिर्यस पुस्तकं वाचावी? थ्रिल्लर थिल्लरं वाचावी बिटवीन बिटवीन.

पण त्यापशी हिंदीतले प्रेमचंद, हजारी प्रसाद का वाचू नये? पुन्हा आमच्यासारख्यांनी कशागुनं इतक्या भाषा शिकाव्या? लहानपणापासून मायला

भाषाच शिकत आलो की. कॉमर्सला सायन्सला — नकोच भाषा विषय. पार्था, भाषेची गरज पडणार नाही, असा धंदा करावा. ...भाषेशिवाय चालणारा धंदा एकच आहे — तो सुद्धा बायकांसाठीच, तिथे काही बोलावं लागत नाही. ...आमचा लङ्ग्या लेक्चरर कोदंडरामन इंग्लंडात इंग्रजीचे खरेक्ट उच्चारांचा डिप्लोमा शिकाया गेला आणि ढेरेज मात्र वाढवून आला साला. भलतेच उच्चार करायला लागला मायला. आधीपासून बोबडा होता, त्यामुळे आर वगैरेचे उच्चार आले त्याला बरोब्बर, पण *व्हाईट मॅन* ला *वाईट मॅन* म्हणणं शिकून आला. ...इंग्रजीचीच लई चौडी करायले यार तुम्ही पार्थांनो, आणि आपली मऱ्हाटी कशी आहे? मराठी लिंगं शिकवू मी साळंत. भील न गोंड पोरांना कसं वळकू येताल टेबल पुल्लिंगी आन् खुर्ची स्त्रीलिंगी तर डेस्क नपुंसक?

...मंजी लैंगिक छळ करनारी भासा म्हन की मऱ्हाटी. प्रत्येक शब्दाबरोबर त्या त्या लिंगाची वेगवेगळी खून दाखोवूनच शिकवीत जावं का मऱ्हाटी — हा आंगटा, ही करंगळी, आन् हे बोट असं करून दाखवा तरच प्रत्येक नामाचं लिंग कळंल. ...मऱ्हाटीचं व्याक्रन मंजी निव्वळ बामणायनंच रचेल वाटतं — *वर्ण, भेद, कर्म,* शब्दांच्या *जाती* न् *शुद्ध* बोलनं न् *अशुद्ध* लिवनं...

काही का असेना आपल्या हिंदू लोकांना व्याकरण तरी माहीत होतं. युरोपात काय होतं? तेही रोमन साम्राज्य संपल्यावर आठशे वर्षं सलग डार्क एजिस — कृष्णयुगं?

त्यांची कृष्णयुगं बरी, ती संपली तरी. आपली श्रीकृष्णयुगं त्याच्यापेक्षा वाईट, चालूच हायेत मायला.

आपल्या मराठीच्या प्रोफेसरला प्रमोशन कां मिळालं? तर त्यानं एक दुर्मिळ *राधामाधवविलासडंपू* जुनी पोथी शोधून छापली. काय असणार अशा पोथीत श्रीकृष्णाच्या सोदेगिरी शिवाय? जनमाणसात मधुरा भक्ती असं व्यभिचाराचं सोदाहरण गोपी–राधेसकट स्पष्टीकरण. असंच म्हणा ना की, इकडे खांडववन जळत होतं न् तिकडे श्रीकृष्ण सोदाहरण पावा वाजवत होता. हॉ हॉ. खरं तर एक *सोदा–हरण* ह्या नावाचं कृष्णावर महाकाव्य लिहायला हवं.

गल्ल्यावरच्या इस्माइल मामूला उंच हात करून मी चार बोटं दाखवल्याबरोबर तो आत वाकून ओरडर देतो : मुस्तफा, जल्दी, *बडी मूछ — चार चाय.*

जरा वेळानं एकावर एक चार कपबशांची चळत नाचवत अक्राळविक्राळ काळाभोर हबशी मुस्तफा आमच्या टेबलापुढे उभा ठाकतो. इस्माइल मामूकडून नवी ओरडर ऐकायला येईपर्यंत मुस्तफा नेहमीप्रमाणे आमच्या

काव्यशास्त्रविनोदाच्या गप्पा रस घेऊन ऐकत सस्मित उभा राहतो. भारतीय सैन्यानं हैद्राबाद संस्थान काबीज केलं त्यावेळी चौदापंधरा उमर असलेला हा पोरगा एका चिल्लर चोरांच्या टोळीत घरफोडीचं काम करायचा. रझाकारांबरोबर पाकिस्तानात पळून जाण्याच्या खटाटोपात इथे औरंगाबादच्या पोलिसांना तो रंगेहाथ सापडला. त्यावेळी कोठडीतून कोर्टात सर्वच गुन्हेगारांच्या तोंडावर प्रत्येकी एक मोठी टोपी टाकण्यात आली. मुस्तफाच्या तोंडावरच्या टोपीला इतका कसा भयंकर घुर्रट वास येत होता, की त्याला एकामागून एक एकसारखे कितीएक करपट ढेकर यायला लागले. ...जब जब मैं ही टोपी किंचित स्वच्छ हवेसाठी उठाने वास्ते बेड्यांसकट हाथ उपर निवू, तब तब पुलिस मेरे हाथ मत उठाने दिवू, दाबूनच ठिवू. हजार सालोंसे धोई नहीं थी, यार, उस टोपी को ऽ मुझे लगा मैं दमच तोड दूंगा. ह्या प्रकरणानंतर त्या पोलिसी टोपीच्या बूँची मुस्तफानं इतकी धास्ती घेतली की तोबा तोबा, पुन्हा आयुष्यात तो एकही गुन्हा करू धजला नाही.

एकदा याच्या तोंडून एक शेर ऐकला आणि आम्ही चाट झालो. वर्षानुवर्षं ह्या हॉटेलच्या भटारखान्यात फाटक्या चटईवर झोपणारा हा हबशी माणूस घरी हैद्राबादकडे कधी गेला होता का? असं दोस्तान्यात आम्ही मुस्तफाला एकदा विचारलं. त्याबरोबर तो कळवळून आकाशाकडे उलथे हात करून भयंकर गंभीर होऊन उद्गारला,

मुझको दयारे–गैर में मारा वतन से दूर
रख ली मेरे खुदा ने मेरी बेकसी की शर्म

आयला, मुस्तफा. आणि त्याच्या जिभेवर एवढी वैश्विक दर्जाची कविता? आणि आपल्याला असा लीलया ऐकवतो? मुस्तफा, तुला काय बक्षीस देऊ? लुंगी? टोपी? कुछ नही साब, अच्छी सुपुर्दगी–खाक की दुआँ मांगें. और कुछ नही. आणि तो रिकाम्या कपबश्यांची चळत घेऊन गेला.

ह्याच सुमारास आमची सर्वांची उर्दू शायरी पाठ करायची चिरस्मरणीय अवस्था सुरू झाली होती. याची इष्टापत्ती अशी आली की, पत्रकार अनंतरावचे वडील आमच्या बंगल्यावर नांदेडहून काही कामाकरता अचानक औरंगाबादला आले आणि भल्या पहाटे स्टेशनहून थेट आमच्या बंगल्यावरच आले. आमच्या सगळ्यांच्या खोल्यांमध्ये वेगवेगळ्या प्रकारचे तंबाखू, चुना, जर्दा, चिरूट, सिगार, सिग्रेटी, बिड्या, चुट्टे चिलीम, पाइप आणि वानखेडेकडे तर चोर–बाजारातून हौसेनं आणलेला हुक्कासुद्धा मिळाला. जानवं कानावर ठेवून त्यांनी

ह्या सगळ्या वस्तू तंबाखूच्या पुड्यांसकट पोत्यात भरल्या आणि कुठेतरी स्वतः फेकून आले. म्हणाले, तंबाखूचा नतीजा काय होतो? मी अष्ट्यात्तर वर्षांचा ब्राह्मण इथ्थे आत्ता तुम्हां समस्तांकडून प्रतिज्ञा वदवून घेतल्याशिवाय जलप्राशनसुद्धा करणे नाही — म्हणा की, ह्या क्षणापासून आम्ही तंबाखूला स्पर्श करणार नाही की. घरात तंबाखू आणणार नाही की.

बिचारा अनंतराव ढसढसा रडून त्यांच्या पाया पडला. तुम्ही सगळी माझीच मुलं आहेत, सगळ्यांनी प्रतिज्ञा म्हणा. मग त्यांनी मध्यान्हापर्यंत काहीतरी अनुष्ठान केलं आणि आशीर्वाद देऊन ते गेले. पण तंबाखू?

दुसऱ्या दिवशी रात्री *नाझ* मधे चहा पिऊन तंबाखूची तलफ सहन करत आम्ही मकबऱ्याकडून पानचक्कीकडे जाणाऱ्या मुख्य रस्त्यानं चालत होतो. चौकात लखलखीत असा वेलींनी फुलांनी सजवलेला स्वच्छ ठेला. हैद्राबाद संस्थानात सात पिढ्यांपासून प्रसिद्ध बशर नवाझ अजगर अली मर्दाना मगरबी यांच्या बत्तीस प्रकारच्या पट्ट्या देणाऱ्या ह्या ठेल्यातून कसलीही खरखर न होता मधुर आवाजात आळवलेली ओळ ऐकताच मछींदर थबकला. आयला, कोण रे?

कौन जीता है तेरे ज़ुल्फ के सर होने तक

इथे रात्रभर टेप किंवा रेडिओवर उर्दू गझला, कव्वाल्या, नाटं, मुशायरे चालू असतात. दगडांवर बसून रिक्षावाले, हमाल, टांगेवाले किंवा नुसतेच पान खायला येणारे रिकामटेकडे फुकट शायरी ऐकत असतात. खुद्द मालक बशर नवाझ हे एके काळी फार गाजलेले शायर असून त्यांचा हैद्राबाद सरकारकडून मोठा सत्कार झाला होता, तो एक प्राचीन जाड चौकटीतला फोटो वर छताशी उंच टांगलेला. आणि खाली बिंडलं पाकिटं चुट्टे तंबाखूचे पुडे, नाना तऱ्हेच्या पानमसाल्याच्या पेट्या, केशर वगैरे खलून केलेल्या चुन्यांची भांडी, जाफरानी डबे, खिमामच्या डब्या आणि दुकानामागून कोणाच्या तरी घरातून आणलेली विजेची वायर — तिच्या एका स्त्री-पिनमधून एकात एक असे आठदहा फाटेजोड — बशर नवाझनं आपला उंच हात वर केला, की ट्यूबा, रंगीत बल्ब, झोत दिवे, टेप, रेडिओ, सिग्रेटी पेटवण्याचा करंट — अशी वीसेक बटणं. समोर फुलांच्या लांब आखूड माळा आणि खाली जमिनीवरही समोरच्या गटारापर्यंत कमी जास्त लांबीच्या लाल भडक पिचकाऱ्या. तंबाखू खाणाऱ्यांचा स्वर्ग.

चित्रासारखे स्वच्छ रेखीव बशर नवाझ विचारतात, आपने कुछ फरमाया भाईसाब?

वर हात करून बेगम अख्तरनं तारस्वरात ताणलेली हफ़िजची गझ़ल बारीक करत त्यानं मला विचारल्याबरोबर तंबाखू सोडून साडेचोवीस तास तलफ कोंडलेले आम्ही चौघेजण एकेमकांकडे पाहत काढता पाय घेणार, तोच वानखेडे आणि अनंतराव यांनी असा बूट काढला की, पानातून तंबाखू खायला हरकत नाही. दुसरी पळवाट : खोलीवर आपण तंबाखू ठेवणार नाहीच, ती इथे बशरच्या ठेल्यावरच येऊन खावी किंवा प्यावी किंवा ओढावी. शिवाय दिवसातून फार तर एकदोन वेळाच इथे येणं शक्य होईल, हा दिलासा होताच. परीक्षांच्या ह्या दिवसांत संगीतानं मेंदूही ताजातवाना होत जाईल. घे, तंबाखू घे.

अशा रीतीनं आमचं बशर नवाझच्या ठेल्यावर नियमित येणं सुरू झालं. हळूहळू ते आमचं कुटुंब असल्यासारखंच झालं — काहीही निरोप ठेवणं, मोर्चा येणार म्हणून लेक्चर्स होणार नाहीत अशा मोलाच्या सूचना, उत्खननासाठी कॅम्पला किंवा कुठेही गाइड म्हणून टूरिस्टांबरोबर जावं लागलं तर परत आल्यावर केव्हा कुठे भेटू, रेल्वे स्टेशनवर जाण्यासाठी कितीही रात्री रिक्षा बोलावणं — सगळं इथूनच व्हायला लागलं. बशरच्या ठेल्यासमोर रात्रभर रिक्षातच दारू पिऊन तर्र झोपलेला गुलजार तर नेहमी रात्रीच्या ट्रिपला खूष — सवेरेका पहिला गिऱ्हाईक जितना किराया देंगा — कितीही असो — तेवढ्या सगळ्या पैशांचा नाश्ता स्टेशनसमोर खिमा पाव चाय. रातका अखिरी गिऱ्हाईक — *मसजिद् के जेरे साया खराबात चाहिए.* पीना और सो जाना. बाकी मध्ये दिवसभर कितीही मिळो — घर पे देता हू — जवार, गेंहू, आखिर बीबीबच्चोंका भी पेट रहताच है ना? असं गुलजारचं वर्षानुवर्षांचं जमाखर्चाचं बजेट. कष्टकरी जीवनाचं रहस्य. *नहीं बहार को फ़ुरसत, न हो, बहार तो है.*

हळूहळू आमच्या खोलीवर हिंद पॉकेट बुक्समधले एक एक रुपयातले ग़ालिब, मीर, इक़बाल, मोमिन असे मोठमोठे पाहुणे येऊन बसले. वानखेडे म्हणायचा. मोठमोठ्या फिया देऊन तिकडचे थर्ड क्लास कवी मिल्टन अन् टेनिसन अन् ब्राऊनिंग शिकलो आणि हे आपले ग्रेट कवी पानवाल्यानं फुकटात शिकवले पाहा. बशरनं तर चंगच बांधला की अस्सलाम आलेकुम झाल्यावर रोज आम्हांला एक उर्दू शेर पेश करायचा, त्यातल्या प्रत्येक शब्दाचा अर्थ सांगायचा आणि पुन्हा तो म्हणवून घेतल्यावर मगच पानाला लवंग टोचून अदबीनं पुढे वाकून विड्याचं तबक हातात द्यायचं. कुठे कळलं नाही तर घरच्या पुस्तकात तोच शेर शोधायचा, नाहीतर दुसऱ्या दिवशी गेल्या गेल्या अर्थ विचारून घ्यायचा.

मैंने चाहा था के अन्दोहे वफ़ा से छुटूँ
वो सितमगर मेरे मरने पे भी राज़ी न हुआ

निष्ठेनं जगणं किती भयंकर असतं पहा. *अन्दोहे वफ़ा* म्हणजे निष्ठेच्या यातना. ह्यापेक्षा मेलेलं बरं, असं हा छळ सहन करणाऱ्या पतिव्रतेला, भक्ताला वाटतं. पण तो छळणारा तिला मरू पण देत नाही. कारण मग छळायला असं निष्ठावंत कोण मिळणार? निष्ठेनं काही करत राहणं म्हणजे सुटका नसते, पार्था. कधी बेगम अख्तरनं गायलेली ग़ालिबची गझल ऐकतांना बशरचं मत : यही घजल मुलिका पुखराजने बहोत अच्छी फरमायी है. ...मछिंदर, अरे कवी व्हावं तर असं — नूरजहाँ, मलिका पुखराज, सैगल, सुरैय्या पासून तर महमद रफी, बेगम अख्तर आजपर्यंत किती लोकांनी आपली कविता गायलेली असावी? तोबा तोबा. हे खरं आपल्या भाषेवरचं प्रेम.

एकदा मी बडोद्याहून सौराष्ट्रात लोथलला महिनाभर उत्खननाच्या कॅम्पसाठी निघालो. ...किधर जा रहे हो जी? अरे रे रे, फिर अपनी शायरी पीछे पड जायगी खंडेरावसाहब. ...बशरसाब, *हमे क्या बुरा था मिलना, अगर बार बार होता...* वा भै खंडेराव, अब लगा ग़ालिब ठिकानेपे. ठीक वापस आ जाओ, आते ही फिर दिलोदिमाग शुरू करेंगे.

मग आल्यावर मुबारक हो, मुबारक हो, खंडेराव साहब, कुछ नये शेर मिले हैं, आपको पेश करने जी तरस रहा था... चलो, सुनाओ... ये तो *रामपूर दीवान* में नहीं है. सुनिए :

है कहाँ तमन्ना का दूसरा कदम यारब
हमने दस्ते-इमकाँ को एक नक्षे-पा पाया

सर्व शक्यतांच्या जंगलावर एकाच पायाचा ठसा आहे. माणसाच्या आकांक्षांचं दुसरं पाऊल कुठे आहे? म्हणजे नाहीच. क्या शेर निकाला यार बशर तूने. ...और एक सुनिए : *किब्ल-ओ-अबरू-ए-बूत यक रह-ए-ख़्वाबीद-ए-शौक* यानी मुसलमानोंका काबा हो या हिंदूओंका मूर्तिघर — समझे नं, रह-ए-ख्वाबीद म्हंजे झोपेत चालणारे लोक असतात तसं. पण रह-ए-ख्वाबीद-ए-शौक म्हंजे शौकसे झोपेत चालणं. धर्म कोणताही घ्या — असं शौकात झोपेमधी चालणंच आहे. अधरम आणि धरम काही फरक नाही. आता पुढचा मिसरा पाहा — हिरदेकी बात है देखो —

काबा-ओ-बुतकदा यक महमिल-ए-ख्वाब-ए-संगी

मुसलमानाचा काबा काय आणि हिंदूचं मूर्तिघर देऊळ काय — एक महमिल म्हंजे काही झाकायला आपण झूल वगैरा आवरण टाकतो ते — दोन्ही धर्म एका भयंकर भयस्वप्नाला झाकणारी कव्हरंच आहेत.

एकोणिसाव्या शतकात असे लोक आपल्याकडे झाले. हेच शिकवले असते तर आपलं सगळंच बदललं असतं की रे. *गोल्डन ट्रेझरी* शिकायचं नशिबात आपल्या त्याच्या आयला त्याच्या — आपला प्रबोधनकाळ म्हणजे पुन्हा इंग्रजी विद्या शिकायचा. कसले थर्ड क्लास इंग्रजी कवी वाचले आपल्या लोकांनी? कसलं प्रबोधन झाट्याचं.

परबोधन का मतलब?— बशर नवाझ विचारतात.

— दुसऱ्याचं बोधन म्हणजे परबोधन. हॉ हॉ...

आणि कोणी *प्रतापी* असला की *परताप* : दुसऱ्यांना ताप. ...आणि *प्रवास* म्हणजे *परवास. ...प्रतिध्वनी* सुनो *परतीध्वनी* — अरे उर्दू उच्चारच योग्य अर्थ दर्शवतात.

— आणि *परयत्ने* वाळूचे कण रगडिता तेलही गळे, दुसऱ्याच्याच यत्नाने — हे तर फारच खरं आहे. *प्रदेस जर परदेस तर परदेस आपला देस* — वा वा,

अशी भंकस करत हसत मजा करत आम्ही खोल्यांवर यायचो. मग सकाळपर्यंत अभ्यास.

त्या सुमारास विद्यापीठात गुन्हेगारी प्रवृत्तीच्या भ्रष्ट प्राचार्यांची कुलसचिव म्हणून नियुक्ती केल्यामुळे विद्यार्थी संघटनांनी बेमुदत संप पुकारल्यानं वर्गात जायचा प्रश्नच उद्‌भवत नव्हता. उलट एकदा दवे सरांनी आपण तास घेणार — म्हणून नोटीस लावली, तरी कोणाचाच विश्वास बसला नाही. प्यूनसुद्धा दरवाजा उघडायला आला नव्हता, विद्यार्थी तर लांबच, म्हणजे आपापल्या घरी.

आमच्या विद्यापीठात त्या वर्षी नामांतराचा देशव्यापी गोंधळ सुरू होणार, अशी वानखेडेनं गुप्त बातमी आणली होती. पत्रकार अनंतराव आणि कवी मछिंदर मानकापे दोघेही म्हणत होते की, आम्ही मराठवाड्यातले लोक हे मुळीच होऊ देणार नाही. आम्ही कायम मार खातच आलो, ह्यापुढे हे चालणार नाही. पुणे विद्यापीठाचं नाव बदला. किंवा दुसरं नवं विद्यापीठ आंबेडकरांच्या नावानं खोला. ह्या बातम्यांनी अस्वस्थ झालेल्या भावडूनं मोरगावहून दोन तीन पत्रं टाकली होती की, तुझी खुशाली कळव. आई आणि बाबा काळजी करतात. तुझं एम.ए. वगैरेचं नाही जुळलं तर सरळ घरी ये. आपल्या घरी भरपूर आहे, असं बाबा म्हणतात. उत्तम शेती.

मग मी भावडूला कबूल केलं होतं तसं सविस्तर पत्र लिहायला घेतलं. कित्येक दिवस कित्येक महिने झाले तरी ते संपतच नव्हतं. रोज थोडा थोडा त्याला आवडेल असा निवडून मजकूर लिहीत होतो. हे कित्येक पानी पत्र कधी संपलं हे कळायला मार्ग नाही.

के. बी. देशपांडे बंगला
वरचा मजला, मकबऱ्यामागे
बेगमपुरा, औरंगाबाद

प्रिय भावडूस,

साष्टांग नमस्कार.

तुझ्या पत्रांना उत्तर देण्यास उशीर झाला याचं कारण मला एम.ए. आर्किऑलाजीला प्रवेश मिळाल्यावर राहण्याच्या जागेसाठी धावाधाव करावी लागली. आम्ही चौघा जणांनी मिळून वर लिहिलेल्या पत्त्याचा बंगला, होस्टेलसारखाच पण स्वतंत्र आमच्या सरांच्या मित्राचा स्वस्त भाड्यानं घेतला आहे. पुन्हा असे पैसे पाठवत जाऊ नकोस. पैशांची मला अजिबात गरज नाही, कारण दर सुट्टीच्या दिवशी मोठमोठ्या परदेशी पर्यटकांचा गाईड म्हणून मलाच बोलावतात. बाबांना कोणी माहिती दिली की, पुरातत्त्व केवळ मढी उकरण्याचा विषय आहे? तर ते खरे नाही. हा आंतरराष्ट्रीय दर्जाचा विषय असून त्यात, देवळांचा, धार्मिक वस्तूंचाही अभ्यास असतो. आपल्या देशात चारपाच ठिकाणीच हा शिकवला जातो. मला एक सरकारी शिष्यवृत्तीही मिळेल, असे सर म्हणाले. मुख्य म्हणजे हा माझ्या फार आवडीचा विषय असून याच्यात मी प्रगती करेन, असा मला आत्मविश्वास वाटतो. तूच नेहमी मला चिडवतोस की, हा खंडेराव वर्तमानकाळातल्या भूतकाळात जगणारा माणूस आहे. असो.

गेले ३–४ दिवस विद्यापीठात गोंधळ चालल्यामुळे पुढे पत्र लिहायला खंड पडला. असो. वर्ग अजून सुरू झाले नाहीत व लवकर सुरू होतील, असं वाटत नाही.

मध्यंतरी पुन्हा आठ दिवस खंड पडला (हे मी आता वारंवार लिहिणार नाही, कारण खंड पडतच जाईल असं वाटतं), कारण विद्यापीठात नवा कुलगुरू आल्याबरोबर संप, गोंधळ, मोर्चे रोज चालले होते. त्यात ह्या राजकारणाला नामांतराची कलाटणी मिळाली. कुलगुरू म्हणून आपली नेमणूक व्हायला हवी होती, असं औरंगाबादच्या आंबेडकर शिक्षणसंस्थेच्या एका प्राचार्याला वाटत होतं. तरी त्यांचं नाव साठी उलटून चालली तरी एकदाही कुलगुरूंच्या प्राथमिक यादीतसुद्धा येत नव्हतं. ह्या भ्रष्ट ब्राह्मण जुडगेपेक्षा अधिक विद्वान असून आपण

सुटटाय घातल्यावर हुबेहूब बाबासाहेबांसारखेच दिसतो, असाही त्यांचा दावा होता. ह्या मागासलेल्या मराठवाड्यात बाबासाहेबांनी आमच्या शिक्षणसंस्था मोठ्या कष्टानं सुरू करून शैक्षणिक क्रांती घडवून आणली आहे. त्याआधी इथे काय होतं? महाराष्ट्रात मराठेच नेहमी राजकीय वर्चस्वाखाली बेसुमार मराठ्यांची आणि सुमार ब्राह्मणांची — ह्या आता रुजू झालेल्या जुडग्यासारख्यांची — कुलगुरूपदावर वर्णी लावणार. एकदा तरी महार कुलगुरू का नको? हजारो वर्षांपासून आमच्यावर अत्याचार होत आले, ह्यापुढे आम्ही ते सहन करू शकत नाही, वगैरे. शिवाय बाबासाहेबांनी स्वतंत्र भारताला घटना दिली. त्यांचं उचित स्मारक म्हणून ह्या विद्यापीठाचं नाव आंबेडकर विद्यापीठ करा, असं मोठं आंदोलन ह्या आंबेडकर शिक्षणसंस्थेनं सुरू केलं. याला मराठवाडा ह्या नावाचा अभिमान दाखवून ब्राह्मणांनी प्राण पणाला लावून विरोध केला. दोन्हीकडच्या प्राध्यापक पुढाऱ्यांनी विद्यार्थ्यांना लावून दिल्यामुळे त्यांनी शाळाकॉलेजांतले वर्ग बंद पाडले. मारामाऱ्या सुरू झाल्या. बहुतेक गावोगावचे विद्यार्थी घरी निघून गेले.

अशा भंपक सुधारणा आपल्या पुण्यात किंवा मुंबईत न होता दुसऱ्या मागासलेल्या भागात झाल्या तर उत्तमच, असं वाटणाऱ्या पुण्यामुंबईच्या उच्चवर्णीय पुरोगामी विचारवंतांनी सगळीकडून मराठवाडा विद्यापीठाचं नाव बदललं पाह्यजे, अशी मोहीम सुरू केली. समाजवादी संघटनांमधल्या लग्नावर आलेल्या इंटरकाष्टा प्रेमविवाही पोरापोरींना तर ही तुरुंगात जाण्याची सुवर्णसंधीच चालून आली आहे. आमचे पार्टनर पत्रकार अनंतराव आणि वानखेडे दोघेही ह्या चळवळीत विरुद्ध बाजूंनी सक्रिय असल्यानं आमच्या खोलीतच हे वाद अहोरात्र झडतात. पण आम्ही खेळीमेळीनंच राहतो. अनेक लग्नोत्सुक तरुणतरुणी ह्या क्रांतिकारक लढ्यात भाग घेत तुरुंगात गेली. स्वातंत्र्योत्तर काळात तरुणांना आपलं ध्येयवादी तेज दाखवण्याची संधीच उपलब्ध होत नव्हती, ती आता झाली. विद्यापीठाला रणांगणाचं स्वरूप आलं आहे. देशभर या आंदोलनाचे पडसाद उमटताहेत. ह्या वांझ चळवळीमुळे विद्यार्थ्यांचे मोलाचे दिवस वाया जात आहेत, हे पाहून आमच्या सरांनी दायमाबादच्या उत्खननाचा प्रकल्प जो मुळात दिवाळीच्या सुट्टीत ठरला होता, तो आधी हाती घेतला आणि आम्ही सगळ्या विद्यार्थ्यांनी प्रवरेकाठी शिबिरात पुरातत्त्वाचे प्राथमिक धडे घेतले. मी एक संपूर्ण मडकं उकरून त्याची खापरं नीट जुळवून जोडली, ते आमच्या म्युझियममध्ये ठेवलं जाणार आहे. हे माझं पहिलं महत्त्वाचं संशोधन. माझं अंतर्याम *सांगतं की,* मी *ह्याच विषयाला* वाहून घ्यावं.

दादा, आत्ताच मी झोपेतून अचानक उठलो, ते आपल्या डुमा गोऱ्ह्याचं हंबरणं हुबेहूब ऐकायला येत होतं. खरंच. इकडे सुरुवाती सुरुवातीला मला आपल्या घराकडच्या गोष्टींपासून तुटल्यासारखं वाटत होतं. आपण रांगेनं लवणाकाठी लावलेले आंबे जगले का? डोंगर, नदी, पक्षी — फारच आठवणी येत होत्या. आपल्या गायी, गोऱ्हे, म्हशी, बैल गोठ्यात मी शिरल्याबरोबर कसे धडधड उभे राहायचे चाऱ्यासाठी? ताजं दूध, लोणी, ताक, ताज्या हिरव्या भाज्या, पोरींची गाणी, आंगणातले खेळ, वाड्यातले सगळे आवाज, मोठ्या पहाटची घरामागून ऐकायला येणारी काकडआरती आणि संध्याकाळचे अभंग. पशुपक्ष्यांनी गजबजलेला मोरगावचा परिसर. रात्री शांत झाल्यावर अस्पष्ट ऐकायला येणारा नदीच्या धारांचा आवाज. बारे धरतांना चोहीकडून टराटरा केळफूल जनणाऱ्या केळी. उन्हात वाळत घातलेल्या मुगाच्या शेंगा फुटतांनाचे एकसारखे तडतड आवाज.

हे इथले डांबरी रस्ते माझ्या पायांशी जुळत नाहीत. पण मी सारखा कशात तरी अडकवून घेतो. त्यामुळे या नोस्ताल्जियातून बाहेर पडतो आहे. इथे आवतीभोवती सारखे बडबडे पार्टनर, मित्र, सर, चर्चा, लायब्री, अभ्यास, उत्खननासाठी महिनाभर रानात नदीकाठी कॅम्पातली ढोरमेहनत — एक जर्मन आर्किऑलजिस्ट म्हणाला — अरे, हा एकटा तीन जणांचं काम करतो. तो मला चाकलेटी द्यायचा. यामुळे माझं अंतर्मुख व्हायचं व्यसनच सुटलं. तरी इथे मी अस्वस्थ झालो, की वरती गच्चीवर येतो. समोर मकबऱ्याचा घुमट नजर मऊ करून टाकतो. मागे डोंगरापर्यंत काळ्याभोर खडकांचा उंचसखल गालिचा, संपूर्ण उत्तरेला टेकड्यांच्या मृदू चढउतारांची आकाशाखालची रेषा, दूरवर शंकवासारखा देवगिरी, उजवीकडे खुल्ताबाद-वेरूळचे डोंगर, त्यामागे गोदावरीचं खोरं, पैठण. सातवाहनांपासून मलीक अंबरपर्यंत सगळ्यांना वेड लावणारा हा भूगोल. आमच्या घरापासून जवळच मलीक अंबरचा प्रचंड मोठा नहर, त्यावरचा मोठा उंच मनोरा, तटाची मोठी भिंत आणि मोठा दरवाजा आहे. इथे राहून गेलेले महमद तुघलखासारखे वेडे लोक चोहो बाजूंनी माझ्याकडे हात वर करून म्हणतात, हे खंडेराव तुझ्याजवळ स्वप्न नसेल तर तूही नसशील, हे लक्षात ठेव. प्रत्येक आशेचा गळा घोट. प्रत्येक अपेक्षा ठोकरून हद्दपार कर. सगळ्या व्यवस्था बडतर्फ कर. मग जे उरतं ते जमिनीखाली खणतखणत हळूहळू मातीपासून मोकळं करतो त्या मडक्यासारखं हे स्वप्न. त्याचा अर्थ सांगता येत नाही. कारण ते संपूर्ण नाहीशा झालेल्या कधीकाळीच्या स्थळाचा नुस्ता खापरं खापरं झालेला अस्थिकलश असतो.

ह्याच एका स्थळात गाडून बसलेल्या पलीकडच्या एकेकाळी अखंड असलेल्या स्वप्नाची खापरं.

तू पुण्याला केळीच्या ट्रकवर वगैरे गेलास तर माझ्याकडे थांबून जा. तुला दिवसभर पडून पुस्तकं वाचणं फार आवडतं, इथे तुला पाह्यजे ती पुस्तकं मी आणून देईन. तिथे शेतीमुळे तुला पुस्तक हातात धरायला सुद्धा वेळ मिळत नाही. आता तुझी हंगामाची कामं संपताच ये. शेतीची कामं फार धडपडून करायची नाहीत. वहिनींना फार काम पडतं, पण काही इलाज नाही. चि. चिऊ आता रांगायला लागली की नाही? मी होतो तेव्हा पाळण्यात डोळे मिटून मुठी बंद अशी सतत झोपलेली दिसायची. तिची काळजी घ्या. मुलगा-मुलगी असा फरक आपल्या घरात फार चालतो. हा अडाणीपणा आपण पुरुषांनी ह्यापुढे चालू द्यायचा नाही. खरं तर तूच मला हे लहानपणापासून शिकवत आला आहेस. पण आपल्या घरातलं वातावरण इतकं अडाणी जुनाट, की तुलाही हात टेकावे लागतात. असो. त्या नरकातून मी तर निघालो आहे. तुझीच मला कीव येते. तू तुझा गरीब स्वभाव थोडाफार तरी बदलायला शीक. चार दिवस आई बोंबलेल, गप्प बसेल. तिच्या एकटीमुळे सगळं घर उलटंसुलटं फिरतं. सगळे म्हणतात, तिनं बिचारीनं फार सोसलं आहे. रात्रंदिवस घरात, शेतात राबली. हे खरं आहे, म्हणून आपलं घर इतकं वर आलं आहे. पण भावडू, याला काय वर येणं म्हणायचं? कणग्या कोठ्या पेट्या तिजोऱ्या भरणं म्हणजे प्रगती? त्यापेक्षा शेजारची सरूबाई एका कुडाच्या घरात सहा माणसं कशी प्रेमानं सांभाळते? एक कवठ घरी आणलं तर सगळे जण घासघास प्रेमानं खातात.

भावडू, कधी कधी माझा मेंदू आकसून जातो. लाल घेड्या लागल्यासारखा सणसणत भगभगतो. एवढ्या अब्ज अब्ज खर्व खर्व निखर्व वर्षांच्या अवकाशात आपलं आयुष्य दिसत सुद्धा नाही, अदृश्य जीवाणूसारखं. तरी आपण कशाकरता ह्या एवढ्याशा आयुष्यात अमानुष गोष्टी करत असतो?

तू आपल्या घरातल्या ऐकलेल्या नागोरावांपासूनच्या ऐतिहासिक गोष्टी पंडित मामानं मुंबईहून पाठवलेल्या एका डायरीत लिहून ठेवल्या होत्या — त्यावेळी तू दहावी-अकरावीत हायस्कुलात होतास. आपण वरती रांजणांमध्ये जागा करून मध्ये चिमणी ठेवून अभ्यास करायचो. ही डायरी नीट सांभाळून ठेव. मला लागेल. शिवाय शिलेदार देशमुखाचा बाळाजी — तुझा मित्र — त्यांच्याकडची कुजत चाललेली मोडी पत्रं मागून घे आणि आपल्या वरच्या भंडारीत नीट ठेवून दे.

झुंजाररावांनी पानपतावरून एक नखं उपटण्याचं यातनायंत्र अबदालीच्या छावणीतून पळवून आणलं होतं, असं गावातले लोक सांगायचे. ते यंत्र आमच्या इथल्या म्युझियममध्ये ठेवायला तो देईल काय? असलं तर विचारून बघ.

दादा, मला कधीमधी असं एक स्वप्न पडतं की, आपलं सबंध घर भरून दोऱ्यांचा एक गुंतावळ होऊन बसला आहे. अगदी आंगणापर्यंत. आणि त्याचा नीट गुंडाळा करून ठेवणं तू माझ्यावर सोपवलं आहेस आणि मी रडकुंडीला येईपर्यंत दोऱ्या सुट्ट्या सुट्ट्या करतो आहे. तेच तेच सारखं करता करता माझ्या अंगाला घाम फुटला आहे. आणि मी एकटाच किती वेळ तेच तेच करतो आहे?

असंच काहीतरी स्वप्न आताही पडल्यामुळे मला जाग आली आहे, आणि लगेच तुला पुन्हा लिहायला बसलो आहे.

ट्रकवाला वर्गबंधू रघू नायक यालाही वरील पत्ता दे. तो अशात इकडे आला तर चटणी भाकरी, पापड, बिबडे त्याच्या जवळ भरपूर दे. आम्ही चौघेजण मिळून एकत्र खातो. कवी मछिंदरही घरी गेला, की पिशव्या भरून खारोळ्या, तक्कू असे मराठवाड्याकडचे पदार्थ आणतो.

ह्या दिवसांत के बी देशपांडे बंगल्यात आम्ही जेवणाचे नानाविध प्रयोग केले. दोघादोघांनी आळीपाळीनं स्वैंपाक करणं, बाकीच्या दोघांनी पीठ, कणीक दळून आणणं. प्रत्येकानं आपली स्वतःची अधिक सामाईक अशी स्वैंपाकाची मोठी भांडी घासून ठेवणं. भाजी, किराणा, तेल अशा वस्तू आळीपाळीनं आणून ठेवणं. ही व्यवस्था हां हां म्हणता कोलमडली, कारण प्रत्येक जण स्वतःची पाळी विसरायला लागला आणि ऐन वेळी इस्माइल मामूच्या *नाझ* हाटेलात आमलेट पराठा खायला जावं लागायचं.

मग एक मोठंच प्रकरण झालं. मीराबाई नावाची गरीब बाई, तीन मुलींची आई, नामांतराच्या जाळपोळीमुळे औरंगाबादेत पळून आलेली काम शोधत होती. तिला स्वैंपाकासाठी वानखेडेनं शोधून आणली. त्या चौघींनी आमचा सगळा बंगला बागेसकट स्वच्छ चकाचक करून टाकला. आमचा एक वेळचा स्वैंपाक, सगळ्यांच्या खोल्यांची झाडलोट, भांडी त्या फार मन लावून करायच्या. सुरुवातीचे काही दिवस जिन्याखालच्या वळचणीत त्या चौघी मायलेकी मुक्या प्राण्यांसारख्या झोपायच्या. नंतर वानखेडेनं आंबेडकर नगरात तिला एक झोपडीही भाड्यानं घेऊन दिली. पण पुढे झोपडीच्या मालकानं तिच्या थोरल्या मुलीला लग्नाचं आमिष दाखवून पोट तर आणलंच, शिवाय मधल्या कोवळ्या मुलीवरही हक्क सांगू लागला. आमच्या बंगल्यावर ह्या भानगडी होऊ लागल्या, त्यात आमचाही हात आहे की काय, असं शेजाऱ्यांना वाटू लागल्याचं आम्हांला वाटू

लागलं. शिवाय अनंतरावनं — ह्या बाईच्या हातचं आपण खाणार नाही, जातीचा प्रश्न नाही, पण हायजिन वगैरे — म्हणून बिचाऱ्या मीराबाईला बंगल्यातून बाहेर काढलं. शेवटी ज्याचं त्यानं बघावं असं ठरलं.

मधे एकदा तो आणि पत्रकार अनंतराव तेलंगणात विनोबांबरोबर भूदानयात्रेत आठ दिवस पायी चालत गावोगाव हिंडत होते. त्यांच्यावर विनोबांच्या तत्त्वज्ञानाचा इतका जबरदस्त प्रभाव पडला, की सर्वोदयाशिवाय त्या दोघांना काही सुचतच नव्हतं. त्यांनी घरातली सगळी स्टीलची, धातूची भांडी मोडीत देऊन टाकली आणि सगळी मातीची भांडी घरात भरली — स्वैंपाकघरात तवली, काहील, मडकी, लहानमोठे लोटे, गाडगी, नंदाळी, टुमण्या, खोबऱ्या. आणि खरंच टुमणीतलं दही काय छान लागतं? आणि मडक्यातली कढी? आमच्या बाजूलाच कुंभारांचे आवे आहेत. देशातले कोट्यवधी गरीब लोक मातीचीच भांडी वापरतात म्हणून नव्हे, तर एरवीच मातीचं काहीतरी घरात हवं म्हणून. ह्यामुळे आम्ही सगळे लाखो वर्षांपूर्वीच्या आदिमानवाशी जोडलो गेलो. निसर्गोपचार आरोग्य वगैरे ह्या दुय्यम गोष्टी झाल्या. आणि मग रोज आमचं *गीताई* म्हणणंही सुरू झालं. थक्क करणारं भाषांतर :

आत्माचि आपला बंधु
आत्माचि रिपु आपला.

भावड्, आपल्या देशात भाषांतरापेक्षा पॅराफ्रेज — पुनर्वचनच — पूर्वीपासून चाललेलं आहे. ते जाऊ दे, पण ह्या स्वयंपाकामुळे न् मडक्यांमुळे आणि *गीताई*मुळे सुद्धा कवी मछिंदर सर्व विषयांत नापास झाला आणि त्यानं ह्या सगळ्या गोष्टींचा धसका घेतला. त्याला फॉरेस्ट्रीच्या परीक्षेला बसायचं होतं. त्यामुळे त्यानं आता दोन्ही वेळचा डबा लावला आणि स्वैंपाक बंद. आम्हीही सगळे बाहेरच जेवायला लागलो.

गेली अनेक वर्षं भूतबंगला म्हणून बंद असलेला आमचा हा बंगला आता नाना प्रकारच्या राहण्याखाण्याच्या प्रयोगांमुळे, हसण्याखिदळण्यात, चर्चा, वादविवाद, आरडाओरडा ह्यांच्यात रात्रभर दुमदुमू लागल्यानं बेगमपुऱ्यातल्या ह्या पोट भरणाऱ्या कष्टकरी जमातीच्या लोकांना अजूनसुद्धा भूतबंगला हेच नाव योग्य वाटायला लागलं.

काल आम्ही देवगिरीचा दीड हजार वर्षांपूर्वीचा नकाशा तयार केला. फार सुंदर परिसराचं भान त्या चालुक्यांना. आता एक मनोरा चांद मिनार वेड्यासारखा

समोर उभारून सगळ्या किल्ल्याचा बाज घालवला नंतरच्या लोकांनी. मला तिथे असं स्वप्न पडलं की, आपण जमिनीत उलटे खोल मनोरे बांधतो — म्हणजे विहिरीच बांधतो आहोत. त्या कामा तरी येतात. त्या खणणं सोपं नसतं. हवेत उगाच कुतुबमिनार टाइप मनोरे बांधून उपयोग काय?

काही झालं तरी अभ्यासाचं मी बरोबर सांभाळलं आहे. सुरुवातीला रोज लायब्रीत जाऊन वाचायच्या पुस्तकांची यादी आधी तयार केली. सकाळी तास झाले की, जेवून शांतपणे लायब्री बंद होईपर्यंत अभ्यास. वाचून नोट्स काढणं. जुने उत्खननाचे रिपोर्ट वाचणं. प्राचीन महानगरांवरची पुस्तकं धुंडाळून चाळणं. उत्खननाच्या निरनिराळ्या पद्धती. नकाशे. भूगोल. भूगर्भशास्त्र — असं जे मिळेल ते, आमचे ढवळीकर सर, पवार सर सांगतील ती संदर्भपुस्तकं वाचणं चाललं होतं. हळूहळू वास्तुशास्त्राचीही ओळख सरांनी करून दिली आणि जुन्या वास्तू पाहताच भिंती, पाया, कळस, भिंतीतले स्तंभ, स्तंभांचे प्रकार, त्यांच्यावरची नक्षी, शीर्षपट्टी, स्तंभपाद, स्तंभमध्य, स्तंभशीर्ष यांचं विश्लेषण, ग्रीक, रोमन, दक्षिण भारतीय पद्धती, कोणत्या काळात कोणती शैली रूढ होती, पुढेही ती कशी कुठे कुठे चालू राहते — के. के. चौधरी म्हणाले होते, ज्ञान हे स्वतःच मिळवावं लागतं. तुम्हांला शिकवणारे फक्त दिशा दाखवतात, पद्धतींचा परिचय करून देतात, बस्स. बाकी स्वतः सगळं करणे. शरीरातल्या प्रत्येक हाडाची माहिती सध्या करून घेतो आहे. त्यामुळे माझ्या नोट्स घर भरून वाढत चालल्या. योगायोग असा झाला की, मला टूरिझम डिपार्टमेंटकडून नवनव्या ठिकाणी संशोधनपर पाहणी करणाऱ्या कमिटीबरोबर सहायक म्हणून गाइडच्या मानधनाइतके पैशे देऊन सन्मानानं पाठवतात.

मराठवाड्यात कुठल्याही खेड्यात गेलो की कुठेतरी नदीवर, कुठे पायरी म्हणून जुने देवळाचे खांब सापडतात. एका शेतातच खूपच जुन्या देवळाचे अवशेष निघाले. रस्त्यांवर पडलेले दगडही फार सापडले. फुटक्या मूर्तीही घरं खणतांना पायातल्या मातीत निघायच्या. आमच्या विभागात पवार सरांनी तुटपुंज्या ग्रँटवर एक म्युझियम उभं केलं होतं. हे सगळे अवशेष ह्या वर्षी आम्ही जमा केले. माझी ही दोन्ही वर्षं अमाप उत्साहात भरगच्च कामात जाणार. अन्यत्र कुठेही माझा एवढा अभ्यास झाला नसता.

पहिल्या वर्षी जेमतेम तीन महिने आमचे वर्ग नियमित चालले. आणि आता दुसऱ्या वर्षी एम.ए.ची परीक्षा सुरू व्हायच्या आधी फक्त दोन महिने. जुडगे

कुलगुरूनं तर एका मुलाखतीत सोदाहरण सांगितलं की, हिंदुस्थानात कोणत्याच विद्यापीठात प्रत्यक्षात तीन महिन्यांपेक्षा जास्त वर्ग भरत नाहीत. खुद्द बनारस हिंदू विद्यापीठात त्या वर्षी फक्त एक महिना वर्ग भरले. अलीगड विद्यापीठ तर अठराच दिवस उघडं होतं. मुंबई विद्यापीठ उन्हाळा, दिवाळी आणि नाताळ धरून साडेचार महिने रीतसर बंद असतं, तिथले रिझल्ट लागून ॲडमिशन प्रक्रिया पूर्ण होईपर्यंत पुढल्या परीक्षा सुरू होतात, वगैरे. असे आमचे कुलगुरू. एकूण इथे निर्लज्जपणात कोणी हार खात नाही.

आमच्या विद्यापीठाचा हा भाग *विद्यानगरी* म्हणून ओळखला जातो. पूर्वी ह्या विद्यापीठाची सहाशे एकर जागा जेव्हा सरकारनं ताब्यात घेतली, तेव्हा मामुली रक्कम जमीनमालकांना देऊन विद्यापीठाच्या दोन अवाढव्य इमारती बांधायला सुरुवात झाली : एक प्रशासकीय इमारत आणि दुसरी लायब्री. मोगल काळापासूनची छावणीची ही जागा पडक्या इमारती, मोगलांच्या बेगमांच्या न्हाण्याच्या जागा, गायरान म्हणून डोंगरापर्यंत नुस्ती पसरली होती. शेळ्या चारणारी पोरं दिवसभर वडाच्या झाडाखाली खेळ मांडून दिवस घालवायचे. वडाची मोठमोठी झाडं, कडुनिंबांचे पुंजके, बाभळींचं बन, मागे डोंगराच्या पायथ्याशी मोठं तळं, याच्यात हिवाळ्यात हिमालयातले पक्षी गर्दी करून तीन महिन्यांनी निघून जायचे. कुरणावर गायी बैल हंबरत असायचे.

हळूहळू अगदी आम्ही एम.ए. सुरू केलं तेव्हापर्यंतसुद्धा हा मोठा मनोरम परिसर होता, असं सगळे म्हणतात. पण जसजशा विद्यापीठाच्या मोठमोठ्या इमारती उभ्या राह्यल्या, तसतसा हा परिसर शैक्षणिक–बेंगरूळ होत चालला. हजारेक विद्यार्थी होस्टेलांमध्ये राहायचे. आमच्यासारखे आजूबाजूच्या घरांमध्ये भाड्यानं राहणारे आणखी तितकेच. गावातून एकसारख्या बसी, मोटरसायकली, मोटारी यांचा गोंधळही वाढत गेला. मध्येच निंबाखाली मराठवाड्यातल्या विद्यार्थ्यांच्या सर्वाधिक गरजेच्या वस्तू म्हणजे पानतंबाखू विड्या आणि सिग्रेटी यांच्या टपऱ्या. त्या असंख्य वाढल्या. त्यामुळे बेगमपुऱ्यातले लोक *विद्यानगरी*चं इंग्रजी स्पेलिंग *विड्यानगरी* असंच समजून वाचायला लागले. हळूहळू जागा सापडेल तिथे विद्यार्थ्यांची तीव्र गरज ह्या सदराखाली टपरीची हाटेलं उभी राह्यली, कारण भट्टीसाठी विद्यापीठातली झाडं तोडून फुकट सरपण मिळायची सोय होती. परिणामी खमंग भजी, आमलेट पाव, बटाटावडा, चहा गेटपाशी मुबलक मिळू लागले. कॅन्टीन फार दूर आत असल्यानं आणि तिथं प्राध्यापकांची वर्दळ असल्यानं तास बुडवून बिड्या पीत भंकस करत बसायला तिकडे स्कोप नव्हता. एका वॉचमननं आपल्या दोन बेकार मुलांसाठी मातीच्या भिंती घालून हेअर कटिंग

सलून उभारलं आणि होस्टेलच्च्या मुलांना नुस्तं केस कापायला दोन मैल जाण्याचा त्रास वाचवला. पुन्हा स्वस्तात. ह्या दुकानाच्च्या उद्‌घाटनाला मोठा सत्यनारायण करण्यात आला. नंतर अशीच कच्च्या विटांची दुकानं, घरं रातोरात उभी राह्यली आणि अतिक्रमणं ही विद्यार्थ्यांच्या गरजेसाठीच होत आहेत, असं म्हटलं जायला लागलं. थीसिस टायपिंग, बाईडिंग, ओळखपत्रांसाठी फोटो स्टुडिओ, स्टेशनऱ्या, दोन रद्दीची दुकानं — ह्यांत पुढे परीक्षा विभागातल्या उत्तरपत्रिकांचे न तपासलेले गठ्ठेही एका दारुड्या प्यूननं रद्दीत विकलेले सापडले, त्यांचे निकाल परभारे कसे लागले हा चौकशी समित्यांचा विषय झाला.

दुसऱ्या एका प्यूननं, जोडधंदा म्हणून सायकलीचं दुकान भर क्रीडांगणावर काढलं, तर दुसऱ्यानं स्कूटरीचं गॅरेज सुरू केलं. हळूहळू एक इस्त्रीची धोब्याची लाँड्री, एक *बाम्बे सूट स्पेशालिस्ट* टेलर, एक सट्ट्याची बीट घेणारी झोपडी, मीरत–उत्तरप्रदेशकडची सर्व विषयांची परीक्षेत हमखास यश मिळवून देणारी गायडं विकणारं *धी इंटरनॅशनल क्लासिक्स* हे तुफान गर्दीचं पुस्तकांचं दुकान — ह्या सर्वांनी लाच देऊन महाराष्ट्र वीज बोर्डाकडून कायम स्वरूपाची वीज कनेक्शनंही मिळवली. बाकीचे लोक तारेवर आकडे टाकून वीज वापरत होतेच. आणखी एक गरज पुरी झाली — विद्यानगरीच्या कंपाऊंडला लागूनच प्रचंड वावभर शाळुंका असलेलं एक जुनं शिवालय होतं, त्याला लागूनच हैद्राबादेहून आलेल्या चारपाच तरुण वेश्यांनी सिमेंटचे पक्के गाळेच बांधून धंदा सुरू केला आहे. हे प्रतीकात्मकच वाटतं. इथले बहुतेक उद्योग अनुसूचित जातीजमातींचे, विद्यापीठातल्या चतुर्थश्रेणी कर्मचाऱ्यांचे, ज्यांना आपले तुटपुंजे पगार परवडत नव्हते अशांचे होते. विद्यार्थ्यांना केंद्र समजून उभारलेले होते. त्यामुळे चिरकाल टिकणारे होते.

पत्रकार अनंतरावला भरपूर मजकूर इथे घरामागे विद्यापीठातच मिळायला लागला आणि त्याचा स्तंभ वधारला.

पार्टनर वानखेडेच्या कविता इथल्या ह्या जीवनाच्या विद्यापीठातल्या विस्तवातून म्हणजे वास्तवातून स्फुरलेल्या आहेत. त्याच्या एका कवितेत असं आहे की, खरं जीवन विद्यापीठाच्या बाहेरच्या ह्या माझ्या विद्यापीठातच आहे. सारांश, विद्येचं प्रस्थापित विद्यापीठ आंदोलनग्रस्त झालं तर हे *माझं विद्यापीठ* भरभराटत गेलं. एका माजी उत्साही रजिस्ट्रारनं ह्या सगळ्यांविरुद्ध कोर्टात अतिक्रमणाखाली केसी भरल्या, त्यांचा अवास्तव वकिली खर्च सिनेटनं आदल्या वर्षी मंजूर न केल्यामुळे त्या रेंगाळल्या. काही अतिक्रमण करणाऱ्यांविरुद्ध खटल्यांचा निकाल लागला, त्यांनी ताबडतोब वरच्या कोर्टातून हुशार वकिलातर्फे

स्थगिती मिळवली आणि उलट वरचा मजलाही चढवला. तशात नामांतराचं आंदोलन पेटल्याबरोबर विद्यापीठातच रिझर्वेशनमधे टेम्पररी लेक्चरर म्हणून नेमलेल्या पण अनेकदा इंटरव्ह्यू देऊनही पर्मनंट न केलेल्या एका नवबौद्ध प्राध्यापकानं १४ एप्रिल रोजी विद्यापीठात भर मोक्याच्या जागेवर प्रशस्त जागा बळकावली, दोन खोल्या रातोरात बांधल्या आणि समोर आंगणात बाबासाहेब आंबेडकरांचा अर्धपुतळा चबुतऱ्यावर पक्का बसवला. त्या रात्री ठों ठों लाऊडस्पीकरवर सुप्रसिद्ध दलित कवी संग्राम ठोसे याच्या क्रांतिकारक संग्रामगीतांचा कार्यक्रम लावला. *मारू सवर्णांच्या गांडीवर लाथा होऽ आमचा बुद्धाच्या चरणी माथाऽ* हे गाजलेलं अमर संग्रामगीत सगळ्या बेगमपुऱ्यात ऐकायला गेलं आणि परिस्थिती तंग झाली. पत्रकार अनंतरावनं हे सगळं फोटोसकट *मराठवाडा समाचार* मधे छापून नामांतरविरोधी लेख लिहिला. वानखेडेनं ह्याविरुद्ध पत्र लिहिलं ते संपादकानं छाटून चुकीचा अर्थ होईल, असं छापलं. दुर्दैवानं एवढी अतिक्रमणं, बेकायदेशीर कृत्यं सर्रास चालू असतांना जातिभेदग्रस्त अपराधी अशा हिंदू सवर्णांना ह्या अतिक्रमण करणाऱ्या फाटक्या जमातींशी सामना करण्याचं धैर्य नव्हतं.

वर्षाच्या शेवटी सिनेटच्या मीटिंगमधे हे सर्व प्रश्न धसाला लागले. पत्रकार अनंतरावकडे दर तासा दीड तासाला एक सिनेटचा सभासद काय झालं, ते कळवत होता. वेगवेगळ्या नावांच्या, परंतु आतून ब्राह्मण विरुद्ध मराठा, मराठा विरुद्ध महार, मराठवाड्यातले विरुद्ध बाहेरचे पश्चिम महाराष्ट्र किंवा विदर्भातले — अशा संघटनांनी आपापले मोर्चे आधीच बांधले होते. त्यातही *छत्रपती छावा संघटनेच्या* लोकांना अशी बित्तंबातमी लागली की *विश्व नवबौद्ध कर्मचारी संघटना* आयत्या वेळी नामांतराचा ठराव मांडणार आहे आणि खुद्द मुख्यमंत्र्यांनी कुलगुरूंना रात्री फोन करून दडपण आणलं आहे की, कसंही करून हा ठराव संमत झाला पाहिजे म्हणजे आमच्या पुरोगामी सरकारचे हात मजबूत होतील.

बैठकीच्या सुरुवातीला सेक्युलर फोरम नावाच्या संघटनेच्या कार्यकर्त्यांनी विद्यापीठ परिसरातील सर्व अतिक्रमणे तातडीने बुलडोझरने भुईसपाट करावी, त्यासाठी लागणाऱ्या खर्चाचे बजेट मंजूर करण्यात यावे, असा ठराव आणला.

विद्यापीठ कायद्यातल्या भारतीय लोकशाही अभिनिवेशानुसार सिनेटवरही चतुर्थश्रेणी कर्मचाऱ्यांच्या युनियनचे अध्यक्ष, अल्पसंख्याकांचे प्रतिनिधी वगैरे

आवश्यक असतातच. ह्या सर्वांच्या भाषणांनी त्या वर्षाची सिनेटची बैठक फार गाजली. सुरुवातीलाच कुलगुरूंनी लोकशाहीच्या मर्यादा थोडक्यात पटवून दिल्या. दोनच दिवस लोकशाही निलंबित करा, मी हा परिसर स्वच्छ सुंदर करून दाखवतो, असं ते म्हणाले.

ह्यावर विद्यापीठ कर्मचारी संघटनेचे चिटणीस निषेध नोंदवत म्हणाले, सन्माननीय सभासदांनी अतिक्रमणांवर चर्चा करण्याआधी पुढील गंभीर बाबींवर अगोदर चर्चा करावी :

१. विद्यापीठातल्या चार मुख्य अधिकाऱ्यांच्या मुलांना मेडिकल-इंजिनियरींग कॉलेजांत प्रवेश कसा दिला (गेला), त्यांच्या गुणपत्रिकांमधे फरक कां आढळतो, याची चौकशी. रेकार्ड बदलल्याबद्दल गुन्हा नोंदवण्याची कारवाई. अन्यथा कर्मचारी संपावर जातील.

२. दीड लाख नवी झाडे लावली, असे वृत्तान्त *दरवर्षी* पेपरांत येतात. ही झाडे कुठे आहेत? जी थोडीफार जगली आहेत, ती कां वाळून चाललीत, याची चौकशी. मा. कुलसचिवांच्या वावरात विद्यापीठाचे टँकर आजसुद्धा ड्रायव्हरसकट कार्यरत आहे, याचे साक्षीदार आहेत.

३. हिंदी विभागप्रमुख प्रोफेसर भगत ज्यांनी त्यांचा स्वतःचा पीएचडी थीसिस दुसऱ्याकडून लिहून डॉक्टरेट मिळवली होती, ते आता आपल्या विद्यार्थ्यांचेही प्रबंध मीरतहून आयते लिहून आणतात, याचे पुरावे आमच्याकडे आहेत. ह्याशिवाय त्यांनी यू.जी.सी.कडून दुर्मिळ पुस्तकांच्या खरेदीसाठी मिळालेल्या दीड लाख रुपये ग्रॅण्टमधून फुटपाथवरची रद्दी पुस्तकं ग्रंथालयात भरली. खोट्या पावत्या आणल्या, त्यांत कोकशास्त्राचीसुद्धा सचित्र पुस्तकं आहेत. याची चौकशी करण्याची हिंमत विद्यापीठ प्रशासनाकडे आहे काय?

गोंधळ. टाळ्या. घोषणा — गुंड आहे. चौकशी कशाला, कुलगुरू आपल्या अधिकारात त्याला बडतर्फ करू शकतात. निलंबित कशाला, लंबितच करू. टाळ्या.

त्यानंतर मराठवाड्यातले एक थोर स्वातंत्र्यसैनिक बोलले की, मराठवाड्यात शिक्षणाचं प्रमाण कमी असल्यानं इथे बाहेरून विशेषतः विदर्भातून नवबौद्ध मंडळी मोठ्या प्रमाणावर स्थलांतरित झाली आहे. मराठवाडा हे नाव बदलून आंबेडकर विद्यापीठ करण्याची मागणी ह्याच बिगरमराठवाड्याच्या — मुख्यतः विदर्भातल्या नवबौद्धांची आहे. यांनी आपल्या भागातल्या नागपूर किंवा अमरावती विद्यापीठाला आंबेडकराचे नाव द्यायची हिंमत दाखवावी. पुण्याला तर हे मारच खातील. *टाळ्या.* हे मराठवाड्याला बुचाडणं चाललं आहे.

ह्यावर विदर्भातून आलेले व आता औरंगाबादेतल्या एका युनियनचे अध्यक्ष होऊन बसलेले गृहस्थ संतापून म्हणाले, ह्या प्रादेशिक संकुचिततेचा मी निषेध करतो. हैद्राबाद संस्थानाच्या विलीनीकरणापूर्वीचे चुकीच्या जन्मतारखांचे दाखले दाखल करून बरेच भूमिपुत्र लोक इथे लागले आहेत. उर्दूतल्या उलट्या तारखा सगळ्या सुलट्या क्रमाने लिहून हे खोटी वयं दाखवतात. प्राथमिक शाळेत प्रवेश घेतांनाच यांची वयं दहादहा वीस वीस वर्षं कमी लागलेली आहेत. याचा यांना फायदा हा की, उर्वरित महाराष्ट्रातल्या उमेदवारांपेक्षा हे मराठवाड्याचे लोक पंधरावीस वर्षं अधिक विद्वान दिसतात. शिवाय ह्या मार्कण्डेयसदृश सिनियर रिटायर्डांचं खरं वय ६० होऊन गेल्यावरही दहावीस वर्षं पगार चालूच राहतो. शिवाय आपण प्रत्यक्षात मोठे असून सरकारी दृष्ट्या लहान आहोत, हा लहान असल्याचा गंड इथल्या सर्व विद्वान प्राध्यापकांना जन्मतःच असतो. कारण यांचा जन्म हे दहावीस वर्षांचे असतांना होतो — म्हणजे नोंदवला जातो. हशा. टाळ्या. आरडाओरडा.

ह्यावरही खडाजंगी चर्चा झाली. आम्ही महाराष्ट्रात सामील झालो, ते अशा अपमानास्पद टीकेसाठी? वय कमी लावण्यासाठी? धिक्कार. पश्चिम महाराष्ट्राचा धिक्कार. पश्चिमेकडील गणराज्यांचा धिक्कार. म्हणजे मी आता नव्वद वर्षांचा आहे? आमच्याकडे नव्यानं जन्मलेल्या मुलांची नावं चावडीवर तलाठ्याकडे जन्माच्या रजिस्टरमधे वेसकर नोंदवायचा. त्यात फार तर महिन्या दोन महिन्यांचा फरक व्हायचा. पण वीस वर्षे?... हे उत्तर प्रदेशात फार चालतं, म्हणतात. दहावी होऊनच जन्मतात ते. ...सर्वांचे मूळ उर्दूतले जन्मदाखले तज्ज्ञांकडून रुजुवात करून घ्या. साठीच्या वरचे सगळे प्राध्यापक काढून टाका... बरं व्हील मायला, तरुण पदवीधरांसाठी जागा तरी होतील... ह्या संतांच्या भूमीतच संतांचा अवमान? म्हणजे ज्ञानेश्वरानं सोळाव्या वर्षी ज्ञानेश्वरी लिहिली, ती असंच वय चोरून?... शक्य आहे... असं कोण म्हणालं, सामने या. ...असं नाही, पण जवळपास असंच.

ह्यानंतर *नवबौद्ध तृतीय श्रेणी कर्मचारी संघटने*चे सचिव गौतमीपुत्र गायकवाड बोलले : अध्यक्ष महाराज, मनुसंस्कृतीचे आचरण आपल्याच विद्यापीठातले भ्रष्ट अधिकारी करत असतात, याबद्दल आचारसंहिता का होत नाही? ह्या विद्यापीठाचा हुतुतूचा अजिंक्य संघ राष्ट्रीय स्पर्धांसाठी घेऊन जाणारे अखिल हिंदू विद्यार्थी परिषदेचे कार्यकर्ते असलेले आपले क्रीडासंचालक देवदत्त आचार्य यांनी खेळाडूंना एक वेळ कायम भेळ कचोरी असं खायला घालून सर्वांची जेवणाची बिलं मात्र फायू स्टार हॉटेलची लावली आहेत. यांची ही खोटी बिलं पास करणारी

अक्काउंटीण आमच्या अनुसूचित जातीच्या मुलांची जीओआय स्कॉलरशिप मात्र कधी वेळेवर देत नाही. उद्या या, असं प्रत्येकाला दररोज म्हणते. कोणी आमचा गरीब विद्यार्थी भुकेला असतो, तो उलट बोलला तर — तुम्ही काय सरकारचे जावई हो, असं ही अक्का उंटीण उघड बोलते. आमच्या एका विभागप्रमुखाचा *धेड ऑफ डिपार्टमेंट* असा उल्लेख केला जातो. इंग्रजी विभागाचे प्रा. देशपांडे यांना कुठल्याही ऑल इंडिया कॉन्फरन्सला जायची सवय आहे. हा गृहस्थ कॉन्फरन्सला न जाता आसपासची तीर्थक्षेत्रं पाहून येतो. नुकताच हा गृहस्थ अशाच एका कॉन्फरन्ससाठी विद्यापीठाच्या खर्चानं कुरुक्षेत्र विद्यापीठात गेला आणि तिथे पाच ब्राह्मणांकरवी कुरुक्षेत्र सरोवरात अनुष्ठानं करवून घेतली. बाबासाहेबांनी *मनुस्मृती* जाळली ती का उगाच? नामांतर ह्यासाठीच झालं पाह्यजे आणि ह्याच विद्यापीठाचं झालं पायजे. आणि आजच आमच्या नामांतराच्या ठरावाला मंजुरी मिळाली पाह्यजे. टाळ्या. गोंधळ. सी.बी.आय. तर्फे चौकशी करा. मनुवाद्यांची चौकशी करा, निलंबित करा. ऐका.

ह्यानंतर आर्य चाणक्य म्हणून ओळखल्या जाणाऱ्या एका विद्वान परंतु कुटिल प्राध्यापकाला पाचारण करण्यात आलं. त्यांचं भाषण — अजेंड्यातच टाइप प्रत सर्वांना आधी मिळालेली होती ते — त्यांनी वाचायला सुरुवात केली : डॉ. बाबासाहेब आंबेडकरांबद्दल ह्या विद्यापीठात कोणाला आदर नाही. *गोंधळ. आरडाओरडा* — टाईप प्रतीत प्रश्नचिन्ह चुकून राहून गेलं. ...चौकशी करा. कुलसचिव हिंदूत्ववाद्यांचा पिट्टू झाला आहे. हा पुरावाच आहे. ...खोडसाळपणाबद्दल मी माफी मागतो. कामकाज चालू ठेवा. अजेंडा किती मोठा आहे? महत्त्वाचे ठराव आधी घेऊ द्या. ...म्हणजे? हा नामांतराचा ठराव महत्त्वाचा नाही, असं कुलगुरूसाहेबांना म्हणायचं आहे काय? *धिक्कार.* ...थांबा, ऐका, चाणक्य कसा ठरावाच्या विरोधी बोलेल पण दाखवेल आपण बाजूनं आहोत. ऐका —

सभासद हो, डॉ. आंबेडकर हे आधुनिक मनूच आहेत. *गोंधळ.* मनू? ही तर शिवी झाली. ऐका ...नवा मनू येतो आहे. ...पुन्हा मनू मनूच करतो आहे. कुलगुरू, ह्यांना बोलू देऊ नका. ...अशा मनुष्याचं नाव विद्यापीठाला ...परतून मनूच म्हनू ते — असा आग्रह काही लोकांचाच आहे. हे म्हणजे उंदरांनी आपल्या सुरक्षिततेसाठी जहाजाच्या तळात बिळं उकरणं आहे. ...आँ? काय म्हंताला? आपल्या लोकाइले उंदरं म्हंताला की तो? आँ?

दरम्यान तीन महिन्यांपासून प्रचारासाठी गाजत असलेल्या सिनेटमधून मॅनेजमेंटवर निवडून द्यायच्या महत्त्वाच्या पाच जागांची मतमोजणी होऊन आली.

कुलसचिवांनी विजयी उमेदवारांची यादी वाचून दाखवली. छत्रपती संघटनेनं आपले पाच उमेदवार उभे केले होते, ते सगळे पडले. प्रचंड आरडाओरड — आयला, बबन, असं कसं व्हायलं रे? एकसुद्धा आपल्यापैकी निवडून आलं न्हाई? ...चुकलं गड्या कुटंतरी. ...काही चुकलं नाही, जाधवराव. मी स्वतः पेटीत ह्या हातानं अठरा मतं एकट्या आपल्या साळुंकेसाहेबांना दिलेली नीट दोनदा तपासून टाकली की रे. पंधरा मतांचे निवडून आले, आणि आपला अठरा मतांचा कसा येत नाही? ...मायला, काश्मीरमधल्या इलेक्शन सारखंच म्हण की रे. कुलसचिवच बसतो मतमोजणीला — झारीतला शुक्राचार्य. ...बरं झालं, ह्याच्यात बराबर सापडला. जा, तू चंद्ररावला सांगून ये कानात — नामांतराचा ठराव मांडू द्यायचा नाही. मुख्य मंत्री बोंबलला तर बोंबलू द्या. मायला मागून पुढून मारायले मराठवाड्याची. आज जुडग्याला हाणू. ...कुलसचिव भडवा बघ कसा टुरटुर करतो आहे, करू द्या तूर्तास. महाग पडेल भडव्याला. दांडू घुसवल्याशिवाय आदत सुधरत नी त्याच्यावाली.

मग नामांतरचा ठराव मांडायच्या आधी *छत्रपती छावा संघटने*च्या लोकांनी अभूतपूर्व धांगडधिंगा सुरू केला. कुलगुरूसाहेब, माफी मागायला सांगा. आर्य चाणक्याला तुम्ही पाठीशी घालताहात. बायक्या कुलगुरू, आरे बांगड्या भर.

ह्यावर खास सिनेटच्या सभेसाठी फेशिअली वगैरे करून आलेल्या स्त्रीवादी स्त्रियांनी ह्या उक्तींचा निषेध केला. इतक्यात एक ध्वनिक्षेपकाची दांडी वरून गरगर फिरत आली आणि कुलगुरूच्या टकलावर हे ध्वनिक्षेपणास्त्र आदळून ते कोसळले. अशी ही सिनेटची अंदाजपत्रकी सभा उधळली. त्यामुळे पुढील वर्षभर नवीन सुधारणा, नव्या योजना, त्यांच्या खर्चाची तरतूद अशा जिकिरीच्या गोष्टी अनायासे टळल्या. सर्व शिक्षक व शिक्षकेतर कर्मचारी पुन्हा एक वर्ष आनंदी आनंद म्हणून खूष झाले. पत्रकार अनंतरावची तर पुढे अनेक दिवस कॉलम भरायची ददात मिटली. ...पुढली सिनेटची बैठक केव्हा होईल? ...ते एक कमिटी ठरवील. ...ह्या कमिटीवर कोण लोक असतील? ...तेही एक कमिटी ठरवील. ...त्या कमिटीवर कोण लोक असणार? ...ते विद्यापीठ ठरवील. ...विद्यापीठ म्हणजे कोण? ...म्हणजे मीच. जा आता इथून. गेट आऊट.

...गेट आउट? इद्यापीट मंजी मीच? मायला अजून कन्फर्म झाला नाही की तं ह्या हांडग्या कुलसचिवाची ही हिंमत? इथे गतवर्षी कुलसचिव म्हणून येण्याआधी प्राचार्य होता, तेव्हा त्यानं खोटी खरेदी बिलं दाखवून कॉलेज बुडवलं आपलं. भ्रष्टाचारात जेलामंधी जात हुता, आपल्या जातीचा म्हणून

गृहमंत्र्यांकडे आम्ही स्वतः जाऊन याला सोडवलं हुतं. ...कुऱ्हाडीचा दांडाच हाय की मायला. जातीचं राजकारण हे असं भोवतं मायला. ...स्वार्थी लोकं आसता. आता पाहाय, कसं ह्येनं त्या हिंदू विद्यार्थी परिषदेच्या लोकायशी जुळवून घेतलं? आता त्यांची मेजॉरिटी म्हणल्यावर याचं कन्फर्मेशन तेच करणारी की. तेच लोक सगळ्या मॅनेजमेंटच्या कमिट्यांवरी. तेवढा हुषार तर हैच हा. ...आता नव्या दीडेकशे जागा भरणार हैतं विद्यापीठात. आता नोकऱ्यांवरी सगळे त्यांचेच. ...काय तरी केलं पायजेल, बबनराव. हा सुटायला न पायजेल. ...तर, आपण नेते झालो ते काय शेटं भादरायला? आजच पक्कं करू. तू एक कर. आपल्या नितीनला आज गाठ. एकट्यालाच. *नाझ* हाटेलात बेगमपुऱ्यातल्या बघ, रात्रीच्याला. बरोब्बर गावंल तो. थितंच भेटू. आपण तिघेच. या कानाचं त्या कानाला कळता कामा नई. गुप्तचा अर्थ कळतो ना तुला? झेंडावंदन. झेंडावंदन.

२५ जानेवारीला रात्री *नाझ*मधे आम्ही रेडिओ सिलोन ऐकता ऐकता अचानक नितीन नावाचा पहिलवान पोरगा हळूच खूण करून मछिंदरला बोलावून घेऊन गेला. अर्ध्या तासानं पुन्हा मोटारसायकलवरून त्याला *नाझ*वर सोडून जोरात फटर्र करत निघून गेला. मछिंदर घाबरलेला दिसला. काय झालं रे?... काही नी, काही नी. ...मंग? कुटं गेलता? ...काही नी. ...काही नी? ...कमाल आहे. चहा घे. मामू ऽ. लगेच तिकडून ओरडर : काला मफलर एक चाय. *जिया बेकरार है छायी बहार है...* नेहमी मान डोलावून हवेत हात उडवणारा मछिंदर आता गटागटा चहा पीत ऐकत राह्यला. काहीतरी विचित्र झाल्याचा घोर त्याला लागलेला दिसला. उद्या २६ जानेवारी... झेंडावंदनाला जायचं का रे, वानखेड्या? मछिंदर एकदम म्हणाला, सगळे जाऊ या. उद्या मजा येणार आहे. ...म्हणजे? ...पुन्हा तो गप्प. खोलीवर परत येतांना मात्र तो माझ्या कानात पुटपुटला, जिन्याखाली एक पोतडी नितीननं ठेवली आहे. चढतांनी सांभाळून. बाहीरचं गेटबी उघडंच ठेव.

सकाळी आम्ही सगळे लवकर उठून घाईघाई मुख्य इमारतीसमोर शिस्तीत उभे. कुलसचिव दोरी ओढायला लागताच तोंडावर रुमाल सोडलेला एक किरकोळ पोरगा दुसऱ्या रांगेतून पुढे झाला. त्याच्या भोवती एकदम घोळका तयार झालेला दिसला. त्यानं कुलसचिवाच्या डोक्यात जोरात एक सळई हाणली. कुलसचिव कोसळला. तेवढ्यात तो घोळका, सळई, मारणारा पोरगा सगळे मागे गिअर टाकून उभ्या असलेल्या मोटारसायकलींवरून दिसेनासे झाले. मोठा गोंधळ.

झेंडाही असा दोऱ्यांमधे मेचका होऊन अडकला, की त्याला अर्ध्यावर लोंबकळत ठेवूनच कार्यक्रम पार पडला. मुख्य पाहुणे झेंड्याकडे बोट दाखवून म्हणाले, *हे आपल्या दिशाहीन प्रजासत्ताकाचे प्रतीक आहे.*

ह्यानंतर कोर्टात खटला चालला. हळूहळू खर्च परवडेना म्हणून विद्यापीठानं हा वैयक्तिक मामला समजून अंग काढून घेतलं. कुलसचिव वाचला, पण त्याला स्मृतिभ्रंश झाला. कोर्टात तो असंबद्ध बरळायचा : *हे आनंददायिनी तू कुठे आहेस?* माझ्याविरुद्ध ज्या लोकांनी शॅम्पेन उघडली होती, ते नोशनल डेला फाफळले. पैठणच्या परीक्षाकेंद्रावर कॉपी फार होते, छापा टाकला पायजे तर कुलगुरू जुडगे म्हणाले, तू मेरा चांद मै तेरी... त्यांला मी फायलीत रोज 555 सिगरेटीचं पाकीट पाठवून देऊ की. कारण घरी त्यांची उजवी हाफ सिग्रेट पिऊ देत नव्हती.

कोर्टानं नंतर ही केस काढून टाकली.

ह्या केसचा निकाल लागेपर्यंत कलेक्टर ऑफिसमधल्या किंवा रिटायर्ड पोलीस ऑफिसरांना कुलसचिव म्हणून नेमणं चाललं होतं. त्यामुळे आपसूकच विद्यानगरीमधे चाऱ्ही बाजूंनी अतिक्रमणं वाढत गेली. एका रात्री तर पैठणहून जायकवाडी धरणाच्या तिसऱ्या टप्प्याची सुरुवात केली, तेव्हा अडीचशे गावं पाण्याखाली गेली. त्या वस्त्या बुडालेले गरीब बेसहारा लोक ट्रका भरभरून, आपली फाटकीतुटकी बिढारं घेऊन इथे आली — मुसलमान, महार, मांग, वडार, कोल्हाटी सगळ्या विस्थापितांनी आपापल्या झोपडपट्ट्या उभारल्या. बकऱ्या चारणारे वाढले. त्यामुळे हळूहळू मोगल काळातली जुनी डेरेदार झाडं बोडकी होत गेली. सरपणात एकेक झाड मोळ्या होऊन चुलींसमोर अदृश्य व्हायला लागलं. लहानलहान पोरं आधी बुंध्यावर सालींचे धडपे कोरायची, की हळूहळू झाड वठत जायचं. स्वतः आमचे वॉचमन, प्यून सायकलीमागे कॅरीयरवर मोळी बांधून राजरोस घरी नेतांना दिसायचे. पवार सर, दवे सर आणि आम्ही काही चळवळ्ये विद्यार्थी, झाडंतोड थांबवा — असं निवेदन तयार केलं. ते घेऊन एकदा कुलगुरूंकडे गेलो.

कुलगुरूंनी वातानुकूल खोलीत ते वाचून आम्हाला आत बोलावलं. कोण तुम्ही? काही अभ्यासबिभ्यास करता, का हे धंदे करायला तुमच्या आईवडलांनी तुम्हांला इथे पाठवलं आहे? आँ? मी का विद्यापीठ चालवू, की झाडांची राखण करू? कुलसचिवांकडे का नाही जात?— कुलसचिवांकडे बऱ्याचदा गेलो, सर. ते म्हणता, हे माझं काम नव्हे. हे सिक्युरिटीचं काम आहे. सिक्युरिटीचे जाधव म्हणाले, अहो येवढे विद्वान प्रोफेसर तुम्ही, येवढाले तुमचे युजीसीचे पगार, येवढाले क्वार्टर, पेट्रोलच्या गाड्या — काय? ह्या गरबांना रात्रीची भाकरही चुल्ह्यावर नको? यांहिले कोढल्ला गॅस न् पानी? तिकडे गोदावरीचं पानी अडवूनी कोळ्ळी केली तुम्ही लोकायनंच. आन् ह्यंना उठवीलं वडलोपार्जित जागेवरनं पर्यावरणाचा ऱ्हास तुम्ही करून ऱ्हायले, का हे? काय? ह्याला एकदोन कम्युनिस्ट प्राध्यापकांनी दुजोरा दिला. तुमच्या घरातच नळ न् गॅस यिऊ तोवर तं तुमच्या ह्या शहरी मध्यमवर्गी मूल्यांच्या परिसरवादी गमजा चालता. जरा दोन कोसावर एकाद्या खेड्यात जाऊन पाहा, मायला कसे आपले लोकं पर्यावरण पांघरून झोपता तं.

नंतर संयुक्त महाराष्ट्र जाहीर झाला, त्या सोहळ्यात महाराष्ट्राच्या पर्यावरणावर मोठ्ठं इंटरनॅशनल चर्चासत्र आमच्या विद्यापीठात झालं. कुलगुरूंच्या हस्ते उद्घाटन.

खंडेराव, उच्च शिक्षण हेच.

काटेरी बाभळींचा रस्ता काही कमी सुंदर नसतो. बेगमपुऱ्यामागे विद्यापीठाच्या लायब्रीकडून येतांना मोठं प्राचीन तळं होतं, त्याचं पाणी आटलं. डोंगराच्या पायथ्याखाली वंशपरंपरा नेमानं हिवाळ्यात येणारे लांब शेपट्यांचे सारस पक्षी त्या वर्षी आक्रोश करत घिरट्या घालत पुढे निघून गेले. त्यांचे वारशाचे वड, तलाव नाहीसे झाले. एका सूर्यास्ताच्या लाल पार्श्वभूमीवर उरलेल्या एकाच वटवृक्षावर रात्रभर बसता यावं म्हणून शेकडो सारस पक्षी फांदीफांदीवरून एकमेकांना लोटत आहेत, ढकलत आहेत, हे दृश्य खंडेरावच्या स्मृतिगृहेत कायमचं चिणलं गेलं आहे.

परीक्षा तोंडावर आलेली. अश्मयुगातल्या बदलत्या टप्प्यांवर मानवी वस्त्या कशी गुजराण करत, याचा अभ्यास काही आटोपत नव्हता. लायब्री बंद झाल्यावर खोलीकडे चालत येतो. रात्रभर जागरण करायचं म्हणून भरपूर न जेवता दोन अंड्यांचं आमलेट करून चहा पीत रात्र काढायची. मधे फुटणाऱ्या एका पायवाटेनं माझे पाय झोपडपट्टीच्या शेवटी बाभळींमधून ह्या सारसांच्या वडाकडे आपोआप वळायचे. एका सिग्रेटचं अंतर. तिथे वडाच्या बाजूला मातीच्या भिंती स्वच्छ

पांढऱ्या मातीनं पोतारलेल्या. वरतून झाडपाल्याचं गवताचं छप्पर. चाऱ्ही बाजूंनी काट्यांचं कुंपण लावून आवरलेली एक जागा — धरणविस्थापित कमरूननं चिवट जगण्याच्या आशेनं पुन्हा उभारलेली ही जागा. लहानखुरी, खूप लांब केसांची कमरून, दोन लहान गोजिऱ्या पोरी कोंबड्यांमध्ये रांगणाऱ्या. दार नेहमीच उघडं, आतली विस्थापित गरिबी दडवण्यात स्वारस्य नसणारं. अंगणात लहानसं सब्जाचं रोप पेरून आपलीशी केलेली जमीन. खुराड्यांमागे आंघोळीची उघडी जागा. आंगणात मोठा रांजण ती स्वतः पाणी वाहून भरून ठेवायची. दगडांची चूल. घर म्हणजे ह्याशिवाय आणखी काही असतं?

मी दिसल्याबरोबर वाट पाहत असल्यासारखी तत्परतेनं दुपट्टा, प्रचंड केस सांभाळत मागून दोन्ही हातांनी त्यांची गाठ मारत खुराड्यांत अंड्यांवर बसलेली कोंबडी उचलून तिच्या पोटाखालची दोन अंडी कमरून लगबगीनं आणायची आणि माझ्या हातावर ठेवायची — उष्ण, लांबट, देशी कोंबड्यांच्या खास पिवळसर रंगाची ही दोन अंडी सांभाळत मी तिच्या हातावर थंडगार नाणं ठेवतो. पटकन तळवा मिटून हर्षभरित चेहऱ्यानं निळ्याभोर डोळ्यांनी आनंद उतू जाऊ देत ती कृतज्ञतेनं वळते.

अरेरे, खंडेराव, ती दोन उष्ण अंडी तळहातावर तशीच सांभाळत झाडाझाडांवर पुन्हा पुन्हा उडून उडून पुन्हा बसणाऱ्या कावळ्यांच्या कावकावीमधून तू खोलीकडे अजून तसाच चालतो आहेस, इथे तुझं मन अजून होरपळत घुटमळतं आहे. काही रुखरुखींना सांत्वनाची वाट नसते.

एक नितांत स्मरणक्लेशी व्रण : बऱ्याच दिवसांनी प्रवराकाठचा उत्खननाचा कॅम्प आटोपून मी विद्यापीठात परत आलो आहे. म्युझियममध्ये पवार सरांच्या खोलीत सगळे अवशेष नीट रचून दारं बंद करून बाहेर पडताच लक्षात येतं की, काहीतरी खाल्लं पाह्यजे. पावलं आपोआप काटेरी बाभळींच्या रस्त्याकडे मला रेटत नेतात. कमरूनच्या कुंपणाआत पूर्ण सामसूम. छपराखाली शांत. खुराडीसुद्धा उघडी निर्जीव. डाली उलथ्या पडलेल्या. आंगण सुन्न. सब्जा वाळलेला. लालपांढऱ्या देशी कोंबड्यांपैकी एकही नाही. दाराशी दात दाखवणारं बेवारशी कुत्रं. आता काहीतरी खायला *नाझ*पर्यंत चालत जाण्याइतके त्राण अंगात नाहीत.

मागच्या वडाखाली दोन लहानलहान विटक्या रंगाच्या कमीजसलवारी दिसल्या. गवतात चिमण्या दिसत नाहीत तशा कमरूनच्या ह्या झिपऱ्या गोजिऱ्या बाहुल्या. मला जवळ येतांना पाहून दोघी गोंधळल्या.

क्यू बेटी, अम्मी कहाँ है?

थोरली तर एकदम भांबावून लाल लाल होऊन गेली. काय बोलावं तिला कळेना.

क्यू बेटी, बैदा मिलेगा? अम्मी रख के गयी है?

धाकटी नुकतीच बोलायला यायला लागलेली, छोटे छोटे हात वर करून म्हणाली, मर गयी.

ऑ? मर गयी?

हाँ. एक दिन पापाने ऐसा मारा ऐसा मारा, मर गयी.

बाप रे. खंडेराव, तेव्हा तुझा दगड झाला. ...कॅम्पवर तू निघायच्या तयारीत असतांना भर दुपारी कमरून धापा टाकत तुझ्या जिन्यावर चढून आली होती. कोंबडीसारखी धुगधुगत एकदम म्हणाली, हैद्राबाद के गाडी में मुझे बिठा देंगे? मेरे पास खाली इत्ते पैसे है. डोळ्यात भीती.

खंडेराव, हा तुझ्या नामर्दपणाचा ताम्रपट म्हणून तू मनातल्या मनात चिणून टाकला आहेस. एक अत्यंत नीचेची गोष्ट.

जिंदगी यूँ भी गुजर ही जाती
क्यों तेरा राहगुजर याद आया

डायरेक्टर कुंभार साहेब नेहमीप्रमाणे अनंतरावकडे भविष्य विचारायला न जाता हातात पेढ्यांचा पुडा सांभाळत ललकारले : मानकापे साहेब, उठा हो, एम.पी.एस.सी. पास झालात तुम्ही. पेढे घ्या. आत्ताच मुंबईहून आलो.

कुंभार साहेबांना आतून अशीही पक्की बातमी कळली होती की, मछिंदरचा मावसा, जो आमदार होता तो मुख्यमंत्रीच होणार आहे. त्यामुळे मछिंदर पुढच्या सर्व परीक्षा, मुलाखती पास होऊन कलेक्टर होणारच. लगेच आम्ही सर्व आनंदात *नाझ* हॉटेलवर जायची तयारी करायला लागलो. कुंभार सरही बरोबर होते. आता मुख्यमंत्र्यांकडे थेट जायची आपली सोय झाली, असं अनंतरावला सांगता सांगता त्यांनी आपली व्यथाही ओकून टाकली — आपल्यासारख्या अल्पसंख्याकांना ह्या लोकशाहीत कोण ओळखतो? आमच्या सबंध जातीचा एकसुद्धा पुढारी कलियुग संपेपर्यंतही कधी आमदार म्हणून निवडून येऊ शकणार नाही. ...आणि मुख्य मंत्री? हॅ हॅ हॅ — करून कुंभार साहेब मनापासून हसले. मुख्य मंत्री? हॅ हॅ हॅ — पुन्हा ते हसले, आता जरा केविलवाण्या सुरात. पण आमचं एवढं बदलीचं काम मानकापे साहेबांना

करून द्यायला सांगा. दोनेक दिवसांतच चव्हाण साहेब मुख्य मंत्री म्हणून शपथ घेताहेत.

थांबा, कुंभारसाहेब, आज तुम्हीच मछिंदरशी सगळं नीट बोलून घ्या. हॉटेलमधे गुपचूप — हँ ऽऽ.

हल्ली अनेक दाबदबावांखाली बिचाऱ्या मछिंदर मानकापेचा जीव थाऱ्यावर नव्हता. चुकून लॉटरी लागल्यासारखी त्याची एकदम बारा ओळींची एक कविता पहिल्यांदाच एका पेपरात छापून आली. पण तिच्याखाली त्याचं नाव नेमकं कंपोझिटरनं नीट टाकलं नाही. तिकडे वानखेडेही पिंगलकेशा पाठक पोरीला भेटायची सुसंधी म्हणून नेहमीप्रमाणे दररोज बाहेर जातांना बुटाला पॉलिश केल्याबगर आपले लाल मोजे चढवत नाही, आणि झळझळीत भांग पाडून उसळते केस खुलवणाऱ्या चेहऱ्यावर पावडर मारल्याशिवाय कडक इस्त्रीचा निळाभोर सदरा पेहरत नाही. नहरे-अंबरी वरून *नाझ* हॉटेलकडे जातांना आम्हांला गुंगारा देऊन मधेच एका बोळातून पाठक पोरीच्या घरावरून इंग्रजी Q च्या आकाराची घिरटी मारून पुन्हा मुख्य रस्त्यावर आमच्यात शिताफीनं मिसळण्याची एक क्लृप्तीही त्यानं स्वतः शोधून काढली होती, म्हणजे क्यूप्तीच. काहीतरी करून स्टेशनरीच्या किंवा पुस्तकाच्या दुकानात मुसंडी मारून किंवा मुतारीतून अदृश्य होऊन योग्य तो संदेश पोचवून परत क्यूच्या शेपटीतून हा आमच्या मागून *नाझ* वर हजर. आज तर हिरवा गर्द टाय बांधून वरतून भारी काळा कोट आणि उग्र सुवासाचा स्प्रे, वरच्या खिशात पांढऱ्या रुमालाची घडी दिसेल अशी असते.

आम्ही तिघे कुंभार साहेबांसह गेटजवळ खोळंबतो. ...ओऽ दलित कवीऽ फॅशन आवरा हो ऽऽ तुमच्या आयचे गावठी सायेब — असं दोनतीनदा मानकापेनं ओरडल्याशिवाय तो खोलीबाहेर पडत नाही. कुंभार साहेब अनंतरावला मानकापेची कविता छापलेला पेपर मागतात. तो पेपर उघडतो. ...अरे रे, मानकाप्या या अडाणी संपादकानं तुझी सौंदर्यशास्त्रीय स्त्रीदेहस्थापत्यदर्शी कविता अर्ध्यात तोडून दोन स्तंभांत कशामुळे छापली मायला. ...पेपराच्या एकाच स्तंभात छापायला लिहिलं होतं भगव्याला. ...कोणाला वेळ असतो रेऽ पेपरात अशी छापा न् तशी छापा. तिथे म्हणजे हुंऽ आडवी नै नं उभी नै. म्हंजे लांब ओळी ती फुगीर छाती, बारीक कंबर तिथे आखूड ओळ — अशा सूचना लिहून देलत्या? पण आता अडाणी वाचक शिडीसारखी एकाखाली एक न वाचता डावी उजवी अशी एकच लांब ओळ करून वाचतील ना रे? ...काय फरक पडतो बरं, वाच तं पार्था कशी वाचतूस तं?

चालः *ये रे जलद नभी न भी*　*ह्या धरतीवर ह्या धर्तीवर*
होऊन बी मी वल्ली　*भेदरली ती भादरली*
भिजली की विझली　*थांबला तो संपला*
वाजवीत धुंद मुरली　*कोण तुझा यार बसलाय*
असेल माझा हरी　*तर देईल खाटल्यावरी*
ये रे परत न भी नभी　*पुरती पूर्ती करण्यापुरती*

– ड्ढ ध्द ड्ढ ठ्ठथ चण्ड्ढ थ्र डण्ड ग्धा

वा हो. हे शेवटी कवीचं नाव असं म्हणजे मछिंदर मानकापे समजायचं का? कुंभारसाहेब म्हणतात, आडवी आणि उभी दोन्ही बाजूंनी कविता चांगली वठली आहे. ...*वठली?* हॉ हॉ. पुढच्या रविवार पुरवणीत दुरुस्त्या करा, असं पत्र टाकू — नावच कवितेखाली विराजत नाही, तर करायचं काय कविता निस्ती भौ? मराठीतला प्रकाशन व्यवसायच असा — ते जाऊ दे, मछिंदरच्या या कवितेची पार्श्वभूमी मी सांगतो — ती खाली उभी होती भर पावसात त्याची वाट पाहत, बरोबर?... कशाला दुसऱ्याचं वाकून पाहा भो? ...पार्टनरचं आणि त्या पिंगळीशी लव्ह मॅरेज होणार?... निस्तं मॅरेज होणार म्हन की रे. ...कशाला बोट घालून वास घ्या भो? त्या पोरीचा बाप कट्टर ब्राह्मण है, फक्त ब्राह्मण विद्यार्थ्यांनाच प्रॅक्टीकलमधे जितकेचे तितके मार्क देतो तो. बहुजनसमाजाची पोरं कितीतरी हुशार असो — फक्त काठावर पास.

आता ह्याला कोण सांगेल सगळं? अशा गोष्टींची सुरुवात परीकथेसारखी होते. पण शेवट? भयस्वप्न. पेपर उघडून पाहा कुठलाही — विष पिऊन आत्महत्या, खून, जाळपोळ. ...पण दलित पुढारी व्हायचं असेल, तर बायको ब्राह्मणच हवी, असंही दिसतं. ...ते मुंबई-पुण्यात. ह्या अशा मागासलेल्या भागात? आणि जिवावर उदार होण्याइतकं हे महत्त्वाचं असतं? हिंदी सिनेमात ठीक आहे. ...हे वाईट होईल, बघाल तुम्ही. ...ह्यालाच विषफुल थिंकिंग म्हंता, हॉ हॉ. ...पूर्वी सूड म्हणून शत्रूच्या देशात बायकांवर बलात्कार करायचे. तसा तर प्रकार नाही हा? हॉ हॉ हॉ, मायला काय विनोद करतोस. हजारो वर्षं आमच्यावर अन्याय करणाऱ्यांच्या पोरींशी लग्न करणं हा सूड घ्यायचा फार नामी उपाय आहे. हॉ हॉ.

तेवढ्यात गॉगल घातलेला, राजबिंडा वानखेडे जिन्यावरून डौलात उतरतांना दिसतो. सूटबूट असेल तेव्हा तो हमखास तोंडात सिगार फफ् फफ् पेटवत राहतो. एवढा उशीर केल्याबद्दल आम्ही त्याची भोसडपट्टी चालूच ठेवतो : वा, *गोगल गाय.* ...केस भाराभर उसळू द्या... केशवसूट...

हॉ हॉ... *फॅशन करता रंग जगाचे क्षणोक्षणी ते बदलू द्या.* मला गुलछबू नवकवी म्हणतो आणि हा दलित कवी? ...म्हंजे? आम्ही कायमच उघडं राहावं न् लंगोटी लावून तुमच्या संगं यावं का इची लेक कपड्यातही पायरार्की सांभाळून? ...तसं नव्हे, तू लिहितोस कसं आणि विलायती कपडे साहेबासारखा नेसतोस कसं —

गुंजन नको भंजन बोल
रंजन पुरे गड्या अंजन घाल
चंडप्रचंड बंड कर जातीपाती बंद कर

असे कपडे घालणारा न् इंग्रजीत कायम बोलणारा माणूस काय जातीपाती बंद करणार? दलित कवितेत ओरडायला चांगलं वाक्य आहे मात्र. आवाक्याबाहेरचं वाक्य. कुंभारसाहेब म्हणाले, काही असो महारांनी आपली पोळी भाजून घेतली ह्या मधल्या काळात. आमचे ओ.बी.सी. साले तसेच बिगरपावर राहून गेले. संघटितच नाही होऊ शकले. ...अहो, मांगांचे तर हाल विचारू नका. ...यांची वेटाळं आता काय बदललीयत. जातिवादावर तर यांचं तत्त्वज्ञान उभं आहे. जाती टिकल्या तर तं हे टिकणार. शिवाय *बंद कर* हे *बंड कर* च्या आधी यायला पायजे हुतं. ...कां? ...*ड* ह्या ध्वनीचं वजन *द* पेक्षा जास्त हाये.

डेंगन्याचं वजन. मानकाप्या, असल्या षंढ तंत्रांनी तर मराठीतलं रूपवादी नवकाव्य एकाच पिढीत न्हवंसं झालं. न्हवंकाव्य. हॉ हॉ. ...मराठीत कोण कवी रूपवादी होते रे, निव्वळ हुरूपवादी होते, बालिश. दलित साहित्य सदभिरुचीला धरून नसतं, असा कवी-समीक्षक कुलकर्णींचा समीक्षालेख पुढच्या रविवारी येतो आहे... उद्याच्या रद्दीत? सवर्ण सदाभिरूची अशी मतं असतील. ...शृंगारिक आणि अश्लील यांच्यातला फरकच या दलित कवींना कळत नाही, असं मांडलं आहे. ...शृंगारिक सदाभुर्चीला धरून असतं म्हणजे वरून फार तर कमरेपर्यंत किंवा खालून फार तर जघनं... जघन? ढुंगणाला संस्कृतमध्ये?... *जघन* एकवचन की अनेकवचन?... अनेक कसे असतील रे? द्विवचनसुद्धा असतं संस्कृतात. तर बाकी उरलेलं म्हंजे जे जे ह्या दोन्ही मधारचं ते ते अश्लीलच सरळ. ...डेंगनं, त्याच्या आयला आपलं तेवढं शृंगारिक, दुसऱ्यांचं अश्लील.

आत्मसंतुष्ट भडवे. यांच्या कुठल्याही संग्रहाला *आत्मसंतुष्ट* हेच नाव शोभेल. ...बरं, नवकवी, तुह्यावाला *आत्मसंतुष्ट* कवितासंग्रह केव्हा निघणार? ...अरे म्या प्रकाशकाला संग्रह काढ म्हटला, की तो पैशे काढ म्हणतो मला... बरं तू तुझ्या तीसचाळीस कवितांचा भारा त्या एका कवितांना वाहिलेल्या मासिकाकडे पाठवला होता. त्यासाठी अट म्हणून त्या मासिकाची वर्गणी पण पाठवली होती.

मासिक लगेच यायलं, पण अजून त्याच्यात तुझी एक कविता आली नाही लेका छापून? टपालहशीलही भारा परत पाठवण्यासाठी पाठवलं होतं? दीड वर्ष झालं. ...येतील केव्हा तरी, *विचाराधीन आहे* असं दरमहा पत्र देतो संपादक. ...संपादक? तुला पत्र देतो? मायला, तूच दरमहा जोडकार्ड पाठवतोस, त्याचं उत्तर कापून येतं, म्हण. ...येडाच हायस मायला, परतीची तिकिटं काहून पाठवली? म्हंजे त्या परत पाठवायच्या लायकीच्या आहेत, अशी सूचनाच झाली ती. ...त्या तिकिटांची किंमत कवितांपेक्षा महाग झाली. तिकिटं तरी साभार परत मागीव लेका संपादकाकडून. कविता राहू दे म्हणावं तिकडंच. कवितांच्या प्रती काढून ठेवल्याएस ना?... छे, कशाला कॉपी करायचा खर्च वाढवायचा ह्या महागाईत? गेल्या तं गेल्या. दुसऱ्या कितीतरी लिहून होतात तशाच पुन्हा...

तुझं बरं वानखेड्या, तुझा पहिला संग्रह — *भीमटोला* याच्या एकूण पाच हजार प्रती कशा खपवल्यास हे सांगू का? चालबाज, तू नागपुरात पवित्र दीक्षाभूमीवर १६ आक्टोबर रोजी दोन पोरांना निळ्या टोप्या चढवलास आणि घेऊन गेलास आणि त्या गर्दीत उभा ठाकून रांगेतल्या प्रत्येकाला तुझा एक संग्रह घ्यायला भाग पाडलास. बिचारे खेड्यापाड्यातून आलेले गरीब नवबौद्ध — त्यांना वाटीवलं, इथे प्रदक्षिणा करतांना हे तुझ्या कवितांचं चोपडं कंपल्सरी घ्यावंच लागतं. पुन्हा कव्हरावर बाबासाहेबांचा फोटो म्हटल्यावर तर घ्यावंच लागलं प्रत्येकाला. चांगला धंदा आहे हा. ...काय मिळालं रे मला त्याच्यात? छपाईचं खर्च तेवढं निघालं. लघुकथालेखक असतो तर दिवाळी अंकाचे दर लघुकथेचे पंचवीस रुपये तरी मिळाले असते. ...दवेसरांचा लेख काय गाजतो आहे — ***कथालेखक वृथालेखक*** नावाचा. सगळे होलसेल लघुकथानिर्माते संतापले आहेत. धमाल केलीय सरांनी. व्यापार आहे लघुकथा म्हणजे, असं लिहिलंय. ...आमच्या संस्कृतच्या सिलॅबसमधे *काव्यव्यापार* असा एक टॉपिक आहे. ...कॉमर्सशी संबंधित? ...मग, *व्याजस्तुती* सारखे अलंकार निर्माण झाले असते का त्याशिवाय? पूर्वी कवितांना व्याजासकट पैशे मिळायचे.

कुंभार साहेब म्हणाले, काय सांगताय राव तुम्ही? हल्लीबी घसघशीत पैशे मिळता गड्यायहो कवितांना. आमच्या ऑफिसातली पाटील बाई — परवा १ मे ला ऑल इंडिया रेडिओवर महाराष्ट्र राज्य स्थापना दिनानिमित्त कवितांची स्पर्धा सरकारनं ठेवली होती. ह्या स्पर्धेत पाटील बाईनं कविता धाडली होती. एका कवितेचे — वीसच ओळींच्या — पाचशे रुपये बक्षीस मिळालं बाईला. आमच्या हॉटेलात दुसरा एक कवी वेटर आहे. तो म्हणाला, मला कसं कळलं नाही ह्या स्पर्धेचं? तर ती म्हणाली, माझे नवरे आहेत ना जाहिरात विभागात, म्हणून कळलं.

...नवरे? — पण एकच असेल, नाही का?... ते जाऊ द्या रे पोऱ्हो हो, कविता आयकसान तं चाट पडसान. रेडिओवर रोज वाजवत होते :

झकास बाई झकास
होतोय म्हाराष्ट्राचा विकास

आशा वीस ओळी आहेत. काय असतील बरं पुढल्या ओळींची यमकं?

मी सांगतो,

भकास बया भकास
युरिया द्यावा पिकास

कुंभार साहेबांना मानकापेचं हे विडंबन फारच आवडलं. कोन्ती सिग्रेट पेता, मानकापेसायेब? असं नम्रतेनं विचारून ते लगबगीनं नहरे-अंबरी जवळच्या चौकात सिग्रेटी आणायला रस्ता तुरुतुरू ओलांडून गेले. पुढे बाजूच्या क्यू-बोळातल्या गर्दीत वानखेडे सटकणार तेवढ्यात समोरून पिंगलकेशा. परामानसशास्त्रीय प्रमाण म्हणून नेमकी यांच्या दिशेनं येतांना दिसली. तिच्या सोबतीला तिची नेहमीची सखी, चेहऱ्यावर मोठ्ठी कुरळी बट सोडून शान मारणारी. ही गुबगुबीत मुलगी मानकापेवर नजरांचे तीरावर तीर सोडून नेहमीच घायाळ करायची. आत्ताही तेच झाल्यानं अस्वस्थ होत्साता तो एकदम धांदरून उतावळतो आणि विचारतो, काय नाव रे ह्या दुसऱ्या बट वाल्या टपोरीचं? साली नेहमीच मटण हालवत तिच्याबरोबर असते. वानखेडे म्हणतो, ही *नॉट ओनली* तर ती *बट ऑलसो*. ह्या विनोदापेक्षाही लैंगिक आक्रमणाचा प्रकार म्हणून आम्ही त्या दोघींकडे पाहत प्रचंड मोठ्यानं सामूहिक हसतो. याचा लैंगिक वचपा म्हणून दांडगी *बट ऑलसो* मानकापेला गर्दीत म्हशीसारखी खेटून जाते. तो चेकाळून स्वप्नाच्या परीधीवर गटांगळतो. त्याला नवकविता स्फुरू स्फुरू करते. *सैरभैर चंचलचित्त संध्याराग...*

पुढे *नाझ* हाटेल आल्यावरसुद्धा कावराबावरा मानकापे सारखा मागे बट ऑलसोकडे मान वळवून पाहता पाहता हाटेलपुढे खणून ठेवलेल्या खोल गटारात त्याचं दफपतन होतं. सुळकणाऱ्या त्याला कोलमडायाच्या आधीच मी आणि अनंतराव गचांडी धरून वर ओढून घेतो. इस्माइल मामू गल्ल्यावरून धावत येतो. मानकापेच्या पायावरचा चिखल धुण्यासाठी चंबूत पाणी मागवतो. वानखेडे पलीकडच्या आडोशात पिंगलकेशीशी काहीतरी हातवारे करतांना दिसतो. बट ऑलसो पाय उंचावून इकडे मानकापेकडेच पाहतांना दिसते. आम्ही नदीकाठच्या शेवटच्या टेबलापाशी बसताच तिकडे इस्माइल मामू आत ओरडर देतो : *बडी मूछ, तीन गरम चाय.* जरा वेळानं कुंभार साहेब वीस सिग्रेटींचं पनामा पाकीट

घेऊन आमच्या टेबलापाशी येतात. आता मामूची ओरडर : *काली टोपी एक चाय.* मानकापेला सिग्रेट पेटवून दिल्यावर ते अदबीनं त्याला म्हणतात, साहेब, जरा इकडे येता का?

अनंतराव म्हणतो, येवढासा एम.एससी.चा विद्यार्थी मानकापे पाहा कसा ताठ उभा आहे? आणि बिचारा प्रौढ वयस्क परेशान कुंभार, पण पाहा पाहा, किती वाकून हात जोडून त्याला गळ घालतो आहे. सी.एम.चा भाचा ना? असं असतं खंडेराव, जात माना न माना, तिचं अस्तित्व तर असतंच. ...*अस्तित्व असतं?* हे काय मराठी बोलतोस तू अनंता? ...तेच, समोर जेच दिसतं आहे, तेच. आमच्या पेपरात अलीकडे आम्ही रोज चर्चा चालवली आहे — मराठा पावर अशीच बेलगाम चालली तर — आता हा का उगीच फॉरेस्ट ऑफिसर होतोय?— आपल्यासारख्या लहानलहान जातींना काय फायदा झाला संयुक्त महाराष्ट्रात आम्ही मराठवाडा-विदर्भ सामील झालो — मराठा मेजॉरिटी पक्कीच केली ना? ते पाहा हा कुंभार डायरेक्टर एका छत्रपती विद्यार्थ्याला हात जोडतो आहे. अरे अरे, नाही पाहावत हे — आपण पेपरचा माणूस — संताप येतो...

मग वारंवार वाकून नमस्कार करणाऱ्या कुंभार साहेबांना सोडून मानकापे परत येतो. आता आम्ही मानकापेच्या फिरक्या घ्यायला सुरुवात करतो : सी.एम.चे भाचे म्हनल्यावर आता व्हीआयपी व्हायले तुमी, आँ? म्हटलं होतं ना पार्था मी तुझी कुंडली पाहून — गुरु हर्षल युती म्हणजे कुठल्या कुठे जाणारेस तू. फॉरेस्ट ऑफिसर झाल्यावर आम्हाला येकवेळ जंगलातलं वाघ दाखीव गड्या. ...बरं लगीन करनंच पडीन आता एम.पी.एस.सी. झाल्यावर. ...अजून ओरल व्हायचीय भडव्यांनो. ...ओरल? काय बिशाद तुला आता कोणी सिलेक्शनच्या आड येईल. सगळं महाराष्ट्र राज्य तुझ्या मुठीत है — आता अभ्यास दे सोडून. कविताबी दे सोडून. आता लगीनच कर मायला — आता शान राहणार तुझी. तुला जीप, ड्रायव्हर, बंगला, हाताखाली नोकर चाकर. ...पुन्हा फॉरेस्ट ऑफिसर झाल्यावर कॉन्ट्रॅक्टर लोकांची वर्दळ — ऑ? हाँऽऽ कोऱ्या नोटांची बंडलं, वा ऽऽ. ...पण मघा मछिंदरला गटारात घरंगळतांना *बट ऑलसो*नं पाह्यलं का रे? ...पाह्यलं असणार. हसली का रे ती, याला पडतांना पाहून—

अजूनही मछिंदरचं लक्ष बाहेर मोटारीआड उभी राहून गूळ काढणाऱ्या वानखेडे-पिंगलकेशीकडे व्हाया नटीसारख्या मेक-अप केलेल्या *बट ऑलसो*कडेच डिंकासारखं चिकटून आहे. इशाऱ्यांवर इशारे, प्रश्नांकित इशारे. मग वानखेडे इकडे येतांना दिसतो. त्याला पाहताच मामूची ओरडर : *काला चष्मा, एक कोफी.* बसता बसता वानखेडे म्हणतो, लागलं का रे फार मछिंदर?

ती तुझी लाडी — बट आलसो — फार काळजीत होती. जा पळत — सांगून ये, काही फार लागलं नाही म्हणावं. म्हणजे तुला वाटलं त्यापेक्षा मला कमी लागलं, असं तिला उडत उडत सांग. जा.

पण मछिंदर तिथेच बसून राह्यला. त्याच्या अस्वस्थपणाच्या हिमनगाचं टोक कुंभार साहेबांनी दिलेल्या सिग्रेटींच्या धुरातून एकसारखं वर जात राह्यलं.

त्यानंतर काही दिवसांनी अनंतराव, वानखेडे आणि मी बशरच्या ठेल्याकडून जात होतो. तेव्हा लांबून ग़ालिबचा हा मतला ऐकायला आला :

ये न थी हमारी किस्मत   के विसाले-यार होता ऽ

मी म्हणालो, मलिका पुखराज वाटतं. अनंतराव मला ओढून म्हणाला, तो बघ भाजीबाजारात मानकाप्या, धष्टपुष्ट बट-आलसोबरोबर आडोशाआडोशानं चालतोय. काय विशाल पोरगी आहे रे ती.. वा वा वा... *ये न थी हमारी किस्मत के विशाले यार होता... हॉ हॉ हॉ.* माझ्या तोंडातला पानाचा उंच फवारा उडाला. मी वानखेडेला म्हणालो, तू आता अमेरिकेत पीएचडी करायला जाणार आहेस, तर तिथे ही मजा, ही नाजूक सुरम्य कामभावना दिसेल? अशी तरल मुलायम प्री-कंडोम संवेदनशीलता —

तेरे वादे पर जिए हम तो ये जान झूठ जाना

वानखेडे म्हणाला, आय डन्नो, खंडेराव, मला सांग — प्रीॲग्रिकल्चर काळात शिकार खाण्याची जी सुरम्य इटीसी इटीसी मजा होती, ती आताच्या दोन रुपये फेकून सात पदार्थ एका राइसप्लेटमधे दहा मिनटांत वचावचा खाण्यात आहे?

मी परत पान खाण्याचं निमित्त करून पानाच्या ठेल्यावर ऐकायला आलो :

मुझे क्या बुरा था मरना अगर एक बार होता.

अजिंठ्याच्या शेवटच्या लेण्यांवरची एक दरड कोसळून अचानक आणखी दोन मोठी लेणी दिसायला लागली. दोन हजार वर्षं तरी ती बुजलेलीच असतील? पवार सरांनी तडकाफडकी आमचा कॅम्प अजिंठ्यात घेतला. मोठमोठे तज्ज्ञ लोक तिथे येणार म्हणून प्रत्यक्ष अभ्यास करायला मिळेल, हा त्यांचा हेतू होता. आमचे तीन आठवडे कसे गेले, हे कळलंच नाही. कॅम्प करून ढीगभर फोटो, टिप्पण्या घेऊन

आम्ही मोठ्या उमेदीनं परत आलो, तर पवार सरांना : *तुमच्यावर चौकशी का बसवू नये* — अशी कुलगुरूंची नोटीस. योग्य परवानगी न घेता कॅम्प घेणे, कॅम्पच्या खर्चाला मान्यता न घेणे, अफरातफर — असे आरोप होते. आम्ही विद्यार्थी संतापून गेलो. सिनियरच्या आम्हा सहा जणांपैकी मुंढे हा वर्गबंधू तर कुलगुरूंना थोबाडीत देऊन येतो म्हणून त्यांच्या ऑफिसकडे निघालासुद्धा. पण पवार सरांनी त्याला आवरलं. ते म्हणाले, मलाही इथून निघून जाण्याची संधी मिळते आहे. वाईटातून चांगलं निघतंय. भांडायचा आता कंटाळा आला आहे. दवे सर सुद्धा राजीनामा देऊन मुंबईला चालले आहेत. बरेच चांगले चांगले प्राध्यापक निघून जायच्या तयारीत आहेत. विद्यापीठाचा सुवर्णकाळ संपला. मी तर आपल्या कॅम्पचं व्यवस्थित प्रपोझल दिलं होतं. पण ते कुलसचिवानं फॉरवर्डच केलं नाही. होऊ द्या मायला एन्क्वायरी. तुम्ही सगळे लोक साक्षीदार आहातच. किती कष्ट घेतले आपण? हे म्युझियम, ह्या दुर्मीळ वस्तू आपण आखलेली प्रकाशनं, लेख — छे. आता पोरांनो, तुम्ही तुमच्या परीक्षेचा अभ्यास फक्त करा. एम.ए. होऊन दुसरीकडे जा. शुभास्ते पंथानः सन्तु.

सरांच्या टेबलावरच्या काचेखाली तुकारामाची ही ओळ मोठ्या अक्षरांत लिहिलेली दिसायला लागली :

सुटायाचा काही पाहातो उपाय

आम्ही सिनियरच्या मुलांनी संताप गिळून कँटीनमधे निर्णय घेतला की, आपलाही ३-४ महिनेच ह्या जागेशी संबंध उरला आहे. मरू द्या सगळं.

पण दवे सरांकडे जाणं आवश्यक होतं, कारण ते मला नेहमी दिसले की थांबून अभ्यासाची चौकशी करायचे. काही काही वाचायलाही सांगायचे. त्यांच्या क्वार्टर्सवर जाणं मात्र मी टाळायचो. फक्त एकदाच गावाहून आलेली मेहरूणची बोरं द्यायला गेलो होतो. तेव्हाही आमच्या मोरगावच्या अग्निहोत्री खटल्यातली सदूची पार्वतीआत्या ऊर्फ आत्ताच्या प्रा. मोनालिसा दवे भेटल्या नव्हत्या. सर एकटे घरी होते, आणि एका विद्यार्थ्याला दुष्टवृत्तीशी कसं झगडलं पाह्यजे ह्याबद्दल सल्ला देत होते : अत्यंत निष्पाप, सद्गुणी माणूससुद्धा दुष्टप्रवृत्ती नष्ट करू शकतो — स्वतःचा बळी देऊन. म्हणजे त्याच्या दृष्टीनं जगातल्या क्रौर्यासारख्या एका प्रस्थापित अनुचित मूल्याविरुद्ध दुसरं रास्त मूल्य आहे, याचं तो प्रात्यक्षिक करूनच बळी जातो — मधेच मी गेल्यावर माझ्या हातातली बोरांची घमघमाट गाठोडी हुंगून ते मलाही त्या चर्चेत सामील करून घेत म्हणाले, मेहरूणची बोरं का रे? वा वा, बाईंचा आनंद आता थोड्या वेळानं त्या येतील तेव्हा तू पाहशीलच. बैस. तुझं मत सांग — दुष्टप्रवृत्तींना शरण जाणारे अनेक असतात,

कारण मनःशांती मिळवण्याचं ते एकच साधन असतं. झगडायचं तर कायम मनःशांती घालवून जगण्याची तयारी करावी लागते, नाही का? ... ह्यालाच *जगडणं* म्हणू —

मी लगेच आदल्या रात्री बशरमियाँकडून ऐकलेला शेर घोकण्याची संधी चालून आल्यानं उद्गारलो :

ताब लाये ही बनेगी ग़ालिब
वाकिया सख़्त है और जान अज़ीज

म्हणजे : सहन करणं भागच आहे, गालिब, प्रसंग कठीण आणि जान प्यारी ...वा रे वा, काय योग्य उदाहरण शोधलंस रे तू. ग्रेट. थांब, मी स्वतः चहा करून आणतो, सगळेच पिऊ.

मग स्वैंपाकघरात चहा करता करता ते म्हणाले, जगाच्या इतिहासात दुष्टप्रवृत्ती पुन्हापुन्हा वर येतांना दिसतात. हा पेच नवनवे धर्म न् गांधींसारखे महात्मे निर्माण होऊनही मिटण्यासारखा नाही. पूर्वी एकाददुसरा माणूस, टोळी, जमात दुष्टपणा करायची. आता तर सबंध देश इंग्लंडसारखा दुष्टपणा करतो. अमेरिका — काय चाललं आहे तिकडे व्हिएतनाममधे? कसा मुकाबला करायचा? कशी सहनशक्ती वाढवायची? का स्वतःच क्रूर बनायचं? हीच संस्कृती जगभर प्रस्थापित करायची? आणि मानवजात संपवायची? की स्वतःचा बळी देण्याची संस्कृती का प्रस्थापित करू नये? आँ?

त्यांचा विद्यार्थी चहा पीत मान हालवत होता. नंतर दवेसर तासभर गप्पा मारल्यावर मला म्हणाले होते, उद्या ये, येत जा.

एवढ्या मोठ्या लेखक माणसाचा आपल्यासारख्या चार वाक्यं नीट बोलता न येणाऱ्या खेडवळ पोरानं कशाला उगाच वेळ घ्या, असा खेड्यातल्यासारखा विचार करत त्यांच्याकडे पुन्हा जाणं मी लांबवत राह्यलो. विद्यापीठात पार्वती आत्या केव्हाही घाईघाईत वर्गावर जातांना किंवा वर्गातून तशाच चटचट बाहेर पडतांना दिसायच्या. त्यांच्याकडे समजा आपण गेलो आणि म्हटलं, मी तुमच्या गावचा आहे, आणि समजा त्यांनी आपण त्या गावचेच नाही असं दाखवलं, तर काय करावं? ही माझ्यासारख्या गावठी मुलाची धास्ती त्या वेळी खरीच होती. पण आता ते सोडून चालले म्हटल्यावर ती धास्ती मावळली. शिवाय आत्या ब्राह्मण असल्याचं दडपणही अलीकडे ब्राह्मणांवर बरीच पुस्तकं वाचून कमी झालंच होतं. कोणी जातांना निरोप द्यायला जाण्याचा हा सार्वजनिक रिवाज चांगला वाटला. समजा दवे सर घरी नसले तरी सदूची, आणखी आपल्या तिरोनी आत्याची ओळख पटेलच.

दुसऱ्याच दिवशी संध्याकाळी लायब्रीत काहीतरी उंदीर मेल्यामुळे सगळ्या विद्यार्थ्यांना बाहेर पडावं लागलं. त्यामुळे दवे सरांकडे जाणं भागच पडलं. काहीशा चिंतावल्या स्थितीतच मी सुनेरी महालामागच्या प्रोफेसर क्वार्टरांकडे आलो. आपण गावंढेकरी असल्यामुळे न्यूनगंडात कशी शक्ती वाया जाते, याचं चिंतन करत दवे सरांची अतिप्रसिद्ध नंदी स्कूटर लावलेल्या क्वार्टरसमोर उभा राह्यलो. ही स्कूटर सबंध औरंगाबादेत आणि विद्यानगरीतसुद्धा टिंगलीचा विषय झाली होती, कारण बायकोला असं आयतं मागे बसवून आपण वाहन चालवणं इकडे विचित्र समजलं जायचं. शिवाय हे दोघं ह्या नंदीवर कायम कुठेही जोडीनंच विहार करतांना दिसायचे म्हणून पार्वतीपरमेश्वरौ असं लोक ओळखायचे.

त्यातून ह्यांना अजून मूल झालं नव्हतं, हाही सार्वजनिक कुतूहलाचा विषय ठरला होता. ह्यांना मूल होऊच शकत नाही, अशी कुचकुच होती. बाईच्या माहेरच्या म्हणजे आमच्या मोरगावच्या सदूच्या खटल्यातल्या एका मुलाला हे मांडीवर घेणार आहेत, अशीही कुणकुण होती. नंतर काठेवाडातल्या दवे सरांच्या गावाकडच्या दरबार राजपूत जमातीतल्या तान्ह्या मुलीला ओटीत घेण्याचं चालल्याचीही कुजबूज होती, कारण ह्या जमातीतील *दूधपिती करण्याची* म्हणजे मुलींना दुधात नाकतोंड बुडवून लहानपणीच मारून टाकण्याची चाल होती. अशा क्षत्रिय माजोऱ्या जातीतली मुलगी अंगावर घेण्यापेक्षा गुजरातमधलीच खालच्या जातीतली एखादी अंगुलियत पोरगी, जी बिचारी आईनं दुसरा नवरा केल्यानं तिचं बोट धरून आलेली असते, तीच का पतकरू नये? किंवा पंढरपूरच्या अनाथाश्रमातली कोणी अभागी मुलगी? असं दवेबाईचं समाजवादी मत होतं. ह्यावर दवे सर दोन बंगल्यांपलीकडे राहणाऱ्या जोशीबाईंपर्यंत ऐकायला जाईल एवढ्या रॉयिस्ट तत्त्वज्ञानात गडगडले होते : मूर्ख, आपल्या देशात मुलगी खालच्या वर्गातली वरच्या वर्गातली असा भेद करणं, हे तुझी ब्राह्मणी बूर्ज्वा मनोवृत्ती दाखवतं. असे विचार दवे सरांसारख्या रॅडिकल ह्यूमॅनिस्ट विचारवंताला जास्त शोभादायक वाटत होते. परंतु अलीकडे दवेबाईंच्या मोलकरणीनं ह्या नवराबायकोचं चोरून ऐकलेलं भांडण लगेच जोशी सरांच्या मोलकरणीला, आणि पर्यायानं जोशीबाईंना, कळवलं की बाईसाहेब कृत्रिम गर्भधारणा करून घेणार आहेत. ह्या मराठवाड्यासारख्या मागासलेल्या भागात ही पुढारलेली सोय नसल्यामुळेच खरं तर हे जोडपं राजीनामे देऊन मुंबईला चाललं आहे. अशा विचित्र अफवांमुळे पार्वतीपरमेश्वरौ कॅम्पसवर भिंगुळवाणे ठरले होते.

धास्तावलेल्या स्थितीतच मी दारावरची घंटा दाबली. सदूच्या आत्यानं दार उघडलं. चेहऱ्यावर कुठेच आपली मोरगावची गावठी चर्या नसलेलं नागरी रूप.

मात्र आपल्या गावच्या अग्निहोत्री लोकांसारखी ब्राह्मणी चण. नाक सदूच्या घरातल्यांच्यासारखंच सरळ नीट उभं. जणू चष्मा बसण्यासाठीच बनवलेलं. कोण? ...मी — मी सदूचा मित्र — इथे एम.ए. आर्किऑलजीला — मोरगावचा — माझी आत्त्या — तिरोनी—

अचानक ब्राह्मणी तटस्थ चेहरा वात्सल्यसिंधु झाला. अरे अरे, तू विठ्ठलभौचा धाकटा मुलगा? येड्या, नाव सांगावं नं रे अगोदर. ये, ये, बैस. प्रथमेशनं सांगितलं होतं की, तुझ्या माहेरचा — मेहरूणची बोरं — काब्रं नाही आला रे इतके दिवस? आँ? कानोडं लागतं का रे... काय तुझं नाव? हाँ, खंडेराव... छान. प्रथमला त्याच्या स्टडीत कोंडून ठेवला आहे. झोपलाही असेल. इतके भेटणारे झाले आहेत हल्ली आम्ही औरंगाबाद सोडून चाललो म्हणून. त्याचं एक पुस्तक लिहिणं संपतच नव्हतं — पाच वर्षांपासून. तुम्ही पोरांनी हे नामांतराचं लफडं काढून हे वर्षभर शिकवणंच बंद पाडलं, त्यामुळे यंदा त्याला भरपूर वेळ मिळाला बघ. यंदासुद्धा परीक्षा लांबतीलच, असं दिसतंय. प्रथमचा सगळा वेळ शिकवण्यात आणि विद्यार्थ्यांशी गप्पा मारण्यात जातो. काय येवढं शिकवण्यासारखं असतं कुणास ठाऊक. विद्यापीठातल्या प्राध्यापकांनी स्वतःचं संशोधन, लिहिणं वाचणं करावं का शाळामास्तरसारखं वर्गात आणि वर्गाबाहेर आणि घरीदारी सगळीकडे टेपरेकॉर्डरसारखं शिकवत राहावं? बरं झालं बाई, हा मराठवाडा सुटेल एकदाचा. दुष्ट लोकांमुळेच अशा चांगल्या गोष्टी होतात पाहा. नाहीतर प्रथमेश इथेच रिटायर होऊन इकडेच घर घेण्याच्या तयारीत होता. सुस्ताईच फार प्रबळ होते ह्या धंद्यात. तूसुद्धा — खंडेराव म्हणालास नं तुझं नाव — खंडेराव, एम.ए. झालं ना आता इथून, की येत्या जूनमधेच हा मागासलेला मराठवाडा सोड. प्रथमेशचा सल्ला घे — तो त्याच्या विद्यार्थ्यांना नेहमी हा सल्ला देतो — की पुढारलेल्या प्रगत लोकांमध्ये राहावं — की साधी माशी आगगाडीत शिरली, की आपोआप दीडशे मैल वेगानं पुढे जाते. तरुण पोरांनी केंद्रभागी राहावं — दिल्ली, मुंबई, महानगरं, इंग्लंड, अमेरिका — बेधडक घुसावं. हे शहाणपण त्याला स्वतःला आत्ता सुचतं आहे. सुदैवानं आम्हा दोघांनाही मुंबई विद्यापीठात एके ठिकाणीच बोलावताहेत. हा आत्ता तिकडे रुजू होईल, मी सावकाशीनं जाईन. चल, स्वैंपाकघरातच बसू.

तेवढ्यात बेल वाजली. जा, तं बाळ, म्हणावं सर झोपले आहेत. नाव विचारून ठेव. माझं डोकं दुखतं आहे, म्हणावं.

मी परतल्यावर म्हणालो, वेंकट पती, नागभूषणम आणि आयंगार सर आहेत. केव्हा येऊ विचारताहेत.

आत्या संतापून मला खुणा करून त्यांना जायला सांग म्हणते. मी पुन्हा परतल्यावर तिचा संताप आवरत नाही : हे सगळे साऊथ इंडियन लोक दवे सरांना पुढे करून आपला स्वार्थ साधत आले. उचापती करणारे आहेत हे. कधी मराठ्यांच्या बाजूनं ब्राह्मणांविरुद्ध, कधी ब्राह्मणांच्या बाजूनं मराठ्यांविरुद्ध — वारा वाहील तशी पाठ फिरवणारे. परके लोक असं राजकारण केल्यावाचून टिकणारच नाहीत पहा. यांना मराठी येतच नाही, त्यामुळे फक्त कसंबसं इंग्रजी बोलत राहतात. म्हणून लोकांना वाटतं मराठी लोकांपेक्षा यांचं इंग्रजीवर प्रभुत्व आहे. आमच्या वेळी इंग्रजी हटाव चाललं होतं, म्हणून इंग्रजीचा एकसुद्धा प्रोफेसर इकडच्या हिंदुस्थानात नव्हता. सगळे दक्षिणेतूनच. मोकाट सुटले होते कॉलेजांमधे, युनिव्हर्सिट्यांमधे.

म्हणजे सगळे लोकलच प्राध्यापक हवेत का?

तसं नाही रे. तुझ्या पवार सरांना परवा प्रथम पटवून देत होता की, तत्त्वासाठी झगडणाऱ्यांनाच बरोबर घ्यावं. विद्यापीठ सुधारायची पवार सरांची मोहीम कशी त्यांच्यावरच उलटली पाहा? प्रोफेसरशिपसाठी तीन वेळा सिलेक्शन होऊनसुद्धा ह्या लोकांनी त्यांना अपॉइंटमेंट देऊ नये? देशपांडे सर जॉग्रफीचे तर म्हणत होते की, लेक्चरर, रीडर लोकांनी कशाला विद्यापीठ सुधारायच्या भानगडीत पडा? प्रोफेसरशिप मिळाल्यावरच करावे असले उद्योग. हि हि हि हि. मुलांनी फक्त शिकावं, प्राध्यापकांनी फक्त शिकवावं. लिहिणं वाचणं सोडून भलत्या चळवळी कर कशाला? कार्यकारिणीचे लोक कशासाठी असतात? कुलगुरू, कुलसचिव कशासाठी असतात? व्यवस्थापनच खराब असेल तर आपण हे कसं दुरुस्त करणार?

पुन्हा बेल वाजली. पुन्हा चारपाच जण भेटायला आले — भगत, जाधव, शिंदे सर. पुन्हा मी दाराशी जाऊन सर झोपले आहेत, थोडा ताप आहे, परवाच या — असं सांगून आलो.

आत्या म्हणाली, छान केलंस. हे सगळे छत्रपती लोक पळपुटे, शेपूट घालणारे आहेत. परवा पवार सर, प्रथमेश — यांनी प्राध्यापक संघात सुचवलं की, इथल्या कुलसचिव, कुलगुरूंच्या हडेलहप्पीसंबंधी राज्यपालांकडे आपण प्रत्यक्ष जाऊ, भेटून खरी परिस्थिती सांगू. तर बघ, यांच्यातला एकही प्राध्यापक तयार झाला नाही. कसं विद्यापीठ सुधरेल असे भित्रे प्राध्यापक असल्यावर? आणि आता आम्ही चाललो तर भेटायला कशाला यायचं? छान केलंस त्यांना हाकललं ते. तुझ्या आत्यासारखाच हुशार दिसतोयस रे तू. बरं, तू आता जेवूनच जा. तुझ्या त्रिवेणी आत्याचं काहीच कळत नाही का? पाकिस्तानात तं फार काही

काही चाललं आहे हल्ली. नशीब बिचारीचं. माझ्यापेक्षा हुशार होती रे तुझी आत्या. मॅट्रिकच्या वर्षीच मी हट्ट धरून बी.ए.साठी पुण्याला आले नं तेव्हापासून मोरगाव तुटतच गेलं बघ. तुमच्या वाड्याच्या चांदणीवर आम्ही सगळ्या मैत्रिणी कणेरखडे खेळायच्या. आता जावं म्हटलं तर कुणी जवळचं राह्यलं नाही. तुम्ही लोक आम्हाला टिकूच देत नाही — सहज गंमत म्हणून म्हटलं रे. खरं सांगू, माय मेली, लेकीचं माहेर तुटलं.

आत्याचे डोळे पाणावले, केवढाल्या शेत्या आमच्या, आणि वाडे — आता दोनच घरं राह्यली — तीसुद्धा सदूसारख्या भणंगांची. कसं येणार? आता एसटी झाली आहे म्हंता थेट मोरगावपर्यंत? आमची गंगूआक्का मेली बिचारी बालविधवा, आणि तेव्हा माझं डोकं फिरलं. नको हे खेडं पुन्हा पाहायला. हाल केले बिचारीचे जन्मभर. मला झोप येत नाही, केव्हा केव्हा गंगूआक्काची आठवण आली की. मंदिरात आरती होते का अजून? काय सुंदर वाटायचं रे ऐकायला? साधेभोळे गरीब शेतकरी लोक. तुझा हुना काका आमच्या बरोबरीचा — तिरंगी झेंडा घेऊन प्रभातफेरी काढायचा. त्याची बायको खरंच आंधळी झाली का? तिची चांगली सोय ठेवता नं? बिच्चारी. आणि तुमची आमराई अजून आहे? तू हे चांगलं केलंस बाबा, इथे शिकायला आलास. तुझा विषयही चांगला आहे. तुमचं डिपार्टमेंटसुद्धा फार नावाजलेलं आहे. चांगला अभ्यास कर, की तुला परदेशातसुद्धा स्कॉलरशिप मिळेल. आता प्रथमेश उठेलच, त्याला भेटायला खूप लोक येताहेत. तू पटकन वेळ काढून त्याच्याशी बोलून घे. त्याला देशभरची माहिती आहे. दर पंधरावीस दिवसांनी त्याला कुठेतरी बाहेर जावंच लागतं — निवडसमित्या, यूजीसीच्या मीटिंगा, परीक्षा, व्याख्यानं, सेमिनार, कॉन्फरन्सी, पीएचडीच्या व्हायव्हा — मी पण त्याच्याबरोबर जातेच. सगळा देश पाहून घेऊ या. खरंच सांगते खंडेराव तुला, तू पण प्राध्यापकच हो. पैसा कमी मिळतो या धंद्यात, पण एवढा मान असतो दुसऱ्या धंद्यात? आता एम.ए.ची परीक्षा झाली, की पीएचडीची सुरुवात करून टाक. आणि काय रे पोरा, केवढी नखं वाढलीयत तुझी? शी शी शी. जा, ते बाथरूममधे आरशाखाली नेलकटर आहे — ऊठ —

आत्याच्या बोलण्यात गावचा गोडवा होता. आपली बोलीच शेवटी गोड लागते. तासाभरात इथे घरच्यासारखं वाटायला लागलं. वाटलं, सांस्कृतिक भेदाचे पडदे किती तकलादू असतात? गावात तर ते जाणवतही नव्हते. हे केवढं मोठं घर, पण सगळ्या खोल्या नको तितक्या स्वच्छ, टापटीप. प्रत्येक वस्तू मशीनमधल्या पार्टसारखी जिथल्या तिथे, अडगळ म्हणून कुठेही नाहीच. मुलं नाहीत म्हणून? तिरोनी आत्याचंही असंच, पण तिचं संन्यासिनीचं जग याच्यापेक्षा जास्त सुंदर

असेल? हे दत्तक मूल घेणं वगैरे — मुलं का बरं झाली नसतील यांना? कमाल शिक्षित बायकांना हल्ली मुलं नको वाटतात. मग लग्नाचा अर्थ काय? शेवटी अस्वस्थता इतकी वाढली की सिग्रेट पिणं अपरिहार्य वाटलं. मग जिन्याच्या तोंडावर एक झरोका दिसला, त्यात गिलोटिनसारखं पूर्ण मानेपर्यंत तोंड खुपसून मी सिग्रेट पेटवली आणि भसाभस झुरके गिळून साळसूद स्वैंपाकघरात शिरलो. आत्याला मदतही करायला लागलो. आता स्वैंपाकातले जास्त जास्त खानदेशी शब्द तिच्या तोंडी यायला लागले. लहानपणी मोरगावला शिरलेले हे शब्द तिचा भाग होऊन बसले : सग्गे शेंगदाणे खापांबरोबर भुजू नकोस. खापा जळून जातात न् तिख्या चटणीला जळकी चव येते. ती पावशी काढ तं गोखल्यातली. काकडी जाडीमोठीच खीस. अजून प्रथमेशला उठवू या नको. लिहायचं म्हणजे मेंदूत दुसरं काही बाहेरचं शिरायला नको. नाहीतर शब्द, वाक्यं, पॅरे सगळं बिघडत जातं.

मधेच तिनं वाटीभर साखर मागच्या बागेत छिडकली. मी कुतूहलानं मान वाकवून पाहतो, तर ती म्हणाली, मुंग्यांसाठी. आम्ही मुंग्या पाळल्या आहेत. आमचे गुरुमहाराज मुनीवरजी प्रत्येक शिष्याला कुठला तरी एक प्राणी पाळायला लावतात. कुत्रा, माकड, चिमण्या, कोणी कबूतर, कोणी कावळा — माझ्या एका गुरुबहिणीनं मांजरं पाळली आहेत. रोज संध्याकाळी ३०–४० मांजरं दूध प्यायला तिच्या घराभोवती म्यांव म्यांव करत असतात.

त्यापेक्षा उंदरं का पाळू नये?... *शीःऽ...* शी काय, आपली पृथ्वी सगळ्यांचीच नाही का? प्राणी तिथून सारखेच नाही का? आत्या, मी उवा पाळू का डोक्यात?

तू तुझ्या आत्यावरच गेलास रेऽ तीसुद्धा अशीच उलटं डोकं चालवायची. मुंग्या कुठे, उवा कुठे — बिचाऱ्यांचा काही त्रास नसतो. मुंग्यांइतकं शहाणं कोण आहे? मला सांग.

आत्या, तुमच्या दारी गायी असायच्या — आता मुंग्या, हॉ.

खरंच, खेडं सुटलं की आपण असे क्षुद्र क्षुद्र होत जातो, नाही?

माझ्या चेहऱ्याकडे निरखून पाहत डोळे वटारत आत्या म्हणाली, तू तंबाखू खातोस वाटतं. मग तू आमच्या ह्या गुरूमहाराजांना एकदा तरी भेट. मुनीवर महाराज वेरूळजवळ खुलताबादला आलमगिरी दरग्यामागे तेरापंथी जैन मठात राहतात. मुसलमान लोकही त्यांना फार मानतात, त्यामुळे मुनवर असंही त्यांचं नाव झालं आहे. कुठलंही कसलंही व्यसन कसं सोडावं, याचं अतिशय साधं वासनाछेदतंत्र त्यांच्याजवळ आहे. फुकट ट्रीटमेंट. तंबाखू, दारू, चरस —

मी म्हणालो, आमच्या पार्टनरला वर्तमानपत्र वाचायचं व्यसन आहे. खरंच — त्याशिवाय त्याची संडाससुद्धा होत नाही.

खो खो हासत आत्यानं : तुझ्या त्रिवेणी आत्यासारखाच तूही विचित्र डोक्याचा मुलगा आहेस रे. ते जाऊ दे. मला सांग, आपल्या गावी केव्हा गेला होतास अशात? सगळ्यांचं ठीक आहे ना? तुझ्या घरी कोण कोण असतात... चांगलं झालं, तुझे वडील कर्तबगारच आहेत. सगळ्या बहिणींना शहरात स्थळं पाह्यली एवढ्यावरूनच लक्षात येतं. आता सगळ्यात धाकटी — काय नाव — शशी — हाँ तिचंही शहरातच ठरतं आहे ना? छान. पण तुझा भाऊ बिचारा शेतीत अडकला, हुशार होता लहानपणी फार. असू दे. त्याच्यामुळे तर तुला शिकता येतंय्. शीक. तुमच्या शेतकऱ्यांमधे शिकणं म्हणजे आराम, शहरात राहणं, सावलीतलं काम. आहे नं? खरंच आहे ते. प्रथमेश हेच त्याच्या विद्यार्थ्यांना सांगतो — बौद्धिक प्रॉपर्टी स्थावर-जंगम मालमत्तेहून कैकपटींनी चांगली. ती कधीच वाया जात नाही. हा लाडू दराब्याचा खाऊन बघ. मी स्वतः केले काल. प्रथम मुंबईला डबा भरून नेईल. एक मोठ्ठा लाडू आणि वर मूठभर चिवडा — तोही कशाकरता? तर नंतर चहाची चव चांगली यावी एवढ्यासाठी — एवढं खाल्लं की त्याचा रात्रीचा अभ्यास चांगला होतो. बरा लागतो आहे का? स्वतः केले मी काल. सदू तुझ्याच वर्गातला का? आता भिक्षुकी तरी नीट करतो ना? शिकला असता, तर आता तुझ्याबरोबर इथे आला असता पाहा. आणि आमचा श्याम? स्वतःचं पोट तरी भरता आलं पायजे की नै रे? काय होणार या पोरांचं पुढे? आता गावी जाणार आहेस अशात? मेहरूणची बोरं खाल्ली नव्हती पाहा किती वर्षांत. तुझ्यामुळे यंदा मिळाली. आम्ही सगळीकडची बोरं खाल्ली आहेत — पण खर्रच आपल्या मेहरूणच्या बोरांची सर कश्शालाच नाही. हो की नाही? तुझी त्रिवेणी आत्या आणि मी — गुच्चूप नदी ओलांडून पुंजो धनगराच्या मळ्यातली चोरून हे एवढी परकरभर ताज्जी टपोरी बोरं वेचून आणायच्या — गुच्चूप. मज्जाच मज्जा. तो पुंजो मामा आहे का रे अजून? अजून जत्रेत बारागाडे ओढतो? अखजीच्या रात्री वहनं निघतात नं आपल्या गावात? पुंजोचं भवानीचं वहन सगळ्यात सुंदर. पुंजो काय नाचायचा साजरं. भवानीचं सोंग कशी खरोखरची देवीच नाचते आहे. आपल्या खेड्यात कलेला किंमत नसते, की माणसाला किंमत नसते. शहरात असा नाचणारा आंतरराष्ट्रीय पातळीवर गेला असता. कुठेही नृत्याचा कार्यक्रम पाहतांना मला पुंजोची भवानी आठवते पाहा. त्याची सर कोणालाच नाही. पुन्हा काही वाद्य नाहीत का रंगमंच नाही. त्या तशा मोरगावच्या

खड्ड्याखुड्ड्यांच्या धुळीच्या रस्त्यावर गावभर नाचत राहायचं. वा. त्याला साक्षात भवानीदेवीच प्रसन्न आहे, असं गंगूआक्का म्हणायची. पटायचंच पाहा ते.

आत्यानं मला विचारून खास खानदेशी येळण्यादोसे आणि शेंगदाण्यांची चटणी तोंडी लावायला, असं रांधायला सुरुवात केली. तिकडे बाहेर दाराची घंटा वारंवार वाजायला लागली : *आहेत का?* कोण? *दवे सर?* झोपलेत, तुम्ही कोण? उद्या या — असं मी यशस्वी चालवलं होतं. पण सरांच्या समोर राहाणारे तिघे तरुण लेक्चरर मात्र मला बधले नाहीत, कारण हे तिघेही माझ्या चांगल्या परिचयाचे होते. खरं तर भांडखोर त्रिकूट म्हणून हे सगळ्या विद्यापीठात प्रसिद्ध होते. बाहेर हिरवळीवर बसून सिग्रेटी पीत ते मला म्हणाले, दवे सर उठले की आम्हांला सांग.

हे तिघे जण — काटकुळा प्रा. शिंपी, रोज सकाळी ग्राउंडला सात फेऱ्या मारणारा फोपसा डॉ. माळी आणि तोतरा प्रा. पेंढारी — हे एकमेकांच्या इतक्या उखाळ्यापाखाळ्या काढत होते, की ते फारच जवळचे मित्र असणार यात शंका वाटत नव्हती. पण तिघांची चलणूक समतळ होण्याचं कारण तिघेही वर्षानुवर्षं प्रमोशन न मिळता *दोन बाय अडीच* म्हणूनच शिकवत राह्यले. लेक्चररांच्या टेबलावर २ x २।। फूट आकाराच्या काचा मिळायच्या म्हणून हे नाव. रीडरला ३ x ४, तर प्रोफेसर झाल्यावर झोपता येईल एवढा ६ x ४ चा टेबल, वर पूर्ण काच भरून एवढा मिळायचा. तशात त्यावर्षी महाराष्ट्रातल्या सगळ्याच विद्यापीठांमध्ये पूर्वदर्शी बॅकलॉगसकट मागासवर्गीयांसाठी रीडर, प्रोफेसरसकट सर्व जागांना रिझर्वेशन लागू झालं. त्यामुळे हे लोक हातावर तंबाखू चोळत बसले, निराशादायक जीवनदृष्टीनं वावरू लागले.

त्यातही प्रत्येक अनुसूचित वर्गात काही शिरजोर जातींचंच वर्चस्व असल्यामुळे किरकोळ जमातींना कुठलीही जागा मिळणं कठीण झालं. हिरवळीवर बसलेल्या त्रिकूटातला प्रा. शिंपी अनेक वर्षं पीएचडी आणि जीवन ह्या दोन्ही गोष्टींना कंटाळलेला, तर प्रा. पेंढारी तोतरा असल्यामुळे दर इंटरव्ह्यूमधे विनोदी उमेदवार ठरलेला. डॉ. माळी पीएचडी असूनही पोरकट असल्यामुळे ३ x ४ सुद्धा होऊ शकला नव्हता. त्याचा एक अनुसूचित जातीचा विद्यार्थीसुद्धा ३ x ४ होऊन डोक्यावर जाऊन बसला होता, आणि आता ६ x ४ साठी सज्ज होता. डॉ. माळीची पैठणजवळ चार बिघे बागाईत असल्यामुळे त्याला मायंदळ सुरक्षितता होती. म्हणून आडंदेवढं बोलणं हा त्याचा आजन्म लागतगुण झाला

होता. नोकरीत खराब दिवस आले, तरी केवळ ह्या जमिनीच्या तुकड्यामुळे त्याचा आत्मविश्वास आजन्म बुलंद होता.

काय रे भडव्या श्रिंपी, तुझा डायरिया अझून बरा नाही व्हवून राह्यला?... काय करतू माळीभो, गेलं वर्ष लीप वर्ष होतं नी, तं बरं वाटलं, एक दिवस तरी जेवणं कमी झालं. ...मायला, तू त्या शेरे पंजाब हाटेलामधी जेऊ जेऊ असा शेरून रायलास. अल्सर नाय तं कोल्हायटिस होईल यार अशानं तुला. खास काऱ्या लोकांचे आजार हैतं हे. खरं की खोटं, पेंढारी?... हॅ हॅ हॅ... हॅबिट — लग्न करून टाक मर्दा आता, नाही तं तू असा पीएचडी व्हनारच नैस — बॅचलर ऑफ पीएचडी जन्मभर राहाणार. ...खू खू खू...खुसखुशीत गगगग गरमगरम — बरोब्बर बोलला पेंढारी, घरच्या चुल्ह्यावरची भाकरी सोडूनं याचं हे बाहेरचं बेकरी न् बकरी खाणं बंद. ...ह ह ह ह... हगवणीला बायको न् ना ना नागवणीला सासरा — मायला, आधीच तं आपलं हे लेक्चररचं उदीम म्हनं आठोड्याला पंधरा तास — तीन बाय चार वाल्यांना आठच तास आन् सहा बाय चारला तं चारच तास ...बों बों बों... बोबलणं रे रे रे रेडासुद्धा इतकं ओ ओ ओ ओरडू शकणार नाही. ...याचं रेकणं तर वर्गाभाएर आयकाया येतं. ...हॉ हॉ हॉ हॉ...हॉ हॉल दुमदुमदुमतो. ...आधीच तं पेंढारी सर, आपल्या ह्या उदीमात व्यायाम कमी म्हनं थोतरी सोडून इतर इंद्रियं दुर्बल व्हऊन राह्यले. ...आँ? माळीसर, म्हंजे तुमची खरंच दुर्बल झाली आहेत? ...माझं सोड शिंपल्या, भडव्या, तू आधी फ्लॅट घे लग्नासाठी. ...म म... महागाई वा वा वा... वाढ — आबे, वन रूम-किचनसुद्धा शक्य नाही २ x २।।च्या पगारात ...ह्या ह्या ह्या...ह्या आनंद कडूनं फ्लॅट घेतला बी,

बरोबर माहिती आहे पेंढारीची. आनंद कडूला काही आहेत दुसरे उद्योग? प्रत्येक विद्यार्थ्याला शंभरपैकी ऐंशी पंच्यायशी मार्क. ...खि खि खि... खिरापतीसारखे, विद्यार्थीही खू खू खू... खूष. ...तिकडे लायब्रीत घुसतो न् ह्या पुस्तकातून एक प्यारा, त्या पुस्तकातून चार ओळी अशा कॉप्या मारून पेपरं लिहून काढतो भामटा साला. ...म म मू... मूत्रिमंत खो खो खोटा. अरे, त्याला लागेल असं कामाचं पुस्तक दिसलं, की लायब्रीतून पळवतोच. खु खु खु खु....खुशाल. नाही तं भलत्याच रॅकमधे ठेवून देतो. मंग काय बिशाद ते वर्षांनुवर्ष दुसऱ्याला सापडेल? मायला, हा उद्या आपला — हे हे हे... हेड हो हो... होणारच. तिकडच्या आनंद कडूसारख्या शेतकऱ्यांच्या पोरांना हे चिकाटीनं कष्ट करायचं बाळकडूच... आनंद कडू, बाळ कडू... खे खे खे खे खेड्यातल्या — मायला यांच्यात असंच प्रमोशन मिळवायचं जीनसुद्धा आनुवंशिक तयार होत

असेल, नाही?... ह ह ह ह...हळूहळू होतच असतील. कष्ट करून करून कोरड्या जमिनीतून हंगाम घेतल्यासारखं जिद्दीनं वाचून वाचून मटेरियल जमवून ...हि हि हि...हिंडतच असतं ते भाषणं सेमिनारं हाणत —

तेवढ्यात कुप्रसिद्ध अशी एक चौकडी दवे सरांना भेटायला आली — कुळकर्णी, काश्यप, जोशी आणि मन्या दांडेकर. त्यांना पाहताच बागेतलं त्रिकूट एकदम गप्प झालं. कारण हे चौघे विभागप्रमुख मनुष्य असून विद्यापीठाच्या प्रत्येक कमिटीवर सतत असणारे असल्यामुळे दरारा असलेले प्रोफेसर मनुष्य होते.

आहेत का दवे सर? वहिनी, चहा प्यायला आलोय तुमच्या हातचा. पुन्हा अशी चहा मागायची संधी तुम्ही गेल्यावर कधी येणार? — असं म्हणून हे लोक बैठकखोलीत पाय पसरून बसले.

हे चौघे जण एकमेकांशी इतक्या आदरानं सभ्यपणे वागत होते की, त्यांच्यातला दुरावा त्यामुळेच प्रकट होत होता. आत्यानं हसतमुखानं त्यांचं स्वागत केलं. मीही त्यांना पाणी, पेले द्यायला मदत करत होतो. खिडकीतून बाहेरचं त्रिकूट काय बोलताहेत याच्याकडे एक कान, तर हे चौघे जण काय म्हणताहेत याच्याकडे दुसरा कान — असं अर्धा तास ऐकून मी पूर्ण डोकं दुखवून घेता झालो. ह्यातल्या जोशी सरांची बायको दिवसभर खिडकीत बसून विद्यापीठ परिसरात काय काय चाललेलं असतं त्याची मिनटामिनटाला माहिती जमवायची. त्यातला खडान् खडा नवऱ्याला रात्री सांगितल्याशिवाय तिला झोप यायची नाही. खरी गोष्ट उलट अशी होती की, बायकोकडून कोण कुणाकडे केव्हा गेलं होतं किती वेळ बसलं होतं, बरोबर कोण-कोण होते — अशी सगळी क्षणाक्षणाची बखर रात्री सविस्तर ऐकल्याशिवाय प्रोफेसर जोशींनाच्च झोप यायची नाही. कारण तेही दिवसभर डिपार्टमेंटात हीच माहिती कणाकणानं हाताखालच्या प्यून, रीडर, लेक्चरर, डेमॉन्स्ट्रेटर, फार काय विद्यार्थ्यांकडूनसुद्धा जमवत असायचे. ह्या सर्व घडामोडी ऐतिहासिक पुनर्रचन पद्धतीनं जुळवून ते राजकारणी डावपेच खेळत फार तरुण वयातच प्रोफेसर आणि विभागप्रमुख मनुष्य होऊन बसले होते.

पाणी पिता पिता ते कुलकर्णी सरांना म्हणाले, काय म्हणाले मग कुलगुरूसाहेब आज?

कुळकर्णीसर हे ऐकताच चमकले, पण जणू कोणीच काही बोललं नाही असं दाखवत मला म्हणाले, यंग मॅन, मी चहा घेत नाही, बाईंना सांग. कॉफी करा म्हणावं.

पुन्हा जोशी म्हणाले, कुलगुरूंना चॅन्सलरनं अर्जंट बोलावलं आहे, म्हणतात. बहुदा पवाराच्या चौकशीबद्दल असावं? त्याच्या प्रोफेसरशिपचं होतंय का?

पुन्हा जणू काहीच ऐकायला आलं नाही, असं दाखवत कुळकर्णी सर दांडेकरांना म्हणाले, चांगलं पुष्पभाषात्मक लिहिलं आहे. *दैनिक मराठवाडा — व्हीनस प्रॅक्टिकल्स्* — वाचलं का? आपल्या कुलसचिवांचे उल्लेख —

पण दांडेकरांचं पूर्ण लक्ष जोशींकडे होतं, ते जोशींकडे तोंड फिरवून विचारत होते, आर्किऑलाजी डिपार्टमेंटच्याच फायली गाडीत टाकल्या, हे नक्की का? का हो, काश्यप सर? विद्यापीठ कायद्यात असं आहे —

कडक वृत्तीचे काश्यप सर स्पष्ट म्हणाले, पावित्र्याचा भंग करणाऱ्यांना प्रायश्चित्त —

तेवढ्यात बागेतून माळींची मोठ्यानं छेकोक्ती : या, या पाटील मंडळी, कसं काय? जॉईन झाले का? बरं हाय का?... *बरंच म्हणायचं...* पाटील म्हटल्यावर बरंच चालणार की हो.

असे तिरपे दोन–अडीच संवाद ऐकायला आल्यावर प्रोफेसर पाटील हे एका कॉलेजातून विद्यापीठात थेट प्रोफेसरशिपवर नुकतेच नेमले गेलेले तरुण गृहस्थ दारात दिसले. गरिबीतून वर आलेल्या ह्यांना विद्यापीठात प्रोफेसरशिप मिळण्यासाठी दवे सरांनी खूप मोलाचा सल्ला दिल्यानं हे भेटायला आले होते. त्यांच्याबरोबर पीएचडी करणारे माझ्या ओळखीचे दोघे पाटील नावाचेच कॉलेजचे लेक्चररसुद्धा होते. हिरवळीवर बसलेल्या २ x २।। त्रिकूटाकडे तुच्छतेनं पाहात ते तिथून सटकले आणि बैठक खोलीत डोकावून पाहतात तो प्रत्यक्ष जोशी, कुलकर्णी, काश्यप आणि दांडेकर. वैतागून प्रोफेसर पाटील पुटपुटले, मायझौ, बाहेरचे भंगट टाळावे तर आत चेंगट विप्रश्रेष्ठ. आगीतून फोपाट्यात.

पाटलांना पाहाताच आधी पाय ताणून बसलेले चौघे प्रतिष्ठित उठून औपचारिक पुकारलेः बधाई होऽ, काँग्रॅट्स, छानच झालं हो. कुलगुरूंनी आल्यापासून काही चांगल्या गोष्टी केल्या, त्यांतली ही एक. तुमच्यासारख्या कठीण परिस्थितीतून एवढं आंतरराष्ट्रीय काम करणाऱ्याला प्रोफेसरशिप फारच आधी मिळायला हवी होती. या बसा, इकडे या. जॉईन झालात ना? लवकर व्हा, इथे फार काड्या घालणारे लोक आहेत. यंग मॅन, चहा वाढवायला सांग आत.

पाटील प्रोफेसरांबरोबरच्या दोघा जणांना बाहेरच्या बाष्कळ त्रिकूटामधे जाणं प्रशस्त वाटलं. त्यामुळे तिकडे बागेतले संवाद आता प्रखर झालेले ऐकायला येत होते, तर आतल्या सभ्य प्रोफेसरांची कुजबूज अत्यंत मौल्यवान खालच्या सुरातली होत गेली. तरी माझं डोकं दोन्ही कानांची पारडी सांभाळत सगळं टिपून घेत होतं. कारण आपण एम.ए. नंतर प्राध्यापक व्हायचं ठरवलं तर ह्या भानगडीच आपलंही

जीवनसर्वस्व होऊन बसतील, ह्या विचारानं मी त्रस्तक्षुब्ध झालो तरी मी सर्वांना पाणी, चहा, कॉफी देत राह्यलो.

कॉलेज लेक्चररला आठवड्याचे तीस तास कार्यभार होणार आहे. ...हू हू हू... सेड इट? व्है व्है व्है? ...शिवाय परीक्षेतही पोलिसगिरी, परीक्षांची व्यवस्था, पेपरं तपासणं म्हणजे सक्तमजुरीच मायला. पुन्हा गॅदरिंगा, खेळ, नाटकं न् नाचगाणे बसवणं, कॉलेज मॅगझिनचे लेख लिहून घेणं, म्हणजे वारंवार तपासून स्वतःच लिहून देणं, एनसीसी, श्रमदान, पोरापोरींच्या भानगडी सोडवणं. ...तिकडे कोट्टायमकडे एक पोट्टापोट्टी रिट्रीट है म्हंता हनीमूनवर खास जानाऱ्यांसाठी... ऐ वॉ वॉ वॉन्ट टु नो... नो नो, जवळ सांगण्यासारखं काही नसलं तरी श्रोत्यांना बसवून ठेवायचं तंत्र फक्त आपल्या ह्या प्राध्यापकीच्या धंद्यातच आत्मसात करता येतं. जवळ लाख असलं पण सांगताच आलं नाही, तर अशा जवळ असण्याचा फायदा काय?... पण जवळ काहीच नसलं तं सांगण्याचा तरी काय फायदा भो?... मी त्यांनला एकमेकांवर रेललेलो पाह्यलो. ...चालायचंच, तरुण हैतं. का... का... कामातुरुणानां ना भयं ना लाजा... कोबीचं वाळवंट कुठे असतं रे?... हिस... हिस... हिसका दाखवला पायजे भडव्याला. ...आता फक्त चारशे रुपये भरून नंबर लावून ठेवायचा गांधी ट्रेडरकडे. पुढे केव्हा तरी स्कूटर मिळेलच. ब्लॅकनं पाच हजारात जाते. तीन हजाराचा नगद फायदा. डोकं लागतं पैशे कमवायला... हुस... हुस... हुसकतो तो पोरांना. ...अरे तुमच्या कॉलेजात पोरं अभ्यास करता की समाजवादी मोर्चे न संप करता? गृहभेटी, पदयात्रा, सायकल फेऱ्या, बिहारमधल्या दुष्काळाला मदत, उत्तर प्रदेशातल्या पूरग्रस्तांसाठी निधी — मायला दरवर्षीच दुष्काळ न् पूर येणार. अभ्यास केव्हा करणार पोरं तुमची? भारतीय एकात्मतेसाठी दौडयात्रा आणि साक्षरतेची ज्योत गलिच्छ वस्तीत गल्लीगल्लीतून फिरवायची? अभ्यास सोडून? विद्यार्थिविद्यार्थिनींनी?

अझून आयकी तं घ्या होऽ त्या सोयगावच्या भागवत पाटलाच्या पोरानं एका ढोर जातीच्या पोऱ्हीला पोट आनलं, आंखी बेंड फुटायच्या आत आमच्या गावच्या देशमुखाच्या पोऱ्हीशी घाईघाईत लगीनबी करायला. तं यांच्या कॉलेजचे क्रांतिकारक युवकयुवती धावले ऐनवेळी थितं मंडपातच निदर्शनं करायला. संध्याकाळी हे धो धो पाऊस पूर — मायला अडकले झवाडे युवकयुवती क्रांतिकारक मंडपातच. मंग काय, जेवले थितंच लग्नाचं न् काय. आले सक्काळी थिकडंच पोटभर हागून परत.

ही...ही...ही...ही का कोवळ्या विद्यार्थ्यांची कामं हैती?... आणि ती अस्पृश्य मुलगी आलीच नाही?

तिला धा हाज्जार रुपये दिऊनं गप्प बशीवलं व्हतं तर. पन येड्या तू असा इच्चार कराया हुवा की ह्या शहरातल्या पोऱ्हींनले निरोध भेटतो, ह्या अबॉर्शन तक करू शकता, तसं त्या हरिजन पोऱ्हीला खेड्यात जमतं? मंग?

आमचे जालन्याचे पाहुणे आहेत त्यांनी तर मांजरांच्या नावावरसुद्धा स्कूटरचे नंबर लावले आहेत. हॉ हॉ. ...पण कु कु...कुंटणखाना चालवला? खरं आहे हे? ...परवा हंगेरीत कोण इम्रे नाज का कोणा देशभक्ताला रशियनांनी फाशी दिलं तर इकडे तुमच्या विद्यार्थ्यांनी संप करावा? हरताळ करता हे ठीक, पण त्यामागे निष्ठा नसली, तर काय उपयोग?... घंट्याची निष्ठा. त्यांचं त्यांचं काम करतात ते करू द्या ना. वा रे वा, उद्या तुम्ही हस्तमैथुनसुद्धा कायद्यानं बंद करावं म्हणाल.

तुमचं गोविंददादा कॉलेज म्हंजे फॅशनशो आहे की सौंदर्यस्पर्धांचा कॅटवॉक? ...हुं हुं हुं... हुंगाड्या साला, लखोटियानं ह्या कॉलेजच्या पोरींचा कुंटणखाना चालवला, हे कुलसचिवाला माहीत नाही? त्याचा रोजचा पिण्याच्या गँगमधला दोस्त तो. ...का हो माळी सर, तुमच्या खासदारसाहेबांनी गावाकडे एक नवं कॉलेज काढायचं जाहीर केलात, त्याचं पुढे काय झालं?

हे पाहा शिंपी, म्हैस काही तुमच्या दुधासाठी गाभण राहत नाही. खासदारसाहेब म्हणताहेत : एकच काय, कॉलेजांची रीघ लावूत. सरकारची मंजुरी मिळवून घेऊत. पाच आमदारांनी सह्या घेऊन शीएमकडे गेलते म्हंटा. वर्षभर थांबा म्हंटलेतं — मेडिकल इंजिनीरिंगसाठी अर्ज करा म्हंटाहेतं. मंग काय बिशाद खालून विद्यापीठानं मंजुरी न द्यायला? मुख्यमंत्री आता आमचेच झाले हैती. वर्षाभरात सँकशन.

मग तुमची शान माळी सर — *प्राचार्य डॉ. व्ही. एस. माळी यांचे ग्रामीण जनतेला नवी दिशा देणारे महाविद्यालय.* हॅ. अभिनव शिक्षणपद्धती — सुसज्ज ग्रंथालय — अनुभवी प्राध्यापकवृंद — हॅ — याचाच अर्थ आता तुमच्या नात्यागोत्यातल्या दीडदोनशे बेकार तरुणांना नोकऱ्या, पण त्यांनला नियमित पगार देयाला विसरू नकात.

हॅऽ हॅऽ हॅऽ पगार? आणि नियमित? अहो आपल्याच लोकांनला अशासाठी घेयाचं की त्यांनला वर्ष वर्ष पगार नाहीबी देला तं धकतं. असेच प्राध्यापक नेमायचे. गावात दुकानांमधे त्यांची उधारीची खाती हमीवर उघडून देयाची. म्हणे पगार, हॅऽ उलटे तेच लाख लाख पैशे देणगी देतात नोकरीवर चिकटवायचे. त्याशिवाय बायकूच मिळत नाही ह्या खेड्यातल्या ग्रॅज्युएट पोरांना. घरनं सासऱ्याकडनं धान्य, भांडीकुंडी घेऊन येतात. ...हु हु हु... हुशारी — शाहू हू हु...?

नौअडेस एनी गाय इस्पेशली गरीब गाय सफर्स मोस्ट. ...छ छ छत्रपती... मराठ्याचं सोंग घेतलेलं कुणबी बरं, पण हे कडू बास्टार्ड आनंदा अस्सल मराठं म्हणवतं मायला. ...घंट्याचा मराठा तो. आडजात... ऑड जात? एकदाची खानेसुमारीत जात लावली का रे, की कोणाच्या पोराला ती बदलवता येत न्हाई. ...शि शि... शिवाजी फू फू... फुले आणि बा बा बा बाबासाहेब जप केला की हल्ली सगळं मिळतं.

काय मंग यंदा यशवंतराव चव्हाण व्याख्यानमालेसाठी कुणाला बोलवायचं ठरवलंय्? दिल्लीचे इतिहासाचे प्रोफेसर थापर येताहेत... इतिहासासाठी थापर हे अगदी योग्य नाव शोधलं गड्याय हो. — अरे पेंढारी साहेबा, फक्त धा रुपये प्रवेश फी भरली की पोरं परीक्षेपर्यंत फुक्कट शिकता. मागासवर्गी अणुसूचित जाती, अणुसूचित जमाती यांच्या शिष्यवृत्त्या एकरकमी सरकारकडून लाटायच्या. पुन्हा आर्थिक मागास, भटक्या नोमॅडिक टोळ्या — निस्ते दाखले जोडले की झालं. प्रत्यक्षात पोरं वर्गात बसो न बसो, रजिस्टरवर असतात ना? हजारो वर्षं विद्येपासून वंचित ठेवलेले ग्रामीण दलित समाज — यांना शिक्षणाची दारं उघडी होताहेत. बिचाऱ्यांना पास करत राहायचं, ग्रॅण्ट मिळवत राहायची. आता दाखले खरे खोटे हा मुद्दा वेगळा, पण त्या निमित्तानं पोरं चार बुकं तं शिकता? की नाही?

तुम्ही काही म्हणा जोशी सर, उच्च ज्ञान ग्रामीण वगैरे असू शकत नाही. उच्च शिक्षण हा नागरी उद्योगच आहे. सधन नागर वर्गाचीच ही चळवळ आहे, नाही? राहणी, अभिरुची, विचारसंपन्नता, कलासाधना, शास्त्रीय शोध — ह्या सगळ्या खर्चीक गोष्टी आहेत. सत्य तर मानावंच लागेल की हो. जगातले आधुनिक समाज किती पुढे चाललेयत, आणि हे काय आपल्या कॉलेजायुनिव्हर्सिट्यांमधे सामाजिक न्यायाचं खूळ चालवलंय्? बोलायची सुद्धा चोरी झालीय्. उगाच सरकार आता आयआयट्या काढतं आहे का अब्जावधी रुपयांचं बजेट होतं आहे. ज्ञानार्जन ही कडकच प्रक्रिया आहे. कोपरानं खणून कुठे ह्या — ह्या ह्या ह्या... क्षेत्रात गु गु... गुणवत्ता —

मायला सुट्याच सुट्या — हिंदूंच्या सगळ्या देवांच्या, शिवाय मुसलमान, ख्रिस्ती, ज्यू — यांचा तं एकच देव असूनबी किती सुट्या होऽ. बौद्ध, जैन यांचा तर देवबी नसला, तरी सुट्या कुठे गेल्या नाहीत, शीखसुद्धा. मायला समदे महापुरुषबी हांगाच हाळजले. जगातले एकूण एक धर्म ह्याच देशात मरायला आले हैतं. त्यांच्यामुळे उमजेना गेलं. पुन्हा रविवार दर रविवारी असतोच. आणि महाराष्ट्र डे, न् १५ ऑगस्ट न् २६ जानेवारी आणि गांधी, शिवाजी न् टिळक

न् फुले न् आंबेडकर जयंत्या अन् पुण्यतिथ्या. काही शतकांनंतर हळू हळू ही महापुरुषांची संख्या वाढत वाढत ३६० होणार आणि पूर्ण वर्षभर सुट्ट्या मिळणार काय?

सुट्ट्या असून नसून काय फरक पडतो रे राजा? सगळे प्राध्यापक इथे राजकारण करता आन चकाट्या पिटता. विद्यापीठात आले की अघोदर प्यूनला घंटी मारू मारू बोलोयता. ट्युबा, पंखे, टेबललॅम्प एकदाच सगळे सुरू करायला लावता. ते सगळे संध्याकाळपर्यंत चालूच ठेवायचे, असं प्यूनला बजावलेलं असतं — आपण इथेच कुठेतरी आहोत हे दाखवण्यासाठी. मग त्याला तीनचार लोकायचा चाहा करायला लावता. मग फोनवरून चार प्राध्यापक पित्त्यांना बोलावून दुपारपर्यंत चाटा मारत बसता. कंटाळले की घरी जाऊन जेवून पडता. झोपा काढता नं संध्याकाळच्याला गेस्ट हाऊसवर पत्त्यांचे डाव. जा जा जागरण... जनजागरण म्हणतात ते हेच. यांचे प्यूनसुद्धा बसूनबसून कंटाळता मायला. कामच नसतं कुणाला काही आपल्या विद्यापीठांमधे.

झालं का मग पेपरसेटिंग? काय चिकघानी लावली रे? बेकार सुतार गांड तासतो तसंच तुह्यावालं. मायला एका तासाचंसुद्धा काम नसतं ते : प्रश्न १ : —— वर निबंध लिहा. प्रश्न २ : —— वर प्रकाशझोत टाका. प्रश्न ३ : —— ची साधकबाधक चर्चा करा. ४ : —— अवतरण देऊन — याचा ऊहापोह करा. ५ : खालीलपैकी कोणत्याही दोहोंवर टीपा द्या. असे सनातन दहा प्रश्न काढून कोणत्याही पाच प्रश्नांची उत्तरे लिहा. सर्व प्रश्नांना समान गुण आहेत — अशा सूचना वर टाका. एकूण गुण १०० — असेच तीन सेट थोडं खालचं वर वरचं खाली करून लिहून काढायचे, टोबऱ्यात बंद करून लाख शिक्का मारून देऊन टाकायचे. परीक्षेला बसणारेबी असा कोन्ता अभ्यास करून पेपर लिहिता, की आपण डोकं चालवून प्रश्न काढा? आं? ९५ टक्के पोरं तर फी न भरता फुकटात शिकता. तूच काह्याले जीव तोडी तोडी काम करून राह्यला बाळा? पुस्तकात पाही पाही काय प्रश्न काहाडतू? पुस्तक घेतं कोन पोरायमधी? परवडतं का पुस्तक घेणं बाळा? बहुतेकांची आईबापं २०-२५ रुपये मजुरीवर जातात. ५० रुपयांचं पुस्तक कसं घेणार? जनरल प्रश्न टाकावे. आपण तर सहसा कोणाला नापासबी करत नाही.

अनीति नाही का गरीब म्हणून नापास न करणं?

म्हणजे? आरे बाळा, नापास केलं का, की काही जाली पोरं रिव्हॅल्युएशनला अर्ज करतात. कुलसचिवाचे एजंट गाठून त्यानला पाचशे रुपये दिले की मार्क आपोआप वाढवून तपासून येतात. आपला कुलसचिव ह्या पैशांवर तर माजला

होता... पाचशातले निम्मे त्याचे, निम्मे त्याच्या गुप्त पॅनेलवरच्या तपासनार प्राध्यापकांचे. हजारो रुपये. बिचारे मोठमोठी कुटुंबं पोसून पेणावलेले गरीब प्राध्यापक एरवी एका रुपयाला एक पेपर असं तपासणारे — तेही वशिल्यानंच पेपर तपासायचं काम मिळवणारे. परीक्षापद्धती गुप्त असल्याचे हे अनर्थ. म्हणून आपण थोडंफार काहीतरी लिहिणाऱ्या सगळ्यांना पास करणं, ही भ्रष्टाचारविरोधी नैतिक कृती ठरते.

काय सालं इतक्या पवित्र सुंदर विद्येच्या क्षेत्रात ही अशी परीक्षेसारखी घाण वास मारणारी गोष्ट असावी. तीही शेवटी? घोकंपट्टी. टेन्शन. पेपरं. रद्दी. मार्कांचे गोंधळ. बेरजांच्या चुका, त्या कॉप्या अन् भ्रष्टाचाराचे घोटाळे. पारदर्शी नाही ही परीक्षापद्धत तेच बरं बाबा. नाहीतर हे सगळं कळलं ना तर एक पोरगं शिकायला येणार नाही.

मी कॉप्या पकडणाऱ्या फ्लाइंग स्क्वाडमधे दोन वर्षं नव्हतो का? जुडग्याच्या आधीच्या आपल्या कुलगुरूंची ती आयडिया होती — गेल्या परीक्षांमधे नव्यानं रुजू झालेल्या जुडगे कुलगुरूकडे आम्ही गेलो आणि पैठण केंद्रावर मास कॉपी चालल्याचं समजतं, आम्ही उद्या धाड टाकतो, संमती द्यावी. असं विचारल्याबरोबर जुडगे — हा हायकोर्टाचा न्यायाधीश होता म्हंजे बघा — तर जुडगे म्हणतो, मी स्वतः एलएलएमच्या पेपरांना कॉप्या करून पास झालो आहे. कॉपीशिवाय अमेरिका न् रशिया न् सतरा देशांच्या राज्यघटनांवर उत्तर लिहिता येईल? बंद करा हे असलं फ्लाइंग स्कॉड नं फ्वॉड. फुकट जीप आणि पेट्रोल न् कोर्टकचेऱ्यांचा खर्च. परीक्षापद्धती सुधारणं हाच एकमेव उपाय ह्यावर आहे — असंही वरतून म्हणाला जुडगे. आता सांगा.

अहो सर, हागणारा लाजत नाही, पाहणारा लाजतो.

खरंच आहे कुळकर्णी सर त्यांचं. अहो, तो हरामखोर भगत, मी आणि तुम्ही — आपण एकदा बीडच्या कॉलेजवर धाड टाकली होती — तेव्हा आपले कुलसचिवच प्राचार्य होते — आठवतं? अचानक गेलो तर सगळीकडे शांत, एक मुलगा कॉपी करत नव्हता. कारण रातोरात भगतनं माणूस पाठवून उद्या आम्ही छापा टाकणार असं कळवलं होतं.

आपल्या हि हि हि हि... हिंदू लोकायचा वंशच भ्रष्ट रघताचा आहे. प्रामाणिकपणा नसेल, तिथे छापे घालून काय हाती लागणार?

मला तर वाटतं जे काय थोडे फार लोक प्रामाणिकपणे, काम करताहेत त्यांना सचोटी भत्ता द्यावा.

सचोटी भत्ता? एवढा पैसा कुठून आणावा?

एवढा म्हणजे केवढा लागेल? आहेतच किती निष्ठावंत प्राध्यापक मायला? शेकडा दोनचार —

येड्या, भत्ता सुरू केला तर, उरलेल्यां अठ्ठ्याण्णव टक्क्यांनाच सचोटीवाले दाखवून भत्ता द्यायची व्यवस्था होईल —

हॉ हॉ हॉ हॉ... हॉनेस्टी... शि शि शि शि...शिक्षण.

जेवतांना दवे सर नेहमी दिवसभरात काय काय घडलं ते बाईंना आणि मला सांगतात : आज दुपारी मी बेगमपुऱ्याच्या स्मशानापुढच्या रस्त्यानं स्कूटरनं आलो. एक भयंकर दृश्य पाह्यलं, मोना. एक धिप्पाड उंचापुरा राकट बाप आपल्या दोन्ही हातांवर लहानसं बाळ घेऊन येतो आहे, असं दिसलं. जवळ आले तेव्हा मूल मेलेलं गाडायला चालले आहेत, असं लक्षात आलं. मूल आडवं. त्याचं शरीराच्या मानानं मोठ्ठं डोकं खाली लोंबत होतं. बापाच्या नेसूचं धोतर कसंबसं बाळावर पांघरलेलं, बाकीचं उडत होतं. त्याच्या मागून कुदळ फावडं सांभाळत दुसरा तसाच एक मजबूत सहकारी. समोरून मी. धूळ उडवत ते गेले. दिवसभर हे दृश्य आठवतं आहे.

आत्या म्हणाली, भयंकरच आहे. जेवतांनाच तुला असं कसं सांगावंस वाटतं रे. हा कोवळा पोरगा काय म्हणेल —

जेवतांना का सांगू नये? दुसऱ्याचं दुःख केव्हाही वाटून घेता आलं पाह्यजे. त्याला योग्य वेळ कोणती असणार? लहान मूल मरणं हा आपल्या सगळ्या मोठ्यांचा अपमान वाटत नाही?

मी म्हणालो, टूरिस्ट लोकांना गाइड म्हणून मी अजिंठ्यात मरतांनाचा झोपलेला बुद्ध दाखवतो आणि त्याच्या तोंडावरचे करुण भाव वर्णन करून सांगतो, तेव्हा सगळे फॅशनेबल, परदेशी वगैरे सगळे टूरिस्ट खरंच मनापासून म्हणतात — हाऊ ब्यूटिफुल. मरणाऱ्याच्या वेदनाही ब्यूटिफुल?

जेवणानंतर, मी काय काय वाचलं आहे, हे विचारून घेतल्यावर त्यांनी ज्या गोष्टी सांगितल्या त्या मी पक्क्या ध्यानात ठेवत होतो. घरी आल्यावर स्मरणशक्ती बरी असल्यानं तशाच लिहून काढल्या :

एक : मूळ ग्रंथ वाचा. *महाभारत, रामायण, उपनिषदं, कुराण, बायबल* — मुळातूनच वाचा. याच्यावर बोलणाऱ्यांनी हे ग्रंथ मुळात वाचलेले नसतात.

दोन : आधी भारी ग्रंथ वाचा, नंतर दुय्यम, हलके वगैरे. म्हणजे *इलियड, ओडिसी, अरबी भाषेतील सुरस व चमत्कारिक गोष्टी,* रेसीन, तोलस्तोय,

दोस्तोव्स्की, शेक्सपीअर, फ्लाबेर, सर्वान्तिस आणि आपल्या देशातले मघाशी दहाबारा सांगितलेले — तुकाराम, गालिब, भर्तृहरी वगैरे. हे वाटतात तितके फार नाहीत. माझ्या मते शंभरेक.

तीन : केव्हाही आपल्या मातृभाषेतूनच हे सगळे ग्रंथ वाचावे. मराठी भाषांतरं खराब असली तरच इंग्रजी भाषांतरं वाचा, पण इंग्रजीच खराब येत असेल तर ते सारखंच पडतं.

चार : आपल्या भाषेची म्हणून काही भारी पुस्तकं गणावीच लागतात, ती वाचलीच पाह्यजेत. उदाहरणार्थ, लीळाचरित्र, ज्ञानेश्वरी — काही वेच्यांमधून, काही पूर्ण.

पाच : शक्य तो पंचवीस वर्षांपूर्वीची पुस्तकंच वाचा.

सहा : मासिकं, वर्तमानपत्रं मुद्दाम होऊन वाचू नयेत. वरच्या एक ते पाच प्रकारांमधली पुस्तकं वाचायला मिळत नसतील, अशा स्थळी किंवा काळी ती आपोआप वाचून होतात. ह्याशिवाय हाटेलात, संडासात, प्रवासात. तरी चांगला वाचक अशा ठिकाणीसुद्धा लघुकथा, छोटेखानी प्रकारचं साहित्य वाचेल — पंचतंत्र, इसाप वगैरे.

दवे सरांनी उल्लेखलेले इतर मुद्दे : विद्याव्यवसायात अध्यापन, संशोधन वगैरेंसाठी उपयुक्ततावादी खराबसुद्धा वाचावं लागतं, हे नाइलाजी वाचन वेगळं.

खंडेराव, एक पक्कं लक्षात ठेव — काहीही न वाचणं आणि खराब वाचणं ह्यांत तसा काही फरक नाही. उलट निरक्षर लोक, ज्यांनी काही वाचलेलंच नसतं, त्यांनी खराबसुद्धा काही वाचलेलं नसतं, म्हणून ते लोक जास्त शहाणे असतात. आपल्या देशात ह्या लोकांमुळेच सांस्कृतिक समतोल टिकून आहे. अर्थात आपल्या समृद्ध मौखिक अक्षरसाहित्याच्या प्रभावामुळे हे घडतं, हा मुद्दा वेगळा.

जाता जाता कुंपणापाशी दवे सरांना मी पवार सरांबद्दल विचारलं. ते म्हणाले, फार वाईट चाललंय त्याचं. कुठेतरी दुसऱ्या विद्यापीठात जाणार तो. एवढा हुशार आणि विद्वान माणूस आहे कुठे तुमच्या आर्किऑलजीत? इंग्लंडहून आल्यावर फुकट हे समाजसुधारणेचं खूळ घेऊन फसला शेवटी. सगळ्या थरावर शत्रू कमावले, बाकी काही मिळवलं नाही. एक तर आपण मायनॉरिटीचं माणूस — वेळ आली की कोणी मराठं बामण तुमच्यासाठी उभं राहणार नाही. एवढं तर माहीत पाह्यजे? आपल्या सगळ्यांना लाज वाटायला पाह्यजे खंडेराव की, एवढ्या कर्तबगार माणसाला ह्याच एका प्रोफेसरच्या जागेचा तीन वेळा इंटरव्ह्यू द्यावा लागला?

पण सर तीन वेळा कशाला इंटरव्ह्यू द्यायचा? माहीत होतं ना हे हिंदुत्ववादी लोक पावरमधे आहेत तर —

हे तुझ्या पवार सरांचं तिरपं डोकं — म्हणाला, एकदा घेतलं नाही, तर चूक झाली अशी अधिकारातल्या कोणालाही सफाई देता येते. पण तीनदा मी इंटरव्ह्यू देऊनही दर वेळी माझी नेमणूक होऊ दिली नाही, याचा अर्थ त्यांनी हे सगळं ठरवून केलं, हे मला सिद्ध करायचं होतं. लोकशाहीत हे असं झगडणं न् हक्क न् भानगडी सहनच कराव्या लागतात. पण पवारांना फारच किंमत द्यावी लागली. पवारबाई पाहा कशा सुकून गेल्या. पोरांचे हाल. या अशा मागासलेल्या लोकांमध्ये मूल्यं फिल्यं कोण मानतं? त्याग कुणासाठी करावा, याचाही आधी विचार करावा लागतो. संवेदनशील माणसाला जगतांना — तू कोणता शब्द सुचवलास मघाशी — *जगडतांना* — जास्त त्रास सहन करावा लागतो. पवार सरांना काय, कुठेही प्रोफेसरशिप मिळेल. आमंत्रणं येतील — बघशील लवकरच. पण अशा मागासलेल्या भागात एकतर इतकी चांगली माणसं येत नाहीत. आता मलासुद्धा हे सहन होईना. ह्या वयात आता मुंबईत राहणं — जे मी आयुष्यभर टाळलं पाहा. त्या झोपडपट्ट्या आणि ती वर्तमानपत्रं आणि गर्दी आणि क्राइम — निव्वळ लॉलेसनेस आणि व्हायलन्स... यांच्यात आपण आपलं आपलं जगण्याचं ओयासिस म्हणा, का आयलंड म्हणा — करून जगायचं.

मधे अशी बातमी होती की, तुम्ही तीनचार ज्येष्ठ प्राध्यापक राज्यपाल शर्मांना भेटले — तिकडून काही —

तो शर्मा — आता तर राष्ट्रपती म्हणून नेमणूक झाली आहे त्याची. तो? तो काय लक्ष देणार अशा गोष्टींकडे? अरे, आम्ही एक शिष्टमंडळ घेऊन गेलो — त्यामुळेच तर कुलगुरू आणि कुलसचिव मलाही शत्रू समजून त्रास द्यायला लागले होते. आम्ही भरपूर पुरावे देऊन दोनशे पानी निवेदन आधीच पाठवून दिलं होतं. तेवढ्यात माझं बौद्ध तत्त्वज्ञानावरचं पुस्तक संपलं असतं. पण ह्या हरामखोर शर्मानं आमचं निवेदन पाह्यलंसुद्धा नव्हतं आम्ही भेटलो तोपर्यंत. महाराष्ट्रातल्या सगळ्या युनिव्हर्सिट्यांचा मुख्य कुलपती — मलबार हिलवर राजभवनात समुद्राकडे कुल्लं करून बसत नुस्त्या सह्या ठोकणारा हा कुल्लपती? एका मंत्र्याच्या मध्यस्थीमुळे आम्हाला भेटू तरी दिलं, नाही तर सामान्य नागरिकाला महिने महिने अपॉइंटमेंट मिळत नाही राज्यपालाची. आम्ही गेलो — तुर्रेबाज पांढरे लाल फेट्यांचे शिपाई न् सोन्याच्या ट्रेमधून भारी कपबश्यांमधून चहा. सोनार सर म्हणाले, साहेब आमच्या विद्यापीठात किती बेबंदशाही चालली आहे — आपण जरा लक्ष घातलं तर — परीक्षेच्या पुनर्मूल्यांकनाचं रॅकेट, स्पोर्ट विभागातली

खोटी बिलं, भ्रष्ट अधिकारी, खोटी मजुरीची बिलं १ लक्ष झाडं लावल्याची — कुठे आहेत ही झाडं, त्यांना पाणी देण्यासाठी टँकर, डिझेलची खोटी बिलं — ह्याविरुद्धच आमचे आर्किऑलजीचे रीडर डॉ. पवार उघड बोलत होते, तर त्यांच्यावरच चौकशी — त्यांना तीनदा इंटरव्ह्यू कमिटीनं रिकमेंड करूनही नेमणूक न करणं — आपण जरा वेळ काढून —

तर ह्या कुलपतीनं काय म्हणावं? विद्यापीठं स्वायत्त आहेत ना? तुम्हीच निवडून दिलेले लोक मॅनेजमेंटवर असतात ना? मी राज्यपाल म्हणून फार तर विद्यापीठाकडून एकाद्याच्या तक्रारीवर कॉमेंट मागवू शकतो.

मीच म्हटलं, पण सर, कुलसचिव महाशय तुम्हांला खोटी स्पष्टीकरणं पाठवतात, आपण हे तरी पाह्यलं पाह्यजे, की —

ह्यावर शर्मा जे संतापला म्हणतोस, मला का हे एकच काम आहे, असं तुम्ही समजता? सात–आठ विद्यापीठांच्या फायली आणि दोनदोनशे पानी निवेदनं वाचायला आमच्या चारपाच आयएएस सचिवांनाही वेळ पुरणार नाही. आम्ही कायद्यानं आम्हाला दिलेल्या अधिकारानुसार विद्यापीठाकडून माहिती मागवतो, त्या आधारे निर्णय घेतो. तो पटला नाही तर तुम्हांला कोर्टं आहेतच न्याय मिळवायला. नुस्त्या तुमच्या एका विद्यापीठाच्या तक्रारीच्या फायलींनी आमचं ऑफिस छतापर्यंत भरलं आहे. चौकश्या, युनियनचे ठराव, प्राध्यापकांच्या युनियनच्या धमक्या, प्रत्येक नेमणुकीविरुद्ध अपील — हे पाहा लर्नेड प्रोफेसर्स, अशा ह्या पर्सनल ग्रीवन्सेससाठी वाकई हमे फुर्सत नही. मी तर ह्या मताचा आहे की, राज्यपालाकडे कुलपतीचं ऑफिस असू नये — बराय्, या आता — गेला साला आत लंगडत, कुल्लपती. अरे, विद्यापीठांसाठी वेगळा कुलपती असावा ह्या मताचा तू आहेस, पण सध्या तरी तू दोन्ही सांभाळतोस ना रे. अशी आपली लोकशाही. खाली हे विद्यापीठातलं रांगडं जातिवादी राजकारण आणि वरती कुठला असला यूपीकडचा म्हातारपणात बक्षिसीसारखं राज्यपालपद मिळालेला काँग्रेस पक्षाचा नेहरूनिष्ठ राजकारणी — अशांच्या हातात उच्चशिक्षण असेपर्यंत आपल्या विद्यापीठांचं काय होईल मला काही कळत नाही, खंडेराव.

मी म्हणालो, पुढे पवार सरांचं काहीच झालं नाही?

काहीच नाही. मी त्याला समजावून सांगितलं की, रे पवार, कोर्टात वगैरे काही जाऊ नकोस. आपल्यावर झालेल्या प्रत्येक अन्यायाला ह्या जगात दाद मिळतेच, अशा भ्रमात जगू नकोस. नाही मिळत न्याय काही गोष्टींचा — नाही तर नाही. जाऊ दे. फार उशीर झालाय. काटेरी झुडपाला वळसा घालून जावं —

मला वाटलं, रात्र खूप झाल्यानं दवे सर मलाच उशीर झाला म्हणताहेत आणि

त्यांच्या क्वार्टरमागच्या काटेरी झुडपाला वळसा घालून मलाच घरी जायला सांगताहेत. मी अचानक हात जोडून बराय म्हटलं आणि निघालो.

अनंतरावला वृत्तपत्रविद्येचा डिप्लोमा मिळाल्याबरोबर वानरी उत्साह चढला. त्यानं त्याच दिवशी आमच्या बंगल्याच्या गेटवरची फळी नवी करून आणली : *पत्रकार अनंतराव, बी.ए. मराठी फर्स्ट क्लास, वृत्तपत्रविद्या पदविका (फर्स्ट क्लास).* आम्ही तिघेजण आपापल्या परीक्षांच्या अभ्यासात होतो, तर हा डिप्लोमा फर्स्ट क्लास पास झाल्याबरोबर आपण नवीन पेपर सुरू करणार आहोत, अशा बातम्या छापून आणायला लागला. कोणकोणाला धमक्या देऊन पेपरासाठी ऑफिसची जागा मिळते का याचा त्यानं धडाडीनं शोध सुरू केला. लगेचच त्याच्या तावडीत एक उपमंत्री सापडला. ह्या उपमंत्र्याचा लखोटिया नावाचा भाचा आपल्या मामाच्या भरवस्तीतल्या चारमजली नव्या इमारतीत गोविंददादा कॉलेजच्या नव्यानव्या पोरींना फूस लावून कुंटणखाना गुप्त रितीनं चालवतो, असे पुरावे त्याच्या हाती आले. शोध-पत्रकारितेचा एक विषय त्यानं वृत्तपत्रविद्येच्या डिप्लोम्याच्या अभ्यासक्रमात फार कुतूहलानं अभ्यासला होता. त्याचा आता अत्यंत उपयोग झाला.

योगायोगानं एका रविवारी कुंभार साहेब नेहमीप्रमाणे अनंतरावला कुंडली दाखवण्यासाठी आले, तेव्हा त्यांनी एक डोळा मारून खिशातलं कोष्टकासारखं एक चक्रमुद्रित दरपत्रक अनंतरावच्या हातात कोंबलं. मी सरकारी नोकर, पुन्हा प्रमोशन नाही, बदली नाही, कृपा करून माझा याच्याशी काहीही संबंध येऊ देऊ नका, असं म्हणून कुंभार साहेब सटकले. एक निशा शहा नावाची मुलगी असं पत्रक इंडस्ट्रिअल एरियात नेहमी वाटते, एवढी माहिती फक्त त्यांनी दिली. मग आम्हाला सर्वांना तातडीनं आपल्या खोलीत बोलावून अनंतराव म्हणाला, याचा अर्थ लावून दाखवा बरं, पार्थांनो.

Venu's Practicals

	पदवीपूर्व	प्रथम वर्ष	द्वितीय वर्ष	तृतीय वर्ष
आर्ट्स	१००	९०	८०	७०
कॉमर्स	९०	८०	७०	६०
सायन्स	७०	७०	७०	६०

'वेणू'ज प्रॅक्टिकल्स? कोण ही वेणू? आणि ह्या आकड्यांचा अर्थ? ट्यूशनची फी वरच्या वर्गांसाठी उलट कमी? आणि इतकी? प्राध्यापकांचा पगारच

दोनशे रुपये, तेव्हा एवढे पैसे? छे. आधीच परीक्षा तोंडावर आलेल्या, त्यामुळे आम्ही आपापल्या खोल्यांमध्ये दारं लावून अभ्यासाला बसलो. अनंतराव शोध-पत्रकारितेच्या अवसानात दोन रात्री VENU'S PRACTICALS अशी इंग्रजी पाटी लावलेल्या, उपमंत्र्याच्या इमारतीमागच्या चोर दरवाजाच्या अंधाऱ्या जिन्यासमोर दबा धरून टेहळणी करत बसला, की युरेकाऽ.

नंतर एकदम *दैनिक मराठवाडा समाचार*मधे पुष्पित भाषेतल्या त्याच्या स्तंभाचा महाराष्ट्रभर गवगवा झाला, इतकी *व्हीनस उर्फ वेणूज प्रात्यक्षिके* ही लेखमाला वाचायला अभूतपूर्व गर्दी व्हायची. *दैनिक मराठवाडा समाचार*चा खप एकदम वाढला. अनंतरावला मराठी वृत्तपत्रीय वर्तुळात उच्च स्थान मिळालं. उपमंत्र्याची ह्या स्तंभांमुळे बदनामी तर झालीच, शिवाय मंत्री महोदयांनी ताबडतोब राजीनामा द्यावा, अशी मागणी अग्रलेखांमधे यायला लागली. आम्हालाही अनंतरावांनी चकित करून सोडलं. अभ्यास सोडून हे स्तंभ वाचणं भाग पाडलं. *मराठी पत्रसृष्टीचे सप्तर्षी* म्हणायला अनंतराव लायक ठरला. त्याची गोष्ट थोडक्यात अशी :

लखोटिया हा उपमंत्र्याचा भाचा आपल्या बापाच्या अडत दुकानावर नियमित न बसता उनाडक्या करीत असे. वडलांनी घराबाहेर काढल्यावर त्याने औरंगाबादेत, नशा उर्फ निशा शहा नावाच्या एका मोठ्या हॉटेलीत स्वागतसुंदरीचं काम करणाऱ्या मुलीला हाताशी धरून ह्या प्राचीनतम धंद्याचा श्रीगणेशा केला. सुरुवातीला ही एकच मुलगी आणि तीन निरनिराळे भारी ड्रेस यांच्याकडे होते — वेगवेगळ्या पोषाखांमधली हीच फातिमा, हीच रोझी आणि हीच नूतन. तिथे ठेवलेला वेणूधरन नोकर हा येणाऱ्या गिऱ्हाइकांना स्पष्टच दोन अटी सांगी — प्रॅक्टिकलला एका वेळी एकानेच बसावे आणि एका वेळी तिघींपैकी कोणीही एकच बसायला मिळेल. पुढे ह्या निशा शहाचा आकार बिघडल्याने म्हणा किंवा ह्या त्रिकुटी नाटकाचा पर्दाफाश झाला म्हणा, लखोटियाने मिस निशा शहा पोरीला एका भरपूर मुली असणाऱ्या गावातल्या मध्यवर्ती ठिकाणच्या गोविंददादा कॉलेजात प्रवेश मिळवून दिला. ही निशा शहा सतत वर्गातल्या व कॉलेजातल्या सर्व आर्ट्स, कॉमर्स, सायन्स पदवीपूर्व वर्गापासून तर शेवटच्या वर्षातल्या मुलींशी मैत्री करून गरजू मुलींना हेरत राही. पुढे लखोटियाने ह्या निशा शहाशी निम्म्या भागीदारीने आपल्या मामाच्या चार मजली इमारतीतले तीन फ्लॅट घेऊन मोठा धंदा सुरू केला. तळमजल्यावर दारूचा बारही उपमंत्र्याच्या मालकीचा रात्रभर चालू असतो, तिथे निशा शहा गल्ल्यावर बसते व वरती एकटी(?) राहते. चौथ्या मजल्यावरच्या तिन्ही खोल्यांमध्ये मोठमोठे पलंग, नव्या फोमच्या डबल

गाद्या, पूर्ण पलंग दिसेल असे विस्तृत आरसे, स्वतंत्र मोऱ्या, नळ इत्यादी सुखसोयींनी हे फ्लॅट बसणाऱ्यांस सुख व्हावयाजोगे असून गिऱ्हाइकांची वाटच पाहत असतात. वस्तुतः लिंगमजुरिणींसाठी परवाना लागतो, तो उपमंत्र्यांनी काढला आहे काय?

व्हीनस प्रॅक्टिकल्सच्या ह्या बातमीमुळे पोलिसांच्या तोंडचं पाणी पळालं. कोर्टात मोठी धावपळ झाली. आठपंधरा दिवसांत मंत्रीमहोदयांनी पत्रकार अनंतराव आणि *दैनिक मराठवाडा समाचार*चे संपादक जोशी दोघांवर अब्रूनुकसानीचे खटले भरले. शहा बाईंनीसुद्धा आपल्या चारित्र्यावर घाला घातल्याचे चारपाच वेगवेगळे खटले भरले. अनंतराव आणि जोशी यांना निशा शहा हीच कुंटणखाना चालवते याची शहानिशा करता आली नाही. लखोटिया हा उपमंत्र्याचा भाचा आहे, हेही सिद्ध करता आलं नाही. शिवाय ही चार मजली इमारत उपमंत्र्यांच्याच मालकीची आहे, हेही त्यांच्या वकिलाला सिद्ध करता आलं नाही. फार काय, हे फ्लॅट स्नायू मसाज प्रॅक्टिकलसाठीच आपण खुद्द भाड्यानं घेतले आहेत, अशी साक्ष स्वतः वेणुधरन हा देता झाला. लखोटिया तर पूर्ण सुटला. पत्रकार अनंतराव आणि संपादक जोशी ह्यांस प्रत्येकी तीन महिने कारावासाची शिक्षा ठोठावण्यात आली, पण दया म्हणून अनंतरावची जामिनावर सुटका झाली. दोघांनी जाहीर माफी मागावी, असाही कोर्टाचा हुकूम होता. सरकारी जाहिरातींसाठी *दैनिक मराठवाडा समाचार* अपात्र ठरवण्यात आलं. ह्या वृत्तस्वातंत्र्यप्राणवायूच्या अभावी हे वर्तमानपत्र पुढे बंद पडलं.

नवे वर्तमानपत्र खोलण्याचे स्वप्न भंगलेला, दैनिक स्तंभलेखन उत्सर्जन बंद झालेला पत्रकार अनंतराव आता भूतबंगल्यावर भुतासारखा राहायला लागला. कुठेही बाहेर पडेनासा झाला. भयंकर गोष्ट म्हणजे त्याला निद्रानाशाचा रोग जडला आणि तो खंगत चालला.

मानकापे म्हणाला, ढुंगणाचं वृत्तस्वातंत्र्य... वृत्तासुराचा प्रताप पाह्यलास? पार्था, आता तरी पत्रकारितेचा नाद सोड. कुठेतरी इज्जतची नोकरी धर. वर्तमानपत्र हातातसुद्धा धरायचं नाही. बंदी. मनाई.

तरी अनंतरावात सुधारणा दिसेना. तो गुप्तपणे अंधारात वर्तमानपत्र विकत घेऊन यायचा आणि खाली संडासात चोरून टार्चनं वाचायचा. ह्यासाठी स्वतःकडे पैशे नसले तरी आमच्यापैकी कोणी आंघोळीला गेला की, चारआठ आणे चोरून त्यांचे पेपर आणून वाचायचा. मग आम्ही तिघांनी ठरवलं की, ह्याला व्यसनमुक्तीसाठी नावाजलेल्या हजरत मुनवर उर्फ मुनीवर सूरी यांच्या खानक्यात

घेऊन जाऊ. खुद्द दवे बाईंसारख्या विदुषीनं मुनीवरांचं प्राचीन वासनाछेदतंत्र वानलं होतं. पुन्हा फुकट ट्रीटमेंट म्हणजे भोंदूगिरी नाही. शिवाय बेगमपुऱ्यातले कित्येक लोक मुनवरबाबांनी दारू, गांजा, रंडीबाजी — कितीही जुनं कुठलंही कसलंही आयुष्याचा सत्यानास करणारं व्यसन असो — त्याच्यातून कित्येकांची सुटका केली असं छातीठोक सांगायचे. वानखेडे म्हणाला, वर्तमानपत्राचं व्यसन सुटतं का, प्रयत्न करून पाहू.

मग आम्ही तिघाजणांनी समोरच्या इसाकचाचाची जुनी रिक्षा केली आणि भल्यापहाटे पत्रकार अनंतरावला — चल ऊठ, मोठे अवलिया सूफी संत आले आहेत म्हणून — उचलून रिक्षात टाकलं आणि वेरूळच्या रस्त्याला लागलो. खुल्ताबादला औरंगजेबाच्या कबरीमागे वळल्यावर एका जुन्या इदग्यापुढे मोठ्या मैदानभर बैलगाड्या, टांगे, रिक्षा, मोटारी, ट्रका, ट्रॅक्टर लावलेले होते. इतक्या पहाटेसुद्धा अवलिया मुनवरजीकडे पाचशेसहाशे लोक आले होते. रांगेतले बायकापुरुष एक टेकाड चढून प्रचंड भुयारासारख्या वाटेनं पुढे सरकत होते. पुढे दोन्ही बाजूच्या भिंती इतक्या चिंचोळ्या होत गेल्या आणि भुयारातला अंधार इतका दाट होत गेला की, पुढल्यामागल्यांना एकमेकांना चाचपडतच पुढे पाय टाकता यायचा. मधेच चौकातल्या उजेडात *उचित अंतर ठेवून चला* — असं चुन्यानं लिहिलेलं होतं. वानखेडेच्या मागच्या बाया त्याच्या पाठीवर टोचत होत्या, तर आमच्यापुढे मानकापे होता तो त्याच्या पुढच्या मुसलमान पोरीला मागून धरत होता. *उचित अंतर ठेवा.* मी अनंतरावला पक्कं धरून सरकत होतो. खरा प्रकार कळला तर तो पळून जाईल, म्हणूनही. पुढे दोन रांगा फुटल्या. पांढऱ्या इराणी झगाऱ्यांमधले मुनवर बाबांचे भक्त आम्हाला एका उंच छताच्या महालात घेऊन गेले. समोर *बदला घेऊ नका, बदला* — असा मराठी आणि उर्दूत मुनवरजींचा गुरुमंत्र लिहिलेला होता, तो कित्येक शतकांपासून शिष्य परंपरेनं त्यांच्यापर्यंत आला होता.

अवलिया मुनवर ऊर्फ मुनीवर बाबा यांच्या पूर्वायुष्याबद्दल अनेक खऱ्याखोट्या चाटा रांगेत वेळ काढणाऱ्या हिंदू–मुसलमान–जैन–बौद्ध सगळ्यांकडून ऐकायला येत होत्या. प्रत्येक जण तो मूळ आपल्याच जातीचा आहे, असं बंडल मारत होता.

जाति न पूछो साधु की — असा याला जबाब मिळायचा. वानखेडे म्हणाला, अरे या म्हणीचा अर्थच असा होतो की, आपल्या देशात साधू म्हटला की तो कधीही नीट उच्च जातीचा नसतोच, कशाला त्याची आडजात जाणून फुकटचोट हिरमोड व्हा? हॉ हॉ. एक राष्ट्रीय दर्जाची भूमकाही होती, की मुनीवर पूर्वी

आय.सी.एस. व्हायला लंडनला गेले, पण सावरकरांच्या नादाला लागून क्रांतिकारक म्हणून पकडले गेले व तुरुंग फोडून हिमालयात योग्यांबरोबर फिरले व आता स्वातंत्र्य मिळाल्यावर प्रकट झाले. दुसरी गप्प म्हणजे ते मोठे डॉक्टर होते पण गोवा मुक्ती आंदोलनात सत्याग्रहींबरोबर म्हापशाजवळ पकडले गेले. शिक्षा म्हणून पोर्तुगीज सैनिकांनी त्यांच्या डोक्यावर साधा नारळ फोडला आणि बॉर्डरवर आणून टाकलं, तेव्हापासून त्यांची स्मृती गेली. आरोग्यविषयक प्रश्न तर त्यांना चटकन कळत होते. त्यांचे चारित्र्य आणि गुण पूर्ण महात्म्यासारखे होते. त्यांचे शिष्य एकेकाला आत नेत. अपवाद म्हणूनच दुसऱ्याला सोबत जाता येई. अनंतराव एकटा आत जाऊ शकत नाही, असं खुणेनं दाखवून मी युक्तीनं आमच्या दोघांचा प्रवेश मिळवला. एक शिष्य म्हणाला,

चला, या, विद्यार्थी दिसताहेत. काय झालं आहे यांना?

मी थोडक्यात अरिष्ट काय ते सांगितलं.

म्हणजे? वर्तमानपत्र? आणि व्यसन? सुटत नाही?

मुनवरजींच्या चेतनाअवस्थेत हा प्रश्न नवीन होता. मग मी प्रसार माध्यमांच्या राक्षसी शक्तीवर पाच मिनटं बोललो. तशी त्यांनी डोळे मिटून समाधी लावली. मग एकदम प्रसन्न हसू फुटलेला त्यांचा चेहरा ज्ञानशक्तीच्या सीमेवर जाऊन आल्यासारखा आम्हाला समजून घेत होता. आश्चर्य वाटलं ते याचं की, त्यांना वर्तमानपत्र हे व्यसन कसं यावर काहीच समजावून सांगावं लागलं नाही. हे व्यसन सोडायचं कसं एवढाच प्रश्न त्यांना आता पडला. कारण हे सगळं त्यांना मानवी उत्क्रांतीतली नवी विकृती वाटली. पण पटली. चिंतातुर सुरात ते म्हणाले, मागच्या चौकात थोडे थांबा.

तोपर्यंत रांगेतल्या पुढच्या एकाला शिष्यानं अवलियांसमोर उभं केलं. मी मागच्या चौकात अनंतरावला बसवून गुपचूप एका मोठ्या वाळ्याच्या पडद्याआड दाराशी उभा राहून मुनवर बाबांचा अफलातून वासनाछेद उपचार पाहत राह्यलो. चेहरा खूप वेळ न्याहाळून मग अवलियासाहेब एखाद्याला अश्लील प्रश्नही विचारायचे : तुम्हारा कुछ लंड का प्रॉब्लेम है क्या? मुंबईच्या मोठी ढेरी तोलत आलेल्या माणसाला त्यांनी मंत्र दिला : शक्य तो कामावर जातांना पायी चालत जा, आठ तास किंवा वीस मैल — यांपैकी जे आधी येईल तितकं. नंतर एकाचा काहीतरी त्वचारोग बरा होत नव्हता, त्याला रोज संध्याकाळी कामावरून आल्यावर आंघोळ करत जा, सकाळी नको — असा सल्ला दिला. तेही खरंच होतं. सकाळी स्वच्छ होऊन बाहेर पडायचं आणि दिवसभराची घाण अंगावर ठेवून जेवणखाण, मुलाबाळांना घेणं आणि झोपणं ही हिंदू पद्धत चुकीचीच आहे.

एका दातपडक्याला सल्ला : दोन्ही वेळा ब्रशानं दात घासण्यापेक्षा एकदा ब्रशानं, एकदा साध्या बोटांनी दात घासा — हिरड्या चोळवटून. शिवाय दातांमधे अडकलेला कचरा दोऱ्यानं काढणं वरवरून ब्रश करण्यापेक्षा जास्त चांगलं. एका पुढाऱ्याला : खाज सुटते? इतके बगळ्यासारखे पांढरे शुभ्र कपडे नका घालू. साधे पाण्यानं धुवा. साबण कमी वापरा. बनियन-जांगे सुलटे — म्हणजे शिवणी बाहेरून करून — घाला. जगाला कसं दिसतं ह्या सोसात तुला हे चट्टे पडलेत, आता स्वतःच्या नाजूक त्वचेला कसं चांगलं होईल हे बघत जा. एका सत्तरीतल्या माणसाला ते मंत्र देत होते : हस्तमैथुनात काही गैर नाही. तुझी बायको वेगळं घर करून राहीन म्हणते ह्या वयात, तिचा रोजचा छळ वाचेल. तुला म्हाताऱ्याला हे फार सोईचं, परवडणारं आणि शिवाय ह्या वयात बदसंगातून गुप्तरोग, एडस खरीदण्याचा अजिबात धोका नाही. आपल्या प्राचीन ऋषिमुनींच्या थोरवीचं रहस्य हेच होतं. — हस्तमैथुन स्वस्तमैथुन मस्तमैथुन. चला.

पूर्ण रांग संपेपर्यंत हे चाललं. मग अवलियासाहेब ध्यानात बसले. दरम्यान त्यांचा शिष्य आम्हाला तिकडे त्यांच्या समोर घेऊन गेला. बऱ्याच वेळानं सस्मित चेहरा करून त्यांनी डोळे उघडले. मुलांनो, आमच्या मोठ्या भक्तगणांत ही उपाधी आहे. तिला जडीपासून उखडण्याचा मंत्र ऐका :

१. सकाळी उशिरा उठणे, म्हणजे इतर महत्त्वाच्या कामांचा तगादा पुढे येईल आणि पेपर वाचण्याची घातवेळ टळेल.

२. एकदम सोडणे. याला निमित्तच पाह्यजे असेल तर घरातल्या व्यक्तीचा मृत्यू किंवा अशीच एकादी प्रमुख घटना साधून प्रतिज्ञा करणे, मग समोर दारात पेपर पडलेला असला तरी तुडवून जाणे.

३. किंवा एक दिवसाआड मग एकेक दिवस वाढवत पुढे महिनाभर पेपराला हात न लावणे. चुकूनही नाही. पर्यायी सात्त्विक धार्मिक मजकूर वाचणे. फार महत्त्वाच्या बातम्या कानावर आपोआपच पडतात, त्यांची चिंता नको. पेपरचं व्यसन सुटल्यावर दिवस किती प्रसन्न जातो, याची जाहीर चर्चा करणे.

परीक्षा महिन्यावर आली असताना अचानक वर्गबंधू जिगरदोस्त रघूनायक ट्रक बंगल्याबाहेर उभी करून वर आले आणि म्हणाले, खंडेराव भौ, चला हो, शशीचं लग्न, अचानक ठरलं. ही आईची चिठ्ठी :

बाळा, आपल्या आंगणातला हा शेवटचा मांडव. पुन्हा वीस वर्षांनी का कधी आपल्या लहानग्या चिऊचं लग्न होईल इथेच का आणखी कुठे तोवर कोण मरतं कोण वाचतं का तीच मरते का वाचते का कोणाचा हात धरून चाल्ली जाईल — कोणी सांगावं? तू जरूर ये. तुझ्यासाठीही आता मुली शोधणं सुरू करावं लागेल. तेवीस वर्षं झाली तुला गुढीपाडव्याला. परीक्षांचं काय, त्या सदरच असतात. लग्नातच तरुण मुलीही जवळून पाहून होतात. कोणी चांगली मुलगी अचानक सापडून जाते. आपल्यालाही पाहणारे मुलींकडचे असतातच. लग्न आयुष्यात एकदाच होतं, बाळा. लगेच रघूबरोबर निघून ये.

रात्री रघूच्या ट्रकवर गप्पा मारत मधेमधे धाब्यावर खातपीत आम्ही सकाळी मोरगावला पोहोचलो. दोन दिवसांनी पुन्हा तसेच औरंगाबादला परत आलो.

दोन्ही दिवस नुसता मनस्ताप, पाहुणेरावळे, गर्दी, सतराशे विधी — याच्यात नवरीच्या धाकट्या भावानंच फक्त करायचे दोनचार विधी मला करावे लागले. आमचा नवा मेहुणा नवरदेव त्याच्या पाटबंधारे खात्यातले दोनेकशे लोक कारकून शिपायांसह खास वऱ्हाडी म्हणून आपल्याबरोबर आणता झाला. वधूपक्षाची फजिती करावी म्हणून आणि आपला बडेजाव दाखवावा म्हणूनही. शिवाय गुरवांच्या वाजंत्र्यांचे दोन टायफे आणि रंगीबेरंगी युनिफार्मचा चाळीस भिकार दिसणाऱ्या वाजप्यांचा बॅण्ड. त्यानं स्वखर्चानं चारपाच एसट्या दोन दिवस करारावर आणल्या होत्या. ह्यावरून त्याची टेबलाखालची मिळकत किती हजार असावी, याचे अंदाज मांडवात ऐकायला येत होते. काय शशी पोरीचं भाग्य.

ह्या सगळ्यांची बडदास्त एकट्या भावडूला पाहावी लागली. विड्या काड्या पानतंबाखू सिग्रेटी सरबतं चहा गाद्याचादरींपासून तर मानपान सगळं. तिकडे सोनावहिनीला वरमाय आणि वऱ्हाडणींची सेवा रुसणी फुगणी निपटणं. मूर्खांचा बाजार. ह्या गावठी लोकांना लग्न म्हणजे नुस्तं खाणं. पंक्तीवर पंक्ती. सबंध गावाला चुलीला निवतण, म्हणजे वाड्यात दिवसभर रांधण्याखाण्याचाच गोंधळ. भावडूच सगळं सांभाळत होता. पुन्हा घरातच ठाण मांडून हुकूम सोडणाऱ्या थोरल्या दोघा मेहुण्यांची उस्तवारी. हे दोघे वीर आपल्याला ह्या लग्नात काय जावईभेट मिळते, याचा कानोसा घेत होते. त्यांचे पाय धुऊन प्रत्येकाला एकेक सोन्याची मुंदी नवरीच्या धाकट्या भावानं द्यायची, अशी पद्धत आहे. हे कळताच मी नेमका गच्चीवरून मागे नदीकडे गायब झालो. बिचाऱ्या भावडूनं दोघांचे पाय धुऊन जावईभेट दिली.

थोरले मेहुणे वकीलसाहेब नेहमीप्रमाणे असंख्य दमदमीत खातपीत आणि तितकेच पाचकळ शाब्दिक विनोद करत होते. उदाहरणार्थ छबीताई म्हणाली, आमचा भाऊ खंडू सारखा अभ्यासातच डोकं खुपसून असतो. तर वकीलसाहेब म्हणाले, *खूप सुन्न* असतो? बिजाताई म्हणाली, अगं उच्च शिक्षण असंच असतं. ह्यावर वकीलसाहेब — *हुच्च शिक्षण* म्हणालीस का? कोणीतरी म्हणालं, आपण अज्ञजन — तर वकीलसाहेब — अ ते ज्ञ बाराखडी आली की अज्ञजन होतो. हशा. असं वारंवार तट्ट होऊन दिवसभर.

लाडकीचा दारुडा आर्किटेक्ट नवरा दिल्लीहून आला नव्हता. त्याला आंगठी मिळाली नाही, म्हणून हे दोघे मेहुणे हळहळले. आता तो फारच दारू प्यायला लागला होता. म्हणून ह्यापुढे दारूला शिवणार नसाल, तरच परत दिल्लीला येईन — असं निकराचं भांडून दोघा मुलींना बरोबर घेऊन संतापातच ती माहेरी आली होती. कुटुंबव्यवस्था किती तकलादू असते? मातीच्या भांड्यासारखी. केव्हाही तुकडे तुकडे होऊ शकतात. ह्या मनस्वी पोरीचं काहीतरी फार बिघडणार, पुन्हा तिला दोन्ही मुलीच, मुलगा नाही — असा तिच्या भविष्याचा घोर लागल्यानं वडलांचा नूर गेला होता. त्यात खंडेराव, तुझं ते फटकून वागणं. वडलांशी संवाद नाहीच. ते विचारतात, खंडू आपल्या लाडकीचं काय करायचं रे? तर तुझं उत्तर — लग्नं जुळवतांना घाई केली, आता भोगा फळं. ते कळवळून विचारतात, खंडू, सुटीत येशील ना परीक्षा झाल्यावर? तर तू — कोणती सुटी? कोणती परीक्षा? अशी उत्तरं वडलांना सुशिक्षित म्हणवणारा मुलगा देतो? साधं सांगता येत नव्हतं, की बाबा, मला एम.ए.ची परीक्षा झाल्यावर पीएचडीची तयारी करायची आहे, कठीण असतं पीएचडीची जागा मिळवणं. — खंडेराव, अरे अरे. आता पश्चात्तापाशिवाय तू काय करू शकतोस? आयुष्यभर मनमुराद हळहळ करता येणंच बहुदा तुला यशस्वीपणे येईल.

ह्या दोन्ही दिवसांत भावडू लग्नाच्या धबडग्यात इतका रुतला होता की, त्याच्याशी पाच मिनटं निवांत बोलण्याचाही अवसर मिळाला नाही. बिचाऱ्याला कामच काम. दोन्ही दिवस धड झोपही त्याला घेता आली नसावी. आणि सोनावहिनी? ती तर कायम चुलीपाशीच असायची. रात्रीही आणि दिवसभर. एकदा फक्त बहिणींच्या आग्रहापायी पंगतीत तिच्या गालांना गुलाल लावावी लागली, आणि पुन्हा एकदा तिच्या पाठीवर पापड फोडावा लागला.

रात्री निघतांना भावडूचा निरोप घ्यायचा तर खूप शोधूनही सापडेना. शेवटी ट्रक सुरू होता होता तो गोठ्यातून घाईघाईत धावत आला — गळ्यात उडणारं

उपरणं, गाईनं शेपटीनं उमटवलेले शेणाचे छाप पडलेलं ढिलं झालेलं धोतर, लग्नातला सोन्याच्या बटणांचा रेशमी सदरा, नखांमधे म्हशींच्या आंबवणाचं पीठ, डोक्यावरच्या मोठ्ठ्या भाराभर झुलपांमधे गवताच्या काड्या — मोठ्यानं ओरडून तो म्हणतो,

आता तिकडेच भेटूऽऽ

तिकडेच? आता चर्रर होतं आहे, पण तेव्हा, खंडेराव, तू बऽरंऽ असं म्हणालास. ट्रक रिव्हर्स गिअरमधे मागे मागे सरकत गेली. भावडू तिथेच हात वर करून उभा दिसेनासा झाला. त्याच वेळी वेशीबाहेर लांब नदीकडे तारस्वरात महारी सनई डफ मशालकरी मागे पूर्ण डोकं पांघरलेल्या सावल्यांसारख्या बाया मरीमायच्या देवळाकडे चालल्या आहेत असं दिसलं. काहीतरी पारेंद्रिय चाललेलं वाटत होतं. जणू आपल्या घरापासून केवळ उलट्या गिअरवर भयंकर वेगानं मागेमागे नेत थेट बेगमपुऱ्यात भूतबंगल्यावर ती ट्रक आपल्याला टाकून निघून गेली. *भावडू, आता तिकडेच भेटूऽऽ.* म्हणजे मृत्युलोकात?

आल्याबरोबर परीक्षेची जीवघेणी तयारी. क्षुब्ध असा सलग महिना. धोकंपट्टी. पृथ्वीच्या सुरुवातीपासूनचे भूगर्भातले थर, जीवांची निर्जीवातून उत्पत्ती. जुनं अश्मयुग, नवं अश्मयुग, त्यांच्यातले पूर्व न् पूर्वमध्य न् मध्य न् उत्तर असे कालखंड, ब्रांझयुग — इतिहासपूर्व काल, पुरातन इतिहास, प्राचीन इतिहास — डोकं चक्रावून टाकणारे हाडांचे नाना प्रकार, रेखाटणं, आकृत्या, नाना वंशांच्या आपल्याकडे विचकून पाहणाऱ्या क्रूर कवट्या, इजिप्त, मेसोपोटेमिया, निनेव्हा, सिंधुदेश, पहिल्या वानरमनुष्याच्या कवटीची मापं. तुस्काना पोरगा. हिमयुगं, स्थलांतरं. ग्रीक, रोमन, हिब्रू — आणि उपास, जागरणं. वारंवार काली फॉस. सिलिका. एक लाख शक्तीची होमिओपथीची औषधं. प्रवरेवरच्या एका उत्खनन शिबिरात डेक्कन कॉलेजच्या मिश्रा सरांनी मनःपूर्वक बारा क्षार आणि होमिओपथी शिकवली होती, ती आता कामा आली. पाठ दुखते — ॲण्टिमनी टार्ट सुरू कर. डोळ्यांवर ताण? रूटा घे. वा. ॲलोपथी नको न् ते डॉक्टरकडे जाऊन वेळ घालवणं नको. घर पुस्तकांनी उतू चाललं रे पार्था. खंडेराव, एकदा तरी जेव, मरशील नाहीतर मायला रातोरात. जनुकशास्त्र माहीतच पाह्यजे. शरीररचना पाठच पाह्यजे. मानववंशशास्त्रातलं नवं संशोधन थोडं तरी वाचायला हवं. उत्खननांचे इतिहास तपशिलांसह आधीच पक्के केले आहेत, ते बरं झालं — ट्रॉय, बॅक्ट्रिया, माया,

जेरूसलेम, हडाप्पा, तक्षिला, पैठण, दौलताबाद. पहिला सांगाडा जुळवतांनाचा संथ थरार. आणखी एकदोनदा असा सांगाडा जुळवला, की आपल्यातला रोमँटिकपणाच तमाम संपून जाईल. पेरं, सांधे, मनगटं — किती हाडंच हाडं. सुंदर नाजूक हातांच्या त्वचेखाली ही अशी हाडं असतात. ह्या काळात पार्टनर तिघेही बिचारे कमीत कमी आवाज करायचे. नाही सांगितलं तरी आपल्यासाठी अंडी, ब्रेड, केळी घेऊन यायचे. मानकापेनं एक विडंबनही आपल्यावर करून ठेवलं होतंः

आधीच हिंदू तशात इतिहास पढला
झाली तशातहि पुरातत्त्व बाधा तयाला.

हल्ली कोणीतरी आमच्या बंगल्यामागच्या कोपऱ्यात बेकायदा बकऱ्या कापायचा खाटीकखाना सुरू केला होता. आसपासच्या गरीब शेजाऱ्यांना खुरं शिंग उरलेलं सगळं फुकट देऊन त्यानं आपला धंदा बिनधास्त केला होता. रात्री कोणीतरी कापायच्या बकऱ्या, कोकरं, बोकड आणून सोडायचा, की भल्यापहाटे खाटखाट आवाज सुरू होईपर्यंत या मृत्यू हुंगत वाट पाहत उभ्या जीवांची आकांतानं बें बें सुरू राहायची. मधेच सगळा कळप खाली बंगल्यातल्या बागेत घुसून गोंधळ घालायचा. मग खाटकाकडचं पोरगं हुर्रर्र हुर्रर करत एकेकीचा कान धरून ओढून न्यायचं. शनिवारी तर मध्यरात्रीपासूनच एकेकीला ओढून खाटखाट मारण्याचे आवाज; कारण रविवारी विद्यानगरीतल्या सर्व शाकाहारी प्राध्यापकांना मांसाहारी होण्याचे फायदे माहीत झालेले. त्यातूनही दुभत्या शेळीची पिलं आधी कापून टाकल्यानं तट्ट झालेले सड पिळून घ्यायच्या घाईत कोणीतरी. तेवढा वेळ शेळी शांत उभी. तिला सुऱ्याखाली न्यायच्या आत लोटीभर दूध चुर्रर सुर्र चुर्र सुर्र करत पिळण्याचा आवाज. खंडेराव, अशा चित्तभेदक आवाजांमधे झोप येईलच कशी? स्थितप्रज्ञ बन. झोप घ्यायचा प्रयत्न कर. काय, मानवाचा इतिहास क्रौर्याशिवाय आणखी दुसरं काही सांगतो? ह्या सगळ्या गोष्टींसकट मानवप्राणी आहे.

तरी नेटानं मिळेल तेवढी झोप घेत मी परीक्षा पार केली.

हं, बोला मछिंदर मानकापे, आपलं नाव सांगा. शिक्षण?

तुम्ही म्हटला तेच, सर. शिक्षण वगैरे सगळं तुमच्या हातातल्या अर्जात लिवलेलं आहे.

बरं, मराठीतली पहिली कवयित्री कोण?

महदंबा ढवळे.

छान. बंदे मॅटरम राष्ट्रगीत कोणी लिहिलं?

बंकम चंद्र.

तुमच्या आवडीची पुस्तकं कोणती?

वाचतच नाही, तर आवडण्याचा प्रश्न कुठे येतो?

उत्तम. आता सांगा बरं आजच्या पेपरात म्हंजे उद्याच्या रद्दीत कोणती महत्त्वाची बातमी आली आहे?

पेपर वाचणं बंद केलं आहे, मुनीवर आचार्यांच्या गुरुमंत्रापासून.

कोन्त्या ग्रंथात कुन्ती माद्री ह्या स्त्रिया आहेत?

कोन्ती माद्री?

तुम्हांला वक्तृत्व येतं?

वक्तृत्व? म्हणजे भाषणबाजीच ना? काय करायचं वक्तृत्व येऊन? ऐकणाऱ्यांना मूर्ख बनवण्याची कला...

मी काय विचारलं? ते तुम्हांला येतं का, एवढंच विचारलं ना? बाकीची विद्वत्ता कशाला? प्रश्न नीट ऐकू आला का? मी काय प्रश्न विचारला होता? आणि तुम्ही उत्तर कशाचं देताय?

मी कुठे उत्तर देतोय?

मी काय प्रश्न विचारला होता?

मला कुठे आठवतोय तुमचा प्रश्न? एकाच वेळी चार चार पाच पाच प्रश्न विचारताय तुम्ही.

आता शेवटचा एकच प्रश्न विचारू?

तुमच्या प्रश्नाला उत्तर देण्याचा प्रश्नच कुठे उद्‌भवतो?

अशी रंगीत तालीम बाजूच्या वानखेडेच्या खोलीतून मच्छिंदर मानकापेच्या फॉरेस्ट ऑफिसरच्या जागेसाठी होणाऱ्या इंटरव्ह्यूची उठल्या उठल्या मला ऐकायला येत होती. पुन्हा मी डोळे मिटून गेल्या दोन वर्षांचा ह्या भूतबंगल्यात गेलेला असा विनोदी काळ आठवून सुखानं झोपी जात होतो. हा रम्य कालखंड संपला. सगळ्यांनी भरपूर अभ्यास केला. उत्तम पेपर लिहिले. माझीच परीक्षा सगळ्यात लांबली. संपल्यावर दोन रात्री आणि एक दिवस सलग झोपून आज तिसऱ्या दिवशीही मी हा शीण काढून टाकत होतो. जागा झालो, तों हे तिघे जण माझ्या तोंडावर थंडगार पाणी शिंपडत होते.

आहे आहे, खंडेराव जिवंत आहे रे. झोप पार्था, झोप.

झोपायचं काही राह्यलं नसंल, इतकं सगळं पोट भरून झोपून घेतलास, खंडेराव, तयारी कर. दिवसभर आज मजा करूत. उद्या मला मुंबईला इंटरव्ह्यूला जायचंय्. आता कुठल्या आपल्या भेटी व्हायला? कोइमतूरला वर्षभर ट्रेनिंग. मग कुठे पोस्टिंग होते की... संडासात घेऊन जा खंडेरावला — आंग धू बाळा, का आम्ही घालू आंघोळ? चला, लवकर बाहेर पडू.

येत्या दिवसांच्या जीवघेण्या धावपळींची कल्पना येताच माझी झोप उडाली. चौघे जण चार दिशांना तर जाणार. त्यांतली आपली कोणती? भावाभावांसारखे चौघे जण इथे नांदलो — किती समृद्ध आठवणी — रात्रंदिवस अभ्यास, *नाझ*मधल्या भंकसी, कविता, सिग्रेटी, तंबाखू, थट्टामस्करी, उपदेश, परीक्षा, लायब्ररी, स्वैंपाकाचे अगणित प्रयोग — आणि बशरच्या ठेल्यांवरच्या गझला, पद्मपाणी बुद्धासारख्या लांब बोटांमध्ये सोपकेस हळूच धरून चालणारा पत्रकार अनंतराव, सदैव खाटेवर M च्या आकारात रजई तयार ठेवून पटकन ती पांघरून आत कविता रचणारा कविराज मछिंदर मानकापे, झोपडीत बकऱ्यांजवळ अभ्यास करत सतत पहिला येणारा आणि आता अमेरिकेत पीएचडीसाठी जायची तयारी करत असलेला बी. सी. वानखेडे.

दुपारी खुल्ताबादच्या रेस्ट हाऊसवर जेवण सांगून आम्ही वेरूळचा सगळा परिसर हिंडून हा दिवस साजरा केला आणि संध्याकाळी परत रेस्ट हाऊसवर जेवायला आलो. आम्ही तिघे जण गाइड म्हणून टूरिस्टांबरोबर इथे अनेक वेळा यायचो. रेस्ट हाऊसचा खानसामा सिराज आमच्या चांगलाच परिचयाचा होता. महंमद तुघलखानं १३२७ मधे दिल्लीकडून लाखो लोक इथे नवी राजधानी वसवायची म्हणून आणले. नंतर बहुतेक सगळे परत हिंदुस्थानात गेले. पण काही लोक वेगवेगळ्या कारणांसाठी दौलताबादलाच कायम राह्यले. त्यांपैकी सिराजचं घराणं प्रसिद्ध होतं. अप्रतिम जेवण झाल्यावर पानाचं तबक तंबाखू सिग्रेटी वगैरे घेऊन सिराज आला आणि आमच्याशी जुन्या आठवणी ताज्या करत बसला. एकाएकी वानखेडेला सलगीच्या सुरात त्यानं विचारलं, क्यों, बाईसाब का कैसा चल रहा है? उन्हे लाया नै?

ऐकल्याबरोबर वानखेडे कावराबावरा झाला.

मी लगेच थट्टेच्या सुरात म्हणालो, का रे ती पाठक पोरगी दिसली नाही बऱ्याच दिवसांत?

त्याबरोबर अनंतरावनं मला खूण केली की, ह्या विषयावर बोलू नको. वानखेडेनंही हुशारीनं मोठ्ठी कलकत्ता पानाची पट्टी तंबाखू टाकून तोंडाच्या तोबऱ्यात भरली आणि फक्त चार दोन हातवारे करून तो गप्प बसला. आयतंच

तोंड बंद झाल्यानं पाठक पोरीचं प्रकरण त्याच्या तोंडून ऐकता आलं नाही. पण नंतर दोन तीन दिवसांनी अनंतरावनं मला सविस्तर सांगितलं की, ह्या साल्या वानखेडेचं लहानपणीच गावाकडच्या एका पोरीशी लग्न झालेलं आहे. आता पिंगलाकेशीशी रजिस्टर लग्न करायच्या सुमारास त्याच्याच गावच्या एका माणसानं हे लफडं बाहेर काढलं. मग वकिलाकडून नांदुलकीच्या कायदेशीर नोटिसा, रिवाजानुसार पेपरातून फारकत — अशा सगळ्या भानगडी केल्यावरच याला आता ह्या दुसऱ्या पोरीशी लग्न करता येईल. बरीच धावाधाव चालली आहे. मायला. अरे, मी पेपरात खुद्द यानं त्या गावाकडच्या आधीच्या बायकोला सोडचिठ्ठी दिल्याची याच्या कांबळे वकिलाची नोटीस वाचली आहे. कुणाला सांगू नकोस, गुप्त ठेव. मच्छिंदरला पण बोलू नकोस. काय करतो ते करू दे त्याचं त्याचं. बघू आपल्याशी तरी खरं बोलतो का.

पण त्या दिवशी रेस्ट हाऊसवर मात्र वानखेडे साळसूद होत्साता आमच्याशी वाद घालत होता. मलाही त्याचं हे लफडं माहीत नव्हतं. मग मच्छिंदरचीही फिरकी उगाच काढावी म्हणून त्यालाही सहज छेडलं, ती बट आल्सोसुद्धा हल्ली दिसत नाही रे? काय चाललंय तुमचं? आँ? तसल्या चटोर पोरी तुमच्यासारख्या शेतकऱ्याच्या घरात चालतील? अशा आय एस आय मार्कच्या रेडीमेड बायका तुझ्यासारख्या कलेक्टर होणाऱ्या खेड्यातल्या पोरांनी केल्या, तर त्या तुझ्या बिदरकडच्या खेड्यापाड्यातल्या पोरी कोणी करायच्या? आपल्या पोरींनी उठली की लांबून पाणी ओढून आणावं, स्वैपाकपाणी, धुणंभांडी, झाडलोट, शेणसारवण हेच जल्मभरी करत राहावं?

वानखेडेच्या तोंडाचा तोबरा अजून बंदच, पण कान आमच्याकडेच टवकारलेले. अनंतराव धूर्त चेहऱ्यानं त्याच्याकडेच पत्रकारासारखा टक लावून.

मच्छिंदर, हे सगळं घरकाम सांभाळून शेतात राबणाऱ्या आईबापांच्या, भाकरी थापणाऱ्या, भावंडं सांभाळणाऱ्या आणि सगळं आवरून पुन्हा शाळेत जाणाऱ्या कसंबसं दहावी बारावीपर्यंत पोचणाऱ्या त्या खेड्यापाड्यातल्या पोरींना ते रुंद रस्ते न् दुकानं न् नाटकं, फिरायच्या बागा अन् घरातच नळ बाथरूम संडास ह्या नागरी सुविधा कधी भेटणार? आँ? ह्या गरीब सिन्ड्रेला पोरींना कधी प्रिन्स वानखेडे, प्रिन्स मच्छिंदर भेटणार?

आता वानखेडेला बिलकूल राहवलं नाही. हनुवटी वर करत पानाच्या लगद्यातून आवाज काढत तो म्हणाला, म्हंजे? सिन्ड्रेला का शहरात नसतात का?

फक्त शहरातच असतात, म्हण की.

तसं नाही रे, पण असा विचार करणं संकुचित नाही?

आणि फक्त शहरी, छानछोकी चंट दिसली की पडा प्रेमात, करा बायको — हे संकुचित नाही? फक्त विषम संधीच देणाऱ्या आपल्यासारख्या देशात हा अविचारीपणा नाही? त्यात पुन्हा लग्नासारखी संधी आपल्या संस्कृतीत एकदाच आणि शेवटचीच. फक्त शहरातलीच आणि वरच्या वर्गातली पोरगी निवडणं हा भेदभाव नाही?

हे बघ, जवानी असते, दिवानी असते. जाती, वर्ग ह्या सांस्कृतिक, कृत्रिम गोष्टी असतात. वरवरच्या असतात. प्राकृतिक जैविक गोष्टी बेसिक, भूगर्भासारख्या असतात. तुझा ग़ालिब आठव —

है ये वो आतिश ग़ालिब
के लगाये न लगे और बुझाये न बने

विवाहसंस्था म्हंजे परोपगारी धर्मादाय संस्थाच करून टाकताय खंडेरावसारखे लोक. अहिल्योद्धारक रामचंद्र श्री. खंडेराव महाराज की जऽय.

पण मग आपल्या निवडीला महत्त्व द्यायचं नाही? प्रेम —

ढुंगणाचं प्रेम. हे पहा, हे वधूवरांनी स्वतःची निवड करायचं थातुरमातुर म्हणजे — केवळ शहरी, उच्चवर्गी, भांडवलशाही आणि पाश्चात्त्य व्यक्तिवादी मूल्य आहे. जगात करोडो चिनी, हिंदू, अरब, आफ्रिकी, आदिवासी जनसमूह हे मायक्रो निवडीचं लफडं मानत नाहीत. जैविक दृष्ट्या योग्य जोडीदार असणं हीच तर शंभर टक्के निवड झाली. खरं तर सुंदर नाही अशी मुलगीच नसते.

म्हणजे सौंदर्य कमी जास्त असं काही नसतं, तुझ्या मते? — सिमेट्री —

ढुंगणाची सिमेंट्री.

हॉ हॉ. ती तर बेसिक असतेच.

हे निवडीचं थोतांड किती मर्यादेपर्यंत न्यायचं? डेटिंग करून करून नंतर निम्म्या लोकांनी घटस्फोटच घ्यायचे त्यापेक्षा अंतर्पाट फिटेपर्यंत एकमेकांना पाह्यलेलं नसतं, त्या लोकांचे संसार सुखाचे झाले नाहीत? लग्नानंतर प्रेम करता येत नाही? आणि अशा पारंपरिक शरीरसंबंधांतून प्रतिभावंत संतती जन्मली नाही?

लग्नानंतर डेटिंग करता येईल काय?

फारच जुनाट पारंपरिक सनातनी विचार आहे खंडेराव तुझा. नाही का रे मछिंदर?

मानकापे ठाम म्हणाला, सनातनी असेल, पण मानवतावादी तर आहेच. आणि नादारांच्या हिताचाही. आणि नैतिकही.

आमच्या परीक्षेच्या काळात पवार सरांनी विद्यापीठातल्या आपल्या रीडर आणि विभागप्रमुख ह्या जागेचा राजीनामा दिला आणि दिल्लीला पुरातत्त्व खात्यात क्लास वन सुपरिंटेंडिंग आर्किऑलाजिस्ट म्हणून ते रुजू होणार असं कळलं. घरातलं सामानही हलवल्याचं कळलं.

मला भेटायला बोलावलं त्यावेळी ते आमच्या पुरातत्त्व विभागातल्या म्युझियममधल्या त्यांच्या खोलीत फायली उपसत होते. मी गेल्याबरोबर त्यांनी शिपायाला शेट्टीच्या कॅन्टीनमधून चहा उत्ताप्पा आणायला सांगितलं. मी नेहमी भुकेला असतो म्हणून खास माझ्यासाठी ते नेहमी उत्ताप्पा मागवायचे.

...कसे गेले पेपर? जाऊ दे, संपली ना परीक्षा नीट? बस्स. आता पुढे पाहायचं. आता तातडीनं पीएचडीचा सिनॉप्सिस करायच्या नादाला लाग. ह्या स्टेजला जितकी धावपळ करशील, तितकी तुझी पीएचडीची वर्षं खुशाल जातील. बॅड लक माझंसुद्धा की, आता तुझा गाइड म्हणून मी नसणार. काही बिघडत नाही. हा माझा पत्ता फोन नंबर घे — केव्हाही अगदी रात्रीबेरात्री काहीही विचारायचं. संकोच करायचा नाही. आपल्याकडे व्हिजिटिंग प्रोफेसर म्हणून आलेले रित्ती सर म्हैसूरचे. त्यांच्याकडे म्हैसूर विद्यापीठात लगेच जायचं. विजयनगर, हम्पीचं उत्खनन रित्ती सरांचं. तुला मदत करतील. तुझ्यावर फार खूष होते ते. माझं पत्रही बरोबर घेऊन जा. तिथे सगळी प्राथमिक माहिती जमवून आराखडा करूनच यायचं. तोपर्यंत तुमचा एम.ए.चा निकालही लागेल. मग ठरव तूच कुणाकडे पीएचडी करायची ते — बडोद्याला, अलाहाबादला, पुण्याच्या डेक्कन कॉलेजात — सगळे आपले मित्र आहेत. इथे बहुतेक सगळे येऊनही गेले आहेत. तुला ओळखतीलच. प्रत्यक्ष जाऊनच यायचं. डिपार्टमेंट पाहायचं, माहिती मिळवायची. मागे राहायचं नाही. आता तुला मोठा आर्किऑलाजिस्ट व्हायचं आहे. पीएचडीचा मोठा कालखंड तिथे घालवायचा आहे. मला तर पाच वर्षं लागली होती. मनसोक्त संशोधन करायचं ह्या वयात. पुढे आयुष्यभर ते आपल्याबरोबर राहतं. आता गाव घरदार काही वर्षं विसरूनच जा. एकदा शिंगांवर घेतलं ना की बस्स. शिंग तुटो की पीएचडी तुटो. तुझ्यासारख्याला कोणीही कुठेही पीएचडी साठी घेतील, मला खात्री आहे. अरे हो, आणि आपले घरमालक डॉ. के. बी. देशपांडे ऑक्टोबरात भारतात येताहेत. तेव्हा तुझ्या मित्रांना सूचना देऊन ठेव. तोपर्यंत तुझंही संशोधनाचं निश्चित होऊन जाईल. किंवा रजिस्ट्रेशन, फेलोशिप मिळेपर्यंत लेक्चररशिपही तुला कुठेतरी मिळेलच.

मधेच एक फाईल उघडताच ते म्हणाले, बघ हे म्युझियम उभं करायला तू स्वतः किती कष्ट केले आहेस? हे तू नांदेडहून भंगारातून स्वस्तात आणलेले सुरे,

अंकुश, ती गुप्ती, बिचवा, बाण. ह्या तलवारी — शेंदुर्णीहून आपण दोघांनी इनामदाराकडून मिळवल्या — ही नागीण, ती खांडा. हे पानपतातलं तुझ्या मोरगावाहून तू मिळवलेलं नखं उपटण्याचं यंत्र तर लाजवाब आहे, किती यातना होत असतील? दुर्मीळ वस्तू... पण एवढे कष्ट उपसून आपल्याला — मला काय मिळालं? अपमान. चौकशी. आरोप...

सरांचा आवाज भावनाजड झाला. नंतर दात खात त्वेषानं ते म्हणाले, मी ह्या जातिवादी हरामखोरांना बदनाम केल्याशिवाय राहणार नाही. आता पुराव्यांसकट चॅन्सलरला पाठवलेलं निवेदन पेपरांमधे लेख करून छापतो. पाहा कशी फें फें होते तर —

सर, एक ग़ालिबचा शेर सांगू का? ह्या इथे तुकारामाच्या अभंगाची ओळ *सुटायाचा काही पाहातो उपाय* तुम्ही टेबलावर काचेखाली लावली आहे, तिथे तो लावण्यासारखा आहे. तुम्हांला आवडेल :

सफ़ीना जब के किनारे पे आ लगा ग़ालिब
खुदासे क्या सितम ओ जौर-ए-नाखुदा कहिएँ?

सफ़ीना म्हणजे होडी आता किनाऱ्याला लागली ना तुमची? आता कशाला नदी ओलांडतांना नावाड्यानं केलेल्या छळाची आणि जोरजबरदस्तीची खुदाकडे गाऱ्हाणी करा? सर, मनातून हे सगळं विद्यापीठच काढून टाका.

मी लिहून दिलेलं हे चिटकूर काचेखाली जड हातांनी हळुवारपणे ठेवतांना त्यांच्या चष्म्यातून डोळे ओले झालेले दिसले. बराच वेळ ते मनगटं चोळत हताश बसले. मी म्हणालो, येऊ? तुम्हांला स्टेशनवर पोहोचवायला येईन. ते नको म्हणाले.

आठेक दिवसांनी माझ्या खोलीत एक पत्र आणि त्यावर पवारसरांची शिफारस — असं मिळालं. तेरला डेक्कन कॉलेजच्या पुरातत्त्वाचे लोक पुढल्या सप्टेंबरात मोठं उत्खनन सुरू करताहेत. इसवी सनापूर्वी तिसऱ्या–दुसऱ्या शतकात गोरोबा कुंभाराचं हे तेर मोठं व्यापारी केंद्र होतं — भूमध्य समुद्रातून इटलीपासून भडोच सुरत ते भारताच्या पूर्व किनाऱ्यावरून जावा सुमात्राकडे व्यापारी मार्गावर. उत्खननासाठी तुमच्या शिफारशीचा अत्यंत चांगला विद्यार्थी असिस्टंट म्हणून पाठवा. सोबतचा अर्ज आणि जीवनपट त्या विद्यार्थ्याच्या हस्ते भरून पाठवावा. सप्टेंबरात डॉ. सांखळिया कळवतील त्या तारखेला तेर येथील उत्खनन शिबिरात हजर व्हायला सांगावे. वगैरे वगैरे.

मी डेक्कन कॉलेजच्या रजिस्ट्रारला ताबडतोब होकार कळवला. आधी ठरल्याप्रमाणे म्हैसूर विद्यापीठात दोन–तीन महिने राहायचं म्हणून रिझर्वेशनं केली.

पत्रं टाकली. ह्या धावपळीत घरी जायचा विचारही मनात आला नाही. पत्रही टाकायला जमलं नाही. तुफानी धुंदीतच म्हैसूरला गेलो.

अथातो धर्मजिज्ञासा।

खंडेराव, आता तू तोच राह्यला नाहीस. तू तूच राह्यला नाहीस. झोपेत जागणारा तो मी. जागेपणात झोपणारा तो तू. कोणाची झोप? कोणाची जागृती — माणूस दुभंगल्यावर हे प्रश्न गैरलागू होतात. झोप येत नाही? निद्रानाश? होमिओपथीच्या एकेक लाख शक्तीच्या गोळ्या, स्वतःच? तू झिणझिणलास. तुझं डोकं कलकलतं, आणि फैलावत जातं. भाऊ मेल्याचं तू कोणाला सांगतही नाहीस. सांगायलाही इथे कोणी नाही. आता भूतबंगल्यावर एकही पार्टनर नाही — मछिंदर फॉरेस्ट ऑफिसरच्या ट्रेनिंगसाठी कोइमतूरला, वानखेडे त्याच्याच जुन्या कॉलेजात लेक्चरर लागला आणि होस्टेलचा वार्डन झाला, अनंतराव नांदेडला उपसंपादक झाला — सगळे खोल्या खाली करून गेले. तुलासुद्धा ह्या महिनाअखेर भूतबंगला साफसूफ करून गेल्या दोन वर्षांत तुम्ही लोकांनी केलेली मोडतोड, कुंपण वगैरे सगळ्या दुरुस्त्या करून झाडू मारून मालकाच्या साडूकडे किल्ली नेऊन ठेवायची आहे आणि बँकेचं पासबुकही शेवटचं तुझं भाडं भरून त्या नोंदीसकट. काहीही सोडतांना स्वतःलाही स्वच्छ मोकळं वाटलं पाह्यजे — असं भावडूच्या वहीत लिहिलेलं आहे. सगळ्या घराण्यातल्या जुन्या गोष्टी, वंश-वृक्ष, ऐकलेल्या गोष्टी बारीकसारीक तपशिलात वेगवेगळ्या वह्यांमधे लिहून ठेवल्या आहेत. त्या तो कोणालाच वाचू देत नव्हता. काल मोरगावहून निघतांना तू त्या स्वतःच्या ताब्यात घेतल्यास. वाचतांना सारखा भावडूच ते सांगतो आहे, असं वाटत राह्यलं. खंडेराव, तू हल्ली अशा कविता रचत अंगावर आलेला काळ तोलू पाहतोस :

कां हो ढासळली नसे विहीर ती माझ्याचि अंगावरी?
कां शीर्षावरी माझिया न बिजली झेपावली सत्वरी?

खंडेराव, म्हैसूरहून गावी पोहोचताच तू चर्रर विझून गेलास. प्रेतयात्रा. *आम्ही जातो अमुच्या गावा। अमुचा रामराम घ्यावा।।* काय एखाद्याचं आयुष्य असं संपावं? स्मशान शेवटी मानवी भूगोलाचा अपरिहार्य भूभाग असतो. परलोक सागराची दांडी आपल्या जिवंत वस्तीशेजारी कृष्णविवरासारखी आ

वासून शांत पडलेली असते. घरातल्या किती जणांचा तो पूर्णविराम असतो? आता भावडूचा.

ह्या दिवसांत तुला विचित्र, अर्थ न लागणाऱ्या गोष्टीच फार दिसायला लागल्या. खरं तर सगळ्याच गोष्टी एरवीसुद्धा अशा रहस्यमयच असतील. आताच त्या तशा असतात हे कळतं आहे, स्वतःचा भाऊ गेल्यावर. नशीब.

जिथे तीन रस्ते फुटतात त्या तिठ्यात मुकबऱ्याच्यापुढे एक माणूस अचानक कुठूनतरी अवतरल्यासारखा समोर आला आणि तुझ्या खांद्यावर हात टाकून म्हणतो, ओळखलं का? नाही नं? बरोबर, आता तुम्ही कसे ओळखणार आम्हांला? बराय्.

मग रात्रभर तू विचार करत होतास — ह्या माणसाचा फक्त चेहराच कां अंधाराचा असल्यासारखा होता? का चेहराच नव्हता? शेमल्यानं पूर्ण डोकं हनुवटीपर्यंत बांधलेलं. त्याच्या खांद्यावर काहीतरी होतं.

दुसरा खेळ सुटला, की हे एकेका मोटारीचे हेडलाइट खिडकीतून या कोपऱ्यापासून त्या कोपऱ्यापर्यंत लागोपाठ सरकत राहतात. अनंत काळ लागोपाठ खिडक्यांवर मोरगावच्या नदीकाठच्या झाडांमधून चमकणाऱ्या सूर्यासारखे झगमगत राहतात. मोरनदीचा पावसाळ्यातला अक्राळविक्राळ घोंगावता महापूर. काठावर लहानसा तू, खूप उंच अशा त्याचा हात धरून उभा आहेस. तीनेक वर्षांचा असशील. अशी थोडीशीच दृश्य कां स्मरणात राहतात? खंडू, फार पुढे जाऊ नकोस. हळू पाय टाक. बघ बघ, वाहून जाशील — खंडूऽऽ. तोच बिचारा तुझ्याआधी वाहून गेला.

कोणी तरी त्याच्यासारखंच हाका मारतं आहे? गेल्या वर्षी रात्री एकदा तुझ्यासाठी रानमेवा, हुरडा, वाळकं घेऊन तो ट्रकवर आला. खोलीचा बेगमपुऱ्यातला पत्ता नीट कळवला नव्हता. तर अंधारात तो प्रत्येक घरासमोर उभा राहून हाका मारत फिरला, खंडेराऽऽव, खंडूऽऽ, ओ खंडेराव —

तू अभ्यासात इतका गर्क, की तुला वाटलं भासच होतोय. पण खाली खरंच भावडू तुला हाका मारत होता. नंतर दुसऱ्या दिवशी तो बरोबर विचारत विचारत इथे आला. पण त्याआधी तू राजस्थानात उत्खननासाठी सकाळीच निघून गेला होतास. आठ दिवसांनी तुला तो वाळलेला रानमेवा पार्टनरनं ठेवून दिलेला मिळाला. कुटुंब अशा बारीक बारीक तंतूंनी पक्कं होतं. तुटत नाही. नाहीतर सख्खे भाऊ सख्ख्या बहिणी, म्हातारे आईबाप कोण कोणाला विचारतो? ते जाऊ दे, पण आता तुला ओ देता येत नाही. आणि पुन्हा तशा हाकाही कोणी मारणार नाही.

चांदण्यांनी खच्चून भरलेल्या आकाशाखाली खळ्यात तू आणि भावडू खाटा टाकून थंडीनं कुडकुडत बसलो आहोत. बाजूला ज्वारीचे पिरामिड. चोरांना कळावं, की आम्ही आहोत म्हणून दोघेजण सारख्या काठ्या आपटताहेत. सकाळी चंद्र मोहरतो. तुला झोप येते आहे. शेवटी देवयानी तारकागुच्छ दाखवत भावडू म्हणतो, खंडू तू झोप, मी एकटा राखण करतो. तुला पांघरायला त्याचाही दुट्टा तो देतो. अंधारात अंगावर चांदण्या झेपावतात.

चाल्ला गेला. पण गेला असं वाटतच नाही, उलट तो आताच कायम जवळ आहे असं जाणवत राहतं. ज्यास्तच.

खंडेराव, सिग्रेटी तंबाखू नसता तर हे असं दिवसरात्री पेलणं तुला जमलं असतं? चिंतांचे राक्षस सिग्रेटींच्या होमांनी अखंड मनोपाताळात पिटाळत राहा. तू ह्या चकव्याशी जखडू नकोस. सुटा हो. आरशाला आरसा समोरासमोर लावून खिळे मारून बंद करून टाक.

कमरूनच्या धाकट्या पोरीने ज्या निष्पाप मनानं आईचा मृत्यू सहन केला — ते निष्पाप मन मोठेपणी का दूषित होतं?... बहुत पीटा, बहुत पीटा — मर गयी. ही मनःस्थिती आपलीही झाली... असली... पाह्यजे असं तुला वाटतं. आणि तू रात्रभर डोळे उघडे ठेवून सोसत राहतोस :

सोसणं भागच आहे, खंडेराव
प्रसंग बाका आहे आणि जान प्यारी

गालिबसारखा व्याकूळ होऊन जगत राहण्याचा, मृत्यूला बाजूबाजूनं घेऊन चालत राहण्याचा कठोर करार. डोईजड तह. कारण एकच — जान प्यारी.

झोप येईना अशा लागोपाठ किती रात्री? पीएचडीचं अर्ध्यावरच टाकून म्हैसूरहून मोरगावला जावं लागलं. सगळे लोक बाबांना म्हणायचे, पाहा, अशासाठी मुलगा हवा. मुलींचा काय उपयोग चार असून? एवढी इस्टेट जावयांच्या भरोसे टिकेल? भावडू गेल्यानं वडील पूर्णतः खचले होते. भावडूमुळेच त्यांनी हा डोलारा वाढवला होता. एक लाख केळी. राष्ट्रपतिपदक मिळवणारा एक क्विंटलचा एकच छातीएवढा केळीचा घड. नवीनवी बियाणी आणि प्रयोग. जिल्हा परिषदेचे पायलट कार्यक्रम — हजारो उलाढाली. वडलांच्या भंडारीतून हजार हिशेबांची भेंडोळी बाहेर पडायला पाहतात. हजारो पावत्या, बिलं, करार भोवती झोके घेत पसरत जातात. त्यांची वावटळ होते.

खंडेराव तू दुष्टात्माच आहेस. तू म्हणालास, आपल्याला काही हे तुमचं शेतीचं लफडं जमणार नाही. काय करायचं ते करा. आणि तू महिन्याभरात कुढत मिरमुटत झटक्यात इकडे निघून आलास.

त्याच दिवसांत केव्हातरी रद्दी पेपराच्या तुकड्यावर अस्पष्ट चेहऱ्याचा तुझ्यासारखाच फोटो — *हरवला आहे. ५'११'' सावळा रंग. अंगावर निळ्या चौकटीचा शर्ट. खाकी रंगाची पँट.* अरे, हे तर पूर्ण तुझंच वर्णन. तुला वाटलं, आपण खरोखरच तर हरवलो नसू? खाली होतं : *असशील तसा घरी परत ये.* खाली पत्ता नव्हता. कोणाच्याही घरी कोणीही हरवलेला गेला तर चालेल? चालेल? पण तू जाशील?

परीक्षांचे निकालही विद्यापीठाच्या नामांतराच्या मारामारीमुळे लांबताहेत.

आणखी झोप न येण्याचं कारण तेरच्या उत्खननाचं पत्र येईना. ते सोडून पुन्हा तिकडे म्हैसूरलाही जाता येईना. डेक्कन कॉलेजच्या पुरातत्त्वाच्या प्राध्यापकांनाही पीएचडीसाठी भेटणं आवश्यक होतं. पुन्हा रात्रीचा एक अद्भुत वाटायला लावणारा प्रकार म्हणजे समोर रसूल मियाँच्या घराची ओसरी एका वेल्डिंगवाल्या सुशिक्षित बेकारानं बँकेकडून कर्ज काढून भाड्यानं घेतली होती. इतके दिवस रुटूखुटू चालणाऱ्या त्याच्या सुरैय्या वेल्डिंग वर्क्सला अचानक मोठं वेल्डिंगचं कंत्राट — सहा हजार दरवाजे आणि सहा हजार खिडक्यांचं मामुली लाच खिलवून मिळाल्यानं तो खूष होऊन रात्ररात्रभर काम करायला लागला. भूतबंगला आता रात्री खरोखर भुताटकीतल्यासारखा चमकत राहायचा. फर्रर लख्खप्रखर तेजाचे लोळ, सारखा ठिणग्यांचा झगझगाट नेमका गच्चीवरच्या माझ्या खिडक्यांतून खोलीत उमटत राहायचा. केव्हा केव्हा तर झोपेला साष्टांग नमस्कार करत पडून राहणाऱ्या तुला आपण स्वप्नातच आहोत पण त्याच्या भोवतालची झोप का नाही — असं विचित्र संवेदन मेंदूत भणभणायचं.

तशात अलीकडे मागच्या खाटकानं मोठ्या प्रमाणावर आपला धंदा पसरवला होता आणि स्वतःचेही बोकड पाळले होते. ते सदैव तुमच्या बागेतच बें बें करत हुंदडत असायचे. गटारी अमावास्येच्या रात्री तर ट्रकांनी बकऱ्या उपसल्या गेल्या. गोंधळ. आतल्या तागडीच्या साखळ्या रात्रभर खणाणत होत्या, डोळ्याला डोळा लागू देत नव्हत्या. एरवीही मध्यरात्रीपासूनच बकऱ्यांच्या मुंडक्या उडवण्याचे मिश्र आवाज ऐकायला येणं सुरू व्हायचं. आधीच कावरून गेलेला तू... त्या दिवशी डोकं फिरल्यासारखं केलंस. गुपचूप जिना उतरून तू एका आडदांड गुटगुटीत बोकडाला धरून ठेवलंस. एवढ्याशा बोकडात किती शक्ती असते, हे तुला पहिल्यांदाच कळलं. पण शर्थ करून त्याच्या पायाला दोरी अडकवलीस आणि घामाघूम होत्साता जिन्याखालच्या अडगळीच्या खोलीत त्याला जिद्दीनं ओढत नेला. कडी घातली.

बोकडानं आतून पत्र्याच्या दारावर मुसंड्या मारून सगळी गल्ली जागी केली. त्यात तो बोकड थेट माणसासारखाच आवाज काढून बें बें करत होता.

बाहेर तू भेलकांडत आलास आणि पाहातोस तो गेटसमोर मोठ्ठा सुरा घेऊन उघडा, टाळूपुरती घट्ट टोपी घातलेला यमासारखा मोठ्या रुंद जबड्याचा खाटीक उभा. तुला आतून घाबरल्यासारखं झालं का? जणू तो खाटीक तुझ्या उघड्या पोटावरच सुरा मारायला आला आहे, असा परजत होता. तेव्हा तुला होश उडाल्यासारखं थोडं तरी वाटलं असावं. पण आपण हिंदू, हा काय मुसलमान — असंही तुला वाटून गेलं का? तू बेडरपणे त्याच्यासमोर जाऊन भांडलास. मागून बळदातून बोकडाचे फूत्कार आणि शिंगं मोडतील अशा लोखंडी दाराशी टक्करी, तर बाहेरून हा बेकायदेशीर धंदा करून रात्रभर झोपू न देणारा खाटीक. होऊ दे मारामारी. मारू दे सुरा. काय ह्या आयुष्याला एरवी अर्थ असतो? चार शेजारीही जमले. समोर वेल्डिंगवाल्यानं त्याची नळी बंद केली आणि तोही आला. छोड दो जी — बगीचे में है ही क्या? तुम्हारा नुकसान कित्ता हो रहा? खुदका बंगला होता तो क्या करते?

तुझा एकच निधडा जबाब होता — कल कोंडवाडेमेंसे ले जाना. बस्स.

जमलेल्यांना तुझ्या मारामारीला न भिण्याचं नवल वाटलं.

कोंडवाडा कुठे, पुन्हा पोलिसांची भानगड — मग खाटीक वारंवार मिनतवारीनं म्हणत होता, छोड दो जी. उलट तूच शिवीगाळी केली असावी. ...मुझे तकलीफ होती है. चिल्लाता है तुम्हारा बकरा — नही छोडूंगा.

शेवटी खाटीक म्हणाला, वो मेरा खुदका पाला है जी. बच्चा है. शरारती है. लेकिन अभी काटता उसको. देखो तो, अभी उसको पानी पिलाता —

असं म्हणून तो आत आला, दार उघडलं. बकऱ्याला गोंजारून थोडा वेळ प्यार केला, नंतर त्याचा कान धरून मागेमागे लाडालाडानं लहान मुलासारखं दुडुदुडु धावणाऱ्या त्या बोकडाला मागच्या खाटीकखान्यात नेलं. जरा वेळानं बेंऽबेंऽ घुमसलेली किंकाळी — झटका. मग खाट्खाट् ऐकायला आली. संपलं.

अरेरे.

समजलं, खंडेराव? जगणं मरणं हा असा खेळ असतो. *कोणी मरत नाही, कोणी मारत नाही.* जीव उडून जातो. असे विचार करणाऱ्याला काय झोप येणार? फक्त अंगावर कोसळत राहातं चौऱ्यांयशी लक्ष योन्यांचं पोकळ आरपारपण.

गोरोबा काकाचं तेर. लहानपणापासून गोष्टींतून मनात बसलेलं. तुडुंब वाहणाऱ्या तेरणेच्या काठाकाठानं चालतांना पैलतडी उंच टेकडीवर गोरोबाचं घर. ओळखीच्या जागेवर आल्यासारखं घरच्यासारखं — कुठे मोर नदी, कुठे ही तेरणा. तुझ्या आजीआजोबासारख्या अडाणी वारकऱ्यांनी पाहा कसा एवढा मोठा महाराष्ट्र तेराव्या शतकात जोडला? सांजेला आंगणात आजीनं सांगितलेल्या गोरोबाच्या गोष्टी पुन्हा कानात ऐकायला येऊन दाट झोप. खरं तर उत्खननाच्या साइटवर चार वेळा चालत जाणं आणि येणं ह्यामुळे आणि अप्पा लिंगण्णाच्या भारी स्वैंपाकामुळे आडवा झाल्याबरोबर तुला झोप यायला लागली. महिन्याभरातच डेक्कन कॉलेजच्या ह्या नव्या कुटुंबात तू एक होऊन गेलास. सांखळिया सर, ढवळे सर, मिश्रा, शेषाद्री, महादेवन, तिवारी, जैतली हे पीएचड्यांचे ज्येष्ठ आणि संशोधक छात्र — हे सगळे आधीही उत्खननाच्या शिबिरांमधे, कधी चर्चासत्रांमधे भेटलेले होते. ह्याशिवाय डॉ. मंडीही पंधराएक दिवस ह्या कॅम्पमधे राहून गेली. त्यावेळी ती अंदमान–निकोबार मधल्या आदिवासींवर संशोधन करत होती आणि मराठी शिकण्यासाठी डेक्कन कॉलेजातल्या भाषाशास्त्र विभागात होती.

दरवर्षीच असं उत्खननाचं शिबिर देशात कुठेही सांखळिया सर ठरवायचे. नेपाळ, अफगाणिस्तानातसुद्धा हे लोक जाऊन आले होते. तेरणेकाठी दोन महिने उत्खनन होऊनही फारसं महत्त्वाचं काही हाती लागेना, म्हणून पुरातत्त्वाचा सगळा ताफा निराश झाला होता. उत्खननाच्या साइटजवळ एक प्रचंड पिंपळाचं झाड होतं. त्याच्या मुळांमध्ये जमिनीच्या वर उचलल्या गेलेल्या बारीक ठिकऱ्या दिसत होत्या. म्हणजे पूर्वी जमिनीत खूप खाली इथे नक्की मडकं गाडलेलं होतं. बाळपणीच पिंपळाच्या पाळांनी खाली विहिरीच्या तळाचा कब्जा शेकडो वर्षं आधीच घेतला असणार. आपण वाढत गेला तसतशी विटांसकट गोलाकार विहीरही त्या मुळांमधे पक्की एकजीव करून जमिनीच्या वर उचलत आणलेली.

तुला काय वाटलं तर तू लांब इथे पिंपळाजवळ स्वतःचा प्लॉट आखून खणायला सुरुवात केली. सगळ्यांना वाटलं अजून नवाट एम.ए.ला बसलेला विद्यार्थी आहे. तू म्हणालास, जिथे मडकं आहे, तिथे पुरलेल्या प्रेताचा सांगाडा सापडलाच पाह्यजे. सांखळिया सर म्हणालेच की, ह्या गोष्टी अंतःप्रज्ञेनं होतात. चौघा मजुरांबरोबर माती उपसत माण उकरून तिच्या खालच्या थरात बरोबर सलग सापळा सापडला. ढवळे सर म्हणाले, आपल्या डिपार्टमेंटचं प्रेस्टिज आता वाढेल. ह्या वर्षीचं आपल्या देशातल्या पुरातत्त्वातलं हे सर्वांत महत्त्वाचं संशोधन ठरेल. फौंडेशनकडून आपल्याला ग्रॅण्टही वाढवून मिळेल — तसं तू तुझ्या इंटरव्ह्यूमधे ह्या स्कॉटिश बाईबरोबर चर्चेत सुचव.

ह्या खड्ड्यात सापडलेली माती चाळतांना खंडेराव — असे फोटो मंडीनं काढून नेले. खंडेराव, तू आता प्रसिद्ध होणार? आता तुला लोक चर्चासत्रांना बोलावणार? फक्त अभ्यास अद्ययावत करत जा. मुख्य म्हणजे आता तुझी पीएचडी डेक्कन कॉलेजात पक्की होणार.

तरी मिश्रा म्हणत होता, स्कॉलरशिप मिळणं कठीण आहे. इंटरव्ह्यू फार कडक असतो. तीन जण युनेस्कोतर्फे आणि पुन्हा त्यांच्यापुढे एक सेमिनारही द्यावा लागतो. तरी पण तू तयारी कर. अनेकांचे अर्ज येतात. आपल्याला मिळो न मिळो, प्रयत्न करायचा. सांखळिया सर मात्र तुझ्या काटकसरी, शिबिरातल्या वागण्यावर भलतेच खूष झाले आहेत. म्हाताऱ्याचं प्रत्येकाकडे बारीक लक्ष असतं. ...खंडेराव, ट्यूबबाहेर आलेली मडकी जोडायची पेस्ट पूर्ण आत घुसवूनच जेवायला आला बघा. संपूर्ण रात्रभर दोऱ्या गुंडाळून मगच झोपला गडी. आपल्या आंघोळींचं पाणी दांडानं झाडांमधे सोडलं काल. पिऊन उरलेलं पाणी झाडांना टाकतो. दोन मोडक्या विजेच्या बटणांपासून एक तयार केलं — आपली गावात जायची फेरी टळली ना? पुन्हा उरलेले पार्ट पाकिटात गुंडाळून खोक्यात नीट ठेवून दिले. माझी रिफिल बिघडली तर दुसरीचं टोक लावून चालू करून दिली. वा. पाठकोरे कागद नोट्ससाठी वापरतो, चांगले कागद महत्त्वाच्या कामासाठी. काहीही वाया न घालवणं. ह्या गोष्टी एरवीच चांगल्या असतात. पुढल्या शिबिरात आपण खंडेरावला न्यायलाच पाह्यजे. तोपर्यंत आपल्याकडे पीएचडीला आला तर उत्तमच. स्कॉलरशिप मात्र त्याच्या लकवर. नाही तर आपली डिपार्टमेंटची फेलोशिप साठ रुपये महिना तर मिळेलच.

डेक्कन कॉलेजातले बहुतेक सगळेच संशोधन करणारे ह्या साठ रुपये महिन्यात सगळं भागवत होते. त्यामुळे शिबिरातही काटकसर हे प्रमुख मूल्य होतं. मंडी तर स्कॉट असल्यानं तिला हे शिबिर फार आवडलं. एवढे मोठमोठे जगप्रसिद्ध पुरातत्त्वज्ञ इथे शिबिरातल्या तंबूत किती साधेपणानं राहतात? सकाळी व्यायाम, प्राणायाम, नंतर सतरंजीच्या घडीवर बसून ब्रेकफास्ट — खीर, दलिया, उसळ, हुरडा, उपमा, पोहे, शिरा — रोज साधा वेगवेगळा पदार्थ आणि दूध, चहा, कॉफी, की नंतर पाच तास उन्हात आपापल्या उत्खननाच्या जागेवर काम, की परत आल्यावर उस्मानाबादच्या जोंधळ्याच्या खास चवीची भाकरी, एक भाजी, भात, डाळ बस्स, की तासभर आपापल्या तंबूत पत्रव्यवहार, वाचन, आराम, की चहा घेऊन पुन्हा साइटवर चालत, की संध्याकाळी पुन्हा असंच साधं रुचकर उस्मानाबादी जेवण — पोळी, डाळ, रोज एक नवी भाजी, भात, बरोबर केळं, पपई, पेरू, चिकू असं त्या त्या वेळी मिळणारं फळ. लगेच झोप येईल असं भरपूर

जेवून गप्पा विनोद करत एकेक आपापल्या तंबूत थोडा वेळ वाचन, लेखन करून नऊशी सगळे झोपलेले.

खंडेराव, तू योग्य ठिकाणी आला आहेस. पवार सरांना तू पत्र लिहिलंस : मी आता दुसरीकडे कुठे अर्ज फिर्ज करणार नाही. डेक्कन कॉलेजातच सांखळिया सर मला पीएचडीसाठी घेतील असं वाटतं आहे. आता इथून मी औरंगाबादला देशपांडे बंगल्यात जिन्याखालच्या बळदातली माझी खोकी आणि ट्रंका घेऊन थेट डेक्कन कॉलेजात जाणार. विषय पक्का करून काम सुरू करणार. युनेस्कोची एक फार मोठी स्कॉलरशिप आहे — ती मिळाली नाही तरी बाकीच्या सहकाऱ्यांसारखा साठ रुपयांवर चाऱ्ही वर्षं पीएचडी करत राहणार. पन्नास रुपये खर्च — दहा रुपये शिल्लक.

खरं रहस्य खंडेराव हे की, तुला तो सबंध कंकाळ सापडल्यापासूनच तू खरा पुन्हा ठिकाणावर आलास. त्या सलग आडव्या हाडांच्या जटिल सुसंघटित रचनेत तुला हरवलेलं स्वास्थ्य सापडलं. कवटीतल्या डोळ्यांच्या आरपार भोकांमधून पलीकडचं जे काहीच नसतं ते तुला अखेर सापडलं. हा तुझा सगळ्यात मोठा शोध. पुरातत्त्वाचं संशोधन ते दुय्यम आहे. परातत्त्वाचा स्पर्श, तो मुख्य :

हस्ती है न कुछ अदम है ग़ालिब
आख़िर तू क्या है, ऐ, नहीं है।

अस्तित्वही नाही आणि नास्तित्वही नाही, तूही नाहीच आहेस. आणि जरी तू म्हणशील आहे, नाही आहे :

हरचंद कहें के है, नही है।

प्रत्येकाच्या आयुष्याची कमाई हीच की तो मरतो. जुन्या अश्मयुगातलं ह्या सांगाड्याशिवाय माणसाचं काय राह्यलं? जे काही त्या युगात असेल, त्याची कल्पनासुद्धा येत नाही. हा एवढाच आपल्याशी त्या युगाचा स्पर्श — हा एवढाच त्या युगाचा अर्थ. इथेच ते युग सुरू झालं, इथेच ते संपलं. कुठल्याही संस्कृतीचा शेवट हाच असतो — एक संपल्याची अतीत फडफड. आपली आजची संस्कृतीही लवकर फडफडो. की सगळं शांत.

सांखळिया सर म्हणाले, तुला कशावर संशोधन केलेलं ज्यास्त आवडेल?

सर, दशमानपद्धती आपल्या देशात कोणत्या लोकांनी शोधली, हा एक कायम खुणावणारा विषय आहे. हे लोक का भूकंपात गाडले गेले का खांडववनात जाळले गेले का त्यांचा वंशध्वंस झाला —

हे आपल्या पुरातत्त्वातल्या चिन्हांवरून समजेल? अजून सिंधुलिपीसुद्धा उकलत नाही तर ह्या आकड्यांचं कसं शोधता येईल?

दहा पर्यंतचे आकडे वेगळे करायचे, अकरा–बारा–तेरा–पंधरा–सतरा–अठरा... ह्या सगळ्यांच्या शेवटी रा आहे. पहा—रा म्हणजे दहा, असं ज्या आर्यपूर्व द्रविडपूर्व कदाचित मुंडापूर्व आदिवासी टोळीच्या भाषेत सापडेल — तिथे दशमान पद्धतीचं सूत्र सापडेल. त्या ग्रेट लोकांनी हा अद्‌भुत शोध लावला, हे गृहीत प्रमेय तर मान्य होण्यासारखं आहे? सर्व आर्य, द्रविड भाषांमधले आकडे उसनेच घेतलेले दिसतात. ह्या उपखंडातल्या आज अस्तित्वात असलेल्या दहा हजार भाषांची तपासणी — त्यांचासुद्धा अजून अभ्यासच कोणी केला नाही.

अरे आपण पुरातत्त्वाचे संशोधक आहोत. भाषाशास्त्राचे नव्हे. आणि पूर्वीच संपलेल्या भाषांचे ध्वनी कसे शोधणार? पटलं तुझं मला, पण —

रावण मधेही दहा ह्या अर्थी *रा* — असावं. हिंदी महासागरातल्या भाषाही तपासून बघू. रव म्हणजे आवाज म्हणून रावण असल्या संस्कृत बंडल व्युत्पत्त्यांवर आपला विश्वास नाही. कुठे तरी दशमान पद्धतीचा उगम सापडेल, असं वाटतं.

तोपर्यंत तू ऐंशी वर्षांचा होशील. असली बेभरोशाची संशोधनं तुझ्यासारख्या तरुण मुलांनी करू नये. नोकरी, बायको, पगार, पैसे — काही लागतं का नाही संशोधकांना?

सर, हे सगळे मोठमोठे शास्त्रीय शोध, ग्रहताऱ्यांची गती, मापं, वजनं, रॉकेट, काम्प्युटरं, मोठे लांब टेलिफोनचे नंबर, मोठमोठी अंतरं, असंख्य संख्या — अगणित गणितं — आपली मानवी सभ्यताच पूर्ण दशमान झाली आहे. ही ज्या अज्ञात लोकांच्या बुद्धिमत्तेनं झाली, त्यांचा निदान मागमूस—

हे पाहा खंडेराव, हा विषय दूरान्वयानं फक्त आपल्या क्षेत्रातला ठरतो. दुसरं काहीतरी ठरव.

ठीक आहे. जाणिवांच्या उत्क्रांतीवरही मला काम करावंसं वाटतं. मातृसत्ता, पितृसत्ता, कुटुंब, समाज, जादू, नंतर धर्म, हल्ली विज्ञान. पुढे —?

छे छे. खंडेराव. इतिहासात, समाजशास्त्रात, एकूणच सामाजिक शास्त्रांमध्ये अशी फेकाफेकी चालते. पुरातत्त्व हे अस्सल शास्त्र आहे. इतिहासात बंडलं चालतात, इतिहासावर मालकी कुणाची ह्यावर सगळं ठरतं. पाश्चात्त्यांची सध्या इतिहासावर मालकी आहे. तोही इतिहास खोटाच आहे.

सर, पुरातत्त्वात जाणिवांचा अंतर्भाव का करायचा नाही? मडक्यावरच्या आकृत्यांवरून सुद्धा जाणिवा शोधता येतील — मातृकाचे हे इथेच आपल्याला सापडलेले दगड —

काल्पनिक. शास्त्रीय पद्धतीला सोडून होतंय हे सगळं.

जाणिवांची उत्क्रांती का नाही शोधता येणार? दगडी वस्तूंमधे कोरलेले आकार, रेषा, उठाव, आंतरिक परिप्रेक्ष्य —

ते ठीक आहे, पण त्यासाठी सगळ्या पृथ्वीचं उत्खनन करावं लागेल. पुरातत्त्वाच्या कक्षेतली स्थानं किती टीचभर — सबंध जगात हजारेक — एवढ्यावरून जाणिवांचा इतिहास पीएचडीसाठी नाही करता येणार.

पूर्वी श्रद्धेच्या कसोट्या होत्या, आता आपण बुद्धीच्या कसोट्या लावतो, हळूहळू प्रज्ञेकडे माणूस वळतांना दिसतो — माणसं नाहीशी होतात, जाणिवा राहातात.

नंतर असंच प्रत्येक चर्चेत होत राह्यलं. दर वेळी नवा विषय — महानगरांचा नाश? विद्यापीठांचा उत्कर्ष आणि लोप? बौद्ध धर्म आणि तंत्रमार्ग? मुसलमानी-हिंदू स्थापत्य?

शेवटच्या दिवशी निघता निघता सांखळिया सर तुला बोलावून म्हणाले, इतिहासाच्या सटाऱ्या वाचून वाचून तुझं चुकीचं कान्सेप्ट्युअलायझेशन झालं आहे. तुझ्या डोक्यातला गोंधळ समृद्ध आहे, यात मात्र शंका नाही. चालू ठेव. मात्र ह्या एक तारखेला पुण्याला येशील, तेव्हा हा गोंधळ मागे टाकून रजिस्ट्रेशनसाठी नीट पुरातत्त्वात बसेल असाच विषय घेऊन ये. नाही तर माझ्याकडचे एकदोन टॉपिक तुला सुचवीन. रजिस्ट्रेशन करून टाकू. तू ये.

तुझ्या एका हातात टेप, एका हातात कॅमेरा, बगलांमधे रजिस्टरं — असं असल्यानं तुला सांखळियासरांना कृतज्ञतेचा नमस्कारही करता आला नाही. मंडी, मिश्रा, महादेवन वगैरे त्यांच्याबरोबर जीपमध्ये बसले आणि गेले. राहिलेले ढवळे सर, लिपीतज्ज्ञ शेषाद्री, हराप्पा भांड्यांवर काम करणारा जैतली पुण्याला येशील त्यावेळी बरोबर काय काय आणायला पाह्यजे वगैरे मोलाचे सल्ले तुला देत होते — ढवळेसर सांस्कृतिक तर शेषाद्री आणि जैतली व्यावहारिक :

साठच रुपये दरमहा मिळतात. मेसचे तीस, दुधाचे दहा आणि साबण, इस्त्री, क्वचित पुण्यात जायचं तर बस वगैरे दहावीस... पुण्यात फार जायच्या भानगडीत पडायचंच कशाला? आपली पीएचडी भली की आपण भले ...महादेवनची पाच वर्षं झाली, अशोकाच्या शिलालेखांवर काम करतोय. अजून टाइप पण करायला सुरुवात नाही ...पाचदहा रुपये उरतात किरकोळ खर्चाला ...पुण्यात कशाचीही मंडळं आहेत : निनावी पत्रं पाठवून जुळलेली लग्नं मोडणाऱ्यांचंसुद्धा एक मंडळ आहे ...प्यायच्या पाण्यासाठी मडकं किंवा चंबू आण. तिथे बागेत एकच नळ

पिण्याच्या पाण्याचा आहे, तिथून भरून आणावं लागतं... आपल्या कॉलेजच्या आजूबाजूला पूर्ण मिलिटरी कॅम्प आहे. दुकानं नाहीत. औरंगाबादहूनच सगळ्या वस्तू आणा — शंभर वर्षांपूर्वीचं जग आहे. बाथरूम संडास लांबच्या एका बराकीत आहे ...बराकी? ...दुसऱ्या महायुद्धात मिलिटरीनं छावणी म्हणून डेक्कन कॉलेज वापरलं ना — त्यांच्यामुळे एवढ्या तरी सोयी झाल्या हो : पाणी, वीज, टेलिफोन, रस्ता एकच आर्मीनं केलेला ...पुण्यात असे काही लोक आहेत की, पुण्यात राह्यल्यानं आपलं आपोआप लेखकामधे रूपांतर होईल, अशा आशेनं राहातात. आणि बघा, खरंच झालंय् त्यांचं स्वप्न. लेखक झालेच दहावीस वर्षांत हे सगळेचे सगळे पुण्यात राहून राहून निव्वळ. बागेत हौदावरच चहा वगैरेंची भांडी नेऊन धुवायची, एक बादली आणलेली बरी ...आपलं कॉलेज सगळ्यात जुनं, अजूनही जुनंच वाटतं. कधीच कोणी विद्यार्थी किंवा संशोधक आधुनिक सोयी करा अशी तक्रार घेऊन सांखळिया सरांकडे आजपर्यंत आलेला नाही — सगळे जण प्राचीन काळातच राहतात, कारण प्राचीन काळावरच संशोधन करायचं ना. नोटियार तर अश्मयुगावर करतो आहे. दोघे जपानी बुद्ध काळावर —

जीप दुसऱ्या फेरीत ह्या उरलेल्यांना घेऊन गेली.

३८ डेक्कन कॉलेज होस्टेल, पुणे–६.

डाव्या बाजूला संथ मुळामुठा काठोकाठ बंधाऱ्यावरून कोसळते आहे, उजव्या बाजूला उंच टेकड्या आणि मधून खंडेराव चालत चालला आहे — हे जणू कित्येक वर्षांपासून असंच चालतो आहे. कॉलेजला कंपाऊंड वगैरे नाही, पण गेटमधूनच शिरता येईल अशी व्यवस्था आहे — काटेरी झाडं, खड्डे, कपारी सगळीकडून. अत्यंत प्राचीन वडाची झाडं थेट होस्टेलपर्यंत. शंभर वर्षांपूर्वीच्या दोन मजली भयंकर उताराच्या गेरू रंगाच्या छपरांमधून मधेच डोकं पुढे काढून कॉलेजचं कातळ अवलोकणाऱ्या खिडक्या, त्यांच्यावरही तशीच टोप्यांसारखी भयंकर उताराची गेरू छपरं. शंभर वर्षांच्या गोल जिन्यांच्या जुन्या इमारतीत वरच्या मजल्यावर ३८ क्रमांकाची खोली खंडेरावची आहे. मागे वडांमधेच एका जुन्या इमारतीत दाटीवाटीनं म्युझियम रचलेलं. पुरातत्त्वाची एक इमारत अशीच सांगाडे, मडकी, हत्यारं यांनी उतू चाललेली. जपानपासून कॅनडापर्यंतचे संशोधक विद्यार्थी इथे होस्टेलमधे अशा रीतीनं राहतात की, वीस फूट मोठमोठ्या उंच खोल्यांमधे

दहा फूट उंचीची लाकडी पार्टिशनं टाकून दोन पीएचडीच्या विद्यार्थ्यांसाठी एकमेकांना दिसणार नाहीत पण ऐकू मात्र येतील, अशा दोन स्वतंत्र जागा केलेल्या. पार्टिशनवरून एकमेकांना वस्तू देता यायची सोय. दरवाजे मात्र दोन स्वतंत्र. खंडेरावचा असा पार्टनर नेपाळी पुरातत्त्वावर पीएचडी करणारा काठमांडूचा पशुपती शर्मा. हा स्वतः साधा डाळभाताचा स्वैंपाक करून तिथेच जेवायचा. ह्या त्याच्या सकाळ संध्याकाळ स्वैंपाकक्रियेच्या प्रत्यक्ष कालखंडात खंडेरावला लायब्ररीत जाणं भाग पडायचं, कारण पशुपती शर्मा रांधतांना पहाडी नेपाळी चालींवर कायम गुणगुणत राहायचा. किंवा पीएचडीच्या थीसिसच्या नोंदीकार्डं लावतांना मधेच त्याचं धावत जाऊन भात शिजला का हे वारंवार पाहणं, आणि ह्या वेळी —

क्या बने भात जहाँ
भात बनाये न बने।

असं हे एकच गाणं नेहमी सैगलसारखं हुबेहूब गाणं. प्रत्येक पीएचडीच्या विद्यार्थ्याला असा वरून ऐकायला येणारा पार्टनर असल्यामुळे एकत्र कुटुंबाची तितिक्षा भावना सर्वांमधे होती. दोन जपानी संशोधक — एक यामाझाकी आणि दुसरा तकाहारा हे महाराष्ट्रातला बौद्ध धर्म अभ्यासायला आले असल्यानं ते सतत खंडेरावकडे येऊन मराठी शब्दांचे अर्थ विचारायचे. आणखी डॉ. मंडीही. त्यावेळी ती मराठी बोलता येण्याचे धडे घेत होती, कारण तिचे गुरू थोर इतिहासकार बॅशम यांनी तिला पटवून दिलं होतं की, आर्यांच्या आणि द्रविडांच्याही पूर्वी महाराष्ट्रात आणि विंध्यपर्वताच्या खाली श्रीलंकेपर्यंत मूळचे भारतीय लोकांचे पूर्वज जी भाषा बोलायचे ती सिंधुसंस्कृतीशी जोडलेली असावी. हे संशोधन येत्या सहस्रकातला सर्वांत मोठा शोध होईल. त्यानुसार मंडी ही श्रीलंकेतल्या वेड्डा ह्या प्राचीन जमातीचा आणि अंदमान-निकोबारमधल्या ओंग वगैरे प्राचीन जमातींचा महाराष्ट्रातल्या काही जमातींशी संबंध शोधत होती. चालीरीती, रक्तगट, मस्तकांची मापं हेही तिच्या अभ्यासाचा भाग होते. एकूण ही बहुदा तिशीची चपळ हुशार बाई सतत चर्चा करायला उत्सुक अशी कॅन्टीनमधे वाटच पाहत बसायची. मोरगावला ती राहून आल्यावर खंडेरावला हजारो प्रश्नांची उत्तरं द्यावी लागली. त्या बदल्यात अर्थात खंडेरावला युरोपबद्दल आणि तिच्या मानववंशशास्त्राबद्दल अफाट माहिती मिळाली. त्या वर्षात खंडेराव जितका प्रज्ञात झाला, तितका आधीच्या कुठल्याही एका वर्षात झाला नव्हता. चर्चेसाठी तिच्याकडे शेकडो विषय होते.

इथे येण्याआधी ती ग्रेट निकोबार बेटावर दोन महिने कुठल्यातरी लंडनच्या फेलोशिपवर होती. ग्रेट निकोबारी जमातीत पन्नास वर्षांपूर्वी इंग्रजी अमलात

आठशे तरी लोक टोळ्याटोळ्यांनी निकोबार बेटांवर राहायचे. आता फक्त चाळीस राह्यले आहेत. तुम्ही भारतीय नागरिक, तेही भारतीय नागरिक — तुम्हांला असं कशामुळे झालं माहीत आहे?

मिश्रानं काही तरी साथीचं कारण सांगितलं.

छे. हे लोक पूर्ण नागडे राहायचे म्हणून तुमच्या भारतीय तथाकथित सुसंस्कृत अधिकाऱ्यांनी त्या बेटांवर बोटींनी कपड्यांचे गठ्ठे टाकले — जांगे, चड्ड्या, बंड्या, आंग्या वगैरे. त्या विषुववृत्तावरच्या उष्ण पावसाळी भिजक्या हवेत हे घामट दमट कपडे वापरून त्वचा रोग, न्यूमोनिया असे पंधरासोळा प्रकारचे रोग होऊन हे बिचारे मेले. फक्त चौदा उरले. नंतर आम्ही युनेस्कोतर्फे तुमच्या सरकारची परवानगी घेऊन ह्या लोकांसाठी खास आरोग्यव्यवस्था उभारली. कपडे द्यायचे तर ते धुणं, वाळवणं, साबण लावून स्वच्छ ठेवणं याचं ज्ञान द्यायला नको? ते कोण देणार? त्यांच्यात नागडं राहून काम करायला तुमच्या नर्स तयार नव्हत्या. मीच बोटीतून एकटी कपडे न घालता जायचे. त्यामुळे त्यांना माझ्याजवळ यावंसं वाटायचं.

ही सडपातळ सुंदरी कपड्यांशिवाय कशी छान दिसत असेल, याची खंडेराव कल्पना करत होता, हे मिश्राच्या लक्षात आलं. तो हिंदीत तिला कळणार नाही असं म्हणाला, ते शिशासारखे काळेभोर लोक आणि हिची ही पांढरी त्वचा वगैरेंबद्दल त्यांना कसं वाटलं असेल?

ओ, त्यांची मुलं इथे इथे बोटं लावून पाहायची, आत काळी कातडी लपवली आहे का पाहायला. आणि सगळे हसायचे. इतकं सुंदर, सगळ्या जमावानं हसणं किती सुंदर वाटायचं. ग्रेट पीपल. कपडे शोधून आपण ही नग्नतेची निर्हेतुकता घालवून बसलो, असं तुम्हाला नाही वाटत?

असं मंडीकडे काहीतरी नवंनवं चर्चेसाठी असायचं :

एका बेटावर एका तरुण माणसाला एक लहानसं मूल सतत चिकटून असायचं. मी त्यांच्या भाषेत विचारलं, हा कोण? निकोबारी म्हणाला, माझ्या बायकोचा मुलगा. ...म्हणजे? तुझा नाही? ...माझ्या बायकोचा. ...असं कसं? ह्यावर तो चिडून म्हणाला, तुम्हा बायकांना हे कळायला पाह्यजे. बायकोला मी सोडून दुसऱ्यापासून मूल नाही होऊ शकत? ...आश्चर्य. अरे, इंग्लंडमधे सुद्धा कुठलाही नवरा असं चिंतूसुद्धा शकणार नाही.

ही नैतिकता भारतीयांच्या केंद्रस्थानी यायला पाह्यजे. इथे थोड्याशा संशयावरून बायकोला जाळून टाकणारी आमची हिंदू संस्कृती — आपण सुसंस्कृत म्हणवणारे समाज, किती क्षुद्र?

अशा कितीतरी स्वतः पाह्यलेल्या ऐकलेल्या गोष्टी मंडीजवळ चर्चेसाठी असायच्या. तिच्याजवळ वेळ कसा जायचा हेच कळायचं नाही.

इथे दिवस काय, महिनेही भराभर चालले. एक मुख्य कारण म्हणजे भारत सरकारच्या सांस्कृतिक देवाणघेवाण कार्यक्रमाखाली आलेले हे सगळे जपानी, कोरियन, थायी, श्रीलंकी — सगळे साठ रुपयांत सबंध महिना घालवायचा म्हणून अभ्यासाशिवाय दुसरं काहीच करायचे नाहीत. अभ्यास आणि चर्चा. याचं आणखी एक कारण म्हणजे, पाह्यजे ते पुस्तक सापडायचंच. एकेका विषयावर दहावीस पुस्तकं — धाप लागेल इतक्या नोट्स काढणं, कार्ड करणं. चोवीस तास शांतता. फार तर संध्याकाळी वडाच्या झाडांवरची शुभ्र बगळ्यांची शाळा थोडा वेळ गलबलायची. वीज फुकट असल्यानं बहुतेकांनी जुन्या बाजारातून स्वस्त शेगड्या आणून खोलीवरच चहा, ब्रेड, आमलेट खाऊन अभ्यास करत सुटायचं तंत्र आत्मसात केलेलं. बहुतेक जणांना अधूनमधून मोठमोठ्या चर्चासत्रांची आमंत्रणं यायची. आपापल्या संशोधनावर निबंध लिहून बरेच जण देशात परदेशात जायचे. खंडेरावलाही बडोद्याला म्युझियमसंबंधीचा कोर्स करायला पाठवलं आणि तिकडेच लोथलला उत्खननाच्या शिबिरालाही बोलावलं. तिथेच सरांबरोबर पीएचडीच्या प्रबंधाची रूपरेषा पक्की होऊन गेली.

लवकरच युनेस्कोच्या स्कॉलरशिपचे इंटरव्ह्यू होणार म्हणून तीन तज्ज्ञ जाहीर झाले. डार्विननंतरच्या उत्क्रांतिवादासंबंधी एक चर्चासत्र प्रत्येकाला द्यावं लागणार होतं. स्वतःचे विचार मौलिकता याला ज्यास्त वरची ग्रेड. ह्या वेळी डेक्कन कॉलेजातल्या संस्कृत, भाषाशास्त्र, मानववंशशास्त्र, समाजशास्त्र आणि इतिहास ह्या विषयांचे देशी परदेशी पन्नासपंचावन्न खास संशोधकही हजर राहतात. मधेच प्रश्न विचारून हसंही करतात. मजा येते. खंडेरावनं आत्तापर्यंत जे काय वाचलेलं ऐकलेलं चिंतन केलेलं मेंदूच्या ठिकऱ्यांत असेल, ते त्याला व्यवस्थित मांडायचं बहुधा जमत नाही. ह्या स्कॉलरशिपसाठी गोहाती कलकत्त्यापासून केरळपर्यंत दहाबारा उमेदवारांनाच इंटरव्ह्यूला पात्र ठरवलं आहे. खंडेराव त्यांतला एक पात्र झाला, हेही खूप झालं, राव. तयारी करा. मौलिक काहीतरी बोला. एकदम दोनशे रुपये महिना मागच्या जूनपासून बाकीसकट मिळणार. पुन्हा युनेस्कोतर्फे आमंत्रणं येत जाणार. तयारी. युनेस्को स्कॉलर व्हा राव.

जुन्या बाजारात भंगार धातुसामानाच्या मोठमोठ्या ढिगांवरून नजर टाकत खंडेराव नेहमीप्रमाणे चालला होता. अचानक पायाला ठेच लागून सपशेल पालथा

पडला. उठून गुडघा दाबत भंगारातल्या एका खोक्यावर तो बसला. डोळे उघडून पाहतो तो एक मुठीएवढी जड पावशेर वजनाची असणार अशी घुबड पिवळी धम्म पितळाची भंगारात पडलेली आहे. ती पटकन उचलता येईना, इतकी वेगळीच भारी होती. खरं तर दोन पितळी घुबडी असल्या तर आणखी छान दिसतील. भंगारचा दुकानदार धोतर, उपरणं, तांत्रिक असल्यासारखी शेंडी आणि कपाळावर भस्म — पोती उपसत होता. अनेक शतकांपूर्वी राजस्थानमधे अशी चित्रं ओतणारे धातुकर्मी कलाकार होते. खंडेरावनं किंमत विचारली : ही घुबड घ्यायचीच असं का वाटलं कुणास ठाऊक. मोडीच्या भावात दहा रुपये. खिशात नुकतंच एका जर्नलला दिलेल्या बौद्ध आणि रोमन कॅथलिक धर्मांमधल्या साम्यावरच्या लेखाचं मानधन म्हणून मिळालेले वीस रुपये होते. घुबडीच्या मूर्तीत काहीतरी गूढ जाणवत होतं. आणखी अशी घुबड आहे? दुकानदार म्हणाला, आहे, आहे. शोधावी लागेल, वेळ लागेल. खंडेरावनं बारीक नजर फिरवत नेली, की लगेच दुसऱ्या एका कबाडीच्या ढिगातून त्याच्याकडेच कोरलेले गोल डोळे शांत रोखून पाहणारी दुसरी घुबडही दिसली. तराजूच्या पारड्यात दोन्ही आडव्या लोळणाऱ्या बाळांसारख्या घुबडी फार गमतीदार वाटल्या. किती शतकं त्या खंडेरावची वाट पाहत गावोगाव फिरत असणार? शेवटी त्या आपल्याच, आपल्याजवळ परत आल्या, असंही त्याला वाटलं. महिनाभर खर्चाचा वांधा झाला. पण जडशीळ, गुबगुबीत, सतत रोखून पाहणाऱ्या, बाकदार चोचीच्या, ठोकून ठोकून पंखांवर छातीवर पिसं कोरलेल्या आणि पाय जोडून बसलेल्या ह्या घुबडी काहीतरी अद्‌भुत योगायोग होता. अनेक शतकं ओलांडून आल्यासारखं वाटलं.

टेबलावर त्या झगझगीत पिवळ्या घुबडी पाहताक्षणी एकाएकी अस्वस्थ झालेला शेषाद्री म्हणाला, अरे अरे, असे धातूंचे प्राणी यातुविद्येनं मंतरलेले असतात. राजघराण्याचा, प्रासादांचा, महालांचा नायनाट करूनच ते बाहेर भंगारात येतात.

असू द्या. हजार वर्षांपूर्वीच्या किमयागारांनी विसाव्या शतकातल्या खंडेरावसाठीच ह्या घडल्या होत्या. हा जुन्या पुण्यातला संगमावरचा कसब्याचा भाग म्हणजे विठ्ठल जगदेवनं गाढवाचा नांगर फिरवला ते जुनं नायगाव. त्यावेळी ही उलुकं त्याचाही नायनाट करून जमिनीत गेल्या असाव्यात. किंवा कोणीतरी खंडेरावसाठी ह्या निशाचरांना काळात प्रक्षेपित केलं असेल, त्या आता त्याला पावल्या. किंवा नद्यांच्या संगमावर करायच्या खास व्रतविधीत आचारकर्मात ह्या दोन पितळी घुबडींना महत्त्व असेल, हे पुढे केव्हा तरी शोधून काढता येईल. आपल्या देशात हजार वर्षांचं मार्गक्रमण धुंडणं काही सोपं नाही.

सकाळचे अकरा वाजले असावेत, कारण ऑल इंडिया रेडिओवर कामगार सभेच्या कार्यक्रमाची मराठी गाणी घरोघर लागली होती. स्टेशनपुढच्या इराण्याच्या हॉटेलात पंखा पाणी पेपरादि *'पंच पकार'* फुकट सेवन करून शिवाजीनगरहून डेक्कन जिमखान्यावरच्या आडव्या उभ्या गल्ल्या ओलांडत खंडेराव झपाझपा चालला. इंटरनॅशनल बुक डेपोत कामाख्या योनिपीठासंबंधी तंत्रविद्येवरचं एक पुस्तक मागवलं होतं, ते घ्यायला तो हे मधले शार्ट कट घेत जोरात आला. अचानक सगळ्या बाजूंनी घराघरांतून नभोवाणी निवेदक बाईचा एकच आवाज — गायिका आहेत : प्रज्ञा खांडेकर, कवी ग. दि. माडगूळकर यांचं गीत आणि संगीत : वसंत पवार, किंवा जगदीश खेबुडकर, राम कदम. केव्हा माणिक वर्मा. खंडेरावचे पाय जड होतात. पावलं मराठी भावगीतांच्या, सिनेमा गाण्यांच्या तानांमधे अडकत राहतात. एका बंगल्यातून *जीवनात ही घडी...* तर पुढल्या बंगल्यातून *...अशीच राहू दे.* पुढे *मन पिसाट माझेऽ अडले रेऽ...* की नंतर वळल्यावर चाळीसारख्या घरातून *थांब जरा साऽ थांब जरासाऽ.* पाय रेटत फुटपाथ बदलणं जिवावर येईल असे आर्त सूर. शेवटी कुठल्याही संस्कृतीचं सत्त्व तिच्या संगीतात सापडतं.

याऽ कातरवेळी, पाहिजेऽ सतूऽ जवळी — मालती पांडे? अनिल भारती? मधुकर पाठक? धीमा साधा सरळ ठेका. जुनी एकोणीसशे तीसच्या सुमाराची खुर्शीदची लकब. *पाहिजे* वरचा आघात — *पाहिजेऽऽस तूऽ*

कर्कश मराठीतलं *पाहिजे* — आणि — *स* तोडून *स तू*ला जोडायचं हुन्नर. हा तूऽऽ भावोत्कट अशा ऊऽऽ स्वरात पांघरून गुलजार करून टाकलेला. *पाहिजेऽ सतूऽऽ जवळीऽ*

मराठीत धुमाकूळ घालणाऱ्या *ट ठ ड ढ ण ळ* सारख्या रांगड्या व्यंजनांना आपल्या आवाजाच्या लगावात लपेटून हतबल करायचं लाघव. लय तरल ठेवत शब्दांच्या आघातात नादमयता ओतणं आणि व्याकरणाखालच्या तळातला मराठीपणाचा अर्थ कवटाळणारे नाचरे सूर.

बाई बाई, मनमोऽ राऽ चाऽ कसा पिसाराऽ फुलला.

एका सुरावरून दुसऱ्या सुरावर पाय ठेवत, मागे पुढे सरकत जाणारी थरकती रेषा. खंडेरावसारख्या खेड्यातल्या कष्टकऱ्यांचं संगीत भजनं पोवाडे तमाशे लोकगीतं ऐकत मोठ्या झालेल्या माणसाला त्या चाली पोत्यात पकडल्या गेलेल्या घुशीसारख्या बेफाम करतात. दोन्ही कान टवकारून प्रत्येक सुराचा झंकार मेंदूतल्या शेवटच्या संवेदनक्षेत्रात साठवण्याची सवय आहे. पण हा हळवा नजाकती मराठी आवाज अस्पष्टपणे एका व्यंजनावरून दुसऱ्या व्यंजनावर अलगद

न उतरता मधल्या स्वरांवर पराकाष्ठेचं वजन कां टाकतो? रेडिओतल्या ह्या मध्यमवर्गी मराठी सौंदर्यबुद्धीतली कसली कल्पित धास्ती ह्या शहरी गाण्यांमधे लपलेली जाणवते? गाण्यातल्या शब्दांत स्वराइतकाच त्या शब्दांचा अर्थही उमटला पाह्यजे. हा काहीतरी उच्चवर्णी शहरी मध्यमवर्गी कलाप्रकार आहे. ह्यातला अर्थ ग्रामीण कष्टकरी लोकांचा नाही. पण हे शहरी लोकसुद्धा आपलेच लोक नाहीत का? मराठी, मराठे, मऱ्हाटा, मरहट्टे —

आता कोणाचं हे गाणं?

माझा होशिल काऽऽ होशिल काऽऽ होशिल काऽऽ

आशा भोसले? संथ, मधुर दबलेल्या शहरी सौंदर्यबुद्धीचा लडिवाळ. आहे कुठे मराठीचं अभिजात संगीत? गेल्या पंचवीस वर्षांतच देशातल्या किती देशी कलांनी स्वतःला क्लासिकल करून घेतलं — भरतनाट्यम कथाकली कथ्थक मणिपुरी, कुचीपुडी, भांगडा, ओडिसी, यक्षगान, ठुमरी, गझल, बाऊल — अभिजात होण्यासाठी लागणारे संस्कार मराठी कलांना देणारे कोणी लोक नव्हते? अर्धा जास्त महाराष्ट्र पाण्यासाठी उन्हाळ्यात चार सहा महिने हिंडत असतो. पावसाची वाट पाहत वर्ष घालवतो. ते रापलेले चेहरे, धुळीनं माखलेले पाय, घामानं चिंबलेले पदर — ते गावठी लोक ह्या कलेच्या नंदनवनात काय प्रवेश करतील? आणि इथे इंग्रजांचं आणि आता इंग्रजीचं आधुनिक प्रेयस घट्ट पकडून ठेवल्यानं वसलेली नागरी सुरक्षितता — पांढरी लांबी चोपडलेले पडलेले चेहरे, फॅशन, कपडे, नियमित पगार, वार्षिक वाढ, पेन्शन — जे आपण मेल्यावर बायकोला आपोआप मिळणार असतं, वाढीव महागाई भत्ते, दरमहा घरभाडं, प्राव्हिडंट फंड, उत्तम परिसर, मुलामुलींच्या यशस्वी वाटचाली — हा वेगळाच महाराष्ट्र. सुखद, त्या मराठी वास्तवापासून दूर राहू इच्छिणारा.

तरी खंडेराव हीच सौंदर्यबुद्धी जोपास. निर्ढाव. सोकाव. गुंग. अशीच सौंदर्यबुद्धी ह्या केंद्रातून उपजत राहील. लोंढामाध्यमांद्वारे ती महाराष्ट्रभरच्या उपाशी लोकांच्या ओठांवर गुणगुणेल. खेडोपाडी, घरोघर तरुण मुलंमुली या अफूत तीन मिनटं स्वतःला विसरत राहतील — गणेशोत्सव, शाळा कॉलेजांतले उत्सव, गॅदरिंगा, मेळे, हळदीकुंकू, तमाशे, नाटकं — फार काय मुलगी पाहतांनासुद्धा तरुणाईच्या आशाआकांक्षा ह्या सौंदर्यावरच फोफावतील —

दूर तू जरी ऽ ऽ जवळ तुझ्या ऽ मी ऽ ऽ जवळ तुझ्याऽ मी

वेळेचा व्यय न करता कमीत कमी मानसिक जागेत त्या कठोर वास्तवाचा गोड गोड मराठी आभास — त्यातही *जवळ तुझ्याऽ मी* हे पुन्हा एकदा म्हटल्यानं वधू पसंत पडणारच.

हे नागरी संस्कृतीच्या गोंधळाचे चौक ओलांडून मराठी समाज कधी झाडी ते मालवणी ते खानदेशी ते माणदेशी होणार?

हे तर हे, खंडेराव, आणखी आता वरतून ऐकू या हे शेवटचं साडेअकरा पर्यंतचं गोड गोड मराठी भावगीत : सगळ्या इमारतींमधून घुमतं आहे. कित्ती कित्ती छानै आपलं मराठी संगीत, होक्कि नै रे, खंडेराव?

पाण्यामधुनी, कारंजाची, फुटावीऽ

सुरेल सुंदर तान, असावे घरटे अपुले छान

तर कामगार बंधूंनो, राम राऽम. *(शीर्षक संगीत).*

युनेस्को जिनेव्हा फाउंडेशनचे अंडरसेक्रेटरी व ह्या सेमिनारचे अध्यक्ष रा. हेस्स, ह्या कमिटीचे सर्व सभासद, डेक्कन कॉलेजचे डायरेक्टर व पुरातत्त्व विभागाचे प्रोफेसर व प्रमुख, सन्माननीय संशोधक सहकारी वर्ग आणि इतर विद्वान मित्रहो,

उत्क्रांतीवरच्या माझ्या प्रस्तुत दहापानी निबंधाचे सोयीसाठी मी दोन भाग केले असून पहिला भाग ज्यांत चार्लस डार्विन व इतर प्रणेत्यांनी हा सिद्धान्त मांडल्यापासून तर आजपर्यंत निरनिराळ्या क्षेत्रांत — विशेषतः गेल्या दहा वर्षांत विकसित झालेल्या जनुकशास्त्र संशोधनात, मेंदू आणि ज्ञानग्रहण क्षेत्रात, तसेच जीवशास्त्र, मानसशास्त्र, मानववंशशास्त्र वगैरे सर्वश्रुत विषयांमधे ह्या सिद्धांताने कोणते मूलभूत बदल कसे घडवून आणले, याचा आढावा घेतला आहे. हा आढावा पूर्णपणे इकडून तिकडून जमा केलेल्या दुय्यम स्वरूपाच्या साधनांवर आधारित असल्याने टाइप करून आपल्या सर्वांना आधीच वाटला आहे. तो मी येथे वाचणार नाही. तळटीपा, मी वापरलेल्या पुस्तकांची, जर्नलांची व लेखांची सूचि आणि माझा जीवनपट, जो फार छाप टाकणारा नाही, छापला आहे.

आता हा दुसरा भाग, ज्यात मुख्य विचार जे मला स्वतःला मांडायचे आहेत, तो वीस मिनटांत तोंडी मांडायचा प्रयत्न करतो. संस्कृती फक्त माणसानेच विकसित केली, हा भ्रम असल्याचे पहिल्या भागाच्या शेवटी मी प्रस्तुत केलेच आहे. आनुवंशिक नसलेला परंतु परंपरेने चालू ठेवलेला व्यवहार किंवा संस्कार म्हणजे संस्कृती — अशी प्रस्तुत उमेदवाराने स्वतः रचलेली व्याख्या असून तीही अंशतःच खरी आहे. जीवशास्त्रीय पार्श्वभूमीवरच संस्कृती जोपासता येते, असे प्रमेय मांडले आहे.

आता तुम्ही म्हणाल की, अहो, वैज्ञानिक दृष्टिकोनात चांगलेवाईट हा विचार गैर ठरतो, परंतु विद्वज्जन हो, आपण वैज्ञानिक नसून मानव्य विद्येचे विद्यार्थी आहोत, हे सांगण्यासाठी मी येथे उभा आहे — उत्क्रांतीमुळे *उभा राहण्या*पलीकडे मानव दुसरे काय करू शकतो? (हशा) सबब *उभा आहे* हे द्विपाद मानवी प्राण्याने म्हणणे अतिसामान्य विधान ठरते. उत्क्रान्ती सिद्धान्तातील त्रुटींची पुस्तकी चर्चा मी पहिल्या भागात केलीच आहे. आता *उभे राहणे* हे अवलक्षण उत्क्रांतीच्या दुष्ट परिणामांपैकी एक कसे आहे, यासंबंधी प्रामुख्याने मी बोलणार आहे. माझ्या लिखित निबंधाचे हे एक अनावश्यक परिशिष्ट म्हटले, तरी चालेल.

कुजबूज. परीक्षकांपैकी एक म्हणतो, छापून वाटलेला भाग पुरेसा विचारगर्भ आहे, पुन्हा नवीन तोंडी भाषण कशाला? दुसरा परीक्षक म्हणतो, ऐकून घेऊ. तिसरा म्हणतो, बोला.

सभ्य गृहस्थहो आणि कुलीन स्त्रियांनो, आपणा सर्वांस हे विदित असेलच की, मानवी संस्कृतीचा अंत मानवजात नष्ट होण्यात आहे. सर्व क्षेत्रातल्या शास्त्रज्ञांचे ह्यावर एकमत आहे. सुमारे दोन कोटी वर्षांपूर्वीच्या चतुष्पाद मानवपूर्वजापेक्षा चाळीस लाख वर्षांपूर्वी उत्क्रान्त झालेला द्विपाद मानव प्राणी किती चुकीच्या मार्गाने ह्या सर्वनाशाच्या अधोगतीकडे चालला होता, हे काही मोजक्या उदाहरणांनी सिद्ध करता येते. शंभर किलोमीटरवर मालक येत असतांना काही जातीच्या कुत्र्यांना वासाने ते समजते. अनेक पशुपक्षी, उदाहरणार्थ घुबड, कबुतरे इत्यादी अनेक, हे साडेतीन ज्ञानेंद्रियांवाल्या उत्क्रान्त माणसापेक्षा काही ज्ञानेंद्रियांच्या बाबतीत अधिक उत्क्रांत आहेत. आजच्या उत्क्रांतीत मानवाला पाच ज्ञानेंद्रिये, त्यांच्याशी संलग्न पाच कर्मेंद्रियांसह आहेत, असे म्हणणे कितपत शास्त्रीय ठरेल? ज्ञानसंवेदनाच्या बाबतीत आजचा उत्क्रान्त मानव इतर कित्येक प्राण्यांच्या तुलनेत अधोगतीकडेच चाललेला दिसेल. नाक ह्या घ्राणेंद्रियाचा उपयोग आणि कान ह्या श्रवणेंद्रियाचा उपयोग डोळे ह्या दृष्टीच्या इंद्रियांना दिसण्यासाठी चष्मा लावण्यासाठीच झाला आहे काय? आमच्या गावातील बहिर्दशेला जाणारे ब्राह्मण, बिडी वारंवार पेटवून पिणारे वृद्ध किंवा सुतार लोक कानाच्या पाळ्यांचा खुंटीसारखा किंवा ॲश ट्रेसारखा किंवा पेन्सिल स्टॅण्डसारखा वापर करतात. (हशा) त्यातही डोळे पूर्ण पुढे आल्याने चष्म्यानेसुद्धा आजूबाजूचे किंवा मागचे अवकाश मान वेळावूनही दिसत नाही. त्यामुळे *पाठीत सुरा खुपसणे* असे वाक्प्रचारही सर्व मानवी भाषांमध्ये रूढ झाले आहेत. डोळ्यांच्या पापण्यासुद्धा इतक्या पातळ पारदर्शक होत चालल्या आहेत की, त्या मिटून काही उपयोग होत नाही. चक्रधरपूर, सिंगणपूर येथील गुहांमध्ये आदिमानवाने

चितारलेले डोळे किंवा पिकासो, डाली आदि थोर कलाकारांनी रेखाटलेले अंगाबाहेर आलेले डोळे — हे माझ्या मते मानवी उत्क्रान्तीवरील कटू भाष्येच आहेत.

मानवच काय, कोणत्याही प्राण्याच्या जीवनचक्रातल्या सर्वात महत्त्वाच्या तीनही क्रिया — जन्म, मैथुन आणि मृत्यू — ह्या आडव्याच होतात. झोप वगैरे क्रिया पुन्हा आडव्याच असतात. हा सापासारखा मूळ आडवेपणाच अजूनही आपली उत्क्रांतिपूर्व सुरक्षितता टिकवून आहे. वाकणं, चाऱ्ही पायांवर ठाम रांगणं, आडवं होणं ह्या आदिम मानवी कृतींना दुर्दैवानं गौणत्व, शरण जाणे, ढुंगण अर्पणे — असे अर्थ देहबोलीत आले आहेत. काही क्रिया तर आडव्याच शक्य असतात. *(खसखस)* उदाहरणार्थ, बीजोत्सर्जन खोलवर व फलन अचूक व्हावे म्हणून प्रजननाच्या जैविक अंतःप्रज्ञेने संभोगतत्पर युगुल यथावकाश आडवे होते. ह्यात वरचा किंवा खालचा हा मानवी मेंदूच्या उत्क्रांतीतील भेद डावा–उजवा ह्या विभाजनाप्रमाणेच प्राकृतिक असूनही स्त्रीजातीला *खालची* समजण्याच्या पूर्वग्रहापायी उत्क्रांतीमुळे दुय्यम उर्फ खालचे स्थान मिळाले, यास्तव सर्व स्त्रियांनी मुळापासून उत्क्रांतिविरोधी झाले पाहिजे. द्विपादत्वामुळे त्यांचे गर्भवहन अधिक अनैसर्गिक व कष्टप्रद झाल्याचे दिसते. कातर–जन्माचे वाढते प्रमाण हेच सिद्ध करते. अशा मादित्वविरोधी उत्क्रान्तीविरूद्ध सर्व स्त्रीजातीने ताठ *उभे राहिले* पाहिजे. *(हशा)*. असे म्हटले जाते की, विस्तवाचा शोध लागून काही लाख वर्षांनी घरातली स्वयंपाकादी कर्मे स्त्रीने करावी व शिकारादी धाडसाची कर्मे पुरुषांनी करावी, येथून ही स्त्रीची अधोगती सुरू झाली. आता धाडसाची कामे कोणता पुरुष करतो? सबब, त्यानेच स्वैंपाक केला पाहिजे *(टाळ्या, हशा)* आणि वरचा–खालचा भेद अन्य व्यवहारात तरी उलटा करून म्हणजे *खालची* कामे त्यानेच जातीने करून दाखवून दिला पाहिजे. *(खू खू खू)*

प्राचीन महाकवी व्यास, होमर, वाल्मीकी वगैरेंचे इतिहास वाचल्यावर कोणत्याही सुबुद्ध माणसाच्या हे लक्षात आल्याशिवाय राहाणार नाही की, ताठ उभे राहण्याचे हे खूळ मानवाच्या स्वतःच्या संरक्षणासंबंधी अगणित समस्या उभ्या करते झाले. चतुष्पादांचे हृदय भोसकणे, गळा चिरणे ह्या गोष्टी सोप्या नसतात. परंतु शत्रूला द्विपाद मानवाचा गळा चिरणे सोपे जावे, किंवा हृदय बाणखंजीरादी शस्त्रांनी आपल्याला विंधणे सुकर व्हावे, ह्यासाठीच तो शत्रूला सामोरा जातो की काय? काही व्यक्तींचे हृदय उजव्या बाजूला असल्याचे आढळून आले आहे. ही महत्त्वाची प्रतिउत्क्रांती लेखली पाहिजे. मराठी राष्ट्रीयतेचा पाया घालणारा थोर पुरुष मलीक अंबर याने आपला अंगरक्षक असा उजवीकडे हृदय असलेला ठेवला

होता. त्यामुळे एका आणीबाणीच्या वेळी कसा प्रसंग घडला याची गोष्ट त्या काळाच्या अहमदनगर राज्यात म्हणजे बृहन् महाराष्ट्रात सर्वश्रुत होती. वेळेच्या अभावी ती येथे सांगणे मी टाळतो.

(सांगा. आम्हाला कुतूहल आहे. अध्यक्षमहाराज ह्या गोष्टीसाठी फक्त पाच मिनिटे मंजूर करतात. घाईतच ***मलीक अंबर ह्याची गोष्ट*** *सांगून होते.)*

मूळ मुद्दा हा होता की, द्विपादत्वामुळे कायमच स्वरक्षणपराङ्मुख होऊन बसल्याने उत्क्रान्तीलंड मानवसमाज संहार व सर्वनाश हेच संरक्षणाचे एकमेव साधन जोपासत बसला आहे. ह्यामुळे शाश्वत शांतीला हे जग कायमचे पारखे झाले आहे. दोनच पायांवर शंभर वर्षे शरीराचा बोजा चालवणे अशक्य असल्यामुळे शारीरिक, मानसिक आणि समाजशास्त्रीय आपत्ती वाढल्या. हळूहळू दोन पायांवर सुद्धा चालणे बंद होऊन कोळसा, वीज, पेट्रोल, अणू इत्यादी कृत्रिम उर्जास्रोत वापरून पृथ्वीवर पर्यावरणाचे संकट उभे ठाकले आहे. सबंध जीवसृष्टीचे भविष्य धोक्यात नेल्याची भरपाई ही शिश्नोदरपरायण मानवजात करील काय? ती करता येणे तरी आता त्याला शक्य आहे काय?

ह्याव्यतिरिक्त असेही सिद्ध करता येते की, निरंतर शारीरिक असुरक्षितता केवळ द्विपाद मानवजातीवरच ओढवली आहे. गुडघ्याचे रोग, मांडीच्या एका तकलादू हाडावर सबंध पोटाचे पोते व जड धड सतत वाहण्याचे ओझे पडत असल्याने होणारे अस्थिभंग, शिवाय खुर्चीसारख्या आसनावर ढुंगण टेकवण्याचे अवलंबित्व — जे गोरिला, चिंपांझी, ओरांग उटांग वगैरे आपल्या अजस्र बांधवांनी मुळीच अंगीकारले नाही. सारांश, उभे राहण्याचे वेड ह्या उत्क्रांतीच्या मुळाशी इतके आहे की, मूळ आडवेपणाशी उभ्या शरीराचे उभे वैर तिने चालवले आहे. पायाखाली काही इंच आडवी पावलेही हळूहळू नष्ट होऊन टाचच उरेल. *(हशा)* पाचवे बोट तर उत्क्रांतीच्या पुढील टप्प्यातच नाहीसे होईल.

आपण शेपटीही आधीच्या टप्प्यावर घालवली. पुढे पुच्छास्थीला *माकडहाड* असे तुच्छतापूर्वक संबोधून तीही नाहीशी होईल, मग उभे कशाच्या आधाराने राहायचे? आडव्याच्या आधारावर तर उभे उभे असते. पायांचे नुस्ते खुंट राहतील. अंगावरचे दाट केसाच्छादन नाहीसे झाल्याने पुढील संभाव्य किंवा अनिवार्य हिमयुगांमध्ये आपला टिकाव लागेल काय? शिवाय केसहीन त्वचा स्वच्छ ठेवण्यासाठी लागणारे आंघोळीचे पाणी इतके पुढे मिळेल काय? तसेच, शिजवलेले अन्न खाऊन खाऊन बावीसच दात राहातील व मानवी जबडा आणखी लहान व नाजूक होईल. अक्कलदाढ आणि अक्कल दोन्ही नाहिशा झालेल्या

असतील अशा त्या अंधारयुगाकडे ही सर्वनाशी उत्क्रान्ती आपल्याला नेत आहे. *(खसखस)*

सस्तन प्राण्यांच्या मेंदूत एकत्र वास करणाऱ्या संवेदनशीलतेवर संशोधन करणाऱ्या अनेक मेंदूशास्त्रज्ञांना मानवी मेंदूतच विलक्षण बदल उत्क्रांतीमुळे झालेले आढळले. एक तर मानवी मेंदू उत्क्रांतिपूर्वी होता त्याच्या वीसपट भारी व मोठा झाला आहे. मानवी हृदयाला आधीच उभ्या शरीरात गुरुत्वाकर्षणविरुद्ध रक्त पंपावे लागते, त्यात ही बला वाढल्याने हृदये पेणावून बंद पडू लागली आहेत. मेंदू भारी होऊन बसल्याने आत्ताच पाठीच्या कण्याला तो अपेलनीय झाला आहे व मानेभोवती चिलखत घालून तो तोलून धरावा लागतो. पाठदुख्या व कंबरदुख्यांचे प्रमाण मर्यादेपलीकडे जात चालले आहे. असाच मानवी मेंदू वाढत गेला तर डोक्यांच्या ओझ्याखाली तोल जाऊन कोलमडून माणसे रस्त्यावर कोसळत राहतील. पाण्यात तर डोके शीर्षासनात खाली तळाशी जाऊन पाय वर राहून ती बुडतील.

आता विद्वान संशोधकजन हो, आपण हे उत्क्रांतीच्या दिवाळखोरीचे चक्र उलटे करू शकत नसलो, तरी एका गोष्टीकडे मी आपले लक्ष वेधू इच्छितो. मस्तकापुढचा मेंदू अवास्तव मोठा होत चालल्यामुळे मागचा लहान मेंदू संकोचत चालला आहे. तो लहान मेंदू मोठा करणे व हा मोठा मेंदू लहान करणे अशी प्रति–उत्क्रांती होणे शक्य आहे; कारण असे बदल माणसाच्या इच्छाशक्तीमुळे होतात, हे डार्विनोत्तर काही शास्त्रज्ञांनी दाखवून दिले आहे. उदाहरणार्थ, मानवी शेपूट, अपेन्डिक्स वगैरे शरीराचे अवयव याची साक्ष देतात. ह्या उत्क्रांतीने मानवाला अधिक विचारी, म्हणजेच अविचारी केले तर लहान मेंदू, जो भावनिकता, प्रेम व करुणा इत्यादी माणुसकीची केंद्रे सांभाळतो आणि स्थिरता देतो, तोच परका होऊन गेला आहे. आजही जगात लहानमोठ्या दीडशे लढाया चालू आहेत, यावरून मानव उत्तरोत्तर अधिक हिंसक होत चालल्याचे दिसते. महात्मा गांधींचे अहिंसेचे गोडवे गात आपला देशही अणुबॉम्ब गुपचूप तयार करीत आहे, हे उघड गुपित आहे.

तथाकथित आधुनिक प्रगत मानवसमूहांमध्ये ज्ञानाधिष्ठित संस्कृती रुजली, परंतु संवेदनक्षेत्रात अधोगती झाल्याची एकदोन उदाहरणे डॉ. मंडी, युनेस्को स्कॉलर यांच्या निकोबारी लोकांच्या अप्रसिद्ध संशोधनावरून मी आपणांस थोडक्यात सांगतो. त्यांची परवानगी घेतलेली आहे.

सर्व जगातील मानवी समूहांपासून अश्मयुगातच अलिप्त झालेल्या ग्रेट निकोबारी बेटावरील आदिवासींमध्ये डॉ. मंडी राहून आल्या. ह्या लोकांबरोबर

हिंदी महासागरात दोघे जण बसू शकतील एवढ्याशा होडीत मासेमारीसाठी त्या जायच्या. एवढ्याशा होडीत लांब काठीच्या बरचीने मासे मारण्याची विद्या, खरे तर कलाच, कां की हिच्यात कलेची सर्व लक्षणे सापडतात : आपल्या होडीचा वेग, समुद्रातल्या प्रवाहाचा वेग, लाटांचा नियमित व्यत्यय, पाण्याच्या किती खालून मासा पळतो आहे त्यावर सतत नजर — त्याचा वेग आणि आपण बरची फेकू तिचा वेग, हवेतून तसेच खाली पाण्यातून — एवढी तंत्रे सांभाळून पुन्हा बरेच काही उरते : एकदा एक मोठी मासळी बरचीच्या टप्प्यात असूनदेखील तो निकोबारी मुलगा बरची फेकत नव्हता, आणि मंडीबाई सारखी त्याचं लक्ष वेधण्यासाठी सारखी बोट दाखवून किंचाळत होती — वो देखो, वो देखो. शेवटी तो मुलगा वैतागून म्हणाला, गप बसा. कळत नाही का ती पोटुशी आहे?

पाण्यात चाळीस फुटांवरून मासळीच्या आकारावरून आणि आकाराच्या मानानं धावण्याच्या गतीवरून लोकांना ती गरोदर मासळी आहे, हे कसं कळतं — हा प्रश्न अलाहिदा. खरा प्रश्न — गरोदरींना मारू नये. आणखी सुसंस्कृत म्हणवणाऱ्या आपल्यासारख्यांना शरमवेल अशी म्हणजे, त्या त्या दिवसाची गरज असेल तेवढेच मासे मारायचे. दोन तर दोन. मोठे दोन आणि एक छोटा लागत असेल तर दोन मोठे पकडून झाल्यावर तिसरा मोठा समोर आला तरी सोडून द्यायचा आणि लहान मिळेपर्यंत समुद्रावर तशा कडक विषुववृत्ताच्या सूर्याखाली हिंडत राहायचे. पर्यावरणाचा सर्वनाश करणाऱ्या प्रगत मानवसमूहांनी आता इतके मागे जाणे शहाणपणा ठरेल. लाँच बोटीत मैलभर जाळी लावून लहानमोठ्या गरोदर, पिल्लं, सगळ्या मासळ्या पकडणारी औद्योगिक संस्कृती चांगल्ल्याच्या उलट दिशेनं, संवेदनबथ्थडतेकडे चालली आहे. मांगल्ल्याची पीछेहाट करणारी उत्क्रान्ती चुकीच्या दिशेने झाली आहे, याचे भान आपल्याला आता आले पाहिजे.

प्रेम, माया, सहजीवन ही मूल्ये ह्या कर्कश आधुनिक विचारशक्तीला तुच्छ वाटतात. त्यामुळे अडीच तीन हजार वर्षांत पुन्हा गौतम बुद्धासारखा मानव जन्मत नाही. हे ह्या उत्क्रांतीचे अपयश आहे.

शेवटी माझ्यासारख्या अपक्व छात्राने आपल्यासारख्या अनुभवी संशोधकांना ज्यास्त काय सांगावे? परिस्थितीशी ज्यास्तीत ज्यास्त जुळवून घेणे आणि आपल्याला आवश्यक असेल तेवढीच परिस्थिती बदलणे अशी उत्क्रांतीची नवी व्याख्या केली, तरच आपली एकसुरी प्रगती, जी खरे तर अधोगतीच होत चालली आहे, ती बदलून मानवी संस्कृती आणखी काही वर्षे आपली पृथ्वीवरची मुदत

वाढवू शकेल. कविकुलगुरू मिर्ज़ा ग़ालिब याच्या ह्या युग्मकाने मी माझ्या चर्चासत्राचा दुसरा भाग येथे संपवतो :

है कहाँ तमन्ना का दूसरा कदम यारब
हमने दश्ते–इम्काँ को यक नक्षे–पा पाया

श्रोत्यांमधून :

अर्थ सांगा. इथे कोणाला उर्दू समजतं?

आहे कुठे आकांक्षांचं दुसरं पाऊल, देवा,
आम्हाला ह्या शक्यतांच्या रानात एकाच पावलाचा ठसा मिळाला.

चर्चासत्र संपल्यावर चहाबिस्किटांचा गोंधळ आणि लगेच प्रश्नोत्तरं सुरू झाली. पण एकाएकी समोरच्याच खुर्चीवर दृष्टिमान झाले गाववाले जिगरदोस्त वर्गबंधू रघू नायक. मंडीजवळच बसलेले. भयंकर न धुतलेला मफलर, घामनक्षीची गांधी टोपी आणि पूर्ण काळी होत आलेली सदऱ्याची कॉलर, परंतु चर्चासत्रात जमलेल्या त्या हॉलमधला सर्वांत तेजस्वी चेहरा. खंडेरावचं अर्थातच प्रश्नांकडे नीट लक्ष लागेना. शिवाय ह्या परीक्षकांचा निर्णय पुढल्या वर्षी केव्हा तरी येणार. सांगायचं ते आपण सांगितलं आहे, म्हणून खंडेरावनं कशीबशी उत्तरं गुंडाळली आणि रघू नायकाबरोबर बाहेर आला.

काय राव तू फडाफडा बोलत होतास रे, खंडू? बोलतांना कदि एक स्पेलिंग चुकत नव्हतास. किती विचारपरिप्लुत भाषण केलंस रे, तेही इतक्या परदेशी लोकायसमोर. आपल्याले धन्य वाटलं भडव्या तुझं ज्ञान आणि तेही इंग्रजीत पाहून, त्याच्या आयला. ओ हो हो, मोरगावचं नाव अवघ्या जगात नेणार यार तू. मायला चालू दे. वा. पण मी तुले एकदोन अर्जंट निरोप देयाकरता आलू आहे. म्हणून मंडईत ट्रक पेढीवर लावली आन् कपडे वगैरे न बदलता आलू इकडे तुझ्या डेक्कन कॉलेजवर लांब कुठल्या कुठे मायला. केळीचा पिकलेला घडबी आणलाय राव तुझ्यासाठी, पण तू सकाळी सकाळी इकडे सभेवर. तो तुझ्या खोलीबाहेर दाराला लावून आलो आहे. नेणार तं नाही नं कोनी? तुझ्या सगळ्या मित्रायले वाटजो. ती साली गोरी बाई आपल्या मोरगावला राह्यली होती नं, ती बी धानका इथे खाली मला पाह्यलं अन् माझा हात धरूनच आत खुर्चीवर बसोयलं. आपला हा असा अवतार — पण काय झाट कोण म्हणणार आहे? आम्ही कष्टकरी लोक असेच राहणार. तुम्ही बुद्धिजीवी राहा गांडींना पावडरी न अत्तरं लावून छानछोकीत. पन गोरे लोक वेगळे असावेत. तिला बी एक केळांची फणी देयजो,

राजा. तिले मीनं मोरगावात बरंच काही काही दाखवलं होतं — कुंभारवाडा, भिलाटी. आता मराठी बोलतेय ब-यापैकी. आन कारे खंडू, त्या तुझ्या वाक्यावाक्यावर टाळ्या वाजवत होत्या, त्या पोरी अझूनी का-याच आहेती का? लग़नं झाली नी अझूनी त्याहिची? आय हाय, मंग तू इकडचीच करतू का काय बायकू? आँ? खरं बोल बरं खंड्या, हाच तुझ्या आईवडलांचा निरोप समज. आई म्हणली की, खंडूला सांग पीएचडी फीएचडी जलमभरच चालणार. बाशिंग बांधून घे मग करत बैस अभ्यास. फार चांगल्या दोनतीन पोरी तुझ्या आईनं, आत्यानं पाहून ठेवल्या आहेती. पोरींची घरंदारं बी उत्तम. मॅट्रिक झालेल्या. तर काय कळवू आईले गेल्यावर? आँ? करतूस यंदा? सांगू आईले न् बाबांना तयारी क-याले? अरे पोरीच्या जाती अडवून न्हाई ठेवता येत वर्षवर्ष. हे बघ खंडू, तू मी लहानपणापासून एका गांडीनं हागत आलो. तुझ्या मनात इकडचीच फकडी पोरगी असली तं तसंबी मले सांगून देयजो बरं.

बरं दुसरा जरा शिरियस निरोप आहे. थोडं मनावर घे गड्या. तुझे वडील फार थकले, येड्या. भाऊ गेल्यापासून तर फारच. एवढी कोटींची इस्टेट तुझी न् तू काय ह्या असल्या रानासारख्या डेक्कन कॉलेजात वर्षंवर्षं काढून राह्यलास? हे जरा विचार कर. वडलांनी तुला आठ दिवस तरी रजा काढून यायले सांगितलं आहे. पुन्हा बहिणींच्या किटकिटी चालूच हैती. सोनंनाणं देणंघेणं गुरंढोरं — तुमचं मोठं साम्राज्यच है. आता तू एकुलता मुलगा. जरा बसून इचारमनसूबा कर गड्या. तुझा वाडा एवढा गजबजलेला — आता उदास लागतो यार. येतू का मग? चल नाही तं ट्रकवर आज संध्याकाळी निघू — उद्या पहाटसरशी मोरगाव. मी माल भरून इकडून तुला उचलतो. आँ?

खंडेराव एक शब्द न बोलता रघू नायकाची बडबड ऐकत खोलीवर आला. बाहेर दाराला टेकवून ठेवलेला पिवळाधम्म केळीचा घड आत ठेवला. रघूनं चहा, पाव, चिवडा फस्त करता करता पुन्हा तेच मुद्दे अधिक कर्कशपणे मांडले : खंड्या, काय ही पुस्तकं न् नोट्सचे उकिरडे नुस्ते. काय ह्या गोठ्यासारख्या खोल्या मायला. खाण्यापिण्याचे तर हालच असतील. खंडेराव, अरे जिंदगीत काही मजा वगैरे करण्यासाठी बी तरुणपणाची वर्षं ठेवावी येड्या. काही अंगसुख... *उपरिसुरतश्रान्तललना अधरमधु वधू* — हे जरा बघ गड्या. भाऊ इतकी वर्षं सगळं पाहायचा. सगळ्या बहिणींकडे स्वतः भाऊबीज द्यायला जाऊन यायचा. आता तुझ्याशिवाय त्यांनाबी कोण आहे? विद्वान झाला म्हणून माणूसपणा तोडायचा असतो का रे? चुकले असतील आईवडील, अडाणी. विसरून जावं लागतं, राव. आपल्या खेड्यात लहानपणापासून काय शिक्षण, काय जगाचं वारं

लागतं, सांग बरं? सांभाळून घ्यावं लागतं. आणि इतक्या महिन्यांत एक साधं कार्ड टाकायचं नाही का रे शहाण्या? काय राव, आमच्यासारखे अर्धवट बरे तुमच्यासारख्या डॉक्टर न् फिक्टर लोकायवून तं? शिकला वाया गेला, अशी म्हण उगाच पाडली काय आपल्या लोकायनं? माझा बाप गेलसाली वारला — तुला पत्र टाकलं होतं नं? त्याला आम्ही नवराबायकोंनी पंढरपूरला घेऊन गेलतो — पोरानं अनं वाहारीनं पाठगुळी नेऊन चंद्रभागेत स्नान घडवलं. देवा, आणखी आता काय पाह्यजे व्हतं या जल्मात? — असं म्हणत म्हातारा सुखानं मेला परत आल्या आल्या. मानूस मेल्यावर अशा गोष्टींनीच जीव समाधानी पडतो. बरं वाटतं की, केलं म्हाताऱ्या माणसासाठी काहीतरी त्यानं वर जायच्या आधी. काय दुसरं या जिंदगीत समाधान असतं?

खंडेरावनं रघूसमोर त्याचं टेबल कॅलेंडरच ठेवलं.

घ्या, एक दिवस कोरा नाही याच्यात तं. अरं र रं र रं, पाकिस्तानात कशाला चाललास तू? आँ? फुकट? भाड्यातोड्यासकट राहण्याखाण्याच्या खर्चासकट? वा. भौ वा. चहा दे गड्या आणखी या गोठचा. वा. लई मोठा मान मिळत असेल, नाही? मोहेनजो-दडो मधेच? सिंधु नदीवर? तो आपल्याला सुतार मास्तरनं शिकवला होता तो आपल्या जुन्या लोकांचं शहर, तोच धडा नं रे? अरं रं रं, लेका, काय नसीब खंडेराव तुझ्यावालं. वा भौ. तुह्यावाला तं सत्कार करायला पाह्यजे मोरगावच्या ग्रामपंचायतीनं. पण तुले त एक दिवस टाइम नी. सांभाळ पण बाबा, येडझवे लोक तिथले. पाकिस्तानात लांड्यायची लष्करशाही आणि आपुन हिंदू. सांगतो गावात सगळ्यायले. अभिमानाची गोष्ट आहे. पण घरी एकदा येऊन जा. एक दिवसही काढता येणार नाही? कागदपत्रं, पासपोर्ट, व्हिसा, किती एम्बस्या, युनेस्को — काय काय मायला ह्या डायरीत अपाइंटमेंटी तुझ्या. आणि दोन लेखही पाठवायचे आहेत? वाचन तर करावंच लागेल म्हणा. चलतो, माझा दलाल मंडईत बोंबलत असेल. सांगतो घरी सगळं. सांभाळून जा, हं. बराय मित्रा. केवढा मोठा माणूस झालास रे तू? पण मित्रा, तेवढं एकदा वडलांची भेट घेऊन येयजो.

सहा

अमृतसरहून दोन रात्री, मधला एक दिवस तोही झोपूनच काढलेला आणि आजचा दिवससुद्धा अर्धा होत आलेला. भूक लागून लागून आता ज्यास्त ग्लानी चढत चालली. तापीच्या पुलाखालून वर डोंगरात नुकत्याच झालेल्या पावसामुळे घोंघावणारा पिवळाधम्म पूर ऐकून आणि पाहून गावाचा स्पर्श झाल्यासारखं वाटलं. इतिहासाच्या कचऱ्याचे मोठमोठे पिरामिडएवढे ढीग सिंधुनदीच्या काठावर उभे आहेत, आणि आपण उंदरासारखे घसरत मोहेनजो–दडोतल्या आपल्या तंबूकडे घरंगळतो आहोत, असं एक स्वप्न आत्ताच का रात्री पडून गेलं वाटतं. आता भास झाला भावडू घरासमोर उभा राहून आपल्याला हाका मारतो आहे, आणि अभ्यासाच्या तंद्रीत हा भासच आहे, असं पुन्हा आपल्याला वाटतं आहे.

तापीच्या पुलावरून गाडी भुसावळ स्टेशनच्या अफाट यार्डात शिरली आणि सिंधी निर्वासित व्यापाऱ्यांनी सिंधी बोलीतल्या परक्या व्यंजनांनी असा कल्ला केला, की डब्यातला माझ्यासकट प्रत्येक माणूस उठून बसला. हे लोक मध्यप्रदेशातून स्वस्तात माल आणतात आणि इथे नाकं चुकवून यार्डातच गाडीतली गाठोडी खाली टाकतात. यांच्यासाठीच गार्ड लोक गाड्या थोडा वेळ यार्डातच उभ्या करतात — असं एक जण म्हणाला. आणि खरंच गाडी एक मिनिट थांबली. भराभरा सगळे सिंधी उतरून गेले.

अनेक वर्षं ज्याच्यापासून आपण दूर पळतो आहोत, तेच समोर आलं आहे. नको ती कलाटणी आपण तिथे जाण्याचा अवकाश की मिळणार आहे. परिस्थितीच आपला निर्णय घेते आहे.

खंडू, अरे मी काय म्हंतो आहे, अन तू काय ऐकतो आहेस?

— असंच आजही पुन्हा घरी गेल्या गेल्या आपल्याला वडील चिडून म्हणतील.

पोहोचलो तर खरं : सिंधु ते तापी. पाच हजार वर्षांचा प्रवास. मोहनजो–दडो ते मोरगाव. गेल्या तीन दिवसांत प्रवासात गेली कित्येक वर्षं चूप बसवलेले विचार प्रसंग माणसं स्थळं धिंगाणा घालून गेली. सगळ्या नेणिवा प्रकाशल्या. ह्या

सगळ्या गोष्टी माणसं प्रसंग आपल्यातच सतत दडी मारून बसलेले असणार. पण जे आठवलंच नाही तेही किती असणार? जे आठवलं त्याला अस्तित्व मिळालं. नाही आठवलं ते नव्हतंच, नसावंच असं समजावं की काय? जाणिवा अंधारल्या तरी सगळा कोंडलेला निचरा होऊन गेला. आता शांत शांत वाटतंय.

यार्डात असंख्य रुळांवरून एक नुस्तंच इंजिन मागेपुढे येत जात एकेक डबा ओढून जोडत जोडत मोठी लांब मालगाडी तयार करण्यात मशगूल होतं. प्रत्येक डबा मागेमागे लोटतांना धडम् असा आवाज करून सुरुवातीच्या ठाम डब्याला जोरात धक्का, त्याच्या मागच्यांना कमी कमी बसत मागचे डबे तसेच ढिम्म उभे. दर वेळी हे दृश्य अत्यंत तेच तेच, पण अत्यंत नवीन वाटणारं होतं.

प्लॅटफॉर्मला गाडी लागल्यावर सगळं आवरून स्टेशन बाहेर. खानदेशी लोकांना शिस्त माहीतच नसल्यामुळे बाहेरच्या एस.टी. स्टेशनवर नेहमीचा गोंधळ, धावाधाव, कुठली गाडी कुठे लागली याचा पत्ता नाही, लाउडस्पीकरवर बोलणारा भसाड्या एकही अक्षर कळू नये अशा सूचना पुकारत केवळ गोंगाटात भर टाकत असतांना त्याला विचारतो, मोरगाव? उत्तर : ते डोंगरातलं? गाड्या बंद हायेत. पाऊस कितला झाला पहाडात? सतरादा सकाळपास्नं सांगतोय. रस्ता वाहून गेला — पूलबी पडला. का एकेकाच्या घरी येऊन सांगू — लग्नावानी? इकडून शिरपूर चोपड्याकडून जा भौ, यावलकडची गाडी भेटली तं.

इतक्या उशिरा लांबच्या फेऱ्यानं जाणं शक्यच नव्हतं. इकडे आकाशात तुरळक ढग होते. पण वारापाण्याचं थैमान तिकडे चालूच असलं तर? आता रेल्वे क्वार्टर्समधे राहणाऱ्या वर्गबंधू डोंगर मणियारकडे गेलं पाहिजे. संध्याकाळशी मोरगावला पोहोचायचंच तर कसंही करून डोंगर ती व्यवस्था करील, अशा बाबतीत तो हुशार आहे. कोणाच्या मोटरसायकलमागे, ट्रकवर, टॅक्टर, बैलगाडी — काहीतरी व्यवस्था करणारच.

रेल्वेची भिंत पोखरून बिगरतिकीटवाल्यांनी पाडलेला थेट रस्ता इकडच्या सगळ्यांनाच माहीत होता. बाहेर पडल्याबरोबर समोरच तिकिट चेकर लोकांचे क्वार्टर्स. बाहेर दारावर **७८६** असा आकडा. नंतर त्याच्या खाली क्वार्टर नंबरचा आकडा. त्याच्याखाली म्युनिसिपल नंबर. जुनी पाटी बदललेली. आता : **डोंगर खान इब्राहिम खान पठाण** — अशी. पूर्वीचा डोंगर इबऱ्या पिंजारी आता मध्यमवर्गी राष्ट्रीय मुसलमान झाल्याची खूण. दार उघडंच. गर्द पडदे. एक दर्ग्याचा मोठा फोटो, त्याच्या बाजूला प्लॅस्टर ऑफ पॅरीसमध्ये कुबल–काबा शिळा. भिंतींवर फ्रेमी केलेल्या सोनेरी वर्खाच्या कुराण शरीफ मधल्या अरबीतल्या आयती.

डोंगरच्या लग्नाला मी, मयताब आणि चत्रुभुज बरोबर गेलो होतो. डोंगरच्या बायकोनं मला ओळखलं आणि बुरखा घातला होता, तो काढून टाकला. डोंगर बाहेर आल्याआल्या उराउरी भेटलो.

आता मी सतरा डाऊन हावडावर ड्यूटी करून येतो. रात्री जेवू. मला मोहेनजो–दडोचं सगळं सांग. कसं आहे पाकिस्तानात? इथेच झोप, सकाळी मी स्वतः तुला मोटरसायकलवर मोरगावला सोडून येतो. किती वर्षं झाली यार तुझ्या घरी येऊन? अभ्यासाच्या वह्या घेऊन यायचा मी तेरे वाड्डेपर. विठ्ठलदाजीचीही दुआँएं घेईन. मोठा माणूस यार तुझा बाप — आपला जिल्हा खरं सांगायचं तर विठ्ठलदाजीमुळे एवढा सुधारला. पुन्हा काही किताबं-पदांची हाव नाही.

मी निघायचीच तयारी केल्यानं डोंगरचा नाइलाज झाला. युनिफॉर्म चढवून तो तयार होइपर्यंत मी भरपूर पोहे, पराठे, चहा खाल्ल्यानं उत्साह आला. बाहेर जाऊन त्यानं बैलगाडीची व्यवस्था केली. मधला शॉर्टकट चिखलीचा पुराना रास्ता बैलगाडीनं पार किया रे किया, के बस, मोटारसायकलच्या निम्म्या वेळात तू पोहोचशील. संध्याकाळच्या आत घरी. मी बरोबर सगळा विचार केला है. चलो, खंडू, अरे शादी कर ले भय्या, जलदी से जलदी. बायकोशी बोलायला कोणीच नव्हतं. येतांना मात्र मेरे ह्याँच ठहरना, भला. पुण्याच्या गाडीत मी तुला बसवून देईन. फिर्र, इतना बडा टी.सी. हुआ मैं, उसका क्या मतलब? रातभर गपे मारेंगे यार. धमालकी बातें तुला सांगायच्या आहेत, आव तो सई, खुदा हाफिज. शांततेसे जाना. खुदा कभी बुरा करता नाही. दाजीको सलाम कहना. अरे हाँ, तेरी भाभीने ये शेवलड्डू बांधके दिये है — रास्तेमें चबाने के वास्ते. अच्छा, खुदा हाफिज.

धुरकरी पोरगा नाना फडणिसासारखा एक गुडघा वर ठेवून दुसऱ्या पायानं बैलांच्या आंडाखाली पाय टोचत गाडी रणगाड्यासारखी धुड्डमधुड्म हुरपाटत गावाबाहेर आला. हा पोरगा वावदूक बडबड्या, विनोदाकडे कल असणारा होता. वाटेतल्या प्रत्येकाशी तो नागरिक म्हणून संवाद प्रस्थापित करत चालला. कोणी रस्त्यात नसलं तर बैलांशी तर कायमच. ओ भौ, सायकलवाल्या, आमाक बाजूबाजूनं चालवावी नं रे नाना, सायकल? अरे ओ बय, कुढी चाललीस? का हो मामाऽ, म्हैस बाजूनं घ्या होऽ.

मी चिंतनाला वेळ काढत मागे जाणारा रस्ता पाहत होतो. तीन वर्षांपूर्वी मोठ्या जिद्दीनं हे शेतकऱ्याचं आणि बैलगाडीचं जिणं नको म्हणून आपण इकडे कायमची पाठ फिरवली, पुन्हा हा जीवघेणा शुष्क ग्रामीण पसारा आपल्या

नशिबात आहे काय? पाच हजार वर्षांपासूनच्या जाणिवांचं संशोधन सुरू करणाऱ्या आपल्यासारख्याला एवढाही निर्णय घेता येऊ नये? हे दरवर्षी मृगाच्या पावसाकडे डोळे लावत बसण्याच्या वार्षिक ग्रामीण जाणिवा फक्त आयुष्यभर त्याच त्याच फिरवत बसायचं. खंडेराव, वडलांना सरळ नाही सांग.

इची लेहू, शेतातून वखरून आलू नं आता बैलायचे जोतं सोडू, की मालक म्हंतो, तिरमक, अरे तिरमक. नेहमी तिम्या, आता *तिरमक* म्हटल्यावर वाटलंच काही बला आली. ...तिरमक, आत्ताच्या आत्ता टीसी साहेबाच्या क्वार्टरवर जा. मोरगावले खेप टाकून ये, मंग चारापानी कर. ...बरं मालक. आपण चाकर माणूस —दादला येडा बी असला तरी बायकोले खालीच पडावं लागतं की नै?

तेवढ्यात गावाबाहेरच्या एका वस्तीतून त्या सबंध मातकट रंगाच्या परिसराला विरोधी अशी भयंकर शुभ्र स्वच्छ टोकदार अशी गांधी टोपी वेगानं आमच्याच दिशेनं येतांना दिसली. इंग्रज लाठीमार करत असतांनाही कोणी सत्याग्रही गांधी टोपी इतक्या वेगानं धावली नसेल.

अरे थांबाडा होऽ दमनीवाले भौ, अरे कुकडे चालली हो बैलगाडीऽ? आय हाय, याले थांबाडा होऽ.

मी आपल्या आपल्या तंद्रीत होतो, आणि हा वयस्कर माणूस आता गाडीमागेमागे हाताला लांब पिशवी गुंडाळून फटक फटक प्लॅस्टिकच्या चपलांचे निनाद उमटवत आकांतानं पळत होता.

तिरमकनं कासरे ओढून गाडी थांबवली.

कोन? गाडी मोरगावले चाल्ली, चिखली आडवाटेनं —

अरे दादा, मले बी बसाडून घे नं राजा, चिखलीलोक. आता रात्री एक बी यसटी सुटणार नही गड्या. मी शिंगरे गुरुजी, चिखलीच्या प्राथमिक शाळेचा हेडमास्तर. कालदी शिक्षणाधिकारी शाळा तपासायसाठी येतो आहे न् आज हा तितंबा गाड्यांचा. त्याची सगळी व्यवस्था करनी पडते भौ, भंडोयन्याची. बसू? जानं जरुरी आहे गड्या.

हे पाहाय गुरुजी, गाडीत मोठे डीएचपी का पीएचडी साहेब बसले आहेत. अढी माझ्या धुरपाटीवर बसनं पळीन — एका मांडीवर.

शाबास रे माझ्या पुता, अरे एका टिंगरावर बसू दिलं तरी चालील. अस्सं, आमाक खरक नं रे तिकडे, असा काय भारी भरून राह्यला आहे? मुळला रे माह्यावाला पाय, अरे रे रे.

मुख्य सडकेखालून चाकोरीच्या गाडरस्त्यातून गाडी शांतपणे चालली. पुढे टेंभी खेड्याबाहेर चार्ली चापलीनसारखा दिसणारा दोन झाकणाच्या खिशांचा

गुडघ्यापर्यंत सदरा, एका खिशात दोन पेन, खिशावर बॉलपेनचे फराटे, नवी कोरी रस्ता झाडणारी पायजमा, डोक्यावरून हनुवटीखाली गाठ मारलेला हातरुमालाचा त्रिकोण, काखेमधे हातात एक रिकामं तरटाचं घडी केलेलं पोतं घेऊन रस्त्यातच मधोमध उभा — अशा माणसानं बैलगाडी थांबवली.

कोन? राजाभाऊची बैलजोडी नं रे ही. वळखलीच. तिरमक बसला आहे का रे? कुढी चालला? वा रे वा, आपल्याले बी यिऊ दे... आँ? जागा नै? अशी कशी जागा नै? आमच्या गावाचा जावई है तुहा मालक राजाभौ — मी पाव्हना है त्यांचा, लई टेर नको दाखवू मले. तुझ्या बापाची आहे वाट्टं ही गाडी?

असं काब्रं बोलतू भो? बाप काढायची काही गरज?

टेंभीकर पाव्हनं, बैलगाडीच काय, मीबी माह्या बापाचा नाही, बोला. गाडीत मोठे डीएचपी साहेब हैत. जागा नाही.

तिकडून जेवन्या हाताले बसू दे न रे, तुह्या बापाचं काय जातं?

परतून बाप काढला पाव्हन्या तू. आता आमची उघडीच सापडली राव तुम्हाले.

जाऊ द्या, जाऊ द्या. बैस रे भौ तिकडून. चहा पाजजो डबल साखरचा चिखलीले पोहोचल्यावर त्रिंबकले. चाला, चाला. तापट रे त्रिंबक.

चॅपलीन पाहुणा बसल्यानंतर थोड्याच वेळात त्याच्या बाजूचा बैल शेरला आणि चॅपलीनची नवी पायजमा पूर्ण भरली.

अरं रं रं, मायला तिरमक्या, मारली रे माह्यावाली तुनं चांगलीच इची लेहू. हा बैल शेरतो सांग्याचं नं तू, यार. आता सासुरवाडीले असं शेण घीसन जाऊ?

अरे माणसाचं सोडून सगळ्या प्राण्याचं शेण औषधी असतं राजा. काही होत नाही. माझ्या बायकोला मेंढीच्या पाच लेंड्या गरम पाण्यात चुरून प्यायला सांगितलं आमच्या वैद्यानं. आठ वर्षं झाली आता, नाक वाहणं बंद.

गुरूजी कोण गावचे? कुढली तुमची सासुरवाडी?

थोड्याच वेळात त्या तिघांनी एकमेकांच्या पूर्ण सगळ्या खाजगी गोष्टींसकट माहित्या काढून घेतल्या. नंतर मनापासून हासत खिदळत धूळ उडवत घसरघसर गाडी चाकोरीतून चालली. ढगांनी सूर्य पूर्ण झाकून टाकल्यानं झाकोळ. झोपेचं सोंग घेऊन आडवा झालो. पाय ताणून दिले.

गुर्जी, आपुन अभ्यासात नंबर एक होतू शाळेत. पण नशीब गांडू, हे असं — बैलायच्या गांडी पाहायचं. आमचा बाप — निव्वळ *पिता*जी. रात्रंदिवस दारू *पिता.* लेकानं मले न विचारता चौथीतून माह्यं नाव काढून टाकलं शाळेतून आन

गावठानावरच्या भोंग्या वाऱ्याच्या हाताखाली हाटेलीत भजे तळायला ठेवलं. दोन रुपये रोजानं — त्याचा दारूचा खर्च निघाला नं. जोकसी दारू पिऊन मारझोड करतो. शिकतो तं तुमच्यासारखे गुर्जी होतो, मायेला नोकरीच्या गावी घेऊन जातो, मजा —

मजा? तुला काय नुस्ती मजा दिसते आँ? अरे मला झोप नाही दोन दिवस. हेडमास्तर हुशारी करून रजेवर निघून गेला — बारबोड्या. निवृत्तिपूर्व रजा घेतली. आणि मी लिहीत बसलो हिशेब —

म्हंजे ते निवृत्तीनाथ झाले, अन् तुम्ही ज्ञानेश्वर. हॉ, हॉ, हॉ, हॉ.

लइ गफले करून ठेवले त्या निवृत्तीनाथानं. आता जर का उद्या शिक्षणाधिकारी टग्याच्या लक्षात आलं की त्यानं कॉंट्रॅक्टरशी हेंडमुंड करून ध्वजवंदनासाठी हजाराची सागाची बल्ली घेतली लिवलंय, अन तिथे ग्राउंडवर तर नुस्ता टोकर है पाच रुपयाचा — की ह्या ज्ञानेश्वरगुरुजीला समाधीच घ्यावी लागते उद्या. पुन्हा असे बरेच गफले करून ठेवलेयत हेडमास्तर निवृत्तीनाथानं. समजा भरा म्हणला घोटाळ्याचे पैशे, तं कोणाच्या बापाला एवढे पैशे भरणं शक्य आहे? पाहतो काय होतं ते, नाही तं तो ध्वजखंब्याचा टोकरच घेऊन जातो हेडमास्तरच्या घरी आणि देतो घुसवून त्याच्या चड्डीतून आरपार साल्याच्या —

का रे टेंभीकर पाव्हन्या, चिखलीले काय काम काढलं असं संध्याकाळच्याला?

काय कथा सांगायला लावता गुरुजी, लग्नाचं जुळलं जुळलं की लगेच मोडायवर बी आलं.

आँ? कशानं रे पोरा? बोलभाक झाली नं?

सगाई करणाऱ्यांमधे मध्यस्थ आमचाच बहिणोई होता हो, ह्या चिखलीचा. पोरगी देवळ्याकडची आहे. ह्या साल्यानं हुंडा नवरदेवाला कॅश पाह्यजे म्हणून सासऱ्याकडून परभारे उचलला चोट्ट्यानं आणि सांगितलंबी नाही आम्हांला. साखरपुड्याला गेलो तं हा घाटा उघडकीला आला. आता आमची गत मुकीसारखी झाली नाही का — उघड बोलताही येत नाही. कारण हल्ली गुन्हा झाला आहे मायला हुंडा घेणं — असंच अधूनमधून चिखलीला जाऊन पाहावं तं हा कानोडा तोंड लपवतो. बहीण तं नवऱ्याच्या ह्या झाटमारीपणानं पार हैराण झाली आहे. बाप चुलते म्हणताहेत त्याला शेवटचं आज बजावून ये, की हुंड्याचे पैशे आज दिले नाही तं सगाई मोडतो. करील त्या पोरीचा बाप याच्याकडून वसूल पैशे. चूक त्याची आहे.

अरे अरे टेंभीकरा, बिचाऱ्या पोरीला मधल्यामधे वनवास झाला की रे.

तू सुशिक्षित पोरगा, कधी सुधारणार तुमचा समाज? मिळाला म्हण हुंडा आणि राहा उभा बोहल्यावर. पोरगी तं बरी आहे नं?

एकदाच पाह्यली आहे, बरी आहे, पण तिकडची अहिरानी बोली बोलते — आमच्यापैकी कोनाला समजून नाही येऊन राह्यली अशी. खानदेशी अशुद्ध बोलली की झाली अहिरानी —

बोली काय करतू पाव्हन्या, होट तं चांगले हैत नं बोलणारणीचे? तसं तं पुण्याकडचे लोक बी आपल्या खानदेशीला असंच म्हंता — जरा पुणेरी अशुद्ध बोलली की झाली खानदेशी. हॉ हॉ हॉ.

तसं तं संस्कृतवाले बी म्हणायचेच मराठी म्हंजे अशुद्ध संस्कृतच.

गुर्जी, मी खायाला भार झालतू — मंग लागलू राजाभौ कडे बैलायचं चारापानी कऱ्याले. दोन वेळचं जेवन मिळे. पहाटे अंधारात पानी भरन्यापासून घरात, दारात, परसात, गोठ्यात, खळ्यात, मळ्यात, शेतात, रानात — कामच काम इच्या लेहू. कोन्ह्या गोष्टीचा उजेड पडून नाही राह्यला आपल्या डोक्यात, गुरुजी. म्हातारा पिता पिता मरता, तं सुटतो आम्ही सगळे. काय करावं, मरत बी नाही अपघातात पिताजी.

पेपरात येतं नं, कोणाचा बाप मेला, एसटीच्या, रेल्वेच्या अपघातात की चाळीस पन्नास हजार रुपये त्याच्या पोऱ्हाइले भेटता सरकारकडून इनाम. एक दुकान मांडता येतं तेवढ्या पैशाइत.

अरे विमान अपघाताचे तर चारपाच लाख रुपये मिळता.

हा पिताजी बारे एस.टी.त बसत नाही, तं विमानातून काय पडील? काय चार लाख मिळवून देईल?

अरे अरे, असं बोलू नये त्रिंबक, जन्मदाता असतो — अरे आईबाप आनुवंशिक असता —

म्हंजे?

म्हंजे आईबाप आपल्याला पाहिजे तसेच मिळत नाहीत.

मुलं तरी कुठे पाह्यजे तसे मिळता हो?

अगोदर तं बाप म्हटलं, की आपलं डोकसं फिरतं. काय साले आईवडील बी पोटी जलमता आमच्यासारख्याच्या? चौथीत सगळ्या कविता पाठ होत्या हो गुरुजी आपल्या — ती *अस्वलास वेसण खाशी, घालून फिरे दरवेशी* — अजून आपण करमलं नाही, की एकटे म्हणत बसतो. आणि ती *क्षणोक्षणी पडे उठे परि बळे उडे बापडी...* वा रे वा. आणि शेवटी... *मातीत ते पसरले अतिरम्य पंख...* वा, काय मेलीच वाटतं खरोखर.

हल्ली असे चालीवर म्हणता येईल असं लिहिणारे राह्यले नाही का हो गुर्जी?

आपल्या कविता अशा दहा वर्षांनंतर कोणाला आठवू नये, अशीच एखाद्याची इच्छा असेल आणि तशी मनाई तो स्वतःवर घालून लिहीत असेल, तर आपण काय बळजबरी करणार कुणावर?

का हो गुरुजी, राष्ट्रगीत त्रेचाळीस सेकंदांतच म्हटलं पायजे, पाऊण मिनिटबी झाला की देशाचा अपमान होतो, हे खरं का?

अचानक तिरमकनं कासरे ओढले. समोरून पूर्ण रस्ताभर पसरलेला गवताचा भर घेऊन एक बैलगाडी संथपणे येत होती. दोन्ही बैलजोड्या एकमेकींना समोरासमोर लागून ठप्प उभ्या राह्यल्या. आमच्या एका बैलानं तर समोरच्या बैलाच्या तोंडावरचा फेस चाटायला सुरुवात केली.

ए, तुही दमनी मांघे नेशील अनं रस्ता देशील, तव्हा तं हाकलू गाडं बे? उंदऱ्या?

काहून मी रस्ता देऊ? तू हा एवढा डोंगर आणला दोन खेपांचा एकच — तू मांगे सरक, तुह्या का बापाचा रस्ता आहे?

अरे तू काय, तुहा बाप मागे सरकील.

शिवीगाळीनंतर मारामारीची पाळी येण्याआधी गुरुजी आणि पाव्हण्यानं तिरमकला न जुमानता, आमची गाडी मागे मागे नेली. एका कोपऱ्यात उभी केल्यावर समोरचा गवताचा डोंगर आमच्या गाडीला घासून गेला.

तू मोठ्या बापाचा, आम्ही लहान्या बापाचे भौ, मंग तं झालं? चाल रे तिरमक आपलं आपलं.

तुम्ही असल्यानं गुर्जी आपुन अशा तंगड्या वर केल्या, नाही तं दाखाडलं असतं त्याला कोनाचा बाप लहाना है ते.

चिखलीचा वास यायला लागला, नंतर बाहेर रस्त्याच्या दोन्ही बाजूला उखारी करणारी गाढवं, कुत्री. जवळच गुरुजींची शाळा. तिथे पुढे एका तट्ट्याच्या हॉटेलसमोर ते सगळे उतरले. मीही उठून बसलो. ते तिघे चहा पीत होते. गुरुजींनी तिरमकला खूण केली, आणि माझ्याकडे हात केला. तिरमक ओरडला, झोप झाली का हो डीएचपी साहेब? काही पेता चहा लस्सी सरबत? का मागवू कोल्हा नाही तं फेपशी?

मी नाही म्हणत, आटप लवकर अशी खूण करून ह्या पाहुणचारापासून बचाव म्हणून पुन्हा आडवा झालो. पुन्हा गाडी सुरू झाली. पुन्हा चाकांची चाकोरीशी घसर घसर. आता बोलायला कोणी नसल्यानं तिरमकलाही संध्याकाळी अंधार पडायच्या आत परतायचे वेध लागल्यानं सर्व अंगानिशी,

दोन्ही पाय खालून टोचत, कासरे कमी ज्यास्त ताणत हातानं कधी डाव्या कधी उजव्या बैलाची पाठ थोपटत चांगलीच वेगानं गाडी मोरगावच्या शिवारात आणली. मी वरच्या आकाशातल्या एका मोठ्या तरंगणाऱ्या ढगाकडे पाहत गावशिवेपर्यंत वाड्यातून घराकडे अंगणात आपोआप पसरत पसरत गेलो. बाजूनं आमच्या कवठ्या शेतातली गोरिलासारखी अवाढव्य चिंच मला लहान लहान करत गेली. बालपणात घेऊन गेली. तिच्या शेंड्यावर ऊन थरकत होतं. तीच तिच्या मागची पसरत गेलेली लहानमोठ्या चढउतारांची सातपुड्याची हिरवी गर्द वळणदार रेषा.

आलं होऽ साहेब तुमचं मोरगाव, उठा. पूर आहे नदीले.

मोरगाव. वडांच्या रांगा. गोठाणावरचे कडुनिंब फुलोऱ्यानं पूर्ण पांढरे झालेले. तो गोड वास नाकातून छातीत भरतो. बैलही मोठमोठ्या नाकपुड्या करून तो वास नाकात घेतात. दुरून वेशीचा बुरूज आणि त्याच्यावर उगवलेला प्रचंड पिंपळ. लहानपणापासून आपल्या प्रत्येक येण्याजाण्यावर जणू पाळत ठेवणारा. आपण जन्मलो त्या वर्षीच्या भूकंपात बुरजाला खालपासून वरपर्यंत मोठी तडा गेलेली. त्यात अनेक चिमण्यांनी साळुंक्यांनी वरपर्यंत मांडलेले घरट्यांचे संसार आहेतच. बाजारासाठी आलेल्या बैलगाड्या क्रूसांसारख्या आकाशात जू केलेल्या रांगेनं लावलेल्या.

बैलगाडीतून सामान उतरवून तिरमक नदीतून गाडी परत फिरवतो. कोणीतरी ओळखीचा माणूस बाजाराकडून पळत येतो आणि ट्रंक डोक्यावर एका हातात बॅग घेऊन वेशीतून झपझप चालत जातो. आला, खंडू भू आला. एकच गलका होतो. आमच्या वाड्याकडची गल्ली माणसांनी पूर्ण भरून गेलेली. तीन तीन चार चार जणांची टोळकी जमिनीवर रेघा मारत, बिड्या पीत सुतकी चेहरे करून वेळ काढत बसलेले. प्रत्येक जण परिचयाचा. एकेक टोळकं उठून रामराम. जयभीम. ...आला खंडूऽ, देवाची करणी. लांब परदेशातूनसुद्धा इथे बरोबर आणून सोडलं पाहा. ...पुण्य विठ्ठलदाजींचं. एकटा मुलगा, अशा वेळी पाहिजेच नं. ...बरं झालं रे भाच्या, डोळे लावून बसलोय आम्ही दोन दिवसांपासून. ...जाऊ दे रे माह्या नातवाले, रस्ता करा रे. ...चल, खंडू, चल बाळा, असा इकडून चल. ...खंडेराव आला. ...खंड्या आला? ...खंडेराव आले? पाणी आणा, लवकर लवकर.

...विठ्ठलदाजीची ओसरी रिकामी करा बरं आता, पोरींनो. बायकांनी आत बसा. उठा. खंडू येतो आहे. ...पंडित मामा, ओ पंडित मामा, बोलवा त्यांना. ...निळूकाका कुठे गेला? मंदिरात? बोलवा.

आंगणाच्या कोपऱ्यात रांजोणीतल्या थंडगार पाण्यानं हातपाय धुऊन तोंडावर थंड हबके मारून वरच्या माठातलं पाणी तांब्यानंच गटागटा पिऊन मी तोल सावरत अंगणातल्या गर्दीनं आपसूक थेट ओसरीच्या पायऱ्यांपर्यंत माझ्यासाठी सोडून दिलेली वाट धरून सवयीच्या पायऱ्या एक सोडून चढत वर ओसरीत शिरतो. उजव्या कोपऱ्यात जिथे आजीची खाट असायची तिथे पूर्ण पांघरलेला वडलांचा आडवा देह दिसतो. कोणाचातरी लहानपणापासून परिचयाचा आवाज दादाऽ म्हणून किंकाळी फोडतो. लगेच त्याला गप केलं जातं. कुजबुज. दुसरीकडून बायकांमधून असाच हुंदका ऐकायला येतो, तोही दाबला जातो. आत पूर्ण मागच्या पडभिंतीपर्यंत घर भरून पदर पांघरलेल्या डोळे पुसणाऱ्या बायकांकडे आधाराची नजर फिरवताच जीव हबकून जातो. हे सगळे असे ओळखीचे शोकग्रस्त चेहरे एकत्र पाहून घशाला कोरड पडते. एक मूल मोठ्यानं टाहो फोडतं. तोच जणू आपला ह्या घडीला आतला प्रतिसाद.

प्रचंड कलबलाट. बाहेर अंगणातून चेहरेच चेहरे आपल्यावर डोळे रोखून पाहताहेत. प्रत्येक हालचाल ते टिपून घेत होते, पुढे काय करतो, याची उत्कंठेनं वाट पाहत होते. त्याबरोबर मी पूर्ण वस्तुनिष्ठ, भलताच कोणी तिऱ्हाईत होऊन गेलो — एकुलता एक मुलगा जो मरणाऱ्या बापाला शेवटच्या क्षणी भेटायला आला आहे, तो काय करतो? खाटे जवळच्या आई, बहिणी, आंधळी काकू, चिंधू आत्या, मुकी काकी, सिंधु मावशी उभ्या राहून मला जागा करून देतात. जवळचे दूरचे गावोगावचे लांबून लांबून आलेले दुःखाक्रांत गणगोत सगेसोयरे सगळे जणू बांड मुलगा परतला, अशी अभिव्यक्ती चेहऱ्यांवर दर्शवतात आणि हा त्यांच्या दृष्टीनं ऐतिहासिक असा प्रसंग टिपतात. चाऱ्ही बाजूंना हे असे चेहरे कॅमेऱ्यांसारखे रोखलेले जाणवतात आणि गेली चार वर्षं फरारी गुन्हेगारासारखा माझा धीर सुटतो. पश्चात्तापानं सुटण्यासारखं ते भान नव्हतं. हे सगळे आपापली हजार कामं सोडून रूढी म्हणून एकच काम करायला आले आहेत — जाणाऱ्याला निरोप.

मागाहून पाठीवर निळूकाकाशिवाय दुसऱ्या कुणाचाच नसणार असा हात फिरतो. ...खंडू, आलास. फार मोठं काम झालं हे पोरा. बाबा तुझ्याशी काही तरी बोलायचंय्, असंच म्हणत राह्यले. आणि कालपासून वाचाच गेलीय्. पण चांगलं ओळखतात. इतक्या चेहऱ्यांमध्ये तुझाच चेहरा शोधताहेत ते, बघ. ये,

तिकडे पंडितमामांनी खाटेभोवतीची सगळी गर्दी हटवली होती... ये खंडू, बाबांशी बोल. विठ्ठल, हे बघ खंडू आला. झालं ना तुझ्या मनासारखं? विठू, रे विठू, डोळे उघड, बघ कोण आलं —

झाकलेल्या पायांवर घाईघाईत कपाळ टेकवून मी उशाकडे येतो. वाकून वडलांच्या चेहऱ्याजवळ चेहरा नेतो. खोल डोळे अर्धवट उघडझाप करतात. त्यांवरही त्यांचा ताबा राह्यलेला दिसत नव्हता. मी हाक मारताच एकदम त्यांची मान उंचावली, डोळे पूर्ण उघडले. बुबुळं जुळली, पूर्ण माझ्या चेहऱ्यावर स्थिर झाली. ओठ हालले. एकाएकी पांघरुणातून धडपडत हात बाहेर आला. चेहऱ्यावर हसू उमटलं. हात वरपर्यंत आला, तो निळूकाकानं माझ्या चेहऱ्यावर फिरवला. ओठातून काहीतरी पुटपुट चालली होती. पंचवीस वर्षांचा नरम-कडक, कोवळा-कर्कश कुत्र्यामांजरासारखा बापलेकांचा गुंतागुंतीचा संबंध. तो संपला. हात एकदम जड होऊन निसटला. चेहरा भावहीन. डोळ्यांतली बुबुळं तेवढी हालचाल करत राह्यली.

जळ देखे जाळं बिलगी बसे विलग होईना, रामा, मोटाळं सुटेना.

शशीऽ, अग बिजाऽ, आईला तीर्थ आण म्हणावं झालं, भेट तर झाली. ...ओळखलं? ...ओळखलं तर. हासले की चांगले. हात तोंडापर्यंत नेला. लेकराला कुरवाळलं. ...चला, डोळे मिटा. ह्या घराण्यातलं एक मोठं पर्व संपलं. हातावर बांधकाम होतं त्यांच्या — घरं, कोठ्या, विहिरी, शाळा, मंदिर, कारखाना. काम काम काम. काय काय नाही केलं ह्या विठ्ठलनं. कशी वाईट परिस्थिती होती लहानपणी? आणि केवढा आता मांडवावर वेल गेला? राजयोग.

भुइये उतारता? वहिनींना बोलवा. मांडी दे रे खंडू, बैस बेटा इकडे असा तोंड कर. दक्षिण कुकडे, आँ? ...इकडे हो. उतरवा. निळू भौ, नीट मानेखालून धर. खंडू तू नुस्ता मांडीवर डोकं घेऊन तसाच बैस. ...असाच शेवट असतो देवा बाप्पा, तूच एक आहेस. हरी हरी.

भुइये उतारलं? हौ, अजून प्राण आहेत... थांबा, बोलू नका हो. छातीला कान लाव पाहा जरा... काय नशीब असतं पाहा. ऊन असो, पाऊस असो, कध्धी दाजीची देवाची सेवा सकाळ संध्याकाळ चुकली नाही. पंढरीला जायचे तेव्हाच मृदंग सुना पडायचा... वा रे वा पुण्य. मुलाच्या मांडीवर डोकं ठेवून जाण्यासाठी देवाला किती किती गोष्टी जुळवाव्या लागल्या असतील? धन्य, पंढरीनाथा.

घरातून प्रचंड रडारड. कानठळ्या बसतील असे किंचाळ्यांचे आवाज. त्यात लहान मुलांची रडणी.

काहीतरी सांगत होते पण. एकुलत्या एक मुलाला किती किती सांगण्यासारखं असतं होऽ, राहून गेलं. ...सुपुत्र म्हणतात तसे दोघे सुपुत्र होते विठ्ठलदाजींचे. काय, सद्‌गुणांचे जणू पुतळेच. नाही तं हल्लीचे तरुण?... काहीतरी बोलले म्हणतात ना? आता मुलगा बरोबर जाणतो आपल्या लाडक्या वडलांना काय सांगायचं ते शब्दाशिवाय मुलाला कळतं. ...खरंच आहे ते बी. समजणाराला भाषेचं माध्यम अडथळाच असतो. जन्मभर बाप मुलाला सांगतच राहतो बरं, बरं वाईट — कडू गोड ...खंडूला बरोबर कळलं असेल काय बापाले शेवटचं सांगायचं होतं ते. चांगलं झालं पण, पोरगा भेटला. नाहीतर चौऱ्यांयशी लक्ष योन्या पार करता करता पुन्हा केव्हा बापलेकांची भेट एवढ्या अनंत ब्रह्मांडांमधे घडेल? ...म्हणून तं ह्या मनुष्य जल्माची महती मोठमोठ्या साधुसंतांनी गायली आहे.

अवधूत बोवा, ह्या इथे पाटावर बसा. तुमचे लहानपणापासूनचे संगाती चालले. चांगलं मोठ्यानं वाचा. ब्राह्मणाचा आवाज म्हणजे साक्षात वेदांचा आवाज... महावाक्यं म्हणतो आधी — ऐका रेऽ ...*अहम् ब्रह्मास्मि...*

आपली बायडी आली नं वाटतं मुंबइवून काल? ये ग, तुझा गोड आवाज तुझ्या लाडक्या मामाला शेवटचा ऐकव. म्हण — *याजसाटी केला होता अट्टाहास ...शेवटचा दीस गोड व्हावा.* वा. खंडू, तू देवाचं नाव घेतच राहा, बाळा. म्हण — *तो हा विठ्ठल बरवाऽ, तो हा माधवऽ बरवा.* आपली काकू महानुभाव महंतांना घेऊन येतेच आहे. पोऱ्हीहो, त्या खोलीत दाराशी नागदेवबाबांसाठी धुतलेल्या कापडाची घडी टाका. पोथी वाचतील. ...देव तिथून एकच. महानुभाव मठालाही विठ्ठलपंत दरवर्षी देणगी द्यायचे पाहा. सगळे महंत येताहेत इकडे शेवटचं स्मरण द्यायला. संन्याशिणी पण येताहेत. आता इथे ओसरीत फक्त बाहेरचे भेटणारे बसू द्या. सगळा गाव उलटेल. असं कोणतं घर आहे मोरगावात, जिथे विठ्ठलदाजीची मदत गेली नाही? थेट भिलाटी, महारवाडा, मांगवाडा, कोळी तं त्यांच्या घरातल्यासारखे. येऊ दे एकेकाला. शेवटचं दर्शन घ्यावंसं वाटतं सगळ्यांना.

अवधूतभटजी, वाचा मोठ्यानं. चालू द्या तुमचं : *वासांसि जीर्णानि यथा विहाय। नवानि गृह्णाति नरोऽपराणि.* ...विनोबांनी हेच *गीताईत* असं केलं आहे : *सांडूनिया जर्जर जीर्ण वस्त्रे। मनुष्य घेतो दुसरी नवीन.* निळूमहाराज, तुम्ही भटजीबुवांबरोबरच विनोबांची मराठी गीता लगेच म्हणत जा. चांगलं समजतं. बिचारी चिंधू आत्या देवापुढे एकसारखे धावे म्हणते आहे. तिला सगळ्यात जबर घाव बसेल बिचारीला. किती भावाचा महिमा सांगते... सख्ख्या भावावर कोणाची काय असेल इतकी ह्या सावत्र बहिणीची भावावर माया होती. पहिल्यापासूनच.

घटकाभर आई आणि बहिणी धाय मोकलून रडल्यानं जमलेले गल्लीपर्यंतचे लोक सद्‌गदित होत्साते आपापल्या आठवणी सांगून संपलेल्या एका आयुष्याचं आपल्याशी असलेलं नातं गाठवत राह्यले. रघू नायक रात्री उशिरा ट्रकची खेप करून आला, तो येऊन बराच वेळ बसला. एसट्या मिळतील तसे, नाहीतर बैलगाड्यांनी सायकलीवर पायी सकाळपर्यंत लोक येतच राह्यले. कोणीही आले की पुरुष मंडळी माझ्याजवळ बसायची — ओळखलं का? अशी सुरुवात करून. बायका आतल्या घरात आईजवळ जायच्या. आवेगानं गळ्यात गळा घालून सुरात सूर मिसळून विधिवत एका पारंपरिक छंदात शोक व्यक्त करायच्या. भावडूनं ह्याला *शोकवज्रा* असं नाव दिलं होतं. ऊर्फ *अश्रुधरा* — असंही. कढ संपल्यावर सूर खाली उतरत यायचे. नंतर डोळे पुसत अडखळती गद्यपद्य शैली. ह्या विलापविधीचा भार सगळा आईवर एकटीवर पडू नये, म्हणून आत्या तिला रात्रभर रडायला साथ देत होती. रात्रभर चाललेल्या ह्या उमाळ्यांनी दोघींच्या दुःखाचा बराच निचरा सकाळशी होऊन गेला. प्रत्येक विलापाचा शेवट एकाच पद्धतीनं व्हायचा : आहे चंद्रे तुला जोंधळा, का माझ्यासारख्या नुस्त्या तुरीच झाल्या? ...असू दे बहीण, लेकीची जात सगळ्या घराची वात — सगळं घर उजळून टाकते. ...एवढं शिकला तुझा खंडू, पाहाय, सगळं बरोबर करील. विठ्ठलदाजीचा तं आपल्या भागात झेंडा लागला, खंडूचा सगळ्या दुनियेत लागेल. ...हयाती राहो. दुःख नी कऱ्याचं. ऊनसावली संसाराले लागलीच आहे. सावर बहीण. रडू नको. उगी.

एखादी म्हातारी सरकत चाऱ्ही पायांनी स्वतःला रेटत रात्रीच्या अंधारातही आमच्या जवळ यायची आणि तारस्वरात विलाप सुरू करायची : लेका लेका, तू कसा एकाएकी चाल्ला गेला रे, विठूऽऽ हा हा हा हा.

दोघेतिघे तिला उचलून आत घेऊन जायचे. कोण ही म्हातारी? कुठली? कुणास ठाऊक. विठ्ठलदाजीची मावशी होती. पूर्वी कधीच कुणी तिला भेटलं नव्हतं, पण आली बिचारी.

मांगल्ल्या पहाटे घरामागच्या विठ्ठल मंदिरातून काकड आरतीचे सूर, नगारे झडले. कोणीतरी वीणेच्या झंकारांबरोबर सुस्वर आळवून आळवून म्हणत होता :

देहाचा विसर पाडी मज...

देशकालवस्तु भेद मावळला। आत्मा निर्वाळिला विश्वाकार

मग मंदिरातून पंधरावीस वारकरी हरी हरी करत आले आणि आमच्या वाड्यात शिरले. वडलांबरोबर पंढरपूरच्या वारीवर हमेशा जाणारे रेवा महाराज पुढे

आहेत. सत्तरी पार केलेल्या ह्या आजोबांची बत्तिशी पूर्ण घासून हनुवटी पूर्ण वर जात असल्यानं ते बोलतात ते ठाम निर्णय घेऊनच वाक्य पुरं करतात, असं वाटतं. त्यांच्या अधिकाराखाली दुसरे पाचसहा आज्ञाधारक कनिष्ठ वारकरी — रूपा काँग्रेस वगैरे कडक शिस्तीत आमच्या किंकर्तव्यमूढ घराचा कब्जा घेतात. आधी देवळातलं तीर्थ आणि फुलं, बुक्का पायाशी ठेवून प्रत्येकानं हरी हरी म्हणत प्रेताचं दर्शन घेतलं. एकानं मायेनं माझ्या पाठीवर हात फिरवला. दुसरा सद्गदित होत्साता वडलांकडे पाहून मोठ्यानं म्हणतो : अर्जुना, आपलं होतंच काय इथे? आणि नेणार आहेस तरी काय?... हुंदका.

मढेपंचकात रोज दोनचार प्रेतांची, लहान मोठे विधवा सवाष्ण कारे म्हातारे — सगळ्यांची विधिवत विल्हेवाट लावून लावून ह्या विषयातले रेवा महाराज तज्ज्ञ झालेले.

हरी हरी. चला, मालकीणबाई, आता मालक चालले वैकुंठाला, ज्याचा होता त्याला मिळेल, बाई. आता असं हातपाय गाळून नाही चालणार. चहा ठेवा रे रूपा, रघू, बाहेर अंगणात. आणि यांच्या स्नानाचं पाणी ठेवा लगेच. हे शेवटचंच आता. सगळे जण चहापाणी उरका. उठा. पोऱ्हीहो, आटपा सगळे पहाटचे विधी. उशीर नको, शेतकऱ्यांना सोन्याचा दिवस असतो वं ताई. माणूस होता, आता त्याचा देह उरतो, तो पंचमहाभूतांना अर्पण करायचा. उखा, गणू तेल्याकडून पूजा, गुलाल, सुतळीचं पेंढाऊ आण. सिंध्याकडून कापड घेऊन ये मर्तिकाचं — वीस बाय पाच — बरं. लेकी हो, आटपा लवकर. मला गवऱ्या, लाकडं काढून द्या. कुठे आहेत — सालदारांना पाठवा जरा इकडे. मुरली, तू भामा कुंभारणीकडून मडकं आण, पळ. सनकाड्या दे दोनतीन. जा रे लाकडं गवऱ्या टाकून ये मेळ्यावर. आपली दक्षिणेकडची सोंदळ आहे नं, तिच्या खाली टाक. आम्ही दिंडीबरोबर आलोच. पाणी मडक्यात भरून ठेव. उठा, अवधूत भटजीला और्ध्वदेहिकाचं सगळं घेऊन ये म्हणावं, लवकर. मांगाचा सुपड्या आला आहे वाटतं. छान, टोकरंबी दिसले त्याच्या हातात. वाजवून ये म्हणावं गावात. विठ्ठलदाजीला ठेवायला यायचं ते येतील. हे पाहा, पोऱ्हीहो, आता बोंबलपट्टी नको. तुमची पोऱ्हं सांभाळा, गोठ्यात त्यांना गायवासरं काहीतरी दाखवा, काही करा. आत्ता आम्ही विठ्ठलदाजी जातो, मग काय रडा ओरडा, मनसोक्त. आता आमची कामं करू द्या. चहा घ्या सगळे.

उठ रे मकडू, असा उदास नको बसू बेटा. अरे मालकानं मुलासारखा वागवलेला लाडाचा सालदार माणूस तू, आता मालक गेल्यावर तूच कारभारी

व्हायाला हवं. बघ, चहाचा गोंधळ आटप बरं आधी. आणि संगमावर जा. तिथेच बैस. वं ताईऽ चंद्रभागा, आंघोळीची तयारी करा. हे पाहा, एवढा गाडा ओढला तुम्ही आमच्या विठ्ठलदाजीबरोबर, आणि अशा रडता? अरे अरे अरे. चला देवाजवळ कान धरा — रडणार नाही म्हणा. टाळकरी आले का? मृदंग... केसोबुवा तुम्ही घ्या. मृदंग्या तं आपला गेला रेऽ काय करता? असू दे. अशी वाजव की विठ्ठल दाजी वैकुंठात नाचत नाचत जाईल, हाँ, वारीवर आमचा फड नाचत जायचा तस्सा.

पूर्ण दात पडलेले, बायको गेल्यापासून गेली वीस वर्षं मुलासुनांकडून हेळसांड सहन होईना म्हणून पूर्ण वेळ विठ्ठल मंदिरात झाडलोट करणारे, फाटकी पण स्वच्छ बंडी, ठिगळांचं पण स्वच्छ धोतर, मोठी कपाळाखाली येणारी गांधी टोपी — असे केसोबुवा उत्साहानं गळ्यात मृदंग टाकून आले. निळूकाकानं वीणा लावायला सुरुवात केली आहे. टँऽव टँऽव टँऽव टँऽव. पंडितमामानं आंघोळीची तयारी केली. धोतरं ओटी खोचून रेवा महाराज आणि आणखी तिघांनी वडलांचा देह अलगद उचलून पायऱ्यांमधून अंगणात उतरवला. पुन्हा एकदा घरातून ओक्साबोक्सी हुंदके, हंबरडे, आक्रोश — खुद्द निळू काका डोळ्याला उपरणं लावून भिंतीचा आधार घेत कोसळला. अरे अरे... संन्याशी झाला, तरी शेवटी भाऊच ना, माणूसच ना?

डंग डंग डंग डंग   डंगा का डंग डंग   डंग डंग डंग डंग
दडंग डंग डंग   डंग डंग डंग डंग   डंग डंग डंग डंग
दडंग दडंग डंग

सुपडूभाऊ मोठमोठ्या केसांचं आयाळ चेहऱ्याभोवती उडवत एकच घाई थंडपणे वाजवत सदासर्वदा संसाराच्या आजच्या ढळढळीत गरजांच्या पिंजऱ्यात खुडबुडणाऱ्या शेतकऱ्यांना एकदम अशाश्वताचं भान देत देत गावभर गल्लीगल्ली तुडवून येतो.

तोपर्यंत इकडे तिरडी बांधून होते. रेवा महाराज एक चरण सद्‌गदून म्हणतात :
आपुल्या माहेरी जाईन मी आता...

चंद्रभागाबाई, पुढे या. आंघोळ घाला. चिंधूताई, पाणी टाकत जा. हे नवं धोतराचं पान नेसवा. सोने, ये माय, पुढे ये. पूजा कर. चला, तिकडून दर्शनाची ओळ लावा — आधी आई, मग सोनावहिनी, मग आंधळी काकू, मग चिंधूआत्या, चाऱ्ही बहिणी, बायडी, तायडी, बहिणींची एक वर्षापासून तर आठ वर्षांपर्यंतची सगळी मुलं. चार वर्षांची चिऊ तर पुन्हा पुन्हा डोकं लावते. नंतर

मुकी काकी, खटल्यातले लोक, नंतर आजीच्या माहेरचे, आजोळचे आणि पणजोळचे. आता बहुदा हा मोरगावचा संबंध संपल्याचं जाणवणारे अनेक नातेवाईक, नंतर बहिणींच्या सासरचे अनेक, सोना वहिनींच्या माहेरचे काही, आईच्या माहेरकडचे मामा धरून, वाड्यातल्या सगळ्या काकू, आज्या. शेवटी पायांचे आंगठे करकचून, हात एकावर एक बांधून कपडा लपेटून सुती गुंडाळून झाल्यावर फुलं, तुळशीची लाकडं, चंदन — चिंधू आत्यानं यात्रेला गेली होती तेव्हा गंडक मधून आणलेला अद्‌भुत रंगांचा शालिग्राम — एकेक उशाशी ठेवलं जातं. पुरे करा बहिणी हो आता, द्या रजा. राम कृष्ण हरि. राम कृष्ण हरि.

खंडू, ओ बेटा खंडेराव, ये माय, धर हे मडकं, दोऱ्यांना असं पुढे धरूनच चालायचं दोन्ही हातांत. जमिनीला स्पर्श कुठेही होऊ द्यायचा नाही. मागे मुळीच पाहायचं नाही. आमची दिंडी मागून ऐकत, एकेक पाऊल टाकत चालायचं. चार खांदेकरी — चला होऽ. बायकांना सांगा, आता बारा दिवस कुठे घराबाहेर पडायचं नाही. आणि खाट उचलून तिथे सारवून लामणदिवा अखंड जळू द्या. न्हाव्याला म्हणावं आठ लोकांची डोई काढायला दुपारशी संगमावर ये. आपण तिथे नदीवरच स्नान करून येऊ. पाया पडून घ्या. उचला. हळू. मृदंगे — टाळकरी — हरी विठ्ठल...

आम्ही जातो आपुल्या गावा
आमुचा रामराम घ्यावा

टाळकऱ्यांच्या मागे अनवाणी उपरण्यानं डोळे पुसत टाळ्यांनी ताल धरत सगळे तीनेकशे वारकरी भसाड्या समूह आवाजात म्हणतातः

तुमची आमची हेचि भेटी
येथुनिया जन्मतुटी

अंबूमाय मांगीण, धनाबय महारीण, गुणाफुई चांभारीण वाड्याबाहेर उभ्या असतात.

वेशीसमोर दर्शनासाठी तिरडी उतरवली जाते. वर बुरुजामधला पिंपळ. सगळे गावाबाहेरचे लोक दर्शन घेतात. झेंडीही लांबून रडत पळत घागरा सांभाळत येते आणि नागोराव आमचे सातवे पूर्वज यांच्या काळापासून वाराबाई लभाणीनं मानलेली वंशपरंपरा चाल म्हणून तिरडीपुढे — दगडानं बांगड्या फोडते. नाणी बत्तासे उधळते.

दिंडी दुसरा अभंग घेते :

आपुल्या माहेरा जाईन मी आता
क्षरला सागर गंगा ओघी मिळे

धनजीबुवाचं पडकं घर समोर येतं. माझं मडकं... माझं मडकं.

हळूहळू डोक्यावर उपरणं पांघरलेले कितीतरी गावकरी प्रेतयात्रेत सामील होत जातात. दूरवर ह्या समूहगानाचा गंभीर प्रभाव पडत जातो. आजूबाजूच्या उभ्या लोकांच्या हृदयातून उत्स्फूर्त तत्त्वज्ञान बाहेर पडतं : पाहा माणूस काय बरोबर नेतो? केवढं आहे ह्या मरणाराकडे — घरंदारं शेतंमळे इंजिनं सोनं पैशे — काही नाही असं नाहीच. पण मोकळ्या हातीच जातो नं? ...येतांना मुठी बंद करून येतो शाकटा, पण हे जातांना पाहा — देवा, आता मले बी लवकर ने रे; बिलकूल सहन नही होऊन राह्यलं रे हे दुखणं ...काय घाई करता आजोबा, केव्हातरी तो झडप घालणारच आहे ...ताटातला घास ताटातच राही जातो.

आपणचि खेळे आपणासि
मधील ते वाव अवघी उपाधि

मधील ते वाव... हीच खरी गोची.

नदीच्या काठाकाठानं वाळूवरून दिंडी मुक्तकंठानं समूहस्वरात अभंग म्हणत चालली. दोन्ही तीरांवरच्या टेकड्यांमधून अभंगाचे अद्‌भुत प्रतिध्वनी उमटून अवघा भोवताल पारलौकिक झाला. अशी प्रेतयात्रा असेल तर आपल्यालाही मरायला आवडेल, असं आध्यात्मिक वातावरण झालं. पैलतडी राहणारे गावकुसाबाहेरचे लोक तिकडून वर हात जोडून जोडून तिरडीला नमस्कार करत होते.

संगमाअलीकडच्या वळणावरच्या जुन्या खाजासाहेबाच्या पिराला मान म्हणून तिरडी खाली ठेवावी लागते. खांदेपालटही होते. तेवढ्यात मधल्या दगडी बंधाऱ्यावरून आमच्या डोंगऱ्या शेतातला थोटा राखणदार लंगडत कोलमडत तिथे येतो. त्याला कोणी निरोपही दिला नसावा, तरी तो इतक्या दुरून चालत येतो. आणि तिरडीपुढे गुडघे टेकवून सगळं आंग हादरतं असा टाहो फोडून रडतो. हा पूर्ण बोटं झडलेला महारोगी होता, वडलांनी त्याला स्वखर्चानं सरकारी आरोग्य केंद्रातून नियमित औषधपाणी करून बरं केलं आणि गावात कोणी राहायला जागा देईना म्हणून आमच्या डोंगरातल्या शेतात एक कोठी बांधून दिली आणि तिथेच त्याला आजन्म राखणदार ठेवलं. त्याला रघू नायक वगैरे दोघातिघांनी उचलून मागे नेईपर्यंत त्याचं गदगदून रडणं आणि थोट्या हातांनी नमस्कार करणं काही थांबत नव्हतं.

झीबू आणि ढबूच्या घंटा ऐकायला येतात. तिथे मकडू सरण रचतो आहे, तो म्हणतो, कालपासून हे बैल गहिरे गोंधळले आहेत. एकाएकी भडकतात. दोन्ही नद्यांच्या बेचक्यात दाट बाभळी, भोकर, उंबर, जांभळी, रानवेली उगवलेल्या

शांत उंचशा गावखरात स्मशान आहे. दोन्ही नद्यांना महापूर आले, की वाहून आलेली अशी आडवीतिडवी जिवंत झाडंही इथे वाढल्यामुळे दाट रान झालं आहे. शिवाय पाणलोटात वाहत आलेले नाना रंगांचे सरडे, घोरपडी, कोल्हे, मुंगूस, मुंगळे, गोगलगायी, गोमी, सुरवंट अशी अनोखी सृष्टी. महापुराचा घोंघों आवाज तर जणू ह्या अवकाशाचाच आवाज वाटायचा. भावडू आणि मी इथे धाडसी शोध लावायला आल्यानं वडलांच्या हातचा फोकानं मार खाल्ल्याची जखमी आठवण — भावडू पाठ चोळत रडत म्हणतो आहे, मारू नको नं, बाबा, पुन्हा नाही त्या मसणखाईत जाणार. — आता भावडूही इथेच, मारणारे वडीलही इथेच. ही अनिष्ट जागा लहानपणी आम्हाला नितांत कुतूहलाचा अवकाश होता. अजूनही आहे. चौथ्या मितीची सरहद्द. तेर, मोहेनजो-दडो पासून आजपर्यंत सतत वर्षानुवर्षं मानमोडी, महामारी, प्लेग आणि आयुष्यान्तात अदृश्य होणाऱ्या लाखो माणसांचं शेवटचं स्टेशन. इथे पोहोचवून बसवून दिलेले पूर्वज परत कधीही घरचा रस्ता न सापडलेले हरवले. चचैवेति चचैवेति। चचाति चचतो भगः। भावडूला बरोब्बर ह्या जांभळीसमोर तिकडे जाळलं होतं. आपल्या हिंदू लोकांचं बरं की कबर थडगं कसलीच खूण मागे राहत नाही. विलीन. शून्य. गडप. *चल खंडू, आपण त्या दाट पानांत झिरपणारा सूर्यप्रकाश खाली पडू न देणाऱ्या पिलोईखाली. — आपलं अस्तित्व एकमेकांना घू घू करून कळवणारं एक सोनेरी होल्यांचं जोडपं पाहायचं का? हे आता पृथ्वीवरून नामशेष होत आहेत.*

खंडू, अरे तिकडे जांभळीखाली काय करतोयेस. झालं सगळं सरण नीट लावून. ये माय, ही घागर अशी खांद्यावर घे. काकानं चिता पेटवली की मी अश्म्यानं इथे लहानसा टोचा पाडीन, की तू मागून पाठीवरून पाण्याची धार खाली सांडत सांडत चितेभोवती फेरा मारून पुन्हा इथेच असंच उभं राहायचं, आणि तापीकडे तोंड करून घागर मागच्या मागे अश्म्यावर टाकून द्यायची. माटीची घागर माटीला मिळे, बरं? हाँ, निळूमहाराज चूड लावा आधी डोक्याकडून चाऱ्ही कोपऱ्यांवर पटापट. एकदम धडाधडा सगळीकडून पेटलं पाह्यजे सरण. अस्सं. खंडू, जा चालत माय. मारा रे बोंबा : वू वू वू वू वू वू वू वू वो वो ऽऽ.

सगळा परिसर मनगटावरच्या बोंबांनी दुमदुमला. वेड्यावाकड्या ज्वाळा, ठिणग्या, हवेत उंच वर जाणारी काळी राख. चाऱ्ही बाजूंनी उकिडवे बसलेले, विचारमुद्रेत असे क्वचित जाणारे शेतकरी. ज्वाळा बसत जातात. खालच्या मोठ्या लाकडांमधे धुमसत राहतात. मस्तक फुटल्याचा आवाज येतो आणि हरी हरी म्हणत जो तो कराड उतरून खालच्या संगमाकडे उतरायला लागतो. इकडून डोहात सूर मारत पलीकडच्या वाळूवरून ओल्या अंगानं धनगरवाड्यातून

शार्टकटनं एकेक घरोघर जातो. दुपारशी सगळे आपापल्या शेतात औतं चालवत असतात.

मी, निळूकाका, पंडित मामा आणि रेवा महाराज चितेपुढेच बसून असतो. खटल्यातले जवळचे भाऊबंद आम्हाला उठवतात. उद्या कैलासवासी विठ्ठलदाजींच्या स्मरणार्थ स्वतः निळोबा महाराजांचं कीर्तन आहे. गावोगावच्या वारकऱ्यांना निरोप द्या. या म्हणावं — दुर्मीळ योग आहे. उद्यापासून तेराव्यापर्यंत रोज सकाळी जेवणाआधी गीतापठणाला दाजींच्या घरी आणि भोजनोत्तर ज्ञानेश्वरी पारायणांना दुपारी मंदिरात. चाळीस जण एका वेळी वाचू शकतील, घरी बायांना सांगा. मंदिरावर घंटा वाजला की निघायचं. चितेजवळ राखण कोण बसतं — तोताराम? उत्तम. सोबत — रूपा काँग्रेसला ठेवा, अनुभवी माणूस बरा. ह्या मडक्यात बरोबर सावडून अस्थी आणायच्या बाळांनो — माहीत आहे नं? हातांच्या दोन, पायांच्या दोन आणि मानेची ही इथली पाच हाडं. पंढरपूरलाही तुमच्या भाऊबंदांपैकी दोघे जण चंद्रभागेत टाकायला जातील. हा अश्मा मी बरोबर नेतो आहे, बरं? हरी हरी म्हणत राहा. हरी हरी, विठ्ठला, तूच एक आहेस.

खंडेराव, जा बेटा आता घरी. रघू तिथे उभा आहे, त्याच्या बरोबर जा. आंघोळ करून देवपूजा कर. आता तू घराचा धनी झालास. संयमानं सगळं एकेक हातात घे. सगळ्यांशी प्रेमानं राहा. झाल्या चुका विसरून जाव्या. हे पाहा, असा माणूस चाल्ला जातो. काय राहातं मागे? केवढं तुझ्या आई-वडलांनी तुझ्यासाठी करून ठेवलं आहे? सात पिढ्या नुस्तं बसून खाल्लं, तरी कमी होणार नाही. ये आता तिकडचं तुझं शिकणं गुंडाळून. गावात काही सुधारणा कर, काही कर. आम्ही काय, हे इथे तुझ्या वडलांनी नंबर लावलाच आहे इथेच संपू. रामकृष्णहरी.

झन झन झन झन दान पावलं हो दान पावलं
विठ्ठल दाजीच्या नावानं होऽ विठ्ठल दाजीच्या नावानंऽ झन झन झन झन

मांगलूल्या पहाटे सोनावहिनीनं दिलेल्या सुपातली ज्वारी गरगर फिरत झोळीत टाकून वासुदेवानं मौखिक परंपरेच्या वंशवृक्षावर वडलांचं स्थान पक्कं नोंदवून टाकलं. याच्या आधी कुंडलीक आजोबाच्या नावानं दान पावत होतं. इतिहासाचं पान वासुदेवानं सगळ्यात आधी पहाटे पहाटेच बदलून टाकलं.

आता शिडीच्या सगळ्यात वरच्या पायरीवर आपणच उभे आहोत. आपल्या डोक्यावरचं छप्पर उडालं. आता वर पोकळी.

संध्याकाळी गरुड पुराण अवधूत भटजींनी वाचून दाखवलं. वारंवार वाचावं लागणारं हे चोपडं त्यांना पाठच झालं होतं. पू नावाच्या नरकात जाण्यापासून वाचवतो तो *पुत्र*. अनेक नरक. अनेक यातना. यमदूत. शहारे आणणारा तो मृत्यूनंतरचा प्रांत. घाबरवून सोडणारे तपशील.

रात्री निळोबा महाराजांचं कीर्तन ऐकायला दुरून दुरून लोक मोरगावला येतात :

वैष्णवभक्तहो, झरे नाले लवण नद्या महानद्या — रात्रंदिवस तिन्ही त्रिकाळ कल्पान्तापर्यंतसुद्धा धावतच असतात — कशासाठी? समपातळी मिळपर्यंत. विठ्ठल विठ्ठल... बोला पुंडलीक वरदे हारीविठ्ठल श्री ज्ञानदेव तुकाराम... हॉं...

ज्ञानदेव चक्रपाणि ऐसे। दोन्ही डोळस आरसे
परस्पर पाहाता कैसे। मुकले भेदा॥

वीचितरंगन्याय : समुद्रावर लाटा जशा एकामागून एक निरंतर चालूच असतात, हे सृष्टीतलं एक गूढ आहे. तसं हा आपल्या जीवसृष्टीचा महासागर. आणि त्याच्यात एक पिढी नाहीशी होते, पुढली पिढी तयारच असते, त्याच्याही पुढली मागाहून आपोआप तयार होते. विठ्ठल विठ्ठल विठ्ठल विठ्ठल. सेवेकरी बुवा, काय म्हणतात तुकाराम महाराज —

मरण माझे मरून गेले...

दुसऱ्या दिवशी सकाळी आंगणात महानुभाव नागदेवबाबा पारायणात समोरच्या चार नवीनच संन्यास घेणाऱ्या पोरांना श्रीचक्रधरांची सूत्रं फोड करून सांगतात :

द्वापरी श्रीकृष्ण चक्रवर्ती गोसावियांचे चरण शरण :
दुःखमिश्रित सुख : ते सुख बोलिजे : तो आनंद नव्हे.
माया सृष्टिसंहारु करी : विखो इंद्रियी विलया जाए : इंद्रिय
अंतःकरणी विलया जाए : अंतःकरण देही विलया जाए : देह
विदेही विलया जाए : विदेह हे नित्य : कारण अविद्येचां ठायी
विलया जाए : कार्य कारणी विलया जाए :

मरणाची भीती म्हाइंभटामधे निर्माण झाली. विचारतात, भटो, मज देवो होईल?...

सकाळी न्याहरीसाठी खटल्यातले जवळचे भाऊबंद भाजीभाकरी आपापल्या घरी रांधलेली घेऊन येतात. सुतक फिटेपर्यंत घरात सैपाक करायचा नसल्यानं सकाळ संध्याकाळ साध्या जेवणाचा हा कडू घास खायला सगळे जमून आपापल्या कामाला, शेतात, खळ्यात निघून जातात. क्षौरानंतर अंगणाच्या कोपऱ्यात लाहाड खणतात. घरातल्यांबरोबर पारायणासाठी, दारशुद्धीसाठी येणाऱ्या रोजच्या पंचवीस-तीस नातेवाईकांसाठी साधं जेवण, चहापाणी बायामाणसं मिळून रांधणं सुरू होतं. एकत्र सर्वांचा वेळ जाण्याचं एक मुख्य साधन. दुःखाचा विसरही.

वडलांचे जुने नवे सहकारी, नेहमीचे मजूर, बलुतेदार, शाळेतले गुरुजी, सोसायट्यांमधले पदाधिकारी. सहकारी बँकामधले कर्मचारी, आमदार, सभापती, उपचार म्हणून बसून जाणारे. त्यांच्याजवळ विठ्ठलदाजींची एखादी स्वार्थत्यागाची, लौकिक गुणांची आठवण असायची :

केवळ विठ्ठलरावांनी मंत्र्याकडे शब्द टाकला म्हणून या पंचवीस–तीस खेड्यांमधे वीज आली. नाहीतर इतक्या लांब डोंगरात वीज आली असती? पुढल्या पंचवार्षिक योजनेत टाकणार होते, खरं आहे नं हो हे, अध्यक्षसाहेब?

विठ्ठलराव खरे वारकरी, कधी स्वतःसाठी, स्वतःच्या नातेवाइकांसाठी सरकारकडे हात पसरला नाही. *आम्ही मागो ऐसे नाही तुजपाशी* — ही विठ्ठलभाऊंची राजकारण्यांशी वागण्याची पॉलिसी. आपले मुख्यमंत्री तर म्हणाले आमच्याजवळ, की विठ्ठलभाऊंनी काहीही मागितलं असतं तर आम्ही आनंदानं दिलं असतं — पुरस्कार, इंजिनिअरिंग कॉलेज, कृषिपंडित, आश्रमशाळा — पण गृहस्थ आमच्या आडसट्ट्यात आलाच नाही. इलेक्शनचं तिकीटसुद्धा आमच्या हायकमांडनं लगेच दिलं असतं.

खंडेराव, एकदाच सांगतो, पुन्हा सांगणार नाही. तुम्ही एवढे वरपरेंत शिकलेले लोक, आम्ही तुम्हाला काय सांगणार? पण अशातच शीएमला भेटून घ्या. शिम्पथी असते, विठ्ठलदाजींच्या अचानक जाण्यानं लोक तुम्हांलाच शंभर टक्के निवडून देतील. आपल्या भागातून नवे तुमच्यासारखे उच्चशिखित तडफदार तरुण पार्टीला पायजेच हैत. आईकसान तं पार्टी तुमचं स्वागतच करील. आपल्या भागाला नवं नेतृत्व लाभेल. इकडे मस्त शेती करायची, बाकी राजकारणबी तुमच्यासारखे नव्या दमाचे लोक नाही आले, तं कसं सुदरेल. करा इच्यार. होऊन जाऊ द्या आधी हे सगळं. मी बोलतो पुन्हा शीएमजवळ. बराय. दोन घास खातो — विठ्ठलदाजींचा आमच्या पाठीवर हमेशा हात होता — निघतो, तिकडूनच पंक्तीतून परभारे जाईन. विचार करा. येतो. रामराम.

आश्रमशाळा तरी घ्यायला पाह्यजे होती विठ्ठलदाजींनी — आपलं डोंगरे शेत तं आदिवासी भागातच आहे. करोडो रुपये उत्पन्न असतं ...शंभर टक्के ग्रँट असते हो. नुस्ती नावं दाखवायची, भोजनाचा वह्यापुस्तकांचा मनमाने खर्च टाकायचा. आमच्या गाववाल्यांनी मंत्र्याला एक लाख रुपये लाच पोहोचवली, तरी आश्रमशाळा मिळाली त्या डोंगर कठोऱ्याच्या लोकांना — ज्यास्त पैशे द्यायला पाह्यजे होते राव.

लोकशाही विरुद्ध वारकरी धर्माचं हे उदाहरण आहे. पैसा असा वाममार्गानं मिळवावा?

काळानुसार वारकरी पंथ बदलायला नको?

आणि काळानुसार लोकशाही बदलायला नको?

गावातले काही रिकामे लोक म्हातारेकोतारे गावोगावच्या अशा हकिकती, गप्पागोष्टी, गमती ऐकण्यासाठी दिवसभर इकडेच येऊन चिलीम पीत मुक्काम ठोकून बसलेले असायचे. गावातल्या बायकाही देवदर्शन करून इकडेच पोरीबाळींमधे नवंनवं काही ऐकता येतं, म्हणून बसायच्या, सुरस व चमत्कारिक कथाही ऐकायला यायला लागल्या. हा तेरा दिवसांचा अवकाश सगळ्यांच्या सांगण्याच्या, ऐकण्याच्या हक्काचा झाला.

वडलांच्या उदाहरणावरून सरळ म्हणता येत होतं की, ह्या समाजात तुम्हांला कधीच कोणी एकटं राहू देत नाही — अगदी मरणापर्यंत. चरचरणाऱ्या गुळगुळीत डोक्यावरून अधूनमधून हात फिरवत पुढले तेरा दिवस निव्वळ घरात बसून कसे जातील, असं मला पहिल्या दिवशीसुद्धा वाटलं नाही. दिवसभर रात्रीही भेटायला येणाऱ्या माणसांचा ओघ संपलाच नाही. निरोप तोंडी असो, कोणा कोणाला तिसऱ्याकरवी चौथ्याला कळवायला सांगितलेला असो — बरोबर दूरदूरचे नातेवाईक येत गेले. आपल्या कुटुंबांचं पोत किती घट्ट विणलेलं असतं? ते पुढच्या पिढीलाही आपल्यात तुणून टाकतं. यांच्याशी जुळेल, यांना भावेल असंच आपणही जगलं पाह्यजे, असं विचित्र वजन मनावर पडत होतं. भावडूची सासुरवाडी, चाऱ्ही बहिणींचे सासूसासरे आणि सगळे दीर जावा, काकांचे जावई, चुलतभाऊ, चुलतबहिणी, आत्या, आतेभाऊ, आतेबहिणी, मामेभाऊ, मामेबहिणी, मावसभाऊ, मावसबहिणी — लागेबांधे किती लांबवर असावेत? कोणाला येण्याची बळजबरी नव्हती, पण आतूनच वाटतं असावं की, दूर चाललेलं हे घर एकदा पाहावं. प्रत्येकाचे डोळे तर ओले होतच होते. दुःखाचे आरोह अवरोह आयुष्यात फार कमी वेळा गाण्याची अशी संधी असते. सुख

वाटून घेता येत नसेल, पण दुःख वाटून घेण्याकरतासुद्धा कोणी एवढा उटारेटा करत असेल, तर ते खरंच समजलं पाह्यजे.

निदान मृत्यू हे एक वास्तव होऊन जातं. लांबून लांबून येणारे रोजचे हे नवेनवे भेटणारे प्रेमळ लोकही इतके होते, की यांना प्रेमाचा प्रतिसाद म्हणून साधे चार शब्द बोलणं हे नम्रतेचं मानसिक प्रशिक्षण होऊन बसलं. म्हातारे लोक, त्यांना काहीच सांगायचं नसतं, पण घटकाभरच्या प्रेमाचे भुकेले. एवढी धडपड करून नातं सांभाळायला येऊन जातात, तर आता घराचा मणदोरा झालेल्या आपण — ये आजी, बैस — एवढं तर म्हटलं पाह्यजे? पण आजीला खूप आतलं जुनं साकळलेलं दाखवायचं असतं — तुह्या बापा मरता मरता वाचवला रे तुह्या आजीनं. रोज कडू चिराइताचा वाटीवाटी भरून काढा प्यायला लावायची, गोडीगुलाबीनं, कधी काठीनं मारून — पोटच्या लेकराला असं करावं लागणं आईच्या जातीला कित्ती होरपळ होत असेल? बिचारा विठू गटागटा कडू वाटी रिकामी करून फेकून द्यायचा. केवढं सहन केलं? सावत्र बहिणीचा संसार, तिच्या पोरींची लग्नं, चुलत्यांची शेती, सख्ख्या भावजयीचा आंधळा संसार, काकांच्या शेत्या — नेमानं पैशे पाठवायचा, पै पैसा इकडेतिकडे नाही. उलट पदरचं घालून पोथारा करायचा. काय ती इंग्रज अमदानीतली कोरडवाहू शेती — दुष्काळ, कष्ट. तरी केवढं केलं. खंडू, तुले वडलांची पुण्याई तारत राहील. सुखी राहा, माय. येते मी, डोंगरात चढणीचा रस्ता आहे. अंधार पडायच्या आत गेलेलं बरं. बैस माय ...आमच्या घरी येशील खंडू एकदा? मी आहे तोवर?

— आणि पदर गालावर ठेवून मुका.

खंडू, तुला लवकरच निर्णय घेतांना हे सगळं लागेल, नीट धडा करून, पासंग लावून पारडी तुकावी लागतील.

अनेक वर्षं ठार आंधळे झालेले नव्वदीतले एक काका काठीनं रस्ता हुंगत बरोबर अंगणात येऊन हंबरडा फोडतात : चाल्ला गेला रे इठ्या, एकटाच? दिसत नसतांना आठ गल्ल्या ओलांडून धडपडत हे कशाकरता इथे आले असणार? अनेक वर्षं खळाळत्या प्रवाहाची घसवट अहर्निश सोसत पूर्ण गुळगुळीत झालेल्या गोट्यातली एक चुंबकीय उर्जा जगाचा शेवट जाणवून घेण्याची.

गावोगावांहून येणाऱ्यांचा ओघ हळूहळू कमी कमी होत गेला. तापीच्या पारपट्टीतले सगळे येऊन गेले. तरी महिन्याभरानं सुद्धा एकादा पणजीचा भाचेजावई जो लांब बस्तर जिल्ह्यात शिक्षक आहे तो सुट्टीवर इकडे येऊन जातो. ओळख ठेव खंडेराव, ये केव्हा आमच्या आदिवासी भागात — असं प्रेमानं म्हणून जातो. हे माणसामाणसांनी विणलेलं जंगल स्तिमित करतं.

हे एवढं सूक्ष्म आणि सेंद्रिय जगणं आपल्याला शक्य होईल?

मी तुमच्या आजीचा भाचा — हेमा. ओळखलं नाही? लहानपणी आपण सातपुड्यात — गोमुखावर —

हाँ हाँ. अरे हेमा, चांगलं झालं रे आलास. आता काय करतोस?

मालेगावजवळ तलाठी आहे. दोन मुलं आहेत — शाळेत जातात — बरं चाललं आहे. ये एकदा —

सग्यासोयऱ्यांपैकी अजून कोणकोण आलं नाही, याची पक्की आठवण आईजवळ असते. आपली बडोद्याची आजी नं — यांची चुलतबहीण — पत्र मिळालं तिचं की, येणार आहे. किंवा, अजून यांची इंदूरची मामेबहीण कशी नाही आली? मुंबईचे काका लोक अजून कसे आले नाहीत? सगळेजण बरोबरच तेराव्याला येतील असं दिसतं आहे.

एसटीच्या हल्ली गावात चार फेऱ्या होतात. दर एसटीत कोणी तरी पाहुणे येणार, हे गृहीत धरलेलं. कोणी आलं की, रडारड व्हायची ती ओसरली की, वडलांची एकेक आठवण. मौखिक इतिहास इथे पूर्ण नोंदवून व्हायचा : विठ्ठलमामांनी मला भर रस्त्यात पन्नास रुपयांची नोट काढून दिली. म्हणाले, रमेश ही घे परीक्षेची फी ...घरात एक पैसा नव्हता त्यावेळी, परीक्षेला बसता येत नव्हतं. मामा जाता जाता म्हणाले, अभ्यास चांगला कर आणि पास झालास की मला पेढे मात्र आण. नंतर मी चांगला पास झालो, त्यामुळेच माझी एसटीत ड्रायव्हर म्हणून निवड झाली ...आता पेढे कोणाला — ढसढसा रडण्यांचा उद्रेक — उगा उगा, अरे तुझं नीट झालं ना, मामाच्या आत्म्याला — आईलाही हुंदका. सांत्वन करणाऱ्यांचे गहिवरून असहाय उद्‌गार. हे सगळं खरं होतं. उमाळ्यातून येत होतं. नुस्ता उपचार नक्की नव्हता.

चिमण्यांची चिवचिव ये-जा, भुर्रभुर्र, चोचीत चारा आढ्यांमधल्या घरट्यांमधून आतून पिलांची सूक्ष्म स्वरबोली. अधूनमधून कर्कश कावळे. पलीकडच्या पडभिंतीतली साळुंक्यांची किलबिल. कुत्र्यांचं भुंकणं. गोठ्यातला वासरांचा गोंधळ.

इकडे अंगणात मंडप घालून त्यात हरिपाठ, गीता पठण चालू झालं, की घरातल्या वीसपंचवीस बायकामुली समोर येऊन बसायच्या. निळूकाकाच्या गोड गळ्यातून हरिपाठ ऐकणं गावातल्या सगळ्यांना मोठा योग वाटला. आजूबाजूच्या गावातले वारकरीही रोज लोटायचे :

कापुराची वाती उजळली ज्योती।
ठायीच समाप्ती झाली जैसी।।

भावेविण भक्ती भक्तीविण मुक्ती ।।
बळेविण शक्ती बोलू नये ।।

वरती भावडूच्या कपाटात त्याची जुनी पुस्तकं-वह्या, त्यानं जमवलेल्या, लिहून ठेवलेल्या जुन्या गोष्टी मी पाहत होतो. तिथे एक *चोपडा ख्रिस्ती मिशन*चं जुनं प्रचार पत्रक सापडलं :

धन्य होत ते गरीब, कारण ईश्वराचं राज्य त्यांच्यासाठी आहे.

जे दुःखात असतात, त्यांच्यावर ईश्वराची कृपा असते, कारण तोच त्यांना दिलासा देणारा आहे.

एका कागदावर *उर्ध्वमूलमधःशाखमश्वत्थं* असं उलट्या पिंपळाचं चित्र त्यानं पेननं काढलं होतं. तेव्हा मी त्याला म्हणालो होतो, अरे, फुकट वेळ घालवलास. सरळ नेहमीसारखा पिंपळ काढायचा आणि तो उलटा धरायचा.

तो म्हणाला होता, असा काढल्यानंच याचा अर्थ असा होतो.

— अजून मला ह्याचा विचार करावासा वाटतो.

ह्याच वेळी खालून ऐकायला आले — लहान लहान पावलांचे खिदळत वर वर येणारे आवाज. सगळी पुढची पिढीच जणू जिन्यातल्या अंधूक जागेतून वर येते आहे आणि मज कुटुंबप्रमुखाभोवती गोंधळ करते आहे. सगळी भाचरं आणि एक पुतणी — चिऊ, बाप गेल्यापासून जगाकडे अविश्वासानं पाहणारी बावरलेल्या डोळ्यांची. सगळे जण मला सांगायला आले होते की खाली चला, कोणीतरी पाहुणे आलेयत. सगळ्यात छोट्या चिऊला उचलून घेऊन ह्या सगळ्या बाळगोपाळांच्या छोट्या छोट्या पावलांचे पडसाद मागेपुढे दुमदुमत कुटुंबप्रमुख मी वरून खाली खाली उतरतो आहे. हेही एक चित्र. तसंच उलटं.

खाली दिसला अंगणात खांबाला टेकून उभा सांडू. पूर्वीही तो ह्याच खांबाला असाच टेकून शेतात काय काय केलं हे वडलांना सांगत अस्साच उभा राहायचा. पण आता फारच रुबाबदार, हीरोसारखा. मोठ्ठा कोसल्याचा रेशमी फेटा, खांद्यावरून पुढे शेमला, लांब वाढवलेले दाट काळेभोर केस — वगात कुठल्याही ऐतिहासिक, पौराणिक भूमिकांना उपयोगी पडतील असे. मला खालून वर आश्चर्यानं पाहता पाहताच छातीला लागून मुसमुसत राह्यला. मग शेमल्याला डोळे पुसून लहानपणापासून वडलांबरोबर केलेल्या सालदारकीच्या आठवणी. कोरकू मुलगी फुला हिला पळवून आणल्याच्या आरोपावरून पोलिसांनी त्याला कोठडीत टाकलं, तेव्हा वडलांनी भर पावसात पुरातून पायी जाऊन चौकीतून त्याला सोडवलं. तेव्हापासून त्याचं नवं जीवन सुरू झालं — तमासगिराचं. त्याच्या

कोणत्याही खेळात सुरुवातीच्या नमनाच्या गणात अनेक सत्पुरुषांची आणि आदरणीय व्यक्तींची नावं तो घ्यायचा. त्यात शेवटच्या नमनात :

अहो विठ्ठलदाजी मोरगावकर
किती मानू त्यांचं उपकार
रुण नाही फिटणार, नाही फिटणार जीऽ जीऽ जीऽ

नारायणगावला त्याच्या फडाचा मुक्काम असतांना हा गण ऐकल्यावर गर्दीतला तापीकडचा एक पाहुणा सांडूला भेटून म्हणाला, हे मोरगावचे तुम्ही म्हणता ते विठ्ठलराव मृदंगे का? वारकरी? — ते तर नुकतेच वारले...*आँ? काय बकताय?...* खरंच हो.

की रातोरात मोटरसायकलवरून सांडू इकडे आला : बारा वर्षं ह्या घरात मुलासारखा राह्यलो मी, खंडू. आता आमच्याकडे ये केव्हातरी. स्वतःचा नव्वा ट्रक घेतला आहे, फडात वीस लोक आहेत. आठ महिने टूर असते — महाराष्ट्र भर — इंदूर, जबलपूर, रायपूर, बडोद्यापर्यंत. चार महिने घरी नवीन गाणी बसवावी. चाली शोधाव्या. वग रचावे. ये घरी खंडू. विठ्ठलदाजीच्या आशीर्वादानं बरं चाललं आहे. दोन मुली आहेत शाळेत जातात. ये. तुझ्या वडलांना घरी या म्हणायची माही हिंमत होईना, गड्या. पण तमाशा तं तुला आवडतोच. तुला घेऊन कसे आपण गुपचूप जत्रेला ततकराव पाहायला जायचे, है नं? आता तं तुही फुलामामी लोककलाकार म्हणून दिल्लीला जाते.

जेवणाची पंगत बसायला थोडा वेळ होता. तेवढ्यात तो म्हणाला, जरा गोठ्यात जाऊन येतो — आपली जोडी तीच आहे, का बदलली? बघतो भल्या-बशा वळख दावतात का — रात्रंदिवस दहा वर्सं बरोबर कामं केली आम्ही. मीच शिकट केलते तेव्हा आपले नवाळे गोऱ्हे — झीबू-ढबू, ते पण वळखतीलच — लई बुकलायचो मी त्या लबाडांना.

गोठ्यात गेल्यागेल्या आमच्या चाऱ्ही बैलांनी सांडूला कसं ओळखलं — हा एक नितांत मनोहर प्रसंग ठरला.

गोठ्यातून आम्ही बाहेर आलो तेव्हाशी बाहेर लांबवर जेवणारांची पंगत बसत होती. तिथे मला खिळवून टाकणारं दृश्य म्हणजे पंगत वाढत होती तसतसं शेवटी बसणारांमधे आमचा जुना राखोळी गिरधर कोतील आणि त्याच्या अंगाला लागून त्याचा सातआठ वर्षांचा काडीमुडी मुलगा. सांडूला पंगतीत बसायला सांगून मी गिरधरकडे आलो, गिरधरच का रं तू? ...*हौ जी.* फाटकं बनियन, बरीच पाठ उघडी, पोट खपाटीला लागलेलं, डोळे खोल गेलेले. रानात

शिकारीमागून बरची उभारून आदिमानवासारखा माझ्या पुढे बेभान पळणारा हा आमचा आडदांड भिल्ल राखोळी. असा झालेला पाहताच मी विश्वास न बसून ओरडलो, काय आजारी होतास काय? ...नही मालक, असंच आहे वर्सादीडवर्सा पासून. ...बायकोपोरं? ...ती तं मेली. हे एक आंडुर आहे. ...बैस, बैस. नीट पोट भरून जेवा हाँ.

एवढाच संवाद. ही एका संपन्न शेतकऱ्याच्या शेतात पंधरा वर्षं इमानानं काम करण्याची फलनिष्पत्ती. कोणीही मरतांना मागे लाखांची प्रॉपर्टी वाऱ्यावर सोडून जाणं कशासाठी? आणि तिच्या निर्मितीतले भागीदार हे मजूर — कुपोषण, अल्प आयुष्य, आजार, शेवटी राखणीची पोट भरण्यापुरती रोजीरोटीसुद्धा नाही. जंगलं गेली, आता आदिवासींना ह्या कृषिप्रधान ग्रामव्यवस्थेत स्थान हे एवढंच — मालक मेलाच तर एकदा त्याच्या दशक्रियेच्या पंक्तीत, शेवटी शेवटी बसून का होईना, जेवणाचा हक्क. मुलाला एक पान देऊन आपण एक घेऊन गिरधर इतर आदिवासींच्या पंक्तीत जेवायला बसतो. आणखी संवाद शक्य नसतो.

वडील म्हणायचेच की, हा खंड्या आपल्या शेतीच्या व्यवस्थेला नाकाबिल माणूस आहे. असे भलते विचार करून तर हा दिवाळं काढेल. खंडेराव, बघशील — हीच कृषिव्यवस्था, हीच ग्रामव्यवस्था आता तुझ्यावर जन्मभर सूड उगवत राहील?

भयंकर कडक उन्हात बाहेर झाडांवर कावळ्याची कर्कश कावकाव म्हणजे आणखी पाहुणे येणार असल्याची सूचना — सैपाक्याय हो, सावटा सैपाक करजा होऽ.

आंधळी काकू चाचपडत बरोबर माझ्याच दिशेनं जिना चढून वर आली. कुठूनही ती माझा आवाज ओळखते. बसलेल्या दहा जणांमधे उभ्या असलेल्या मलाच पोलीस तपासतात तसं खालपासून वरपर्यंत हातांनी चाचपत डोक्यामागची लहानपणची खोक बोटांना सापडली की आनंदानं गोड हसून हळूच उद्गारणार, *खंड्याच आहे.* मग पापण्यांची कठोर फडफड. कशी ह्या घरात लग्नापासून हुनाकाकाला फाशी दिलं तिथपर्यंतचा इतिहास — आंधळी झाल्यावरही कशी जमना म्हैस सांभाळायची. दुभदुभतं करायची. ...विठ्ठलदाजी कसे रोज जेवायला बसले की आधी मोठ्यानं विचारायचे, लहानीमाय जेवली का, पोरींनो? न चुकता. गेला माझा आधार. खंडूऽऽ आता तूच आम्हांला सांभाळ, बाळा. भळभळा कढामागून कढ —

पंढरपुरात चांगलं चाललं आहे नं काकू?

होय बाळा, चांगलंच म्हणायचं. एकटा जीव सदाशिव. विठूभावोजीनं माझ्याच नावावर खानदेश वाड्यात खोली बांधली आहे — मी मेल्यावर धर्मशाळेला ती माझ्या नावानं देणगी म्हणून जाईल. कारभारी दर महिन्याला माझ्या खात्यातलं व्याज काढून देतो — पुरे होतं. रिमा आणि मी रोज चंद्रभागेत स्नान करतो. भजन कीर्तनं देवदर्शन — वेळ जातो. निळूकाका आला, की सगळं पाहून जातो. आता तिथेच देह ठेवीन मी. नाहीतरी इथे माझं काय आहे? रिमा कोळीण बरी सांभाळ करते बिचारी. तिलाही कोणी नाही — आम्ही बरोबरीनं यात्रा केल्या, चाऱ्ही धामं केली. मी मेल्यावर धर्मशाळेत राहील ती.

पंढरपूरची विठ्ठलाची मूर्ती हातांनी खालपासून वरपर्यंत तिनं पूर्ण चाचपून पाह्यली आहे. अशी धन्य झालेली ती एकटीच भक्त. डोळ्यांनी पाहणारे मूर्तीचं वर्णन करतात, पण तसंच *सुंदर ते ध्यान* हातांनी पाह्यलेलं आंधळी काकू हुबेहूब सांगते.

अचानक काकू माझ्या कानाला लागून धक्कादायक गोष्ट सांगते. कोणी आसपास नाही, हे तिला कसं कळलं कुणास ठाऊक. ...खंडू, तू साधा आहेस, पण आता लग्न करशील, मुलंबाळं होतील. इतका साधा नको राहूस. समजलं ना? ह्या दोन दिवसांत काय चाललं आहे, तुला कळलं, येड्या?

मग ती वारंवार जिन्याची चाहूल घेत कानात पुटपुटत राह्यली : माझाही अर्धा हक्क आहे त्या सोन्यावर, म्हणून तुला सांगते आहे. पंचवीस वर्सं मी ह्या घरात सतीचं वाण घेऊन जगले — मला एक शब्दानं विचारून मोठेपणा द्यायला नको होता? तुझ्या आईनं — इकडे नवरा असा झाला, की पोरींना बोलावून घेतलं आणि सगळं सोनं-दागिने — तुला विचारलं होतं? नाहीच विचारणार ती — तिजोरी साफ केली आणि गुपचूप वर चांदणीखालच्या खोलीत खुशाल सगळं वाटून टाकलं. माझं सोड — माझा पायगुण असा... आली आणि नवरा तुरुंगात गेला. आणि बिचाऱ्या सोनाचा त्यात वाटा नाही? तिला कळू न देता असं करावं? घराची खरी मालकीण आहे ती — तिला मोलकरीण करून टाकलं आहे. पैशेबी तेव्हाच एक एक लाख वाटले... तुला तं सांगायला पाह्यजे होतं? नाही सांगणार तुझी आई — तलवारवाल्या नबाबाईच्या खाणीतली आहे ती... आणि पोस्टाची सर्टफिकिटंही तिनं लपवून ठेवली —

कोणीतरी आल्याची जिन्यावर पावलं वाजली, ती आधी तिला ऐकायला आली. आणि एकदम विषय बदलून आंधळी काकू खाली चालायला लागली. ...रिमा कोळीण आणि मी तेरावं झालं की जाऊ. आता तुझ्या लग्नालाच येईन

वर्षाभरात. ह्या वर्षात नाही केलं नं बाळ, तं मग तीन वर्षं आपल्यात मुलाचं लग्न होत नाही. आटपून टाक.

जाताजाता काकूनं हा फार चांगला रिवाज सांगितला — तीन वर्षं रीतसर लग्न लांबवता येतंच. पण एकूण गेल्या एकवीस बावीस वर्षांचा वैधव्याचा, एकटेपणाचा आणि घरावरचा हक्क तुटल्याचा, सगळ्या दुर्भाग्याचा सूड आंधळ्या काकूनं ह्या एका मिनटात उगवून घेतला. कारण त्यानंतर आईच्या आणि माझ्यामधलं अंतर वाढतच गेलं. आपल्यावर आईचा आणि बहिणींचा तोळाभरही विश्वास नसावा, दुसरा भाऊही गेला तरी — हे दुःख वडील गेल्याची ठोकर ताजी असतांना एकदम घराचीच, मला पवित्र वाटणाऱ्या हिंदू कुटुंबव्यवस्थेच्या सडक्या भांडवली पायाची, किळस आणणारी होती. मीच वारंवार वडलांना म्हणायचो की, मुलासारखंच मुलींना वागवलं पाहिजे. आणि खरं तर चिंधू आत्याच्या मुलींचाही हक्क आहेच. आणि भावडूच्या प्रेमाचं मोल? त्याच्या बायकोची, मुलीची काय किंमत? गचाळ हिंदू कुटुंबसंस्था.

एकदा वरती मी फेरी टाकली तर चाऱ्ही बहिणींच्या पेट्यांना मोठमोठी कुलपं होती आणि त्या चौघी जणी कायम तिथे कोण जातं याच्यावर मांजरासारखी पाळत ठेवत होत्या.

खंडू, तू आता मुख्य आहेस. सर्वांसमोर आईला धमकाव. न्याय कर, घरातल्या सगळ्या मुलींना वारसा धन सारखं वाटून टाक.

पैशामुळे कुटुंबात प्रत्यक्ष आई-मुलगा, भाऊ-बहिणी जर तुटत असतील तर कुटुंब नुस्ती ढिसूळ भावनिक रचनाच असते की काय? पण माझ्या संवेदनाच बधिर झाल्या. आपल्याला एकच आयुष्य असतं. वडलांचं असंच संपलं, आता आपलंही ह्याच पैशाअडक्याच्या गुंताड्यात घालवायचं? आपलं आयुष्य दुसऱ्या कशासाठी आहे. ह्या चिखलात न पडलेलं बरं.

ह्यानंतर मी मुक्त झाल्यासारखं वाटलं. शेवटपर्यंत ह्या प्रॉपर्टीच्या भानगडीत पडलो नाही. पण भयानक क्लेश झाले.

थोरले मेहुणे वकील साहेब हे हल्ली सुप्रीम कोर्टाच्या एका केसीसाठी वारंवार दिल्लीला जायचे. त्यामुळे त्यांना वडील वारल्याचं उशिरा कळलं. पण आल्या आल्या त्यांना सासरा गेल्याबरोबर प्रचंड सोनंनाणं घबाड आयतं मिळाल्याचं कळल्यानं ते अमर्याद उल्हसित होत्साते बहुत शाब्दिक विनोद करतांना ऐकू येत होते : बिजा, *वासांसि जीर्णानि* — वास येतोय ते जुने कपडे धुवायला टाकून दे आणि *नवानि* आण. कोणीतरी त्यांना माझ्याबद्दल विचारत होते : का हो, तुमचा

एकुलता एक मेहुणा खंडेराव काही नोकरी करतो का? वकीलसाहेब माझ्याकडे बोट दाखवून सगळ्यांना हसवतात : *आमचा मेहुणा नोकरी नो करीऽ हाँ हाँ हाँऽ तो पीएचडी करी. हाँ हाँ हाँ.* मात्र सासुरवाडीत वारंवार पक्वान्नं खायला सोकावलेले वकील साहेब नाइलाजानं खाव्या लागणाऱ्या रोजच्या कडू घासाच्या साध्या जेवणाला कंटाळले. दोनच दिवसांनी अर्जंट काम आहे, पुन्हा तेराव्याला येतोच — असं म्हणत ते निघून गेले. जाताना मोठं कुलूप लावलेली दागिने-कॅशची बॅग मोठ्या खुषीत घेऊन गेले. हेच खरं अर्जंट काम असावं. त्यानंतर धाकटे दोघे मेहुणेही असंच काही कारण सांगून आपापल्या जड बॅगा चोरांसारखे घेऊन गेले. त्यांतल्या पाटबंधारे साहेबांची बॅग भुसावळ स्टेशनात भामट्यांनी बरोबर पळवली. मोठी रडओरड होऊन हे गुप्त कारस्थान बाहेर आलं, सगळ्या गावात नाचक्की झाली, पण मी गप्प बसलो. लाडकीचं गाठोडं आईनं कुठेतरी लपवून ठेवलं, कारण तिच्या नवऱ्याचं आणि तिचं आता फारच फाटलं होतं.

खरं तर वडलांचं आयुष्य कमी होण्याचं ते एक कारण होतं. त्यांना जोराचा मधुमेह झाला, हेही शेवटपर्यंत कळलं नव्हतं, असं पंडित मामा हताश सुरात एकदा मला सांगत होते. कामं इतकी, की तपासण्यांसाठी मुंबईला डॉक्टरांकडे जायचं केव्हा? आणि खेड्यात स्पेशालिस्ट कुठे असतो? हॉस्पिटलं जिल्ह्याच्या गावीसुद्धा कशी असतात? गावं बेचिराख करायचंच धोरण इंग्रजांपासून आजपर्यंत चाललेलं आहे. ...खंडू, तुझं माझं एकमत आहे. पण बेटा, आता कसं करशील? तुला तर दुसरा पर्यायच नाही. तुला ह्याच परिस्थितीत राहावं लागेल.

एकदा पंडित मामा बाजूला नेऊन म्हणाले, अरे खंडेराव, आपल्या बायडीचा नवरा राकेश इन्स्पेक्टर झाल्यापासून भलतंच काही काही करायला लागला आहे. मुंबईत पोलीस इन्स्पेक्टर म्हणजे कुठलाही चोरधंदा करू शकतो. महानगरीत वाकड्या मार्गानं काय नाही मिळत? आमच्या वकील लोकांमधे त्याची प्रतिमा फारच वाईट आहे — त्यांच्या लग्नात मी मध्यस्थी होतो, म्हणून मला अपराधी वाटतंय — तू जरा तुझ्या आतेबहिणीशी बायडीशी बोलून घे — तू आता कुटुंबप्रमुख म्हटल्यावर ह्या पोरीबाळींना तुझाच आधार राहील. निदान कुणाचं कसं चाललं आहे, हे तर तू विचारायचं शीक बाळा. हळूहळू येतं पोहायला पाण्यात पडल्यावर.

आधीच लाडकीच्या दोन्ही मुली जवळ येतात तेव्हा माझं डोकं भणाणायला लागतं. पुन्हा बायडीचंही तसंच चाललं आहे की काय? पुरुष लोक काही टक्के तरी दारुडे खुनी लुटारू लबाड भोंदू असतातच, त्यांतले काही आपल्या घरातल्या

मुलींच्या नशिबी नवरे म्हणून येण्याचा संभव थोडा तरी असणारच. हा अंधार आपल्या घरातल्या ह्या पोरींच्या नशिबात आला. याला काय मार्ग असणार? खंडेराव, खरं शहाणपण असे प्रश्न सोडवण्यातच असतं. ते पुस्तकी संशोधन करण्यात नाही.

मग एकदा पाह्यलं तर आडावर बायडी खाली मान घालून कपडे धुता धुता कुणाला दिसणार नाही अशी मुळूमुळू रडत होती आणि चिंधू आत्या आईच्या कणवेनं कुणाला ऐकू येणार नाही, अशी तिची समजूत घालत होती : *असू दे, असू दे, सहन करावं बायडे, सहन करण्यात बाईचा मोठेपणा असतो.*

एवढ्या मोठ्या कुटुंबात जो तो आपापला आविष्कार पाहिजे तसा, पाहिजे तितका करून घेण्यात यशस्वी असतोच. तेच ह्या मायलेकी करत होत्या.

त्या दिवशी दुपारी चिंधू आत्याला गोठ्याकडे सरपण आणतांना गाठून कुटुंबप्रमुखाची भूमिका बजावायचं शिकणाऱ्या मी सरळच विचारलं, आत्या, बायडीला आता दोन मुलं आहेत दहाबारा वर्षांची — थोरला मुलगा, धाकटी तर किती हुशार, घरी सगळं आहे म्हणतात, भरपूर पैसा आहे, स्वतःचा फ्लॅट घेतला आताशी — असं असून तिला काही त्रास आहे?

आत्याचा चेहरा एकदम गोरामोरा झाला.

हे बघ आत्या, अशा गोष्टी झाकू नये. उघड बोलाव्या. त्याच्यात काय कमीपणा आहे? आमच्या लाडकीचं असंच लपवून ठेवत होते, पण एकदम फटाका फुटला आणि —

आत्या म्हणाली, खरंच, बिचाऱ्या विठूवर एकाएकी केवढा ताण पडला?

— मग आत्यानं खूण करून मला वर जायला सांगितलं. थोड्या वेळानं लाललाल झालेली आत्मविश्वास गेलेली बायडी आणि अत्यंत कासावीस अशी आत्या, वर आल्या. आम्ही थेट वरच्या चांदणीखालच्या पायऱ्यांवर बसलो.

खंडू, मी हिला समजावते की बायडे, बायकोच्या जातीनं पडतंच घ्यावं. सहन करावं. नमतं घ्यावं. संसार म्हंजे दोन जीवांचा विचार. पण काय राक्षस मिळाला रे खंडूदादा माझ्या पोरीला. घरची थोडी तर माहिती काढायला पाह्यजे होती — पण मीच विठूला भाग पाडलं — शहरातलाच जावई पाह्यजे म्हणून. त्याच्या हजार कामांत तो तरी चार दिवसांत काय माहिती काढील बिचारा? पंडित मामासुद्धा मध्यस्थी मिळाला, पण एवढ्या मोठ्या शहरात त्यालाही गावाकडची काय माहिती? बदमाश, गुंड, पैशे खाणारा — पुन्हा त्याचा बापही पोलीसच — सगळं मवाली वळण बघ. फसलो बघ. नको घरं न् दारं न् पैसा, खायला प्यायला नसलं तरी बरं, पण हे दुष्ट वळण नको. इकडे खेड्यात दोन बिघ्यावाल्याच्या

छपरातल्या घरात बाईला सुख असतं — पण हिला नाही तेवढंही. बोल, बायडे, दादाच आता तुझा आधार राहील. पोटातलं ओठावर येऊ दे, बाई.

बायडी घरातली सगळ्यात हुशार मुलगी — बिचारी आता चाचरत बोलत होती : घरात पेट्याच्या पेट्या काळा पैसा बेहिशेबी पडलेला आहे. कुठेतरी पुण्याकडे शेती घेतो आहे. सगळे चोर धंदे करतो. गुंड रात्री बेरात्री येऊन पैशे टाकून जातात. एखाद्या वेळी ते मलाच मारून टाकतील, असं वाटतं. सोनं, डॉलर — पोलीस क्वार्टरमधून हा व्यवहार चालतो. परवा हेराइन पकडलं तर यानं ते घरात दाबून ठेवलं आणि गँगवाल्यांना दुप्पट भावानं विकलं. आता मुलं मोठी झाली आहेत — आणि दादा... एक बाईही... ठेवली आहे त्यानं...

बायडीचा आवाज चिरका होत होत शेवटी हमसून हमसून रडत आईच्या अंगावर ती पडली. मायलेकी सूं सूं करत रडत होत्या.

विठ्ठलरावांच्या वारकरी कुटुंबातले संस्कार हिच्याही आड आले. चांगले संस्कारच हल्ली अडचणीचे होताहेत की काय? नाहीतर चंट मुलींनी हेही संसार शोभिवंत केले असते... सत्यम् शिवम् सुंदरम्? अरे अरे खंडेराव, हा धगधगता वास्तवाचा विस्तव आणि तुझ्या त्या पुस्तकी पेंड्या. अरे अरे, कुटुंबप्रमुख खंडेराव, तू बायडीला उगी करतांना खुळ्यासारखा फक्त म्हणत राह्यलास : सहन कर, बायडे, तुला आता दोन मोठी मुलं आहेत, उद्या मुलीच्या लग्नाचा प्रश्न — आता ह्या स्टेजला वेगळं होणं — मुलांच्या मनावर किती वाईट परिणाम होईल बरं? सहन कर, सहन कर.

अरे अरे खंडेराव, निर्ढावलेल्या कुटुंबप्रमुखासारखाच तू आताशी असे मूर्ख उपदेश करायला लागलास. कुटुंबप्रमुखीचा राजीनामा दे, नाना.

दहावं, दशक्रिया. जाग आली तेव्हा बरेच आवाज खालून मला उठवत होते. चंद्र मोहरला होता. आयुष्याचं एक मोठं पर्व आपल्यातून सरकून गेल्याचं संवेदन. खाली देवळात काकडारती संपून कोणीतरी दोन म्हातारे एक अभंग आलटून पालटून म्हणत होते. वडलांच्या उत्तरक्रियेपर्यंत गावातल्या सोळा वारकऱ्यांनी अखंड नामस्मरण करायचं ठरवलं होतं, तेही आज संपणार. काळ्याभोर आकाशातल्या चांदण्या पाहत पडून राह्यलो. गावहळावरची मोट वाजायला लागली. हळूहळू तांबूस कोवळे फटकारे उमटून पूर्वेकडे निळ्या आकाशात तांबडं

फुटलं. खाली दहाव्याची तयारी जोरात चाललेली ऐकायला येत होती. मी एकेका झावरीची घडी करून सगळा ढीग खांद्यावर घेऊन खाली आलो. बहुतेक पाहुणे मंडळी स्वैंपाकाच्या तयारीत होती. सगळ्या मुली आंगणात रांगोळ्या काढत गलबलाट करत होत्या.

पिंडदानासाठी आईनं नागोरावपर्यंतच्या पूर्वजांची नावं माझ्याकडून ऐकून घेतली आणि समाधान व्यक्त केलं. मी तिला खापरपणजीच्या आधीची नावं विचारली, ती तिलाही माहीत नव्हती. आंधळ्या काकूनं सांगितली. तिनं विचारलं, कां? ...पिंडदानासाठी. मी सगळ्या बायकांच्या पण नावानं पिंडदान करणार आहे, हे सांगताच ती म्हणाली, फक्त पुरुषांची घ्यायची असतात, येड्या.

निळू काकाबरोबर सगळे चुलते, चुलतभाऊ, पुतणे मधे मी ...न बोलता चालत नदीनदीनं संगमावर आलो. वाळूत झीबू-ढबू संथपणे कडबा चघळत बसले होते. नदी ओलांडून पलीकडच्या टेकाडावर धूर, घंटांचे आवाज. मंत्रघोष. काकबलीसाठी अवधूत भटजींनी शास्त्रानुसार हे संगमावरचं टेकाड निवडलं. त्यांच्या यजुर्वेदी संहितेनुसार तिथेच सकाळपासून होमहवनाची सगळी सामग्री वर्गबंधू सदू आणि शाम्याभट यांनी दोन दिवसांपासून जमवत आणली होती. पंचवीस यजुर्वेदी ब्राह्मण चिंचोली नावाच्या त्यांच्या मूळ गावातच उपलब्ध असल्यानं आमच्या तिन्ही बैलगाड्यांनी हे पंचवीस ब्राह्मण मोरगावात सूर्योदयापूर्वी आणून ठेवले होते. लहान मोठे काळे सावळे, शेंड्या, जानवी, प्रशस्त पोटं तावातावानं मंत्रघोष करताहेत. होम धडाडला आहे. इतक्या सकाळी धडपडत येऊन कुठल्याही यजमानाच्या पूर्वजांच्या सद्‌गतीसाठी दूरदूर डोंगरदऱ्यांत खेडोपाडी हे ईश्वराचे पुरोहित असे तत्पर काळेभोर, लठ्ठ, प्रशस्त वैदिक ब्राह्मण सदैव हजर असल्यावर शहरी बौद्धधर्म नाहीसा झाला, यात काय नवल? गावढेकऱ्यांसाठी मरणाचंही एक येडंभाबडं सौंदर्यशास्त्र करणाऱ्या सगळ्या ब्राह्मण्याबद्दल मला कळवळा आला. प्रत्येक मरण त्या पंख शिथिल करून हवेच्या झोतांवर आपोआप शांतपणे खाली खाली तरंगत येत जमिनीकडे पाय लांबवत पुरुषभर लव्हाळ्यांमधे नाहीशा होणाऱ्या त्या बगळ्यासारखे सहज संथ मंत्रांचे छंद. कुंभ, हळद, कुंकू, रंग, विधी. क्षौर, हवन, तर्पण. अश्माविसर्जन... आपल्या आयुष्यातला असा एखादा दिवस पूर्वजांसाठी देणं सगळ्याच दुःखाचा फटका बसलेल्या वंशजाला नैसर्गिक वाटत आलं असणार.

हळदकुंकू, गुलाल, अबीर, सातू, दर्भाची आंगठी घाला — ह्या बोटात... हाँ ... तीळ ... फुलं ... तुळशीपत्र ... अश्मा आणला का हो? ठेवा इथे. नावं मोठ्यानं घ्या — विठ्ठल ... अर्पण करतो ... सद्‌गती लाभो ... कुंडलिक ...

अर्पण ... सीताबाई ... रुक्माबाई ... अर्पण ... आजोबानंतर पणजोबा ... मधे बायांची नावं घेऊ नका ... निळू काका म्हणाला, असू द्या हो, काय बिघडतं? सर्वेभ्यः ... एकेका पिंडावर पाणी सोडा ... तिलांजली ... ह्या अश्म्यावर टाका ...तीन वेळा पाणी वाहा. ओवाळा. साष्टांग नमस्कार करा.

वडलांकडच्या पितरांबरोबर आईची आई, आईची आजी तलवारवाली नबाबाई, पुन्हा तिची आई ह्याचीही नावं आठवत गेली. डोक्यातले पूर्वजांचे स्त्रीपुरुष सांगाडे दुभंगत दुभंगत अफाट जैविक अरण्यात दोन दोन रस्ते फुटत मीही स्वतःला दुभागत चाललो. *कुणाची नावं घेताय तुम्ही, यजमान खंडेराव?...* बायका आपल्या पूर्वज नव्हत्या का? त्या मातरांना इतक्या पाच हजार वर्षांत ह्या जाणिवेत स्वतःपुरती जागासुद्धा मिळाली नाही? कां नाही त्यांची नावं घ्यायची? इतकी लाखो वर्षं स्वैंपाक करत आलेल्या आपल्या मातरांना मृत्युलोकात श्राद्धाचं अन्न नको असतं? खरं तर हे सगळे पितरं त्यांच्या आयांच्याच पोटातून आले नाही का? आणि नावंच माहिती नसलेली आदिमानवापर्यंतची मातरं आणि पितरं? त्या अनादी काळापासूनच्या अज्ञात स्त्रीपुरुष साखळ्यांना आपण जोडले जातो. निसर्गाच्या महाभयंकर पाशवी जैविक रसायन जनित्रात आपली ही येडीभाबडी कृत्रिम नाती आधार म्हणून रचत असतो — कुटुंब न् आईबाप न् पुत्र न् कन्या. — त्या मानानं मरण्यात काहीच कारुण्य नाही, इतकं कारुण्य जिवंतपणी ही नाती टिकवून एकमेकांवर प्रेम करण्यात आहे. नाहीतर सख्ख्या भावाबहिणींची भांडणं, मारामाऱ्या...

चला, यजमान खंडेराव, उठा, इकडे होमापुढे बसा, पद्मासनात. पिंडदान करा एकेक — अहो ही नुस्ती प्रतीकं असतात. बायकांची नावं नाही चालत इथे. काकबली ... चला उठा... ह्या शिळेवर पान ठेवा. म्हणा, मी घरातल्या सगळ्यांचा सांभाळ करीन. सगळ्यांना प्रेम लावीन. कोणाला अंतर देणार नाही... आणखी काही इच्छा विठ्ठलपंताची अतृप्त असेल ती — नदीकडे पाठ करा. अश्मा मागच्या मागे नदीत भिरकवा. पूजा निर्माल्य सोडा.

काय कावळे जमलेत हो, यजमान खंडेराव, तुमच्या बळीसाठी. वा वा वा, विठ्ठलपंतांच्या सगळ्याच इच्छा तृप्त झाल्या. *ब्रह्मार्पणमस्तु. कर्म समापयेत.* झालं. तिलक लावला की सुतक फिटलं. सगळ्या खटल्यातल्या लोकांना टिका लावा.

नदी ओलांडतांना सगळ्यात वयोवृद्ध आजोबा कृष्णाबुवा अचानक थांबले आणि मागे वळून म्हणाले, *अरे अरे, गेला बिचारा.*

कोणीही मेल्यावर एवढंच कमीत कमी शब्दांत म्हणता येण्यासारखं असतं : *अरे अरे, गेला बिचारा.*

हा चिरंतन अंधार कल्पनेत येतो तेव्हाच वर्तमानकाळाच्या मर्यादाही कळतात. तोपर्यंत नाही.

इथे वैतरणीपलीकडे विस्मृतीच्या गूढ प्रदेशात गेलेल्या हिंदूचा ऐहिक इतिहास संपतो. ह्यानंतर दरवर्षी सुपुत्रानं घरच्या घरी पाहिजे त्या स्थळी, ह्या एका दिवशी तरी, सक्तीनं बेंबीचा अर्थ समजून घ्यायचा. आदिमानवापर्यंत सगळ्या भुकेल्या पूर्वजांची आठवण काढायची. अगारीवर थोडं थोडं अन्न टाकत आठवतील ती वाडवडलांची नावं घ्यायची. जगण्याचा शेवट ज्या अगतिकतेत होतो, तिला अंतर्गत करून घेण्याचं येडंभाबडं चिन्ह, क्रियाकर्म.

तेराव्या दिवशी मोठा सार्वजनिक स्मृतिदिन. अन्नदान. मरणारास निधनशांति, पुण्य आणि पूर्णविराम. हा गोंधळ एवढा मोठा की, कुटुंबाच्या इतिहासाचं पान आज बदललं आहे, याची ग्वाही. स्क्रूचा पुढला आटा.

सकाळपासून उपचार म्हणून जेवायला येणारे वडलांच्या लोकसंग्रहातले कुठल्यातरी सहकारी सोसायटीचे किंवा परिषदेचे किंवा संघाचे किंवा समितीचे, शाळेचे किंवा कॉलेजचे चेरमन किंवा अध्यक्ष किंवा उपाध्यक्ष किंवा सरपंच किंवा सचिव. कारकून, तलाठी. शाळांमधले शिक्षक, कॉलेजातले प्राध्यापक, आणि असे कित्येक पांढऱ्या कॉलरवाले ग्रामीण पुढारी. इतक्या ग्रामीण बांधवांनी उन्हातलं शेतकाम टाळून सावलीतली उदरनिर्वाहाची साधनं निवडली — एवढी एक बाबसुद्धा त्यांच्या जन्मसिद्ध हुशारीचा पुरावा.

इतर ग्रामीण कष्टकरी मंडळी दुपारी शेतांतून आल्याबरोबर गावपंगतीच्या अवाढव्य कार्यक्रमात पटकन सामील होऊन जातात. कोणी स्वैंपाक्यांना मदत, कोणी जुना सालदार भाजी कापायला बसतो, कोणी इंजिनेर पत्रावळ्या, कोणी द्रोण वाटतो. माझे अनेक जुने शाळाबंधू, कॉलेजबंधू माझ्या जवळ राहून तत्परतेनं माझी सगळी कामं पार पाडत राहतात.

आसपासच्या पंचवीसेक गावांमधले वडलांच्या बैठकीतले वारकरी, दुरून दुरून येणारे नातेवाईक, दारशुद्धीला आधी येता आलं नाही असे चाकरमाने, इष्टमित्र आणि एरवीसुद्धा सुट्टीत गावाकडे आलो म्हणून फेरी टाकणारे आमच्या परिवारातले नाना तऱ्हेचे लोक तेराव्यासाठी आधीच एकदोन दिवस मुक्कामी आले. राहत्या घरात ओसरी, मधलं घर आणि पुढलं अंगण पूर्ण बायकांनी भरून

गेलं. त्यामुळे घरची दारची सगळी पुरुष मंडळी आम्ही वरच्या मजल्यावर कायम गप्पा मारत बसलो. लांबलचक बैठकीत बोरे सतरंज्यांची बिछाईत होती. सगळे पाहुणे जेवणाच्या पंक्तींची वाट पाहत गप्पा ठोकत बसायचे आणि नंतरही जेवून झाल्यावर निरोप घ्यायला माझ्याजवळ बसून जायचे. अनेक वर्षांनी सगळे मित्र, शाळेतले गुरुजी, कॉलेजातले सर, थोडा वेळ भेटून गप्पा मारून गेले.

मागच्या जिन्यानं गोठ्यातून खाली परभारे नदीत जायची सोय होतीच. एक मोठा पूर येऊन गेल्यानं नदीचा सबंध परिसर स्वच्छ आणि हिरवा झाला होता. पाणीही भरपूर होतं, त्यामुळे शहरांतून आलेले बाळगोपाळ नदीत डुंबत, वाळूत बंधारे बांधत, अबाधबी खेळत दिवस घालवायचे.

गावपंगतीसाठी गावातल्या आठशे उंबरठ्यांची चार हजार पानं पडतील असा अंदाज होता. पण अंत्येष्टीच्या निमित्तानं कोणालाही पानावरून उठवत नाहीत, म्हणून ह्या निमित्तानं जीवात्म्याला महापुण्य घडवण्याचा दुर्मिळ योग असतो. अर्थातच गावातले गरीब लोक झाडून आसपासच्या गावांमधल्या आपल्या गरीब नातेवाइकांना पोटभर जेवायला या, असे निरोप पाठवतात. असं सगळं मिळून एकंदर आठ ते नऊ हजार पान पडेल, असा लहू जंगले ह्या तज्ज्ञ सरस्वयंपाक्यानं अंदाज सांगितला. त्यानं गावपंगतींच्या स्वयंपाकासंबंधी प्रत्येक बाबीचे व्यवस्थापकीय फतवेच जारी केले. हंडे, कळशा, बघुनी, पातेली, तांबे, बादल्या, कढया, ड्रम घराघरातून हक्कानं जमा करणं सुरू झालं. गावभर पाणी शिंपडून धूळ बसवून टाकली. सर्वांना स्वयंपाक ताजा गरम मिळावा म्हणून गावात चार ठिकाणी लाहाडी खणून सरपण टाकणं सुरू झालं, सगळ्या गावाचा सहभाग दिसला पाह्यजे म्हणून घरोघर बायकांना बोलावण्यात आलं. पोळ्या लाटतांना बायकांना वारंवार चहा देण्याची व्यवस्था झाली.

दीडशे पाहुण्यांना आणि चाळीस ब्राह्मणांना यथाशास्त्र वस्त्रपात्र सत्तावीस दानं द्यायची ठरली. ती खरेदी करण्यासाठी मधले मेहुणे गार्डसाहेब यांच्याबरोबर पासावर खास डब्यातून चिंधू आत्या, सिंधु मावशी, चाऱ्ही बहिणी आणि वकीलसाहेब नाशकाला जाऊन आले. कारण महापुण्यासाठी आम्ही देऊ केलेल्या घरच्या भाकड गायी ब्राह्मणांना नको होत्या, तर अंत्येष्टीत यजमानाकडून यजुर्वेदी ब्राह्मणांना द्यायचे खास धर्मग्रंथात वर्णन केलेले चरू, माळा, ग्रंथ आणि कद फक्त नाशकातच मिळतात, अशी अवधूत भटजींमार्फत शास्त्राज्ञा. मांग, महार, मुसलमान, कारू-नारूंपासून ब्राह्मणांपर्यंत जुन्यानव्या सगळ्या रितीरिवाजांचा समाहार कुठून कसा ह्यावेळी होतो, हे कोडंच होतं. अचानक कुणीतरी न्हाव्याचा अपमान केल्यानं तो फुरंगटून बसला आहे, असं रघू नायकाकडून कळलं. आम्ही

सगळे त्याच्या घरी त्याला विनवून आमच्या वाड्यात घेऊन आलो. तो मला म्हणाला, खंडेरावाचा शब्द मला पाळला पाह्यजे. हा गावगाड्यातला एक होतकरू कुटुंबप्रमुख होण्याचा नजराणा. प्रत्येक कारूचं हे प्रतीकात्मक वर्चस्व कुणब्याला मानणं भागच असतं. एरवी सगळे त्याचंच वर्चस्व मानत असतात.

येणारे पाहुणे खाली आईजवळ पाच मिनटं बसून वरच्या बैठकीत आम्हां मित्रमंडळींत येऊन गप्पा मारत बसायचे. आमच्या बाजूलाच एका कोपऱ्यात भिंतींना टेकून ज्येष्ठ नागरिक आपापल्या सद्यःस्थितीबद्दल मोठमोठ्यानं तात्त्विक स्वरूपाची चर्चा करत होते. थोरले मेहुणे वकीलसाहेब काहींना कायद्याचा सल्लाही शाब्दिक विनोदासह देत होते. प्रॉपर्टी, कोणती बचत वृद्धापकाळात योग्य, वगैरे सल्ला देणारे पंडित मामा त्यांच्यातच बसलेले असायचे. आंगणातही झाडांखाली खाटा टाकून बसलेल्या सग्यासोयऱ्यांच्या गप्पा ऐकायला येतच होत्या.

उदाहरणार्थ, निंबाखाली पेपर वाचणारा आजीच्या माहेरचा एक पाहुणा अचानक वर आमच्या बैठकीत खिडकीशी पंखा हालवत वारा घेत बसलेल्या वकील साहेबांना मोठ्यानं विचारतो,

अहो वकील साहेब, वाचलं? शिवाजीवर चरित्रग्रंथ लिहायच्या आतच पोतदार साहेबांचा ग्रंथ आटोपला.

अरेरे, त्यांना *वाचायचंच* जमलं नाही, तर पुढे लिहिणार काय?

खूप नोंदी काढून ठेवल्या आहेत म्हणे? त्या नोंदी वाचून दुसऱ्या कुणाला लिहिता येईल?

नोंदीं *वाचून* कुणालाही लिहिता येईल.

लिहायचं सोडून द्या, निदान *वाचायला* पाह्यजे होतं त्यांनी.

ग्रंथच आटोपला म्हटल्यावर आता *वाचणार* काय?

खाली कोणीतरी हेडमास्तर सांगत होते, हल्ली आम्हांला शाळेत ही पुण्यातिथींची श्राद्धं आणि प्रजासत्ताक दिनाची उद्यापनं वगैरेंचा फारच काच होऊन बसला आहे, साहेब. सर्क्युलरमधे सांगितल्याप्रमाणेच करावी लागतात. स्वातंत्र्यदिनाला *वंदे मातरम्* सुद्धा पूर्ण म्हणावं लागतं.

जिन्यातून वकीलसाहेबांचं उत्तर : गुरुजी, *वन–डे मातरम्*. वर्षाकाठी एका दिवशी म्हणायला काय जातं? आंगणातून वकील सा़ो म्हणतात कशावरून म्हणता *चक्षुर्वै सत्यम्?* कोर्टात *साक्षुर्वै सत्यम्* असतं. दुपारी नेहमीचा चहा उकळून

झाल्यावर अचानक दहापंधरा पाहुणे बैठकखोलीत आल्यामुळे बिजानं कमी कमी चहा टाकलेले कप आणले. तर वकीलसाो कोटी करत विचारतात, चहा–*कपात* आहे? ह्यावर हसू कोसळल्यानं एका पाहुण्याच्या नाकातून चहा आला. ह्या पाहुण्यांमधला अमेरिकेतून आलेला आमचा एक मावसभाऊ वकील साहेबांच्या विनोदावर खूष होऊन त्यांच्याशी सांस्कृतिक देवाणघेवाणवजा संवाद सुरू करता झाला. साहजिकच वकील साहेबांनी आपल्या आवडत्या पक्कान्नांच्या विषयावर तौलनिक गप्पा सुरू केल्या : वकील साहेब, तुम्हांला *ॲपल पाय किंवा पायनॅपल पाय* आवडतो? उत्तर : आपल्याला मुरगीची तंगडी आवडते. हॉं हॉं हॉं. तिकडे अमेरिकेत श्राद्ध वगैरे करतात का?... छे, आपल्याच हिंदू लोकांमधे अशा तर्कशून्य चाली सापडतात. ...मग ते पेटीत माणसाला सील करून मागे काळे कपडे घालून मिलिटरीसारखं लांब चेहऱ्यांनी चालत जाणं फार तर्काला धरून आहे का? आणि कोणी देवदूत पिपाणी वाजवतो तेव्हा सगळे खोक्यांमधून बाहेर येतात, हे? ...जगात वेगवेगळ्या ठिकाणी वेगवेगळ्या चालीरिती आहेत — अशी कुणाची टिंगल करू नये. ...बरोबर बोलले आजोबा, आमचा भाचा पूर्व आफ्रिकेत असतो. तिथले योरुबा आणखी बऱ्याच जातींचे लोक कोणी मेलं की उलट आनंद व्यक्त करतात — स्त्रीपुरुष मुलं सगळे नाचून गाऊन बेभान होतात, धिंगाणा करतात. दारू पितात. कारण मेलेला जीव परलोकात आपल्या पूर्वजांना मिळाला, असं त्यांच्या धर्मात आहे. ...आपले आदिवासीही असंच देशी दारू पिऊन मरण साजरं करतात. म्हंजे मरतात. ...बरोबर, इतरांनी आपलं मरण साजरं करण्यापेक्षा आपणच ते का तसं साजरं करू नये?

मंत्रालयातले निवृत्त भाऊसाो यमाजी चौधरी विचारतात, खरंच आहे नाही तं काय. मरण म्हणजे एक प्रदीर्घ सण्डेच. पुन्हा मंडे नाहीच. हरी हरी. किती वर्षं तुमचं हृदय तंबुऱ्यासारखं तुमच्या आयुष्याला साथ देईल? यावर दुसरे ज्येष्ठ नागरिक : — वाऽ, आणि फुप्फुसांचा तबला — आपल्या लय नसलेल्या वेड्यावाकड्या आयुष्याला शेवटपर्यंत ताल देणं सोपं आहे? एकदा हे आयुष्य निरर्थक आहे, हे कळलं की तुकाराम महाराजांसारखं *आनंदाचे डोही आनंद तरंग.* आयुष्याला अर्थाची बैठक दिली, की ही मजा गेली समजा. ...मनुष्यजन्म म्हणजे पोटात असल्यापासून बाहेर ढकलणंच दिसतं पाहा — शाळेत, शाळेतून कॉलेजात, तिथून नोकरीत, नोकरीतून वृद्धाश्रमात, आणि तिथून हे शेवटचं ढकलणं जगातूनच. हूऽहूऽहूऽ

एक गोष्ट तोलस्तोय ची आहे — एका गावात एक म्हातारा माणूस मेला आहे. त्याच्या घरातल्या लोकांना चिंता — आता शवपेटी विकत आणा, चर्चमधे जा, उसने पैसे घेऊन प्रार्थनेबद्दल बिशपाची फी द्या, मरणाऱ्याची शवपेटी कुठे खड्डा खणून पुरा, पुन्हा बायकापोरं रडारड, शेजारपाजाऱ्यांचा हातोसा, लोकांना सुतक वगैरे सगळ्या बाजूंनी वैताग. माणूस मेल्यावरचा.

त्याचवेळी रानात एक हरिण मरतं आहे. लांबून एक कोल्ही आणि तिची हदनभर पिलं ते मरणार आणि आपल्याला आज पोटभर जेवण मिळणार म्हणून आनंदात आहेत. पक्षी नेहमीसारखेच चिवचिवताहेत. सूर्य नेहमीसारखा प्रकाशतो आहे. सगळी सृष्टीच नेहमीसारखी आनंदात आहे. माणूस आणि निसर्ग — केवढं अंतर पडलं आहे?

असेच धडे पुस्तकात घातले पाह्यजे. *कठोपनिषदा*त नाही का, नचिकेताला यम सांगतो : अरे, सृष्टीत कोणी मरत नाही की कोणी मारत नाही. ह्या केवळ कल्पना आहेत.

आमच्या मुंबईपेक्षा किती थंडगार वाटतं हो तुमच्या खानदेशात — इतक्या कडक उन्हाळ्यातसुद्धा?... नदी आहे नं तिन्ही बाजूंनी?... छे छे, अहो वरून चांदणीवरून पाहा चाऱ्ही बाजूंना मोरगावच्या शिवारात केळीच्या हिरव्यागार बागा — विहिरीत तीनशे फुटांवर पाणी चाललं आहे — पूर्ण केळी पाण्यातच उभ्या असतात. ...पाणी आणखी खोल गेल्यावर? आटूनच गेलं तर? ...पुढची पिढी त्यांचं त्यांचं बघून घेईल. आज तं लाख लाख केळी एकेक शेतकरी टिकवतो?

समाधीसारखं बांधायचं का विठ्ठलदाजींच्या स्मरणार्थ? काय थोडाफार खर्च येईल. ...काय त्या खर्चाचं सोडा हो, आपल्या धर्मात नाही आहे मेल्यावर असं चबुतरावानी उभारायचं. ...प्रत्येक गोष्ट बिघडली आहे. हल्लीच्या मुलांपाशी काही देवधर्म निदान नम्रता काहीच राह्यलं नाही हो. ...अस्संच आपलेही आईबाप आपल्याबद्दल बोलायचे.

मोहेनजो–दडोतसुद्धा उत्तरेकडे तोंड करूनच पुरायचे, म्हणतो खंडेराव. म्हणजे काहीच सुधारणा नाही?

बदल म्हणा हो, सुधारणा कसली मेलेल्यांना गाडण्यात? सतत नास ओढणारे आणि उरलेल्या वेळात एकामागून एक जांभया देत राहणारे निवृत्त पोस्टमास्तर म्हणाले, म्हातारपणात पदार्थ दिसतो, पण त्याचं पद आठवत नाही. करायचा काय नुस्ता अर्थ ... अहो, अर्थसुद्धा आठवत नाही मला तर.

आपण तर आजारी पडायलासुद्धा घाबरतो हो बोवा, फुकट पोरासोरांना येण्याजाण्याचं भाडं न् खर्च. आपण म्हणजे जरत्कारूच. कधी मरू काय सांगता येतं? आमच्या अंधेरीत एक म्हातारा झोपेतच मेला, त्यालासुद्धा लोक सकाळी उठवत होते.

फार प्रेम असेल म्हाताऱ्यावर, नाही?

आईबाप तुसडे असलेलेच बरे, रघु नायका. मेले, मेले. फार प्रेमाचे संबंध म्हटल्यावर बिचाऱ्या पोराबाळांवर उगाच भावनिक दडपण राहतं आपण जाईपर्यंत. आधीच बिचाऱ्यांचं आयुष्य किती दगदगीचं झालंय्. आपण ठरवलंय्, मुंबईत मरायचं नाही. चार खांदेकरी स्मशानापर्यंत मिळत नाहीत. विद्युत्वाहिनी असते, एवढा एक दिलासा असतो.

हं, कसा झाला नागबली विधी नाशकात तुमचा, पी. के. साहेब?

उत्तम. मुलांचा आग्रह होता, करून टाकला.

पूर्वी लोक अल्पायुषी असायचे. त्यांना दीर्घ आरोग्य लाभावं, म्हणून हे विधी होते. त्या काळी दीर्घ आयू म्हणजे सत्तरी — *महाभारतात* असं आहे की जो ७७ वर्षं ७ महिने आणि ७ दिवस जगतो, तो देव बनतो. पी. के. साहेब, तुम्ही आताच ७८ वर्षांचे आहेत. देवच.

हल्ली जनुकशास्त्रानं समजतं म्हंता, मूल साधारण किती वर्षं जगणार. याचं तंतोतंत गणित तुमच्या जीनमधे लिहिलेलंच असतं म्हंता.

हे चांगलं होईल गड्यायहो. हा इतक्या वर्सायनं मरनार आहे, हे कळलं तर मानसं शेवटे शेवटे तं प्रेमानं वागोयतील? समजा विठ्ठलभौ वर्षाभरातच जाणार हैत हे मले गेल्या अखजीत कळलं असतं, तं मीनं त्याहिले भर जत्रेत शिवीगाळी केली नसती, इची लेहू. चुकलतं माह्यं.

का रे भांगोऱ्या, अशा देवमाणसाला शिवीगाळी केलती?

हे पहा काका, तोरणदारी अन् मरणदारी खोटं बोलू नी. मीनं शेतात गांजा पेरला होता गुपचूप साळीच्या पोटापोटात, कोणीतरी लावून देलं, इची लेहू. पोलिसायनं मले पकडीसन चावडीवर आनलं, दंडायले काढण्या लावून. तऱ्हा विठ्ठलभौच्या नुस्त्या शब्दानं सोडी देलं असतं. पन सख्खा मावसभाऊ असून या मानसानं मले वाचोयलं नाईऽ, उलट काना व्हयी गेला त्या दिशी.

का हो निळोबा महाराज, तुम्ही परवा कीर्तनात सांगितलं, मरण ही शरीराची

प्रकृतीच असते. असं भगवान श्रीकृष्ण म्हणो का कोणी धृतराष्ट्र म्हणो. पण लहान मूल मरणं हा अन्याय आहे, असं देवाला नाही वाटत?

खरं सांगू का हेडमास्तर साहेब, या प्रश्नाला आमच्या शास्त्रात उत्तर नाही. याच्यावर पूर्वजन्माचं एक हुकमी पान आहे, पण मी ते कधी वापरत नाही.

दिवसभर काम केल्यावर जशी गर्रकनी झोप येते नं, अंथरूण असो नसो, तसं ज्या माणसाचं विठ्ठलभौसारखं आयुष्य गेलं तो सुखानं मरतो. फटकन निजल्यावर कशाचं दुःख न् कशाचं सुख?

कोणी मेल्याची तार आली, लाल सायकलवर, की मले इकडे धडकी भरते बुवा. कोणी आपलं तं मेलं नसेल? कां मरू नये? मुलगा — मुलगी —

शुभ बोला हो, नारायणराव.

त्याच्यात काय अशुभ आहे? वाईट वाटतं, पण आपली आई, आपली बहीण अशीच मेली होती — तार आली होती —

आमच्या नातवंडांना वाटतं, आजीआजोबा मरूच नयेत. तसंच मग आपल्यालाही नातवंडांमुळे वाटायला लागतं. याचा आपल्या जगण्याच्या इच्छेवर परिणाम होतच असेल, नाही का? म्हणजे न मरावंसं वाटण्याच्या इच्छेवर?

दीर्घ आयुष्य म्हणजे दिवसेंदिवस वाईटच होत जातं पाहा. काहीतरी विचित्र व्याधी — रक्तदाब, अंडवृद्धी, बद्धकोष्ठ, मूळव्याध — शीः. मुलंही हल्ली कंटाळा करतात. बायको असेपर्यंत ठीक चालतं. आम्ही दोघं एकदम गेलो तं काही मोठं काळजी करण्यासारखं नाही. पण दोघांतलं एक गेलं की मात्र दुसरा मेलाच — एकेक दिवस काढणं कठीण जाईल.

मरणारीण तं सुटेल, आधी गेली तं.

आमचा विजय चार वर्षं घरी आला नाही. म्हणतो, बापू आता विमानतळ असलेल्या गावी तुम्ही राहायला जा. मी फ्लॅट घेऊन देतो बंगलोर, हैद्राबाद, पुण्यात. जळगावसुद्धा नको म्हणतो. तिकडे हिंदुस्थानात येऊनही *तुमच्या* मोरगावपर्यंत येणं शक्य होत नाही, म्हणतो. खुळी निघाली पाहा आपली पोरं — यांच्यासाठी कुठेतरी भयंकर महानगरात फ्लॅटच्या पिंजऱ्यात बसा? *तुमचं* मोरगाव म्हणतो वरून?

कॉम्प्युटरमुळे मेंदूत असा बिघाड होतो, म्हंता.

आपण तिकडे गेलोच तर सहा महिन्यांत हाकलता — चला, व्हिसा संपला. हे प्रॉपर्टीचंही काय करावं काही कळत नाही, इची लेहू. पोराच्या दोन महिन्यांच्या पगाराएवढीसुद्धा किंमत येणार नाही ह्या वाडवडलांचं सोनं म्हटल्या गेलेल्या

शेतांची न् बैलांची न् छपरांची. अग्नी द्यायला तरी येतील की नाही, कुणास ठाऊक.

अरे नारायण बुवा, अरे मरतांना कशाला पायजे जवळ मुलं, फुकट त्यांचे महत्त्वाचे उद्योग सोडून? आपण नाही का मढं झाकून पेरायला जाण्याबद्दल प्रसिद्ध?

तुम्हांला कळलं का? आमच्या गावचे जुन्या काळातले लेखक राम अत्तरदे — दुर्लक्षित असो, पण त्यांनी त्या काळी कुठून कुठून जमवलेली पुस्तकं त्यांच्या पोरांनी रद्दीत विकून टाकावी का? ती काय वर्तमानपत्रं असतात?

शहरात जागा नसते हो पाव्हणे झोपायलासुद्धा — कुठे टाकणार ही अडगळ? काहींचे आईबाप आयुष्यभर धडपड्या करून फेमस होतात — बक्षीसं, पदकं, सर्टिफिकिटांच्या मोठमोठ्या फ्रेमी, फोटो, छातीइतकी उंच स्मृतिचिन्हं — नंतर गरीब पोरांना सांभाळायचा ताप. भंगारवालेसुद्धा घेत नाहीत.

आमचा येश्या पोस्टात असून एक चार ओळींचं कार्ड खुशालीचं कधी टाकत नाही. त्याला म्हटलं, अरे, आम्ही जिवंत आहोत तोपर्यंतच कार्ड टाक म्हणू. मेल्यावर कशाला म्हणू आणि तूही कशाला टाकशील पत्र? पण आता आम्ही जिवंत आहोत एवढं तुझ्या ध्यानात आहे की नाही, यासाठीच कार्ड टाक.

आता काय सांगायचं काका, स्वातंत्र्यसैनिक भोगे मोठे क्रांतिकारक होते सावद्याचे, आपल्या हुना भाऊबरोबर. त्यांची माहिती नाही कुणाला. आम्ही खानदेश मित्रमंडळानं शोधून काढलं की, त्यांच्या विधवा बायकोनं एक आत्मचरित्र लिहिलं आहे. शोध, शोध, पायपीट करून, गिरगावात सापडलं त्यांचं घर, भोगे आडनाव अजून तरी टिकवलं आहे म्हणून. केव्हाही जा, कुलूपच. एकदा रात्री फोनवर सापडले : आहे का एखादी प्रत, दुसरी आवृत्ती छापतो आम्ही... भोग्यांची सून फोनवर म्हणते, आहे कुठेतरी घरात. पण मुलगा म्हणतो, नाही सापडणार, पुन्हा फोन करू नका.

आपल्याकडे श्रावणबाळाचे आदर्श — चुकीचे होते, चत्रुभुज सर, चुकीचे होते. खरं तर दशरथानं त्या आईबापांनाच बाण मारायला पाह्यजे होता. तुम्ही काही म्हणा, आईबापांनी मुलांवर प्रेम करणं प्राकृतिक आहे, पण मुलांनी आईबापांवर प्रेम करणंच अ-प्राकृतिक, निसर्गाविरुद्ध आहे. आईबापांनी तशी अपेक्षाही करू नये. मुलांनी फार तर भावनिक कारणांसाठी म्हणा, किंवा निव्वळ व्यावहारिक पितृण वगैरे म्हणू म्हणा, काळजी फार तर घ्यावी. कर्तव्य हेही ठीक आहे. सहानुभूतीही प्राकृतिक ठरेल. पण प्रेम? छे. माया? छे छे. अमेरिकेत पाहा

ना, मुलांमधे राहाण्यापेक्षा वृद्धाश्रम चांगले समजले जातात. त्यामुळे मुलं होण्यासाठी लग्नही कोणी करेनासे झालेयत.

आमचे शंकराचार्य म्हणतातच, *कुपुत्र* असू शकतो, पण *कुमाता भवति क्वचित.* खरं तर एका मौलिक पातळीवर माता ही फक्त *सुमाताच* असते आणि पुत्र हा *कुपुत्रच* असतो. जैविक सत्य हेच आहे.

माता सोडा हो, पण बाप? *सुबाप* कोणी असतो का, ह्या *सुमातेचा* काउंटरपार्ट? कुठल्ल्या शंकराचार्यांचं पीठ दळताय राव तुम्ही ह्या युगात? सक्तीनं म्हणजे इच्छा नसतांना आईबाप झालेले हल्ली नव्याणव टक्क्यांच्या वर असतील — म्हणजे स्वेच्छेनं आईबाप होऊ न इच्छिणारे.

म्हणजेच जन्मण्यापूर्वीसुद्धा आई जेवू घाली ना आणि बाप भीक मागू देईना —

हे पाहा प्रा. बळीराम कुळकर्णी, मूल म्हणजे भविष्यकाळ असतो. आईबाप हे भूतकाळ असतात, हे तुम्ही मान्य करता का?

चुकताय प्रा. देशपांडे तुम्ही, आईबाप म्हणजे भविष्यकाळ.

कसं काय?

असं बघा की, भविष्यातलं मृत्यूचं वैश्विक किंवा जैविक सत्य वारसदार मुलांना, नातवंडांना प्रात्यक्षिक म्हणून दाखवून नंतर नाहीसे होणार असणारे कोण असतात? म्हातारे आईबापच. त्यामुळेच दुःखाचं संवेदन कुटुंबात सतत जागृत ठेवण्याचं काम आईबापच करतात. मुलं म्हणजे कॉमेडी, आईबाप म्हणजे ट्रॅजेडी — हे लक्षात ठेवा. आपल्या वेदकाळापासून वृद्धत्व हेच आयुष्याचं सार्थक मानलं आहे. म्हातारा होशील, हयाती राहो, चिरायू हो — हे आपले आशीर्वाद.

ते सोडा हो, आपल्या मानवजातीनं अंगीकारलेली महान मूल्यं — स्वावलंबन, स्वायत्तता, स्वातंत्र्य — तुमचं थोर वृद्धत्व ह्या मूल्यांच्या पूर्ण विरोधात जातं, प्राध्यापक भावे. म्हणून मुख्यतः वृद्धांची सर्व संस्कृतींमध्ये ऐतिहासिक काळापासून अवहेलना होताना दिसते.

— मुलंही परावलंबीच असतात.

पण ती मोठी झाल्यावर नैसर्गिक स्मरणातून कृतज्ञ राहून आपल्या उपयोगी पडतील, अशी मानवी संस्कृतीची संरचनाच आहे. वृद्धांचं ढुंगण धुऊन भविष्यात काय मिळतं? मेले की गेले. जे काय त्यांच्यासाठी केलं ते संपतं तिथेच. मुलांनी ह्यांच्यासाठी जे काही करायचं ते स्वतःच्या समाधानासाठी फक्त. म्हातारपणात कौटुंबिक आधार मिळणार नाही, असंच नव्या युगाचं तत्त्वज्ञान राहणार आहे.

प्राथमिक शाळांसारखे गावोगाव वृद्धाश्रम बांधायला आतापासून सुरुवात करा — भविष्यातल्या वृद्धांनो, म्हणजे तुम्ही तरुणांनो.

एक शेर : *हा तर सुगंध आहे, हवेत विरून जाईल*
अडचण फुलाची आहे, त्यानं कुठे जावं?

वकील साहेब म्हणाले, मी सांगतो उत्तर : वृद्धाश्रमात.

हे पाहा वकील साहेब, आम्ही गंभीर चर्चा करतोय. कुळकर्णी सर, चंगीझखान वगैरे मंगोल लोक पुढच्या शहरावर हल्ला करायच्या आधीच्या छावणीत म्हाताऱ्याकोताऱ्यांना शिल्लक राह्यलेलं धान्य वगैरे ठेवून निघून जायचे. तोच त्यांचा शेवट. मरतील तोपर्यंत राहतील. बर्फ, पाऊस, पूर, भूक पुढचं सगळं पार पाडायचे. हेच नैसर्गिक वागणं होतं.

सती, जोहार, हाराकिरी, आत्मदहन, विषप्राशन ह्यांपेक्षा समाधी घेणं चांगलं नाही का?

सोपं आहे का हो समाधी घेणं. त्यापेक्षा गळफास सोपा — गैचीत घातला, की नैची दाबाली, की तुम्ही मेलाच. हे सगळे इच्छामरणाचे प्रकार आहेत. पण आपली जगाला देणगी म्हणता येईल असा प्रकार म्हणजे जैनांचा संथारा. याला तोड नाही. धर्मानंद कोसंबीसारखे ह्या काळात संथारा घेतात. मी जैन संन्यासी व्हायचा याच्यासाठीच विचार करतोय्.

रिटायरमेंटचं वय साठ ऐवजी ५८ करणार आहेत, हे खरं का? म्हणजे ह्यामुळे वृद्धापकाळ दोन वर्षांनी वाढेल.

पण का हो भावे सर, तुमचे मित्र नागपूरचे कोलते साहेब रिटायर होऊन बरीच वर्षं झाली. तरी संशोधन उत्साहात चालू आहे. कसं समजायचं आपण वृद्ध झालोय की नाही — संथारा केव्हा सुरू करायचा?

आपण आणि जग यांच्यातलं अंतर वाढत चाललं की वृद्धत्व सुरू झालं समजा. ते किती मर्यादेपर्यंत वाढलं की संथारा करायचा, हे आपणच स्वेच्छेनं ठरवायचं.

हे फार निगेटिव तत्त्वज्ञान आहे. आजीआजोबा, आईबाप अशी भरपूर माणसं असलेल्या कुटुंबातली मुलं लवकर शहाणी होतात, असं संशोधनानं सिद्ध झालं आहे. त्यांची वाढही समतोल होते. ते चांगले नागरिक होतात.

फक्त मुलांच्याच भल्याचा विचार करता राव तुम्ही. हे वृद्धत्व म्हणजे किती भयंकर असतं — दिवसरात्र संपूर्ण लागोपाठ लांबच लांब वेळ काढायचा कसा, खाटेवर पडून? आणि मुलांना उस्तवारी करायला लावा? आठवणी काढायच्या किती? स्वप्नं पाहायची किती? आणि त्यांचा काही उपयोग? निव्वळ जगण्याचा

थकवा... म्हणून तर ज्ञानदेव, एकनाथ, तुकाराम — निसटले याच्यातून समाध्या घेऊन — एक जमिनीत, एक पाण्यात आणि एक हवेत.

त्यांचे दिवस वेगळे होते हो. हल्ली सगळी आबादी दीर्घायुषी होत चालली आहे. रोगराईवर मात केल्यानं मरत कुणीच नाही. हल्ली सगळेच स्पेअरपार्ट नवे टाकून मिळतात — हृदय, फुप्फुस, मूत्रपिंड, हाडं, गुडघे — एक मेंदू सोडून. तेही होईल लवकरच.

म्हंजे काय चिरंजीव व्हायचं काय, प्लॅस्टिकसारखं? पृथ्वीवर कायम पडून?

पाटील सर आले... या, या, सर बसा. पाटील मॅडम आल्या आहेत ना? काय करताय हल्ली?

दुसरं काय? आईबापांचे पांग फेडतोय्. तेवढंच.

खरं आहे सर. अहो, साधुसंत अशी सेवा करायचे म्हणून तं वंदनीय ठरले?

साधुसंतांचं ठीक असतं. घराबाहेरच्या अपंगांची सेवा केली की ती जगाला दिसते, इथे घरातल्या घरात म्हाताऱ्या सासूसासऱ्यांची वीस वर्षं माझी लक्ष्मी सेवा करते आहे. एवढं गुमूत बाहेरच्यांचं वाह्यलं असतं तर मदर टेरेसाच्या आधी हिला संत केलं असतं लोकांनी. सासूसासरे कधी मरतात, याचीच खरं तिनं वाट पाहावी. पण जुने गरीब घरातले संस्कार. आता नव्वद वर्षांचे झालेत म्हातारे. त्यांच्या आधी आम्हीच जाऊ असं वाटायला लागलंय. मी सख्खा मुलगा असून म्हाताऱ्याचं बेडक्यांचं डबडं कधी उचलत नाही. ही परक्या जातीची बाई, हिनंच का म्हणून राबावं? हा प्रश्न मी स्वतःलाच विचारतो हल्ली.

सरांनी इंटरकाष्टा लग्न केलं, तेव्हा म्हाताऱ्यानं यांना कळवलं होतं की ह्यापुढे तोंड दाखवू नका. एक पैसा मदत केली नव्हती.

विठ्ठलदाजींनी आम्हा दोघांना त्यांच्या शाळेत लावून घेतलं — सगळ्यांचा विरोध पत्करून — आम्हाला ते देवासमान होते दोघांनाही, म्हणून आमचं निभावलं तेव्हा.

पण काहो पाटील सर, काहीतरी घबाड मिळणार असेल म्हाताऱ्यांनी लपवून ठेवलेलं? त्याशिवाय का कोणी एवढी मनापासून सेवा करील?

अशी डागणीही वरतून ऐकून घ्यावी लागते पाहा आम्हांला. कवडीची प्रॉपर्टी ठेवलेली नाही आमच्या म्हाताऱ्यांनी. म्हातारीचं डोरलं आठदहा गुंजांचंसुद्धा नसेल. तसे व्यवहारी नव्हते आमचे आईवडील. इमाने इतबारे मजुरी करून संसार केला. कधी कुणाचा द्वेष केला नाही — हेही संस्कार हल्ली महत्त्वाचेच म्हणावे लागतील. आणि आम्ही आमच्या आईबापांच्या पाच पैशांचा लाभ नसतांना

एवढ्या खस्ता खातो आहोत, याचा आमच्या मुलींवर थोडाफार तर परिणाम होईल? त्याही त्यांच्या सासूसासऱ्यांच्या प्रॉपर्टीवर नजर न ठेवता संसार सुखानं करतील.

बरोबर आहे पाटील सर, हीच खरी आपली जुनी संस्कृती आहे. मधे बिघडवली अर्धवट सुशिक्षित नोकरदारांनी.

पण सायकॉलॉजी काय झाली आहे हल्ली, की म्हातारी मरणार म्हणजे काहीतरी प्रॉपर्टी मागे ठेवून जाणारच — घरदार शेतीवाडी सोनं कॅश —

अहो, ह्या तुमच्या खेड्यातल्या प्रॉपर्ट्या कवडी किमतीच्या झाल्या आहेत आता. बँका, ठेवी, शेअरबाजार, कंपन्यांमधे भागीदारी, कोटींनी किमतीचे फ्लॅट, एजन्स्या — अशा प्रॉपर्ट्या ठेवून जातात शहरातले म्हातारे. खरं सांगा, सुकलाल शेट. पुरून उरतो म्हणतात, तसे हे लोक मेल्यावरही उरलेले असतात.

आणि पेन्शन? प्रॉव्हिडंट फंड? विमा? आणि मेल्यानंतर साठ वर्षं कॉपीराइटची मानधनं? पेटंटं? आमची मावशी शिक्षक होती. तिला सबंध घर चालेल एवढं पेन्शन मिळतं. घरात सगळे बेकार. गेल्या वीस वर्षांपासून ती बिछाना धरून आहे. ती मरू नये म्हणून सगळे डोळ्यात तेल घालून औषधपाणी करत असतात. वर्षातून एकदा पाठुंगळी उतरवून रिक्षानं बँकेत हयातीची सही केली की वर्षभर दरमहा बँकेतून पेन्शन.

आणि कर्ज काढून आयुष्यभर त्याच्यावर जगणारे आणि ते न फेडता मरून जाणारे सगळ्यात जिनियस.

एकूण जीवनाची फलश्रुती म्हाताऱ्यांनी किती प्रॉपर्टी मागे ठेवली.

हळूहळू आंगण रिकामं झालं. वाडा सुना झाला. घरही भकास होत चाललं. यंदा खंडेरावचं लग्न नाही, म्हणजे आता तीन वर्षं इकडे येणं होणार नाही — असं म्हणत दूरचे नातेवाईक चार दिवस जास्त राहून गेले. एकेक जण मला पोटाशी धरून डोळे ओले करून गेला. कोणी खांद्यावर हात ठेवून चार शब्द अनुभवाचे सांगून गेला. पाहुणे सगळे गेल्यावर बहिणी आणि मेहुणे गेले. लाडकीला सगळ्यांनी समजावून दिलं की, मुलींच्या शिक्षणासाठी दिल्लीला दारुड्या नवऱ्याबरोबर संसार करणं भाग आहे. तीसुद्धा रडत गेली. निळू काकाला आळंदीला ज्ञानेश्वरी सप्ताहात पूर्ण आठवडाभर जाणं भाग पडल्यानं

तोही मला एकान्तात नेऊन चार शब्द सांगून गेला. पंडित मामाही मोलाचा सल्ला देऊन गेले.

नंतर कडक ऊन. गडीमाणसांची ठरलेली पेरण्यांपूर्वीची कामं. सालदार अनुभवी होते, ते इमानानं सगळं पार पाडत राह्यले. मीच एकटा वेळ काढत सुन्न होऊन पडून राहायचो. कुठे पुस्तकं, संशोधन, तक्षशिला. अजिंठा. कुठे हजारो नोंदी, लेख, पत्रव्यवहार, कॉलेजमधे पडून राह्यलेली कामं — ग़ालिबचा *दीवान* सुद्धा जवळ असता तर तळमळ कमी झाली असती. डोकं संपूर्ण बधिर होऊन गेलं. *दिवस वंध्या जाऊ नेदिजे : एका झाडाची सवे न होआवी : एका स्थानाची सवे* न होआवी :

आपल्या वडलांनी आपल्याला हा चांगलाच खो दिला — आयुष्यभराचा. आपण बरे एकुलते एक सुपुत्र सापडलो.

आता आपल्याला खो द्यायला कुणीच नाही. आयुष्यभर ह्या. प्रॉपर्टीच्या मैदानावर पळत राहायचं? छे. इथून निसटायचं बघावं.

आतापर्यंतचे सगळे पूर्वज तुझ्यातल्या वंशवृक्षावर चलबिचल करून उठले, तुझ्याशी बोलू पाहत होते. म्हणून सारखं पडून राहणं बरं वाटायला लागलं. खंडेराव, आतापर्यंत जणू तू एकाच वेळी दोन दोन होतास. भावडू गेल्यापासून तू हरवलाच होतास. निळूकाकासारखा मायेच्या जंजाळातून मुक्त हो. ठरैवेति चरैवेति. भावना कठोर करून नष्ट कराव्या. मुक्त व्हावं — इति पतंजली मुनींचा अक्षोभकारक पर्याय शोध, स्वतःचं हित पाहणाराकडून परहितही साधतं.

आपलं डोकं ठिकाणावर नसतं, रात्री झोपेत कशाचा कशाशी संबंध नसतो असं एकसारखा बरळत असतो, एकदा तर कवटी-सांगाडा-हाडं असंच भयंकर बोलत होता, झोपेत कवितांसारखं काहीतरी म्हणतो — एकूण घराला काहीतरी नाट लागलं म्हणा का एकंदरीत लक्षण ठीक नसल्याचं म्हणा — भीती पक्की झाल्याबरोबर घरातल्या बायांच्या तोंडचं पाणी पळालं. घरात आता सगळ्या बायाच, पुरुष एकच — त्याच्यावरही ही बला आली. इतकी वर्षं वडलांच्या कर्तबगारीमुळे घराचे वासे मजबूत असल्याची ह्या बायांची — विशेषतः आत्याची — श्रद्धा कोलमडली.

खरं तर झोपेत अधूनमधून बडबडणं, ही माझी जुनी सवय होती. अस्वस्थ झोपेमुळे तू बरळतोस, असं भावडूही लहानपणी मला म्हणायचा. रात्री माझ्या खिशात राहून गेलेला भोवरा किंवा गोट्या तो काढून दाखवायचा आणि म्हणायचा ह्या टोचल्यामुळे मनात चलबिचल होत राहते. विचित्र प्रदीर्घ स्वप्नं पडत असतांना

त्यातच काहीतरी अरंबळणं, हीसुद्धा माझी लहानपणापासूनची खोड आहे. माझ्या आत्तापर्यंतच्या सगळ्या पार्टनरांच्या हे सवयीचं झालं होतं. हल्ली ती वाढत चालल्याचं दिसतं. परंतु मला पूर्ण भान असतं की, आपण स्वप्नातच आहोत. उदाहरणार्थ, एकदा स्वप्नात कुणीतरी गाढ झोपलेल्या मला झोपेतून उठवत होतं. मी उठतच नव्हतो. मग तो का ती म्हणते, अरे हा स्वप्नातसुद्धा उठत नाही, तर खरोखर काय जागा होईल? असं काहीतरी.

डेक्कन कॉलेजातला रूम पार्टनर पशुपती शर्मा अभ्यास करत असतांना जर त्याला झोपेतल्या माझ्या उद्‌गारांचा काही भाग पार्टिशन वरून ऐकायला आला, तर तो लिहून ठेवायचा आणि सकाळी मला ते वाचून दाखवायचा : *केवळ वंशवृक्षपारंबी मी. किंवा फांदी तुटतेय कावळ्या बैस.*

मोहेनजो–दडो कॅम्पात तर शेजारच्या तंबूतल्या यारूलासुद्धा माझं बडबडणं ऐकायला यायचं. काही स्वप्नं तर इतकी रचनेच्या दृष्टीनं मनोरम होती की, अर्धवट जाग आल्याबरोबर ती मला स्वतःलाच कळेल अशा लघुलिपी-चित्रलिपी-कूटलिपी यांच्या मिश्रणात मी लिहून ठेवली आहेत. अलीकडे तर जागृतावस्था इतकी असह्य वाटते, की जास्तीत जास्त वेळ मी झोपेतच घालवतो. आणि स्वप्न तर चालूच राहावं असं वाटतं, ही वस्तुस्थिती आहे. स्वप्नातच खरं आपण मुक्त असतो. बरेच दिवस स्वप्न पडलं नाही, तर झोप अंगी लागत नाही.

पण ह्या विचित्र वागण्यानं घरातल्या बायांचा धीर सुटला. त्या अलीकडे बरीच धावाधाव करताहेत, हेही माझ्या लक्षात आलं.

एकदा संध्याकाळी जेवून मी गच्चीवर पडल्यापडल्या संपूर्ण डोक्यावर पांघरून आत तयार झालेल्या सुषुप्तीच्या अबोध अवकाशात गर्भाशयातल्यासारखं डोक्याला गुडघे लावून तरंगत अशीच स्वप्नं पाहत होतो. आई, आत्या, वहिनी आणि शेजारच्या काकू जिन्याच्या तोंडाशी उभ्या राहून एका पाठोपाठ एक म्हणाल्या, अरे खंडू, उठतोस का जरा? ...वाड्यातल्या आपल्या जुन्या देवासमोर आपल्या मळ्यातले मजूर आले आहेत ...म्हणताहेत, मालक जरा वेळ येतील का पूजेला. ...म्हटलं, का नाही येणार? ...चलतोस का राजा थोडा वेळ...

खाली जाऊन पाहतो तो पंचवीसतीस रापलेले, फाटके, गरीब लहानलहान चणीचे ऊसतोडीचे घाटावरचे मजूर पडभिंतीतल्या आमच्या जुन्या देवापुढे टेंभे पाजळून बसले आहेत. माझ्या हस्ते पूजा सुरू करण्यासाठी थांबलेले. गाऱ्हाणं घालायला इथे जमले होते. मलाही गाऱ्हाण्याचे सूर आवडतातच... पुढे जाऊन बसलो. डोळे मिटून सगळं गाऱ्हाणं ऐकत होतो. कधी संपणार नाही असं

वाटणारं, असं. अखंड. तिथेच झोपी गेलो. झोपेत स्वप्न पडलं, त्या स्वप्नातही असेच गाऱ्हाण्याचे सूर ऐकायला येत होते. भाषा मात्र अनोखी होती :

हे घर नांदतं राहू दे, देवाऽ

— असं म्होरक्यानं म्हटलं, की लगेच त्याच्या समोर आणि माझ्या आगेमागे भोवताली गोलाकार बसलेले त्याचे सांगाती शरीरासकट त्याला मोठ्यानं सामूहिक साथ देतात :

होऽ देवाऽऽ

ह्या घराची येल मांडवावरे चढू दे, देवाऽ

होऽ देवाऽऽ

थोरल्या बायेच्या पुताला हळद लागू दे, देवाऽ

होऽ देवाऽऽ

आत्या बायेच्या भाच्याला हळद लागू दे, देवाऽ

होऽ देवाऽऽ

धाकट्या बायेच्या दीराला हळद लागू दे, देवाऽ

होऽ देवाऽऽ

थोरल्या बायेच्या पुताच्या घरात काकनं वाजू दे, देवाऽ

होऽ देवाऽऽ

आत्याबायेच्या भाच्याच्या घरात काकनं वाजू दे, देवाऽ

होऽ देवाऽऽ

धाकट्या बायेच्या दीराच्या घरात काकनं वाजू दे, देवाऽ

होऽ देवाऽऽ

थोरल्या बायेच्या पुताच्या उंबरात लेकरं रांगू दे, देवाऽ

होऽ देवाऽऽ